CW01022489

ONE TO

Bilingual Dictionary

English-Malayalam
Malayalam-English
Dictionary

Compiled by
Anjumol Babu

STAR Foreign Language BOOKS

ISBN : 978 1 912826 48 3

This Edition : 2025

Published by
STAR Foreign Language BOOKS
a unit of
Star Books
56, Langland Crescent
Stanmore HA7 1NG, U.K.
info@starbooksuk.com
www.bilingualbooks.co.uk

Printed in India at
Star Print-O-Bind, New Delhi-110 020

About this Dictionary

Developments in science and technology today have narrowed down distances between countries, and have made the world a small place. A person living thousands of miles away can learn and understand the culture and lifestyle of another country with ease and without travelling to that country. Languages play an important role as facilitators of communication in this respect.

To promote such an understanding, **STAR Foreign Language BOOKS** has planned to bring out a series of bilingual dictionaries in which important English words have been translated into other languages, with Roman transliteration in case of languages that have different scripts. This is a humble attempt to bring people of the word closer through the medium of language, thus making communication easy and convenient.

Under this series of *one-to-one dictionaries*, we have published almost 62 languages, the list of which has been given in the opening pages. These have all been compiled and edited by teachers and scholars of the relative languages.

Publishers

Bilingual Dictionaries in this Series

English-Afrikaans / Afrikaans-English	Abraham Venter
English-Albanian / Albanian-English	Theodhora Blushi
English-Amharic / Amharic-English	Girun Asanke
English-Arabic / Arabic-English	Rania-al-Qass
English-Bengali / Bengali-English	Amit Majumdar
English-Bosnian / Bosnian-English	Boris Kazanegra
English-Bulgarian / Bulgarian-English	Vladka Kocheshkova
English-Burmese (Myanmar) / Burmese (Myanmar)-English	Kyaw Swar Aung
English-Cambodian / Cambodian-English	Engly Sok
English-Cantonese / Cantonese-English	Nisa Yang
English-Chinese (Mandarin) / Chinese (Mandarin)-Eng	Y. Shang & R. Yao
English-Croatian / Croatain-English	Vesna Kazanegra
English-Czech / Czech-English	Jindriska Poulova
English-Danish / Danish-English	Rikke Wend Hartung
English-Dari / Dari-English	Amir Khan
English-Dutch / Dutch-English	Lisanne Vogel
English-Estonian / Estonian-English	Lana Haleta
English-Farsi / Farsi-English	Maryam Zaman Khani
English-French / French-English	Aurélie Colin
English-Georgian / Georgina-English	Eka Goderdzishvili
English-Gujarati / Gujarati-English	Sujata Basaria
English-German / German-English	Bicskei Hedwig
English-Greek / Greek-English	Lina Stergiou
English-Hindi / Hindi-English	Sudhakar Chaturvedi
English-Hungarian / Hungarian-English	Lucy Mallows
English-Italian / Italian-English	Eni Lamllari
English-Japanese / Japanese-English	Miruka Arai & Hiroko Nishimura
English-Kinyawanda / Kinyarwanda-English	Irakoze Shammah La Grace
English-Korean / Korean-English	Mihee Song
English-Kurdish / Kurdish-English	Shivan Alhussein
English-Latvian / Latvian-English	Julija Baranovska
English-Levantine Arabic / Levantine Arabic-English	Ayman Khalaf
English-Lithuanian / Lithuanian-English	Regina Kazakeviciute
English-Malay / Malay-English	Azimah Husna
English-Malayalam - Malayalam-English	Anjumol Babu
English-Nepali / Nepali-English	Anil Mandal
English-Norwegian / Norwegian-English	Samuele Narcisi
English-Pashto / Pashto-English	Amir Khan
English-Polish / Polish-English	Magdalena Herok
English-Portuguese / Portuguese-English	Dina Teresa
English-Punjabi / Punjabi-English	Teja Singh Chatwal
English-Romanian / Romanian-English	Georgeta Laura Dutulescu
English-Russian / Russian-English	Katerina Volobuyeva
English-Serbian / Serbian-English	Vesna Kazanegra
English-Shona / Shona-English	Victorious Tshuma
English-Sinhalese / Sinhalese-English	Naseer Salahudeen
English-Slovak / Slovak-English	Zuzana Horvathova
English-Slovenian / Slovenian-English	Tanja Turk
English-Somali / Somali-English	Ali Mohamud Omer
English-Spanish / Spanish-English	Cristina Rodriguez
English-Swahili / Swahili-English	Abdul Rauf Hassan Kinga
English-Swedish / Swedish-English	Madelene Axelsson
English-Tagalog / Tagalog-English	Jefferson Bantayan
English-Tamil / Tamil-English	Sandhya Mahadevan
English-Thai / Thai-English	Suwan Kaewkongpan
English-Tigrigna / Tigrigna-English	Tsegazeab Hailegebriel
English-Turkish / Turkish-English	Nagme Yazgin
English-Twi / Twi-English	Nathaniel Alonsi Apadu
English-Ukrainian / Ukrainian-English	Katerina Volobuyeva
English-Urdu / Urdu-English	S. A. Rahman
English-Vietnamese / Vietnamese-English	Hoa Hoang
English-Yoruba / Yoruba-English	O. A. Temitope

STAR Foreign Language BOOKS

English - Malayalam

A

a *(art.)* ഒരു oru
aback *(adv.)* പിറകോട്ട് pirakott
abactor *(n.)* മോഷ്ടാവ് moshtav
abacus *(n.)* മണിച്ചട്ടം manichattam
abandon *(v.)* കയ്യൊഴിയുക kayyozhiyuka
abandoned *(adj.)* ഉപേക്ഷിക്കപ്പെട്ട upekshikkapetta
abase *(v.)* അപമാനപ്പെടുത്തുക apamanappeduthuka
abashed *(adj.)* പരിഭ്രമിപ്പിക്കുക paribhramippikkuka
abate *(v.)* ശമിപ്പിക്കുക shamippikkuka
abatement *(n.)* ശമനം shamanam
abbey *(n.)* സന്യാസി മഠം sanyasi madam
abbot *(n.)* മഠാധിപതി madathipathi
abbreviate *(v.)* സംക്ഷേപിക്കുക samkshepikkuka
abbreviation *(n.)* ചുരുക്കൽ churukkal
abdicate *(v.)* രാജി വയ്ക്കുക raji vaykkuka
abdication *(n.)* സ്ഥാനത്യാഗം stanatyagam
abdomen *(n.)* അടിവയർ adivayar
abdominal *(adj.)* ഉദരസംബന്ധമായ udarasambandhamaya
abduct *(v.)* തട്ടികൊണ്ടുപോകുക thattikondupokuka
abductee *(n.)* തട്ടികൊണ്ടുപോകപ്പെട്ടയാൾ thattikondupokappettayal
abduction *(n.)* തട്ടിക്കൊണ്ടുപോകൽ thattikondupokal
abductor *(n.)* തട്ടികൊണ്ടുപോകുന്നയാൾ thattikondupokunnayal
aberrant *(adj.)* വ്യതിചലിച്ച vythichalicha
aberration *(n.)* വ്യതിചലനം vythichalanam
abet *(v.)* സഹായിക്കുക sahayikkuka
abettor *(n.)* ദുഷ്ക്കർമ്മപ്രേരകൻ dushkarmaprerakan
abeyance *(n.)* അനിശ്ചിതത്വം anschithathwam
abhor *(v.)* വെറുക്കുക verukkuka
abhorrent *(adj.)* വെറുക്കുന്ന verukkunna
abide *(v.)* പാലിക്കുക palikkuka
abiding *(adj.)* ശാശ്വതമായ saswathamaya
ability *(n.)* കഴിവ് kazhiv
abiotic *(adj.)* ജീവനില്ലാത്ത jeevanillatha
abject *(adj.)* നികൃഷ്ടമായ nikrushtamaya
abjure *(v.)* ഉപേക്ഷിക്കുക upekshikkuka
abjurer *(n.)* ഉപേക്ഷകൻ upekshakan
ablactate *(v.)* നിർത്തുക nirthuka
ablactation *(n.)* നിർത്തൽ nirthal
ablate *(v.)* ഛേദിക്കുക chhedikkuka
ablation *(n.)* അംഗഛേദം angachhedam
ablative *(adj.)* ഛേദനീയം chhedaniiyam
ablaze *(adv.)* ജ്വലിക്കുന്ന jwalikkunna
able *(adj.)* പ്രാപ്തിയുള്ള prapthiyulla
abled *(adj.)* കഴിവുള്ള kazhivulla
ablution *(n.)* സ്നാനം snanam
ably *(adv.)* നിപുണമായി nipunamaayi
abnegate *(v.)* നിഷേധിക്കുക nishedhikkuka

abnegation *(n.)* നിഷേധം nishedham
abnormal *(adj.)* അസാധാരണം
asadharanam
abnormality *(n.)* അസ്വാഭാവികത്വം
aswabhaavikathwam
abnormally *(adv.)*
അസാധാരണമായ
asadharanamaya
aboard *(adv.)* വിമാനത്തിൽ
vimaanaththil
abode *(n.)* വസതി vasathi
abolish *(v.)* റദ്ദാക്കുക raddhakkuka
abolition *(n.)* റദ്ദാക്കൽ raddhakkal
abominable *(adj.)* വെറുക്കത്തക്ക
verukkathakka
abominate *(v.)* വെറുപ്പുണ്ടാകുക
veruppundakuka
abomination *(n.)* ജുഗുപ്സാപാത്രം
verupp
aboriginal *(adj.)* ആദിമമായ
aadimamaaya
aborigine *(n.)* ആദിമവാസി
aadimavaasi
abort *(v.)* അലസുക alasuka
abortion *(n.)* ഗർഭച്ഛിദ്രം
garbhachhidram
abortionist *(n.)* ഗർഭച്ഛിദ്രം
നടത്തുന്നയാൾ garbhachhidram
nadaththunnayal
abortive *(adv.)* പാഴായ paazhaaya
abound *(v.& prep.)*
ധാരാളമുണ്ടാവുക
dhaaraalamundavuka
about-turn *(n.)* പുറംതിരിയൽ
puramthiriyal
above *(prep. & adv.)* മുകളിൽ mukalil
abrasion *(n.)* ഉരസൽ urasal
abrasive *(adj.)* രാകാനുള്ള rakaanulla
abreast *(adv.)* നിരയായി nirayaayi
abridge *(v.)* ചുരുക്കുക churukkuka
abridgement *(n.)* സംഗ്രഹം
samgraham

abroad *(adv.)* വിദേശം videsham
abrogate *(v.)* അസാധുവാക്കുക
asaadhuvakkuka
abrogation *(n.)* അസാധുവാക്കൽ
asaadhuvaakkal
abrupt *(adj.)* ആകസ്മികം
akasmikam
abruptly *(adv.)* ആകസ്മികമായി
akasmikamaayi
abscess *(n.)* പരു paru
abscond *(v.)* ഒളിച്ചോടിപ്പോകുക
olichchodippokuka
abseil *(v.)* താഴേക്കിറങ്ങുക
thazhekkiranguka
absence *(n.)* അഭാവം abhaavam
absent *(adj.)* ഹാജരില്ലാത്ത
hajarillaaththa
absentee *(n.)* ഹാജരില്ലാത്തയാൾ
hajarillaaththayaal
absolute *(adj.)* നിരുപാധികമായ
nirupaadhikamaaya
absolutely *(adv.)* നിരുപാധികമായി
nirupaadhikamaayi
absolution *(n.)* പാപവിമോചനം
paapavimochanam
absolutism *(n.)* ഏകാധിപത്യം
ekaadhipathyam
absolve *(v.)* മോചിപ്പിക്കുക
mochippikkuka
absorb *(v.)* ആഗിരണം ചെയ്യുക
aagiranam cheyyuka
absorbable *(adj.)* ആഗിരണം
ചെയ്യാവുന്ന aagiranam
cheyyavunna
absorbent *(adj.)* ഉൾക്കൊള്ളാവുന്ന
ulkkollaavunna
absorption *(n.)* വലിച്ചെടുക്കൽ
valichedukkal
abstain *(v.)* വർജ്ജിക്കുക varjjikkuka
abstinence *(n.)* സംയമനം
samyamanam
abstract *(adj.)* ചുരുക്കം churukkam

abstraction *(n.)* അമൂർത്തീകരണം amoortheekaranam
abstruse *(adj.)* ഗഹനമായ gahanamaaya
absurd *(adj.)* അസംബന്ധമായ asambandhamaaya
absurdity *(n.)* അസംബന്ധം asambandham
absurdly *(adv.)* യുക്തിരഹിതമായി yukthirahithamaayi
abundance *(n.)* പ്രാചുര്യം prachuryam
abundant *(adj.)* സമൃദ്ധമായ samrudhamaaya
abundantly *(adv.)* ധാരാളമായി dhaaraalamaayi
abuse *(v.)* അവഹേളിക്കുക avahelikkuka
abusive *(adj.)* അവഹേളനപരമായ avahelanaparamaaya
abusively *(adv.)* അസഭ്യമായി asabhyamaayi
abut *(v.)* തൊട്ടിരിക്കുക thottirikkuka
abyss *(n.)* പാതാളം paathaalam
acacia *(n.)* വേലമരം velamaram
academia *(n.)* പഠനഗവേഷണവിഭാഗം padanagaveshanavibhagam
academic *(adj.)* പണ്ഡിതോചിതമായ pandithochithamaaya
academically *(adv.)* പണ്ഡിതോചിതമായി pandithochithamaayi
academician *(n.)* പണ്ഡിതസഭാംഗം pandithasabhangam
academy *(n.)* വിദ്യാപീഠം vidyapeedam
acausal *(adj.)* അകാരണകം akaaranakam
accede *(v.)* സമ്മതിക്കുക sammathikkuka .
accelerate *(v.)* ത്വരിതപ്പെടുത്തുക thwarithappeduthuka
acceleration *(n.)* ത്വരിതപ്പെടുത്തൽ thwarithappeduththal
accelerator *(n.)* ത്വരകം thwarakam
accend *(v.)* കത്തിക്കുക Kaththikkuka
accent *(v.)* ഊന്നിപ്പറയുക oonnipparayuka
accent *(n.)* ഭാഷ്യരീതി bhaashyareethi
accentor *(n.)* കുരുവി kuruvi
accentuate *(v.)* ദൃഢമാക്കിപ്പറയുക drudamaakkipparayuka
accept *(v.)* കൈക്കൊള്ളുക kaikkolluka
acceptability *(n.)* സ്വീകാര്യത sweekaaryatha
acceptable *(adj.)* ഹിതകരമായ hithakaramaaya
acceptant *(adj.)* സ്വീകാര്യൻ sweekaaryan
accepted *(adj.)* അംഗീകരിച്ചു angeekarichu
access *(n.)* അഭിഗമ്യത praveshanam
accessibility *(n.)* അഭിഗമ്യത abhigamyatha
accessible *(adj.)* അഭിഗമ്യമായ abhigamyamaaya
accession *(n.)* വർദ്ധനവ് vardhanav
accessory *(n.)* ഉപസാധനം upasaadhanam
accidence *(n.)* പദരൂപഭേദം padaroopabhedam
accident *(n.)* അപകടം apakadam
accidental *(adj.)* ആകസ്മികമായ aakasmikamaaya
accidentally *(adv.)* യാദൃച്ഛികമായി yaadruchchikamaayi
acclaim *(v.)* സ്തുതിഘോഷിക്കുക sthuthighoshikkuka
acclamation *(n.)* ശുഭാശംസ shubhaashamsa

acclimatise *(v.)* പൊരുത്തപ്പെടുക
poruththappeduka

accolade *(n.)* ബഹുമതി bahumathi

accommodate *(v.)* പാർപ്പിക്കുക
paarppikkuka

accommodating *(adj.)* ഇണക്കമുള്ള
inakkamulla

accommodation *(n.)*
താമസസൗകര്യം
thaamasasoukaryam

accompaniment *(n.)* വാദ്യമേളം
vaadyamelam

accompanist *(n.)* പക്കമേളക്കാരൻ
pakkamelakkaaran

accompany *(v.)* അനുഗമിക്കുക
anugamikkuka

accomplice *(n.)* കൂട്ടുകുറ്റക്കാരൻ
koottukuttakkaran

accomplish *(v.)* സഫലമാക്കുക
saphalamaakkuka

accomplished *(adj.)* നിറവേറ്റിയ
niravettiya

accomplishment *(n.)* സാഫല്യം
saaphalyam

accord *(n.)* ഒത്തുതീർപ്പ് oththutheerpp

accord *(v.)* നൽകുക nalkuka

accordance *(n.)* പൊരുത്തം
poruththam

according *(adv.)* അനുഗുണമായ
anugunamaaya

accordingly *(adv.)* തദനുസൃതമായി
thadanusruthamaayi

accost *(v.)* അടുത്തുകൂടുക
aduthukooduka

accouchement *(n.)* പ്രജനനം
prajananam

accoucheur *(n.)* സൂതികർമ്മിണി
soothikarmmini

account *(n.)*
വരവുചെലവുകണക്ക്
varavuchelavukanakk

accountability *(n.)* ഉത്തരവാദിത്തം
uththaravaadiththam

accountable *(adj.)* ഉത്തരവാദിയായ
uththaravaadiyaaya

accountancy *(n.)*
കണക്കെഴുത്തുശാസ്ത്രം
kanakkezhuththusasthram

accountant *(n.)* കണക്കപ്പിള്ള
kanakkappillla

accounting *(n.)* കണക്കെഴുത്ത്
kanakkezhuthth

accoutre *(v.)* ഉടുപ്പിക്കുക
uduppikkuka

accoutrement *(n.)*
സാധനസാമഗ്രികൾ
sadhanasamgrikal

accredited *(adj.)*
നിയമസാധുതയുള്ള
niyamasadhuthayulla

accrete *(v.)* അടിഞ്ഞുകൂടുക
adinjukooduka

accretion *(n.)* വർദ്ധനവ് vardhanav

accrue *(v.)* പ്രയോജനപ്പെടുക
prayojanappeduka

accumulate *(v.)* സംഭരിക്കുക
sambharikkuka

accumulation *(n.)* കൂട്ടിവെയ്പ്പ്
koottiveypp

accumulator *(n.)* വൈദ്യുതി
സംഭരണയന്ത്രം vaidhyuthi
sambharana yanthram

accuracy *(n.)* കൃത്യത kruthyatha

accurate *(adj.)* കൃത്യമായ
kruthyamaaya

accurately *(adv.)* സൂക്ഷ്മമായി
sookshmamaayi

accusal *(n.)* കുറ്റാരോപണം
kuttaropanam

accusation *(n.)* അപവാദം apavaadm

accusative *(n.)* കർമ്മവിഭക്തി
karmmavibhakthi

accuse *(v.)* പഴിചുമത്തുക pazhi chumaththuka
accused *(n.)* പ്രതി prathi
accuser *(n.)* വാദി vaadi
accusing *(adj.)* നിന്ദിക്കുന്ന nindhikkunna
accustom *(v.)* ശീലിക്കുക sheelikkuka
ace *(n.)* പ്രഗല്ഭൻ pragalbhan
acellular *(adj.)* കോശനിർമ്മിതമല്ലാത്ത koshanirmmithamallaththa
acene *(n.)* മുഖക്കുരു mukhakkuru
acentric *(adj.)* അകേന്ദ്രീകൃതം akendreekrutham
acer *(n.)* ഇലപൊഴിയും വൃഷം ilapozhiyum vruksham
acerbic *(adj.)* തീവ്രമായ theevrmaaya
acetate *(n.)* രാസവസ്തു raasavasthu
acetic *(adj.)* പുളിപ്പുള്ളതായ pulippullathaaya
acetic acid *(n.)* വിനാഗിരി vinagiri
acetone *(n.)* ദ്രുതബാഷ്പീകരണ ലായകം druthabaashpeekarana laayakam
acetylene *(n.)* അസെറ്റിലിൻ വാതകം asettilin vaadakam
ache *(v.)* നോവുക novuka
ache *(n.)* നോവ് nov
achieve *(v.)* നേടുക neduka
achievement *(n.)* ഇഷ്ടസാദ്ധ്യം ishtasaadyam
achiever *(n.)* വിജയി vijayi
achromat *(n.)* അവർണ്ണം avarnnam
achromatic *(adj.)* വർണ്ണഭേദമില്ലാത്ത varnnabhedamillaththa
acid *(n.)* അമ്ലം amlam
acid rain *(n.)* അമ്ലമഴ amlamazha
acid test *(n.)* അമ്ലപരീക്ഷണം amlapareekshanam
acidic *(adj.)* അമ്ലമയമായ amlamayamaaya
acknowledge *(v.)* പ്രഖ്യാപിക്കുക prakhyaapikkuka
acknowledgement *(n.)* പ്രഖ്യാപനം prakhyaapanam
acme *(n.)* പാരമ്യം paaramyam
acne *(n.)* മുഖക്കുരു mukhakkuru
acolyte *(n.)* അനുയായി anuyaayi
acorn *(n.)* ഓക് കായ oak kaaya
acoustic *(adj.)* ശ്രവണസംബന്ധമായ sravanasambandhamaaya
acoustics *(n.)* ശബ്ദഗ്രഹണശാസ്ത്രം sabdagrahanashaasthram
acquaint *(v.)* പരിചയപ്പെടുത്തുക parichayappeduththuka
acquaintance *(n.)* പരിചയം parichayam
acquest *(n.)* സമ്പാദ്യം sambaandyam
acquiesce *(v.)* അനുസരിക്കുക anusarikkuka
acquire *(v.)* ആർജ്ജിക്കുക aarjjikkuka
acquisition *(n.)* ആർജ്ജനം aarjjanam
acquisitive *(adj.)* ഇച്ഛയുള്ള ichhayulla
acquit *(v.)* മോചിപ്പിക്കുക mochippikkuka
acquittal *(n.)* മോചനവിധി mochanavidhi
acratic *(adj.)* വിരോധഭാവമുള്ള virodhabhaavamulla
acre *(n.)* ഏക്കർ acer
acreage *(n.)* വിസ്താരം visthaaram
acrid *(adj.)* പരുഷം parusham
acrimonious *(adj.)* തിക്തമായ thikthamaaya
acrimony *(n.)* രൂക്ഷത rookshatha
acritical *(adj.)* അവിമർശനം avimarshanam
acrobat *(n.)* അഭ്യാസി abhyaasi
acrobatic *(adj.)* കായികാഭ്യാസം kaayikaabhyaasam

12

acrobatics *(n.)*
അഭ്യാസപ്രകടനങ്ങൾ
abhyaasaprakadanangal
acronym *(n.)* സംക്ഷേപം samkshepam
acrophobia *(n.)*
ഉയരങ്ങളെക്കുറിച്ചുള്ള ഭയം
uyarangalekkurichulla bhayam
acropolis *(n.)* പ്രാചീന
ഏഥൻസിലെ കോട്ട praacheena
athensile kotta
across *(prep.)* ഉടനീളം udaniilam
acrostic *(n.)* സൂത്രാക്ഷരശ്ലോകം
soothraaksharaslokam
acrylate *(n.)* ലവണം lavanam
acrylic *(adj.)* ആക്രിലിക്
അമ്ലത്തിൽ നിന്ന് കിട്ടുന്ന
ഉത്പന്നം acrylic amlaththil ninnu
kittunna ulpannam
act *(v.)* അഭിനയം abhinayam
acting *(n.)* നടിക്കുക nadikkuka
action *(n.)* പ്രവൃത്തി pravarththanam
actionable *(adj.)*
വ്യവഹാരപ്പെടാവുന്ന
vyvahaarappedaavunna
activate *(v.)* പ്രയോഗക്ഷമമാക്കുക
prayogakshamamaakkuka
activation *(n.)*
പ്രവർത്തനക്ഷമമാക്കുക
pravarththanakshamamaakkuka
active *(adj.)* സജീവമായ sajeevamaaya
actively *(adv.)* ഊർജ്ജസ്വലമായി
oorjjaswalamaayi
activist *(n.)* കർമ്മോന്മുഖൻ
karmmonmukhan
activity *(n.)* പ്രവർത്തനം
pravarththanam
actor *(n.)* നടൻ nadan
actress *(n.)* നടി nadi
actual *(adj.)* യഥാർത്ഥമായ
yathaarthamaaya
actually *(adv.)* വാസ്തവത്തിൽ
vaasthavaththil

acumen *(n.)* സൂക്ഷ്മബുദ്ധി
sookshmabudhi
acupressure *(n.)* മർദ്ദചികിത്സ
marddachikitsa
acupuncture *(n.)* സൂചീവേധം
soocheevedham
acupuncturist *(n.)* സൂചീവേധക/ൻ
soocheevedhaka/n
acute *(adj.)* അതിയായ athiyaaya
ad hoc *(adj.)* അനൗപചാരികമായി
anoupachaarikamaayi
adage *(n.)* ആപ്തവാക്യം
aapthavaakyam
adamant *(adj.)* വഴങ്ങാത്ത
vazhangaaththa
adapt *(v.)* അനുരൂപപ്പെടുത്തുക
anuroopappeduthuka
adaptable *(adj.)* ഇണങ്ങിച്ചേരുന്ന
inangicherunna
adaptation *(n.)* അനുരൂപീകരണം
anuroopeekaranam
adaptor *(n.)* കണ്ണി kanni
add *(v.)* കൂട്ടിച്ചേർക്കുക
koottichcherkkuka
addendum *(n.)* അനുപൂരകം
anupoorakam
adder *(n.)* അണലി anali
addict *(v.)* ദുശ്ശീലമാക്കുക
dusheelamaakkuka
addict *(n.)* ദുശ്ശീലമുള്ളയാൾ
dusheelamullayaal
addicted *(adj.)* ആസക്തിയുള്ള
aasakthiyulla
addiction *(n.)* ആസക്തി aasakthi
addictive *(adj.)* ചപലമായ
chapalamaaya
add-in *(n.)* അനുബന്ധം anubandham
addition *(n.)* ചേർക്കൽ cherkkal
additional *(adj.)* അധികമായിട്ടുള്ള
adhikamayittulla
additive *(n.)* വിശേഷാൽവസ്തു
visheshalvasthu

addled *(adj.)* ബുദ്ധിപതറിയ
budhipathariya
address *(n.)* മേൽവിലാസം
melvilaasam
addressee *(n.)*
മേൽവിലാസക്കാരൻ/രി
melvilasakkaran/ri
addresser *(n.)* അഭിസംബോധകൻ
abisambodhakan
adduce *(v.)* തെളിവ് ഹാജരാക്കുക
thelivu hajarakkuka
adept *(n.)* കൗശലമുള്ള koushalamulla
adept *(adj.)* നിപുണനായ
nipunanaaya
adequacy *(n.)* പര്യാപ്തത
paryapthatha
adequate *(adj.)* മതിയായ mathiyaaya
adequately *(adv.)* മതിയാംവണ്ണം
mathiyaamvannam
adhere *(v.)* പറ്റിപ്പിടിക്കുക
pattippidikkuka
adherence *(n.)* കൂറ് kooru
adherent *(n.)* വലംകൈ valamkai
adhesion *(n.)* ഒട്ടൽ ottal
adhesive *(n.)* ഒട്ടുന്ന ottunna
adieu *(exclam.)* വിട vita
adipose *(adj.)* കൊഴുപ്പ്
സൂക്ഷിക്കുന്ന കോശജാലം
kozhupp sookshikkuna koshajaalam
adjacent *(adj.)* അരികിലുള്ള
arikilulla
adjective *(n.)* നാമവിശേഷണം
naamavisheshanam
adjoin *(v.)* സന്ധിക്കുക sandhikkuka
adjourn *(v.)* നീട്ടിവയ്ക്കുക
neettivaykkuka
adjournment *(n.)* മാറ്റിവെക്കൽ
maattivaykkal
adjudge *(v.)* വിധിക്കുക vidhikkuka
adjudicate *(v.)* തീർപ്പാക്കുക
thiirppakkuka

adjunct *(n.)* പദവിശേഷണം
padaviseshanam
adjuration *(n.)* പ്രതിജ്ഞ prathinja
adjure *(v.)* ആണയിടുക aanayiduka
adjust *(v.)* ക്രമീകരിക്കുക
krameekarikkuka
adjustment *(n.)* ക്രമീകരണം
krameekaranam
administer *(v.)* നിർവഹിക്കുക
nirvvahikkuka
administrate *(v.)* ഭരണം നടത്തുക
bharanam nadaththuka
administration *(n.)*
ഭരണനിർവ്വഹണം
bharananirvvahanam
administrative *(adj.)*
ഭരണസംബന്ധമായ
bharanasambandhamaaya
administrator *(n.)* ഭരണാധികാരി
bharanaadhikaari
admirable *(adj.)* സ്തുത്യർഹമായ
sthuthyarhamaaya
admiral *(n.)* നാവികസേനാപതി
naavikasenaapathi
admiralty *(n.)*
കപ്പൽപ്പടനായകസംഘം
kappalpadanaayakasamgham
admiration *(n.)* ആരാധന aaradhana
admire *(v.)* ആദരിക്കുക aadarikkuka
admissible *(adj.)*
സ്വീകാരയോഗ്യമായ
sweekaarayogyamaaya
admission *(n.)* പ്രവേശനം
praveshanam
admit *(v.)* കൈക്കൊള്ളുക
kaikkolluka
admittance *(n.)* പ്രവേശനാനുവാദം
praveshanaanuvadam
admittedly *(adv.)* തീർച്ചയായും
theerchchayaayum
admonish *(v.)* ഗുണദോഷിക്കുക
gunadoshikkuka

14

admonition *(n.)* ശാസനം shaasanam
ado *(n.)* കോലാഹലം kolaahalam
adobe *(n.)* ഇഷ്ടിക ishtika
adolescence *(n.)* കൗമാരം koumaaram
adolescent *(adj.)* കൗമാരപ്രായമായ koumaarapraayamaaya
adopt *(v.)* ദത്തെടുക്കുക daththedukkuka
adoption *(n.)* ദത്തെടുക്കൽ daththedukkal
adoptive *(adj.)* ദത്തെടുത്ത daththeduththa
adorable *(adj.)* ആരാധ്യമായ aaraadhyamaaya
adoration *(n.)* അർച്ചന archchana
adore *(v.)* വണങ്ങുക vananguka
adorn *(v.)* മനോഹരമാക്കിത്തീർക്കുക manoharamaakkithiirkkuka
adrenal *(adj.)* വൃക്കഗ്രന്ഥികൾ vrukkagranthikal
adrift *(adj.)* അശരണമായ asharanamaaya
adroit *(adj.)* ചാതുര്യമുള്ള chaathuryamulla
adscititious *(adj.)* ഉപാംഗമായ upaangamaaya
adscript *(adj.)* സ്ഥലകൈമാറ്റ രേഖ Sthalakaimatta rekha
adsorb *(n.)* അധിശോഷണം adhishoshanam
adulate *(v.)* സ്തുതിക്കുക sthuthikkuka
adulation *(n.)* അതിപ്രശംസ athiprashamsa
adult *(n.)* പ്രായപൂർത്തിയായവർ praayapoorththiyaayavar
adulterate *(v.)* മായംചേർക്കുക maayamcherkkuka
adulteration *(n.)* മായംചേർക്കൽ maayamcherkkal
adulterer *(n.)* വ്യഭിചാരി vyabhichari

adultery *(n.)* ജാരവൃത്തി jaaravruththi
advance *(v.)* പോഷിപ്പിക്കുക poshippikkuka
advanced *(adj.)* വികസിതമായ vikasithamaaya
advantage *(n.)* ആനുകൂല്യം aanukoolyam
advantageous *(adj.)* ഗുണകരമായ gunakaramaaya
advent *(n.)* ആവിർഭാവം aavirbhaavam
adventure *(n.)* വീരസാഹസപ്രവൃത്തി veerasaahasapravarththi
adventurous *(adj.)* സാഹസികമായ saahasikamaaya
adverb *(n.)* ക്രിയാവിശേഷണപദം kriyavisheshanapadam
adverbial *(adj.)* ക്രിയാവിശേഷണം kriyavisheshanam
adversary *(n.)* വിരോധി virodhi
adverse *(adj.)* പ്രതികൂലമായ prathikoolamaaya
adversity *(n.)* കഷ്ടകാലം kashtakaalam
advertise *(v.)* പരസ്യംചെയ്യുക parasyamcheyyuka
advertisement *(n.)* പരസ്യം parasyam
advice *(n.)* അനുശാസനം anushaasanam
advisability *(n.)* വിവേകം vivekam
advisable *(adj.)* വിവേകപൂർവ്വമായ vivekapoorvvamaaya
advise *(v.)* ഗുണദോഷം gunadosham
advisory *(adj.)* ഉപദേശക upadeshaka
advocacy *(n.)* വക്കാലത്ത് vakkaalathth
aegis *(n.)* പാലനം paalanam
aeon *(n.)* കൽപം kalpam
aerate *(v.)* വായു നിറയ്ക്കുക vaayu niraykkuka
aerial *(n.)* വ്യോമതന്തു vyomathanthu

aerobatics *(n.)* വൈമാനിക
പ്രകടനം vaimaanikaprakatanam
aerobics *(n.)* ദ്രുതചലനവ്യായാമം
druthchalanavyayamam
aerodrome *(n.)* വിമാനനിലയം
vimaana nilayam
aerodynamics *(n.)*
വായുചലനശാസ്ത്രം
vaayuchalanasasthram
aerofoil *(n)* വിമാനോന്നമനതലം
vimaanonnamanathalam
aeronautics *(n.)*
വ്യോമയാനവിജ്ഞാനീയം
vyomayaanavinjaaneeyam
aeroplane *(n.)* വിമാനം vimaanam
aerosol *(n.)* വായുവിലേക്ക്
ചിതറിക്കുന്ന ഖര കണങ്ങൾ
vayuvilekk chitharikkunna khara kangal
aerospace *(n.)* ബഹിരാകാശം
bahiraakaasham
aerostatics *(n.)*
വായുസ്ഥിതിവിജ്ഞാനീയം
vaayusthithivinjaaneeyam
aesthete *(n.)* സഹൃദയൻ sahrudayan
aesthetic *(adj.)* സഹൃദയത്വമുള്ള
sahrudayathwamulla
afar *(adv.)* അകലെ akale
affable *(adj.)* മര്യാദയുള്ള
maryaadayulla
affair *(n.)* കാര്യം kaaryam
affect *(v.)* ബാധകമാകുക badhikkuka
affectation *(n.)* കാപട്യം kaapatyam
affected *(adj.)* ബാധിതമായി
badhithamaayi
affection *(n.)* മമത mamatha
affection *(n.)* പ്രതിപത്തി prathipaththi
affectionate *(adj.)* സ്നേഹപൂർവ്വം
snehapoorvvam
affidavit *(n.)* സത്യവാങ്മൂലം
satyavaangmoolam
affiliate *(v.)* അംഗമാക്കിച്ചേർക്കുക
angamaakkicherkkuka

affiliation *(n.)* അംഗീകാരംനേടൽ
angathwam
affinity *(n.)* ചാർച്ച charcha
affirm *(v.)* നിശ്ചയിക്കുക
nischayikkuka
affirmation *(n.)* സമ്മതിക്കൽ
sammathikkal
affirmative *(adj.)* ഉറപ്പിക്കുന്ന
urappikkunna
affix *(v.)* പ്രത്യയം prathyayam
afflict *(v.)* പീഡിപ്പിക്കുക
peedippikkuka
affliction *(n.)* പീഡ peeda
affluence *(n.)* ആധിക്യം aadikyam
affluent *(adj.)* ധനാഢ്യമായ
dhanaadyamaaya
affluential *(n.)* സമ്പന്നർ sambannar
afford *(v.)*
പ്രാപ്തിയുണ്ടായിരിക്കുക
praapthiyundaayirikkuka
affordability *(n.)* പ്രാപ്തി praapthi
afforest *(v.)* വനവൽകരിക്കുക
vanavalkarikkuka
affray *(n.)* ലഹള lahala
affront *(n.)* അവഹേളനം
adhikshepam
afield *(adv.)* ദൂരത്ത് doorathth
aflame *(adv.)* പ്രദീപ്തമായ
pradeepthmaaya
afloat *(adv.)* പൊങ്ങിക്കിടക്കുന്ന
pongikkidakkunna
afoot *(adv.)* പുരോഗമിക്കുന്ന
purogamikkunna
afore *(prep.)* പുരോഭാഗത്ത്
purobhaagathth
aforementioned *(adj.)* മേൽപ്പറഞ്ഞ
melpparanja
afraid *(adj.)* ഭയപ്പെട്ട bhayappetta
afresh *(adv.)* നവമായി navamaayi
aft *(n.)* അമരത്ത് amarathth
after *(prep.)* പിന്നീട് pinniid
afterbirth *(n.)* മാച്ച് marupilla

aftercare *(n.)* പരിചരണം
paricharanam
after-effect *(n.)* അനന്തരഫലം
anandharabhalam
aftermath *(n.)*
അനന്തരസംഭവങ്ങൾ
anantharasambhavangal
afternoon *(n.)* അപരാഹ്നം
aparaahnam
after-party *(n.)* രണ്ടാംവിരുന്ന്
randamvirunnu
aftersales *(adj.)* വില്പ്പനാനന്തരം
vilpananantharam
aftershave *(n.)* സുഗന്ധലേപനം
sugandhalepanam
afterthought *(n.)* അനന്തരചിന്ത
anantharachintha
afterwards *(adv.)* തദനന്തരം
thadanantharam
again *(adv.)* പിന്നെയും pinneyum
against *(prep.)* എതിരായി ethirayi
agar *(n.)* കടൽച്ചെടികളിൽ
നിന്നുള്ള ജലാറ്റിനസ് വസ്തു
kadalchedikalil ninnulla jalatinus vasthu
agate *(n.)* വൈഡൂര്യം vaidooryam
agaze *(adj.)* ബദ്ധദൃഷ്ടി badhasrushti
age *(n.)* വയസ്സ് vayass
aged *(adj.)* പ്രായമായ praayamaaya
ageing *(n.)* പ്രായമാവുക
praayamaavuka
ageism *(n.)* വൃദ്ധരോടുള്ള
അപമര്യാദയായ പെരുമാറ്റം
vrudharodulla apamaryadayaaya
perumaattam
ageless *(adj.)* നിത്യയൗവ്വനം
nityayouvvanam
agency *(n.)* പ്രവർത്തക സംഘം
pravarthakasangham
agenda *(n.)* കാര്യപരിപാടി
kaaryaparipaadi
agent *(n.)* കാര്യകർത്താവ്
kaaryakarththav
agglomerate *(v.)* കൂട്ടിവയ്ക്കുക
koottivaykkuka
agglomerate *(n.)* കൂമ്പാരം
koompaaram
aggradation *(n.)* എക്കൽ ekkal
aggrandize *(v.)* ഊതിവീർപ്പിക്കുക
oothiveerppikkuka
aggravate *(v.)* വഷളാക്കുക
vashalaakkukka
aggravation *(n.)* പ്രകോപനം
prakopanam
aggregate *(v.)* സഞ്ചയിക്കുക
sanchayikkukka
aggression *(n.)* സമാധാനലംഘനം
samaadhaana langhanam
aggressive *(adj.)*
ആക്രമസ്വഭാവമുള്ള
aakramaswabhaavamulla
aggressor *(n.)* കൈയേറ്റക്കാരൻ
kaiyettakkaran
aggrieve *(v.)* വ്യസനമുണ്ടാക്കുക
vyasanamundakkuka
aghast *(adj.)* അമ്പരന്ന amparanna
agile *(adj.)* ചുറുചുറുക്കുള്ള
churuchurukkulla
agility *(n.)* ചുറുചുറുക്ക്
churuchurukk
agitate *(v.)* ക്ഷോഭിപ്പിക്കുക
kshobhippikkuka
agitation *(n.)* പ്രക്ഷോഭം prakshobham
aglare *(adj.)* അതിപ്രഭ athiprabha
aglow *(adv.)* തിളങ്ങുന്ന thilangunna
agnostic *(n.)* അവിശ്വാസി aviswaasi
agnosticism *(n.)* അജ്ഞേയതാവാദം
anjeyathaavaadam
ago *(adv.)* മുൻപ് munp
agog *(adj.)* ഉദ്വേഗത്തോടെ
udyegaththode
agonize *(v.)* പ്രാണവേദന
praanavedana
agony *(n.)* യാതന yaathana

agoraphobia *(n.)* തുറസ്സായ സ്ഥലങ്ങളെക്കുറിച്ചുള്ള ഭയം thurasaaya sthalangalekkurichchulla bhayam
agrarian *(adj.)* കൃഷിസംബന്ധം krushisambandham
agree *(v.)* യോജിക്കുക yojikkuka
agreeable *(adj.)* അഭിമതമായ abhimathamaaya
agreement *(n.)* സമ്മതപത്രം sammathapathram
agricultural *(adj.)* കാർഷികമായ kaarshikamaaya
agriculture *(n.)* കൃഷി krushi
agriculturist *(n.)* കാർഷികവിജ്ഞൻ kaarshikavinjan
agriproduct *(n.)* കാർഷികോത്പന്നം kaarshikolpannam
agro *(adj.)* കൃഷിയെസംബന്ധിച്ച krushiye sambandhichcha
agrochemical *(n.)* കാർഷികവളങ്ങൾ kaarshikavalangal
agro-industry *(n.)* കാർഷികവ്യവസായം karshikavyavasaayam
agrology *(n.)* കൃഷിശാസ്ത്രം krushisaasthram
agronomy *(n.)* കർഷകവൃത്തി karshakavruththi
ague *(n.)* തുള്ളപ്പനി thullappani
ahead *(adv.)* മുന്നേറിയ munneriya
ahoy *(interj.)* എയ് ayyo
aid *(n.& v.)* രോഗശുശ്രൂഷ rogasusroosha
aide *(n.)* രോഗശുശ്രൂഷക rogashushrushaka
AIDS *(n.)* എയ്ഡ്സ് രോഗം AIDSrogam
ail *(v.)* നോവിപ്പിക്കുക novippikkuka
ailing *(adj.)* പീഡിതമായ peedithamaaya
ailment *(n.)* വല്ലായ്മ vallayma
aim *(v.)* ലക്ഷ്യമാക്കുക lakshyamaakkuka
aimless *(adj.)* ലക്ഷ്യമില്ലാത്ത lakshyamillaaththa
air *(n.)* വായു vaayu
air conditioning *(n.)* ശീതീകരിക്കൽ sheetheekarikkal
air freight *(n.)* വിമാനചരക്ക് vimaanacharakk
air freshner *(n.)* വായുശുദ്ധീകരണി vaayusudheekarani
air hostess *(n.)* വിമാനസേവിക vimaanasevika
airbag *(n.)* വായുസഞ്ചി vaayusanchi
airband *(n.)* വിഎച്ച്എഫ് റേഡിയോ സ്പെക്ട്രത്തിലെ ആവൃത്തികൾ V.H.F radio spectrumththile avruthikal
airbase *(n.)* വിമാനാസ്ഥാനം vimaanaasthaanam
airbed *(n.)* വായുനിറച്ച മെത്ത vaayunirachcha metha
airborne *(n.)* വായുവിലുള്ള vaayuvilulla
airbrake *(n.)* വായുമർദ്ദം കൊണ്ടു പ്രവർത്തിക്കുന്ന ചലനനിരോധയന്ത്രം vaayu marddam kond pravarththikkunna chalana nirodha yanthram
airbus *(n.)* പ്രത്യേകവിമാനം prathyekavimaanam
aircraft *(n.)* ആകാശവിമാനം akaashavimaanam
aircrew *(n.)* വിമാനജോലിക്കാർ vimaana jolikkar

airdrop *(n.)* വിമാനത്തിൽ നിന്ന് പാരച്യൂട്ട് വഴി അത്യാവശ്യ സാധനങ്ങൾ വിതരണം ചെയ്യുന്നത് vimaanaththil ninnu parachute vazhi athyavasya sadhanangal vitharanam cheyyunnath
airfare *(n.)* വിമാനക്കൂലി vimaanakkooli
airfield *(n.)* വ്യോമപരിധി vyomaparidhi
airgun *(n.)* വായുസമ്മർദ്ദത്താൽ പ്രവർത്തിക്കുന്ന തോക്ക് vaayusammarddaththal pravarththikkunna thokk
airlift *(n.)* വിമാനമാർഗ്ഗം വൻതോതിൽ സാധനങ്ങളെയോ ആളുകളെയോ കൊണ്ടിറക്കൽ vimaanamaargam vanthothil saadanangaleyo aalukaleyo kondirakkal
airy *(adj.)* വായുസഞ്ചാരമുള്ള vaayusancharamulla
aisle *(n.)* ഇടവഴി itavazhi
ajar *(adv.)* അല്പംതുറന്ന alpam thuranna
akin *(adj.)* സജാതീയ sajaatheeya
akinesia *(n.)* പേശിരോഗം peshirogam
alabaster *(n.)* വെൺകല്ല് venkallu
alacrious *(adj.)* ചൊടിയോടെ chodiyode
alacrity *(n.)* ചൊടി chodi
alarm *(n.)* സൂചകധ്വനി soochakadwani
alarming *(adj.)* ഭയജനകമായ bhayajanakamaaya
alarmist *(n.)* പരിഭ്രമിപ്പിക്കുന്നയാൾ paribhramippikkunnayaal
alas *(interj.)* ആർത്തനാദം aarththanadam
albatross *(n.)* കടൽപ്പക്ഷി kadalppakshi
albeit *(conj.)* എന്നാലും ennalum
albino *(n.)* ശരീരവും മുടിയും നന്നേ വെളുത്തും കണ്ണ് ചെന്പിച്ചുമുള്ള ആളോ മൃഗമോ sareeravum mudiyum nanne veluththum kannu chempichchumulla aalo mrugamo
album *(n.)* ഛായാപടങ്ങൾ chhayaapadangal
albumen *(n.)* വെള്ളക്കരു vellakkaru
alchemist *(n.)* രസവാദി rasavadi
alchemy *(n.)* രസവാദവിദ്യ rasavaadavidya
alcohol *(n.)* ചാരായം madyam
alcoholic *(n.)* അമിതമദ്യപാനി amithamadyapaani
alcoholism *(n.)* മദ്യാസക്തി madyaasakthi
alcove *(n.)* അറ moola
alder *(n.)* ഭൂർജ്ജവൃക്ഷം bhoorjjavruksham
ale *(n.)* യവസുര beer
alegar *(n.)* ബിയറിൽ നിന്നുണ്ടാക്കുന്ന വിനാഗിരി beeril ninnu undakkiya vinagiri
alert *(adj.)* ജാഗരൂകമായ jaagarookamaaya
alertness *(n.)* ജാഗരൂകത jaagarookatha
alfa *(n.)* അധികാരം കാണിക്കുന്നയാൾ adhikaaram kanikkunnayal
algae *(n.)* കടൽക്കള kadalkkala
algebra *(n.)* ബീജഗണിതം beejaganitham
algorithm *(n.)* കണക്കുവഴി kanakkuvazhi
alias *(adv.)* നാമാന്തരം naamaantharam
alibi *(n.)* ഒഴികഴിവ് ozhikazhiv
alien *(adj.)* അന്യദേശി anyadeshi
alienate *(v.)* അന്യാധീനപ്പെടുത്തുക anyaadeenappeduththuka

aliferous *(adj.)* ചിറകുള്ള chirakulla
alight *(v.)* താഴുക thaazhuka
align *(v.)* വരിയായിവയ്ക്കുക variyayivaykkuka
alignment *(n.)* വരിയായിനിരത്തൽ variyaayiniraththal
alike *(adj.)* സദൃശമായ sadrusyamaaya
aliment *(n.)* ആഹാരം aahaaram
alimony *(n.)* ജീവനാംശം jeevanamsam
alive *(adj.)* സചേതനമായ sachethanamaaya
alkali *(n.)* ക്ഷാരം kshaaram
alkaline *(adj.)* ക്ഷാരസ്വഭാവമുള്ള kshaaraswabhavamulla
all *(adj.)* സർവ്വം sarvvam
allay *(v.)* ലഘുവാക്കുക laghuvaakkuka
allegation *(n.)* ആരോപണം aaropanam
allege *(v.)* പഴിപറയുക pazhiparayuka
allegiance *(n.)* സ്വാമിഭക്തി swamibhakthi
allegory *(n.)* രൂപകാലങ്കാരം roopakaalangaaram
allergic *(adj.)* പൊരുത്തപ്പെടാനാവാത്ത poruththappedaanaavaaththa
allergy *(n.)* തീവ്രസംവേദനം theevrasamvedanam
alleviate *(v.)* സഹ്യമാക്കുക sahyamaakkkuka
alleviation *(n.)* ദൂരീകരണം dureekaranam
alley *(n.)* ഉപവീഥി upaveedhi
alliance *(n.)* ബാന്ധവം baandhavam
allied *(adj.)* സഖ്യംചെയ്ത sakhyam cheytha
alligator *(n.)* ചീങ്കണ്ണി cheenkanni
alliterate *(v.)* ആദ്യാക്ഷരപ്രാസം aadyaaksharapraasam
alliteration *(n.)* അനുപ്രാസം anupraasam
allocate *(v.)* നീക്കിവയ്ക്കുക neekkivaykkuka
allocation *(n.)* നീക്കിവയ്ക്കൽ neekkivaykkal
allot *(v.)* വീതംവയ്ക്കുക veetham vaykkuka
allotment *(n.)* പങ്കിടൽ pankidal
allow *(v.)* അനുവദിക്കുക anuvadikkuka
allowance *(n.)* ബത്ത baththa
alloy *(n.)* ലോഹസങ്കരം lohasangaram
allude *(v.)* പരാമർശിക്കുക paraamarshikkuka
allure *(v.)* വശീകരിക്കുക vasheekarikkuka
alluring *(adj.)* വശ്യമായ vasyamaaya
allusion *(n.)* പരോക്ഷസൂചന parokshasoochana
allusive *(adj.)* സൂചിപ്പിക്കുക soochippikkuka
ally *(n.)* സഖ്യകക്ഷി sakhyakakshi
almanac *(n.)* പഞ്ചാംഗം panchangam
almighty *(adj.)* സർവ്വശക്തനായ sarvvasakthanaaya
almirah *(n.)* സൂക്ഷിപ്പുകൂട് sookshippukood
almond *(n.)* ബദാം badam
almost *(adv.)* ഏറെക്കുറെ erekkure
alms *(n.)* ഭിക്ഷ bhiksha
aloe vera *(n.)* കറ്റാർവാഴ kattarvaazha
aloft *(adv.)* ഉയരത്തിൽ uyaraththil
alone *(adj.)* തനിയെ thaniye
along *(prep. &adv.)* ഒപ്പം oppam
alongside *(prep.)* സമാന്തരമായി samaantharamaayi
aloof *(adv.)* ഒഴിഞ്ഞ് ozhinj
aloud *(adv.)* ഉറക്കെ urakke
alp *(n.)* ഉന്നതപർവ്വതം unnathaparvvatham
alpha *(n.)* പ്രാരംഭം praarambham

alphabet *(n.)* അക്ഷരമാല aksharamaala
alphabetical *(adj.)* അക്ഷരമാലാക്രമത്തിലുള്ള aksharamaaalaakrumaththilulla
alpine *(adj.)* പർവ്വതസംബന്ധിയായ parvvathasambandhiyaa
already *(adv.)* മുമ്പേതന്നെ munpethanne
also *(adv.)* അതുകൂടാതെ athukoodaathe
altar *(n.)* അൾത്താര alththaara
alteration *(n.)* പരിവർത്തനപ്പെടൽ parivarththanappedal
altercation *(n.)* വാക്കേറ്റം vaakkettam
alternate *(v.)* ഒന്നിടവിട്ടുവരുന്ന onnidavittuvarunna
alternative *(adj.)* പക്ഷാന്തരം pakshaantharam
alternatively *(adv.)* പകരമായി pakaramaayi
although *(conj.)* എന്നിട്ടും ennittum
altimeter *(n.)* ഉന്നതിമാപകം unnathimaapakam
altitude *(n.)* ഉന്നതി unnathi
alto *(n.)* മേൽസ്ഥായി melsthaayi
altogether *(adv.)* പൂർണ്ണമായി poornnamaayi
altruism *(n.)* നിസ്വാർത്ഥത niswarthatha
altruist *(n.)* പരോപകാരി paropakaari
altruistic *(adj.)* പരോപകാരിയായ paropakaariyaaya
aluminate *(v.)* അലുമിനിയംസംയുക്തം aluminium samyuktham
aluminium *(n.)* പടികക്കാരസത്ത് padikakkarasathth
always *(adv.)* അനവരതം anavaratham
Alzheimer's disease *(n.)* മറവിരോഗം maravirogam
am *(abbr.)* ഉച്ചക്കു മുൻപ് uchakk munp
amalgam *(n.)* രസമിശ്രധാതു rasamisradhathu
amalgamate *(v.)* സംയോജിപ്പിക്കുക samyojippikkuka
amalgamation *(n.)* സമ്മിശ്രണം sammisranam
amass *(v.)* ഒന്നിച്ചുകൂട്ടുക onnichchukoottuka
amateur *(n.)* കലാഭിരുചിയുള്ള kalaabhiruchiyulla
amatory *(adj.)* അത്ഭുതസ്തബ്ധരാക്കുക athbhuthasthabtharaakkuka
amaze *(v.)* ഭ്രമിക്കുക bhramikkuka
amazement *(n.)* വിസ്മയം vismayam
ambassador *(n.)* സ്ഥാനപതി sthaanapathi
amber *(n.)* കുന്തിരിക്കം kunthirakkam
amberite *(n.)* പൊന്നമ്പർ ponnambar
ambidexter *(n.)* ഇരുകൈസ്വാധീനം irukaiswadeenam
ambience *(n.)* പരിസരസ്വാധീനം parisaraswadeenam
ambient *(adj.)* വലയിതമായ valayithamaaya
ambiguity *(n.)* സന്ദിഗ്ദ്ധാർത്ഥത sandigthaarthatha
ambiguous *(adj.)* ദ്വയാർഥമുള്ള dwayaththamulla
ambit *(n.)* മണ്ഡലം mandalam
ambition *(n.)* അഭീഷ്ടം abheeshtam
ambitious *(adj.)* ഉത്കർഷേച്ഛയുള്ള utkarshechhyulla
ambivalence *(n.)* ഉഭയഭാവന ubhayabhaavana
ambivalent *(adj.)* ചാഞ്ചല്യമുള്ള chanchalyamulla
amble *(v.)* മന്ദഗമനം mandhagamanam

21

ambulance *(n.)* ചികിത്സാവാഹനം chikitsaavaahanam
ambulant *(adj.)* ശയ്യാവലംബിയല്ലാത്ത shayyaavalambiyallaaththa
ambush *(n.)* പതിയിരുപ്പ് pathiyirupp
ameliorate *(v.)* പരിഷ്കരിക്കുക parishkarikkuka
amelioration *(n.)* പരിഷ്കരണം parishkaranam
amen *(interj.)* തഥാസ്തു thadasthu
amenable *(adj.)* ഉത്തരവാദിത്വമുള്ള uththaravadithwamulla
amend *(v.)* ഭേദഗതി വരുത്തുക bhedhagathi varuththuka
amendment *(n.)* ഭേദഗതി bhedhagathi
amenity *(n.)* സുഖസൗകര്യങ്ങൾ sukhasaoukaryangal
amiability *(n.)* ഹൃദ്യത hridyatha
amiable *(adj.)* സൗമ്യമായ soumyamaaya
amicable *(adj.)* സൗഹാർദ്ദപരമായ souhaarddaparamaaya
amid *(prep.)* ഇടയിൽ idayil
amiss *(adj.)* അനുചിതമായി anuchithamaayi
amity *(n.)* മൈത്രി maithri
ammonia *(n.)* ക്ഷാരവായു kshaaravaayu
ammunition *(n.)* വെടിക്കോപ്പ് vedikkoppu
amnesia *(n.)* സ്മൃതിഭ്രംശം smruthibhramsham
amnesty *(n.)* പൊതുമാപ്പ് pothumaapp
among *(prep.)* കൂട്ടത്തിൽ koottaththil
amongst *(prep.)* ഒരുമിച്ച് orumichchu
amoral *(adj.)* അസാന്മാർഗ്ഗികമായ asanmaargikamaaya
amorous *(adj.)* അനുരക്തമായ anurakthamaaya

amorphous *(adj.)* ക്ലിപ്തരൂപമില്ലാത്ത kliptharoopamillaaththa
amount *(n.)* തുക thuka
amour *(n.)* ശൃംഗാരം srungaram
ampere *(n.)* വൈദ്യുതപ്രവാഹശക്തിയുടെ ഏകകം vaidhyuthapravaahasakthiyude ekakam
amphibian *(n.)* ഉഭയജീവികൾ ubhayajeevikal
amphibious *(adj.)* ഉഭയജീവിയായ ubhayajiiviyaaya
amphitheatre *(n.)* രംഗഭൂമി rangabhoomi
ample *(adj.)* മതിയാവോളമുള്ള mathiyaavolamulla
amplification *(n.)* ഉച്ചതവർദ്ധിപ്പിക്കൽ uchchathavardhippikkal
amplifier *(n.)* ഉച്ചഭാഷിണി uchchabhashini
amplify *(v.)* വികസിപ്പിക്കുക vikasippikkuka
amplitude *(n.)* സമൃദ്ധി samrudhi
amputate *(v.)* ഛേദിക്കുക chhedikkuka
amputation *(n.)* അംഗച്ഛേദനം angachchedanam
amputee *(n.)* അംഗഹീനൻ angaheenan
amuck *(adv.)* ആക്രമണം aakramanam
amulet *(n.)* രക്ഷാകവചം rakshaakavacham
amuse *(v.)* വിനോദിപ്പിക്കുക vinodippikkuka
amusement *(n.)* പ്രസന്നത prasannatha
An *(adj.)* ഏതോ ഒരു etho oru
an *(art.)* വല്ല oru
anabolic *(n.)* ഉപാപചയ സംബന്ധം upapachayavumaayi bandhapetta

anachronism *(n.)* കാലനിർദ്ദേശപ്രമാദം kaalanirddeshapramaadam
anaemia *(n.)* വിളർച്ച vilarchcha
anaesthesia *(n.)* കൃത്രിമബോധക്ഷയം kruthrimabodhakshayam
anaesthetic *(n.)* ബോധഹാരി bodhahaari
anal *(adj.)* ഗുദസംബന്ധം gudasambandham
analgesic *(n.)* വേദനാസംഹാരി vedanaasamhaari
analogous *(adj.)* സമാനമായ samaanamaaya
analogy *(n.)* സാധർമ്യം saadharmyam
analyse *(v.)* അപഗ്രഥിക്കുക apagrathikkuka
analysis *(n.)* വിശകലനം vishakalanam
analyst *(n.)* വിശകലനവിദഗ്ദ്ധൻ vishakalanavidagdhan
analytical *(adj.)* അപഗ്രഥനപരം apagrathanaparam
anamnesis *(n.)* പൂർവ്വജന്മസ്മരണ poorvvajanmasmarana
anamorphosis *(adj.)* രൂപവൈകൃതം roopavaikrutham
anarchism *(n.)* അരാജകവാദം araajakavaadam
anarchist *(n.)* അരാജകത്വവാദി araajakathwavaadi
anarchy *(n.)* അരാജകത്വം araajakathwam
anatomy *(n.)* ശരീരഘടനാശാസ്ത്രം sareeraghatanaasasthram
ancestor *(n.)* പൂർവ്വികർ poorvvikar
ancestral *(adj.)* പൈതൃകമായ paithrukamaaya
ancestry *(n.)* വംശം vamsham
anchor *(n.)* നങ്കൂരം nankooram
anchorage *(n.)* നങ്കൂരപ്പണം nankoorappanam
ancient *(adj.)* പ്രാചീനമായ praacheenamaaya
ancillary *(adj.)* കീഴിലുള്ള keezhilulla
and *(conj.)* കൂടെ koode
android *(n.)* സ്വയംചര യന്ത്രം swayamchara yanthram
anecdote *(n.)* സംഭവകഥ sambhavakatha
anemometer *(n.)* കാറ്റിന്റെ ഗതിയളക്കുന്ന ഉപകരണം kattinte gathiyalakkunna upakaranam
anew *(adv.)* രണ്ടാമതും randamathum
angel *(n.)* മാലാഖ maalaakha
anger *(n.)* കോപം kopam
angina *(n.)* ഹൃദ്രോഗം hrudrogam
angiogram *(n.)* രക്തധമനികളിലെ തടസം കണ്ടെത്താനുള്ള ഉപകരണം. rakthadamanikalile thadasam kandeththanulla upakaranam
angle *(n.)* കോൺ cone
angry *(adj.)* ക്രുദ്ധമായ kruddhamaaya
angst *(n.)* ഉത്കണ്ഠ utkanda
anguish *(n.)* അതിവേദന athivedana
angular *(adj.)* കോണുകളുള്ള konukalulla
animal *(n.)* മൃഗം mrugam
animal husbandry *(n.)* മൃഗപരിപാലനം mrugaparipaalanam
animate *(v.)* ചൈതന്യംനൽകുക chaithanyam nalkuka
animation *(n.)* ചൈതന്യം chaithanyam
animosity *(n.)* തീരാപ്പക theeraappaka
animus *(n.)* വിരോധം virodham
aniseed *(n.)* പെരുംജീരകം perumjeerakam
ankle *(n.)* കണങ്കാൽ kanankal
anklet *(n.)* പാദസരം padasaram
annalist *(n.)* ചരിത്രകാരൻ charithrakaaran

annals *(n.pl.)* കാലാനുക്രമചരിതം
kaalaanukrumacharitham

annex *(v.)* അനുബന്ധിക്കുക
anubandhikkuka

annexation *(n.)* കൂട്ടിച്ചേർക്കൽ
kootticherkkal

annihilate *(v.)* ഉന്മൂലനംചെയ്യുക
unmoolanam cheyyuka

annihilation *(n.)* ഉന്മൂലനം
unmoolanam

anniversary *(n.)* വാർഷികം
vaarshikam

annotate *(v.)* ഭാഷ്യമെഴുതുക
bhaashyamezhuthuka

announce *(v.)* പരസ്യമാക്കുക
parasyamaakkuka

announcement *(n.)* വിളംബരം
vilambaram

announcer *(n.)* പ്രഖ്യാപകർ
prakhyaapakar

annoy *(v.)* അസഹ്യപ്പെടുത്തുക
asahyappeduththuka

annoyance *(n.)* സ്വൈര്യക്കേട്
swairyakked

annoying *(adj.)*
അലോസരപ്പെടുത്തുന്ന
alosarappeduthunna

annual *(adj.)* വാർഷികമായ
varshikamaaya

annuity *(n.)* വാർഷിക വേതനം
vaarshika vethanam

annul *(v.)* അസാധുവാക്കുക
asaadhuvakkuka

annulment *(n.)* ദുർബലപ്പെടുത്തൽ
durbalappeduththal

anoint *(v.)*
തൈലാഭിഷേകംചെയ്യുക
thailaabhishekam cheyyuka

anomalous *(adj.)* അനുചിതമായ
anuchithamaaya

anomaly *(n.)* ക്രമക്കേട് krumakked

anon *(adv.)* ഉടനെ udane

anonymity *(n.)* അജ്ഞാതാവസ്ഥ
anjaathaavastha

anonymosity *(n.)* പേരറിയാത്ത
perariyaatha

anonymous *(adj.)* അജ്ഞാതമായ
anjaathamaaya

anorak *(n.)* കമ്പിളിപുറംകുപ്പായം
kambilipuramkuppayam

anorexia *(n.)* ദഹനക്കുറവ്
dahanakkurav

anorexic *(adj.)* വിശപ്പില്ലാത്ത
vishappillaaththa

another *(adj.)* മറ്റൊരു mattoru

answer *(n.)* ഉത്തരം uththaram

answerable *(adj.)*
ഉത്തരവാദിയായുള്ള
uththaravaadiyaayulla

answering machine *(n.)*
മറുപടിയന്ത്രം marupadiyanthram

ant *(n.)* ഉറുമ്പ് urumb

antacid *(adj.)* അമ്ലത നിർവ്വീര്യ
മരുന്ന് amlatha nirvveeryamaakkunna
marunnu

antagonism *(n.)* പ്രതികൂലത
prathikoolatha

antagonist *(n.)* പ്രതിയോഗി
prathiyogi

antagonize *(v.)* മല്ലിടുക malliduka

antarctic *(adj.)* ദക്ഷിണധ്രുവം
dakshinadhruvam

antecardium *(n.)* ഉദരഗർത്തം
udaragarththam

antecede *(v.)* മുൻഗാമി mungaami

antecedent *(n.)* പൂർവ്വഗാമി
poorvvagaami

antedate *(n.)* യഥാർത്ഥതീയതിക്കു
മുമ്പുള്ള തീയതി വച്ചെഴുതുക
yathaarththa theeyathikku munpulla
theeyathi vachchezhuthuka

antelope *(n.)* കൃഷ്ണമൃഗം
Krushnamrugam

24

antenatal *(adj.)*
ജനനത്തിനുമുമ്പുള്ള
jananaththinumunpulla
antenna *(n.)* സ്പർശനി sparshini
anterior *(adj.)* പ്രാക്തനമായ
praakthanamaaya
anthem *(n.)* ഗീതം geetham
anthology *(n.)* പദ്യസമാഹാരം
padyasamaahaaram
anthrax *(n.)* പശുരോഗം pashurogam
anthropoid *(adj.)* നരാകൃതിയായ
naraakruthiyaaya
anthropology *(n.)* നരവംശശസ്ത്രം
naravamshasasthram
anti *(pref.)* എതിര് ethiru
anti-ageing *(adj.)*
പ്രായമാകാതിരിക്കൽ
praayamaakaathirikkal
anti-aircraft *(adj.)* വിമാനവിരുദ്ധ
vimaanavirudha
antibacterial *(adj.)*
രോഗാണുവിരുദ്ധ rogaanuvirudha
antibiotic *(n.)* രോഗാണുനാശിനി
rogaanunaashini
antibody *(n.)* പ്രതിദ്രവ്യം
prathidravyam
antic *(n.)* കോമാളിത്തം
komaaliththam
anticipate *(v.)* മുൻകൂട്ടിക്കാണുക
munkoottikkanuka
anticipation *(n.)* ദീർഘദൃഷ്ടി
deerghadrushti
anticlimax *(n.)* ദുരന്താന്ത്യം
duranthanthyam
anticlockwise *(adv.)*
അപ്രദക്ഷിണമായിട്ടുള്ള
apradikshinamaayittulla
antidote *(n.)* വിഷസംഹാരി
vishasamhaari
antifreeze *(n.)*
അശീതീകരണവസ്തു
aaheethiikarana vasthu

antigen *(n.)*
പ്രതിരക്ഷോത്തേജകവസ്തു
prathirakshoththejakavasthu
antinomy *(n.)* പ്രമാണവൈരുദ്ധ്യം
pramaanavairudhyam
antioxidant *(n.)*
കോശക്ഷതസംഹാരി
koshakshathasamhaari
antipathy *(n.)* സഹജദ്വേഷം
sahajadwesham
antiphony *(n.)* പ്രതിവചനം
prathivachanam
antipodes *(n.)* മറുപുറം marupuram
antiquarian *(adj.)*
പുരാവസ്തുസംബന്ധം
puraavasthusambandham
antiquary *(n.)*
പുരാവസ്തുസമ്പാദകൻ
puraavasthusambathakan
antiquated *(adj.)* പഴക്കംചെന്ന
pazhakkamchenna
antique *(adj.)* പുരാതന puraathana
antiquity *(n.)* പൗരാണികകാലം
pouranikakaalam
antiseptic *(n.)* വിഷാണുനാശിനി
anunaashini
antiseptic *(adj.)*
വിഷാണുനാശകമായ
vishaanunaashakamaaya
antisocial *(adj.)*
സമൂഹവിരുദ്ധമായ
samoohavirudhamaaya
antithesis *(n.)* വിരോധാഭാസം
virodhaabhaasam
antler *(n.)* മാൻകൊമ്പ് maankomb
antonym *(n.)* വിപരീതപദം
vipareethapadam
anus *(n.)* മലദ്വാരം maladwaaram
anvil *(n.)* അടകല്ല് atakallu
anxiety *(n.)* വ്യാകുലത vyaakulatha
anxious *(adj.)* ഉദ്വേഗകരമായ
udyegakaramaaya

25

anxiously *(adv.)*
ആകാംക്ഷാപൂർണ്ണമായ
aakaashapoornamaaya
any *(adj.)* പലതിലൊന്ന് palathilonnu
anybody *(pron.)* ആരെങ്കിലും
aarenkilum
anyhow *(adv.)*
എന്തുതന്നെയായാലും
enthuthanneyaayaalum
anyone *(pron.)* ആരെങ്കിലുംഒരാൾ
aarenkilum oral
anyplace *(pron.)* ഏതെങ്കിലും
സ്ഥലം ethenkilum sthalam
anything *(pron.)* എന്തെങ്കിലും
enthenkilum
anytime *(adv.)* ഏതുസമയത്തും
ethusamayaththum
anyway *(adv.)* എങ്ങിനെയെങ്കിലും
enganeyenkilum
anywhere *(adv.)* എവിടെയെങ്കിലും
evideyenkilum
aorta *(n.)* മഹാധമനി mahaadhamani
apace *(adv.)* ശീഘ്രം sheeghram
apart *(adv.)* പ്രത്യേകം prathyekam
apartheid *(n.)* വർണ്ണവിവേചനം
varnnavivechanam
apartment *(n.)* പാർപ്പിട സമുച്ചയം
paarppidasamuchchayam
apathy *(n.)* നിർവ്വികാരത
nirvvikaaratha
ape *(n.)* വാനരൻ vaanaran
aperture *(n.)* പിളർപ്പ് pilarpp
apex *(n.)* ഉച്ചസ്ഥാനം uchchasthanam
aphasia *(n.)* മൂകഭാവം
mookabhaavam
aphorism *(n.)* സൂക്തം sooktham
apiary *(n.)* തേനീച്ചക്കൂട്
theneechchakood
apiculture *(n.)* തേനീച്ചവളർത്തൽ
theneechavalarththal
apiece *(adv.)* ഓരോന്നിന് oronninu

aplenty *(adj.)* വളരെയധികമുള്ള
valareyadhikamulla
aplogetic *(adj.)* ദൈവശാസ്ത്രശാഖ
daivashasthrashaakha
apnoea *(n.)* ശ്വാസതടസ്സം
swasathadasam
apologize *(v.)* ക്ഷമയാചിക്കുക
kshamayaachikkuka
apology *(n.)* ക്ഷമാപണം
kshamaapanam
apostle *(n.)* വേദപ്രചാരകൻ
vedaprachaarakan
apostrophe *(n.)*
അക്ഷരലോപചിഹ്നം
aksharalopachihnam
apotheosis *(n.)* ദൈവമാക്കൽ
daivamaakkal
app *(n.)* കമ്പ്യൂട്ടർപ്രോഗ്രാം
computer programme
appal *(v.)* വിരട്ടുക virattuka
apparatus *(n.)* പരീക്ഷണസാമഗ്രി
pareekshanasamgri
apparel *(n.)* തുണിത്തരങ്ങൾ
thuniththarangal
apparent *(adj.)* പ്രകടമായ
prakatamaaya
appeal *(v.)* അഭ്യർത്ഥിക്കുക
abhyarththikkuka
appear *(v.)* പ്രത്യക്ഷപ്പെടുക
prathyakshappeduka
appearance *(n.)* ബാഹ്യരൂപം
baahyaroopam
appease *(v.)* പ്രീണിപ്പിക്കുക
preenippikkuka
appellant *(n.)* അപ്പീൽവാദി
appealvadi
append *(v.)* കൂട്ടിച്ചേർക്കുക
kootticherkkuka
appendage *(n.)* ഉപാംഗം upangam
appendicitis *(n.)* ആന്ത്രവീക്കം
aanthraveekkam

appendix *(n.)* വാർമ്മികം
parishishtam

appetite *(n.)* ഭക്ഷണേച്ഛ
bhakshanechcha

appetizer *(n.)* വിശപ്പുണ്ടാക്കുന്ന
vishappundakkunna

applaud *(v.)* പുകഴ്ത്തുക
pukazhththuka

applause *(n.)* സ്തുതിഘോഷം
sthuthighosham

apple *(n.)* കണ്മണി kanmani

appliance *(n.)* സാമഗ്രി samagry

applicable *(adj.)* ബാധകമായ
bhaadhakamaa

applicant *(n.)* അപേക്ഷകൻ
apekshakan

application *(n.)* അപേക്ഷ apeksha

applied *(adj.)* പ്രയുക്തമായ
prayukthamaaya

apply *(v.)* പുരട്ടുക apekshikkuka

appoint *(v.)* നിയമിക്കുക
niyamikkuka

appointment *(n.)* നിയമനം niyamanam

apportion *(v.)* ഭാഗംവയ്ക്കുക
bhaagam vaykkuka

apposite *(adj.)* സമുചിതമായ
samuchithamaaya

appraise *(v.)* മൂല്യം
നിർണ്ണയിക്കുക moolyam
nirnnayikkuka

appreciable *(adj.)*
അഭിനന്ദനീയമായ
abhinandhaneeyam

appreciate *(v.)* അഭിനന്ദിക്കുക
abhinandhikkuka

appreciation *(n.)* വിലമതിക്കൽ
vilamathikkal

apprehend *(v.)* പിടികൂടുക
pidikooduka

apprehension *(n.)* ആശങ്ക aasanka

apprehensive *(adj.)* ആശങ്കയുള്ള
aasankayulla

apprentice *(n.)*
തൊഴലഭ്യസിക്കുന്നയാൾ
thozhilabhyasikkunnayaal

apprise *(v.)* അറിയിക്കുക ariyikkuka

approach *(v.)* സമീപിക്കുക
sameepikkuka

approachable *(adj.)*
സമീപിക്കാവുന്ന
sameepikkaavunna

approbation *(n.)* അംഗീകരിക്കൽ
angeekarikkal

appropriate *(adj.)*
ഔചിത്യപൂർവ്വമായ
ouchithyapoorvvamaaya

appropriation *(n.)*
വിനിയോഗിക്കൽ viniyogikkal

approval *(n.)* അനുമതി anumathi

approve *(v.)* അംഗീകാരം
angeekaaram

approximate *(adj.)* ഏകദേശമായ
ekadeshamaaya

approximately *(adv.)* ഉദ്ദേശം uddesham

apricot *(n.)* ശീമബദാംപഴം
sheemabadhampazham

April *(n.)* ഏപ്രിൽമാസം
aprilmaasam

apron *(n.)* ഉപരിവസ്ത്രം
uparivasthram

apt *(adj.)* തിട്ടമായ thittamaaya

aptitude *(n.)* വാസന vaasana

aptitude test *(n.)* അഭിരുചിപരീക്ഷ
abhiruchipareeksha

aquarium *(n.)* കൃത്രിമപ്പൊയ്ക
kruthrimapoyka

aquarius *(n.)* കുംഭരാശി
kumbharaashi

aquatic *(adj.)* ജലസംബന്ധിയായ
jalasambandhiyaaya

aquatint *(n.)* മുദ്രണം mudranam

aqueduct *(n.)* കനാൽ kanaal

Arab *(n.)* അറബി arabi

arable *(adj.)* കൃഷിയോഗ്യമായ krushiyogyamaaya
arbiter *(n.)* വിധികർത്താവ് vidhikarththaav
arbitrary *(adj.)* സ്വേച്ഛാപരമായ swechchaaparamaaya
arbitrate *(v.)* തീർപ്പുകൽപിക്കുക theerppukalpikkuka
arbitration *(n.)* മാദ്ധ്യസ്ഥ്യം maadyastham
arbitrator *(n.)* മദ്ധ്യസ്ഥൻ madyasthan
arbour *(n.)* ലതാനികുഞ്ജം lathaabikunjam
arc *(n.)* വില്ല് villu
arcade *(n.)* വളച്ചുവാതിൽനിരകൾ valachchuvaathilnirakal
arcane *(adj.)* നിഗൂഢമായ nigooddamaaya
arch *(n.)* കമാനം kamaanam
archaeologist *(n.)* പുരാവസ്തുശാസ്ത്രജ്ഞൻ puraavasthusasthranjan
archaeology *(n.)* പുരാവസ്തുശാസ്ത്രം puraavasthusaasthram
archaic *(adj.)* ചരിത്രാതീതമായ charithraatheethamaaya
archbishop *(n.)* മെത്രാപ്പോലീത്ത methraapooleetha
archer *(n.)* വില്ലാളി villali
archery *(n.)* ധനുർവിദ്യ dhanurvidya
architect *(n.)* വാസ്തുശില്പി vaasthushilpi
architecture *(n.)* വാസ്തുവിദ്യ vaasthuvidaya
archive *(n.)* ഗ്രന്ഥപ്പുര granthappura
Arctic *(adj.)* ഉത്തരകേന്ദ്രീയ uththarakenthreeya
ardent *(adj.)* ഉത്ക്കടമായ utkadamaaya
ardour *(n.)* ഔത്സുക്യം outsukyam
arduous *(adj.)* ദുഷ്കരമായ dushkaramaaya
area *(n.)* വിസ്തീർണ്ണം vistheernnam
arena *(n.)* അരങ്ങ് arangu
argil *(n.)* കളിമണ്ണ് kalimannu
arguable *(adj.)* സംശയാസ്പദമായ samshayaaspadamaaya
argue *(v.)* വാദിക്കുക vaadikkuka
argument *(n.)* വാദമുഖം vaadamukham
arid *(adj.)* ഊഷരമായ oosharamaaya
aries *(n.)* മേടംരാശി metamraashi
aright *(adv.)* യുക്തമായി yukthamaayi
arise *(v.)* ആവിർഭവിക്കുക aavirbhaavikkuka
aristocracy *(n.)* പ്രഭുഭരണം prabhubharanam
aristocrat *(n.)* പ്രഭു prabhu
arithmetic *(n.)* അങ്കഗണിതം ankaganitham
ark *(n.)* പേടകം petakam
arm *(n.)* കരം karam
armada *(n.)* പടക്കപ്പൽക്കൂട്ടം padakkappalkoottam
armament *(n.)* യുദ്ധോപകരണങ്ങൾ yudhopakaranangal
armature *(n.)* ആത്മരക്ഷാകവചം aathmarakhaakavacham
armchair *(n.)* ചാരുകസേര chaarukasera
armed *(adj.)* ആയുധധാരിയായ aayudhadhaariyaya
armed forces *(n.)* ആയുധശക്തികൾ aayudhasakthikal
armhole *(n.)* ഉടുപ്പിലെ കൈദ്വാരം uduppinte kayyidanulla dwaaram
armistice *(n.)* വെടിനിർത്തൽ vedinirththal
armlet *(adj.)* കൈത്തള kaiththala
armour *(n.)* പടച്ചട്ട padachchatta

armoury *(n.)* ആയുധാഗാരം
aayudhaagaram
armpit *(n.)* കക്ഷം kaksham
armrest *(n.)* കരാലംബം karaalambam
army *(n.)* സൈന്യം sainyam
aroma *(n.)* സൗരഭ്യം saourabhyam
aromatherapy *(n.)* ഉഴിച്ചിൽ
ചികിത്സ uzhichchil chikitsa
around *(adv.&prep.)* ചുറ്റും chuttum
arouse *(v.)* ഉണർത്തുക unarththuka
arrabbiata *(adj.)*
ഇറ്റാലിയൻസോസ് Italian sausage
arraign *(v.)* കുറ്റപ്പെടുത്തുക
kuttappeduthuka
arrange *(v.)* സജ്ജീകരിക്കുക
sajjeekarikkuka
arrangement *(n.)* സജ്ജീകരണം
sajjeekaranam
arrant *(adj.)* മഹാ maha
array *(n.)* അണി ani
arrears *(n.pl.)* കുടിശ്ശിക kudissika
arrest *(v.)* ബന്ധിക്കുക bandhikkuka
arrival *(n.)* ആഗമനം aagamanam
arrive *(v.)* വന്നെത്തുക vanneththuka
arrogance *(n.)* ധാർഷ്ട്യം dhaarshtyam
arrogant *(adj.)* ധിക്കാരി dhikkaari
arrow *(n.)* അസ്ത്രം asthram
arrowroot *(n.)* കൂവക്കിഴങ്ങ്
koovakkizhang
arsenal *(n.)* ആയുധശാല
aayudhashaala
arsenic *(n.)* പാഷാണം paashaanam
arson *(n.)* തീവയ്പ് theevayp
art *(n.)* കല kala
art direction *(n.)* കലാസംവിധാനം
kalasamvidhaanam
art form *(n.)* കലാരൂപം kalaaroopam
artefact *(n.)* കലാശിൽപമാതൃക
kalaashilpa maathruka
artery *(n.)* ശുദ്ധരക്തവാഹിനി
suddharakthavaahini

artesian *(adj.)* പാതാളക്കിണർ
paathaalakkinar
artful *(adj.)* ചമത്കാരമായ
chamathkaaramaaya
arthritis *(n.)* സന്ധിവാതം
sandhivaatham
artichoke *(n.)* മുൾച്ചെടി mulchchedi
article *(n.)* ലേഖനം lekhanam
articulate *(adj.)* സ്പഷ്ടമായ
spashtamaaya
artifice *(n.)* വ്യാജം vyaajam
artificial *(adj.)*
പ്രകൃത്യാലുള്ളതല്ലാത്ത
prakruthyaalullathallaththa
artificial intelligence *(n.)*
കൃത്രിമബുദ്ധി kruthrimabudhi
artillery *(n.)* പീരങ്കികൾ peerankikal
artisan *(n.)* കൈത്തൊഴിൽക്കാരൻ
kaithozhilkkaaran
artist *(n.)* കലാകാരൻ kalakaaran
artistic *(adj.)* കലാപരമായ
kalaaparamaaya
artless *(adj.)*
കലാവൈദഗ്ദ്ധ്യമില്ലാത്ത
kalaavaidagthyamillaththa
as *(adv.)* പോലെ pole
asafoetida *(n.)* പെരുങ്കായം
perumkaayam
asbestos *(n.)* കൽച്ചണം kalchanam
ascend *(v.)* ആരോഹണം aarohanam
ascendancy *(n.)* പ്രാഭവം praabhavam
ascent *(n.)* ഉയർച്ച uyarchcha
ascertain *(v.)* നിജപ്പെടുത്തുക
nijappeduththuka
ascetic *(adj.)*
കഠിനവ്രതത്തോടുകൂടിയ
kadinavruthaththodukoodiya
ascetic *(n.)* തപസ്വി thapaswi
ascribe *(v.)* ആരോപിക്കുക
aaropikkuka
aseptic *(adj.)* ചീഞ്ഞുപോകാത്ത
cheenjupokaaththa

asexual *(adj.)* ലിംഗഹീനരായ
lingaheenaraaya
ash *(n.)* ചാരം chaaram
ashamed *(adj.)* സലജ്ജമായ
salajjamaaya
ashen *(adj.)* ചാമ്പലിന്റേതായ
chaampalintethaaya
ashore *(adv.)* തീരത്ത് theerathth
aside *(adv.)* വേറിട്ട് veritt
asinine *(adj.)* ബുദ്ധിശൂന്യമായ
budhishoonyamaaya
ask *(v.)* ചോദിക്കുക chodikkuka
asleep *(adv.)* നിദ്രയിൽ nidrayil
asparagus *(n.)* ശതാവരിച്ചെടി
shathaavarichedi
aspect *(n.)* വീക്ഷണം veekshanam
aspersion *(n.)* അധിക്ഷേപം
adhikshepam
asphyxia *(n.)* ശ്വാസം മുട്ടൽ swaasam
muttal
asphyxiate *(v.)* ശ്വാസംമുട്ടിക്കുക
swaasammuttikkuka
aspirant *(n.)* അർത്ഥി arthi
aspiration *(n.)* പാരുഷ്യം paarushyam
aspire *(v.)* തീവ്രാഭിലാഷം
theevraabhilaasham
ass *(n.)* മൂഢൻ mooddan
assail *(v.)* ചാടിവീഴുക
chaadiveezhuka
assassin *(n.)* കൊലയാളി kolayaali
assassinate *(v.)* വധിക്കുക vidhikkuk
assassination *(n.)* നരഹത്യ narahatya
assault *(n.)* കൈയേറ്റം kaiyettam
assemble *(v.)* സമ്മേളിക്കുക
sammelikkuka
assembly *(n.)* സമാജം samaajam
assent *(n.)* സമ്മതം sammatham
assert *(v.)* ദൃഢനിശ്ചയം ചെയ്യുക
drutanishchayam cheyyuka
assertive *(adj.)* അവധാനതയോടെ
avadhaanathayode

assess *(v.)* കണക്കാക്കുക
kanakkakkuka
assessment *(n.)* മൂല്യനിർണ്ണയം
moolyanirnnayam
asset *(n.)* ആസ്തി aasthi
assibilate *(v.)* ശീൽക്കാരധ്വനി
പുറപ്പെടുവിക്കുക
sheelkkaradwani purappeduvikkuka
assign *(v.)* ഏൽപ്പിക്കുക elppikkuka
assignee *(n.)* ചുമതലക്കാർ
chumathalakkar
assignment *(n.)* കർത്തവ്യം
karththavyam
assimilate *(v.)* സ്വാംശീകരിക്കുക
swamsheekarikkuka
assimilation *(n.)* സ്വാംശീകരണം
swamsheekaranam
assist *(v.)* സേവിക്കുക sevikkuka
assistance *(n.)* കൂട്ട് thuna
assistant *(n.)* സഹകാരി sahakaari
associate *(v.)* സഹകാരിയാകുക
sahayi
association *(n.)* സംസർഗ്ഗം samsargam
assort *(v.)* അനുരൂപമാക്കുക
anuroopamakkuka
assorted *(adj.)* തരംതിരിച്ച
tharamthirichcha
assortment *(n.)* വർഗ്ഗീകരണം
varggeekaranam
assuage *(v.)* സാന്ത്വനിപ്പിക്കുക
swanthanippikkuka
assume *(v.)* അനുമാനിക്കുക
anumaanikkuka
assumption *(n.)* ധാരണ dhaarana
assurance *(n.)* ഉറപ്പ് urapp
assure *(v.)* ഉറപ്പുകൊടുക്കുക
urappukodukkuka
astatic *(adj.)* ആസക്ത aasaktha
asterisk *(n.)* നക്ഷത്രചിഹ്നം
nakshathrachihnam
asterism *(n.)* ജന്മനക്ഷത്രം
janmanakshathram

asteroid *(v.)* ഛിന്നഗ്രഹം chchinnagraham
asthma *(n.)* ശ്വാസരോഗം swaasharogam
astigmatism *(n.)* നേത്ര രോഗം nethrarogam
astonish *(v.)* വിസ്മയിപ്പിക്കുക vismayippikkuka
astonishment *(n.)* ആശ്ചര്യം aascharyam
astound *(v.)* സംഭ്രമിപ്പിക്കുക sambhramippikkuka
astral *(adj.)* നക്ഷത്രസംബന്ധിയായ nakshathrasambandhiyaaya
astray *(adv.)* വഴിപിഴച്ച vazhipizhacha
astride *(prep.& adv.)* കാൽകവച്ചുവച്ച് kaalkavachchuvachchu
astringent *(adj.)* പരുഷമായ parushamaaya
astrolabe *(n.)* നക്ഷ്ത്രദൂരമാപകയന്ത്രം nakshathradooramaapakayanthram
astrologer *(n.)* ജ്യോത്സ്യൻ jothsyan
astrology *(n.)* ജ്യോതിഷം jyothisham
astronaut *(n.)* ബഹിരാകാശയാത്രികൻ bahiraakasayaathrikan
astronomer *(n.)* ജ്യോതിശാസ്ത്രജ്ഞൻ jyothishaasthranjan
astronomy *(n.)* ജ്യോതിശാസ്ത്രം jyothishaasthram
astute *(adj.)* സൂക്ഷ്മബുദ്ധിയുള്ള sookshmabudhiyulla
asylum *(n.)* ശരണാലയം sharanaalayam
asymmetrical *(adj.)* ഒരുപോലെയല്ലാത്ത രണ്ടു വശങ്ങൾ oru poleyallaththa randu vashangal
asymmetry *(n.)* അസമത്വം asamathwam
at *(prep.)* സമീപത്ത് sameepathth
atheism *(n.)* നാസ്തികവാദം naasthikavaadam
atheist *(n.)* നിരീശ്വരവാദി nireeswaravaadi
athirst *(adj.)* ദാഹിക്കുന്ന dahikkunna
athlete *(n.)* കായികാഭ്യാസി kaayikaabhyaasi
athletic *(adj.)* സന്നദ്ധശരീരനായ sannandhashareeranaaya
athwart *(prep.)* കുറുകെ kuruke
atlas *(n.)* ഭൂപടപുസ്തം bhoopatapusthakam
atmosphere *(n.)* അന്തരീക്ഷം anthareeksham
atmospheric *(adj.)* വായുസംബന്ധം vaayusambandham
atoll *(n.)* പവിഴദ്വീപുകൾ pavizhadweepukal
atom *(n.)* അണു anu
atomic *(adj.)* അണുസംബന്ധം anusambandham
atone *(v.)* പ്രായശ്ചിത്തം praayaschithwam
atonement *(n.)* പരിഹാരം parihaaram
atopic *(adj.)* ഒരു തരം അലർജി oru tharam allergy
atrium *(n.)* നടുമുറ്റം nadumuttam
atrocious *(adj.)* നിഷ്ഠൂരമായ nishtooramaaya
atrocity *(n.)* നിഷ്ഠൂരത nishtooratha
atrophy *(v.)* ചടയ്ക്കുക chataykkuka
attach *(v.)* ഘടിപ്പിക്കുക bandhippikkuka
attache *(n.)* ഉപസ്ഥാനപതി upasthaanapathi
attachment *(n.)* ആശാപാശം ashaapaasham
attack *(v.)* ആക്രമിക്കുക aakramikkuka

attain *(v.)* കൈവരിക്കുക kaivarikkuka
attainment *(n.)* നേട്ടം nettam
attaint *(v.)* ദൂഷിതമാകുക dooshithamaakuka
attempt *(v.)* ഉദ്യമിക്കുക udyamikkuka
attend *(v.)* സംബന്ധിക്കുക sambandhikkuka
attendance *(n.)* ഹാജർ haajar
attendant *(n.)* സേവകൻ sevakan
attention *(n.)* ശ്രദ്ധ sradha
attentive *(adj.)* ബദ്ധശ്രദ്ധനായ badhasradhanaaya
attenuance *(n.)* നേർമ്മ വരുത്തുക nermma varuththuka
attest *(v.)* സാക്ഷ്യപ്പെടുത്തുക saakshyappeduthuka
attic *(n.)* മാളികപ്പുര maalikappura
attire *(n.)* ഉടയാട udayaada
attitude *(n.)* മനോഭാവം manobhaavam
attorney *(n.)* പ്രതിപുരുഷൻ abhibhaashakan
attract *(v.)* ആകർഷിക്കുക aakarshikkuka
attraction *(n.)* വശ്യത vasyatha
attractive *(adj.)* ആകർഷകമായ aakarshakamaaya
attribute *(v.)* ഹേതുവാക്കുക hethuvaakkuka
atypic *(adj.)* അസാധാരണം asaadhaaranam
aubergine *(n.)* വഴുതിന vazhuthina
auburn *(adj.)* തവിട്ടുനിറമായ thavittuniramaaya
auction *(n.)* ലേലം lelam
audacious *(adj.)* സാഹസികനായ sahasikanaaya
audacity *(n.)* സാഹസം saahasam
audible *(adj.)* ശ്രാവ്യത shravyatha
audience *(n.)* ശ്രോതാക്കൾ shrothaakkal
audio *(n.)* ശബ്ദസംബന്ധം sabdasambandham
audiovisual *(adj.)* ദൃശ്യശ്രവ്യസംബന്ധം drisyashravyasambandham
audit *(n.)* കണക്കുപരിശോധന kanakkuparisodhana
audition *(n.)* പാദപരീക്ഷ paadapareeksha
auditive *(adj.)* ശ്രവണസംബന്ധി shravanasambandhi
auditor *(n.)* പരിശോധകൻ parishodhakan
auditorium *(n.)* വേദി vedi
auger *(n.)* തടിയിൽ ദ്വാരങ്ങളിടുവാൻ ഉപയോഗിക്കുന്ന പണി ആയുധം thadiyil dwarangalidaan upayogikkunna paniyayudham
aught *(n.)* യാതൊന്നും yathonnum
augment *(v.)* വർദ്ധിപ്പിക്കുക vardhippikkuka
augmentation *(n.)* വർദ്ധന vardhana
August *(n.)* എട്ടാംമാസം ettam maasam
august *(adj.)* മഹനീയമായ mahaneeyamaaya
aunt *(n.)* അമ്മായി ammayi
aura *(n.)* തേജോവലയം thejovalayam
auriform *(adj.)* കൃത്രിമചെവി kruthrimachevi
aurilave *(n.)* കർണശുദ്ധീകരണി karnashudheekarani
aurora *(n.)* ഉഷസ്സ് ushass
auspicate *(v.)* ശുഭാപ്തിവിശ്വാസം shubhaapthiviswaasam
auspice *(n.)* പരിപാലനം paripalanam
auspicious *(adj.)* മംഗളകരമായ mangalakaramaaya
austere *(adj.)* വിരക്തമായ virakthamaaya

authentic *(adj.)* ആധികാരികമായ aadhikaarikamaaya
authenticate *(v.)* പ്രാമാണീകരിക്കുക praamaneekarikkuka
authentication *(n.)* പ്രാമാണ്യം praamaanyam
author *(n.)* രചയിതാവ് rachayithaav
authoritative *(adj.)* അധികൃതമായ adhikruthamaaya
authority *(n.)* അധികാരി adhikaaari
authorize *(v.)* ചുമതലപ്പെടുത്തുക chumathalappeduththuka
autism *(n.)* പഠനം, സംസാരം, ആശയവിനിമയം തുടങ്ങിയവയെ ബാധിക്കുന്ന ഒരു മാനസിക രോഗം patanam samsaaram ashayavinimayam thudangiyavaye badikkunna oru maanasikarogam
autistic *(adj.)* പഠനവൈകല്യമുള്ള patanavaikalyamulla
autobiography *(n.)* ആത്മകഥ aathmakatha
autocorrect *(n.)* യന്ത്രസംശോധന yanthrasamshodhana
autocracy *(n.)* സ്വേച്ഛാധിപത്യം swechchadhipathyam
autocrat *(n.)* ഏകാധിപതി ekaadhipathi
autocratic *(adj.)* ഏകാധിപത്യരീതി ekaadhipathyareethi
autofocus *(n.)* യന്ത്രദൃഷ്ടി yanthradrushti
autograph *(n.)* കയ്യെഴുത്ത് kaiyezhuthth
automate *(v.)* അനൈച്ഛികമായ anaischchikamaya
automatic *(adj.)* സ്വയംപ്രവർത്തിക്കുന്ന swayampravarthikkunna
automatically *(adv.)* സ്വയമേവ swayameva
automation *(n.)* അതിയന്ത്രവൽക്കരണം athiyanthravalkkaranam
automobile *(n.)* മോട്ടോർവാഹനം motor vahanam
autonomous *(adj.)* സ്വയംഭരണാധികാരമുള്ള swayam bharanadhikaaramulla
autopilot *(n.)* വിമാനം, ബഹിരാകാശ പേടകം മുതലായവ നിയന്ത്രിക്കാൻ ഉപയോഗിക്കുന്ന യന്ത്ര സംവിധാനം. vimaanam bahiraakasha petakam muthalaayava niyanthrikkan upayogikkunna yanthra samvidhanam
autopsy *(n.)* പ്രേതപരിശോധന pretha parishodhana
autumn *(n.)* ശരത്കാലം sharathkaalam
auxiliary *(adj.)* സഹകാരി sahakaari
avail *(v.)* പ്രയോജനപ്പെടുത്തുക prayojanappeduka
available *(adj.)* ലഭ്യമായ labhyamaaya
avalanche *(n.)* ഹിമപാതം himapaatham
avarice *(n.)* ദുര dhura
avenge *(v.)* പകപോക്കുക pakapokkuka
avenue *(n.)* പന്ഥാവ് pandhaav
average *(n.)* സാമാന്യമായ saamaanyamaaya
averse *(adj.)* പ്രതികൂലമായ prathikoolamaaya
aversion *(n.)* വൈമുഖ്യം vaimukhyam
avert *(v.)* അകറ്റുക akattuka
aviary *(n.)* പക്ഷിസങ്കേതം pakshisanketham
aviation *(n.)* വ്യോമയാനം vyomayaanam

avid *(adj.)* ഉത്സുകനായ utsukanaaya
avidly *(adv.)* ഉത്സുകതയോടെ utsukuthayode
avocado *(n.)* വെണ്ണപ്പഴം vennappazha
avoid *(v.)* ഒഴിവാക്കുക ozhivaakkuka
avoidance *(n.)* തിരസ്ക്കാരം thiraskaaram
avow *(v.)* ഏറ്റുപറയുക ettuparayuka
avulsion *(n.)* മുറിപ്പെടൽ murippedal
await *(v.)* പ്രതീക്ഷിച്ചിരിക്കുക pratheekshichchirikkuka
awake *(v.)* ഉറക്കമുണരുക urakkamunaruka
awakening *(n.)* ഉണർവ് unarvv
award *(n.)* പുരസ്കാരം puraskaaram
award *(v.)* സമ്മാനിക്കുക sammanikkuka
aware *(adj.)* ജാഗ്രതയുള്ള jaagrathayulla
awareness *(n.)* അവബോധം avabodham
away *(adv.)* ദൂരെ doore
awesome *(adj.)* വിസ്മയാവഹം vismayaavaham
awful *(adj.)* മോശമായ moshamaaya
awhile *(adv.)* ഒരുകാലത്ത് orukaalathth
awkward *(adj.)* കുഴഞ്ഞ kuzhanja
axe *(n.)* കോടാലി kotaali
axial *(adj.)* അച്ചുതണ്ട് achchuthand
axillary *(adj.)* കക്ഷീയമായ laksheeyamaaya
axis *(n.)* അക്ഷം aksham
axle *(n.)* അക്ഷദണ്ഡം akshadandam
Ayurveda *(n.)* ആയുർവേദം aayurvedam
azote *(n.)* നൈട്രജൻ രക്തത്തിൽ അളവിലും കൂടുതൽ ആവുന്ന ഒരു രോഗാവസ്ഥ nitrogen rakthaththil alavilum koodutal aavunna oru rogaavastha
azure *(n.)* ആകാശനീലിമ aakashaneelima

B

babble *(n.)* ജല്പനം jalpanam
babble *(v.)* പുലമ്പുക pulambuka
babe *(n.)* ശിശു shishu
babel *(n.)* കോലാഹലം kolaahalam
baboon *(n.)* വാലില്ലാക്കുരങ്ങ് valillaakurang
babtist *(n.)* സ്നാനകർ snanakar
baby *(n.)* കുഞ്ഞ് kunju
baby bump *(n.)* ഗർഭിണിയുടെ ഉന്തിയ വയർ garbhiniyude unthiya vayar
baby carriage *(n.)* കുഞ്ഞിനെ പുറത്തേക്ക് കൊണ്ടുപോകാനുള്ള നാലു ചക്രവണ്ടി kunjine purathekk kondupokanulla naalu chakra vandi
baby corn *(n.)* മൂപ്പെത്താത്ത ചോളം mooppeththaa cholam
baby food *(n.)* ശിശുഭക്ഷണം shishu bhakshanam
babyface *(n.)* കുഞ്ഞുമുഖം kunjumukham
babyproof *(adj.)* കുട്ടികൾക്ക് പ്രവേശിക്കാൻ കഴിയാത്തതാക്കുക. kuttikalkk praveshikkan kazhiyaaththathakkuka
babysit *(v.)* മാതാപിതാക്കൾ പുറത്തു പോകുമ്പോൾ കുഞ്ഞുങ്ങളെ നോക്കുക maathapithaakkal purathu pokumbol kunjungale nokkuka
babysitting *(n.)* ശിശുപരിപാലനം shishuparipalanam
baccalaureate *(n.)* ഉന്നതവിദ്യാഭ്യാസബിരുദം unnatha vidhyaabhyaasam

bacchanal *(n.)* മദ്യാസക്തൻ
madyaasakthan

bacchanal *(adj.)* മദ്യാസക്തമായ
madyaasakthamaaya

bachelor *(n.)* അവിവാഹിതൻ
avivahithan

bachelor party *(n.)*
വിവാഹിതനാകുന്ന
ആൾക്കുവേണ്ടി തലേന്ന്
നടത്തുന്ന പാർട്ടി
vivaahithanakunna aalkkuvendi thalenn
nadathunna party

bachelorette *(n.)* കുമാരി avivahitha

back *(n.)* പിമ്പേ pinbhaagam

backbencher *(n.)* അപ്രധാനികൾ
apradhaanikal

backbiting *(n.)* ഏഷണി eshani

backbone *(n.)* നട്ടെല്ല് nattellu

backdate *(v.)* പിൻകാല പ്രാബല്യം
pinkaala prabalyam

backdrop *(v.)* പശ്ചാത്തലം
paschaathalam

backfire *(v.)* വിപരീതഫലം
vipareethabhalam

background *(n.)* പിന്നണി pinnani

backhand *(n.)* കൈക്കൂലി kaikkooli

backing *(n.)* പിന്തുണ pinthuna

backlash *(n.)* പ്രത്യാഘാതം
prathyagatham

backlight *(n.)* പിന്നിൽ
സ്ഥാപിച്ചിരിക്കുന്ന പ്രകാശ
സ്രോതസ്സ് pinnil stapichirikkunna
prakasha srothas

backlog *(n.)* മാറ്റിനിർത്തിയ
maattinirthiya

backpack *(n.)* ചുമൽസഞ്ചി chumal
sanchi

backpacker *(n.)* ചുമൽ
സഞ്ചിയുമായി യാത്ര ചെയ്യുന്ന
കാൽനടക്കാർ chumal
sanchiyumaayi yathra cheyyunna kaal
nadakkar

backslide *(v.)* വ്യതിചലിക്കുക
vyathichalikkuka

backstage *(adv.)* അണിയറ aniyara

backstairs *(n.)* ഗൂഢമാർഗം
goodamaargam

backtrack *(v.)* പിൻ തിരിയുക
pinthiriyuka

backup *(n.)* പിന്തുണകൊടുക്കൽ
thuna kodukkal

backward *(adj.)* പിന്നാക്കമുള്ള
pinnaakkamulla

backward *(adv.)* പുറകിൽ purakil

backwash *(n.)* എതിരൊഴുക്ക്
ethirozhukk

bacon *(n.)* ഉപ്പിട്ടുണക്കിയ
പന്നിയിറച്ചി uppittunakkiya
panniyirachchi

bacteria *(n.)* സൂക്ഷ്മജീവി
sookshmajeevi

bad *(adj.)* ചീത്തയായ cheeththayaaya

badge *(n.)* പദവിചിഹ്നം
padavichihnam

badger *(n.)* തുരപ്പൻകരടി
thurappankarati

badly *(adv.)* മനസ്സില്ലാമനസ്സോടെ
manassillamanasode

badminton *(n.)* ഒരിനം പന്തുകളി
orinam panthukali

baffle *(v.)*
ചിന്താക്കുഴപ്പത്തിലാക്കുക
chinthaakuzhappaththilaakkuka

bag *(n.)* സഞ്ചി sanchi

bag *(v.)* കരസ്ഥമാക്കുക
karasthamaakkuka

bagel *(n.)* ഒരു തരം റൊട്ടി oru tharam
rotti

baggage *(n.)* യാത്രാസാമാനങ്ങൾ
yaathraasaamaanangal

bagpiper *(n.)* കുഴലൂത്തുകാരൻ
kuzhaloothukaraaran

baguette *(n.)* ഒരു തരം റൊട്ടി oru
tharam rotti

bail *(n.)* ജാമ്യം jaamyam
bailable *(adj.)* ജാമ്യത്തിൽ വിടത്തക്ക jaamyathil vidathakka
bailey *(n.)* കോട്ട kotta
bailiff *(n.)* കങ്കാണി kankaani
bailout *(n.)* രക്ഷാസഹായം rakshaasahaayam
bait *(n.)* ചൂണ്ടലിര choondalira
bake *(v.)* ചുട്ടെടുക്കുക chuttedukkuka
baker *(n.)* റൊട്ടിയുണ്ടാക്കുന്നയാൾ rottyyundaakkunnayaal
bakery *(n.)* അപ്പപ്പുര appappura
balaclava *(n.)* കമ്പിളിനൂൽവസ്ത്രം kambilinoolvasthram
balafon *(n.)* പശ്ചിമാഫ്രിക്കയിലെ ഒരു ദാരുതന്ത്രിവാദ്യോപകരണം paschimaafrikkayile oru daruthanthri vadyopakaranam
balance *(n.)* ബാക്കി bakki
balance *(v.)* സമതുലിതമാക്കുക samathulithamaakkuka
balance sheet *(n.)* വരവുചെലവുവിവരപ്പട്ടിക varavuchelavuvivarappattika
balanced *(adj.)* സമീകൃതമായ sameekruthamaaya
balcony *(n.)* മുകപ്പ് mukapp
bald *(adj.)* കഷണ്ടി kashandi
bale *(n.)* സന്താപം santhaapam
baleen *(n.)* ബലീൻ തിമിംഗലങ്ങളുടെ അരിയ്ക്കാനുള്ള അവയവം baleen thimingalangalude arikkanulla avayavam
ball *(n.)* പന്ത് panth
ball bearing *(n.)* യന്ത്രങ്ങളിൽ കറങ്ങുന്ന വശം ഉരയാതിരിക്കാനുള്ള ഉപായം yanthrangalil karangunna vasham urayathirikkanulla upaayam
ballad *(n.)* വീരഗാഥ veeragaatha
ballerina *(n.)* ബാലേ നർത്തകി balenarthaki
ballet *(n.)* നൃത്യനാടകം nruthyanaatakam
ballistics *(n.)* വിക്ഷേപണശാസ്ത്രം vikshepana shasthram
balloon *(n.)* ബലൂൺ baloon
ballot *(n.)* സമ്മതിദാനം sammathidaanam
ballot paper *(n.)* സമ്മതിദാനപത്രം sammathidaanapathram
ballroom *(n.)* നൃത്തശാല nruththashaala
balm *(n.)* ഉപശമനകാരി upashamanakaari
balsam *(n.)* കാശിത്തുമ്പ kaashithumba
bamboo *(n.)* മുള mula
ban *(v.)* നിരോധിക്കുക nirodhikkuka
banal *(adj.)* വിരസമായ virasamaaya
banana *(n.)* ഏത്തപ്പഴം eththappazham
band *(n.)* തോൽപ്പട്ട tholppatta
bandage *(n.)* മുറിക്കെട്ട് murikkett
Band-Aid *(n.)* ഔഷധലേപനത്തുണി oushadalepanaththuni
bandana *(n.)* വർണ്ണതൂവാല varnnathoovaala
bandit *(n.)* കാട്ടുകള്ളൻ kaattukallan
bandwagon *(n.)* പരേഡിലെയും മറ്റും വാദ്യമേളത്തെ വഹിക്കുന്ന വണ്ടി paredileyum mattum vaadyamelaththe vahikkunna vandi
bandwidth *(n.)* ഒരു കമ്യൂണിക്കേഷൻ ചാനലിന്റെ ശേഷിയെക്കുറിച്ചുള്ള പരാമർശം oru communication chanalinte sheshiyekurichulla paraamarsham

bane *(n.)* വിനാശഹേതു vinaashahethu
bang *(n.)* ആഘാതം aaghaatham
bangle *(n.)* വള vala
banish *(v.)* രാജ്യഭ്രഷ്ടനാക്കുക rajyabhrashtanakkuka
banishment *(n.)* നാടുകടത്തൽ naadukadaththal
banjo *(n.)* ഒരു സംഗീത ഉപകരണം oru sangeetha upakaranam
bank *(v.)* നിക്ഷേപിക്കുക nikshepikkuka
bank holiday *(n.)* ബാങ്ക് അവധി bank avadhi
banker *(n.)* പണവ്യാപാരി panavyaapaari
banknote *(n.)* ഹുണ്ടിക hundika
bankrupt *(adj.)* പാപ്പർ paappar
bankruptcy *(n.)* പാപ്പരാകൽ paapparaakal
banner *(n.)* കൊടി kodi
bannister *(n.)* ചെറുതൂൺ cheruthoon
banquet *(n.)* സൽക്കാരം salkkaaram
bantam *(n.)* ചെറുകോഴി cherukozhi
banter *(n.)* കളിവാക്ക് kalivaakk
bantling *(n.)* പൈതൽ paithal
banyan *(n.)* പേരാൽ peraal
baptism *(n.)* മാമോദീസാ mammodiisa
baptize *(v.)* ജ്ഞാനസ്നാനം ചെയ്യിക്കുക njaanasnaanam cheyyikkuka
bar *(n.)* മദ്യാലയം madyaalayam
barb *(n.)* ശൂലാഗ്രം shoolaagram
barbarian *(n.)* കിരാതൻ kiraathan
barbaric *(adj.)* കിരാതമായ kiraathamaaya
barbarism *(n.)* കാടത്തം kaadaththam
barbarity *(n.)* അസംസ്കൃതി asamskruthi
barbarous *(adj.)* അപരിഷ്കൃതമായ aparishkruthamaaya
barbecue *(n.)* ഇറച്ചി പൊരിക്കാനായി തീയ്ക്കു മുകളിൽ വയ്ക്കുന്ന ഒരു ചട്ടക്കൂട് irachchi porikkaanaayi theeykk mukalil vaykkunna oru chattakkood
barbed *(adj.)* മുള്ളുകളുള്ള mullukalulla
barbed wire *(n.)* മുള്ളുകമ്പി mullukambi
barber *(n.)* ക്ഷുരകൻ kshurakan
barcode *(n.)* വിവിധ വരകൾ ചേർത്തുണ്ടാക്കുന്ന തിരിച്ചറിയൽ നമ്പർ vividha varakal cherthundaakkunna thirichariyal number
bard *(n.)* ഗായകകവി gaayaka kavi
bare *(adj.)* അനാവൃതമായ anaavruthamaaya
barefoot *(adj.)* നഗ്നപാദനായി nagna paadanaayi
barely *(adv.)* കേവലം kevalam
bargain *(n.)* വിലപേശൽ vilapeshal
barge *(n.)* കേളീനൗക keliinouka
baritone *(n.)* ഗംഭീര പുരുഷസ്വരം gambhiira purushaswaram
barium *(n.)* ഒരു രാസമൂലകം oru raasamoolakam
bark *(v.)* കുരയ്ക്കുക kuraykkuka
bark *(n.)* മരത്തൊലി maraththoli
barley *(n.)* വാൽഗോതമ്പ് vaalgothamb
barman *(n.)* ബാർ സേവകൻ bar sevakan
barn *(n.)* പത്തായപ്പുര paththaayappura
barnacle *(n.)* ഉറച്ച കവചമുള്ള കടൽജീവി urachcha kavachamulla kataljeevi
barometer *(n.)* വായു മർദ്ദമാപിനി vaayu marddamaapini
baron *(n.)* ഇടപ്രഭു idaprabhu

baroness (n.) പ്രഭ്വി prabhvi
baroque (adj.) അലങ്കാരമേദുരമായ alankaara മെടുറ
barouche (n.) പ്രത്യേകതരം നാലുചക്രവണ്ടി prathyekatharam naaluchakravandi
barrack (n.) പടപ്പാളയം padappaalayam
barrage (n.) കൃത്രിമമണൽതിട്ട kruthrimanalthitta
barrel (n.) തോക്കിൻകുഴൽ thokkinkuzhal
barren (adj.) തരിശായ tharishaaya
barricade (n.) മാർഗ്ഗ വിഘ്നം maargga vighnam
barrier (n.) പ്രതിബന്ധം prathibandham
barring (prep.) ഒഴിച്ച് ozhich
barrister (n.) ന്യായവാദി nyaayavaadi
bartender (n.) മദ്യം വിളമ്പുകാരൻ madyamvilambukaaran
barter (v.) മാറ്റക്കച്ചവടം maattakachavadam
basal (adj.) ആധാരമായ aadhaaramaaya
base (n.) അടിസ്ഥാനം adisthaanam
base camp (n.) പാളയം paalayam
baseless (adj.) അടിസ്ഥാനരഹിതമായ adisthaanarahithamaaya
basement (n.) അടിത്തറ adiththara
bash (n.) പ്രഹരം praharam
bash (v.) പ്രഹരിക്കുക praharikkuka
bashful (adj.) സഭാകമ്പമുള്ള sabhaakambamulla
basic (adj.) അടിസ്ഥാനപരമായ adisthaanaparamaaya
basically (adv.) അടിസ്ഥാനപരമായി adisthaanaparamaayai
basil (n.) ഒരിനം തുളസി orinam thulasi

basin (n.) തട്ടം thattam
basis (n.) ആസ്പദം aaspadam
bask (v.) വെയിൽ കായുക veyil kaayuka
basket (n.) കൂട kooda
basketball (n.) ഓരോ വശത്തും അഞ്ചു പേർ വെച്ചുള്ള പന്തുകളി oro vashathum anju per vechulla panthukali
bass (n.) സംഗീതത്തിലെ ഏറ്റവും താണ പുരുഷസ്വരം sangeethathile ettavum thaana purusha swaram
bastard (n.) ജാരസന്തതി jaarasanthathi
bastion (n.) മേടം metam
bat (n.) നരിച്ചീർ narichiir
batch (n.) ഗണം ganam .
bath (n.) കുളി kuli
bathe (v.) കുളിക്കുക kulikkuka
bathrobe (n.) സ്നാനവസ്ത്രം snanavasthram
baton (n.) ലാത്തി laaththi
batsman (n.) ബാറ്റ് ചെയ്യുന്നയാൾ bat cheyyunnayaal
battalion (n.) സൈന്യവിഭാഗം sainya vibhaagam
batten (n.) താങ്ങുതടി thangu thadi
batter (n.) ലായനി laayani
battery (n.) പീരങ്കിനിര piiranginira
battle (n.) യുദ്ധം yuddham
battlefield (n.) പോർക്കളം porkkalam
battlefront (n.) യുദ്ധമുഖം yuddhamukham
baulk (n.) തടസ്സം thadassam
bawl (v.) ആക്രോശിക്കുക aakroshikkuka
bay (n.) ഉൾക്കടൽ ulkkadal
bayonet (n.) കുത്തുവാൾ kuththuvaal
bayside (adj.) കടൽപ്പുറം kadalppuram
bazaar (n.) അങ്ങാടി angaadi

bazooka *(n.)* ടാങ്കുകൾക്കെതിരെ ഉപയോഗിക്കുന്ന ഒരു ഹ്രസ്വ-ദൂര ട്യൂബുലാർ റോക്കറ്റ് ലോഞ്ചർ. tankukalkkethire upayogikkunna oru hruzwa - doora tubulaar rocket launcher

be *(v.)* നിലവിലിരിക്കുക nilavilirikkuka

beach *(n.)* കടൽക്കര katalkkara

beach ball *(n.)* കടലോര കളിപ്പന്ത് katalora kalippanth

beachfront *(adj.)* കടൽക്കര katalkkara

beachside *(adj.)* കടൽത്തീരം kataltheeram

beacon *(n.)* അപായ മുന്നറിയിപ്പ് apaaya munnariyipp

bead *(n.)* മണി mani

beadle *(n.)* പുരോഹിതൻ purohithan

beady *(adj.)* ദീപസ്തമായ deepasthamaaya

beak *(n.)* കൊക്ക് kokk

beaker *(n.)* ചഷകം chashakam

beam *(n.)* ഒറ്റത്തടി ottathadi

bean *(n.)* പയർ payar

bear *(n.)* കരടി karati

bear *(v.)* താങ്ങുക thaanguka

beard *(n.)* താടി thaadi

bearing *(n.)* വഹിക്കുന്ന vahikkunna

beast *(n.)* ജന്തു janthu

beastly *(adj.)* മൃഗീയമായ mrugeeyamaaya

beat *(v.)* അടി ati

beatific *(adj.)* വാഴ്ത്തപ്പെട്ട vaazhthappetta

beatification *(n.)* വാഴ്ത്തപ്പെട്ടവനാക്കൽ vaazhththappettavanaakkal

beatitude *(n.)* പരമാനന്ദം paramaanandham

beautiful *(adj.)* അഴകുള്ള azhakulla

beautify *(v.)* മനോഹരമാക്കുക manoharamaakkuka

beauty *(n.)* സൗന്ദര്യം soundharyam

beaver *(n.)* നീർനായ് neernaay

beaverskin *(n.)* നീർനായയുടെ ത്വക്ക് neernaayayude thwakk

becalm *(v.)* ശാന്തമാക്കുക shaanthamaakkuka

because *(conj.)* ആകയാൽ aakayaal

beck *(n.)* ആജ്ഞാനുവർത്തിയായ anjaanuvarththiyaaya

beckon *(v.)* മാടിവിളിക്കുക maadivilikkuka

become *(v.)* ആയിത്തീരുക aayitheeruka

bed *(n.)* മെത്ത meththa

bed sheet *(n.)* മെത്തവിരിപ്പ് meththaviripp

bedcover *(n.)* ശയ്യാവരണം shayyaavaranam

bedding *(n.)* ശയ്യോപകരണങ്ങൾ shayyoopakaranangal

bedevil *(v.)* ക്ഷുദ്രപ്രയോഗം kshudraprayogam

bedridden *(adj.)* ശയ്യാവലംബിയായ shayyavalambiyaaya

bedrobe *(n.)* കിടക്കറവസ്ത്രം kidakkaravasthram

bedroom *(n.)* കിടപ്പറ kidappara

bedsore *(n.)* കിടപ്പുരോഗികളുടെ ശരീരത്തുണ്ടാകുന്ന വ്രണങ്ങൾ kidappu rogikalude shareeraththilundaakunna vrunangal

bee *(n.)* തേനീച്ച theneechcha

beech *(n.)* ഉങ്ങ് ung

beef *(n.)* പോത്തിറച്ചി poththirachi

beefy *(adj.)* പോത്തുപോലെ poththupole

beehive *(n.)* മധുകോശം madhukosham

beekeeper *(n.)* തേനീച്ച വളർത്തുന്നയാൾ theniicha valarththunnayaal

beep *(n.)* ഒരുതരം ശബ്ദം oru tharam shabdam
beer *(n.)* യവ മദ്യം yava madyam
beet *(n.)* ഒരുതരം മധുരക്കിഴങ്ങ് oru tharam madhura kizhang
beetle *(n.)* കരിവണ്ട് karivand
beetroot *(n.)* ഒരുതരം കിഴങ്ങ് വർഗ്ഗം oru tharam kizhang vargam
befall *(v.)* പിണയുക pinayuka
befit *(v.)* യോഗ്യമാക്കുക yogyamaakkuka
before *(prep. &adv.)* മുന്പേ munpe
beforehand *(adv.)* കാലേകൂട്ടി kalekootty
befriend *(v.)* അനുകൂലിക്കുക anukoolikkuka
beg *(v.)* യാചിക്കുക yaachikkuka
beget *(v.)* ഉത്പാദിപ്പിക്കുക uthpadippikkuka
beggar *(n.)* യാചകൻ yaachakan
begin *(v.)* ആരംഭിക്കുക aarambhikkuka
beginner *(n.)* തുടക്കക്കാരൻ thudakkakkaran
beginning *(n.)* ആരംഭം aarambham
begrudge *(v.)* അസൂയപ്പെടുക asooyappeduka
beguile *(v.)* ഉല്ലസിക്കുക ullasikkuka
behalf *(n.)* നിമിത്തം nimiththam
behave *(v.)* പെരുമാറുക perumaaruka
behaviour *(n.)* പെരുമാറ്റരീതി perumaattuka
behead *(v.)* ശിരഛേദം ചെയ്യുക shiraschedam cheyyuka
behest *(n.)* ആജ്ഞ aanja
behind *(prep.& adv.)* പിന്നിൽ pinnil
behold *(v.)* നിരീക്ഷിക്കുക nireekshikkuka
being *(n.)* ഉണ്ടായിരിക്കൽ undayirikkal
belabour *(v.)* അധികം വിശദീകരിക്കുക adhikam vishadeekarikkuka
belated *(adj.)* വൈകിയ vaikiya
belch *(v.)* തികട്ടുക thikattuka
beleaguered *(adj.)* ശത്രുക്കളാൽ വലയിതമായി shathrukkalal valayithamaayi
belie *(v.)* തെറ്റിധാരണയുണ്ടാക്കുക thettidharanayundaakkuka
belief *(n.)* അഭിമതം abhimatham
believe *(v.)* വിശ്വസിക്കുക viswasikkuka
belittle *(v.)* ഇകഴ്ത്തുക ikazhthuka
bell *(n.)* മണി mani
bellboy *(n.)* ഹോട്ടൽ പരിചാരകൻ hotel parichaarakan
belle *(n.)* ലാവണ്യവതി laavanyavathi
bellhop *(n.)* സേവകൻ sevakan
bellicose *(adj.)* ശണ്ഠകൂടുന്ന shanda koodunna
belligerent *(adj.)* കലാപകാരിയായ kalaapakaariyaaya
bellow *(v.)* അലറുക alaruka
bellowing *(n.)* അലറൽ alaral
bellows *(n.)* തീതുരുത്തി thiithuraththi
belly *(n.)* വയർ vayar
belong *(v.)* ഉടമയാകുക utamayaakuka
belongings *(n.)* സ്വകീയവസ്തുക്കൾ swakeeyavasthukkal
beloved *(adj.)* പ്രിയമുള്ള priyamulla
belt *(n.)* തോൽവാർ tholvaar
belvedere *(n.)* വേനൽക്കാല വസതി venalkkala vasathi
bemoan *(v.)* പരിതപിക്കുക parithapikkuka
bemused *(adj.)* ബുദ്ധിഭ്രംശമുള്ള budhibhramshamulla
bench *(n.)* ദീർഘാസനം deerghaasanam
bend *(v.)* വളയുക valayuka

beneath *(adv.)* താഴെ thaazhe

benediction *(n.)* ആശീർവ്വാദം aasheervaadham

benefaction *(n.)* സൽപ്രവൃത്തി salpravruthi

benefactor *(n.)* അഭ്യുദയകാംക്ഷി abhyudayakamshi

benefic *(adj.)* പ്രയോജനപ്രദമായ prayojanapradamaaya

benefice *(n.)* പുരോഹിതന്റെ ജീവനാംശം purohithante jeevanamsham

beneficial *(adj.)* ഉപകാരപ്രദമായ upakaarapradamaaya

beneficiary *(n.)* ഗുണഭോക്താവ് gunabhokthaav

benefit *(v.)* പ്രയോജനം ചെയ്യുക prayojanam cheyyuka

benevolence *(n.)* ഉദാരമനസ്കത udaaramanaskatha

benevolent *(adj.)* പരോപകാരി paropakaari

benight *(v.)* ഇരുട്ടിലകപ്പെട്ട iruttilakappetta

benign *(adj.)* അനുകമ്പയുള്ള anukambayulla

bent *(n.)* വക്രതയുള്ള vakrathayulla

benzene *(n.)* അംഗാര സംയുക്തം angaara samyuktham

bequeath *(v.)* ഇഷ്ടദാനം ചെയ്യുക ishtadaanam cheyyuka

bequest *(n.)* പാരമ്പര്യ സ്വത്ത് paarambarya swathth

berate *(v.)* ശകാരിക്കുക shakaarikkuka

bereaved *(adj.)* നിരാശ്രയമായ niraashrayamaaya

bereavement *(n.)* വിയോഗം viyogam

bereft *(adj.)* ഏകത ekatha

beseech *(v.)* കെഞ്ചുക kenchuka

beseeching *(n.)* കെഞ്ചൽ kenchal

beserk *(adj.)* ഉന്മാദമായ unmaadamaaya

beserker *(n.)* ഉന്മാദി unmaadi

beshame *(v.)* നാണക്കേട് naanakked

beside *(prep.)* അരികിൽ arikil

besiege *(v.)* പൊറുതിമുട്ടിക്കുക poruthimuttikkuka

beslaver *(v.)* മുഖസ്തുതി നടത്തുക mukhasthuthi nadathuka

besmirch *(v.)* നിറംമങ്ങിക്കുക niram mangikkuka

besotted *(adj.)* മോഹിപ്പിച്ചു mohippichu

bespeak *(v.)* ചട്ടംകെട്ടുക chattam kettuka

bespectacled *(adj.)* കണ്ണട ധരിച്ച kannata dharicha

bespoke *(adj.)* അനുപമമായ anupamamaaya

best *(adj.)* ഉത്തമമായത് uththamamaayath

bestial *(adj.)* മൃഗതുല്യമായ mrugathulyamaaya

bestow *(v.)* ശേഖരിക്കുക shekharikkuka

bestride *(v.)* കവച്ചു നടക്കുക kavachu nadaththuka

bestseller *(n.)* മികച്ച വിൽപനയുള്ള mikacha vilpanayulla

bet *(v.)* പന്തയം വയ്ക്കുക panthayam vekkuka

beta *(adj.)* രണ്ടാമത് randaamath

betide *(v.)* സംഭവിക്കുക sambhavikkuka

betray *(v.)* വഞ്ചിക്കുക vanchikkuka

betrayal *(n.)* ഒറ്റിപ്പ് ottipp

betroth *(v.)* വിവാഹനിശ്ചയം നടത്തുക vivaaha nischayam nadaththuka

betrothal *(n.)* വിവാഹവാഗ്ദാനം vivaaha vaagthaanam

betrothed *(adj.)* മനസ്സമ്മതം കഴിഞ്ഞ manasammatham kazhinja
better *(adj.)* മെച്ചപ്പെട്ട mechappetta
betterment *(n.)* അഭിവൃദ്ധി abhivrudhi
betting *(adj.)* പന്തയം panthayam
bettor *(n.)* പന്തയക്കാരൻ panthayakkaram
between *(prep.)* മദ്ധ്യേ madye
betwixt *(prep.)* ഇടയ്ക്ക് idakk
beverage *(n.)* മദ്യം madyam
bevy *(n.)* സഞ്ചയം sanchayam
bewail *(v.)* വിലപിക്കുക vilapikkuka
beware *(v.)* ജാഗ്രതയോടിരിക്കുക jaagrathayodeyirikkuka
bewilder *(v.)* അമ്പരപ്പിക്കുക ambarappikkuka
bewilderment *(n.)* സംഭ്രമം sambhramam
bewind *(v.)* ഉൾപ്പെടുക ulppeduka
bewitch *(v.)* ആകർഷിക്കുക aakarshikkuka
beyond *(prep.& adj.)* അപ്പുറം appuram
bi *(adj.)* ദ്വി dwvi
biangular *(adj.)* ദ്വികോണമായ dwikonamaaya
biannual *(adj.)* അർദ്ധവാർഷികം ardwa varshikam
biannually *(adv.)* ദ്വിവാർഷികമായ dwivarshikamaaya
biantennary *(adj.)* രണ്ട് ആന്റിനകളുടെ രൂപം rand antinakalude roopam
bias *(n.)* പക്ഷപാതം pakshapaatham
biased *(adj.)* പക്ഷപാതപൂർണ്ണമായ pakshapaathapoornamaaya
biaxial *(adj.)* രണ്ടക്ഷങ്ങളുള്ള randakshangalulla
bib *(n.)* വായ്നീർത്തുണി vayneerththuni
bibber *(n.)* ഒരു നിർദ്ദിഷ്ട പാനീയം പതിവായി കുടിക്കുന്നയാൾ oru nirdwishta paneeyam pathivaayi kudikkunnayaal
bible *(n.)* ക്രിസ്തീയവേദപുസ്തകം kristheeya veda pusthakam
bibliographer *(n.)* ഗ്രന്ഥസൂചക grandhasoochaka
bibliography *(n.)* ഗ്രന്ഥസൂചി grandhasoochi
bibliophile *(n.)* പുസ്തകപ്രേമി pusthakapremi
bicentenary *(adj.)* ഇരുനൂറാം വാർഷികോത്സവം irunooram vaarshikam
biceps *(n.)* മാംസപേശി mamsapeshi
bicker *(v.)* ശണ്ഠകൂടുക shandakooduka
bicycle *(n.)* സൈക്കിൾ cycle
bid *(n.)* ലേലം lelam
bid *(v.)* ലേലം വിളിക്കുക lelam vilikkuka
bidder *(n.)* ലേലം വിളിക്കുന്നയാൾ lelam vilikkunnayaal
bide *(v.)* സ്ഥിതി ചെയ്യുക sthithi cheyyuka
bidet *(n.)* കുതിര kuthira
bidimensional *(adj.)* ദ്വിമാനമായ dwimaanamaaya
biennial *(adj)* രണ്ടുവർഷത്തിലൊരിക്കൽ randuvarshathilorikkal
bier *(n.)* ശവമഞ്ചം shavamancham
bifacial *(adj.)* ദ്വിമുഖീയം dwimukheeyam
biff *(v.)* പ്രഹരിക്കുക praharikkuka
biff *(n.)* മുഷ്ടിപ്രഹരം mushti praharam
bifocal *(adj.)* രണ്ടു കാചങ്ങളുള്ള randu kachangalulla
biformity *(n.)* ദ്വിരൂപത dwiroopatha

bifurcate *(v.)* വിഭജിക്കുക vibhajikkuka
bifurcation *(n.)* വേർതിരിക്കൽ verthirikkal
big *(adj.)* വലുത് valuth
bigamist *(n.)* വിവാഹ തട്ടിപ്പ് വീരൻ vivaaha thattipp viiran
bigamous *(adj.)* ദ്വിഭാര്യാസംബന്ധിയായ dwibhaaryaa sambandhiyaaya
bigamy *(n.)* ദ്വിഭാര്യത്വം dwibhaaryathwam
bighead *(n.)* സ്വയംപൊങ്ങി swayampongi
bighearted *(adj.)* ദയാലുവായ dayaaluvaaya
bight *(n.)* കടലിടുക്ക് katalidukk
bigot *(n.)* ആശയഭ്രാന്തൻ ashayabhraanthan
bigotry *(n.)* മതഭ്രാന്ത് mathabhranth
bike *(n.)* മോട്ടാർസൈക്കിൾ motorcycle
biker *(n.)* ബൈക്ക് യാത്രികൻ bike yathrikan
bikini *(n.)* അത്യൽപസ്നാന വസ്ത്രം atylpa snana vasthram
bilateral *(adj.)* ഇരുപക്ഷമുള്ള irupakshamulla
bile *(n.)* പിത്തരസം pitharasam
bilingual *(adj.)* ദ്വിഭാഷാ dwibhaashaa
bill *(n.)* വില്പനച്ചീട്ട് vilpanacheett
billable *(adj.)* പ്രതിഫലവിധേയം prathiphalavideyam
billboard *(n.)* പരസ്യപത്രം parasyapathram
billiard table *(n.)* മേശപ്പന്തുകളിയുടെ മേശ meshapanthukaliyude mesha
billiards *(n.)* മേശപ്പന്തുകളി meshappanthukali
billion *(n.)* ലക്ഷംകോടി lakshamkodi
billionaire *(n.)* കോടീശ്വരൻ kodeeswaran
billow *(v.)* തരംഗങ്ങളുണ്ടാകുക tharangangalundaakuka
bimonthly *(adj.)* ദ്വൈമാസിക dwaimaasika
bin *(n.)* ചവറ്റുതൊട്ടി chavattuthotti
binary *(adj.)* ദ്വിഗുണമായ dwigunamaaya
bind *(v.)* കുത്തികെട്ടുക kuththikettuka
binding *(n.)* പുറംചട്ട puramchatta
binge *(n.)* മദിച്ചുല്ലസിക്കൽ madichchullasikkal
bingo *(n.)* ഫലപ്രഖ്യാപനം phalaprakhyaapanam
binocular *(adj.)* ഇരട്ടക്കുഴൽ ദൂരദർശിനി irattakuzhal dooradarshini
binoculars *(n.)* ദൂരദർശിനി dooradarshini
bioactivity *(n.)* ജൈവപ്രവർത്തനം jaivapravarththanam
bioagent *(n.)* ജൈവഹേതു jaivahethu
biochemical *(adj.)* ജീവരസതന്ത്രപരം jeevarasathanthraparam
biochemistry *(n.)* ജീവരസതന്ത്രം jeevarasathanthram
bioclimate *(n.)* ജൈവ കാലാവസ്ഥ jaivakaalaavastha
biodegradation *(n.)* ജൈവനാശം jaivanaasham
bioengineering *(n.)* ജൈവ ജീവികളുടെയോ പ്രക്രിയകളുടെയോ വ്യവസായിക ഉപയോഗം jaiva jeevikaludeyo prakriyakaludeyo vyavasaayika upayogam
biofuel *(n.)* ജൈവ ഇന്ധനം jaiva indhanam

43

biogas *(n.)* ജൈവവാതകം
jaivavaathakam
biographer *(n.)* ജീവചരിത്രകാരൻ
jeevacharithrakaaran
biography *(n.)* ജീവചരിത്രം
jeevacharithram
biohazardous *(adj.)*
ജൈവപ്രതിസന്ധി
jaivaprathisandhi
biological *(adj.)*
ജീവശാസ്ത്രപരമായ
jeevashasthraparamaaya
biologically *(adv.)*
ജൈവശാസ്ത്രപരമായി
jaivashasthraparamaayi
biologist *(n.)* ജീവശാസ്ത്രജ്ഞൻ
jeevashasthranjan
biology *(n.)* ജീവശാസ്ത്രം
jeevashasthram
biomass *(n.)* ജൈവാംശം jaivaamsham
biometric *(adj.)* സ്ഥിതി
വിവരവിദ്യാപനം sthithi vivara
vidyaapanam
bionic *(adj.)* കൃത്രിമാവയവ
സംബന്ധം krithrimaavayava
sambandham
biopic *(n.)* ജീവചരിത്രസിനിമ
jeevacharithracinema
biopsy *(n.)* രോഗനിദാന പരീക്ഷ
roganidaana pareeksha
biorhythm *(n.)* ജീവിത രീതി
jeevithareethi
bioscope *(n.)* ചലനചിത്രപ്രദർശിനി
chalachithra pradarshini
bioscopy *(n.)*
ജീവശരീരപരിശോധന
jeevashareeraparishodhana
bipartisan *(adj.)* രണ്ടു
രാഷ്ട്രീയകക്ഷിളുടേതായ
randurashtreeya kashikaludethaaya
bipolar *(adj.)* വ്യത്യസ്ഥധ്രുവം
vythyastha druvam

biracial *(adj.)* ദ്വിജാതി dwijaathi
birch *(n.)* പൂവരശ് poovarash
bird *(n.)* പക്ഷി pakshi
birdlime *(n.)* ചെറിയ പക്ഷികളെ
പിടിക്കാൻ വേണ്ടി
മരക്കഷ്ണങ്ങളിൽ തേക്കുന്ന
ഒരു തരം പശ cheriya palkhikale
pidikkan vendi marakkashanangalil
thekkunna oru tharam pasha
birth *(n.)* ജനനം jananam
birthdate *(n.)* ജനനതീയതി
jananatheeyathi
birthday *(n.)* ജനനദിവസം
jananadivasam
birthmark *(n.)* ജനനമുദ്ര jananamudra
biscuit *(n.)* ബിസ്കറ്റ് biscuit
bisect *(v.)* രണ്ടാക്കുക randaakkuka
bisexual *(adj.)* ഉഭയലിംഗജീവി
ubhayalingajeevi
bishop *(n.)* മെത്രാൻ methraan
bison *(n.)* കാട്ടുപോത്ത് kaattupothth
bisque *(n.)* കക്കസൂപ്പ് kakkasoup
bistro *(n.)* ചെലവ് കുറഞ്ഞ
ഭക്ഷണശാല chelav kuranja
bhakshanashaala
bit *(n.)* തുണ്ട് thund
bitch *(n.)* കൊടിച്ചി kodichi
bitcoin *(n.)* ഡിജിറ്റൽ നാണയം
digital naanayam
bite *(v.)* കടിക്കുക kudikkuka
biting *(adj.)* കുറിക്കുകൊള്ളുന്ന
kurikkukollunna
bitter *(adj.)* ചവർപ്പുള്ള chavarppulla
bitterness *(n.)* പാരുഷ്യം paarushyam
bi-weekly *(adj.)*
രണ്ടാഴ്ചയിലൊരിക്കൽ
പ്രസിദ്ധപ്പെടുത്തുന്നത്
randaazhchayilorikkal
prasiddhappeduthunnath
bizarre *(adj.)* ഭ്രമാത്മകമായ
bhramaathmakamaaya

blab *(v.)* സംസാരിക്കുക samsarikkuka
blabber *(n.)* വായിട്ടലക്കുന്നയാൾ vaayittalakkunnayaal
black *(adj.)* കറുത്ത karuththa
blackbird *(n.)* കരിങ്കുരുവി karimkuruvi
blackboard *(n.)* എഴുത്തുപലക ezhuthupalaka
blacken *(v.)* കരിപൂശുക karipooshuka
blacklist *(n.)* കുറ്റവാളിപട്ടിക kuttavaalippattika
blackmail *(n.)* ഭീഷണി bheekshani
blackmailer *(n.)* കൊള്ളക്കാരൻ kollakkaaran
blackout *(n.)* നിറുത്തലാക്കുക niruththalakkuka
blacksmith *(n.)* കൊല്ലൻ kollan
bladder *(n.)* മൂത്രാശയം moothraashayam
blade *(n.)* വായ്ത്തല vaayththala
blame *(v.)* പഴി pazhi
blanch *(v.)* വെൺമയാക്കുക venmayaakkuka
bland *(adj.)* രൂക്ഷതയില്ലാത്ത rookshathayillaaththa
blank *(adj.)* വിവർണ്ണമായ vivarnnamaaya
blanket *(n.)* കരിമ്പടം karinbadam
blare *(v.)* മുഴക്കുക muzhakkuka
blaspheme *(n.)* ദൈവദൂഷണം ചെയ്യുക daivadhooshanam cheyyuka
blasphemy *(n.)* ഈശ്വരനിന്ദ eeswaranindha
blast *(n.)* സ്ഫോടനം sphotanam
blatant *(adj.)* നിർലജ്ജമായ nirlajjamaaya
blaze *(n.)* പ്രഭ prabha
blazer *(n.)* പുറങ്കുപ്പായം puramkuppaayam
blazing *(adj.)* ആളിക്കത്തുന്ന aalikkaththunna
blazon *(v.)* സ്പഷ്ടമായി പ്രകടിപ്പിക്കുക spashtamaayi prakatippikkuka
bleach *(v.)* വിളറിപ്പിക്കുക vilarippikkuka
bleak *(adj.)* ഉത്സാഹശൂന്യമായ utsahashoonyamaaya
bleary *(adj.)* അവ്യക്തമായ avyakthamaaya
bleat *(v.)* ആടിനെപ്പോലെ ശബ്ദിക്കുക aatineppole shabdikkuka
bleb *(n.)* ചർമ്മത്തിലെ പാട് charmmaththile paad
bleed *(v.)* ചോരയൊലിക്കുക chorayolikkuka
blemish *(n.)* കളങ്കം kalankam
blench *(v.)* അധൈര്യപ്പെടുക adhairyappeduka
blend *(v.)* ഇടകലരുക idakalaruka
blender *(n.)* കലർത്തുയന്ത്രം kalarththuyanthram
bless *(v.)* അനുഗ്രഹിക്കുക anugrahikkuka
blessed *(adj.)* ധന്യമായ dhanyamaaya
blessing *(n.)* അനുഗ്രഹം anugraham
blight *(n.)* പുഴുക്കുത്ത് puzhukkuthth
blind *(adj.)* അന്ധമായ andhhamaaya
blindage *(n.)* പരിരക്ഷ pariraksha
blindfold *(n.)* കണ്ണുകെട്ടപ്പെട്ട kannukettapetta
blindness *(n.)* അജ്ഞത anjatha
bling *(n.)* വിലപിടിപ്പുള്ള ആഭരണം vilapidippulla aabharanam
blink *(v.)* ഇമചിമ്മുക imachimmuka
blip *(n.)* സാധാരണ കീഴ്വഴക്കങ്ങളിൽ നിന്നുള്ള ഒരു ചെറിയ വ്യതിയാനം saadhaarana keezvazhakkangalil ninnulla oru cheriya vyathiyaanam
bliss *(n.)* പരമാനന്ദം paramaanandham

blister *(n.)* പൊക്കിള pokkkila
blithe *(adj.)* ഉല്ലാസമുള്ള ullaasamulla
blitz *(n.)* മിന്നലാക്രമണം minnalaakramanam
blizzard *(n.)* ഹിമപടലം himapatalam
bloat *(v.)* വീർക്കുക veerkkuka
blob *(n.)* കട്ടിയുള്ള ദ്രാവകം kattiyulla draavakam
bloc *(n.)* ഏകലക്ഷ്യം മുൻനിർത്തിയുണ്ടാക്കുന്ന പൊതുസംഘടന ekalakshyam munnirthiyundaakunna pothu sanghatana
block *(n.)* തടിക്കഷണം thadikkashanam
blockage *(n.)* വഴിമുടക്കി vazhimutakki
blockbuster *(n.)* ജനസമ്മതി സിനിമ janasammathi cinema
blockhead *(n.)* വിഡ്ഢി viddi
blog *(n.)* സാമൂഹികപ്രബന്ധരചന സൈറ്റ് saamoohika prabandharachana site
blogger *(n.)* ഓൺലൈൻ രചയിതാവ് online rachayithaav
blogging *(v.)* ഓൺലൈൻ രചന online rachana
blood *(n.)* രക്തം raktham
bloodshed *(n.)* രക്തച്ചൊരിച്ചിൽ rakthachorichil
bloody *(adj.)* രക്താഭിഷിക്തമായ rakthabhishikthamaaya
bloom *(v.)* പുഷ്പിക്കുക pushpikkkuka
bloomer *(n.)* അബദ്ധം abaddham
blot *(n.)* കളങ്കം kalankam
blotted *(adj.)* കളങ്കപ്പെടുക kalankappeduka
blouse *(n.)* സ്ത്രീകളുടെ കുപ്പായം streekalude kuppayam
blow *(v.)* വീശുക veeshuka
blowout *(n.)* കെടുത്തുക koththuka
blowsy *(adj.)* ചുവന്നുതടിച്ച മുഖമുള്ള സ്ത്രീ chuvannuthadicha mukhamulla stree
blue *(n.)* നീലനിറം neelaniram
bluetooth *(n.)* വിവരങ്ങൾ അയക്കാനും സ്വീകരിക്കാനുമുള്ള വയർലെസ്സ് സാങ്കേതികവിദ്യ vivarangal ayakkanum sweekarikkanumulla wireless sangethika vidya
bluff *(v.)* കബളിപ്പിക്കുക kabalippikkuka
blunder *(n.)* മണ്ടത്തരം mandaththaram
blundering *(adj.)* അബദ്ധത്തിൽ abadhaththil
blunt *(adj.)* മൂർച്ചയില്ലാത്ത moorchchayillaaththa
bluntly *(adv.)* മയമില്ലാതെ mayamillaathe
blur *(v.)* മങ്ങൽ mangal
blurb *(n.)* പ്രസാധകക്കുറിപ്പ് prasadhakakuripp
blurt *(v.)* വിചാരശൂന്യമായി പറയുക vichaarashoonyamaayi parayuka
blush *(v.)* മുഖം ചുവക്കുക mukham chuvakkuka
blusher *(n.)* മുഖം ശോഭ കൂട്ടാനുള്ള ഉപകരണം mukham shobha koottanulla upakaranam
bluster *(v.)* ഭർത്സിക്കുക bharsikkuka
boa *(n.)* മലമ്പാമ്പ് malampaamb
boar *(n.)* കാട്ടുപന്നി kaattupanni
board *(n.)* പലക palaka
board game *(n.)* ബോർഡിന് ചുറ്റുമുള്ള കളി bordinu chuttumulla kali
boarding *(n.)* വണ്ടി പിടിക്കൽ vandi pidikkal

46

boarding school *(n.)*
പാർപ്പിടസൗകര്യത്തോടു
കൂടിയ വിദ്യാലയം paarppida
saukaryathodu koodiya vidyaalayam
boast *(v.)* വീമ്പടിക്കുക
veembadikkuka
boat *(n.)* വഞ്ചി vanchi
boathouse *(n.)* വള്ളപ്പുര vallappura
boatman *(n.)* കടത്തുകാരൻ
kadaththukaaran
bob *(v.)* ചാഞ്ചാടിക്കുക
chanchaadikkuka
bobbin *(n.)* നൂൽ ചുറ്റുന്ന കീലം nool
chuttunna keelam
bobble *(n.)* കമ്പിളിപോലെ
മൃദുവായ വസ്തുക്കൾ
കൊണ്ടു നിർമ്മിച്ച
അലങ്കാരപ്പന്ത് kambilipole
mruduvaaya vasthukkal കൊണ്ട്
nirmmichcha alankaarappanth
bodice *(n.)* സ്തനാവരണം
stanaavaranam
bodily *(adv.)* ശരീരസംബന്ധമായ
shareerasambandhamaaya
body *(n.)* ശരീരം shareeram
bodyguard *(n.)* അംഗരക്ഷകൻ
angarakshakan
bog *(n.)* കുഴിനിലം kuzhinilam
bogland *(n.)* ചതുപ്പുനിലം
chathuppunilam
boglet *(n.)* പായൽപ്രദേശം
paayalpradesham
bogus *(adj.)* വാസ്തവമല്ലാത്ത
vaasthavamallaththa
bohemian *(adj.)*
സമുദായാചാരലംഘകൻ
samudaayaacharalanghakan
boil *(v.)* തിളച്ചു മറിയുക
thilachchumariyuka
boiler *(n.)* വെള്ളം
തിളപ്പിക്കാനുള്ള പാത്രം vellam
thilappikkanulla paathram

boist *(n.)* അഭയസ്ഥാനം
abhayasthaanam
boisterous *(adj.)* ശബ്ദമുഖരിതമായ
shabdamukharithamaaya
bold *(adj.)* ചങ്കൂറ്റമുള്ള
chankoottamulla
boldly *(adv.)* ധൈര്യസമേതം
dairyasametham
boldness *(n.)* ധൈര്യം dairyam
bolero *(n.)* സ്പാനിഷ് നൃത്തം
spanish nruththam
bollard *(n.)* കട്ടിയും നീളവുമുള്ള
മരക്കുറ്റി kattiyum neelavumulla
marakkutty
bollocks *(n.)* വൃഷണം vrushanam
bolt *(n.)* ഓടാമ്പൽ oodambal
bomb *(n.)* അണ്വായുധം anwayudham
bombard *(v.)* പീരങ്കികൊണ്ടു
തകർക്കുക peerangikondu
thakarkkuka
bombardier *(n.)* പീരങ്കിപ്പടയാളി
peerankippadayaali
bombardment *(n.)*
ബോംബാക്രമണം
bombaakramanam
bomber *(n.)* ബോംബാക്രമണം
നടത്തുന്ന വ്യക്തി
bombaakramanam nadathunnunna
vykthi
bonafide *(adj.)* നിർവ്യാജമായ
nirvyaajamaayya
bonanza *(n.)* ഐശ്വര്യം aiswaryam
bond *(n.)* സ്നേഹബന്ധം
snehabandham
bondage *(n.)* പരാധീനത
paraadheenatha
bonds *(n.pl.)* ബന്ധനം bandhanam
bone *(n.)* അസ്ഥി asthi
boneless *(adj.)* എല്ലില്ലാത്ത
ellillaaththa
bonfire *(n.)* ആഴി aazhi

bonnet *(n.)* സ്ത്രീകളുടെ തൊപ്പി streekalude thoppi
bonus *(n.)* ലാഭവീതം laabhaveetham
book *(v.)* ഇടപാടു ചെയ്യുക itapaaducheyyuka
book *(n.)* പുസ്തകം pusthakam
bookie *(n.)* പന്തയംവെപ്പുകാരൻ panthayamveppukaaran
bookish *(adj.)* പുസ്തകജ്ഞാനം മാത്രമുള്ള pusthakanjanam maathramulla
bookish *(n.)* പ്രയോഗജ്ഞാനമില്ലാത്ത prayoganjaanamillaaththa
book-keeper *(n.)* കണക്കെഴുതുന്നയാൾ kanakkezhuthunnayaal
booklet *(n.)* ചെറുപുസ്തകം cherupusthakam
bookmaker *(n.)* വാതുവെപ്പുകാരൻ vaathuveppukaaran
bookmark *(n.)* പുസ്തക അടയാളം pusthaka adayaalam
bookseller *(n.)* പുസ്തകവ്യാപാരി pusthakavyaapaari
bookshop *(n.)* പുസ്തകക്കട pusthakakkada
bookstall *(n.)* പുസ്തകശാല pusthakashaala
bookworm *(n.)* പുസ്തകപ്പുഴു pusthakappuzhu
boom *(n.)* മുഴക്കം muzhakkam
boon *(n.)* പ്രീതി preethi
boor *(n.)* മൂർഖൻ moorkhan
boost *(v.)* അഭിവൃദ്ധിപ്പെടുത്തുക abhivrudhippeduthuka
boost *(n.)* പ്രോത്സാഹനം protsahanam
booster *(n.)* ശക്തിവർദ്ധിനി sakthivardhini
boot *(n.)* പാദകവചം paadakavacham
booth *(n.)* താത്കാലിക താവളം thatkaalika thaavalam
booty *(n.)* കൊള്ളമുതൽ kollamuthal
booze *(v.)* മദ്യപിക്കുക madyapikkuka
border *(n.)* അതിർത്തി athirththi
bore *(v.)* കിണറു കുഴിക്കുക kinarukuzhikkuka
born *(adj.)* ജന്മനാലുള്ള janmanaalulla
borne *(adj.)* നിർവ്വഹിച്ച nirvvahicha
borough *(n.)* വലിയ പട്ടണത്തിന്റെ ഒരു ഭാഗം valiya pattanathinte oru bhaagam
borrow *(v.)* വായ്പ വാങ്ങുക vaaypa vaanguka
bosom *(n.)* മാറിടം maaritam
boss *(n.)* മേധാവി medhaavi
bossy *(adj.)* കീഴടക്കി ഭരിക്കുന്ന keezhatakki bharikkunna
botanical *(adj.)* സസ്യ സംബന്ധമായ sasya sambandhamaaya
botany *(n.)* സസ്യശാസ്ത്രം sasyasaasthram
botch *(v.)* പടുപണി ചെയ്യുക patupani cheyyuka
both *(adj & pron.)* ഇരു iru
bother *(v.)* അലോസരപ്പെടുക alosarappeduka
botheration *(n.)* ശല്യം shalyam
bottle *(n.)* കുപ്പി kuppi
bottom *(n.)* അടിഭാഗം adibhaagam
bough *(n.)* മരക്കൊമ്പ് marakkomb
boulder *(n.)* പാറക്കഷ്ണം paarakashanam
boulevard *(n.)* ചോലമരങ്ങളുള്ള നടപ്പാത cholamarangalulla natappaatha
bounce *(v.)* കുതിക്കുക kuthikkuka
bouncer *(n.)* പ്രശ്ന നിയന്ത്രാതാവ് prashna niyanthraathaav
bound *(v.)* പരിമിതപ്പെടുത്തുക parimithappeduthuka
boundary *(n.)* അതിര് athiru

bountiful *(adj.)* സമ്പുഷ്ടമായ
sambushtamaaya

bounty *(n.)* ഔദാര്യം oudaaryam

bouquet *(n.)* പൂച്ചെണ്ട് poochchend

bourgeois *(adj.)* ഇടത്തരക്കാരൻ
idatharakkaaran

bourgeoise *(n.)* ബൂർഷ്വാ സ്ത്രീ
boorshwa stree

bout *(n.)* ആവൃത്തി aavruththi

boutique *(n.)* ആധുനിക
തുന്നൽശാല aadhunika
thunnalshaala

bow *(n.)* പ്രണാമം pranaamam

bowel *(n.)* ഉദരകോശങ്ങൾ
udarakoshangal

bower *(n.)* വള്ളിക്കുടിൽ vallikkudil

bowl *(n.)* കോപ്പ koppa

bowler *(n.)* പന്തെറിയുന്നയാൾ
pantheriyunnayaal

box *(n.)* പെട്ടി petti

boxer *(n)* ഇടിക്കാരൻ itikkaaran

boxing *(n.)* ഇടിമത്സരം itimatsaram

boy *(n.)* ആൺകുട്ടി aankutty

boycott *(v.)* ബഹിഷ്കരിക്കുക
bahishkarikkuka

boyhood *(n.)* ബാല്യം baalyam

boyish *(adj.)* ബാലസ്വഭാവമായ
baalaswabhaavamaaya

bra *(n.)* സ്തനകഞ്ചുകം
sthanakanchukam

brace *(n.)* വാറ് vaaru

bracelet *(n.)* കൈവള kaivala

braces *(n.)* ദന്തബന്ധം danthabandham

bracing *(adj.)* ഉന്മേഷദായകമായ
unmeshadaayakamaaya

bracken *(n.)* ഒരിനം കാട്ടു
കുറ്റിച്ചെടി orinam kattuchedi

bracket *(n.)* ആവരണചിഹ്നം
aavaranachihnam

brackish *(adj.)* ലവണമയമായ
lavanamayamaaya

brag *(v.)* വമ്പുപറച്ചിൽ
vambuparachil

braggart *(n.)* പൊങ്ങച്ചക്കാരൻ
pongachakkaran

braid *(n.)* മടച്ചിൽ madachil

braille *(n.)* അന്ധവായനാലിപി
andhavaayanaalipi

brain *(n.)* തലച്ചോറ് thalachoru

brainchild *(n.)* സ്വന്തമാശയം
swanthamaaya

brainstorm *(n.)*
മാനസികവിക്ഷോഭം
manasikavikshobham

brainy *(adj.)* ബുദ്ധിശക്തിയുള്ള
budhisakthiyulla

braise *(v.)* വരട്ടുക varattuka

brake *(n.)* നിയന്ത്രണം niyanthranam

brake *(v.)* നിയന്ത്രിക്കുക
niyanthrikkuka

bran *(n.)* ഉമി umi

branch *(n.)* ശാഖ shaakha

brand *(n.)* വാണിജ്യമുദ്ര
vaanijyamudra

branding *(n.)* മുദ്രകുത്തൽ
mudrakuththal

brandish *(v.)* ചുഴറ്റുക chuzhattuka

brandy *(n.)* ബ്രാണ്ടിമദ്യം
brandymadyam

brangle *(v.)* കലഹിക്കുക kalahikkuka

brash *(adj.)* ധിക്കാരമുള്ള
dhikkaaramulla

brass *(n.)* പിച്ചള pichchala

brasserie *(n.)* ഭക്ഷണവും മദ്യവും
വിളമ്പുന്ന ചെറുഭോജനശാല
bhakshanavum madyavum vilambunna
cherubhojanashaala

brat *(n.)* ഒന്നിനും കൊള്ളാത്തവൻ
onninum kollaaththavan

bravado *(n.)* വീരസ്യം viirasyam

brave *(adj.)* നിർഭയമായ
nirbhayamaaya

bravery *(n.)* ശൗര്യം shouryam

brawl *(n.)* ബഹളമുണ്ടാക്കുക bahalamundaakkuka
brawn *(n.)* കായബലം kaayabalam
bray *(n.)* കഴുതക്കരച്ചിൽ kazhuthakkarachchil
braze *(v.)* വിളക്കിച്ചേർക്കുക vilakkicherkkuka
breach *(v.)* ലംഘിക്കുക langhikkuka
bread *(n.)* അപ്പം appam
breadcrumb *(n.)* ബ്രഡ്ഡിന്റെ ചെറിയ കഷ്ണങ്ങൾ breddinte cheriya kashanangal
breaded *(adj.)* ബ്രെഡ്പൊടിയിൽ മുക്കിവറുത്തത് bredpodiyil mukkivaruththath
breadth *(n.)* വിസ്തൃതി visthruthi
breadwinner *(n.)* കുടുംബത്തിനായി പണം സമ്പാദിക്കുന്നയാൾ kudumbaththinaayi panam sambaadikkunnayaal
break *(v.)* തകർക്കുക thakarkkuka
break point *(n.)* ഇടവേള idavela
break up *(n.)* വേർപിരിയുക verpiriyuka
breakage *(n.)* ഉടവ് udav
breakdown *(n.)* തകർച്ച thakarcha
breakfast *(n.)* പ്രാതൽ praathal
breakfront *(n.)* അലമാര alamaara
breaking *(n.)* തകർക്കൽ thakarkkal
break-off *(n.)* തുടക്കം thudakkam
breakout *(n.)* പെട്ടെന്ന് ആരംഭിക്കുക pettenn arambhikkuka
breaktime *(n.)* വിശ്രമവേള vishramavela
breakup *(n.)* ഛിന്നഭിന്നമാകൽ chinnabhinnamaakal
breast *(v.)* അഭിമുഖീകരിക്കുക abhimukeekarikkuka
breast *(n.)* സ്തനം sthanam
breastfeed *(v.)* മുലയൂട്ടുക mulayoottuka
breath *(n.)* ശ്വാസം swaasam
breathe *(v.)* ശ്വസിക്കുക swasikkuka
breathtaking *(adj.)* അത്ഭുതാവഹമായ athbhuthaavahamaaya
breech *(n.)* ആസനം aasanam
breed *(v.)* സന്താനമുണ്ടാക്കുക santhaanamundaakkuka
breeze *(n.)* മന്ദമാരുതൻ mandhamaaruthan
breviary *(n.)* പ്രാർത്ഥനാപ്പുസ്തകം praarthanaappusthakam
brevity *(n.)* സംക്ഷിപ്തത samkshipththatha
brew *(v.)* വാറ്റുക vaattuka
brewery *(n.)* മദ്യനിർമ്മാണശാല madyanirmmanashaala
bribe *(v.)* കൈക്കൂലി കൊടുക്കുക kaikkooli kodukkuka
brick *(n.)* ചുടുകട്ട chudukatta
bridal *(adj.)* വധുവിനെ സംബന്ധിച്ച vadhuvine sambandhicha
bride *(n.)* വധു vadhu
bridegroom *(n.)* വരൻ varan
bridesmaid *(n.)* വധുവിന്റെ തോഴി vadhuvinte thozhi
bridge *(n.)* പാലം paalam
bridle *(n.)* കടിഞ്ഞാൺ kadinjaan
brief *(adj.)* ഹ്രസ്വമായ hruswamaaya
briefcase *(n.)* പെട്ടി petti
briefing *(n.)* വിവരംനൽകൽ vivaramnalkal
brigade *(n.)* സേനാസമൂഹം senasamooham
brigadier *(n.)* ദളപതി dalapathi
brigand *(n.)* കൊള്ളക്കാരൻ kollakkaaran
bright *(adj.)* തേജസ്വിയായ thejaswiyaaya
brighten *(v.)* പ്രകാശമാനമാവുക prakaashamaanamaakuka
brightness *(n.)* തിളക്കം thilakkam

brilliance *(n.)* ബുദ്ധിശക്തി
buddhisakthi
brilliant *(adj.)* അതിബുദ്ധിയുള്ള
athibuddhiyulla
brim *(n.)* തെല്ല് thellu
brine *(n.)* ഉപ്പുവെള്ളം uppuvellam
bring *(v.)* കൊണ്ടുവരിക
konduvarika
brinjal *(n.)* വഴുതനങ്ങ vazhuthananga
brink *(n.)* വിളുമ്പ് vilumb
briquet *(n.)* കൽക്കരിപ്പൊടി
kalkkaripodi
brisk *(adj.)* ചടുലമായ chatulamaaya
bristle *(n.)* കുറ്റിരോമം kuttiromam
british *(adj.)* ബ്രിട്ടനെ സംബന്ധിച്ച
brittane sambandhichcha
brittle *(adj.)* എളുപ്പത്തിൽ
പൊട്ടുന്ന eluppaththil pottunna
broad *(adj.)* കനത്ത kanaththa
broadband *(n.)*
ആവൃത്തികളൊരുപാടുള്ള
aavruththikalorupaadulla
broadcast *(v.)* പ്രക്ഷേപണം
ചെയ്യുക prakshepanam cheyyuka
broadway *(n.)* വിശാലമാർഗം
vishaalamaargam
brocade *(n.)* ചിത്രപട്ടാംബരം
chithrapattambaram
broccoli *(n.)* കോളിഫ്ളവർ
പോലെയുള്ള ഒരിനം പച്ചക്കറി
cauliflower poleyulla orinam pachakkari
brochure *(n.)* ലഘുവിവരണപത്രം
laghuvivarana pathram
broke *(adj.)* നശിച്ച nashichcha
broken *(v.)* തകർക്കപ്പെട്ട
thakarkkappetta
broker *(n.)* ദല്ലാൾ dallal
brokerage *(n.)* ദല്ലാളിവട്ടം
dallalivattam
bromide *(n.)* ബ്രോമിൻസംയുക്തം
brominesamyuktham

bronchial *(adj.)*
ശ്വാസനാളസംബന്ധം swaasanaala
sambandham
bronchitis *(n.)* ശ്വാസനാളവീക്കം
swaasanaalaveekkam
bronze *(n.)* വെങ്കലം venkalam
brooch *(n.)* സൂചിപ്പതക്കം
soochippathakkam
brood *(n.)* സന്താനങ്ങൾ santhaanangal
brook *(n.)* കൊച്ചരുവി kocharuvi
broom *(n.)* ചൂല് choolu
broth *(n.)* സൂപ്പ് soup
brothel *(n.)* വേശ്യാലയം vesyaalayam
brother *(n.)* സഹോദരൻ sahodaran
brotherhood *(n.)* സാഹോദര്യം
saahodaryam
brouge *(n.)* കനത്ത ഷൂ kanaththa shoe
brow *(n.)* പുരികം purikam
brown *(adj.)* തവിട്ട് thavitt
browse *(v.)* മേയുക meyuka
browser *(n.)* വിവര വിതരണ
സംവിധാനം vivara vitharana
samvidhaanam
bruise *(n.)* ചതവ് chathav
brunch *(n.)* പ്രാതലിനും ഊണിനും
ഇടയ്ക്കുള്ള ഭക്ഷണം prathalinum
uuninum idakkulla bhakshanam
brunette *(n.)* തവിട്ടുമുടിക്കാരി
thavittumudikkaari
brunt *(n.)* ഊക്ക് uukk
brush *(n.)* തൂലിക thulika
brusque *(adj.)* അവിനീതമായ
avineethamaaya
brustle *(v.)* ധിക്കാരം കാണിക്കുക
dhikkaram kanikkuka
brutal *(adj.)* മൃഗീയമായ
mrugeeyamaaya
brutalize *(v.)* മൃതപ്രായമാക്കുക
mruthapraayamaakkuka
brute *(n.)* മൃഗീയത്വം mrugeeyathwam
brutify *(v.)* മൃഗതുല്യമാക്കുക
mrugathulyamaakkuka

brutish *(adj.)* അസംസ്കൃതമായ asamskruthamaaya
bubble *(n.)* നീർപോള niirpola
bubble wrap *(n.)* കുമിൾപ്പൊതി kumilppothi
bubblegum *(n.)* ചർവ്വണവസ്തു charvvanavasthu
buck *(n.)* ആൺമാൻ aanmaan
bucket *(n.)* തൊട്ടി thotti
bucket list *(n.)* ജീവിതാഭിലാഷങ്ങൾ jeevithaabhilaashangal
buckle *(n.)* കൊളുത്തുക koluththuka
bud *(n.)* മുകുളം mukulam
budding *(adj.)* വളരുന്ന valarunna
buddy *(n.)* ഇഷ്ടതോഴൻ ishtathozhan
budge *(v.)* ഇളകുക ilakuka
budget *(n.)* വരവു ചെലവു മതിപ്പ് varav chelav mathipp
buff *(n.)* മങ്ങിയമഞ്ഞനിറം mangiya manja niram
buffalo *(n.)* എരുമ eruma
buffer *(n.)* സമ്മർദ്ധന നിരോധോപകരണം sammarddhana nirodhopakaranam
buffer zone *(n.)* പരിസ്ഥിതിസംരക്ഷിത മേഖല paristhithi samrakshithamekhala
buffet *(n.)* സ്വയംവിളമ്പുന്ന വിരുന്ന് swayam vilambunna marunnu
buffoon *(n.)* വിദൂഷകൻ vidooshakan
bug *(n.)* മൂട്ട muutta
buggy *(n.)* ഊർജ്ജസ്വലതയുള്ള oorjjaswalathayulla
bugle *(n.)* കൊമ്പുവാദ്യം kombuvaadyam
build *(v.)* പണിയിക്കുക paniyikkuka
builder *(n.)* ശിൽപി shilpi
building *(n.)* കെട്ടിടം kettitam
bulb *(n.)* കിഴങ്ങ് kizhang
bulbous *(adj.)* ഗോളാകൃതിയിലുള്ള golaakruthiyilulla
bulge *(n.)* വീക്കം veekkam
bulimia *(n.)* അത്യാർത്തി atyaarththi
bulk *(n.)* ഭീമാംശം bheemaamsham
bulky *(adj.)* വലിപ്പമുള്ള valippamulla
bull *(n.)* മൂരി muuri
bull's eye *(n.)* ഉന്നം unnam
bulldog *(n.)* ബുൾനായ bulnaaya
bulldozer *(n.)* മണ്ണിളക്കിയന്ത്രം mannilakkiyanthram
bullet *(n.)* വെടിയുണ്ട vediyunda
bullet train *(n.)* അതിവേഗ യാത്രാട്രെയിൻ athivega yaathraatrain
bulletin *(n.)* ഔദ്യോഗിക അറിയിപ്പ് oudyogika ariyipp
bulletproof *(adj.)* വെടിയുണ്ടകടക്കാത്ത vediyunda kadakkkatha
bullion *(n.)* സ്വർണ്ണക്കട്ടി swarnakatti
bullish *(adj.)* കാളയെ പോലെ kaalayeppole
bullock *(n.)* വരിയുടച്ച കാള variyudacha kaala
bully *(n.)* വഴക്കാളി vazhakkaali
bulwark *(n.)* കടൽഭിത്തി katalbhiththi
bumble *(v.)* ആശയക്കുഴപ്പത്തിലാകുക aashayakuzhappaththilakuka
bump *(n.)* തട്ടൽ thattal
bumper *(n.)* മോട്ടോർവാഹനങ്ങളുടെ മുൻവശത്തെ അഴി motor vahanangalude munvashaththe azhi
bumpkin *(n.)* നാട്ടുമ്പുറത്തുകാരൻ naattumburaththukaaran
bun *(n.)* വട്ടത്തിലുള്ള ചെറിയ റൊട്ടി vattaththilulla cheriya rotti
bunch *(n.)* പൂക്കുല pookkula
bundle *(n.)* ഭാണ്ഡം bhaandam
bungalow *(n.)* ഹർമ്മ്യം harmyam

bungee jumping *(n.)* ഉയർന്ന സ്ഥലത്ത് നിന്ന് കുതിച്ചുചാടുന്ന പ്രവർത്തി uyarnna stalathu ninnu kuthichu chaadunna pravarththi
bungle *(n.)* ഭീമാബദ്ധം bheemaabaddham
bungle *(v.)* മണ്ടത്തരം കാണിക്കുക mandaththaram kanikkuka
bunk *(n.)* തഞ്ചത്തിൽ മറികടക്കുക thanchaththil marikadakkuka
bunk bed *(n.)* ഇരുനിലകിടക്ക irunila kidakka
bunker *(n.)* വിറകുസംഭരണപ്പെട്ടി viraku sambharana petti
buoy *(n.)* പൊങ്ങുതടി ponguthadi
buoyant *(adj.)* പൊങ്ങിക്കിടക്കുന്ന pongikkidakkunna
burble *(v.)* മർമ്മര ശബ്ദമുണ്ടാക്കുക marmmarashabdhamundakkuka
burden *(n.)* ചുമട് chumat
burdensome *(adj.)* ക്ലേശകരമായ kleshakaramaaya
bureacuracy *(n.)* ഉദ്യോഗസ്ഥഭരണം udyogasthabharanam
bureau *(n.)* കച്ചേരി kachcheri
bureaucrat *(n.)* ഉദ്യോഗസ്ഥൻ udyogasthan
burgeon *(v.)* മൊട്ടിടുക mottituka
burger *(n.)* രണ്ടു ബന്നുകൾക്കിടയിൽ ഇറച്ചിയോ, പച്ചക്കറിയോ നിറച്ചു തയ്യാറാക്കുന്ന ലഘുഭക്ഷണം randu bannukalkkidayil irachchiyo pachakkariyo nirachu thayyaaraakkuknna laghubhakshanam
burglar *(n.)* ഭവനഭേദകൻ bhavanabhedakan
burglar alarm *(n.)* ആപത്സൂചകധ്വനി aapathsoochakadwani
burglary *(n.)* ഭവനഭേദനം bhavanabhedanam
burial *(n.)* ശവദാഹം shavadaaham
burke *(v.)* രഹസ്യമായി കൊല്ലുക rahasyamaayi kolluka
burlesque *(n.)* വികട കേളിയായ vikata keliyaaya
burn *(v.)* പൊള്ളിക്കുക pollikkuka
burner *(n.)* തീയെരിക്കുന്നയാൾ thiiyerikkunnayaal
burning *(adj.)* വെന്തുരുകുന്ന venthurukunna
burp *(v.)* ഏമ്പക്കം വിടുക embakkam viduka
burrow *(n.)* മാളം maalam
bursar *(n.)* ധനകാര്യസ്ഥൻ dhanakaaryasthan
bursary *(n.)* പഠനസഹായധനം padana sahaaya dhanam
burst *(v.)* പൊട്ടിത്തെറിക്കുക pottitherikkuka
bury *(v.)* കുഴിച്ചിടുക kuzhichiduka
bus *(n.)* ബഹുവാഹകം bahuvaahakam
bus shelter *(n.)* ബസ്കാത്തിരിപ്പുകേന്ദ്രം buskaaththiruppukendram
bus stop *(n.)* ബസ് നിർത്തുന്നിയിടം bus nirththunnayidam
bush *(n.)* പൊന്ത pontha
bushy *(adj.)* ഇടതൂർന്ന idathoornna
business *(n.)* വാണിജ്യം vaanijyam
business card *(n.)* വാണിജ്യരേഖ vaanijyarekha
business class *(n.)* വ്യവസായിശ്രേണി vyvasaya sreni
business plan *(n.)* വ്യവസായ പദ്ധതി vyvasaaya padhathi
businessman *(n.)* ബിസിനസ്സുകാരൻ businesskaaran
bustle *(v.)* തിരക്കുക്കൂട്ടുക thirakkukkuuttuka

busy *(adj.)* തിരക്കുപിടിച്ച thirakkupidichcha
but *(conj.)* എന്നാൽ ennaal
butcher *(n.)* കശാപ്പുകാരൻ kashaappukaaran
butler *(n.)* പാചകക്കാരൻ paachakakkaaran
butt *(v.)* നിതംബം nithambam
butter *(n.)* വെണ്ണ venna
butterfly *(n.)* ചിത്രശലഭം chithrashalabham
butterhead *(n.)* വെണ്ണ ചീര vennachiira
buttermilk *(n.)* സംഭാരം sambhaaram
buttock *(n.)* പൃഷ്ഠം prushtam
button *(n.)* കുടുക്ക് kudukk
buy *(v.)* വാങ്ങുക vaanguka
buyer *(n.)* ഉപഭോക്താവ് upabhokthaav
buzz *(n.)* ഇരപ്പ് irapp
buzzer *(n.)* മണിശബ്ദം manishabdam
by *(prep.)* അരികെ arike
bye *(interj.)* ശുഭമസ്തു shubhamasthu
by-election *(n.)* ഉപതിരഞ്ഞെടുപ്പ് upathiranjedupp
bygone *(adj.)* കഴിഞ്ഞുപോയ kazhinjupoya
bylaw, bye-law *(n.)* നിയമാവലി niyamasvali
bypass *(n.)* ഇടവഴി idavazhi
by-product *(n.)* ഉപോല്പന്നം upolpannam
byre *(n.)* ഗോശാല goshala
byte *(n.)* എട്ട് ബിറ്റുകളുടെ ഒരു കൂട്ടം ett bittukalude oru koottam
byway *(n.)* എളുപ്പവഴി eluppavazhi
byword *(n.)* ഉപനാമം upanaamam

C

cab *(n.)* വാടകവാഹനം vaatakavaahanam
cabana *(n.)* കൂടാരം kootaaram
cabaret *(n.)* ഭോജനശാലയിലെ നൃത്തസംഗീത പ്രകടനം bhojanashaalayile nruththa sangeetha prakatanam
cabbage *(n.)* മുട്ടക്കോസ് muttakkose
cabby *(n.)* വണ്ടിക്കാരൻ vandikkaran
cabin *(n.)* ചെറുമുറി cherumuri
cabinet *(n.)* മന്ത്രിസഭ manthrisabha
cable *(n.)* കവചിതകമ്പി kavachithakambi
cable car *(n.)* ചെറുവണ്ടികൾ cheruvandikal
cable television *(n.)* വിദൂരദർശിനി vidooradarshini
cabuncle *(n.)* പുണ്ണ് punnu
cache *(n.)* പൂഴ്ത്തിവയ്പ്പ് poozhthivaypp
cachet *(n.)* പ്രത്യേക മുദ്ര prathyekamudra
cackle *(v.)* ജൽപിക്കുക jalppikkuka
cactus *(n.)* കള്ളിമുൾച്ചെടി kallimulchedi
cad *(n.)* നീചൻ niichan
cadaver *(n.)* മൃതദേഹം mruthadeham
cadaverous *(adj.)* വിളറിയ vilariya
cadence *(n.)* സ്വരാവരോഹം swaraavaroham
cadet *(n.)* സൈനികപരിശീലനവിദ്യാർത്ഥി sainika parisheelana vidyarthi
cadge *(v.)* ഭിക്ഷതെണ്ടുക bhiksha thenduka
cadmium *(n.)* ഒരു മൂലകലോഹം oru moolaka loham

cafe *(n.)* ലഘു ഭക്ഷണശാല laghu
ഭക്ഷണ shaala
cafeteria *(n.)* ഭക്ഷണശാല
bhakshanashaala
caffeine *(n.)* കാപ്പിക്കുരുവിൽ
അടങ്ങിയിരിക്കുന്ന ഒരു
ഉത്തേജക വസ്തു kaappikkuruvil
adangiyirikkunna ഒരു uththejaka
vasthu
cage *(n.)* പക്ഷിക്കൂട് pakshikkood
cajole *(v.)*
പുകഴ്ത്തിവശത്താക്കുക
pukazhthi vashathaakkuka
cake *(n.)* ഒരിനം മധുരപലഹാരം
orinam madhurapalahaaram
cakewalk *(v.)* നിഷ്പ്രയാസം
nikshprayaasam
calamity *(n.)* അത്യാപത്ത് athyaapath
calamity *(n.)* ദുരിതം duritham
calcium *(n.)* ചുണ്ണാമ്പ് chunnaamb
calculate *(v.)* തിട്ടപ്പെടുത്തുക
thittappeduthuka
calculation *(n.)* ഗണനം gananam
calculator *(n.)* ഗണനയന്ത്രം
gananayanthram
calendar *(n.)* കലണ്ടർ calender
calf *(n.)* കന്നുകുട്ടി kannukutty
calibrate *(v.)* നിർണ്ണയിക്കുക
nirnnayikkuka
calibration *(n.)* ഒത്തുനോക്കൽ
oththunokkal
calibre *(n.)* സ്വാഭാവദാർഢ്യം
swabhaavadaardyam
call *(v.)* വിളിക്കുക vilikkuka
call *(n.)* വിളി vili
call centre *(n.)*
ടെലിഫോൺകാര്യാലയം
telephone kaaryaalayam
caller *(n.)* വിളിക്കുന്നയാൾ
vilikkunnayaal

calligraphy *(n.)*
കൈയെഴുത്തുശാസ്ത്രം
kaiyezhuthushaasthram
calling *(n.)* നിയോഗം niyogam
callous *(adj.)* കർക്കശം karkkasham
callow *(adj.)*
അനുഭവജ്ഞാനമില്ലാത്ത
anubhavanjaanamillaaththa
callow *(adj.)* ചിറകുവിരിയാത്ത
chirakuviriyaaththa
calm *(adj.)* ശാന്തമായ shaanthamaaya
calmative *(adj.)* ശാന്തതയുള്ള
shaanthathayulla
calmness *(n.)* സമാധാനം
samaadhaanam
calorie *(n.)* ഊർജ്ജമാത്ര
oorjjamaathra
calorific *(adj.)* താപഹേതുവായ
thaapahethuvaaya
calumniate *(v.)* അപവാദം
പരത്തുക apavaadam paraththuka
calumny *(n.)* ദോഷാരോപണം
doshaaropanam
camel *(n.)* ഒട്ടകം ottakam
cameo *(n.)* ചിത്രംകൊത്തിയ
രത്നം chithram koththiya rathnam
camera *(n.)* ഫോട്ടോ എടുക്കുന്ന
ഉപകരണം photo edukkunna
upakaranam
camlet *(n.)* ഒട്ടകരോമം
കൊണ്ടുണ്ടാക്കുന്ന തുണി ottaka
romam kondundaakkunna thuni
camouflage *(n.)* പ്രച്ഛന്നവേഷം
prachchannavesham
camp *(n.)* ശിബിരം shibiram
campaign *(n.)* സംഘടിത
പ്രവർത്തനം sangatitha
pravarththanam
camper *(n.)* താവളമടിക്കുന്ന
യാത്രക്കാർ thaavalamatikkunna
yaathrakkaar
campfire *(n.)* തീക്കുണ്ഡം thiikkundam

camphor (n.) കർപ്പൂരം karppuuram
campsite (n.) ശിബിരം shibiram
campus (n.) കലാലയം kalaalayam
can (v.) കഴിയുക kazhiyuka
can (n.) തകരപ്പാത്രം thakarappathram
canal (n.) കൈത്തോട് kaiththod
canard (n.) കള്ളക്കഥ kallakkatha
canary (v.) നൃത്തമാടുക
nruththamaatuka
canary (n.) മൈനപ്പക്ഷി mainappakshi
cancel (v.) വേണ്ടെന്നു വയ്ക്കുക
vendenn vaykkuka
cancellation (n.) ഉപേക്ഷിക്കൽ
upekshikkal
cancer (n.) അർബുദം arbudham
candid (adj.) കപടമില്ലാത്ത
kapatamillaaththa
candidacy (n.) സ്ഥാനാരത്ഥിത്വം
sthaanaarthithwam
candidate (n.) സ്ഥാനാർത്ഥി
sthaanaarthwi
candle (n.) മെഴുകുതിരി mezhukuthiri
candlelight (n.) മെഴുകുതിരി
വെളിച്ചം mezhukuthiri velicham
candour (n.) നിഷ്കളങ്കത
nishkalankatha
candy (n.) മധുരപദാർത്ഥം
madhurapadaarthwam
cane (n.) ചൂരൽവടി chooralvadi
canine (adj.) നായയെ സംബന്ധിച്ച
naayaye sambandhicha
canister (n.) ചെറു പെട്ടി cherupetti
cannabis () കഞ്ചാവ് kanchaav
cannibal (n.) നരഭോജി narabhoji
cannibalise (v.) സ്വവർഗ്ഗഭോജിത്വം
swavargabhojithwam
cannon (n.) പീരങ്കി piiranki
cannonade (v.) പീരങ്കിപ്രയോഗം
piirankiprayogam
canny (adj.) കുശാഗ്രബുദ്ധിയുള്ള
kushaagrabuddiyulla

canon (n.) തിരുസഭാച്ചട്ടം
thirusabhaachattam
canonize (v.) പുണ്യവാളനാക്കുക
punyavaalanaakkuka
canopy (n.) മേലാപ്പ് melaapp
canteen (n.) ഭോജനശാല
bhojanashaala
canter (n.) കുതിരപ്പാച്ചിൽ
kuthirappaachil
canton (n.) ഭൂവിഭാഗം
bhuuvibhaagam
cantonment (n.) പടപ്പാളയം
patappalayam
canvas (n.) ചിത്രലേഖനപ്രതലം
chithralekhanaprathalam
canvass (v.) വോട്ടപേക്ഷിക്കൽ
vottapekshikkal
canyon (n.) ഗിരികന്ദരം girikandharam
cap (v.) മൂടിയിടുക mootiyituka
cap (n.) തൊപ്പി thoppi
capability (n.) കാര്യപ്രാപ്തി
kaaryapraapthi
capable (adj.) കെൽപുള്ള kelpulla
capacious (adj.) വിസ്തൃതമായ
visthruthamaaya
capacity (n.) ത്രാണി thraani
cape (n.) മുനമ്പ് munamb
capillary (n.)
സൂക്ഷ്മരക്തവാഹിനി
sookshmarakthavaahini
capital (n.) തലസ്ഥാനം thalasthaanam
capitalism (n.) മുതലാളിത്തം
muthalaaliththam
capitalist (n.) മുതലാളിത്തവാദി
muthalaaliththavaadi
capitalize (v.) മൂലധനമാക്കിമാറ്റുക
mooladhanamaakki maattuka
capitation (n.) തലവരി thalavari
capitulate (v.) കീഴടങ്ങുക
keezhatanguka
cappuccino (n.) പതപ്പിച്ച കാപ്പി
pathappicha kaappi

caprice *(n.)* മനശ്ചാഞ്ചല്യം manaschanchalyam
capricious *(adj.)* അസ്ഥിരചിത്ത adthirachiththa
capricorn *(n.)* മകരം രാശി makaram raashi
capsicum *(n.)* കപ്പൽ മുളക് kappalmulak
capsize *(v.)* തകിടം മറിക്കുക thakitam marikkuka
capsular *(adj.)* ബീജകോശസംബന്ധി beejakosha sambandhi
capsule *(n.)* ബീജകോശം beejakosham
captain *(n.)* നായകൻ naayakan
captaincy *(n.)* നായകത്വം naayakathwam
captcha *(n.)* ഉപയോഗിക്കുന്നത് മനുഷ്യനാണോ എന്നറിയാൻ കംപ്യൂട്ടറിലുള്ള സംവിധാനം upayogikkunnath manushyanaano ennariyaan computerilull a samvidhaanam
caption *(n.)* ചിത്രവിവരണം chithravivarana
captivate *(v.)* മനം കവരുക manamkavaruka
captive *(adj.)* സ്വാതന്ത്ര്യമില്ലാത്ത swaathanthryamillaaththa
captive *(n.)* തടവുപുള്ളി thadavupulli
captivity *(n.)* ദാസ്യം daasyam
capture *(n.)* ബന്ധനത്തിലാക്കൽ bandhanathilaakkal
capture *(v.)* കീഴടക്കുക keezhatakkuka
car *(n.)* വണ്ടി vandi
carabine *(v.)* കുതിരപ്പടയാളിയുടെ തോക്ക് kuthirappatayaliyude thokk
caracass *(n.)* ശവം shavam
caramel *(n.)* കരിച്ച പഞ്ചസാര karichcha panchasaara
carat *(n.)* സ്വർണ്ണമാറ്റ് swarnamaatt
caravan *(n.)* സാർത്ഥവാഹകസംഘം swarthwa vaahaka sangham
carbide *(n.)* കാർബൻ്റെ ബൈനറിസംയുക്തം carbonte binary samyuktham
carbon *(n.)* അംഗാരകം angaarakam
carbon copy *(n.)* കാർബൺ പകർപ്പ് carbon pakarpp
carbonate *(n.)* ഇംഗാലാമ്ലം ingaalaamlam
carbonization *(n.)* കരിയാക്കൽ kariyaakkal
carbonize *(v.)* കരിയാക്കുക kariyaakkuka
card *(n.)* നറുക്ക് narukk
card reader *(n.)* ക്രെഡിറ്റ് കാർഡ് മുതലായവയിലെ ബാർകോഡ് വായിക്കുന്ന സെൻസർ credit card muthalaayavayile baarcode vaayikkunna sensor
cardamom *(n.)* ഏലക്ക elakka
cardboard *(n.)* പലകക്കടലാസ് palakakkatalaas
cardholder *(n.)* കാർഡ്ഉടമ cardudama
cardiac *(adj.)* ഹൃദയസംബന്ധിയായ hrudaya sambandhiyaaya
cardiac arrest *(n.)* ഹൃദയസ്തംഭനം hrudaya sthambhanam
cardigan *(n.)* സ്വറ്റർ sweter
cardinal *(n.)* വൈദികമേലദ്ധ്യക്ഷൻ vaidika meladyakshan
cardiograph *(n.)* ഹൃദയചലനരേഖായന്ത്രം hrudaya chalana rekhaayanthram
cardiology *(n.)* ഹൃദയവിജ്ഞാനീയം hrudayavinjaaneeyam
care *(v.)* കരുതുക karuthuka
care *(n.)* അവധാനത avadhaanatha

career *(n.)* ഔദ്യോഗികജീവിതം
oudyogika jeevitham

carefree *(adj.)* അല്ലലില്ലാത്ത
allalillaaththa

careful *(adj.)* ശ്രദ്ധയോടെ sraddyode

careless *(adj.)* അലക്ഷ്യമായ
alakahyamaaya

carer *(n.)* പരിചരിക്കുന്നയാൾ
paricharikkunnayaal

caress *(v.)* ലാളിക്കുക laalikkuka

caretaker *(n.)* മേലന്വേഷകൻ
melanweshakan

cargo *(n.)* കപ്പൽച്ചരക്ക്
kappalcharakk

caricature *(n.)* ഹാസ്യചിത്രം
haasyachithram ..

carious *(adj.)* അഴുകിയ azhukiya

carlock *(n.)* മീൻപശ meenpasha

carnage *(n.)* അറുകൊല arukola

carnal *(adj.)* വിഷയാസക്തമായ
vishayaasakthamaaya

carnival *(n.)* ആഹ്ലാദോത്സവം
aahlaadolsavam

carnivore *(n.)* മാംസഭുക്ക്
maamsabhookk

carol *(n.)* ക്രിസ്മസ്ഗാനം
chrismasgaanam

carouse *(v.)* കുടിച്ചു മദിക്കുക
kudichchu madikkuka

carousel *(n.)* മദ്യപാനോത്സവം
madyapaanolsavam

carp *(n.)* കരിമീൻ karimeen

carpel *(n.)* പുഷ്പജനി pushpajani

carpenter *(n.)* മരയാശാരി
marayaashaari

carpentry *(n.)* തച്ചുവേല thachchuvela

carpet *(n.)* വിരിപ്പ് viripp

carpool *(n.)* ഒന്നിച്ചു കാറിൽ യാത്ര
ചെയ്യുക onnichchu caril yaathra
cheyyuka

carrack *(n.)* സാമുദ്രികനൗക
saamudrika nauka$mmm

carriage *(n.)* ശകടം shakatam

carrier *(n.)* വാഹകൻ vaahakan

carrot *(n.)* ശീമമുള്ളങ്കി
sheemamullanki

carry *(v.)* ചുമക്കുക chumakkuka

carsick *(adj.)* തേക്കം thekkam

cart *(n.)* ഭാരവണ്ടി bhaaravandi

cartage *(n.)* വണ്ടിക്കൂലി vandikkuli

cartel *(n.)* ഏകപക്ഷരൂപീകരണം
ekapaksharuupiikaranam

cartilage *(n.)* തരുണാസ്ഥി tharunaasthi

cartographer *(n.)*
ഭൂപടനിർമ്മാതാവ്
bhoopatanirmmaathaav

carton *(n.)* കാർഡ്ബോർഡ് പെട്ടി
cardboard petti

cartoon *(n.)* ഹാസ്യദ്യോതകചിത്രം
haasyadyothaka chithram

cartoonist *(n.)* ഹാസ്യചിത്രകാരൻ
haasyachithrakaaran

cartridge *(n.)* വെടിത്തിര vediththira

carve *(v.)* രൂപം കൊത്തുക roopam
koththuka

carving *(n.)* കൊത്തുപണി
koththupani

cascade *(n.)* നീർച്ചാട്ടം neerchchattam

case *(n.)* സംഗതി sangathi

casern *(n.)* പട്ടാളത്താവളം
pattalaththavalam

cash *(n.)* ധനം dhanam

cashback *(n.)* തിരികെക്കിട്ടുന്ന
പണം thirikekkittunna panam

cashew *(n.)* പറങ്കിമാവ് parankimaav

cashier *(n.)* പണം
സൂക്ഷിക്കുന്നയാൾ panam
sookshikkunnayaal

cashmere *(n.)* കാശ്മീർ
ആട്ടിൻരോമത്തിൽ
നിന്നുണ്ടാക്കുന്നമൃദുവായ
കമ്പിളി kashmiir aattinromaththil
ninnundaakkunna mruduvaaya kambili

casing *(n.)* പൊതിച്ചിൽ pothichil

casino *(n.)* ചൂതാട്ടസ്ഥലം
chuuthaattasthalam
cask *(n.)* വീപ്പ veeppa
casket *(n.)* ചെല്ലം chellam
casserole *(n.)* ചൂടുപോകാതെ
ആഹാരം സൂക്ഷിക്കാൻ
ഉപയോഗിക്കുന്ന
അടപ്പോടുകൂടിയ പാത്രം chood
pokathe aahaaram sookshikkan
upayogikkunna adappotu koodiya
paathram
cassette *(n.)* ടെയ്പ്
ഉൾക്കൊള്ളുന്ന
പേടകസംവിധാനം tape
ulkkollunna samvidhaanam
cast *(v.)* തെരഞ്ഞെടുക്കുക
theranjedukkuka
cast *(n.)* കഥാപാത്രം kathaapaathram
caste *(n.)* ജാതി jaathi
castellan *(n.)* ഗവർണർ governor
caster *(n.)* അച്ചുവാർപ്പുയന്ത്രം
achuvaarppu yanthram
castigate *(v.)* ദണ്ഡിക്കുക dandikkuka
casting *(n.)* അഭിനേതാക്കളുടെ
തെരഞ്ഞെടുപ്പ് abhinethaakkalude
theranjedupp
castle *(n.)* ദുർഗ്ഗം durggam
castor *(n.)* ഇരുമ്പു ചുറ്റിട്ട ചക്രം
irumbu chuttita chakram
castor oil *(n.)* ആവണക്കെണ്ണ
aavanakkenna
casual *(adj.)* നിനയ്ക്കാത്ത
ninaykkaththa
casualty *(n.)* അത്യാഹിതവിഭാഗം
atyahithavibhaagam
cat *(n.)* പൂച്ച poochcha
cataclysm *(n.)* വിപ്ലവം viplavam
catacomb *(n.)* ഭൂഗർഭക്കല്ലറ
bhoogarbhakkallara
catagorize *(v.)* തരം തിരിക്കുക
tharamthirikkuka

catalogue *(n.)* വിവരപ്പട്ടിക
vivarappattika
catalyse *(v.)*
രാസത്വരണവിധേയമാക്കുക
raasathwarana videyamaakkuka
catalyst *(n.)* രാസത്വരകം
raasathwarakam
catalyzer *(n.)* ത്വരിതമാക്കൽ
thwarithamaakkal
catapult *(n.)* തെറ്റാലി thettali
cataract *(n.)* തിമിരം thimiram
catastrophe *(n.)* ദാരുണസംഭവം
darunasambhavam
catastrophic *(adj.)*
ഭൂപരിണാമങ്ങളുടെ കാരണം
ഭൗതിക
പരിവർത്തനങ്ങളാണെന്ന
വാദത്തെ സംബന്ധിച്ച
bhooparinaamangslude kaaranam
bhouthika parivarthanangal anenna
vaadaththe sambandhichcha
catch *(v.)* പിടിക്കുക pidikkuka
catching *(adj.)* ആകർഷിക്കുന്ന
aakarshikkuka
categorical *(adj.)* നിശ്ചിതമായ
nischithamaaya
category *(n.)* വിഭാഗം vibhaagam
cater *(v.)* വിളമ്പുക vilambuka
caterer *(n.)* ഉപചാരകൻ
upachaarakan
caterpillar *(n.)* ചിത്രശലഭപ്പുഴു
chithrashalabhapuzhu
catfight *(n.)* സ്ത്രീകൾ തമ്മിലുള്ള
വഴക്ക് sthreekal thammilulla vazhakk
catfish *(n.)* മുഴു മത്സ്യം muzhu
malsyam
catharsis *(n.)* വികാരവിരേചനം
vikaaravirechanam
cathedral *(n.)* ഭദ്രാസനപ്പള്ളി
bhadraasanappalli

catholic *(adj.)* കത്തോലിക്കാസഭയെ സംബന്ധിച്ച kaththolikkaasabhaye sambandhichcha
catholicism *(n.)* കത്തോലിക്കാമതം katholikkaamatham
cattle *(n.)* കന്നുകാലികൾ kannukaalikal
catwalk *(n.)* ഇടുങ്ങിയ നടപ്പാത itungiya natappatha
caudal *(adj.)* വാലിനോടടുത്തുള്ള vaalinodatuththulla
cauldron *(n.)* കുട്ടകം kuttakam
cauliflower *(n.)* പൂഗോവീസ് ചീര puugovis cheera
causal *(adj.)* ഹേതുവായ hethuvaaya
causality *(n.)* ഹേതു hethu
causation *(n.)* കാര്യകാരണ ബന്ധം kaaryakaarana bandham
cause *(v.)* കാരണമാവുക kaaranamavuka
cause *(n.)* നിദാനം nidanam
causeway *(n.)* നടവരമ്പ് natavaramb
caustic *(adj.)* ദ്രവിപ്പിക്കുന്ന dravippikkunna
caution *(n.)* കരുതൽ karuthal
cautionary *(adj.)* താക്കീത് നല്കുന്ന thaakkeeth nalkunna
cautious *(adj.)* ഉണർച്ചയോടുകൂടിയ unarchayod kuutiya
cavalry *(n.)* അശ്വസേന aswasena
cave *(n.)* ഗുഹ guha
caveat *(n.)* മുന്നറിയിപ്പ് munnariyipp
cavern *(n.)* നിലവറ nilavara
caviar *(n.)* മത്സ്യമുട്ടവിഭവം malsyamuttavibhavam
cavil *(v.)* എതിർക്കുക ethirkkuka
cavity *(n.)* ദ്വാരം dwaaram
cavort *(v.)* തുള്ളിക്കളിക്കുക thullikkalikkuka
cavorting *(n.)* തുള്ളിച്ചാട്ടം thullichaattam
caw *(v.)* കാക്ക കരയുക kaakka karayuka
cease *(v.)* മതിയാക്കുക mathiyaakkuka
ceasefire *(n.)* യുദ്ധവിരാമം yuddha viraamam
ceaseless *(adj.)* ഇടവിടാതെയുള്ള itavidaatheyulla
cedar *(n.)* അകിൽ മരം akilmaram
cede *(v.)* പരിത്യജിക്കുക parithwajikkuka
ceiling *(n.)* മുകൾത്തട്ട് mukalthatt
celebrate *(v.)* ആഘോഷിക്കുക aakhoshikkuka
celebration *(n.)* ആഘോഷം aakhosham
celebrity *(n.)* പ്രസിദ്ധരായവർ prasidhdharaayavar
celerity *(n.)* ശീഘ്രത sheekhratha
celery *(n.)* ഒരിനം പച്ചക്കറി orinam pachchakkari
celestial *(adj.)* സ്വർഗ്ഗീയമായ swargeeyamaaya
celibacy *(n.)* ബ്രഹ്മചര്യം brahmacharyam
celibate *(adj.)* ബ്രഹ്മചാരി brahmachaari
cell *(n.)* കോശം kosham
cell phone *(n.)* കൊണ്ടുനടക്കാവുന്ന ഫോൺ kondunatakkavunba phone
cellar *(n.)* നിലയറ nilayara
cello *(n.)* തന്ത്രിവാദ്യം thanthrivaadyam
cellophane *(n.)* സുതാര്യമായ പൊതിച്ചിൽ suthaaryamaaya pothichil
cellular *(adj.)* കോശനിർമ്മിതം koshanirmmitham
cellulite *(n.)* നീർച്ചുഴി neerchchuzhi
celluloid *(n.)* ഫിലിം filim

Celsius *(adj.)* തെർമോമീറ്റർ മാപനരീതി thermometer maapanariithi
cement *(n.)* കുമ്മായക്കൂട്ട് kummaayakuutt
cemetery *(n.)* ശവക്കോട്ട shavakkotta
cense *(v.)* സുഗന്ധദ്രവ്യങ്ങൾ പുകയ്ക്കുക sugandhadravyangal pukaykkuka
censer *(n.)* ധൂപകലശം dhoopakalasham
censor *(n.)* ഗുണദോഷ വിവേചനം gunadhosha vivechanam
censorious *(adj.)* കുറ്റം കണ്ടുപിടിക്കുന്ന kuttam kandupidikkunna
censorship *(n.)* ദണ്ഡശോധന dandashodhana
censure *(v.)* വിമർശിക്കുക vimarshikkuka
census *(n.)* ജനസംഖ്യാകണക്ക് janasamkhyaakanakk
cent *(n.)* നൂറിലൊരു ഭാഗം noorilori bhaagam
centaur *(n.)* പകുതി മനുഷ്യനും പകുതി കുതിരയുമായ സങ്കൽപജീവി pakuthi manushyanum pakuthi kuthirayumaaya sankalpajeevi
centenarian *(n.)* ശതായുഷ്മാൻ shathaayuahmaan
centenary *(n.)* ശതകം shathakam
centennial *(n.)* നൂറുവർഷത്തിലൊരിക്കൽ nooruvarshathilorikkal
center *(n.)* കേന്ദ്രസ്ഥാനം kendrasthaanam
centigrade *(adj.)* ഊഷ്മാവ് അളക്കുന്നതിനുള്ള ഒരു രീതി ooshmaav akakkunnathulla oru reethi
centimetre *(n.)* മീറ്ററിന്റെ നൂറിലൊരു ഭാഗം meterinte noorilori bhaagam
centipede *(n.)* പഴുതാര pazhuthaara
central *(adj.)* നടുപ്പെട്ട natuppetta
central locking *(n.)* ഏകബന്ധനവിദ്യ ekabandhana vidya
centralize *(v.)* കേന്ദ്രനിയന്ത്രണമാക്കുക kendraniyanthramaakkuka
centre *(n.)* മദ്ധ്യബിന്ദു madyabindhu
centrical *(adj.)* കേന്ദ്രീയമായ kendreeyamaaya
centrifugal *(adj.)* കേന്ദ്രപരാങ്മുഖമായ kendraparammukhamaaya
centuple *(adj.)* ശതഗുണീഭവിച്ച shathaguniibhavicha
century *(n.)* ശതാബ്ദം shathaabtham
cephaloid *(adj.)* ശിരാകൃതം shiraakrutham
ceramics *(n.)* മൺപാത്ര നിർമ്മാണകല manpaathra nirmmanakala
cerated *(adj.)* മെഴുകാവരണം mezhukaavaranam
cereal *(n.)* ഭക്ഷ്യധാന്യങ്ങൾ bhakshyadhaanyangal
cerebellum *(n.)* അനുമസ്തിഷ്കം anumasthishkam
cerebral *(adj.)* ബുദ്ധിസാമർത്ഥ്യമുള്ള buddhisamarthyamulla
ceremonial *(adj.)* ആചാരാനുസാരമായ aachaaranusaramaaya
ceremonious *(adj.)* ആചാരപൂർവ്വം aachaarapoorvvam
ceremony *(n.)* ചടങ്ങ് chatang
certain *(adj.)* സുനിശ്ചിതമായ sunischithamaaya

certainly *(adv.)* ഉറപ്പായും urappayum
certainty *(n.)* സുനിശ്ചിതത്വം
sunischithathwam
certificate *(n.)* സാക്ഷ്യപത്രം
saakshyapathram
certify *(v.)* പ്രമാണീകരിക്കുക
pramaaniikarikkuka
certitude *(n.)* ഉറപ്പുള്ള സ്ഥിതി
urappulla sthithi
cerumen *(n.)* ചെവിക്കായം
chevikkaayam
cervical *(adj.)* കഴുത്തിനെ
സംബന്ധിച്ച kazhuththine
sambandhicha
cesarean *(adj.)* സീസറിനെ
സംബന്ധിച്ച caesarine
sambandhichcha
cesarean *(n.)* പ്രസവശസ്ത്രക്രിയ
prasava shasthrakriya
cessation *(n.)* നാശം naasham
cesspool *(n.)* ചെളിക്കുണ്ട് chelikkund
cetin *(n.)* തിമിംഗലക്കൊഴുപ്പ്
thimingalakkozhupp
cetylic *(adj.)* സെറ്റിലിക് മദ്യത്തിൽ
നിന്നുണ്ടായ cetylic madyaththil
ninnundaaya
chain *(n.)* ചങ്ങല changala
chair *(n.)* കസേര kasera
chairman *(n.)* അദ്ധ്യക്ഷൻ adyakshan
chaise *(n.)* ഒറ്റക്കുതിര വണ്ടി
ottakkuthiravandi
chalet *(n.)* ഉല്ലാസ കേന്ദ്രം
ullaasakendram
chalice *(n.)* കാസ kaasa
chalk *(v.)* അടയാളപ്പെടുത്തുക
atayaalappeduthuka
chalk *(n.)* ശീമച്ചുണ്ണാമ്പ്
sheemachunnaamb
chalkdust *(n.)* ചോക്ക്പൊടി
chalkpodi
challenge *(n.)* വെല്ലുവിളി velluvili

chamber *(n.)* സ്വകാര്യമുറി
swakaaryamuri
chamberlain *(n.)* പള്ളിയറ
വിചാരിപ്പുകാരൻ
palliyaravicharippukaran
champagne *(n.)* വീഞ്ഞ് veenj
champion *(n.)* ഒന്നാമത്തെയാൾ
onnamaththeyal
chance *(n.)* അവസരം avasaram
chancellor *(n.)* സർ
വ്വകലാശാലാതലവൻ
sarvvakalashaalathalavan
chancery *(n.)*
ഉന്നതാധികാരക്കോടതി
unnathaadhikaarakkodathi
chandelier *(n.)* ബഹുശാഖദീപം
bahushaakhaadeepam
change *(n.)* മാറ്റം maattam
change *(v.)* രൂപാന്തരപ്പെടുത്തുക
roopantharappeduthuka
channel *(n.)* തോട് thod
chant *(n.)* ജപിക്കൽ japikkal
chaos *(n.)* അവ്യവസ്ഥ avyavastha
chaotic *(adv.)* കുഴപ്പം നിറഞ്ഞ
kuzhappam niranja
chapel *(n.)* കപ്പേള kappela
chaperone *(n.)* അകമ്പടി akambadi
chaplain *(n.)* പാതിരി paathiri
chapter *(n.)* അധ്യായം adyaayam
character *(n.)* വ്യക്തിത്വം
vykthithwam
charade *(n.)* പരിഹാസ്യമായ
അഭിനയം parihaasyamaaya
abhinayam
charcoal *(n.)* കരി kari
charge *(n.)* കുറ്റം kuttam
charge *(v.)* കുറ്റപത്രമെഴുതുക
kuttapathramezhuthuka
charger *(n.)* പോർക്കുതിര
porkkuthira
chariot *(n.)* രഥം ratham

charisma (n.) വ്യക്തിപ്രഭാവം vykthiprabhaavam

charismatic (adj.) സ്വാധീനശക്തി swaadiinashakthi

charitable (adj.) ദാനശീലമുള്ള daanasheelamulla

charity (n.) ദീനദയാലുത്വം deenadayaaluthwam

charm (n.) മനോജ്ഞത manonjatha

charm (v.) ആകർഷിക്കുക aakarshikkuka

charming (adj.) ഹൃദയാവർജ്ജകമായ hrudyavarjjakamaaya

chart (v.) പട്ടികപ്പെടുത്തുക pattikappeduthuka

chartbuster (n.) സുപ്രസിദ്ധ റെക്കോഡിങ് suprasiddha recording

charter (n.) നിയമപത്രം niyamapathram

chartered (adj.) അവകാശത്തിലെടുത്ത avakaashaththiledutha

chase (v.) പിന്തുടരുക pinthudaruka

chaser (n.) വേട്ടയാടുന്നയാൾ vettayaadunnayaal

chasis (n.) ആച്ഛാദനം aachchadanam

chaste (adj.) പാതിവ്രത്യമുള്ള paathivruthyamulla

chasten (v.) അനുശാസിക്കുക anushaasikkuka

chastise (v.) താഡിക്കുക thaadikkuka

chastity (n.) പാതിവ്രത്യം paathivruthyam

chat (v.) സല്ലപിക്കുക sallapikkuka

chat room (n.) സല്ലാപസ്ഥലം sallapasthalam

chat show (n.) അഭിമുഖസംഭാഷണം abhimukhasambhaashanam

chateau (n.) ഗ്രാമഭവനം graamabhavan

chatter (v.) വെടിപറയുക vetiparayuka

chauffeur (n.) ഡ്രൈവർ driver

chauvinism (n.) സങ്കുചിതവർഗ്ഗസ്നേഹം sankuchithavargga sneham

chauvinist (adj.& n.) വർഗ്ഗസ്നേഹി varggasnehi

cheap (adj.) താണതരം thaanatharam

cheapen (v.) വിലയിടിയുക vilayituka

cheat (n.) ചതിപ്രയോഗം chathiprayogam

cheat (v.) ചതിക്കുക chathikkuka

cheater (n.) വഞ്ചിക്കുന്നയാൾ vanchikkunnayaal

check (n.) പരിശോധന parishodhana

check (v.) ഒത്തുനോക്കുക oththunokkuka

checker (n.) ഒത്തുനോക്കുന്നയാൾ oththunokkunnayaal

check-in (n.) ഹോട്ടലിൽ മുറിയെടുക്കുക hotelil muriyedukkuka

checklist (n.) ഒത്തുനോക്കൽ പട്ടിക oththunokkal pattika

checkmate (n.) തോല്പിക്കുക thilpikkuka

checkout (n.) ബില്ല് കൊടുത്ത് ഹോട്ടൽ ഒഴിയുക bill koduth hotel ozhiyuka

checkpoint (n.) അതിർത്തി പരിശോധന athirththi parishodhana

cheddar (n.) മഞ്ഞപാൽക്കട്ടി manjapaalkkatti

cheek (n.) കവിൾത്തടം kavilththatam

cheep (v.) കിളിക്കുഞ്ഞിനെപ്പോലെ ചിലയ്ക്കുക kilikkunjineppole chilakkuka

cheer (v.) ആർപ്പുവിളിക്കുക aarppuvilikkuka

cheerful (adj.) സഹർഷം saharsham

cheerleader *(n.)* ഹരഷാരവപ്രധാനി harshaaravapradhaani
cheerless *(adj.)* വിഷണ്ണം vishannam
cheese *(n.)* പാൽക്കട്ടി paalkkatti
cheesecake *(n.)* തയിർ thayir
cheesy *(adj.)* പാൽക്കട്ടി കണക്കുള്ള palkkatti kanakkulla
cheetah *(n.)* ചെമ്പുലി chempuli
chef *(n.)* പാചകക്കാരൻ pachakakkaran
chemical *(n.)* രാസപദാർത്ഥം rasapadarthdham
chemical *(adj.)* രസതന്ത്രപരമായ rasathanthraparamaaya
chemise *(n.)* അടിക്കുപ്പായം adikkuppayam
chemist *(n.)* രസതന്ത്രശാസ്ത്രജ്ഞൻ rasathanthrashasthranjan
chemistry *(n.)* രസതന്ത്രം rasathanthram
chemotherapy *(n.)* രാസികരീത്യാ രോഗചികിത്സ rasikareethya rogachikitsa
cheque *(n.)* പണവിനിമയ ചീട്ടു panavinimayacheett
cherish *(v.)* പരിലാളിക്കുക parilalikkuka
cheroot *(n.)* ചുരുട്ട് churutt
cherry *(n.)* ഇലന്തപ്പഴം ilanthappazham
chess *(n.)* ചതുരംഗം chathurangam
chessboard *(n.)* ചതുരംഗപ്പലക chathurangappalaka
chest *(n.)* മാറ് maaru
chestnut *(n.)* തവിട്ടുകുരു thavittukuru
chew *(v.)* ചവച്ചരയ്ക്കുക chavachcharaykkuka
chic *(adj.)* പ്രസരിപ്പ് prasaripp
chick *(n.)* കോഴിക്കുഞ്ഞ് kozhikkunj
chicken *(n.)* കോഴിയിറച്ചി kozhiyirachchi
chickpea *(n.)* വെള്ളക്കടല vellakkatala
chide *(v.)* ഭർത്സിക്കുക bharsikkuka
chief *(adj.)* അഗ്രിമ agrima
chiefly *(adv.)* പ്രധാനമായി pradhaanammayi
chieftain *(n.)* മുഖ്യൻ mukhyan
child *(n.)* കുട്ടി kutty
childbirth *(n.)* പ്രസവം prasavam
childcare *(n.)* ശിശുപരിചരണം shishuparicharanam
childhood *(n.)* കുട്ടിക്കാലം kuttikkalam
childish *(adj.)* ബാലിശമായ balishamaaya
chill *(n.)* കുളിര് kuliru
chilli *(n.)* കപ്പൽമുളക് kappalmulak
chilly *(adj.)* കുളിരുള്ള kulirulla
chime *(n.)* മണിനാദം maninaadam
chimera *(n.)* മിഥ്യാകൽപന midyaakalpana
chimney *(n.)* പുകക്കുഴൽ pukakkuzhal
chimpanzee *(n.)* ആൾക്കുരങ്ങ് aalkkurang
chin *(n.)* ചിബുകം chibukam
china *(n.)* ചീനരാജ്യം cheenaraajyam
chink *(n.)* വിള്ളൽ villal
chip *(n.)* പൂള് puulu
chipping *(n.)* പൂളൽ puulal
chirp *(v.)* കൂവുക kuuvuka
chirpy *(adj.)* ഉല്ലസിതമായ ullasithamaaya
chisel *(n.)* ഉളി uli
chit *(n.)* ചീട്ട് chiitt
chivalrous *(adj.)* സ്ത്രീജനാദരം streejanadaram
chivalry *(n.)* ശൗര്യഗുണം sauryagunam

chlorine *(n.)* ഒരു രാസമൂലകം oru
rasamoolakam
chloroform *(n.)* ബോധക്ഷയ മരുന്ന്
bodakshaya marunnu
chocolate *(n.)*
കൊക്കോമധുരദ്രവ്യം
kokkomaduradravyam
choice *(n.)* പ്രഥമഗണന
pradhamaganana
choir *(n.)* ഗായകസംഘം
gaayakasangham
choke *(v.)* വീർപ്പുമുട്ടിക്കുക
veerppumuttikkuka
cholera *(n.)* വിഷൂചിക vishuuchika
choleric *(adj.)* മുൻകോപമുള്ള
munkopamulla
cholesterol *(n.)* രക്തം
കട്ടപിടിപ്പിക്കുന്ന കൊഴുപ്പ്
raktham kattapidikkunna kozhupp
choose *(v.)* സ്വീകരിക്കുക
swiikarikkuka
choosy *(adj.)* ശ്രദ്ധാലു sraddhaalu
chop *(v.)* നുറുക്കുക nurukkuka
chopper *(n.)* വെട്ടുകത്തി vettukaththi
chopstick *(n.)* ഭക്ഷണക്കോൽ
bhakshanakkol
chord *(n.)* ശബ്ദലയം shabdalayam
choreograph *(v.)* നൃത്തം
സംവിധാനം ചെയ്യുക nruththam
samvidhaanam cheyyuka
choreography *(n.)* നൃത്ത
സംവിധാനകല nruththa
samvidhaana kala
chorus *(n.)* ഗായകഗണം gayakaganam
Christ *(n.)* ക്രിസ്തു kristhu
Christendom *(n.)*
ക്രൈസ്തവലോകം
kraishtavalokam
Christian *(adj.)* ക്രിസ്ത്യാനി
kristhyaani
Christianity *(n.)* ക്രൈസ്തവധർമ്മം
kraisthavadarmmam

Christmas *(n.)*
ക്രിസ്തുജനനോത്സവം
kristhujananolsavam
chrome *(n.)* രക്ഷാകവചലോഹം
rakshaakavachaloham
chromosome *(n.)*
കോശകേന്ദ്രത്തിലെ
അണ്ഡകാരവസ്തു
koshagrandhathtjile andakaara vasthu
chronic *(adj.)* ചിരസ്ഥായിയായ
chirasthaayiyaya
chronicle *(n.)* പുരാവൃത്താഖ്യാനം
puraavruththakyaanam
chronological *(adj.)*
കാലക്രമമനുസരിച്ച്
kaalakrumamanusarich
chronology *(n.)* കാലഗണനം
kaalagananam
chrysalis *(n.)* പ്രാരംഭികഘട്ടം
praarambhikaghattam
chubby *(adj.)* കൊഴുത്തുരുണ്ട
kozhuththurunda
chuckle *(v.)* അമർത്തിച്ചിരി ക്കുക
amarththichchirikkuka
chum *(n.)* ഉറ്റചങ്ങാതി uttachangaathi
chunk *(n.)* തടി thati
church *(n.)* ക്രിസ്തീയ ദേവാലയം
kristhiiya devaalayam
churchyard *(n.)* പള്ളിയങ്കണം
palliyankanam
churlish *(adj.)* മുരടനായ muratanaaya
churn *(v.)* തൈരു കടയുക
thairukatayuka
cicada *(n.)* ചീവീട് chiiviit
cider *(n.)* ആപ്പിൾപ്പഴമദ്യം
appleppazha madyam
cigar *(n.)* പുകയിലച്ചുരുട്ട്
pukayilachurutt
cigarette *(n.)* പുകയിലച്ചുരുട്ട്
pukayilachurutt
cinema *(n.)* ചലച്ചിത്രകല
chalachithrakala

cinematic *(adj.)* സിനിമയെ സംബന്ധിച്ച cinemaye sambandhichcha
cinematography *(n.)* ചലച്ചിത്രനിർമ്മാണകല chalachchithra nirmmanakala
cineplex *(n.)* ചലച്ചിത്രശാല chalachithrashaala
cinnamon *(n.)* കറുവാപ്പട്ട karuvaappatta
cipher(or cypher) *(n.)* ഗൂഢലിപി guuddalipi
circle *(n.)* വൃത്തം vruththam
circuit *(n.)* വൈദ്യുതപ്രവാഹപരിക്രമണം vaidyuthapravahaparikramanam
circular *(adj.)* വർത്തുളമായ varththulamaaya
circulate *(v.)* പ്രചരിപ്പിക്കുക prachrippikkuka
circulation *(n.)* പ്രചരണം pracharanam
circumcise *(v.)* ലിംഗാഗ്രചർമ്മം ഛേദിക്കുക lingagracharmmam chchedikkuka
circumference *(n.)* ചുറ്റളവ് chuttalav
circumstance *(n.)* പരിതഃസ്ഥിതി parithasthithi
circumstantial *(adj.)* സന്ദർഭാനുസരണമായ santharabhaanusaranamaaya
circumvent *(v.)* വഴി കണ്ടുപിടിക്കുക vazhi kandupidikkuka
circus *(n.)* സാഹസപ്രകടനം saahasaprakatanam
cirrhosis *(n.)* കരൾവീക്കം karalveekkam
cirrus *(n.)* പഞ്ഞിമേഘം panjimekham
cisco *(n.)* വെൺമീൻ venmeen
cist *(n.)* പ്രാചീനകല്ലറ praacheenakallara
cistern *(n.)* വെള്ളത്തൊട്ടി vellaththotti
citadel *(n.)* പുരി puri
citation *(n.)* അവലംബം avalambam
cite *(v.)* ഉദ്ധരിക്കുക uddharikkuka
citizen *(n.)* പൗരൻ pouran
citizenship *(n.)* പൗരത്വം pourathwam
citric *(adj.)* നാരങ്ങാനീര് naarangaaneeru
citrine *(n.)* പച്ചകലർന്ന മഞ്ഞനിറം pachchakalarnna manja niram
citrus *(n.)* നാരകവർഗ്ഗച്ചെടി naarakavarggachchedi
city *(n.)* നഗരം nagaram
civic *(adj.)* പൗരസംബന്ധിയായ pourasambandhiyaya
civics *(n.)* പൗരാവകാശങ്ങൾ pouraavakashangal
civil *(adj.)* പൗരനെ സംബന്ധിച്ച pourane sambandhicha
civilian *(n.)* സൈനികേതരമായ sainiketharamaaya
civilization *(n.)* സംസ്ക്കാരം samskaaram
civilize *(v.)* പരിഷ്ക്കരിക്കുക parishkarikkuka
clack *(v.)* കിലുകിലുക്കുക kilukilukkuka
clad *(adj.)* പൊതിഞ്ഞ pothinja
cladding *(n.)* ആവരണം aavaranam
claim *(v.)* വാദിക്കുക vaadikkuka
claimant *(n.)* അവകാശവാദി avakaashavaadi
clam *(n.)* നത്തയ്ക്കാമത്സ്യം naththaykkamalsyam
clamber *(v.)* ആയാസപ്പെട്ടു കയറുക aayaasappettu kayaruka
clammy *(adj.)* തണുപ്പുള്ള thanuppulla
clamour *(n.)* ആവലാതി aavalaathi
clamp *(n.)* പട്ട patta

clan *(n.)* കുലം kulam
clandestine *(adj.)* രഹസ്യമായ rahasyamaaya
clap *(v.)* കൈയടിക്കുക kaiyatikkuka
clapper *(n.)* മണിനാക്ക് maninaakk
claque *(n.)* മുഖസ്തുതിക്കാർ mukhasthuthikkaar
clarification *(n.)* വിശദീകരണം vishadiikaranam
clarify *(v.)* വിശദമാക്കുക vishadamaakkuka
clarinet *(n.)* ഒരു സംഗീതോപകരണം oru sangiithopakaranam
clarity *(n.)* വ്യക്തത vykthatha
clash *(v.)* വിയോജിക്കുക viyojikkuka
clasp *(v.)* ആശ്ലേഷിക്കുക aasleshikkuka
class *(n.)* തരം tharam
classic *(adj.)* ഉത്കൃഷ്ടമായ uthkrushtamaaya
classical *(adj.)* ശ്രേഷ്ഠമായ sreshtamaaya
classification *(n.)* വിഭജിക്കൽ vinhajikkal
classified *(adj.)* ഇനം തിരിച്ച inam thirichcha
classify *(v.)* ഇനം തിരിക്കുക inam thirikkuka
classmate *(n.)* സഹപാഠി sahapaadi
classroom *(n.)* ക്ലാസ്സ്മുറി class muri
clatter *(n.)* ഘടഘടാരവം ghataghataravam
clatter *(v.)* ഘടഘടാരവം മുഴക്കുക ghataghataravam muzhakkuka
clause *(n.)* ഉപവാക്യം upavaakyam
claustrophobia *(n.)* ഇടുങ്ങിയ സ്ഥലങ്ങളോടുള്ള ഭയം itungiya athalangalodulla bhayam
clave *(n.)* പിളർക്കുക pilarkkuka .
claw *(n.)* കാൽനഖം kaalnakham
clay *(n.)* കുശമണ്ണ് kushamannu
clean *(v.)* ശുചിയാക്കുക shuchiyaakkuka
clean *(adj.)* വെടിപ്പുള്ള vetippulla
cleaner *(n.)* വൃത്തിയാക്കുന്നയാൾ vruththiyaakkunnayaal
cleanliness *(n.)* ശുചിത്വം shuchithwam
cleanse *(v.)* ശുചീകരിക്കുക shuchiikarikkuka
clear *(adj.)* തെളിഞ്ഞ thelinja
clearance *(n.)* തെളിക്കൽ thelikkal
clearly *(adv.)* സ്പഷ്ടമായി spashtamaayi
cleat *(n.)* കപ്പലിൽ കയറു കെട്ടാൻ തറക്കുന്ന സാധനം kappalil kayaru kettan tharakkunna saadhanam
cleavage *(n.)* സ്തനങ്ങൾക്കിടയിലുള്ള വിടവ് sthanagalkkidayilulla vidav
cleave *(v.)* പകുക്കുക pakukkuka
cleft *(n.)* പൊളി poli
clemency *(n.)* കനിവ് kaniv
clement *(adj.)* കരുണാർദ്രമായ karunaardramaaya
clementine *(n.)* മധുരനാരങ്ങ madhuranaaranga
clench *(v.)* ദൃഢീകരിക്കുക drudeekarikkuka
clergy *(n.)* ക്രൈസ്തവപുരോഹിതഗണം kraisthava purohithaganam
clerical *(adj.)* ഗുമസ്തനെ സംബന്ധിച്ച gumadthane sambandhichcha
clerk *(n.)* ഗുമസ്ഥൻ gumadthan
clever *(adj.)* മിടുക്കുള്ള midukkulla
clew *(n.)* നൂലുണ്ട nuulunda
cliché *(n.)* ആവർത്തനവിരസമായ ശൈലി aavarththana virasamaaya saili
click *(n.)* വ്യക്തമായ ചെറുശബ്ദം vykthamaaya cheru shabdam
client *(n.)* കക്ഷി kakshi

67

cliff (n.) കിഴുക്കാൻ തൂക്കായ kizhakkamthookkaya
climate (n.) കാലാവസ്ഥ kaalaavastha
climate change (n.) കാലാവസ്ഥാ വ്യതിയാനം kaalaavastha vythiyaanam
climate control (n.) കാലാവസ്ഥാ നിയന്ത്രണം kaalaavastha niyanthranam
climax (n.) മൂർദ്ധന്യം muurtddhanyam
climb (v.) പിടിച്ചുകയറ്റുക pidichchukayattuka
climber (n.) ആരോഹണം ചെയ്യുന്നവൻ arohanam cheyyunnavan
clinch (v.) ആണി അടിച്ചുറപ്പിക്കുക aani adichurappikkuka
cling (v.) അള്ളിപ്പിടിക്കുക allippidikkuka
clingy (adj.) പറ്റിപ്പിടിക്കുന്ന pattippidikkunna
clinic (n.) ചികിത്സാശാല chikilsashaala
clinical (adj.) ചികിത്സാസംബന്ധിയായ chikilsasambandhiyaaya
clink (n.) കിലുക്കം kilukkam
clip (n.) കൊളുത്ത് koluthth
clipper (n.) മുറിക്കുന്ന murikkunna
clipping (n.) നുറുങ്ങ് nurung
clive (v.) ഉയരുക uyaruka
clive (n.) കയറ്റം kayattam
cloak (n.) മേലങ്കി melanki
cloakroom (n.) സാധനസൂക്ഷിപ്പുകേന്ദ്രം sadhana sookshippikendram
clobber (n.) മർദ്ദിക്കുക marddikkuka
clock (n.) ഘടികാരം ghatikaaram
clockwise (adv.) ഘടികാരദിശയിൽ ghatikaaradhishayil
clod (n.) മൺകട്ട mankatta

cloister (n.) കമാനമാർഗം kamaanamaarggam
clone (n.) സമാനമായതുണ്ടാക്കുക samaanamaayathundaakkuka
close (adj.) ഗാഢബന്ധമുള്ള gaaddbandhamulla
close (n.) അടുപ്പമായ atuppamaaya
closet (n.) അലമാര alamaara
closure (n.) പരിസമാപ്തി parisamaapthi
clot (n.) കട്ട പിടിച്ച katta pidicha
cloth (n.) പുടവ putava
clothe (v.) അണിയിക്കുക aniyikkuka
clothes (n.) വസ്ത്രങ്ങൾ vasthrangal
clothing (n.) ഉടുപ്പുകൾ utuppukal
cloud (n.) മേഘം megham
cloudburst (n.) മേഘവിസ്ഫോടനം meghavisphotanam
cloudy (adj.) മേഘാവൃതമായ meghaavruthamaaya
clove (n.) ഗ്രാമ്പൂ grambuu
clown (n.) കോമാളി komaali
club (n.) സമിതി samithi
clue (n.) തുമ്പ് thump
clueless (adj.) തുമ്പില്ലാത്ത thumpillaththa
clumsy (adj.) ചാതുര്യരഹിതമായ chaathuryarahithamaaya
cluster (n.) വൃന്ദം vrundham
clutch (n.) പിടി piti
clutch (v.) ബലമായി പിടിക്കുക balamaayi pitikkuka
clutter (v.) അലങ്കോലപ്പെടുത്തുക alankolappeduthuka
coach (n.) യാത്രവണ്ടി yaathraavandi
coal (n.) കൽക്കരി kalkkari
coalition (n.) കൂട്ടുമന്ത്രിസഭ koottumanthrisabha
coarse (adj.) മൃദുവല്ലാത്ത mrudhuvallaaththa
coast (n.) തീരപ്രദേശം theerapradesham

coastal *(adj.)* സമുദ്രതീരസംബന്ധം
samudratheerasambandham
coaster *(n.)* വ്യപാരനൗക
vyaapaaranouka
coastguard *(n.)*
കാവൽകപ്പൽസൈന്യം
kaavalkappalsainyam
coastline *(n.)* തീരരേഖ theerarekha
coat *(n.)* പുറം കുപ്പായം
puramkuppayam
coating *(n.)* പൂശൽ puushal
coax *(v.)* പാട്ടിലാക്കുക paattilaakkuka
coaxial *(n.)* ഏകപക്ഷീയമായ
ekapaksheeyamaaya
cobalt *(n.)* മണിക്കല്ല് manikkallu
cobble *(n.)* ഉണ്ടക്കല്ല് undakkallu
cobbler *(n.)* ചെരുപ്പുകുത്തി
chetippukuththi
cobblestone *(n.)* മിനുസക്കല്ല്
minusakkallu
cobra *(n.)* മൂർഖൻപാമ്പ് moorkhan
pamp
cobweb *(n.)* മാറാല maarala
cocaine *(n.)* ഒരു തരം
മയക്കുമരുന്ന് oru tharam
mayakkumarunnu
cock *(n.)* ആൺപക്ഷി aanpakshi
cockade *(n.)* തൊപ്പിയിൽ
വെക്കുന്ന നാട thoppiyil vekkunna
naata
cocker *(v.)* കൃത്യതാമാനം
kruthyathaamaanam
cockle *(v.)* നൊയിച്ചിങ്ങ noyichinga
cockpit *(n.)* വിമാനത്തിൽ
പൈലറ്റും മറ്റും ഇരിക്കുന്ന
മുറി. vimaanaththil pailattum mattum
irikkunna muri
cockroach *(n.)* പാറ്റ paatta
cocktail *(n.)* മിശ്രമദ്യം misramadyam
cocoa *(n.)* കൊക്കോ coco
coconut *(n.)* നാളികേരം naalikeram

cocoon *(n.)* ശലഭകോശം
shalabhakosham
cod *(n.)* കോഡ്മത്സ്യം codmalsyam
code *(n.)* രഹസ്യചിഹ്നാവലി
rahasyachihnaavali
coding *(n.)* ഗൂഢഭാഷയിലാക്കൽ
gooddabhaashayilaakkal
co-education *(n.)*
സഹവിദ്യാഭ്യാസം
sahavidyaabhyaasam
coefficient *(n.)* ഗുണകം gunakam
coerce *(v.)* അനുസരിപ്പിക്കുക
anusarippikkuka
coexist *(v.)* ഒരുമിച്ച് ജീവിക്കുക
orumichch jeevikkuka
coexistence *(n.)* സഹവർത്തിത്വം
sahavarththithwam
coffee *(n.)* കാപ്പി kaappi
coffee bean *(n.)* കാപ്പിക്കുരു
kappikkuru
coffee break *(n.)* കാപ്പിക്കായുള്ള
ഇടവേള kaappikkayulla itavela
coffee maker *(n.)*
കാപ്പിയുണ്ടാക്കുന്നയാൾ
kaappiyundakkunnayaal
coffer *(n.)* പെട്ടി petti
coffin *(n.)* ശവപേടകം shavapetakam
cog *(n.)* ചക്രപ്പല്ല് chakrappallu
cogent *(adj.)* അഖണ്ഡനീയമായ
akhandaneeyamaaya
cognate *(adj.)* സജാതീയമായ
sajaathiiyamaaya
cognition *(n.)* അന്തർദർശനം
anthardarshanam
cognitive *(adj.)* പ്രത്യഭിജ്ഞാനം
prathyabhinjanam
cognizance *(n.)* ധാരണാശക്തി
dhaaranaashakthi
cohabit *(v.)*
ദാമ്പത്യഭാവത്തിലായിരിക്കുക
daambatyabhaavaththilaayirikkuka

cohere *(v.)* ഇഴുകിച്ചേർന്നിരിക്കുക izhukichernnirikkuka
coherent *(adj.)* അനുരൂപമായ anuroopamaaya
cohesion *(n.)* സംസക്തി samsakthi
cohort *(n.)* സഹകരണം sahakaranam
coiffure *(n.)* കേശാലങ്കാരം keshaalankaaram
coil *(n.)* ചുരുൾ churul
coin *(n.)* നാണയം naanayam
coinage *(n.)* നാണ്യമുദ്രണം naanyamudranam
coincide *(v.)* ഒരുമിച്ചു വരുക orumichu varuka
coincidence *(n.)* യാദൃച്ഛികത്വം yaadruschikathwam
coir *(n.)* കയർ kayar
coke *(v.)* കൽക്കരിയാക്കൽ kalkkariyaakkal
cold *(adj.)* ശീതളമായ sheethalamaaya
coleslaw *(n.)* ഒരു തരം സാലഡ് oru tharam saalad
colic *(n.)* വയറുവേദന vayaruvedana
collaborate *(v.)* യോജിച്ച് പ്രവർത്തിക്കുക yojich pravarththikkuka
collaboration *(n.)* സഹപ്രവർത്തനം sahapravarththanam
collagen *(n.)* അസ്ഥികൾ, പേശികൾ, ചർമ്മം ഇവയിലുള്ള പ്രോട്ടീൻ asthikal, peshikal, charmmam ivayilulla protein
collapse *(v.)* പൊളിഞ്ഞുപോകുക polinju pokuka
collar *(n.)* കഴുത്തുപട്ട kazhuthupatta
collate *(v.)* ഒത്തുനോക്കുക oththunokkuka
collateral *(n.)* ഈട് eet
colleague *(n.)* സഹപ്രവർത്തക sahapravarththaka
collect *(v.)* സ്വരൂപിക്കുക swaroopikkuka
collection *(n.)* സമാഹാരം samaahaaram
collective *(adj.)* പൊതുവേയുള്ള pothuveyulla
collector *(n.)* സമാഹർത്താവ് samaaharththaav
college *(n.)* കലാശാല kalaashaala
collide *(v.)* കൂട്ടിമുട്ടുക kuuttimuttuka
collision *(n.)* സംഘട്ടനം sanghattanam
colloquial *(adj.)* ഗ്രാമ്യമായ gramyamaaya
colloquialism *(n.)* ഗ്രാമ്യഭാഷാപ്രയോഗം graamyabhaashaa prayogam
collude *(v.)* രഹസ്യധാരണയിലായിരിക്കുക rahasya dhaaranayilasyirikkuka
collusion *(n.)* ഗൂഢാലോചന gooddalochana
cologne *(n.)* സുഗന്ധദ്രവ്യ ദ്രാവകം sugandha dravya draavakam
colon *(n.)* അപൂർണ്ണവിരാമം apoornna viraamam
colonel *(n.)* ഉപസൈന്യപതി upasainyapathi
colonial *(adj.)* അധിനിവേശരാജ്യസംബന്ധി adhinivesaraajya sambandhi
colony *(n.)* അധിനിവേശപ്രദേശം adhinivesha pradesham
colossal *(adj.)* ഭീമമായ bhiimamaaya
colour *(n.)* വർണ്ണം varnnam
colour-blind *(adj.)* വർണ്ണാന്ധമായ varnnaandhamaaya
colourful *(adj.)* വർണാഭമായ varnaabhamaaya
column *(n.)* സ്തംഭം stambham
columnist *(n.)* പംക്തിയെഴുതുന്നയാൾ pamkthiyezhuthunbayaal
coma *(n.)* അബോധാവസ്ഥ abodhaavastha

comatose *(adj.)*
ദീർഘാബോധാവസ്ഥ
deerghabodhaavastha
comb *(n.)* ചീകൽ cheekal
combat *(n.)* യുദ്ധം yuddam
combatant *(n.)* യോദ്ധാവ് yoddaav
combative *(adj.)* യുദ്ധോത്സുകമായ
yiddolsukamaaya
combination *(n.)* സങ്കലനം sankalanam
combine *(v.)* യോജിപ്പിക്കുക
yojippikkuka
combust *(v.)* ജ്വലിപ്പിക്കുക
jwalippikkuka
combustible *(adj.)* ദഹനീയമായ
dahaneeyamaaya
combustion *(n.)* ദഹനം dahanam
come *(v.)* വരിക varika
comedian *(n.)* ഹാസ്യനടനോ
നടിയോ haasyanatano natiyo
comedy *(n.)* പ്രഹസനം prahasanam
comely *(adj.)* ചന്തമുള്ള chanthamulla
comet *(n.)* വാൽനക്ഷത്രം
vaalnakshathram
comfit *(n.)* മിഠായി middaayi
comfort *(n.)* സാന്ത്വനം swaanthanam
comfortable *(adj.)* ആശ്വാസകരമായ
aaswaasakaramaaya
comfy *(adj.)* സുഖപ്രദമായ
sukhaprathamaaya
comic *(n.)* വിനോദകരം vinodakaram
comic *(adj.)* ഹാസ്യജനകമായ
haasyajanakamaaya
comical *(adj.)* വിനോദപരമായ
vinodaparamaaya
comma *(n.)* അൽപവിരാമ ചിഹ്നം
alpaviraamachihnam
command *(v.)* കൽപനനൽകുക
kalpana nalkuka
commandant *(n.)* മേധാവി medhaavi
commander *(n.)* സൈന്യാധിപൻ
sainyaadhipan

commandment *(n.)* ദൈവകൽപന
daivakalpana
commando *(n.)* സേനാ വിഭാഗം
senavibhaagam
commemorate *(v.)*
സ്മരണആഘോഷിക്കുക
smarana aghoshikkuka
commemoration *(n.)*
സ്മരണോത്സവം smaranolsavam
commence *(v.)* സമാരംഭിക്കുക
samaarambhikkuka
commencement *(n.)* തുടക്കം
thudakkam
commend *(v.)* ഏൽപ്പിക്കുക
elppikkuka
commendable *(adj.)*
പ്രശംസാർഹമായ
peashamsaarhamaaya
commendation *(n.)* പ്രംശസാ
വചനം prashamsaavachanam
comment *(n.)* അഭിപ്രായപ്രകടനം
aphipraaya prakatanam
commentary *(n.)*
തത്സമയവിവരണം thalsamaya
vivaranam
commentator *(n.)* വിവരണം
നൽകുന്നയാൾ vivaranam
nalkunnayaal
commerce *(n.)* വാണിജ്യശാസ്ത്രം
vaanijya sasthram
commercial *(adj.)*
വാണിജ്യവിഷയകമായ vaanijya
vishayakamaaya
commiserate *(v.)* സഹതപിക്കുക
sahathapikkuka
commission *(n.)* ദൗത്യം douthyam
commissioner *(n.)* ഉന്നതാധികാരി
unnathaadhikaari
commissure *(n.)* സന്ധി sandhi
commit *(v.)* അർപ്പിക്കുക arppikiuka
commitment *(n.)* പ്രതിബദ്ധത
prathibaddhatha

committee *(n.)* കാര്യാലോചനസഭ
kaaryaalochana sabha

commode *(n.)* വലിപ്പുപെട്ടി
valippupetti

commodity *(n.)* ഉല്പന്നങ്ങൾ
ulpannangal

common *(adj.)* സ്വാഭാവികമായ
swabhaavikamaaya

commoner *(n.)* സാധാരണക്കാർ
saadhaaranakkar

commonplace *(adj.)*
സാധാരണവിഷയം
saadhaaranavishayam

commonwealth *(n.)* സ്വതന്ത്രരാഷ്ട്ര
കൂട്ടായ്മ swanthrarashtra kuuttayma

commotion *(n.)* ദേശകലഹം
deshakalaham

communal *(adj.)* സാമുദായികം
saamudaayikam

commune *(n.)* കാർഷിക
ഗ്രാമസമുദായം kaarshika graama
samudaayam

communicate *(v.)* ആശയവിനിമയം
നടത്തുക aashaya vinimayam
nadaththuka

communication *(n.)*
ആശയവിനിമയം aashaya
vinimayam

communion *(n.)* സംസർഗം samsargam

communique *(n.)* വിജ്ഞാപനം
vinjaapanam

communism *(n.)*
സ്ഥിതിസമത്വവാദം
sthithisamathwa vaadam

communist *(n.)* സ്ഥിതിസമത്വവാദി
sthithisamathwa vaadi

community *(n.)* സമുദായം
samudaayam

commute *(v.)* ശിക്ഷ
ലഘൂകരിക്കുക shiksha
laghookarikkuka

compact *(adj.)* സാന്ദ്രമായ
sandramaaya

companion *(n.)* ചങ്ങാതി changaathi

company *(n.)* കൂട്ടുകെട്ട് koottukett

comparative *(adj.)*
താരതമ്യേനയുള്ള
thaarathamyeneyulla

compare *(v.)* താരതമ്യം ചെയ്യുക
thaarathamyam cheyyuka

comparison *(n.)* താരതമ്യചിന്തനം
thaarathamya chinthanam

compartment *(n.)* മുറി muri

compass *(n.)* വടക്കുനോക്കിയന്ത്രം
vatakkunokkiyanthram

compassion *(n.)* സഹാനുഭൂതി
sahaanubhoothi

compatible *(adj.)* ഇണങ്ങി
ജീവിക്കുന്ന inangi jeevikkunna

compel *(v.)* നിർബന്ധിക്കുക
nirbandhikkuka

compendious *(adj.)* സംക്ഷിപ്തമായ
samkshipthmaaya

compensate *(v.)* നഷ്ടപരിഹാരം
ചെയ്യുക nashtaparihaaram cheyyuka

compensation *(n.)* പകരം
കൊടുക്കൽ pakaram kodukkal

compete *(v.)* പൊരുതുക poruthuka

competence *(n.)* നൈപുണ്യം
naipunyam

competent *(adj.)* പ്രാപ്തിയുള്ള
praapthiyulla

competition *(n.)* സാമർത്ഥ്യ പരീക്ഷ
saamarthya pariiksha

competitive *(adj.)*
മത്സരബുദ്ധിയുള്ള
malsarabuddhiyulla

competitor *(n.)* എതിരാളി ethiraali

compilation *(n.)* സമാഹരണം
samaaharanam

compile *(v.)* സമാഹരിക്കുക
samaaharikkuka

complacent *(adj.)* സുസന്തുഷ്ടമായ susanthushtamaaya
complain *(v.)* ആവലാതിപ്പെടുക aavalathippeduka
complaint *(n.)* ആവലാതി aavalaathi
complaisance *(n.)* ഉപചാരശീലം upachaarasheelam
complaisant *(adj.)* അനുനയമുള്ള anunayamulla
complement *(n.)* പരിപൂരകം paripoorakam
complementary *(adj.)* പരിപൂരകമായ paripoorakamaaya
complete *(adj.)* പരിപൂരിതമായ paripoorithamaaya
completion *(n.)* മുഴുമിപ്പിക്കൽ muzhumippikkal
complex *(adj.)* സങ്കീർണ്ണമായ sankeernnamaaya
complexion *(n.)* ശരീരവർണ്ണം shariiravarnnam
compliance *(n.)* ആജ്ഞാനുവർത്തിത്വം anjanuvarththithwam
compliant *(adj.)* അനുകൂലിക്കുന്ന anukuulikkunna
complicate *(v.)* സങ്കീർണ്ണമാക്കുക sankeernnamaakkuka
complication *(n.)* സങ്കീർണത sankeernnatha
complicity *(n.)* കുറ്റത്തിലുൾപ്പെടൽ kuttarhthilulppetal
compliment *(n.)* അഭിനന്ദനവചനം abhinandhanavachanam
complimentary *(adj.)* അഭിനന്ദനരൂപമായ abhinandhanaruupamaaya
comply *(v.)* വഴിപ്പെടുക vazhippeduka
component *(adj.)* ഘടകഭാഗം ghataka bhaagam
compose *(v.)* സംഗീതസംവിധാനംചെയ്യുക sangeetha samvidhaanam cheyyuka
composite *(adj.)* സമ്മിശ്രമായ sammisramaaya
composition *(n.)* സമാഹൃതി samaahruthi
compositor *(n.)* അച്ചുനിരത്തുകാരൻ achuniraththukaaran
compost *(n.)* കൂട്ടുവളം kuuttuvalam
composure *(n.)* അക്ഷോഭ്യത akshobhyatha
comprehend *(v.)* മനസ്സിലാക്കുക manassilaakkuka
comprehension *(n.)* ഗ്രഹണശക്തി grahanashakthi
comprehensive *(adj.)* സമഗ്രമായ samagramaaya
compress *(v.)* അമർത്തുക amarththuka
compressor *(n.)* വാതകസാന്ദ്രീകരണയന്ത്രം vaathaka saandreekaranam
comprise *(v.)* ഉൾപ്പെടുത്തുക ulpperuththuka
compromise *(n.)* അനുരഞ്ജനം anuranjanam
compulsion *(n.)* സമ്മർദ്ദത്തിലാക്കൽ sammarddaththilaakkal
compulsory *(adj.)* നിയമകൽപിതമായ niyamakalpithamaaya
compunction *(n.)* മനസാക്ഷിക്കുത്ത് manasaakshikkuthth
computation *(n.)* കണക്കുകൂട്ടൽ kanakkukuuttal
compute *(v.)* സങ്കലനം ചെയ്യുക sankalanam cheyyuka

computer *(n.)* ഒരു ഇലക്ട്രാണിക് ഉപകരണം oru electronic upakaranam
computerize *(v.)* കംപ്യൂട്ടർ അധിഷ്ഠിതമായ computer adhishtithamaaya
comrade *(n.)* സഖാവ് sakhaav
concave *(adj.)* അകവളവുള്ള akavalavulla
conceal *(v.)* ഗോപ്യമാക്കിവയ്ക്കുക gopyamaakkivaykkuka
concealer *(n.)* നിഗൂഹിത nigoohitha
concede *(v.)* സമ്മതിച്ചുകൊടുക്കുക sammathichukodukkuka
conceit *(n.)* അഹംഭാവം ahambhaavam
conceive *(v.)* ഗർഭംധരിക്കുക garbham dharikkuka
concentrate *(v.)* ഏകാഗ്രമാക്കുക ekagramaakkuka
concentration *(n.)* ഏകാഗ്രത ekagratha
concentric *(adj.)* ഏകകേന്ദ്രമായ ekakendramaaya
concept *(n.)* സാമാന്യസങ്കൽപം samaanya sankalpam
conception *(n.)* ഗർഭധാരണം garbhadhaaranam
concern *(v.)* താൽപര്യമെടുക്കുക thaalparayamedukkuka
concerned *(adj.)* കരുതലുള്ള karuthalulla
concerning *(prep.)* കുറിച്ച് kurich
concert *(n.)* സംഗീതസദസ്സ് sangeetha sadass
concerted *(adj.)* സംഘടിതമായ sangatithamaaya
concession *(n.)* ആനുകൂല്യ aanukoolya
conch *(n.)* ശംഖ് shankh
conciliate *(v.)* അനുരഞ്ജിപ്പിക്കുക anuranjippikkuka
concise *(adj.)* ചുരുക്കമായ churukkamaaya
conclude *(v.)* സമാപിക്കുക samaapikkuka
conclusion *(n.)* ഉപസംഹാരം upadamhaaram
conclusive *(adj.)* തീർച്ചയായ theerchchayaya
concoct *(v.)* കൂട്ടിച്ചേർത്തുണ്ടാക്കുക koottichcherththundaakkuka
concoction *(n.)* ഔഷധക്കൂട്ട് oushadhakkuutt
concord *(n.)* സാധർമ്മ്യം saadharmyam
concordance *(n.)* ശബ്ദസൂചി shabdasuuchi
concourse *(n.)* പുരുഷാരം purushaaram
concrete *(n.)* ഘനീഭൂതമായ ghaniibhuuthamaaya
concubine *(n.)* വെപ്പാട്ടി veppaatti
concur *(v.)* ചേരുക cheruka
concurrent *(adj.)* സമകാലവർത്തിയായ samakaalavarththiyaaya
concussion *(n.)* തലച്ചോറിനുണ്ടാകുന്ന ക്ഷതം thalachorinundaakunna kshatham
condemn *(v.)* അപലപിക്കുക apalapikkuka
condemnation *(n.)* നിന്ദിക്കൽ nindhikkal
condensate *(n.)* സാന്ദ്രീകരിക്കൽ sandreekarikkal
condense *(v.)* ഘനീഭവിപ്പിക്കുക ghaniibhavippikkuka
condition *(n.)* അവസ്ഥ avastha
conditional *(adj.)* സോപാധികമായ sopaadhikamaaya

condole *(v.)* അനുശോചിക്കുക anushochikkuka
condolence *(n.)* അനുശോചനം anushochanam
condonation *(n.)* പിഴ pizha
condone *(v.)* കുറ്റവിമുക്തമാക്കിവിടുക kuttavimukthamaakkivituka
condor *(n.)* കഴുകൻ kazhukan
conduce *(v.)* ഉപകരിക്കുക upakarikkuka
conduct *(n.)* പെരുമാറ്റം perumaattam
conduction *(n.)* താപവഹനം thaapavahanam
conductor *(n.)* സംഗീതസംഘപ്രമാണി sangeethasanghapramaani
cone *(n.)* കൂർത്തഗോപുരം kuurththagopuram
confection *(n.)* മധുരദ്രവ്യം maduradravyam
confectionery *(n.)* മധുരപലഹാരങ്ങൾ madurapalaharangal
confederation *(n.)* രാജ്യസഖ്യം raajyasakhyam
confer *(v.)* അരുളുക aruluka
conference *(n.)* കൂടിയാലോചന kootiyaalochana
confess *(v.)* കുമ്പസാരിക്കുക kumbasaarikkuka
confession *(n.)* കുമ്പസാരം kumbasaaram
confidant *(n.)* വിശ്വസ്ത viswasthatha
confide *(v.)* വിശ്വസിച്ചേൽപിക്കുക viswasichchelppikkuka
confidence *(n.)* ആത്മവിശ്വാസം aathmaviswaasam
confident *(adj.)* പൂർണ്ണനിശ്ചയമുള്ള puurnnanischayamulla
confidential *(adj.)* രഹസ്യമായ rahasyamaaya
configuration *(n.)* വിന്യാസം vinyaasam
configure *(v.)* വിന്യസിക്കുക vinyasikkuka
confine *(v.)* പരിമിതമായിരിക്കുക parimithamaayirikkuka
confinement *(n.)* കിടപ്പ് kitapp
confirm *(v.)* തീർച്ചപ്പെടുത്തുക thiirchchappeduththuka
confirmation *(n.)* സ്ഥിരീകരണം sthiriikaranam
confiscate *(v.)* ജപ്തിചെയ്യുക japthicheyyuka
confiscation *(n.)* ജപ്തി ചെയ്യൽ japthicheyyal
conflict *(n.)* അഭിപ്രായവ്യത്യാസം aphipraaya vuthyaasam
confluence *(n.)* നദീസംഗമം nadiisangamam
confluent *(adj.)* ചേർന്നൊഴുകുന്ന chernnozhukunba
conform *(v.)* അനുസാരമാക്കുക anusaaramaakuka
conformist *(n.)* യാഥാസ്തികൻ yathaasthithikan
conformity *(n.)* യുക്തത yukthatha
confound *(v.)* അതിശയിപ്പിക്കുക athishayippikkuka
confront *(v.)* എതിരിടുക ethirituka
confuse *(v.)* കുഴപ്പത്തിലാവുക kuzhappaththilaavuka
confusion *(n.)* അമ്പരപ്പ് ambarapp
confute *(v.)* ഖണ്ഡിക്കുക khandikkuka
congeal *(v.)* ഘനീകരിക്കുക ghaniikarikkuka
congenial *(adj.)* പൊരുത്തമുള്ള poruththamulla
congested *(adj.)* തിങ്ങിഞെരുങ്ങിയ thinginjerungiya

congestion *(n.)* നിബിഡത nibidatha
conglomerate *(n.)* പലതും കലർന്ന
മിശ്രം palathum kalarnna mishram
congratulate *(v.)* അനുമോദിക്കുക
anumodikkuka
congratulation *(n.)* അനുമോദനം
anumodanam
congregate *(v.)* യോഗംചേരുക
yogam cheruka
congregation *(n.)* സമ്മേളനം
sammelanam
congress *(n.)* പ്രതിനിധിസഭ
prathinidhisabha
congruent *(adj.)* അനുയോജ്യമായ
anuyojyamaaya
conical *(adj.)* സൂച്യാകാരമായ
suujyaakaramaaya
conjecture *(n. & v.)* ഊഹിക്കുക
uuhikkuka
conjoin *(v.)* ഇണക്കുക inakkuka
conjugal *(adj.)* വൈവാഹികം
vaivaahikam
conjugate *(v.)* ജോടിയാക്കുക
jodiyaakkuka
conjunct *(adj.)* സംഗമിച്ച
sangamichcha
conjunction *(n.)* സമുച്ചയപദം
samuchayapadam
conjunctivitis *(n.)* ചെങ്കണ്ണ് chengann
conjure *(v.)* ആവാഹിക്കുക
aavaahikkuka
connect *(v.)* ബന്ധിപ്പിക്കുക
bandhippikkuka
connection *(n.)* സമ്പർക്കം
samparkkam
connivance *(n.)* മൗനാനുവാദം
mounaanuvaadam
connive *(v.)* കണ്ടില്ലെന്നു
ഭാവിക്കുക kandillenn bhaavikkuka
conniving *(adj.)* കണ്ടില്ലെന്നു
നടിക്കൽ kandillenn nadikkal
connoisseur *(n.)* രസജ്ഞൻ rasanjan

connote *(v.)* വ്യഞ്ജിപ്പിക്കുക
vynjippikkuka
conquer *(v.)* പിടിച്ചടക്കുക
pidichchadakkuka
conquerer *(n.)* ആക്രമിച്ച്
കീഴടക്കുന്നയാൾ aakramich
kiizhadakkunnayaal
conquest *(n.)* ദിഗ്വിജയം digwijayam
conscience *(n.)* മനസ്സാക്ഷി
manasaakshi
conscious *(adj.)* ബോധമുള്ള
bodhamulla
consecrate *(v.)* ഉഴിഞ്ഞു വയ്ക്കുക
uzhinju vaykkuka
consecutive *(adj.)* ക്രമാനുഗതമായ
kramaanugathamaaya
consensual *(adj.)* സമ്മതരേഖ
sammatharekha
consensus *(n.)* അഭിപ്രായൈക്യം
abhipraayaikyam
consent *(n.)* സമ്മതം sammatham
consequence *(n.)* അനന്തരഫലം
anantharaphalam
consequent *(adj.)* അനന്തരഫലമായ
anantharaphalamaaya
conservation *(n.)* പരിപാലനം
paripaalanam
conservative *(adj.)*
യാഥാസ്ഥിതികമായ
yaathasthikamaaya
conservator *(n.)* സംരക്ഷകൻ
samrakshakan
conservatory *(n.)* സംരക്ഷണാലയം
samrakshanaalayam
conserve *(v.)* പരിപാലിക്കുക
paripaalikkuka
consider *(v.)* പരിഗണിക്കുക
pariganikkuka
considerable *(adj.)* ഗണ്യമായ
ganyamaaya

considerate *(adj.)*
വീണ്ടുവിചാരമുള്ള
viinduvichaaramulla
consideration *(n.)* പരിഗണന
pariganana
considering *(prep.)*
കണക്കിലെടുക്കുമ്പോൾ
kanakkiledukkumbol
consign *(v.)*
ഏൽപിച്ചുകൊടുക്കുക
eelppichchukodukkuka
consignment *(n.)* അയച്ച ചരക്ക്
ayacha charakk
consist *(v.)* ഉൾപ്പെട്ടിരിക്കുക
ulppettirikkuka
consistency *(n.)* സാന്ദ്രതാനിലവാരം
saandrathaa nilavaaram
consistent *(adj.)* മാറ്റമില്ലാത്ത
maattamillaththa
consolation *(n.)* സമാശ്വസനം
samaaswasanam
console *(v.)* ആശ്വസിപ്പിക്കുക
aaswasippikkuka
consolidate *(v.)* ഒന്നാക്കുക
onnaakkuka
consolidation *(n.)* ഒന്നാക്കൽ onnakal
consonance *(n.)* സ്വരൈക്യം
swaraikyam
consonant *(n.)* വ്യഞ്ജനാക്ഷരം
vynjanaaksharam
consort *(n.)* പങ്കാളി pankaali
conspectus *(n.)* വിഗഹവീക്ഷണം
vihagaveekshanam
conspicuous *(adj.)* സ്പഷ്ടമായത്
spashtamaayath
conspiracy *(n.)* ഉപജാപം upajaapam
conspirator *(n.)* ഉപജാപകൻ
upajaapakan
conspire *(v.)* ഉപജാപം നടത്തുക
upajaapam nadaththuka
constable *(n.)* പോലീസ്
ഉദ്യോഗസ്ഥൻ police udyogasthan

constant *(adj.)* സുദൃഢമായ
sudrudamaaya
constellation *(n.)* നക്ഷത്രസമൂഹം
nakshathrasamuuham
consternation *(n.)* സംഭ്രാന്തി
sambhranthi
constipation *(n.)* മലബന്ധം
malabandham
constituency *(n.)* നിയോജകമണ്ഡലം
niyojakamandalam
constituent *(adj.)* മൂലപദാർത്ഥമായ
moolapadaarthamaaya
constitute *(v.)* രൂപവത്ക്കരിക്കുക
roopavalkarikkuka
constitution *(n.)* ഭരണഘടന
bharanaghatana
constrain *(v.)* അടക്കിനിർത്തുക
adakkinirththika
constraint *(n.)* നിയന്ത്രണം
niyanthranam
constrict *(v.)* സങ്കോചിപ്പിക്കുക
sankochippikkuka
construct *(v.)* പണിയുക paniyuka
construction *(n.)* കെട്ടിടം kettitam
constructive *(adj.)* സൃഷ്ടിപരമായ
srushtiparamaaya
construe *(v.)* അന്വയിക്കുക
anwayikkuka
consul *(n.)* രാജ്യപ്രതിനിധി
rajyaprathinidhi
consular *(adj.)* സ്ഥാനപതിയെ
സംബന്ധിച്ച sthaanapathiye
sambandhicha
consulate *(n.)* കൗൺസിലിന്റെ
ആസ്ഥാനം council te asthaanam
consult *(v.)* അഭിപ്രായം
ആരായുക abhipraayam aarayuka
consultant *(n.)* വിദഗ്ദ്ധോപദേശി
vidaghdipadeshi
consultation *(n.)*
വിദഗ്ദ്ധാഭിപ്രായാന്വേഷണം
vidagdhaabhipraayaanweshanam

consume *(v.)* ഉപയോഗിച്ചുതീർക്കുക upayogichu thiirkkuka
consumer *(n.)* വിനിയോക്താവ് viniyokthaav
consumption *(n.)* ഉപഭോഗം upabhogam
contact *(n.)* ഇടപെടൽ itapetal
contact *(v.)* സമ്പർക്കം സ്ഥാപിക്കുക sambarkkam sthaapikkuka
contact lens *(n.)* കാഴ്ചാകവചം kazhcha kavacham
contagion *(n.)* രോഗസംക്രമണം rogasamkramanam
contagious *(adj.)* പകരുന്ന pakarunna
contain *(v.)* ഉൾക്കൊള്ളുക ulkkolluka
container *(n.)* പാത്രം paathram
containment *(n.)* ഒതുക്കി നിർത്തൽ othukki nirththal
contaminate *(v.)* മലീമസമാക്കുക maliimasamaakkuka
contemplate *(v.)* പര്യാലോചിക്കുക paryaalochikkuka
contemplation *(n.)* അവലോകനം avalokanam
contemporary *(adj.)* സമകാലികമായ samakaalikamaaya
contempt *(n.)* ആദരവില്ലായ്മ aadaravillayma
contemptuous *(adj.)* നിന്ദാശീലമുള്ള nindasheelamulla
contend *(v.)* ശണ്ഠകൂടുക shandakuutuka
contender *(n.)* വഴക്കാളി vazhakkali
content *(adj.)* സന്തുഷ്ടിയടഞ്ഞ santhushtiyatanja
contention *(n.)* സ്പർദ്ധ spardha
contentment *(n.)* സന്തുഷ്ടി santhushti
contest *(n.)* മത്സരം malsaram
contestant *(n.)* മത്സരാർത്ഥി malsaraarththi
context *(n.)* സന്ദർഭം santharbham
contiguous *(adj.)* സമീപവർത്തിയായ samiipavarththiyaaya
continent *(n.)* വൻകര vankara
continental *(adj.)* ഭൂഖണ്ഡപരമായ bhookhandaparamaaya
contingency *(n.)* സംഭവ്യം sambhavyam
contingent *(n.)* സംഭവിക്കാനിടയുള്ള sambhavikkanitayulla
continual *(adj.)* തുടർച്ചയായിട്ടുള്ള thudarchchayayittulla
continuation *(n.)* അവിരാമവൃത്തി aviraamavruththi
continue *(v.)* തുടർന്നുകൊണ്ടിരിക്കുക thudarnnukondirikkuka
continuous *(adj.)* ഇടമുറിയാതെയുള്ള itamuriyaatheyulla
continuum *(n.)* അവിച്ഛിന്നവസ്തു avichinnavasthu
contour *(n.)* വടിവ് vativ
contra *(pref.)* വിപരീതമായ vipariithamaaya
contraband *(n.)* നിരോധിതവ്യാപാരം nirodhithavyaapaaram
contraception *(n.)* ഗർഭനിരോധനം garbhanirodhanam
contraceptive *(n.)* ഗർഭനിരോധോപകരണം garbhanirodhaniopakaranam
contract *(n.)* കരാർ karaar
contraction *(n.)* സങ്കോചനം sankochanam
contractor *(n.)* കരാറുകാരൻ karaarukaaran

contradict *(v.)* വിരോധിക്കുക
virodhikkuka
contradiction *(n.)* വൈരുദ്ധ്യം
vairudhyam
contrary *(adj.)* കടകവിരുദ്ധമായ
katakavirudhamaaya
contrast *(n.)* അന്തരം antharam
contribute *(v.)* പൊലിക്കുക
polikkuka
contribution *(n.)* സംഭാവന
sambhaavana
contributor *(n.)* അംശദാതാവ്
amshadhaathaav
contrive *(v.)* ഉപായം ചിന്തിക്കുക
upaayam chinthikkuka
control *(n.)* അടക്കൽ atakkal
controller *(n.)* നിയന്ത്രകൻ
niyanthrakan
controversial *(adj.)*
വിവാദാസ്പദമായ
vivaadaspathamaaya
controversy *(n.)* വിവാദം vivaadam
contuse *(v.)* ചതയുക chathayuka
contusion *(n.)* ചതവ് chathav
conundrum *(n.)*
വിപരീതാർത്ഥവാചകം
vipariithaarthavaachakam
convalesce *(v.)*
ആരോഗ്യംവീണ്ടെടുക്കുക
aarogyam veendedukkuka
convalescence *(n.)*
ആരോഗ്യപ്രാപ്തി aarogya
praapthi
convalescent *(adj.)*
രോഗവിമുക്തനായിക്കൊണ്ടി
രിക്കുന്ന
rogavimukthanaayikkondirikkunna
convection *(n.)* താപസംവഹനം
thaapasamvahanam
convene *(v.)* യോഗം ചേരുക yogam
cheruka

convener *(n.)* യോഗം വിളിച്ചു
കൂട്ടുന്നയാൾ yogam vilichu
kuuttunnayaal
convenience *(n.)* അനുയോജ്യത
anuyojyatha
convenient *(adj.)* ഉചിതമായ
uchithamaaya
convent *(n.)* കന്യാസ്ത്രീമഠം
kanyaastreemadam
convention *(n.)*
സംയുക്തസമ്മേളനം
samyukthasammelanam
conventional *(adj.)*
പരമ്പരാഗതമായ
paramparagathamaaya
converge *(v.)* ഏകസ്ഥാനത്തു
ചേരുക ekasthanaththucheruka
convergence *(n.)* ഒന്നിച്ചുകൂടൽ
onnichchukuutal
convergent *(adj.)* കേന്ദ്രാഭിമുഖമായ
kendrabhimukhamaaya
conversant *(adj.)* വ്യുത്പത്തിയുള്ള
vyuthpaththiyulla
conversation *(n.)* വർത്തമാനം
varththamaanam
converse *(v.)* വ്യവഹരിക്കുക
vyavaharikkuka
conversion *(n.)* രൂപാന്തരീകരണം
roopaanthariikaranam
convert *(v.)* മാറ്റുക maattuka
convertible *(adj.)* മാറ്റത്തക്ക
maattaththakka
convertible *(n.)* രൂപഭേദം
roopabhedam
convey *(v.)* ആശയം പകരുക
aashayam pakaruka
conveyance *(n.)* യാത്രാവാഹനം
yaathraavaahanam
conveyor *(n.)*
കൊണ്ടുപോകുന്നയാൾ
kondupokunnayaal

convict *(v.)* കുറ്റം വിധിക്കുക kuttam vidhikkuka
conviction *(n.)* ശിക്ഷാവിധി shikshaavidhi
convince *(v.)* വിശ്വസിപ്പിക്കുക viswasippikkuka
convivial *(adj.)* സോല്ലാസമായ sollaasamaaya
convocation *(n.)* ബിരുദദാനസമ്മേളനം birudadaanasammelanam
convoke *(v.)* വിളിച്ചുകൂട്ടുക vilichchukuuttuka
convolve *(v.)* ചുറ്റുക chuttuka
convoy *(n.)* വാഹനവ്യൂഹം vaahanavyuuham
convulse *(v.)* സംക്ഷോഭിപ്പിക്കുക samkshobhippikkuka
convulsion *(n.)* സംക്ഷോഭം samkshobham
cook *(v.)* പചിക്കുക pachikkuka
cook *(n.)* വെപ്പുകാരൻ veppukaaran
cooker *(n.)* പാചകപാത്രം paachakapaathram
cookie *(n.)* മധുര ബിസ്ക്കറ്റ് madurabiscuit
cool *(adj.)* ശീതളമായ sheethalamaaya
coolant *(n.)* ശീതീകരിണവസ്തു shiithikaranavasthu
cooler *(n.)* ശീതീകരിണി shiithikarani
cooperate *(v.)* സഹകരിക്കുക sahakarikkuka
cooperation *(n.)* കൂട്ടുപ്രവൃത്തി kuuttupravarththi
cooperative *(adj.)* സഹകരണാടിസ്ഥാനത്തിലുള്ള sahakaranatisthaanathilulla
coordinate *(v.)* ഏകോപിപ്പിക്കുക ekopippikkuka
coordination *(n.)* ഏകോപനം ekopanam
coot *(n.)* കറുത്തനീർക്കോഴി karuththaniirkkozhi
cope *(v.)* നേരിടുക nerituka
copier *(n.)* പകർപ്പെടുക്കുന്ന ആൾ pakarppedukkunnayaal
coping *(n.)* ചുമരിന്റെ മുകളിൽ ചരിച്ചുണ്ടാക്കിയ ഭാഗം chumarinte mukalil charichundaakkiya bhaagam
copious *(adj.)* ബഹുലമായ bahulamaaya
copper *(n.)* ചെമ്പ് chemb
coppice *(n.)* ചുള്ളിക്കാട് chullikkad
copulate *(v.)* സംഭോഗത്തിലേർപ്പെടുക sambhogathilerppeduka
copy *(n.)* പുസ്തകത്തിന്റെ പ്രതി pusthakaththinte prathi
copy *(v.)* പകർത്തുക pakarththuka
copyright *(n.)* പകർപ്പവകാശം pakarppavakaasham
coquette *(n.)* കാമവിലാസിനി kaamavilaasini
coral *(n.)* പവിഴപ്പുറ്റ് pavizhapputt
corbel *(n.)* ഭാരംതാങ്ങി bhaaramthaangi
cord *(n.)* ചരട് charat
cordial *(adj.)* ഹൃദ്യമായ hrudyamaaya
cordless *(adj.)* കമ്പിയില്ലാത്ത kambiyillaaththa
cordon *(n.)* പ്രതിരോധനിര prathirodhanira
corduroy *(n.)* ഒരിനം പരുത്തിത്തുണി orinam paruththithuni
core *(n.)* കാതൽ kaathal
coriander *(n.)* മല്ലി malli
cork *(n.)* കിടേശപ്പട്ട kiteshappatta
cormorant *(n.)* ജലപ്പക്ഷി jalappakshi
corn *(n.)* ധാന്യം dhaanyam
cornea *(n.)* കാചപടലം kaachapatalam

corner (n.) മൂല muula

cornet (n.) ഊത്തുകൊമ്പ് uuthukomp

cornicle (n.) കൊമ്പ് komp

corollary (n.) ഉപലക്ഷ്യം upalakshyam

coronation (n.) കിരീടധാരണം kiiritadhaaranam

coronet (n.) കിരീടം kiriita

corporal (adj.) കീഴ്ത്തലവൻ kiizhthalavan

corporate (adj.) ഏകീകൃതമായ ekiikruthamaaya

corporation (n.) നഗരസഭ nagarasabha

corps (n.) പട്ടാളസംഘം pattalasamgham

corpse (n.) ജഡം jadam

correct (adj.) കൃത്യമായ kruthyamaaya

correct (v.) ശരിയാക്കിയെടുക്കുക shariyaakkiyedukkuka

correction (n.) തിരുത്തൽ thiruththal

correlate (v.) പരസ്പരബന്ധമുണ്ടായിരിക്കുക parasparabandhamundaayirikkuka

correlation (n.) പരസ്പരബന്ധം parasparabandham

correspond (v.) അനുരൂപമായിരിക്കുക anuruupamaayirikkuka

correspondence (n.) കത്തിടപാട് kaththitapaat

correspondent (n.) സദൃശ്യമുള്ള saadrusyamulla

corridor (n.) ഇടനാഴി itanaazhi

corroborate (v.) ഉറപ്പാക്കുക urappaakkuka

corroborative (adj.) ഉറപ്പു നൽകുന്ന urappunalkunna

corrosive (adj.) ക്ഷയകാരകമായ kshayakaarakamaaya

corrugated (adj.) ചുളിവുള്ള chulivulla

corrupt (adj.) ദൂഷിതമായ duukshithamaaya

corruption (n.) അഴിമതി azhimathi

cortege (n.) വിലാപയാത്ര vilaapayaathra

cortisone (n.) വൃക്കഗ്രന്ഥിസ്രവം vrukkagranthosravam

cosmetic (n.) ഗാത്രാനുലേപനദ്രവ്യം gaathraanulepanadruvyam

cosmetic (adj.) സൗന്ദര്യവർദ്ധകമായ soundaryavardhakamaaya

cosmic (adj.) പ്രാപഞ്ചികമായ praapanchikamaaya

cosmopolitan (adj.) സാർവ്വജനീനമായ saarvvajaniinamaaya

cosmos (n.) വിശ്വം viswam

cost (v.) വിലയാകുക vilayaakuka

costal (adj.) വാരിയെല്ലിനെ സംബന്ധിച്ച vaariyelline sambandhicha

costly (adj.) വിലയേറിയ vilayeriya

costume (n.) വസ്ത്രധാരണരീതി vasthradhaaranariithi

cosy (adj.) സുഖകരമായ sukhakaramaaya

cot (n.) മഞ്ചം mancham

cotemporal (adj.) ഏകകാലികമായ ekakaakikamaaya

cottage (n.) പർണ്ണശാല parnashaala

cotton (n.) പഞ്ഞി panji

couch (n.) ശയ്യ shayya

cough (v.) ചുമയ്ക്കുക chumaykkua

could (v.) കഴിയുമായിരുന്നു kazhiyumaayirunnu

council (n.) ആലോചനാസമിതി aalochanaasamithi

councillor (n.) സമാജികൻ saamaajikan

counsel (n.) ഉപദേശം upadesham

counsellor *(n.)* നിയമോപദേഷ്ടാവ് niyamopadeshtaav
count *(v.)* എണ്ണിയെടുക്കുക enniyedukkuka
countable *(adj.)* എണ്ണത്തക്ക ennathakka
countdown *(n.)* പിന്നോക്കം എണ്ണുക pinnokkam ennuka
countenance *(n.)* മുഖഭാവം mukhabhaavam
counter *(n.)* എതിരെ ethire
counter *(v.)* എതിർക്കുക ethirkkuka
counteract *(v.)* പ്രതിപ്രവർത്തിക്കുക prathipravarththikkuka
counter-attack *(n.)* പ്രത്യാക്രമണം prathyaakramanam
counterfeit *(adj.)* കൃത്രിമമായ kruthrimanaaya
counterfeiter *(n.)* വ്യാജൻ vyaajan
counterfoil *(n.)* രസീതുകുറ്റി rasiithukutti
countermand *(v.)* വിപരീതാജ്ഞ കൊടുക്കുക vipariithaanua kodukkuka
counterpart *(n.)* പ്രതിരൂപം prathiruupam
countersign *(v.)* മേലൊപ്പിടുക meloppituka
countess *(n.)* പ്രഭു പത്നി prabhupathni
countless *(adj.)* അസംഖ്യമായ asankhyamaaya
country *(n.)* രാജ്യം raajayhwam
county *(n.)* ദേശവിഭാഗം deshavibhaagam
coup *(n.)* പൊടിക്കൈ potikkai
couple *(n.)* ദമ്പതികൾ dambathikal
couple *(v.)* യോജിപ്പിക്കുക yojippikkuka
couplet *(n.)* ഈരടി iirati
coupon *(n.)* നറുക്ക് narukk
courage *(n.)* നിർഭയത്വം nirbhayathwam
courageous *(adj.)* ഉശിരുള്ള ushirulla
courier *(n.)* വാർത്താവാഹകൻ vaarthaavaahakan
course *(n.)* പന്ഥാമാർഗ്ഗം panthaamaargam
court *(v.)* അപേക്ഷിക്കുക apekshikkuka
court *(n.)* കോടതി kotathi
courteous *(adj.)* വിനീതമായ viniithamaaya
courtesan *(n.)* വ്യഭിചാരി vyabhichaari
courtesy *(n.)* മര്യാദ maryaada
courtier *(n.)* രാജസേവകൻ raajasevakan
courtship *(n.)* പ്രണയകാലം pranayakaalam
courtyard *(n.)* മുറ്റം muttam
cousin *(n.)* അമ്മാവന്റെയോ അമ്മായിയുടെയോ മക്കൾ ammavanteyo ammayiyudeyo makkal
couture *(n.)* നിരദ്ദേശാനുസരണവസ്ത്രനിർമ്മിതി nirdeshanusarana vasthranirmmithi
cove *(n.)* അഴിമുഖം azhimukam
covenant *(n.)* ചട്ടങ്ങൾ chattangal
cover *(v.)* പുതയ്ക്കുക puthaykkuka
cover *(n.)* ലക്കോട്ട് lakkott
coverage *(n.)* പത്രറിപ്പോർട്ടുപരമ്പര pathrareport parambara
coverlet *(n.)* കിടക്കവിരി kitakkvri
covert *(adj.)* ഗുപ്തമായ gupthammaya
covet *(v.)* കൊതിക്കുക kothikukkuka
cow *(n.)* പശു pashu
coward *(n.)* ഭീരു bhiiru
cowardice *(n.)* ഭീരുത്വം bhiiruthwam

cower *(v.)* പതുങ്ങിക്കിടക്കുക pathungikitakkuka
co-worker *(n.)* സഹപ്രവർത്തകൻ sahpravarthakan
coy *(adj.)* ലജ്ജാവതിയായ lajavathiyaaya
cozy *(adj.)* സൗകര്യമുള്ള soukaryamulla
crab *(n.)* ഞണ്ട് njand
crack *(v.)* ചിന്നലുണ്ടാക്കുക chinnalundaakkuka
crack *(n.)* സ്ഫോടകശബ്ദം sphotakashabdam
crackdown *(n.)* അടിച്ചമർത്തൽ adichamarththal
cracker *(n.)* പടക്കം patakkam
crackle *(v.)* പൊട്ടുക pottuka
cradle *(n.)* തൂക്കുമഞ്ചം thuukumancham
craft *(n.)* കരകൗശലം karakoushalam
craftsman *(n.)* ശില്പി shilpi
crafty *(adj.)* തന്ത്രപരമായ thanthraparamaaya
cram *(v.)* നിറയ്ക്കുക niraykkuka
cramp *(n.)* കോച്ചിവലിക്കൽ kochivalikkal
crane *(n.)* കൊറ്റി kotti
crankle *(v.)* ഭഞ്ജിക്കുക bhanjikkuka
crash *(v.)* തകർന്നു വീഴുക thakarnnu veezhuka
crasis *(n.)* കലർപ്പ് kalarpp
crass *(adj.)* മൂഢമായ muudamaaya
crate *(n.)* വള്ളിക്കൊട്ട vallikkotta
crater *(n.)* ജ്വാലാഗിരിമുഖം jwaalagirimukham
crave *(v.)* ആഗ്രഹിക്കുക aagrahikkuka
craven *(adj.)* ഭീതൻ bhiithan
craving *(n.)* അതികാംക്ഷ athikaashama
craw *(n.)* കിളിവയർ kilivayar
crawl *(v.)* ഇഴയുക izhayuka
crayfish *(n.)* ഇറാൽമീൻ iraalmeen
crayon *(n.)* വർണ്ണച്ചോക്ക് varnnachalk
craze *(n.)* ഭ്രമം bhramam
crazy *(adj.)* ഉന്മത്തമായ unmaththamaaya
creak *(v.)* കിലുങ്ങുക kilunguka
cream *(n.)* ത്വക് ലേപനം thwak lepanam
crease *(n.)* ഞൊറിവ് njoriv
create *(v.)* സൃഷ്ടിക്കുക srushtikkuka
creation *(n.)* സൃഷ്ടി srushti
creative *(adj.)* സർഗ്ഗശക്തിയുള്ള sarggashakthiyulla
creator *(n.)* സ്രഷ്ടാവ് srushtaav
creature *(n.)* ജീവപ്രാണി jeevapraani
credential *(n.)* അധികാരപത്രം adhikaarapathram
credible *(adj.)* വിശ്വസിക്കത്തക്ക viswasikkathakka
credit *(n.)* വായ്പ vaaypa
credit card *(n.)* ധനവ്യവഹാര കാർഡ് dhanavyvahaara card
creditable *(adj.)* വിശ്വാസയോഗ്യമായ viswaasayogyamaaya
creditor *(n.)* ഉത്തമർണ്ണൻ uththamarnnan
credulity *(n.)* വിശ്വാസശീലം viswasasheelam
credulous *(adj.)* കണ്ണടച്ചു വിശ്വസിക്കുന്ന kannatachu viswasikkunna
creed *(n.)* മതവിശ്വാസം mathaviswaasam
creek *(n.)* പോഷകനദി poshakanadi
creep *(v.)* പതുങ്ങിനടക്കുക pathunginatakkuka
creeper *(n.)* വല്ലരി vallari
creepy *(adj.)* ഇഴയുന്ന izhayunna
cremate *(v.)* ഭസ്മമാക്കുക bhasmaakkuka

cremation *(n.)* സംസ്കരണം
samskaranam

crematorium *(n.)* ശ്മശാനം
shamshaanam

creole *(n.)* രണ്ടു ഭാഷകൾ
ചേർന്നുണ്ടാകുന്ന പുതിയ ഭാഷ
randu baashakal chernnundaakunna
puthiya baasha

crepe *(n.)* ഒരു തരം തുണി oru tharam
thuni

crepitate *(v.)*
പടപടശബ്ദമുണ്ടാക്കുക
patapatashabadamundaakkuka

crepitation *(n.)* പടപടശബ്ദം
patapatashabdam

crescent *(n.)* ചന്ദ്രക്കല chandrakkala

crest *(n.)* തലപ്പൂവ് thalappuuv

cretin *(n.)* ജളനായ jalanaaya

crevet *(n.)* മൂശ muusha

crew *(n.)* നാവികസംഘം
navikasangham

crib *(n.)* തൊട്ടിൽ thottil

cricket *(n.)* ക്രിക്കറ്റുകളി cricketkali

crime *(n.)* കുറ്റകൃത്യം kuttakruthyam

criminal *(n.)* കുറ്റവാളി kuttavaali

crimp *(n.)* മടക്ക് matakk

crimple *(v.)* പിരിക്കുക pirikkuka

crimson *(n.)* കടുംചുവപ്പ്
katumchuvapp

cringe *(v.)* പാദസേവ ചെയ്യുക
paadaseva cheyyuka

crinkle *(v.)* ചുളിവുണ്ടാക്കുക
chulivundaakkuka

cripple *(n.)* മുടന്തൻ mudanthan

crisis *(n.)* ആപൽസന്ധി aapalsandhi

crisp *(adj.)* മൊരിഞ്ഞ morinja

crispen *(v.)* മൊരിയുക moriyuka

criterion *(n.)* നിദാനം nidaanam

critic *(n.)* വിമർശകൻ vimarshakan

critical *(adj.)* ദോഷദർശിയായ
doshadarshiyaaya

criticism *(n.)* ഖണ്ഡനം khandanam

criticize *(v.)*
ഗുണദോഷനിരൂപണംചെയ്യുക
gunadoshaniroopanam cheyyuka

critique *(n.)* വിമർശനഗ്രന്ഥം
vimarshanagrandham

croak *(n.)* തവളക്കരച്ചിൽ
thavalakkarachil

crochet *(n.)* ചിത്രത്തുന്നൽപ്പണി
chithrathunnalppani

crockery *(n.)* മൺപാത്രങ്ങൾ
manpaathrangal

crocodile *(n.)* മുതല muthal

croft *(n.)* വീട്ടുപറമ്പ് veettuparamp

croissant *(n.)* ഫ്രെഞ്ച് റോൾ french
roll

crome *(n.)* ചൂണ്ട choonda

crone *(n.)* വൃദ്ധ vruddha

crook *(n.)* വക്രത vakrutha

crooked *(adj.)* കുടിലചിത്തനായ
kutilachiththanaaya

croon *(v.)* മൂളിപ്പാട്ടുപാടുക
muulipaattupaatuka

crop *(n.)* ധാന്യവിള dhaanyavila

cross *(n.)* കുരിശ് kurish

cross *(adj.)* കുരിശടയാളം
kurishatayaalam

cross *(v.)* മുറിച്ചു കടക്കുക
murichukatakkuka

crossbar *(n.)* തുലായന്ത്രം
thulaayanthram

crossfire *(n.)* എതിർവെടി ethirveti

crossing *(n.)* നാൽക്കവല naalkkavala

crossroads *(n.)* വിലങ്ങനെയുള്ള
വഴി vilanganeyulla vazhi

crotch *(n.)* ജനനേന്ദ്രിയവിഭാഗം
jananedriya vibhaagam

crotchet *(n.)* വിലക്ഷണഭാവന
vilakshana bhaavana

crouch *(v.)* കുനിയുക kuniyuka

crow *(n.)* കാക്ക kaakka

crowbar *(n.)* ഇരുമ്പുപാര irumpupara

crowd *(n.)* ജനസഞ്ചയം janasanchayam

crowded *(adj.)* തിങ്ങിയ thingiya

crowdfunding *(n.)* പൊതുജനധനശേഖരം pothujanadhanashekharam

crown *(n.)* രാജമകുടം raajamakutam

crowned *(adj.)* രാജ്യാഭിഷിക്തനായ raajyaabhishikthanaaya

crucial *(adj.)* നിർണ്ണായകമായ nirnnaayakamaaya

crucified *(adj.)* ക്രൂശിതനായ kruushithanaaya

crucifix *(n.)* ക്രൂശിതരൂപം krushitharoopam

crucify *(v.)* ക്രൂശിക്കുക kruushikkuka

crude *(adj.)* അപക്വമായ apakwamaaya

cruel *(adj.)* നിർദ്ദയമായ nirddayamaaya

cruelty *(n.)* നിർദ്ദയത്വം nirddayathwam

cruise *(v.)* സമുദ്രപര്യടനം നടത്തുക samudraparyatanam nataththuka

cruiser *(n.)* പടക്കപ്പൽ patakappal

crumb *(n.)* അപ്പക്കഷണം appakashanam

crumble *(v.)* തച്ചുടയ്ക്കുക thachutakkuka

crump *(v.)* ഉഗ്രസ്ഫോടനശബ്ദം ugrasphotanadhabdam

crumple *(v.)* ചുളുക്കു വീഴുക chulukkuviizhuka

crunch *(v.)* കടിച്ചുപൊട്ടിക്കുക katichupottikkuka

crusade *(n.)* കുരിശുയുദ്ധം kurishuyudwam

crusader *(n.)* പോരാളി poraali

crush *(v.)* ഞെക്കുക njekkuka

crust *(n.)* ഭൂപടലം bhuupatalam

crutch *(n.)* ഊന്നുവടി uunnuvati

cry *(v.)* കരയുക karayuka

cryogenics *(n.)* താപവിജ്ഞാനം thaapavinjaanam

cryptic *(adj.)* ഗൂഢാർത്ഥമായി guudaarthamaayi

cryptography *(n.)* ഗോപ്യഭാഷ gopyabhaasha

crystal *(n.)* പളുങ്ക് palunk

crystalize *(v.)* പളുങ്കുരൂപമാക്കുക palunkruupamaakkuka

cub *(n.)* മൃഗക്കുട്ടി mrugakkutty

cube *(n.)* സമചതുരഷഡ്ഭുജം samacharhura shatbhujam

cubical *(adj.)* സമചതുരഷഡ്ഭുജസംബന്ധം samachathurashatbhujasambandham

cubicle *(n.)* ഉറക്കറ urakkara

cubit *(n.)* മുഴം muzham

cuckold *(n.)* ജാരിണീപതി jaariniipathi

cuckoo *(n.)* കോകിലം kokilam

cucumber *(n.)* വെള്ളരിക്ക vellarikka

cuddle *(v.)* ഓമനിക്കുക omanikkuka

cudgel *(n.)* ദണ്ഡ് dant

cue *(n.)* കുറിവാക്ക് kurivaakk

cuff *(n.)* കുപ്പായക്കൈയറ്റം kuppaayakaiyattam

cuisine *(n.)* പാചകവൃത്തി paachakavruththi

culinary *(adj.)* പാചകസംബന്ധമായ paachaka sambandhamaaya

cullet *(n.)* കണ്ണാടിച്ചില്ല് kannaatichillu

culminate *(v.)* പരകോടിയിൽ എത്തുക parakotiyil eththuka

culpable *(adj.)* ശിക്ഷാർഹമായ shikshaarhamaaya

culprit *(n.)* അപരാധി aparaadhi

cult *(n.)* ആരാധനാസമ്പ്രദായം aaraadhana sambradaayam

cultivate *(v.)* കൃഷിചെയ്യുക krushicheyyuka

cultivation *(n.)* കൃഷിചെയ്യൽ krushicheyyal
cultural *(adj.)* സാംസ്കാരികമായ samskaarikamaaya
culture *(n.)* സംസ്കാരം samskaaram
culvert *(n.)* ഓവുപാലം oovupaalam
cumulative *(adj.)* ഉത്തരോത്തരം uththaroththaram
cunning *(adj.)* ദുസ്സാമർത്ഥ്യമുള്ള dussamarthyamulla
cup *(n.)* ലോട്ട lotta
cupboard *(n.)* പലകത്തട്ട് palakaththatt
cupid *(n.)* കാമദേവൻ kaamadevan
cupidity *(n.)* അതിതൃഷ്ണ athithrushna
curable *(adj.)* ശമിപ്പിക്കാവുന്ന shamippikkaavunna
curator *(n.)* വിചാരിപ്പുകാരൻ vichaarippukaaran
curb *(v.)* കടിഞ്ഞാണിടുക katinjaanituka
curcumin *(n.)* മഞ്ഞളിലടങ്ങിയിരിക്കുന്ന പദാർത്ഥം manjalilatangiyirikkunna pathaarthwam
curd *(n.)* തൈര് thairu
curdle *(v.)* കടയുക katayuk
cure *(v.)* സുഖക്കേടു ഭേദമാക്കുക suhakket beamaakkuka
curfew *(n.)* നിശാനിയമം nishaaniyamam
curiosity *(n.)* ജിജ്ഞാസ jinjaasa
curious *(adj.)* ജിജ്ഞാസുവായ jinjaasuvaaya
curl *(v.)* ചുരുളുക churuluka
curly *(adj.)* ചുരുണ്ട churunda
currant *(n.)* ഉണക്ക മുന്തിരിങ്ങ unakka munthiranga
currency *(n.)* നാണയവ്യവസ്ഥ naanayavyvastha
current *(n.)* വൈദ്യുതി പ്രവാഹം vaidhyuthi pravaaham
current *(adj.)* നിലവിലുള്ള nilavilulla
current account *(n.)* പലിശയില്ലാത്ത അക്കൗണ്ട് palishayillaaththa account
curriculum *(n.)* പാഠ്യപദ്ധതി paatyapadhathi
curse *(n.)* ശാപം shaapam
cursive *(adj.)* കൂട്ടെഴുത്തായുള്ള kuuttezhuththaayulla
cursor *(n.)* ചലിതബിന്ദു chalithabindhu
cursory *(adj.)* ക്ഷിപ്രമായ kshipramaaya
curt *(adj.)* അൽപഭാഷിയായ alpabhaashiyaaya
curtail *(v.)* വെട്ടിക്കുറയ്ക്കുക vettikkuraykkuka
curtain *(n.)* മറശ്ശീല marasheela
curvature *(n.)* വക്രീഭാവം vakriibhaavam
curve *(n.)* വക്രത vakratha
curve *(v.)* വക്രീകരിക്കുക vakriikarikkuka
cushion *(n.)* ഉപധാനം upaadhaanam
cusp *(n.)* കൂർമത koormmatha
custard *(n.)* സീതപ്പഴം seethappazham
custodian *(n.)* പരിപാലകൻ paripaalakan
custody *(n.)* തടങ്കൽ thadankal
custom *(n.)* ആചാരം aacharam
customary *(adj.)* കീഴനടപ്പനസരിച്ചുള്ള keeznatappanusarichchulla
customer *(n.)* ഉപഭോക്താവ് upabhokthaav
cut *(n.)* മുറിവ് muriv
cute *(adj.)* മനോഹരമായ manoharamaaya
cutlery *(n.)* കത്തി kaththi
cutlet *(n.)* കൊത്തിയരിഞ്ഞ ഇറച്ചി ചേർത്തുണ്ടാക്കിയ പലഹാരം koththiyarinja irachi cherthundaakkiya palaharam

cut-off *(n.)* വിച്ഛേദിക്കുക vichchedikkuka
cutter *(n.)* മുറിക്കാനുള്ള ആയുധം murikkaanulla aayudham
cutting *(n.)* മുറിക്കൽ murikkal
cuvette *(n.)* സുതാര്യമായ ലബോറട്ടറി പാത്രം suthaaryamaaya laborattary paathram
cyan *(n.)* പച്ചചേർന്ന നീലനിറം pachcha chernna neelaniram
cyanide *(n.)* കൊടുംവിഷമായ രാസവസ്തു kotumvishamaaya raasavasthu
cyber *(adj.)* ഇന്റർനെറ്റിനെ സംബന്ധിച്ച internettine sambandhichcha
cyberbullying *(n.)* സൈബർ ഉപദ്രവം cyber upadravam
cybercafé *(n.)* ഇൻറർനെറ്റ് കഫെ internet cafe
cyberchat *(n.)* സംഭാഷണം sambhaashanam
cybercrime *(n.)* ഇ-സംഭാഷണം e-sambhaashanam
cycle *(n.)* ചവിട്ടുവണ്ടി chavittuvandi
cyclic *(adj.)* ചക്രീയമായ chakriiyamaaya
cyclist *(n.)* സൈക്കിളോടിക്കുന്നയാൾ cycleodikkunnayaal
cyclone *(n.)* വാതാവർത്തം vaathaavarththam
cyclops *(n.)* ഒറ്റക്കണ്ണൻ രാക്ഷസൻ ottakkannan rakshasan
cyclostyle *(n.)* കല്ലച്ച് kallach
cylinder *(n.)* ഗോളസ്തംഭം golasthabham
cylindrical *(adj.)* സിലിണ്ടറിന്റെ ആകൃതിയിലുള്ള cylindernte akruthiyilulla
cynic *(n.)* ദോഷദർശി doshadarshi
cynical *(adj.)* ദോഷൈകദൃക്കായ doshaikadrukkaaya
cypher *(n.)* ഗൂഢലേഖനം gooddalekhanam
cypress *(n.)* പൊങ്കമരം ponkamaram
cyst *(n.)* രസാശയം rasaashayam

D

dabble *(v.)* തളിക്കുക thalikkuka
dacoit *(n.)* തീവെട്ടിക്കൊള്ളക്കാരൻ thiivettikollakkaran
dacoity *(n.)* തീവെട്ടിക്കൊള്ള thiivettikkolla
dad (or daddy) *(n.)* പിതാവ് pithaav
daffodil *(n.)* മഞ്ഞപ്പൂക്കളുള്ള ഒരിനം ചെടി manjapookkalulla orinam chedi
daft *(adj.)* പരിഭ്രമിച്ച paribhramicha
dagger *(n.)* കൃപാണം krupaanam
daily *(adj. & adv.)* ദിവസേനയുള്ള divaseneyulla
dainty *(adj.)* കോമളമായ komalamaaya
dairy *(n.)* ക്ഷീരശാല kshiirashaala
dairy product *(n.)* ക്ഷീരോൽപന്നങ്ങൾ kshiirolpannangal
dais *(n.)* പ്രസംഗമണ്ഡപം prasangamandapam
daisy *(n.)* ജമന്തിപ്പൂവ് jamanthippoov
dale *(n.)* മലയടിവാരം malayativaaram
dally *(v.)* ലീലാവിനോദം liilavinodham
dam *(n.)* അണക്കെട്ട് anakkett
damage *(n.)* കോട്ടം kottam
damage control *(n.)* നഷ്ടനിയന്ത്രണം nashtaniyanthranam
damaging *(adj.)* ഹാനിവന്ന haanivanna

damask *(n.)* ചിത്രദുകൂലം chithradukoolam
dame *(n.)* ഗൃഹിണി grahini
damn *(v.)* ചുമത്തുക chumaththuka
damnable *(adj.)* നിന്ദ്യമായ nindyamaaya
damnation *(n.)* നരകശിക്ഷ narakashiksha
damned *(adj.)* നാശം പിടിച്ച naasham pidicha
damp *(adj.)* ഈർപ്പമുള്ള iirppamulla
dampen *(v.)* ഈർപ്പമുണ്ടാകുക iirppamundaakuka
damsel *(n.)* ബാലിക baalika
dance *(n.)* നൃത്തം nruththam
dancer *(n.)* നർത്തകി narththaki
dancing *(adj.)* നൃത്തംചെയ്യൽ nruththam cheyyal
dandelion *(n.)* ജമന്തി jamanthi
dandle *(v.)* താലോലിക്കുക thalolikkuka
dandruff *(n.)* താരൻ thaaran
dandy *(n.)* മോടിക്കാരൻ motikkaran
danger *(n.)* അപായം apaayam
dangerous *(adj.)* വിപദ്ജനകമായ vipathjanakamaaya
dangle *(v.)* ആട്ടുക aattuka
dangling *(adj.)* തൂങ്ങിക്കിടക്കുന്ന thoongikkidakkunna
dank *(adj.)* നനഞ്ഞ nananja
dap *(v.)* വെള്ളത്തിലിടുക vellaththilituka
dapper *(adj.)* പ്രസരിപ്പുള്ള prasarippulla
dapple *(v.)* പുള്ളികളുണ്ടാക്കുക pullikalundaakkuka
dare *(v.)* ധൈര്യപ്പെടുക dairyappeduka
daredevil *(n.)* അതിസാഹസികൻ athisaahasikan
daring *(n.)* ശൗര്യം sauryam
daring *(adj.)* സാഹസികധൈര്യം sahasikadairyam
dark *(adj.)* അന്ധകാരനിബിഡമായ andhakaaranibidamaaya
dark *(n.)* ഇരുട്ടായ iruttaya
darken *(v.)* കറുപ്പിക്കുക karuppikkuka
darkle *(v.)* മ്ലാനമാകുക mlaanamaakuka
darkness *(n.)* അന്ധകാരം andhakaaram
darling *(adj.)* അരുമയായ arumayaaya
darling *(n.)* സ്നേഹഭാജനം snehabhaajanam
dart *(n.)* ശരം sharam
dartboard *(n.)* ഡാർട്ട് കളിയിലുള്ള അക്കങ്ങളെഴുതിയ വൃത്ത പ്രതലം dart kaliyilulla akkangalezhuthiya board
darting *(n.)* തെറിക്കൽ therikkal
dash *(v.)* പായുക paayuka
dashboard *(n.)* നിയന്ത്രണോപകരണ സജ്ജീകരണം niyanthranopakatana sajjiikaranam
dashing *(adj.)* ചുണയുള്ള chunayulla
data *(n.)* വിവരങ്ങൾ vivarangal
databank *(n.)* വിവരസമാഹാരം vivarasamaahaaram
database *(n.)* വസ്തുതാശേഖരം vasthuthaashekharam
date *(n.)* തീയതി thiiyathi
date *(v.)* തീയതിയിടുക thiiyathiyituka
dated *(adj.)* തീയതിയിട്ട thiiyathiyitta
daub *(n.)* വർണ്ണപ്പൂശ് varnnaapposhu
daughter *(n.)* മകൾ makal
daunt *(v.)* മിരട്ടുക miratttuka
daunting *(adj.)* വീര്യംനഷ്ടപെട്ട veeryamnashtapetta
dauntless *(adj.)* നിർഭീതനായ nirbheethanaaya

dawdle *(v.)* അലസമായിരിക്കുക
alasamaayirikkuka

dawdler *(n.)* അലസൻ alasan

dawn *(n.)* ഉദയം udayam

dawn *(v.)* നേരംപുലരുക neram
pularuka

dawnlight *(n.)* ഉദയദീപ്തി
udayadiipthi

day *(n.)* പകൽ pakal

daybreak *(n.)* പുലരി pulari

daylight *(n.)* പകലൊളി pakaloli

daze *(v.)* പരിഭ്രമിപ്പിക്കുക
paribhramippikkuka

dazed *(adj.)* സ്തംഭിച്ച sthambhicha

daziness *(n.)* പരിഭ്രമം paribhramam

dazzle *(v.)* കണ്ണഞ്ചിക്കുക
kannanchikkuka

dazzling *(adj.)* കണ്ണഞ്ചിപ്പിക്കുന്ന
kannanchippikkunna

dazzlingly *(adv.)*
കണ്ണഞ്ചിപ്പിക്കുന്നതായ
kannanchippikkunnathaaya

deacon *(n.)* ശെമ്മാശ്ശൻ shemmashshan

deactivate *(v.)* നിർജ്ജീവമാക്കുക
nirjjivamaakkuka

deactivation *(n.)* നിർ ജ്ജീവമാക്കൽ
nirjjiivamaakkal

deactivator *(n.)* നിർജ്ജീവമാപിനി
nirjjivamaapini

dead *(n.)* മരിച്ച maricha

dead *(adj.)* മരിച്ച maricha

deadbolt *(n.)* തിരിയൻസാക്ഷ
thiriyan saksha

deadline *(n.)* അന്തിമ സമയം
anthimasamayam

deadlock *(n.)* കീറാമുട്ടി kiiraamutti

deadly *(adj.)* പ്രാണഹാരിയായ
praanahaariyaaya

deaf *(adj.)* ചെവികേൾക്കാത്ത
chevikelkkaaththa

deafen *(v.)* ശബ്ദം
കേൾക്കാതാക്കുക shabdam
kelkkaathaakuka

deafening *(adj.)* കർണകഠോരമായ
karnnakatoramaaya

deal *(n.)* വ്യാപാരഇടപാട്
vyaapaara itapaat

deal *(v.)* കൈകാര്യം ചെയ്യുക
kaikaaryam cheyyuka

dealer *(n.)*
ക്രയവിക്രയംചെയ്യുന്നയാൾ
kruya vikrayum cheyyunnayaal

dealership *(n.)*
ക്രയവിക്രയാധികാരി
kruyavikryaadhikaari

dealings *(n.)* ഇടപാട് itapaat

dealmaker *(n.)* ഇടപാടുകാരൻ
itapaatukaaran

dean *(n.)* സർ
വകലാശാലാഉപദേശകൻ
sarvvakalaashaala upadeshakan

dear *(adj.)* പ്രിയ priya

dearest *(adj.)* പ്രിയപ്പെട്ട priyappetta

dearth *(n.)* ദൗർല്ലഭ്യം dourlabhyam

death *(n.)* മൃത്യു mruthyu

deathly *(adj.)* മാരകമായ
maarakamaaya

debacle *(n.)* പെട്ടെന്നുള്ള പതനം
pettennulla pathanam

debar *(v.)* പ്രവേശനം തടയുക
praveshanam thatayuka

debase *(v.)* തരംതാഴ്ത്തുക tharam
thaazhththuka

debate *(n.)* വാദപ്രതിവാദം
vaadaprathivaadam

debauch *(n.)* അധഃപതനം
adhapathanam

debauch *(v.)* കളങ്കപ്പെടുത്തുക
kalankappeduththuka

debauchee *(n.)* തെമ്മാടി themmaati

debauchery *(n.)* തെമ്മാടിത്തരം
themmaatiththaram

debenture *(n.)* ഈടുപത്രം iitupathram
debile *(adj.)* ദുർബ്ബലമായ
durbbalamaaya
debilitant *(n.)* ശക്തിക്ഷയകാരണം
shakthikhaya kaaranam
debilitate *(v.)* ദുർബ്ബലമാക്കുക
durbbalamaakkuka
debilitating *(adj.)* ക്ഷയപ്രേരകം
kshayaprerakam
debilitation *(n.)* ശക്തിക്ഷയം
shakthikshayam
debility *(n.)* ബലഹീനത balahiinatha
debit *(n.)* ബാധ്യത baadyatha
debit card *(n.)* ധനവ്യവഹാര
കാർഡ് dhanavyvahaara card
debonaire *(adj.)* നിസ്സംഗത nissangatha
debrief *(v.)* വിവരാന്വേഷണം
നടത്തുക vivaraanweshanam
nadathuka
debris *(n.)* നഷ്ടശിഷ്ടങ്ങൾ
nashtashishtangal
debt *(n.)* ഋണം runam
debt-free *(adj.)* കടമില്ലാത്ത
katamillaaththa
debtor *(n.)* കടക്കാരൻ katakkkaran
debuff *(n.)* നശീകരണം nasheekaranam
debug *(v.)* തിരുത്തുക thiruththuka
debunk *(v.)* മറനീക്കുക maraneekkuka
debut *(n.)* അരങ്ങേറ്റം arangettam
debutante *(n.)* തരുണി tharuni
decade *(n.)* ദശാബ്ദം dashaabdam
decadent *(adj.)* സുഖലോലുപനായ
sukhalolupanaaya
decalcification *(n.)* കാത്സ്യം
നഷ്ടപ്പെടൽ kaalsyam nashtapettal
decalcifiy *(v.)* കാത്സ്യം കുറയുക
kaalsyam kurayuka
decalibrate *(v.)* ശേഷിയറിയാത്ത
sheshiyariyaaththa
decamp *(v.)* കടന്നുകളയുക
katannukalayuka

decapitate *(v.)* തലകൊയ്യുക
thalakoyyuka
decay *(v.)* ചീഞ്ഞുപോകുക
chiinjupokuka
decay *(n.)* കേടുപാട് ketupaat
decease *(n.)* നാശം naasham
deceased *(adj.)* മരണമടഞ്ഞ
maranamatanja
deceit *(n.)* കബളിപ്പിക്കൽ
kabalippikkal
deceitful *(adj.)* കബളിപ്പിക്കുന്ന
kabalippikkunna
deceive *(v.)* അകപ്പെടുത്തുക
akappetuthuka
decelerate *(v.)* വേഗത കുറയ്ക്കുക
vegatha kuraykkuka
deceleration *(n.)* വേഗത
കുറയ്ക്കൽ vegatha kuraykkal
december *(n.)* ഡിസംബർ മാസം
december maasam
decency *(n.)* സഭ്യത sabhyatha
decennary *(n.)*
പത്തുകൊല്ലക്കാലാവധി paththu
kollakkaalavadhi
decent *(adj.)* സജ്ജനസമ്മതമായ
sajjanasammathamaaya
decentralize *(v.)*
വികേന്ദ്രീകരിക്കുക
vikendrikarikkuka
decentre *(v.)* അകേന്ദ്രീകരിക്കുക
akendriikarikkuka
deception *(n.)* കൃത്രിമം kruthrimam
deceptive *(adj.)* വഴിതെറ്റിക്കുന്ന
vazhithettikkunna
decibel *(n.)* ശബ്ദതരംഗത്തിന്റെ
തീവ്രത അളക്കുന്നതിനുള്ള
ഏകകം shabda tharangaththinte
theevratha alakkunnathinulla ekakam
decide *(v.)* നിശ്ചയിക്കുക
nischayikkuka
decided *(adj.)* തീരുമാനിച്ച
theerumaanichcha

decidedly *(adv.)* നിസ്സംശയം
nissamshayam

decimal *(adj.)* ദശാംശമായ
dashaamshamaaya

decimal point *(n.)* ദശാംശചിഹ്നം
dashaamshachihnam

decimate *(v.)* ഹിംസിക്കുക
himsikkuka

decimation *(v.)* നശീകരിക്കുക
nashikaarikkuka

decipher *(v.)* വിവരിച്ചു പറയുക
vivarichuparayuka

decision *(n.)* തീർച്ചപ്പെടുത്തൽ
thiirchchappeduththal

decisive *(adj.)* അന്തിമമായ
anthimamaaya

deck *(n.)* കപ്പൽത്തളം
kappalththaavalam

declaration *(n.)* പ്രതിജ്ഞാവാചകം
prathinjaavaachakam

declare *(v.)* പ്രഖ്യാപിക്കുക
prakhyaapikkuka

declassify *(v.)* രഹസ്യപ്പട്ടികയിൽ
നിന്നു നീക്കുക
rahasyapatyikayilninnu niikkuka

decline *(v.)* ക്ഷീണപ്രായമാകുക
kshiinapraayamaakuka

declivity *(n.)* ഉന്മുഖത unmukhatha

declutter *(v.)* ഒഴിവാക്കുക
ozhivaakkuka

decoction *(n.)* സത്ത് sathth

decode *(v.)* വ്യാഖ്യാനിക്കുക
vyaakhyaanikkuka

decoder *(n.)* കോഡ്
വ്യാഖ്യാനിക്കുന്നയാൾ code
vyaakhyaanikkunnayaal

decolonization *(n.)*
അപകോളനീകരണം
apakolaniikaranam

decolonize *(v.)*
അപകോളനീകരിക്കുക
apakolaniikarikkuka

decommission *(v.)* പിൻവലിക്കുക
pinvalikkuka

decompose *(v.)* അഴുകുക azhukuka

decomposition *(n.)* വിഘടനം
vighatanam

decompress *(v.)* അയയ്ക്കുക
ayaykkuka

decompression *(n.)* അവമർദ്ദനം
avamarddanam

decongest *(v.)*
നിബിഡതയില്ലാതാക്കുക
nibitathayillathakkuka

deconstruct *(v.)* ശിഥിലീകരിക്കുക
shithiliikaranam

deconstruction *(n.)* അപനിർമ്മാണം
apanirmmanam

deconstructively *(adv.)*
അപനിരമ്മാണപരമായി
apanirmmanaparamaayi

decontrol *(v.)*
നിയന്ത്രണമില്ലാതാക്കുക
niyanthranamillaathaakkuka

decor *(n.)* ചമയം chamayam

decorate *(v.)* മോടിപിടിപ്പിക്കുക
motipidippikkuka

decoration *(n.)* വിതാനിക്കൽ
vithaanikkal

decorative *(adj.)* ഭൂഷണമായ
bhooshanamaaya

decorum *(n.)* അന്തസ്സ് anthass

decoy *(v.)* ആശകൊടുത്തു
വഞ്ചിക്കുക aashakoduth
vanchikkuka

decoy *(n.)* വശീകരണപ്പക്ഷി
vashikaranappakshi

decrease *(v.)* കുറയ്ക്കുക kuraykkuka

decreasingly *(adv.)* ചെറുതാക്കിയ
cheruthaakkiya

decree *(n.)* ഉത്തരവ് uththarav

decree *(v.)* തീർപ്പുകൽപ്പിക്കുക
theerppukalppikkuka

decrement *(n.)* ന്യൂനീകരണം
nyuuniikaranam
decrepitate *(v.)* പൊരിക്കുക
porikkuka
decrepitation *(n.)* വറുക്കൽ varukkal
decriminalization *(n.)*
വിലക്കുമാറ്റൽ vilakkumaattal
decriminalize *(v.)* വിലക്ക്
ഒഴിവാക്കുക vilakk ozhivaakkuka
decry *(v.)* ദുഷിക്കുക dushikkuka
decrypt *(n.)* സാധാരണ
ഭാഷയിലാക്കുക
saadaaranabhaashayilaakkuka
decrypt *(v.)* സുഗ്രാഹ്യമാക്കുക
sugraahyamaakkuka
decryption *(n.)* അർത്ഥബോധനം
arththabodhanam
dedicate *(v.)* അർപ്പണം ചെയ്യുക
arppanam cheyyuka
dedication *(n.)* ആത്മസമർപ്പണം
ßthmaarppanam
deduce *(v.)* നിഗമനത്തിലെത്തുക
nigamanaththileththuka
deduct *(v.)* കിഴിവു ചെയ്യുക
kizhivucheyyuka
deduction *(n.)* വ്യവകലനം
vyavakalanam
deed *(n.)* കർമ്മം karmmam
deem *(v.)* മതിക്കുക mathikkuka
deep *(adj.)* അഗാധമായ
agaadhamaaya
deepen *(v.)* അഗാധമാക്കുക
agaadhamaakkuka
deeply *(adv.)* ഗഹനമായി
gahanamaayi
deer *(n.)* മാൻ maan
deface *(v.)* വിരൂപപ്പെടുത്തുക
viruupappeduthuka
defamation *(n.)*
അപകീർത്തിപ്പെടുത്തൽ
apakiirththippeduththal

defamatory *(adj.)*
അപഖ്യാതിയുണ്ടാക്കുന്ന
apakhyaathiyundaakkunna
defame *(v.)* മാനഹാനി വരുത്തുക
maanahaanivaruthuka
default *(n.)* ഉപേക്ഷകാണിക്കുക
upeksha kanikkuka
defeat *(v.)* തോൽപ്പിക്കുക
tholppikkuka
defecate *(v.)* വിസർജ്ജിക്കുക
visarjjikkuka
defect *(n.)* ദൂഷ്യം dookshyam
defective *(adj.)* വികലമായ
vikalamaaya
defence *(n.)* സുരക്ഷ suraksha
defenceless *(adj.)*
പ്രതിവാദമില്ലാത്ത
prathivaadamillaaththa
defend *(v.)* ചെറുത്തുനിൽക്കുക
cheruthrhunilkkuka
defendant *(n.)* പക്ഷപാതി
pakshapaathi
defensive *(adj.)*
ആത്മരക്ഷാപരമായ
aathmarakshaaparamaaya
defer *(v.)* താമസപ്പെടുത്തുക
thaamasappeduthuka
deference *(n.)* ആദരവ് aadarav
defiance *(n.)* അഹമ്മതി ahammathi
defiant *(adj.)* ഔദ്ധത്യമുള്ള
oudadhyamulla
deficiency *(n.)* പോരായ്മ porayma
deficient *(adj.)*
മതിയാംവണ്ണമില്ലാത്ത
mathiyamvanbamillaaththa
deficit *(n.)* കമ്മി kammi
defile *(n.)* അശുദ്ധമാക്കുക
ashuddhamaakkuka
define *(v.)* നിർവചിക്കുക
nirvvachikkuka
definite *(adj.)* നിയതമായ
niyathamaaya

definition *(n.)* നിർവചനം nirvvachanam
definitive *(adj.)* അവിതർക്കിതമായ avitharkkithamaaya
deflate *(v.)* നിരുത്സാഹപ്പെടുത്തുക nirulsaahappeduththuka
deflation *(n.)* നിരുത്സാഹപ്പെടുത്തൽ nirulsaahappeduththal
deflect *(v.)* വ്യതിചലിപ്പിക്കുക vythichalippikkuka
deflection *(n.)* വ്യതിയാനം vythiyaanam
deflesh *(v.)* മാംസമില്ലാതാക്കുക maamsamillathaakkuka
deflower *(v.)* കന്യകാത്വം നശിപ്പിക്കുക kanyaathwam nashippikkuka
defoliant *(n.)* ഇലകൾ പൊഴിയിക്കുന്ന ഒരു രാസവസ്തു. ilakal pozhiyikkunna oru raasavasthu
defoliate *(v.)* ഇലപൊഴിക്കുക ilapozhikkuka
deforest *(v.)* കാടുനീക്കുക kaatuniikkuka
deforestation *(n.)* വനനശീകരണം vananshiikaranam
deform *(v.)* കോലംകെടുത്തുക kolam keduththuka
deformity *(n.)* വൈലക്ഷണ്യം vailakshanyam
defragment *(v.)* ഏകീകരിക്കുക ekiikarikkuka
defragmentation *(n.)* ഏകീകരിക്കൽ ekikarikkal
defrost *(v.)* ഹിമാച്ഛാദനം നടത്തുക himaachchaadanam nataththuka
deft *(adj.)* കൈമിടുക്കുള്ള kaimidukkulla
defunct *(adj.)* നിഷ്ക്രിയമായ nishkriyamaaya
defuse *(v.)* അപകടരഹിതമാക്കുക apakatarahithamaakkuka
defy *(v.)* ആജ്ഞലംഘിക്കുക aanjalanghikkuka
degenerate *(v.)* അധഃപതിക്കുക adhapathikkuka
deglutination *(n.)* ഗ്രസനം grasanam
degrade *(v.)* അപമാനിക്കുക apamaanikkuka
degrading *(adj.)* അവഹേളിക്കുന്ന avahelikkunna
degree *(n.)* ബിരുദം birudm
degustation *(n.)* രുചിനോക്കൽ ruchinokkal
dehort *(v.)* പിന്തിരിപ്പിക്കുക pinthirippikkuka
dehumidify *(v.)* ഈർപ്പം നീക്കുക iirppam niikkuka
dehydrate *(v.)* നിർജ്ജലീകരിക്കുക nirjjaliikarikkuka
dehydration *(n.)* നിർജലീകരണം nirjjaliikaranam
deify *(v.)* ദൈവീകരിക്കുക daiviikarikkuka
deign *(v.)* കനിഞ്ഞരുളുക kaninjaruluka
deism *(n.)* ആസ്തിക്യം aasthikyam
deist *(n.)* ഈശ്വരവാദി iiswaravaadi
deity *(n.)* ആരാധനാമൂർത്തി aaraadhanaamoorththi
deject *(v.)* വിഷാദിപ്പിക്കുക vishaadippikkuka
dejection *(n.)* വിഷണ്ണത vishannatha
delay *(v.)* വിളംബംവരുത്തുക vilambam varuththuka
delay *(n.)* വൈകൽ vaikal
delectability *(n.)* ആഹ്ലാദിക്കുന്ന അവസ്ഥ ahlaadikkunna avastha
delectable *(adj.)* ആഹ്ലാദകരം aahlaadakaram

93

delegacy (n.) പ്രാതിനിധ്യം
prathinidhyam
delegalize (v.) അംഗീകാരം
റദ്ദാക്കുക angeekaaram raddaakkuka
delegate (v.) ചുമതലയേല്പിക്കുക
chumathalayelppikuka
delegate (n.) നിയോജിതൻ
niyochithan
delegation (n.) നിയുക്തസംഘം
niyukthasangham
delegator (n.) നിയോജിതൻ
niyochithan
deletable (adj.) മായ്ക്കാനാകുന്നത്
maaykkanaakunnath
delete (v.) മായ്ച്ചുകളയുക
maaychukalayuka
deliberate (adj.) അവധാനപൂർവ്വം
avadhaanapoorvvam
deliberation (n.)
സൂക്ഷ്മമായാലോചിക്കുക
suukshmamaayalochikkuka
delicacy (n.) നേർമ്മ nermma
delicate (adj.) പേലവമായ
pelavamaaya
delicatessen (n.) ഭോജ്യശാല
bhojyashaala
delicious (adj.) സ്വാദിഷ്ഠം
swaadishtam
delight (v.) ആനന്ദിക്കുക
aananthikkuka
delightedly (adv.) ഉല്ലാസത്തോടെ
ullaasaththode
delightful (adj.) രമണീയമായ
ramaniiyamaaya
delimit (v.) അതിരിടുക athirituka
delimitate (v.) അതിരുവയ്ക്കുക
athiruvaykkuka
delimitation (n.) അതിർത്തി
നിർണ്ണയം athirththi nirnnayam
delineate (v.) രേഖപ്പെടുത്തുക
rekhappeduthuka

delinquency (n.) കൃത്യലംഘനം
krutyalanghanam
delinquent (n.) അപചാരി apachaari
delinquent (adj.)
കൃത്യവിലോപിയായ
kruthyavilopiyaaya
delipidate (v.)
കൊഴുപ്പില്ലാതാക്കുക
kozhuppillathaakkuka
delipidate (adj.) കൊഴുപ്പുരഹിതം
kozhuppurahitham
delipidation (n.)
കൊഴുപ്പില്ലാതാക്കൽ
kozhuppillaathaakkal
deliriant (n.) ഉന്മാദജനകമായ
unmaadajanakamaaya
delirium (n.) ഉന്മാദം unmaadam
deliver (v.) കത്തുകൊടുക്കുക
kaththukodukkuka
deliverance (n.) വിടുതൽ vituthal
delivery (n.) എത്തിക്കുന്ന
eththikkunna
delta (n.) അഴിപ്രദേശം
azhipradesham
deltoid (n.) മൂന്നു കോണായ
moonukonaaya
delude (v.) കബളിപ്പിക്കുക
kabalippikkuka
deluge (n.) വെള്ളപ്പൊക്കം
vellappokkam
delusion (n.) മതിവിഭ്രമം
mathibhramam
delusional (adj.) വഞ്ചനാപരമായ
vanchanaaparamaaya
deluxe (adj.) നിലവാരമുള്ള
nilavaaramulla
delve (v.) കിളയ്ക്കുക kilaykkuka
demagnetize (v.)
കാന്തികതയില്ലാതാക്കുക
kaanthikathayilllathakkuka

demagogue *(n.)* മൈതാന പ്രസംഗികൻ maithaana praasangikan

demagogy *(n.)* കലഹപ്രേരണ kalahapreeana

demand *(n.)* അവകാശപ്പെടൽ avakaashappetal

demanding *(adj.)* അവകാശം ഉന്നയിക്കുക avakaasham unnayikkuka

demarcate *(v.)* അതിർ വയ്ക്കുക athir vaykkuka

demarcation *(n.)* അതിരുതിരിക്കൽ athiruthirikkal

demasculinization *(n.)* പൗരുഷമില്ലായ്മ pourashamillaayma

dematerialisation *(n.)* രൂപാന്തരം ruupaantharam

dematerialize *(v.)* രൂപാന്തരീകരിക്കുക ruupanthariikarikka

demean *(v.)* ഹീനപ്പെടുത്തുക heenappeduththuka

demeaning *(adj.)* ഹീനപ്പെടുത്തുന്ന heenappeduththunna

dement *(v.)* ഭ്രാന്തുപിടിപ്പിക്കുക bhranthupitippikkuka

demented *(adj.)* നഷ്ടബുദ്ധിയായ nashtabudhiyaaya

dementia *(n.)* ചിത്തഭ്രമം chiththabhramam

demerit *(n.)* ന്യൂനത nyunatha

demicircle *(n.)* അർദ്ധവൃത്തം arththavruththam

demilitarized *(adj.)* സൈനികപിൻവാങ്ങൽ sainika pinvaangal

demise *(n.)* ചരമം charamam

demobilization *(n.)* സൈനികരെ മോചിപ്പിക്കൽ sainikare mochippikkal

demobilize *(v.)* സൈനികരെ മോചിപ്പിക്കുക sainikare mochippikkuka

democracy *(n.)* ജനാധിപത്യം janaadhipathyam

democrat *(n.)* ജനാധിപത്യവാദി janaadhipathyamvaadi

democratic *(adj.)* ജനാധിപത്യപരമായ janaadhipathyaparamaaya

demographic *(adj.)* ജനസംഖ്യാപരമായ janasnghyaaparamaaya

demolish *(v.)* നിലംപരിശാക്കുക nilamparishakkuka

demolition *(n.)* തകർക്കൽ thakarkkal

demon *(n.)* ദുർദ്ദേവത durdevatha

demonetize *(v.)* നാണയമൂല്യമില്ലാതാക്കുക naanayamuulyamillaathaakkuka

demonize *(v.)* ഭൂതാവേഷ്ടിതം bhoothaaveshititham

demonstrate *(v.)* യുക്ത്യനുസാരം സ്ഥാപിക്കുക yukthyaanusaaram sthaapikkuka

demonstration *(n.)* സമർത്ഥിക്കൽ samarththikkal

demoralize *(v.)* മനോവീര്യമില്ലാതാക്കുക manoveeryamillathaakkuka

demote *(v.)* പദവി കുറയ്ക്കുക padavi kuraykkuka

demur *(n.)* തടസ്സം പറയുക thatassam parayuka

demure *(adj.)* ഗംഭീരഭാവമുള്ള gambhiirabhaavamulla

demurrage *(n.)* താമസക്കൂലി thaamasakkuuli

demystify *(v.)* നിഗൂഢതയില്ലാതാക്കുക nigoodathayillaathakkuka

den *(n.)* ഗുഹ guha

95

denationalize *(v.)* ദേശവത്കരണം അവസാനിപ്പിക്കുക
deshavalkaranam avasanippikkuka

dengue *(n.)* ഡെങ്കി പനി dengueppani

denial *(n.)* നിരസിക്കൽ nirasikkal

denominate *(v.)* പേരിടുക perituka

denomination *(n.)* സാമുദായികസംജ്ഞ
saamudaayika sanja

denote *(v.)* കുറിക്കുക kurikkuka

denounce *(v.)* ആക്ഷേപിക്കുക
aakshepikkuka

dense *(adj.)* ഇടതിങ്ങിയ itathingiya

density *(n.)* സാന്ദ്രത saandratha

dentist *(n.)* ദന്തവൈദ്യൻ
danthavaidyan

denude *(v.)* അനാവൃതമാക്കുക
anaavruthamaakkuka

denunciation *(n.)* ദുരാരോപണം
duraaropanam

deny *(v.)* നിഷേധിക്കുക nishedikkuka

deodorant *(n.)* ദുർഗന്ധനാശിനി
durgandhanaashini

deodrize *(v.)* ദുർഗന്ധമില്ലാതാക്കുക
durgandamillathakkuka

deontology *(n.)* നീതിശാസ്ത്രം
niithishasthram

deoxidation *(n.)* പ്രാണവായു
നീക്കൽ praanavaayuniikkal

depart *(v.)* വേർപെട്ടുപോകുക
verpettupokuka

department *(n.)* വകുപ്പ് vakupp

departmentalization *(n.)*
വകുപ്പീകരണം vakuppiikaranam

departure *(n.)* പുറപ്പാട് purappat

depauperate *(v.)*
വികസിക്കാതിരിക്കുക
vikasikkaathirikkuka

depend *(v.)* പരാധീനപ്പെടുക
paraadhiinappetuka

dependant *(n.)* പരാശ്രയി paraashrayi

dependence *(n.)* ആശ്രിതത്വം
aahsrithathwam

dependent *(adj.)* ആശ്രിതം aashritham

depict *(v.)* വർണ്ണിക്കുക varnnikkuka

depiction *(n.)* വർണ്ണനം varnnanam

depilatory *(adj.)* കേശനാശകമായ
keshanaashakamaaya

deplete *(v.)* ചോർത്തിക്കളയുക
chorththikkalayuka

depleted *(adj.)* ഒഴിവായ ozhivaaya

depletion *(n.)* കുറവ് വരുത്തൽ
kurav varuththal

deplorable *(adj.)* ശോച്യമായ
shochyamaaya

deplore *(v.)* നിരാകരിക്കുക
niraakarikkuka

deploy *(v.)* അണിനിരത്തുക
aniniraththuka

depolarize *(v.)* മേൽകീഴ്മറിക്കുക
melkiizmarikkuka

deponent *(n.)* ആണയിടൽ aanayital

deport *(v.)* രാജ്യഭ്രഷ്ടമാക്കുക
raajyabhrashtamaakkuka

depose *(v.)* അധികാരത്തിൽനിന്നു
നീക്കുക adhikaaraththilninnu
niikkuka

deposit *(n.)* നിക്ഷേപം nikshepam

deposition *(n.)* രാജ്യഭ്രംശം
raajyabhramsham

depository *(n.)* നിധിസ്ഥാനം
nidhisthaanam

depot *(n.)* സംഭരണശാല
sambharanashala

depravation *(n.)* സൻമാർഗിക
അധഃപതനം sanmaargika
adhapathanam

deprave *(v.)* അധഃപതിപ്പിക്കുക
adhapathippikkuka

deprecate *(v.)* പ്രതിഷേധിക്കുക
prathikshedhikkuka

depreciate *(v.)* വിലയിടുക vilayituka

depreciating *(adj.)* വിലയിടിച്ചിൽ vilayitichchil
depreciatory *(adj.)* താഴ്ത്തിപ്പറയൽ thaazhthipparayal
depredate *(v.)* കവർച്ചചെയ്യുക kavarchacheyyuka
depress *(v.)* വിഷണ്ണനാക്കുക vishannanaakkuka
depression *(n.)* വിഷാദം vishaadam
deprive *(v.)* അപഹരിക്കുക apaharikkuka
depth *(n.)* അഗാധത agaadhatha
deputation *(n.)* പ്രതിനിധിയായയ്ക്കൽ prathinidhiyaakkal
depute *(v.)* നിയോഗിക്കുക niyogikkuka
deputy *(n.)* നിയുക്താധികാരി niyukthaadhikkaari
derail *(v.)* പാളംതെറ്റിക്കുക paalamthettikkuka
derailment *(n.)* അവതാളത്തിലാകൽ avathaalathilaakkal
deranged *(adj.)* താറുമാറായ thaarumaaraaya
deregulate *(v.)* നിയന്ത്രണമേറ്റെടുക്കുക niyanthramettedukkuka
deride *(v.)* കളിയാക്കുക kaliyaakkuka
derivative *(adj.)* വ്യുൽപന്നം vyulpannam
derive *(v.)* വ്യുൽപാദിക്കുക vyulpaadippikkuka
dermabrasion *(n.)* ഉപരിതല പാളികൾ നീക്കംചെയ്യൽ uparithalapaalikal niikkam cheyyal
dermatology *(n.)* ത്വക് രോഗശാസ്ത്രം thwak rogashaasthram
derogatory *(adj.)* ആക്ഷേപകരമായ aakshepakaramaaya
derrick *(n.)* ഭാരം വലിച്ചുകയറ്റുന്ന യന്ത്രം bhaaram valichukayattunna yanthram
desalt *(v.)* നിർലവണീകരണം nirlavaniikaranam
descale *(v.)* ചെതുമ്പൽ കളയുക chethumpal kalayuka
descend *(v.)* കീഴോട്ടിറങ്ങുക kiizhottiranguka
descendant *(n.)* പിൻതുടർച്ചക്കാരൻ pinthudarchakkaaran
descent *(n.)* അവരോഹണം avarohanam
descrete *(adj.)* വേറിട്ടറിയുക verittariyuka
describe *(v.)* വിസ്തരിക്കുക vistharikkuka
description *(n.)* വർണ്ണന varnnana
descriptive *(adj.)* വിവരണാത്മകമായ vivaranaathmakamaaya
desert *(v.)* വിട്ടുപോവുക vittupovuka
desert *(n.)* മരുഭൂമി marubhuumi
deserve *(v.)* അർഹതയുണ്ടായിരിക്കുക arhathayundaayirikkuka
design *(n.)* രൂപകല്പന ruupakalpana
designate *(v.)* നാമനിർദ്ദേശം ചെയ്യുക naamaniddesham cheyyuka
designated *(adj.)* നിയുക്തനായ niyukthanaaya
designer *(n.)* കലാശിൽപസംവിധായകൻ kalaashilpasamvidhaayakan
designing *(adj.)* സങ്കൽപനം sankalpanam
desirable *(adj.)* അഭിലഷണീയമായ abhilakshaniiyamaaya

desire *(n.)* തൃഷ്ണ thrushna
desire *(v.)* അഭിലഷിക്കുക abhilakshikkuka
desirous *(adj.)* വാഞ്ഛയുള്ള vaanjchayulla
desist *(v.)* പിൻതിരിയുക pinthiriyuka
desk *(n.)* എഴുത്തുമേശ ezhuthumesha
desktop *(n.)* സാധാരണ കംപ്യൂട്ടർ saadhaarana computer
desocialization *(n.)* അസാമൂഹ്യവത്കരിക്കൽ asaamuuhyavalkarikkal
desolate *(v.)* വിജനമാക്കുക vijanamaakkuka
desolate *(adj.)* വിജനമായ vijanamaaya
despair *(n.)* ഇച്ഛാഭംഗം ichchaabhangam
desperate *(adj.)* നിരാശാജനകമായ niraashaajanakamaaya
despicable *(adj.)* ജുഗുപ്ത്സാവഹമായ juguptsaavahamaaya
despise *(v.)* അവജ്ഞ കാണിക്കുക avanjaa kanikkuka
despiteful *(adj.)* വിദ്വേഷമുള്ള vidweshamulla
despondent *(adj.)* വ്യസനമുള്ള vyasanamulla
despot *(n.)* സമ്രാട്ട് samraat
dessert *(n.)* മധുരപദാർത്ഥങ്ങൾ madhurapadaarththangal
destabilization *(n.)* അസ്ഥിരമാക്കൽ asthiramaakkal
destabilize *(v.)* അസ്ഥിരമാക്കുക asthiramaakkuka
destination *(n.)* പ്രാപ്യസ്ഥാനം praapyasthaanam
destiny *(n.)* ദൈവകൽപിതം daivakalpitham
destitute *(adj.)* അഗതി agathi
destress *(v.)* വിശ്രമിക്കുക vishramikkuka
destroy *(v.)* ധ്വംസിക്കുക dwasikkuka
destroyer *(n.)* സംഹാരകൻ samhaarakan
destruction *(n.)* വിനാശം vinaasham
detach *(v.)* അകന്നുനിൽക്കുക akannunilkkuka
detachment *(n.)* താല്പര്യക്കുറവ് thaalparyakkurav
detail *(n.)* വിശദാംശം vishadaamsham
detain *(v.)* തടഞ്ഞുനിറുത്തുക thatanjunirththuka
detect *(v.)* കണ്ടുപിടിക്കുക kandupitikkuka
detective *(n.)* അപസർപ്പകൻ apasarppakan
detention *(n.)* തടഞ്ഞുവെക്കൽ thatanjuvekkal
detergent *(n.)* സോപ്പുപൊടി soappodi
deteriorate *(v.)* ചീത്തയാക്കുക cheeththayakkuka
determination *(n.)* നിശ്ചയദാർഢ്യം nischayadaardyam
determine *(v.)* ഉറപ്പുവരുത്തുക urappuvaruthuka
detest *(v.)* അറപ്പു കാട്ടുക arappukaattuka
dethrone *(v.)* സ്ഥാനഭ്രഷ്ടനാക്കുക sthaanabhrashtanaakkuka
detonate *(v.)* പൊട്ടിത്തെറിക്കുക pottiththerikkuka
detoxication *(n.)* വിഷവിമലീകരണം vishavimaliikaranam
detract *(v.)* മതിപ്പു കുറയ്ക്കുക mathippukuraykkuka
detractor *(n.)* അധിക്ഷേപകൻ adhikshepakan
detriment *(n.)* ഊനം uunam

deturpation *(n.)* മാറ്റുകുറയ്ക്കുക maattukuraykkuka
devalue *(v.)* അവമൂല്യനം ചെയ്യുക avamuulyanam cheyyuka
devastate *(v.)* തരിശാക്കുക tharishaakkuka
develop *(v.)* അഭിവൃദ്ധിപ്പെടുത്തുക abhivruddhippeduthuka
developer *(n.)* വികസിപ്പിക്കുന്നയാൾ vikasippikkunnayaal
development *(n.)* പുരോഗതി purogathi
deviate *(v.)* ഗതിമാറ്റുക gathimaattuka
deviation *(n.)* അപഥസഞ്ചാരം apathasanchaaram
device *(n.)* പ്രയോഗോപകരണം prayogopakaranam
devil *(n.)* പരമദുഷ്ടൻ paramadushtan
devilry *(n.)* ഭൂതാൽമകം bhuuthaalmakam
devise *(v.)* പദ്ധതിയിടുക padhathiyituka
devoid *(adj.)* രഹിതമായ rahithamaaya
devote *(v.)* വഴിപാടു നേരുക vazhipaatuneruka
devotee *(n.)* മതവിശ്വാസി mathaviswaasi
devotion *(n.)* ഭക്തി bhakthi
devour *(v.)* വാരിവിഴുങ്ങുക vaarivizhunguka
devout *(adj.)* ഈശ്വരനിരതമായ eeswaranirathamaaya
dew *(n.)* മഞ്ഞുതുള്ളി manjuthulli
diabetes *(n.)* പ്രമേഹം prameham
diagnose *(v.)* രോഗം നിർണ്ണയിക്കുക rogam nirnnayikkuka
diagnosis *(n.)* രോഗനിർണ്ണയം roganirnnayam
diagonal *(adj.)* കോണോടുകോണായ konotukonaaya
diagram *(n.)* പടം patam
dial *(n.)* മുഖവട്ടം mukhavettam
dialect *(n.)* ദേശ്യഭാഷ desyabhaasha
dialogue *(n.)* സംവാദം samvaadam
dialysis *(n.)* രക്തശുദ്ധീകരണ പ്രക്രിയ rakthasudhdhiikarana prakriya
diameter *(n.)* വ്യാസം vyaasam
diamond *(n.)* വജ്രം vajram
diaper *(n.)* ഉടുതുണിത്തൂവാല ututhunithoovaala
diarrhea *(n.)* അതിസാരം athisaaram
diary *(n.)* ദിനക്കുറിപ്പ് dinakkuripp
diaspora *(n.)* പ്രവാസം pravaasam
dibble *(v.)* കുഴിക്കുക kuzhikkuka
dibble *(n.)* കുഴിമാന്തി kuzhimaanthi
dice *(n.)* ചൂതുകുരു choothukuru
dicey *(adj.)* പ്രവചനാതീതമായ pravachanaathiithamaaya
dictate *(v.)* പറഞ്ഞെഴുതിക്കുക paranjezhuthikkuka
dictation *(n.)* കേട്ടെഴുത്ത് kettezhuthth
dictator *(n.)* സ്വേച്ഛാധികാരി sechchadhikaarai
diction *(n.)* പദവിന്യാസം padavinyaasam
dictionary *(n.)* നിഘണ്ടു nighantu
dictum *(n.)* പ്രമാണവാക്യം pramaanavaakyam
didactic *(adj.)* പ്രബോധനപരമായ prabodhanaparamaaya
die *(v.)* സമാധിയടയുക samaadhiyatayuka
diehard *(n.)* പിടിവാശിക്കാരൻ pitivaashikkkaran
diesel *(n.)* ഇന്ധനം indhanam
diet *(v.)* പഥ്യമനുസരിച്ചു കഴിക്കുക pathyamanuaarichu kazhikkuka

diet *(n.)* പഥ്യാഹാരം pathyaahaaram
dietician *(n.)* ഭക്ഷണക്രമനിർണ്ണയവിദഗ്ദ്ധൻ bhakshanakruma nirnnaya vidagththan
differ *(v.)* വിഭിന്നമാവുക vibhinnamaakuka
difference *(n.)* വൈജാത്യം vaijaathyam
different *(adj.)* അസമാനതയുള്ള asamaanathayulla
difficult *(adj.)* പ്രയാസമുള്ള prayaasamulla
difficulty *(n.)* ദുഷ്കരത്വം dushkarathwam
diffident *(adj.)* സാശങ്കമായ sashankamaaya
diffuse *(v.)* വിതറുക vitharuka
dig *(v.)* നിലം കുഴിക്കുക nilam kuzhikkuka
digest *(v.)* ദഹിക്കുക dahikkuka
digestion *(n.)* ദഹനക്രിയ dahanakriya
digit *(n.)* അക്കം akkam
digital *(adj.)* അക്കത്തെക്കുറിച്ചുള്ള akkaththekkurichulla
digitalize *(v.)* ഡിജിറ്റൽവത്കരിക്കുക digitalvalkarikkuka
dignify *(v.)* ഉത്കൃഷ്ടമാക്കുക uthkrushtamaakkuka
dignitary *(n.)* വിശിഷ്ടവ്യക്തി vishishtavykthi
dignity *(n.)* ആദരണീയപദം aadaraneeyapadam
digress *(v.)* കാടുകയറുക kaatukayaruka
digression *(n.)* കാടുകയറൽ kaatukayaral
dilaceration *(n.)* ചീന്തൽ cheenthal
dilapidation *(n.)* തകർന്നടിയൽ thakarnnatiyal

dilate *(v.)* ദീർഘീകരിക്കുക deerkhiikarikkuka
dilemma *(n.)* വിഷമവൃത്തം vishamavruththam
diligence *(n.)* ശുഷ്കാന്തി shushkaanthi
diligent *(adj.)* അദ്ധ്വാനശീലമുള്ള adwaanasheelamulla
dilute *(v.)* നേർമ്മയാക്കുക nermmayaakkuka
dilution *(n.)* നേർപ്പിക്കൽ nerppikkal
dim *(adj.)* നിഷ്പ്രഭമായ nishprabhamaaya
dimension *(n.)* മാനം maanam
diminish *(v.)* മന്ദമാവുക mandhamaavuka
diminution *(n.)* കുറവാകൽ kuravaakal
diminutive *(adj.)* ലഘുതയുള്ള laghuthayulla
dimly *(adv.)* മങ്ങിയതോതിൽ mungiyathothil
dimness *(n.)* മൂടൽ mootal
din *(n.)* ഇരമ്പൽ irampal
dine *(v.)* വിരുന്നുണ്ണുക virunnunnuka
diner *(n.)* വിരുന്നുകാരൻ virunnukaaran
dingy *(adj.)* അഴുക്കുപിടിച്ച azhukkupidicha
dinner *(n.)* അത്താഴം aththazham
diocese *(n.)* രൂപത roopatha
dioxide *(n.)* ദ്വിപ്രാണിലം dwipraanilam
dip *(v.)* മുങ്ങിപ്പൊങ്ങുക mungiponguka
diploma *(n.)* യോഗ്യതാപത്രം yogyathaapathram
diplomacy *(n.)* നയതന്ത്രകുശലത nayathanthrakushalatha
diplomat *(n.)* നയജ്ഞൻ nayanjan

diplomatic *(adj.)*
നയതന്ത്രജ്ഞതയുള്ള
nayathanthranjaathayulla
dire *(adj.)* ഭീഷണമായ
bhiikshanamaaya
direct *(adj.)* നേരിട്ടുള്ള nerittulla
direction *(n.)* ദിശ disha
directive *(n.)* നിർദ്ദേശകമായ
nirddeshaathmakamaaya
director *(n.)* മേധാവി medhaavi
directory *(n.)* മേൽവിലാസപ്പട്ടിക
melvilaashappattika
dirt *(n.)* അഴുക്ക് azhukk
dirty *(adj.)* പങ്കിലമായ pankilamaaya
disability *(n.)* വികലത vikalatha
disable *(v.)* ബലഹീനമാക്കുക
balahiinamaakkuka
disabled *(adj.)*
വികലാംഗമായിത്തീർന്ന
vikalaankamaayithiirnna
disadvantage *(n.)* പ്രാതികൂല്യം
praathikoolyam
disagree *(v.)* വിയോജിക്കുക
viyojikkuka
disagreeable *(adj.)* അനിഷ്ടകരമായ
anishtakaramaaya
disallow *(v.)*
അനുവദിക്കാതിരിക്കുക
anuvadhikkathirikkuka
disappear *(v.)*
അപ്രത്യക്ഷമായിത്തീരുക
aprathyakshamaayithiiruka
disappearance *(n.)* തിരോധാനം
thirodhaanam
disappoint *(v.)* നിരാശപ്പെടുത്തുക
nirashappeduthuka
disapprove *(v.)* പ്രതികൂലിക്കുക
prathikoolikkuka
disarm *(v.)* നിരായുധീകരിക്കുക
niraayudhiikarikkuka
disarmament *(n.)* നിരായുധീകരണം
niraayudhiikaranam

disarrange *(v.)* നൂലാമാലയാക്കുക
nuulaamaalayakkuka
disarray *(n.)* അലങ്കോലം alankolam
disaster *(n.)* ദുരന്തം durantham
disastrous *(adj.)* ദുരന്തമായ
duranthamaaya
disband *(v.)* വിട്ടുപോവുക
vittipovuka
disbelief *(n.)* വിശ്വാസരാഹിത്യം
viswaasaraahityam
disbelieve *(v.)* ശങ്കിക്കുക shankikkuka
disburse *(v.)* വ്യയം ചെയ്യുക
vyayam cheyyuka
disc *(n.)* വൃത്തത്തട്ട് vruththattthatt
discard *(v.)* നിഷ്കാസനം ചെയ്യുക
nishkaasanam cheyyuka
discharge *(v.)* വിട്ടയയ്ക്കുക
vittayakkuka
disciple *(n.)* അനുചാരി anuchaari
discipline *(n.)* ശിക്ഷണബോധം
shikshanabodham
disclaim *(v.)* തന്റേതല്ലെന്നു
പറയുക thantethallennu parayuka
disclose *(v.)* വെളിപ്പെടുത്തുക
velippeduthuka
discolour *(v.)* വിവർണ്ണമാക്കുക
vivarnnamaakkuka
discomfit *(v.)* അന്തം വിട്ടിരിക്കുക
antham vittirikkuka
discomfort *(n.)* അസ്വാസ്ഥ്യം
aswasthyam
disconnect *(v.)* വിച്ഛേദിക്കുക
vichchedikkuka
discontent *(n.)* അസന്തുഷ്ടി asanthushti
discontinue *(v.)* തുടരാതിരിക്കുക
thutarathirikkuka
discord *(n.)* അപസ്വരം apaswaram
discotheque *(n.)* സംഗീതനിശാശാല
sangeethanishashaala
discount *(n.)* കിഴിവ് kazhiv
discourage *(v.)* തളർത്തുക
thalarththuka

discourse *(n.)* വ്യവഹാരം
vyvahaaram

discourteous *(adj.)* അവിനയം
avinayam

discover *(v.)* കണ്ടെത്തുക
kandeththuka

discovery *(n.)* കണ്ടുപിടുത്തം
kandupiduththam

discredit *(v.)*
വിശ്വാസയോഗ്യമല്ലാതാക്കുക
viswaasayogyamallathakkuka

discreet *(adj.)* ജാഗ്രതയുള്ള
jaagrathayulka

discrepancy *(n.)* പിശക് pishak

discretion *(n.)* വിവേചനം
vivechanam

discriminate *(v.)* വിവേചിക്കുക
vivechikkuka

discrimination *(n.)* വിവേചനം
vivechanam

discuss *(v.)* ചർച്ചചെയ്യുക
charchacheyyuka

disdain *(v.)* തുച്ഛീകരിക്കുക
thuchchiikarikkuka

disease *(n.)* വ്യാധി vyaadhi

disembody *(v.)* ശരീരമുക്തമാക്കുക
shariiramukthamaakkuka

disenchant *(v.)*
വ്യാമോഹമുക്തമാക്കുക
vyaamohamukthamaakkuka

disengage *(v.)* വിമുക്തമാക്കുക
vimukthamaakkuka

disfigure *(v.)* വികൃതമാക്കുക
vikruthamaakkuka

disgrace *(n.)* അയശസ്സ് ayashass

disgruntled *(adj.)* നീരസംപൂണ്ട
niirasampuunda

disguise *(v.)* സ്വരൂപം മറയ്ക്കുക
swaroopam maraykkuka

disgust *(n.)* അറപ്പ് arapp

dish *(n.)* ഉപദംശം upadamsham

dishearten *(v.)* മനസ്സുമടുപ്പിക്കുക
manassumatuppikuka

dishonest *(adj.)*
ആത്മാർത്ഥതയില്ലാത്ത
aathmaarththayillaaththa

dishonesty *(n.)* നെറികേട് neriket

dishonour *(n.)* മാനഹാനി maanahaani

disillusion *(v.)*
വ്യാമോഹങ്ങളില്ലാതാക്കുക
vyaamohangalilllathaakkuka

disinclined *(adj.)* വിരക്തിയുള്ള
virakthiyulla

disinfect *(v.)* വിഷബീജമകറ്റുക
vishabiijamakattuka

disjunction *(n.)* ചേർച്ചക്കേട്
cherchchakket

dislike *(n.)* വിമുഖത vimukhatha

dislocate *(v.)* സ്ഥാനം തെറ്റിക്കുക
sthaanam thettikkuka

dislodge *(v.)* കുടിയിറക്കുക
kudiyirakkuka

disloyal *(adj.)* കൂറില്ലാത്ത
kuurillaaththa

dismal *(adj.)* ശോകമൂകമായ
shokamuukamaaya

dismantle *(v.)* പൊളിച്ചിടുക
polichchituka

dismay *(n.)* ഞടുക്കം njatukkam

dismiss *(v.)* പറഞ്ഞയയ്ക്കുക
paranjayakkuka

dismissal *(n.)* നീക്കംചെയ്യൽ
niikkamcheyyal

disobey *(v.)* അനുസരണക്കേടു
കാട്ടുക anusaranakket kanikkuka

disorder *(n.)* ക്രമഭംഗം krumabhangam

disorganize *(v.)* താറുമാറാക്കുക
thaarumaaraakkuka

disorient *(v.)* ക്രമരഹിതമാക്കുക
krumarahithamaakkuka

disown *(v.)* കൈവെടിയുക
kaivetiyuka

disparate *(adj.)* അസമാനമായ asamaanamaaya
disparity *(n.)* അതുല്യത athulyatha
dispatch *(v.)* അയക്കുക ayaykkuka
dispensary *(n.)* ഔഷധാലയം oushadaalayam
dispense *(v.)* പകർന്നുകൊടുക്കുക pakarnnukotukkuka
disperse *(v.)* പിരിച്ചുവിടുക pirichchuvituka
displace *(v.)* സ്ഥാനത്തുനിന്ന് മാറ്റുക sthanathuninu maattuka
display *(n.)* പ്രദർശനം pradarshanam
displease *(v.)* മുഷിച്ചിലുണ്ടാക്കുക mushichilundaakkuka
displeasure *(n.)* അസന്തോഷം asanthosham
disposal *(n.)* നടത്തിപ്പ് nataththipp
dispose *(v.)* നീക്കം ചെയ്യുക niikkam cheyyuka
disproportion *(n.)* അനുപാതരഹിതത്വം anupaatharaahityam
disprove *(v.)* അപ്രമാണീകരിക്കുക apramaaniikarikkuka
disputation *(n.)* വാഗ്വാദം vaagwaadam
dispute *(v.)* തർക്കിക്കുക tharkkikkuka
disqualification *(n.)* അയോഗ്യത ayogyatha
disqualify *(v.)* അയോഗ്യമാക്കുക ayogyamaakkuka
disquiet *(n.)* ആധി aadhi
disregard *(v.)* കണക്കിലെടുക്കാതിരിക്കുക kanakkiledukkathirikkuka
disrepute *(n.)* ദുഷ്ക്കീർത്തി dushkiirththi
disrespect *(n.)* അനാദരവ് anaadarav
disrupt *(v.)* ഭംഗപ്പെടുത്തുക bhangappetuththuka
dissatisfaction *(n.)* തൃപ്തികേട് thrupthiket
dissatisfy *(v.)* അസംതൃപ്തമാവുക asamthrupthamaakuka
dissect *(v.)* കീറിപ്പരിശോധിക്കുക kiiripparishodhikkuka
dissection *(n.)* കീറിമുറിക്കൽ kiirimurikkal
dissimilar *(adj.)* അസമമായ asamamaaya
dissipate *(v.)* മായുക masyuka
dissolve *(v.)* ദ്രവിപ്പിക്കുക dravippikkuka
dissuade *(v.)* പിന്തരിപ്പിക്കുക pinthirippikkuka
distance *(n.)* അകലം akalam
distant *(adj.)* ദൂരസ്ഥിതമായ dooradthithamaaya
distil *(v.)* സത്തെടുക്കുക saththetukkuka
distillery *(n.)* വാറ്റുശാല vaattushaala
distinct *(adj.)* വ്യതിരിക്തമായ vythirikthamaaya
distinction *(n.)* വിശിഷ്ടത vishishtatha
distinctive *(adj.)* വിശേഷകമായ visheshakamaaya
distinguish *(v.)* വേർതിരിച്ചറിയുക verthirichariyuka
distort *(v.)* വക്രമാക്കുക vakeamaakkuka
distraction *(n.)* ഇതരവിചാരം itharavichaaram
distraught *(adj.)* സംക്ഷുബ്ധമായ samkshubdhamaaya
distress *(n.)* ഉൽക്കടവ്യഥ ulkkatavytha
distress *(v.)* അസഹ്യപ്പെടുത്തുക asahyappetuththuka
distribute *(v.)* വിതരണം ചെയ്യുക vitharam cheyyuka
distribution *(n.)* വിതരണം vitharanam
district *(n.)* ജില്ല jilla

distrust *(n.)* സന്ദേഹം santheham

distrust *(v.)* സന്ദേഹിക്കുക
santhehikkuka

disturb *(v.)* ശല്യപ്പെടുത്തുക
shalyappetuththuka

ditch *(n.)* തുരങ്കം thurangam

ditto *(n.)* പൂർവ്വോക്തം
poorvvoktham

dive *(v.)* ഊളിയിടുക uuliyituka

dive *(n.)* നീർക്കുഴിയിടൽ
niirkkuzhiyital

diverse *(adj.)* ഭിന്നങ്ങളായ
bhinnangalaaya

diversify *(v.)* നാനാപ്രകാരമാക്കുക
naanaprakaramaakkuka

divert *(v.)* വ്യതിചലിക്കുക
vythichalikkuka

divide *(v.)* ഓഹരിവയ്ക്കുക
oharivaykkuka

dividend *(n.)* ലാഭവിഹിതം
laabhavihitham

divine *(adj.)* ദൈവദത്തമായ
daivadaththamaaya

divinity *(n.)* ദിവ്യത്വം divyathwam

division *(n.)* വിഭക്താവസ്ഥ
vibhakthaavastha

divorce *(v.)* വിവാഹമോചനം
നടത്തുക vivaahamochanam
nataththuka

divorce *(n.)* വിവാഹമോചനം
vivaahamochanam

divulge *(v.)* പുറത്തുപറയുക
puraththuparayuka

do *(v.)* ചെയ്യുക cheyyuka

doable *(adj.)* ചെയ്യാനാകുന്ന
cheyyaanaakunna

doating *(v.)* ആസക്തമായിരിക്കുക
aasakthamaayirikkuka

dob *(v.)* മുന്നറിയിപ്പുനൽകുക
munnarippu nalkuka

dob *(n.)* മുന്നറിയിപ്പ് munnariyipp

doc *(n.)* ഭിഷഗ്വരൻ bhishagwaran

docent *(adj.)* ഉപദേഷ്ടാവ് upadeshtaav

docent *(n.)* ഗുരു guru

docile *(adj.)* വിധേയമായ
vidheyamaaya

dock *(n.)* കപ്പൽത്തുറ kappalththura

dock *(v.)* തുറയിലിടുക thurayilituka

docket *(n.)* സൂചിപത്രം
suuchipayhram

dockmaster *(n.)* തുറക്കാരൻ
thurakkaaran

dockworker *(n.)* കപ്പൽ തൊഴിലാളി
kappalthozhilaali

dockyard *(n.)*
കപ്പൽനിർമ്മാണസ്ഥലം
kappalnirmmanasthalam

doctor *(n.)* ചികിത്സകൻ chikilsakan

doctor *(v.)* ചികിത്സിക്കുക
chikilsikkuka

doctorate *(n.)* ഗവേഷണബിരുദം
gaveshanabirudham

doctored *(adj.)* വ്യാജമായ
vyaajamaaya

doctrine *(n.)* അനുശാസനം
anushaasanam

document *(n.)* ലിഖിതം likhitham

documentary *(adj.)* ആധാരപരമായ
aadhaaraparamaaya

documentary *(n.)*
യഥാതഥചലച്ചിത്രം
yathaathathachalachithram

dodge *(v.)* മാറിക്കളയുക
maarikkalayuka

dodge *(n.)* കപടോപായം
kapatopaayam

dodo *(n.)* ഡോഡോപ്പക്ഷി
dodoppakshi

doe *(n.)* മാൻപേട maanpeta

doer *(n.)* കർത്താവ് karthaav

doeskin *(n.)* മാന്തോൽ maanthol

dog *(n.)* നായ് naay

dog *(v.)* പറ്റിക്കൂടുക pattikkuutuka

dogbreath *(n.)* നാറുന്നശ്വാസം
naarunnaswaasam
dogfight *(v.)* പൊരുതുക poruthuka
dogfight *(n.)* വൈമാനികയുദ്ധം
vaimaanika yuddham
doghole *(n.)* മലിനസ്ഥലം
malinasthalam
doghouse *(n.)* ശുനകാലയം
shunakaalayam
dogma *(n.)* ആധികാരികതത്വം
aadhikaarikathathwam
dogmatic *(adj.)* പ്രാമാണികമായ
praamaanikamaaya
dole *(n.)* തൊഴിലില്ലായ്മ വേതനം
thozhilillaayma vethanam
dole *(v.)* തൊഴിലില്ലായ്മ വേതനം
നൽകുക thozhilillaayma vethanam
nalkuka
doll *(n.)* കളിപ്പാവ kalippaava
dollar *(n.)* അമേരിക്കൻനാണ്യം
american naanyam
dolman *(n.)* തുർക്കി വസ്ത്രം
thurkkivasthram
dolmen *(n.)* തൊപ്പിക്കല്ല് thoppikkallu
dolorous *(adj.)* ദുഃഖംനിറഞ്ഞ
dukham niranja
dolphin *(n.)* കടൽപന്നി katalpanni
domain *(n.)* പ്രവൃത്തിരംഗം
pravruththirangam
dome *(n.)* കുംഭഗോപുരം
kumbhagopuram
domestic *(adj.)* ഗാർഹികമായ
gaarhikamaaya
domestic *(n.)* സ്വദേശീയം
swadeshiiyam
domestical *(adj.)* ഗൃഹജമായ
gruhajamaaya
domesticate *(v.)* മെരുക്കുക
merukkuka
domesticator *(n.)* പരിശീലക
parisheelaka

domicile *(n.)* സ്ഥിരവാസം
sthiravaasam
domiciled *(adj.)* സ്ഥിരതാമസസ്ഥലം
sthirathaamasasthalam
domiciliary *(adj.)* ഗൃഹസംബന്ധം
gruhasambandham
dominant *(adj.)* മുന്തിനിൽക്കുന്ന
munthinilkkunna
dominate *(v.)* പ്രബലമായിരിക്കുക
prabalamaayirikkuka
domination *(n.)* മേൽക്കോയ്മ
melkkoyma
dominion *(n.)* അധിനായകത്വം
adhinaayakathwam
domino *(n.)* ശിരോവസ്ത്രം
shirovasthram
donate *(v.)* ദാനംചെയ്യുക daanam
cheyyuka
donation *(n.)* ദാനധർമ്മം
daanadharmmam
donkey *(n.)* കഴുത kazhutha
donor *(n.)* ദാതാവ് daathaav
doodle *(v.)* കോറിയിടുക koriyituka
doom *(n.)* ദുർവ്വിധി durvvidhi
doom *(v.)* ശിക്ഷകൽപിക്കുക
shikshakalpikkuka
doomed *(adj.)* ശിക്ഷിക്കപ്പെട്ട
shikshikkappetta
doomsday *(adj.)* അന്ത്യവിധിദിനം
anthyavidhidinam
doomsday *(n.)* അവസാനവിധി
avasanavidhi
door *(n.)* വാതിൽ vaathil
doorbell *(n.)* വാതിൽമണി
vaathilmani
doorknob *(n.)* വാതിൽപ്പിടി
vaathilppiti
doormat *(n.)* തടുക്ക് thatukk
dope *(v.)*
മയക്കുമരുന്നുപയോഗിക്കുക
mayakkumarunnupayogikkuka

dope *(n.)* മയക്കുമരുന്ന് mayakkumarunnu
dope *(adj.)* ലഹരിഉപയോഗം lahariupayogam
doped *(adj.)* മരുന്നടി marunnati
dopey *(adj.)* മയക്കം mayakkam
dorky *(adj.)* അരോചകമായ arochakamaaya
dormant *(adj.)* സുപ്തമായ supthamaaya
dormitory *(n.)* പൊതുശയനമുറി pothushayanamuri
dorsal *(adj.)* പൃഷ്ഠഭാഗത്തുള്ള prushtabhaagaththulla
dosage *(n.)* മരുന്നിന്റെ അളവ് marunninte alav
dose *(n.)* വിഹിതം vihitham
dot *(v.)* കുത്തിടുക kuththituka
dot *(n.)* കുത്ത് kuthth
double *(n.)* ഇരട്ട iratta
double *(adj.)* ജോടിയായ jotiyaya
double *(v.)* ഇരട്ടിക്കുക irattikkuka
doubt *(n.)* വികല്പം vikalpam
doubt *(v.)* ശങ്ക തോന്നുക shankathonnuka
doubtful *(adj.)* സന്ദിഗ്ദ്ധമായ sandigddhamaaya
doubtless *(adj.)* നിസ്സന്ദേഹമായ nissandehamaaya
dough *(n.)* കുഴച്ച മാവ് kuzhacha maav
doughnut *(n.)* മധുരവട maduravata
dour *(adj.)* മര്‍ക്കടമുഷ്ടിയുള്ള markkatamushtiyulla
douse *(v.)* നനയ്ക്കുക nanaykkuka
dove *(n.)* മാടപ്രാവ് maatapraav
dowery *(n.)* സ്ത്രീധനം sthreedhanam
down *(v.)* വീഴ്ത്തുക veezhthuka
down *(prep.)* താഴോട്ട് thaazhott
down *(adv.)* മുന്നോട്ടെത്താതെ munnotteththathe
down and out *(adj.)* പാപ്പരായ paapparaaya
downfall *(n.)* അധോഗതി adhogathi
download *(v.)* വിവരങ്ങള്‍ പകര്‍ത്തുക vivarangal pakarththuka
downpour *(n.)* അതിവര്‍ഷം athivarsham
downright *(adj.)* അവക്രമായി avakramaayi
downright *(adv.)* സുസ്പഷ്ടമായി suspashtamaayi
downstairs *(adj.)* കീഴോട്ടുചരിഞ്ഞ kiizhottucharinja
downward *(adv.)* അധോഗതിയിലേക്ക് adhogathiyilekk
downward *(adj.)* കീഴോട്ട് kiizhott
downwards *(adv.)* കീഴ്പോട്ടുള്ള kiizhpottulla
doze *(v.)* മയങ്ങിക്കിടക്കുക mayangikkidakkuka
doze *(n.)* ലഘുനിദ്ര laghunudra
dozen *(n.)* പന്ത്രണ്ടെണ്ണം panthrandennam
drab *(adj.)* അനാകര്‍ഷമായ anaakarshakamaaya
drab *(v.)* അനാകര്‍ഷകമാകുക anaakarshakamaakkuka
drab *(n.)* കപിലവര്‍ണ്ണക്കംബളം kapilavarnnakkambalam
draconic *(adj.)* കര്‍ക്കശമായി karkkashamaayi
draft *(n.)* ആദ്യരൂപരേഖ aadyaruuparekha
draft *(v.)* കരടുരൂപമാക്കുക karaturuupamaakkuka
draftsman *(adj.)* ഹര്‍ജിയെഴുത്തുകാരന്‍ harjjiyezhuthukaaran
drafty *(adj.)* തണുത്ത thanuththa
drag *(n.)* വലിച്ചിഴയ്ക്കല്‍ valichizhaykkal

drag *(v.)* വലിച്ചിഴയ്ക്കുക valichizhaykkuka
dragon *(n.)* ഭീകരസത്വം bhiikarasathwam
dragonfly *(n.)* തുമ്പി thumbi
drain *(n.)* ഓവ് oov
drain *(v.)* വറ്റിക്കുക vattikkuka
drainage *(n.)* ഓവുചാൽ oovuchaal
drainpipe *(n.)* ഓവുകുഴൽ oovukuzhal
dram *(n.)* ചെറിയ അളവ് മദ്യം cheriya alav madyam
drama *(n.)* നാടകം natakam
dramatic *(adj.)* നാടകീയമായ naatakiiyamaaya
dramatist *(n.)* നാടകകൃത്ത് naatakakruthth
drape *(n.)* ആടകൊണ്ടലങ്കരിക്കുക aatakondalankarikkuka
drape *(v.)* വസ്ത്രം ധരിക്കുക vasthram dharikkuka
draper *(n.)* ജൗളിക്കച്ചവടക്കാരൻ jowlikachchavatakkaran
drapery *(adj.)* ജൗളിത്തരങ്ങൾ jowliththarangal
drastic *(n.)* കടുങ്കയ്യായ katumkaiyaya
draught *(n.)* വായുപ്രവാഹം vaayupravaaham
draw *(n.)* സമനില samanila
draw *(v.)* വരയ്ക്കുക varaykkuka
drawback *(n.)* പ്രാതികൂല്യം praathikuulyam
drawbridge *(n.)* തൂക്കുപാലം thookkupalam
drawer *(n.)* മേശവലിപ്പ് meshavalipp
drawing *(n.)* ചിത്രരചന chithrarachana
drawing-room *(n.)* സ്വീകരണമുറി sweekaranamuri
dread *(n.)* ഘോരമായ ghoramaaya
dread *(adj.)* ഉൽക്കടഭീതി ulkkatabhiithi
dread *(v.)* പേടിക്കുക petikkuka
dreadful *(n.)* ഭയാനകത്വം bhayaanakathwam
dreadful *(adj.)* ഭീതിതമായ bhiithithamaaya
dreadfully *(adv.)* ദാരുണമായി daarunamaayi
dreadlock *(n.)* പിരിയൻമുടി piriyanmuti
dreadlock *(v.)* മുടിപിരിക്കുക mutipirikkuka
dream *(n.)* മനോരാജ്യം manoraajyam
dream *(v.)* സ്വപ്നം കാണുക swapnam kaanuka
dreamcatcher *(n.)* അലങ്കാരവളയം alankaaravalayam
dreamer *(n.)* സ്വപ്നവിഹാരി swapnavihaari
dreamily *(adv.)* സ്വപ്നത്തിലെന്നവണ്ണം swapnaththilennavannam
dreamworld *(n.)* സ്വപ്നലോകം swapnalokam
dreamy *(adj.)* കിനാവുപോലുള്ള kinaavupolulla
drench *(v.)* മുക്കിയെടുക്കുക mukkiyetukkuka
dress *(n.)* ആട aata
dress *(v.)* ഉടുക്കുക utukkuka
dressing *(n.)* വസ്ത്രധാരണം vasthradhaaranam
dressing table *(n.)* കണ്ണാടിമേശ kannaatimesha
dressmaker *(n.)* വസ്ത്രനിർമ്മാതാവ് vasthranirmmaathaav
drib *(n.)* ഇറ്റിറ്റുവീഴൽ itittuviizhal
dribble *(v.)* ഇറ്റിറ്റു വീഴുക ititt viizhuka
dribble *(n.)* തുള്ളിതുള്ളിയായിവീഴ്ച thullithulliyaayi viizhcha

dried *(adj.)* ഉണങ്ങിയ unangiya
drift *(v.)* ഒലിച്ചു പോകുക
 olichupokuka
drift *(n.)* ഒഴുക്ക് ozhukk
drill *(n.)* തുരക്കൽ thurakkal
drill *(v.)* തുരക്കുക thurakkuka
drink *(v.)* കുടിയ്ക്കുക kutiykkuka
drink *(n.)* പാനീയം paaniiyam
drinking chocolate *(n.)*
 ചോക്കലേറ്റ്പാനം chocolatepaana
drinking water *(n.)* കുടിവെള്ളം
 kutivellam
drip *(n.)* തുള്ളി thulli
drip *(v.)* തുള്ളിയായിവീഴുക
 thulliyaayi viizhuka
drive *(n.)* സവാരി savaari
drive *(v.)* വണ്ടിയോടിക്കുക
 vandiyotikkuka
driver *(n.)* വണ്ടി ഓടിക്കുന്നയാൾ
 vandiyotikkunnayaal
drizzle *(n.)* ചാറ്റൽമഴ chattalmazha
drizzle *(v.)* മഴചാറുക mazhachaaruka
droid *(n.)* കൃത്രിമമനുഷ്യൻ
 kruthimamanushyan
drone *(n.)* ഹുങ്കാരം hunkaaram
drool *(n)* വായിൽ വെള്ളംവരൽ
 vaayil vellamvaral
drool *(v.)* തുപ്പലൊലിക്കുക
 thuppalolippikkuka
droop *(n.)* തൂങ്ങൽ thuungal
droop *(v.)* തൂങ്ങുക thuunguka
droopy *(adj.)* തളർന്ന thalarnna
drop *(v.)* അടർന്നുവീഴുക
 atarnnuviizhuka
drop *(n.)* തുള്ളി thulli
drop box *(n.)* സംഭരണി sambharani
drop-in *(adj.)* പോയിക്കാണുക
 poyikkanuka
drop-off *(n.)* കുറഞ്ഞുവരിക
 kuranjuvarika
dropout *(n.)* പിരിഞ്ഞു പോകുക
 pirinjupokuka

dropzone *(n.)* പാരച്യൂട്ടുകാർ
 ഇറങ്ങുന്നസ്ഥലം paarachyutukaar
 irangunna sthalam
drought *(n.)* ഉണക്ക് unakk
drown *(v.)* മുങ്ങിമരിക്കുക
 mungimarikkuka
drug *(n.)* ലഹരിമരുന്ന്
 laharimarunnu
drug addict *(n.)* മയക്കുമരുന്ന്
 ആസക്തൻ mayakkumarunnu
 aasakthan
druggist *(n.)* മരുന്നുകടക്കാരൻ
 marunnukatakkaaran
druid *(n.)* പ്രവാചകൻ pravaachakan
drum *(n.)* ചെണ്ട chenda
drum *(v.)* ചെണ്ടകൊട്ടുക
 chendakottuka
drum kit *(n.)* ചെണ്ടക്കൂട്ടം
 chendakkuuttam
drumbeat *(n.)* പടഹധ്വനി
 patahadwani
drumfish *(n.)* ഒരു തരം മത്സ്യം oru
 tharam mal
drunk *(adj.)* മദോന്മത്തായ
 madonmaththamaaya
drunkard *(n.)* കുടിയൻ kutiyan
dry *(v.)* ഉണക്കുക unakkuka
dry *(adj.)* കാഞ്ഞ kaanja
dry-clean *(v.)* അലക്കുക alakkuka
dryer *(n.)* ചൂള chuula
dual *(adj.)* ദ്വിവിധമായ
 dwividhamaaya
duality *(n.)* ദ്വൈതഭാവം
 dwaithabhaavam
dual-purpose *(adj.)* ദ്വിഫലം
 dwibhalam
dub *(v.)* ചെല്ലപ്പേരു വിളിക്കുക
 chellapperu vilikkuka
dub *(n.)* ചെല്ലപ്പേര് chellapperu
dubious *(adj.)* സന്ദിഗ്ദ്ധാർത്ഥമായ
 sandigthaarthamaaya

ducat *(n.)* ഒരു പഴയ നാണയം oru pazhaya naanayam
duchess *(n.)* ഡ്യൂക്കിന്റെ ഭാര്യ dukeinte bhaarya
duck *(n.)* താറാവ് thaaraav
duck *(v.)* മുക്കുക mukkuka
duct *(n.)* നാളം naalam
duct *(v.)* വഹിക്കുക vahikkuka
duct tape *(n.)* നാളിനാട naaliinaata
dude *(n.)* ഇഷ്ടൻ ishtan
due *(n.)* കടം katam
due *(adv.)* കടമായ katamaaya
due *(adj.)* ബാദ്ധ്യതയായ baadyathayaaya
duel *(n.)* അങ്കം ankam
duel *(v.)* ദ്വന്ദ്വയുദ്ധം ചെയ്യുക dwanthayuddham cheyyuka
duet *(n.)* യുഗ്മഗാനം yugmagaanam
duet *(v.)* യുഗ്മഗാനമാലപിക്കുക yugmagaanamaalapikkuka
duffel bag *(n.)* കട്ടിത്തുണി സഞ്ചി kattiththunisanchi
duke *(n.)* ഇംഗ്ലണ്ടിലെ ഏറ്റവും ഉയർന്ന പ്രഭുപദവി Englandile ettavum uyarnna prabhupadavi
dull *(adj.)* മൂടിക്കെട്ടിയ mootikkettiya
dull *(v.)* ശോഭയില്ലാതാക്കുക shobhayillaathaakuka
duly *(adv.)* ഉചിതമായി uchithamaayi
dumb *(adj.)* മിണ്ടാത്ത mindaaththa
dum-bell *(n.)* വിവേകശൂന്യ vivekashuunya
dumbfound *(v.)* അന്ധാളിക്കുക andhaalikkuka
dumbfounded *(adj.)* സംഭ്രമിക്കൽ sambhramikkal
dumbo *(n.)* മൂഢൻ mooddan
dummy *(n.)* കോലം kolam
dummy *(v.)* വ്യാജമാക്കുക vyaajamaakkuka
dump *(v.)* കൂട്ടിയിടുക koottiyituka
dump *(n.)* ചവർക്കൂമ്പാരം chavarkkuumpaaram
dumpster *(n.)* മാലിന്യപ്പെട്ടി maalinyappetti
dunce *(n.)* മണ്ടശിരോമണി mandashiromani
dune *(n.)* പുളിനം pulinam
dung *(n.)* കാഷ്ഠം kaashtam
dungeon *(n.)* തുറുങ്ക് thurung
dunk *(n.)* കുതിർക്കുക kuthirkkuka
dunk *(v.)* മുക്കികഴിക്കുക mukkikazhikkuka
duo *(n.)* യുഗ്മം yugmam
dup *(v.)* അടയ്ക്കാത്ത ataykkaaththa
dupe *(v.)* പറ്റിക്കുക pattikkuka
dupe *(n.)* വഞ്ചിതൻ vanchithan
duplex *(n.)* ഇരട്ടയായ irattayaaya
duplicate *(v.)* പകർപ്പെടുക്കുക pakarppetukkuka
duplicate *(n.)* നക്കൽപ്രതി nakkalprathi
duplicate *(adj.)* പകർപ്പായ pakarppaaya
duplicity *(n.)* നേരുകേട് neruket
durability *(n.)* സ്ഥിരത sthiratha
durable *(adj.)* ദൃഢമായ drutamaaya
duration *(n.)* കാലയളവ് kaalayalav
during *(prep.)* അത്രയും കാലം athrayum kaalam
dusk *(n.)* സന്ധ്യ sandya
dust *(v.)* പൊടിതൂവുക potithuuvuka
dust *(n.)* പൊടിപടലം potipatalam
duster *(n.)* പൊടിതുടപ്പ potithutappa
dutiful *(adj.)* കൃത്യനിരതനായ kruthyanirathanaaya
duty *(n.)* ചുമതല chumathala
duty-free *(adj.)* തീരുവയില്ലാത്ത thiiruvayillaaththa
duty-free *(adv.)* തീരുവയില്ലാത്ത സാധനങ്ങൾ വിൽക്കുന്ന കട thiiruvayilllathe saadangal vilkkunna kata

duvet *(n.)* മൃദുവായ വിരിപ്പ് mruduvaaya viripp
dwarf *(v.)* കുറിയതാക്കുക kuriyathaakkuka
dwarf *(n.)* കുള്ളൻ kullan
dwarf *(adj.)* വളർച്ച മുരടിച്ച valarcha muraticha
dwell *(v.)* വസിക്കുക vasikkuka
dwelling *(n.)* പാർപ്പിടം paarppitam
dwindle *(v.)* ചെറുതായ്ത്തീരുക cheruthaaythiiiruka
dye *(n.)* ചായം chaayam
dye *(v.)* ചായമിടുക chaayamituka
dynamic *(adj.)* ചലനാത്മകമായ chalanalmakamaaya
dynamics *(n.)* ഗതിവിജ്ഞാനീയം gathivinjaaniiyam
dynamite *(n.)* പാറവെടിമരുന്ന് paaravetimarunnu
dynamo *(n.)* വിദ്യുച്ഛക്തിജനകയന്ത്രം vidyuchchakthijanakayanthram
dynasty *(n.)* രാജവംശം raajavamsham
dysentery *(n.)* വയറിളക്കം vayarilakkam
dystopia *(n.)* നശിച്ചസ്ഥലം nashichasthalam

E

each *(pron.)* ഓരോ oro
each *(adj.)* ഒരോന്നായി oronnayi
each *(adv.)* ഓരോന്നും oronnum
eager *(adj.)* ആകാംക്ഷയുള്ള aakamshayulla
eagle *(n.)* ഗരുഡൻ garutan
ear *(n.)* കർണ്ണം karnnam
earbud *(n.)* ചെവിക്കുള്ളിൽ ധരിക്കുന്ന ഇയർഫോൺ. chevikkullil dharikkunna earphone
early *(adj.)* നേരത്തെയുള്ള neraththeyulla
early *(adv.)* നേരത്തേ neraththe
earn *(v.)* സമാർജിക്കുക samaarjjikkuka
earnest *(adj.)* മനസ്സുറച്ച manassurachcha
earth *(n.)* ധരിത്രി dharithri
earthen *(adj.)* മണ്ണുകൊണ്ടുണ്ടാക്കിയ mannukondundaakkiya
earthenware *(n.)* മൺപാത്രങ്ങൾ manpaathrangal
earthly *(adj.)* ഭൗമികമായ bhoumikamaaya
earthquake *(n.)* ഭൂചലനം bhuuchalanam
ease *(n.)* അനായാസം anaayaasam
ease *(v.)* മനസ്സുഖമുണ്ടാക്കുക manassukhamundaakkuka
east *(adv.)* കിഴക്ക് kizhakk
east *(adj.)* പൗരസ്ത്യദേശം pourasthyadesham
east *(n.)* പൂർവ്വപ്രദേശം poorvvapradesham
easter *(n.)* ഉയിർപ്പുതിരുനാൾ uyirppu thirunaal
eastern *(adj.)* പൂർവ്വദിക്കിലുള്ള poorvvadikkilulla
easy *(adj.)* എളുപ്പമായ eluppaamaaya
easy-to-use *(adj.)* ലളിതോപയോഗം lalithopayogam
eat *(v.)* ഭക്ഷിക്കുക bhakshikkuka
eatable *(adj.)* ഭക്ഷ്യയോഗ്യം bhakshyayogyam
eatable *(n.)* ഭോജ്യവസ്തു bhojyavasthu
eave *(n.)* ഇറമ്പ് iramp
eavesdrop *(v.)* ഒളിഞ്ഞുകേൾക്കുക olinjukelkkuka
eavesdrop *(n.)* ചാരവൃത്തി chaaravruththi

ebb *(n.)* വേലിയിറക്കം veliyirakkam
ebb *(v.)* തിരിയെപ്പോകുക
thiriyeppokuka
ebony *(n.)* കരിന്താളി karinthaali
e-book *(n.)* ഇലക്ട്രാണിക് ബുക്ക്
electronic book
ebulliate *(v.)* തിളച്ചുപൊങ്ങുക
thilachchu ponguka
ebullience *(n.)* തിളച്ചുപൊങ്ങൽ
thilachchupongal
ebullient *(adj.)* തിളയ്ക്കുന്ന
thilaykkunna
eccentric *(adj.)* കിറുക്കുള്ള kirukkulla
ecclesiast *(n.)* ക്രിസ്തുമതാചാര്യൻ
kristhumathaachaaryan
ecclesiastical *(adj.)*
സഭാസംബന്ധിയായ
sabhaasambandhiyaaya
echinid *(n.)* കടൽച്ചേന katalchena
echo *(n.)* മാറ്റൊലി maattoli
echo *(v.)* മാറ്റൊലികൊൾക
maattolikolka
echocardiogram *(n.)* ഹൃദയ
പ്രവർത്തനരേഖ
hrudayapravarththana rekha
eclampsia *(n.)* അപസ്മാര രോഗം
apasmaara rogam
eclectic *(n.)* ഉദ്ധാരകൻ uddhaarakan
eclectic *(adj.)*
വിശാലവീക്ഷണമുള്ള
vishaalaviikshanamulla
eclipse *(v.)* ഗ്രസിക്കുക grasikkuka
eclipse *(n.)* ഗ്രഹണം grahanam
eclipsis *(n.)* വ്യതിക്രമം vyathikrumam
ecological *(adj.)* പാരിസ്ഥിതികമായ
paarishthikamaaya
ecologist *(n.)* പരിസ്ഥിതിവാദി
paristhithivaadi
ecology *(n.)* പരിസ്ഥിതി
വിജ്ഞാനീയം
paristhithivinjaaniiyam

e-commerce *(n.)* ഇൻറർനെറ്റ്
വ്യാപാരം internet vyaaparam
economic *(adj.)* മിതവ്യയ ശീലമുള്ള
mithavyaya sheelamulla
economical *(adj.)* മിതവ്യയമായ
mithavyayamaaya
economics *(n.)*
സാമ്പത്തികശാസ്ത്രം
sampaththikashaasthram
economy *(n.)* സമ്പദ്ഘടന
sampatghatana
ecosystem *(n.)* ആവാസവ്യവസ്ഥ
aavaasavyavastha
ecoterrorism *(n.)* പരിസ്ഥിതി
സംരക്ഷണത്തിനു വേണ്ടിയുള്ള
ഭീകരപ്രവർത്തനം paristhithi
samrakshanaththinu vendiyulla
bhiikarapravarththanam
ecstasy *(n.)* നിർവൃതി nirvruthi
ecstatic *(adj.)* ഹർഷോൻമത്തം
harshonmaththam
ectopia *(n.)* ആന്തരികാവയവ
സ്ഥാനഭ്രംശം antharikaavayava
sthaanabhramsham
ectoplasm *(n.)* കോശദ്രവകവചം
koshadrava kavacham
ecumenic *(adj.)*
ക്രിസ്തീയസഭാസംബന്ധം
kristhiiyasabhaasambandham
ecumenical *(adj.)* ക്രിസ്തീയ
സഭകൾക്കു പൊതുവായ
kristhiiyasabhakalkk pothuvaaya
eczema *(n.)* വരട്ടുചൊറി varattuchori
edema *(n.)* നീര് കെട്ടൽ neerukettal
edge *(n.)* അഗ്രം agram
edible *(adj.)* ഭക്ഷ്യയോഗ്യമായ
bhakshyayogyamaaya
edict *(n.)* ശാസനപത്രം
shaasanapathram
edificant *(adj.)* നിർമ്മാണകല
nirmmanakala
edification *(n.)* ബോധനം bodhanam

edifice *(n.)* സൗധം saudham

edify *(v.)* ജ്ഞാനം വർദ്ധിപ്പിക്കുക njaanam varddhippikkuka

edit *(v.)* തിരുത്തുക thiruththuka

edition *(n.)* പുസ്തപ്പതിപ്പ് pusthakappathipp

editor *(n.)* ഗ്രന്ഥപരിശോധകൻ granthaparishodhakan

editorial *(adj.)* പത്രാധിപലേഖനം pathraadhipalekhanam

editorial *(n.)* മുഖപ്രസംഗം mukhaprasangam

educate *(v.)* അറിവുണ്ടാക്കുക arivundaakkuka

education *(n.)* വിദ്യാഭ്യാസം vidyaabhyaasam

eel *(n.)* ആരൽ aaral

eerie *(adj.)* ഭയാകുലമായ bhayaakulamaaya

effable *(adj.)* വിസ്താരയോഗ്യം visthaarayogyam

effably *(adv.)* വിവരണീയം vivaraniiyam

efface *(v.)* തുടച്ചുമാറ്റുക thutachchumaattuka

effect *(n.)* ഉത്തരഫലം uththaraphalam

effect *(v.)* ഫലമുളവാക്കുക phalamulavaakkuka

effective *(adj.)* ഫലപ്രദമായ phalapradamaaya

effeminate *(adj.)* സ്ത്രൈണമായ sthrainamaaya

efficacy *(n.)* കാര്യക്ഷമത kaaryakshamatha

efficiency *(n.)* വിചക്ഷണത vichakshanatha

efficient *(adj.)* നൈപുണ്യമുള്ള naipunyamulla

effigy *(n.)* സ്വരൂപം swaruupam

effort *(n.)* പ്രയത്നം prayathnam

effortless *(adj.)* പ്രയത്നമില്ലാതെ prayathnamillaaththa

effusive *(adj.)* കൃതജ്ഞതാപ്രകടനം keuthanjathaaprakatanam

egg *(n.)* മുട്ട mutta

ego *(n.)* അഹംബോധം ahambodham

egocentric *(adj.)* അഹന്താനിഷ്ഠമായ ahanthaanishtamaaya

egotism *(n.)* ഞാനെന്നഭാവം njanenna bhaavam

eight *(n.)* എട്ട് ett

eighteen *(n.)* പതിനെട്ട് pathinett

eighty *(n.)* എൺപത് enpath

either *(pron.)* രണ്ടിലൊന്ന് randilonnu

either *(adv.)* അതുപോലെതന്നെ athupole thanne

ejaculate *(n.)* ശുക്ലസ്ഖലനം shuklaskhalanam

ejaculate *(v.)* സ്ഖലനം നടത്തുക skhalanam nataththuka

ejaculation *(n.)* സ്ഖലനം skhalanam

ejaculatory *(adj.)* പുറത്തേക്കൊഴുക്കുന്നതായ puraththekkozhukunnathaaya

eject *(v.)* നീക്കുക niikkuka

elaborate *(v.)* വിപുലീകരിക്കുക vipuliikarikkuka

elaborate *(adj.)* വിസ്തരിച്ച് ചെയ്യൽ vistharichch cheyyal

elapse *(v.)* കടന്നുപോകുക katannupokuka

elastic *(adj.)* ഇലാസ്തികതയുള്ള ilasthikathayulla

elasticity *(n.)* ഇലാസ്തികത ilaasthikatha

elate *(v.)* ആഹ്ലാദിപ്പിക്കുക aahlaadippikkuka

elate *(adj.)* സന്തോഷഭരിതമായ santhoshabharithamaaya

elated *(adj.)* ആവേശാത്മകമായ aaveshaalmakamaaya

elation *(n.)* ചിത്തോല്ലാസം chiththolsavam

elbow *(n.)* കൈമുട്ട് kaimutt
elder *(adj.)* വയസ്സുമൂത്ത
vayassumuuththa
elder *(n.)* മൂത്തയാൾ mooththayaal
elderly *(adj.)* മുതിർന്ന muthirnna
elect *(v.)* തിരഞ്ഞെടുക്കുക
thiranjedukkuka
election *(n.)* തിരഞ്ഞെടുപ്പ്
thiranjedupp
electorate *(n.)* സമ്മതിദായകർ
sammathidhaayakar
electric *(adj.)*
വിദ്യുച്ഛക്തിജന്യമായ
vidyuchchakthijanyamaaya
electricity *(n.)* വൈദ്യുതി vaidhyuthi
electrify *(v.)* വൈദ്യുതീകരിക്കുക
vaidhythiikarikkuka
electrocute *(v.)*
വൈദ്യുതാഘാതത്താൽ
കൊല്ലുക vaidyudaaghaathaththaal
kolluka
electrocution *(n.)*
വൈദ്യുതിയാലുള്ള മരണം
vaidythiyalulla maranam
electrolyte *(n.)* വൈദ്യുത
വിശ്ലേഷണത്തിനു വഴങ്ങുന്ന
ദ്രാവകമാധ്യമം vaidyutha
visleshanaththinu vazhangunna
draavaka maadyamam
electron *(n.)* സൂക്ഷ്മകണം suukshma
kanam
electronic *(adj.)*
വൈദ്യുതിഉപകരണ സംബന്ധം
vaidythiupakarana sambandham
elegance *(n.)* ചാരുത്വം chaaruthwan
elegant *(adj.)* സുഭഗമായ
subhagamaaya
elegy *(n.)* വിലാപകാവ്യം
vilaapakaavyam
element *(n.)* മൂലകം muulakam

elemental *(adj.)*
മൂലദ്രവ്യസ്വഭാവമുള്ള
muuladravyaswabhaavamulla
elementary *(adj.)*
മൂലതത്ത്വപരമായ
muulaththwaparamaaya
elephant *(n.)* ആന aana
elephantine *(adj.)*
ആനയെസംബന്ധിച്ച
aanayesambandhichcha
elevate *(v.)* ശ്രേഷ്ഠമാക്കുക
sreshtamaakkuka
elevation *(n.)* ആരോഹണം
aarohanam
elevator *(n.)* ഉയർത്തൽയന്ത്രം
uyarththal yanthram
eleven *(n.)* പതിനൊന്ന് pathinonnu
elf *(n.)* കുട്ടിച്ചാത്തൻ kuttichchaththan
elicitate *(v.)* വെളിവാക്കുക
velivaakkuka
eligibility *(n.)* അർഹത arhatha
eligible *(adj.)* അർഹതയുള്ള
arhathayulla
eliminate *(v.)* പുറത്താക്കുക
purathaakkuka
elimination *(n.)* തള്ളിക്കളയൽ
thallikkalayal
eliminator *(n.)* ഒഴിവാക്കൽ നടപടി
ozhivaakkal natapati
eliminatory *(adj.)*
ഒഴിവാക്കുന്നതായ
ozhivaakkunnathaaya
elision *(n.)* വർണ്ണലോപം
varnnalopam
elite *(n.)* വരേണ്യത varenyatha
elite *(adj.)* വരേണ്യമാർഗ്ഗം
varenyamaargam
elitism *(n.)* പ്രാമാണിത്തം
praamaaniththam
elitist *(n.)* പ്രമാണി pramaani
elixir *(n.)* മൃതസഞ്ജീവനി
mruthasanjiivani

elk *(n.)* മ്ലാവ് mlaav

ellipse *(n.)* അണ്ഡാകൃതി antaakruthi

ellipse *(v.)* വിട്ടുകളഞ്ഞ vittukalanja

elliptic *(adj.)* വളർത്തുളമായ
varththulamaaya

elocution *(n.)* വാക്ചാതുര്യം
vaakchaathuryam

elope *(v.)* ഒളിച്ചോടുക olichotuka

eloquence *(n.)* വാഗ്വിലാസം
vaagwilasam

eloquent *(adj.)* വാഗ്ധാടിയുള്ള
vaagdwaatiyulla

else *(adv.)* മറ്റ് matt

else *(adj.)* മറ്റു mattu

elucidate *(v.)* സ്പഷ്ടമാക്കുക
spashtamaakkuka

elude *(v.)*
പിടികൊടുക്കാതിരിക്കുക
pitikotukkaathirikkuka

elusion *(n.)* പറ്റിച്ചുനടക്കൽ
pattichchunatakkal

elusive *(adj.)* ഒഴിഞ്ഞുകളയുന്ന
ozhinjukalayunna

emaciate *(v.)* മെലിയുക meliyuka

emaciated *(adj.)* ശുഷ്കിച്ച shushkicha

email *(n.)* ഇലക്ട്രോണിക്
സന്ദേശം electeonic sandhesham

emanate *(v.)* നിർഗളിക്കുക
nirgalikkuka

emanation *(n.)* നിർഗമനം nirgamanam

emancipate *(v.)* മുക്തമാക്കുക
mukthamaakkuka

emancipation *(n.)* വിമോചനം
vimochanam

emasculate *(v.)* ഷണ്ഡനാക്കുക
shantanaakkuka

emasculation *(n.)* വരിയുടയ്ക്കൽ
variyutakkal

embalm *(v.)* സുരഭീകരിക്കുക
surabhiikarikkuka

embalming *(n.)* സുരഭീകരണം
surabhiikaranam

embank *(v.)* ചിറകെട്ടുക chirakettuka

embankment *(n.)* സേതുബന്ധനം
sethuvandhanam

embargo *(n.)* കപ്പൽനിരോധനാജ്ഞ
kappalnirodhanaanja

embark *(v.)* കപ്പലേറ്റുക kappalettuka

embarrass *(v.)* ലജ്ജിതമാക്കുക
lajjithamaakkuka

embarrassing *(adj.)*
ചളിപ്പുതോന്നുന്ന
chalippthonnunna

embarrassment *(n.)* ചമ്മൽ chammal

embassy *(n.)* നയതന്ത്രകാര്യാലയം
nayathanthrakaaryaalayam

embellish *(v.)* പരിഷ്ക്കരിക്കുക
parishkarikkuka

embitter *(v.)* മുഷിപ്പിക്കുക
mushippikkuka

emblem *(n.)* മുദ്ര mudra

embodiment *(n.)* മൂർത്തീകരണം
muurthiikaranam

embody *(v.)* മൂർത്തീകരിക്കുക
muurththiikarikkuka

embolden *(v.)* ധൈര്യപ്പെടുത്തുക
dairyappetuththuka

embrace *(n.)* ആശ്ലേഷം aashlesham

embrace *(v.)* പുണരുക punaruka

embroidery *(n.)* ചിത്രത്തുന്നൽ
chithraththunnal

embryo *(n.)* ഭ്രൂണം bhruunam

embryonic *(adj.)*
ഭ്രൂണാവസ്ഥയിലുള്ള
bhruunaavasthayilulla

embush *(v.)*
പതിയിരുന്നാക്രമിക്കുക
pathiyirunnakramikkuka

emend *(v.)* ശുദ്ധിപാഠം ചെയ്യുക
shuddhipaatamcheyyuka

emendate *(v.)* തെറ്റുതിരുത്തുക
thettuthiruththuka

emerald *(n.)* മരതകം marathakam

emerge *(v.)* ഉയർന്നുവരിക uyarnnuvarika
emergency *(n.)* അത്യാഹിതം athyaahitham
emigrate *(v.)* നാടുവിട്ടുപോവുക naatuvittupokuka
emigration *(n.)* വിദേശഗമനം videshagamanam
eminence *(n.)* ഔന്നത്യം ounnyathyam
eminent *(adj.)* ശ്രേഷ്ഠമായ shreshtamaaya
emissary *(n.)* ഗൂഢദൂതൻ gooddadhuuthan
emission *(n.)* പ്രസാരണം prasaaranam
emit *(v.)* ഉദ്വമിപ്പിക്കുക udwamippikkuka
emittance *(n.)* ഉദ്വമനപരം udwamanaparam
emmet *(n.)* നീറ് neeru
emoji *(n.)* ഭാവചിഹ്നം bhaavachihnam
emolument *(n.)* വേതനം vethanam
emote *(v.)* അമിതവികാരം പ്രകടിപ്പിക്കുക amithavikaaram prakatippikkuka
emoticon *(n.)* ചിഹ്ന ഭാഷ chihnabhaasha
emotion *(n.)* മനോവികാരം manovikaaram
emotional *(adj.)* വൈകാരികമായ vaikaarikamaaya
emotive *(adj.)* ക്ഷോഭമുണ്ടാക്കുന്ന kshobhamundaakkunna
empath *(n.)* തൻമയീഭാവശക്തി thanmayiibhaavashakthi
empathic *(adj.)* തന്മയീഭാവം പ്രകടിപ്പിക്കുന്ന thanmayiibhaavam prakatippikkunna
empathy *(n.)* സമഷ്ടിസ്നേഹം samashti sneham
emperor *(n.)* ചക്രവർത്തി chakravarththi
emphasis *(n.)* ഊന്നിപ്പറയൽ unnipparayal
emphasize *(v.)* ഉറപ്പിച്ചുപറയുക urappichchu parayuka
emphatic *(adj.)* ഊന്നിപ്പറയുന്ന uunnipparayunna
empire *(n.)* സാമ്രാജ്യം saamraajyam
empirical *(adj.)* അനുഭവസിദ്ധമായ anubhavasiddjamaaya
empiricism *(n.)* അനുഭവജ്ഞാനം anubhavanjaanam
empiricist *(n.)* അനുഭവൈകവാദി anubhavaikavaadi
employ *(v.)* ജോലിചെയ്യിക്കുക jolicheyyikkuka
employee *(n.)* ജീവനക്കാരൻ jeevanakkaaran
employer *(n.)* മുതലാളി muthalaali
employment *(n.)* ഉദ്യോഗം udyogam
empower *(v.)* അധികാരപ്പെടുത്തുക adhikaarappetuththuka
empress *(n.)* ചക്രവർത്തിനി chakravarththini
empty *(v.)* ഒന്നുമില്ലാതാക്കുക onnumillaathakkuka
empty *(adj.)* ശൂന്യമായ shuunyamaaya
empty-handed *(adj.)* വെറുംകയ്യോടെ verumkaiyyote
emulate *(v.)* കിടമൽസരത്തിലേർപ്പെടുക kitamalsaraththilerppetuka
emulation *(n.)* അനുകരണം anukaranam
emulsifier *(n.)* പയസ്കരിക്കുന്നവസ്തു payadkarikkunna vasthu
emulsify *(v.)* കുഴമ്പാക്കുക kuzhambaakkuka
en route *(adv.)* വഴിമധ്യേ vazhimadye
enable *(v.)* കഴിവുണ്ടാക്കുക kazhivundaakkuka

enact *(v.)* നിയമമാക്കുക
niyamamaakkuka
enamel *(n.)* ദന്തകാചം danthakaacham
enamour *(v.)* പ്രണയമുണ്ടാക്കുക
pranayamundaakkuka
enamoured *(adj.)* ഭ്രമിച്ച bhramichcha
enamourment *(n.)* ഗാഢപ്രണയം
gaaddapranayam
encage *(v.)* കൂട്ടിലടയ്ക്കുക
kuuttilataykkapetta
encapsulate *(v.)*
ചുരുക്കിയവതരിപ്പിക്കുക
churikkiyavatharippikkuka
encase *(v.)* പെട്ടിയിലിടുക
pettiyilituka
enchant *(v.)* മോഹിപ്പിക്കുക
mohippikkuka
encircle *(v.)* വലയം ചെയ്യുക
valayam cheyyuka
enclose *(v.)* അടച്ചുകെട്ടുക atachu
kettuka
enclosure *(n.)* അടച്ചു കെട്ടൽ atachu
kettal
encompass *(v.)* വ്യാപിക്കുക
vyaapikkuka
encounter *(n.)* സമാഗമം samaagamam
encounter *(v.)* ഏറ്റുമുട്ടുക
ettumuttuka
encourage *(v.)*
പ്രോത്സാഹിപ്പിക്കുക
prolsahippikkuka
encouragement *(n.)*
പ്രോത്സാഹിപ്പിക്കൽ
prolsahipikkal
encroach *(v.)* നുഴഞ്ഞു കയറുക
nuzhanjukayaruka
encrust *(v.)* ആച്ഛാദനം ചെയ്യുക
aachchaadanam cheyyuka
encrusted *(adj.)* മൂടിയിരിക്കുന്ന
mootiyirikkunna

encrypt *(v.)*
രഹസ്യകോഡിലെഴുതുക
rahasyacodilezhuthuka
encrypted *(adj.)*
രഹസ്യകോഡിലെഴുതിയ
rahasyacodilezhuthiya
encryption *(n.)*
രഹസ്യകോഡിലെഴുതൽ
rahasyacodilezhuthal
encumber *(v.)* പ്രതിബന്ധിക്കുക
prathibandhikkuka
encyclopedia *(n.)*
വിശ്വവിജ്ഞാനകോശം
viswavinjaanakosham
end *(v.)* അറുതിവരുത്തുക
aruthivaruththuka
end *(n.)* സമാപ്തി samaapthi
endanger *(v.)* ദോഷം വരുത്തുക
dosham varuththuka
endangered *(adj.)*
വംശനാശഭീഷണിനേരിടുന്ന
vamshanaashabhiishani neritunna
endear *(v.)* സ്നേഹമുണർത്തുക
snehamunarththuka
endearment *(n.)* പ്രണയചേഷ്ട
pranayacheshta
endeavour *(v.)* ഉദ്യമിക്കുക
udyamikkuka
endeavour *(n.)* യത്നം yathnam
endemic *(adj.)* പതിവായി
കണ്ടുവരുന്ന pathivaayi
kanduvarunna
endemic *(n.)*
സ്ഥിരമായിനടക്കാറുള്ള
sthiramaayi natakkarulla
endemiology *(n.)*
ദേശജവ്യാധിജ്ഞാനം
deshajavyaadhiinjanam
endless *(adj.)* അതിരില്ലാത്ത
athirillatha
endorse *(v.)* അംഗീകരിക്കുക
angeekarikkuka

endorsement *(n.)* അംഗീകാരം
angeekaaram

endorser *(n.)* മേലൊപ്പു കാരൻ
meloppukaaran

endoscopic *(adj.)* ശരീരാന്തർഭാഗ
പരിശോധന
shariirantharbhaagaparishodhana

endoscopy *(n.)* ഉൾഭാഗപരിശോധന
ulbhaagaparishodhana

endow *(v.)* സ്വത്തവകാശം
നൽകുക swaththavakaasham nalkuka

endowed *(adj.)* നൽകപ്പെട്ട nalkappetta

endowment *(n.)* വസ്തുദാനം
vasthudaanam

endurable *(adj.)* സഹിക്കാവുന്ന
sahikkaavunna

endurance *(n.)* സഹിഷ്ണുത
sahishnutha

endure *(v.)* ഉറച്ചുനിൽക്കുക
urachchunilkkuka

enemy *(n.)* ശത്രു shathru

energetic *(adj.)* കർമ്മോദ്യുക്തമായ
karmmodyukthamaaya

energize *(v.)* ചൈതന്യവത്തായ
chairhanyavaththaaya

energy *(n.)* ചൈതന്യം chaithanyam

enervate *(v.)* നിർവീര്യമാക്കുക
nirvviiryamaakkuka

enervated *(adj.)* നിർവീര്യമാക്കിയ
nirvviiruamaakkuka

enfeeble *(v.)* ദുർബലമാക്കുക
durbbalamaakkuka

enforce *(v.)* നടപ്പിലാക്കുക
natappaavuka

enfranchise *(v.)* മുക്തമാക്കുക
mukthamaavuka

engage *(v.)* വ്യാപൃതമാവുക
vyaaprurhamaakuka

engagement *(n.)* വിവാഹനിശ്ചയം
vivaahanischayam

engaging *(adj.)*
ഹൃദയാകർഷകമായ
hrudayaakarshakamaaya

engine *(n.)* പ്രവർത്തനയന്ത്രം
pravarththanayanthram

engineer *(n.)*
യന്ത്രവിദ്യാവിദഗ്ദ്ധൻ
yanthravidyaavidagddhan

engineering *(n.)*
യന്ത്രകാരകപ്രവർത്തനം
yanthrakaarakapravarththanam

enginous *(adj.)* ഉപായജ്ഞനായ
upaayanjanaaya

English *(n.)* ആംഗലഭാഷ
aangalabhaasha

englobe *(v.)* ആവൃതമാക്കുക
aavruthamaakkuka

engorge *(v.)* വലിച്ചുവാരിതിന്നുക
valichuvaarithinnuka

engrave *(v.)* ചെത്തിയൊരുക്കുക
cheththiyorukkuka

engross *(v.)* മുഴുകുക muzhukuka

engulf *(v.)* വിഴുങ്ങിക്കളയുക
vizhungikalayuka

enhance *(v.)* തീവ്രമാക്കുക
theevramaakkuka

enhancement *(n.)* വർദ്ധനവ്
varddhanav

enigma *(n.)* സമസ്യ samasya

enigmatic *(adj.)* സമസ്യാപരം
samasyaparam

enigmatical *(adj.)*
ഗൂഢാർത്ഥദ്യോതകമായ
gooddarththadyothakamaaya

enigmatically *(adv.)* മറപ്പൊരുളായി
marapporulaayi

enjoy *(v.)* ആസ്വദിക്കുക
aaswadikkuka

enjoyability *(n.)* സുഖഹേതുകമായ
sukhahethukamaaya

enjoyable *(adj.)* ആനന്ദദായകമായ
aanandhadaayakamaaya

enjoyment *(n.)* ആനന്ദാനുഭൂതി aandhaanubhuuthi
enlarge *(v.)* വലുതാക്കുക valuthaakkuka
enlighten *(v.)* പ്രകാശമാനമാക്കുക prakaashamaanamaakkuka
enlist *(v.)* പട്ടികയിൽ പേരുചേർക്കുക pattikayil perucherkkuka
enliven *(v.)* ഉല്ലാസം പകരുക ullasam pakaruka
enmity *(n.)* വൈരം vairam
ennoble *(v.)* മഹിമപ്പെടുത്തുക mahimappeduthuka
enormous *(adj.)* അതിബൃഹത്തായ athibrhaththaaya
enough *(adv.)* പര്യാപ്തി paryaapthi
enough *(adj.)* വേണ്ടുവോളമുള്ള venduvolamulla
enquiry *(n.)* അന്വേഷണം anweshanam
enrage *(v.)* കോപിപ്പിക്കുക kopippikkuka
enrapture *(v.)* നിർവൃതിനൽകുക nirvruthinalkuka
enrich *(v.)* ഗുണപുഷ്കലമാക്കുക gunapushkalamaakkuka
enrichment *(n.)* സമ്പന്നത sambannatha
enrol *(v.)* അംഗമായി ചേർക്കുക angamaayi cherkkuka
ensemble *(n.)* ഒന്നുചേർന്ന് onnuchernnu
enshrine *(v.)* പ്രതിഷ്ഠിക്കുക prathishtikkuka
enslave *(v.)* വശപ്പെടുത്തിവയ്ക്കുക vashappetuththivaykkuka
ensue *(v.)* തുടർന്നുവരിക thutarnnuvarika
ensure *(v.)* ഉറപ്പുവരുത്തുക urappuvaruththuka
entangle *(v.)* അകപ്പെടുത്തുക akappeduthuka
enter *(v.)* രംഗപ്രവേശംചെയ്യുക rangapravesham cheyyuka
enterprise *(n.)* സംരംഭം samrabham
entertain *(v.)* വിനോദിപ്പിക്കുക vinodhippikkuka
entertainment *(n.)* നേരമ്പോക്ക് nerambokk
enthral *(v.)* സ്വാധീനിപ്പെടുത്തുക swaadiinappetuththuka
enthrone *(v.)* സിംഹാസനസ്ഥനാക്കുക simhaasanasthanakkuka
enthusiasm *(n.)* ഔൽസുക്യം oulsukyam
enthusiastic *(adj.)* ആഹ്ലാദഭരിതമായ aahlaadabharithamaaya
entice *(v.)* ലോഭിപ്പിക്കുക lobhippikkuka
enticement *(n.)* വശീകരണം vashiikaranam
enticer *(n.)* വശ്യമായി vasyamaayi
enticing *(adj.)* ആകർഷിക്കൽ aakarshikkal
entire *(adj.)* സമസ്തമായ samasthamaaya
entirely *(adv.)* ആസകലവും aasakalavum
entitle *(v.)* പേരുവിളിക്കുക peruvilikkuka
entity *(n.)* ഉണ്മ unma
entomb *(v.)* മറവു ചെയ്യുക maravucheyyuka
entomology *(n.)* ഷട്പദവിജ്ഞാനീയം shatpadavinjaaniiyam
entrails *(n.)* കുടൽമാല kutalmaala
entrance *(n.)* പ്രവേശനകവാടം praveshsnakavaatam

entrap *(v.)* കെണിയിൽ പിടിക്കുക keniyilpitikkuka
entrapment *(n.)* കുടുക്കിലാക്കൽ kutukkilaakkal
entreat *(v.)* കെഞ്ചി യാചിക്കുക kenchiyaachikkuka
entreaty *(n.)* കെഞ്ചി യാചിക്കൽ kenchiyaachikkal
entrench *(v.)* സുരക്ഷിതമാക്കുക surakshithamaakkuka
entrenchment *(n.)* വേരുറപ്പിക്കൽ verurappikkal
entrepreneur *(n.)* സംരഭകൻ samrabhakan
entropic *(adj.)* തകിടം മറിഞ്ഞ thakitam marinja
entropy *(n.)* അടുക്കും ചിട്ടയുമില്ലായ്മ atukkum chittayumillaaththa
entrust *(v.)* ഭാരമേൽപ്പിക്കുക bhaaramelpppikkuka
entry *(n.)* രംഗപ്രവേശനം rangapraveshanam
entry form *(n.)* പ്രവേശാപേക്ഷ praveshaapeksha
entry-level *(adj.)* പ്രാഥമിക തലം praathamikathalam
enumerable *(adj.)* എണ്ണാവുന്ന ennaavunna
enumerate *(v.)* എണ്ണിയെണ്ണിപ്പറയുക enniyennipparayuka
enumerative *(adj.)* എണ്ണിപ്പറയാവുന്ന ennipparayaavunna
enunciate *(v.)* പ്രതിപാദിക്കുക prathipaadikkuka
enunciation *(n.)* പ്രതിപാദനം peathipaadanam
enunciatory *(adj.)* ഉച്ചരിക്കൽ uchcharikkal
envelop *(v.)* ആവരണം ചെയ്യുക aavaranam cheyyuka
envelope *(n.)* പൊതി pothi
envelopment *(n.)* ഉറയിടൽ urayital
enviable *(adj.)* അസൂയാജനകമായ asooyaajanakamaaya
envious *(adj.)* അസൂയാലുവായ asooyaaluvaaya
environment *(n.)* പരിസ്ഥിതി paristhithi
environmental *(adj.)* പരിസ്ഥിതി സംബന്ധമായ paristhithi sambandhamaaya
environmentalism *(n.)* പരിസ്ഥിതി വാദം paristhithi vaadam
environmentalist *(n.)* പരിസ്ഥിതി പ്രവർത്തകൻ paristhithi pravarththakan
envisage *(v.)* വിഭാവനം ചെയ്യുക vibhaavanam cheyyuka
envision *(v.)* സ്വപ്നമുണ്ടാക്കുക swapnamundaakkuka
envoy *(n.)* നയതന്ത്രപ്രതിനിധി nayathanthraprathinidhi
envy *(v.)* കുശുമ്പുകുത്തുക kushumbikuththuka
enzyme *(n.)* ദീപനരസം diipanarasam
enzymic *(adj.)* ദീപനരസസംബന്ധിയായ diipanarasasambandiyaaya
eon *(n.)* അനന്തകാലം ananathakaalam
ephemera *(n.)* ക്ഷണിക വസ്തു kshanika vasthu
ephemeral *(adj.)* ക്ഷണികമായ kshanikamaaya
ephemeric *(adj.)* അല്പായുസ്സുള്ള alpaayusulla
epic *(n.)* ഇതിഹാസം ithihaasam
epical *(adj.)* ഐതിഹാസികമായ aithihaasikamaaya

epicene *(adj.)* ഉഭയലിംഗമായ ubhalingamaaya
epicentre *(n.)* ഭൂകമ്പ പ്രഭവകേന്ദ്രം bhookambaprabhavakendram
epicure *(n.)* രുചിവിദഗ്ദ്ധൻ ruchividagddhan
epicurean *(n.)* അശനപ്രിയത്വം ashanapriyathwam
epicurean *(adj.)* ഭക്ഷണാസ്വാദകൻ bhakshanaaswaadakan
epidemic *(n.)* സാംക്രമികരോഗം samkramika rogam
epidural *(n.)* പ്രസവവേദനാലഘൂകരണി prasavavedanaalaghuukarani
epiglottis *(n.)* ചെറുനാക്ക് cherunaakk
epigram *(n.)* നീതിവാക്യം niithivaakyam
epilate *(v.)* മുടിമുറിക്കൽ mutimurikkal
epilepsy *(n.)* ചുഴലി chuzhali
epileptic *(adj.)* അപസ്മാര രോഗമുള്ള apsmaara rogamulla
epileptic *(n.)* അപസ്മാരരോഗി apasmaararogi
epilogue *(n.)* സമാപ്തിവാക്യം samaapthi vaakyam
epiphany *(n.)* ദൈവദർശനം daivadarshanam
episode *(n.)* പരമ്പരാഖണ്ഡം pramparakhandam
epitaph *(n.)* സ്മാരകലേഖം smaarakalekham
epitome *(n.)* മൂർത്തീഭാവം muurththiibhaavam
epoch *(n.)* നിർണ്ണീതകാലം nirnnithakaalam
epoxy *(n.)* പശിമയുള്ള pashimayulla
equal *(n.)* തുല്യൻ thulyan
equal *(adj.)* തുല്യമായ thulyamaaya
equal *(v.)* തുല്യപദവിയിലെത്തുക thulyapadaviyileththuka
equality *(n.)* സമത്വം samathwam
equalize *(v.)* ഏകീഭാവമാക്കൽ ekiibhaavamaakkal
equate *(v.)* തുല്യമാക്കുക thulyamaakkuka
equation *(n.)* സമവാക്യം samavaakyam
equator *(n.)* ഭൂമദ്ധ്യരേഖ bhuumadyarekha
equilateral *(adj.)* സമഭുജങ്ങളുള്ള samabhujangalulla
equinox *(n.)* തുല്യദിനരാത്രകാലം thulyadinarathrakaalam
equip *(v.)* സന്നദ്ധമാക്കുക sannaddhamaakkuka
equipment *(n.)* കോപ്പ് kopp
equitable *(adj.)* സമദർശിയായ samadarshiyaaya
equivalent *(adj.)* സമതുല്യമായ samathulyamaaya
equivocal *(adj.)* സന്ദിഗ്ദ്ധാർത്ഥമായ sandigaarththamaaya
era *(n.)* കാലഘട്ടം kaalaghattam
eradicate *(v.)* തുടച്ചുമാറ്റുക thudachchumaattuka
eradication *(n.)* നിർമ്മാർജ്ജനം nirmmaarjjanam
eradicator *(n.)* ഉന്മൂലകൻ nirmmaarjjanam
erase *(v.)* മായ്ച്ചുകളയുക maaychukalayuka
eraser *(n.)* മായ്ക്കട്ട maaykkatta
erect *(adj.)* നിവർന്ന nivarnna
erect *(v.)* നേരേ നിർത്തുക nerenirththuka
erectile *(adj.)* കുത്തനെ നിൽക്കുന്ന kuththane nilkkkunna
erection *(n.)* കെട്ടിടനിർമ്മാണം kettitanirmmaanam
erode *(v.)* തേഞ്ഞുപോകുക thenjupokuka

erosion *(n.)* കാർന്നുപോകൽ
kaarnnupokal

erosive *(adj.)* തേഞ്ഞുപോകൽ
thenjupokal

erotic *(adj.)* രതിജന്യമായ
rathijanyamaaya

erotica *(n.)* ലൈംഗികസാഹിത്യം
laigikasahityam

eroticism *(n.)* കാമവികാരം
kaamavikaaram

eroticize *(v.)* രതിയിലേർപ്പെടുക
rathiyilerppeduka

err *(v.)* തെറ്റുപറ്റുക thettupattuka

errand *(n.)* ദൗത്യയാത്ര
douthyayaathra

erroneous *(adj.)* പിഴച്ച pizhachcha

error *(n.)* പിശക് pishak

erupt *(v.)* പൊട്ടിപ്പുറപ്പെടുക
pottippurappetuka

eruption *(n.)* വിസ്ഫോടനം
visphotanam

escalate *(v.)* തീവ്രത കൂട്ടുക
thiivrathakuuttuka

escalator *(n.)* ചലിക്കുംഗോവണി
chalikkumgovani

escapability *(n.)* കടന്നുകളയൽ
katannukalayal

escapable *(adj.)* രക്ഷപ്പെടാനാവുന്ന
rakshapetaanaavunna

escape *(n.)* രക്ഷപ്പെടൽ rakshapetal

escape *(v.)* രക്ഷപ്പെടുക rakshapetuka

escapee *(n.)* രക്ഷപെടുന്നയാൾ
rakshapetunnayaal

escapism *(n.)* പലായനപ്രവണത
palaayanapravanatha

escapist *(n.)*
കളിപ്പിച്ചോടിപ്പോകുന്നയാൾ
kalippichchotipokunnayaal

escapology *(n.)* പലായനശാസ്ത്രം
palaayanasaasthram

escargot *(n.)* ഒച്ച് വിഭവം ochch
vibhavam

eschew *(v.)* വർജ്ജിക്കുക varjjikkuka

eschewment *(n.)* ഉപേക്ഷ upeksha

escort *(n.)* പരിവാരം parivaaram

escort *(v.)* തുണപോകുക
thunapokuka

escorted *(adj.)* തുണപോയ thunapoya

escrow *(n.)* ധനപരമായ
ഇടപാടിൻറെ ആധാരം
dhanaparamaaya itapaatinte aadhaaram

escrow *(v.)* ധനപരമായ ഇടപാടു
നടത്തുക dhanaparamaaya itapaatu
natathrhuka

esophageal *(adj.)*
അന്നനാളീസംബന്ധം
annanaalisambandham

esoteric *(adj.)* ഗോപ്യമായ
ഗോപ്യമായ

esoterism *(n.)* ഗൂഢജ്ഞാനം
gopyamaaya

espace *(n.)* ശൂന്യ സ്ഥലം
shuunyasthalam

especial *(adj.)* പ്രമുഖമായ
pramukhamaaya

especially *(adv.)* വിശേഷാൽ viseshal

espouse *(v.)* വരിക്കുക varikkuka

essay *(v.)* ഉപന്യസിക്കുക
upanyasikkuka

essay *(n.)* ഉപന്യാസം upanyaasam

essayist *(n.)* ഉപന്യാസകർത്താവ്
upanyaasakarththav

essence *(n.)* കാതൽ kaathal

essential *(adj.)*
അത്യന്താപേക്ഷിതമായ
atyanthaapeshithamaaya

establish *(v.)* സ്ഥാപിക്കുക
sthaapikkuka

establishment *(n.)* സംസ്ഥാപനം
samsthaapanam

estate *(n.)* തോട്ടം thottam

estate agent *(n.)* തോട്ടംകാര്യസ്ഥൻ
thottam kaaryasthan

esteem *(n.)* ആദരം aadaram

esteem *(v.)* മതിക്കുക mathikkuka
estimate *(n.)* അടങ്കൽ മതിപ്പ് atankalmathipp
estimate *(v.)* വിലനിർണ്ണയിക്കുക vilanirnnayikkuka
estimation *(n.)* മൂല്യഗണന muulyaganana
estimative *(adj.)* മൂല്യനിർണ്ണയനീയം muulyanirnnaniiyam
estragon *(n.)* സൗഗന്ധികഔഷധസസ്യം sougandhikaoushadasasyam
estrange *(v.)* അപ്രീതിജനിപ്പിക്കുക apriithijanippikkuka
estranged *(adj.)* അകന്നുകഴിയുന്ന akannukazhiyunna
estrogen *(n.)* സ്ത്രീഹോർമോൺ striihormone
estuary *(n.)* നദീമുഖം nadhiimukam
etcetera *(adv.)* ഇത്യാദി ithyaathi
etch *(v.)* കൊത്തുപണി ചെയ്യുക koththupanicheyyuka
etched *(adj.)* കൊത്തുപണി ചെയ്യൽ koththupanicheyya
etching *(adj.)* കൊത്തുവേല koththuvela
eternal *(adj.)* സനാതനമായ sanaathanamaaya
eternalize *(v.)* ശാശ്വതമാക്കുക shaswathamaakkuka
eternally *(adv.)* നിത്യമായി nityamaayi
eternity *(n.)* സനാതനത്വം sanaathanathwam
ether *(n.)* വിയത്ത് viyathth
ethical *(adj.)* ധാർമ്മികമായ dhaarmmikamaaya
ethics *(n.)* സന്മാർഗ്ഗശാസ്ത്രം sanmaargashaasthram
ethnic *(adj.)* വംശീയമായ vamshiiyamaaya
ethnicity *(n.)* വംശപരമായി vamshaparamaayi
ethos *(n.)* ആചാരവിചാരം aachaaravichaaram
etiquette *(n.)* ഉപചാരക്രമം upachaarakrumam
etymology *(n.)* നിരുക്തി nirukthi
eucalypt *(n.)* നീലഗിരിത്തൈലമരം niilagirithailamaram
eunuch *(n.)* നപുംസകൻ napumsakan
euphemistic *(adj.)* മയപ്പെടുത്തിപ്പറയുന്ന mayappeduththipparayunna
euphoria *(n.)* മനഃസുഖം manassukham
eureka *(int.)* ഞാൻ കണ്ടെത്തി njaan kandeththi
euthanize *(v.)* ദയാവധം ചെയ്യുക dayaavadam cheyyuka
evacuate *(v.)* കുടിയൊഴിപ്പിക്കുക kutiyozhippikkuka
evacuation *(n.)* ഒഴിപ്പിക്കൽ ozhippikkal
evade *(v.)* മാറിക്കളയുക maarikkalayuka
evaluate *(v.)* വിലയിരുത്തുക vilayiruththuka
evangel *(n.)* സുവിശേഷം suvisesham
evangelic *(adj.)* സുവിശേഷാനുസാരമായ suvisheshaanusaaramaaya
evaporate *(v.)* ആവിയായിത്തീരുക aaviyyaayithiiruka
evasion *(n.)* ഒഴിഞ്ഞുമാറൽ ozhinjumaaral
evasive *(adj.)* പിടികൊടുക്കാത്ത pitikotukkaaththa
even *(adv.)* ഒറ്റയല്ലാത്ത ottayallaaththa
even *(adj.)* പോലും polum
even *(v.)* ഒപ്പമാക്കുക oppamaakkuka
evening *(n.)* സായാഹ്നം saayaahnam

evenly *(adv.)* പക്ഷപാതരഹിതമായി pakshapaatharahithamaayi
event *(n.)* സംഭവം sambhavam
eventually *(adv.)* ആത്യന്തികമായി athyanthikamaayi
ever *(adv.)* എപ്പോഴും eppoozhum
everglade *(n.)* ആഴമില്ലാക്കായൽ aazhamillaakkaayal
evergreen *(adj.)* എപ്പോഴും പുതുമയുള്ള eppozhum putumayulla
evergreen *(n.)* നിത്യഹരിത nityaharitha
everlasting *(adj.)* അനന്തമായ ananthamaaya
ever-ready *(adj.)* നിത്യസന്നദ്ധം nityasannaddham
evert *(v.)* പുറത്തേക്കോ ഉള്ളിലേക്കോ തിരിയുക puraththekko ullilekko thiriyuka
every *(adj.)* ഓരോരുത്തരും ororuththarum
everybody *(pron.)* സർവ്വരും sarvvarum
everyday *(adj.)* എല്ലാദിവസവും elladivasavum
everyone *(pron.)* എല്ലാവരും ellaavarum
everything *(pron.)* സർവ്വവും sarvvavum
everywhere *(pron.)* എല്ലായിടത്തും ellayitaththum
eve-teasing *(n.)* ലൈംഗികച്ചുവയുള്ള പരിഹാസം laigikachuvayulla parihaasam
evict *(v.)* പുറത്താക്കുക puraththaakkuka
eviction *(n.)* പുറത്താക്കൽ puraththaakkal
evictor *(n.)* പുറത്താക്കുന്നയാൾ puraththaakkunnayaal
evidence *(n.)* തെളിവ് theliv
evident *(adj.)* തെളിവായ thelivaaya
evil *(adj.)* ദുഷ്ടമായ dushtamaaya
evil *(n.)* ദുഷ്ടത dushtatha
evince *(v.)* പ്രത്യക്ഷപ്പെടുത്തുക prathyakshappeduththuka
eviscerate *(v.)* വയറുകീറി കുടലെടുക്കുക vayarukiiri kutaletukkuka
evisceration *(n.)* എടുത്തുകളയൽ etuththukalayal
evitability *(n.)* ഒഴിവാക്കാനാകുന്ന ozhivaakkanakunna
evocate *(v.)* സ്മരണയുണർത്തുക smaranayunarththuka
evocation *(n.)* ഉദ്ബോധനം udbodhanam
evocative *(adj.)* സ്മരണയുണർത്തൽ smaranayunarththal
evoke *(v.)* ഓർമ്മയിലെത്തിക്കുക oormmayileththikkuka
evolution *(n.)* പരിണാമം parinaamamam
evolutionary *(adv.)* പരിണാമസംബന്ധിയായ parinaamasambandhiyaaya
evolve *(v.)* പരിണമിപ്പിക്കുക parinamippikkuka
ewe *(n.)* പെണ്ണാട് pennaat
exact *(adj.)* ഖണ്ഡിതമായ khandithamaaya
exactly *(adv.)* കൃത്യമായി kruthyamaayi
exaggerate *(v.)* അതിശയോക്തികലർത്തുക athishayokthikalarththuka
exaggeration *(n.)* അതിശയോക്തി athishayokthi

exalt *(v.)* മഹത്വവത്കരിക്കുക
mahathwavalkkarikkuka
examination *(n.)* പരീക്ഷ pariiksha
examine *(v.)* പരിശോധിക്കുക
parishodikkuka
examinee *(n.)*
പരീക്ഷയെഴുതുന്നയാൾ
pariikshayezhuthunnaayaal
examiner *(n.)* പരീക്ഷകൻ
pariikshakan
example *(n.)* ഉദാഹരണം
udaaharanam
excavate *(v.)* ഖനനം ചെയ്യുക
khananam cheyyuka
excavation *(n.)* ഉൽഖനനം ulkhananam
exceed *(v.)* കവിയുക kaviyuka
excel *(v.)* അതിശയിക്കുക
athishayikkuka
excellence *(n.)* ഉൽകൃഷ്ടത ulkrushtatha
excellency *(n.)* ഉന്നത
പദവിയിലുള്ള
unnathapadhaviyilulla
excellent *(adj.)* ഉൽകൃഷ്ടമായ
ulkrushtaamaaya
except *(v.)* ഒഴിച്ചുനിർത്തുക
ozhichunirththuka
except *(prep.)* ഒഴികെ ozhike
exception *(n.)* ഒഴിച്ചുനിർത്തൽ
ozhichunirththal
exceptional *(adj.)*
അനിതരസാധാരണമായ
anitharasaadhaaranamaaya
excerpt *(n.)* എടുത്തുപറയുക
etuththuparayuka
excess *(n.)* അധികരണം adhikaranam
excess *(adj.)* അധികരിക്കൽ
adhikarikkal
excess baggage *(n.)* അധികസാമഗ്രി
adhika saamagry
excessive *(adj.)*
ആവശ്യത്തിലധികമായ
aavasyaththiladhikamaaya

exchange *(v.)* പകരംകൊടുക്കുക
pakaramkotukkuka
exchange *(n.)* കൈമാറ്റം kaimaattam
exchange rate *(n.)* വിനിമയനിരക്ക്
vinimayanirakk
excise *(n.)* തീരുവ thiiruva
excite *(v.)* പ്രചോദിപ്പിക്കുക
prachodippikkuka
exclaim *(v.)* ആർത്തുവിളിക്കുക
aarththuvilikkuka
exclamation *(n.)*
ആശ്ചര്യദ്യോതകമായ
aascharyadyothakamaaya
exclude *(v.)* ഒഴിച്ചുനിറുത്തുക
ozhichchunirththuka
exclusive *(adj.)* പ്രത്യേകമായ
prathyekamaaya
excommunicate *(v.)*
സഭയ്ക്കുപുറത്താക്കുക
sabhaykkupuraththaakkuka
excursion *(n.)* വിനോദയാത്ര
vinodayaathra
excuse *(n.)* ഒഴിവ് പറയൽ
ozhivparayal
excuse *(v.)* നിർദോഷിയാക്കുക
nirdoshiyaakkuka
execute *(v.)* നിറവേറ്റുക niravettuka
execution *(n.)* നടത്തിപ്പ് nataththipp
executioner *(n.)* ആരാച്ചാർ
aaraachchaar
executive *(n.)*
കാര്യനിർവ്വാഹകസംഘം
kaaryanirvvaahakasangham
executive *(adj.)*
കാര്യനിർവ്വാഹമായ
kaaryanirvvaahakamaaya
exemplar *(n.)* മാതൃകാവ്യക്തി
maathrukaavykthi
exempt *(adj.)* ഒഴിവാക്കപ്പെട്ട
ozhivaakkappetta
exempt *(v.)* കൊള്ളിക്കാതിരിക്കുക
kollikkaathirikkuka

exercise *(n.)* വ്യായാമം vyaayaam
exercise *(v.)* വ്യായാമം ചെയ്യുക
vyaayaamcheyyuka
exfoliate *(v.)* ഉരിഞ്ഞുപോകുക
urinjupokuka
exhaust *(v.)* നിശ്ശേഷീകരിക്കുക
nishsheshiikarikkuka
exhibit *(n.)* പ്രദർശിത സാധനം
pradarshithasaadhanam
exhibit *(v.)* പ്രദർശിപ്പിക്കുക
pradarshippikkuka
exhibition *(n.)* പൊതുപ്രദർശനം
pothupradarshanam
exile *(n.)* രാജ്യഭ്രഷ്ട് raajyabhrasht
exile *(v.)* നാടുകടത്തുക
naatukataththuka
exist *(v.)* നിലനിൽക്കുക nilanilkkuka
existence *(n.)* നിലനിൽപ് nilanilp
existential *(adj.)* അസ്തിത്വപരമായ
asthithwaparamaaya
existentialism *(n.)* അസ്തിത്വവാദം
asthithwavaadam
exit *(v.)* നിർഗ്ഗമിക്കുക nirggamikkuka
exit *(n.)* നിർഗ്ഗമനം nirggamanam
exotic *(adj.)* അസാധാരണമായ
asaadhaaranamaaya
expand *(v.)* വികസ്വരമാകുക
vikaswaramaakkuka
expansion *(n.)* വിപുലീകരണം
vipuliikaranam
ex-parte *(adv.)* എതിരില്ലാത്ത
ethirillaaththa
ex-parte *(adj.)* മറുപക്ഷമില്ലാത്ത
marupakshamillaththa
expect *(v.)* പ്രതീക്ഷിക്കുക
prathiikshikkuka
expectation *(n.)* പ്രതീക്ഷിക്കൽ
prathiikshikkal
expedient *(adj.)* സന്ദർഭോചിതമായ
sandarbhojithamaaya
expedite *(v.)* ശീഘ്രമാക്കുക
shiighramaakkuka

expedition *(n.)* സംഘടിതയാത്ര
samghatithayaathra
expel *(v.)* ഒഴിപ്പിക്കുക ozhippikkuka
expend *(v.)* വ്യയം ചെയ്യുക
vyamcheyyuka
expenditure *(n.)* ധനവ്യയം
dhanavyayam
expense *(n.)* നിമിത്തച്ചെലവ്
nimiththachchelav
expensive *(adj.)* വിലയേറിയ
vilayeriya
experience *(v.)* പരിചയിച്ചറിയുക
parichayichchariyuka
experience *(n.)* സ്വാനുഭവം
swaanubhavam
experiment *(n.)*
പ്രയോഗപരീക്ഷണം
prayogapariikshanam
expert *(adj.)* വൈദഗ്ദ്ധ്യമുള്ള
vaidagdyamulla
expert *(n.)* വിദഗ്ദ്ധ vidagdha
expire *(v.)* ഉപയോഗശൂന്യമാവുക
upayogashoonyamaakuka
expiry *(n.)* കാലാവധിയാകൽ
kaalaavadhiyaakal
explain *(v.)* വിവരിക്കുക vivarikkuka
explanation *(n.)* വിവരണം vivaranam
explicit *(adj.)* തെളിച്ചു പറയുന്ന
thelichchuparayunna
explode *(v.)* വെടിപൊട്ടുക
vetipottuka
exploit *(n.)* ചൂഷണം chuushanam
exploit *(v.)* ചൂഷണം ചെയ്യുക
chuushanam cheyyuka
exploration *(n.)* പര്യവേക്ഷണം
paryaveshanam
explore *(v.)* പര്യവേക്ഷണം
നടത്തുക paryaveshanam nataththuka
explosion *(n.)* സ്ഫോടനം sphotanam
explosive *(n.)* സ്ഫോടനദ്രവ്യം
sphotanadravyam

explosive *(adj.)* സ്ഫോടനശീലമായ sphotanashiilamaaya
exponent *(n.)* പ്രയോക്താവ് prayookthaav
export *(v.)* കയറ്റുമതി ചെയ്യുക kayattumathicheyyuka
export *(n.)* കയറ്റുമതി ചെയ്യൽ kayattumathicheyyal
expose *(v.)* തുറന്നുവയ്ക്കുക thurannuvaykkuka
express *(adj.)* അഭിപ്രായം പുറപ്പെടുവിക്കുന്ന aphipraayam purappetuvikkunna
express *(n.)* പ്രകടിപ്പിക്കൽ prakatippikkal
express *(v.)* പ്രകാശിപ്പിക്കുക prakaashippikkuka
expression *(n.)* പ്രകടനം prakatanam
expressive *(adj.)* ആവിഷ്കരണസമർത്ഥമായ aakarshana samarththamaaya
expulsion *(n.)* നിഷ്ക്കാസനം nishkaasanam
exquisite *(adj.)* അനുപമസൗന്ദര്യമുള്ള anupamasoundaryamulla
exquisitive *(adj.)* ജിജ്ഞാസുവായ njinjaasuvaaya
extend *(v.)* നീട്ടുക niittuka
extent *(n.)* പരിധി paridhi
external *(adj.)* ബാഹ്യമായുള്ള baahyamaayulla
extinct *(adj.)* വംശംനാശം വന്ന vamshanaasham vanna
extinguish *(v.)* അണയ്ക്കുക anaykkuka
extol *(v.)* ശ്ലാഘിക്കുക slaaghikkuka
extortion *(n.)* പിടിച്ചുപറി pitichchupari
extra *(adj.)* അധികവസ്തു adhikavasthu
extra *(adv.)* കൂടുതലായി kuututhalaayi
extract *(n.)* പിഴിഞ്ഞെടുത്തസത്ത് pizhinjetuththa sathth
extract *(v.)* പിഴിഞ്ഞെടുക്കുക pizhinjetukkuka
extrajudicial *(adj.)* നിഗ്രഹം nigraham
extramarital *(adj.)* വിവാഹേതരം vivaahetharam
extranet *(n.)* മൂന്നാം കക്ഷികൾക്ക് ഉപയോഗിക്കാൻ നല്കുന്ന സ്വകാര്യ നെറ്റ്വർക്ക് muunnam kashikalkk upayogikkan nalkunna swakaarya network
extraordinary *(adj.)* അസാമാന്യമായ asaamaanyamaaya
extrapolate *(v.)* അറിയാവുന്ന വസ്തുതകൾ വച്ച് അറിയാത്തവ കണക്കു കൂട്ടി കണ്ടുപിടിക്കുക ariyaavunna vasthukkal vachch ariyaaththava kanakkukuutty kandupitikkuka
extrapolation *(n.)* അനുമാനിക്കൽ anumaanikkal
extraspecial *(adj.)* സൂക്ഷ്മദർശിയായ suukshmadharshiyaaya
extraterrestrial *(adj.)* ഭൗമസംബന്ധമല്ലാത്ത bhoumasambandhamallaaththa
extraterrestrial *(n.)* ഭൗമേതര bhoumethara
extravagance *(n.)* അമിതവ്യയം amithavyayam
extravagant *(adj.)* അതിവ്യയപരമായ athivyayaparamaaya
extreme *(adj.)* അറ്റകയ്യായ attakayyaya
extreme *(n.)* അത്യന്തമായ atyanthamaaya

extremist *(n.)* തീവ്രവാദി thiivravaadi
extremity *(n.)* അങ്ങേയറ്റം angeyattam
extricate *(v.)* സ്വതന്ത്രമാക്കുക swathanthramaakkuka
extrinsic *(adj.)* ആഗന്തുകമായ aaganthukamaaya
extrinsically *(adv.)* അപ്രധാനം apradhaanam
extrovert *(n.)* ബഹിർമ്മുഖൻ bahirmmukhan
exude *(v.)* പൊട്ടിയൊലിക്കുക pottiyolikkuka
exult *(v.)* സന്തോഷിച്ചുമതിമറക്കുക santhoshichchumathimarakkuka
exultant *(adj.)* മതിമറന്നാഹ്ലാദിക്കുന്ന mathimarannaahlaadikkunna
eye *(n.)* മിഴി mizhi
eyeball *(n.)* നേത്രഗോളം nethragolam
eyebrow *(n.)* പുരികക്കൊടി purikakkoti
eyecatcher *(n.)* നയനാകർഷകം nayanaakarshakam
eye-catching *(adj.)* നയനാകർഷകമായ nayanaakarshakamaaya
eyeglass *(n.)* കണ്ണട kannata
eyelash *(n.)* കൺപീലി kanpiili
eyelet *(n.)* കൺരന്ധ്രം kaneandhram
eyelid *(n.)* കൺപോള kanpola
eyeliner *(n.)* കൺപോളയിൽ പുരട്ടുന്ന സൗന്ദര്യവർദ്ധക ലേപനം kanpolayil purattunna soundhrya lepanam
eye-opener *(n.)* കണ്ണു തുറപ്പിക്കുന്ന kannuthurappikkunna
eyespot *(n.)* പ്രകാശസംവേദനക്ഷമഭാഗം prakaasha samvedhanakshamabhaaham
eyewash *(n.)* കണ്ണിൽപൊടിയിടാൻ വേണ്ടിയുള്ള kannilpotiyitaan vendiyulla

F

fable *(n.)* കെട്ടുകഥ kettukatha
fabric *(n.)* തുണി thuni
fabricate *(v.)* കെട്ടിച്ചമയ്ക്കുക kettichamaykkuka
fabrication *(n.)* വ്യാജപ്രമാണരചന vyaajapramaanarachana
fabulous *(adj.)* അതിശയകരമായ athishayakaramaaya
facade *(n.)* മുഖപ്പ് mukhapp
face *(v.)* നേരിടുക nerituka
face *(n.)* വദനം vadanam
Face cream *(n.)* മുഖലേപനം mukhalepanam
face mask *(n.)* മുഖംമൂടി mukhammuuti
facelift *(v.)* മുഖം ചെറുപ്പമാക്കുക mukham cheruppamaakkuka
facelift *(n.)* മുഖോദ്ധാരണം mukhodhaaranam
facet *(n.)* മുഖപ്പ് mukhapp
facet *(v.)* വശങ്ങളിലൊന്നാകുക vashangalilonnaakuka
facial *(adj.)* മുഖത്തുള്ള mukhaththulla
facile *(adj.)* സുഗമമായ sugamaamaaya
facilitate *(v.)* സുഗമമാക്കുക sugamamaakkuka
facilitation *(n.)* സുസാധ്യത susaadhyatha
facility *(n.)* സൗകര്യം soukaryam
facsimile *(n.)* തത്തുല്യപ്രതി thaththulyaprathi
fact *(n.)* പരമാർത്ഥം paramaarththam

faction *(n.)* വിമതവിഭാഗം vimathavibhaagam

factious *(adj.)* വിമതകക്ഷിയായ vimathakakshiyaaya

factor *(n.)* ഘടകം ghatakam

factory *(n.)* വ്യവസായശാല vyavasaayashaala

faculty *(n.)* അദ്ധ്യയനവിഭാഗം adyanavibhaagam

fad *(n.)* വിചിത്രഭ്രമം vichithrabhramam

fade *(v.)* നിറംമങ്ങുക nirammanguka

faggot *(n.)* വിറകുകെട്ട് virakukett

Fahrenheit *(adj.)* താപമാപനിക്രമം thaapamaapinikramam

fail *(v.)* തോൽക്കുക tholkkuka

fail *(n.)* തോൽവി tholvi

failure *(n.)* പരാജയം paraajayam

faint *(v.)* ബോധം കെടുക bodhamketuka

faint *(adj.)* ബോധമില്ലാതായ bodhamillathaaya

fair *(n.)* വിപണനമേള vipananamela

fair *(adj.)* സൗന്ദര്യമുള്ള soundaryamulla

fair game *(n.)* നീതിപൂർവ്വക പ്രവർത്തി niithipoorvvakapeavarththi

fair trade *(n.)* നിയമാനുസൃതവാണിജ്യം niyamaanusrathavaanijyam

fairground *(n.)* പ്രദർശനസ്ഥലം pradarshanasthalam

fairly *(adv.)* ന്യായമായി nyaayamaayi

fairy *(n.)* അപ്സരസ്സ് apsarass

faith *(n.)* വിശ്വാസ്യത viswaasyatha

faithful *(adj.)* വിശ്വസ്തതയുള്ള viswasthathayulla

fake *(adj.)* മിഥ്യയായ mithyayaya

fake *(n.)* വ്യാജം vyaajam

fake *(v.)* വ്യാജമായുണ്ടാക്കുക vyaajamaayundaakkuka

falcon *(n.)* വേട്ടപ്പക്ഷി vettappakshi

fall *(n.)* പതനം pathanam

fall *(v.)* പതിയുക pathiyuka

fallacy *(n.)* അപസിദ്ധാന്തം apasiddhaantham

fallen *(adj.)* ദുർമ്മാർഗത്തിലായ durmmaargaththilaaya

fallen *(n.)* വീണുപോയ viinupoya

fallout *(n.)* തെറ്റിപ്പിരിയൽ thettipiriyal

fallow *(v.)* തരിശിടുക tharishituka

fallow *(n.)* തരിശ്ഭൂമി tharishubhuumi

falls *(n.)* ജലപാതം jalapaatham

false *(adj.)* കളവായ kalavaaya

falsehood *(n.)* സത്യവിരോധം sathyavirodham

falsetto *(n.)* കള്ളത്തൊണ്ട kallaththonda

falsification *(n.)* കൃത്രിമ രേഖയുണ്ടാക്കൽ kruthimarekhayundaakkal

falsify *(v.)* കള്ളപ്രമാണം ചമയ്ക്കുക kallapramaanam chamaykkuka

falter *(v.)* ഇടറുക itaruka

fame *(n.)* കീർത്തി kiirththi

familiar *(adj.)* നിത്യപരിചിതമായ nithyaparichithamaaya

family *(n.)* കുടുംബം kutumbam

famine *(n.)* ക്ഷാമം kshaamam

famous *(adj.)* പേരുകേട്ട peruketta

fan *(n.)* പങ്ക panka

fanatic *(n.)* മതഭ്രാന്തുപിടിച്ച mathabhraanthupitichcha

fanatic *(adj.)* മതഭ്രാന്തുള്ള mathabhraanthulla

fanciful *(adj.)* സാങ്കല്പികമായ saankalpikamaaya

fancy *(adj.)* മനോരഞ്ജകമായ manoranjakamaaya

fancy *(n.)* സങ്കൽപം sankalpam

fancy *(v.)* സങ്കൽപിക്കുക sankalpikkuka
fantastic *(adj.)* അതിശയകരമായ athishayakaramaaya
fantasy *(n.)* മനോരഥസൃഷ്ടി manorathasrushti
far *(adj.)* വിദൂരത്തിൽ vidooraththil
far *(adv.)* ഏറെദൂരം eredhooram
faraway *(adj.)* വിദൂരസ്ഥമായ vidoorasthamaaya
farce *(n.)* വികടനാടകം vikatanaatakam
fare *(n.)* യാത്രക്കൂലി yaathraakkuuli
farewell *(n.)* വിടവാങ്ങൽ vitavaangal
farewell *(interj.)* വിടപറയൽ vitaparayal
farm *(n.)* കൃഷിത്തോട്ടം krushiththottam
farmaceutical *(adj.)* വൈദ്യശാസ്ത്രസംയുക്തം vaidyashaasthra samyuktham
farmer *(n.)* കൃഷിക്കാരൻ krushikkaaran
farmhouse *(n.)* കളപ്പുര kalappura
fascinate *(v.)* മനം കവരുക manam kavaruka
fascination *(n.)* സമ്മോഹനം sammohanam
fashion *(n.)* ബാഹ്യമോടി baahyamoti
fashionable *(adj.)* മോടിയായ motiyaaya
fast *(v.)* ഉപവസിക്കുക upavasikkuka
fast *(n.)* ഉപവാസം upavaasam
fast *(adv.)* വേഗത്തിൽ vegaththil
fast *(adj.)* ശീഘ്രമായ shiighramaaya
fast food *(n.)* ലഘുഭക്ഷണം laghubhakshanam
fasten *(v.)* ഉറപ്പുള്ളതാക്കുക urappulllathaakkuka
fat *(adj.)* മാംസളമായ mamsalamaaya
fat *(n.)* മേദസ്സ് medass
fatal *(adj.)* പ്രാണഹരമായ praanaharamaaya
fatalism *(n.)* വിധികൽപിതസിദ്ധാന്തം vidhikalpithasindhaantham
fatality *(n.)* ദൈവകൽപിതം daivakalpitham
fate *(n.)* വിധി vidhi
fate *(v.)* വിധിപോലെവരിക vidhipolevarika
father *(n.)* ജനയിതാവ് janayithaav
father *(v.)* സന്തത്യുല്പാദനം നടത്തുക santhathyulpaadanam nataththuka
fathom *(n.)* ആഴം aazham
fathom *(v.)* ആഴമളക്കുക aazhamalakkuka
fatigue *(v.)* ആയാസപ്പെടുത്തുക aayaasappetuththuka
fatigue *(n.)* ക്ലേശം klesham
faucet *(n.)* കുഴലടപ്പ് kuzhalatapp
fault *(n.)* പിഴവ് pizhav
faulty *(adj.)* തെറ്റുള്ള thettulla
fauna *(n.)* ജന്തുജാലം janthujaalaam
favour *(n.)* പക്ഷഭേദം pakshabhedam
favour *(v.)* ദാക്ഷിണ്യം കാട്ടുക dashinyam kaattuka
favourable *(adj.)* ഹിതമായ hithamaaya
favourite *(adj.)* സ്നേഹഭാജനം snehabhaajanam
favourite *(n.)* പ്രീതിപാത്രം priithipaathram
fax *(n.)* പ്രമാണകൈമാറ്റയന്ത്രം pramaanakaimaattayanthram
fax *(v.)* ഫാക്സ് അയയ്ക്കുക phaaks ayaykkuka
fealty *(n.)* സ്വാമിഭക്തി swaamibhakthi
fear *(v.)* ഭയാക്രാന്തനാക്കുക bhayaakraanthanaakkuka
fear *(n.)* ഭീതി bhiithi

fearful *(adj.)* ഭയാനകമായ bhayaanakamaaya

feasible *(adj.)* സാധ്യമായ saadyamaaya

feast *(v.)* വിരുന്നൂട്ടുക virunnuuttuka

feast *(n.)* സദ്യ sadya

feat *(n.)* അസാധാരണകൃത്യം asaadhaaranakruthyam

feather *(n.)* തൂവൽ thuuval

feature *(v.)* എടുത്തുകാട്ടുക etuththukaattuka

feature *(n.)* വിശേഷലക്ഷണം visheshalakshanam

febrile *(adj.)* ജ്വരജന്യമായ jwarajanyamaaya

February *(n.)* ക്രിസ്തുവർഷത്തിലെ രണ്ടാം മാസം kristhuvarshaththile randaam maasam

fecal *(adj.)* മാലിന്യം maalinyam

feces *(n.)* മലം malam

fecund *(adj.)* സന്താനസമ്പന്നമായ santhaanasambandhamaaya

fecundation *(n.)* ഗർഭോത്പാദനം garbhotpaathanam

federal *(adj.)* കേന്ദ്രഭരണപരമായ kendrabharanaparamaaya

federation *(n.)* സംയുക്തരാജ്യം samyuktharaajyam

fee *(n.)* സേവനവേതനം sevanavethanam

feeble *(adj.)* കൃശമായ krushamaaya

feed *(n.)* ആഹാരം നൽകൽ aahaaram nalkal

feed *(v.)* തീറ്റിപ്പോറ്റുക thiittipottuka

feel *(v.)* അനുഭവിച്ചറിയുക anubhavichchariyuka

feeling *(n.)* വൈകാരികാനുഭവം vaikaarikaanubhavam

feign *(v.)* ഭാവിക്കുക bhaavikkuka

felicitate *(v.)* കൊണ്ടാടുക kondaatuka

felicitations *(int.)* അഭിനന്ദനം abhinandhanam

felicity *(n.)* ചാതുര്യം chaathuryam

feline *(adj.)* മാർജ്ജാരസ്വഭാവമുള്ള maarjjaaraswabhaavamulla

felinity *(n.)* മാർജ്ജാരസ്വഭാവം maarjjaaraswabhaavam

fell *(v.)* നിലംപതിപ്പിക്കുക nilampathippikkuka

fellatio *(n.)* വദനസുരതം vadanasuratham

fellow *(n.)* സഹവർത്തി sahavarththi

fellowship *(n.)* വിശിഷ്ടാംഗത്വം vishishtaangathwam

felony *(n.)* മഹാപരാധം mahaaparaadham

female *(n.)* പെണ്ണ് pennu

female *(adj.)* സ്ത്രീസംബന്ധിയായ streesambandhiyaaya

feminine *(adj.)* സ്ത്രീസഹജമായ striisahajamaaya

feminism *(n.)* സ്ത്രീസ്വാതന്ത്ര്യവാദം striiswaathathrayavaadam

feminist *(adj.)* സ്ത്രീവിമോചനവാദി sthriivimochanavaadi

feminist *(n.)* സ്ത്രീസ്വാതന്ത്ര്യവാദി striiswaathrayavaadi

femur *(n.)* തുടയെല്ല് thutayell

fence *(n.)* വേലി veli

fence *(v.)* വേലികെട്ടിയടയ്ക്കുക velikettiyataykkuka

fencer *(n.)* വാൾപ്പയറ്റ് പരിശീലിക്കുന്നയാൾ vaalpayattparishiilikkunnayaal

fencing *(n.)* വാൾപ്പയറ്റ് vaalppayatt

fend *(v.)* സമ്പാദിക്കുക sampaathikkuka

fengshui *(n.)* കെട്ടിടം നിൽക്കുന്ന സ്ഥലത്തു പ്രവർത്തിക്കുന്ന പരിതഃസ്ഥിതികൾ kettitam nilkkunna sthalaththu pravarththikkunna parithasthithikal
fennel *(n.)* ചതകുപ്പ chathakuppa
ferment *(v.)* പുളിപ്പിക്കുക pulippikkuka
ferment *(n.)* പുളിപ്പ് pulipp
fermentation *(n.)* പുളിപ്പിക്കൽ pulippikkal
fern *(n.)* പന്നച്ചെടി pannachcheti
ferocious *(adj.)* നിർദ്ദയനായ nirddayanaya
ferret *(v.)* അരിച്ചുപെറുക്കുക arichchuperukkuka
ferret *(n.)* തുരപ്പൻ കീരി thurappankiiri
ferry *(n.)* കടത്തുവള്ളം katathuvallam
ferry *(v.)* കടവുകടക്കുക katavukatakkuka
ferryboat *(n.)* കടത്തുതോണി katathuthoni
fertile *(adj.)* വളക്കൂറുള്ള valakkoorulla
fertility *(n.)* പുഷ്ക്കലത്വം pushkalathwam
fertilize *(v.)* ഫലഭൂയിഷ്ഠമാക്കുക phalabhuuyishtamaakkuka
fertilizer *(n.)* വളം valam
fervent *(adj.)* സോത്സാഹമായ sotsaahamaaya
fervour *(n.)* തീക്ഷ്ണവികാരം thiishnavikaaram
fester *(v.)* ചലം കെട്ടുക chalamkettuka
festival *(n.)* പെരുന്നാൾ perunnaal
festive *(adj.)* ആഘോഷമായ aghoshamaaya
festivity *(n.)* ഘോഷം ghosham
festoon *(n.)* തോരണം thoranam
fetal *(adj.)* ഭ്രൂണസംബന്ധം bhrunasambandham
fetch *(v.)* എടുത്തുകൊണ്ടു വരുക etuththukonduvaruka
fetish *(n.)* മന്ത്രത്തകിട് manthraththakit
fetishism *(n.)* പ്രകൃതിവിഗ്രഹാരാധന praukruthivigrahaaraadhana
fetter *(n.)* കാൽച്ചങ്ങല kaalchangala
fetter *(v.)* വിലങ്ങിടുക vilangituka
feud *(v.)* കുടിപ്പകപുലർത്തുക kutippakappularththuka
feud *(n.)* കുടിപ്പക kutippaka
feudal *(adj.)* ജന്മിത്തസമ്പ്രദായത്തിലുള്ള janmiththasampradaayaththilulla
feudalism *(n.)* ജന്മിത്തസമ്പ്രദായം janmiththasampradaayam
fever *(n.)* പനി pani
feverish *(adj.)* ജ്വരത്തിൽനിന്നുണ്ടായ jwaraththil ninnundaaya
few *(adj.)* സ്വല്പം swalpam
fiancé *(n.)* പ്രതിശ്രുതവരൻ prathishruthavaran
fiasco *(n.)* അപജയം apajayam
fibre *(n.)* നാര് naaru
fibreglass *(n.)* കണ്ണാടിനാര് kannaatinaaru
fibre-optic *(adj.)* കണ്ണാടിനാരിന്റെ ഉപയോഗം kannaatinaarinte upayogam
fibrillate *(v.)* നാരുകളാക്കിക്കീറുക naarukalaakki kiiruka
fibroid *(adj.)* ഗർഭാശയ മുഴ garbhaashaya muzha
fibromuscular *(adj.)* ധമനിഭിത്തിയിലെ വളർച്ച dhaminibhiththiyile valarchcha

fibrosis *(n.)* താന്തവബന്ധപേശിയുടെ വികലമായ പ്രവർത്തനം thaanththava peshiyute vikalamaaya pravarththanam
fibrosity *(n.)* നാരുകളുടെ ഗുണം naarukalute gunam
fibrous *(adj.)* നാരുകൊണ്ടുള്ള naarukontulla
fickle *(adj.)* ആലോലമായ aalolamaaya
fiction *(n.)* ആഖ്യായിക aakhyaayika
fictional *(adj.)* കൽപനാസൃഷ്ടമായ kalpanaasrushtamaaya
fictitious *(adj.)* കെട്ടിച്ചമച്ച kettichamachcha
fiddle *(v.)* കിന്നരം മീട്ടുക kinnaram miittuka
fiddle *(n.)* കിന്നരം kinnaram
fidelity *(n.)* കൂറ് kuuru
fidget *(n.)* അസ്വസ്ഥത aswasthatha
fidget *(v.)* സ്വസ്ഥതയില്ലാതെയിരിക്കുക swasthathayillaatheyirikkuka
fie *(interj.)* ഛീ chchii
field *(n.)* പ്രവർത്തനതലം pravarththanathalam
fiend *(n.)* ചെകുത്താൻ chekuththan
fierce *(adj.)* ഘോരമായ ghoramaaya
fiery *(adj.)* അഗ്നിമയമായ agnimayamaaya
fifteen *(n.)* പതിനഞ്ച് pathinanch
fifty *(n.)* അമ്പത് ampath
fig *(n.)* അത്തിപ്പഴം aththippazham
fight *(v.)* അടികൂടുക atikuutuka
fight *(n.)* പോര് poru
figment *(n.)* മിഥ്യാവൃത്താന്തം mithyaavruththaantham
figurative *(adj.)* ലാക്ഷണികമായ laakshanikamaaya
figure *(n.)* ആകാരം aakaaram
figure *(v.)* സ്വരൂപമുണ്ടാക്കുക swaruupamundaakkuka
filament *(n.)* ലോഹതന്തു lohathanthu
filamentation *(n.)* ഇഴയാക്കൽ izhayaakkal
filamented *(adj.)* ഇഴയൊത്ത izhayoththa
file *(v.)* ക്രമപ്പെടുത്തി സൂക്ഷിക്കുക krumappetuththi suukshikkuka
file *(n.)* ലേഖ്യശ്രേണി lekhyashreni
fillet *(n.)* മാംസക്കഷണം maamsakkashanam
fillet *(v.)* മീൻ മുറിക്കുക miin murikkuka
film *(n.)* ചലച്ചിത്രം chalachchithram
film *(v.)* ചലച്ചിത്രമായവതരിപ്പിക്കുക chalachchithramaayavatharippikkuka
filmmaker *(n.)* സിനിമാ നിർമ്മാതാവ് cinema nirmmaathaav
filter *(v.)* അരിച്ചെടുക്കുക arichchetukkuka
filter *(n.)* അരിപ്പ arippa
filth *(n.)* അശ്ലീലഭാഷണം asliilabhaashanam
filthy *(adj.)* വൃത്തികെട്ടതായ vruththikettathaaya
fin *(n.)* നീന്തൽചിറക് niinthalchirak
final *(adj.)* ഒടുവിലത്തെ otuvilaththe
finale *(n.)* അന്ത്യഭാഗം anthyabhaagam
finance *(v.)* സാമ്പത്തികസഹായംചെയ്യുക saampaththikasahaayam cheyyuka
finance *(n.)* സാമ്പത്തികസംരക്ഷണം saampathika samrakshanam
financial *(adj.)* ധനപരമായ dhanaparamaaya
financier *(n.)* ധനവിനിയോഗകാര്യവിദഗ്ദ്ധൻ dhanaviyogakaaryavidagddhan

find *(v.)* കണ്ടെടുക്കുക kandetukkuka
fine *(adj.)* നേർമ്മയായ nermmayaaya
fine *(v.)* പിഴയിടുക pizhayituka
fine *(n.)* സുഭഗമായ subhagamaaya
finger *(v.)* തടവുക thatavuka
finger *(n.)* വിരൽ viral
fingernail *(n.)* കൈനഖം kainakham
fingerpaint *(n.)* വിരൽ ചായം viralchaayam
fingerprint *(n.)* വിരലടയാളം viralatayaalam
fingerstick *(n.)* രക്തപരിശോധനയ്ക്കായിവിരലിൽ കുത്തുന്ന രീതി rakthaparishodhanaykkaayi viralil kuththunna riithi
finish *(n.)* മിനുക്കപ്പണി minukkappani
finish *(v.)* പൂർത്തിയാക്കുക puurththiyaakkuka
finite *(adj.)* പരിമിതമായ parimithamaaya
fir *(n.)* ദേവദാരു devadaaru
fire *(n.)* അഗ്നി agni
fire *(v.)* തീവയ്ക്കുക thiivaykkuka
fire engine *(n.)* അഗ്നിശമനയന്ത്രം agnishamanayanthram
fire exit *(n.)* അഗ്നിരക്ഷാമാർഗം agnirakshaamaargam
fire extinguisher *(n.)* അഗ്നിശമനോപകരണം agnishamanopakaranam
fire station *(n.)* അഗ്നിശമനകേന്ദ്രം agnishamanakendram
fireball *(n.)* തീഗോളം thiigolam
firefight *(n.)* തീ കെടുത്തുന്ന thii ketuththunna
firefighter *(n.)* അഗ്നിശമനസേനാനി agnishamana senaani
firehose *(n.)* അഗ്നിശമനക്കുഴൽ agnishamanakkuzhal
firehouse *(n.)* അഗ്നിശമനാലയം agnishamanaalayam
firepit *(n.)* അടുപ്പ് atupp
fireproof *(adj.)* തീപിടിക്കാത്ത thiipitikkaaththa
fireproof *(v.)* തീബാധിക്കാതിരിക്കുക thiibadhikkaathirikkuka
fire-resistant *(adj.)* അഗ്നിനിരോധം agninirodham
firesuit *(n.)* അഗ്നിരക്ഷാകവചം agnirakshaakavacham
firetruck *(n.)* അഗ്നിശമനയന്ത്രവാഹിനി agnishamanayanthravaahini
fireworks *(n.)* കരിമരുന്നുപ്രയോഗം karimarunnuprayogam
firm *(n.)* സുസ്ഥിതമായ susthiramaaya
firm *(adj.)* സുസ്ഥിതമായ susthithamaaya
firmament *(n.)* നഭോമണ്ഡലം nabhomandalam
firmness *(n.)* ദാർഢ്യം daarddyam
first *(adv.)* ആദിയിൽ aadiyil
first *(n.)* ഒന്നാമത്തേത് onnaamaththeth
first *(adj.)* പ്രഥമഗണനീയനായ prathamagananiiyamaaya
first aid *(n.)* പ്രഥമശുശ്രൂഷ prathamasrushrusha
fiscal *(adj.)* നികുതിപരമായ nikuthiparamaaya
fish *(n.)* മത്സ്യം malsyam
fish *(v.)* മീൻപിടിക്കുക miinpitikkuka
fisherman *(n.)* മുക്കുവൻ mukkuvan
fissure *(n.)* പിളർപ്പ് pilarpp
fist *(n.)* മുഷ്ടി mushti
fist *(v.)* മുഷ്ടികൊണ്ടിടിക്കുക mushtikonditikkuka
fistula *(n.)* നാഡീവ്രണം naatiivrunam
fit *(adj.)* തക്കതായ thakkathaaya

fit *(n.)* പാകം paakam
fit *(v.)* അനുയോജ്യമാക്കുക anuyojyamaakkuka
fitful *(adj.)* ചപലമായ chapalamaaya
fitness test *(n.)* ശാരീരികക്ഷമതാ പരീക്ഷ shaaririka kshamathaapariiksha
fitness tracker *(n.)* ശാരീരികക്ഷമതാഗ്രഹണയന്ത്രം shaaririkakshamathaa grahanayanthram
fitness training *(n.)* ശാരീരികക്ഷമതാപരിശീലനം shaaririkakshamathaaparishiilanam
fitter *(n.)* മെക്കാനിക്ക് mechanic
fitting room *(n.)* യന്ത്ര ഭാഗങ്ങൾ കൂട്ടി ഘടിപ്പിക്കുന്ന സ്ഥലം yanthrabhaagangal kuuttighatippikkunna sthalam
five *(n.)* അഞ്ച് anchj
fix *(v.)* തീർച്ചപ്പെടുത്തുക thiirchchappetuththuka
fix *(n.)* വൈഷമ്യം vaishamyam
fixer-upper *(n.)* ശരിയാക്കേണ്ടതായ shariyaakkendathaaya
fixture *(n.)* ഉറപ്പിക്കൽ urappikkal
fizz *(n.)* നുരഞ്ഞുപതയൽ nuranjupathayal
fizz *(v.)* സീൽക്കാരംപുറപ്പെടുവിക്കുക siilkkaaram purappetuvikkuka
fizzy *(adj.)* നുരയുന്ന nurayunna
flabbergast *(n.)* ഇതികർത്തവ്യതാമൂഢത ithikarthavyathaa muuddatha
flabbergast *(v.)* ഇതികർത്തവ്യതാമൂഢനാവുക ithikarthavyathaa muuddanaakuka
flabbergasted *(adj.)* മന്ദീഭവിച്ച mandhiibhavichcha
flabby *(adj.)* തൂങ്ങുന്ന thuungunna
flag *(n.)* പതാക pathaaka
flagrant *(adj.)* ലോകനിന്ദിതമായ lokanindhithamaaya
flake *(v.)* അടർന്നുപോകുക atarnnupokunna
flake *(n.)* ഹിമപാളി himapaali
flaking *(adj.)* പാളിയാകൽ paaliyaakal
flambé *(n.)* സ്പിരിറ്റുകൊണ്ട് കരിക്കൽ spiritkondukarikkal
flambé *(v.)* സ്പിരിറ്റുകൊണ്ട് കരിക്കുക spiritkondukarikkuka
flambé *(adj.)* സ്പിരിറ്റുകൊണ്ട് കരിച്ച spiritkondukarichcha
flamboyance *(n.)* ആകർഷണം aakarshanam
flamboyant *(adj.)* വർണ്ണപ്പകിട്ടുള്ള varnnappakittulla
flamboyant *(n.)* സുഭൂഷിതം subhuushitham
flame *(v.)* ജ്വലിക്കുക jwalikkuka
flame *(n.)* തീജ്വാല theejjwaala
flamenco *(n.)* സ്പാനിഷ് നാടോടി നൃത്തം spanish natoti nruththam
flank *(n.)* പാർ ശ്വഭാഗം paarswabhaagam
flank *(v.)* പാർശ്വത്തിൽ നിൽക്കുക paarswaththil nilkkuka
flank *(adj.)* സേനാപാർശ്വം senaapaarswam
flannel *(n.)* കമ്പിളിതോർത്ത് kambilithorthth
flap *(n.)* കുടച്ചൽ kutachchal
flap *(v.)* ചിറകടിക്കുക chirakatikkuka
flapper *(n.)* തൂങ്ങിക്കിടക്കുന്ന thuungikkidakkunna
flapping *(n.)* വീശൽ veeshal
flapping *(v.)* ചിറകടിക്കുക chirakatikkuka
flapping *(adj.)* വീശുന്ന veeshunna
flare *(n.)* അടയാള വെളിച്ചം atayaalavelicham

flare *(v.)* ആളിക്കത്തുക aalikkaththuka
flash *(n.)* ക്ഷണപ്രഭ kshanaprabha
flash *(v.)* മിന്നുക minnuka
flashback *(n.)* പൂർവ്വദൃശ്യം poorvvadrushyam
flashbulb *(n.)* ഉജ്ജ്വല പ്രകാശം നിമിഷനേരത്തേക്കു നൽകുന്ന ഒരിനം ബൽബ് ujwalaprakaasham nimisha neraththekk nalkunna orinam bulb
flashcard *(n.)* പഠനസഹായഎഴുത്ത് patanasahaaya ezhuthth
flasher *(n.)* മിന്നാമിന്നിസൂത്രം minnaaminnisuuthram
flashing *(n.)* മിന്നിമറയൽ minnimarayal
flashlight *(n.)* മിന്നൽവിളക്ക് minnalvilakk
flask *(n.)* കാചപാത്രം kaachapaathram
flat *(adj.)* നിരപ്പായ nirappaaya
flat *(n.)* പരന്നഭാഗം parannabhaagam
flat screen *(n.)* പരന്നമോണിറ്റർ parannamonitor
flatbed *(adj.)* നീണ്ടുപരന്ന niinduparanna
flatbed *(n.)* പരന്ന കിടക്ക parannakitakka
flatbread *(n.)* അപ്പം appam
flatfoot *(n.)* കാലുറപ്പുള്ള kaalurappulla
flatland *(n.)* പരന്നഭൂമി parannabhuumi
flatter *(v.)* വാഴ്ത്തിപ്പറയുക vaazhththipparayuka
flattery *(n.)* മുഖസ്തുതി mukhasthuthi
flatulence *(n.)* വായുക്ഷോഭം vaayukshobham
flatulent *(adj.)* വായുക്ഷോഭമുള്ള vaayukshobhamulla
flaunt *(v.)* കെട്ടിച്ചമയുക kettichamayuka
flaunter *(n.)* നിർഭയം nirbhayam
flavour *(n.)* വാസന vaasana
flaw *(n.)* ന്യൂനത nyunatha
flawless *(adj.)* നിർദ്ദോഷമായ nirdoshamaaya
flea *(n.)* തൽപകീടം thalpakiitam
flea market *(n.)* പഴയ സാധനങ്ങൾ വില്ക്കുന്ന ചന്ത pazhaya sadanangal vilkkunna chantha
flee *(v.)* ഓടിക്കളയുക ootikkalayuka
fleece *(n.)* കമ്പിളിത്തോൽ kampiliththol
fleece *(v.)* പണംപറ്റിക്കുക panam pattikkuka
fleet *(n.)* നാവികശക്തി naavikashakthi
flesh *(n.)* മാംസം maamsam
flexible *(adj.)* വളയുന്ന valayunna
flicker *(n.)* ചഞ്ചലസ്ഫുരണം chanchalasphuranamy
flicker *(v.)* മങ്ങിയും തെളിഞ്ഞും കത്തുക mangiyum thelinjum kaththuka
flight *(n.)* ആകാശയാത്ര aakaashayaathra
flimsy *(adj.)* ദുർബലമായ durbalamaaya
fling *(v.)* വലിച്ചെറിയുക valicheriyuka
flip *(n.)* തള്ള് thallu
flip *(v.)* ഞൊടിക്കുക njotikkuka
flip *(adj.)* ഞൊടിക്കൽ njotikkal
flippancy *(n.)* അധികപ്രസംഗം adhikaprasamgam
flirt *(v.)* പഞ്ചാരയടിക്കുക panchaarayatikkuka
flirt *(n.)* ശൃംഗാരി srumgaari
float *(v.)* പൊങ്ങിക്കിടക്കുക pongikkitakkuka
flock *(n.)* പക്ഷിക്കൂട്ടം pakshikkuttam

flock (v.) പറ്റമായി പോവുക
pattamaayi pokuka

flog (v.) ചാട്ടയ്ക്കടിക്കുക
chaattaykkatikkuka

flood (v.) കവിഞ്ഞൊഴുകുക
kavinjozhukuka

flood (n.) പ്രളയം pralayam

flood gate (n.) ജലനിർഗ്ഗമമാർഗ്ഗം
jalanirgamamaargam

floodlight (n.)
തീക്ഷ്ണപ്രകാശമുള്ള
കൃത്രിമദീപം
thiikshnaprakaashamulla kruthrima diipam

floodlight (v.) പ്രകാശിതമാവുക
prakaashithamaakuka

floor (n.) തളം thalam

floor (v.) നിലംപാകുക nilampaakuka

flop (v.) പരാജയപ്പെടുക
parajayappetuka

flora (n.) വൃക്ഷസസ്യാദികൾ
vrukshasasyaadikal

florist (n.) പൂക്കാരൻ puukkaaran

floss (v.) പല്ലുവൃത്തിയാക്കുക
palluvruththiyaakkuka

flour (n.) ധാന്യമാവ് dhaanyamaav

flourish (v.) ഉൽക്കർഷമുണ്ടാകുക
ulkkarshamundaakuka

flow (v.) പ്രവഹിക്കുക pravahikkuka

flow (n.) നീർപാച്ചിൽ niirppaachil

flow chart (n.)
നിർഗമനരേഖാചിത്രം
nirgamanarekhaachithram

flower (n.) പുഷ്പം pushpam

flowery (adj.) പുഷ്പിതമായ
pushpithamaaya

fluctuate (v.) ചഞ്ചലിക്കുക
chanchalikkuka

fluent (adj.) അനർഗളമായ
anargalamaaya

fluid (n.) ദ്രവം dravam

fluid (adj.) ദ്രാവകമായ
draavakamaaya

fluorescent (adj.) പ്രഭാപൂരമായ
prabhaapuuramaaya

flush (v.) അരുണവദനാകുക
arunavadananaakuka

flush (n.) രക്തത്തുടുപ്പ്
rakthaththutupp

flute (v.) പുല്ലാങ്കുഴലൂതുക
pullaamkuzhaluuthuka

flute (n.) പുല്ലാങ്കുഴൽ pullamkuzhal

flutter (n.) ഹൃദയക്ഷോഭം
hrudayakshobham

flutter (v.) തത്തിപ്പറക്കുക
thaththipparakkuka

fly (n.) ഈച്ച iichcha

fly (v.) പറക്കുക parakkuka

flyer (n.) വൈമാനികൻ vaimaanikan

foal (n.) കുതിരക്കുട്ടി kuthirakkutty

foal (v.) കഴുതക്കുട്ടി kazhuthakkutty

foam (n.) നുര nura

foam (v.) നുരയുക nurayuka

foamy (adj.) പതയുന്ന pathayunna

focal (adj.) കേന്ദ്രബിന്ദുപരമായ
kendrabindhuparamaaya

focalization (n.) ശ്രദ്ധയിൽ
കൊണ്ടുവരാൻ sradhdhayil
konduvaraan

focalize (v.) ശ്രദ്ധയിൽപെടുത്തുക
sradhdhayilpeduthuka

focus (n.) ദൃഷ്ടികേന്ദ്രം drushtikendram

focus (v.) കേന്ദ്രീകരിക്കുക
kendrikarikkuka

focused (adj.)
ലക്ഷ്യബോധമുണ്ടാകുക
lakshabodhamundaavuka

focusing (adj.) ഉന്നംവയ്ക്കുക
unnnamvaykkuka

fodder (n.) വൈക്കോൽ vaikkol

foe (n.) വൈരി vairi

foetus (n.) ഗർഭസ്ഥശിശു
garbhasthashishu

fog *(n.)* ധൂമിക dhumika
fogbank *(n.)* ധൂമപടലം dhumapatalam
foggy *(adj.)* മൂടൽമഞ്ഞുള്ള muutalmanjulla
foil *(v.)* നിഷ്ഫലമാക്കുക nishphalamaakkuka
fold *(v.)* മടക്കുക matakkuka
fold *(n.)* മടങ്ങ് matang
folder *(n.)* കടലാസുലക്കോട്ട് katalaasulakkott
folding *(n.)* മടക്കൽ matakkal
folding *(adj.)* മടക്കിവയ്ക്കാവുന്ന matakkivaykkaavunna
foldup *(adj.)* ചുരുട്ടിയെടുക്കുക churuttiyetukkuka
foliage *(n.)* പച്ചിലപ്പടർപ്പ് pachchilapatarpp
foliate *(v.)* ഇലകൊണ്ടലങ്കരിക്കുക ilakondalankarikkuka
foliate *(adj.)* പർണ്ണാലങ്കാരം parnnaalankaaram
foliation *(n.)* ലോഹപാളിയാക്കൽ lohapaaliyaakkal
folic *(adj.)* ഇലക്കറികൾ കരൾ മുതലായവയിലുള്ള ilakkarikal karal mutalaayavayilulla
folio *(n.)* പുസ്തകത്തിന്റെ ഒരേട് pusthakaththinte
folk *(n.)* ജനം janam
folk *(adj.)* സാമാന്യജനം saamaanyajanam
folklore *(n.)* നാടോടിവിജ്ഞാനം naatotivinjaanam
folkloric *(adj.)* നാടോടിവിജ്ഞാനപരം natotivinjaanaparam
follies *(n.)* വിഡ്ഢിത്തം vidditham
follow *(v.)* പിന്നാലെ പോകുക pinnale pokuka
follower *(n.)* അനുകാരി anukaari
follow-up *(n.)* അനന്തര നടപടി ananthara natapati
folly *(n.)* മൂഢത muddatha
foment *(v.)* ഉദ്ദീപിപ്പിക്കുക uddiipippikkuka
fond *(adj.)* ഓമനയായ omanayaaya
fondant *(n.)* പഞ്ചസാരകുഴമ്പ് panchasaara kuzhamp
fondle *(v.)* കൊഞ്ചിക്കുക konchikkuka
fondler *(n.)* ഓമനിക്കുന്നയാൾ omanikkunnayaal
fondling *(n.)* തലോടൽ thalotal
font *(n.)* ജ്ഞാനസ്നാനത്തൊട്ടി njanajasnaa thotti
food *(n.)* ഭക്ഷണം bhakshanam
fool *(n.)* വിഡ്ഢി viddi
fool *(v.)* വിഡ്ഢിയാക്കുക viddiyaakkuka
foolish *(adj.)* വിവേകരഹിതമായ vivekarahitamaaya
foolscap *(n.)* മുഴുക്കടലാസ് muzhukkatalaass
foot *(n.)* കാലടി kaalati
foot *(v.)* അടിവയ്ക്കുക ati[illegible]aykkuka
footage *(n.)* സിനിമയുടെ [illegible]ഗം cinemayute bhaagam
football *(n.)* കാൽപ്പന്തുകളി kaalppanthukali
foothold *(n.)* കാൽപ്പടി kaalppati
footloose *(adj.)* എവിടെപോകാനുംസ്വാതന്ത്ര്യമുള്ള eviteppokaanum swathanthryamulla
footman *(n.)* പരിചാരകൻ parichaarakan
footmark *(n.)* പാദമുദ്ര paadamudra
footnote *(v.)* അടിക്കുറിപ്പെഴുതുക atikkuruppezhuthuka
footnote *(n.)* അടിക്കുറിപ്പ് atikkurupp
footpath *(n.)* നടപ്പുവഴി natappuvazhi
footprint *(n.)* കാൽപാടുകൾ kaalpaatukal

footsore *(adj.)* കാലുപൊട്ടിയ
kaalupottiya

footwear *(n.)* ചെരിപ്പ് cheripp

footwork *(n.)* കാൽചലനങ്ങൾ
kaalchalangal

for *(conj.)* കാരണത്താൽ
kaaranaththal

for *(prep.)* വേണ്ടി vendi

forage *(v.)* തിരഞ്ഞുനടക്കുക thiranju
natakkuka

forage *(n.)* നാൽക്കാലിഭക്ഷണം
naalkkalibhakshanam

forager *(n.)* ഭക്ഷണം
തിരയുന്നയാൾ bhakshanam
thirayunnayaal

foraging *(n.)* കൊള്ളയടിക്കൽ
kollayatikkal

foray *(n.)* കടന്നാക്രമിക്കൽ
katannaakramikkal

foray *(v.)* കടന്നാക്രമിക്കുക
katanaakramikkuka

forbear *(v.)* സ്വയംനിയന്ത്രിക്കുക
swayamniyanthrikkuka

forbearance *(n.)* സംയമനം
samyamanam

forbid *(v.)* നിരാകരിക്കുക
niraakarikkuka

forbidden *(adj.)* വിലക്കപ്പെട്ട
vilakkappetta

force *(n.)* ബലം balam

force *(v.)* ബലംപ്രയോഗിക്കുക
balam prayogikkuka

forceful *(adj.)* ശക്തമായ
shakthamaaya

forceps *(n.)* കൊടിൽ kotil

forcible *(adj.)* ബലാത്കാരമായ
balaathkaaramaaya

forearm *(v.)* തയ്യാറെടുക്കുക
thayyaaretukkuka

forearm *(n.)* മുഴങ്കൈ muzhunkai

forecast *(n.)* പൂർവ്വചിന്തനം
puurvvachinthanam

forecast *(v.)* പ്രവചിക്കുക
pravachikkuka

forecourt *(n.)* മൈതാനം maithaanam

forefather *(n.)* പിതൃക്കൾ pithrukkal

forefinger *(n.)* ചൂണ്ടുവിരൽ
chuunduviral

forehead *(n.)* നെറ്റിത്തടം nettiththatam

foreign *(adj.)* വിദേശിയായ
videshiyaaya

foreigner *(n.)* വിദേശി videshi

foreknowledge *(n.)* മുന്നറിവ്
munnaariv

foreleg *(n.)* മുൻകാൽ munkaal

forelock *(n.)* മുടിച്ചുരുൾ mutichurul

foreman *(n.)* മേൽനോട്ടക്കാരൻ
melnottakkaaran

foremost *(adj.)* അഗ്രഗണ്യനായ
agraganyanaaya

forenoon *(n.)* പൂർവ്വാഹ്നം
puurvvaahnam

forensic *(adj.)* കോടതിസംബന്ധിച്ച
kotathisambandhichcha

forensic *(n.)* വ്യാവഹാരികം
vyaavahaarikam

forerunner *(n.)* പുരോഗാമി
purogaami

foresee *(v.)* ഭാവിദർശിക്കുക
bhaavidarshikkuka

foresight *(n.)* ദൂരദർശിത്വം
duuradarshithwam

forest *(n.)* വനപ്രദേശം
vanapradesham

forestall *(v.)* കാലേകൂട്ടിത്തടയുക
kaalekkuutyththatayuka

forester *(n.)* വനപാലകൻ
vanapaalakan

forestry *(n.)* വനസംരക്ഷണം
vanadamrakshanam

foretell *(v.)* ദീർഘദർശനം ചെയ്യുക
diirghadarshanam cheyyuka

forethought *(n.)* മുൻവിചാരം
munvichaaram

forever (adv.) ശാശ്വതമായി saaswathamaayi

forewarn (v.) താക്കീത് നൽകുക thaakkiithnalkuka

foreword (n.) മുഖവുര mukhavura

forfeit (n.) നഷ്ടപരിഹാരം nashtaparihaaram

forfeit (v.) പിഴയടക്കുക pizhayatakkuka

forfeiture (n.) കണ്ടുകെട്ടൽ kandukettal

forge (v.) ആകൃതിപ്പെടുത്തുക aakruthippetuththuka

forge (n.) ഉലക്കളം ulakkalam

forgery (n.) കള്ളയൊപ്പിടൽ kallayoppital

forget (v.) മറന്നുപോകുക marannupokuka

forgetful (adj.) ഓർമ്മക്കേടുള്ള ormmakketulla

forgive (v.) മാപ്പുനൽകുക maappu nalkuka

forgo (v.) വിട്ടുകൊടുക്കുക vittukotukkuka

forlorn (adj.) ആശയറ്റ aashayatta

form (v.) ക്രമപ്പെടുത്തുക krumappetuththuka

form (n.) സ്വരൂപം swaruupam

formal (adj.) ഔപചാരികമായ oupachaarikamaaya

formality (n.) ഉപചാരം upachaaram

format (n.) കെട്ടുംമട്ടും kettum mattum

formation (n.) രൂപീകരണം roopiikaranam

former (adj.) പ്രാചീനമായ praachiinamaaya

former (pron.) മുൻചൊന്ന munchonna

formerly (adv.) മുൻകാലങ്ങളിൽ munkaalangalil

formidable (adj.) അതിഘോരമായ athighoramaaya

formula (n.) പ്രമാണസൂത്രം pramaanasiuthram

formulate (v.) രൂപീകരിക്കുക ruupiikarikkuka

forsake (v.) പരിത്യജിക്കുക parithyajikkuka

forswear (v.) ഇല്ലെന്നുപറയുക illennu parayuka

fort (n.) കൊത്തളം koththalam

forte (n.) വൈദഗ്ദ്ധ്യം vaidagdhyam

forth (adv.) മുന്നിലേക്ക് munnilekk

forthcoming (adj.) ആസന്നമായ aasannamaaya

forthwith (adv.) തൽക്ഷണം thalkshanam

fortify (v.) കോട്ടകെട്ടിയുറപ്പിക്കുക kottakettiyurappikkuka

fortitude (n.) വിപദിധൈര്യം vipadidairyam

fortnight (n.) രണ്ടാഴ്ചക്കാലം randaazhchakkalam

fortress (n.) പട്ടാളശക്തികേന്ദ്രം pattaalashakthikendram

fortunate (adj.) ഭാഗ്യശാലിയായ bhaagyashaaliyaaya

fortune (n.) ഭാഗധേയം bhaagadheyam

forty (n.) നാൽപത് naalpath

forum (n.) ചർച്ചാവേദി charchchaavedi

forward (v.) നിയോഗിക്കുക niyogikkuka

forward (adv.) പ്രാമുഖ്യത്തിലേക്ക് praamukhyaththilekk

forward (adj.) മുമ്പിലുള്ള munpilulla

fossil (n.) അസ്ഥിപഞ്ജരം asthipanjcharam

foster (v.) പോഷിപ്പിക്കുക poshippikkuka

foster care (n.) ദത്തെടുക്കൽ daththedukka

foul (n.) കുൽസിത kulsitha

foul (v.) ദുഷിപ്പിക്കുക dushippikkuka

foul *(adj.)* മലീമസമായ
maliimasamaaya
foul play *(n.)* കള്ളക്കളി kalkakkali
found *(v.)* അടിസ്ഥാനമിടുക
atishtaanamituka
foundation *(n.)* അസ്തിവാരം
asthivaaram
founder *(n.)* പ്രതിഷ്ഠാപകൻ
prathishtaapakan
foundry *(n.)* ലോഹവാർപ്പുശാല
lohavaarppushaala
fountain *(n.)* ജലധാരായന്ത്രം
lohadhaarayanthram
four *(n.)* നാല് naalu
fourteen *(n.)* പതിനാല് pathinaalu
fowl *(n.)* വീട്ടുപക്ഷി viittupakshi
fowler *(n.)* പക്ഷിവേട്ടക്കാരൻ
pakahivettakkaaran
fox *(n.)* കുറുനരി kurunari
fraction *(n.)* ദശാംശസംഖ്യ
dashaamsha sankhya
fracture *(v.)* എല്ലൊടിയുക ellotiyuka
fracture *(n.)* എല്ലൊടിയൽ ellotiyal
fragile *(adj.)* ദുർബ്ബലമായ
durbbalamaaya
fragment *(n.)* കഷണം kashanam
fragrance *(n.)* നറുമണം narumanam
fragrant *(adj.)* വാസനയുള്ള
vaasanayulla
frail *(adj.)* ഈടില്ലാത്ത iitillaaththa
frame *(v.)* ചട്ടകൂടുണ്ടാക്കുക
chattakuutundaakkuka
frame *(n.)* ചട്ടക്കൂട് chattakkuut
framework *(n.)* ഉപഘടന upaghatana
franchise *(n.)* വില്പനാധികാരം
vilpanaadhikaaram
frank *(adj.)* അകളങ്കമായ
akalamkamaya
frankly *(adv.)* ഒളിക്കാതെ olikkaathe
frantic *(adj.)* ഭ്രാന്തചിത്തമായ
bhranthachiththamaaya

fraternal *(adj.)*
സഹോദരസംബന്ധിയായ
sahodarasambandhiyaaya
fraternity *(n.)* ഭ്രാതൃഭാവം
bhraathrubhaavam
fratricide *(n.)* ഭ്രാതൃഹത്യ
bhraathruhathya
fraud *(n.)* നെറികേട് neriket
fraudulent *(adj.)* വഞ്ചനാപരമായ
vanchanaaparamaaya
fraught *(adj.)* പൂരിതമായ
puurithamaaya
fray *(n.)* തേഞ്ഞുകീറിയ thenjukiiriya
freak *(n.)* വിക്രിയ vikriya
freak *(v.)* വിചിത്രമായിരിക്കുക
vichithramaayirikkuka
freak *(adj.)* വ്യത്യാസമായ
vyathyaasamaaya
freak-out *(n.)*
വൈകാരികനിയന്ത്രണം
നഷ്ടപ്പെടുക vaikaarikaniyanthranam
nashtapetuka
free *(adj.)* സ്വച്ഛന്ദമായ
swachandamaaya
free *(v.)* സൗജന്യമായി നൽകുക
souchanyamaayi nalkuka
freedom *(n.)* സ്വതന്ത്രത swathanthratha
freelancer *(n.)* സ്വതന്ത്രൻ swathanthran
freewheel *(v.)* ചവിട്ടാതെ
സൈക്കിളോടിക്കുക chavittathe
cycle otikkuka
freeze *(v.)* വിറങ്ങലിപ്പിക്കുക
virangalippikkuka
freight *(n.)* ചരക്കുകൂലി
charakkukuuli
French *(adj.)*
പരന്ത്രീസിനെസംബന്ധിച്ച
paranthriisine sambandhicha
French *(n.)* പരന്ത്രീസുകാർ
paranthrisukaar
frenzy *(n.)* കോപാവേശം
kopaavesham

frequency *(n.)* തരംഗദൈർഘ്യം tharangadairghyam
frequent *(n.)* കൂടെക്കൂടെയുള്ള kuutekuuteyulla
fresh *(adj.)* നവമായ navamaaya
fret *(n.)* ഉദ്വേഗം udwegam
fret *(v.)* വ്യഥയനുഭവിക്കുക vyathayanubhavikkuka
friction *(n.)* ഘർഷണം gharshanam
Friday *(n.)* വെള്ളിയാഴ്ച velliyaazcha
fridge *(n.)* ശീതീകരണി shiithikarini
friend *(n.)* ചങ്ങാതി changaathi
fright *(n.)* ബീഭത്സരൂപം bhiibhaltsaruupam
frighten *(v.)* വിറപ്പിക്കുക virappikkuka
frigid *(adj.)* മരവിച്ചുപോയ maravichupoya
frill *(n.)* ഞൊറി njori
fringe *(v.)* തൊങ്ങൽ വയ്ക്കുക thongalvaykkuka
fringe *(n.)* നൂൽത്തൊങ്ങൽ nuulthongal
frivolous *(adj.)* നിരർത്ഥകമായ nirarththakamaaya
frock *(n.)* ഉടുപ്പ് utupp
frog *(n.)* തവള thavala
frolic *(n.)* കേളി keli
frolic *(v.)* കേളി നടത്തുക kelinatathuka
from *(prep.)* മുതൽ muthal
front *(adj.)* മുന്നണിയിലുള്ള munnaniyilulla
front *(v.)* മുന്നിൽ നിൽക്കുക munnil nilkkuka
front *(n.)* മുൻവശം munvasham
front page *(n.)* ആദ്യപുറം aadyapuram
frontier *(n.)* ദേശാതിർത്തി deshaathirththi
frontside *(adj.)* മുൻവശം munvasham
frost *(n.)* തുഷാരം thushaaram
frosting *(n.)* കേക്കലങ്കാരം cakealankaaram
frown *(v.)* നെറ്റിചുളിക്കുക nettichulikkuka
frown *(n.)* നെറ്റിചുളിപ്പ് nettichulipp
frozen *(adj.)* തണുത്തുറഞ്ഞ thanuththuranja
frugal *(adj.)* മിതവ്യയശീലമുള്ള mithavyaya shiilamulla
fruit *(n.)* പഴം pazham
fruitful *(adj.)* ഫലസമൃദ്ധമായ phalasamrudhamaaya
frustrate *(v.)* വൃഥാവാക്കുക vrudhaavaakkuka
frustration *(n.)* മോഹഭംഗം mohabhangam
fry *(v.)* വറക്കുക varakkuka
fry *(n.)* പൊരിച്ചത് porichath
fuel *(n.)* ഉദ്ദീപനം uddiipanam
fugitive *(adj.)* ഒളിച്ചോടുന്ന olichotunna
fugitive *(n.)* പിടികിട്ടാപ്പുള്ളി pitikittaappulli
fulfil *(v.)* സഫലീകരിക്കുക saphaliikarikkuka
fulfilment *(n.)* സഫലീകരണം saphaliikaranam
full *(adj.)* മുഴുവൻ muzhuvan
full *(adv.)* സമ്പൂർണ്ണമായ sampoornnamaaya
full moon *(n.)* പൂർണ്ണചന്ദ്രൻ puurnnachandran
full name *(n.)* പൂർണനാമം puurnnanaamam
full stop *(n.)* പൂർണ്ണവിരാമം purnnaviraamam
fullness *(n.)* പരിപാകം paripaakam
fully *(adv.)* പൂർണ്ണമായി puurnnamaayi
fumble *(v.)* തപ്പിത്തടയുക thappiththatayuka

fun *(n.)* കേളി keli
function *(n.)* ആഘോഷം aghosham
function *(v.)* ആചരിക്കുക aacharikkuka
functionary *(n.)* ഭാരവാഹി bhaaravaahi
fund *(n.)* ധനസഞ്ചയം dhanasanchayam
fundamental *(adj.)* മൗലികമായ moulikamaaya
fundraise *(v.)* ധനസമാഹരണം dhanadamaaharanam
funeral *(n.)* ശവസംസ്കാരച്ചടങ്ങ് shavasamskaarachatang
fungus *(n.)* കുമിൾ kumil
funny *(n.)* ഹാസജനകമായ haasajanakamaaya
fur *(n.)* ചെറുമൃദുരോമം cherumruduromam
furious *(adj.)* ഭീഷണമായ bhiikshanamaaya
furl *(v.)* ചുരുട്ടിക്കെട്ടുക churuttikkettuka
furlong *(n.)* മൈൽ mile
furnace *(n.)* കഠിനാവസ്ഥ kdinaavastha
furnish *(v.)* സജ്ജമാക്കുക sajjamaakkuka
furniture *(n.)* ഗൃഹോപകരണങ്ങൾ gruhopakaranangal
furrow *(n.)* ഉഴവുചാൽ uzhavuchaal
further *(v.)* ഉന്നതിവരുത്തുക unnathi varuththuka
further *(adv.)* കുറേക്കൂടി kurekkuuti
further *(adj.)* കൂടുതൽ അകലെ kututhal akale
fury *(n.)* ഉഗ്രരോഷം ugrarosham
fuse *(v.)* ഉരുക്കുക urukkuka
fuse *(n.)* വൈദ്യുതനിയന്ത്രണ ഉപകരണം vaidyuthaniyanthran upakaranam
fusion *(n.)* സമ്മിശ്രം sammishram
fuss *(n.)* തിരക്ക് thirakk
fuss *(v.)* ബഹളംകൂട്ടുക bahalam kuuttuka
futile *(adj.)* വ്യർത്ഥമായ vyarthamaaya
futility *(n.)* ഫലശൂന്യത phalashuunyatha
future *(adj.)* ഭവിഷ്യത്കാലം bhavishyathkaalam
future *(n.)* ഉത്തരഫലമുണ്ടാക്കുക uththaraphalamundaakkuka
futuristic *(adj.)* അത്യന്താധുനികമായ athyanthaadhunikamaaya
futurology *(n.)* ആസൂത്രണവിജ്ഞാനശാഖ asoothranavinjaanashaakha
fuzz *(n.)* ചുരുണ്ട മുടി churunta muti
fuzz *(v.)* ചുരുളാക്കുക churulaakkuka
fuzzy *(adj.)* ആവിയായിപ്പോകുന്നത് aaviyaayippokunnath

G

gabble *(v.)* ജല്പിക്കുക jalpikkuka
gadfly *(n.)* ഗോവക്ഷിക govakshika
gadget *(n.)* ഉപകരണം upakaranam
gaffe *(n.)* പ്രമാദം pramaadam
gag *(v.)* വായ് മൂടിക്കെട്ടുക vaaymuutikettuka
gag *(n.)* വായ്മൂടൽ vaaymuutal
gaiety *(n.)* ഹർഷം harsham
gain *(n.)* ലാഭം laabham
gain *(v.)* ലാഭമുണ്ടാക്കുക laabhamundakkuka
gainful *(adj.)* ലാഭകരമായി laabhakaramaayi

gainly *(adj.)* സുഭകൃതിയായ
subhakruthiyaaya

gainsay *(v.)* മറുത്തു പറയുക
maruththuparayuka

gait *(n.)* നടപ്പുരീതി natappuriithi

gala *(n.)* ഉത്സവം ulsavam

gala *(adj.)* ഉത്സവകാലം ulsavakaalam

galactic *(adj.)*
ക്ഷീരപഥസംബന്ധിയായ
kshiirapatha sambandhiyaaya

galaxy *(n.)* ക്ഷീരപഥം kshiirapatham

gale *(n.)* ഉഗ്രവാതം ugravaadam

gallant *(n.)* ഗംഭീരം gambhiiram

gallant *(adj.)* ഗാംഭീര്യമുള്ള
gaambhiryamulla

gallantry *(n.)* വിക്രമം vikramam

gallery *(n.)* ചിത്രശാല chithrashaala

gallon *(n.)* ദ്രവ്യത്തിന്റെ അളവ്
dravyaththinte alav

gallop *(v.)* കുതിച്ചോടുക kuthichotuka

gallop *(n.)* കുതിരയോട്ടം
kuthirayottam

gallows *(n.)* കഴുമരം kazhumaram

galore *(adv.)* സമൃദ്ധിയായി
samruddhiyaayi

galvanize *(v.)* ലോഹംപൂശുക
lohampuushuka

galvanometer *(n.)*
വൈദ്യുതിമാപിനി
vaidyuthamaapini

galvanoscope *(n.)* വൈദ്യുതവേദിനി
vaidyuthavedini

gambit *(n.)* കൗശലം koushalam

gamble *(n.)* ചൂതാട്ടം chuuthaattam

gamble *(v.)* ചൂതാട്ടം നടത്തുക
chuuthaattam nataththuka

gambler *(n.)* ചൂതുകളിക്കാരൻ
chuuthukalikkaaran

game *(n.)* മത്സരം malsaram

game *(v.)* കളിക്കുക kalikkuka

game changer *(n.)* കളി
മാറ്റുന്നയാൾ kalimaattunnayaal

game point *(n.)* വിജയബിന്ദു
vijayabindhu

gamemaster *(v.)*
കായികാധ്യാപകൻ
kaayikaadhyaapakan

gamepad *(n.)* വീഡിയോ ഗെയിം
നിയന്ത്രിക്കുന്ന കൈയിലേന്തുന്ന
ഉപകരണ' video game
niyanthrikkunna kayyilenthunna
upakaranam

gameplayer *(n.)* കളിക്കാരൻ
kalikkaaran

gamespace *(n.)* കളിസ്ഥലം kalisthalam

gamma *(n.)* ഗാമാരശ്മികൾ
gaamaarashmikal

gander *(n.)* ആൺവാത്ത aanvaaththa

gang *(n.)* തസ്ക്കരസംഘം
thaskarasamgham

gangrene *(n.)* അഴുകിയപുണ്ണ്
azhukiyapunnu

gangster *(n.)* കൊള്ളസംഘാംഗം
kollasangham

gap *(v.)* വിടവുണ്ടാകുക
vitavyndaakuka

gap *(n.)* അകലം akalam

gape *(v.)* വാപിളർക്കുക
vaapilarkjuka

garage *(n.)* മോട്ടോർവണ്ടിപ്പുര
motorvandippura

garb *(v.)* ഉടുപ്പിടുക utuppituka

garb *(n.)* വിശേഷവസ്ത്രം
visheshavasthram

garbage *(n.)* എച്ചിൽ echchil

garden *(n.)* ആരാമം aaram

gardener *(n.)* ആരാമപാലകൻ
aaraamapaalakan

gargle *(v.)* കൊപ്പിളിക്കുക
koppilikkuka

garisson *(n.)* പട്ടാളം pattaalam

garisson *(v.)*
സൈന്യത്തെവിന്യസിക്കുക
sainyaththe vinyasikkuka

garland *(n.)* പൂമാല puumaala
garland *(v.)* ഹാരമണിയിക്കുക
haramanitikkuka
garlic *(n.)* വെളുത്തുള്ളി veluththulli
garlicky *(adj.)*
വെളുത്തുള്ളിയടങ്ങിയ
veluththulliyatangiya
garment *(n.)* കഞ്ചുകം kanchukam
garnish *(n.)* അലങ്കരണം alankaranam
garnish *(v.)* അണിയിക്കുക
aniyikkuka
garnishment *(n.)* അലങ്കരിക്കൽ
alankarikkal
garrotte *(n.)* ശ്വാസംമുട്ടിക്കൽ
swaasam muttikkal
garrotte *(v.)*
ശ്വാസംമുട്ടിച്ചുകൊല്ലുക
swaasam muttichchukolluka
garrotter *(n.)*
ശ്വാസംമുട്ടിക്കുന്നയാൾ swaasam
muttikkunnayaal
garter *(n.)* കാലുറക്കെട്ട് kaalurakkett
gas *(n.)* വാതകം vaathakam
gasesous *(adj.)* വാതകസംബന്ധം
vaathakasambandham
gash *(n.)* ദീർഘക്ഷതം
diirghakshatham
gash *(v.)* മുറിക്കുക diirghakshatham
gashing *(adj.)* മുറിവുണ്ടാകൽ
murivundaakal
gasification *(n.)*
വാതകരൂപമാക്കൽ
vaathakaruupamaakkal
gasified *(adj.)* വാതകമാക്കിയ
vaathakamaakkiya
gasify *(v.)* ബാഷ്പമാക്കുക
baashpamaakkiya
gasket *(n.)* റബ്ബർ വളയം
rubbervalayam
gasmask *(n.)*
വിഷവായുരക്ഷാകവചം
vishavaayurakshaakavacham

gasoline *(n.)* പെട്രോൾ petrol
gasp *(n.)* വീർ പ്പുമുട്ടൽ viirppumuttal
gasp *(v.)* വീർപ്പുമുട്ടുക
viirppumuttuka
gassy *(adj.)* വാതകമുള്ള
vaathakamulla
gastric *(adj.)* ഉദരസംബന്ധിയായ
udarasambandhiyaaya
gastronomy *(n.)* പാചകശാസ്ത്രം
paachakashaashthram
gate *(n.)* പ്രവേശനദ്വാരം
praveshanadwaaram
gatehouse *(n.)* പ്രവേശനവസതി
praveshanavasathi
gatekeeper *(n.)* കവാടം
കാക്കുന്നയാൾ kavaatam
kaakkunnayaal
gatepost *(n.)* കവാടസ്തംഭം
kavaatasthambham
gateway *(n.)* കവാടകമാനം
kavaatakamaanam
gather *(v.)* വിളിച്ചുകൂട്ടുക
vilichchukuuttuka
gaudy *(adj.)* പുറംപകിട്ടുള്ള
purampakittulla
gauge *(n.)* അളവുകോൽ akavukol
gaunt *(adj.)* ശോഷിച്ച sheshicha
gauntlet *(n.)* ലോഹക്കയ്യുറ
lohakkaiyura
gawk *(v.)* പകച്ചു നോക്കുക
pakachunokkuka
gawk *(n.)* വിടുവായൻ vituvaayan
gawky *(adj.)* വിടുഭോഷനായ
vitubhoshanaaya
gay *(adj.)* സ്വവർ ഗ്ഗാനുരാഗിയായ
swavargaanuraagiyaaya
gay *(n.)* സ്വവർഗ്ഗാനുരാഗി
swavargaanuraagi
gaze *(n.)* ഉറ്റുനോക്കുക uttunokkuka
gaze *(v.)* ഉറ്റുനോട്ടം uttunottam
gazelle *(n.)* ചെറുമാൻ cherumaan

gazette *(n.)* സർക്കാർപത്രിക
sarkkaarpathrika

gazillion *(n.)* അനന്തസംഖ്യ
ananthasamkhya

gear *(n.)*
വേഗനിയന്ത്രണയന്ത്രഘടന
veganiyanthranaghatana

gearbox *(n.)* പൽച്ചക്ര
സംഘടനപ്പെട്ടി palchakra
sangatanappetti

gearset *(n.)* വാഹനവേഗം
നിയന്ത്രിക്കുന്ന
യന്ത്രഘടനകളുടെ കൂട്ടം
vaahanavegam niyanthrikkunna
yanthraghatanakalude kuuttam

gearwheel *(n.)* പൽച്ചക്രം palchakram

geek *(n.)* അനന്യവ്യക്തിത്വം
ananyavykthithwam

geek *(v.)* നോക്കുക nokkuka

geeksville *(n.)* നിർണയാതീതം
nirnnayaathiitham

geekwear *(n.)* വിഷയവിദഗ്ദ്ധത
vishayavidagddhatha

geeky *(adj.)* വിഷയവിദഗ്ധൻ
vishayavidagddhan

geisha *(n.)* ജാപ്പനീസ് നർത്തകി
jaappaneese narththaki

gel *(v.)* തോൽപ്പശ tholppasha

gel *()* ദൃഢമാകുക drutamaakuka

gelatin *(n.)* മാംസപ്പശ maamshappasha

gelatinize *(v.)* പശിമയുണ്ടാകുക
pashimayundaakuka

gelatinous *(adj.)* പശയുള്ള pashayulla

geld *(v.)* അസ്തവീര്യമാക്കുക
asthaviiryamaakkuka

gelded *(adj.)* വൃഷണംഉടച്ച
vrushanam utacha

gelding *(n.)* വരിയുടച്ച മൃഗം
variyutacha mrugam

gem *(n.)* രത്നം rathnam

geminal *(adj.)* ദ്വിവിധ
രാസപ്രവർത്തനശേഷി dwividha
raasapravarthanasheshi

geminate *(adj.)* ഇരട്ടയായിരിക്കുന്ന
irattayaayirikkunna

geminate *(v.)* ഈരണ്ടാക്കുക
iirandaakkuka

Gemini *(n.)* മിഥുനം mithunam

gemmology *(n.)* രത്നശാസ്ത്രം
rathnashaasthram

gender *(n.)* ലിംഗഭേദം lingabhedam

gene *(n.)* ജനിതകം janithaka

genealogical *(adj.)*
വംശവിഷയകമായ
vamshavishayakamaaya

genealogy *(n.)* വംശപാരമ്പര്യം
vamshapaaramparyam

generable *(adj.)* സൃഷ്ടിക്കാൻ
കഴിവുള്ള srushtikkan kazhivulla

general *(adj.)*
സർവസാധാരണമായ
sarvvasaadhaaranamaaya

generally *(adv.)* സാധാരണമായി
saadhaaranamaayi

generate *(v.)* ഉണ്ടാക്കുക undaakkuka

generation *(n.)* പുരുഷാന്തരം
purushaantharam

generator *(n.)*
വൈദ്യുത്യുൽപാദകയന്ത്രം
vaidyuthulpaadakayanthra

generosity *(n.)* ഉദാരത udaaratha

generous *(adj.)* ഉദാരമായ
udaaramaaya

genetic *(adj.)*
ഉൽപത്തിവിഷയമായ
ulpathivishayamaaya

geneticist *(n.)*
ജനിതകശാസ്ത്രജ്ഞൻ
janithakashaasthranjan

genial *(adj.)* ഉൻമേഷമുള്ള
unmeshamulla

geniality *(n.)* പ്രസാദം prasaadam

genie *(n.)* ജിന്ന് jinnu
genital *(adj.)* ഉൽപാദനേന്ദ്രീയം
ulpaadanedriyam
genitalia *(n.)*
പ്രത്യുത്പാദനഅവയവങ്ങൾ.
prathylpaadana avayavangal
genius *(n.)* പ്രതിഭാശാലി
prathibhaashaali
genocide *(n.)* കൂട്ടക്കുരുതി
kuuttakkuruthi
genome *(n.)* ജനിതകഘടന
janithakaghatana
genre *(n.)* സാഹിത്യരൂപം
saahityaruupam
genteel *(adj.)* വിനീതമായ
viniithamaaya
gentility *(n.)* കുലീനത kuliinatha
gentle *(adj.)* മൃദുലമായ
mrudulamaaya
gentleman *(n.)* മാന്യൻ maanyan
gentry *(n.)* കുലീനവർഗ്ഗം
kuliinaavargam
genuine *(adj.)* വാസ്തവമായ
vaasthavamaaya
geographer *(n.)*
ഭൂഗോളശാസ്ത്രജ്ഞൻ
bhuugolashaasthranjan
geographical *(adj.)*
ഭൂമിശാസ്ത്രപരമായ
bhuumishaasthraparamaaya
geography *(n.)* ഭൂമിശാസ്ത്രം
bhuumishaasthram
geological *(adj.)* ഭൂവിജ്ഞാനപരം
bhuvinjaanaparam
geologist *(n.)*
ഭൂതത്ത്വശാസ്ത്രജ്ഞൻ
bhuthatwashaasthranjan
geologist *(n.)* ഭൂവിജ്ഞൻ bhuvinjan
geology *(n.)* ഭൂവിജ്ഞാനീയം
bhuuvinjaaniiyam
geometrical *(adj.)*
ക്ഷേത്രഗണിതപരമായ
kshethraganithaparamaaya
geometry *(n.)* ക്ഷേത്രഗണിതം
kahethraganitham
geopolitical *(adj.)*
ഭൂരാഷ്ട്രതന്ത്രപരമായ
bhuuraashtra thanthraparamaaya
geothermal *(adj.)*
ഭൗമതാപസംബന്ധിയായ
bhoumathaapasambandhiyaaya
geranium *(n.)* വന്യ സസ്യം
vanasasyam
germ *(n.)* രോഗബീജം rogabiijam
germicide *(n.)* അണുനാശിനി
anunaashini
germin *(n.)* അങ്കുരം ankuram
germinate *(v.)* മുളയ്ക്കുക
mulaykkuka
germination *(n.)* അങ്കുരിക്കൽ
ankurikkal
gerund *(n.)* ക്രിയാനാമം
kriyaanaamam
gesture *(n.)* അംഗവിക്ഷേപം
angavikshepam
get *(v.)* ലഭിക്കുക labhikkuka
geyser *(n.)* ഉഷ്ണജലസ്രോതസ്സ്
ushnajalasrothass
ghastly *(adj.)* ദാരുണമായ
daarunamaaya
ghetto *(n.)* ചേരിപ്രദേശം
cherilradeshamm
ghost *(n.)* പ്രേതം pretham
ghost town *(n.)* വിജനനഗരം
vijayanagaram
ghostwriter *(n.)* മറ്റൊരാൾക്കു
വേണ്ടി എഴുതി നല്കുന്നയാൾ
mattoraalkkuvendi ezhuthi nalkunnayaal
ghoul *(n.)* ശവംതിനി shavam thiini
ghoulish *(adj.)*
വേതാളസംബന്ധമായ
vethaalsambandhamaaya

giant *(n.)* രാക്ഷസൻ raakshasan
giantess *(n.)* രാക്ഷസി raakshasi
gib *(v.)* ഉറപ്പിക്കുക urappikkuka
gib *(n.)* കീലകം kiilakam
gibber *(v.)* അസ്പഷ്ടമായി സംസാരിക്കുക aspashtamaayi samsaarikkuka
gibber *(n.)* അസ്പഷ്ടസംസാരം aspashtasamsaaram
gibberish *(n.)* അസ്പഷ്ടജല്പനം aspashta jalpanam
gibberish *(adj.)* അസ്പഷ്ടമായ aspashtamaaya
gibbon *(n.)* നീളൻകൈയ്യൻകുരങ്ങ് niilankaiyyankurang
gibe *(n.)* ഭർത്സനം bhartsanam
gibe *(v.)* ഭർത്സിക്കുക bhartsikkuka
giddy *(adj.)* തലചുറ്റുന്ന thalachuttunna
gift *(n.)* സമ്മാനം sammaanam
gift *(v.)* പാരിതോഷികം നല്കുക paarithoshikam nalkuka
gifted *(adj.)* അനുഗ്രഹിക്കപ്പെട്ട anugrahikkappetta
giftwrap *(v.)* സമ്മാനംപൊതിയുക sammaanam pothiyuka
gig *(v.)* പാട്ടുകച്ചേരി നടത്തുക paattukacheri natathththuka
gig *(n.)* സംഗീതമേള sangiithamela
gigabit *(n.)* ആയിരത്തിന് തുല്യമായ വിവരങ്ങളുടെ ഒരു യൂണിറ്റ് aayirathinu thulyamaaya vivarangalute oru unit
gigabyte *(n.)* ആയിരം ദശലക്ഷം aayiram dashalaksham
gigantic *(adj.)* സ്ഥൂലകായമായ sthuulakaayamaaya
giggle *(v.)* അടക്കിച്ചിരിക്കുക atakkichirikkuka
gild *(v.)* സ്വർണ്ണംമുക്കുക swarnam mukkuka
gilt *(adj.)* സ്വർണ്ണവർണ്ണമായ swarnavarnnamaaya
gimmick *(n.)* ജാലവിദ്യ jwaalavidya
gimmick *(v.)* ജാലവിദ്യകാണിക്കുക jwaalavidyakanikkuka
gimmickry *(n.)* തന്ത്രങ്ങൾ thanthrangal
gimp *(n.)* മത്സ്യബന്ധനചരട് malsyabandhanacharat
gimp *(v.)* മുടന്തുക mutanthuka
gimp *(adj.)* സിൽക്ചൂണ്ടനൂൽ silkchuundanuul
gin *(n.)* റാട്ട് raatt
ginger *(n.)* ഇഞ്ചി inchi
ginger *(adj.)* ചുണയുള്ള chunayulla
ginger ale *(n.)* ഇഞ്ചിനീർ inchiniir
gingerbread *(n.)* ഇഞ്ചികേക്ക് inchikekk
giraffe *(n.)* ഒട്ടകപ്പുള്ളിമാൻ ottakappullimaan
gird *(v.)* നാടകെട്ടുക naatakettuka
girder *(n.)* നാട naata
girdle *(n.)* അരക്കച്ച arakkaacha
girdle *(v.)* കച്ചകെട്ടുക kachakettika
girl *(n.)* പെൺകുട്ടി penkutty
girlish *(adj.)* ബാലികാസഹജമായ baalikaasahajamaaya
gist *(n.)* സാരാംശം saaraamaham
give *(v.)* കൊടുക്കുക kotukkuka
gizmo *(n.)* പറയുന്നയാൾക്ക് അറിയാത്തതോ ഓർത്തെടുക്കാൻ കഴിയാത്തതോ ആയ ഉപകരണം parayunnayaalkk ariyathatho orthetukkan kazhiyaaththatho aaya upakaranam
glacier *(n.)* ഹിമപ്പരപ്പ് himapparapp
glad *(adj.)* ഹർഷജനകമായ harshajanakamaaya
gladden *(v.)* ഉല്ലസിക്കുക ullasikkuka
glade *(n.)* വനപഥം vanapatham

gladiator *(n.)* പയറ്റുകാരൻ
payattukaaran

gladiatorial *(adj.)* മല്ലനായ mallanaaya

gladly *(adv.)* ആനന്ദപുരസ്സരം
aanandhapurassaram

glam *(adj.)* മാദകമായ maadakamaaya

glam *(n.)* രമണീയത ramaniiyatha

glamour *(n.)* ആകർഷകത്വം
aakarshakathwam

glance *(n.)* കണ്ണോട്ടം kannoottam

glance *(v.)* കണ്ണോടിക്കുക
kannotikkuka

gland *(n.)* (ഗ്രന്ഥി granthi

glare *(n.)* ക്രൂരദൃഷ്ടി kruuradrushti

glare *(v.)* തുറിച്ചുനോക്കുക
thurichchunokkuka

glass *(n.)* സ്ഫടികം sphatikam

glasses *(n.)* മൂക്കുകണ്ണാടി
muukkukannati

glasshouse *(n.)* കണ്ണാടിവീട് kannaati
veet

glassify *(v.)* പളുങ്കു പോലാകുക
palunkupolaakkuka

glassmaker *(n.)*
പളുങ്കുനിർമ്മാതാവ്
palunkunirmmaathaav

glaucoma *(n.)* നേത്രരോഗം
nethrarogam

glaze *(v.)* മിനുസമാക്കുക
minusamaakkuka

glaze *(n.)* മിനുസമുള്ള minusamulla

glazier *(n.)* കണ്ണാടിച്ചില്ലിടുന്നവൻ
kannaatichillitunnavan

gleam *(n.)* ക്ഷണകാന്തി kshanakaanthi

gleam *(v.)* സ്ഫുരിക്കുക sphurikkuka

gleaming *(adj.)* സ്ഫുരിക്കുന്ന
sphurikkunna

glee *(n.)* ആമോദനം aamodanam

gleeful *(adj.)* വിലാസിയായ
vilaasiyaaya

gleefully *(adv.)* ഉല്ലാസമായി
ullaasamaayi

glide *(n.)* വഴുതൽ vazhutal

glide *(v.)* വഴുതുക vazhutuka

glider *(n.)* ജലവിമാനം jalavimaanam

glimmer *(v.)* ഒളിവീശുക oliviishuka

glimmer *(n.)* മന്ദദ്യുതി mandhadyuthi

glimpse *(n.)* ഈഷദ്ദൃഷ്ടി iishatdrushti

glitch *(n.)* അപാകത apaakatha

glitch *(v.)* പിശകുപറ്റുക
pishakupattuka

glitter *(n.)* ആകർഷകശോഭ
aakarshakashobha

glitter *(v.)* ഉജ്ജ്വലിക്കുക ujwalikkuka

gloat *(n.)* കുശുമ്പ് kushump

gloat *(v.)* ദുർബുദ്ധികാട്ടുക
durbuddhikaattuka

gloatingly *(adv.)* ദുർബുദ്ധിയോടെ
durbuddhiyote

global *(adj.)* സാർവ്വലൗകികമായ
saarvvaloukikamaaya

global warming *(n.)*
ആഗോളതാപനം aagolathaapanam

globally *(adv.)*
സാർവ്വലൗകികമായി
saarvvaloukikamaayi

globe *(n.)* ഭൂഗോളം bhuugolam

globetrotter *(n.)* ലോകസഞ്ചാരി
lokasanchaari

gloom *(n.)* മ്ലാനത mlaanatha

gloomy *(adj.)* ഖിന്നമായ khinnamaaya

glorification *(n.)* മഹിമപ്പെടുത്തൽ
mahimappetuththal

glorify *(v.)*
മാഹാത്മ്യമുള്ളതാക്കുക
maahatmyamullathaakkuka

glorious *(adj.)* ശോഭയുള്ള
shobhayulla

glory *(n.)* കീർത്തി kiirththi

gloss *(n.)* മിനുക്കം minukkam

glossary *(n.)* പദശേഖരം
padashekharam

glossy *(adj.)* മിനുങ്ങുന്ന minungunna

glove *(n.)* കയ്യുറ kaiyyura

glovebox *(n.)* കയ്യുറപെട്ടി
kaiyyurapetti

glow *(v.)* ദീപ്തമാകുക
diipthamaakuka

glow *(n.)* അരുണിമ arunima

glucose *(n.)* പഴപ്പഞ്ചസാര
pazhappanchasaara

glue *(n.)* തോല്പശ tholppasha

glue *(v.)* പശയിട്ടൊട്ടിക്കുക
pashayittottikkuka

glue stick *(n.)* പശകമ്പ് pashakamp

glut *(n.)* ചെടിപ്പ് chetipp

glut *(v.)* മൂക്കുമുട്ടെ തിന്നുക
muukkumutte thinnuka

gluten-free *(adj.)* പശിമയില്ലാതെ
pashimayillaathe

glutton *(n.)* ശാപ്പാട്ടുരാമൻ
shaapaaatturaaman

gluttony *(n.)* തീറ്റിഭ്രാന്ത് thiittibhranth

glycerine *(n.)* വസാഗുളം vasagulam

gnarl *(n.)* മരത്തടിക്കുള്ളിലെ മുഴ
maraththatikkullile muzha

gnarl *(v.)* മുഴയ്ക്കുക muzhaykkuka

gnaw *(v.)* കാർന്നുതിന്നുക
kaarnnuthinnuka

gnome *(n.)* പാതാളഭൂതം
paathaalabhuutham

go *(v.)* പോവുക povuka

goad *(n.)* കുത്തിപ്പൊന്തിക്കുക
kuththiponthikkuka

goal *(n.)* ലക്ഷ്യം lakshyam

goalkeeper *(n.)* ഗോളി goli

goalpost *(n.)* ഗോൾകവാടം
goalkavaatam

goalscoring *(n.)* ഗോൾനേട്ടം
goalnettam

goanna *(n.)* ഓസ്ട്രേലിയൻപല്ലി
australian palli

goat *(n.)* ആട് aat

gobble *(n.)* വിഴുങ്ങുക vizhunguka

goblet *(n.)* പാനപാത്രം paanapaathram

god *(n.)* ഈശ്വരൻ iiswaran

goddess *(n.)* ദേവത devatha

godfather *(n.)* തലതൊട്ടപ്പൻ
thalathottappan

godhead *(n.)* ആദരണീയവ്യക്തി
aadaraniiya vyakthi

godly *(adj.)* ദിവ്യമായ divyamaaya

godown *(n.)* പണ്ടകശാല pantakassala

godsend *(n.)* ദൈവാധീനം
daivaadiinam

goggles *(n.)* കണ്ണാട kannaata

gold *(n.)* സ്വർണ്ണം swarnam

golden *(adj.)*
സുവർണ്ണോജ്ജ്വലമായ
suvarnnojwalamaaya

goldsmith *(n.)* സ്വർണ്ണപ്പണിക്കാരൻ
swarnapanikkaaran

golf *(n.)* കാരവടിപ്പന്താട്ടം kaaravati
panthaattam

golf cart *(n.)* ഗോൾഫ് വാഹനം
golfvaahanam

golf course *(n.)* ഗോൾഫ് കളിസ്ഥലം
golf kalisthalam

gonads *(n.)* ലൈംഗികകോശങ്ങൾ
നിർമ്മിക്കുന്ന അവയവം
laingika koshangal nirmmikkunna
avayavam

gondola *(n.)* ഭീമകായൻ bhimakaayan

gong *(n.)* ചേങ്ങില chengila

goo *(n.)* അനാരോഗ്യകരമായ
ചിന്ത anaarogyakaramaaya chintha

goo *(v.)* രോഗമുണ്ടെന്നു തോന്നുക
rogamundenn thonnuka

good *(adj.)* ഗുണവത്തായ
gunavaththaaya

good *(n.)* നല്ലതായ nallathaaya

good-bye *(interj.)* ശുഭയാത്ര
shubhayaathra

goodness *(n.)* സന്മനസ് sanmanass

goodwill *(n.)* സൗമനസ്യം
soumanasyam

goof *(n.)* മഹാവിഡ്ഢി mahaviddi

goof *(v.)* വിഡ്ഢിത്തരം കാണിക്കുക viddiththaram kanikkuka
goofy *(adj.)* പരിഹാസ്യമായ parihaasyamaaya
google *(v.)* തിരയുക thirayuka
gooney *(n.)* വിചിത്രവിഡ്ഢി vichithraviddi
goose *(n.)* ഹംസം hamsam
gooseberry *(n.)* നെല്ലിക്ക nellikka
gore *(n.)* ഉറഞ്ഞരക്തം uranja raktham
gore *(v.)* മുറിവേല്പിക്കുക murivelppikkuka
gorge *(n.)* മലയിടുക്ക് malayitukk
gorge *(adj.)* വാരിവിഴുങ്ങൽ vaarivizhungal
gorge *(v.)* വിഴുങ്ങുക vizhunguka
gorgeous *(adj.)* ശോഭായമാനമായ shobhaayamaanamaaya
gorilla *(n.)* മഹാവാനരം mahaavaanaram
gospel *(n.)* ക്രിസ്തുവചനം kristhuvachanam
gossip *(v.)* അപവാദംപറയുക apavaadamparayuka
gossip *(n.)* പരദൂഷണം paraduushanam
gothic *(adj.)* ഗോഥുകളെ സംബന്ധിച്ച gothukale sambandhicha
gothic *(n.)* ഗോഥുകളുടെ വംശനാശംസംഭവിച്ച ഭാഷ gothukalute vamshanaasham sambhavicha bhaasha
gouda *(n.)* മഞ്ഞചീസ് manja cheese
gourd *(n.)* കമ്മട്ടിക്കാ kammaattikka
gout *(n.)* രക്തവാതം rakthavaatham
govern *(v.)* നിയമംനടപ്പിലാക്കുക niyamam natappilaakkuka
governance *(n.)* ഭരണകർത്തൃത്വം bharanakarththrutwam
governess *(n.)* ഭരണാധിപ bharanaadhipa
government *(n.)* ഭരണനിയന്ത്രണം bharananiyanthranam
governor *(n.)* സംസ്ഥാനഭരണാധികാരി samsthaana bharanaadhikaari
gown *(n.)* ഉടുപ്പ് utupp
grab *(v.)* കടന്നുപിടിക്കുക katannu pitikkuka
grace *(n.)* ആകർഷകത്വം aakarshakathwam
grace *(v.)* കൃപയുണ്ടായിരിക്കുക keupayundaayirikkuka
graceful *(adj.)* പ്രീതിപ്രദമായ prrithipradaamaaya
gracious *(adj.)* ദൈവകൃപായാലുള്ള daivakrupayaalulla
gradation *(n.)* തരം തിരിക്കൽ tharam thirikkal
grade *(n.)* സ്ഥാനം sthaanam
grade *(v.)* തരംതിരിക്കുക tharam thirikkuka
gradual *(adj.)* അനുക്രമമായ anukrumamaaya
graduate *(n.)* ബിരുദധാരി birudadhaari
graduate *(v.)* ബിരുദമെടുക്കുക birudametukkuka
graduation ceremony *(n.)* ബിരുദദാനചടങ്ങ് birudadhaanachatang
graffiti *(v.)* ചുവരെഴുത്ത് chuvarezhuthth
graft *(v.)* ഒട്ടിയ്ക്കുക ottiykkuka
graft *(n.)* ഒട്ടുമുകുളം ottumukulam
grain *(n.)* വിത്ത് viththa
grammar *(n.)* വ്യാകരണം vyaakaranam
grammarian *(n.)* വൈയാകരണൻ vaiyaakaranan

gramme *(n.)* തൂക്കത്തിന്റെ
ഒരളവ് thookkaththinte oralav
gramophone *(n.)* സ്വനഗ്രാഹിയന്ത്രം
swanagraahiyanthram
granary *(n.)* നെല്ലറ nellara
grand *(adj.)* പ്രൗഢമായ peoudamaaya
grand finale *(n.)* സമാപനം
samaapanam
grandeur *(n.)* പെരുമ peruma
grant *(v.)*
സഹായധനംഅനുവദിക്കുക
sahaayadhanam anuvadikkuka
grant *(n.)* സഹായധനം
sahayadhanam
grape *(n.)* മുന്തിരിങ്ങ munthiringa
graph *(n.)* രേഖാരൂപം rekhaaruupam
graphic *(adj.)* ചിത്രിതമായ
chithrithamaaya
grapple *(v.)* മല്ലയുദ്ധം ചെയ്യുക
mallayunddham cheyyuka
grapple *(n.)* ബാഹുയുദ്ധം
baahuyuddham
grasp *(n.)* ഗ്രസനം grasanam
grasp *(v.)* പിടിയിലാക്കുക
pitiyilaakkuka
grass *(n.)* തൃണം thrunam
grassland *(n.)* പുൽപ്രദേശം
pulpradesham
grate *(n.)* അരം aram
grate *(v.)* രാവുക raavuka
grateful *(adj.)*
ഉപകാരസ്മരണയുള്ള
upakaarasmaranayilla
grater *(n.)* പൊടിപ്പുപകരണം
potippupakaranam
gratification *(n.)* ചാരിതാർത്ഥ്യം
chaarithaarthyam
gratis *(adv.)* സൗജന്യമായി
soujanyamaayi
gratitude *(n.)* ഉപകാരസ്മരണ
upakaarasmarana

gratuity *(n.)* പാരിതോഷികം
paarithoshikam
grave *(n.)* കുഴിമാടം kuzhimaatam
grave *(adj.)* ഗുരുതരമായ
gurutharamaaya
gravitate *(v.)*
ഗുരുത്വാകർഷണവിധേയമാകു
ക guruthwaakarshanavideyamaakuka
gravitation *(n.)* ഗുരുത്വാകർഷണം
guruthwaakarshanam
gravity *(n.)* ഭൂഗുരുത്വം
bhuuguruthwam
graze *(v.)* പുല്ലുമേയുക pullumeyuka
graze *(n.)* മേച്ചിൽ mechil
grease *(n.)* കൊഴുപ്പ് kozhupp
grease *(v.)* എണ്ണതേയ്ക്കുക
ennatheykkuka
greasy *(adj.)* കൊഴുപ്പുള്ള
kozhuppulla
great *(adj.)* മഹത്തായ mahaththaaya
greed *(n.)* ദുരാഗ്രഹം duraagraham
greedy *(adj.)* അത്യാഗ്രഹിയായ
athyagrahiyaaya
Greek *(n.)* യവനൻ yavanan
Greek *(adj.)* യവനനായ yavananaaya
green *(adj.)* പച്ചയായ pachchayaaya
green *(n.)* ഹരിതം haritham
greenery *(n.)* സസ്യശ്യാമളത
sasyashyaamalatha
greenhouse *(n.)* ഹരിത ഗൃഹം
harithagruham
greet *(v.)* എതിരേൽക്കുക
ethirelkkuka
grenade *(n.)* കൈബോംബ് kaibomb
grey *(adj.)* ചാരനിറമുള്ള
chaaraniramulla
grey market *(n.)* ഊഹാപോഹ
കച്ചവടം oohapohakachavatam
greyhound *(n.)* നായാട്ടുപട്ടി
naayaattupatti
grief *(n.)* വ്യസനം vyasanam
grievance *(n.)* സങ്കടം sankatam

grieve *(v.)* വിഷാദിക്കുക vishaadikkuka
grievous *(adj.)* വ്യസനകരമായ vyasanakaramaaya
grim *(adj.)* രൂക്ഷമായ ruukshamaaya
grind *(v.)* പൊടിയ്ക്കുക potiykkuka
grinder *(n.)* ആട്ടുകല്ല് aattukallu
grip *(v.)* മുറിക്കിപ്പിടിക്കുക murukkippitikkuka
grip *(n.)* മുറിക്കിപ്പിടിത്തം murukkippitiththam
groan *(n.)* പരിദേവനം paridevanam
groan *(v.)* ഞരങ്ങുക njaranguka
grocer *(n.)* പലചരക്കുവ്യാപാരി palacharakkuvyaapaari
grocery *(n.)* പലവ്യഞ്ജനം palavynjanam
groom *(n.)* കുതിരക്കാരൻ kuthirakkaaran
groom *(v.)* പരിചരിക്കുക paricharikkuka
groove *(n.)* പൊഴി pozhi
groove *(v.)* പൊഴിച്ചാലിടുക pozhichchalituka
grope *(v.)* പരതിനടക്കുക parathinatakkuka
gross *(adj.)* പരുക്കനായ parukkanaaya
gross *(n.)* പരുത്ത paruththa
grotesque *(adj.)* വിചിത്രരൂപമായ vichithraruupamaaya
ground *(n.)* നിലം nilam
ground *(v.)* നിലത്തിറക്കുക nilaththirakkuka
ground attack *(n.)* കരസേനാക്രമണം karasenakramanam
ground clearance *(n.)* വാഹനത്തിന്റെ താഴ്ന്ന ഭാഗത്തിനും ഗ്രൗണ്ടിനും ഇടയിലുള്ള അളവ് vaahanathinte thaazhnna bhaagaththinum groundinum itayilulla alav
group *(n.)* സംഘം samgham
group *(v.)* കൂട്ടമാക്കുക kuuttamaakkuka
grow *(v.)* വളരുക valaruka
grower *(n.)* വളർത്തുന്നവൻ valarththunnavan
growl *(n.)* മുരളൽ muralal
growl *(v.)* മുറുമുറുക്കുക murumurukkuka
growth *(n.)* വളർച്ച valarcha
grudge *(v.)* പകവയ്ക്കുക pakavaykkuka
grudge *(n.)* വെറുപ്പ് verupp
grumble *(v.)* അതൃപ്തി കാട്ടുക athrupthi kaattuka
grunt *(n.)* മുറുമുറുപ്പ് murumurupp
grunt *(v.)* മുരളുക muraluka
guarantee *(v.)* ഉറപ്പു നൽകുക urappunalkuka
guarantee *(n.)* പ്രതിജ്ഞ prathinja
guard *(v.)* പാറാവു നിൽക്കുക paatavu nilkkuka
guard *(n.)* പാറാവ് paaraav
guardian *(n.)* രക്ഷാകർത്താവ് rakshakarththaav
guava *(n.)* പേരയ്ക്ക peraykka
guerilla *(n.)* ഒളിപ്പോര് olipporu
guess *(n.)* ഊഹം uuham
guess *(v.)* നിരൂപിക്കുക niruupikkuka
guest *(n.)* അതിഥി athithi
guest list *(n.)* അതിഥിനാമാവലി athithinaamaavali
guest room *(n.)* അതിഥിമുറി athithi muri
guidance *(n.)* മാർഗ്ഗോപദേശം maargopadesham

guide *(v.)* വഴികാണിക്കുക vazhikaanikkuka
guide *(n.)* മാർഗദർശി maargadarshi
guideline *(n.)* മാർഗനിർദ്ദേശകരേഖകൾ maarganirddeshakarekhakal
guild *(n.)* സംഘടിതസംഘം sanghatithasangham
guile *(n.)* ചതിവ് chathiv
guilt *(n.)* ദുഷ്കൃതി dushkruthi
guilt-free *(adj.)* കുറ്റബോധമില്ലാതെ kuttabodhamillaathe
guilty *(adj.)* കുറ്റബോധമുള്ള kuttabodhamulla
guise *(n.)* നാട്യം naatyam
guitar *(n.)* വിപഞ്ചി vipanchi
gulf *(n.)* പാതാളക്കുഴി paathaalakkuzhi
gull *(n.)* നീർക്കാക്ക niirkkaakka
gull *(v.)* പരിഹസിക്കുക parihasikkuka
gulp *(n.)* ഗ്രസനം grasanam
gulp *(v.)* ഗ്രസിക്കുക grasikkuka
gum *(n.)* മരക്കറ marakkara
gumboot *(n.)* പാദരക്ഷ paadaraksha
gun *(n.)* തോക്ക് thokk
gunpoint *(n.)* തോക്കുകൊണ്ടു ഭീഷണിപ്പെടുത്തൽ thokkukondu bhiikshanippetuththal
gust *(n.)* ചണ്ഡവാതം chantavaatham
gutter *(n.)* ജലമാർഗ്ഗം jalamaargam
guttural *(adj.)* കണ്ഠ്യമായ kandyamaaya
gymnasium *(n.)* കായികാഭ്യാസക്കളരി kaayikaabhyaasakkalari
gymnast *(n.)* മല്ലൻ mallan
gymnastic *(adj.)* വ്യായാമവിദ്യ vyaayama vidya
gymnastics *(n.)* വ്യായാമമുറകൾ vyaayaama murakal

H

habeas corpus *(n.)* ആളെ ഹാജരാക്കാനുള്ള കോടതിയുടെ കല്പന aale hajaraakkaanulka kotathitute kalpana
habit *(n.)* ശീലം shiilam
habitable *(adj.)* വാസയോഗ്യമായ vaasayogyamaaya
habitat *(n.)* കുടിപ്പാർപ്പ് kutipaarpp
habitation *(n.)* വാസം vaasam
habituate *(v.)* പരിചയിക്കുക parichayikkuka
hack *(v.)* കത്രിക്കുക kathrikkuka
hacker *(n.)* കംപ്യൂട്ടർ വിവരങ്ങൾ ചോർത്തിയെടുക്കുന്നയാൾ computer vivarangal chorththiyetukkunnayaal
haemoglobin *(n.)* രക്തത്തിനു ചുവന്ന നിറം നൽകുന്ന സാധനം rakthaththinu chuvanna niram nalkunnayaal
hag *(n.)* വികൃതവൃദ്ധ vikrutha vruddha
haggard *(adj.)* ഒട്ടുമെലിഞ്ഞ ottumelinja
haggle *(v.)* വിലപേശുക vilapeshuka
hail *(n.)* ആലിപ്പഴം aalippazham
hail *(v.)* ആലിപ്പഴംപൊഴിയുക aalippazham pozhiyuka
hailstorm *(n.)* കൽമാരി kalmaari
hair *(n.)* തലമുടി thalamuti
hairbrush *(n.)* ചീർപ്പ് chiirpp
hairdryer *(n.)* മുടിഉണക്കുന്ന ഉപകരണം muti unakkunna upakaranam
hale *(adj.)* പൂർണ്ണാരോഗ്യത്തോടുകൂടിയ puurnnaarogyathotukuutiya

half *(n.)* അര ara
half *(adj.)* പകുതിയായി pakuthiyaayi
half-day *(n.)* അരദിവസം aradivasam
half-hearted *(adj.)*
പാതിമനസ്സോടുകൂടിയ
paathimanassotu kuutiya
hall *(n.)* പ്രവേശനമുറി
praveshanamuri
hallmark *(n.)* മികവിന്റെമുദ്ര
mikavinte mudra
hallow *(v.)* പരിശുദ്ധമാക്കുക
parishuddhamaakkuka
hallucination *(n.)* മായാദൃശ്യം
maayadrusyam
halt *(v.)* നിറുത്തിവയ്ക്കുക
niruththivaykkuka
halt *(n.)* പ്രയാണഭംഗം
prayaanabhangam
halve *(v.)* പകുതിയാക്കുക
pakuthiyaakkuka
hamlet *(n.)* കുഗ്രാമം kugraamam
hammer *(n.)* ചുറ്റിക chuttika
hammer *(v.)*
ചുറ്റികകൊണ്ടടിക്കുക chuttika
kondatikkuka
hand *(v.)* എത്തിക്കുക eththikkuka
hand *(n.)* ഹസ്തം hastham
hand baggage *(n.)* കൈസഞ്ചി
kaisanchi
hand lotion *(n.)*
അണുനാശകദ്രാവകം
anunaashaka draavakam
hand luggage *(n.)* കൈയിലുള്ള
ബാഗിലെ സാധനങ്ങൾ kaiyilulla
baagile saadanangal
handbill *(n.)* ലഘുരേഖ laghurekha
handbook *(n.)* കൈപ്പുസ്തകം
kaippusthkam
handbrake *(n.)* കൈകൊണ്ടുള്ള
ബ്രേക്ക് kaikondulla break
handcuff *(v.)* കൈയാമം വയ്ക്കുക
kaiyaamam vaykkuka

handcuff *(n.)* കൈവിലങ്ങ് kaivilang
handful *(n.)* കൈനിറയെ kainiraye
handicap *(n.)* വൈകല്യം vaikalyam
handicap *(v.)* വിഘ്നമുണ്ടാക്കുക
vighnamundaakkuka
handicraft *(n.)* കൈത്തൊഴിൽ
kaiththozhil
handiwork *(n.)* ഹസ്തശില്പങ്ങൾ
hasthashilpangal
handkerchief *(n.)* ഉറുമാൽ urumaal
handle *(v.)* നിർവ്വഹിക്കുക
nirvvahikkuka
handle *(n.)* കൈപ്പിടി kaippiti
handsome *(adj.)* സുന്ദരനായ
sundharanaaya
handy *(adj.)* കൈയിലൊതുങ്ങുന്ന
kaiyilorhungunna
hang *(v.)* തൂക്കുക thuukkuka
hanker *(v.)* കൊതി തോന്നുക kothi
thonnuka
haphazard *(adj.)* അവിചാരിതമായ
avichaarithamaayi
happen *(v.)* വന്നുപെടുക vannupetuka
happening *(n.)* സംഭവം sambhavam
happiness *(n.)* പരമാനന്ദസുഖം
paramaanandhasukham
happy *(adj.)* ശുഭോദർക്കമായ
sbhubhodarkkamaaya
harass *(v.)* അലട്ടുക alattuka
harassment *(n.)* പീഡ piida
harbour *(n.)* തുറമുഖം thuramukham
harbour *(v.)* രഹസ്യമായി
സൂക്ഷികുക rahasyamaayi
suukshikkuka
hard *(adj.)* കട്ടിയായ kattiyaaya
hard *(adv.)* വൈഷമ്യത്തോടെ
vaishamyaththote
harden *(v.)* കഠിനമാവുക
katinamaakuka
hardihood *(n.)* ധീരത dhiiratha
hardly *(adv.)* കഷ്ടിച്ച് kashtich
hardship *(n.)* വേദന vedana

hardware *(n.)*
ഇരുമ്പുലോഹസാമാനങ്ങൾ
irumpulohasaamaanangal
hard-working *(adj.)*
കഠിനജോലിചെയ്യുന്ന
katinajolicheyyunna
hardy *(adj.)* ദൃഢശരീരനായ
drutashariiram
hare *(n.)* ചെവിയൻ മുയൽ cheviyan
muyal
harm *(n.)* ഉപദ്രവം upadravam
harm *(v.)* ഹാനി വരുത്തുക
haanivaruththuka
harmful *(adj.)* ദോഷകരമായ
doshakaramaaya
harmless *(adj.)* നിരുപദ്രവമായ
nirupadruvamaaya
harmonious *(adj.)*
സ്വരച്ചേർച്ചയുള്ള
swaracherchayulla
harmonium *(n.)* കിന്നരപ്പെട്ടി
kinnarapetti
harmony *(n.)* ഒത്തൊരുമ oththoruma
harness *(v.)* ഉദ്യുക്തനാവുക
udykthanaavuka
harness *(n.)* കുതിരക്കോപ്പ്
kuthirakkopp
harp *(n.)* സാരംഗി saarangi
harsh *(adj.)* നിർദയമായ
nirddayamaaya
harvest *(n.)* കൊയ്ത്തുകാലം
koyththukaalam
harvest *(v.)* കൊയ്യുക koyyuka
harvester *(n.)* കൊയ്യുന്നവൻ
koyyunnavan
haste *(n.)* ബദ്ധപ്പാട് banddhappaat
hasten *(v.)* ബദ്ധപ്പെടുക
banddhappetuka
hasty *(adj.)* ദ്രുതഗതിയിലുള്ള
druthagathiyilulla
hat *(n.)* ശിരസ്ത്രാണം shirasthraanam
hatch *(v.)* അടവയ്ക്കുക atavaykkuka

hatch *(n.)* കിളിവാതിൽ kilivaathil
hatchet *(n.)* മഴു mazhu
hate *(v.)* വെറുക്കുക verukkuka
hate *(n.)* വെറുപ്പ് verupp
hat-trick *(n.)* തുടർച്ചയായ മൂന്ന്
ഗോൾ അഥവാ വിക്കറ്റ്
thutarchchayaa muunu goal adava
wicket
haughty *(adj.)* ഉദ്ധതനായ
uddhathanaaya
haunt *(v.)*
ഒഴിയാബാധയായിരിക്കുക
ozhiyaabaadhayaayirikkuka
haunt *(n.)* ഭൂതോപദ്രവം
bhuuthopadravam
have *(v.)* സ്വന്തമായുണ്ടാകുക
swanthamayundaakuka
haven *(n.)* ശരണം sharanam
havoc *(n.)* നാശം naasham
hawk *(n.)* പ്രാപ്പിടിയൻ praappitiyan
hawker *(n.)* ആക്രിവ്യാപാരി
aakrivyaapaari
hawthorn *(n.)* റോസ്
കുടുംബത്തിൽപ്പെട്ട മുൾച്ചെടി
rose kutumbathilpetta mulcheti
hay *(n.)* കച്ചി kachchi
hazard *(n.)* അപകടസാദ്ധ്യത
apakatasaadyatha
hazard *(v.)* ആപത്തിലുൾപ്പെടുക
aapathilulppetuka
haze *(n.)* തെളിച്ചക്കേട് theluchakket
hazy *(adj.)* അവ്യക്തമായ
avyakthamaaya
he *(pron.)* അവൻ avan
head *(v.)* നയിക്കുക nayikkuka
head *(n.)* ശിരസ്സ് shirass
headache *(n.)* തലവേദന thalavedana
headband *(n.)* ശീർഷകം shiirshakam
heading *(n.)* തലവാചകം
thalavaachakam

headlight *(n.)* വാഹനങ്ങളുടെ മുന്നിലെ വിളക്ക് vaahangalute munnile vilakk

headline *(n.)* മേലെഴുത്ത് melezhuththu

headlong *(adv.)* വീണ്ടുവിചാരമില്ലാതെ viindu vicharamillaththa

headquarter *(v.)* മുഖ്യകാര്യാലയം mukhyakaaryaalayam

headstrong *(adj.)* ദുർവ്വാശിയുള്ള durvvaashiyulla

heal *(v.)* സുഖപ്പെടുത്തുക sukhappetuththuka

health *(n.)* ആരോഗ്യം aarogyam

healthy *(adj.)* ആരോഗ്യകരമായ arogyakaramaaya

heap *(v.)* കുന്നുകൂട്ടുക kunnukuuttuka

heap *(n.)* കൂന kuuna

hear *(v.)* കേൾക്കുക kelkkuka

hearsay *(n.)* ജനശ്രുതി janasruthi

heart *(n.)* ഹൃദയം hrudayam

heartbeat *(n.)* ഹൃദയമിടിപ്പ് hrutayamitipp

heartbreak *(n.)* നെഞ്ചുപൊട്ടൽ nenchupotral

hearth *(n.)* നെരിപ്പോട് nerippot

heartily *(adv.)* ഹാർദ്ദമായി haarddamaayi

heat *(v.)* ഉഷ്ണിക്കുക ushnikkuka

heat *(n.)* താപം thaapam

heat-resistant *(adj.)* താപനിരോധകം thaapanirodhakam

heatstroke *(n.)* സൂര്യാഘാതം suuryaakhaatham

heave *(v.)* പൊന്തിക്കുക ponthikkuka

heaven *(n.)* സ്വർഗ്ഗം swargam

heavenly *(adj.)* സ്വർഗ്ഗീയ swargiiyamaaya

heavily *(adv.)* ഭയങ്കരമായി bhayankaramaayi

heavy *(adj.)* ഭാരവത്തായ bhaaravaththaaya

hedge *(n.)* കുറ്റിച്ചെടിവേലി kuttichetiveli

hedge *(v.)* വേലികെട്ടിയടയ്ക്കുക velikettiyatykkuka

heed *(v.)* ഗൗനിക്കുക gounikkuka

heed *(n.)* മനസ്സിരുത്തൽ manassiruththal

heel *(n.)* കുതികാൽ kuthikaal

hefty *(adj.)* ഘനമുള്ള ghanamulka

height *(n.)* ഉയരം uyaram

heighten *(v.)* ഉയർത്തുക uyarththuka

heinous *(adj.)* നീചമായ niichamaaya

heir *(n.)* അവകാശി avakaashi

heiress *(n.)* അവകാശിനി avakaashini

hell *(n.)* നരകം narakam

helm *(n.)* നിയന്ത്രണസ്ഥാനം niyanthranasthaanam

helmet *(n.)* ശിരോകവചം shirokavacham

help *(n.)* തുണ thuna

help *(v.)* ഉപകരിക്കുക upakarikkuka

helpful *(adj.)* ഉപകരിക്കുന്ന upakarikkunna

helpless *(adj.)* നിസ്സഹായാവസ്ഥയിലായ nissahaayaavasthayilaaya

helpmate *(n.)* സഹായി sahaayi

hemisphere *(n.)* ഗോളാർദ്ധം golaarddham

hemp *(n.)* ചണനാര് chananaaru

hen *(n.)* പിടക്കോഴി pitakkozhi

hence *(adv.)* ഇതുകൊണ്ട് ithukond

henceforth *(adv.)* ഇനിമേലാൽ inimelaal

henceforward *(adv.)* ഇപ്പോൾമുതലങ്ങോട്ട് ippolmutalangott

henchman *(n.)* അനുചരൻ anucharan

henpeck *(v.)* ഭാര്യയാൽ ഭരിക്കപ്പെടുന്ന bhaaryaal bharikkappetunna
her *(pron.)* അവളുടെ avalute
her *(adj.)* അവൾക്കുള്ള avalkkulla
herald *(v.)* ഘോഷിക്കുക ghoshikkuka
herald *(n.)* അഗ്രദൂതൻ agraduuthan
herb *(n.)* സസ്യം sasyam
herculean *(adj.)* അത്യന്തദുഷ്കരമായ athyantha dushkaramasya
herd *(n.)* നാൽക്കാലിക്കൂട്ടം naalkkaalikuuttam
herdsman *(n.)* ഇടയൻ itayan
here *(adv.)* ഇവിടെ ivite
hereabouts *(adv.)* ഈസ്ഥലത്തിനടുത്ത് iisthalathinatuthth
hereafter *(n.)* ഇനിമേൽ inimelaal
hereafter *(adv.)* പരലോകത്തിൽ paralokaththil
hereditary *(adj.)* പരമ്പരാസിദ്ധമായ paramparasidhamaaya
heredity *(n.)* പൈതൃകഗുണം paithruka gunam
heritable *(adj.)* പാരമ്പര്യസ്വഭാവം paaramparaya swabhavam
heritage *(n.)* പാരമ്പര്യം paaramoaryam
hermit *(n.)* സന്യാസി sanyaasi
hermitage *(n.)* സന്ന്യാസാശ്രമം sanyaasashrumam
hernia *(n.)* കുടലുവീക്കം kutaluviikkam
hero *(n.)* ധീരൻ dhiiran
heroic *(adj.)* വീരോചിതമായ viirochithamaaya
heroine *(n.)* നായിക naayika
heroism *(n.)* വീരഭാവം virabhaavam
herring *(n.)* മത്തി maththi
hesitant *(adj.)* ശങ്കിക്കുന്നതായ sankikkunnathaaya
hesitate *(v.)* അറച്ചുനിൽക്കുക arachchunilkkuka
hesitation *(n.)* ശങ്ക shanka
hew *(v.)* നുറുക്കുക nurukkuka
heyday *(n.)* പ്രതാപകാലം prathaapakaalam
hibernation *(n.)* ശിശിരനിദ്ര shishiranidra
hiccup *(n.)* ഇക്കിൾ ikkil
hide *(v.)* ഒളിക്കുക olikkuka
hide *(n.)* വന്യജീവിനിരീക്ഷണകേന്ദ്രം vanyajiiviniriikshanakendram
hideous *(adj.)* ബീഭത്സമായ bhiivalsamaaya
hierarchy *(n.)* അധികാരക്രമം adhikaarashramam
high *(adj.)* ഉയരെ uyare
higher education *(n.)* ഉന്നതവിദ്യാഭ്യാസം unnathavidyaabhyaasam
highlight *(n.)* പ്രമുഖമാക്കിക്കാട്ടുക pramukhamaakkikattuka
highly *(adv.)* ഉയർന്നതരത്തിൽ uyaranbatharaththil
Highness *(n.)* സർവ്വേശ്വരത്വം sarvveswarathwam
highway *(n.)* രാജപാത raajapaatha
hilarious *(adj.)* തിമിർത്തുല്ലസിക്കുന്ന thimirththullasikkunna
hilarity *(n.)* ആഹ്ലാദാതിരേകം aahlaadaathirekam
hill *(n.)* മല mala
hillock *(n.)* മേട് met
him *(pron.)* അവനെ avane
hinder *(v.)* വിഘ്നപ്പെടുത്തുക vighnappetuththuka
hindrance *(n.)* മുടക്കം mutakkam
hint *(n.)* തുമ്പ് നല്കൽ thunpnalkal

hint *(v.)* പരാമർശിക്കുക paraamarshikkuka
hip *(n.)* ഇടുപ്പ് itupp
hire *(n.)* കൂലി kooli
hire *(v.)* കൂലിക്കെടുക്കുക koolikketukkuka
hireling *(n.)* കൂലിവേലക്കാരൻ koolivelakkaaran
his *(pron.)* അവന്റെ avante
hiss *(v.)* ചീറ്റുക chiittuka
hiss *(n.)* ചീറ്റൽ chiittal
historian *(n.)* ചരിത്രപഠിതാവ് charithrapatithaav
historic *(adj.)* ചരിത്രപ്രധാനമായ charithrapradhaanamaaya
historical *(adj.)* ചരിത്രപരമായ charithraparamaaya
history *(n.)* ചരിത്രം charithram
hit *(n.)* അടി ati
hit *(v.)* തല്ലുക thalluka
hitch *(n.)* ഉടക്ക് utakk
hither *(adv.)* ഇവിടേക്ക് ivitekk
hitherto *(adv.)* ഇത്രത്തോളം ithraththolam
hive *(n.)* തേനറ thenara
hoarse *(adj.)* തൊണ്ടയടച്ച thondayatachcha
hoax *(v.)* പൊളിപറയുക poliparayuka
hoax *(n.)* ചെണ്ടകൊട്ടിക്കൽ chendakottikkal
hobby *(n.)* വിനോദവൃത്തി vinodavruththi
hobbyhorse *(n.)* ക്രീഡാശ്വം kriidaaswam
hobnob *(v.)* മിത്രങ്ങളായിരിക്കുക mithrangalaayirikkuka
hockey *(n.)* കാരവടിക്കളി kaaravatikkali
hoist *(v.)* കൊടിയേറ്റുക kotiyettuka
hold *(v.)* വഹിക്കുക vahikkuka
hold *(n.)* സ്വാധീനം swaadiinam
holdback *(n.)* തടഞ്ഞുവെച്ച തുക thatanjuvechathuka
hole *(n.)* മാളം maalam
hole *(v.)* കുഴിയിലാകുക kuzhiyilaakuka
holiday *(n.)* ഒഴിവുദിവസം ozhivu divasam
hollow *(adj.)* പൊള്ളയായ pollayaaya
hollow *(v.)* പൊള്ളയായിരിക്കുക pollayaayirikkuka
hollow *(n.)* പോട് potu
holocaust *(n.)* കൂട്ടനാശം kuuttanaasham
holograph *(n.)* കൈയെഴുത്ത് kaiyyezhunthth
holy *(adj.)* പരിപാവനമായ paripaavanamaaya
homage *(n.)* ആദരപ്രകടനം aadaraprakatanam
home *(n.)* കുടുംബം kutimpam
home-made *(adj.)* വീട്ടിലുണ്ടാക്കിയ viittilundaakkiya
homeopath *(n.)* ഹോമിയോചികിത്സകൻ homeochikilsakan
homeopathy *(n.)* ഹോമിയോചികിത്സാ homeochikilsa
homesick *(adj.)* ഗൃഹാതുരമായ grahutharamaaya
homicide *(n.)* മനുഷ്യവധം manushyavadham
homogeneous *(adj.)* ഏകജാതീയമായ ekajaathiiyamaaya
honest *(adj.)* സത്യസന്ധമായ sathyasandhamaaya
honesty *(n.)* സത്യസന്ധത sathyasandhatha
honey *(n.)* മധു madhu
honeycomb *(n.)* തേൻകൂട് thenkoot

honeymoon *(n.)* മധുവിധു
madhuvidhu

honorarium *(n.)* പാരിതോഷികം
paarithoshikam

honorary *(adj.)*
ബഹുമാനാർത്ഥമായ
bahumaanaarththakamaaya

honour *(n.)* സമുന്നതപദവി
samunnatha padavi

honour *(v.)* ആദരിക്കുക aadarikkuka

honourable *(adj.)* ആദരണീയമായ
aadaraniiyamaaya

hood *(n.)* ശിരോവസ്ത്രം
shirovasthram

hoodwink *(v.)* കണ്ണുകെട്ടുക
kannukettuka

hoof *(n.)* കുളമ്പ് kulamp

hook *(n.)* ചൂണ്ടകുരുക്ക്
chuundakurukk

hooligan *(n.)* തെരുവുതെമ്മാടി
theruvuthemmaati

hoot *(n.)* മൂങ്ങയുടെകരച്ചിൽ
moongayutekarachil

hoot *(v.)* മൂങ്ങയെപ്പോലെചീറുക
moongayeppole chiiruka

hop *(n.)* ഒറ്റക്കാൽച്ചാട്ടം otrakkaal
chaattam

hop *(v.)* ഞൊണ്ടുക njondukuka

hope *(v.)* ആശിക്കുക aashikkuka

hope *(n.)* പ്രത്യാശ prathyaasa

hopeful *(adj.)* പ്രത്യാശയുള്ള
prathyaashayulla

hopeless *(adj.)* ആശയില്ലാത്ത
aashayillaaththa

horde *(n.)* പട pata

horizon *(n.)* ദിങ്മണ്ഡലം
dingmandalam

horn *(n.)* മൃഗത്തിന്റെ കൊമ്പ്
mrugaththinte komp

hornet *(n.)* കടന്നൽ katannal

horrible *(adj.)* ഭീകരമായ
bhiikaramaaya

horrify *(v.)* ഭയപ്പെടുത്തുക
bhayappetuththuka

horror *(n.)* ത്രാസം thraasam

horse *(n.)* കുതിര kuthira

horseshoe *(n.)* കുതിരലാടാകൃതി
kuthiralaatakruthi

horticulture *(n.)* ഉദ്യാനനിർമ്മാണം
udyaana nirmmaanam

hose *(n.)* ജലവാഹിനിക്കുഴൽ
jalavaahinikkuzhal

hosiery *(n.)* വസ്ത്രശാല vasthrashaala

hospitable *(adj.)*
ആതിഥ്യമര്യാദയുള്ള
aathithyamaryaadayulla

hospital *(n.)* ചികിത്സാലയം
chikilsaalayam

hospitality *(n.)* ആതിഥ്യമര്യാദ
aatithyamaryaatha

host *(n.)* ആതിഥേയൻ aathitheyan

hostage *(n.)* ആൾജാമ്യം aaljaamyam

hostel *(n.)* വിദ്യാർത്ഥികൾക്കും
മറ്റുമുള്ള പാർപ്പിടം
vidyaarthikalkkum mattumulla
paarppitam

hostile *(adj.)* വിരോധമുള്ള
virodhamulla

hostility *(n.)* ദ്വേഷം dwesham

hot *(adj.)* തപ്തമായ thapthamaaya

hotchpotch *(n.)* കുഴച്ചിൽ kuzhachil

hotel *(n.)* ഭോജനശാല bhojanashaala

hound *(n.)* നീചൻ niichan

hour *(n.)* മണിക്കൂർ manikkuur

house *(n.)* ആലയം aalayam

house *(v.)* പാർപ്പിക്കുക parppikkuka

household *(n.)* ഗൃഹജനം gruhajanam

how *(adv.)* എങ്ങനെ engane

however *(adv.)* എങ്ങനെയായാലും
enganeyaayaalum

however *(conj.)* എങ്ങനെയായാലും
enganeyaayaalum

howl *(n.)* ഓരി ori

howl *(v.)* ഓരിയിടുക oriyituka

hub *(n.)* താൽപര്യകേന്ദ്രം
thaalparyakendram
hubbub *(n.)* ആരവം aaravam
huge *(adj.)* ഭീമമായ bhimamaaya
hum *(n.)* മൂളൽ muulal
hum *(v.)* മൂളിപ്പാടുക muulippaatuka
human *(adj.)* മാനവീയമായ
maanaviyamaaya
humane *(adj.)* ദീനവൽസനായ
diinavalsalanaaya
humanitarian *(adj.)* ദീനദയാലു
dinadayaalu
humanity *(n.)* ദീനവാൽസല്യം
dinavaalsalyam
humanize *(v.)* മനുഷ്യനാക്കുക
manushyanaakkuka
humble *(adj.)* എളിയ eliya
humdrum *(adj.)* മുഷിപ്പനായ
mushippanaaya
humid *(adj.)* ഈർപ്പമായ iirppamaaya
humidity *(n.)* ഈർപ്പം iirppam
humiliate *(v.)* അവമാനിക്കുക
avamaanikkuka
humiliation *(n.)* ഗർവ്വഭംഗം
garvvabhangam
humility *(n.)* അടക്കം atakkam
humorist *(n.)* തമാശയാക്കൽ
thamaashayaakkal
humorous *(adj.)* നർമ്മംതുളുമ്പുന്ന
narmmamthulumpunna
humour *(n.)* നർമ്മം narmmam
hunch *(n.)* കൂന് kuunu
hundred *(n.)* ശതം shatham
hunger *(n.)* ഉദരാർത്തി udaararththi
hungry *(adj.)* വിശപ്പുള്ള vishappulla
hunt *(n.)* വേട്ട vetta
hunt *(v.)* വേട്ടയാടുക vettayaatuka
hunter *(n.)* വേടൻ vetan
huntsman *(n.)* നായാട്ടുകാരൻ
naayaattukaatan

hurdle *(v.)* തട്ടിച്ചാടിക്കടന്നുള്ള
ഓട്ടപ്പന്തയത്തിൽ പങ്കെടുക്കുക
thattichatikkatannulla ottappanthayam
hurdle *(n.)* പ്രതിബന്ധം
prathibandham
hurl *(v.)* ചുഴറ്റിയെറിയുക
chuzhattiyeriyuka
hurrah *(interj.)* ആഹാ aahaa
hurricane *(n.)* ചുഴലിക്കാറ്റ്
chuzhalikkaatt
hurry *(n.)* ആവേഗം aavegam
hurry *(v.)* തിരക്കുകൂട്ടിക്കുക
thirakkukuuttikuka
hurt *(v.)* മുറിവേൽപ്പിക്കുക
murivelppikkuka
hurt *(n.)* പരുക്ക് parukk
husband *(n.)* ഭർത്താവ് bharththaav
husbandry *(n.)* കൃഷിപ്പണി
krushippani
hush *(v.)* നിശ്ശബ്ദമായിരിക്കുക
nissabdamaayirikkuka
hush *(n.)* പ്രശാന്തി prashaanthi
husk *(n.)* പുറംതൊലി puramtholi
husky *(adj.)* ഉമിയുള്ള umiyulla
hustle *(v.)* തിക്കുക thirakkuka
hut *(n.)* ചെറ്റപ്പുര chettappura
hyaena, hyena *(n.)* കഴുതപ്പുലി
kazhuthappuli
hybrid *(adj.)* മിശ്രജം mishrajam
hybrid *(n.)* സങ്കരം sankaram
hydrogen *(n.)* ഹൈഡ്രജൻ വാതകം
hydrogen vaathakam
hygiene *(n.)* ശുചിത്വശാസ്ത്രം
shujithwashaasthram
hygienic *(adj.)* ശുചിത്വമുള്ള
shujithwamulla
hymn *(n.)* സ്തോത്രം sthothram
hyperbole *(n.)* അത്യുക്തി athyukthi
hypnotism *(n.)* യോഗനിദ്ര yoganidra
hypnotize *(v.)*
മോഹനിദ്രയിലാകുക
mohanidrayilaakuka

hypocrisy *(n.)* കപടനാട്യം kapatanaatyam
hypocrite *(n.)* കുടിലൻ kutilan
hypocritical *(adj.)* കപടവേഷധാരിയായ kapataveshadhariyaaya
hypothesis *(n.)* പരികല്പന parikalpana
hypothetical *(adj.)* ഊഹിക്കാവുന്നതായ oohikkaavunnathaaya
hysteria *(n.)* ഹർഷോന്മൂർച്ഛ harshonmuurchcha
hysterical *(adj.)* മൂർച്ഛാവത്തായ muurchchaavaththaaya

I

I *(pron.)* ഞാൻ njaan
iambic *(adj.)* ലഘുഗുരുഗണമായ laghuguruganamaaya
ice *(v.)* ഹിമമാക്കുക himamaakkuka
ice *(n.)* മഞ്ഞുകട്ടി nanjukatti
ice bucket *(n.)* ഹിമവാഹി himavaahi
ice cream *(n.)* കുളിർപാൽപ്പാട kulirpaalppaata
iceberg *(n.)* ഹിമാനി himaani
iceblock *(n.)* ഹിമക്കട്ട himakkatta
icebreaker *(n.)* ആളുകൾക്കിടയിലെ പിരിമുറുക്കം ഒഴിവാക്കൽ aalukalkkitayile pirimurakkam
icecap *(n.)* മഞ്ഞുതൊപ്പി manjuthoppi
ice-cold *(adj.)* ഐസുപോലെ തണുത്ത icepole thanuththa
iced *(adj.)* തണുപ്പിച്ച thanuppicha
icicle *(n.)* ഹിമക്കതിര് himakkathiru
icon *(n.)* ബിംബം bimbam
iconic *(adj.)* ജനപ്രീതിയാർജ്ജിച്ച janapriithiyaarjicha
iconoclastic *(adj.)* വിഗ്രഹഭഞ്ജകനായ vigrahabhanjakanaaya
icy *(adj.)* തണുത്തുവിറങ്ങലിച്ച thanuththuvirangalicha
idea *(n.)* ആശയം aashayam
ideal *(adj.)* ആദർശപരമായ aadarshaparamaaya
ideal *(n.)* ഉത്കൃഷ്ടമാതൃക ulkrushtamaathruka
idealism *(n.)* ആദർശനിഷ്ഠ aadarshanishta
idealist *(n.)* ആദർശവാദി aadarshavaadi
idealistic *(adj.)* ആദർശനിഷ്ഠയുള്ള aadarshanishtayulla
idealize *(v.)* വിശിഷ്ടഗുണമാരോപിക്കുക vishishtagunamaaropikkuka
ideate *(v.)* ആശയം സ്വരൂപിക്കുക aashyam swaruupikkuka
identical *(adj.)* അഭിന്നമായ abhinnamaaya
identification *(n.)* തിരിച്ചറിയൽ thirichchariyal
identify *(v.)* ഇന്നതാണെന്നറിയുക innathaanennariyuka
identity *(n.)* സ്വത്വബോധം swathwabodham
identity card *(n.)* തിരിച്ചറിയൽ രേഖ thirichchariyal rekha
idiocy *(n.)* വിവേകശൂന്യത vivekashunyatha
idiom *(n.)* ശൈലീവിശേഷണം shailiivisheshanam
idiomatic *(adj.)* ശൈലീവിശേഷണപരമായ shailiivisheshanaoaramaaya
idiot *(n.)* ബുദ്ധിശൂന്യൻ buddhishuunyan
idiotic *(adj.)* വിവേകശൂന്യനായ vivekashuunyamaaya

idle *(adj.)* നിഷ്ക്രിയമായിരിക്കുക
nishkriyamaayirikjuka

idleness *(n.)* ഉദാസീനത udaasiinatha

idler *(n.)* മടിയൻ matiyan

idol *(n.)* ആരാധനാപാത്രം
aaraadhanaapaathram

idolater *(n.)* വിഗ്രഹാരാധകൻ
vigrahaaraadhakan

if *(conj.)* എങ്കിൽ enkil

igloo *(n.)* എസ്കിമോവീട് eskimoviit

ignite *(v.)* കത്തിക്കുക kaththikkuka

ignition *(n.)* എരിക്കൽ erikkal

ignoble *(adj.)* ദുഷ്പേരുള്ള
dushperulla

ignorance *(n.)* വിദ്യാഹീനത
vidyaahiinatha

ignorant *(adj.)* അറിഞ്ഞുകൂടാത്ത
arinjukuutaaththa

ignore *(v.)* അവഗണിക്കുക
avaganikkuka

ill *(adj.)* അസുഖമായ asukhamaaya

ill *(n.)* അസുഖം asukham

ill *(adv.)* സുഖക്കേടായി
sukhakketaayi

illegal *(adj.)* നിയമവിരുദ്ധമായ
niyamaviruddhatha

illegibility *(n.)* അസ്പഷ്ടത aspashtatha

illegible *(adj.)* അസ്പഷ്ടക്ഷരമായ
aspashtaaksharamaaya

illegitimate *(adj.)* ക്രമവിരുദ്ധമായ
krumaviruddhamaaya

illicit *(adj.)* നിമയവിരുദ്ധ
niyamaviruddha

illiteracy *(n.)* നിരക്ഷരത niraksharatha

illiterate *(adj.)*
അക്ഷരജ്ഞാനമില്ലാത്ത
aksharanjaanamillaaththa

illness *(n.)* അസുഖാവസ്ഥ
asukhaavastha

illogical *(adj.)* അയുക്തികരമായ
ayukthikaramaaya

ill-treat *(v.)* ദ്രോഹിക്കുക drohikkuka

illuminate *(v.)* ശോഭിപ്പിക്കുക
shobhippikkuka

illumination *(n.)* പ്രകാശാലങ്കാരം
prakaashaalankaaram

illusion *(n.)* മായാദർശനം
maayadarshanam

illustrate *(v.)* ചിത്രീകരിക്കുക
chithriikarikkuka

illustration *(n.)* ചിത്രീകരണം
chithriikaranam

image *(n.)* പ്രതിച്ഛായ prathichchaaya

imagery *(n.)* അലങ്കാരപ്രയോഗം
alankaaraprayogam

imaginary *(adj.)* ഭാവനാസൃഷ്ടമായ
bhaavanaasrushtamaaya

imagination *(n.)* സങ്കൽപശക്തി
sankalpashakthi

imaginative *(adj.)* ഭാവനാപരമായ
bhaavanaaparamaaya

imagine *(v.)* സങ്കൽപിക്കുക
sankalpikkuka

imbalance *(n.)* അസന്തുലിതാവസ്ഥ
asanthulithaavastha

imitate *(v.)* പകർത്തുക pakarththuka

imitation *(n.)* കൃത്രിമം kruthrimam

imitator *(n.)* അനുകർത്താവ്
anukarththaav

immaterial *(adj.)* അപ്രധാനമായ
apradhaanamaaya

immature *(adj.)* പാകമാകാത്ത
paakamaakaaththa

immaturity *(n.)* അപക്വത apakwatha

immeasurable *(adj.)*
അപരിമിതമായ aparimithamaaya

immediate *(adj.)* തത്ക്ഷണമായ
thikshnamaaya

immemorial *(adj.)* സ്മരണാതീത
smaranaathiitha

immense *(adj.)* അതിബൃഹത്തായ
athibruhaththaaya

immensity *(n.)* ബാഹുല്യം baahulyam

immerse *(v.)* നിമജ്ജനം ചെയ്യുക
nimanjjanam cheyyuka
immersion *(n.)* ആഴ്ത്തുന്ന
aazhththunna
immigrant *(n.)* കുടിയേറ്റക്കാരൻ
kutiyettakkaaran
immigrate *(v.)*
കുടിയേറിപ്പാർക്കുക
kutiyerippaarkkuka
immigration *(n.)* കുടിയേറ്റം
kutiyettam
imminent *(adj.)* അടുത്തെത്തിയ
atuththeththiya
immodest *(adj.)* മര്യാദയില്ലാത്ത
maryaadayillaththa
immodesty *(n.)* മര്യാദയില്ലായ്മ
maryaadayillaayma
immoral *(adj.)*
സദാചാരവിരുദ്ധമായ
sadaachaaraviruddhamaaya
immorality *(n.)* അസന്മാർഗ്ഗികത
asanmaargigatha
immortal *(adj.)* അനശ്വരമായ
anaswaramaaya
immortality *(n.)* അമരത്വം
amarathwam
immortalize *(v.)* അമരത്വം
പ്രാപിക്കുക amarathwam
praapikkuka
immovable *(adj.)* സ്ഥാവരമായ
sthaavaramaaya
immune *(adj.)*
പ്രതിരോധശക്തിയുള്ള
prathirodhashakthiyulla
immunity *(n.)*
രോഗപ്രതിരോധശക്തി
rogaprathirodhashakthi
immunize *(v.)*
രോഗപ്രതിരോധശേഷി നേടുക
rogaprathirodhasheshi netuka
impact *(n.)* സ്വാധീനം swaadiinam

impart *(v.)* പ്രദാനം ചെയ്യുക
pradaanam cheyyuka
impartial *(adj.)*
പക്ഷപാതരഹിതമായ
pakshapaatharahithamaaya
impartiality *(n.)* നിർദ്ദാക്ഷിണ്യം
nirddaakshinyam
impassable *(adj.)* ദുർഗ്ഗമമായ
durggamamamaya
impasse *(n.)* സ്തംഭനാവസ്ഥ
sthambhanaavastha
impatience *(n.)* അസഹനീയത്വം
asahaniiyathwam
impatient *(adj.)*
അസഹിഷ്ണുവായ
asahishnuvaaya
impeach *(v.)*
കുറ്റവിചാരണചെയ്യുക
kuttavichaarana cheyyuka
impeachment *(n.)* കുറ്റവിചാരണ
kuttavichaarana
impeccable *(adj.)* അനിന്ദ്യ anindya
impede *(v.)* തടസ്സംവരുത്തുക
thatassam varuththuka
impediment *(n.)* ഇടർച്ച itarchcha
impenetrable *(adj.)*
അപ്രവേശ്യമായ apraveshyamaaya
imperative *(adj.)* അനുപേക്ഷ്യമായ
anupeshyamaaya
imperfect *(adj.)* അപൂർണ്ണമായ
apoornnamaaya
imperfection *(n.)* അപൂർണ്ണത
apoornnatha
imperial *(adj.)* സാമ്രാജ്യപരമായ
saamraajyaparamaaya
imperialism *(n.)* സാമ്രാജ്യഭരണം
saamraajjyabharanam
imperil *(v.)* വെട്ടിലാക്കുക
vettilakkuka
imperishable *(adj.)* നാശമില്ലാത്ത
naashamillaaththa

impermissible *(adj.)* അനുവദിച്ചു കൂടാത്ത anuvadich kuutaaththa
impersonal *(adj.)* വ്യക്തിപരമല്ലാത്ത vykthiparamallaaththa
impersonate *(v.)* ആൾമാറാട്ടം നടത്തുക aalmaaraattam nataththuka
impersonation *(n.)* ആൾമാറാട്ടം aalmaaraattam
impertinence *(n.)* ധിക്കാരം dhikkaram
impertinent *(adj.)* നിർമ്മര്യാദയായ nirmmaryaadayaaya
impetuosity *(n.)* വീണ്ടുവിചാരമില്ലായ്മ viinduvichaaramillaayma
impetuous *(adj.)* ദ്രുതക്രമ druthakruma
implement *(v.)* പ്രാബല്യത്തിൽ വരുത്തുക praabalyaththil varuththuka
implement *(n.)* ബാധ്യതാപ്രകടനം baadyathaaprakatanam
implicate *(v.)* പങ്കുണ്ടെന്നു വരുത്തുക pankundenn varuththuka
implication *(n.)* അനുമാനം anumaanam
implicit *(adj.)* നിശ്ശങ്കമായ nissankamaaya
implore *(v.)* കേണപേക്ഷിക്കുക kenapekshikkuka
imply *(v.)* ധ്വനിപ്പിക്കുക dwanippikkuka
impolite *(adj.)* മര്യാദയില്ലാത്ത maryaadayillaaththa
import *(n.)* ഇറക്കുമതി irakkumathi
import *(v.)* ഇറക്കുമതി ചെയ്യുക irakkumathi cheyyuka
importance *(n.)* മഹത്വം mahathwam
important *(adj.)* സുപ്രധാനമായ supradaanamaaya
impose *(v.)* ബലം പ്രയോഗിക്കുക balam prayogikkuka

imposing *(adj.)* ആജ്ഞാപിക്കുന്ന aanjaapikkunna
imposition *(n.)* ചുമത്തൽ chumaththal
impossibility *(n.)* അസംഭവ്യത asambhavyatha
impossible *(adj.)* അസംഭാവ്യമായ asambhaavyamaaya
impostor *(n.)* കപടവേഷധാരി kapataveshadhaari
imposture *(n.)* കള്ളവേഷത്തട്ടിപ്പ് kallaveshathattipp
impotence *(n.)* ദൗർബ്ബല്യം dourbalyam
impotent *(adj.)* പ്രാപ്തിയില്ലാത്ത praapthiyillaththa
impoverish *(v.)* ദരിദ്രാവസ്ഥയിലെത്തിക്കുക daridraavasthayileththikkuka
impracticability *(n.)* അപ്രായോഗികത apraayogikatha
impracticable *(adj.)* അപ്രായോഗികം aprayogikam
impress *(v.)* മതിപ്പ് തോന്നിപ്പിക്കുക mathipp thonnippikkuka
impression *(n.)* അച്ചടിക്കൽ achchatikkal
impressive *(adj.)* ഹൃദയഹാരിയായ hrudayahaariyaaya
imprint *(n.)* അച്ച് achu
imprint *(v.)* മുദ്രകുത്തുക mudrakuththuka
imprison *(v.)* തടവിലിടുക thatavilituka
improper *(adj.)* അസംബന്ധമായ asambandhamaaya
impropriety *(n.)* അനൗചിത്യം anouchithyam
improve *(v.)* മെച്ചപ്പെടുക mechchappetuka
improvement *(n.)* മെച്ചപ്പെടൽ mechchappetal

imprudence *(n.)* അവിവേകം
avivekam

imprudent *(adj.)* ലക്കും
ലഗാനുമില്ലാത്ത lakkum
lagaanumillaaththa

impulse *(n.)* ഉൾപ്രേരണ ulpreranana

impulsive *(adj.)* ആവേശഭരിതമായ
aaveshabharithamaaya

impunity *(n.)* ശിക്ഷാഭീതിയില്ലാത്ത
shikshaabhiithiyillaaththa

impure *(adj.)* അശുദ്ധമായ
asuddhamaaya

impurity *(n.)* അശുദ്ധാവസ്ഥ
ashuddhaavastha

impute *(v.)* ആരോപിക്കുക
aaropikkuka

in *(prep.)* ഉള്ളിൽ ulllil

inability *(n.)* കഴിവില്ലായ്മ
kazhivillaayma

inaccurate *(adj.)* കൃത്യമല്ലാത്ത
kruthyamallaththa

inaction *(n.)* നിഷ്ക്രിയത്വം
nishkriyathwam

inactive *(adj.)* അലസമായ alasamaaya

inadequate *(adj.)*
ആവശ്യത്തിനില്ലാത്ത
avasyaththinilllaayhyj

inadmissible *(adj.)* അസ്വീകാര്യമായ
aswiikaaryamaaya

inanimate *(adj.)* നിശ്ചേഷ്ടമായ
nishcheshtamaaya

inapplicable *(adj.)* ഉതകാത്ത
uthakaaththa

inattentive *(adj.)* ഉദാസീനമായ
udaasiinamaaya

inaudible *(adj.)* അശ്രാവ്യമായ
ashravyamaaya

inaugural *(adj.)*
പ്രാരംഭവിഷയകമായ
praarambhavishayakamaaya

inauguration *(n.)* ഉദ്ഘാടനം
utghaatanam

inauspicious *(adj.)*
അശുഭസൂചകമായ
ashubhasuuchakamaaya

inborn *(adj.)* ജന്മസിദ്ധമായ
janmasiddhamaaya

inbound *(adj.)* അകത്തേക്കു വരുന്ന
akathekku varunna

inbox *(n.)* ഇമെയിൽ വരുന്നയിടം
email varunnayitam

incalculable *(adj.)* ഗണനാതീതമായ
gananaathiithamaaya

incapable *(adj.)* സാമർത്ഥ്യമില്ലാത്ത
saamarthyamillaaththa

incapacity *(n.)* പ്രാപ്തിക്കുറവ്
praapthikkurav

incarnate *(adj.)* മനുഷ്യരൂപം
ധരിച്ച manushyaruupam dharicha

incarnate *(v.)* മനുഷ്യാകൃതി
കൈക്കൊള്ളുക
manushyaakruthikaikkolluka

incarnation *(n.)* മനുഷ്യാവതാരം
manushyaavathaaram

incense *(v.)* സുഗന്ധദ്രവ്യം
പുകയ്ക്കുക sugandhadraavyam
pukaykkuka

incense *(n.)* സുഗന്ധദ്രവ്യം
sugandhadraavyam

incentive *(n.)* പ്രോത്സാഹകമായ
protsaahakamaaya

inception *(n.)* പ്രാരംഭകാലം
praambhakaalam

inch *(n.)* അല്പദൂരം alpaduuram

incharge *(n.)* ഉത്തരവാദി
uththaravaadi

incharge *(adj.)* ചുമതലയുള്ളയാൾ
chumathalayullayaal

incident *(n.)* ആകസ്മികസംഭവം
aakasmikasambhavam

incidental *(adj.)* ആനുഷംഗികമായ
aanushangikamaaya

incite *(v.)* പ്രചോദിപ്പിക്കുക
prachodippikkuka

inclination *(n.)* താത്പര്യം
thaalparyam

incline *(v.)* ചായുക chaayuka

include *(v.)* ഉൾക്കൊള്ളിക്കുക
ulkkollikkuka

inclusion *(n.)* ഉൾക്കൊള്ളിക്കൽ
ulkkollikkal

inclusive *(adj.)* ഉൾപ്പെടുന്ന ulppetunna

incoherent *(adj.)*
പൊരുത്തമില്ലാത്ത
poruththamillaaththa

income *(n.)* വരവ് varav

incomparable *(adj.)* സാമ്യമില്ലാത്ത
saamyamillaaththa

incompetent *(adj.)* അനർഹമായ
anarhamaaya

incomplete *(adj.)* പൂർണ്ണമാകാത്ത
puurnnamaakaaththa

inconsiderate *(adj.)* മാനിക്കാത്ത
maanikkaaththa

inconvenient *(adj.)*
വൈഷമ്യകരമായ
vaishamyakaramaaya

incorporate *(v.)* കൂട്ടിയിണക്കുക
kuttiyinakkuka

incorporate *(adj.)*
സംയോജിപ്പിക്കൽ samyojippikkal

incorporation *(n.)* സംയോജനം
samyojanam

incorrect *(adj.)* പിഴയുള്ള pizhayulla

incorrigible *(adj.)*
തിരുത്താനൊക്കാത്ത
thiruththaanokkaaththa

incorruptible *(adj.)* കോഴ
വാങ്ങാത്ത kozha vaangaaththa

increase *(n.)* വർദ്ധന varddhana

increase *(v.)* കൂടുതലാക്കുക
kuututhalaakkuka

incredible *(adj.)*
അവിശ്വസനീയമായ
aviswasaniiyamaaya

increment *(n.)* വർദ്ധന varddhana

incriminate *(v.)* അപരാധിയാക്കുക
aparaadiyaakkuka

incubate *(v.)* അടയിരിക്കുക
atayirikkuka

inculcate *(v.)* മനസ്സിൽകടത്തുക
manassil kataththuka

incumbent *(n.)* ഔദ്യോഗികസ്ഥാനം
വഹിക്കുക oudyogika sthaanam
vahikkuka

incumbent *(adj.)*
ഔദ്യോഗികസ്ഥാനം
വഹിക്കുന്ന oudyogikasthaanam
vahikkunna

incur *(v.)* വരുത്തിവയ്ക്കുക
varuththivaykkuka

incurable *(adj.)* ശമിക്കാത്ത
shamikkaaththa

indebted *(adj.)* ഋണബാധ്യതയുള്ള
runabaadyathayulla

indecency *(n.)* അപമര്യാദ
apamaryaada

indecent *(adj.)* അസഭ്യമായ
asabhyamaaya

indecision *(n.)* അസ്ഥിരത asthiratha

indeed *(adv.)* പരമാർത്ഥത്തിൽ
paramaarththaththil

indefensible *(adj.)*
നീതികരിക്കാനാകാത്ത
niithiikarikkaanaakaaththa

indefinite *(adj.)* അനന്തമായ
anandhamaaya

indemnity *(n.)* നഷ്ടപ്രതിഫലം
nastaprathiphalam

independence *(n.)* സ്വാതന്ത്ര്യം
swaathanthryam

independent *(adj.)* സ്വതന്ത്രമായ
swathanthramaaya

indescribable *(adj.)*
അവർണ്ണനീയമായ
avarnnaniiyamaaya

index *(n.)* അനുക്രമണിക
anukramanika

Indian *(adj.)* ഇന്ത്യയെ സംബന്ധിച്ച
indiaye sambandhicha
indicate *(v.)* സൂചകമായിരിക്കുക
suuchakamaayirikkuka
indication *(n.)* വ്യഗ്യസൂചന
vygyasuuchana
indicative *(adj.)* ദ്യോതകമായ
dyothakamaaya
indicator *(n.)* സൂചകം suuchakam
indict *(v.)* കുറ്റം ചുമത്തുക kuttam chumaththuka
indictment *(n.)* കുത്തുവാക്ക്
kuththuvaakk
indifference *(n.)* അലംഭാവം
alambhaavam
indifferent *(adj.)* അനാസ്ഥ anaastha
indigenous *(adj.)* തദ്ദേശജന്യമായ
thaddeshajanyamaaya
indigestible *(adj.)*
ദഹിക്കാനാവാത്ത
dahikkaanaavaaththa
indigestion *(n.)* അഗ്നിമാന്ദ്യം
agnimaandyam
indignant *(n.)* അവമതിക്കുന്ന
avamathikkunna
indignant *(adj.)* രോഷം പൂണ്ടിരിക്കുക rosham puundirikkuka
indignation *(n.)* ധാർമ്മികരോഷം പൂണ്ട dhaarmmikaroksham puunda
indirect *(adj.)* പരോക്ഷമായ
parokshamaaya
indiscipline *(n.)* ശിക്ഷണരാഹിത്യം
shikshanaraahityam
indiscreet *(adj.)* വിവേചനമില്ലാത്ത
vivechanamillaththa
indiscretion *(n.)* ബുദ്ധിമോശം
buddhimoshan
indiscriminate *(adj.)*
വകതിരിവില്ലാത്ത
vakathirivillaaththa

indispensable *(adj.)* ഒഴിച്ചുകൂടാത്ത
ozhichukuutaaththa
indisposed *(adj.)* അനുകൂലമല്ലാത്ത
anukuulamallaaththa
indisputable *(adj.)* നിസ്തർക്കമായ
nisrharkkamaaya
indistinct *(adj.)* കലങ്ങിയ kalangiya
individual *(adj.)* വ്യക്തി vykthi
individualism *(n.)*
വ്യക്തിമാഹാത്മ്യവാദം
vyakthimaahaathmyavaadam
individuality *(n.)*
വ്യക്തിസവിശേഷത
vykthisaviseshatha
indivisible *(adj.)* അവിച്ഛിന്നമായ
avichchchinnamaaya
indolent *(adj.)* മടിനായ matiyanaaya
indomitable *(adj.)* അജയ്യമായ
ajayyamaaya
indoor *(adj.)* വീടിനകത്തുള്ള
veettinakaththulla
indoors *(adv.)* വീട്ടിന്നകത്ത്
viittinakathth
induce *(v.)* പ്രലോഭിപ്പിക്കുക
pralobhippikkuka
inducement *(n.)* പ്രേരണ prerana
induct *(v.)* പ്രവേശിപ്പിക്കുക
praveshippikk
induction *(n.)* നിവേശിപ്പിക്കൽ
niveshippikkal
indulge *(v.)* ഇഷ്ടത്തിനു വിടുക
ishtaththinu vituka
indulgence *(n.)* അനിയന്ത്രണം
aniyanthranam
indulgent *(adj.)* ഹിതാനുവർത്തിയായ hithaanuvarththiyaaya
industrial *(adj.)*
വ്യാവസായികമായ
vyavasaayikamaaya
industrious *(adj.)*
അദ്ധ്വാനശീലമുള്ള
adwaanashiilamulla

industry *(n.)* വ്യവസായം vyavasaayam
ineffective *(adj.)* നിരർത്ഥകത്വം niraththakathwam
inert *(adj.)* നിർജീവമായ nirjiivamaaya
inertia *(n.)* ജാഡ്യം jaadyam
inevitable *(adj.)* അനിവാര്യമായ anivaaryamaaya
inexact *(adj.)* ശരിയല്ലാത്ത shariyallaththa
inexorable *(adj.)* മനസ്സിളകാത്ത manassilakaaththa
inexpensive *(adj.)* വിലകുറഞ്ഞ vilakuranja
inexperience *(n.)* പരിചയക്കുറവ് parichayakkurav
inexplicable *(adj.)* വ്യാഖ്യാനിക്കാനൊക്കാത്ത vyaakhyaanikkaanokkaaaththa
infallible *(adj.)* വ്യാഖ്യാനിക്കാനാകാത്ത vyaakhyaanikkaanakaaaththa
infamous *(adj.)* കുപ്രസിദ്ധമായ kupradiddhamaaya
infamy *(n.)* പേരുദൂഷ്യം peruduushyam
infancy *(n.)* ശൈശവാവസ്ഥ shaishavaavastha
infant *(n.)* പൈതൽ paithal
infanticide *(n.)* ശിശുഹത്യ shishuhathya
infantile *(adj.)* ശിശുക്കൾക്കുണ്ടാകുന്ന shishukkalkkundaakunna
infantry *(n.)* കാലാൾപ്പട kaalaalppata
infatuate *(v.)* മതിഭ്രമമുണ്ടാക്കുക mathibhramaundaakkuka
infatuation *(n.)* അതിശക്തപ്രണയം athishakthapranayam
infect *(v.)* സംക്രമിക്കുക samkramikkuka
infection *(n.)* രോഗസംക്രമം ragasamkramam
infectious *(adj.)* സാംക്രമികമായ saamkramikamaaya
infer *(v.)* അഭ്യൂഹിക്കുക abhyuuhikkunna
inference *(n.)* അഭ്യൂഹം abhyuuham
inferior *(adj.)* താണതരമായ thaanatharamaaya
inferiority *(n.)* അപകർഷത apakarshatha
infernal *(adj.)* നാരകീയമായ naarakiiyamaaya
infertile *(adj.)* ഫലപുഷ്ടിയില്ലാത്ത phalapushtiyillaaththa
infest *(v.)* ബാധിക്കുക baadhikkuka
infinite *(adj.)* അപരിമേയമായ aparimeyamaaya
infinity *(n.)* അപാരത apaaratha
infirm *(adj.)* സ്ഥൈര്യമില്ലാത്ത sthairyamillaaththa
infirmity *(n.)* ബലക്ഷയം balakshayam
inflame *(v.)* എരിയുക erikyuka
inflammable *(adj.)* വേഗം തീപിടിക്കുന്ന vegam thiipitukkunna
inflammation *(n.)* എരിച്ചിൽ erichchil
inflammatory *(adj.)* ക്ഷോഭിപ്പിക്കുന്ന kshobhippikkunna
inflation *(n.)* നാണയപ്പെരുപ്പം naanayapperuppam
inflexible *(adj.)* ദാർഢ്യമുള്ള daardyamulla
inflict *(v.)* അനുഭവിപ്പിക്കുക anubhavippikkuka
influence *(n.)* സ്വാധീനത swaadiinatha
influence *(v.)* സ്വാധീനിക്കുക swaadiinikkuka
influential *(adj.)* ജനസ്വാധീനമുള്ള janaswaadiinamulla
influenza *(n.)* പകർച്ചപ്പനി pakarchappani

influx *(n.)* ജനപ്രവാഹം
janapravaaham

inform *(v.)* മുന്നറിവു നൽകുക
munnarivunalkuka

informal *(adj.)*
അനൗപചാരികമായ
anoupachaarikamaaya

information *(n.)* വൃത്താന്തം
vruththaantham

informative *(adj.)* ഉദ്ബോധകമായ
udbodakamaaya

informer *(n.)* അറിയിപ്പുകാരൻ
ariyippukaaran

infringe *(v.)* അതിക്രമിക്കുക
athikramikkuka

infringement *(n.)* അതിക്രമിക്കൽ
athikramikkal

infuriate *(v.)*
ക്രോധപരവശനാക്കുക
krodhaparaveshanaakkuka

infuse *(v.)* തുള്ളിയായിപകരുക
thulliyaayipakaruka

infusion *(n.)* ശീതകഷായം
shiithakashaayam

ingrained *(adj.)* രൂഢമൂലമായ
ruudamuulamaaya

ingratitude *(n.)* കൃതഘ്നത
kruthghnatha

ingredient *(n.)* ചേരുവ cheruva

inhabit *(v.)* അധിവസിക്കുക
adhivasikkuka

inhabitable *(adj.)*
താമസയോഗ്യമായ
thaamasayogyamaaya

inhabitant *(n.)* സ്ഥിരനിവാസി
sthiranivaasi

inhale *(v.)* ശ്വാസം വലിക്കുക
swaasam valilkuka

inherent *(adj.)* സഹജമായ
sahajamaaya

inherit *(v.)* അനന്തരാവകാശം
കിട്ടുക anantharaavakaasham kittuka

inheritance *(n.)* ദായക്രമം
daayakrumam

inhibit *(v.)* നിരോധിക്കുക
nirodhikkuka

inhibition *(n.)* ആന്തരനിരോധനം
aantharanirodhanam

inhospitable *(adj.)*
ആതിഥ്യവിമുഖനായ
aathithyavimukhanaaya

inhuman *(adj.)*
മനുഷ്യഗുണമില്ലാത്ത
manushyagunamillaaththa

inimical *(adj.)* ദ്രോഹകാരിയായ
drohakaariyaaya

inimitable *(adj.)*
അനുകരിക്കാനാവാത്ത
anukarikkaanaavaaththa

initial *(n.)* ചുരുക്കപ്പേര്
churukkapperu

initial *(adj.)* പ്രാരംഭമായ
praarambhamaaya

initial *(v.)* ചുരുക്കൊപ്പിടുക
churukkkoppituka

initiate *(v.)* ഉപക്രമിക്കുക
upakramikkuka

initiative *(n.)* മുൻകൈയെടുക്കൽ
munkaiyetukkal

inject *(v.)* കുത്തിവെക്കുക
kuththivekkuka

injection *(n.)* കുത്തിവയ്പ്
kuththivayp

injudicious *(adj.)*
നീതിയുക്തമല്ലാത്ത
niithiyukthamallaaththa

injunction *(n.)* നിരോധനഉത്തരവ്
nirodhanauththatav

injure *(v.)* മുറിവുണ്ടാക്കുക
murivundaakkuka

injurious *(adj.)* കെടുതിവരുത്തുന്ന
ketuthivaruththunna

injury *(n.)* മുറിവ് muriv

injustice *(n.)* ന്യായക്കേട് nyaayakket

ink *(n.)* മഷി mashi
inkling *(n.)* സൂചന suuchana
inland *(adv.)* ഉൾദേശം uldesham
inland *(adj.)* ഉൾനാട്ടിലുള്ള ulnaattiullla
in-laws *(n.)* വിവാഹത്താലുള്ള ബന്ധം vivaahaththalulla bandham
inmate *(n.)* അന്തേവാസി anthevaasi
inmost *(adj.)* ഏറ്റവും അകത്തുള്ള ettavum akaththulla
inn *(n.)* അല്പകാലനിവാസം alpakaalanivaasam
innate *(adj.)* ജന്മനായുള്ള janmanaayulla
inner *(adj.)* അന്തഃസ്ഥിതമായ anthasthithamaaya
innermost *(adj.)* ഏറ്റവും ഉള്ളിലുള്ള ettavum ullilulla
innings *(n.)* ബാറ്റ് ചെയ്യുന്ന കളിസമയം bat cheyyunna kalisthalam
innocence *(n.)* ശുദ്ധഗതി shuddhagathi
innocent *(adj.)* ശുദ്ധൻ suddhan
innovate *(v.)* പുതുതായുണ്ടാക്കുക puthuthaayundaakkuka
innovation *(n.)* പുതുമ puthuma
innovator *(n.)* നവീകരിക്കുന്നയാൾ naviikarikkunnayaa
innumerable *(adj.)* എണ്ണിയാലൊടുങ്ങാത്ത enniyaalotungaaththa
inoculate *(v.)* ഒട്ടിച്ചു ചേർക്കുക otttichucherkkuka
inoculation *(n.)* മരം ഒട്ടിക്കൽ maram ottikkal
inoperative *(adj.)* പ്രവർത്തനസാധ്യമല്ലാത്ത pravarththanasaadyamallaaththa
inopportune *(adj.)* അനവസരമായ anavasaramaaya
input *(n.)* നിക്ഷേപിക്കപ്പെട്ട nikshepikkapetta
inquest *(n.)* അപമൃത്യുവിചാരണ apamruthyuvichaarana
inquire *(v.)* ആരായുക aaraayuka
inquiry *(n.)* പരീക്ഷണം pariikshanam
inquisition *(n.)* ഔദ്യോഗികവിചാരണ oudyogikavichaarana
inquisitive *(adj.)* അന്വേഷണത്വരയുള്ള anweshanathwarayulla
insane *(adj.)* സുബോധമില്ലാത്ത subodhamillaaththa
insanity *(n.)* മതിഭ്രംശം mathibhramsham
insatiable *(adj.)* മതിവരാത്ത mathivaraaththa
inscribe *(v.)* എഴുതിച്ചേർക്കുക ezhuticherkkuka
inscription *(n.)* ഉപരിലേഖനം uparilekhanam
insect *(n.)* കീടം kiitam
insecticide *(n.)* കൃമിനാശിനി kruminaashini
insecure *(adj.)* സുരക്ഷിതമല്ലാത്ത surakahithamallaaththa
insecurity *(n.)* അരക്ഷിതാവസ്ഥ arakshithaavastha
insensibility *(n.)* ബോധക്ഷയം bodhakahayam
insensible *(adj.)* ജഡീഭൂതമായ jaddibhuuthamaaya
insensitive *(adj.)* സ്പർശബോധമറ്റ sparshabodhamatta
inseparable *(adj.)* പിരിക്കാൻകഴിയാത്ത pirikkan kazhiyaaththa
insert *(v.)* ചേർക്കുക cherkkuka
insertion *(n.)* കൂട്ടിചേർത്തഭാഗം kuuticherththa bhaagam
inside *(adj.)* അകത്തുള്ള akathulla
inside *(adv.)* അന്തർഭാഗത്ത് antharbhaagathth

inside *(prep.)* ഉൾവശം ulvasham

inside *(n.)* ഉൾഭാഗം ulbhaagam

insight *(n.)* ഉൾക്കാഴ്ച ulkaazhcha

insignificance *(n.)* തുച്ഛമായുള്ള thuchchamaayulla

insignificant *(adj.)* അപ്രധാനമായ apradhaanamaaya

insincere *(adj.)* കപടമായ kapatamaaya

insincerity *(n.)* പൊള്ളത്തരം pollaththaram

insinuate *(v.)* ദുസ്സൂചനനടത്തുക dussuchana natathuka

insinuation *(n.)* ദുസ്സൂചന dussuchana

insipid *(adj.)* രുചിയില്ലാത്ത ruchiyillaththa

insipidity *(n.)* രുചികേട് richiket

insist *(v.)* ശഠിക്കുക shadtikkuka

insistence *(n.)* നിഷ്കർഷം niahkarshan

insistent *(adj.)* നിർബന്ധബുദ്ധിയായ nirbandhabuddhiyaaya

insolence *(n.)* അവിനീതത്വം aviniithathwam

insolent *(adj.)* ഗർവ്വുള്ള garvvulla

insoluble *(n.)* അലിയാത്ത aliyaathatha

insolvency *(n.)* പാപ്പരത്തം paappraraththam

insolvent *(adj.)* ദീപാളികുളിച്ചവൻ diipalikuluchchavan

inspect *(v.)* മേലന്വേഷണംനടത്തുക melanweshanam nataththuka

inspection *(n.)* ഔദ്യോഗിക പരിശോധന oudyogikaparishodhana

inspector *(n.)* മേലന്വേഷകൻ melanweshakan

inspiration *(n.)* പ്രചോദനം prachodanam

inspire *(v.)* പ്രേരകമാകുക prerakam

instability *(n.)* ചാഞ്ചല്യം chanchalyam

install *(v.)* യഥാസ്ഥാനത്താക്കുക yathaasthaanaththaakkuka

installation *(n.)* പ്രതിഷ്ഠാപനം prathishtaapanam

instalment *(n.)* ഗഡു gatu

instance *(n.)* ദൃഷ്ടാന്തം drushtaantham

instant *(n.)* തൽക്ഷണം thalkshanam

instant *(adj.)* തൽക്ഷണമുണ്ടാകുന്ന thalkshamumdaakunna

instantaneous *(adj.)* താത്കാലികമായ thaalkaalikamaaya

instantly *(adv.)* ഞൊടിയിടകൊണ്ട് njotiyitakond

instigate *(v.)* കുത്തിപ്പൊക്കുക kuththippokkuka

instigation *(n.)* ദുർബോധനം durbodhanam

instil *(v.)* പറഞ്ഞുമനസ്സിലാക്കുക paranjumanassilaskuka

instinct *(n.)* അശിക്ഷിതബോധം ashikshithanodham

instinctive *(adj.)* അശിക്ഷിതമായ ashikshithamaaya

institute *(n.)* സ്ഥാപനം sthaapanam

institution *(n.)* സ്ഥാപിത സമ്പ്രദായം sthaapitha sampradaayam

instruct *(v.)* നിർദ്ദേശിക്കുക nirddeshikkuka

instruction *(n.)* ശിക്ഷണം shikshanam

instructor *(n.)* ആശാൻ aashaan

instrument *(n.)* സാധനം saadhanam

instrumental *(adj.)* വാദ്യപരമായ vaadyaparamaaya

instrumentalist *(n.)* വാദ്യമേളക്കാരൻ vaadyamelakkaran

insubordinate *(adj.)* ആജ്ഞാലംഘിയായ aanjaalanghiyaaya

insubordination *(n.)* ആജ്ഞാനിഷേധം aanjaanishedham

insufficient *(adj.)* തികയാത്ത thikayaaththa
insular *(adj.)* ഒറ്റപ്പെട്ട ottappetta
insularity *(n.)* ഇടുങ്ങിയ itungiya
insulate *(v.)* ആവരണം ചെയ്യുക aavaranam cheyyuka
insulation *(n.)* വൈദ്യുതീരോധനം vaidyuthii nirodhanam .
insulator *(n.)* അകറ്റുന്നവൻ akattunnavan
insult *(v.)* അപമാനിക്കുക apamaanikkuka
insult *(n.)* അവമതി avamathi
insupportable *(adj.)* ദുർവാഹകമായ durvaahakamaaya
insurance *(n.)* നഷ്ടോത്തരവാദസംഖ്യം nashtoththaravaadasakhyam
insure *(v.)* രക്ഷാഭോഗപദ്ധതിയിൽ ചേരുക rakshabhogapaddhathiyil cheruka
insurgent *(n.)* കലാപകാരി kalaapakaari
insurgent *(adj.)* കലാപകാരിയായി kalaapakaariyaayi
insurmountable *(adj.)* തരണം ചെയ്യാനാവാത്ത tharanam cheyyaanaavaaththa
insurrection *(n.)* കലഹം kalaham
intact *(adj.)* ഊനംതട്ടാത്ത uunamthattaththa
intangible *(adj.)* തൊട്ടറിയാനാകാത്ത thottariyaanaakaaththa
integral *(adj.)* അവിഭക്തമായ avibhakthamaaya
integrate *(v.)* സമന്വയിക്കുക samanwayikkuka
integrity *(n.)* സത്യനിഷ്ഠ sathyanishta
intellect *(n.)* മേധാശക്തി medhaashakthi
intellectual *(adj.)* മേധാശക്തിയാവശ്യപ്പെടുന്ന medhaashakthiyaavasyappetunna
intellectual *(n.)* ബുദ്ധിശാലി buddhishaali
intelligence *(n.)* ബുദ്ധിചാതുര്യം buddhichaathuryam
intelligent *(adj.)* വിവേകമതിയായ vivekamathiyaaya
intelligentsia *(n.)* സംസ്കൃതചിത്തർ samskruthachiththar
intelligible *(adj.)* സുഗ്രാഹ്യമായ sugraahyamaaya
intend *(v.)* വിവക്ഷിക്കുക vivakshikkuka
intense *(adj.)* ഉൽക്കടമായ ulkkatamaaya
intensify *(v.)* ഉഗ്രമാക്കുക ugramaakkuka
intensity *(n.)* തീവ്രത thiivrutha
intensive *(adj.)* അധികമാക്കുന്ന adhikamaakkunna
intent *(adj.)* ഏകവിഷയതത്പരമായ ekavishayathalparamaaya
intent *(n.)* ലാക്ക് laakk
intention *(n.)* ഉദ്ദേശ്യം uddeshyam
intentional *(adj.)* കരുതിക്കൂട്ടിയുള്ള karuthikkuttiyulla
interactive *(adj.)* പാരസ്പര്യമുള്ള paarasparyamulla
intercept *(v.)* വിഘ്നപ്പെടുത്തുക vighnappetuththuka
interception *(n.)* രോധനം rodhanam
interchange *(v.)* ഒത്തുമാറുക oththumaaruka
interchange *(n.)* പരസ്പരം മാറ്റൽ parasparam maattal
intercourse *(n.)* ലോകവ്യവഹാരം lokavyvahaaram

interdependence *(n.)*
അന്യോന്യാവലംബം
anyonyaavalambam

interdependent *(adj.)*
പരസ്പരാവലംബമായ
parasparaavalambamaaya

interest *(n.)* പ്രതിപത്തി prathipaththi

interested *(adj.)*
സ്വകാര്യതാൽപര്യമുള്ള
swakaaryathalparyamulla

interesting *(adj.)*
ചിത്താകർഷകമായ
chiththakarshakamaaya

interfere *(v.)* കൈകടത്തുക
kaikataththuka

interference *(n.)* കൈകടത്തൽ
kaikataththal

interim *(n.)* തത്കാലത്തേക്കുള്ള
thalkkalaththekkulla

interior *(n.)* അന്തർഭാഗം
antharbhaagam

interior *(adj.)* ഉൾഭാഗത്തുള്ള
ulbhaagaththulla

interjection *(n.)* ആശ്ചര്യചിഹ്നം
aascharyachihnam

interlock *(v.)* കൂട്ടിക്കൊളുത്തുക
kuuttikkoluththuka

interlude *(n.)* വിഷ്കംഭം
vishkambham

intermediary *(n.)* മദ്ധ്യവർത്തി
madyavarththi

intermediate *(adj.)* ഇടനിലക്കാരൻ
itanilakkaaran

interminable *(adj.)* അതിരറ്റ athiratta

intermingle *(v.)* സമ്മിശ്രമാക്കുക
sammisramaakkuka

intern *(n.)* പരിശീലനം
നടത്തുന്നയാൾ parishiilanam
nataththunnayaal

internal *(adj.)* ആന്തരികമായ
aantharikamaaya

international *(adj.)*
അന്താരാഷ്ട്രീയമായ
anthaaraashtriyamaaya

internet *(n.)* അന്താരാഷ്ട്ര
കംപ്യൂട്ടർശൃംഖല anthaarashtra
computershrunkhala

interplay *(n.)* പരസ്പര
പ്രവർത്തനം
parasparapravarththanam

interpret *(v.)* വിശദീകരിക്കുക
vishadiiksrikkuka

interpreter *(n.)* വ്യാഖ്യാതാവ്
vyaakhyaathaav

interrogate *(v.)*
ചോദ്യമുന്നയിക്കുക
chodyamunnayikkuks

interrogation *(n.)* ചോദ്യംചെയ്യൽ
chodyam cheyyal

interrogative *(n.)* ചോദ്യരൂപം
chodyaruupam

interrogative *(adj.)*
ചോദ്യരൂപത്തിലുള്ള
chodyaruupaththilulla

interrupt *(v.)* വിഘ്നപ്പെടുത്തുക
vighnappetuththuka

interruption *(n.)* വിഘ്നം vighnam

intersect *(v.)* ഖണ്ഡങ്ങളാക്കുക
khantangalaakkuka

intersection *(n.)* കവല kavala

interval *(n.)* വിരാമം viraamam

intervene *(v.)* ഇടയിൽച്ചാടുക
itayilchaatuka

intervention *(n.)* മധ്യസ്ഥത
madyasthatha

interview *(n.)* കൂടിക്കാഴ്ച
kuutikkaazhcha

interview *(v.)* കൂടിക്കാഴ്ച
നടത്തുക kuitikkazhchanataththuka

intestinal *(adj.)* കുടൽസംബന്ധമായ
kutalsambandhamaaya

intestine *(n.)* കുടൽ kutal

intimacy *(n.)* ദൃഢമൈത്രി drutamaithri
intimate *(v.)* പ്രസ്താവിക്കുക prasthaavikkuka
intimate *(adj.)* ഗാഢസൗഹൃദമുള്ള gaadda saouhrydamulla
intimation *(n.)* സംജ്ഞ sanjaa
intimidate *(v.)* അധൈര്യപ്പെടുത്തുക adairyappetuththuka
intimidation *(n.)* ഭയപ്പെടുത്തൽ bhayappetuththal
into *(prep.)* അകത്തേക്ക് akathekk
intolerable *(adj.)* അക്ഷന്തവ്യമായ akshanthavyamaaya
intolerance *(n.)* അസഹിഷ്ണുത asahishnutha
intolerant *(adj.)* സഹിക്കവയ്യാത്ത sahikkavayyaaththa
intoxicant *(n.)* ഉന്മാദകദ്രവ്യം unmaadaka dravyam
intoxicate *(v.)* ലഹരിപിടിക്കുക laharipippikkuka
intoxication *(n.)* മത്ത് maththu
intransitive *(adj. (verb))* അകർമ്മകമായ akarmmakamaaya
intrepid *(adj.)* അചഞ്ചലമായ achanchalamaaya
intrepidity *(n.)* സാഹസികത saahasikatha
intricate *(adj.)* കുഴഞ്ഞ kuzhanja
intrigue *(n.)* രഹസ്യപദ്ധതി rahasyapaddhathi
intrigue *(v.)* ജിജ്ഞാസ ഉണർത്തുക njnjaasa unarththuka
intrinsic *(adj.)* നൈസർഗ്ഗികമായ naisarggikamaaya
introduce *(v.)* അവതരിപ്പിക്കുക avatharippikkuka
introduction *(n.)* പ്രവേശകം praveshakam
introductory *(adj.)* ആമുഖമായ amukhamaaya
introspect *(v.)* അകത്തേക്കു നോക്കുക akathekku nokkuka
introspection *(n.)* ആത്മാവലോകനം atmaavalokanam
introvert *(n.)* അന്തർദർശി anthardarshi
intrude *(v.)* നുഴഞ്ഞുകയറുക nuzhanjukayaruka
intrusion *(n.)* വലിഞ്ഞുകയറൽ valinjukayaral
intuition *(n.)* സഹജജ്ഞാനം sahajanjaanam
intuitive *(adj.)* അവബോധജന്യമായ avabodhajanyamaaya
invade *(v.)* ആക്രമിച്ചെടുക്കുക aakramichchetukkuka
invalid *(adj.)* അസാധുവായ asaadhuvaaya
invalid *(n.)* അസാധു asaadhu
invalidate *(v.)* നിയമസാധുത്വമില്ലാതാക്കുക niyamasaadhuthwamillaathaakkuka
invaluable *(adj.)* വിലമതിക്കാനാവാത്ത vilamathikkaanaavaaththa
invasion *(n.)* പടയേറ്റം patayettam
invective *(n.)* ആക്ഷേപം aakshepam
invent *(v.)* കണ്ടുപിടിക്കുക kandupitikkuka
invention *(n.)* നൂതനാവിഷ്ക്കാരം nuuthanaavishkaaram
inventive *(adj.)* കല്പനാശക്തിയുള്ള kalpanaashakthiyulla
inventor *(n.)* ഉപജ്ഞാതാവ് upanjaathaav
invert *(v.)* തലകീഴാക്കുക thalakiizhaakkuka

invest *(v.)* നിക്ഷേപിക്കുക nikshepikkuka
investigate *(v.)* കേസന്വേഷിക്കുക kesanweshikkuka
investigation *(n.)* അന്വേഷണം kesanweshanam
investment *(n.)* ധനനിക്ഷേപം dhananikshepam
invigilate *(v.)* മേൽനോട്ടം വഹിക്കുക melnottam vahikkuka
invigilation *(n.)* മേൽനോട്ടം വഹിക്കൽ melnottam vahikkal
invigilator *(n.)* മേൽനോട്ടം വഹിക്കുന്നവർ melnottam vahikkunnavar
invincible *(adj.)* അജയ്യനായ ajayyanaaya
inviolable *(adj.)* അലംഘ്യമായ alamghyamaaya
invisible *(adj.)* അഗോചരമായ agocharamaaya
invitation *(n.)* ക്ഷണക്കത്ത് kshanakkathth
invite *(v.)* ക്ഷണിച്ചുവരുത്തുക kahanichuvariththuka
invocation *(n.)* സംബോധനം sambodhanam
invoice *(n.)* വിക്രയപ്പത്രം vikrayappathram
invoke *(v.)* ധ്യാനിക്കുക dhyaanikkuka
involve *(v.)* പങ്കുചേർക്കുക pankucherkkuka
inward *(adj.)* ഉള്ളിലെ ullile
inwards *(adv.)* ഉള്ളിലേക്ക് ullilekk
irate *(adj.)* രോഷാകുലമായ roshaakulamaaya
ire *(n.)* കോപം kopam
Irish *(adj.)* അയർലണ്ടിനെ സംബന്ധിച്ച Irelandne sambandhichcha
Irish *(n.)* അയർലണ്ടുകാരൻ Irelandukaaran
irk *(v.)* ശുണ്ഠിപിടിപ്പിക്കുക shuntipitippikuka
irksome *(adj.)* അസ്വാസ്ഥ്യജനകമായ aswasthajanakamaakuka
iron *(n.)* ഇസ്തിരിപ്പെട്ടി isthirippetti
iron *(v.)* ഇസ്തിരിയിടുക isthiriyituka
ironic *(adj.)* വ്യംഗ്യാത്മകമായ vygyaathmakamaaya
ironical *(adj.)* വിരോധാഭാസമായ viridhaabhaasamaaya
irony *(n.)* വിപരീതാർത്ഥപ്രയോഗം vipariithaarththa prayogam
irradiate *(v.)* പ്രസരിപ്പിക്കുക prasarippikkuka
irrational *(adj.)* അയുക്തികമായ ayukthikamaaya
irreconcilable *(adj.)* പരസ്പരവിരുദ്ധമായ parasparaviruddhamaaya
irrecoverable *(adj.)* പ്രതിവിധിയില്ലാത്ത prathividhiyillaaththa
irrefutable *(adj.)* നിഷേധിക്കാനാവാത്ത nishedhikkaanaavaaththa
irregular *(adj.)* അനിയതമായ aniyathamaaya
irregularity *(n.)* ക്രമരാഹിത്യം krumaraahithyam
irrelevant *(adj.)* അപ്രസക്തമായ aprasakthamaaya
irresistible *(adj.)* അപ്രതിരോധ്യമായ aprathirodhyamaaya
irrespective *(adj.)* കണക്കിലെടുക്കാതെ kanakkiletukkaaanaakaaththa
irresponsible *(adj.)* ചുമതലബോധമില്ലാത്ത chumathalaabodhamillaaththa

irrigate *(v.)* ജലസേചനം ചെയ്യുക jalasechanam cheyyuka
irrigation *(n.)* ജലസേചനം jalasechanam
irritable *(adj.)* ക്ഷോഭിക്കുന്ന kshobhikkunna
irritant *(n.)* ചൊറിച്ചിലുണ്ടാക്കുന്ന chorichchilundaakkunna
irritant *(adj.)* ചൊറിച്ചിലുണ്ടാക്കുന്നത് chorichchilundaakkunnath
irritate *(v.)* വെറിപിടിപ്പിക്കുക veripitippikkkuka
irritation *(n.)* പ്രകോപനഹേതു prakopanahethu
irruption *(n.)* പിളരുക pilaruka
island *(n.)* ദ്വീപ് dweep
isle *(n.)* ചെറുദ്വീപ് cherudweep
isobar *(n.)* സമമർദ്ദരേഖ sanamarddarekha
isolate *(v.)* ഒറ്റപ്പെടുത്തുക ottappetuththuka
isolation *(n.)* ഒറ്റപ്പെടുത്തൽ otrappetuththal
issue *(v.)* പ്രസിദ്ധീകരിക്കുക peasidhiikarikkuka
issue *(n.)* വിവാദവസ്തു vivaadavsthu
it *(pron.)* ഇത് ith
Italian *(adj.)* ഇറ്റലിയെ സംബന്ധിച്ച Itlyesambandichcha
Italian *(n.)* ഇറ്റലിക്കാർ itlykkaar
italic *(adj.)* ചരിഞ്ഞ വടിവക്ഷരത്തിലുള്ള charinja vativaksharaththilulla
italics *(n.)* ചെരിവെഴുത്ത് cherivezhuthth
itch *(n.)* ചിരങ്ങ് chirang
itch *(v.)* ചൊറിയുക choriyuka
item *(n.)* ഇനം inam
itinerary *(n.)* യാത്രാകാര്യക്രമം yaathraakaaryakrumam
ivory *(n.)* ഗജദന്തം gajadanththam
ivy *(n.)* വള്ളിപ്പന്ന vallippanna

J

jab *(v.)* തുളയ്ക്കുക thulaykkuka
jabber *(v.)* ജല്പിക്കുക jalpikkuka
jack *(n.)* പൊക്കുവാനുള്ള ഉപകരണം pokkuvaanulla upakaranam
jack *(v.)* പൊന്തിക്കുക ponthikkuka
jackal *(n.)* കുറുക്കൻ kurukkan
jacket *(n.)* റൗക്ക roukka
jackpot *(n.)* ഏറ്റവും കൂടിയ സമ്മാനം ettavum kuutiya sammaanam
jade *(n.)* പച്ചനിറത്തിലുള്ള രത്നം pachaniram
jail *(v.)* തടവിലാക്കുക thatavilaakkuka
jail *(n.)* തടവ് thatav
jailer *(n.)* ജയിലധികാരി jayiladhikaari
jam *(v.)* ഞെരിക്കുക njerikkuka
jam *(n.)* പഴരസക്കുഴമ്പ് pazharasakkuzhamp
jam-packed *(adj.)* തിക്കിനിറച്ച thikkinirachcha
janitor *(n.)* ദ്വാരപാലകൻ dwarapaalakan
January *(n.)* ജനുവരിമാസം January maasam
jar *(n.)* ഭരണി bharani
jargon *(n.)* പടുഭാഷ patubhaasha
jasmine, jessamine *(n.)* മുല്ലച്ചെടി mullachcheti
jaundice *(v.)* പിത്തം പിടിപ്പിക്കുക piththam pitippikkuka
jaundice *(n.)* മഞ്ഞപ്പിത്തം manjappiththam

javelin *(n.)* വേൽ vel
jaw *(n.)* താടിയെല്ല് thaatiyellu
jay *(n.)* സ്വർണ്ണച്ചൂഡപ്പക്ഷി swarnachootappakshi
jealous *(adj.)* സ്പർദ്ധയുള്ള sparddhayulla
jealousy *(n.)* അസൂയ asooya
jean *(n.)* ട്വിൽ ട്രൗസറുകൾ twill trousarukal
jeer *(v.)* പുച്ഛിക്കുക puchchikkuka
jelly *(n.)* പാവ് paav
jeopardize *(v.)* അപകടത്തിലാക്കുക apakataththilaakkuka
jeopardy *(n.)* അപായപ്പെടുത്തൽ paayappetuththal
jerk *(n.)* കോച്ചിപ്പിടുത്തം kochippituththam
jerkin *(n.)* കൈയില്ലാകുപ്പായം kaiyillaakkuppaayam
jerky *(adj.)* ഞെട്ടിക്കുലുങ്ങുന്ന njettikulungunna
jersey *(n.)* കളിക്കുപ്പായം kalikkuppaayam
jest *(n.)* പരിഹാസപാത്രം parihaasapaathram
jest *(v.)* നേരമ്പോക്ക് പറയുക nerambokk parayuka
jet *(n.)* ധാര dhaara
jet engine *(n.)* വിമാനത്തിന്റെ ജെറ്റ് എൻജിൻ vimaanaththinte jetengine
jew *(n.)* ജൂതൻ juuthan
jewel *(v.)* രത്നം പതിക്കുക rathnam pathikkuka
jewel *(n.)* രത്നാഭരണം rathnaabharanam
jeweller *(n.)* രത്നവ്യാപാരി rathnavyaapaari
jewellery *(n.)* പണ്ടം pandam
jiggle *(v.)* കുലുക്കുക kulukkuka
jigsaw *(n.)* പരസ്പരം കൊരുത്തുവയ്ക്കാവുന്ന കഷണങ്ങൾ parasparam koruththuvaykkaavunna kashanangal
jingle *(n.)* ചിലമ്പൽ chilampal
jingle *(v.)* ചിലമ്പുക chilampuka
job *(n.)* ജോലി joli
jobber *(n.)* കരാറുപണിക്കാരൻ karaaruppanikkaaran
jobbery *(n.)* ചില്ലറപ്പണികൾ chillarappanikal
jobless *(adj.)* തൊഴിലില്ലാത്ത thozhilillaaththa
jockey *(n.)* പന്തയക്കുതിര panthayakkuthira
jocular *(adj.)* വിനോദപ്രിയ vinodhapriya
jog *(v.)* വ്യായാമത്തിനായിഓടുക vyaamaathinaayi otuka
join *(v.)* അംഗമാകുക angamaakuka
joiner *(n.)* തച്ചൻ thachchan
joint *(adj.)* കൂട്ടായ kuuttaaya
joint *(n.)* ചേർപ്പ് cherpp
joint effort *(n.)* കൂട്ടായപ്രയത്നം kuuttaya pravarththanam
jointly *(adv.)* ഒന്നായി onnaayi
joke *(v.)* തമാശപറയുക thamaashaparayuka
joke *(n.)* ഫലിതം phalitham
joker *(n.)* തമാശക്കാരൻ thamaashakkaaran
jollity *(n.)* സോല്ലാസമായ sollosamaaya
jolly *(adj.)* സന്തോഷദായകമായ santhoshadaayakamaaya
jolt *(n.)* ഞെട്ടൽ njettal
jolt *(v.)* ഇളകുക ilakuka
jostle *(n.)* ഉന്തിത്തള്ളൽ unthithallal
jostle *(v.)* ഉന്തിത്തള്ളുക unthithalluka
jot *(n.)* ശകലം shakalam
jot *(v.)* കുറിച്ചുവയ്ക്കുക kurichuvaykkuka

journal *(n.)* വാർത്താപത്രിക
vaarththapatheika

journalism *(n.)* പത്രപ്രവർത്തനം
pathrapravarththanam

journalist *(n.)* പത്രലേഖകൻ
pathralekhakan

journey *(n.)* ദേശപര്യടനം
deshaparyatanam

journey *(v.)* സഞ്ചരിക്കുക
sancharikkuka

jovial *(adj.)* ആഹ്ലാദമുള്ള
aahladamulla

joviality *(n.)* ഉല്ലാസം ullaasam

joy *(n.)* ഹർഷാതിരേകം
harshaathirekam

joyful *(adj.)* സന്തോഷപരമായ
santhoshaparamaaya

joyous *(n.)* ആഹ്ലാദകമായ
ahlaadakamaaya

jubilant *(adj.)* ജയഘോഷം
മുഴക്കുന്ന jayaghosham
muzhakkunna

jubilation *(n.)* ജയഘോഷം
jayaghosham

jubilee *(n.)* വാർഷികോത്സവം
vaarshikolsavam

judge *(v.)* തീർപ്പാക്കുക
thiirppaakkuka

judge *(n.)* ന്യായാധിപതി
nyaayaadhipathi

judgement *(n.)* വിധിന്യായം
vidhinyaayam

judicature *(n.)* ന്യായാധിപത്യം
nyaayaadhipathyam

judicial *(adj.)*
ജഡ്ജിയെക്കുറിച്ചുള്ള
jadjiyekkurichchulla

judiciary *(n.)* നീതിന്യായവകുപ്പ്
niithinyaaya vakupp

judicious *(adj.)*
കുറ്റാന്വേഷണപരമായ
kuttanweshanaparamaaya

jug *(n.)* കൂജ kuuja

juggle *(v.)* അമ്മാനമാടുക
ammaanamaatuka

juggler *(n.)* ഇന്ദ്രിയവിദ്യക്കാരൻ
indriyavidyakkaaran

juice *(n.)* പഴരസം pazharasam

juicy *(adj.)* ചാറുള്ള chaarulla

jukebox *(n.)* പാട്ടുകൾ
രേഖപ്പെടുത്തി സൂക്ഷിക്കുന്ന
ഒരു ഉപകരണം paattukal
rekhappetuththi suukshikkunna sthalam

jumble *(n.)* താറുമാറ് thaarumaaru

jumble *(v.)* കൂട്ടിക്കുഴയ്ക്കുക
kuuttikkuzhaykkuka

jump *(v.)* ചാടിക്കടക്കുക
chaatikatakkuka

jump *(n.)* ചാട്ടം chaattam

junction *(n.)* കവല kavala

juncture *(n.)* ദശാസന്ധി dashaasanddhi

jungle *(n.)* കാട് kaat

junior *(adj.)* ഇളമുറയായ
ilamurayaaya

junior *(n.)* ഇളയവർ ilayavar

junk *(n.)* ചപ്പുചവറുകൾ
chappuchavarukal

jupiter *(n.)* വ്യാഴഗ്രഹം
vyaazhagruham

jurisdiction *(n.)* അധികാരപരിധി
adhikaaraparidhi

jurisprudence *(n.)*
സാരോപദേശകഥകൾ
saaropadeshakan

jurist *(n.)* നിയമജ്ഞൻ niyamanjar

juror *(n.)* വിധിയാളർ vidhiyaalar

jury *(n.)* വിധികർത്താക്കളുടെ
സമിതി vidhikarththakkalute samithi

juryman *(n.)*
വ്യവഹാരവിചാരകൻ
vyvahaaravicharakan

just *(adj.)* കേവലം kevalam

justice *(n.)* നീതി niithi

justifiable *(adj.)*
ന്യായീകരിക്കാവുന്ന
nyaayiikarikkaavunna
justification *(n.)* ന്യായീകരണം
nyaayiikaranam
justified *(adj.)* ന്യായീകരിക്കത്തക്ക
nyaayikarikkathakka
justify *(v.)* സാധൂകരിക്കുക
sadhuukarikkuka
justly *(adv.)* നിർവ്യാജം nirvyaajam
jute *(n.)* ചണം chanam
juvenile *(adj.)* യുവത്വമുള്ള
yuvathwamulla
juxtapose *(v.)* തൊടുവിച്ചു
വയ്ക്കുക thotivichuvaykkuka
juxtaposed *(adj.)* തൊടുവിച്ച
thotuvicha
juxtaposition *(n.)* സാമീപ്യം
saamiipyam

K

kaffir *(n.)* അന്യജാതിക്കാർ
anyajaathikkar
kaki *(n.)* ഒരു രേതസ് ഫലം, oru
rethas phalam
kaleidoscope *(n.)*
ബഹുവർണ്ണരൂപദർശിനി
bahuvarnnaruupadarshini
kamikaze *(n.)* ആപൽക്കരമായ
aapalkkaramaaya
kangaroo *(n.)* സഞ്ചിമൃഗം
sanchimrugam
karat *(n.)* സ്വർണ്ണമാറ്റ് swarnamaatt
keen *(adj.)* സൂക്ഷ്മബുദ്ധിയായ
suukshmabuddhiyaaya
keenness *(n.)* തീക്ഷ്ണത thiikshnatha
keep *(v.)* കാത്തുസൂക്ഷിക്കുക
kaaththusuukshikkuka

keeper *(n.)* സൂക്ഷിപ്പുകാരൻ
suukshippukaaran
keepsake *(n.)* സ്മാരക ചിഹ്നം
smaarakachihnam
kennel *(n.)* നായ്ക്കൂട് naaykkuut
kerchief *(n.)* കൈലേസ് kailesu
kernel *(n.)* കുരു kuru
kerosene *(n.)* മണ്ണെണ്ണ mannenna
ketchup *(n.)* പച്ചക്കറിച്ചാറും
വിനാഗിരിയും ചേർത്ത്
കുറുക്കിയത് pachakkarichaarum
vinegarum cherthth കുരുക്കിയത്
kettle *(n.)* തിളപ്പിക്കൽ പാത്രം
thilappikkal paathram
key *(n.)* താക്കോൽ thaakkol
key *(v.)* പൂട്ടുക puuttuka
key *(adj.)* പ്രധാനം pradhaanam
keyboard *(n.)* കമ്പ്യൂട്ടറിന്
നിർദ്ദേശങ്ങൾ
കൊടുക്കുന്നതിനായി വിവിധ
കീകൾ അടങ്ങിയിട്ടുള്ള
ബോർഡ് computerinu nirddeshangal
kotukkunnathinaayi vividha keykal
atangiyittulla board
keyhole *(n.)* താക്കോൽദ്വാരം
thaakkoldwaaram
keypad *(n.)* കട്ടകൾ അമർത്തി
പ്രവർത്തിപ്പിക്കാവുന്ന
ചെറിയ ഇലക്ട്രാണിക്
ഉപകരണം kattakal amarththi
pravarththippikkaavunna cheriya
electronic ulpannam
keysmith *(n.)*
താക്കോൽപണിക്കാരൻ
thakkolppanikkaaran
keystone *(n.)* ആണിക്കല്ല് aanikkallu
keyword *(n.)* താക്കോൽവാക്ക്
thakkolvaakk
kick *(n.)* തൊഴി thozhi
kick *(v.)* തൊഴിക്കുക thozhikkuka
kick-start *(v.)* ഉത്തേജനം നൽകുക
uththejanam nalkuka

kid *(n.)* കുഞ്ഞ് kunju
kidnap *(v.)* തട്ടിക്കൊണ്ടുപോകുക
thattikondupokuka
kidney *(n.)* വൃക്ക vrukka
kill *(n.)* വധിക്കൽ vadhikkal
kill *(v.)* കൊലചെയ്യുക kolacheyyuka
kiln *(n.)* ചെങ്കൽച്ചൂള chenkalchuula
kilo *(n.)* കിലോഗ്രാം kilograam
kilogram *(n.)* ആയിരംഗ്രാം
aayiramgram
kilt *(v.)* കയറ്റികുത്തുക
kayattikuththuka
kilt *(n.)* സ്കോട്ടിഷ്പാവാട scotish
paavata
kin *(n.)* ചാർച്ച charcha
kind *(adj.)* ദയാലുവായ dayaaluvaaya
kind *(n.)* ദയവുള്ള പ്രകൃതം
dayavulla prakrutham
kindergarten *(n.)* നേഴ്സറി
വിദ്യാലയം nursery vidyaalayam
kind-hearted *(adj.)*
കരുണാർദ്രമനസ്കനായ
karunaardramanaskanaaya
kindle *(v.)* തിരികൊളുത്തുക
thirikoluththuka
kindly *(adv.)* കരുണയോടെ
karunayote
kindness *(n.)* ദയാലുത്വം
dayaaluthwam
kinetic *(adj.)* ചലനമുള്ള chalanamulla
king *(n.)* നൃപൻ nrupan
kingdom *(n.)* രാജ്യം raajyam
kinship *(n.)* കുടുംബബന്ധം
kutumbabandham
kiosk *(n.)* മാടക്കട maatakkata
kiss *(n.)* ചുംബനം chumbanam
kiss *(v.)* മുത്തമിടുക muththamituka
kit *(n.)* തൊഴിൽ ഉപകരണങ്ങൾ
thozhilupakaranangal
kitchen *(n.)* പാചകശാല
paachakashaala
kite *(n.)* പട്ടം pattam

kith *(n.)* സുഹൃത്തുക്കൾ
suhruthukkal
kitten *(n.)* പൂച്ചക്കുട്ടി puuchakkutty
knave *(n.)* പോക്കിരി pokkiri
knavery *(n.)* വഞ്ചന vanchana
knead *(v.)* കുഴയ്ക്കുക kuzhatkkuka
knee *(n.)* കാൽമുട്ട് kaalmutt
kneel *(v.)* മുഴങ്കാലിൽ നിൽക്കുക
muzhankaalil nilkkuka
knife *(n.)* പിച്ചാത്തി pichchaaththi
knight *(v.)* പരാക്രമംകാട്ടുക
paraakramam kaattuka
knight *(n.)* യോദ്ധാവ് yoddhaav
knit *(v.)* തുന്നിച്ചേർക്കുക
thunnicherkkuka
knock *(v.)* മുട്ടുക muttuka
knockout *(n.)* തോറ്റു പുറത്താവുക
thottupuraththaavuka
knot *(n.)* കുരുക്ക് kurukk
knot *(v.)* കുടുക്കിടുക kutukkituka
know *(v.)* തിരിച്ചറിയുക
thirichchariyuka
knowledge *(n.)* വിജ്ഞാനം vinjaanam
knowledgeable *(adj.)*
വിജ്ഞാനപരമായ
vinjaanaparamaaya
knuckle *(v.)*
വിരൽകൊണ്ടുതൊടുക
viralkonduthotuka
knuckle *(n.)* വിരൽകെണിപ്പ്
viralkenipp
koala *(n.)* ഓസ്ട്രലിയൻ മൃഗം
australian mrugam
koi *(n.)* ജപ്പാനിലെ ആഭരണം
japanile aabharanam
krill *(n.)*
കൊഞ്ചിനെപ്പോലുള്ളജീവി
konjineppolulla jiivi

L

label *(v.)* വിലാസം പതിക്കുക vilaasam pathikkuka
label *(n.)* വിലാസച്ചീട്ട് vilaasachiit
labial *(adj.)* ഓഷ്ഠ്യാക്ഷരം oshtyaakaharam
laboratory *(n.)* ശാസ്ത്രീയപ്രയോഗശാല shaasthriya prayogashaala
laborious *(adj.)* കഠിനാദ്ധ്വാനം ആവശ്യമായ katinaadwaanam aavasyamaaya
labour *(v.)* കഠിനാദ്ധ്വാനം ചെയ്യുക katinaadwaanam cheyyuka
labour *(n.)* വേല vela
laboured *(adj.)* ആയാസകരമായ aayaasakaramaaya
labourer *(n.)* തൊഴിലാളി thozhilaali
labyrinth *(n.)* മഹാകുഴക്ക് mahaakuzhakk
lac, lakh *(n.)* ലക്ഷം laksham
lace *(v.)* നാടകൊണ്ട് കെട്ടുക naatakond kettuka
lace *(n.)* ചിത്രപ്പിന്നൽക്കര chithrapinnalkkara
lacerate *(v.)* ചീന്തുക chiinthuka
lachrymose *(adj.)* കണ്ണീരും കൈയുമായ kanniirum kaiyumaaya
lack *(n.)* ഇല്ലായ്ക illaayka
lack *(v.)* കുറവായിരിക്കുക kuravaayirikkuka
lackey *(n.)* ക്ഷുദ്രസേവകൻ kahudrasevakan
lacklustre *(adj.)* തെളിച്ചമില്ലാത്ത thlichamillatha
laconic *(adj.)* മിതഭാഷിയായ mithabhaashiyaaya
lactate *(v.)* ചുരത്തുക churaththuka
lactic *(adj.)* പാലിലുള്ള paalilulla
lactometer *(n.)* ക്ഷീരഗുണമാപിനി kshiiragunamapini
lactose *(n.)* പാലിലെ പഞ്ചസാര paalile panchasaara
lacuna *(n.)* വിടവ് vitav
lacy *(adj.)* റേന്തകൊണ്ടുണ്ടാക്കിയ rentha kondundaakkiya
lad *(n.)* പയ്യൻ payyan
ladder *(n.)* ഗോവണി govani
lade *(v.)* ചരക്കെടുക്കുക charakketukkuka
ladle *(n.)* തവി thavi
ladle *(v.)* തവികൊണ്ട് കോരുക thavikondu koruka
lady *(n.)* കുലാംഗന kulaangana
lag *(v.)* പതിയെ നീങ്ങുക pathiye niinguka
laggard *(n.)* മന്ദവേഗനായ mandaveganaaya
lagoon *(n.)* പൊയ്ക poyka
laid-back *(adj.)* ശാന്തനായ shanthanaaya
lair *(n.)* മട mata
lake *(n.)* തടാകം thataakam
lakefront *(n.)* തടാകഭൂമി thataakabhumi
lama *(n.)* ബുദ്ധമുനി buddhamuni
lamb *(n.)* ആട്ടിൻകുട്ടി aattinkutty
lambaste *(v.)* ചീത്തപറയുക chiiththaparayuka
lambkin *(n.)* കുഞ്ഞാട് kunjaat
lame *(v.)* ഞൊണ്ടുക njontuka
lame *(adj.)* മുടന്തുള്ള mutanthulla
lament *(n.)* പരിദേവനം paridevanam
lament *(v.)* ദീനമായി കരയുക diinamaayi karayuka
lamentable *(adj.)* ഖേദകരമായ khedakaramaaya
lamentation *(n.)* ആക്രന്ദനം aakrandhanam

laminate *(v.)* പാളികൊണ്ട് പൊതിയുക paalikond pothiyuka

lamp *(n.)* വിളക്ക് vilakk

lampoon *(n.)* നിന്ദാലേഖനം nindhaalekhanam

lampoon *(v.)* നിന്ദാലേഖനമെഴുതുക nindhaalekhanamezhuthuka

lance *(n.)* പടക്കുന്തം patakkuntham

lance *(v.)* കുന്തമെറിയുക kunthameriyuka

lancer *(n.)* കുന്തക്കാരൻ kunthakkaaran

lancet *(adj.)* ശസ്ത്രക്രിയാ കത്തി shasthrakriyaakaththi

land *(n.)* കര kara

land *(v.)* കരയ്ക്കിറങ്ങുക karaykkiranguka

landing *(n.)* കരയ്ക്കിറങ്ങൽ karaykkirangal

landline *(n.)* ടെലിഫോൺ telephone

landlord *(n.)* ഭൂപ്രഭു bhuuprabhu

landmark *(n.)* അതിർത്തിക്കല്ല് athirththikkallu

landscape *(n.)* ഭൂദൃശ്യം bhuudrusyam

lane *(n.)* ഇടുക്കു വഴി itukkuvazhi

language *(n.)* ഭാഷ bhaasha

languish *(v.)* വാടുക vaatuka

languor *(n.)* ചടപ്പ് chatapp

lank *(adj.)* ചടച്ച chatachcha

lantern *(n.)* റാന്തൽ raanthal

lanugo *(n.)* മൃദുരോമം mruduromam

lap *(n.)* മടിത്തട്ട് matithatt

lapse *(v.)* അസാധുവാകുക asadhuvaakuka

lapse *(n.)* ഓർമ്മപ്പിശക് ormmappishak

laptop *(n.)* കൊണ്ടുനടക്കാവുന്ന കംപ്യൂട്ടർ kondunatakkaavunna computer

lard *(n.)* പന്നിക്കൊഴുപ്പ് pannikkozhupp

large *(adj.)* വിപുലമായ vipulamaaya

largesse *(n.)* ഔദാര്യം oudaaryam

lark *(n.)* വാനമ്പാടി vaanampaati

lascivious *(adj.)* ഭോഗാസക്തനായ bhogaasakthanaaya

lash *(n.)* ചാട്ടയടി chaattayati

lash *(v.)* വീശിയടിക്കുക viishiyatikkuka

lass *(n.)* യുവതി yuvathi

last *(adv.)* ഒടുവിലത്തെ otuvilaththe

last *(adj.)* അവസാനമായ avasanaamaaya

last *(n.)* അവസാനമായി avasaanamaayi

last *(v.)* ഈടുനിൽക്കുക iitunilkkuka

lasting *(adj.)* ഈടുറപ്പുള്ള iiturappulla

lastly *(adv.)* ഒടുക്കം otukkam

latch *(n.)* തഴുത് thazhuth

late *(adv.)* വൈകി vaiki

late *(adj.)* വൈകിപ്പോയ vaikippoya

lately *(adv.)* അടുത്തയിടയ്ക്ക് atuththayitakk

latent *(adj.)* അന്തർലീനമായ antharliinamaaya

lath *(n.)* അലക് alak

lathe *(n.)* കടച്ചിൽച്ചക്രം katachchilchakram

lather *(n.)* സോപ്പുപത soappatha

latitude *(n.)* അക്ഷാംശം akshaamsham

latrine *(n.)* ശൗചസ്ഥാനം shouchadthaanam

latter *(adj.)* അന്തിമ anthima

lattice *(n.)* ജാലകത്തട്ടി jaalakathatti

laud *(v.)* പ്രകീർത്തിക്കുക prakiirththikkuka

laud *(n.)* വാഴ്ത്തൽ vaazhththal

laudable *(adj.)* സ്തുത്യർഹമായ sthuthyarhamaaya

laugh *(n.)* സ്മിതം smitham

laugh *(v.)* ഹസിക്കുക haaikkuka

laughable *(adj.)* ഹസിക്കത്തക്ക hasikkathakka

laughter *(n.)* ഹാസം haasam

launch *(n.)* വിക്ഷേപണം vikshepanam

launch *(v.)* വിക്ഷേപിക്കുക vikshepikkuka

launder *(v.)* തുണി അലക്കുക thuni alakkuka

laundress *(n.)* അലക്കുകാരൻ alakkukaaran

laundry *(n.)* വിഴുപ്പുവസ്ത്രങ്ങൾ vizhuppuvasthrangal

laureate *(n.)* പരമബഹുമതി paramabahumathi

laureate *(adj.)* ബഹുമതിക്കർഹമായ bahumathikkarhamaaya

laurel *(n.)* ലതാകിരീടം lathaakiritam

lava *(n.)* അഗ്നിപർവ്വതപ്രവാഹം agniparvvathapravaaham

lavatory *(n.)* കക്കൂസ് kakkos

lavender *(n.)* പരിമളതൈലം parimalathailam

lavish *(adj.)* ധാരാളിയായ dhaaraliyaaya

lavish *(v.)* ദുർവ്യയം ചെയ്യുക durvyayam cheyyuka

law *(n.)* നിയമസംഹിത niyamasamhitha

lawful *(adj.)* നിയമാനുവർത്തിയായ niyamaanuvarththiyaaya

lawless *(adj.)* നീതിയില്ലാത്ത niithiyillaththa

lawn *(n.)* പച്ചപ്പുൽപ്പുറം pachappulppuram

lawyer *(n.)* വക്കീൽ vakkil

lax *(adj.)* അയവുള്ള ayavulla

laxative *(n.)* വിരേചനൗഷധം virechanoyshadham

laxative *(adj.)* അയഞ്ഞ ayanja

laxity *(n.)* അശ്രദ്ധത asraddhatha

lay *(n.)* മുട്ടയിടൽ muttayital

lay *(v.)* കിടത്തുക kitaththuka

lay *(adj.)* പരിചയമില്ലാത്ത parichayamillaththa

layer *(n.)* പടലം patalam

layman *(n.)* സാധാരണക്കാരൻ saadhaaranakkaaran

lay-off *(n.)* പ്രവർത്തനംനിർത്തിവെയ്ക്കുക pravarththanam nirththivaykkuka

layout *(n.)* കരടുരൂപം karaturuupam

laze *(v.)* മടിച്ചിരിക്കുക matichchirikkuka

laziness *(n.)* മടി mati

lazy *(adj.)* മടിയുള്ള matiyulla

lea *(n.)* മേച്ചിൽസ്ഥലം mechchilsthalam

leach *(v.)* അരിക്കുക arikkuka

lead *(n.)* നേതൃത്വം nethruthwam

lead *(v.)* നയിച്ചുകൊണ്ടുപോകുക nayichukondupokuka

leaden *(adj.)* ഈയംപോലുള്ള iiyampolulla

leader *(n.)* നേതാവ് nethaav

leadership *(n.)* സാരഥ്യം saarathyam

leaf *(n.)* ദളം dalam

leaflet *(n.)* ലഘുലേഖ laghurekha

leafy *(adj.)* ഇലകൾ തിങ്ങിയ ilakal thingiya

league *(n.)* സഖ്യം sakhyam

leak *(v.)* ചോരുക choruka

leak *(n.)* ചോർച്ച chorcha

leakage *(n.)* രഹസ്യച്ചോർച്ച rahasyachorcha

lean *(n.)* ചടച്ച chatacha

lean *(v.)* ചരിയുക chariyuka

leap *(v.)* എടുത്തുചാടുക etuththuchaatuka

leap *(n.)* കുതിച്ചുചാട്ടം kuthichuchaattam

learn *(v.)* അഭ്യസിക്കുക abhyasikkuka
learned *(adj.)* അറിവുള്ള arivulla
learner *(n.)* പഠിതാവ് patithaav
learning *(n.)* പഠിക്കൽ patikkal
lease *(n.)* വാടക vaataka
lease *(v.)* വാടകയ്ക്കു കൊടുക്കുക vaatakaykk kotukkuka
least *(adv.)* അൽപമായ alpamaaya
least *(adj.)* അത്യല്പമായ athyalpamaaya
leather *(n.)* തുകൽ thukal
leave *(n.)* അവധി avadhi
leave *(v.)* പോവുക povuka
lecture *(n.)* പഠിപ്പിക്കുക patippikkuka
lecture *(v.)* പ്രസംഗിക്കുക prasamgikkuka
lecturer *(n.)* കോളജ് അദ്ധ്യാപകർ college adyaapakar
ledger *(n.)* കണക്കുപുസ്തകം kanakkupusthakam
lee *(n.)* മറവിടം maravitam
leech *(n.)* കുളയട്ട kulayatta
leek *(n.)* വെങ്കായം venkaayam
left *(adj.)* ഇടതുവശമായ itathuvashamaaya
left *(n.)* ഇടത്തുവശം itaththuvasham
leftist *(n.)* ഇടതുപക്ഷം itathupaksham
leftover *(n.)* അവശേഷം avashesham
leg *(n.)* ചരണം charanam
legacy *(n.)* പാരമ്പര്യം paaramparyam
legal *(adj.)* നിയമദത്തമായ niyamadathrhamaaya
legal action *(n.)* നിയമനടപടികൾ niyamanarapatikal
legality *(n.)* നിയമസാധുത്വം niyamasaaduthwam
legalize *(v.)* നിയമാനുസൃതമാക്കുക niyamaanusruthamaakkuka
legend *(n.)* ഇതിഹാസതാരം ithihaasathaaram
legendary *(adj.)* ഐതിഹാസികം aithihaasikam
leghorn *(n.)* വൈക്കോൽ vaikkol
legible *(adj.)* വായിക്കത്തക്ക vaayikkaththakja
legibly *(adv.)* പ്രത്യക്ഷം prathyaksham
legion *(n.)* അസംഖ്യം asamkhyam
legionary *(n.)* റോമൻപടയാളി romanpatayaali
legislate *(v.)* നിയമംനിർമ്മിക്കുക niyamnirmmikkuka
legislation *(n.)* നിയമരൂപീകരണം niyamaruupiikaranam
legislative *(adj.)* നിയമസംബന്ധിയായ niyamasambandhiyaaya
legislator *(n.)* നിയമസഭാംഗം niyamasabhaangam
legislature *(n.)* നിയമനിർമ്മാണസഭ niyamanirmmanasabha
legitimacy *(n.)* നിയമസാധുത niyamasaadhutha
legitimate *(adj.)* യുക്തിയുക്തമായ yukthiyukthamaaya
leisure *(n.)* ഒഴിവ്സമയം ozhivsamayam
leisurely *(adj.)* സാവകാശമായി saavakaashamaayi
leisurely *(adv.)* സാവധാനത്തിൽ saavadhaanaththil
lemon *(n.)* ചെറുനാരങ്ങ cherunaaranga
lemonade *(n.)* നാരങ്ങാവെള്ളം naarangaavellam
lend *(v.)* കടം കൊടുക്കുക katam kotukkuka
length *(n.)* ദൈർഘ്യം dairghyam
lengthen *(v.)* ദീർഘീഭവിക്കുക diirghiibhavikkuka
lengthy *(adj.)* നീണ്ട niinda
lenience *(n.)* ദാക്ഷിണ്യം daakahinyam
leniency *(n.)* അലിവ് aliv

lenient *(adj.)* കൃപാലുവായ krupaaluvaaya
lens *(n.)* കുഴൽക്കണ്ണാടിച്ചില്ല് kuzhalkkannatichill
lentil *(n.)* തുവര thuvara
Leo *(n.)* സിംഹരാശി simharaashi
leonine *(adj.)* സിംഹലക്ഷണമുള്ള simhalakshanamulla
leopard *(n.)* പുള്ളിപ്പുലി pullippuli
leper *(n.)* കുഷ്ഠരോഗി kushtarogi
leprosy *(n.)* കുഷ്ഠം kushtam
leprous *(adj.)* കുഷ്ഠം പോലുള്ള kushtam polulla
less *(prep.)* കുറഞ്ഞ kuranja
less *(adj.)* കുറഞ്ഞ തോതിൽ kuranjathothil
less *(adv.)* കുറഞ്ഞതരമായ kuranjatharamaaya
less *(n.)* കുറവായ kuravaaya
lessee *(n.)* പാട്ടക്കാരൻ paattakkaran
lessen *(v.)* ചുരുക്കുക churukkuka
lesser *(adj.)* താണതരമായ thaanatharamaaya
lesson *(n.)* അനുഭവബോധം anubhavabodham
lest *(conj.)* അല്ലാഞ്ഞാൽ allanjaal
let *(v.)* പ്രവേശിപ്പിക്കുക praveshippikkuka
lethal *(adj.)* മരണകരമായ maranakaaranamaaya
lethargic *(adj.)* മന്ദമായ mandamaaya
lethargy *(n.)* ആലസ്യം aalasyam
let-out *(n.)* പുറത്തുകടത്തിവിടുക puraththukataththivituka
letter *(n.)* കത്ത് kathth
letterhead *(n.)* ഔദ്യോഗിക കടലാസ് oudyogika katalaas
level *(n.)* നിരപ്പ് nirapp
level *(adj.)* സമനിരപ്പായ samanirappaaya
level *(v.)* സമീകരിക്കുക samiikarikkuka
lever *(n.)* ഉത്തോലകം uththolakam
lever *(v.)* ഉത്തോലനദണ്ഡ്കൊണ്ട് നീക്കുക uththolandantkond niikkuka
leverage *(n.)* ഉത്തോലകശക്തി uththolakashakthi
levity *(n.)* ലഘുത്വം laghuthwam
levy *(v.)* കരം ചുമത്തുക karam chumaththuka
levy *(n.)* നികുതി പിരിവ് nikuthipiriv
lewd *(adj.)* ദുർന്നടപ്പുള്ള durnnatappulla
lexicography *(n.)* നിഘണ്ടുവിജ്ഞാനം nighantuvinjaanam
lexicon *(n.)* മഹാനിഘണ്ടു mahaanighantu
liability *(n.)* കടബാധ്യത katabaadyatha
liable *(adj.)* ബാദ്ധ്യതയുള്ള baadyathayulla
liaison *(n.)* കെട്ടുപാട് kettupaat
liar *(n.)* നുണയൻ nunayan
libel *(n.)* അപരാധാരോപണം aparadhaaropanam
libel *(v.)* രേഖാമൂലമായി അപകീർത്തിപ്പെടുത്തുക rekhaamuulamaayi apakiirththippetuththuka
liberal *(adj.)* നവീകരണേച്ഛുവായ naviikarnechchuvaaya
liberalism *(n.)* നവീകരണവാദം naviikaranavaadam
liberality *(n.)* ഉദാരശീലം udaarashiilam
liberate *(v.)* വിമോചിപ്പിക്കുക vimochippikkuka
liberation *(n.)* മുക്തി mukthi
liberator *(n.)* വിമോചകൻ vimochakan
libertine *(n.)* ലമ്പടൻ lambatan

liberty *(n.)* നൈസർഗ്ഗികാവകാശം naisarggikaavesham
librarian *(n.)* ഗ്രന്ഥശാലാധികാരി granthashaalaadhikaari
library *(n.)* ഗ്രന്ഥശാല granthashaala
licence *(n.)* അധികാരപത്രം adikaarapathram
license *(v.)* അധികാരപത്രം കൊടുക്കുക adhikaarapathram kotukkuka
licensee *(n.)* അധികാരപത്രം കൈവശമുള്ളയാൾ adhikaarapathram kaivashamullayaal
licentious *(adj.)* ദുരാചാരിയായ duraachaariyaaya
lick *(v.)* നക്കുക nakkuka
lick *(n.)* ഉറുഞ്ചൽ urunchal
lid *(n.)* മൂടി muuti
lie *(n.)* കള്ളം kallam
lie *(v.)* ശയിക്കുക shayikkuka
lien *(n.)* കടക്കാരന് സ്വത്തു കൈവശം വയ്ക്കാനുള്ള അവകാശം katakkaranu swathth kaivasham vaykkanulla avakaasham
lieu *(n.)* പകരം pakaram
lieutenant *(n.)* ഉപസേനാപതി upasenaapathi
life *(n.)* ജീവൻ jiivan
life jacket *(n.)* ജീവരക്ഷാവസ്ത്രം jiivarakshavasthram
life support *(n.)* ജീവരക്ഷായന്ത്രം jiivarakshaayanthram
lifeless *(adj.)* ചുണയില്ലാത്ത chunayillaththa
lifelong *(adj.)* ആജീവനാന്തമുള്ള aajiivananthamulla
lifestyle *(n.)* ജീവിതശൈലി jiivithashaili
lift *(n.)* ഉയർത്തൽ uvarththal
lift *(v.)* പൊക്കുക pokkuka
ligament *(n.)* അസ്ഥിബന്ധം asthibandham
light *(v.)* ശോഭിക്കുക shobhikkuka
light *(adj.)* വെളിച്ചമായ velichamaaya
light *(n.)* വെട്ടം vettam
lighten *(v.)* ദീപ്തമാക്കുക diipthamaakkuka
lightening *(n.)* മിന്നൽ minnal
lighter *(n.)* വിളക്കു കൊളുത്തുന്നയാൾ vilakkukoluththunnayaal
lightly *(adv.)* ലഘുവായി laghuvaayi
lignite *(n.)* തവിട്ടുകൽക്കരി thvittukalkkari
like *(v.)* ഇഷ്ടപ്പെടുക ishtappetuka
like *(n.)* ഇഷ്ടം ishtam
like *(adj.)* സാരൂപ്യം swaaruupyam
like *(prep.)* സമത samatha
likelihood *(n.)* സാധ്യത saadyatha
likely *(adj.)* സംഭവ്യമായ sambhavyamaaya
liken *(v.)* താരതമ്യപ്പെടുത്തുക thaarathamyappetuththuka
likeness *(n.)* സാമ്യം saamyam
likewise *(adv.)* അതേവിധത്തിൽ athevidhaththil
liking *(n.)* അനുരാഗം anuraagam
lilac *(n.)* വയമ്പുചെടി vayampucheti
lily *(n.)* ലില്ലിച്ചെടി lillicheti
limb *(n.)* അവയവം avayavam
limber *(n.)* വഴക്കം vazhakkam
limber *(v.)* വഴക്കമുള്ളതാക്കുക vazhakkamullathaakkuka
limber *(adj.)* വഴങ്ങുന്ന vazhangunna
lime *(v.)* ചുണ്ണാമ്പു പൂശുക chunnamp puushuka
lime *(n.)* ചുണ്ണാമ്പ് chunnamp
limelight *(n.)* പൊതുജനശ്രദ്ധ pothujanasraddha
limit *(n.)* സീമ siima
limit *(v.)* അതിർത്തി വയ്ക്കുക athirththivaykkuka

limitation *(n.)* പരിമിതികൾ parimithikal
limited *(adj.)* അതിരുകളുള്ള athirukalulla
limitless *(adj.)* സീമാതീതമായ siimaathiithamaaya
line *(n.)* വര vara
line *(v.)* വരവരയ്ക്കുക varavaraykkuka
lineage *(n.)* തലമുറ thalamura
linen *(n.)* നാരുതുണി naaruthuni
linger *(v.)* വിളംബിക്കുക vilambikkuka
lingo *(n.)* പരദേശിഭാഷ paradeshibhaasha
lingual *(adj.)* ഭാഷാസംബന്ധമായ bhaashasambandhamaaya
linguist *(n.)* ബഹുഭാഷാപണ്ഡിതൻ bhaashaapandithan
linguistic *(adj.)* ഭാഷാശാസ്ത്രപരമായ bhaashashaasthraparamaaya
linguistics *(n.)* ഭാഷാശാസ്ത്രം bhaashaashaasthram
lining *(n.)* വരിയായിനിറുത്തുക variyaayi nirththuka
link *(n.)* കൊളുത്ത് കണ്ണി koluththu kanni
link *(v.)* കൂട്ടിച്ചേർക്കുക kuutticherkkuka
linseed *(n.)* ചണവിത്ത് chanaviththa
lintel *(n.)* ജനൽപ്പടി janalppati
lion *(n.)* കേസരി kesari
lioness *(n.)* പെൺസിംഹം pensimham
lip *(n.)* ചുണ്ട് chund
liquefy *(v.)* അലിയിക്കുക aliyikkuka
liquid *(adj.)* ദ്രവരൂപമായ dravaruupamaaya
liquid *(n.)* ദ്രാവകം draavakam
liquidate *(v.)* ഇല്ലാതാക്കുക ilaathaakkuka
liquidation *(n.)* ഇല്ലാതാക്കൽ illaathaakal
liquor *(n.)* ലഹരിപാനീയം laharipaaniiyam
lisp *(n.)* കൊഞ്ഞ konja
lisp *(v.)* കൊഞ്ഞപറയുക konjaparayuka
list *(n.)* പട്ടിക pattika
list *(v.)* പട്ടികയുണ്ടാക്കുക pattikayundaakkuka
listen *(v.)* ശ്രദ്ധിക്കുക sraddhikkuka
listener *(n.)* ശ്രദ്ധിക്കൽ sraddhikkal
listless *(adj.)* അനുത്സുകമായ anulsukamaaya
literacy *(n.)* സാക്ഷരത saaksharatha
literal *(adj.)* അക്ഷരാർത്ഥത്തിലുള്ള aksharaarththaththilulla
literary *(adj.)* സാഹിത്യപരമായ sahityaparamaaya
literate *(adj.)* സാക്ഷരനായ saaksharanaaya
literature *(n.)* സാഹിത്യം saahithyam
litigant *(n.)* നിയമ വ്യവഹാരകൻ niyamavyvahaarakan
litigate *(v.)* നിയമവ്യവഹാരത്തിലേർപ്പെടുക niyamavyavahaaraththilerppetuka
litigation *(n.)* നിയമ വ്യവഹാരം niyamavyavahaaram
litre *(n.)* മൂന്ന് ഉഴക്ക് muunnu uzhakk
litter *(v.)* അലങ്കോലമാക്കുക alankolamaakkuka
litter *(n.)* ചപ്പുചവർ chappuchavar
litterateur *(n.)* സാഹിത്യകാരൻ saahithyakaaran
little *(n.)* ഇത്തിരി iththiri
little *(adv.)* ലേശം lesham
little *(adj.)* ലഘുവായ laghuvaaya
littoral *(adj.)* കായൽ തീരത്തുള്ള kaayalthiraththulla

liturgical *(adj.)*
പ്രാർത്ഥനാക്രമത്തോടെ
peaarththanaa kramaththode
live *(v.)* കാലക്ഷേപം ചെയ്യുക
kaalakshepam cheyyuka
live *(adj.)* ജീവനുള്ള jiivanulla
live *(adv.)* തൽസമയം thalsamayam
livelihood *(n.)* കാലക്ഷേപം
kaalakshepam
lively *(adj.)* ചൈതന്യമുള്ള
chaithanyamulla
liver *(n.)* കരൾ karal
livery *(n.)* ഭൃത്യവേഷം
bhruthyavesham
living *(adj.)* ജീവിക്കുന്ന jiivikkunna
living *(n.)* ജീവിതരീതി jiivithariithi
lizard *(n.)* ഗൗളി gouli
load *(v.)* ചുമടെടുക്കുക
chumatetukkuka
load *(n.)* ഭാരം bhaaram
loadstar *(n.)* വാൽനക്ഷത്രം
vaalnakshathram
loadstone *(n.)* കാന്തം kaantham
loaf *(n.)* റൊട്ടി rotti
loaf *(v.)* തെണ്ടിനടക്കുക
thendunatakkuka
loafer *(n.)* തെണ്ടി thendi
loan *(n.)* കടം katam
loan *(v.)* വായ്പ കൊടുക്കുക
vaaypa
loath *(adj.)* വൈമനസ്യമുള്ള
vaimanasyamulla
loathe *(v.)* അറയ്ക്കുക araykkuka
loathsome *(adj.)* നികൃഷ്ടമായ
nikrushtaaya
lobby *(n.)* ഉപശാല upashaala
lobe *(n.)* ഉന്തിനില്ക്കുന്ന ഭാഗം
unthinilkkunna bhaagam
lobster *(n.)* വലിയ ചെമ്മീൻ valiya
chemmiin
local *(adj.)* തദ്ദേശീയമായ
thaddeshiiyamaaya

locale *(n.)* സംഭവസ്ഥലം
sambhavasthalam
locality *(n.)* ചുറ്റുപാട് chuttupaat
localize *(v.)*
പരിധിക്കുള്ളിലൊതുക്കുക
paridhikkullilothukkuka
locate *(v.)* സ്ഥലം നിർണ്ണയിക്കുക
sthalam ബിർന്ന
location *(n.)* സ്ഥാനം sthaanam
lock *(v.)* പൂട്ടിയിടുക puuttiyituka
lock *(n.)* പൂട്ട് puutt
locker *(n.)* പൂട്ടുള്ള അറകൾ
puuttulla arakal
locket *(n.)* പതക്കം pathakkam
locomotive *(n.)* ചലനശക്തിയുള്ള
chalanashakthiyulla
locus *(n.)* ബിന്ദുപഥം bindhupatham
locust *(n.)* വെട്ടുകിളി vettukili
locution *(n.)* ഉക്തി ukthi
lodge *(n.)* താൽക്കാലിക
വാസസ്ഥലം thaalkkaalika
vasasthalam
lodge *(v.)* പരാതി സമർപ്പിക്കുക
paraathi samarppikkuka
lodging *(n.)* വാടകവീട് vaatakaviit
loft *(n.)* മേലറ melara
lofty *(adj.)* ഉത്തുംഗമായ
uththungamaaya
log *(n.)* മുറിത്തടി muriththati
log *(v.)* വെട്ടിയെടുക്കുക
vettiyetukkuka
logarithm *(n.)* സംവർഗ്ഗമാപകം
samvargga maapakam
loggerhead *(n.)* എതിർക്കൽ ethirkkal
logic *(n.)* യുക്തി yukthi
logical *(adj.)* യുക്ത്യനുസൃതമായ
yukthyanusruthamaaya6
logician *(n.)*
തർക്കശാസ്ത്രനിപുണൻ
tharkkashaasthranipunan
logout *(n.)* പുറത്തുകടക്കുക
puraththukatakkuka

loin *(n.)* ജഘനം jaghanam

loiter *(v.)* അലസമായിരിക്കുക alasamaayirikkuka

loll *(v.)* ചാരിക്കിടക്കുക chaarikkitakkuka

lollipop *(n.)* കോലുമിഠായി kolumidaayi

lone *(adj.)* തനിയെയുള്ള thaniyeyulla

loneliness *(n.)* ഏകാകിത്വം ekaakithwam

lonely *(adj.)* ഏകയായ ekayaaya

lonesome *(adj.)* അന്യസംസർഗ്ഗമറ്റ anyasamsargametta

long *(v.)* കൊതിക്കുക kothikkuka

long *(adv.)* നീളമുള്ള niilamulla

long *(adj.)* സുദീർഘമായ sudiirghamaaya

longevity *(n.)* ദീർഘായുസ്സ് diirghaayuss

longing *(n.)* കാംക്ഷ kaamsha

longitude *(n.)* ദേശാന്തരരേഖ deshaanthararekha

long-term *(adj.)* ദീർഘകാലാടിസ്ഥാനമായ diirghakaalaatisthaanamaaya

look *(v.)* നിരീക്ഷിക്കുക niriikshikkuka

look *(n.)* നോട്ടം nottam

loom *(n.)* തറി thari

loom *(v.)* മങ്ങിക്കാണുക mangikkaanuka

loop *(n.)* കുടുക്ക് kutukk

loop-hole *(n.)* പഴുത് pazhuth

loose *(adj.)* ചിതറിയിരിക്കുന്ന chithariyirikkunna

loose end *(n.)* പരിഹരിക്കപ്പെടാത്തത് pariharihhappetaaththath

loosen *(v.)* ശ്ലഥമാക്കുക slathamaakkuka

loot *(n.)* കൊള്ള kolla

loot *(v.)* കൊള്ളയടിക്കുക kollayatikkuka

lop *(n.)* അംഗവൈകല്യമുണ്ടാക്കുക angavaikalyamundaakkuka

lop *(v.)* മുറിക്കുക murikkuka

lord *(n.)* അധിപൻ adhipan

lordly *(adj.)* പ്രഭുത്വമാർന്ന prabhuthwamaarnna

lordship *(n.)* പ്രഭുസ്ഥാനം prabhusthaanam

lore *(n.)* വിജ്ഞാനം vinjaanam

lorry *(n.)* സാമാനവണ്ടി saamaanavadi

lose *(v.)* തോൽവിപറ്റുക tholvipattuka

loss *(n.)* അപജയം apajayam

lost *(v.)* നഷ്ടപ്പെട്ടു nastapettu

lot *(n.)* ഭാഗധേയം bhaagadeyam

lotion *(n.)* വ്രണക്ഷാളകം vrunakshaalakam

lottery *(n.)* ഭാഗ്യക്കുറി bhaagyakkuri

lotus *(n.)* അംബുജം ambujam

loud *(adj.)* ഉറക്കെയുള്ള urakkeyulla

lounge *(v.)* നേരംകളയുക neramkalayuka

lounge *(n.)* വിശ്രമമുറി visramamuri

louse *(n.)* പേൻ pean

lovable *(adj.)* സ്നേഹിക്കത്തക്ക snehikkaththakka

love *(n.)* സ്നേഹം sneham

love *(v.)* സ്നേഹിക്കുക snehikkuka

lovely *(adj.)* അഭിരാമമായ abhiraamamaaya

lover *(n.)* കമിതാവ് kamithaav

loving *(adj.)* അൻപുള്ള anpulla

low *(adv.)* മുക്രയിടൽ mukrayital

low *(n.)* അധഃസ്ഥമായ adhasthithamaya

low *(adj.)* താഴ്ന്ന thaaznna

low *(v.)* മുക്രയിടുക mukrayituka

lower *(v.)* താണുപോകുക thaanupokuka

low-fat *(adj.)* കൊഴുപ്പുകുറഞ്ഞ kozhuppukuranja
lowliness *(n.)* വിനയം vinayam
lowly *(adj.)* വിനയാന്വിതമായ vinaanwithamaaya
loyal *(adj.)* കൂറുള്ള kuurulla
loyalist *(n.)* രാജഭക്തൻ raajabhakthan
loyalty *(n.)* വിശ്വസ്തത viswasthatha
lubricant *(n.)* സ്നിഗ്ദ്ധമായ snigddhamaaya
lubricate *(v.)* അയവുവരുത്തുക ayavuvaruththuka
lubrication *(n.)* എണ്ണയിടൽ ennayital
lucent *(adj.)* തിളക്കമുള്ള thilakkamulla
lucerne *(n.)* കാലിത്തീറ്റച്ചെടി kaalithiittacheti
lucid *(adj.)* സുഗ്രഹമായ sugrahamaaya
lucidity *(n.)* സ്പഷ്ടത spashtatha
luck *(n.)* യോഗം yogam
luckily *(adv.)* ഭാഗ്യവശാൽ bhaagyavashaal
luckless *(adj.)* ഭാഗ്യംകെട്ട bhaagyamketta
lucky *(adj.)* അനുകൂലമായ anukuulamaaya
lucrative *(adj.)* ആദായകരമായ aadaayakaramaaya
lucre *(n.)* ധനാഗമം dhanaahamam
luggage *(n.)* യാത്രാഭാണ്ഡം yaathraabhaantam
lukewarm *(adj.)* മന്ദോഷ്ണമായ manthoshnamaaya
lull *(n.)* ഉപശമം upashamam
lull *(v.)* താരാട്ടുക thaaraattuka
lullaby *(n.)* താരാട്ട് thaaraatt
luminary *(n.)* തേജസ്വി thejaswi
luminous *(adj.)* ശോഭയുള്ള shobhayulla
lump *(n.)* പിണ്ഡം pindam
lump *(v.)* കൂമ്പാരംകൂട്ടുക kuumpaaramkuuttuka
lump sum *(n.)* മൊത്തം തുക moththam thuka
lunacy *(n.)* ചിത്തഭ്രംശം chiththabhramsham
lunar *(adj.)* ചന്ദ്രനെസംബന്ധിച്ച chandranesambandichcha
lunatic *(n.)* ഉന്മത്തൻ unmaththan
lunatic *(adj.)* ഭ്രാന്തുള്ള bhraanthulla
lunch *(v.)* ഉച്ചയൂണ്കഴിക്കുക uchchayuunu kazhikkuka
lunch *(n.)* ഉച്ചയൂണ് uchchuunu
lung *(n.)* ശ്വാസകോശം swaasakosham
lunge *(v.)* ആകസ്മിക ചലനം aakasmikachalanam
lurch *(v.)* മറഞ്ഞുകളയുക maranjukalayuka
lurch *(n.)* മാറിക്കളയുക maarikkalayuka
lure *(v.)* വലയിട്ടു പിടിക്കുക valayittu pitikkuka
lure *(n.)* വശീകരണം vashiikaranan
lurk *(v.)* പതിയിരിക്കുക pathiyirikkuka
luscious *(adj.)* സ്വാദിഷ്ഠമായ swaadishtamaaya
lush *(adj.)* തുടുത്ത thutuththa
lust *(n.)* കാമം kaamam
lustful *(adj.)* മോഹിക്കുന്നതായ mohikkunnathaaya
lustre *(n.)* ശോഭ shobha
lustrous *(adj.)* കാന്തിമത്തായ kaanthimaththaaya
lusty *(adj.)* പുഷ്ടിയുള്ള pushtiyulla
lute *(n.)* വല്ലകി vallaki
luxuriance *(n.)* അതിസമൃദ്ധി athidamruddhi
luxuriant *(adj.)* ആഡംബരപൂർണ്ണമായ aadamparapuurnnamaaya

luxurious *(adj.)* സുഖലോലുപമായ
sukhalolupamaaya

luxury *(n.)* സുഖഭോഗജീവിതം
sukhabhogajiivitham

lynch *(v.)*
കൈയേറ്റംചെയ്തുകൊല്ലുക
kaiyettam cheythukolluka

lyre *(n.)* വീണാവിശേഷം
viinaavishesham

lyric *(n.)* വരികൾ varikal

lyric *(adj.)* ഗാനാത്മകമായ
gaanathmakamaaya

lyrical *(adj.)* ഭാവഗാനാത്മകത
bhaavagaanaathmakatha

lyricist *(n.)* ഗാനരചയിതാവ്
gaanarachayithaav

M

macadamia *(n.)* ആസ്ട്രേലിയൻ
മഴക്കാടുകളിലെ മരം australian
mazhakkaatukalile maram

macaroon *(n.)* ചെറുബിസ്കറ്റ്
cherubiscuit

mace *(v.)* ചെങ്കോലേന്തുക
chenkolenthuka

mace *(n.)* ചെങ്കോൽ chenkol

machinate *(v.)* ഗൂഢാലോചന
നടത്തുക guudaalochana nataththuka

machination *(n.)* ഗൂഢാലോചന
guudaalochana

machine *(n.)* യന്ത്രം yanthram

machine-made *(adj.)*
യന്ത്രനിർമ്മിതം
yanthranirmmitham

machinery *(n.)* യന്ത്രസാമഗ്രി
yanthrasaamagri

machinist *(n.)* യന്ത്രവിദഗ്ധൻ
yanthravidagddhan

mack *(v.)* കൂട്ടിക്കൊടുക്കുക
kuttikkotukka

mack *(n.)* സ്ത്രീകളെ
കൂട്ടിക്കൊടുക്കുന്നയാൾ sthriikale
koottikotukkunnayaal

macro *(n.)* ബൃഹത് bruhath

macro *(adj.)* വലുതായ valuthaaya

macrobiotic *(adj.)* ചൈനീസ്
സമീകൃതാഹാരം chineese
samiikruthaahaaram

macrocephaly *(n.)* ശിശുക്കൾക്ക്
സാധാരണയിൽ കവിഞ്ഞ
വലിപ്പമുള്ള തലയുണ്ടാകുക
shishukkalkk saadhaaranayil kavinja
valippamulla thalayundaakuka

macrofibre *(n.)* ബഹിർകോശതന്തു
bahirkoshathanthu

macrosphere *(n.)* ഭീമഗോളം
bhiimagolam

maculate *(v.)* കറപിടിക്കുക
karapitikkuka

maculate *(adj.)* കറപിടിച്ച karapiticha

mad *(adv.)* പേയിളകിയ peyilakiya

mad *(adj.)* ഭ്രാന്തുള്ള bhraanthulla

madam *(n.)* മാന്യസ്ത്രീ maanyasthree

madden *(v.)* ഭ്രാന്തുപിടിപ്പിക്കുക
bhraanthupitippikkuka

maddening *(adj.)*
വെറിപിടിപ്പിക്കുന്ന
veripitippikkkunna

madhouse *(n.)* ഭ്രാന്താലയം
bhraanthaalayam

madness *(n.)* ബുദ്ധിശൂന്യത
buddhishuunyatha

mafia *(n.)* കുറ്റവാളിസംഘം
kuttavaalisangham

magazine *(n.)* പ്രസിദ്ധീകരണം
pradiddhiikaranam

mage *(n.)* ഐന്ദ്രജാലികൻ
aindrajaalikan

maggot *(n.)* കൃമി krumi

magic *(n.)* ഇന്ദ്രജാലം indrajaalam

magical *(adj.)* ഇന്ദ്രജാലപരമായ indrajaalaparamaaya
magician *(n.)* മാന്ത്രികൻ maanthrikan
magisterial *(adj.)* ശിക്ഷാധികാരി നടത്തുന്ന shikshaadhikaari nataththunna
magistracy *(n.)* നീതിപതികാര്യാലയം niithipathi kaaryaalayam
magistrate *(n.)* നീതിപതി niithipathi
magistrature *(n.)* നീതിപതിസ്ഥാനം niithipathisthaanam
magma *(n.)* ദ്രവശില dravashila
magnanimity *(n.)* മഹാമനസ്കത mahaamanskatha
magnanimous *(adj.)* ഉദാരചരിതമായ udaaracharithamaaya
magnate *(n.)* ധനാഢ്യൻ dhanaadyan
magnet *(n.)* കാന്തക്കല്ല് kaanthakkallu
magnetic *(adj.)* കാന്തികമായ kaanthikamaaya
magnetism *(n.)* കാന്തഗുണം kaanthagunam
magnificent *(adj.)* അതിഗംഭീരമായ athigambhiiramaaya
magnify *(v.)* വലുതാക്കിക്കാട്ടുക valuthaakkikattuka
magnitude *(n.)* വ്യാപ്തി vyaapthi
magpie *(n.)* വായാടിപ്പക്ഷി vaayatippakshi
mahogany *(n.)* ചോലവീട്ടിമരം cholaviittimaram
mahout *(n.)* പാപ്പാൻ paappan
maid *(n.)* വേലക്കാരി velakkari
maiden *(n.)* ആദ്യത്തെ aadyaththe
maiden *(adj.)* ആദ്യമായി aadyamaayi
mail *(v.)* തപാലിലയയ്ക്കുക thapaalilayakkuka
mail *(n.)* തപാൽസമ്പ്രദായം thapaalsambradaayam
main *(n.)* അവശ്യം avasyam
main *(adj.)* അവശ്യമായ avasyamaaya
mainly *(adv.)* മുഖ്യമായി mukhyamaayi
mainstay *(n.)* പ്രധാന ആശ്രയം pradhaana aashrayam
maintain *(v.)* കാത്തുസൂക്ഷിക്കുക kaaththusuukshikkuka
maintenance *(n.)* ആലംബനം aalambamam
maize *(n.)* ചോളം cholam
majestic *(adj.)* രാജോചിതമായ raajochithamaaya
majesty *(n.)* രാജത്വം raajathwam
major *(n.)* പ്രൗഢൻ proudan
major *(adj.)* മുഖ്യമായ mukhyamaaya
majority *(n.)* ഭൂരിപക്ഷം bhuuripaksham
make *(v.)* നിർമ്മിക്കുക nirmmikkuka
make *(n.)* നിർമ്മിതി nirmmithi
makeover *(n.)* പുതുക്കൽ puthukkal
maker *(n.)* നിർമ്മാതാവ് nirmmaathaav
make-up *(n.)* ചമയൽ chamayal
maladjustment *(n.)* ക്രയവിക്രയപ്പിഴവ് krayavikrayappizhav
maladministration *(n.)* ദുർഭരണം durbharanam
maladroit *(adj.)* അകുശലമായ akushalamaaya
malady *(n.)* വ്യാധി vyaadhi
malaise *(n.)* വൈക്ലബ്യം vaiklabyam
malaria *(n.)* മലമ്പനി malambani
malcontent *(n.)* അതൃപ്തം athruptham
malcontent *(adj.)* അസന്തുഷ്ടമായ asanthushtamaaya
male *(adj.)* ആണായ aanaaya
male *(n.)* പുരുഷൻ purushan
malediction *(n.)* ദൂഷണവാക്ക് duushanavaakk

malefactor *(n.)* ദുഷ്കർമ്മി
dushkarmmi

maleficent *(adj.)* ഉപദ്രവകരമായ
upadravakaramaaya

malfunction *(v.)* കേടുവരിക
ketuvarika

malice *(n.)* അഹിതേച്ഛ ahithechcha

malicious *(adj.)* പകയുള്ള pakayulla

malign *(adj.)* ഗ്രഹപ്പിഴയുള്ള
grahappizhayulla

malign *(v.)* പഴിക്കുക pazhikkuka

malignancy *(n.)* ദ്രോഹം droham

malignant *(adj.)* പകയുള്ള pakayulla

malignity *(n.)* തീരാപ്പക thiiraappaka

malleable *(adj.)*
അടിച്ചുപരത്താവുന്ന
atichuparaththaavunna

malmsey *(n.)* മധുരവീഞ്ഞ്
madhuraviinj

malnourished *(adj.)*
പോഷകാഹാരക്കുറവുള്ള
poshakaahaarakkuravulla

malnutrition *(n.)* അപപോഷണം
apaposhanam

malpractice *(n.)* ദുർന്നടത്തം
durnnataththam

malt *(n.)* യവപാനീയം
yavapaaniiyam

mal-treatment *(n.)* കയ്യേറ്റം kaiyettam

mamma *(n.)* അമ്മ amma

mammal *(n.)* സസ്തനി sasthani

mammary *(adj.)* സ്തനപരമായ
sthanaparamaaya

mammon *(n.)* സമ്പത്ത് sampath

mammoth *(n.)* പ്രാചീനഗജം
praachiinagajam

mammoth *(adj.)* മഹാകായനായ
mahaakaayanaaya

man *(v.)* ആളെനിയമിക്കുക
aaleniyamikkuka

man *(n.)* മനുഷ്യൻ manushyan

manage *(v.)*
ചുമതലയിലായിരിക്കുക
chumathalayilaayirikkuka

manageable *(adj.)* കൈകാര്യം
ചെയ്യാവുന്ന kaikaaryam
cheyyaavunna

management *(n.)* നടത്തിപ്പ് nataththipp

manager *(n.)* നിർവ്വാഹകൻ
nirvvaahakan

managerial *(adj.)*
നിർവ്വഹണച്ചുമതലയുള്ള
nirvvahanachumathalulla

mandate *(n.)* ആജ്ഞ aanja

mandatory *(adj.)* നിർബന്ധിതമായ
nirbandhithamaaya

mane *(n.)* കുഞ്ചിരോമം kunchiromam

manes *(n.)* ഉദകം udakam

manful *(adj.)* ആണത്തമുള്ള
aanaththamulla

manganese *(n.)* മംഗനീകം maganiikam

manger *(n.)* പുൽത്തൊട്ടി pulthotti

mangle *(v.)* കോലം കെടുത്തുക
kolam ketuththuka

mango *(n.)* മാമ്പഴം maanpazham

manhandle *(v.)* കായികശക്തി
പ്രയോഗിക്കുക kaayikashakthi
prayogikkuka

manhole *(n.)* ഓവുസുഷിരം
ovusushiram

manhood *(n.)* പുരുഷത്വം
purushathwam

mania *(n.)* അത്യാസക്തി athyaasakthi

maniac *(n.)* അത്യാസക്തൻ
athyaasakthan

manicure *(n.)* അത്യാസക്തമായ
athyaasakthamaaya

manifest *(v.)* പ്രത്യക്ഷമാകുക
prathyakshamaakuka

manifest *(adj.)* സുസ്പഷ്ടമായ
suspashtamaaya

manifestation *(n.)* സാക്ഷാൽക്കാരം
saakshaathkaaram

manifesto *(n.)* പ്രകടനപത്രിക
prakatanapathrika

manifold *(adj.)* നാനാമുഖമായ
naanamukhamaaya

manipulate *(v.)* കൗശലത്താൽ
സാധിക്കുക koushalaththaal
sadhikkuka

manipulation *(n.)* കൃത്രിമപ്പണി
kruthimappani

mankind *(n.)* മാനവരാശി
maanavaraashi

manlike *(adj.)* മനുഷ്യനെപോലെ
manushyanepole

manliness *(n.)* പൗരുഷം pourasham

manly *(adj.)* പുരുഷോചിതമായ
purushochithamaaya

manna *(n.)* ദിവ്യാന്നം divyaannam

mannequin *(n.)* ബൊമ്മ bomma

manner *(n.)* മാതിരി maathiri

mannerism *(n.)* ചേഷ്ടാവിശേഷം
cheshtaavisesham

mannerly *(adj.)* ഉപചാരശീലമുള്ള
upachaarashiilamulla

manoeuvre *(v.)* യുദ്ധതന്ത്രം
പ്രയോഗിക്കുക yuddhathanthram
prayogikkuka

manoeuvre *(n.)* സമരതന്ത്രം
samarathanthram

manor *(n.)* ഗ്രാമാദ്ധ്യക്ഷ ഭൂമി
graamaadyakahabhuumi

manorial *(adj.)* പ്രഭുഭൂമി
prabhubhuumi

mansion *(n.)* ബംഗ്ലാവ് banglaav

mantel *(n.)* ഷെൽഫ് shelf

mantle *(n.)* ഭൂവൽക്കം bhuuvalkkam

mantle *(v.)* മൂടുക muutuka

manual *(adj.)* കരകൃതമായ
karakruthamaaya

manual *(n.)* ഹസ്തവിഷയകം
hasthavishayakam

manufacture *(n.)* ഉത്പാദനം
ulpaadanam

manufacture *(v.)*
ഉണ്ടാക്കിയെടുക്കുക
undaakkiyetukkuka

manufacturer *(n.)* ഉൽപാദകൻ
ulpaadakan

manumission *(n.)* ദാസ്യവിമോചനം
daasyavimochanam

manumit *(v.)* വിമുക്തമാക്കുക
vimukthamaakkuka

manure *(n.)* ജൈവവളം jaivavalam

manure *(v.)* വളമിടുക valamituka

manuscript *(n.)* ഹസ്തലിഖിതം
hasthalikhitham

many *(adj.)* വളരെ valare

map *(v.)* ഭൂപടമുണ്ടാക്കുക
bhuupatamundaakkuka

map *(n.)* ഭൂപടം bhuupatam

mar *(v.)* അവലക്ഷണപ്പെടുത്തുക
avalakshanappetuththuka

marathon *(n.)* അതിദൂര
ഓട്ടപ്പന്തയം athidoora
ottappanthayam

maraud *(v.)* കൊള്ളയിടുക
kollayituka

marauder *(n.)* കൊള്ളയടിക്കാരൻ
kollayatikkaaran

marble *(n.)* വെണ്ണക്കല്ല് vennakkallu

march *(n.)* അണിനടത്തം
aninataththam

march *(v.)* അണിയണിയായി
നടക്കുക aniyaniyaayi natakkuka

March *(n.)* മാർച്ച്മാസം march
maasam

mare *(n.)* പെൺകുതിര penkuthira

margarine *(n.)* വെണ്ണപോലുള്ള
കൊഴുപ്പ് vennapolulla kozhupp

margin *(n.)* ഓരം oram

marginal *(adj.)* പ്രാന്തവൽക്കരിച്ച
praanthavalkaricha

marigold *(n.)* ജമന്തിപ്പൂ jamanthippoo

marine *(adj.)* സമുദ്ര സംബന്ധിയായ samudrasambandiyaaya
mariner *(n.)* നാവികൻ naavikan
marionette *(n.)* പാവക്കൂത്ത് paavakkuuthth
marital *(adj.)* വിവാഹപരമായ vivaahaparamaaya
maritime *(adj.)* കടലിനോടു ബന്ധപ്പെട്ട katalinot banddhappetta
mark *(n.)* പാട് paat
mark *(v.)* അടയാളപ്പെടുത്തുക atayaalappetuththuka
marker *(n.)* അടയാളപ്പെടുത്തുന്നതിനുള്ള വസ്തു atayaalappetuththunnathinulka vasthu
market *(n.)* കമ്പോളം kambolam
market *(v.)* വിപണിയിലിറക്കുക vipaniyilirakkuka
market research *(n.)* ഉപഭോക്തവിവരാന്വേഷണം upabhokthavivaraanweshanam
market share *(n.)* ഓഹരിവിഹിതം oharivihotham
marketable *(adj.)* വ്യാപാരയോഗ്യമായ vyaapaara yogymaaya
marksman *(n.)* വെടിക്കാരൻ vetikkaaran
marl *(n.)* ഉരമണ്ണ് uramannu
marmalade *(n.)* പഴക്കട്ടി pazhakkaatti
maroon *(v.)* ഒറ്റപ്പെട്ടുപോവുക ottappettu povuka
maroon *(n.)* കതിനാവെടി kathinaaveti
maroon *(adj.)* കരിഞ്ചുവപ്പായ karinjuvappaya
marriage *(n.)* കല്ല്യാണം kalyaanam
marriageable *(adj.)* വിവാഹയോഗ്യമായ vivaahayogyamaaya
marrow *(n.)* മജ്ജ majja
marry *(v.)* വിവാഹം കഴിക്കുക vivaaham kazhikkuka
Mars *(n.)* ചൊവ്വാഗ്രഹം chowagraham
marsh *(n.)* ചെളിപ്രദേശം chelipradesham
marshal *(n.)* സൈന്യാദ്ധ്യക്ഷൻ sainyaadyakahan
marshal *(v.)* അണിനിരത്തുക aniniraththuka
marshy *(adj.)* ചെളിയുള്ള cheliyulla
marsupial *(n.)* സഞ്ചിയുള്ള sanchchiyulla
mart *(n.)* വാണിജ്യകേന്ദ്രം vaanijya kendram
marten *(n.)* കീരി kiiri
martial *(adj.)* രണധീരമായ ranadhiiramaaya
martinet *(n.)* ഉഗ്രശാസനൻ ugrashaasanan
martyr *(n.)* രക്തസാക്ഷി rakthasaakshi
martyrdom *(n.)* രക്തസാക്ഷിത്വം rakthasaakshithwam
marvel *(n.)* വിസ്മയഹേതു vismayahethu
marvel *(v.)* വിസ്മയിക്കുക vismayikkuka
marvellous *(adj.)* വിസ്മയാവഹമായ vismayavahamaaya
mascot *(n.)* ഭാഗ്യചിഹ്നം bhaagyachihnam
masculine *(adj.)* പൗരുഷമുള്ള pourushamulla
mash *(v.)* ഇടിച്ചുകലക്കുക itichukalakkuka
mash *(n.)* കൂട്ട് kuutt
mask *(n.)* പൊയ്മുഖം poymukham
mask *(v.)* മുഖം മൂടുക mukham muutuka
mason *(n.)* കല്ലാശാരി kallaassaari

masonry *(n.)* കല്പണി kalpani
masquerade *(n.)* വ്യാജവേഷം vyaajavesham
mass *(n.)* കുർബാന qurbana
mass *(v.)* കുർബാനയർപ്പിക്കുക qurbanayarppikkuka
massacre *(v.)* കൂട്ടക്കൊല നടത്തുക kuuttakkolanataththuka
massacre *(n.)* കൂട്ടക്കൊല kuuttakkola
massage *(n.)* ഉഴിയൽ uzhiyal
massage *(v.)* ഉഴിയുക uzhiyuka
masseur *(n.)* ഉഴിച്ചിൽക്കാരൻ uzhichchilkkaaran
massive *(adj.)* ഘനമായ ghanamaaya
massy *(adj.)* സംഘം sangham
mast *(n.)* പായ്മരം paaymaram
master *(v.)* കുശലതപ്രകടിപ്പിക്കുക kushalatha prakatippikkuka
master *(n.)* തലവൻ thalavan
master class *(n.)* വിദഗ്ദ്ധപാഠം vidagddhapaatam
master copy *(n.)* മൗലികപതിപ്പ് moylikapathipp
masterly *(adj.)* സമർത്ഥമായ samarddhamaaya
masterpiece *(n.)* മികച്ചകലാസൃഷ്ടി mikacha kalaa srishti
mastery *(n.)* അതിപ്രാവീണ്യം athipraaviinyam
masticate *(v.)* ചവയ്ക്കുക chavaykkuka
masturbate *(v.)* സ്വയംഭോഗം ചെയ്യുക swayabhogam cheyyuka
mat *(n.)* പായ paaya
matador *(n.)* കാളപ്പോരുകാരൻ kaalapporukaaran
match *(v.)* ഇണയായിരിക്കുക inayaayirikkuka
match *(n.)* കായികമത്സരം kaayika malsaram
matchless *(adj.)* അതുല്യനായ athulyanaaya

matchmaker *(n.)* വിവാഹദല്ലാൾ vivaaha dallaal
mate *(n.)* ജീവിതപങ്കാളി jiivithapankaali
mate *(v.)* ഇണചേരുക inacheruka
material *(n.)* ജഡികമായ jaddikamaaya
material *(adj.)* ഭൗതികമായ bhouthikamaaya
materialism *(n.)* ഭൗതികവാദം bhouthikavaadam
materialize *(v.)* വസ്തുവൽക്കരിക്കുക vasthuvalkkarikkuka
maternal *(adj.)* മാതൃനിർവിശേഷമായ maathrunivviseshamaaya
maternity *(n.)* മാതൃഭാവം maathrubhaavam
mathematical *(adj.)* ഗണിതശാസ്ത്രപരമായ ganitha shaasthraparamasya
mathematician *(n.)* ഗണിതജ്ഞൻ ganithanjan
mathematics *(n.)* സംഖ്യാശാസ്ത്രം sankhyaa shaasthram
matinee *(n.)* സിനിമാ പ്രദർശനം cinema pradarshanam
matriarch *(n.)* തറവാട്ടമ്മ tharavaattamma
matricidal *(adj.)* മാതൃഹന്താവായ maathruhanthaavaaya
matricide *(n.)* മാതൃഹത്യ maathruhathya
matriculate *(v.)* സർവ്വകലാശാലാബിരുദംനേടുക sarvvakalashaabirudham netuka
matriculation *(n.)* സർവ്വകലാശാലാബിരുദം sarvvakalashaala birudham

matrimonial *(adj.)* ദാമ്പത്യം സംബന്ധിച്ചതായ daampathyam sambanddhichathaaya
matrimony *(n.)* പരിണയം parinayam
matrix *(n.)* ഉത്പത്തിസ്ഥാനം ulpaththisthaanam
matron *(n.)* രക്ഷാധികാരിണി rakahaadhikaarini
matter *(v.)* പ്രാധാന്യമുള്ളതായിരിക്കുക praadhaanyamullathaayirikkuka
matter *(n.)* വിഷയം vishayam
mattock *(n.)* മൺവെട്ടി manvetti
mattress *(n.)* കോസടി kosati
mature *(v.)* പാകമാകുക paakamaakuka
mature *(adj.)* പക്വമായ pakwamaaya
maturity *(n.)* പക്വത pakwatha
maudlin *(adj.)* വികാരതരളിതമായ vikaaratharalamaaya
maul *(v.)* പരുക്കേൽപ്പിക്കുക parukkelpikkuka
maul *(n.)* കൊട്ടുവടി kortuvati
maulstick *(n.)* ചിത്രലേഖകദണ്ഡ് chithralekhaka dant
maunder *(v.)* ചരിക്കുക chirikkuka
mausoleum *(n.)* സ്മാരകമണ്ഡപം smaarakamantapam
mawkish *(adj.)* അറപ്പുതോന്നിക്കുന്ന arapputhonnikkunna
maxilla *(n.)* കവിളെല്ല് kavilellu
maxim *(n.)* തത്ത്വം thaththwam
maximize *(v.)* പരമാവധിയാക്കുക paramaavadhiyaakkuka
maximum *(n.)* പരമാവധി പparamaavadhi
maximum *(adj.)* അത്യൗന്നത്യം athyounnathyam
may *(v.)* ഇടയുണ്ടാകുക itayundaakuka
May *(n.)* മേയ്മാസം meymaasam
mayor *(n.)* നഗരസഭാദ്ധ്യക്ഷ nagarasabhaadyaksha
maze *(n.)* കുരുക്കുവഴി kurukkuvazhi
me *(pron.)* ഞാൻ njaan
mead *(n.)* ചാരായം chaaraayam
meadow *(n.)* മേച്ചിൽ സ്ഥലം mechilsthalam
meagre *(adj.)* ശോഷിച്ച shoshicha
meal *(n.)* ഊണ് oonu
mealy *(adj.)* മാവുപോലെയുള്ള maavupoleyulla
mean *(v.)* അർത്ഥമാക്കുക arththamaakkuka
mean *(n.)* മദ്ധ്യം madyam
mean *(adj.)* ശരാശരിയായ sharaashariyaaya
meander *(v.)* വളഞ്ഞുപുളഞ്ഞൊഴുകുക valanjupulanjozhukua
meaning *(n.)* പൊരുൾ porul
meaningful *(adj.)* അർത്ഥവത്തായ arththavaththaya
meaningless *(adj.)* അർത്ഥശൂന്യമായ arththashuunyamaaya
meanness *(n.)* അൽപ്പത്തരം alpaththaram
means *(n.)* ഉപാധി upaadhi
meanwhile *(adv.)* അതിന്നിടയ്ക്ക് athinnitaykk
measles *(n.)* അഞ്ചാംപനി anchampani
measurable *(adj.)* അളക്കത്തക്ക alakkathakka
measure *(v.)* അളന്നുമുറിക്കുക alannumurikkuka
measure *(n.)* അളവ് alav
measureless *(adj.)* അളവറ്റ alavatta
measurement *(n.)* അളക്കൽ alakkal
meat *(n.)* ഇറച്ചി irachchi
mechanic *(adj.)* യന്ത്രം നന്നാക്കുന്നയാൾ yanthram nannaakkunbayaal

mechanic *(n.)* യന്ത്രപ്പണിക്കാരൻ
yanthrappanikkaran
mechanical *(adj.)*
യന്ത്രപ്രവർത്തിതമായ
yanthrapravarththithamaaya
mechanics *(n.)* യന്ത്രതന്ത്രം
yanthrathanthram
mechanism *(n.)* യന്ത്രപ്രവർത്തനം
yanthrapravarththanam
medal *(n.)* കീർത്തിമുദ്ര kiirththimudra
medallist *(n.)*
കീർത്തിമുദ്രനേടിയയാൾ
kiirththimudra netiyayaal
meddle *(v.)* തലയിടുക thalayituka
median *(adj.)* മധ്യചസ്ഥിതമായ
madyachasthithamaaya
mediate *(v.)* ഇടനിലനിൽക്കുക
itanilanilkkuka
mediation *(n.)* മാധ്യസ്ഥ്യം
maadyasthyam
mediator *(n.)* മധ്യസ്ഥൻ madyasthan
medic *(n.)* വൈദ്യൻ vaidyan
medical *(adj.)*
വൈദ്യസംബന്ധിയായ vaidya
sambanddhamaaya
medicament *(n.)* ഔഷധം oushadam
medicinal *(adj.)* ഔഷധഗുണമുള്ള
oushadagunamulla
medicine *(n.)* മരുന്ന് marunnu
medieval *(adj.)* മധ്യകാലീനമായ
madyakaaliinamaaya
mediocre *(adj.)* സാധാരണയായ
saadhaaranamaaya
mediocrity *(n.)* സാമാന്യൻ samaanyan
meditate *(v.)*
ചിന്താമഗ്നനായിരിക്കുക
chinthaamagnaayirikkuka
meditation *(n.)* മനനം mananam
meditative *(adj.)* ധ്യാനപരമായ
dhyaanaparamaaya
medium *(adj.)* മാധ്യമം maadyamam
medium *(n.)* വാഹകം vaahakam

meek *(adj.)* സാത്വികമായ
saathwikamaaya
meet *(n.)* സമാഗമം samagamam
meet *(v.)* സമാഗമിക്കുക
samaahamikkuka
meeting *(n.)* ഒത്തുചേരൽ
oththucheral
megalith *(n.)* മഹാശിലാസ്മാരകം
mahashilaasmaarakam
megalithic *(adj.)*
മഹാശിലാപരമായ
mahaashilaaparamaaya
megaphone *(n.)* ശബ്ദവർദ്ധിനി
shabdavatddhini
megastore *(n.)* മഹാവിപണനശാല
mahaavipananashaala
melancholia *(n.)* വിഷാദരോഗം
vishaadarogam
melancholic *(adj.)*
സദാവിഷാദിയായ
sadavishaadiyaaya
melancholy *(n.)* വിഷാദം vishaadam
melancholy *(adj.)* വിഷാദമുള്ള
vishaadamulla
melee *(n.)* പോര് poru
meliorate *(v.)* മെച്ചപ്പെടുത്തുക
mechappetuththuka
mellow *(adj.)* സുഖസ്പർശമായ
sukhasparshamaaya
melodious *(adj.)* ശ്രുതിമധുരമായ
shruthimadhuramaaya
melodrama *(n.)* അത്ഭുതകഥാനടനം
athbhuthakathaa natanam
melodramatic *(adj.)*
സ്തോഭജനകമായ
sthobhajanakamaaya
melody *(n.)* മധുരഗാനം
madhuragaanam
melon *(n.)* വത്തക്ക vaththakka
melt *(v.)* ഉരുകുക urukuka
member *(n.)* അംഗം angam
membership *(n.)* അംഗത്വം angathwam

membrane *(n.)* തനുസ്തരം thanustharam
memento *(n.)* സ്മാരകചിഹ്നം smaarakachihnam
memoir *(n.)* ഓർമ്മക്കുറിപ്പ് ormmakkuripp
memorable *(adj.)* സ്മരണാർഹമായ smaranaarhamaaya
memorandum *(n.)* നിവേദനം nivedanam
memorial *(adj.)* ഓർമ്മയ്ക്കായുള്ള ormmaykkaayulla
memorial *(n.)* സ്മാരകം smaarakam
memory *(n.)* ഓർമ്മ ormma
menace *(n.)* ശല്യം shalyam
menace *(v.)* ശല്യമുണ്ടാക്കുക shalyamundaakkuka
mend *(v.)* കേടുപോക്കുക ketupokkuka
mendacious *(adj.)* കള്ളമായ kallamaaya
menial *(n.)* പാദസേവ paadaseva
menial *(adj.)* പാദസേവപരമായ padasevaparamaaya
meningitis *(n.)* മസ്തിഷ്കചർമ്മവീക്കം masthishkacharmmaviikkam
menopause *(n.)* ആർത്തവവിരാമം aarththavaviraamam
menses *(n.)* ആർത്തവം aarththavam
menstrual *(adj.)* ആർത്തവസംബന്ധിയായ aarththavasambanddhiyaaya
menstruation *(n.)* തീണ്ടാരി thiindaari
mental *(adj.)* മാനസികമായ maanasikamaaya
mentality *(n.)* മനഃസ്ഥിതി manasthithi
mention *(n.)* സൂചിപ്പിക്കൽ suuchippikkal
mention *(v.)* സൂചിപ്പിക്കുക suuchippikkuka
mentor *(n.)* ന്യായവാദി nyaayavaadi
menu *(n.)* ഭക്ഷണവിവരപ്പട്ടിക bhakshanavivarappattika
mercantile *(adj.)* വാണിജ്യവിഷയകമായ vaanijyavishayakamaaya
mercenary *(adj.)* കൂലിപ്പട്ടാളക്കാരൻ kuulippattalakkaaran
mercerise *(v.)* ക്ഷാരംമുക്കുക kshaaram mukkuka
merchandise *(n.)* വ്യാപാരച്ചരക്ക് vyaapaaracharakk
merchant *(n.)* കച്ചവടക്കാരൻ kachavatakkaaran
merciful *(adj.)* കരുണയുള്ള karunayulla
merciless *(adj.)* കരുണയില്ലാത്ത karunayillaththa
mercurial *(adj.)* ചുറുചുറുക്കുള്ള churuchurukkulla
mercury *(n.)* ബുധൻ budhan
mercy *(n.)* കാരുണ്യം kaarunyam
mere *(adj.)* വെറും verum
merge *(v.)* ലയിപ്പിക്കുക layippikkuka
merger *(n.)* ലയനം layanam
meridian *(n.)* ധ്രുവരേഖ druvarekha
merit *(v.)* യോഗ്യതയുണ്ടായിരിക്കുക yoguathayundaayirikkuka
merit *(n.)* സദ്ഗുണം sadgunam
meritorious *(adj.)* യോഗ്യതയുള്ള yoguathayulla
mermaid *(n.)* മൽസ്യകന്യക malsyakanyaka
merman *(n.)* മൽസ്യനരൻ malsyanaran
merriment *(n.)* ആഹ്ളാദം aahlaadam
merry *(adj.)* ഉല്പാസഭരിതമായ ullasabharithamaaya
mesh *(n.)* ചക്രപ്പല്ല് chakrappallu
mesh *(v.)* ബന്ധിക്കുക bandhikkuka

mesmerism *(n.)* മാസ്മരവിദ്യ maasmaravidya
mesmerize *(v.)* മോഹിപ്പിക്കുക mohippikkuka
mess *(v.)* ഭക്ഷണസ്ഥലം bhakshanasthalam
mess *(n.)* സഹഭോജനം നടത്തുക sahabhojanam nataththuka
message *(n.)* സന്ദേശം sandhesham
messenger *(n.)* സന്ദേശവാഹകൻ sandheshavaahakan
messiah *(n.)* മിശിഹാ mishiha
Messrs *(n.)* ഒരു സംബോധന പദം oru sambodhana padam
metabolism *(n.)* ശരീരപോഷണം shariiraposhanam
metal *(n.)* ലോഹം loham
metallic *(adj.)* ലോഹതുല്യമായ lohathulyamaaya
metallurgy *(n.)* ധാതുശോധനം dhaathushodhanam
metamorphosis *(n.)* രൂപാന്തരപ്രാപ്തി ruupaantharapraapthi
metaphor *(n.)* രൂപകം ruupakam
metaphysical *(adj.)* പ്രപഞ്ചാതീതമായ prapanchaathithamaaya
metaphysics *(n.)* അതിഭൗതികശാസ്ത്രം athibhouthika shaasthram
mete *(v.)* പകുത്തുകൊടുക്കുക pakuththukotukkuka
meteor *(n.)* കൊള്ളിമീൻ kollimiin
meteoric *(adj.)* ഉൽക്കകളെ സംബന്ധിച്ച ulkkakale sambanddhichcha
meteorologist *(n.)* അന്തരീക്ഷവിജ്ഞാനി anthariikshavinjaani
meteorology *(n.)* അന്തരീക്ഷവിജ്ഞാനം anthariikshavinjaanam
meter *(n.)* മാപിനി maapini
method *(n.)* രീതി riithi
methodical *(adj.)* വിധിപ്രകാരമുള്ള vidhiprakaaramulla
meticulous *(adj.)* സൂക്ഷ്മതയുള്ള suukshmathayulla
metre *(n.)* ദൈർഘ്യ അളവ് dairghya alav
metric *(adj.)* മീറ്ററളവിനെ സംബന്ധിച്ച miittaralavine sambanddhicha
metrical *(adj.)* ഛന്ദോബദ്ധമായ chandobandhamaaya
metro *(n.)* മഹാനഗരം mahanagaram
metropolis *(n.)* ആസ്ഥാനനഗരം aasthaananagaram
metropolitan *(adj.)* തലസ്ഥാനത്തുള്ള thalasthanaththulla
metropolitan *(n.)* പ്രാധാന്യമുള്ള praadhaanyamulla
mettle *(n.)* ഓജസ്സ് oojass
mettlesome *(adj.)* വീര്യമുള്ള viiryamulla
mew *(n.)* മാർജ്ജാരശബ്ദം maarjjara shabdam
mew *(v.)* കരയുക karayuka
mezzanine *(n.)* മദ്ധ്യത്തുള്ള നില madyaththulla nila
mica *(n.)* അഭ്രം abhram
microbrewery *(n.)* വാറ്റുകേന്ദ്രം vaattukendram
microfilm *(n.)* ലഘുമാനഫിലിം laghumaanafilim
micrology *(n.)* സൂക്ഷ്മശ്രദ്ധ suukshmasraddha
micrometer *(n.)* സൂക്ഷമാളവ് മാപിനി suukshmaalav maapini

microphone *(n.)* നാദവികാസിനി naadavikaasini

microprint *(n.)* സൂക്ഷ്മമുദ്ര suukshmamudra

microprocessor *(n.)* മൈക്രോ കംപ്യൂട്ടറിലെ കേന്ദ്ര പ്രോസസിങ്ങ് യൂണിറ്റിന്റെ ചെറിയ മാതൃക microcomputerile kendra processing unitnte cheriya maathruka

microscope *(n.)* സൂക്ഷ്മദർശിനി suukshmadarshini

microscopic *(adj.)* അതിസൂക്ഷ്മമായ athisuukshmamaaya

microwave *(n.)* സൂക്ഷ്മതരംഗം suukshmathangam

mid *(adj.)* മധ്യം madyam

midday *(n.)* നട്ടുച്ച nattucha

middle *(n.)* മധ്യസ്ഥാനം madyasthaanam

middle *(adj.)* നടുവിലുള്ള natuvilulla

middleman *(n.)* മൂന്നാമൻ muunnaaman

middling *(adj.)* ഇടത്തരമായി itaththaramaayi

midget *(n.)* കൊച്ചുമനുഷ്യൻ kochumanushyan

midland *(n.)* ഉൾനാട് ulnaat

midnight *(n.)* പാതിരാ paathiraa

mid-off *(n.)* വലതുകളിക്കാരൻ valathukalikkaaran

mid-on *(n.)* പന്തുകളിയിലെ പ്രധാനി panthukaliyile pradhaani

midriff *(n.)* ഉദരോദരഭിത്തി udarodarabhiththi

midst *(n.)* കേന്ദ്രം kendram

midsummer *(n.)* മദ്ധ്യവേനൽ madyavenal

midwife *(n.)* വയറ്റാട്ടി vayattatti

miffed *(adj.)* പിണക്കമുള്ള pinakkamulla

might *(n.)* ആവാം aavam

mighty *(adj.)* ബലവത്തായ balavaththaaya

migraine *(n.)* കൊടിഞ്ഞിക്കുത്ത് kotinjikkuthth

migrant *(n.)* ദേശാന്തരഗാമി deshaantharagaami

migrate *(v.)* സ്വദേശം വിട്ടുപോകുക swadesham vittupokuka

migration *(n.)* പ്രവാസം pravaasam

milch *(adj.)* കറവയുള്ള karavayulla

mild *(adj.)* മൃദുവായ mruduvaaya

mildew *(n.)* പൂപ്പൽ puuppal

mile *(n.)* മൈൽ mile

mileage *(n.)* യാത്രാദൂരം yaathraaduuram

milestone *(n.)* നാഴികക്കല്ല് naazhikakkallu

milieu *(n.)* പരിതഃസ്ഥിതികൾ parirhasthithikal

militant *(n.)* സമരാസക്തർ samaraasakthar

militant *(adj.)* സമരോത്സുകമായ samarolsukamaaya

military *(n.)* പട്ടാളം pattaalam

military *(adj.)* പട്ടാളസംബന്ധി pattalasambandhi

militate *(v.)* എതിരായിരിക്കുക ethiraayirikkuk

militia *(n.)* പൗരസേന pourasena

milk *(v.)* കറന്നെടുക്കുക karannetukkuka

milk *(n.)* ക്ഷീരം kshiiram

milk powder *(n.)* പാൽപൊടി paalppoti

milky *(adj.)* പാൽ നിറഞ്ഞ paalniranja

mill *(v.)* പൊടിക്കുക potikkuka

mill *(n.)* തിരികല്ല് thirikallu

millennium *(n.)* സഹസ്രാബ്ദം sahasraabdam

miller *(n.)* മാവരയ്ക്കുന്നവൻ maavaraykkunnavan
millet *(n.)* ചാമ chaama
milliner *(n.)* സ്ത്രീവേഷനിർമ്മിതി sthrivesha nirmmithi
millinery *(n.)* വ്യാവസായികം vyavasaayikam
million *(n.)* പത്തുലക്ഷം paththulaksham
millionaire *(n.)* മഹാധനികൻ mahaadhanikan
millipede *(n.)* തേരട്ട theratta
mime *(v.)* അനുകരിക്കുക anukarikkuka
mime *(n.)* പരിഹാസക്കൂത്ത് parihaasakkuuthth
mimesis *(n.)* അനുകരണം anukaranam
mimic *(v.)* ഗോഷ്ടി കാണിക്കുക goshti kaanikkuka
mimic *(adj.)* ഗോഷ്ടി കാണിൽ goshtikaanikkal
mimic *(n.)* ഗോഷ്ടി goshti
mimicry *(n.)* ഹാസ്യാനുകരണം haasyaanukaranam
minaret *(n.)* മിനാരം minaaram
mince *(v.)* കൊത്തിയരിയുക koththiyariyuka
mind *(n.)* മനസ്സിലാക്കൽ manassilaakkal
mind *(v.)* കരുതുക karuthuka
mind-blowing *(adj.)* ആശ്ചര്യജനകമായ aascharyajanakamaaya
mindful *(adj.)* ജാഗ്രതയുള്ള jaagradayulla
mindless *(adj.)* അശ്രദ്ധ asraddha
mindset *(n.)* മാനസികാവസ്ഥ maanasikaavastha
mine *(pron.)* എന്റേത് enteth
mine *(n.)* ഖനി khani
miner *(n.)* ഖനിത്തൊഴിലാളി khanithozhilaali
mineral *(adj.)* ധാതു സമ്പുഷ്ടമായ dhaathusambushtamaaya
mineral *(n.)* ധാതുപദാർത്ഥം dhaathupadaarththam
mineralogist *(n.)* ധാതുപരീക്ഷകൻ dhaathupariikshakan
mineralogy *(n.)* ധാതുപരീക്ഷണം dhaathupariishanam
mingle *(v.)* കൂടിക്കലരുക kuutikkalaruka
miniature *(adj.)* ഹ്രസ്വരൂപമായ hraswaruupamaaya
miniature *(n.)* ലഘുരൂപം laghuruupam
minim *(n.)* നാകസിന്ദൂരം naakasindhuuram
minimal *(adj.)* ചെറിയതോതിൽ cheriyathothil
minimize *(v.)* ന്യൂനീകരിക്കുക nyuunikarikkuka
minimum *(adj.)* ഏറ്റവും കുറഞ്ഞ ettavum kuranja
minimum *(n.)* നിസ്സാരം nissaram
minion *(n.)* സേവകൻ sevakan
minister *(v.)* സേവിക്കുക sevikkuka
minister *(n.)* മന്ത്രി manthri
ministrant *(adj.)* സേവനംചെയ്യൽ sevanam cheyyal
ministry *(n.)* മന്ത്രിസ്ഥാനം manthristhaanam
mink *(n.)* ഒരിനം നീർനായ് orinam niirnaay
minor *(n.)* പ്രായപൂർത്തി praayapuurththi
minor *(adj.)* ലഘുവായ laghuvaaya
minority *(n.)* ന്യൂനപക്ഷം nyuunapaksham
minster *(n.)* ചാപ്പൽ chaappal
mint *(n.)* കമ്മട്ടം kammaattam
mint *(v.)* നാണ്യമടിക്കുക naanyamatikkuka
minus *(n.)* ന്യൂനം nyuunam

minus *(adj.)* ന്യൂനമായ nyunamaaya
minus *(prep.)* കുറവായ kuravaaya
minuscule *(adj.)* വളരെച്ചെറിയ valarecheriya
minute *(adj.)* അത്യൽപമായ atyalpamaaya
minute *(n.)* നിമിഷം nimisham
minutely *(adv.)* അതിസൂക്ഷ്മമായി athisuukshmamaayi
minx *(n.)* വിലാസിനി vilaasini
miracle *(n.)* മഹാത്ഭുതം mahaathbhutham
miraculous *(adj.)* അത്ഭുതകരമായ atbhuthakaramaaya
mirage *(n.)* മരീചിക mariichika
mire *(v.)* ചേറുപുരട്ടുക cherupurattuka
mire *(n.)* ചെളി cheli
mirror *(v.)* പ്രതിബിംബിക്കുക prathibibikkuka
mirror *(n.)* കണ്ണാടി kannaati
mirror image *(n.)* കണ്ണാടിപ്രതിച്ഛായ kannaati prathichchaaya
mirth *(n.)* ആമോദം aamodam
mirthful *(adj.)* മുദിതമായ mudithamaaya
misadventure *(n.)* ദൗർഭാഗ്യം doubhaagyam
misalliance *(n.)* അവിഹിതബന്ധം avihithabandham
misanthrope *(n.)* മനുഷ്യവിദ്വേഷി manushyaviddweshi
misapplication *(n.)* ദുർവിനിയോഗം durviniyogam
misapprehend *(v.)* തെറ്റിദ്ധരിക്കുക thettddharikkuka
misapprehension *(n.)* തെറ്റിദ്ധാരണ thettiddhaarana
misappropriate *(v.)* അപഹരിക്കുക apaharikkuka
misappropriation *(n.)* ദുരുപയോഗം durupayogam
misbehave *(v.)* നിർമ്മര്യാദം കാട്ടുക nirmmaryaada kattuka
misbehaviour *(n.)* ദുർന്നടപ്പ് durnnatapp
misbelief *(n.)* തെറ്റായ വിചാരം thettaya vichaaram
miscalculate *(v.)* തെറ്റായികണക്കാക്കുക thettayi kanakkakkuka
miscalculation *(n.)* മിഥ്യാഗണനം mithyaahananam
miscall *(v.)* തെറ്റിവിളിക്കുക thettivilikkuka
miscarriage *(n.)* ഗർഭച്ഛിദ്രം garbhachchidram
miscarry *(v.)* ഗർഭമലസുക garbhamalasuka
miscellaneous *(adj.)* പലവകയായ palavakayaaya
miscellany *(n.)* പലതരം palatharam
mischance *(n.)* ഭാഗ്യദോഷം bhaagyadosham
mischief *(n.)* വേണ്ടാതീനം vendaathiinam
mischievous *(adj.)* കുസൃതികാട്ടുന്ന kusruthikaattunna
misconceive *(v.)* വിപരീതമായി ധരിക്കുക vipariithamaayi dharikkuka
misconception *(n.)* മിഥ്യാബോധം midyaabodham
misconduct *(n.)* ദുഷ്പെരുമാറ്റം dushperumaattam
misconstrue *(v.)* ദുർവ്യാഖ്യാനം ചെയ്യുക durvyaakhyaanam cheyyuka
miscreant *(n.)* നിയമഭേദകൻ niyamabhedakan
misdeed *(n.)* അകൃത്യം akruthyam
misdemeanour *(n.)* പെരുമാറ്റക്കുറ്റം perumaattakkuttam

misdiagnose *(v.)* രോഗം
തെറ്റായിനിർണ്ണയിക്കുക rogam
nirnnayikkuka
misdirect *(v.)* വഴിതെറ്റിക്കുക
vazhithettikkuka
misdirection *(n.)* വഴിതെറ്റിക്കൽ
vazhithettikkal
miser *(n.)* അരിഷ്ടൻ arishtan
miserable *(adj.)*
ദുരിതമനുഭവിക്കുന്ന
durithamanubhavikkunna
miserly *(adj.)* പിശുക്കനായ
pishukkanaaya
misery *(n.)* പരിതാപം parithaapam
misfire *(v.)* വെടിപൊട്ടാതിരിക്കുക
vetipottaathirikkuka
misfit *(n.)* ചേർച്ചയില്ലായ്മ
cherchchayillayma
misfortune *(n.)* അനർത്ഥം anartham
misgive *(v.)* ആശങ്കപ്പെടുക
aashankappetuka
misgiving *(n.)* വികല്പം vikalpam
misguide *(v.)* വഴിപിഴപ്പിക്കുക
vazhipizhappikkuka
mishap *(n.)* കെടുതി ketuthi
misjudge *(v.)* തെറ്റായി വിധിക്കുക
thettayi vidhikkuka
mislead *(v.)* അബദ്ധത്തിൽ
ചാടിക്കുക abaddhaththil chatikkuka
mismanagement *(n.)* പിടിപ്പുകേട്
pitippuket
mismatch *(v.)*
വ്യത്യസ്തമായിരിക്കുക
vythyasthamaayirikkuka
misnomer *(n.)* തെറ്റായപേര്
thettaayaperu
misperception *(n.)* അപഗ്രഹണം
apagrahanam
misplace *(v.)*
അസ്ഥാനത്തുവയ്ക്കുക
asthaanaththuvaykkuka

misprint *(v.)*
അച്ചടിപ്പിഴവരുത്തുക
achatippizha varuththuka
misprint *(n.)* അച്ചടിപ്പിഴവ്
achchatippizhav
misrepresent *(v.)*
തെറ്റായിപ്രതിനിധീകരിക്കുക
thettayi prathinidhikarikkuka
misrepsentation *(n.)*
തെറ്റായിപ്രതിനിധീകരണം
thettayi prathinidhiikaranam
misrule *(n.)* അക്രമഭരണം
akramabharanam
miss *(v.)* ഉന്നം തെറ്റുക unnam
thettuka
miss *(n.)* ഉന്നം തെറ്റൽ unnam thettal
missile *(n.)* ക്ഷേപണായുധം
kshepanaayudham
missing *(adj.)* കണ്ടെത്താത്ത
kandeththaaththa
mission *(n.)* ജീവിതദൗത്യം
jiivithadouthyam
missionary *(n.)* മതപ്രചാരകൻ
mathapracharakan
missis, missus *(n.)* ഭാര്യ bhaarya
missive *(n.)* തീട്ടൂരം thiitturam
mist *(n.)* മഞ്ഞ് manju
mistake *(v.)* പിഴപറ്റുക pizhapattuka
mistake *(n.)* പിശക് pishak
mister *(n.)* ശ്രീമാൻ shriimaan
mistletoe *(n.)* ഇത്തിൾക്കണ്ണി
iththilkkanni
mistreat *(v.)* അപായപ്പെടുത്തുക
apaayappetuththuka
mistress *(n.)* ഗൃഹനാഥ gruhanaatha
mistrust *(v.)* അവിശ്വസിക്കുക
aviswasikkuka
mistrust *(n.)* അവിശ്വാസം
aviswaasam
misty *(adj.)* മഞ്ഞുമൂടിയ
manjumuutiya

misunderstand *(v.)* അന്യഥാ ധരിക്കുക anyathaa dharikkuka
misunderstanding *(n.)* അബദ്ധധാരണ abaddhadhaarana
misuse *(n.)* ദുർവ്യവഹാരം durvyvahaaram
misuse *(v.)* ദുർവിനിയോഗിക്കുക durviniyogikkuka
mite *(n.)* ചാഴി chaazhi
mithridate *(n.)* വിഷപ്രത്യൗഷധം vishaprathyoushadham
mitigate *(v.)* ലഘൂകരിക്കുക laghuukarikkuka
mitigation *(n.)* ഉപശമനം upashamanam
mitre *(n.)* ബിഷപ്പിന്റെ ശിരോലങ്കാരം Bishopinte shirolankaaram
mitten *(n.)* കൈയുറ kaiyura
mix *(v.)* മിശ്രിതമാക്കുക mishrithamaakkuka
mixture *(n.)* മിശ്രിതം mishritham
mnemonic *(adj.)* സ്മരണയുണ്ടാക്കുന്നത് smaranayundaakkunnath
mnemonic *(n.)* സ്മൃതിസഹായോപകരണം smruthisahaayopakaranam
mnemonization *(n.)* ഓർമ്മപ്പെടുത്തൽ oormmappetuththal
moan *(n.)* ഞരക്കം njarakkam
moan *(v.)* പ്രലപിക്കുക pralapikkuka
moat *(v.)* കിടങ്ങുനിർമ്മിക്കുക kitangu nirmmikkuka
moat *(n.)* ഖേയം kheyam
mob *(v.)* കൂട്ടം കൂടുക kuuttam kuutuka
mob *(n.)* ആൾക്കൂട്ടം aalkkuttam
mobile *(adj.)* ജംഗമമായ jangamamaaya
mobility *(n.)* ചലനക്ഷമത chalanakshamatha
mobilize *(v.)* അണിനിരക്കുക aninirakkuka
mock *(v.)* ഗോഷ്ടികാട്ടുക goshtikaattuka
mock *(adj.)* ഗോഷ്ടികാട്ടൽ goshtikaattal
mockery *(n.)* ആക്ഷേപം aakshepam
mocktail *(n.)* പഴച്ചാറ് pazhachaaru
modality *(n.)* നടപടിക്രമം natapatikramam
mode *(n.)* നാട്ടാചാരം naattachaaram
model *(v.)* മാതൃകയുണ്ടാക്കുക maathrukayundaakkuka
model *(n.)* മാതൃക maathruka
moderate *(adj.)* പരിപാകതയുള്ള paripaakathayulla
moderate *(v.)* മിതമാക്കുക mithamaakkuka
moderation *(n.)* മിതാവസ്ഥ mithaavastha
modern *(adj.)* നൂതനമായ nuuthanamaaya
modernity *(n.)* ആധുനികത aadhunikatha
modernization *(n.)* ആധുനീകരണം aadhunikkikaranam
modernize *(v.)* ആധുനികവൽക്കരിക്കുക aadhunikavalkarikkuka
modest *(adj.)* ഒതുക്കമുള്ള othukkamulla
modesty *(n.)* ദമം damamam
modicum *(n.)* സ്വൽപം swalpam
modification *(n.)* മാറ്റംവരുത്തൽ maattamvaruththal
modify *(v.)* ഭേദഗതി വരുത്തുക bhedagathivaruththuka
modular *(adj.)* ഘടകമായ ghatakamaaya

modulate *(v.)* സ്വരലയംവരുത്തുക
swaralayam varuththuka

module *(n.)* ഘടകം ghatakam

moil *(v.)* ആയാസപ്പെടുക
aayaasappetuka

moist *(adj.)* ജലമയമുള്ള
jalamayamulla

moisten *(v.)* ആർദ്രീകരിക്കുക
aardriikarikkuka

moisture *(n.)* ജലാംശം jalaamsham

molar *(adj.)* ചവച്ചരയ്ക്കുന്ന
chavacharaykkunna

molar *(n.)* അണപ്പല്ല് anappallu

molasses *(n.)* വെല്ലം vellam

mole *(n.)* മറുക് maruk

molecular *(adj.)*
തൻമാത്രാരൂപമായ
thanmaathraaruupamasya

molecule *(n.)* തന്മാത്ര thanmaathra

molest *(v.)* ചാരിത്രം ഹനിക്കുക
chaarithram hanikkuka

molestation *(n.)* പീഡനം piidanam

mollusc *(n.)* നത്തക്കക്ക naththakkakka

molluscous *(adj.)*
ശ്ലേഷ്മോദരപ്രാണി
sleshmodarapraani

molten *(adj.)* ഉരുകിയ urukiya

moment *(n.)* നൊടിനേരം notineram

momentary *(adj.)* നൈമിഷികമായ
naimishikamaaya

momentous *(adj.)*
ഗൗരവാവഹമായ
gouravaaavahamaaya

momentum *(n.)* ആക്കം aakkam

monarch *(n.)* ചക്രവർത്തി
chakravarththi

monarchy *(n.)* രാജാധിപത്യം
raajaadhipathyam

monastery *(n.)* ആശ്രമം aashramam

monasticism *(n.)*
ഏകാന്തവാസിത്വം
ekaanthavaasithwam

Monday *(n.)* തിങ്കളാഴ്ച
thinkalaazhcha

monetary *(adj.)* പണസംബന്ധമായ
panasambanddhamaaya

money *(n.)* സമ്പത്ത് sambathth

money laundering *(n.)* കള്ളപ്പണം
വെളുപ്പിക്കൽ kallappanam
veluppikkal

monger *(n.)* വിൽക്കുന്നയാൾ
vilkkunnayaal

mongoose *(n.)* നകുലം nakulam

mongrel *(n.)* സങ്കരവർഗ്ഗമായ
sankaravarggmaaya

monitor *(n.)* ഗുരുസഹായി
gurusahaayi

monitor *(v.)* മേൽനോട്ടംനടത്തുക
melnottam nataththuka

monitory *(adj.)* മുന്നറിയിപ്പ്
നൽകുന്ന munbariyipp nalkunna

monk *(n.)* താപസൻ thaapasan

monkey *(n.)* കുരങ്ങ് kurang

monochromatic *(adj.)*
ഏകവർണ്ണകമായ
ekavarnnakamaaya

monocle *(n.)* ഒറ്റക്കണ്ണട ottakkannata

monocular *(adj.)* ഒറ്റക്കണ്ണുള്ള
ottakkannulla

monody *(n.)* ശോകഗാനം
shokagaanam

monoestrous *(adj.)* പ്രതിവർഷം ഒരു
ഈസ്ട്രസ് സൈക്കിളുള്ള
prathivaraham oru estrus cyclelulla

monogamy *(n.)* ഏകഭാര്യാവ്രതം
ekabhaaryaavrutham

monogram *(n.)* സംയുക്താക്ഷരമുദ്ര
samyukthaaksharamudara

monograph *(n.)* ഏകവിഷയക
പ്രബന്ധം ekavishayaka prabandham

monogynous *(adj.)* ഒറ്റകേസരമുള്ള
ottakesaramulla

monolatry *(n.)* ഏകദിവസം
ekadivasam

monolith *(n.)* ഏകശിലാസ്തംഭം
ekashilasthabham
monologue *(n.)* ആത്മഭാഷണം
aathmabhaashanam
monopolist *(n.)*
കുത്തകാവകാശമുള്ളയാൾ
kuththakaavakaashamullayaal
monopolize *(v.)* കുത്തകയാക്കുക
kuththakayaakkuka
monopoly *(n.)* കുത്തക kuththaka
monorail *(n.)* ഒറ്ററെയിൽപ്പാത
ottarailppatha
monosyllabic *(adj.)*
ഏകാക്ഷരപദമായ
ekaaksharapadamaaya
monosyllable *(n.)* ഏകാക്ഷരപദം
ekaakaharapadam
monotheism *(n.)* അദ്വൈതവാദം
adwaithavaadam
monotheist *(n.)* അദ്വൈതവാദി
adwaithavaadi
monotonous *(adj.)* ഏകതാനമായ
ekathaanamaaya
monotony *(n.)* ഏകസ്വരം ekaswaram
monsoon *(n.)* വർഷകാലം
varshakaalam
monster *(n.)* രാക്ഷസരൂപി
raakshasaruupi
monstrous *(adj.)* രാക്ഷസീയമായ
raakshasiiyamaaya
month *(n.)* മാസം maasam
monthly *(n.)* പ്രതിമാസം
prathimaasam
monthly *(adv.)*
മാസത്തിലൊരിക്കലുള്ള
maasaththilorikkalulla
monthly *(adj.)* മാസന്തോറുമുള്ള
maasamthorumulla
monument *(n.)* സ്മാരകസൗധം
smaarakasoudham
monumental *(adj.)*
സ്മരണാർത്ഥമായ
smaranaardthamaaya
moo *(v.)* അമറുക amaruka
mood *(n.)* മനോനില mononila
moody *(adj.)* ചിന്താമൂകമായ
chinthamuukamaaya
moon *(n.)* ചന്ദ്രൻ chandran
moonlight *(n.)* നിലാവെളിച്ചം
nilaavelichcham
moor *(n.)* തരിശുഭൂമി tharishubhuumi
moor *(v.)* നങ്കൂരമിടുക
nankuuramituka
moorings *(n.)* നങ്കൂരമിടുന്ന സ്ഥലം
nankuuramitunna sthalam
moot *(n.)* തീർച്ചയില്ലാത്ത
thiirchayillaaththa
mop *(v.)* തുടച്ചുകളയുക
thutachukalayuka
mop *(n.)* തുടപ്പ thutappa
mope *(v.)* കുണ്ഠിതമുണ്ടാകുക
kundithamundaakuka
moral *(n.)* ഗുണപാഠം gunapaatam
moral *(adj.)* ധർമ്മനിഷ്ഠയുള്ള
dharmmanishtayulla
morale *(n.)* മനോവീര്യം manoviiryam
moralist *(n.)* സദാചാരവാദി
sadaachaaravaadi
morality *(n.)* സൻമാർഗ്ഗം sanmaargam
moralize *(v.)* സദാചാരപരമാക്കുക
sadachaaraparamaakkuka
morbid *(adj.)* അനാരോഗ്യകരമായ
anaarogyakaramaakkuka
morbidity *(n.)* രോഗപ്രകൃതി
rogaprakruthi
more *(adv.)* കൂടുതൽ kuututhal
more *(adj.)* ഏറെ ere
moreover *(adv.)* മാത്രമല്ല maathramalla
morganatic *(adj.)*
അനുലോമവിവാഹപരമായ
anulomavivaahaparamaaya

morgue *(n.)* ശവദർശനശാല shavadarshanashaala
moribund *(adj.)* മൃതപ്രായമായ mruthapraayamaaya
morning *(n.)* പുലർകാലം pularkaalam
moron *(n.)* അൽപബുദ്ധി alpabuddhi
morose *(adj.)* നീരസമുള്ള niirasamulla
morph *(n.)* രൂപമാറ്റം ruupamaattam
morph *(v.)* രൂപമാറ്റംവരുത്തുക ruupamaattam variththuka
morphia *(n.)* കറുപ്പുസത്ത് karupp sathth
morphine *(n.)* കറുപ്പ് മരുന്ന് karupp marunn
morphology *(n.)* രൂപവിജ്ഞാനീയം ruupavinjaanam
morrow *(n.)* പിറ്റേന്നാൾ pittennaal
morse *(n.)* പ്രകാശമോ ശബ്ദമോ ഉപയോഗിച്ചുള്ള കോഡ് prakaashamo shabdamo upayogichulla code
morsel *(n.)* ഉരുള urula
mortal *(n.)* മരണമുള്ള maranamulla
mortal *(adj.)* മരണഹേതുകമായ maranahethukamaaya
mortality *(n.)* മരണം maranam
mortar *(v.)* ഉരലിലിടിക്കുക uralilitikkuka
mortgage *(v.)* പണയംവയ്ക്കുക panayam vaykkuka
mortgage *(n.)* പണയം panayam
mortgagee *(n.)* പണയക്കാരൻ panayakkaaran
mortgagor *(n.)* പണംവാങ്ങുന്നയാൾ panamvaangunnayaal
mortify *(v.)* നാണക്കേടുണ്ടാകുക naanakketundaakuka
mortuary *(n.)* ശവമുറി shavamuri
mosaic *(n.)* നാനോപലേഖിതമായ naanopalekhithamaaya
mosque *(n.)* മുസ്ലീംപള്ളി muslimpalli
mosquito *(n.)* കൊതുക് kothuk
moss *(n.)* പായൽ paayal
most *(adv.)* ഏറ്റവും അധികമായ ettavum adhikamaaya
most *(n.)* ഭൂരിഭാഗവും bhuribhaagavum
most *(adj.)* വളരെയേറെ valareyere
mostly *(adv.)* അധികവും adhikavum
mote *(n.)* കരട് karat
motel *(n.)* വഴിവക്കിലെഭക്ഷണശാല vazhivakkile bhakshanashshaala
moth *(n.)* നിശാശലഭം nishashalabham
mother *(v.)* പോറ്റുക pottuka
mother *(n.)* മാതാവ് maathaav
motherhood *(n.)* മാതൃത്വം maathruthwam
motherlike *(adj.)* അമ്മയെപ്പോലുള്ള ammayeppolulla
motherly *(adj.)* മാതൃസദൃശമായ maathrusadrushyamaaya
motif *(n.)* മുഖ്യഘടകം mukhyaghatakam
motion *(v.)* ഗമിക്കുക gamikkuka
motion *(n.)* ഗമനം gamanam
motionless *(adj.)* നിശ്ചലമായ nischalamaaya
motivate *(v.)* ഉത്സാഹിപ്പിക്കുക ulsaahippikkuka
motivation *(n.)* പ്രചോദനം prachodanam
motive *(n.)* പ്രേരകം prerakam
motley *(adj.)* ചേരാതെ cheraathe
motor *(v.)* ചലനമുണ്ടാക്കുക chalanamundaakkuka
motor *(n.)* ചലനശക്തി chalanashakthi
motorist *(n.)* യന്ത്രവാഹനമോടിക്കുന്നയാൾ yanthravaahanamotikkunnayaal

mottle *(n.)* വർണ്ണശബളത varnnashabalatha
motto *(n.)* പ്രമാണസൂക്തം pramaanasuuktham
mould *(v.)* രൂപപ്പെടുത്തുക ruupappetuththuka
mould *(n.)* അച്ച് achch
mouldy *(adj.)* പൂപ്പുപിടിച്ച puuppupiticha
moult *(v.)* പൊഴിച്ചുകളയുക pozhichukalayuka
mound *(n.)* തിട്ട thitta
mount *(v.)* മലകയറുക malakayaruka
mount *(n.)* പർവ്വതമുടി parvvathamuti
mountain *(n.)* പർവ്വതം parvvatham
mountaineer *(n.)* പർവ്വതവാസി parvvathavaasi
mountainous *(adj.)* പർവ്വതപ്രദേശം parvvathapradesham
mourn *(v.)* അനുശോചിക്കുക anushochikkuka
mourner *(n.)* വിലപിക്കുന്നയാൾ vilapikkunnayaal
mournful *(n.)* വിലപിക്കുന്ന vilapikkunna
mourning *(n.)* ശോകം shokam
mouse *(n.)* മൂഷികൻ muushikan
moustache *(n.)* മേൽമീശ melmiisha
mouth *(v.)* സംസാരിക്കുക samsaarikkuka
mouth *(n.)* വായ vaaya
mouthful *(n.)* വായിൽക്കൊള്ളുന്നത് vayikkkollunnath
movable *(adj.)* ചലിക്കാവുന്ന chalikkaavunna
movables *(n.)* ജംഗമസ്വത്ത് jangamaswathth
move *(n.)* മാറ്റം maattam
move *(v.)* മാറ്റുക maattuka
movement *(n.)* ഗതി gathi
mover *(n.)* പ്രയോക്താവ് prayokthaav
movies *(n.)* ചലച്ചിത്രങ്ങൾ chalachithrangal
mow *(v.)* പുല്ലരിയുക pullariyuka
much *(adv.)* അതീവ athiiva
much *(adj.)* ഒട്ടേറെ ottere
mucilage *(n.)* പശ pasha
muck *(n.)* ചണ്ടി chandi
mucous *(adj.)* ശ്ലേഷ്മം sleshmam
mucus *(n.)* മൂക്കള muukkala
mud *(n.)* ചേറ് cheru
muddle *(v.)* പങ്കിലമാക്കുക pankilamaakkuka
muddle *(n.)* കലക്കം kalakkam
muffle *(v.)* പൊതിയുക pothiyuka
muffler *(n.)* ചെവിമൂടിത്തൊപ്പി chevimuutiththoppi
mug *(n.)* മൊന്ത montha
muggy *(adj.)* മങ്ങിയ mangiya
mulatto *(n.)* സങ്കരസന്തതിയായ sankarasanthathiyaaya
mulberry *(n.)* അമാറത്തി amaaraaththi
mule *(n.)* കോവർകഴുത kovarkazhutha
mulish *(adj.)* ശാഠ്യമുള്ള shaadyamulla
mull *(v.)* ചിന്തിക്കുക chinthikkuka
mull *(n.)* ദീർഘചിന്തനം diirghachinthanam
mullah *(n.)* മുസ്ലിം പുരോഹിതൻ muslim purohithan
mullion *(n.)* ജാലകക്കള്ളിക്കാല് jaalakakallikkaalu
multifarious *(adj.)* വൈവിധ്യം vaividhyam
multiform *(n.)* ബഹുരൂപമായ bahuruupamaaya
multilateral *(adj.)* ബഹുമുഖമായ bahumukamaaya

multilingual *(adj.)* ഭാഷ ബഹുസ്വരതയുള്ള bhaasha bahuswarathayulla
multiparous *(adj.)* ഒറ്റ പ്രസവത്തിൽ ഒന്നിലധികം കുട്ടികളുള്ള ottaprasavaththil onniladhikam kuttikalulla
multiped *(n.)* നിരവധി കാലുകളുള്ള niravadhi kaalukalulla
multiple *(n.)* അനേക aneka
multiple *(adj.)* പലഘടകങ്ങളുള്ള palaghatakangalulla
multiplex *(adj.)* ബഹുഭാഗങ്ങളുള്ള bahubhaagangalulla
multiplicand *(n.)* ഗുണിതം gunitham
multiplication *(n.)* ഗുണനം gunanam
multiplicity *(n.)* ആധിക്യം aadhikyam
multiply *(v.)* ഗുണിക്കുക gunikkuka
multitude *(n.)* പെരുപ്പം peruppam
mum *(adj.)* മിണ്ടാതിരിക്കുന്ന mindaathirikkunna
mum *(n.)* മൂകം muukam
mumble *(v.)* വിഴുങ്ങിപ്പറയുക vizhungipparayuka
mummer *(n.)* മൂകാഭിനയക്കാരൻ muukaabhinayakkaaran
mummy *(n.)* സുഗന്ധമിട്ടുസൂക്ഷിച്ച ശവം suganddhamittu suukshicha shavam
mumps *(n.)* മുണ്ടിനീര് mundiniiru
munch *(v.)* വേഗംതിന്നുക vegam thinnuka
mundane *(adj.)* ഐഹികമായ aihikamaaya
municipal *(adj.)* പട്ടണഭരണപരമായ pattanabharanaparamaaya
municipality *(n.)* സ്വയംഭരണാധികാരപ്രദേശം swayambharanaadhikaarapradesham
munificent *(adj.)* ഔദാര്യമുള്ള oudaaryamulla
munitions *(n.)* ആയുധക്കോപ്പ് aayudhakkopp
mural *(n.)* ചുവർച്ചിത്രം chuvarchithram
mural *(adj.)* ചുമരിലുള്ള chumarilulla
murder *(v.)* കൊലപ്പെടുത്തുക kolappetuththuka
murder *(n.)* ഹനനം hananam
murderer *(n.)* ഹിംസകൻ himsakan
murderous *(adj.)* ഹിംസാത്മകമായ himsaalmakamaaya
murmur *(v.)* മന്ത്രിക്കുക manthrikkuka
murmur *(n.)* മർമ്മരം marmmaram
muscle *(n.)* പേശി peshi
muscovite *(n.)* വെള്ളിഅഭ്രകം velliabhrakam
muscular *(adj.)* മാംസപേശീസംബന്ധമായ mamsapeshisambandhamaaya
muse *(v.)* ആലോചിക്കുക aalochikkuka
muse *(n.)* പ്രതിഭ prathibha
museum *(n.)* കാഴ്ചബംഗ്ലാവ് kaazhchabanglaav
mush *(n.)* കുഴമ്പ് kuzhamp
mushroom *(n.)* കൂൺ kuun
music *(n.)* സംഗീതം sangiitham
musical *(adj.)* സംഗീതവിഷയകമായ sangiithavishayakamaaya
musician *(n.)* സംഗീതജ്ഞൻ sangiithanjan
musk *(n.)* കസ്തൂരി kasthuuri
musket *(n.)* കൈതോക്ക് kaithokk
musketeer *(n.)* തോക്കുധരിച്ചപടയാളി thokkudharich patayaali
muslim *(adj.)* ഇസ്ലാംമതാനുയായി islammathaanuyaayi
muslin *(n.)* മസ്ലിൻ തുണി maslinthuni
must *(n.)* ആയിരിക്കണം aayirikkanam

must *(v.)* വേണ്ടതാകുന്നു vendathaakunnu
mustache *(n.)* താടിമീശ thaatimiisha
mustang *(n.)* കാട്ടുകുതിര kaattukuthira
mustard *(n.)* കടുക് katuk
muster *(n.)* യോഗം yogam
muster *(v.)* യോഗംകൂടുക yogam kuuttuka
musty *(adj.)* വളിച്ചുപോയ valichchupoya
mutation *(n.)* ഉൽപരിവർത്തനം ulparivarththanam
mutative *(adj.)* ഉൽപരിവർത്തിതമായ ulparivarththithamaaya
mute *(n.)* ഊമ uuma
mute *(adj.)* ഊമയായ uumayaaya
mutidisciplinary *(adj.)* ബഹുവൈജ്ഞാനികം bahuvainjaanikam
mutilate *(v.)* അംഗഹീനമാക്കുക an
mutilation *(n.)* അംഗഭംഗം angabhangam
mutinous *(adj.)* വിപ്ലവസ്വഭാവമുള്ള viplavaswabhaavamulla
mutiny *(v.)* കല്പനലംഘിക്കുക kalpanalanghikkuka
mutiny *(n.)* സൈനികകലാപം sainika kalaapam
mutter *(v.)* പിറുപിറുക്കുക pirupirukkuka
mutton *(n.)* പിറുപിറുപ്പ് pirupirupp
mutual *(adj.)* അന്യോന്യമായ anyonyamaaya
muzzle *(v.)* വാമൂടിക്കെട്ടുക vaamuutikkettuka
muzzle *(n.)* മൃഗാനനം mrugaananam
my *(adj.)* എൻ്റെ ente
myalgia *(n.)* പേശിവേദന peshivedana
myopia *(n.)* വെള്ളെഴുത്ത് vellezhuthth
myopic *(adj.)* ദൂരക്കാഴ്ചയില്ലാത്ത ddurekkazhchayillaaththa
myosis *(n.)* കൃഷ്ണമണിയുടെ അമിതമായ സങ്കോചം. krushnamaniyute amithamaaya sankocham
myriad *(adj.)* അനവധിയായ anavadhiyaaya
myriad *(n.)* അനവധി anavadhi
myrrh *(n.)* മീറ miira
myrtle *(n.)* കൊളുന്ത് kolunth
myself *(pron.)* എന്നെ എന്നെ
mysterious *(adj.)* ദുർഗ്രാഹ്യമായ durgraahyamaaya
mystery *(n.)* രഹസ്യം rahasyam
mystic *(n.)* യോഗാത്മകദർശനം yogatmakadarshanam
mystic *(adj.)* നിഗൂഢാർത്ഥമായ nigoodaarthamaaya
mysticism *(n.)* യോഗാത്മകത്വം yogaalmakathwam
mystify *(v.)* നിഗൂഢമാക്കുക nigudmaakkuka
mystique *(n.)* കലാരഹസ്യം kalaarahasyam
myth *(n.)* പുരാവൃത്തം puravruththam
mythical *(adj.)* അയാഥാർത്ഥമായ ayaadaarththamaaya
mythological *(adj.)* പൗരാണികശാസ്ത്രപരമായ pouranikashaasthraparamaaua
mythology *(n.)* പുരാവൃത്തവിജ്ഞാനം puravruththavinjaanam

N

n. *( )* നാമം naamam
nab *(v.)* തട്ടിയെടുക്കുക thattiyetukkuka
nabob *(n.)* മുഗൾഓഫീസർ mugal officer
nacho *(n.)* ചോള ചിപ്പ്സും പാൽക്കട്ടിയും ചേർത്ത ഉപദംശം cholachipsum paalkkattiyum cherththa upadamsham
nack *(v.)* ദുഷ്കീർത്തിനേടുക dushkiirththinetuka
nacre *(n.)* ചിപ്പിമീൻ chippimiin
nadger *(n.)* കഷ്ടത kashtatha
nadir *(n.)* നീചാവസ്ഥ niichaavastha
nag *(v.)* സദാ അധിക്ഷേപിക്കുക sada adhikshepikkuka
nag *(n.)* കുറ്റപ്പെടുത്തൽ kutrappetuththal
nagging *(n.)* ശകാരം shakaaram
nagging *(adj.)* സദാ അധിക്ഷേപിക്കുന്ന sada adhikshepikkunna
nail *(v.)* ആണിയടിക്കുക aaniyatikkuka
nail *(n.)* ആണി aani
naive *(adj.)* നിഷ്കളങ്കമായ nishkalankamaaya
naivete *(n.)* പച്ചപ്പരമാർത്ഥത pachapparamaarththatha
naivety *(n.)* അനുഭവമില്ലായ്മ anubhamillaayma
naked *(adj.)* വിവസ്ത്രമായ vivasthramaaya
name *(v.)* നാമകരണം ചെയ്യുക naamakaranam cheyyuka
name *(n.)* പേര് peru
namely *(adv.)* അതായത് athaayath
nameplate *(n.)* നാമഫലകം naamaphalakam
namesake *(n.)* ഒരേ പേരുള്ളയാൾ ore perullayaal
nanism *(n.)* ചെറുതായ cheruthaaya
nanite *(n.)* സൂക്ഷ്മയന്ത്രം suukshmayanthram
nanny *(n.)* വളർത്തമ്മ valarththamma
nano *(n.)* ചെറിയ cheriya
nanobiology *(n.)* സൂക്ഷ്മജീവശാസ്ത്രം suukshmahiivashaasthram
nanobot *(n.)* സാങ്കല്പികയന്ത്രം saankalpikayanthram
nanochip *(n.)* ഹ്രസ്വദണ്ഡ് hruswadand
nanocircuitry *(n.)* സൂക്ഷ്മ സർക്യൂട്ടുകൾ suukshma circuitkal
nanocomponent *(n.)* ഹ്രസ്വഘടകം hruswaghatakam
nanocomputer *(n.)* ഹ്രസ്വകമ്പ്യൂട്ടർ hruswacomputer
nanoengineer *(n.)* സൂക്ഷ്മയന്ത്രവിദഗ്ദ്ധൻ suukshma yanthravidagddhan
nanohertz *(n.)* സൂക്ഷ്മതരംഗാവർത്തനഏക കം suukshmathangaavarththana ekakam
nanomechanics *(n.)* സൂക്ഷ്മയന്ത്രശാസ്ത്രം suukshmayanthrashaasthram
nanoparticle *(n.)* ഹ്രസ്വകണിക hruswa kanika
nanoplasma *(n.)* സൂക്ഷ്മരക്തരസം suukshmaraktharasam
nanotransistor *(n.)* കൊണ്ടു നടക്കാവുന്ന ചെറിയ റേഡിയോ സെറ്റ് kondunatakkaavunna cheriya radioset
nap *(v.)* അല്പം മയങ്ങുക alpam mayanguka
nap *(n.)* മയക്കം mayakkam

nape *(n.)* പുറങ്കഴുത്ത് purankazhuthth
naphthalene *(n.)* ക്രിസ്റ്റലിൻ സംയുക്തം crystalin samyuktham
napkin *(n.)* കൈത്തൂവാല kaiththuuvaala
narcissism *(n.)* ആത്മരതി athmarathi
narcissus *(n.)* ബൽബസ് യൂറേഷ്യൻ ചെടി bulbus ureshyan cheti
narcosis *(n.)* ലഹരിമയക്കം laharimayakkam
narcotic *(n.)* നിദ്രൗഷധം nidraoushadam
narrate *(v.)* കഥിക്കുക kathikkuka
narration *(n.)* കഥനം kathanam
narrative *(adj.)* കഥാരൂപത്തിലുള്ള kathaaruupaththilulla
narrative *(n.)* ആഖ്യാനം aakhyaanam
narrator *(n.)* ആഖ്യാതാവ് aakyaathaav
narrow *(v.)* സങ്കുചിതമാക്കുക sankuchithamaakkuka
narrow *(adj.)* കുടുസ്സായ kutuasaaya
nasal *(n.)* അനുനാസികം anunaasikam
nasal *(adj.)* അനുനാസികമായ anunaasikamaaya
nascent *(adj.)* മുളച്ചുവരുന്ന mulachuvarunna
nasty *(adj.)* അസഭ്യമായ asabhyamaaya
natal *(adj.)* ജനനാലുള്ള jananalulla
natant *(adj.)* അഹിതകരമായ ahithakaramaaya
nation *(n.)* രാഷ്ട്രം raashtram
national *(adj.)* ദേശീയമായ deshiiyamaaya
nationalism *(n.)* ദേശീയവാദം deshiiyavaadam
nationalist *(n.)* ദേശീയവാദി deshiiyavaadi
nationality *(n.)* ദേശീയത deshiiyatha
nationalization *(n.)* ദേശസാത്ക്കരണം deshasaalkkaranam
nationalize *(v.)* ദേശസാത്കരിക്കുക deshasaalkkarikkuka
native *(n.)* തദ്ദേശീയൻ thadedeshiiyan
native *(adj.)* നാട്ടുകാരായ naattukaaraaya
nativity *(n.)* ജൻമസ്ഥലം janmasthalam
natural *(adj.)* പ്രകൃത്യാ ഉള്ള prakruthyaa ulla
naturalist *(n.)* പ്രകൃതിശാസ്ത്രപണ്ഡിതൻ prakruthishaasthrapandithan
naturalize *(v.)* സ്വാഭാവികമാക്കുക swabhaavikamaakkuka
naturally *(adv.)* പ്രകൃത്യാ prakruthya
nature *(n.)* പ്രകൃതി prakruthi
naughty *(adj.)* വികൃതിയായ vikruthiyaaya
nausea *(n.)* മനംപിരട്ടൽ manam pirattal
nautic(al) *(adj.)* കപ്പലോടിക്കൽ kappalotikkal
naval *(adj.)* നാവികമായ naavikamaaya
nave *(n.)* പള്ളിയുടെ മദ്ധ്യഭാഗം palliyute madyabhaagam
navigable *(adj.)* കപ്പലോടിക്കാവുന്ന kappalotikkaavunna
navigate *(v.)* കപ്പലോടിക്കുക kappalotikkuka
navigation *(n.)* നാവികവിദ്യ naavikavidya
navigator *(n.)* നാവികൻ naavikan
navy *(n.)* നാവികസൈന്യം naavikasainyam
nay *(adv.)* അല്ല alla
neap *(adj.)* വേലിയിറക്കമുള്ള veliyirakkamulla
near *(prep.)* അടുക്കെ atukke

near *(adv.)* സമീപം samiipam
near *(v.)* അടുക്കുക atukkuka
near *(adj.)* അടുത്ത atuththa
nearly *(adv.)* ഏകദേശം ekadesham
neat *(adj.)* വൃത്തിയുള്ള vruththiyulla
nebula *(n.)* ധൂമതാരാഗണം
dhumathaaraaganam
necessary *(adj.)* ആവശ്യമായ
aavasyamaaya
necessary *(n.)*
അത്യാവശ്യസാധനങ്ങൾ
athyaavasyasaadangal
necessitate *(v.)*
ആവശ്യമായിവരിക
aavasyamaayi varika
necessity *(n.)* ആവശ്യകത
aavasyakatha
neck *(n.)* കഴുത്ത് kazhuthth
necklace *(n.)* കണ്ഠാഭരണം
kandaabharanam
necklet *(n.)* ഗളാഭരണം galabharanam
necromancer *(n.)* ദുർമ്മന്ത്രവാദി
durmanthravaadi
necropolis *(n.)* ശ്മശാനം
smashshaanam
nectar *(n.)* മകരന്ദം makarandham
need *(v.)* ആവശ്യമുണ്ടാകുക
aavasyamundaakuka
need *(n.)* വേണ്ടിവരിക vendivarika
needful *(adj.)* ആവശ്യമുള്ള
aavasyamulla
needle *(n.)* സൂചി suuchi
needless *(adj.)* നിഷ്പ്രയോജനമായ
nishprayojanamaaya
needs *(adv.)* ആവശ്യങ്ങൾ
aavasyangal
needy *(adj.)* നിർദ്ധനമായ
nirddhanamaaya
nefarious *(adj.)* അധർമ്മമായ
adharmmamaaya
negate *(v.)* ഇല്ലെന്നുപറയുക ilkenn
parayuka

negation *(n.)* ഖണ്ഡനം khandanam
negative *(n.)* എതിരായ ethiraaya
negative *(v.)* വിലക്കുക vilakkuka
negative *(adj.)* വേണ്ടെന്നുള്ള
vendennulla
neglect *(n.)* ഗൗനിക്കാതിരിക്കൽ
gounikkaathirikkal
neglect *(v.)* ഗൗനിക്കാതിരിക്കുക
gounikkaathirikkuka
negligence *(n.)* വീഴ്ചവരുത്തൽ
viizhchavaruththal
negligent *(adj.)* അനവധാനമായ
anavadhaanamaaya
negligible *(adj.)* ഉപേക്ഷിക്കത്തക്ക
upekshikkathakja
negotiable *(adj.)* കൈമാറ്റം
ചെയ്യാവുന്ന kaimaattam
cheyyavunna
negotiate *(v.)* ധാരണയുണ്ടാക്കുക
dhaaranayundaakkuka
negotiation *(n.)* പരസ്പരാലോചന
parasparaalochana
negotiator *(n.)* ഉടമ്പടി
ചെയ്യുന്നയാൾ utambati
cheyyunnayaal
negress *(n.)* നീഗ്രോസ്ത്രീ nigro sthrii
negro *(n.)* ആഫ്രിക്കൻ വംശജർ
African vamshajar
neigh *(n.)* ചിനപ്പ് chinapp
neigh *(v.)* ചിനയ്ക്കുക chinaykkuka
neighbour *(n.)* സമീപവാസി
samiipavaasi
neighbourhood *(n.)* അയൽപ്പക്കം
ayalppakkam
neighbourly *(adj.)* ചങ്ങാത്തമുള്ള
changaaththamulla
neither *(conj.)* ഇതുമല്ല ithumalla
nemesis *(n.)* പ്രതികാരദേവത
prathikaaradevatha
neolithic *(adj.)* നവശിലായുഗം
navashilaayugam
neon *(n.)* നവകം navakam

nephew *(n.)* ഭാഗിനേയൻ bhaagineyan
nepotism *(n.)* സ്വജനപക്ഷപാതം
swajanapakshapaatham
Neptune *(n.)* വരുണഗ്രഹം
varunagraham .
nerve *(n.)* ഞരമ്പ് njaramp
nerveless *(adj.)* തന്റേടമില്ലാത്ത
thantetamillaaththa
nervous *(adj.)* മാനസികത്തകർച്ച
maanasikaththakarcha
nescience *(n.)* അറിവില്ലായ്മ
arivillayma
nest *(v.)* കൂടുകെട്ടുക kuutukettuka
nest *(n.)* കൂട് kuut
nestle *(v.)* പറ്റിക്കിടക്കുക
pattikkitakkuka
nestling *(n.)* പക്ഷിക്കുഞ്ഞ്
pakshikkunj
net *(adj.)* പാശബന്ധം paashabandham
net *(v.)* വലയിൽപ്പെടുത്തുക
valayilppeturhthuka
net *(n.)* വല vala
nether *(adj.)* കീഴിലുള്ള kiizhilulla
netizen *(n.)*
ഇന്റർനെറ്റ്ഉപഭോക്താവ്
internetupabhokthaav
nettle *(n.)* ചൊറിയണം choriyanam
nettle *(v.)* ചൊറിയുക choriyuka
network *(n.)* ശൃംഖല shrukhala
neurologist *(n.)*
നാഡീരോഗചികിത്സകൻ
naadiirogachikitsakan
neurology *(n.)* നാഡീശാസ്ത്രം
naadiishaasthram
neurosis *(n.)* ഞരമ്പുരോഗം
njarambrogam
neuter *(n.)* നപുംസകലിംഗം
napumsakalingam
neuter *(adj.)* നപുംസകലിംഗമായ
napumsakalingamaaya
neutral *(adj.)* നിഷ്പക്ഷമായ
nikshpakshamaaya

neutralize *(v.)* നിഷ്പക്ഷമാക്കുക
nikshpakshamaakkuka
neutron *(n.)* കണം kanam
never *(adv.)* ഒരിക്കലുമില്ല
orikkalumilla
never-ending *(adj.)* ഒടുങ്ങാത്ത
irungaaththa
nevertheless *(conj.)* എന്നിരുന്നിട്ടും
ennirunnittum
new *(adj.)* പുതിയ puthiya
newborn *(adj.)* നവജാതമായ
navajaathamaaya
news *(n.)* വാർത്ത vaarththa
newspaper *(n.)* വർത്തമാനപത്രം
varththamaanappathram
next *(adv.)* പിന്നാലെ pinnale
next *(adj.)* തുടർന്നുള്ള thudarnnulla
nib *(n.)* മുന muna
nibble *(n.)* കടിച്ചെടുക്കൽ
katichetukkal
nibble *(v.)* കടിച്ചെടുക്കുക
katichetukkuka
nice *(adj.)* നല്ല nalla
nicely *(adv.)* സൗമ്യമായി
soumyamaayi
nicety *(n.)* സൂക്ഷ്മത suukshmatha
niche *(n.)* യോഗ്യസ്ഥാനം
yogyasthaanam
nick *(n.)* വെട്ട് vett
nickel *(n.)* നിക്കൽലോഹം nichel
loham
nickname *(v.)*
ഇരട്ടപ്പേരുവിളിക്കുക
irattapperuvilikkuka
nickname *(n.)* ഇരട്ടപ്പേര് irattapperu
nicotine *(n.)* പുകയിലസത്ത്
pukayilasathth
niece *(n.)* ഭാഗിനേയി bhaagineyi
niggard *(n.)* ലുബ്ധൻ lubdhan
niggardly *(adj.)* അല്പനായ
alpanaaya

nigger *(n.)* നീഗ്രോവർഗ്ഗക്കാരൻ niigrovarggakkaaran
nigh *(adv.)* ഏറെക്കുറെ erekkure
nigh *(prep.)* അരികെയുള്ള arikeyulla
night *(n.)* രാത്രി raathri
night shelter *(n.)* നിശാസങ്കേതം nishaasanketham
nightie *(n.)* നിശാവസ്ത്രം nishaavasthram
nightingale *(n.)* രാപ്പാടി raappati
nightly *(adv.)* രാത്രിയിലെ raathriyile
nightmare *(n.)* പേക്കിനാവ് pekkinaav
nihilism *(n.)* ശൂന്യതാവാദം shuunyatha vaadam
nil *(n.)* ശൂന്യം shuunyam
nimble *(adj.)* ക്ഷിപ്രഗതിയുള്ള kshipragathiyulla
nimbus *(n.)* പ്രഭാപരിവേഷം prabhaaparivesham
nine *(n.)* ഒൻപത് onpath
nineteen *(n.)* പത്തൊൻപത് paththonpath
nineteenth *(adj.)* പത്തൊൻപതാമത്തെ paththonpathaamaththe
ninetieth *(adj.)* തൊണ്ണൂറാമത്തെ thonnuuraamaththe
ninety *(n.)* നവതി navathi
ninth *(adj.)* ഒൻപതാമത്തെ onpathaamaththe
nip *(v.)* നുള്ളുക nulluka
nipple *(n.)* മുലക്കണ്ണ് mulakkannu
nitrogen *(n.)* പാക്യജനകം paakyajanakam
no *(n.)* ഇല്ല illa
no *(adj.)* ഇല്ലാത്ത illaththa
no *(adv.)* ഇല്ല illa
nobility *(n.)* ആഭിജാത്യം aabhijaathyam
noble *(n.)* കുലീന kuliina
noble *(adj.)* കുലീനമായ kuliinamaaya
nobleman *(n.)* കുലീനൻ kuliinan
nobly *(adv.)* ശ്രേഷ്ഠമായി shreshtamaayi
nobody *(pron.)* ആരുമല്ലാത്തയാൾ aarumallaaththayaal
nocturnal *(adj.)* രാത്രി സംഭവിക്കുന്ന raathri sambhavikkunna
nod *(n.)* തലയാട്ടൽ thalayaattal
nod *(v.)* തലയാട്ടുക thalayaattuka
noddle *(v)* തലചുറ്റുക thalachuttuka
node *(n.)* മുഴ muzha
noise *(n.)* ഒച്ച ochcha
noiseless *(adj.)* നിശ്ശബ്ദമായ nishshabdamaaya
noisy *(adj.)* ഒച്ചയുണ്ടാക്കുന്ന ochayundaakkunna
nomad *(n.)* സ്ഥിരവാസമില്ലാത്ത sthiravaasamillaththa
nomadic *(adj.)* ദേശാന്തരഗമനം ചെയ്യുന്ന deshantharagamanam cheyyunna
nomenclature *(n.)* സാങ്കേതികശബ്ദകോശം saankethika shabdakosham
nominal *(adj.)* നാമമാത്രമായ naamamaathramaaya
nominate *(v.)* പേരു ശുപാർശചെയ്യുക peru shupaarshacheyyuka
nomination *(n.)* നാമനിർദ്ദേശം naamanirddesham
nominee *(n.)* നാമനിർദ്ദേശം ചെയ്യപ്പെട്ടയാൾ naamanirddesham cheyyappettayaal
non-alcoholic *(adj.)* മദ്യമടങ്ങാത്ത madyamatangaaththa
non-alignment *(n.)* ചേരിചേരായ്മ chericherayma
nonchalance *(n.)* ഔദാസീന്യം oudaasiinyam

nonchalant *(adj.)* താൽപര്യമില്ലാത്ത thaalparyamillaaththa
non-disclosure *(n.)* മറച്ചുവയ്ക്കൽ marachuvaykkal
none *(adv.)* ഒന്നുമില്ലാത്ത onnumillaaththa
none *(pron.)* ആരുമില്ലാത്ത aarumilllaththa
nonentity *(n.)* അനാസ്തിത്വം anaasthithwam
nonetheless *(adv.)* എന്നിരുന്നാലും ennirunnaalum
nonpareil *(n.)* അതുല്യം athulyam
nonpareil *(adj.)* അതുല്ല്യമായ athulyamaaya
nonplus *(v.)* അമ്പരപ്പിക്കുക amparappikkuka
non-profit *(adj.)* ലാഭേച്ഛയില്ലാത്ത laabhechchayillaaththa
nonsense *(n.)* അനർത്ഥഭാഷണം anarththabhaashanam
nonsensical *(adj.)* അബദ്ധപൂർണ്ണമായ abaddhapuurnnamaaya
non-stick *(adj.)* ഒട്ടിപ്പിടിക്കാത്ത ottipitikkaaththa
non-stop *(adj.)* അവിരാമമായി aviraamamaayi
noodle *(n.)* മുട്ടാളൻ muttaalan
nook *(n.)* മുക്ക് mukk
noon *(n.)* ദിനമദ്ധ്യം dinamadyam
noose *(n.)* കുടുക്ക് kutukk
noose *(v.)* കെണിയിലാക്കുക keniyilaakkuka
nor *(conj.)* ഇതുമില്ല ithumilla
Nordic *(adj.)* സ്കാൻഡിനേവിയ, ഫിൻലൻഡ്, ഐസ്ലാൻഡ് ഇവിടങ്ങളിൽ നിന്നുള്ളവർ Scandanevia, Finland, Iceland ivitangalil ninnullavar
norm *(n.)* പെരുമാറ്റച്ചട്ടം perumaattachattam
normal *(adj.)* സ്വാഭാവികമായ swabhaavikamaaya
normalcy *(n.)* സാധാരണനില saadhaarananila
normalization *(n.)* ക്രമാനുസരണമാക്കൽ krumaanusaranamaakkal
normalize *(v.)* ക്രമാനുസരണമാക്കുക krumaanusaranamaakkuka
north *(adv.)* ഉത്തരദേശം uththaradesham
north *(adj.)* വടക്കുദിശ vatakkudisha
north *(n.)* വടക്ക് vatakk
northerly *(adv.)* വടക്കോട്ടുപോകുന്ന vatakkottu pokunna
northerly *(adj.)* ഉത്തരദിക്കിലെ uththaradikkile
northern *(adj.)* വടക്കുള്ള vatakkulla
nose *(v.)* മണത്തറിയുക manaththariyuka
nose *(n.)* നാസിക naasika
nosegay *(n.)* പൂച്ചെണ്ട് puuchend
nosey *(adj.)* നീണ്ടമൂക്കുള്ള niindamuukkulla
nostalgia *(n.)* ഗൃഹാതുരത്വം grahaadurathwam
nostril *(n.)* നാസാദ്വാരം naasadwaaram
nostrum *(n.)* ഒറ്റമൂലി ottamuuli
nosy *(adj.)* മണത്തുചെല്ലുന്ന manaththuchellunna
not *(adv.)* അരുത് aruth
notability *(n.)* ഗണനീയത gananiiyatha
notable *(adj.)* ഗണനീയമായ gananiyamaaya
notary *(n.)* പ്രമാണസാക്ഷ്യ ഉദ്യോഗസ്ഥൻ pramaanasaakshya udyogasthan

notation *(n.)* ചിഹ്നം chihnam
notch *(n.)* കീറ് kiiru
note *(v.)* എഴുതിവയ്ക്കുക
ezhuthivaykkuka
note *(n.)* കുറിപ്പ് kuripp
noteworthy *(adj.)* ശ്രദ്ധാർഹമായ
sraddhaarhamaaya
nothing *(adv.)* ഒന്നുമില്ലായ്മ
onnumillaayma
nothing *(n.)* ശൂന്യം shuunyam
notice *(v.)* നോക്കിയറിയുക
bokkiyariyuka
notice *(n.)* അറിയിപ്പ് ariyipp
notification *(n.)* അറിയിപ്പ് സൂചി
ariyipp soochi
notify *(v.)* അറിയിപ്പു നൽകുക
ariyipp nalkuka
notion *(n.)* മനോഗതം manogatham
notional *(adj.)* മനഃകൽപിതമായ
manakalpithamaaya
notoriety *(n.)* അപഖ്യാതി
apakhyaathi
notorious *(adj.)* കുപ്രസിദ്ധിയുള്ള
kuprasiddiyulla
notwithstanding *(adv.)*
അങ്ങനെയാണെങ്കിലും
anganeyaanenkilum
notwithstanding *(prep.)*
എങ്കിൽതന്നെയും enkilthanneyum
notwithstanding *(conj.)* എന്നാലും
ennalum
nought *(n.)* ഒന്നുമില്ല onnumilla
noun *(n.)* നാമം naamam
nourish *(v.)* വളമിടുക valamituka
nourishment *(n.)* പരിപോഷണം
pariposhanam
novel *(n.)* കഥാപ്രബന്ധം
kathaprabandham
novel *(adj.)* പുതുമയേറിയ
puthumayeriya
novelette *(n.)* ലഘുനോവൽ
laghunovel

novelist *(n.)* നോവലെഴുത്തുകാരൻ
novelezhuththukaaran
novelty *(n.)* നവീനത naviinatha
November *(n.)* നവംബർ November
novice *(n.)* പ്രാരംഭകൻ
praarambhakan
now *(conj.)* ഈ നിമിഷം ii nimisham
now *(adv.)* ഈയിടെ iiyite
nowhere *(adv.)* ഒരിടത്തുമില്ല
oritaththumilla
noxious *(adj.)* ഹാനികരമായ
haanikaramaaya
nozzle *(n.)* കുഴൽവായ് kuzhalvaay
nuance *(n.)* സൂക്ഷ്മഭേദം
suukshmabhedam
nubile *(adj.)* വിവാഹപ്രായമായ
vivaahapraayamaaya
nuclear *(adj.)* അണുകേന്ദ്രീയമായ
anukendriiyamaaya
nuclear family *(n.)* അണുകുടുംബം
anukutumbam
nucleus *(n.)* അണുകേന്ദ്രം anukendram
nude *(n.)* നഗ്നം nagnam
nude *(adj.)* വിവസ്ത്രമായ
vivasthramaaya
nudge *(v.)* തട്ടുക thattuka
nudity *(n.)* നഗ്നത nganatha
nugget *(n.)* വിലപ്പെട്ടത് vilappettath
nuisance *(n.)* ശല്യപ്രവർത്തനം
shakyapravarththanam
null *(adj.)* ഭാവരഹിതമായ
bhaavarahitamaaya
nullification *(n.)* റദ്ദാക്കൽ raddaakkal
nullify *(v.)* റദ്ദാക്കുക raddaakkuka
numb *(adj.)* തരിച്ചുപോയ
tharichupoya
number *(v.)* എണ്ണുക ennuka
number *(n.)* സംഖ്യ samkhya
numberless *(adj.)* എണ്ണമറ്റ ennamatta
numeral *(n.)* സംഖ്യാശബ്ദമായ
samkhya shabdamaaya
numerator *(n.)* അംശം amsham

numerical *(adj.)* സംഖ്യാപരമായ samkhyaaparamaaya
numerous *(adj.)* ധാരാളമായ dhaaralamaaya
nun *(n.)* യോഗിനി yogini
nunnery *(n.)* സന്ന്യാസിനീമഠം sanyaasiniimatam
nuptial *(adj.)* വൈവാഹികമായ vaivaahikamaaya
nuptials *(n.)* വിവാഹച്ചടങ്ങ് vivaahachatang
nurse *(v.)* ശുശ്രൂഷിക്കുക shushrushikkuka
nurse *(n.)* ശുശ്രൂഷക shushrushaka
nursery *(n.)* സസ്യഗ്രഹം sasyagraham
nurture *(v.)* വളർത്തുക valarththuka
nurture *(n.)* പരിലാളനം parilaalanam
nut *(n.)* അണ്ടി andi
nut *(v.)* അണ്ടിപെറുക്കുക andiperukkuka
nutcase *(n.)* അവിവേകി aviveki
nuthouse *(n.)* ഭ്രാന്താലയം bhraanthaaylayam
nutmeg *(n.)* ജാതിക്ക jaathikka
nutrient *(n.)* പോഷകം poshakam
nutrition *(n.)* പോഷകാഹാരം poshakaahaaram
nutritious *(adj.)* പോഷകഗുണമുള്ള poshakagunamulla
nutritive *(adj.)* പോഷകസംബന്ധം poshakasambanddham
nutty *(adj.)* കശുവണ്ടിച്ചുവയുള്ള kashuvandichuvayulla
nuzzle *(v.)* മൂക്കിട്ടുരയ്ക്കുക muukkitturaykkunna
nylon *(n.)* നൈലോൺതുണി nylonethuni
nymph *(n.)* അപ്സരസ്ത്രീ apsarasthrii
nymphet *(n.)* സുന്ദരി sundhari
nymphomaniac *(adj.)* കാമാർത്തയായ kaamaarththayaaya
nymphomaniac *(n.)* ലൈംഗികദാഹി laigikadaahi

O

oaf *(n.)* മുരടൻ muratan
oafish *(adj.)* മണ്ടൻ mandan
oak *(n.)* കരുവേല karuvela
oaktree *(n.)* കരുവേലമരം karuvelamaram
oar *(n.)* പങ്കായം pankaayam
oarsman *(n.)* തുഴക്കാരൻ thuzhakkaaran
oasis *(n.)* മരുപ്പച്ച maruppacha
oat *(n.)* ഓട്ടുധാന്യം ottudhaanyam
oath *(n.)* സത്യപ്രതിജ്ഞ satyaprathinja
oathbreaker *(n.)* പ്രതിജ്ഞാലംഘനം prathinjaalanghanam
oathbreaking *(adj.)* പ്രതിജ്ഞാലംഘിക്കുക prathinjaalanghikkuka
oatmeal *(n.)* ഓട്സ് പൊടി otspoti
oatmeal *(adj.)* ഓട്സ്മാവുമായി ബന്ധപ്പെട്ട otsmaavumasyi bandhappetta
obduct *(v.)* പാളിതെന്നി നീങ്ങുക paalithenniniinguka
obduction *(n.)* പാളിതെന്നിനീങ്ങൽ paalithenniniingal
obduracy *(n.)* കഠോരഹൃദയം ktorahrudayam
obdurate *(adj.)* ദുശ്ശാഠ്യമുള്ള dussadyamulla
obedience *(n.)* അനുസരണം anusaranam

obedient *(adj.)* അനുസരണയുള്ള
anusaranayulla

obeisance *(n.)* അഭിവാദ്യം
abhivaadyam

obese *(adj.)* തടിച്ചുകൊഴുത്ത
thatichukozhuththa

obesity *(n.)* അമിതവണ്ണം
amithavannam

obey *(v.)* വഴങ്ങുക vazhanguka

obituary *(adj.)* മരണവൃത്താന്തം
maranavruththantham

object *(v.)* പ്രതികൂലിക്കുക
prathikuulikkuka

object *(n.)* വസ്തു vasthu

objection *(n.)* എതിർപ്പ് ethirpp

objectionable *(adj.)*
വിരോധിക്കത്തക്ക
virodhikkathakka

objective *(n.)* ലക്ഷ്യം lakshyam

objective *(adj.)* വസ്തുനിഷ്ഠമായ
vasthunishtamaaya

oblation *(n.)* അർപ്പണം arppanam

obligation *(n.)* ധാർമ്മികബാദ്ധ്യത
dhaarmmikabaadhyathayulla

obligatory *(adj.)* ചുമതലയായുള്ള
chumathalayaayulla

oblige *(v.)* കടമപ്പെടുത്തുക
katamappetuththuka

oblique *(adj.)* ചരിഞ്ഞ charinja

obliterate *(v.)* ഇല്ലാതാക്കുക
illaathakkuka

obliteration *(n.)* തുടയ്ക്കൽ
thutaykkal

oblivion *(n.)* വിസ്മൃതി vismruthi

oblivious *(adj.)* മറവിയുള്ള
maraviyulla

oblong *(n.)* നെടുഞ്ചതുരം
netumchathuram

oblong *(adj.)* ദീർഘചതുരമായ
dhiirghachathuramaaya

obnoxious *(adj.)* അപ്രിയമായ
apriyamaaya

obscene *(adj.)* കുത്സിതമായ
kulsithamaaya

obscenity *(n.)* അസഭ്യം asabhyam

obscure *(v.)* മങ്ങലാക്കുക
mangalaakkuka

obscure *(adj.)* പ്രസിദ്ധിയറ്റ
prasiddhiyatta

obscurity *(n.)* ഗൂഢത guuddatha

observance *(n.)* ആചരണം
aacharanam

observant *(adj.)* ആചരിക്കുന്ന
aacharikkunna

observation *(n.)* അവലോകനം
avalokanam

observatory *(n.)* നിരീക്ഷണാലയം
niriikshanaalayam

observe *(v.)* നിരീക്ഷിക്കുക
niriikshikkuka

obsess *(v.)* ഒഴിയാബാധയാകുക
ozhiyabaadhayaakuka

obsession *(n.)* ഒഴിയാബാധ
ozhiyabaadha

obsessive *(adj.)* ശല്യപ്പെടുത്തുന്ന
shaltappetuththunna

obsolete *(adj.)* കാലോചിതമല്ലാത്ത
kaalochithamallaththa

obstacle *(n.)* രോധം rodham

obstetric *(adj.)*
പ്രസവചികിത്സാപരമായ
prasavachikithsaaparamaaya

obstetrician *(n.)*
പ്രസവചികിത്സാവിദഗ്ദ്ധ
prasavachikitsaavidagddha

obstinacy *(n.)* പിടിവാശി pitivaashi

obstinate *(adj.)* ദുർവാശിയുള്ള
durvaashiyulla

obstruct *(v.)* തടസ്സപ്പെടുത്തുക
thatassappetuththuka

obstruction *(n.)* വിഘ്നം vighnam

obstructive *(adj.)* തടസ്സമുണ്ടാക്കുന്ന
thatassamundaakkunna

obtain *(v.)* കൈവശമാക്കുക
kaivashamaakkuka
obtainable *(adj.)* ലഭിക്കത്തക്ക
labhikkathakka
obtuse *(adj.)* മന്ദബുദ്ധിയായ
mandhabuddhiyaaya
obvious *(adj.)* വ്യക്തമായ
vykthamaaya
obviously *(adv.)* സംശയമില്ലാതെ
samshayamillaathe
occasion *(v.)* സംഭവിപ്പിക്കുക
sambhavippikkuka
occasion *(n.)* സന്ദർഭം sandhrabham
occasional *(adj.)* വല്ലപ്പോഴുമുള്ള
vallappozhumulla
occasionally *(adv.)* ഇടയ്ക്കിടെ
itaykkite
occident *(n.)* പാശ്ചാത്യലോകം
paaschaathyalokam
occidental *(adj.)* പാശ്ചാത്യമായ
paaschaathyamaaya
occipital *(n.)* പിടലി pitali
occipital *(adj.)* പിടലിസംബന്ധം
putalisambandham
occlude *(v.)* അടയ്ക്കുക atakkuka
occlusive *(adj.)* അടയാനുള്ള
atayaanulla
occult *(v.)* ഗുപ്തമായിരിക്കുക
gupthamaayirikkuka
occult *(n.)* മാന്ത്രികമായ
maanthrikamaaya
occult *(adj.)* ഗോപ്യം gopyam
occupancy *(n.)* ഉടമസ്ഥത utamasthatha
occupant *(n.)* കുടിപാർപ്പുകാരൻ
kutiparppukaaran
occupation *(n.)* തൊഴിൽ thozhil
occupied *(adj.)* സ്വായത്തമാക്കിയ
swaayaththamaakkiya
occupier *(n.)* കുടിപ്പാർപ്പുകാർ
kutiparppukaar
occupy *(v.)* കൈവശംവയ്ക്കുക
kaivasham vaykkuka

occur *(v.)* വന്നുകൂടുക vannukuutuka
occurrence *(n.)* വൃത്താന്തം
vruththaantham
ocean *(n.)* സമുദ്രം samudram
oceanfront *(n.)* സമുദ്രതീരം
samudrathiiram
oceanfront *(adj.)*
സമുദ്രതീരത്തെസംബന്ധിച്ച
സമുദ്രാതിർത്തി sambandhicha
oceanic *(adj.)* സമുദ്രപരമായ
samudraparamaaya
oceanographer *(n.)*
സമുദ്രവിജ്ഞാനി samudravinjaani
oceanographic *(adj.)*
സമുദ്രവിജ്ഞാനപരമായ
samudravinjaanaparamaaya
oceanologist *(n.)*
സമുദ്രശാസ്ത്രജ്ഞൻ
samudrashaasthranjaan
oceanology *(n.)* സമുദ്രശാസ്ത്രം
samudrashaasthram
octagon *(n.)* അഷ്ടഭുജം ashtabhujam
octane *(n.)* ഒരു
ഹൈഡ്രോകാർബൺ വാതകം
oru hydrocarbon vaathakam
octangular *(adj.)* അഷ്ടമൂലകളുള്ള
ashtamuulakalulla
octave *(n.)* സ്വരാഷ്ടകം swaraashtakam
October *(n.)* ഒക്ടോബർ മാസം
october maasam
octogenarian *(adj.)* എൺപതിനും
തൊണ്ണൂറിനും ഇടയിൽ
വയസ്സായആൾ enpathinum
thonnuurinum itayil vayassaaya aal
octogenarian *(n.)*
അശീതിവർഷീയൻ
ashiithivarshiiyan
octonionics *(n.)*
ഭൗതികശാസ്ത്രത്തിലുപയോ
ഗിക്കുന്ന ഒക്ടിയോൺ നിയമം
bhouthikashaasthraththilupayogikkunna
oction niyamam

octopede *(n.)* എട്ടുകാലി ettukaali
octopus *(n.)* നീരാളി niiraali
octopussy *(n.)* അഷ്ടഭുജനീരാളി
ashtabhujaniiraali
octuple *(n.)* എട്ടിരട്ടി ettiratti
octuple *(adj.)* എട്ടിരട്ടിയാവൽ
ettirattiyaaval
octuple *(v.)* എട്ടിരട്ടിയാകുക
ettirattiyaavuka
octuplicate *(n.)* എട്ടുമടങ്ങ് ettumatang
octyne *(n.)* പെട്രോളിയം
സ്പിരിറ്റിലെ ആൽക്കെയ്ൻ
ശ്രേണിയുടെ
ഹൈഡ്രോകാർബൺ. petrolium
spirittile alkane shreniyute hydrocarbon
ocular *(adj.)* ദൃഷ്ടിഗോചരമായ
drushtigocharamaaya
oculist *(n.)* നേത്രചികിത്സക
nethrachiklsa
odd *(adj.)* ഒറ്റയായ ottayaaya
oddity *(n.)* അപൂർവ്വവസ്തു
apoorvvavasthu
odds *(n.)* ന്യൂനാധികഭാവം
nyyunaadhikabhaavam
ode *(n.)* അർച്ചനാഗീതം
archanaagiitham
odious *(adj.)* അസഹ്യമായ
asahyamaaya
odium *(n.)* അപ്രീതി apriithi
odometer *(n.)* ദൂരമളക്കുന്ന
ഉപകരണം duuramalakkunna
upakaranam
odontologist *(n.)* പല്ലുവൈദ്യൻ
palluvaidyan
odontology *(n.)* ദന്തവൈദ്യം
danthavaidyam
odorous *(adj.)* സൗരഭ്യമുള്ള
sourabhyamulla
odour *(n.)* പരിമളം parimalam
of *(prep.)* അതിൻ്റെ athinte
off *(prep.)* വിട്ട് vitt

off balance *(adj.)*
അനുപാതത്തിലല്ലാത്ത
anupaatharhthilallaaththa
offbeat *(adj.)* സാമ്പ്രദായികമല്ലാത്ത
sambradaayikamallaaththa
offence *(n.)* അപരാധം aparaadham
offend *(v.)* കുറ്റംചെയ്യുക kuttam
cheyyuka
offender *(n.)* പാപി paapi
offensive *(n.)* കുറ്റകരം kuttakaram
offensive *(adj.)* കുറ്റകരമായ
kuttakaramaaya
offer *(n.)* വാഗ്ദാനം vaagdaanam
offer *(v.)* നൽകുക nalkuka
offering *(n.)* കാണിക്ക kaanikka
office *(n.)* കാര്യാലയം kaaryaalayam
officer *(n.)* അധികാരി adhikaari
official *(n.)* കാര്യാധികാരി
kaaryaadhikkaari
official *(adj.)* ഓദ്യോഗികമായ
oudyogikamaaya
officially *(adv.)* ഔദ്യോഗികമായി
oudyogikamaayi
officiate *(v.)* ഉദ്യോഗം നടത്തുക
udyogam nataththuka
officious *(adj.)* അനാവശ്യമായി
കൈയിടുന്ന anaavasyamaayi
kaiyitunna
offing *(n.)* നടുക്കടൽ natukkatal
offline *(adj.)*
ഇൻ്റർനെറ്റ് ബന്ധമില്ലാത്ത internet
bandhamillaaththa
off-road *(adv.)* ഉൾവഴി ulvazhi
offset *(n.)* തട്ടിക്കിഴിച്ചസംഖ്യ
thattikkizhicha sanghya
offset *(v.)* തട്ടിക്കിഴിക്കുക
thattikkizhikkuka
offshoot *(n.)* അങ്കുരം ankuram
offspring *(n.)* സന്തതി santhathi
oft *(adv.)* അടിക്കടി atikkati
often *(adv.)* പലപ്പോഴും palappozhum
ogle *(n.)* കടാക്ഷം kataaksham

ogle *(v.)* കടാക്ഷിക്കുക kataakshikkuka
oil *(n.)* എണ്ണ enna
oil *(v.)* എണ്ണയിടുക ennayituka
oil paint *(n.)* എണ്ണച്ചായച്ചിത്രം ennachchayachithram
oil rig *(n.)* എണ്ണക്കുഴി ennakkuzhi
oily *(adj.)* എണ്ണമയമുള്ള ennamayamulla
oink *(n.)* മുക്രയിടൽ mukrayital
oink *(v.)* മുരളുക muraluka
oinker *(n.)* പന്നി panni
ointment *(n.)* ഗാത്രാനുലേപിനി gaathraanulepini
okay *(adj.)* തൃപ്തികരമായ thrupthikaramaaya
okay *(int.)* നല്ലത് nallath
okay *(n.)* ശരി shari
okay *(v.)* ശരിയാകുക shariyaakuka
okay *(adv.)* ശരിയായ shariyaaya
okayish *(adj.)* സഹ്യമായ sahyamaaya
okra *(n.)* വെണ്ടക്കായ vendakkaya
old *(adj.)* പഴക്കമുള്ള pazhakkamulla
old *(n.)* പഴയ pazhaya
old age *(n.)* വാർദ്ധക്യം vaarddhakyam
oleaceous *(adj.)* കുറ്റിച്ചെടികളും മരങ്ങളുമുള്ള സസ്യകുടുംബം kuttichetikalum marangalumulla sasyakutumbam
oleaginous *(adj.)* മെഴുക്കുള്ള mezhukkulla
oleochemical *(n.)* മൃഗങ്ങളുടെയോ സസ്യങ്ങളുടെയോ കൊഴുപ്പിൽ നിന്നുണ്ടാക്കുന്ന രാസ സംയുക്തം mrugangaluteyo sasyangaluteyo kozhuppil ninnundaakunna raasa samyuktham
olfactic *(adj.)* മണക്കാവുന്ന manakkaavunna
olfactics *(n.)* മണക്കൽ manakkal
olfactory *(adj.)* ഘ്രാണപരമായ ghraanaparamaaya
olfaltive *(adj.)* വാസനിക്കാനാകുന്ന vaasanikkaavunna
oligarch *(n.)* പ്രഭുജനാധിപത്യപരമായ prabhujanaadhipatyaparamaaya
oligarchal *(adj.)* പ്രഭുഭരണസംബന്ധം prabhubharana sambandham
oligarchy *(n.)* പ്രഭുവാഴ്ച prabhuvaazhcha
olive *(n.)* ഒലിവുമരം olivumaram
olympiad *(n.)* നന്നാലു സംവത്സരക്കാലം nannalu samvalsarakkalam
omega *(n.)* അന്ത്യം anthyam
omelette *(n.)* മുട്ടദോശ muttadosha
omen *(n.)* ശകുനം shakunam
ominous *(adj.)* ദുശ്ശകുനമായ dussakunamaaya
omission *(n.)* തിരസ്കാരം thiraskaaram
omit *(v.)* ചെയ്യാതെവിടുക cheyyaathe vituka
omittance *(n.)* ഒഴിവാക്കൽ ozhivaakkal
omitter *(n.)* ഒഴിവാക്കുന്നയാൾ ozhivaakkunnayaal
omnibenevolence *(n.)* സന്മനസ് sanmanass
omnibenevolent *(adj.)* സദ്ഗുണമുള്ള sadgunamulla
omnibus *(n.)* യാത്രാവാഹനം yaathraavaahanam
omnicompetence *(n.)* കൈകാര്യംചെയ്യാവുന്ന kaikaaryam cheyyaavunna
omnicompetent *(adj.)* നേരിടാനാകുന്ന neritaanaakunna
omnidirectional *(adj.)* ദിശകളിലെല്ലാം dhishskalilellam

omnidirectionality *(n.)*
ദിശകളിലെല്ലാമുള്ളത്
dhishskalilellamullath
omniform *(adj.)* രൂപങ്ങളിലെല്ലാം
ruupangalilellam
omniformity *(n.)* സർവ്വരൂപാത്മകം
sarvvaruupaalmakam
omnilingual *(n.)*
സർവ്വഭാഷാജ്ഞാനം
sarvvabhaashaanjaanam
omnilingual *(adj.)*
സർവ്വഭാഷാജ്ഞാനമുള്ള
sarvvabhaashaanjaanamulla
omnipotence *(n.)* സർവ്വശക്തിത്വം
sarvvasakthithwam
omnipotent *(adj.)* സർവ്വശക്തിയുള്ള
sarvvashakthiyulla
omnipresence *(n.)*
സർവ്വവ്യാപകത്വം
sarvvavyaapakathwam
omnipresent *(adj.)*
സർവ്വവ്യാപിയായ
sarvvavyaapiyaaya
omniscience *(n.)* സർവജ്ഞത്വം
sarvvanjathwam
omniscient *(adj.)* സർവ്വജ്ഞനായ
sarvanjanaaya
omnivore *(n.)* മിശ്രഭുക്ക് mishrabhukk
omnivorous *(adj.)* മിശ്രഭുക്കായ
mishrabhukkaaya
omophagia *(n.)*
പച്ചമാംസംകഴിക്കൽ
pachamaamsamkazhikkal
on *(prep.)* ഇൽ il
on *(adv.)* മുകളിൽ mukalil
on *(adj.)* മേൽ mel
once *(adv.)* ഒരിക്കൽ orikkal
oncogene *(n.)* അർബുദരോഗാണു
arbudarogaanu
oncogenic *(adj.)*
അർബുദരോഗസംബന്ധം
arbudarogasambandham

oncologist *(n.)* അർബുദരോഗ
ചികിത്സാവിദഗ്ദ്ധൻ arubudaroga
chikilsavidagddhan
oncology *(n.)*
അർബുദരോഗചികിത്സ
atbudarogachikilsa
one *(pron.)* ഒന്ന് onnu
one *(adj.)* ഏകം ekam
oneness *(n.)* ഒത്തൊരുമ oththoruma
onerous *(adj.)* ദുർഭരമായ
durbharamaaya
one-sided *(adj.)* ഏകപക്ഷീയമായ
ekapakshiiyamaaya
one-way *(adj.)* അങ്ങോട്ടുമാത്രമുള്ള
angottumaathramulla
ongoing *(adj.)*
നിർമ്മാണത്തിലിരിക്കുന്ന
nirmmaanaththilirikkunna
onion *(n.)* ഉള്ളി ulli
online *(adj.)*
ഇൻറർനെറ്റ്ബന്ധമുള്ള internet
bandhamulla
on-looker *(n.)* കാഴ്ചക്കാരൻ
kaazhchakkaaran
only *(adv.)* ഏകമാത്രമായ
ekamaathramaaya
only *(conj.)* ഒരേയൊരു oreyoru
only *(adj.)* ഒന്നുമാത്രമായ
onnumaathramaaya
onology *(n.)* മണ്ടത്തരമായ
mandaththaramaaya
onomancy *(n.)* ഭാവികഥനം
bhaavikathanam
onomast *(n)* നാമപഠിതാവ്
naamapatithaav
onomastic *(adj.)* സ്ഥലനാമചരിതം
sthalanaamacharitham
onomatologist *(n.)*
സ്ഥലനാമചരിതാന്വേഷക
sthalanaama charithaanweshaka

onomatology *(n.)* സ്ഥലനാമചരിത്രപഠനം sthalanaamacharithapatanam
onomatope *(n.)* ധ്വന്യനുകരണപരമായ dwanyaanukaranaparamaaya
onomatopoeia *(n.)* ധ്വന്യനുകരണം dwanyaanukaranam
on-road *(adj.)* റോഡുമാർഗയാത്ര radmaargayaathra
onrush *(n.)* പാഞ്ഞുകയറ്റം paanjukayattam
on-screen *(adj.)* സ്ക്രീനിൽ screenil
onset *(n.)* അഹിതാരംഭം ahithaarabham
onslaught *(n.)* കടന്നാക്രമണം katannaakramanam
ontogenic *(adj.)* ജീവിവികാസപരമായ jiivivikaasaparamaaya
ontogeny *(n.)* ജീവിവികാസം jiivivikaasam
ontologic *(adj.)* ജീവതത്ത്വശാസ്ത്രമായ jiivaththwashaasthraparamaaya
ontological *(adj.)* ഭവശാസ്ത്രപരമായ bhavashaasthraparamaaya
ontologism *(n.)* ദാർശനികത daarshanikatha
ontologist *(n.)* സത്താമീമാംസകാരൻ saththaamiimaamsa
ontology *(n.)* സത്താമീമാംസ saththaamiimaamsa
onus *(n.)* ബാദ്ധ്യത baadyatha
onward *(adj.)* മുന്നോട്ടുള്ള munnottulla
onwards *(adv.)* മുമ്പോട്ട് munbott
ooze *(v.)* ഊറുക uuruka
ooze *(n.)* ഊറൽ uural
opacity *(n.)* അതാര്യത athaaryatha
opal *(n.)* മേഘവർണ്ണക്കല്ല് mekhavarnnakkallu
opaque *(adj.)* അതാര്യമായ athaaryamaaya
open *(v.)* തുറന്ന thuranna
open *(adj.)* തുടങ്ങുക thutangukuka
opening *(n.)* ഉദ്ഘാടനം utghaatanam
openly *(adv.)* പ്രകടമായി prakatamaayi
opera *(n.)* സംഗീതനാടകം sangiithanaatakam
operability *(n.)* യുക്തമായ yukthamaaya
operable *(adj.)* ഉപയോഗമുള്ള upayogamulla
operate *(v.)* പ്രവർത്തിപ്പിക്കുക pravarthippikkuka
operation *(n.)* ശസ്ത്രക്രിയ shasthrakriya
operative *(adj.)* പ്രവർത്തകമായ pravarthakamaaya
operator *(n.)* പ്രവർത്തകൻ pravarththakan
operetta *(n.)* ബാലെ baale
ophtalmic *(adj.)* നേത്രരോഗസംബന്ധം nethrarogasambandham
ophtalmologic *(adj.)* നേത്രരോഗവിഭാഗം nethrarogavibhaagam
ophtalmologist *(n.)* നേത്രരോഗവിദഗ്ധൻ nethrarogavidagdhan
ophtalmology *(n.)* നേത്രരോഗപഠനം nethrarogapatanam
ophtalmoscope *(n.)* നേത്രപരിശോധനാമാപിനി nethrarogaparishodhanaamaapini
opiate *(v.)* കറുപ്പടിക്കുക karuppatikkuka
opiate *(adj.)* കറുപ്പടിച്ച karuppaticha

opiate *(n.)* കറുപ്പ്ലേഹ്യം karupp lehyam
opinator *(n.)* അഭിപ്രായമുള്ളയാൾ aphipraayamullayaal
opine *(v.)* അഭിപ്രായപ്പെടുക abhipraayappetuka
opinion *(n.)* അഭിപ്രായം aphipraayam
opinionate *(v.)* സ്വാഭിപ്രായമറിയിക്കുക swaabhipraayamaritikkuka
opinionated *(adj.)* സ്വാഭിപ്രായമുള്ള swaabhipraayamulla
opinionless *(adj.)* അഭിപ്രായമില്ലാത്ത abhipraamillaaththa
opinionnaire *(n.)* അഭിപ്രായസർവ്വേ abhipraayasarvve
opium *(n.)* കറുപ്പ് karupp
opponent *(n.)* എതിർക്കുന്നയാൾ ethirkkunnayaal
opportune *(adj.)* സമയോചിതമായ samayochithamaaya
opportunism *(n.)* അവസരവാദം avaravaadam
opportunity *(n.)* തക്കം thakkam
oppose *(v.)* ചെറുക്കുക cherukkuka
opposite *(adj.)* വിരുദ്ധമായ viruddhamaaya
opposition *(n.)* പ്രതിപക്ഷം prathipaksham
oppress *(v.)* അടിച്ചമർത്തുക atichamarththuka
oppression *(n.)* ഞെരുക്കൽ njerukkal
oppressive *(adj.)* മർദ്ദനപരമായ marddanaparamaaya
oppressor *(n.)* മർദ്ദകൻ marddakan
opt *(v.)* ഇഷ്ടപ്പെട്ടെടുക്കുക ishtapettetukkuka
optic *(adj.)* കണ്ണിനെസംബന്ധിച്ച kanninesambandhicha
optician *(n.)* നേത്രപരിശോധകൻ nethraparishodhakan
optimism *(n.)* ശുഭപ്രതീക്ഷ shubhaprathiiksha
optimist *(n.)* ശുഭാപ്തിവിശ്വാസി shubhaapthiviswaasi
optimistic *(adj.)* ശുഭപ്രതീക്ഷയുള്ള shubhaprathiikshayulla
optimum *(adj.)* ഇഷ്ടതമം ishtathamam
optimum *(n.)* അനുകൂലാവസ്ഥ anukuulaavastha
option *(n.)* ഹിതം hitham
optional *(adj.)* നിർബന്ധമില്ലാത്ത nirbanddhamillaaththa
opulence *(n.)* സമൃദ്ധി samruddhi
opulent *(adj.)* ധനസമൃദ്ധമായ dhanasanruddhamaaya
oracle *(n.)* അരുളപ്പാട് arulappaat
oracular *(adj.)* വെളിപാടുപോലുള്ള velipaatupolulla
oral *(n.)* വാക്കാൽ vaakkaal
oral *(adj.)* വാമൊഴിയായ vaamozhiyaaya
orally *(adv.)* വാചികമായി vaachikamaaya
orange *(adj.)* മധുരനാരങ്ങാനിറമുള്ള madhuranaaranganiramulla
orange *(n.)* മധുരനാരങ്ങ madhuranaaranga
oration *(n.)* പ്രഭാഷണം prabhaashanam
orator *(n.)* പ്രഭാഷകൻ prabhaashakan
oratorical *(adj.)* വാഗ്മിയെസംബന്ധിച്ച vaagmiye sambanddhicha
oratory *(n.)* പ്രസംഗകല prasangakala
orb *(n.)* ഗോളാകൃതി golaakruthi
orbit *(n.)* ഭ്രമണപഥം bhramanapatham
orbital *(n.)* ഭ്രമണപഥ സംബന്ധി bhramanapatha sambandhi

orbital *(adj.)* ഭ്രമണപഥത്തെപ്പറ്റിയുള്ള vaagmiye sambanddhicha
orbituary *(n.)* ചരമക്കുറിപ്പ് charamakkuripp
orca *(n.)* കൊലയാളിതിമിംഗലം kolayaalithimingalam
orchard *(n.)* ഫലോദ്യാനം phalidyaanam
orchestra *(n.)* വാദ്യവൃന്ദം vaadyavrundm
orchestral *(adj.)* വാദ്യമേളത്തെസംബന്ധിച്ച vaadyamelaththe sambandhicha
ordain *(v.)* വാഴിക്കുക vaazhikkuka
ordained *(adj.)* നിയോഗിക്കപ്പെട്ട niyogikkappetta
ordeal *(n.)* പരമയാതന paramayaathana
order *(v.)* ആജ്ഞാപിക്കുക aanjaapikkuka
order *(n.)* കൽപന kalpana
orderly *(n.)* ക്രമമുള്ള krumamulla
orderly *(adj.)* ക്രമപ്പെടുത്തിയ krumappetuththiya
ordinance *(n.)* നിയമശാസനം niyamashaasanam
ordinarily *(adv.)* സാമാന്യേന saamaanyena
ordinary *(adj.)* സാധാരണമായ saadhaaranamaaya
ordnance *(n.)* ആയുധകോപ്പുകൾ aayudhakkoppukal
ore *(n.)* അയിര് ayiru
organ *(n.)* അവയവം avayavam
organic *(adj.)* ജൈവമായ jaivamaaya
organism *(n.)* അണുജീവി anujiivi
organization *(n.)* സംഘടന sanghatana
organize *(v.)* സംഘടിപ്പിക്കുക sanghatippikkuka
organography *(n.)* അവയവപഠനം avayavapatanam
organza *(n.)* കനംകുറഞ്ഞതുണിത്തരം kanamkuranjathuniththaram
orgasm *(n.)* രതിമൂർച്ഛ rathimuurchcha
orgasmic *(adj.)* വികാരപാരമ്യത്തിലായ vikaarapaaramyaththilaaya
orgy *(n.)* മദിരോത്സവം madirolsavam
orient *(v.)* ദിക്സ്ഥിതി കാണുക diksththi kaanuka
orient *(n.)* കിഴക്കൻ kizhakkan
oriental *(n.)* പൗരസ്ത്യദേശത്തുള്ള pourasthyadeshaththulla
oriental *(adj.)* പ്രാച്യമായ praachyamaaya
orientate *(v.)* പാശ്ചാത്തീകരിക്കുക paaschaaththiikarikkuka
orientational *(adj.)* അഭിവിന്യാസം abhivinyaasam
oriented *(adj.)* വിന്യസിക്കുക vinyasukkuka
orifice *(n.)* രന്ധ്രം radhram
orificial *(adj.)* സുഷിരം sushiram
origami *(n.)* കടലാസ് വസ്തുക്കൾ katalaas vasthukkal
origin *(n.)* ഉത്പത്തി ulpaththi
original *(n.)* മൗലികത moulikatha
original *(adj.)* മൗലികത്വമുള്ള moulikathwamulla
originality *(n.)* മൗലികതയുള്ള moulikathayulla
originate *(v.)* ഉത്ഭവിക്കുക ulbhavikkuka
originator *(n.)* ഉത്പാദകൻ uthpaadakan
orl *(n.)* ചെവി, മൂക്ക്,തൊണ്ട ഇവയെ ബാധിക്കുന്ന രോഗങ്ങളുടെ മരുന്ന് chevi, mook, thonda ivaye baadhikkunna rogangalute marunnu
orn *(v.)* അലങ്കരിക്കുക alankarikkuka

ornament *(n.)* ആഭരണം aabharanam

ornament *(v.)* ആഭരണമണിയുക aabharanamaniyuka

ornamental *(adj.)* വിഭൂഷകമായ viduushakamaaya

ornamentation *(n.)* മോടിപിടിപ്പിക്കൽ motipitippikkal

ornithologist *(n.)* പക്ഷിനിരീക്ഷകൻ pakshiniriikshakan

ornithology *(n.)* പക്ഷിശാസ്ത്രം pakshishaasthram

ornithoscopy *(n.)* വിഹഗനിരീക്ഷണം vihaga niriikshanam

orogen *(n.)* പർവതരൂപീകരണമാനം. parvvatharuupikaranamaanam /

orogenic *(adj.)* പർവതരൂപീകരണപ്രക്രിയ parvvatharuupikaranaprakriya

orologist *(n.)* പർവ്വതപഠനം parvvathapatanam

orphan *(v.)* അനാഥയായിരിക്കുക anaathayaayirikkuka

orphan *(n.)* അനാഥക്കുട്ടി anaathakkutty

orphanage *(n.)* അനാഥാലയം anaathaalayam

orthodox *(adj.)* ആചാരനിഷ്ഠയുള്ള aachaaranishtayulla

orthodoxy *(n.)* മതാചാരനിഷ്ഠ mathaachaaranishta

orthograph *(n.)* വർണ്ണവിന്യാസത varnnavinyaasatha

orthographer *(n.)* വർണ്ണവിന്യാസപഠിതാവ് varnnavinyaasa patithaav

orthographic *(adj.)* വർണ്ണവിന്യാസ ശാസ്ത്രപരമായ varnnavinyaasa shaasthraparamaaya

orthopaedia *(n.)* വൈരൂപ്യചികിത്സ vairuupyachikilsa

orthopaedical *(adj.)* ഊനചികിത്സാസംബന്ധം uunachikilsaabandham

orthopaedics *(n.)* ഊനചികിത്സ uunachikilsa

oscillate *(v.)* ചാഞ്ചാടുക chaanchaatuka

oscillation *(n.)* ആന്ദോളനം aandholanam

oscillograph *(n.)* ആന്ദോളനരേഖ aandholanarekha

oscillometric *(adj.)* രക്തസമ്മർദ്ദമളക്കുന്ന മാനകം rakthasammarddamalakkunna maanakam

oscilloscope *(n.)* ആന്ദോളനമാപിനി aandholanamaapini

osculant *(adj.)* ഇടത്തരമായ itaththaramaaya

oscular *(adj.)* ചുംബനസംബന്ധിയായ chumbanasambandhiyaaya

osculate *(v.)* ചുംബിക്കുക chumbikkuka

osmose *(v.)* സംഗ്രഹിക്കുക samgrahikkuka

osmosis *(n.)* വ്യതിവ്യാപനം vythivyaapanam

ossify *(v.)* കല്ലിക്കുക kallikkuka

ostensibility *(n.)* പ്രത്യക്ഷത prathyakshatha

ostensible *(adj.)* കാണത്തക്ക kaanathrhakka

ostensibly *(adv.)* പ്രത്യക്ഷത്തിൽ prathyakshaththil

ostension *(n.)* പ്രകടമാക്കൽ prakatamaakkal

ostentation *(n.)* ഭള്ള് bhallu

ostentatious *(adj.)* പൊങ്ങച്ചം കാട്ടുന്ന pongachcham kaattunna
ostracize *(v.)* ഭ്രഷ്ട്കൽപിക്കുക bhrasht kalpikkuka
ostrich *(n.)* ഒട്ടകപ്പക്ഷി ottakappakshi
other *(adj.)* മറ്റേതായ mattethaaya
other *(pron.)* മറ്റേത് matteth
otherwise *(conj.)* അന്യഥാ anyathaa
otherwise *(adv.)* അല്ലാത്തപക്ഷം allaaththapaksham
otherworld *(n.)* അലൗകികലോകം akoukikalokam
otherworldliness *(n.)* അലൗകികമായ aloukikamaaya
otoscope *(n.)* കർണപരിശോധനയന്ത്രം karnaparishodhanayanthram
otoscopis *(adj.)* കർണനിരീക്ഷണോപകരണം karnaniriikshanopakaranam
otoscopy *(n.)* കർണപരിശോധന karnaparshodhana
otter *(n.)* കടൽനായ് katalnaay
ottoman *(n.)* പീഠം piitam
ouch *(int.)* ഹോ ho
ouch *(n.)* ഹോ എന്ന വ്യാക്ഷേപകം ho enna vyaakahepaka m
ought *(v.)* കടപ്പെട്ടിരിക്കുക katappettirikkuka
ounce *(n.)* വേണം venam
our *(pron.)* ഞങ്ങളുടെ njangalute
oust *(v.)* പുറന്തള്ളുക puranthalluka
out *(adv.)* പുറത്ത് puraththh
out *(prep.)* പുറമേ purame
out *(adj.)* പുറമേയുള്ള purame yulla
outage *(n.)* വൈദ്യുതിയില്ലാത്ത vaidyuthiyillaaththa
outback *(n.)* വിജനം vijanam
out-balance *(v.)* മുന്തിനിൽക്കുക munththinilkkuka
outbid *(v.)* വില കയറ്റിപ്പറയുക vilakayattipparayuka
outbound *(adj.)* ദൂരസ്ഥലത്തേക്കുപോകുന്ന duurasthalaththekk pokunna
outbreak *(n.)* പൊട്ടിപ്പുറപ്പെടൽ pottippurappetal
outburst *(n.)* പൊട്ടിപ്പുറപ്പെടുന്ന pittippurappetunna
outcast *(adj.)* നിരാകൃതനായ niraakruthanaaya
outcast *(n.)* അശരണൻ asharanan
outcome *(n.)* പരിണതഫലം parinithaphalam
outcry *(adj.)* ആർപ്പുവിളി aarppuvili
outdated *(adj.)* കാലഹരണപ്പെട്ട kalaharanappetta
outdo *(v.)* കവിഞ്ഞുനിൽക്കുക kavinjunilkkuka
outdoor *(adj.)* വെളിയിൽ veliyil
outer *(adj.)* പുറമേയുള്ള purameyulla
outfit *(n.)* വസ്ത്രം vasthram
outfit *(v.)* ചമയുക chamayuka
outgrow *(v.)* വളർന്നുപോകുക valarnnupokuka
outhouse *(n.)* ഉപഗൃഹം upagraham
outing *(n.)* പുറത്തുപോകൽ puraththupokal
outlandish *(adj.)* വിലക്ഷണമായ vilakshanamaaya
outlaw *(v.)* നിയമഭ്രഷ്ടനാക്കുക niyamarakahabhrashtan
outlaw *(n.)* നിയമരക്ഷാഭ്രഷ്ടൻ niyamarakahabhrashtan
outlet *(n.)* നിർഗമനമാർഗ്ഗം nirgamanamaargam
outline *(v.)* രൂപരേഖയുണ്ടാക്കുക ruuparekhayundaakkuka
outline *(n.)* രൂപരേഖ rooparekha
outlive *(v.)* ചിരംജീവിയായിരിക്കുക chiramjiiviyaayirikkuka

outlook *(n.)* വീക്ഷണഗതി viikshanagathi
outmoded *(adj.)* പഴഞ്ചനായ pazhanchanaaya
outnumber *(v.)* എണ്ണത്തിലേറുക ennaththileruka
outpatient *(n.)* പുറംരോഗി puramrogi
outpost *(n.)* കാവൽസൈന്യം kaavalsainyam
output *(n.)* ഉത്പന്നം ulpannam
outrage *(v.)* കയ്യേറുക kaiyyeruka
outrage *(n.)* മര്യാദലംഘനം maryaadaalanghanam
outright *(adj.)* തികഞ്ഞ thikanja
outright *(adv.)* മുഴവനുമായ muzhuvanumaaya
outrun *(v.)* ഓടിരക്ഷപ്പെടുക otirakshapetuka
outset *(n.)* ആരംഭദശ aarambhadasha
outshine *(v.)* നിഷ്പ്രഭമാക്കുക nishpraphamaakkuka
outside *(n.)* ബഹിർഭാഗം bahirbhaagam
outside *(adv.)* ബാഹ്യമായിട്ടുള്ള baahyamaayittulla
outside *(prep.)* ബഹിർഭാഗം bahirbhaagam
outside *(adj.)* പുറമേയുള്ള purameyulla
outsider *(n.)* അന്യൻ anyan
outsize *(adj.)* അസാമാന്യവലിപ്പമുള്ള asaamaanyavalippamulla
outskirts *(n.)* പ്രാന്തം praantham
outspoken *(adj.)* വെട്ടിത്തുറന്നുപറയുന്ന vettiththurannuparayunna
outstanding *(adj.)* വിശിഷ്ടമായ vishishtamaaya
outward *(adv.)* പുറത്തേക്കുള്ള puraththekkulla
outward *(adj.)* ബാഹ്യമായ baahyamaaya
outwardly *(adv.)* കാഴ്ചയ്ക്ക് kaazchaykk
outwards *(adv.)* പുറത്തേക്ക് puraththekk
outweigh *(v.)* ഘനം കൂട്ടുക ghanam kuuttuka
outwit *(v.)* ചെണ്ടകൊട്ടിക്കുക chendakottikkuka
outworld *(n.)* അന്യഗ്രഹം anyagraham
ouzo *(n.)* ഗ്രീക്ക്മദ്യം greekmadyam
oval *(n.)* അണ്ഡാകാരം andaakaaraam
oval *(adj.)* അണ്ഡാകാരമുള്ള andaakaaraamulla
ovary *(n.)* അണ്ഡാശയം andaashayam
ovation *(n.)* ബഹുജനാഭിവന്ദനം bahujanaabhivandanam
oven *(n.)* അപ്പക്കൂട് appakkuut
over *(n.)* മീതെ miithe
over *(adv.)* മേലുള്ള melulla
over *(prep.)* മേൽ mel
overact *(v.)* അമിതാഭിനയം നടത്തുക amithaabhinayam nataththuka
overall *(adj.)* മുഴുവനായി muzhuvanaayi
overall *(n.)* മുഴുവൻ muzhuvan
overawe *(v.)* ചകിതമാകുക chakithamaakuka
overboard *(adv.)* വെള്ളത്തിലേക്ക് vellaththilekk
overburden *(v.)* കഷ്ടപ്പെടുത്തുക kastappetuththuka
overcast *(adj.)* മഴക്കാറുള്ള mazhakkaarulla
overcharge *(n.)* അമിതവില amithavila
overcharge *(v.)* അമിതവില ഈടാക്കുക amithavila itaakkuka

overcoat *(n.)* ബാഹ്യാവരണം
baahyaavaranam
overcome *(v.)* തരണംചെയ്യുക
tharanam cheyyuka
overcrowd *(v.)* ഞെങ്ങിഞെരുങ്ങുക
njenginjerunguka
overdo *(v.)* അതിരുകടക്കുക
athirukatakkuka
overdose *(v.)* മരുന്നധികം നല്കുക
marunnadhikan nalkuka
overdose *(n.)* മരുന്നധികമായ
marunnadhikamaaya
overdraft *(n.)* അധികപ്പറ്റ് adhikappatt
overdraw *(v.)* അധികം പറ്റുക
adhikam pattuka
overdue *(adj.)* കുടിശ്ശികയായ
kutishshikayaaya
overhaul *(n.)* അറ്റകുറ്റപ്പണി
attakuttappani
overhaul *(v.)*
അറ്റകുറ്റപ്പണിചെയ്യുക
attakuttappanicheyyuka
overhear *(v.)* ഒളിച്ചുനിന്നു
കേൾക്കുക olichuninnukelkkuka
overjoyed *(adj.)*
ആഹ്ലാദത്തിമിർപ്പോടെ
aahlaadaththimirppote
overlap *(n.)* അടുക്കടുക്കായി
atukkatukkaayi
overlap *(v.)* കവിഞ്ഞുകിടക്കുക
kavinjukitakkuka
overleaf *(adv.)* മറുപുറത്ത്
marupuraththth
overload *(n.)* അമിതഭാരം
amithabhaaram
overload *(v.)* അമിതഭാരം കയറ്റുക
amithabhaaram kayattuka
overlook *(v.)*
പരിഗണിക്കാതിരിക്കുക
pariganikkaathirikkuka
overnight *(adj.)* രാത്രിമുഴുവനും
raathri muzhuvanum
overnight *(adv.)* രായ്ക്കുരാമാനം
eaaykkuraamaanam
overpower *(v.)* കീഴടക്കുക
kiizhatakkuka
overrate *(v.)* അധികവിലമതിക്കുക
adhikavila mathikkuka
overrule *(v.)* തിരസ്ക്കരിക്കുക
thiraskarikkuka
overrun *(v.)* പാഞ്ഞുകയറുക
paanjukayaruka
oversee *(v.)* മേൽനോട്ടം
ഏറ്റെടുക്കുക melnottam
ettetukkuka
overseer *(n.)* മേലാൾ melaal
overshadow *(v.)* നിഴലിലാക്കുക
nizhalilaakkuka
oversight *(n.)* നോട്ടപ്പിഴ nottappizha
oversleep *(v.)* അധികനേരം
ഉറങ്ങുക adhikaneram uranguka
overt *(adj.)* കാണേ kaane
overtake *(v.)* മറികടക്കുക
marikatakkuka
overthrow *(n.)* അധികാരഭ്രഷ്ട്
adhikaarabhrasht
overthrow *(v.)*
അധികാരത്തിൽനിന്നുനീക്കുക
adhikaaraththilninnu niikkuka
overtime *(n.)* അധികസമയം
adhikasamayam
overtime *(adv.)* നിശ്ചിതസമയം
കൂടാതെ nischithasamayam kuutaathe
overture *(n.)* പദ്യാരംഭം
padyaarambham
overweight *(adj.)* അധികഭാരം
adhikabhaaram
overwhelm *(v.)* ആഴ്ത്തുക
aazhththuka
overwork *(n.)* അത്യധ്വാനം
athydwaanam
overwork *(v.)*
അമിതമായുപയോഗപ്പെടുത്തു
ക amithamaayupayogappetuththuka

oviferous *(adj.)* മുട്ടയിടുന്ന muttayitunna
ovular *(adj.)* അണ്ഡസംബന്ധി andasambandhi
ovulate *(v.)* അണ്ഡമുൽപാദിപ്പിക്കുക andamulpadippikkuka
ovum *(n.)* അണ്ഡം andam
owe *(v.)* ബാദ്ധ്യതയുണ്ടായിരിക്കുക baadhyathayundaayirikkuk
owl *(n.)* മൂങ്ങ muunga
owlery *(n.)* ഉലൂകനീഡം ulakaniiddam
owly *(adj.)* മൂങ്ങയേപോലെ muungayeppole
own *(v.)* സ്വന്തമാക്കുക swanthamaakkuka
own *(adj.)* തന്റേതായ thantethaaya
owner *(n.)* ഉടമസ്ഥൻ utanasthan
ownership *(n.)* അവകാശം avakaasham
ox *(n.)* കാള kaala
oxbird *(n.)* ഏർകുരുവി erkuruvi
oxcart *(n.)* കാളവണ്ടി kaalavandi
oxidant *(n.)* ഭസ്മമാക്കുന്ന വസ്തു bhasmamaakkunna vasthu
oxidate *(n.)* ഭസ്മീകരിക്കൽ bhasmiikarikkal
oxidate *(v.)* ഭസ്മീകരിക്കുക bhasmiikarikkuka
oxidation *(n.)* ജാരണകാരി jaaranakaari
oxide *(n.)* ഭസ്മം bhasmam
oxidization *(n.)* ഭസ്മീകരണം bhasmiikaranam
oxyacid *(n.)* ഓക്സിജനമ്ലം oxijanamlam
oxygen *(n.)* ജീവവായു jiivavaayu
oxygenate *(v.)* ഓക്സിജൻ കലർത്തുക oxygen kalarththuka
oxygenated *(adj.)* ഓക്സിജൻ കലർത്തിയ oxygen kalarththiya
oxygenation *(n.)* ഓക്സിജീകരണം oxygiikaranam
oyster *(n.)* മുത്തുച്ചിപ്പി muththuchippi
oyster *(adj.)* മുത്തുച്ചിപ്പി പാലനം muththuchippipaalanam
oyster *(v.)* മുത്തുച്ചിപ്പി വളർത്തുക muththuchippi valarththuka
oysterling *(n.)* മുത്തുച്ചിപ്പി കുഞ്ഞ് muththuchippi kunj
oysterman *(n.)* മുത്തുചിപ്പിക്കാരൻ muththuchippikkaaran
ozonate *(n.)* ഓസോൺ സംയോജിക്കൽ ozone samyojikkal
ozonate *(v.)* ഓസോണുമായി സംയോജിക്കുക ozonumaayi samyojikkuka
ozonation *(n.)* ഓസോൺ സംയോജനം ozone samyojanam
ozone *(n.)* വീര്യാമിലിതം viiryaamilitham
ozone layer *(n.)* ഓസോൺപാളി ozonepaali

P

pace *(v.)* ചുവടുവയ്ക്കുക chuvatuvaykkuka
pace *(n.)* പാദവിന്യാസം paadavinyaasam
pacemaker *(n.)* ഹൃദയ ഉത്തേജന ഉപകരണം hrudaya uththejana upakaranam
pachidermatous *(adj.)* നിർവ്വികാരമായ nirvvikaaramaaya
pachyderm *(n.)* കട്ടിത്തോലുള്ള മൃഗം kattithrholuulla mrugam
pacific *(adj.)* അക്ഷുബ്ദ്ധമായ akshubddhamaaya

232

pacifier *(n.)* ശാന്തമാക്കുന്നവൻ
shaanthamaakkunnavan
pacifism *(n.)* സമാധാനവാദം
samaadhaanavaadam
pacifist *(n.)* സമാധാനവാദി
samaadhaanavaadi
pacify *(v.)* സമാധാനിപ്പിക്കുക
samaadhaanippikkuka
pack *(v.)* പൊതിഞ്ഞു കെട്ടുക
pothinjukettuka
pack *(n.)* പൊതി pothi
package *(n.)* പൊതിക്കെട്ട് pothikkett
packet *(n.)* പൊതി pothi
packing *(n.)* പൊതിയൽ pothiyal
pact *(n.)* സഖ്യം sakhyam
pad *(v.)* തിരുകിവയ്ക്കുക
thirukivaykkuka
pad *(n.)* മൃദൂപധാനം
mrudhuupaanam
padding *(n.)* ആപൂരണം aapuuranam
paddle *(n.)* പങ്കായം pankaayam
paddle *(v.)* തുഴയുക thuzhayuka
paddy *(n.)* നെൽച്ചെടി nelcheti
paediatric *(adj.)*
ബാലചികിത്സാപരം
baalachikitsaparam
paedologist *(n.)* ബാലശാസ്ത്രകാർ
baalashaasthrakaar
paedology *(n.)* ബാലശാസ്ത്രം
baalashaasthram
paedophile *(n.)* ബാലപീഡകൻ
baalapiidakan
paedophilia *(n.)* ബാലപീഡനം
baalapiidanam
paedophiliac *(n.)* കുട്ടികളെ
ലൈംഗിക വസ്തുക്കളായി
കാണൽ kuttikale laingika
vasthukkalaayi kaanal
paedophiliac *(adj.)* കുട്ടികളോടുള്ള
ലൈംഗിക ആകർഷണം
kuttikalotulla laingika aakarshanam

pagan *(n.)* വിഗ്രഹോപാസകൻ
vigrahopaasakan
pagan *(adj.)*
വിഗ്രഹോപാസകനായ
vigrahopaasakanaaya
paganism *(n.)* വിഗ്രഹാരാധന
vigrahaaraadhana
paganistic *(adj.)*
വിഗ്രഹാരാധനാപരമായ
vigrahaaraadhana paramaaya
page *(v.)* താൾമറിക്കുക
thaalmarikkuka
page *(n.)* ഏട് et
pageant *(n.)* പൊതുവാഘോഷം
pothuvaaghosham
pageantry *(n.)*
പ്രദർശനഘോഷയാത്ര
pradarshana ghoshayaathra
pagoda *(n.)* ബുദ്ധക്ഷേത്രം
buddhakshethram
pail *(n.)* ലോഹപ്പാത്രം lohappaathram
pain *(v.)* വേദനിക്കുക vedanikkuka
pain *(n.)* വേദന vedana
pain relief *(n.)* ദുഃഖപരിഹാരം
dukhaparihaaram
painful *(adj.)* വേദനാജനകമായ
vedanaajanakamaaya
painstaking *(adj.)* പ്രയത്നശീലമായ
prayathnashiilamaaya
paint *(v.)* നിറം കൊടുക്കുക niram
kotukkuka
paint *(n.)* വർണ്ണം varnnam
paintbrush *(n.)* ചായത്തൂലിക
chaayaththulika
painter *(n.)* ചിത്രലേഖകൻ
chithrakekhakan
painting *(n.)* ചിത്രമെഴുത്ത്
chithramezhuthth
pair *(n.)* ഇണ ina
pair *(v.)* ചേർച്ചയായിരിക്കുക
cherchayaayirikkuka
pal *(n.)* മിത്രം mithram

palace *(n.)* രാജമന്ദിരം raajamandiram
palanquin *(n.)* പല്ലക്ക് pallakk
palatable *(adj.)* സ്വാദുള്ള swaadulla
palatal *(adj.)* താലവ്യാക്ഷരങ്ങൾ
thaalavyaaksharangal
palate *(n.)* താലു thaalu
palatial *(adj.)* കൊട്ടാരസദൃശമായ
kottarasadrusyamaaya
pale *(adj.)* മ്ലാനമായ mlaanamaaya
pale *(v.)* വിളറുക vilaruka
pale *(n.)* വിളറിയ vilariya
paleness *(n.)* വൈവർണ്ണ്യം
vaivarnnyam
paleobiological *(adj.)*
ശിലാദ്രവ്യജീവശാസ്ത്രപഠനം
shilaadrvya jiivashaasthrapatanam
paleobiologist *(n.)*
ഫോസിൽജീവശാസ്ത്രപഠിതാ
വ് fossil jiivashaasthra patithaav
paleobiology *(n.)*
ശിലാദ്രവ്യജീവശാസ്ത്രം
shilaadravyajiivashaasthram
paleoecologist *(n.)*
ഫോസിൽപരിസ്ഥിതിവിജ്ഞാ
നി fossil parishthithivinjaani
paleoecology *(n.)*
ഫോസിൽപരിസ്ഥിതിവിജ്ഞാ
നം fossil parishthithivinjaanam
paleolithic *(n.)* പ്രാചീനശില
praachiinashila
paleolithic *(adj.)*
പ്രാചീനശിലായുഗസംബന്ധം
praachiinashilayugasambandham
paleontologist *(n.)*
ശിലാദ്രവ്യശാസ്ത്രജ്ഞൻ
shiladravyashaasthranjan
paleontology *(n.)* ശിലാദ്രവ്യപഠനം
shilaadravyapatanam
palette *(n.)* ചായപ്പലക chaayappalaka
palm *(n.)* ഉള്ളംകൈ ullamkai

palm *(v.)*
ഉള്ളംകൈയിലൊളിപ്പിക്കുക
ullamkaiyyilolippikkuka
palmist *(n.)* കൈനോട്ടക്കാരൻ
kainottakkaran
palmistry *(n.)* കൈനോട്ടം kainottam
palpable *(adj.)* തൊട്ടറിയാവുന്ന
thottariyaavunna
palpitate *(v.)* നാഡിമിടിക്കുക
naadimitikkuka
palpitation *(n.)* നാഡിതുടിക്കൽ
naadithutikkal
palsy *(n.)* പക്ഷാഘാതം
pakshaaghaatham
paltry *(adj.)* ക്ഷുദ്രമായ kahudramaaya
pamper *(v.)* താലോലിക്കുക
thaalolikkuka
pamphlet *(n.)* ലഘുപത്രിക
laghupathrika
pamphleteer *(n.)*
ലഘുലേഖകർത്താവ്
laghulekhakarthaav
panacea *(n.)*
സർവ്വരോഗനിവാരിണി
sarvvaroganivaarini
pandemonium *(n.)* ആഭാസസഭ
aabhaasasabha
pane *(n.)* ചില്ല് chillu
panegyric *(n.)* സ്തുതിവാക്യം
sthurhivaakyam
panel *(v.)* ചട്ടമിടുക chattamituka
panel *(n.)* കവാടഫലകം
kavaataphalam
pang *(n.)* ഉഗ്രവേദന ugravedana
panic *(v.)* ഭയപ്പെടുക bhayappetuka
panic *(n.)* പരിഭ്രാന്തി paribhraanthi
panorama *(n.)* വിശാലദൃശ്യം
vishaaladrusyam
pant *(n.)* വലിവ് valiv
pant *(v.)* ഏങ്ങുക enguka
pantaloon *(n.)* കാൽശരായി
kaalaharaayi

pantheism *(n.)* ബ്രഹ്മവാദം brahmavaadam
pantheist *(n.)* ബ്രഹ്മവാദി brahmavaadi
panther *(n.)* പുള്ളിപ്പുലി pullippuli
panting *(adj.)* നെടുവീർപ്പിടുന്നതായ netuviirppitunnathaaya
pantomime *(n.)* മൂകാഭിനയം muukaabhinayam
pantry *(n.)* കലവറ kalavara
papacy *(n.)* പോപ്പധികാരം poppadhikaaram
papal *(adj.)* മാർപാപ്പയെസംബന്ധിച്ച maarppaappaye sambandhicha
paper *(n.)* കടലാസ് katalass
paper bag *(n.)* കടലാസുസഞ്ചി katalaassusanchi
par *(n.)* ശരാശരി sharaashari
parable *(n.)* നീതികഥ niithikatha
parachute *(n.)* ആകാശക്കുട aakashakkuta
parachutist *(n.)* ഇറക്കപ്പെടുന്നവൻ irakkappetunnavan
parade *(v.)* സൈനികപ്രദർശനം നടത്തുക sainikapradarshanam nataththuka
parade *(n.)* സൈനികവ്യായാമം sainika vyaayaamam
paradise *(n.)* പറുദീസ parudiissa
paradox *(n.)* വിപരീതാഭിപ്രായം vipariithaabhipraayam
paradoxical *(adj.)* വിരോധാഭാസരൂപത്തിലുള്ള virodhaabhaasaruupaththilulla
paraffin *(n.)* മെഴുക് mezhuk
paragon *(n.)* അതുല്യമാതൃക athulyamaathruka
paragraph *(n.)* ഖണ്ഡിക khandika
parallel *(v.)* സമാന്തരമാക്കുക samaantharamaakkuka
parallel *(adj.)* സമാന്തരത samaantharatha
parallelism *(n.)* സമാന്തരഭുജം samaantharabhujam
parallelogram *(n.)* സാമാന്തരികം saamaantharikam
paralyse *(v.)* തളർന്നുപോകുക thalarnnupokuka
paralysis *(n.)* തളർവാതം thalarvaadam
paralytic *(adj.)* തളർവാതം പിടിച്ച thalarvaadam piticha
paramount *(adj.)* പ്രധാനതമമായ pradhaanathamamaaya
paramour *(n.)* ജാരൻ jaaran
paraphernalia *(n. pl)* സാമഗ്രികൾ saamagrikal
paraphrase *(v.)* പരാവർത്തനം ചെയ്യുക parivarththanam cheyyuka
paraphrase *(n.)* പരാവർത്തനം paraavarththanam
parasite *(n.)* ഇത്തിക്കണ്ണി iththikkanni
parcel *(v.)* പൊതിഞ്ഞുകെട്ടുക pothinjukettuka
parcel *(n.)* പൊതി pothi
parch *(v.)* ഉണങ്ങുക unanguka
pardon *(n.)* പൊറുക്കൽ porukkal
pardon *(v.)* മാപ്പുകൊടുക്കുക maapukotukkuka
pardonable *(adj.)* പൊറുക്കാവുന്ന porukkaavunna
parent *(n.)* അച്ഛനമ്മമാർ achanammamaar
parentage *(n.)* പൈതൃകം paithrukam
parental *(adj.)* പിതൃനിർവിശേഷമായ pithrunirvisheshamaaya
parenthesis *(n.)* അനന്യവാക്യം ananyavaakyam
parish *(n.)* ഇടവക itavaka
parity *(n.)* സമതുല്യത samathulyatha
park *(n.)* ക്രീഡാവനം kriidavanam

park *(v.)* നിർത്തിയിടുക
nirththiyituka

parking ticket *(n.)* പാർക്കിങ്
രസീത് parking raseeth

parlance *(n.)* വാക്ശൈലി vaakshaili

parley *(v.)* കൂടിയാലോചിക്കുക
kuutiyaalochikkuka

parley *(n.)* പരസ്പര സംഭാഷണം
paraspara sambhaashanam

parliament *(n.)* ജനപ്രതിനിധിസഭ
janaprathinidhi sabha

parliamentarian *(n.)*
പാർലമെന്റംഗം parliamentangam

parliamentary *(adj.)*
സഭായോഗ്യമായ
sabhayogyamaaya

parlour *(n.)* സൽക്കാരമുറി
salkkaaramuri

parody *(v.)*
ഹാസ്യാനുകരണംനടത്തുക
haasyaanukaranam nataththuka

parody *(n.)* അപഹാസ കവിത
apahaasakavitha

parole *(v.)* താൽക്കാലികമായി
മോചിപ്പിക്കുക thaalkkalikamaayi
mochippikkuka

parole *(n.)* താൽക്കാലികമോചനം
thaalkkalikamochanam

parricide *(n.)* പിതൃഹത്യ
pithruhathya

parrot *(n.)* തത്ത thaththa

parry *(n.)* തടുക്കൽ thatukkal

parry *(v.)* തടുക്കുക thatukkuka

parsley *(n.)* പാർസ്ലി paarsle

parson *(n.)* വികാരി vikaari

part *(v.)* പിരിയുക piriyuka

part *(n.)* ഭാഗം bhaagam

partake *(v.)* പങ്കുകൊള്ളുക
pankukolluka

partial *(adj.)* പക്ഷപാതപരമായ
pakshapaathaparamaaya

partiality *(n.)* പക്ഷപാതം
pakshapaatham

participant *(n.)* ഭാഗഭാക്ക്
bhaagabhaakk

participate *(v.)* ഭാഗഭാക്കാകുക
bhaagabhaakkakuka

participation *(n.)* പങ്കെടുക്കൽ
panketukkal

particle *(n.)* കണിക kanika

particular *(n.)* പ്രത്യേകമായ kanika

particular *(adj.)* ഓരോന്നായ
oronnaaya

particularly *(adv.)*
വിശേഷവിധിയായി
visheshavidhiyaayi

partisan *(adj.)*
പക്ഷപാതമുള്ളയാൾ
pakshapaathamullayaal

partisan *(n.)* പക്ഷപാതി pashapaathi

partition *(v.)* വിശ്ലേഷിക്കുക
visleshikkuka

partition *(n.)* വിഭജനം vibhajanam

partner *(n.)* കൂട്ടാളി kuuttali

partnership *(n.)* സഹവർത്തകത്വം
sahavarththakathwam

party *(n.)* വിരുന്ന് virunnu

pass *(n.)* പരീക്ഷാവിജയം
pariikshaavijayam

pass *(v.)* കടന്നുപോവുക
katannupokuka

passage *(n.)* പ്രവേശനമാർഗ്ഗം
praveshana maargam

passenger *(n.)* യാത്രികൻ yaathrikan

passion *(n.)* അഭിനിവേശം
abhinivesham

passionate *(adj.)* അത്യാവേശമുള്ള
atyaveshamulla

passive *(adj.)* നിഷ്ക്രിയമായ
nishkriyamaaya

passport *(n.)* യാത്രാനുവാദപത്രം
yaathraanuvaadapathram

past *(prep.)* കടന്നുപോയിട്ട് katannupoyitt
past *(n.)* ഭൂതകാലം bhuuthakaalam
past *(adj.)* പണ്ടത്തെ pandaththe
paste *(v.)* പശവെച്ചൊട്ടിക്കുക pashavachottikkuka
paste *(n.)* കുഴമ്പുപരുവമായ kuzhampuparuvamaaya
pastel *(adj.)* അതിലോലനിറം athilolaniram
pastel *(n.)* വർണ്ണചോക്ക് varnnachalk
pastime *(n.)* നേരമ്പോക്ക് nerambokk
pastoral *(adj.)* അജപാലനവിഷയകമായ ajapaalanavishayakamaaya
pastry *(n.)* കേക്ക് cake
pasture *(v.)* മേയ്ക്കുക meykkuka
pasture *(n.)* പുൽത്തകിടി pulththakiti
pat *(adv.)* തടവൽ thataval
pat *(n.)* തട്ട് thatt
pat *(v.)* തടവുക thatavuka
patch *(n.)* തുണിക്കഷണം thunikashanam
patch *(v.)* കൂട്ടിത്തയ്ക്കുക kuuttithaykkuka
patch test *(n.)* അലർജി പരിശോധന alargi parishodhana
patent *(n.)* കുത്തക kuththaka
patent *(v.)* കുത്തകനേടുക kuththaka netuka
patent *(adj.)* നിർമാണാവകാശക്കുത്തക nirmmaanaavakaashakkuththaka
paternal *(adj.)* പിതാവിന്റേതായ pithaavintethaaya
path *(n.)* നിരത്ത് niraththa
pathetic *(adj.)* ശോചനീയമായ shochaniiyamaaya
pathology *(n.)* രോഗലക്ഷണശാസ്ത്രം rogalakshanasj
pathos *(n.)* ദൈന്യം dainyam
patience *(n.)* ക്ഷമ kshama
patient *(n.)* രോഗി rogi
patient *(adj.)* ക്ഷമയുള്ള kahamayulla
patricide *(n.)* പിതൃഹന്താവ് pithruhanthaav
patrimony *(n.)* പൈതൃകസ്വത്ത് paithrauka swathth
patriot *(n.)* രാജ്യസ്നേഹി raajyasnehi
patriotic *(adj.)* രാജ്യസ്നേഹമുള്ള raajyasnehamulla
patriotism *(n.)* രാജ്യഭക്തി raajyabhakthi
patrol *(n.)* റോന്തുചുറ്റൽ ronthuchuttal
patrol *(v.)* റോന്തുചുറ്റുക ronthuchuttuka
patron *(n.)* പാറാവുനിൽപ് paaravu nilp
patronage *(n.)* രക്ഷാധികാരം rakshaadhikaaram
patronize *(v.)* രക്ഷാധികാരിയാകുക rakahaadhikaariyaakuka
pattern *(n.)* അലങ്കാരമാതൃക alankaaramaathruka
paucity *(n.)* പോരായ്മ poraayma
pauper *(n.)* നിർധനൻ nirdhanan
pause *(v.)* തത്കാലത്തേക്ക് നിറുത്തുക thalkkaalaththekk maattinirththuka
pause *(n.)* തൽക്കാലവിരാമം thalkkaalaviraamam
pave *(v.)* തറപാവുക tharapaakuka
pavement *(n.)* നടപ്പാത natappaatha
pavilion *(n.)* വിശ്രമമണ്ഡപം visramamantapam
paw *(v.)* മാന്തുക maanthuka
paw *(n.)* നഖപാദമുള്ള nakhapaadamulla
pay *(n.)* പ്രതിഫലം prathiphalam

pay *(v.)* അടച്ചുതീർക്കുക atachchuthiirkkuka
payable *(adj.)* പണമടക്കാവുന്ന panamatakkaavunna
payee *(n.)* പണംപറ്റുന്നയാൾ panam pattunbayaal
payment *(n.)* പണം കൊടുക്കൽ panam kotukkal
payout *(n.)* ചെലവ് chelav
pea *(n.)* പയറുചെടി payatucheti
peace *(n.)* സാമാധാനം samaadhaanam
peaceable *(adj.)* സമാധാനശീലമുള്ള samsadhaanashilamulla
peaceful *(adj.)* ശാന്തമായ shaanthamaaya
peach *(n.)* പീച്ചുമരം piichumaram
peacock *(n.)* മയിൽ mayil
peahen *(n.)* മയിൽപ്പേട mayilppeta
peak *(n.)* കൊടുമുടി kotumuti
pear *(n.)* സബർജൻപഴം sabarjanpazham
pearl *(n.)* മുത്ത് muthth
peasant *(n.)* കൃഷീവലൻ keushiivalan
peasantry *(n.)* കൃഷീവലവൃത്തി krushiivalavruththi
pebble *(n.)* സ്ഫടികക്കല്ല് sphatikakkallu
peck *(v.)* കൊത്തുക koththuka
peck *(n.)* കൊത്തൽ koththal
peculiar *(adj.)* പ്രത്യേകതരമായ prathyekatharamaaya
peculiarity *(n.)* വിശേഷഗുണം viseshagunam
pecuniary *(adj.)* ധനവിഷയകമായ dhanavishayakamaaya
pedagogue *(n.)* ഉപാദ്ധ്യായൻ upaaddhyaayan
pedagogy *(n.)* അദ്ധ്യാപനശാസ്ത്രം adyaapanashaasthram
pedal *(n.)* ചവിട്ടുപടി chavittupati
pedal *(v.)* പെഡലുപയോഗിച്ച് പ്രവർത്തിപ്പിക്കുക pedalupayogich pravarthippikkuka
pedant *(n.)* വിദ്യാനാട്യക്കാരൻ vidyaanaatyakkaaran
pedantic *(n.)* വിദ്യാനാട്യം vidyaanaatyam
pedantry *(n.)* പാണ്ഡിത്യപ്രദർശനം paanditya peadarshanam
pedestal *(n.)* മൂലാധാരം muulaadhaaram
pedestrian *(n.)* കാൽനടയായ kaalnatayaaya
pedigree *(n.)* കുലപരമ്പര kulaparampara
peel *(n.)* തൊലി tholi
peel *(v.)* തൊലിക്കുക tholikkuka
peep *(n.)* ഒളിഞ്ഞുനോട്ടം olinjunottam
peep *(v.)* ഒളിഞ്ഞുനോക്കുക olinjunokkuka
peer *(n.)* സമൻ saman
peerless *(adj.)* തുല്യമല്ലാത്ത thulyamallaththa
peg *(v.)* കുറ്റി തറയ്ക്കുക kuttitharaykkuka
peg *(n.)* മരയാണി marayaani
pelf *(n.)* പണം panam
pell-mell *(adv.)* കൂടിക്കുഴഞ്ഞ kuutikkuzhanja
pen *(v.)* രചിക്കുക rachikkuka
pen *(n.)* പേന pena
penal *(adj.)* ശിക്ഷാപരമായ shikshaaparamaaya
penalize *(v.)* കുറ്റകരമാക്കുക kuttakaramaakkuka
penalty *(n.)* പ്രായശ്ചിത്തം prayschiththam
pencil *(v.)* ചിത്രമെഴുതുക chithramezhuthuka
pencil *(n.)* ലേഖിനി lekhini

pending *(prep.)* തീർച്ചപ്പെടാത്ത
thiirchappetaaththa

pending *(adj.)* തീർപ്പാകാത്ത
thiirppaakaaththa

pendulum *(n.)* നാഴികമണിനാവ്
naazhikamaninaav

penetrate *(v.)* തുളച്ചുകയറുക
thulachukayaruka

penetration *(n.)* തുളച്ചുകയറൽ
thulachukayaral

penis *(n.)* പുരുഷലിംഗം
purushalingam

penniless *(adj.)* നിർധനനായ
nirdhananaaya

penny *(n.)* ചെറുനാണയം
cherunaanayam

pension *(v.)* അടത്തൂൺനൽകുക
atathuun nalkukka

pension *(n.)* അടത്തൂൺ atathuun

pensioner *(n.)* അടുത്തൂണുകാരൻ
atathuunkaaran

pensive *(adj.)* ചിന്താക്ലാന്തമായ
chinthaaklanthamaaya

pentagon *(n.)* പഞ്ചഭുജം
panchabhujam

pentatonic *(adj.)* പഞ്ചസ്വരീയം
panchaswariiyam

penthouse *(n.)* മുകളിലുള്ള ഫ്ലാറ്റ്
mukalilulla flat

peon *(n.)* ശിപായി shipay

people *(v.)* കുടിപ്പാർക്കുക
kuutippaarkkuka

people *(n.)* ജനങ്ങൾ janangal

pepper *(n.)* കുരുമുളക് kurumulak

pepper *(v.)* മുളകുചേർക്കുക
mulakucherkkuka

pepper-and-salt *(adj.)* ഉപ്പും മുളകും
uppum mulakum

per *(prep.)* വീതം viitham

per annum *(adv.)* പ്രതിവർഷം
prathivarsham

per cent *(adv.)* നൂറിനുള്ള nuurinulla

perambulator *(n.)* ശിശുവണ്ടി shishu
vandi

perceive *(v.)* ഗ്രഹിക്കുക grahikkuka

percentage *(n.)* ശതമാനക്കണക്ക്
shathamaanakkanakk

perceptible *(adj.)*
ഇന്ദ്രിയഗ്രാഹ്യമായ
indriyagraahyamaaya

perception *(n.)* പരിപ്രേക്ഷ്യം
paripreshyam

perceptive *(adj.)* ഗ്രഹണക്ഷമമായ
grahanakshamamaaya

perch *(v.)* ചേക്കേറുക chekkeruka

perch *(n.)* കിളിക്കോൽ kilikkol

percussion *(n.)* കൊട്ടുവാദ്യം
kottuvaadyam

perennial *(n.)* ചിരം chiram

perennial *(adj.)* നശിക്കാത്തത്
nashikkaaththath

perfect *(adj.)* കുറ്റമറ്റ kuttamatta

perfect *(v.)* പൂർണ്ണമാക്കുക
puurnnamaakkuka

perfection *(n.)* തികവ് thikav

perfidy *(n.)* കപടത kapatatha

perforate *(v.)* ദ്വാരങ്ങളുണ്ടാക്കുക
dwarangalundaakkuka

perforce *(adv.)* നിർബന്ധമായി
nirbandhamaayi

perform *(v.)* അവതരിപ്പിക്കുക
avatharippikkuka

performance *(n.)* നിറവേറ്റൽ
niravettal

performer *(n.)* നിറവേറ്റുന്നയാൾ
niravettunnayaal

perfume *(n.)* വാസനത്തൈലം
vaasanathailam

perfume *(v.)* സുഗന്ധമുണ്ടാക്കുക
sugandhamundaakkuka

perhaps *(adv.)* ഒരുപക്ഷേ orupakshe

peril *(v.)* ആപത്തിലകപ്പെടുത്തുക
aapaththilakappetuthuka

peril *(n.)* വിപത്ത് vipathth

perilous *(adj.)* ആപത്കരമായ aapathkaramaaya
period *(n.)* കാലം kaalam
periodical *(adj.)* ആനുകാലികമായ aanukaalikamaaya
periodical *(n.)* ആനുകാലികം aanukaalikam
periphery *(n.)* അതിരുകൾ athirukal
perish *(v.)* അകാലചരമമടയുക akaalacharamamatayuka
perishable *(adj.)* നശിക്കുന്ന nashikkunna
perjure *(v.)* കള്ളയാണയിടുക kallayaanayituka
perjury *(n.)* മിഥ്യാശപഥം mithyaashapatham
perk *(v.)* പ്രൗഢികാട്ടുക prodikaattuka
permanence *(n.)* സേവനാനന്തരആനുകൂല്യം sevanaanathara aanukuulyam
permanent *(adj.)* സ്ഥിരമായുള്ള sthiramaayulla
permissible *(adj.)* അനുവദിക്കത്തക്ക anuvadikkaththakka
permission *(n.)* അനുവാദം anuvaadam
permit *(n.)* അനുമതിപത്രം anumathipathram
permit *(v.)* സമ്മതപത്രംനൽകുക sammathapathram nalkuka
permutation *(n.)* സംഖ്യാപരിവർത്തനം sankhyaaparivarththanam
pernicious *(adj.)* വിനാശകരമായ vinaashakaramaaya
perpendicular *(adj.)* കുത്തനെയുള്ള kuththaneyulla
perpendicular *(n.)* ലംബം lambam
perpetual *(adj.)* നിലനിൽക്കുന്ന nilanilkkunna
perpetuate *(v.)* ചെയ്തുകൊണ്ടിരിക്കുക cheythukondirikkuka
perplex *(v.)* കുഴങ്ങുക kuzhanguka
perplexity *(n.)* പരിഭ്രമം paribhramam
persecute *(v.)* ക്ലേശിപ്പിക്കുക kleshikkuka
persecution *(n.)* ദ്രോഹം droham
perseverance *(n.)* അശ്രാന്തപരിശ്രമം ashraantha parisramam
persevere *(v.)* നിരന്തരം അധ്വാനിക്കുക nirantharam adwaanikkuka
persist *(v.)* സ്ഥിരോത്സാഹം കാട്ടുക sthirolsaaham kaattuka
persistence *(n.)* നിഷ്ഠ nishta
persistent *(adj.)* സ്ഥിരമായ sthiramaaya
person *(n.)* ആൾ aal
personage *(n.)* കഥാപാത്രം kathaapaathram
personal *(adj.)* വ്യക്തിപരമായ vykthiparamaaya
personality *(n.)* വ്യക്തിവൈശിഷ്ട്യം vykthi vaishishtyam
personification *(n.)* മനുഷ്യത്വാരോപണം manushyathwaaropanam
personify *(v.)* ജീവനുള്ളതായി കല്പിക്കുക jiivanullathaayi kalpikkuka
personnel *(n.)* ഉദ്യോഗസ്ഥസഞ്ചയം udyogastha sanchayam
perspective *(n.)* വീക്ഷണകോൺ viikshanakon
perspiration *(n.)* വിയർപ്പ് viyarpp
perspire *(v.)* വിയർക്കുക viyarpp
persuade *(v.)* അനുനയിക്കുക viyarkkuka
persuasion *(n.)* അനുനയം anunayam

pertain *(v.)* ഉചിതമായിരിക്കുക uchithamaayirikkuka
pertinent *(adj.)* സംഗതമായ sangathamaaya
perturb *(v.)* സംഭ്രാന്തമാക്കുക sambhraanthamaakkuka
perusal *(n.)* അവലോകനംചെയ്യൽ avalokanam cheyyal
peruse *(v.)* സൂക്ഷിച്ചുവായിക്കുക suukshichuvayikkuka
pervade *(v.)* പ്രവഹിക്കുക pravahikkuka
perverse *(adj.)* തലതിരിഞ്ഞ thalathirinja
perversion *(n.)* ലൈംഗികവൈകൃതം laingikavaikrutham
perversity *(n.)* താന്തോന്നി thaanthonni
pervert *(v.)* വഴിപിഴയ്ക്കുക vazhipizhaykkuka
pessimism *(n.)* അശുഭപ്രതീക്ഷ ashubhaprathiiksha
pessimist *(n.)* ദോഷൈകദൃക് doshaikadrukk
pessimistic *(adj.)* വിഷാദാത്മകമായ vishaadaalmakamaaya
pest *(n.)* കൃമികീടങ്ങൾ krumikiitangal
pesticide *(n.)* കീടനാശകൗഷധം kiitanaashakoushadham
pestilence *(n.)* മഹാമാരി mahaamaari
pet *(v.)* ലാളിക്കുക laalikkuka
pet *(n.)* വളർത്തുമൃഗം valarththumrugam
petal *(n.)* പുഷ്പദലം pushpadalam
petite *(adj.)* ഒതുങ്ങിയശരീരമുള്ള othingiyashariiramulla
petition *(v.)* ആവലാതിബോധിപ്പിക്കുക aavalaathi bodhippikkuka
petition *(n.)* പരാതി paraathi
petitioner *(n.)* പരാതിക്കാരൻ paraathikkaaran
petrify *(v.)* കഠിനപ്പെടുത്തുക katinappetuththuka
petrol *(n.)* ദ്രാവകഇന്ധനം draavakaindhanam
petroleum *(n.)* ഇന്ധനഎണ്ണമിശ്രിതം indhanaennamishritham
petticoat *(n.)* ഉൾവസ്ത്രം ulvasthram
petty *(adj.)* നിസ്സാരമായ nissaramaaya
petulance *(n.)* ദുഃശ്ശീലം dussiilam
petulant *(adj.)* കുറുമ്പുള്ള kurumbulla
phagic *(adj.)* ബാക്ടീരിയയെ ബാധിക്കുന്ന വൈറസുമായി ബന്ധപ്പെട്ട baaktiirayaye badhikkunna virusumaayi banddhappetta
phalange *(n.)* വ്യൂഹം vyuuham
phalanx *(n.)* ജനാവലി janaavali
phallic *(adj.)* ഉൽപാദനേന്ദ്രിയപരമായ ulpaasanendriyaparamaaya
phallocentric *(adj.)* പുരുഷാധിപത്യമുള്ള purushaadhipathyamulla
phallus *(n.)* ലിംഗം lingan
phantasmagoria *(n.)* മായാജാലം maayajaalam
phantasmal *(adj.)* മായാക്കാഴ്ചയായ maayakkaazchayaaya
phantom *(n.)* മായാരൂപം maayatuupam
pharmaceutic *(adj.)* ഔഷധവിദ്യാവിഷയകമായ oushadavidyavishayakamaaya
pharmaceutical *(adj.)* ഔഷധനിർമ്മാണസംബന്ധി oushadhanirmmaanasambandhi
pharmaceutical *(n.)* ഔഷധസംബന്ധി oushadasambandhi

pharmaceutist *(n.)* ഔഷധ നിർമ്മാതാവ് oushadanirmmaathaav
pharmacist *(n.)* ഔഷധവിദഗ്ധ oushadavidagddha
pharmacy *(n.)* ഔഷധശാല oushadashaala
phase *(n.)* ദശ dasha
phenomenal *(adj.)* അസാമാന്യമായ asamaanyamaaya
phenomenon *(n.)* പ്രതിഭാസം prathibhaasam
phial *(n.)* ചെറുകുപ്പി cherukuppi
philalethist *(n.)* സത്യസ്നേഹി sathyasnehi
philander *(v.)* സ്ത്രീലോലുപത്വം കാട്ടുക sthrii
philander *(n.)* സ്ത്രീലോലുപത്വമുള്ളയാൾ sthrilolupathwamullayyal
philanderer *(n.)* വിഷയലമ്പടൻ vishayalambatan
philandry *(n.)* പുരുഷസ്നേഹം purushasneham
philanthropy *(n.)* ഭൂതദയ bhuuthadaya
philological *(adj.)* ഭാഷാ വിജ്ഞാനപരമായ bhaashavinjaanaparamaaya
philologist *(n.)* ഭാഷാശാസ്ത്രജ്ഞൻ bhaashashaasthranjan
philology *(n.)* ഭാഷാവിജ്ഞാനം bhaashavinjaanam
philosopher *(n.)* തത്ത്വജ്ഞാനി ththwanjaani
philosophical *(adj.)* തത്വജ്ഞാനപരമായ thathwanjaanaparamaaya
philosophy *(n.)* തത്വശാസ്ത്രം thathwashaasthram
phone *(n.)* ടെലിഫോൺ telephone
phonetic *(adj.)* ശബ്ദസംബന്ധിയായ sabdasambandhiyaaya
phonetics *(n.)* ഉച്ചാരണശാസ്ത്രം uchcharanashaasthram
phosphate *(n.)* ഫോസ്ഫോറിക് ആസിഡിൽ നിന്ന് ഉരുത്തിരിഞ്ഞ ലവണം phosphoric acidil ninnu uruththirinja lavanam
phosphorus *(n.)* ഭാവഹം bhaavaham
photo *(n.)* ഛായാപടം chaayaapatam
photocopy *(n.)* പകർപ്പ് pakarpp
photogenic *(adj.)* പ്രഭാവിദ്യാപരമായ prabhavidyaaparamaaya
photograph *(n.)* ഛായാമുദ്രണം chaayamudranam
photograph *(v.)* പടമെടുക്കൽ patametukkal
photographer *(n.)* ചിത്രഗ്രാഹകൻ chithragraahakan
photographic *(adj.)* ഛായാഗ്രഹണം chaayagrahanam
photography *(n.)* ഛായാഗ്രഹണവിദ്യ chaayagrahanavidya
phrase *(v.)* വാക്യമാക്കുക vaakyamaakkuka
phrase *(n.)* പദസമുച്ചയം padasamuchchayam
phraseology *(n.)* വാക്യബന്ധം vaakyabandham
physic *(v.)* മരുന്നു നല്കുക marunnunalkuka
physic *(n.)* വൈദ്യം vaidyam
physical *(adj.)* ശാരീരികമായ shaariirikamaaya
physician *(n.)* ചികിത്സക chikitsaka
physicist *(n.)* ഊർജ്ജതന്ത്രജ്ഞൻ uurjjathanthranjan
physics *(n.)* ഊർജ്ജതന്ത്രം uurjjathanthram
physiognomy *(n.)* മുഖലക്ഷണം mukhalakshanam

physique *(n.)* ശരീരപ്രകൃതി sariira prakruthi
pianist *(n.)* പിയാനോവായിക്കുന്നയാൾ piyaanovayikkunnayaal
piano *(n.)* കമ്പിക്കിന്നരം kambikkinbaram
pick *(n.)* പറിച്ചെടുക്കൽ parichchetukkal
pick *(v.)* പറിച്ചെടുക്കുക parichchetukkuka
picket *(v.)* പ്രവൃത്തി തടയുക pravarththi thatayuka
picket *(n.)* പ്രവൃത്തിതടയൽ pravarththi thatayal
pickle *(v.)* അച്ചാറിടുക achcharituka
pickle *(n.)* അച്ചാർ achaar
picnic *(v.)* ഉല്ലാസയാത്രനടത്തുക ulaasayaathranataththuka
picnic *(n.)* ഉല്ലാസയാത്ര ulaasayaathra
pictorial *(adj.)* ചിത്രാത്മകമായ chithraalmakamaaya
picture *(v.)* ചിത്രീകരിക്കുക chithriikarikkuka
picture *(n.)* ചിത്രം chithram
picturesque *(adj.)* സുചിത്രിതമായ chuthrithanaaya
piece *(n.)* കഷണം kashanam
piece *(v.)* കഷണിക്കുക kashanikkuka
pier *(n.)* കടൽപ്പാലം katalppaalam
pierce *(v.)* കുത്തിത്തുളയ്ക്കുക kuththithulaykkuka
piercing *(n.)* കുത്തിതുളക്കൽ kuththithulakkal
piercing *(adj.)* തുളഞ്ഞു കയറുന്ന thulanjukayarunna
piety *(n.)* ആസ്തികത്വം aasthikathwam
pig *(n.)* പന്നി panni
pigeon *(n.)* പ്രാവ് praav
piggy bank *(n.)* പണപ്പെട്ടി panappetti
pigment *(n.)* ചായക്കൂട്ട് chaayakkuutt
pigmy *(n.)* വാമനൻ vaamanan
pile *(v.)* അട്ടിഅടുക്കുക attiatukkuka
pile *(n.)* അട്ടി atti
piles *(n.)* മൂലക്കുരു muulakkuru
pilfer *(v.)* കളവുചെയ്യുക kalavucheyyuka
pilgrim *(n.)* തീർത്ഥാടകർ thiirththaatakan
pilgrimage *(n.)* തീർത്ഥയാത്ര thiirththayaathra
pill *(n.)* ഗുളിക gulika
pillar *(n.)* തൂണ് thuunu
pillow *(v.)* തലയണയാക്കുക thalayanayaakkuka
pillow *(n.)* തലയണ thalayana
pilot *(v.)* വിമാനംപറപ്പിക്കുക vimaanam parappikkuka
pilot *(n.)* അമരക്കാരൻ amarakkaaran
pimple *(n.)* രക്തസ്ഫോടകം rakthasphotam
pin *(v.)* കുത്തിക്കോർക്കുക kuththikkorkkuka
pin *(n.)* മൊട്ടുസൂചി mottusuuchi
pinch *(n.)* നുള്ള് nullu
pinch *(v.)* നുള്ളുക nulluka
pine *(v.)* ആധിപ്പെടുക aadhippetuka
pine *(n.)* പൈൻമരം pinemaram
pineapple *(n.)* കൈതച്ചക്ക kaithachakka
pink *(adj.)* പാടലവർണ്ണമാകുക patalavarnnamaakuka
pink *(n.)* പാടലവർണ്ണം patalavarnnam
pinkish *(adj.)* പാടലവർണ്ണം കലർന്ന patalavarnnam kalarnna
pinnacle *(n.)* പരമകാഷ്ഠ paramakashta
pioneer *(v.)* വഴിയൊരുക്കുക vazhiyorukkuka
pioneer *(n.)* അഗ്രഗാമി agragaami
pious *(adj.)* ദൈവഭക്തിയുള്ള daivabhakthiyulla

pipe *(v.)* കുഴലൂതുക kuzhaluuthuka
pipe *(n.)* കുഴൽ kuzhal
piquant *(adj.)* വീര്യമേറിയ viiryameriya
piracy *(n.)* സാഹിത്യചോരണം saahityachoranam
pirate *(v.)* കടൽക്കൊള്ള നടത്തുക katalkollanatathuka
pirate *(n.)* കടൽക്കൊള്ളക്കാരൻ katalkkollakkaaran
pistol *(n.)* കൈത്തോക്ക് kaithokk
piston *(n.)* അച്ചുകോൽ achukol
pit *(v.)* കുണ്ടുകുഴിക്കുക kundukuzhikkuka
pit *(n.)* കുഴി kuzhi
pitch *(n.)* എറിയൽ eriyal
pitch *(v.)* നാട്ടുക naattuka
pitcher *(n.)* മൺകുടം mankutam
piteous *(adj.)* അനുകമ്പനീയമായ anukambaniiyamaaya
pitfall *(n.)* പടുകുഴി patukuzhi
pitiable *(adj.)* ദയനീയമാംവിധം dayaniyamamvidam
pitiful *(adj.)* ദയാർദ്രമായ dayaardramaaya
pitiless *(adj.)* നിഷ്കരുണമായ nishkarunamaaya
pitman *(n.)* തുരങ്കപ്പണിക്കാരൻ thurankappanikkaaran
pittance *(n.)* തുച്ഛപ്രതിഫലം thuchchaprathiphalam
pity *(v.)* കരുണകാണിക്കുക karunakanikkuka
pity *(n.)* കരുണ karuna
pivot *(v.)* ആധാരമാകുക aadhaaramaakkuka
pivot *(n.)* സാരമായ saaramaaya
pixel *(n.)* പിക്ചർ എലിമെന്റ് picture element
pixelate *(v.)* പിക്സലായി തിരിക്കുക pixel aayi thirikkuka
pizza *(n.)* പിസ്സ pissa
pizzeria *(n.)* പിസ്സ വിൽക്കുന്നയിടം pissa vilikkunnayitam
placable *(adj.)* ശാന്തമാക്കുന്ന shanthamaakkunba
placard *(n.)* പരസ്യക്കടലാസ് parasyakatalaas
placate *(v.)* രഞ്ജിപ്പിക്കുക ranjippikkuka
placative *(adj.)* സമാധാനപ്പെടുത്തുക samaadhaanappetuththuka
placatory *(adj.)* ശാന്തമാക്കാൻ നോക്കുന്ന shaanthanaakkan nokkunna
place *(v.)* വയ്ക്കുക vaykkuka
place *(n.)* സ്ഥലം sthalam
placebic *(adj.)* മരുന്നല്ലാത്ത marunnallaaththa
placebo *(n.)* രോഗിയുടെ തൃപ്തിക്കു വേണ്ടി നൽകുന്ന ഔഷധം rogiyute thrupthikkuvendi nalkunna oushadam
placement *(n.)* ഉദ്യോഗനിയമനം udyoganiyamanam
placenta *(n.)* മറുപിള്ള marupilla
placid *(adj.)* സന്തുഷ്ടിയുള്ള santhushtiyulla
plague *(v.)* വസന്തപിടിപെടുക vasanthapitipetuka
plague *(adj.)* വസന്തരോഗം vasantharogam
plain *(adj.)* നിരന്ന niranna
plain *(n.)* സമതലം samathalam
plaintiff *(n.)* സങ്കടക്കാരൻ sankatakkaaran
plan *(v.)* ആസൂത്രണം ചെയ്യുക aasuuthranam cheyyuka
plan *(n.)* ഉപായം upaayam
plane *(v.)* വിമാനയാത്രചെയ്യുക vimaanayaathra cheyyuka
plane *(adj.)* സമതലമായ samathalamaaya

plane *(n.)* പ്രതലം prathalam
planet *(n.)* ഗ്രഹം graham
planetary *(adj.)* ഗ്രഹവിഷയകമായ grahavishayakamaaya
plank *(v.)* പലകനിരത്തുക palakaniraththuka
plank *(n.)* മരപലക marappalaka
plant *(v.)* നടുക natuka
plant *(n.)* ചെടി cheti
plantain *(n.)* വാഴ vaazha
plantation *(n.)* തോപ്പ് thoop
plaster *(v.)* കുമ്മായമിടുക kummayamituka
plaster *(n.)* ചാന്ത് chaanth
plastic *(adj.)* ആകൃപ്പെടുത്താവുന്ന aakruthippetuththavunna
plastic *(n.)* സുഘടനീയമായ sughataniiyamaaya
plate *(v.)* ചെമ്പടിക്കുക chempatikkuka
plate *(n.)* തളിക thalika
plateau *(n.)* പീഠഭൂമി piitabhuumi
platform *(n.)* വേദിക vedika
platinum *(n.)* രജതലോഹം rajathaliham
platinum *(adj.)* വെള്ളപ്പൊന്നുപോലെ vellapponnupole
platonic *(adj.)* അതീന്ദ്രിയമായ athindriyamaaya
platoon *(n.)* സേനാവിഭാഗം senavibhaagam
play *(v.)* ക്രീഡിക്കുക kriidikkuka
play *(n.)* ക്രീഡ kriida
playback *(n.)* പിന്നണി ഗാനം pinnaniganam
playcard *(n.)* കളിച്ചീട്ട് kalichiitt
playdate *(n.)* കളിദിനം kalidinam
player *(n.)* കളിക്കുന്നയാൾ kalikkunnayaal
playfield *(n.)* കളിക്കളം kalikkalam
playful *(adj.)* കളിയുള്ള kaliyulla
playground *(n.)* കേളീപ്രദേശം keliipradesham
playhouse *(n.)* കളിമണ്ഡലം kalimantalam
plea *(n.)* അഭ്യർത്ഥന abhyarththana
plead *(v.)* അഭ്യർത്ഥിക്കുക abharththikkuka
pleader *(n.)* അഭിഭാഷകൻ abhibhaashakan
pleasant *(adj.)* ആനന്ദപ്രദമായ aanandhapradamaaya
pleasantry *(n.)* നർമ്മോക്തി narmmokthi
please *(adv.)* ആനന്ദം aanandham
please *(v.)* പ്രസാദിപ്പിക്കുക prasaadippikkuka
pleasure *(n.)* തുഷ്ടി thushti
plebiscite *(n.)* ജനഹിതപരിശോധന janahithaparishodhana
pledge *(v.)* വാഗ്ദാനംചെയ്യുക vaagdaanam cheyyuka
pledge *(n.)* വാഗ്ദാനം vaagdaanam
plenty *(n.)* ധാരാളം dhaaraalam
plight *(n.)* അപകടനില apakatanila
plod *(v.)* പണിപ്പെട്ടു നടക്കുക panippett natakkuka
plot *(v.)* പുരയിടമാക്കുക purayitamaakkuka
plot *(n.)* വളപ്പ് valapp
plough *(v.)* ഉഴുക uzhuka
plough *(n.)* ഉഴുതനിലം uzhuthanilam
ploughman *(n.)* കലപ്പക്കാരൻ kalappakkaaran
pluck *(n.)* പിഴുതെടുക്കൽ pizhuthetukkal
pluck *(v.)* പിഴുതെടുക്കുക pizhuthetukkuka
plug *(v.)* തടയുക thatayuka
plug *(n.)* രോധനി rodhini
plum *(n.)* പ്ലംപഴം plumpazham
plumber *(n.)* കുഴൽപ്പണിക്കാരൻ kuzhalppanikkaaran

plunder *(n.)* കവർച്ച kavarcha
plunder *(v.)* കവരുക kavaruka
plunge *(n.)* നിമജ്ജനം nimajjanam
plunge *(v.)* വെള്ളത്തിൽ ചാടുക vellaththil chaatuka
plural *(adj.)* ബഹുവചനം bahuvachanam
plurality *(n.)* ബഹുത്വം bahuthwam
plus *(adj.)* അധികമായ adhikamaaya
plus *(n.)* സങ്കലിതം sankalitham
plush *(n.)* മൃദുലശീല mrudushiila
plush *(adj.)* മൃദുവായശീല mruduvaayashiila
plutocrat *(adj.)* സ്വാധീനമുള്ള ധനികൻ swaadiinamulla dhanikan
plutonic *(adj.)* അധോലോകേശനായ adholokeshanaaya
plutonium *(n.)* പ്ലൂട്ടോണിയംലോഹം plutoniyam loham
pluvial *(adj.)* അതിവൃഷ്ടിയുള്ള athivrushtitulla
pluvial *(n.)* മഴയുള്ള mazhayulla
pluviometer *(n.)* മഴയുടെ അളവ് അളക്കുന്നതിനുള്ള ഉപകരണം. mazhayute alav alakkunnathinulla upakaranam
ply *(n.)* പാളി paali
ply *(v.)* പൊയ്കൊണ്ടിരിക്കുക poykkondirikkuka
plyer *(n.)* മടക്കുന്നവൻ matakkunnavan
plywood *(n.)* നേർത്തപലക nerththapalaka
pneudraulics *(n.)* ഹൈഡ്രോളിക്, ന്യൂമാറ്റിക് സംവിധാനങ്ങൾ ഉപയോഗിക്കുന്ന സൈനിക വിമാനങ്ങളിലെ സംവിധാനങ്ങൾ. hydrolic nyumaattic samvidhaanangal upayogikkunna sainika vimaanangalile samvidhaanangal
pneuma *(n.)* ജീവാത്മാവ് jiivaalmaav
pneumatic *(adj.)* ബാഷ്പപ്രവർത്തിതമായ baashpapravarththithamaaya
pneumatic *(n.)* ബാഷ്പാത്മകം baashpaalmakam
pneumatological *(adj.)* പരിശുദ്ധാത്മാവിനെക്കുറിച്ചുള്ള parishuddhaalmaavinekkurichulla
pneumatology *(n.)* പരിശുദ്ധാത്മാപഠനം parishuddhaalmapatanam
pneumogastric *(adj.)* ശ്വാസകോശവും വയറുമായി ബന്ധപ്പെട്ടത്. shwaasakoshavum vayarumaayi bandhappettath
pneumology *(n.)* ശ്വസനപഠനം swasanapatanan
pneumonia *(n.)* കഫവാതജ്വരം kaphavaathajwaram
pneumoniac *(n.)* കഫവാതജ്വരമുള്ള kaphavaathajwaramulla
pneumonic *(adj.)* കഫവാതജ്വരസംബന്ധി kaphavaathajwarambandhi
pneumotherapy *(n.)* മഴമാപിനി mazhamaapini
poach *(v.)* മുട്ടപൊരിക്കുക muttaporikkuka
poached *(adj.)* മുട്ടപൊരിച്ചത് mutraporichath
poacher *(n.)* ഒളിവേട്ടക്കാരൻ olivettakkaaran

pocket *(v.)* കീശയിലിടുക kiishayilutuka
pocket *(n.)* കീശ kiisha
pod *(v.)* തൊണ്ടുകളയുക thindukalayuka
pod *(n.)* വിത്തറ viththara
podcast *(n.)* പ്രക്ഷേപണം prakshepanam
podcast *(v.)* പ്രക്ഷേപണം ചെയ്യുക prakshepanam cheyyuka
podcaster *(n.)* പ്രക്ഷേപക prakshepaka
podge *(n.)* വണ്ണമുള്ളയാൾ vannamullayaal
podgy *(adj.)* മുണ്ടനായ mundanaaya
podiatric *(adj.)* പാദരോഗപഠനസംബന്ധം paadarigapatanasambandham
podiatrist *(n.)* പാദചികിത്സകൻ paadachikilsakan
podium *(n.)* പ്രസംഗപീഠം prasangapiitam
podium *(v.)* വിജയിയായിആദരിക്കപ്പെടുക vijayiyaayi aadarikkapetuka
poem *(n.)* കാവ്യം kaavyam
poesy *(n.)* കാവ്യകല kaavyakala
poet *(n.)* കവി kavi
poetaster *(n.)* ദുഷ്കവി dushtakavi
poetess *(n.)* കവയിത്രി kavayithri
poetic *(adj.)* കാവ്യാത്മകമായ kaavyaathmakamaaya
poetics *(n.)* കാവ്യശാസ്ത്രം kaavyashaasthram
poetry *(n.)* കവിതാവിദ്യ kavithaavidya
poignacy *(n.)* നൊമ്പരം nombaram
poignant *(adj.)* നൊമ്പരപ്പെടുന്ന nombarappetunna
point *(v.)* ചൂണ്ടിക്കാട്ടുക chuundukkattuka
point *(n.)* ബിന്ദു bindhu
point blank *(adv.)* ലക്ഷ്യത്തിലേക്കുള്ള lakshyaththilekkulla
pointed *(adj.)* മൂർച്ചയുള്ള muurchchayulla
pointedly *(adv.)* മൂർച്ചയോടെ muurchayote
pointedness *(n)* ചുരുക്കിയ churukkiya
pointerless *(adj.)* സൂചനയില്ലാത്ത suuchanayillaaththa
pointful *(adj.)* സൂചനയുള്ള suuchanayulla
pointillism *(n.)* ബിന്ദുചിത്രം bindhuchithram
pointillist *(n.)* കുത്തുകളാൽവരയ്ക്കുക kuththukalalvaraykkuka
pointless *(adj.)* നിരർത്ഥകം nirarththakam
pointwork *(n.)* റെയിൽവേ പോയിന്റുകളുടെ യന്ത്രശാസ്ത്രം. railway pointukalute yanthrashaasthram
poise *(n.)* തുലനം thulanam
poise *(v.)* സമഭാരമാക്കുക sambhaaramaakkuka
poison *(v.)* വിഷംചേർക്കുക visham cherkkuka
poison *(n.)* വിഷം visham
poisonous *(adj.)* വിഷകരമായ vishakaramaaya
poke *(n.)* തോണ്ടൽ thondal
poke *(v.)* തോണ്ടുക thonduka
poker *(n.)* തീമുട്ടുകോൽ thiimuttukol
polar *(adj.)* ധ്രുവപ്രദേശമായ druvapradeshamaaya
polarazing *(adj.)* വിയോജിപ്പുള്ള viyojippulla
polarity *(n.)* അന്യോന്യവിരോധമുള്ള anyonya virodhamulla

polarize *(v.)* വിയോജിപ്പുണ്ടാക്കുന്നു viyojippundaakkunnu
polaroid *(n.)* ക്ഷണത്തിൽ പ്രിന്റ് എടുക്കുന്ന ക്യാമറ kshanaththil print etukkunna camera
polary *(adj.)* ധ്രുവപ്രദേശത്തേക്കുള്ള ചായ്‌വ് druvapradeshaththekkulla chaayv
pole *(v.)* തള്ളികൊണ്ടുപോകുക thallikkondupokuka
pole *(n.)* നാട്ടുകാല് naattukaalu
pole dancer *(n.)* ലൈംഗിക നൃത്തം. laingika nruththam
polearm *(n.)* തലയുംപിടിയുമുള്ള ആയുധം thalayum pitiyumulla aayudham
polecat *(n.)* വെരുക് veruk
polemic *(n.)* തർക്കം tharkkam
polemic *(adj.)* താർക്കികമായ thaarkkikamaaya
polenta *(n.)* ചോളപ്പൊടി cholappoti
police *(v.)* ക്രമസമാധാനം പാലിക്കുക kramasamaadhaanam palikkuka
police *(n.)* ക്രമസമാധാനപാലകർ kramasamaadhaanapaalakar
police beat *(n.)* പട്രോളിംഗ്സ്ഥലം patroling staalam
policeboat *(n.)* പോലീസ് വഞ്ചി police vanchi
policeless *(adj.)* അമൂല്യമായ amuulyamaaya
policeman *(n.)* പോലീസുകാരൻ policekaaran
policy *(n.)* നയോപായം nayopaayam
polish *(n.)* മിനുക്കൽ minukkal
polish *(v.)* മിനുസപ്പെടുത്തുക minusappetuththuka
polite *(adj.)* ഉപചാരമുള്ള upachaaramulla
politeness *(n.)* ഉപചാരഭാവം upachatabhaavam
politic *(adj.)* നയകുശലമായ nayakushalamaaya
political *(adj.)* നയതന്ത്രപരമായ nayathanthraparamaaya
politician *(n.)* രാഷ്ട്രീയപ്രവർത്തകൻ raashtriiyapravarththakan
politics *(n.)* രാഷ്ട്രീയം raashtriiyam
polity *(n.)* ദേശവിചാരം deshavichaaram
poll *(v.)* വോട്ടെടുക്കുക votetuppikuka
poll *(n.)* വോട്ടെടുക്കൽ vitetukkal
pollen *(n.)* പരാഗം paraagam
pollute *(v.)* മലിനമാക്കുക malinamaakkuka
pollution *(n.)* മലിനമാക്കൽ malinamaakkal
polo *(n.)* മഞ്ഞിലെ പന്തുകളി maraththile panthukali
polyacetylene *(n.)* ഓർഗാനിക് പോളിമർ organic polymer
polyander *(n.)* ഒന്നിലധികംപങ്കാളികളുള്ള onniladhikam pankaalikalulla
polyandrianism *(n.)* ബഹു പങ്കാളിത്തം bahupankaliththam
polyandry *(n.)* ബഹുഭർത്തൃത്വം bahubharthruthwam
polybutene *(n.)* ബ്യൂട്ടീൻ പോളിമർ butine polymer
polybutylene *(n.)* വാട്ടർ പൈപ്പുകളിൽ ഉപയോഗിക്കുന്ന തെർമോപ്ലാസ്റ്റിക് പോളിമർ water pipekalil upayogikkunna thermoplastic polymer

polycarbonate *(n.)* പോളിമർ യൂണിറ്റുകൾ കാർബണേറ്റ് ഗ്രൂപ്പുകളിലൂടെ ബന്ധിപ്പിച്ചിരിക്കുന്ന സിന്തറ്റിക് റെസിൻ polymer unitkal carbonate group kalilute bandhippichirikkunna synthetic resin

polycentric *(adj.)* വികേന്ദ്രീകൃതമായ vikendriikaruthamaaya

polycentrism *(n.)* വികേന്ദ്രീകൃതം vikendriikarutham

polychrome *(adj.)* ബഹുവർണ്ണം bahuvarnnan

polycracy *(n.)* ബഹുകേന്ദ്രീകരണഭരണം bahuvikendriikarana bharanam

polyene *(n.)* നിരവധി ഇരട്ടകാർബൺ ബോണ്ടുകളുള്ള ഹൈഡ്രോകാർബൺ niravadhi irattacarbon bondukalulla hydrocarbon

polyform *(n.)* ബഹുഭുജ ഖരസംയുക്തം bahubhuja kharasamyuktham

polygamous *(adj.)* ബഹുഭാര്യത്വമായ bahubhaaryathwamaaya

polygamy *(n.)* ബഹുഭാര്യാത്വം bahubhaaryathwam

polyglot *(adj.)* പലഭാഷകളിലുള്ള palabhaashakalilulla

polyglot *(n.)* ബഹുഭാഷി bahubhaashi

polyloquent *(adj.)* അതിഭാഷകനായ athibhaashakanaaya

polymath *(n.)* ബഹുമുഖ പ്രതിഭ bahumukha prathibha

polymer *(n.)* മോളിക്യുലർസംയുക്തം molecular samyuktham

polymerize *(v.)* പോളിമർ ഉണ്ടാക്കുക polymer undaakkuka

polymetallic *(adj.)* ലോഹങ്ങളും അയിരുകളും അടങ്ങിയത് lohangalum irekalum atangiyath

polymethine *(n.)* മെത്തിലൈഡൈൻ ഗ്രൂപ്പുകളുടെ ശ്രേണി ഉൾക്കൊള്ളുന്ന meththilaidain groupkalute sreni ulkkollunna

polymethylene *(n.)* മെത്തിലീൻ ഗ്രൂപ്പുകൾ ചേർന്ന ഹൈഡ്രോകാർബൺ meththiliin groupkal chernna hydrocarbon

polymicrobial *(adj.)* സൂക്ഷ്മാണു സംബന്ധം suukshmaanusambandham

polymolecular *(adj.)* ബഹുതൻമാത്രികമായ bahuthaanmaathrikamaaya

polymorph *(n.)* നാനാരൂപം naanaruupam

polymorphic *(adj.)* ബഹുരൂപസംബന്ധം bahuruupadambandham

polymorphism *(n.)* ബഹുരൂപത bahuruupatha

polymorphosis *(n.)* ബഹുരൂപങ്ങളിലാകൽ bahuruupangalilaakal

polynucleate *(adj.)* ബഹുകേന്ദ്രീയം bahukendriiyam

polypharmacal *(adj.)* ബഹു ഔഷധപ്രയോഗം bahuoushadaprayogam

polysemia *(n.)* നാനാർത്ഥസൂചിക naanarthasuuchika

polytechnic *(adj.)* നാനാശിൽപവിദ്യവിഷയകമാ യ naanashilpavidyavishayakamaaya

polytechnic *(n.)* സാങ്കേതിക വിദ്യാപരിശീലനം saankethika vidyaaparishiilanam

polytheism *(n.)* ബഹുദേവതാവാദം bahudevathaavaadam

polytheist *(n.)*
ബഹുദേവതാരാധകൻ
bahudevathaaraadhakan

polytheistic *(adj.)*
ബഹുദേവതാവാദമായ
bahudevathaavaadamaaya

pomp *(n.)* പ്രതാപം prathaapam

pomposity *(n.)* മോടികാട്ടൽ
motikaattal

pompous *(adj.)* ഡംഭുള്ള dambhulla

pond *(n.)* തടാകം thataakam

ponder *(v.)* പരിചിന്തിക്കുക
parichinthikkuka

pony *(n.)* ചെറുകുതിര cherukuthira

poor *(adj.)* നിർധനമായ
nirdhanamaaya

pop *(n.)* സ്ഫോടകശബ്ദം
sphotakashabdam

pop *(v.)* സ്ഫോടകശബ്ദമുണ്ടാകുക
sphotakashabdamundaakkuka

pope *(n.)* മാർപാപ്പ maarpaapa

poplar *(n.)* വെള്ളിലമരം
vellilamaram

poplin *(n.)* പോപ്ലിൻതുണി poplin
thuni

populace *(n.)* ജനത janatha

popular *(adj.)* ജനപ്രിയം janapriyam

popularity *(n.)* ജനപ്രീതി janapriithi

popularize *(v.)* ലോകപ്രിയമാക്കുക
lokapriyamaakkuka

populate *(v.)* ജനം പെരുകുക janam
perukuka

population *(n.)* ജനസംഖ്യ janasankhya

populous *(adj.)* ജനബഹുലമായ
janabahulamaaya

porcelain *(n.)* ചീനപ്പിഞ്ഞാണം
chiinapinjaanam

porch *(n.)* മുഖമണ്ഡപം
mukhamantapam

pore *(n.)* രോമകൂപം romakuupa

pork *(n.)* പന്നിയിറച്ചി panniyirachi

porridge *(n.)* പാൽക്കഞ്ഞി paalkkanji

port *(n.)* തുറമുഖനഗരം thuramukha
nagaram

portable *(adj.)* സുവഹനീയമായ
suvahaniiyamaaya

portage *(n.)* വഹനീയത vahaniiyatha

portal *(n.)* പ്രവേശനയിടം
praveshanayitam

portend *(v.)* മുന്നറിയിക്കുക
munnariyikkuka

porter *(n.)* ചുമട്ടുകാരൻ
chumattukaaran

portfolio *(n.)* കടലാസ്സുറ katalaassura

portico *(n.)* നടപ്പന്തൽ natappanthal

portion *(n.)* കഷണം kashanam

portion *(v.)* വീതം കൊടുക്കുക
viitham kotukkuka

portrait *(n.)* ആലേഖ്യം aalekhyam

portraiture *(n.)* ആലേഖ്യങ്ങൾ
aalekhyangal

portray *(v.)* ഛായാചിത്രമെഴുതുക
chhaayaachithramezhuthuka

portrayal *(n.)* ചിത്രാലേഖനം
chithraalekhanam

pose *(v.)* അവലംബിക്കുക
avalambikkuka

pose *(n.)* ഇരിപ്പുരീതി irippuriithi

position *(n.)* പദവി padavi

position *(v.)* സ്ഥാനത്തുവയ്ക്കുക
sthaanaththuvaykkuka

positive *(adj.)* ക്രിയാത്മകമായ
kriyaathmakamaaya

possess *(v.)* അധീനത്തിലുണ്ടാകുക
adhiinaththilundaakuka

possession *(n.)* കൈവശമുണ്ടാകൽ
kaivashamundaakal

possibility *(n.)* സംഭവനീയത
sambhavaniiyatha

possible *(adj.)* സംഭാവ്യമായ
sambhaavyamaaya

post *(n.)* ജോലിസ്ഥാനം jolisthaanam

post *(v.)* പതിക്കുക pathikkuka

post *(adv.)* പിന്നത്തെ pinnaththe

postage *(n.)* തപാൽക്കൂലി thapaalkkuuli
postal *(adj.)* തപാലിലൂടെയുള്ള thapaaliluteyulla
post-date *(v.)* പിൻതീയതി വയ്ക്കുക pinthiiyathi vaykkuka
poster *(n.)* ചുവർപരസ്യം chuvarparasyam
posterity *(n.)* ഭാവിതലമുറകൾ bhaavithalamurakal
postgraduate *(adj.)* ബിരുദാനന്തരപഠനം birudaananthara biruda patanam
posthumous *(adj.)* മരണാനന്തരമായ maranaanamtharamaaya
postman *(n.)* തപാൽ ശിപായി thapaalshipaayi
postmaster *(n.)* പോസ്റ്റ്ഓഫീസ്തലവൻ postoffice thalavan
post-mortem *(adj.)* പ്രേത വിചാരണ prethavicharana
post-mortem *(n.)* മൃതശരീരപരിശോധന mruthaparishodhana
post-office *(n.)* തപാലാഫീസ് thapaalaaphiis
postpone *(v.)* അവധിക്കു വയ്ക്കുക avadhikkuvaykkuka
postponement *(n.)* നീക്കിവയ്ക്കൽ niikkivaykkal
postscript *(n.)* പിൻകുറിപ്പ് pinkuripp
posture *(n.)* അംഗവിന്യാസം angavinyaasam
pot *(n.)* കുടം kutam
pot *(v.)* പാത്രത്തിൽവയ്ക്കുക paathraththilvaykkuka
potash *(n.)* ചാരക്കാരം charakkaram
potassium *(n.)* പൊട്ടാസ്യംലോഹമൂലകം pottasium lohamuulakam
potato *(n.)* ഉരുളക്കിഴങ്ങ് urilakkizhang
potency *(n.)* വല്ലഭത്വം vallabhathwam
potent *(adj.)* വീര്യമുള്ള viiruamulla
potential *(n.)* അന്തർലീന ശക്തി antharlina Shakthi
potential *(adj.)* സാമർത്ഥ്യമുള്ള saamarththyamulla
potentiality *(n.)* വല്ലഭത്വം vallabhathwam
potter *(n.)* കുംഭാരൻ kumbhaaran
pottery *(n.)* മൺപാത്രനിർമ്മാണം manpaathra nirmmaanam
pouch *(n.)* കീശ kiisha
poultry *(n.)* വളർത്തുപക്ഷി valarththupakahi
pounce *(n.)* റാഞ്ചൽ raanchal
pounce *(v.)* റാഞ്ചിപ്പിടിക്കുക raanchippitikkuka
pound *(n.)* ബ്രിട്ടണിലും മറ്റും നിലവിലുള്ള ഒരു നാണയം Britainilum mattum nilavilulla oru naanayam
pound *(v.)* നെല്ലുകുത്തുക nellukuththuka
pour *(v.)* ചൊരിയുക choriyuka
poverty *(n.)* ദാരിദ്ര്യം daaridryam
powder *(v.)* ധൂളിയാക്കുക dhuuliyaskkuka
powder *(n.)* ചൂർണ്ണം chuurnnam
power *(n.)* ക്ഷമത kshamatha
powerful *(adj.)* ഓജസ്വിയായ ojaswiyaaya
practicability *(n.)* പ്രവർത്തനപരമായി pravarththanaparamaayi
practicable *(adj.)* പ്രാവർത്തികമായ praavarththikamaaya
practical *(adj.)* പ്രായോഗികമായ praayogikamaayi

practically *(adv.)* കാര്യത്തിൽ kaaryaththil

practice *(n.)* ശീലം shiilam

practise *(v.)* പരിശീലിക്കുക parishiilikkuka

practitioner *(n.)* തൊഴിൽക്കാരൻ thozhilkkaaran

pragmatic *(adj.)* അനുഭവമൂലകമായ anubhamuulakamaaya

pragmatism *(n.)* പ്രായോഗികതാവാദം praayogikathaavaadam

praise *(n.)* പ്രശംസ prashamsa

praise *(v.)* പ്രശംസിക്കുക prashamsikkuka

praiseworthy *(adj.)* പ്രശംസാർഹമായ prashamsaarhamaaya

pram *(n.)* ശിശുവാഹനം shishuvaahanam

prank *(n.)* തമാശപ്രയോഗം thamaashaprayogam

prattle *(n.)* പ്രലപനം pralapanam

prattle *(v.)* പ്രലപിക്കുക pralapikkuka

pray *(v.)* പ്രാർത്ഥിക്കുക praarththikkuka

prayer *(n.)* പ്രാർത്ഥന praarththana

preach *(v.)* മതപ്രസംഗം നടത്തുക mathaprasangam natathuka

preacher *(n.)* മതപ്രാസംഗികൻ mathapraasangikan

preamble *(n.)* ആമുഖം aamukham

precaution *(n.)* മുൻകരുതൽ munkaruthal

precautionary *(adj.)* മുൻകരുതലായുള്ള munkaruthalaayulla

precede *(v.)* ആദ്യമുണ്ടാകുക aadyamundaakuka

precedence *(n.)* മുൻനടപ്പ് munnatapp

precedent *(n.)* പൂർവ്വഗാമിയായ puurvvagaamiyaaya

precept *(n.)* ചട്ടം chattam

preceptor *(n.)* ആചാര്യൻ aachaaryan

precious *(adj.)* ഉൽക്കൃഷ്ടമായ ulkrushtamaaya

precis *(n.)* സംക്ഷേപം samkshepam

precise *(adj.)* സൂക്ഷ്മമായ suukshmamaaya

precision *(n.)* നിഷ്കൃഷ്ടത nishkrushtatha

preclude *(v.)* മുൻകൂട്ടിത്തടയുക munkuutithatayuka

precursor *(n.)* മുന്നോടി munnoti

predator *(n.)* ഇരപിടിയൻ irapiriyan

predecessor *(n.)* പൂർവ്വാധികാരി ouurvvaadhikaari

predestination *(n.)* പൂർവ്വനിശ്ചയം puurvvanuschayam

predetermine *(v.)* മുന്നേനിശ്ചയിക്കുക munne nuschayikkuka

predicament *(n.)* വിഷമാവസ്ഥ vishamaavastha

predicate *(n.)* പ്രസ്താവന prasthaavana

predict *(v.)* മുൻകൂട്ടിപ്പറയുക munkuutyparayuka

prediction *(n.)* ഭാവികഥനം bhaavikathanam

predominance *(n.)* പ്രാധാന്യം praadhaanyam

predominant *(adj.)* മേലധികാരമുള്ള meladhikaarammulla

predominate *(v.)* പ്രബലമായിരിക്കുക prabalamaayirikkuka

pre-eminence *(n.)* സർവ്വോത്കൃഷ്ടത sarvvotkrushtatha

pre-eminent *(adj.)* മേന്മയായ menmayaaya

preemptive *(adj.)* നിർജ്ജീവമാക്കിയ nirjjivamaakkiya
preen *(n.)* ചിറകു വൃത്തിയാക്കൽ chirakuvruththiyaakkal
preen *(v.)* ചിറകുവൃത്തിയാക്കുക chirakuvruththiyaakkuka
preexistence *(n.)* മുന്നേയുള്ള munneyulla
preface *(n.)* പീഠിക piitika
preface *(v.)* മുഖവുരയെഴുതുക mukhavurayezhuthuka
prefect *(n.)* മുഖ്യന്യായാദ്ധ്യക്ഷൻ mukhyanyaayadyakshan
prefer *(v.)* മുൻതൂക്കം നല്കുക munthookam nalkuka
preference *(n.)* മുൻഗണന munganana
preferential *(adj.)* മുൻഗണനാർഹമായ munganarhamaaya
prefix *(n.)* പൂർവ്വപ്രത്യയം puurvvaprathyayam
prefix *(v.)* ഉപസർഗ്ഗമായിവയ്ക്കുക upasarggamaayi vaykkuka
pregnancy *(n.)* ഗർഭം garbham
pregnant *(adj.)* ഗർഭിണിയായ garbhiniyaaya
prehistoric *(adj.)* ചരിത്രാതീതകാലത്തുള്ള charithraathithakaalaththulla
prejudice *(n.)* മുൻവിധി munvidhi
prelate *(n.)* സഭാദ്ധ്യക്ഷൻ sabhadyakshan
preliminary *(n.)* പ്രാരംഭം praarabham
preliminary *(adj.)* മുഖവുരയായ mukhavurayaaya
prelude *(v.)* അവതാരികയെഴുതുക mukhavurayaaya
prelude *(n.)* ഉപ്രക്രമം upakramam
premarital *(adj.)* വിവാഹത്തിനു മുമ്പുള്ള vivaahaththinumunpulla
premature *(adj.)* അകാലത്തുള്ള akaalaththulla
premeditate *(v.)* ആദ്യമേ ചിന്തിക്കുക aadyame chinthikkuka
premeditation *(n.)* മുന്നാലോചന munnaalochana
premier *(n.)* മുഖ്യം mukhyam
premier *(adj.)* മുഖ്യമായ mukhyamaaya
premiere *(n.)* പ്രഥമപ്രദർശനം prathamadarshanam
premium *(n.)* അധികമൂല്യമുള്ള adhikamuulyamulla
premonition *(n.)* ഭൂതോദയം bhuuthodayam
preoccupation *(n.)* മുൻഅധിവാസം munadhinivaasam
preoccupy *(v.)* നേരത്തെ സ്വായത്തമാക്കുക neraththe swaayaththamaakkuka
preparation *(n.)* മുന്നൊരുക്കം munnorukkam
preparatory *(adj.)* പ്രാരംഭികമായ praarambhikamaaya
prepare *(v.)* ഒരുക്കിവയ്ക്കുക orukkivaykkuka
preponderance *(n.)* മുന്നിട്ടുനിൽക്കൽ munnittu nilkkal
preponderate *(v.)* മുന്നിട്ടുനിൽക്കുക munnittu nilkkuka
preposition *(n.)* ഉപസർഗ്ഗം upasarggam
prerequisite *(adj.)* മുന്നുപാധി munnupaadhi
prerequisite *(n.)* മുൻവ്യവസ്ഥ munvyavastha
prerogative *(n.)* വിശേഷാധികാരം viseshaadhikaaram
prescience *(n.)* ഭാവിജ്ഞാനം bhaavinjaanam

prescribe *(v.)* മരുന്നുനിർദ്ദേശിക്കുക marunnu nirdeshikkuka

prescription *(n.)* മരുന്നുകുറിപ്പ് marunnukuripp

presence *(n.)* ഉപസ്ഥിതി upadthithi

present *(n.)* ഉപഹാരം upahaaram

present *(v.)* നിവേദിക്കുക nivedikkuka

present *(adj.)* സമ്മാനിച്ച sammaanicha

presentation *(n.)* അവതരണം avatharanam

presently *(adv.)* ഇപ്പോൾ ippol

preservation *(n.)* സൂക്ഷിപ്പ് suukshich

preservative *(n.)* കേടാകാതെനോക്കുന്ന വസ്തു ketaakaathe nokkunna vasthu

preservative *(adj.)* സംരക്ഷണോപാധി samrakshanopaadhi

preserve *(v.)* സംരക്ഷിക്കുക samrakshikkuka

preserve *(n.)* സംരക്ഷിതം samrakshitham

preside *(v.)* അധ്യക്ഷ്യം വഹിക്കുക adyaksham vahikkuka

president *(n.)* അധ്യക്ഷൻ adyakshan

presidential *(adj.)* അദ്ധ്യക്ഷവിഷയകമായ adyaksha vishayakamaaya

press *(n.)* അമർത്തൽ amarththal

press *(v.)* അമർത്തുക amarththuka

pressure *(n.)* സമ്മർദ്ദം saamarddam

pressurize *(v.)* സമ്മർദ്ദംചെലുത്തുക saamarddam cheluththuka

prestige *(n.)* കീർത്തി kiirththi

prestigious *(adj.)* അന്തസ്സുറ്റ anthassutta

presume *(v.)* തുനിയുക thuniyuka

presumption *(n.)* തോന്നൽ thonnal

presuppose *(v.)* മുൻകൂട്ടി നിശ്ചയിക്കുക munkuutty nishcayikkuka

presupposition *(n.)* മുന്നാലോചന munnaalochana

pretence *(n.)* നടിക്കൽ natikkal

pretend *(v.)* നടിക്കുക natikkuka

pretension *(n.)* കപടഭാവം kapatabhaavam

pretentious *(adj.)* വ്യാജവേഷമായ vyaajakapatamaaya

pretext *(n.)* കപടന്യായം kapatanyaayam

prettiness *(n.)* അഴക് azhak

pretty *(adv.)* ഓമനത്തമുള്ള omanaththamulla

pretty *(adj.)* നിസർഗ്ഗസുന്ദരമായ nissargasundharamaaya

prevail *(v.)* പ്രബലപ്പെടുക prabalappetuka

prevalence *(n.)* പ്രാബല്യം praabalyam

prevalent *(adj.)* പ്രചലിതമായ peachakithamaaya

prevent *(v.)* നിവാരണം ചെയ്യുക nivaaranam cheyyuka

prevention *(n.)* പ്രതിരോധം prathirodham

preventive *(adj.)* തടുക്കുന്ന thurakkunna

preview *(v.)* സ്വകാര്യപ്രദർശനംനടത്തുക swakaarya pradarshanam nataththuka

previous *(adj.)* മുൻപുള്ള munpulla

prey *(n.)* ഇര munpulla

prey *(v.)* പിടിച്ചു തിന്നുക pitichuthinnuka

price *(n.)* വില vila

price *(v.)* വിലമതിക്കുക vilamathikkuka

price list *(n.)* വിലപട്ടിക vilapattika

priceless *(adj.)* അനർഘമായ anarghamaaya

prick *(v.)* പറിച്ചെടുക്കുക
parichchetukkuka
prick *(n.)* സൂചിക്കുത്ത്
suuchikkuthrh
pride *(n.)* അഭിമാനം abhimaanam
pride *(v.)* പൊങ്ങച്ചംകാട്ടുക
pongacham kaattuka
priest *(n.)* പാതിരി paathiri
priestess *(n.)* പുരോഹിത purohitha
priesthood *(n.)* പൗരോഹിത്യം
pourohityam
prima facie *(adv.)* പ്രഥമദൃഷ്ട്യാ
peadhamadrushtya
primarily *(adv.)* പ്രഥമമായി
prathanamaayi
primary *(adj.)* പ്രാഥമികമായ
praathamikamaaya
prime *(n.)* അടിസ്ഥാനമായ
atisthaanamaaya
prime *(v.)* തയ്യാറാകുക
thayyaaraakuka
prime *(adj.)* നവയൗവ്വനത്തിലുള്ള
navayownaththilulla
primer *(n.)* പ്രാഥമികമായി
ഉപയോഗിക്കുന്ന
praathamikamaayi upayogikkunna
primeval *(adj.)* പ്രാകൃതികമായ
praakruthikamaaya
primitive *(adj.)* പ്രാകൃതമായ
praakruthamaaya
prince *(n.)* രാജകുമാരൻ
raajakumaaran
princely *(adj.)*
രാജവംശത്തിലുൾപ്പെട്ട
raajavamshathilulppetta
princess *(n.)* രാജകുമാരി
raajakumaari
principal *(adj.)* പ്രധാന
അദ്ധ്യാപകൻ pradhaana
adyaapakan
principal *(n.)* മൂലധനം muuladhanam
principle *(n.)* പ്രമാണം pramaanam

print *(n.)* അച്ചടി achati
print *(v.)* മുദ്രണം ചെയ്യുക
mudranam cheyyuka
printer *(n.)* മുദ്രണയന്ത്രം mudrana
yanthram
printout *(n.)* പകർപ്പ് pakarpp
prior *(adj.)* മുൻനടന്ന munnatanna
prior *(n.)* മുമ്പേയുള്ള munpeyulla
prioress *(n.)* കന്യാമഠാധിപ
kanyaamataathipa
priority *(n.)* പ്രാധാന്യം praadhaanyam
prison *(n.)* കാരാഗൃഹം kaaragruham
prisoner *(n.)* ജയിൽപ്പുള്ളി jayilppulli
privacy *(n.)* സ്വകാര്യത swakaaryatha
private *(adj.)* അനൗദ്യോഗികമായ
anoudyoggikamaaya
privation *(n.)* ഇല്ലായ്മ illaayma
privilege *(n.)* പ്രത്യേകാനുകൂല്യം
prathyekaanukuulyam
prize *(n.)* പുരസ്കാരം puraskaaram
prize *(v.)* പാരിതോഷികംനല്കുക
paarithoshikam nalkuka
prize money *(n.)* സമ്മാനത്തുക
sammanaththuka
pro forma *(adj.)* മാതൃകാപത്രം
maathrukaapathram
probable *(adj.)*
ഇടവരുത്തിയേക്കാവുന്ന
itavaruththiyekkaavunna
probably *(adv.)* മിക്കവാറും
mikkavaarum
probabxility *(n.)* സംഭാവ്യത
sambhaavyatha
probation *(n.)* നിരീക്ഷണഘട്ടം
niriikshanaghattam
probationer *(n.)*
നിരീക്ഷണഘട്ടത്തിലുള്ളയാൾ
niriikshanaghattaththilullayaal
probe *(v.)* ചുഴിഞ്ഞു
പരിശോധിക്കുക
chuzhinjuparishodhikkuka

probe *(n.)* സൂക്ഷ്മ പരിശോധന
suukshmaparishodhana

problem *(n.)* പ്രശ്നം prasnam

problematic *(adj.)* തർക്കത്തിലുള്ള
tharkkaththilulla

procedure *(n.)* കാര്യക്രമം
kaaryakrumam

proceed *(v.)* മുന്നേറുക munneruka

proceeding *(n.)* മുന്നോട്ടു പോകൽ
munnottupokal

proceeds *(n.)* വിളവ് vilav

process *(n.)* പ്രക്രിയ prakriya

procession *(n.)* ഘോഷയാത്ര
ghoshayaathra

processor *(n.)* വസ്തുതകൾ
കൈകാര്യം ചെയ്യുന്നയന്ത്രം
vasthuthakal kaikaaryam cheyyunna
yanthram

proclaim *(v.)* ഉദ്ഘോഷിക്കുക
utghoshikkuka

proclamation *(n.)* ഘോഷണം
ghoshanam

proclivity *(n.)* ചായ് വ് chaayv

procrastinate *(v.)*
നീട്ടിനീട്ടിവയ്ക്കുക niittiniiti
vaykkuka

procrastination *(n.)* വൈകിക്കൽ
vakikkal

proctor *(v.)* പരീക്ഷാമേൽനോട്ടം
വഹിക്കുക parikshaamelnottam
vahikkuka

proctor *(n.)* വിദ്യാശാലാ
ശിക്ഷകൻ vidyashaala rakshakan

procure *(v.)* കരസ്ഥമാക്കുക
karasthamaakkuka

procurement *(n.)* സമ്പാദനം
sambaathanam

prodigal *(adj.)* അമിതവ്യയിയായ
amithavyiyaaya

prodigality *(n.)* ദുർവ്യയം durvyayam

prodigy *(n.)* ധൂർത്തൻ dhuurththan

produce *(n.)* ഉൽപാദിപ്പിക്കൽ
ulpaadippikkal

produce *(v.)* ഉൽപാദിപ്പിക്കുക
ulpadippikkuka

product *(n.)* ഉൽപന്നം ulpannam

production *(n.)* ഉത്പാദനപ്രക്രിയ
ulpadana prakriya

productive *(adj.)* ഉത്പാദകമായ
ulpaadakamaaya

productivity *(n.)* ഉത്പാദനക്ഷമത
ulpadanakshamatha

profane *(v.)* അപവിത്രമാകുക
apavithramaakuka

profane *(adj.)* അപവിത്രമായ
apavithramaaya

profess *(v.)* പ്രസ്താവിക്കുക
prasthaavikkuka

profession *(n.)* ജോലി joli

professional *(adj.)*
ഉദ്യോഗസംബന്ധമായ
udyogasamvandhamaaya

professor *(n.)*
സർവ്വകലാശാലാധ്യാപകൻ
sarvvakalashaala adyaapakan

proficiency *(n.)* പാടവം paatavam

proficient *(adj.)* വൈദഗ്ദ്ധ്യമുള്ള
vaidagdyamulla

profile *(v.)* ആകൃതി വരയ്ക്കുക
aakruthi varaykkuka

profile *(n.)* മുഖഭാഗചിത്രം
മുഖഭാഗ chithram

profit *(n.)* ലാഭം laabham

profit *(v.)* ലാഭത്തിലാവുക
laabhaththilaavuka

profitable *(adj.)* ലാഭകരമായ
laabhakaramaaya

profiteer *(v.)*
കൊള്ളലാഭമെടുക്കുക
kollalaabhametukkuka

profiteer *(n.)*
പൂഴ്ത്തിവെപ്പുകാരൻ
puuzhththiveppukaaran

profligacy *(n.)* ദുർവൃത്തി durvruththi
profligate *(adj.)* ദുർമ്മാർഗ്ഗിയായ durmaarggiyaaya
profound *(adj.)* പരമമായ paramamaaya
profundity *(n.)* ഗാംഭീര്യം gaambhiryam
profuse *(adj.)* സമൃദ്ധമായ samruddhamaaya
profusion *(n.)* അതിരേകം athirwkam
progeny *(n.)* സന്തതികൾ santhathikal
programme *(n.)* പരിപാടി parpaati
programme *(v.)* പരിപാടി നടത്തുക parpaatinatathrhuka
progress *(n.)* അഭ്യുന്നതി abhunnathi
progress *(v.)* പുരോഗമിക്കുക purogamikkuka
progressive *(adj.)* പുരോഗമനോന്മുഖമായ purogamanonmukhamaaya
prohibit *(v.)* നിഷിദ്ധമാക്കുക nishiddhamaakkuka
prohibition *(n.)* നിരോധനം nirodhanam
prohibitive *(adj.)* നിരോധിക്കുന്ന nirodhiikkuna
prohibitory *(adj.)* നിരോധനപരമായ nirodhanaparamaaya
project *(n.)* പദ്ധതി paddhathi
project *(v.)* പ്രക്ഷേപിക്കുക prakshepikkuka
projectile *(adj.)* ക്ഷേപണീയമായ kshepaniyamaaya
projectile *(n.)* പ്രക്ഷേപിതം prakshepitham
projection *(n.)* പ്രക്ഷേപണം prakshepanam
projector *(n.)* പ്രക്ഷേപിണി prakshepini
proliferate *(v.)* പൊട്ടിമുളയ്ക്കുക pottimulaykkuka
proliferation *(n.)* മുളയ്ക്കൽ mulaykkal
prolific *(adj.)* ഉത്പാദകമായ ulpaadakamaaya
prologue *(n.)* കാവ്യമുഖം kaavyamukham
prolong *(v.)* ദീർഘമാക്കുക diirkhamaakkuka
prolongation *(n.)* ദീർഘിപ്പിക്കൽ diirkhippikkal
prominence *(n.)* മഹിമ mahima
prominent *(adj.)* പ്രമുഖമായ pramukhamaaya
promise *(v.)* വാക്കുകൊടുക്കുക vaakkukotukkuka
promise *(n.)* ഉറപ്പ് urapp
promising *(adj.)* യോഗ്യതാലക്ഷണമുള്ള yogyathaalakshanamulka
promissory *(adj.)* പ്രതിജ്ഞാത്മകമായ prathinjaakmakamaaya
promote *(v.)* പദവി ഉയർത്തുക padavi uyarththuka
promotion *(n.)* സ്ഥാനോൽക്കർഷം sthanolkarsham
prompt *(v.)* ഊർജ്ജിതമാക്കുക uurjjithamaakkuka
prompt *(adj.)* പ്രേരിപ്പിക്കുന്ന prerippikkunna
prompter *(n.)* പ്രേരകൻ prerakan
prone *(adj.)* വശംവദനാകുന്ന vashamvadanaakunna
pronoun *(n.)* സർവ്വനാമം sarvvanaamam
pronounce *(v.)* ഉച്ചരിക്കുക uchcharikkuka
pronunciation *(n.)* ഉച്ചാരണം uchcharanam
proof *(adj.)* തെളിവുള്ള thelivulla
proof *(n.)* നിദർശനം nidarshanam
prop *(n.)* കുത്തുകാൽ kuththukaal

prop *(v.)* മുട്ടുകൊടുക്കുക muttukotukkuka
propaganda *(n.)* സംഘടിതാശയപ്രചാരണം sanghatithaashayapracharanam
propagandist *(n.)* പ്രചാരകൻ prachaarakan
propagate *(v.)* വർദ്ധിപ്പിക്കുക varddippikkuka
propagation *(n.)* പെരുക്കം perukkam
propel *(v.)* പ്രവർത്തിപ്പിക്കുക pravarththippikkuka
proper *(adj.)* യഥോചിതമായ yathochithamaaya
properly *(adv.)* യഥായോഗ്യമായി yathayogyamaayi
property *(n.)* സ്വത്ത് swathth
prophecy *(n.)* പ്രവചനം pravachanam
prophesy *(v.)* പ്രവചനം നടത്തുക pravachanam nataththuka
prophet *(n.)* പ്രവാചകൻ pravaachakan
prophetic *(adj.)* പ്രവചനപരമായ pravachanaparamaaya
proportion *(n.)* അനുപാതം anupaatham
proportion *(v.)* അനുപാതമാക്കുക anupaathamaakkuka
proportional *(adj.)* ആനുപാതികമായ aanupaathikamaaya
proportionate *(adj.)* വീതപ്രകാരമുള്ള viithaprakaaramulla
proposal *(n.)* പ്രസ്താവം prasthaavam
propose *(v.)* മുന്നോട്ടു വയ്ക്കുക munnottuvaykkuka
proposition *(n.)* അഭിപ്രായപ്പെടൽ aphipraayappetal
propound *(v.)* ആലോചനയ്ക്കു വയ്ക്കുക aalochanaykku vaykkuka
proprietary *(adj.)* ഉടമസ്ഥാവകാശം utamasthaavakaasham
proprietor *(n.)* ഉടമ utama
propriety *(n.)* ഔചിത്യബോധം ouchithyabodham
prorogue *(v.)* സഭമാറ്റിവയ്ക്കുക sabhamaattivaykkuka
prosaic *(adj.)* കാവ്യഭംഗിയില്ലാത്ത kaavyabhangiyillaaththa
prose *(n.)* ഗദ്യരചന gadyarachana
prosecute *(v.)* കേസുനടത്തുക casenataththuka
prosecution *(n.)* കോടതിവ്യവഹാരം kotathivyvahaaram
prosecutor *(n.)* അഭിയോക്താവ് abhiyokthaav
prosody *(n.)* പദ്യരചനാശാസ്ത്രം padyatachanashaasthram
prospect *(n.)* വിജയസാദ്ധ്യത vijayasaadyatha
prospective *(adj.)* പ്രതീക്ഷാനിർഭരമായ prathikshanirbharamaaya
prospectus *(n.)* കാര്യപത്രിക kaaryapatheika
prosper *(v.)* പുരോഗതി നേടുക purogathi netuka
prosperity *(n.)* ശ്രേയസ്സ് shreyass
prosperous *(adj.)* ഐശ്വര്യമുള്ള aiswaryamulla
prosthetic *(adj.)* കൃത്രിമമായ kruthrimamaaya
prostitute *(n.)* വേശ്യ vesya
prostitute *(v.)* വ്യഭിചരിക്കുക vyabhicharikkuka
prostitution *(n.)* വ്യഭിചാരം vyabhichaaram
prostrate *(v.)* സംഷ്ടാംഗം പ്രണമിക്കുക saashtaangam pranamikkuka

prostrate *(adj.)* സംഷ്ടാംഗംപ്രണാമം
saashtaangapranaam

prostration *(n.)* ബലക്ഷയം balakshaya

protagonist *(n.)* മുഖ്യകഥാപാത്രം
mukhya kathaapaathram

protect *(v.)* പരിരക്ഷിക്കുക
parirakshikkuka

protection *(n.)* സംരക്ഷണം
samrakshanam

protective *(adj.)* സംരക്ഷകമായ
samrakshakamaaya

protector *(n.)* സംരക്ഷകൻ
samrakshakan

protein *(n.)* മാംസ്യം maamayam

protest *(n.)* പ്രതിഷേധം prathishedham

protest *(v.)* എതിർപ്പു
പ്രകടിപ്പിക്കുക
ethirppuprakatippikkuka

protestation *(n.)* എതിർപ്പ് ethirpp

protocol *(n.)*
ആചാരമര്യാദാസംഹിത
aachaaramaryaada samhitha

prototype *(n.)* ആദ്യരൂപം
aadyaruupam

proud *(adj.)* അഭിമാനിയായ
abhimaaniyaaya

prove *(v.)* പ്രമാണീകരിക്കുക
praamaaniikarikkuka

proverb *(n.)* പഴഞ്ചൊല്ല്
pazhamchollu

proverbial *(adj.)* സാരവത്തായ
saaravaththaaya

provide *(v.)* സൗകര്യപ്പെടുത്തുക
soukaryappetuththuka

providence *(n.)* ദൈവപരിപാലനം
daivaparipaalanam

provident *(adj.)* കരുതിവയ്ക്കുന്ന
karurhivaykkunna

providential *(adj.)* ഭാഗ്യവശാലുള്ള
bhaagyavashaalulla

province *(n.)* പ്രവിശ്യ pravishya

provincial *(adj.)*
പ്രവിശ്യാസംബന്ധം pravishyaa
sambandham

provincialism *(n.)* പ്രവിശ്യാവാദം
pravishyaavaadam

provision *(n.)* നിബന്ധന nibandhana

provisional *(adj.)*
താല്ക്കാലികമായ
thaalkkalikamaaya

proviso *(n.)* സോപാധികവകുപ്പ്
sopaadhikavakupp

provocation *(n.)* പ്രകോപനഹേതു
prakopanahethu

provocative *(adj.)*
പ്രകോപനപരമായി
prakopanaparamaayi

provoke *(v.)* ക്ഷോഭിപ്പിക്കുക
kahobhippikkuka

prowess *(n.)* വീരസാഹസികത്വം
viirasahasikathwam

proximate *(adj.)* തൊട്ടടുത്ത
thottatuththa

proximity *(n.)* സമീപസ്ഥിതി
samiipadthithi

proxy *(n.)* പകരക്കാരൻ
pakarakkaaran

prude *(n.)* അതിലജ്ജാലുവായ
athilajjaaluvaaya

prudence *(n.)* വീണ്ടുവിചാരം
viinduvichaaram

prudent *(adj.)* കാര്യശേഷിയുള്ള
kaaryasheshiyulla

prudential *(adj.)* ബുദ്ധിനിറഞ്ഞ
buddhiniranja

prune *(v.)* വെട്ടിഒതുക്കുക
vettiothukkuka

pry *(v.)* ചുഴിഞ്ഞുനോക്കുക
chuzhinjunokkuka

psalm *(n.)* സങ്കീർത്തനം
sankiirththanam

pseudonym *(n.)* സങ്കല്പനാമം
sankalpanaamam

psyche *(n.)* ആത്മാവ് aathmaav
psychiatrist *(n.)* മനോരോഗചികിത്സകൻ manorogachikitsakan
psychiatry *(n.)* മനോരോഗചികിത്സ manorogachikitsa
psychic *(adj.)* മനോവിഷയകമായ manovishayakamaaya
psychological *(adj.)* മനഃശാസ്ത്രവിഷയകമായ nanashaasthra vishayakamaaya
psychologist *(n.)* മനഃശാസ്ത്രജ്ഞൻ manashaasthranjan
psychology *(n.)* മനോവിജ്ഞാനീയം manovinjaaniiyam
psychopath *(n.)* ചിത്തരോഗി chiththarogi
psychosis *(n.)* മതിഭ്രമം mathibhramam
psychotherapy *(n.)* മാനസികരോഗചികിത്സ manasikarogachikitsa
puberty *(n.)* ഋതുവാകൽ ruthuvaakal
public *(adj.)* പൊതുജനത്തെസംബന്ധിച്ച pothujanaththe sambandhicha
public *(n.)* ബഹുജനം bahujanam
public transport *(n.)* പൊതുഗതാഗതം pothugathagatham
publication *(n.)* പ്രസാധനം prasadhanam
publicity *(n.)* ഖ്യാതി khyaathi
publicize *(v.)* പരസ്യപ്പെടുത്തുക parasyappetuththuka
publish *(v.)* അച്ചടിച്ചുവിൽക്കുക achchatichuvilkkuka
publisher *(n.)* പ്രസാധകൻ prasaadhakan
pudding *(n.)* പുഡിങ് pudding
puddle *(n.)* ചെളിക്കുഴി chelikkuzhi
puddle *(v.)* വെള്ളം കലക്കുക vellam kalakkuka
puerile *(adj.)* കുട്ടിത്തരമായ kuttiththaramaaya
puff *(n.)* കിതപ്പ് kithapp
puff *(v.)* കിതയ്ക്കുക kithaykkuka
pull *(n.)* വലി vali
pull *(v.)* വലിച്ചടുപ്പിക്കുക valichatuppikkuka
pulley *(n.)* കപ്പി kappi
pullover *(n.)* ജഴ്സിക്കുപ്പായം jerseykkuppaayam
pulp *(n.)* കാമ്പ് kaamb
pulp *(v.)* ദശനീക്കുക dashanikkuka
pulpit *(adj.)* പ്രസംഗപീഠം prasangapiitam
pulpy *(adj.)* കഴമ്പുള്ള kazhampulla
pulsate *(v.)* മിടിക്കുക mitikkuka
pulsation *(n.)* സ്പന്ദനം spandhanam
pulse *(v.)* തുടിക്കുക thutikkuka
pulse *(n.)* നാഡീസ്പന്ദനം naadiispandhanam
pump *(v.)* അടിച്ചുകയറ്റുക atichukayattuka
pump *(n.)* വാതകസമ്മർദ്ദിനി vaathakasamnarddini
pumpkin *(n.)* മത്തങ്ങ mathanga
pun *(v.)* ദ്വയാർത്ഥത്തിൽ സംസാരിക്കുക dwayaarththaththil samsaarikkuka
pun *(n.)* ശ്ലേഷോക്തി sleshokthi
punch *(n.)* ഇടി iti
punch *(v.)* മുഷ്ടികൊണ്ടിടിക്കുക mushtikonditikkuka
punctual *(adj.)* കൃത്യനിഷ്ഠമായ kruthyanishtamaaya
punctuality *(n.)* സമയനിഷ്ഠ samayanishta
punctuate *(v.)* ഊന്നിപ്പറയുക uunnipparayuka
punctuation *(n.)* നിർത്തടയാളമിടൽ nirththatayaalamital
puncture *(n.)* ഓട്ട ootta

puncture *(v.)* തുളയ്ക്കുക thulaykkuka
pungency *(n.)* കഠിനം katinam
pungent *(adj.)* കഠിനമായ katinamaaya
punish *(v.)* ശിക്ഷിക്കുക shikshikkuka
punishment *(n.)* ശിക്ഷ shiksha
punitive *(adj.)* ശിക്ഷയായ shikshayaaya
puny *(adj.)* പിഞ്ചായ pinchaaya
pupil *(n.)* കണ്ണിലുണ്ണി kannilunni
puppet *(n.)* പാവ paava
puppy *(n.)* നായ്ക്കുഞ്ഞ് naaykkunj
purblind *(n.)* ഭാഗികാന്ധനായ bhaagikaandhanaaya
purchase *(v.)* നേടുക netuka
purchase *(n.)* വാങ്ങൽ vaangal
pure *(adj.)* ശുദ്ധമായ shuddhamaaya
purgation *(n.)* വിരേചനം virechanam
purgative *(n.)* വിരേചകമായ virechakamaaya
purgative *(adj.)* ശുദ്ധീകരിക്കുന്ന shuddiikarikkunna
purgatory *(n.)* ശുദ്ധീകരണസ്ഥലം shuddiikarnasthalam
purge *(v.)* വിമലീകരിക്കുക vimaliikarikkuka
purification *(n.)* പവിത്രീകരണം pavithriikaranam
purify *(v.)* ശുദ്ധമാവുക shuddhamaavuka
purist *(n.)* ശുദ്ധീകരണവാദി shuddhikaranavaadi
puritan *(n.)* നിഷ്ഠാഭ്രാന്തൻ nishtaabhraanthan
puritanical *(adj.)* പൂജാവിരുദ്ധനായ puujaviruddhanaaya
purity *(n.)* വിശുദ്ധി vishuddhi
purple *(adj./n.)* ധൂമ്രവർണ്ണം dhuumravarnnam
purport *(v.)* ദ്യോതിപ്പിക്കുക dyothippikkuka
purport *(n.)* സാരം saaram
purpose *(n.)* ഉദ്ദിഷ്ടകാര്യം uddishtakaaryam
purpose *(v.)* ഉന്നമിടുക unnamituka
purposely *(adv.)* മനഃപൂർവ്വമായി manapuurvvamaayi
purr *(n.)* കുറുങ്ങൽ kurungal
purr *(v.)* കുറുങ്ങുക kurunguka
purse *(v.)* കീശയിലാക്കുക kiishayilaakkuka
purse *(n.)* മടിശ്ശീല matisshiila
pursuance *(n.)* നിർവ്വഹണം nirvvahanam
pursue *(v.)* തുടർന്നുചെയ്യുക thutarnnucheyyuka
pursuit *(n.)* പിന്തുടരൽ pinthutaral
purview *(n.)* ആലോചനാപരിധി aalochanaparidhi
pus *(n.)* ചലം chalam
push *(v.)* തള്ളുക thalluka
push *(n.)* ഉന്ത് unthu
put *(n.)* വയ്ക്കൽ vaykkal
put *(v.)* സ്ഥാപിക്കുക sthaapikkuka
puzzle *(v.)* പ്രഹേളികയാക്കുക prahelikayaakkuka
puzzle *(n.)* വിഷമപ്രശ്നം vishama prasnam
pygmy *(n.)* വാമനൻ vaamanan
pyorrhoea *(n.)* മോണപഴുപ്പ് monapazhupp
pyramid *(n.)* ശിലാകോണം shilakonam
pyre *(n.)* പട്ടട pattata
pyromantic *(adj.)* അഗ്നിമുഖേന ഭാവി പറയൽ agnimukhene bhaaviparayal
pyromantic *(n.)* ജ്യോതിയാലുള്ള ഭാവികഥനം jyothiyaalulla bhavikathanam
python *(n.)* മലമ്പാമ്പ് malampaamp

Q

quack *(n.)* വമ്പുപറച്ചിൽ vambuparachil
quack *(v.)* താറാവു കരയുക thaaravukarayuka
quackery *(n.)* വ്യാജചികിത്സ vyaaja chikitsa
quadrangle *(n.)* ചതുർഭുജം chathurbhujam
quadrangular *(adj.)* ചതരുശ്രമായ chathurasramaaya
quadrilateral *(n.)* ചതുർഭുജം chathurbhujam
quadrilateral *(adj.)* ചതുർഭുജമുള്ള chathurbhujamulla
quadruped *(n.)* നാൽക്കാലി naalkkali
quadruple *(adj.)* നാലുഭാഗം naalubhaagam
quadruple *(v.)* നാലുമടങ്ങാക്കുക naalumatangaakkuka
quail *(n.)* തിത്തിരിപ്പക്ഷി ththirippakshi
quaint *(adj.)* അസംഭവമായ asambhavamaayi
quake *(n.)* ഭൂകമ്പം bhuukampam
quake *(v.)* കമ്പിക്കുക kampikkuka
qualification *(n.)* യോഗ്യത yogyatha
qualify *(v.)* യോഗ്യതനേടുക yogyatha netuka
qualitative *(adj.)* ഗുണാത്മകമായ gunaathmakamaaya
quality *(n.)* യോഗ്യത yogyatha
quandary *(n.)* ധർമ്മസങ്കടം dharmmasankatam
quantitative *(adj.)* പാരിമാണികമായ paarimaanikamaaya
quantity *(n.)* പരിമാണം paarimaanam
quantum *(n.)* ഊർജ്ജമാത്ര urjjamaathra
quarrel *(v.)* വഴക്കിടുക vazhakkituka
quarrel *(n.)* വഴക്ക് vazhakk
quarrelsome *(adj.)* വഴക്കാളിയായ vazhakkaaliyaaya
quarry *(v.)* പാറപൊട്ടിക്കുക paarapottikkuka
quarry *(n.)* പാറമട paaramata
quarter *(v.)* നാലാക്കുക naalaakkuka
quarter *(n.)* നാലിലൊന്ന് naalilonn
quarterly *(adj.)* കാൽവർഷത്തെ kaalvarshaththe
queen *(n.)* രാജ്ഞി raanji
queer *(n.)* സവിശേഷത savisheshatha 1
queer *(adj.)* സവിശേഷമായ savisheshamaaya
queer *(v.)* സവിശേഷമായിരിക്കുക savisheshamaayairikkuka
quell *(v.)* അമർച്ചവരുത്തുക amarchavaruththuka
quench *(v.)* ദാഹംതീർക്കുക daaham thiirkkuka
query *(v.)* ചോദിച്ചറിയുക chodichchariyuka
query *(n.)* വികല്പം vikalpam
quest *(n.)* അനുധാവനം anudhaavanam
quest *(v.)* അന്വേഷിക്കുക anweshikkuka
question *(v.)* ചോദ്യം ചെയ്യുക chodyam cheyyuka
question *(n.)* ചോദ്യം chodyam
questionable *(adj.)* സംശയകരമായ samshayakaramaaya
questionnaire *(n.)* പ്രശ്നാവലി prasnaavali
queue *(n.)* വരി vari
queue *(v.)* വരിനിൽക്കുക varinilkkuka

quibble *(v.)*
വാചകക്കസർത്തുനടത്തുക
vaachakakkasaraththunataththuka
quibble *(n.)* പിരട്ടുവാക്ക് pirattuvaak
quick *(n.)* ക്ഷിപ്രം kshipram
quick *(adj.)* ദ്രുതമായി druthamaayi
quick fix *(n.)* ഉപായം upaayam
quickly *(adv.)* ത്വരിതമായി
thwarithamaayi
quicksand *(n.)* മണൽക്കുഴി
manalkkuzhi
quicksilver *(n.)* രസലോഹം
rasaloham
quiet *(n.)* അക്ഷോഭം akshobham
quiet *(v.)* നിശ്ചലമാകുക
nischalamaakuka
quiet *(adj.)* ശാന്തപ്രകൃതിയായ
shaanthaprakruthiyaya
quilt *(n.)* കോസടി kosati
quinine *(n.)* ജ്വരഹരി jwarahaari
quintessence *(n.)* സാരസർവ്വസ്വം
sarasarvvasam
quintessential *(adj.)* സാരഭൂതമായ
saarabhuuthamaaya
quirky *(adj.)* വിചിത്രസ്വഭാവമുള്ള
vichithraswabhaavamulla
quit *(v.)* പുറത്തുകടക്കുക
puraththukatakkuka
quite *(adv.)* നിശേഷമായി
niseshamaayi
quiver *(v.)* വിറയ്ക്കുക viraykkuka
quiver *(n.)* കുലുക്കം kulukkam
quixotic *(adj.)* പരാക്രമം കാട്ടുന്ന
parakrumam kaattunna
quiz *(v.)* വിജ്ഞാനപരീക്ഷ
vinjaanapariiksha
quiz *(n.)*
പരീക്ഷയ്ക്കുവിധേയമാകുക
pariikshaykkuvidheyamaakuka
quorum *(n.)* അത്യാവശ്യമായ
ആളെണ്ണം athyaavashyamaaya
aalennam

quota *(n.)* നിശ്ചിതവീതം
nischithaviitham
quotation *(n.)* ഉദ്ധരണി uddharani
quote *(v.)* എടുത്തുചേർക്കുക
etuththucherkkuka
quotient *(n.)* ഹരണഫലം
haranaphalam

R

rabbi *(n.)* യഹൂദഗുരു yahuudaguru
rabbit *(n.)* മുയൽ muyal
rabble *(n.)* പ്രാകൃതജനം
praakruthajanam
rabies *(n.)* പേപ്പട്ടിവിഷം
peppattivisham
race *(v.)* മത്സരിക്കുക matsarikkuka
race *(n.)* പന്തയഓട്ടം panthayaottam
racial *(adj.)* വർഗ്ഗീയമായ
varggiiyamaaya
racialism *(n.)* വർഗ്ഗീയമനോഭാവം
varggiiyamanobhaavam
racism *(n.)* വംശീയത vamashiiyatha
racist *(adj.)* വംശീയവിരോധി
vamshiiyavirodhi
rack *(n.)* അലമാരത്തട്ട് alamaarathatt
rack *(v.)* വികലമാക്കുക
vikalamaakkuka
racket *(n.)* ടെന്നീസ്ബാറ്റ് tennis bat
radiance *(n.)* തേജസ് thejas
radiant *(adj.)* ഭാസുരതേജസ്വിയായ
bhaasurathejaswiyaaya
radiate *(v.)* വികിരണം ചെയ്യുക
vikiranam cheyyuka
radiation *(n.)* വികിരണം vikiranam
radical *(adj.)* ഉത്പതിഷ്ണുവായ
ulpathishnuvaaya
radio *(v.)* റേഡിയോ പ്രക്ഷേപണം
നടത്തുക radio prakahepanam
nataththuka

radio *(n.)* വിക്ഷേപിണീയന്ത്രവിദ്യ vikshepiniiyanthravidya

radioactive *(adj.)* രാസപ്രവർത്തനപരമായ raasapravarththanaparamaaya

radiogram *(n.)* എക്സറേകളിലൂടെയും ഗാമാരശ്മികളിലൂടെയും ലഭിക്കുന്ന ചിത്രം xraykaluteyum gamaarashmikaliluuteyum labhikkunna chithram

radiography *(n.)* എക്സ്റേ എടുക്കുക xray etukkuka

radiolocation *(n.)* റഡാർ ഉപയോഗിച്ച് വിദൂര വസ്തുക്കളുടെ സ്ഥാനവും ഗതിയും കണ്ടെത്തുന്ന രീതി radaar upayogich vidoora vasthukkalute sthaanavum gathiyum kandeththunna riithi

radiology *(n.)* കിരണവിജ്ഞാനം kiranavinjaanam

radiommunology *(n.)* റേഡിയോ ആക്ടീവ് ഐസോടോപ്പ് ഉപയോഗിച്ച് ജൈവ പദാർത്ഥങ്ങളെക്കുറിച്ചുള്ള പഠനം radio active isotope upayogich jaiva padarththangalekkurichulla patanam

radion *(n.)* റേഡിയോ തരംഗ രൂപേണ radiotharanga ruupene

radiophone *(n.)* റേഡിയോ തരംഗങ്ങൾ വഴി ആശയവിനിമയം നടത്താനുള്ള ഉപകരണം radio tharangangal vazhi aashayavinimayam nataththanulla upakaranam

radioscan *(n.)* സാമ്പിളിൽ റേഡിയോ ആക്ടീവ് മെറ്റീരിയലിന്റെ സാന്നിധ്യമറിയാനുള്ള സ്കാൻ saampilil radio active materialinte saannidyamariyaanulla scan

radiotelegraphy *(n.)* കമ്പിയില്ലാക്കമ്പി വിദ്യ kambiyillakambividya

radious *(adj.)* രശ്മികളുമായി ബന്ധമുള്ള rashmikalumaayi bandhamulla

radish *(n.)* മുള്ളങ്കിക്കിഴങ്ങ് mullankikizhang

radium *(n.)* വികിരണസ്വഭാവമുള്ള ഒരു ലോഹ മൂലകം vikiranaswabhaavamulla oru lohamuulakam

radius *(n.)* ആരം aaram

rag *(v.)* തുണികൊണ്ടലങ്കരിക്കുക thunikondalankarikkuka

rag *(n.)* പഴന്തുണി pazhanthuni

rage *(v.)* ഉഗ്രമായിത്തീരുക ugramaayithiiruka

rage *(n.)* ചണ്ഡത chandatha

raid *(v.)* മിന്നൽപരിശോധന നടത്തുക minnal parishodhana nataththuka

raid *(n.)* മിന്നൽപരിശോധന minnal parishodhana

rail *(v.)* തീവണ്ടിയാത്രചെയ്യുക thiivandiyaathracheyyuka

rail *(n.)* റെയിൽപ്പാത railppatha

railing *(n.)* കൈവരി kaivari

raillery *(n.)* നിന്ദ nindha

railway *(n.)* തീവണ്ടിപ്പാത thiivandippaatha

rain *(n.)* മഴ mazha

rain *(v.)* മഴപെയ്യുക mazhapeyyuka

rainbow *(n.)* ഇന്ദ്രധനുസ്സ് indradhanuss

rainy *(adj.)* വർഷിക്കുന്ന varshikkunna
raise *(v.)* എഴുന്നേൽക്കുക ezhunnelkkuka
raisin *(n.)* ഉണക്കമുന്തിരി unakkamunthiri
rally *(n.)* വ്യൂഹനം vyuuhanam
rally *(v.)* പുനഃസമാഹരിക്കുക punasamaaharikkuka
ram *(v.)* ഇടിച്ചു നിർത്തുക itichunirththuka
ram *(n.)* മുട്ടനാട് muttanaat
ramble *(n.)* അലഞ്ഞുതിരിക alanjuthiiruka
ramble *(v.)* ഉലാത്തുക ulaaththuka
rampage *(n.)* വേവലാതി vevalaathi
rampage *(v.)* കലിതുള്ളുക kalithulluka
rampant *(adj.)* പടർന്നുകയറുന്ന patarnnukayarunna
rampart *(n.)* കോട്ടമതിൽ kottamathil
ranch *(n.)* ഇടയപ്പന്തൽ itayappanthal
ranch *(v.)* ഇടയപ്പന്തൽനടത്തുക itayappanthal nataththuka
rancid *(adj.)* കാറലുള്ള kaaralulla
rancidify *(v.)* ചിഞ്ഞളിഞ്ഞ chiinjalinja
rancour *(n.)* ഉൾപ്പക ulppaka
random *(adj.)* ആലോചിക്കാതെയുള്ള aalochikkatheyulla
randomise *(v.)* ക്രമാനുസൃതമല്ലാതിരിക്കുക krumaanusruthamallaathirikkuka
range *(n.)* പരിധി paridhi
range *(v.)* വ്യവസ്ഥാപിക്കുക vyvasthaapikkuka
ranger *(n.)* വനോദ്യോഗസ്ഥൻ vanodyogasthan
rank *(v.)* വിശേഷശ്രേണിയിൽപ്പെടുക viseshashreniyilpetuka
rank *(adj.)* സ്ഥാനംലഭിച്ച sthanam labhicha
rank *(n.)* മഹിമ mahima
ransack *(v.)* കുഴച്ചുമറിക്കുക kuzhachumarikkuka
ransom *(v.)* മോചനദ്രവ്യം ആവശ്യപ്പെടുക mochanadravyam aavasyappetuka
ransom *(n.)* മോചനദ്രവ്യം mochanadravyam
rape *(v.)* ബലാൽസംഗം ചെയ്യുക balalsangam cheyyuka
rape *(n.)* ബലാൽസംഗം balalsangam
rapid *(adj.)* ത്വരിതമായ thwarithamaaya
rapidity *(n.)* ക്ഷിപ്രത kshipratha
rapier *(n.)* ചുരിക churika
rapport *(n.)* യോജിപ്പ് yojipp
rapt *(adj.)* മുഴുകിയ muzhukiya
rapture *(n.)* ആനന്ദാതിരേകം anandhaathirekam
rare *(adj.)* അപൂർവ്വമായ apoorvvamaaya
rarefy *(v.)* നേർമ്മയാക്കുക nermmayaakkuka
rarely *(adv.)* ദുർലഭമായി durlabhamasya
rareness *(n.)* അപൂർവത apoorvvatha
rarity *(n.)* വിരളത viralatha
rascal *(n.)* നികൃഷ്ടൻ nikrushtan
rash *(n.)* ചൂടുപൊങ്ങൽ chuutupongal
rash *(adj.)* ലക്കില്ലാത്ത lakkillaaththa
rasp *(n.)* രാകൽ raakal
rasp *(v.)* രാകുക raakuka
raspberry *(n.)* ചുവന്ന യൂറോപ്യൻ പഴം chuvanna European pazham
raspberry *(adj.)* ചൂളംകുത്തൽ chuulam kuththal
raspy *(adj.)* കർണ്ണകഠോരതയോടെ karnnakatorathayote

rasta *(n.)* റസ്തഫാരിയൻ മതസംബന്ധം rafthaarian mathadambandham
rasure *(n.)* ചുരണ്ടിമാറ്റിയ churandimaattiya
rat *(n.)* എലി eli
rat *(v.)* എലികളെ പിടിക്കുക elikale pitikkuka
rate *(n.)* നിരക്ക് nirakk
rate *(v.)* നിരക്കു നിശ്ചയിക്കുക nirakku nischayikkuka
rather *(adv.)* അതിനേക്കാൾ athinekkal
ratify *(v.)* സ്ഥിരീകരിക്കുക sthirikarikkuka
ratio *(n.)* അംശബന്ധം amshabandham
ration *(n.)* ആഹാരവീതം aahaaraviitham
rational *(adj.)* യുക്തിപൂർവ്വകമായ yukthipuurvvakamaaya
rationale *(n.)* ഉപപത്തി upapaththi
rationality *(n.)* യുക്തിവിചാരശക്തി yukthivichaara shakthi
rationalize *(v.)* യുക്തിപ്രയോഗിക്കുക yukthiprayogikkuka
rattle *(n.)* കിടുകിടെശബ്ദം kitukite shabdam
rattle *(v.)* കിടുകിടെ ശബ്ദിക്കുക kitukite shabdikkuka
raucous *(adj.)* ഒച്ചയടച്ച ochayatacha
ravage *(v.)* തരിപ്പണമാക്കുക tharippanamaakkuka
ravage *(n.)* ശല്യം shalyam
rave *(v.)* പുലമ്പുക pulambuka
raven *(n.)* മലങ്കാക്ക malamkaakka
ravine *(n.)* ഇടുക്കുവഴി itukkuvazhi
raw *(adj.)* സംസ്കരിക്കാത്ത samskarikkaaththa
ray *(n.)* രശ്മിയുണ്ടാക്കുക rashmiyundaakkuka
raze *(v.)* നിലംപരിശാക്കുക nilamparishaakkuka
razor *(n.)* ക്ഷൗരക്കത്തി kshourakkaththi
reabsorb *(v.)* പുനരാഗിരണം ചെയ്യുക punaragiranam cheyyuka
reabsorption *(n.)* പുനരവശോഷണം punaravashoshanam
reaccept *(v.)* പുനരംഗീകരിക്കുക punarangiikarikkuka
reach *(n.)* എത്തിച്ചേരൽ eththicheral
reach *(v.)* എത്തിച്ചേരുക eththicheruka
reachable *(adj.)* എത്താവുന്ന eththaavunna
react *(v.)* പ്രതികരിക്കുക prathikarikkuka
reaction *(n.)* പ്രതിപ്രവർത്തനം prathipravarththanam
reactionary *(adj.)* പ്രതിലോമമായ prathilomamaaya
reactionist *(n.)* പ്രതികരണസംബന്ധം prathikaranasambandham
reactivate *(v.)* ക്ഷമത പുനഃസ്ഥാപിക്കുക kshamatha punasthaapikkuka
reactivation *(n.)* പുനപ്രവർത്തനം punapravarththanam
reactive *(adj.)* പ്രത്യാഘാതമുള്ള prathyaaghaathamulla
reactor *(n.)* രാസപ്രവർത്തനോപകരണം raasapravarththanopakaranam
read *(v.)* വായിക്കുക vaayikkuka
reader *(n.)* വായനക്കാർ vaayanakkaar
readily *(adv.)* മടികാണിക്കാതെ matikaanikkaathe
readiness *(n.)* സജ്ജത sajjatha

readjust *(v.)* വേറെ രീതിയിലാക്കുക vere riithiyilaakkuka
ready *(adj.)* ഒരുക്കമായ orukkamaaya
ready-made *(adj.)* ഉണ്ടാക്കിവച്ചിരിക്കുന്ന undakkivachchirikkunna
reak *(n.)* ഗന്ധംവ്യാപിക്കുക ganddham vyaapikkuka
real *(adj.)* യഥാർത്ഥമായ yathaarddhamaaya
realism *(n.)* യഥാതഥ്യം yathathyam
realist *(n.)* യഥാതഥവാദി yathathavaadi
realistic *(adj.)* യാഥാർത്ഥ്യമുള്ള yaathaarthyamulla
reality *(n.)* യാഥാർത്ഥ്യം yaathaarthyam
realization *(n.)* തിരിച്ചറിയൽ thirichariyal
realize *(v.)* ബോധ്യമാവുക bodhyamaavuka
reallocate *(v.)* പുനർവിനിയോഗിക്കുക punarviniyogikkuka
reallocation *(n.)* പുനർവിന്യാസം punarvinyaasam
really *(int.)* തികച്ചും thikachum
really *(adv.)* നേരായി neraayi
realm *(n.)* രാജ്യം raajyam
realtor *(n.)* സ്ഥലക്കച്ചവടക്കാരൻ sthalakkachavatakkaaran
realty *(n.)* യാഥാർത്ഥ്യം yaathaarthyam
ream *(n.)* കടലാസ്സുകെട്ട് katalaassukett
ream *(v.)* തുള വലുതാക്കുക thula valuthaakkuka
reamer *(n.)* തുളയ്ക്കാനുള്ളഉപകരണം thulaykkaanulla upakaranam
reamplify *(v.)* പുനർവികസിപ്പിക്കുക punarvikasippikkuka
reamputation *(n.)* പുന:ശസ്ത്രക്രിയ punashasthrakriya
reanimate *(adj.)* ജീവിതത്തിലേക്ക് തിരിച്ചുവരുന്ന jiivithaththilekk thirichuvarunna
reanimate *(v.)* ബോധാവസ്തയിലേക്ക് വരിക bodhaavasthayilekk varika
reanimation *(n.)* പുന:ചൈതന്യം punachaithanyam
reannex *(v.)* പുനരധീനപ്പെടുത്തൽ praadhiinappetuththal
reannexation *(n.)* പുന:സംയോജനം punasamyojanam
reap *(v.)* വിളവെടുക്കുക vilavetukkuka
reap *(n.)* വിളവെടുപ്പ് vilavetupp
reaper *(n.)* വിളവെടുക്കുന്നയാൾ vilavetukkunnauaal
reappear *(v.)* പുനർഭവിക്കുക punarbhavikkuka
reappearance *(n.)* പ്രത്യക്ഷപ്പെടൽ prathyakshappetal
reapplication *(n.)* പുനരപേക്ഷ punarapeksha
reapply *(v.)* വീണ്ടും പ്രാബല്യത്തിലാക്കുക viindum prabalyaththilaakkuka
reappoint *(v.)* പുനർനിയമിക്കുക punarniyamikkuka
reappraisal *(n.)* പുനർമൂല്യനിർണ്ണയം punarmuulyanirnnayam
reappraise *(v.)* വീണ്ടും വിലയിരുത്തുക punarsamiipikkuka
reapproach *(v.)* പുനർസമീപിക്കുക punarsamiipikkuka

reappropriate *(v.)*
പൊരുത്തപ്പെടുത്തുക
poruththappetuththuka

reapproval *(n.)* പുനരംഗീകാരം
punarangiikaaram

rear *(adv.)* പിന്നിലുള്ള pinnilulla

rear *(v.)* പരിപോഷിപ്പിക്കുക
pariposhippikkuka

rear *(adj.)* പിന്നിലെ pinnile

rear *(n.)* പിൻഭാഗം pinbhaagam

rearrange *(v.)* ക്രമപ്പെടുത്തുക
kramappetuththuka

rearticulate *(v.)*
പുന:സംയോജിക്കുക
punasamyojikkuka

rearview *(adj.)* പിൻ കാഴ്ച
pinkaazhcha

reason *(v.)* ന്യായം പറയുക
nyaayam parayuka

reason *(n.)* കാരണം kaaranam

reasonable *(adj.)* യുക്തിസഹമായ
yukthisahamaaya

reassign *(v.)* പുനർനിർദ്ദേശിക്കുക
punarnirddeshikkuka

reassume *(v.)* വീണ്ടും
കൈക്കൊള്ളുക viindum
kaikkolluka

reassure *(v.)* വീണ്ടും ഉറപ്പു
നൽകുക viindum urappunalkuka

reattach *(v.)* പുനർബന്ധിക്കുക
punarbandhikkuka

rebate *(n.)* ഇളവുചെയ്യൽ
ilavucheyyal

rebel *(v.)* എതിർത്തുനിൽക്കുക
ethirththunilkkuka

rebel *(n.)* നിഷേധി nishedhi

rebellion *(n.)* അതിക്രമം athikraman

rebellious *(adj.)* കലഹപ്രിയമായ
kalahapriyamaaya

rebirth *(n.)* പുനർജന്മം punarjanmam

rebound *(n.)* തെറിപ്പ് theripp

rebound *(v.)* മേലോട്ടുതെറിക്കുക
melottutherikkuka

rebuff *(v.)* തടുക്കുക thutukkuka

rebuff *(n.)* തിരസ്കരണം
thiraskaranam

rebuild *(v.)* പൊളിച്ചു പണിയുക
polichupaniyuka

rebuke *(n.)* ഗുണദോഷം gunadosham

rebuke *(v.)* ഭർത്സിക്കുക bharsikkuka

recall *(n.)* മടക്കിവിളിക്കൽ
matakkivilikkal

recall *(v.)* തിരിച്ചുവിളിക്കുക
thirichu vilikkuka

recede *(v.)* അകന്നുപോകുക
akannupokuka

receipt *(n.)* രസീത് rasiith

receive *(v.)* ഏറ്റുവാങ്ങിക്കുക
ettuvaangikkuka

receiver *(n.)* സ്വീകരിക്കുന്നവൻ
swiikarikkunnavan

recent *(adj.)* സമീപകാല samiipakaala

recently *(adv.)* അടുത്തകാലത്ത്
atuththakaalath

reception *(n.)* എതിരേൽപ് ethirelp

receptive *(adj.)* കൈക്കൊള്ളുന്ന
kaikkollunna

recess *(n.)* സ്വകാര്യസ്ഥലം
swakaaryasthalam

recession *(n.)* സാമ്പത്തികത്തകർച്ച
sampaththikaththakarcha

recipe *(n.)* പാചകവിധി
paachakavidhi

recipient *(n.)* സ്വീകർത്താവ്
swiikarththaav

reciprocal *(adj.)*
പരസ്പരപൂരകമായ paraspara
puurakamaaya

reciprocate *(v.)* തിരിച്ചടിക്കുക
thirichatikkuka

recital *(n.)* ചൊല്ലൽ chollal

recitation *(n.)* പദ്യപാരായണം
padyapaarayanam

recite *(v.)* പാരായണം ചെയ്യുക
paarayanam cheyyuka

reckless *(adj.)* പ്രമത്തനായ
pramaththanaaya

reckon *(v.)* മതിക്കുക mathikkuka

reclaim *(v.)* മടക്കിച്ചോദിക്കുക
matakkichodikkuka

reclamation *(n.)* വീണ്ടെടുക്കൽ
viindetukkal

recluse *(n.)* ഏകാകിയായ ekaakiyaya

recognition *(n.)* സ്വീകാരം sweekaaram

recognize *(v.)* തിരിച്ചറിയുക
thirichariyuka

recoil *(v.)* ഞെട്ടിമാറുക njettimaaruka

recoil *(n.)* പിൻതിരിയൽ pinthiriyal

recollect *(v.)* ഓർത്തുനോക്കുക
orththunokkuka

recollection *(n.)* സ്മരണ smarana

recommend *(v.)* ശുപാർശ ചെയ്യുക
shupaarsha cheyyuka

recommendation *(n.)* ശുപാർശ
shupaarsha

recompense *(n.)* പ്രതിദാനം
prathidaanam

recompense *(v.)* പ്രതിദാനം
ചെയ്യുക prathidaanam cheyyuka

reconcile *(v.)* ചേർച്ചയാക്കുക
cherchchayaakkuka

reconciliation *(n.)* രഞ്ജിപ്പിലാവൽ
ranjippilaaval

recondensation *(n.)*
പുന:സാന്ദ്രീകരണം
punasandriikaranam

recondense *(v.)*
പുന:സാന്ദ്രീകരിക്കുക
punasandriikarikkuka

recondition *(v.)*
കേടുപോക്കിയെടുക്കുക
ketupokkiyetukkuka

reconductor *(n.)*
വിദ്യുച്ഛക്തിവാഹകം
vidychhakthivaahakam

reconfigurate *(v.)*
പുനഃക്രമീകരിക്കുക
punakramiikarikkuka

reconfiguration *(n.)*
പുനഃക്രമീകരണം
punakramiikaranam

reconquer *(v.)*
തിരിച്ചുപിടിച്ചെടുക്കുക
thirichupirichchetukkuka

reconsider *(v.)* പുനരാലോചിക്കുക
punaraalochikkuka

reconsolidate *(v.)* കൂട്ടിച്ചേർക്കുക
kuutticherkkuka

record *(n.)* കുറിപ്പുപുസ്തകം
kurippupusthakam

record *(v.)* കുറിച്ചുവയ്ക്കുക
kurippuvaykkuka

recorder *(n.)*
രേഖപ്പെടുത്തുന്നയാൾ
rekhappetuththunnayaal

recount *(v.)* വീണ്ടും എണ്ണുക
viindum ennuka

recoup *(v.)*
ഉപയോഗയോഗ്യമാക്കുക
upayogayogyamaakkuka

recourse *(n.)* അഭയം abhayam

recover *(v.)* സുഖപ്പെടുക
sukhappetuka

recovery *(n.)* രോഗമുക്തി rogamukthi

recreation *(n.)* കളി kali

recreational *(adj.)* നേരംപോക്കായ
nerampokkaya

recreative *(adj.)* വിഹാരമായ
vihaaramaaya

recriminate *(v.)* പ്രത്യാരോപണം
നടത്തുക prathyaaropanam
nataththuka

recrimination *(n.)* പ്രത്യാരോപണം
prathyaaropanam

recrudency *(n.)* പുനഃപ്രകോപനം
punaprakopanam

recruit *(v.)* ആൾ ചേർക്കുക aalcherkkuka
recruit *(n.)* നവസൈനികൻ navasainikan
rectangle *(n.)* ദീർഘചതുരം diirghachathuram
rectangular *(adj.)* ദീർഘചതുരാകൃതിയായ diirghachathurakruthiyaaya
rectification *(n.)* ശരിപ്പെടുത്തൽ sharippetuththal
rectify *(v.)* പരിഹരിക്കുക pariharikkuka
rectum *(n.)* ഗുദം gudam
recuperate *(v.)* രോഗം ഭേദമാക്കുക rogam bhedamaakkuka
recur *(v.)* ആവർത്തിക്കുക aavarththikkuka
recurrence *(n.)* പുനരാവൃത്തി punaraavruththi
recurrent *(adj.)* പുനരാവൃത്തിയായ punaraavruththiyaaya
recycle *(v.)* പുനരുത്പാദനം നടത്തുക punaruthpaadanam nataththuka
red *(n.)* ചുവപ്പുനിറം chuvappuniram
red *(adj.)* അരുണാഭമായ arunaabhamaaya
redden *(v.)* രക്തവർണ്ണമാക്കുക rakthavarnnamaakkuka
reddish *(adj.)* ചുവപ്പുനിറമായ chuvappuniramaaya
redeem *(v.)* പരിഹാരമുണ്ടാക്കുക parihaaramundaakkuka
redemption *(n.)* വീണ്ടെടുപ്പ് viindetupp
redouble *(v.)* വീണ്ടുമിരട്ടിപ്പിക്കുക viindumirattippikuka
redress *(n.)* നിവാരണമാർഗ്ഗം nivaaranamaarggam
redress *(v.)* പരിഹരിക്കുക pariharikkuka
reduce *(v.)* കുറവുവരുത്തുക kuravuvaruththuka
reduction *(n.)* കുറയ്ക്കൽ kuraykkal
redundance *(n.)* അതിസമൃദ്ധം athisamruddham
redundant *(adj.)* കണക്കിലേറിയ kanakkiletiya
reel *(n.)* ഫിലിം റീൽ filim reel
reel *(v.)* വേച്ചുനടക്കുക vechunatakuka
refer *(v.)* വിഷയീകരിക്കുക vishayiikarikkuka
referee *(n.)* മദ്ധ്യസ്ഥൻ madyasthan
reference *(n.)* ഉദാഹരണവാക്യം udaaharanavaakyam
referendum *(n.)* അഭിപ്രായവോട്ടെടുപ്പ് aphipraayavottetupp
refine *(v.)* വിമലീഭവിക്കുക vimaliibhavikkuka
refinement *(n.)* ശുദ്ധീകരണം shuddikaranam
refinery *(n.)* ശുദ്ധീകരണശാല shudhiikaranashaala
reflect *(v.)* പ്രതിഫലിക്കുക prathiphalikkuka
reflection *(n.)* പ്രതിഫലനം prathiphalanam
reflective *(adj.)* പ്രതിബിംബാത്മകമായ prathibimbaathmakamaaya
reflector *(n.)* പ്രതിദ്ധ്വനിയന്ത്രം prathidwaniyanthram
reflex *(adj.)* പ്രതിഫലിക്കുന്ന prathiphalikkunna
reflex *(n.)* ക്ഷിപ്രപ്രതികരണശേഷി kshipraprathikaranasheshi
reflexive *(adj.)* അന്തർധ്യായിയായ anthardhyaayiya
reform *(n.)* നവീകരണം naviikaranam

reform *(v.)* രൂപാന്തരപ്പെടുക ruupaantharappetuka
reformation *(n.)* നവോത്ഥാനപ്രസ്ഥാനം navoddhaanaprasthaanam
reformatory *(n.)* നവോത്ഥാനപരം navoddhaanaparam
reformatory *(adj.)* നവോത്ഥാനാത്മകം navoddhaanaathmakam
reformer *(n.)* പരിഷ്കർത്താവ് parishkarththaav
refrain *(n.)* ത്യജിക്കൽ thyajikkal
refrain *(v.)* ത്യജിക്കുക thyajikkuka
refresh *(v.)* ക്ഷീണം തീർക്കുക kshiinam thiirkkuka
refreshment *(n.)* അല്പഭക്ഷണം alpabhakshanam
refrigerate *(v.)* ശീതളീകരിക്കുക shithaliikarikkuka
refrigeration *(n.)* ശീതളീകരണം shiithaliikaranam
refrigerator *(n.)* ശീതളീകരണി shiithaliikarani
refuel *(v.)* ഇന്ധനം നിറയ്ക്കുക indhanam niraykkuka
refuge *(n.)* ആശ്രയസ്ഥാനം aashrayasthaanam
refugee *(n.)* അഭയാർത്ഥി abhayaarththi
refulgence *(n.)* അതിദീപ്തി athidiipthi
refulgent *(adj.)* ഉജ്ജ്വലമായ ujjawalamaaya
refund *(n.)* തിരിച്ചടയ്ക്കൽ thirichataykkal
refund *(v.)* തിരിച്ചടയ്ക്കുക thrichataykkuka
refurbish *(v.)* പുതുക്കുക puthukkuka
refusal *(n.)* ബാദ്ധ്യതാ നിരാകരണം baadyathaaniraakaranam
refuse *(n.)* നിരസനം nirasanam
refuse *(v.)* നിഷേധിക്കുക nishedhikkuka
refutation *(n.)* നിരാകരിക്കൽ niraakarikkal
refute *(v.)* തെറ്റാണെന്നു തെളിയിക്കുക thettanenn theliyikkuka
regal *(adj.)* രാജോചിതം raajochitham
regard *(n.)* സംബന്ധം sambandham
regard *(v.)* കരുതുക karuthuka
regenerate *(v.)* പുനർജ്ജനിപ്പിക്കുക punarjjanippikkuka
regeneration *(n.)* പുനരുല്പത്തി punarulppaththi
regicide *(n.)* രാജഘാതകൻ raajaghaathakan
regime *(n.)* ഭരണക്രമം bharanakrumam
regiment *(n.)* സൈന്യവ്യൂഹം sainyavyuuham
regiment *(v.)* സൈന്യവ്യൂഹമാകുക sainyavyuuhamaakuka
region *(n.)* മേഖല mekhala
regional *(adj.)* പ്രാദേശികമായ praadeshikamaaya
register *(n.)* ഗണനാപത്രം gananaapathram
register *(v.)* പട്ടികയിൽ ചേർക്കുക pattikayil cherkkuka
registrar *(n.)* പട്ടോലക്കാരൻ pattolakkaran
registration *(n.)* പേരുപതിക്കൽ perupathikkal
registry *(n.)* പതിവുകാര്യങ്ങൾ pathivukaaryangal
regret *(n.)* ആകുലം aakulam
regret *(v.)* ഖേദിക്കുക khedikkuka
regular *(adj.)* ക്രമീകൃതമായ krumiikruthamaaya
regularity *(n.)* അനുക്രമം anukrumam

regulate *(v.)* വ്യവസ്ഥപ്പെടുത്തുക vyavasthappetuththuka
regulation *(n.)* വ്യവസ്ഥാപനം vyavasthaapanam
regulator *(n.)* വ്യവസ്ഥാപകൻ vyvasthaapakan
rehabilitate *(v.)* പുനരധിവസിപ്പിക്കുക punaradhivasippikkuka
rehabilitation *(n.)* പുനരധിവാസം punaradhivaasam
rehearsal *(n.)* അഭിനയ പരിശീലനം abhinayaparishiilanam
rehearse *(v.)* അഭ്യസിക്കുക abhyasikkuka
reign *(v.)* ഭരണം നടത്തുക bharanam nataththuka
reign *(n.)* വാഴ്ച vaazhcha
reimburse *(v.)* മടക്കിക്കൊടുക്കുക matakkikotukkuka
reimbursement *(n.)* പണം മടക്കികൊടുക്കൽ panam matakkikotukkal
rein *(v.)* അടക്കി ഭരിക്കുക atakkibharikkuka
rein *(n.)* മൂക്കുകയറ് muukkukayari
reinforce *(v.)* പിന്തുണയ്ക്കുക pinthuna
reinforcement *(n.)* ദൃഢീകരിക്കൽ drudiikarikkal
reinstate *(v.)* പുനഃപ്രതിഷ്ഠിക്കുക punaprathishtikkuka
reinstatement *(n.)* പുനഃപ്രതിഷ്ഠ punaprathishta
reiterate *(v.)* ഊട്ടി ഉറപ്പിക്കുക uuttiurappikuka
reiteration *(n.)* ആവർത്തനം aavarththanam
reject *(v.)* നിരസിക്കുക nirasikkuka
rejection *(n.)* തിരസ്കരണം thiraskaranam
rejoice *(v.)* ആഹ്ലാദിക്കുക ahladikkuka
rejoin *(v.)* പുനഃസംയോജിപ്പിക്കുക punasamyojikkuka
rejoinder *(n.)* പ്രത്യുക്തി prathykthi
rejuvenate *(v.)* നവചൈതന്യമാർജ്ജിക്കുക navachaithanyamaarjjikkuka
rejuvenation *(n.)* നവവീര്യപ്രാപ്തി navaviiryapraapthi
relapse *(n.)* രോഗപ്രത്യാഗമനം rogaprathyaagamanam
relapse *(v.)* പൂർവസ്ഥിതിയിലാകുക puurvvasthirhiyilaakuka
relate *(v.)* ബന്ധപ്പെട്ടിരിക്കുക bandhappettirikkuka
relation *(n.)* ബന്ധം bandham
relative *(n.)* ബന്ധു bandhu
relative *(adj.)* പരസ്പരമാശ്രയിച്ച parasparamaashrayicha
relax *(v.)* അയവാക്കുക ayavaakkuka
relaxation *(n.)* വിശ്രാന്തി vishraanthi
relay *(v.)* മാറിമാറി പ്രവർത്തിക്കുക maarimaari pravarththikkuka
relay *(n.)* മാറ്റാൾ maattaal
release *(n.)* പ്രകാശനം ചെയ്യൽ prakaashanam cheyyal
release *(v.)* സ്വതന്ത്രമാക്കുക swathanthramaakkuka
relent *(v.)* മനസ്സലിയുക manassaliyuka
relentless *(adj.)* കൃപയില്ലാത്ത krupayillaaththa
relevance *(n.)* സാംഗത്യം saangathyam
relevant *(adj.)* പ്രസക്തമായ prasakthamaaya
reliable *(adj.)* വിശ്വസനീയമായ viswasaniiyamaaya

reliance *(n.)* ആശ്രയത്വം
aashrayathwam

relic *(n.)* മൃതശരീരം mruthashariiram

relief *(n.)* ഉപശാന്തി upashaanthi

relieve *(v.)* ലഘൂകരിക്കുക
laghuukarikkuka

religion *(n.)* മതം matham

religious *(adj.)* മതബോധമുള്ള
mathabodhamulla

relinquish *(v.)* വെടിയുക vetiyuka

relish *(n.)* രുചി ruchi

relish *(v.)* ഹൃദ്യമായിരിക്കുക
hrudyamaayorikkuka

reluctance *(n.)* വൈമനസ്യം
vaimanasyam

reluctant *(adj.)* ഇഷ്ടക്കേടുള്ള
ishtakketulla

rely *(v.)* വിശ്വാസമർപ്പിക്കുക
viswaasamarppikkuka

remain *(v.)* മിച്ചമാവുക
michamaavuka

remainder *(n.)* ശിഷ്ടം shishtam

remains *(n.)* പരിശിഷ്ടം parshishtam

remand *(n.)* വിചാരണത്തടവ്
vichaaranathatav

remand *(v.)* കസ്റ്റഡിയിൽ
വയ്ക്കുക custodiyil vaykkuka

remark *(v.)* കുറിക്കുക kurikkuka

remark *(n.)* പ്രസ്താവം prasthaavam

remarkable *(adj.)*
അനന്യസാധാരണമായ
ananyasadhaaranamaaya

remedial *(adj.)* പ്രതിവിധിയായ
prathividhiyaaya

remedy *(v.)* നിവാരണം ചെയ്യുക
nivaaranam cheyyuka

remedy *(n.)* പ്രത്യുപായം
prathypaayam

remember *(v.)*
ഓർമ്മിച്ചുവയ്ക്കുക
ormmichchuvaykkuka

remembrance *(n.)* അനുസ്മരണം
anusmaranam

remind *(v.)* അനുസ്മരിക്കുക
anusmarikkuka

reminder *(n.)* ഓർമ്മവരുത്തുന്ന
ormmavaruththunna

reminiscence *(n.)* സ്മരണവിഷയം
smaranavishayam

reminiscent *(adj.)* ഓർമ്മിക്കുന്ന
ormmikkunna

remission *(n.)* പണമടവ് panamatav

remit *(n.)* കൊടുക്കൽ kotukkal

remit *(v.)* പണമടയ്ക്കുക
panamataykkuka

remittance *(n.)* അടച്ചപണം
atachapanam

remorse *(n.)* മനോവേദന manovedana

remote *(adj.)* വിദൂരമായ
vidooramaaya

remould *(v.)* ഉടച്ചുവാർക്കുക
utachuvaarkkuka

removable *(adj.)* നീക്കാവുന്ന
niikkaavunna

removal *(n.)* മാറ്റൽ maattal

remove *(v.)* മാറ്റിവയ്ക്കുക
maattivaykkuka

remunerate *(v.)* പ്രതിഫലം
കൊടുക്കുക prathiphalam kotukkuka

remuneration *(n.)* പ്രതിഫലം
prathiphalam

remunerative *(adj.)*
പ്രതിഫലദായകമായ
prathiphaladaayakamaaya

renaissance *(n.)* നവോത്ഥാനം
navoddhanam

render *(v.)* പകരംകൊടുക്കുക
pakaramkotukkuka

rendezvous *(n.)* സമാഗമസ്ഥാനം
sangamasthaanam

renew *(v.)* പുനരാരംഭിക്കുക
punaraarambhikkuka

renewal *(n.)* നവീകരണം
naviikaranam

renounce *(v.)* വെടിയുക vetiyuka

renovate *(v.)* പുതുക്കിപ്പണിയുക
puthukkippaniyuka

renovation *(n.)* നവീകരിക്കൽ
naviikarikkal

renown *(n.)* വിഖ്യാതി vikhyaathi

renowned *(adj.)* പ്രഖ്യാതമായ
prakhyaathamaaya

rent *(v.)* പാട്ടത്തിനു കൊടുക്കുക
paattaththinukotukkuka

rent *(n.)* പാട്ടം paattam

renunciation *(n.)* പരിത്യാഗം
parithyaagam

repair *(n.)* അഴിച്ചുപണി azhichupani

repair *(v.)* അഴിച്ചുപണിനടത്തുക
azhichupani nataththunna

repairable *(adj.)* നന്നാക്കാവുന്ന
nannaakkaavunna

repartee *(n.)* സരസഭാഷണം
sarasabhaashanam

repatriate *(n.)*
തിരിച്ചുകൊണ്ടുവരൽ
thirichukontuvaral

repatriate *(v.)*
തിരിച്ചുകൊണ്ടുവരിക
thirichukontuvarika

repatriation *(n.)* പ്രത്യാനയിക്കൽ
prathyaanayikkal

repay *(v.)* പകരം ചെയ്യുക pakaram
cheyyuka

repayment *(n.)* കടംവീട്ടൽ katamviittal

repeal *(n.)* പിൻവലിക്കൽ
pinvalikkal

repeal *(v.)* പിൻവലിക്കുക
pinvalikkuka

repeat *(v.)* വീണ്ടുംചെയ്യുക viindum
cheyyuka

repel *(v.)* വികർഷിക്കുക
vikarshikkuka

repellent *(n.)* കീടാണു രാസദ്രവ്യം
kiitaanu raasadravyam

repellent *(adj.)*
തള്ളിപുറത്താക്കുന്ന
thallipuraththaakkunna

repent *(v.)* അനുതപിക്കുക
anuthapikkuka

repentance *(n.)* അനുതാപം
anuthaapam

repentant *(adj.)* അനുതപിക്കുന്ന
anuthapikkunna

repercussion *(n.)* അനന്തരഫലം
anantharaphalam

repertoire *(n.)* നൃത്തനാടക
പരിപാടികൾ nruththanaataka
paripaatikal

repetition *(n.)* പൗനരുക്ത്യം
pounarukthyam

replace *(v.)* പകരംനിൽക്കുക
pakaram nilkkuka

replacement *(n.)* പകരംവയ്ക്കൽ
pakaramvaykkal

replay *(v.)*
പുനർദൃശ്യവത്കരിക്കുക
punardrusyavalkariikkuka

replenish *(v.)* കുറവു നികത്തുക
kuravunikaththuka

replete *(adj.)* തിങ്ങിവിങ്ങിയ
thingivingiya

replica *(n.)* ശരിപ്പകർപ്പ്
sharippakarpp

reply *(n.)* പ്രതിവാക്ക് prathivaakk

reply *(v.)* മറുപടിപറയുക
marupatiparayuka

report *(n.)* വൃത്താന്തരേഖ
vruththantharekha

report *(v.)* വിവരമറിയിക്കുക
vivaramariyikkuka

reporter *(n.)* ലേഖകൻ lekhakan

repose *(v.)* ആലംബിക്കുക
aalambikkuka

repose *(n.)* വിശ്രമം vishramam

repository *(n.)* കലവറ kalavara
represent *(v.)* പ്രതിനിധീഭവിക്കുക
pranidhiibhavikkuka
representation *(n.)*
നിയുക്താധികാരം
niyukthaadhikaaram
representative *(adj.)* പ്രാതിനിധ്യം
വഹിക്കുന്ന praadhinithyam
vahikkunna
representative *(n.)* പ്രതിനിധി
prathinidhi
repress *(v.)* കീഴ്പ്പെടുത്തുക
kiizppetuthuka
repression *(n.)* മർദ്ദനം marddanam
reprimand *(v.)* താക്കീതു നൽകുക
thaakkithunalkuka
reprimand *(n.)* ശാസന shaasana
reprint *(v.)* പുനർമുദ്രണം ചെയ്യുക
punarmudranam cheyyuka
reprint *(n.)* പുനർമുദ്രണം
punarmudranam
reproach *(n.)* നിന്ദാപാത്രം
nindaapaathram
reproach *(v.)* നിന്ദാപാത്രമാകുക
nindaapaathramaakkuka
reproduce *(v.)* പ്രത്യുത്പാദനം
നടത്തുക prathyutpaadanam
nataththuka
reproduction *(n.)* പ്രത്യുത്പാദനം
prathyutpaadanam
reproductive *(adj.)*
പ്രത്യുത്പാദനപരമായ
prathyutpaadanaparamaaya
reproof *(n.)* ദൂഷണം duushanam
reptile *(n.)* ഇഴജന്തു izhajanthu
republic *(n.)* ജനാധിപത്യവാഴ്ച
janaadhipathyavaazhcha
republican *(n.)*
പ്രജാധിപത്യപരമായ
praajaadhipathyaparamaaya
republican *(adj.)* പ്രജാധിപത്യവാദി
praajaadhipathyavaadi

repudiate *(v.)* തള്ളിക്കളയുക
thallikkalayuka
repudiation *(n.)* നിരാകരണം
niraakaranam
repugnance *(n.)* വിസമ്മതം
visammatham
repugnant *(adj.)*
വൈമുഖ്യമുളവാക്കുന്ന
vaimukhyamulavaakkunna
repulse *(n.)* നിരസനം nirasanam
repulse *(v.)* തിരിച്ചോടിക്കുക
thirichotikkuka
repulsion *(n.)* തുരത്തൽ thuraththal
repulsive *(adj.)* സഹ്യമല്ലാത്ത
sahyamallaaththa
reputation *(n.)* മതിപ്പ് mathipp
repute *(n.)* സൽപ്പേര് salpperu
repute *(v.)* മതിക്കുക mathikkuka
request *(n.)* യാചന yaachana
request *(v.)* യാചിക്കുക yaachikkuka
requiem *(n.)* ചരമഗീതം
charamagiitham
require *(v.)* ആവശ്യമായിരിക്കുക
aavasyamaayirikkuka
requirement *(n.)* ആവശ്യം aavasyam
requisite *(n.)* ആവശ്യകം aavasyakam
requisite *(adj.)* അപരിത്യാജ്യമായ
aparithyaajyamaaya
requisition *(n.)* ആജ്ഞാപത്രം
aanjaapathram
requisition *(v.)* ആവശ്യപ്പെടുക
avasyappetuka
requite *(v.)* ഫലം നൽകുക phalam
nalkuka
reschedule *(v.)* മാറ്റിനിശ്ചയിക്കുക
maattinischayikkuka
rescue *(n.)* പരിത്രാണനം
parithraananam
rescue *(v.)* രക്ഷപ്പെടുത്തുക
rakshappetuththuka
research *(n.)* ഗവേഷണം gaveshanam

research *(v.)* ഗവേഷണം നടത്തുക
gaveshanam natathththuka
resemblance *(n.)* ഛായ chchaaya
resemble *(v.)* സദൃശമാകുക
sadrusyamaakuka
resent *(v.)* വിദ്വേഷമുണ്ടാക്കുക
viddweshamundaakkuka
resentment *(n.)* അമർഷം amarsham
reservation *(n.)* സംവരണം
samvaranam
reserve *(v.)* സംവരണം ചെയ്യുക
samvaranam cheyyuka
reservoir *(n.)* ജലസംഭരണി
jalasambharani
reside *(v.)* പാർക്കുക paarkkuka
residence *(n.)* വാസസ്ഥാനം
vaasasthaanam
resident *(n.)* നിവാസി nivaasi
resident *(adj.)* സ്ഥിരവാസിയായ
sthiravaasiyaya
residual *(adj.)* അവശേഷിക്കുന്ന
avaseshikkunna
residue *(n.)* ശിഷ്ടം shishtam
resign *(v.)* രാജിവയ്ക്കുക
raajivaykkuka
resignation *(n.)* രാജി raaji
resist *(v.)* എതിർക്കുക ethirkkuka
resistance *(n.)* പ്രതിരോധക്ഷമത
prathirodhakshamatha
resistant *(adj.)* നിരോധകമായ
nirodhakamaaya
resolute *(adj.)* അടിയുറച്ച
atiyurachcha
resolution *(n.)* ശപഥം shapatham
resolve *(v.)* പ്രതിജ്ഞചെയ്യുക
prathinja cheyyuka
resonance *(n.)* അനുരണനം
anurananam
resonant *(adj.)* പ്രതിധ്വനിക്കുന്ന
prathidwanikkunna
resort *(v.)* സങ്കേതമാക്കുക
sankethamaakkunna
resort *(n.)* സുഖവാസ കേന്ദ്രം
sukhavaasa kendram
resound *(v.)* മാറ്റൊലിക്കൊള്ളുക
maattolikolluka
resource *(n.)* പ്രകൃതിവിഭവങ്ങൾ
prakruthivibhavangal
resourceful *(adj.)*
പ്രത്യുൽപന്നമതിയായ
prathyulpannamathiyaaya
respect *(n.)* ബഹുമതി bahumathi
respect *(v.)* മാനിക്കുക maanikkuka
respectful *(adj.)* ആദരണീയ
aadaraniiya
respective *(adj.)* അവരവരുടെ
avaravarute
respiration *(n.)* നിശ്വാസം niswaasam
respire *(v.)* നിശ്വസിക്കുക
niswasikkuka
resplendent *(adj.)* ഭാസുരമായ
bhaasuramaaya
respond *(v.)* മറുപടികൊടുക്കുക
marupatikotukkuka
respondent *(n.)* എതിർകക്ഷി
ethirkashi
response *(n.)* പ്രതികരണം
prathikaranam
responsibility *(n.)* ചുമതലാബോധം
chumathalabodham
responsible *(adj.)* ചുമതലയുള്ള
chumathalayulla
rest *(n.)* വിശ്രമസമയം
vishramasamayam
rest *(v.)* സ്വസ്ഥമായിരിക്കുക
swasthamaayirikkuka
restaurant *(n.)* ഭോജനമന്ദിരം
bhojanamandiram
restive *(adj.)* അക്ഷമമായ
akshamamaaya
restoration *(n.)*
പുനഃപ്രതിഷ്ഠാപനം
punapeathishtaapanam

restore *(v.)* പൂർവ്വസ്ഥിതിയാക്കുക puurvvasthithiyaakkuka
restrain *(v.)* തടസ്സപ്പെടുത്തുക thatassappetuththuka
restrict *(v.)* പരിധികൽപ്പിക്കുക paridhikalppikkuka
restriction *(n.)* വിലക്ക് vilakk
restrictive *(adj.)* നിയന്ത്രിക്കുന്ന niyanthrikkunna
result *(n.)* ഫലം phalam
result *(v.)* ഫലവത്താകുക phalavaththaakuka
resume *(v.)* വീണ്ടും തുടങ്ങുക viindum thutanguka
resume *(n.)* വ്യക്തിവിവരണരേഖ vykthivivaranarekha
resumption *(n.)* പുനരാരംഭം punaraarambham
resurgence *(n.)* ഉജ്ജീവനം ujjiivanam
resurgent *(adj.)* പുനർചൈതന്യമുണ്ടായ punarchaithanyamundaaya
retail *(v.)* ചില്ലറകച്ചവടം ചെയ്യുക chillarakachavatam cheyyuka
retail *(adj.)* ചില്ലറക്കച്ചവടം chillarakachavatam
retail *(adv.)* ചില്ലറവ്യാപാരമായ chillaravyaaparamaaua
retail *(n.)* ലഘുവ്യാപാരം laghuvyaapaaram
retailer *(n.)* ചില്ലറവ്യാപാരി chillara vyaapaari
retain *(v.)* നിലനിർത്തുക nilanirththuka
retaliate *(v.)* പകവീട്ടുക pakaviittuka
retaliation *(n.)* പകരംവീട്ടൽ pakaram viittal
retard *(v.)* വളർച്ചമുരടിക്കുക valarcha muratikkuka
retardation *(n.)* തടസ്സപ്പെടുത്തൽ thatassapetuththal
retention *(n.)* പിടിച്ചുവയ്ക്കൽ pitichuvaykkal
retentive *(adj.)* പിടിച്ചെടുക്കാനാകുന്ന pitichetikkaanaavunna
reticence *(n.)* അല്പഭാഷിത്വം alpabhaashithwam
reticent *(adj.)* അല്പഭാഷിയായ alpabhaashiyaaya
retina *(n.)* നേത്രാന്തരപടലം nethraanthara patalam
retinue *(n.)* അനുചരഗണം anucharaganam
retire *(v.)* വിരമിക്കുക viramikkuka
retirement *(n.)* വിരമിക്കൽ viramikkal
retort *(n.)* പ്രത്യാക്ഷേപം prathyaakshepam
retort *(v.)* പ്രത്യാക്ഷേപിക്കുക prathyakshepikkuka
retouch *(v.)* വെടിപ്പുവരുത്തുക vetippuvariththuka
retrace *(v.)* മടങ്ങിപ്പോകുക matangippokuka
retread *(n.)* ടയറിനുകെട്ടിയ പുതിയ പട്ട tyrenukettiya puthiya patta
retread *(v.)* ടയറിനുപട്ടകെട്ടുക tyrenu pattakettuka
retreat *(v.)* പിന്നോട്ടുപോവുക pinnottupovuka
retrench *(v.)* ചെലവുചുരുക്കുക chelavuchurukkuka
retrenchment *(n.)* മിതവ്യയം mithavyayam
retrieve *(v.)* വീണ്ടെടുക്കുക viintetukkuka
retrospect *(n.)* ഭൂതകാലാവലോകനം bhuuthaakaalaavalokanam

retrospection *(n.)* ആത്മപരിശോധന aathmaparishodhana
retrospective *(adj.)* ഭൂതകാലസംബന്ധിയായ bhuuthakaalasambandhiya
return *(v.)* തിരിച്ചുപോകുക thirichupokuka
return *(n.)* പ്രതിഗമനം prathigamanam
reuse *(v.)* പുനരുപയോഗിക്കുക punarupayogikkuka
revaluation *(n.)* പുനർനിർണ്ണയനം punarnirnnayam
revamp *(v.)* നവീകരിക്കുക naviikarikkuka
reveal *(v.)* വെളിച്ചത്താക്കുക velichaththaakkuka
revel *(v.)* തിമിർത്തുല്ലസിക്കുക thimirththullasikkuka
revel *(n.)* മദനോത്സവം madanolsavam
revelation *(n.)* ദിവ്യവെളിപാട് divyavelipaat
reveller *(n.)* മദ്യപാനി madyapaani
revelry *(n.)* വിളയാട്ടം vilayaattam
revenge *(n.)* പ്രതികാരബുദ്ധി prathikaarabuddhi
revenge *(v.)* പ്രതിഹിംസിക്കുക prathihimsikkuka
revengeful *(adj.)* പകനിറഞ്ഞ pakaniranja
revenue *(n.)* ആദായം aadayam
revere *(v.)* അർച്ചിക്കുക archikkuka
reverence *(n.)* അഭിവന്ദനം abhivandhanam
reverend *(adj.)* വന്ദ്യനായ vandyanaaya
reverent *(adj.)* പൂജ്യാത്മക puujyaalmaka
reverential *(adj.)* ആദരസൂചകമായി aadarasuuchakamaayi
reverie *(n.)* മിഥ്യാഭാവന mithyaabhaavana
reversal *(n.)* വിപര്യാസം viparaasyam
reverse *(v.)* തിരിച്ചാക്കുക thirichaakkuka
reverse *(n.)* നേർവിപരീതം nerviparIitham
reverse *(adj.)* നേർവിപരീതമായ nerviparIithamaaya
reversible *(adj.)* തിരിച്ചാക്കാവുന്ന thirichaakkaavunna
revert *(v.)* മടങ്ങിവരിക matangivarika
review *(n.)* നിരൂപണം niruupanam
review *(v.)* നിരൂപണം ചെയ്യുക niruupanam cheyyuka
revise *(v.)* പുനഃപരിശോധിക്കുക punaparshodhikkua
revision *(n.)* പുനരാലോചന punaraalochana
revisit *(v.)* പുനർസന്ദർശനം നടത്തുക punarsandarshanam nataththuka
revival *(n.)* പുനരുത്ഥാനം punaruddaanam
revive *(v.)* ചൈതന്യമാർജ്ജിക്കുക chaithanyamaarjjikkuka
revocable *(adj.)* അസാധുവാക്കുന്ന asadhuvaakkunna
revocation *(n.)* നിർമ്മാർജ്ജനം nirmmaarjjanam
revoke *(v.)* തള്ളിക്കളയുക thallikkalayuka
revolt *(n.)* ജനക്ഷോഭം janakshobham
revolt *(v.)* ലഹളകൂട്ടുക lahala kuuttuka
revolution *(n.)* സായുധവിപ്ലവം saayudhaviplavam

revolutionary *(n.)* വിപ്ലവകാരി viplavakaari
revolutionary *(adj.)* വിപ്ലവാത്മകമായ viplavaathmakamaaya
revolve *(v.)* പ്രദക്ഷിണംചെയ്യുക pradikshanam cheyyuka
revolver *(n.)* കൈത്തോക്ക് kaithokk
reward *(n.)* പ്രതിഫലം prathiphalam
reward *(v.)* പ്രതിഫലം നൽകുക prathiphalam nalkuka
rewrite *(v.)* മാറ്റിയെഴുതുക maattiyetukkuka
rhetoric *(n.)* വാഗ്പാടവശാസ്ത്രം vaagpaatavashaasthram
rhetorical *(adj.)* വാചാടോപമുള്ള vachotapamulla
rheumatic *(adj.)* വാതവിഷയകമായ vaathavishayakamaaya
rheumatism *(n.)* വാതരോഗം vaatharogame
rhinoceros *(n.)* കാണ്ടാമൃഗം kaandaamrugam
rhyme *(n.)* പദ്യം padyam
rhyme *(v.)* പദ്യമാക്കുക paduamaakkuka
rhymester *(n.)* താണതരംപദ്യകാരൻ thaanatharam padyakaaran
rhythm *(n.)* താളക്രമം thaalakrumam
rhythmic *(adj.)* താളമൊത്ത thaalamoththa
rib *(n.)* ഞരമ്പ് njaramb
ribbon *(n.)* പട്ടുനാട pattunaata
rice *(n.)* അരി ari
rich *(adj.)* സമ്പത്തുള്ള sambaththulla
riches *(n.)* സമ്പദ്സമൃദ്ധി sambathsamruddhi
richness *(adj.)* ധനാഢ്യത dhanaadyatha
rick *(n.)* വൈക്കോൽകൂന vaikkolkkuuna
rickets *(n.)* പിള്ളവാതം pillavaatham
rickety *(adj.)* ശിഥിലബന്ധിയായ shilaabanddhiyaaya
rickshaw *(n.)* റിക്ഷാവണ്ടി rikshaavandi
rid *(v.)* വിടുവിക്കുക vituvikkuka
riddle *(n.)* പ്രഹേളിക prahelika
riddle *(v.)* പ്രഹേളിക്കുക prahelikkuka
ride *(n.)* യാത്ര yaathra
ride *(v.)* സവാരിചെയ്യുക savaaricheyyuka
rider *(n.)* സവാരിക്കാരൻ savaarikkaran
ridge *(n.)* കുന്നു പ്രദേശം kunnupradesham
ridicule *(v.)* അവഹേളിക്കുക avahelikkuka
ridicule *(n.)* പരിഹാസം parihaasam
ridiculous *(adj.)* പരിഹാസജനകം parihaasajanakam
rifle *(n.)* ചുറക്കുഴൽതോക്ക് churakkuzhalthokk
rifle *(v.)* വെടിയുതിർക്കുക vetiyuthirkkuka
rift *(n.)* അകൽച്ച akalchcha
right *(adv.)* ന്യായമായ nyaamaaya
right *(adj.)* വലത്തേക്ക് valathekk
right *(n.)* ശരിക്ക് sharikk
right *(v.)* ശരിവയ്ക്കുക sharivaykkuka
righteous *(adj.)* ധർമ്മാനുസാരിയായ dharmmaanusaariyaaya
rigid *(adj.)* വളയ്ക്കാനാവാത്ത valaykkaanavaaththa
rigorous *(adj.)* കർക്കശതയുള്ള karkkashathayilla
rigour *(n.)* രൂക്ഷത ruukshatha
rim *(n.)* വിളുമ്പ് vilumb

ring *(n.)* മോതിരം mothiram
ring *(v.)* മോതിരമിടുക
mothiramituka
ringlet *(n.)* ചെറുമോതിരം
cherumothiram
ringworm *(n.)* പുഴുക്കടി puzhukkati
rinse *(v.)* കഴുകുക kazhukuka
riot *(n.)* കലഹം kalaham
riot *(v.)* കലഹമുണ്ടാക്കുക
kalahamundaakkuka
rip *(v.)* കീറുക kiiruka
ripe *(adj.)* മൂത്തുപഴുത്ത
muuththupazhuththa
ripen *(v.)* പഴുപ്പിക്കുക
pazhuppikkuka
ripple *(n.)* അലയടി alayati
ripple *(v.)* ഓളം വെട്ടുക olamvettuka
rise *(n.)* ഉദിക്കൽ udikkal
rise *(v.)* ഉദിക്കുക udikkuka
risk *(n.)* അപായസാധ്യത
apaayasaadyatha
risk *(v.)* സാഹസത്തിനു തുനിയുക
saahasaththinuthuniyuka
risky *(adj.)* അപായകരമായ
apaayakaramaaya
rite *(n.)* ആചാരക്രമം
aachaarakrumam
ritual *(n.)* അനുഷ്ഠാനം anushtaanam
ritual *(adj.)* അനുഷ്ഠാനവിധി
anushtaanavidhi
rival *(v.)* എതിരിടുക ethirituka
rival *(n.)* എതിരാളി ethiraali
rivalry *(n.)* മാത്സര്യം maatsaryam
river *(n.)* നദി nadi
rivet *(v.)* ആണിയടിച്ചുറപ്പിക്കുക
aaniyatichurappikkuka
rivet *(n.)* തറയാണി tharayaani
rivulet *(n.)* ചെറുനദി cherunadi
roach *(n.)* ശുദ്ധജലമത്സ്യം
shuddhajalamatsyam
road *(n.)* പാത paatha

road race *(n.)* വാഹന ഓട്ടം
vaahanaoottam
road rage *(n.)* ക്രോധം krodham
roadblock *(n.)* മാർഗ്ഗരോധകം
maarggrodhakam
roadblock *(v.)* വഴിതടയുക
vazhithatayuka
roadhouse *(n.)* സത്രം sathram
roadkill *(n.)* വാഹനമിടിച്ച് ചത്ത
vaahanamirich chaththa
roadrunner *(n.)*
അമേരിക്കൻകുയിൽ american
kuyil
roadshow *(n.)* പര്യടനം paryatanam
roadster *(n.)* തുറന്ന കാർ thurannacar
roam *(v.)* ചുറ്റിത്തിരിയുക
chuttiththiriyuka
roar *(n.)* ഗർജ്ജനം garjjanam
roar *(v.)* ഗർജ്ജിക്കുക garjjikkuka
roast *(v.)* പൊരിച്ചെടുക്കുക
porichetukkuka
roast *(adj.)* പൊരിച്ച poricha
roast *(n.)* പൊരിച്ചത് porichath
rob *(v.)* കവർന്നെടുക്കുക
kavarnnetukkuka
robber *(n.)* കവർച്ചക്കാരൻ
kavarchakkaaran
robbery *(n.)* ചോരണം choranam
robe *(n.)* അലങ്കാരവസ്ത്രം
alankaravasthram
robe *(v.)* അലങ്കാരവസ്ത്രം
ധരിക്കുക alankaravasthram
dharikkuka
robot *(n.)* യന്ത്രമനുഷ്യൻ
yanthramanushyan
robust *(adj.)* ബലവർദ്ധകമായ
balavarddhakamaaya
rock *(v.)* ചഞ്ചലപ്പെടുത്തുക
chanchalappetuththuka
rock *(n.)* ശില shila

rock climber *(n.)*
പാറകയറുന്നയാൾ
paarakayarunnaayaal

rock-bottom *(v.)*
അടിസ്ഥാനശിലയാകുക
atisthaanashilayaakuka

rocker *(n.)* നിർവ്വാഹകൻ
nirvvaahakan

rocket *(n.)* ആകാശബാണം
aakashabaanam

rocket scientist *(n.)*
പരീക്ഷണബാണശാസ്ത്രജ്ഞൻ
parikkshanabana shaasthranjan

rocketeer *(n.)* റോക്കറ്റ് പ്രേമി rocket
premi

rocketman *(n.)*
ബഹിരാകാശസഞ്ചാരി
bahiraakaashasanchaari

rockfall *(n.)* ഹിമാനീപതനം
himaaniipathanam

rockfish *(n.)* പാറമത്സ്യം
paaramatasyam

rocking *(adj.)* ആടിയുലയുന്ന
aatiyulayunna

rod *(n.)* കമ്പ് kamb

rodent *(n.)* മൂഷികൻ muushikan

roe *(n.)* പെൺമാൻ penmaan

rogue *(n.)* വഞ്ചകൻ vanchakan

roguery *(n.)* തെമ്മാടിത്തം
themmaatiththam

roguish *(adj.)* തെമ്മാടിയായ
themmaatiyaaya

role *(n.)* അഭിനയഭാഗം
abhinayabhaagam

role model *(n.)* ആദർശമാതൃക
aadarshamaathruka

roll *(v.)* ചുരുട്ടുക churuttuka

roll *(n.)* ചുരുൾക്കെട്ട് churulkkett

roll-call *(n.)* പേരുവിളി peruvili

roller *(n.)* പരിവർത്തനയന്ത്രം
parivarththana yanthram

rollicking *(adj.)*
ആർത്തുചിരിക്കുന്ന
aarththuchirikkunna

romance *(n.)* പ്രേമം premam

romantic *(adj.)* കാൽപനികമായ
kaalpanikamaaya

romp *(n.)* കൂത്താട്ടം kuuththaattam

romp *(v.)* മദിക്കുക madikkuka

rood *(n.)* സ്ഥലമാനം sthalamaanam

roof *(n.)* മേൽക്കൂര melkkuura

roof *(v.)* മേൽക്കൂരകെട്ടുക
melkkuura kettuka

rooftop *(n.)* പുരപ്പുറം purappuram

rook *(n.)* കരിങ്കാക്ക karinkaakka

rook *(v.)* കള്ളക്കളിയെടുക്കുക
kallakkaliyetukkuka

room *(n.)* മുറി muri

room-mate *(n.)* സഹവാസി sahavaasi

roomy *(adj.)* വിസ്താരമുള്ള
visthaaramulla

roost *(n.)* ചേക്ക chekka

roost *(v.)* കൂടേറുക kuuteruka

root *(v.)* വേരിറക്കുക verirakkuka

root *(n.)* വേര് veru

rope *(n.)* ചരട് charat

rope *(v.)* കെട്ടുക kettuka

rosary *(n.)* ജപമാല japanaala

rose *(n.)* പനിനീർപ്പൂ paninirppuu

roseate *(adj.)* ഇളം ചുവപ്പായ
ilamchuvappaaya

rostrum *(n.)* പ്രസംഗവേദി
prasangavedi

rosy *(adj.)* അരുണാഭയുള്ള
arunaabhayulla

rot *(n.)* അഴുകൽ azhukal

rot *(v.)* ചീയുക chiiyuka

rotary *(adj.)* ചുറ്റുന്ന chuttunna

rotate *(v.)* ഭ്രമണം ചെയ്യുക
bhramanam cheyyuka

rotation *(n.)* ഭ്രമണം bhramanam

rote *(n.)* ഉരുവിടൽ uruvital

rotten *(adj.)* ദുഷിച്ചുനാറിയ
dushichunaariya

rouble *(n.)* റഷ്യൻനാണയം Russian
naanayam

rough *(adj.)* പരുപരുത്ത
paruparuththa

round *(adv.)* വൃത്താകൃതിയായ
vrutthaakruthiyaaya

round *(n.)* വട്ടം vattam

round *(v.)* വൃത്താകാരമാക്കുക
vruththaakaaramaakkuka

round *(adj.)* വൃത്താകൃതിയായ
vruththaakruthiyaaya

rouse *(v.)* ഉറക്കമുണർത്തുക
urakkamunarththuka

rout *(v.)* പരാജപ്പെടുത്തുക
paraajayappetuththuka

rout *(n.)* സാമാധാനലംഘനം
samaadaanalanghanam

route *(n.)* യാത്രാമാർഗ്ഗം
yaathraamaargam

routine *(adj.)* ദിനചര്യയായ
dinacharyayaaya

routine *(n.)* പതിവ് pathiv

rove *(v.)* അലഞ്ഞുനടക്കുക
alanjunatakkuka

rover *(n.)* ചുറ്റിത്തിരിയുന്നയാൾ
chuttiththiriyunnayaal

row *(v.)* തോണിതുഴയുക
thonithuzhayuka

row *(n.)* തോണിതുഴയൽ
thonithuzhayal

rowdy *(adj.)* ചട്ടമ്പി chattambi

royal *(adj.)* രാജകീയമായ
raajakiiyamaaya

royalist *(n.)* രാജപക്ഷക്കാരൻ
raajapakshakkaaran

royalty *(n.)* അവകാശധനം
avakaashadhanam

rub *(v.)* ഉരസുക urasuka

rubber *(n.)* റബർ rubber

rubber bullet *(n.)* റബ്ബർ കൊണ്ട്
നിർമ്മിച്ച ഒരു ബുള്ളറ്റ് rubber
kond nirmmichcha oru bullet

rubber duck *(n.)* റബ്ബർ താറാവ്
rubber thaaraav

rubber tree *(n.)* റബർമരം
rubbermaram

rubberneck *(v.)* തലതിരിച്ചു
നോക്കുക thalathirichu nokkuka

rubberneck *(n.)*
തലതിരിച്ചുനോക്കൽ thalathirichu
nokkal

rubbing *(n.)* തിരുമ്മുക thirummuka

rubbish *(n.)* ചപ്പുചവറുകൾ
chappuchavarukal

rubble *(n.)* ചരല് charalu

rubblework *(n.)* പരുക്കൻകല്ല്
parukkan kallu

rubeola *(n.)* പൊങ്ങൻപനി pongan
pani

rubian *(n.)* മാഡർ വേരിലുള്ള
നിരവധി നിറങ്ങളിലുള്ള
ഗ്ലൈക്കോസൈഡുകളിലൊന്ന്.
maaddar verilulla niravadhi niranglilulla
glycosidukalilonn

rubicon *(adj.)*
തിരിച്ചുവരവില്ലാത്ത
thirichuvaravilllaththa

rubicon *(n.)* പുഴ puzha

rubify *(v.)* ചുവപ്പിക്കുക
chuvappikkuka

rubric *(n.)* നിർദ്ദേശങ്ങൾ
nirddeshangal

rubricate *(v.)* കൈയെഴുത്തുപ്രതി
ഭംഗിയാക്കുക kayyezhuththuprathi
bhangiyaakkuka

ruby *(n.)* മാണിക്യക്കല്ല്
maanikyakallu

ruck *(v.)* ഞൊറിവുണ്ടാക്കുക
njorivundaakkuka

ruck *(n.)* കൂട്ടം kuuttam

rucksack *(n.)* യാത്രാസഞ്ചി yaathraadanchi
ruckus *(n.)* ബഹളം bahalam
rudder *(n.)* ജലയാനനിയന്ത്രിണി jalayaananiyanthrini
rudderpost *(n.)* ചുക്കാൻ chukkan
ruddy *(adj.)* അരുണമായ arunamaaya
rude *(adj.)* പരുക്കനായ parukkanaaya
rudiment *(n.)* മൗലികതത്ത്വം moulikathtwam
rudimentary *(adj.)* ആരംഭദശയിലുള്ള aarambhadashayilulla
rue *(v.)* അനുതപിക്കുക anuthapikkuka
rue *(n.)* അനുതാപം anuthaapam
rueful *(adj.)* ശോകാർത്തമായ shokaarththamaaya
ruffian *(n.)* കശ്മലൻ kashmalan
ruffle *(n.)* ഞൊറിവുപട്ട njorivupatta
ruffle *(v.)* മുടി അലങ്കോലമാക്കുക muti alankolamaakkuka
rug *(n.)* ചവിട്ടുമെത്ത chavittumeththa
rugged *(adj.)* നിമ്നോന്നതമായ nimnonnathamaaya
ruin *(n.)* മുടിവ് mutiv
ruin *(v.)* നശിപ്പിക്കുക nashippikkuka
rule *(n.)* ഭരണം bharanam
rule *(v.)* ഭരിക്കുക bharikkuka
rulebook *(n.)* നിയമപുസ്തകം niyamapusthakam
rulebound *(adj.)* വിട്ടുവീഴ്ചയില്ലാത്ത vittuviizhchayillaaththa
rulebraker *(n.)* നിയമലംഘകൻ niyamalanghakan
rulebreaking *(n.)* നിയമലംഘനം niyamalanghanam
ruler *(n.)* അധീശൻ adhiishan
ruling *(n.)* ഭരിക്കുന്ന bharikkunna
rum *(adj.)* ഗുളമദ്യം gulamadyam
rum *(n.)* റം മദ്യം rum madyam
rumble *(n.)* ഇരമ്പം irambam
rumble *(v.)* ഇരമ്പുക irambuka
ruminant *(n.)* അയവിറക്കുന്ന ayavirakkunna
ruminant *(adj.)* അയവിറക്കുന്ന മൃഗം ayavirakkunna mrugam
ruminate *(v.)* അയവിറക്കുക ayavirakkuka
rumination *(n.)* പരിചിന്തനം parichinthanam
rummage *(n.)* വലിച്ചുവാരി തിരയൽ valichuvaarithirayal
rummage *(v.)* വലിച്ചുവാരി തിരയുക valichuvaarithirayuka
rummy *(n.)* ചീട്ടുകളി chiittukali
rumour *(n.)* കിംവദന്തി kivadanthi
rumour *(v.)* കിംവദന്തിപരത്തുക kivadanthi paraththuka
run *(v.)* ഓടുക otuka
run *(n.)* ഓട്ടം ottam
runabout *(n.)* ചെറുയാത്രാവാഹനം cheruyaathraavaahanam
runaway *(n.)* പേടിച്ചോടുക petichotuka
runback *(n.)* അവലോകനം ചെയ്യുക avalokanam cheyyuka
runcation *(n.)* കള പറിക്കുക kalaparikkuka
rundown *(n.)* അപഗ്രഥനം apagradanam
rune *(n.)* പ്രാചീന ജർമൻ അക്ഷരം praachiina german aksharam
rung *(n.)* ഏണിപ്പടി enippati
runner *(n.)* ഓട്ടക്കാരൻ ottakkaaran
runs *(n.)* ഓടൽ otal
rupee *(n.)* രൂപ ruupa
rupture *(v.)* പൊട്ടിക്കുക pottikkuka
rupture *(n.)* പൊട്ടൽ pottal
rural *(adj.)* ഉൾനാടൻ ulnaatan
ruse *(n.)* കപടം kapatam

rush *(v.)* ഉഴറിക്കുതിക്കുക uzharikkuthikkuka
rush *(n.)* തള്ളിക്കയറ്റം thallikkayattam
rust *(v.)* തുരുമ്പിക്കുക thurumbikkuka
rust *(n.)* തുരുമ്പ് thurumb
rustic *(n.)* ഗ്രാമീണ graamiina
rustic *(adj.)* ഗ്രാമീണമായ graaminamaaya
rusticate *(v.)* മാറ്റിനിറുത്തുക maattinirththuka
rustication *(n.)* വിലോപം vilopam
rusticity *(n.)* അപരിഷ്കൃതം aparishkrutham
rustle *(v.)* മർമ്മരശബ്ദമുണ്ടാക്കുക marmmarashabdamundaakkuka
rusty *(adj.)* തുരുമ്പിച്ച thurumbicha
rut *(n.)* ചക്രച്ചാൽ chakrachaal
rut *(adj.)* ചാലാക്കൽ chaalaakkal
ruthless *(adj.)* നിഷ്ക്കരുണമായ nishkarunamaaua
rye *(n.)* കമ്ധാന്യം kaatinyam

S

sabbath *(n.)* വിശ്രമദിനം vishramadinam
sabbatical *(n.)* ആരാധനാദിനം aaraadhanadinam
sabbatical *(adj.)* സാബത്ത്സംബന്ധമായ sabath sambandhamaaya
sabotage *(v.)* വിധ്വംസിക്കുക vidhwamsikkuka
sabotage *(n.)* വിധ്വംസനം vidwamsanam
sabre *(n.)* ഖഡ്ഗം khadgam
sabre *(v.)* വെട്ടുക vettuka
saccharin *(n.)* മധുരസംയുക്തം madhurasamyuktham
saccharine *(adj.)* മധുരിക്കുന്ന madhurikkunna
sachet *(n.)* സഞ്ചി sanchi
sack *(n.)* പിരിച്ചയയ്ക്കൽ pirichayakkal
sack *(v.)* പിരിച്ചയയ്ക്കുക pirichayakkuka
sacrament *(n.)* ദിവ്യകർമ്മം divyakarmmam
sacred *(adj.)* പരിശുദ്ധമായ parisuddhamaaya
sacrifice *(n.)* ജീവാർപ്പണം jiivaarppanam
sacrifice *(v.)* ത്യാഗംചെയ്യുക thyaagam cheyyuka
sacrificial *(adj.)* യജ്ഞപരമായ yanjjaparamaaya
sacrilege *(n.)* ദൈവനിന്ദ daivaninda
sacrilegious *(adj.)* ദൈവദ്രോഹപരമായ daivadrohaparamaaya
sacrosanct *(adj.)* അതിപൂജ്യമായ athipuujyamaaya
sad *(adj.)* സങ്കടം sankatam
sadden *(v.)* ദുഃഖിക്കുക dukhikkuka
saddle *(n.)* ജീനി jiini
saddle *(v.)* ജീനിയിടുക jiiniyituka
sadism *(n.)* വാസനാവൈകൃതം vaasanaavaikrutham
sadist *(n.)* ക്രൂരതയിൽ ആനന്ദം അനുഭവിക്കുന്നവൻ kruurathayil aanandham anubhavikkunnavan
sadness *(n.)* ഖേദം khedam
safari *(n.)* നായാട്ട് naayatt
safe *(adj.)* സുരക്ഷിതമായ surakshithamaaya
safe *(n.)* സുരക്ഷിതം surakshitham
safe harbour *(n.)* കപ്പൽസങ്കേതം kappalsanketham
safebox *(n.)* സുരക്ഷിതഅറ surakshitha ara
safebraker *(n.)* കള്ളൻ kallan

safe-conduct *(n.)* അഭയപത്രം abhayapaathram
safecracker *(n.)* മോഷ്ടാവ് moshtaav
safe-deposit *(n.)* ഭദ്രനിക്ഷേപം bhadranikshepam
safeguard *(n.)* രക്ഷോപായം rakshopaayam
safeguard *(v.)* സുരക്ഷ ഉറപ്പുവരുത്തുക suraksha urappuvaruththuka
safehouse *(n.)* സുരക്ഷിതഭവനം surakshitha bhavanam
safekeeping *(n.)* സുരക്ഷിതമായ surakshithamaaya
safely *(adv.)* സുരക്ഷിതമായി surakshithamaayi
safety *(n.)* ഭദ്രത bhadratha
saffron *(adj.)* കാവിനിറമുള്ള kaaviniramulla
saffron *(n.)* കുങ്കുമപ്പൂ kunkumappu
sag *(v.)* നടുവളയുക natuvalayuka
sag *(n.)* വളഞ്ഞ valanja
saga *(n.)* വീരകഥ viirakatha
sagacious *(adj.)* ബുദ്ധികൂർമയുള്ള buddhikuurmayulla
sagacity *(n.)* ബുദ്ധികൂർമ്മത buddhikuurmmatha
sage *(n.)* കർപ്പൂരത്തുളസി karppurathulasi
sage *(adj.)* തിരിച്ചറിവുള്ള thiricharivulla
sagebush *(n.)* നോർത്ത്അമേരിക്കൻ ചെമ്പരത്തി north american chemparaththi
sage-green *(n.)* ജ്ഞാനസൂചകം njaanasuuchakam
sageness *(n.)* അന്തർദൃഷ്ടി anthardrushti
saggy *(adj.)* അയഞ്ഞു തൂങ്ങിയ ayanju thuungiya
sagittary *(n.)* അമ്പെയ്ത്ത് ambeythth
sahib *(n.)* യജമാനൻ yajamaanan
sail *(v.)* ജലയാത്രനടത്തുക jalayaathra nataththuka
sail *(n.)* കപ്പൽ യാത്ര kappalyaathra
sailboard *(n.)* കപ്പലിന്റെ പായ ഘടിപ്പിച്ചിരിക്കുന്ന പലക kappalinte paaya ghatippichirikkunna palaka
sailboard *(v.)* കപ്പലോട്ടം നടത്തുക kappalottam nataththuka
sailboarder *(n.)* കപ്പലോട്ടക്കാർ kappalottakkaar
sailboat *(n.)* പായ് വഞ്ചി paay vanchi
sailboater *(n.)* പായ് വഞ്ചിക്കാർ pasyvanchikkaar
sailboating *(n.)* പായ് വഞ്ചിയാത്ര paayvanchiyaathra
sailcraft *(n.)* ഒന്നിലധികം പായ്കളുള്ള ബോട്ട് onniladhikam paykalulla boat
sailing *(adj.)* കപ്പലോട്ടം kappalottam
sailing *(n.)* ജലയാത്ര jalayaathra
sailor *(n.)* കപ്പൽയാത്രക്കാരൻ kappalyaathrakkaaran
saint *(n.)* വിശുദ്ധൻ vishuddhan
saintly *(adj.)* വിശുദ്ധിയുള്ള vishuddhiyulla
sake *(n.)* ഹേതു hethu
salable *(adj.)* വിൽക്കാനാർഹമായ vilkkaanarhamaaya
salad *(n.)* പച്ചക്കറി ഉപദംശം pachakkariupadamsham
salamander *(n.)* നീർപ്പല്ലി niirppalli
salary *(n.)* ശമ്പളം shambalam
salary *(v.)* ശമ്പളം കൊടുക്കുക shambalam kotukkuka
sale *(n.)* വിപണനം vipananam
salebrosity *(n.)* കാർക്കശ്യം kaarkkasyam

salesforce *(n.)* ക്ലൗഡ് അധിഷ്ഠിത ഉപഭോക്തൃബന്ധ നിർവ്വഹണമാർഗം cloud adhishtitha upabhokthrabandha nirvvahanamaargam

salesman *(n.)* വിൽപനക്കാരൻ vilpanakkaaran

salient *(adj.)* ശ്രദ്ധേയമായ sraddheyamaaya

saline *(adj.)* ലവണഗുണമുള്ള lavanagunamulla

salinity *(n.)* ലവണത്വം lavanathwam

saliva *(n.)* ഉമിനീര് uminiiru

sally *(n.)* ചാടിവീഴൽ chaativiizhal

sally *(v.)* നിഷ്ക്രമിക്കുക nishkramikkuka

Salon *(n.)* ബ്യൂട്ടിപാർലർ beauty parlour

saloon *(n.)* അലങ്കാരമണ്ഡപം alankaara mantapam

salt *(v.)* ഉപ്പിലിടുക uppilituka

salt *(n.)* ഉപ്പുരസം uppurasam

salty *(adj.)* ഉപ്പുരസമുള്ള uppurasamulla

salutary *(adj.)* ഗുണപ്രദമായ gunapradamaaya

salutation *(n.)* ഉപചാരം കാണിക്കൽ upachaaram kaanikkal

salute *(n.)* അഭിവാദനം abhivaadanam

salute *(v.)* അഭിവാദനം ചെയ്യുക abhivaadanam cheyyuka

salvage *(n.)* കപ്പലുദ്ധാരണം kappaluddhaaranam

salvage *(v.)* കപ്പൽ രക്ഷപ്പെടുത്തുക kappal rakahapetuththuka

salvation *(n.)* പരമഗതി paramagathi

samaritan *(n.)* പരോപകാരി paropakaari

samba *(n.)* ബ്രസീലിയൻ നൃത്തം Brazilian nruththam

samba *(v.)* ബ്രസീലിയൻ നൃത്തമാടുക Brazilian nruththamaatuka

sambuca *(n.)* ഇറ്റാലിയൻമദ്യം Italian madyam

same *(adj.)* അതുതന്നെയായ athuthanbeyaaya

samely *(adv.)* മാറ്റമില്ലാത്തതായ maattamillaaththathaaya

samite *(n.)* സിൽക്ക് തുണി silkthuni

samovar *(n.)* ചായക്കലശം chasykkalasham

sample *(n.)* ഉദാഹരണം udaaharanam

sample *(v.)* മാതൃകപരിശോധിക്കുക maathrukaparshodhikkuka

sampler *(n.)* സൂചികർമ്മാദർശം suuchikarmmaadarsham

sampling *(n.)* മാതൃകപരിശോധിക്കൽ maathrukaparishodhikkal

samurai *(n.)* സൈനികപ്രഭു sainikaprabhu

sanability *(n.)* സുഖപ്പെടുത്താൻകഴിയുന്ന sukhappetuththan kazhiyunna

sanatorium *(n.)* ആരോഗ്യമന്ദിരം aarogyamandhiram

sanctification *(n.)* പവിത്രീകരണം pavithriikaranam

sanctify *(v.)* പവിത്രമാക്കുക pavithramaakkuka

sanction *(v.)* അനുമതി നൽകുക abhivaadanam cheyyuka

sanction *(n.)* ഔപചാരികാനുവാദം oupachaarikaanuvaadam

sanctity *(n.)* പരിപാവനത്വം paripaavanathwam

sanctuary *(n.)* ജീവിസങ്കേതം jiivisanketham

sand *(n.)* തരിമണൽ thirimanal

sand *(adj.)* പൂഴി puuzhi
sand *(v.)* മണൽ തൂവുക manal thuuvuka
sandal *(n.)* മെതിയടി methiyati
sandalwood *(n.)* ചന്ദനമരം chandanamaram
sandbank *(n.)* മണൽത്തിട്ട manalthitta
sandboard *(n.)* തെന്നുപലക thennupalaka
sandboard *(v.)* പൂഴിയിൽ തെന്നിനീങ്ങുക puuzhiyil thenniniinguka
sandbox *(n.)* മണൽപെട്ടി manalpetti
sandcastle *(n.)* മണൽക്കൂടാരം manalkkuutaaram
sandfish *(n.)* പൂഴിമീൻ puzhimiin
sandglass *(n.)* നാഴികവട്ട nazhikavatta
sandhill *(n.)* മണൽക്കുന്ന് manalkkunnu
sandpaper *(v.)* മിനുസപ്പെടുത്തുക minusappetuththuka
sandpaper *(n.)* ഉരക്കടലാസ് urakkatalaas
sandpit *(n.)* മണൽക്കുഴി manalkkuzhi
sandscape *(n.)* മണൽദൃശ്യം manaldrushyam
sandstone *(n.)* മണൽശില manalshila
sandstorm *(n.)* മണൽക്കാറ്റ് manalkkaatt
sandwich *(n.)* ഇറച്ചിയപ്പം irachiyappam
sandwich *(v.)* കുത്തിത്തിരുകുക kuththithirukuka
sandy *(adj.)* മണലുള്ള manalulla
sane *(adj.)* വിവേകമുള്ള vivekamulla
sanely *(adv.)* വിവേകത്തോടെ vivekaththode
sanguine *(adj.)* ഉത്സാഹപൂർവ്വമായ utsaahapuurvvakamaaya
sanitary *(adj.)* ആരോഗ്യകരമായ arogyakaramaaya
sanity *(n.)* സുബുദ്ധി subuddhi
sap *(n.)* പഴനീര് pazhaniiru
sap *(v.)* നീരുചോർത്തുക niiruchorththuka
sapidity *(n.)* രസമുള്ളത് radamullath
sapience *(n.)* വകതിരിവ് vakathiriv
sapiens *(n.)* മനുഷ്യനുമായി ബന്ധപ്പെട്ട manushyanumaayi bandhapetta
sapient *(adj.)* പ്രാജ്ഞനായ praanjanaaya
sapling *(n.)* തൈ thai
sapphire *(n.)* ഇന്ദ്രനീലക്കല്ല് indraniilakkallu
sarcasm *(n.)* വ്യംഗ്യാർത്ഥ പ്രയോഗം vygaarthaprayogam
sarcastic *(adj.)* ഗൂഢോക്തിയായ guuddokthiyaaya
sardonic *(adj.)* പുച്ഛിക്കുന്ന puchchikkunna
satan *(n.)* ചെകുത്താൻ chekuththan
satanic *(adj.)* പൈശാചികമായ paishaachikamaaya
satanically *(adv.)* പൈശാചികമായി paicschachikamaayi
satchel *(n.)* തൂക്കുസഞ്ചി thukkusanchi
satellite *(n.)* ഉപഗ്രഹം upagraham
satiable *(adj.)* കണ്ടുമുട്ടാനാകുന്ന kandumuttaanaakunna
satiate *(v.)* തൃപ്തിപ്പെടുത്തുക thrupthippetuththuka
satiety *(n.)* പൂർണ്ണതൃപ്തി puurnnathrupthi
satin *(adj.)* മിനുസപ്പട്ട് minusappatt
satin *(n.)* സൂര്യപടം suuryapatam
satire *(n.)* ആക്ഷേപഹാസ്യം aakshepahaasyam
satirical *(adj.)* സോപഹാസം sopahaasam
satirist *(n.)* ആക്ഷേപഹാസ്യകാരൻ aakshepahaasyakaaran

satirize *(v.)* ആക്ഷേപഹാസ്യം രചിക്കുക aakshepahaasyam rachikkuka
satisfaction *(n.)* സംതൃപ്തി samtheupthi
satisfactory *(adj.)* തൃപ്തിയേകുന്ന thrupthiyekunna
satisfy *(v.)* തൃപ്തിവരിക thrupthi varika
saturate *(v.)* സാന്ദ്രീകരിക്കുക saandriikarikkuka
saturation *(n.)* പൂരിതാവസ്ഥ puurithasvastha
Saturday *(n.)* ശനിയാഴ്ച shaniyaazhcha
sauce *(n.)* മസാലച്ചാർ masaalachaar
sauce *(v.)* രുചിവരുത്തുക ruchivaruththuka
saucer *(n.)* ചെറുതളിക cheruthalika
saucy *(adj.)* രുചിപ്രദമായ ruchipradamaaya
sauna *(v.)* നീരാവിയിൽ കുളിക്കുക niiraaviyil kulikkuka
sauna *(n.)* ബാഷ്പസ്നാനം baashpasnaanam
saunter *(n.)* ഉലാത്തൽ ulaaththal
saunter *(v.)* ചുറ്റിനടക്കുക chuttinatakkuka
saunterer *(n.)* ഉലാത്തുന്നയാൾ ulaathththunnayaal
sausage *(n.)* മസാലഇറച്ചി masaala irachchi
saute *(v.)* വഴറ്റുക vazhattuka
savable *(adj.)* രക്ഷിക്കാവുന്ന rakahikkaavunna
savage *(n.)* വന്യമാവൽ vanyamaaval
savage *(v.)* വന്യമാകുക vanyamaakuka
savage *(adj.)* വന്യമായ vanyamaaya
savagely *(adv.)* വന്യമായി vanyamaayi
savagery *(n.)* കാട്ടാളത്തം kaattaalaththam
savant *(n.)* വ്യുത്പന്നൻ vyulpannan
save *(prep.)* ഒഴിച്ച് ozhich
save *(v.)* കാക്കുക kakkuka
saviour *(n.)* രക്ഷകൻ rakshakan
savour *(n.)* രുചി ruchi
savour *(v.)* രുചിക്കുക ruchikkuka
savoury *(adj.)* രുചികരമായ ruchikaramaaya
saw *(v.)* ഈർച്ചവാളുകൊണ്ടറക്കുക iirchavaalukondarakkukka
saw *(n.)* ഈർച്ചവാൾ iirchavaal
saw pit *(n.)* അറപ്പുകുഴി arappukuzhi
sawbench *(n.)* അറപ്പു പീഠം arappupiitam
sawbill *(n.)* ഒരു തരം താറാവ് oru tharam thaaraav
sawbones *(n.)* ശസ്ത്രക്രിയനടത്തുന്നയാൾ shasthrakriya nataththunnayaal
sawbuck *(n.)* ഈർച്ചതാങ്ങ് iirchathaang
sawdust *(n.)* അറക്കപ്പൊടി arakkapoti
sawfish *(n.)* ഈർച്ചമീൻ iirchamiin
sawgrass *(n.)* ഈർച്ചപ്പുല്ല് iirchappullu
sawhorse *(n.)* താങ്ങ് thang
sawmill *(n.)* തടിമിൽ thadimil
sawtooth *(n.)* ഈർച്ചപ്പല്ലിൻറെ ആകൃതി iirchappullinte aakruthi
sawyer *(n.)* തടിയറപ്പുകാരൻ thatitarappukaaran
saxophone *(n.)* കുഴൽവാദ്യം kuzhal vaadyam
saxophonist *(n.)* സാക്സോഫോൺവാദകൻ saxsophone vaadakan
say *(adv.)* ഉരുവിടുന്ന uruvitunna
say *(n.)* പറയൽ parayal
say *(v.)* പറയുക parayuka

scab *(n.)* പൊറ്റൻ pottan
scab *(v.)* പൊറ്റനുണ്ടാകുക pottanundaakuka
scabbard *(n.)* കത്തിയുറ kaththiyura
scabies *(n.)* കരപ്പൻ karappan
scaffold *(n.)* തൂക്കുമരത്തട്ട് thuukkumarathatt
scale *(n.)* ചെതുമ്പൽ chethumpal
scale *(v.)* ചെതുമ്പൽ കളയുക chethumpal kalayuka
scalp *(n.)* ശിരോചർമ്മം shirocharmmam
scambling *(n.)* മലകയറ്റം malakayattam
scamper *(n.)* പരക്കം പാച്ചിൽ parakkam paachil
scamper *(v.)* വിരണ്ടോടുക virandotuka
scan *(n.)* സൂക്ഷ്മപരിശോധന suukshmaparishodhana
scan *(v.)* സൂക്ഷ്മപരിശോധന നടത്തുക suukshmaparishodhana nataththuka
scandal *(n.)* അപകീർത്തി apakiirththi
scandalize *(v.)* ഞെട്ടിക്കുക njettikkuka
scandalous *(adj.)* നിന്ദാപരമായ nindaaparamaaya
scandalously *(adv.)* കുത്സിതമായി kulsithamaaya
scanner *(n.)* സൂക്ഷ്മപരിശോധകൻ suukshmaparishodhakan
scant *(n.)* അപര്യാപ്തമായ aparyaapthamaaya
scant *(v.)* അരിഷ്ടിക്കുക atishtikkuka
scant *(adj.)* ലുബ്ധുള്ള lubdulla
scanty *(adj.)* മതിയാകാത്ത mathiyaakaaththa
scape *(v.)* ഒഴിഞ്ഞുപോകുക ozhinju pokuka
scape *(n.)* ദൃശ്യം drushyam
scapegoat *(v.)* പഴികേൾക്കേണ്ടിവരിക pazhikelkkendi varika
scapegoat *(n.)* ബലിയാട് baliyaat
scapeless *(adj.)* രക്ഷയില്ലാത്ത rakshayillaaththa
scapula *(n.)* തോൽപ്പലക tholppalaka
scapular *(adj.)* തോളെല്ലിനെ സംബന്ധിച്ച tholelline sambandhicha
scapular *(n.)* സ്കന്ധാസ്ഥി skandhaasthi
scar *(v.)* കലയുണ്ടാകുക kalayundaakuka
scar *(n.)* വടു vatu
scarab *(n.)* ചാണകവണ്ട് chaanaka vand
scarce *(adj.)* ദുർലഭമായ durlabhamaaya
scarcely *(adv.)* വിരളമായി viralamaayi
scarcity *(n.)* പഞ്ഞം panjam
scare *(n.)* ഭയാകുലമായ bhayakulamayi
scare *(v.)* വിരളുക viraluka
scarf *(n.)* സാൽവ saalva
scary *(adj.)* ഭീതിതമായ bhiithithamaaya
scatter *(v.)* ചിതറിപ്പോകുക chitharippokuka
scatterbrain *(n.)* അസ്ഥിരബുദ്ധി asthirabudhi
scatterbrained *(adj.)* അസ്ഥിരബുദ്ധിയായ asthirabudhiyaya
scattered *(adj.)* ചിന്നിച്ചിതറിയ chinnichithariya
scattergun *(n.)* മധ്യമമാർഗം madyamamaaragam
scatteringly *(adv.)* ചിതറിക്കൊണ്ട് chitharikkond
scattery *(adj.)* ചിതറിയ chithariya

scatty *(adj.)* മനോവിഭ്രമമുള്ള manovibhramamulla
scavenge *(v.)* മാലിന്യത്തിൽ തിരയുക maalinyathil thirayuka
scavenger *(n.)* തോട്ടി thotti
scenario *(n.)* സംഭവപരമ്പര sambhavaparampara
scenarist *(n.)* തിരക്കഥാകൃത്ത് thirakkathaakruthth
scene *(n.)* രംഗം rangam
scene *(v.)* രംഗം ചിത്രീകരിക്കുക rangam chithrikarikkuka
scenery *(n.)* പ്രകൃതിദൃശ്യം prakruthidrusyam
scenic *(adj.)* ദൃശ്യങ്ങളുള്ള drusyangalulla
scent *(v.)* മണക്കുക manakkuka
scent *(n.)* സുഗന്ധം sugandham
sceptic *(n.)* സന്ദേഹിക്കുന്ന sandehikkunna
sceptical *(adj.)* സംശയാലുവായ samshaayaaluvaaya
scepticism *(n.)* സന്ദേഹാത്മകത്വം sandehaalmakathwam
sceptre *(n.)* അധികാര ദണ്ഡ് adhikaara dand
schedule *(v.)* ആസൂത്രണം ചെയ്യുക asuuthranam cheyyuka
schedule *(n.)* നിശ്ചിത പദ്ധതി aasuuthranam cheyyuka
schematic *(n.)* ചിട്ടയിലുള്ള chittayilulla
schematic *(adj.)* പദ്ധതിരൂപത്തിൽ paddhathi ruupaththil
schematically *(adv.)* പദ്ധതിപരമായി paddhathiparamaayi
schematist *(n.)* മാറ്റം വരുത്തുന്നയാൾ maattam varuththunnayaal
scheme *(v.)* വ്യവസ്ഥ വരുത്തുക vyavastha varuththuka
scheme *(n.)* സമ്പ്രദായം sambradaayam
schemer *(n.)* കൗശലക്കാരൻ koushalakkaaran
schism *(n.)* ഭിന്നിപ്പ് bhinnipp
schizophrenia *(n.)* മാനസികരോഗം maanasikarogam
schizophreniac *(adj.)* മാനസിക വിഭ്രാന്തിയുള്ള manasika vibhraanthiyulla
schizophreniac *(n.)* മാനസികരോഗി maanasikarogi
scholar *(n.)* പണ്ഡിത panditha
scholarly *(adj.)* പാണ്ഡിത്യമുള്ള paandithyamulla
scholarship *(n.)* വിദ്യാർത്ഥിവേതനം vidhyaarthi vethanam
scholastic *(adj.)* പാഠശാലവിഷയകമായ paatashaalavishayakamaaya
school *(v.)* പരിശീലിപ്പിക്കുക parishiilippikkuka
school *(n.)* വിദ്യാശാല vidyashaala
schoolfellow *(n.)* സതീർത്ഥ്യൻ sathiirthyan
schoolhouse *(n.)* പാഠശാല paatashaala
schoolmaster *(n.)* അധ്യാപകൻ adyaapakan
schoolmate *(n.)* സഹവിദ്യാർത്ഥി sahavidyaarththi
schoolteacher *(n.)* വിദ്യാശാലാശിക്ഷകൻ vidyaashaalashikshakan
schoolyard *(n.)* വിദ്യാലയാങ്കണം vidyalayaankanam
schooner *(n.)* ഇരട്ട പായ്മരക്കപ്പൽ iratta paaymarakkappal
sciatic *(adj.)* ഇടുപ്പ് സംബന്ധിച്ച itupp sabandhich
sciatica *(n.)* ഇടുപ്പ് വേദന itupp vedana
science *(n.)* ശാസ്ത്രം shaasthram

scientific *(adj.)* ശാസ്ത്രീയമായ shaasthriiyamaaya
scientist *(n.)* ശാസ്ത്രജ്ഞൻ shaasthranjan
scintillate *(v.)* തീപ്പൊരി പാറുക thiippori paaruka
scintillation *(n.)* തീപ്പൊരി thiippori
scissors *(n.)* കത്രിക kathrika
scoff *(n.)* പുച്ഛപ്രകടനം puchchaprakatanam
scoff *(v.)* അധിക്ഷേപിക്കുക adhikshepikkuka
scold *(v.)* ശാസിക്കുക shaasikkuka
scooter *(n.)* ദ്വിചക്രവണ്ടി dwichakravandi
scope *(n.)* സാദ്ധ്യത saadyatha
scorch *(n.)* ചുട്ടെരിക്കൽ chutterikkal
scorch *(v.)* ചുട്ടെരിക്കുക chutterikkuka
score *(n.)* പോയിൻ്റ്നില point nila
score *(v.)* മൂല്യമടയാളപ്പെടുത്തുക muulyamatayaalappetuththuka
scoreboard *(n.)* മൂല്യാരേഖാ ഫലകം muulyarekhaphalakam
scorebook *(n.)* മൂല്യരേഖാപുസ്തകം muulyarekhapuathakam
scorebox *(n.)* സ്കോററർമാർ ഇരിക്കുന്ന ഒരു അടച്ച ഘടന scorermaar irikkunna oru atachcha ghatana
scorecard *(n.)* വിജയനില vijayanila
scorekeeper *(n.)* കായിക മത്സരത്തിൽ സ്കോർ രേഖപ്പെടുത്തുന്ന ഉദ്യോഗസ്ഥൻ kaayika malsaraththil scor rekhappetuththunna udyogasthan
scorekeeping *(n.)* സ്കോർരേഖപ്പെടുത്തൽ scor rekhappetuththal
scorepad *(n.)* സ്കോർ രേഖപ്പെടുത്താനുള്ള കടലാസ് score rekhappetuththaanulla katalaass
scorer *(n.)* സ്കോർ കണക്കാക്കുന്നയാൾ score kanakkaakkunnayaal
scorn *(n.)* അവജ്ഞ avanjaa
scorn *(v.)* അവജ്ഞകാണിക്കുക avanja kanikkuka
scorpion *(n.)* തേൾ thel
scot *(n.)* കരം karam
Scot *(n.)* സ്കോട്ലൻഡ്കാർ Scotlandkaaran
scotch *(n.)* കോറൽ koral
scotch *(adj.)* നിറുത്തൽ niruththal
scot-free *(adj.)* കേടുതട്ടാതെ ketuthattaathe
scoundrel *(n.)* ആഭാസൻ aabhaasan
scourge *(n.)* ചമ്മട്ടി chammaatti
scourge *(v.)* ചമ്മട്ടിയടിക്കുക chammattiyatikkuka
scout *(n.)* ചാരൻ chaaran
scout *(v.)* ചാരവൃത്തി ചെയ്യുക chaaravruththicheyyuka
scowl *(v.)* ഈർഷ്യ പ്രകടിപ്പിക്കുക iirshyaprakatippikkuka
scowl *(n.)* ക്രുദ്ധമായ നോട്ടം kruddhamaaya nottam
scragged *(adj.)* മെലിഞ്ഞ melinja
scraggy *(adj.)* എല്ലുന്തിയ ellunthiya
scramble *(v.)* അള്ളിപ്പിടിച്ചു കയറുക allippitichu kayaruka
scramble *(n.)* പിടിയുംവലിയും pitiyum valiyum
scrambled *(adj.)* ഇളക്കിമറിച്ച ilakkimaricha
scrap *(n.)* കടലാസുഖണ്ഡം katalaassu khantam
scrap *(v.)* പാഴായവ ഉപേക്ഷിക്കുക paazhaayava upekshikkuka

scrapbook *(n.)* നുറുങ്ങുപുസ്തകം nurungu pusthakam
scrape *(v.)* ഉരയ്ക്കുക uraykkuka
scrape *(n.)* ചുരണ്ടൽ churandal
scraper *(n.)* ചുരണ്ടി churandi
scratch *(adj.)* കീറൽ kiiral
scratch *(n.)* പോറൽ poral
scratch *(v.)* പോറുക poruka
scratchboard *(n.)* കറുത്ത ഉപരിതലമുള്ള ചിത്രരചനാ ബോർഡ് karuththa uparithalamullchithrarachanaa board
scratchbush *(n.)* ഒരു പുഷ്പിതസസ്യം oru pushpithasasyam
scratched *(adj.)* പോറിയ poriya
scratchpad *(n.)* നോട്ട്പാഡ് note pad
scratchy *(adj.)* പോറൽ poral
scrawl *(n.)* കുത്തിക്കുറിപ്പ് kuththikkuripp
scrawl *(v.)* കുത്തിക്കുറിക്കുക kuththikkurikkuka
scream *(n.)* അലർച്ച alarcha
scream *(v.)* പേടിച്ചലറുക petichalaruka
screen *(v.)* മറയ്ക്കുക maraykkuka
screen *(n.)* തിരശ്ശീല thirassiila
screen name *(n.)* ആവരണനാമം aavarananaamam
screenable *(adj.)* പ്രദർശിപ്പിക്കാവുന്ന pradarshippikkaavunna
screencast *(n.)* മൊബൈൽ സ്ക്രീനിൽ പ്രദർശിപ്പിക്കുന്ന വിവരങ്ങളുടെ വീഡിയോ റെക്കോർഡിംഗ് mobile screenil pradarshippikkunna vivarangalute video recording
screendoor *(n.)* പുറംവാതിൽ pram vaathil
screenprint *(n.)* തിരപ്പതിപ്പ് thirappathipp
screensaver *(n.)* ഉപഭോക്തൃ നിഷ്ക്രിയ കാലയളവിന് ശേഷം സജ്ജമാകുന്ന കമ്പ്യൂട്ടർ പ്രോഗ്രാം upabhokrutha nishkriya kaalayalavinu shesham sajjamaakunna computer programme
screenshot *(n.)* മൊബൈലിന്റെ സ്ക്രീനിൽ പ്രദർശിപ്പിച്ചിരിക്കുന്ന ഡാറ്റയുടെ ചിത്രം. mobilente screenil pradarshippichirikkunna datayute chithram
screenwork *(n.)* ചലച്ചിത്ര പ്രവർത്തനം chalachithra pravarththanam
screw *(v.)* പിരിമുറുക്കുക pirimurukkam
screw *(n.)* പിരിയാണി piriyaani
scribble *(n.)* കുത്തിക്കുറിച്ച kuththikkuricha
scribble *(v.)* കുത്തിക്കുറിക്കുക kuththikkurikkuka
script *(n.)* കയ്യെഴുത്തുരേഖ kaiyyezhuthurekha
scripture *(n.)* വിശുദ്ധ ഗ്രന്ഥങ്ങൾ vishuddha grandangal
scroll *(n.)* കടലാസ്സുചുരുൾ katalaasuchurul
scrooge *(n.)* പിശുക്കൻ pishukkan
scrotum *(n.)* വൃഷണസഞ്ചി vrushanasanchi
scrub *(adj.)* ഉരച്ചുകഴുകൽ urachukazhukal
scrub *(n.)* ഉരയ്ക്കൽ uraykkal
scrub *(v.)* ഉരച്ചുകഴുകുക urachukazhukuka
scrubby *(adj.)* വളർച്ച നിലച്ച valarchanilacha
scruff *(v.)* കഴുത്തിൽ പിടിക്കുക. kazhuththi pitikkuka
scruff *(n.)* പിൻകഴുത്ത് pinkazhuth

scruffiness *(n.)* വൃത്തികെട്ട
vruthiketta

scrumble *(n.)* ചായമടിക്കൽ
chaayamatikkal

scrump *(v.)* പഴം മോഷ്ടിക്കുക
pazham moshtikkuka

scrumptious *(adj.)* സ്വാദിഷ്ഠമായ
swaadishtamaaya

scruple *(v.)* പശ്ചാത്താപിക്കുക
paschaathapikkuka

scruple *(n.)* മനസ്സാക്ഷിക്കുത്ത്
manassakshikkuthth

scrupleless *(adj.)*
മനസ്താപമില്ലാത്ത
manasthaapamillaaththa

scrupulous *(adj.)* കണിശമുള്ള
kanishamulla

scrupulously *(adv.)* കരുതലോടെ
karuthalote

scrutinize *(v.)*
സൂക്ഷ്മപരിശോധനാ
വിധേയമാക്കുക
suukshmaparishidhanaa
vidheyamaakkuka

scrutiny *(n.)* സൂക്ഷ്മനിരീക്ഷണം
suukshmaniriikshanam

scuffle *(v.)* പോരടിക്കുക poratikkuka

scuffle *(n.)* പോര് poru

sculpt *(v.)* കൊത്തിയുണ്ടാക്കുക
koththiyundaakkuka

sculptor *(n.)* ശിൽപി shilpi

sculptural *(adj.)*
ശിൽപവിദ്യാപരമായ
shilpavidyaaparamaaya

sculpture *(n.)* ശിൽപം shilpam

sculpturist *(n.)*
ശിൽപമുണ്ടാക്കുന്നയാൾ
shilpamundaakknnayaal

scum *(n.)* പത patha

scum *(v.)* പതകോരുക pathakoruka

scumbag *(n.)* നികൃഷ്ടവ്യക്തി
nikrushtavykthi

scurry *(v.)* തിടുക്കപ്പെടുക
thitukkappetuka

scutllebutt *(n.)* തൊട്ടി thotti

scuttle *(v.)* പാഞ്ഞോടുക paanjotuka

scuttle *(n.)* വട്ടി vatti

scythe *(v.)* കൊയ്ത്തരിവാളിനാൽ
കൊയ്യുക koyththarivaalinaal kolluka

scythe *(n.)* കൊയ്ത്തരിവാൾ
koyththarivaal

sea *(n.)* കടൽ katal

sea bass *(n.)* കടൽമീൻ katalmiin

sea boat *(n.)* കടൽവെള്ളം katalvellam

sea dog *(n.)* അനുഭവമുള്ള
നാവികൻ anubhavamulla naavikan

seabeach *(n.)* കടൽത്തീരം katalthiiram

seabird *(n.)* കടൽപ്പക്ഷി katalppakshi

seaborne *(adj.)*
കടൽമാർഗ്ഗമായിട്ടുള്ള
katalmaarggamaayittulla

seacliff *(n.)* കടൽഭിത്തി katalbhiththi

seafarer *(n.)* സമുദ്രസഞ്ചാരി
samudrasanchaari

seafloor *(n.)* കടൽതട്ട് katalthatt

seafoam *(n.)* കടൽനുര katalnura

seafood *(n.)* കടൽഭക്ഷ്യം
katalbhakshyam

seagull *(n.)* കടൽക്കാക്ക katalkkaakka

seahorse *(n.)* കടൽക്കുതിര
katalkuthira

seajack *(n.)* കപ്പൽ തട്ടിയെടുക്കൽ
kappalthattiyetukkal

seajack *(v.)* കപ്പൽ പിടിച്ചെടുക്കുക
kappalpitichetukkuka

seajacker *(n.)* കടൽക്കൊള്ളക്കാർ
katalkollakkaar

seajacking *(n.)* കടൽക്കൊള്ള
katalkolla

seak *(n.)* മില്ലിംഗ് തുണിയിൽ
ഉപയോഗിക്കാനായി
തയ്യാറാക്കിയ സോ milling
thuniyil upayogikkaanaayi
thayyaraakkiya sow

seakeeping *(n.)* കടലിലെ പരുക്കൻ സാഹചര്യങ്ങളെ ചെറുക്കാനുള്ള ഒരു കപ്പലിന്റെ കഴിവ്. katalile parukkan sahacharyangale cherukkaanulla oru kappalinte kazhiv

seal *(v.)* അടച്ചുമുദ്രവെക്കുക atachumudravaykkuka

seal *(n.)* മുദ്രയച്ച് mudrayach

sealab *(n.)* കടലിനടിയിലെ ലബോറട്ടറി katalinatiyile laborattary

sealability *(n.)* സീലുചെയ്യാവുന്ന sealcheyyavunna

sealant *(n.)* അടപ്പ് atapp

sealed *(adj.)* മുദ്രവച്ച mudravacha

sealion *(n.)* കടൽസിംഹം katalsimham

sealskin *(n.)* നീർനായയുടെ തൊലി niirnaayayute tholi

seam *(v.)* തുന്നിവയ്ക്കുക thunnivaykkuka

seam *(n.)* അയിര് പാളി ayiru paali

seamless *(adj.)* തുന്നലില്ലാത്ത thannalillaaththa

seamy *(adj.)* തുന്നിക്കൂട്ടലുകളുള്ള thunnikkuttalukalulla

sear *(v.)* കരിക്കുക karikkuka

sear *(n.)* കരിഞ്ഞ karinja

search *(v.)* തപ്പുക thappuka

search *(n.)* തിരയൽ thirayal

search warrant *(n.)* പരിശോധനാധികാര പത്രം parishodhanadhikaarapathram

searching *(n.)* അന്വേഷിക്കുന്ന anweshikkunna

searching *(adj.)* തിരയുന്ന thirayunna

searchlight *(n.)* അന്വേഷണദീപം anweshanadwiipam

seared *(adj.)* വാട്ടുന്നതായ vaattunnathaaya

seashore *(n.)* കടപ്പുറം katapuram

season *(v.)* രുചിയുള്ളതാക്കുക ruchiyullathaakkuka

season *(n.)* ഋതുകാലം ruthukaalam

seasonable *(adj.)* ഋതു സംബന്ധിച്ച ruthu sambandhicha

seasonal *(adj.)* ഒരു പ്രത്യേക ഋതുവിൽ സംഭവിക്കുന്ന oru prathyeka ruthuvil sambhavikkunna

seat *(v.)* ഇരുത്തുക iruththuka

seat *(n.)* ഇരിപ്പിടം irippitam

seaweed *(n.)* കടൽപ്പായൽ katalppayal

secede *(v.)* അംഗത്വം പിൻവലിക്കുക angathwam pinvalikkuka

secession *(n.)* സ്വകക്ഷിത്യാഗം swakakahithyagam

secessionist *(n.)* വിട്ടുപോകുന്നയാൾ vittupokunnayaal

seclude *(v.)* ജനസംസർഗം വർജ്ജിക്കുക janasamsarggam varjjikkuka

secluded *(adj.)* നിർജ്ജനമായ nirjjananaaya

seclusion *(n.)* ഏകാകിയായിരിക്കൽ ekaakiyaayirikkal

second *(v.)* പിന്താങ്ങുക pinthaanguka

second *(n.)* രണ്ടാം randam

second *(adj.)* രണ്ടാമത്തെ randaamaththe

secondary *(adj.)* രണ്ടാംതരമായ randamtharamaaya

seconder *(n.)* പിന്തുണയ്ക്കുന്നയാൾ pinthunakkunnayaal

second-hand *(adj.)* പിന്താങ്ങുന്നയാൾ pinthaangunnayaal

secondly *(adv.)* രണ്ടാമതായി randaamathaayi

secrecy *(n.)* ഗുപ്തത gupthatha

secret *(n.)* സ്വകാര്യം swakaaryam
secret *(adj.)* സ്വകാര്യമായ
swakaaryamaaya
secretariat *(n.)* സംസ്ഥാന
ഭരണസിരാകേന്ദ്രം samsthaana
bharanashiraakendram
secretary *(n.)* കാര്യദർശി
kaaryadarshi
secrete *(v.)* സ്രവിക്കുക sravikkuka
secretion *(n.)* സ്രവം sravan
secretive *(adj.)* രഹസ്യാത്മകമായ
rahasyaalmakamaaya
sect *(n.)* വിഭാഗം vibhaagam
sectarian *(adj.)* വിഭാഗീയമായ
vibhaagiiyamaaya
section *(n.)* പരിച്ഛേദം parichchedam
sector *(n.)* വൃത്തഖണ്ഡം
vruththakhandam
secularism *(n.)* മതനിരപേക്ഷത
mathanirapeshatha
secure *(adj.)* ഭദ്രമായ bhadramaaya
secure *(v.)* കെട്ടിയുറപ്പിക്കുക
kettiyurappikkuka
security *(n.)* സുരക്ഷിതത്വം
surakshithathwam
sedan *(n.)* ശിബിക shibika
sedate *(v.)* മയക്കുക mayakkuka
sedate *(adj.)* മയങ്ങിയ mayangiya
sedative *(n.)* മയക്കം mayakkam
sedative *(adj.)* മയങ്ങുന്ന mayangunna
sedentary *(adj.)*
വ്യായാമവിമുഖമായ vyaayama
vimukhamaaya
sediment *(n.)* എക്കൽപ്പാളി
ekkalppaali
sedition *(n.)* രാജ്യദ്രോഹം
raajyadroham
seditious *(adj.)* രാജ്യദ്രോഹപരമായ
raajyadroham
seduce *(v.)* പ്രലോഭിപ്പിക്കുക
pralobhippikkuka

seduction *(n.)* പ്രലോഭനം
pralobhanam
seductive *(adj.)* വഴിപിഴപ്പിക്കുന്ന
vazhipizhappikkunna
see *(v.)* കാണുക kaanuka
seed *(v.)* വിത്തുത്പാദിപ്പിക്കുക
viththulpadippikkuka
seed *(n.)* വിത്ത് vithth
seek *(v.)* തേടുക thetuka
seem *(v.)* കാണപ്പെടുക kaanappetuka
seemly *(adj.)* ഒത്ത oththa
seep *(v.)* ഇറ്റുവീഴുക ittuviizhuka
seer *(n.)* ആത്മജ്ഞാനി aatmanjaani
seethe *(v.)* തിളപ്പിക്കുക thilappikkuka
segment *(v.)* അംശിക്കുക amshikkuka
segment *(n.)* ഭാഗം bhagam
segregate *(v.)* വേറെയാക്കുക
vereyaakkuka
segregation *(n.)* ഒറ്റതിരിക്കൽ
ottathirikkal
seismic *(adj.)* ഭൂകമ്പവിഷയകമായ
bhuukampa vishayakamaaya
seismicity *(n.)* ഭൂകമ്പങ്ങളുടെ
ആവൃത്തി bhuukampangalute
aavruththi
seismogram *(n.)* ഭൂകമ്പലേഖനം
bhuukampalekhanam
seismograph *(n.)* ഭൂകമ്പമാപിനി
bhuukampa maapini
seismography *(n.)*
ഭൂകമ്പലേഖനവിദ്യ
bhuukampalekhanavidya
seismologist *(n.)*
ഭൂകമ്പശാസ്ത്രജ്ഞൻ
bhuukampashaasthranjan
seismology *(n.)* ഭൂകമ്പശാസ്ത്രം
bhukambashaasthram
seismoscope *(n.)* ഭൂകമ്പരേഖാ
ഉപകരണം
bhuukambarekhaupakaranam
seize *(v.)* കൈക്കലാക്കുക
kaikkalakkuka

seizure (n.) പിടിച്ചെടുക്കൽ
pitichetukkal

seldom (adv.) വിരളമായി viralamaayi

select (adj.) തിരഞ്ഞെടുക്കുന്ന
thiranjedukkunna

select (v.) പെറുക്കിയെടുക്കുക
perukkiyetukkuka

selection (n.) തിരഞ്ഞെടുത്ത
thiranjetuththa

selective (adj.) സൂക്ഷ്മമായി
തിരഞ്ഞെടുക്കുന്ന swanthamaayi
thiranjetukkunna

self (n.) സ്വന്തമായ swanthamaaya

self-abuse (n.) സ്വയംനിന്ദ
swayamninda

self-appointed (adj.) സ്വയം
ചുമതലയേറ്റെടുത്ത swayam
chumathalayetta

self-awareness (n.) ആത്മാവബോധം
aathmaavabodham

self-centered (adj.)
അഹംബുദ്ധിയായ
ahambuddhiyaaya

self-confident (adj.)
ആത്മവിശ്വാസമുള്ള
aathmaviswaasamulla

self-conscious (adj.)
ആത്മബോധമുള്ള
aathmabodhamulla

self-control (n.) ആത്മസംയമനം
aathsayamanam

self-destruct (v.)
ആത്മനാശംവരുത്തുക
athmanaasham varuththuka

self-doubt (n.) ആത്മസന്ദേഹം
aathmasandeham

self-employed (adj.) സ്വയംതൊഴിൽ
ചെയ്യുന്നയാൾ swayamthozhil
cheyyunnayaal

self-esteem (n.) ആത്മാഭിമാനം
athmaabhimaanam

selfie (n.) സ്വന്തമായെടുത്ത
ഫോട്ടോ swanthamaayetuththa photo

self-imposed (adj.) സ്വയം
അടിച്ചേൽപ്പിക്കൽ swayam
atichelpikkal

selfish (adj.) സ്വാർത്ഥമായ
swaarththamaaya

selfless (adj.) നിസ്വാർത്ഥമായ
niswaarththamaaya

self-proclaimed (adj.)
സ്വയംപ്രഖ്യാപിത swayam
prakhyaapitha

self-service (adj.) സ്വയംസേവനം
swayamsevanam

sell (v.) വിലയ്ക്കുകൊടുക്കുക
vilaykkukotukkuka

seller (n.) വിൽക്കുന്നയാൾ
vilkkunnayaal

sell-out (n.) വിറ്റു തീർക്കുക vittu
thiirkkuka

semblance (n.) സാദൃശ്യം saadrusyam

semen (n.) ശുക്ലം shuklam

semester (n.) വർഷാർദ്ധം
varshaarddham

semi-amusing (adj.) അർദ്ധാനന്ദം
ardhaanandham

semi-finalist (n.) സെമി
കളിക്കുന്നവർ semi kalikkunnavar

semi-formal (adj.) പാതി
ഔപചാരികം paathi
oupachaarikam

seminal (adj.) ശുക്ലസംബന്ധം shukla
bandham

seminar (n.) ചർച്ചാക്ലാസ്
charchaaclass

senate (n.) കാര്യലോചനാസഭ
kaaryalochana sabha

senator (n.) സെനറ്റിലെ അംഗം
senettile angam

senatorial (adj.)
നിയമനിർമ്മാണസഭയായ
niyamanirmmaanasabhayaya

send *(v.)* കൊടുത്തയയ്ക്കുക kotuththayakkuka
senile *(adj.)* വാർദ്ധക്യസഹജമായ vaarddhakya sahajamaaya
senility *(n.)* പ്രായാധിക്യം praayaadhikyam
senior *(n.)* മൂപ്പുള്ള muuppulla
senior *(adj.)* പ്രധാന്യമുള്ള praadhaanyamulla
seniority *(n.)* മൂപ്പവകാശം muuppavakaasham
sensation *(n.)* ഇന്ദ്രിയഗോചരത്വം indriyagocharathwam
sensational *(adj.)* ഉദ്വേഗജനകമായ udyegajanakamaaya
sense *(v.)* അനുഭവബോധ്യമാകുക anubhava bodhyamaakuka
sense *(n.)* ഗോചരത്വം gocharathwam
senseless *(adj.)* ബുദ്ധിഹീനമായ buddhihiinamaaya
sensibility *(n.)* സംവേദനശക്തി samvedanashakthi
sensible *(adj.)* ബോധ്യമായ bodyamaaya
sensitive *(adj.)* സംവേദിയായ samvediyaaya
sensitivity *(n.)* സംവേദനക്ഷമത samvedanakshamatha
sensual *(adj.)* ഇന്ദ്രിയവിഷയകമായ indriyavishayakamaaya
sensualist *(n.)* വിടൻ vitan
sensuality *(n.)* സുഖലോലുപത sukhalolupatha
sensuous *(adj.)* ഇന്ദ്രിയസംവേദിയായ indriyasamvediyaya
sentence *(v.)* വധശിക്ഷ വിധിക്കുക vadhashikshavidhikkuka
sentence *(n.)* കോടതിവിധി kotathi vidhi
sentience *(n.)* ഇന്ദ്രിയസംവേദനാത്മകത indriyasamvedanaalmakatha
sentient *(adj.)* ബോധേന്ദ്രിയമുള്ള bodhendriyamulla
sentiment *(n.)* വൈകാരികത vaikaarikatha
sentimental *(adj.)* മനോവികാരപരമായ manovikaaraparamaaya
sentinel *(n.)* പാറാവുകാരൻ paaravukaaran
sentry *(n.)* കാവൽഭടൻ kaavalbhatan
separable *(adj.)* വേർപിരിക്കാവുന്ന verpirikkaavunna
separate *(adj.)* വേറെയാക്കപ്പെട്ട vereyaakkappetta
separate *(v.)* വ്യതിരിക്തമാക്കുക vythirikthamaakkuka
separation *(n.)* വിച്ഛേദം vichhedam
sepsis *(n.)* രക്തദൂഷണം rakthaduushanam
September *(n.)* സെപ്റ്റംബർമാസം September maasam
septic *(adj.)* രോഗാണുക്കളുള്ള rogaanukkalulla
sepulchre *(n.)* ശവകുടീരം shavakuriiram
sepulture *(n.)* ശവമടക്കൽ shavamatakkal
sequel *(n.)* അനന്തരകഥ anantharakatha
sequence *(n.)* ആനുപൂർവ്യം aanupuurvyam
sequester *(v.)* തനിച്ചാക്കുക thanichaakkuka
serendipitous *(adj.)* ഭാഗ്യവശാൽ സംഭവിച്ച bhaagyavashaal sambhavicha
serendipity *(n.)* ഭാഗ്യാതിരേകം bhaagyaathirekam

serene *(adj.)* സ്വച്ഛതയുള്ള swachhathayulla
serenity *(n.)* സ്വച്ഛത swachhatha
serf *(n.)* അടിയൻ atiyan
serge *(n.)* ബലമുള്ള കമ്പിളിത്തുണി balamulla kampiliththuni
sergeant *(n.)* രാജപരിചാരകൻ rajaparichaarakan
serial *(n.)* തുടർക്കഥ thutarkkatha
serial *(adj.)* പരമ്പരയായ paramparayaaya
series *(n.)* പംക്തി pamkthi
serious *(adj.)* ഗൗരവമായ gouravamaaya
sermon *(n.)* മതപ്രസംഗം mathaprasangam
sermonize *(v.)* ധർമ്മപ്രഭാഷണം നടത്തുക dharmmaprabhashanam natath
thuka
serpent *(n.)* സർപ്പം sarppam
serpentine *(n.)* സർപ്പാകൃതിയുള്ള sarppaakruthiyula
servant *(n.)* ദാസൻ daasan
serve *(n.)* വിളമ്പിക്കൊടുക്കൽ vilambikotukkal
serve *(v.)* വിളമ്പിക്കൊടുക്കുക vilambikotukkuka
service *(v.)* സേവനം അനുഷ്ഠിക്കുക sevanam anushtikkuka
service *(n.)* സേവനം sevanam
serviceable *(adj.)* ഉപയോഗക്ഷമമായിരിക്കുക upayogakahamamaayirikkuka
servile *(adj.)* പാദസേവചെയ്യുന്ന paadasevacheyyunna
servility *(n.)* അടിമ മനോഭാവം atimamanobhaavam
servitude *(n.)* പരിചാരകവൃത്തി parichaaraka vruththi
sesame *(n.)* എള്ള് ellu
sesamin *(n.)* എള്ളെണ്ണ ellenna
session *(n.)* സഭായോഗം sabhayoham
sessional *(n.)* കുറ്റവിചാരണകാലമായ kuttavichaaranakaalamaaya
sessional *(adj.)* സഭായോഗകാലം sabhayogakaalam
sessionless *(adj.)* സഭായോഗമില്ലാത്ത sabhayogamillaaththa
set *(n.)* കട്ടിയാക്കൽ kattiyaakkal
set *(adj.)* തയ്യാറായ thayyaaraaya
set *(v.)* ചിട്ടപ്പെടുത്തുക chittappetuthuka
setback *(n.)* തടസ്സമാവുക thatassappetuththuka
setlist *(n.)* പാട്ടുകൾ paattukal
settee *(n.)* ചാരുബെഞ്ച് chaarubench
settle *(v.)* ധാരണയിലെത്തുക dhaaranayileththuka
settlement *(n.)* തീരുമാനം thiirumaanam
settler *(n.)* അധിവാസി adhivaasi
seven *(adj.)* ഏഴെണ്ണമുള്ള ezhennamulla
seven *(n.)* ഏഴുമണി സമയം ezhumanisamayam
seventeen *(n.)* പതിനേഴ് pathinezhu
seventeenth *(adj.)* പതിനേഴാമത് pathinezhaamath
seventh *(adj.)* ഏഴാമത്തെ ezhaamaththe
seventieth *(adj.)* എഴുപതാമത്തേതായ ezhupathaamaththethaaya
seventy *(n.)* എഴുപത് ezhupath
sever *(v.)* വിഭേദിക്കുക vibhedikkuka
several *(adj.)* പല pala
severance *(n.)* ബന്ധവിച്ഛേദനം banddha vichchedanam
severe *(adj.)* അതിമാത്രമായ athimaathramaaya

severity *(n.)* തീവ്രത thiivratha
sew *(v.)* തുന്നുക thunnuka
sewage *(n.)* അഴുക്കുവെള്ളം azhukkuvellam
sewer *(n.)* ഓട ota
sewerage *(n.)* അഴുക്കുചാൽ azhukkuchaal
sex *(n.)* ലൈംഗികചോദന laingikachodana
sex *(v.)* ലൈംഗികബന്ധത്തിലേർപ്പെടുക laingikabaddhaththilerppetuka
sexily *(adv.)* ലൈംഗികപ്രചോദകം laingikaprachodakam
sexual *(adj.)* ലൈംഗികമായ laingikamaaya
sexuality *(n.)* ലൈംഗികത്വം laingikathwam
sexy *(adj.)* കാമഭാവമുള്ള kaamabhaavamulla
shabby *(adj.)* ജീർണ്ണമായ jiirnnamaaya
shack *(n.)* കുടിൽ kutil
shack *(v.)* സഹവസിക്കുക sahavasikkuka
shackle *(v.)* കൈയ്യാമം വയ്ക്കുക kaiyyaaman vaykkuka
shackle *(n.)* ആമം aamam
shade *(v.)* തണലാക്കുക thanalaakkuka
shade *(n.)* തണൽ thanal
shadow *(v.)* മറവിലാക്കുക maravilaakkuka
shadow *(n.)* നിഴൽ nizhal
shadowy *(adj.)* നിഴലുള്ള nizhalulla
shaft *(n.)* ശരം sharam
shake *(n.)* ഉലച്ചിൽ ulachil
shake *(v.)* കുലുങ്ങുക kulunguka
shaky *(adj.)* കുലുക്കമുള്ള kulukkamulla
shallow *(adj.)* പരന്ന paranna
sham *(adj.)* അയഥാർത്ഥമായ ayathaarththamaaya
sham *(n.)* തട്ടിപ്പ് thattipp

sham *(v.)* കള്ളം ഭാവിക്കുക kallam bhaavikkuka
shaman *(n.)* മന്ത്രവാദി manthravaadi
shamble *(v.)* പ്രയാസപ്പെട്ടു നടക്കുക prayaasappettu natakkuka
shambles *(n.)* താറുമാർ thaarumaar
shambolic *(adj.)* ചിട്ടയില്ലാത്ത chittayillaaththa
shame *(v.)* നാണിപ്പിക്കുക naanippikkuka
shame *(n.)* മാനക്കേട് maanakket
shameful *(adj.)* ലജ്ജാകരമായ lajjaakaramaaya
shameless *(adj.)* നാണമില്ലാത്ത naanamillaaththa
shampoo *(v.)* താളിതേയ്ക്കുക thaalitheykkuka
shampoo *(n.)* താളി thaali
shanty *(adj.)* ചെറ്റക്കുടിൽ chettakkutil
shape *(v.)* ആകാരമേകുക aakaaramekuka
shape *(n.)* ബാഹ്യരൂപം baahyaruupam
shape up *(v.)* രൂപമെടുക്കുക ruupametukkuka
shapeless *(adj.)* രൂപമില്ലാത്ത ruupamillaaththa
shapely *(adj.)* ആകാരവടിവുള്ള aakaaravativulla
shapeshift *(v.)* രൂപമാറ്റംവരിക ruupamaattam varika
shard *(v.)* ഉടയുക utayuka
shard *(n)* ഓട്ടക്കലം ottakkalam
share *(n.)* ഓഹരി ohari
share *(v.)* ഭാഗിക്കുക bhaagikkuka
share market *(n.)* ഓഹരിക്കമ്പോളം oharikkambolam
sharebeam *(n.)* കലപ്പയുടെ ഭാഗം kalappayute bhaagam
sharecrop *(n.)* പാട്ടകൃഷി paattakrushi

shareholder *(n.)* ഓഹരിഉടമ ohari utama
shareholding *(n.)* ഓഹരിവിഹിതം ohari vihitham
shareholding *(adj.)* കൈവശമുള്ള ഓഹരി kaivashamulla ohari
shark *(n.)* സ്രാവ് sraav
sharp *(adv.)* മൂർച്ചകൂടിയ muurchakuutiya
sharp *(adj.)* കൂർത്ത kuurththa
sharpen *(v.)* മൂർച്ചവരുത്തുക muurchavaruththuka
sharpener *(n.)* കൂർമ്മുനപെട്ടി kuurmmunapetti
sharper *(n.)* ചതിയൻ chathiyan
shatter *(v.)* ഉടച്ചുതകർക്കുക utachu thakarkkukka
shave *(n.)* മുഖക്ഷൗരം mukhakshouram
shave *(v.)* ക്ഷൗരംചെയ്യുക khouram cheyyuka
shaven *(adj.)* ക്ഷൗരം ചെയ്ത khouram cheyytha
shaving *(n.)* ക്ഷൗരം ചെയ്യൽ khouram cheyyal
shavings *(n.)* മരച്ചീള് marachiilu
shawarma *(n.)* അറേബ്യൻ പലഹാരം Arabian palahaaram
shawl *(n.)* ഉത്തരീയം uththariiyam
she *(pron.)* അവൾ aval
sheading *(n.)* സിവിൽ അധികാരപരിധിയിലെ ആറ് ഡിവിഷനുകളിൽ ഏതെങ്കിലും ഒന്ന് civil adhikaaraparidhiyile aaru divisionukalil ethenkilum onnu
sheaf *(n.)* കതിർക്കുല kathirkkula
shear *(v.)* രോമം കത്രിക്കുക romam kathrikkuka
shears *(n.)* കത്രിക്കൽ kathrikkal
shearwall *(n.)* വിമാനങ്ങളുടെ ലംബ ഡയഫ്രം vimaanangalute lamba diaphragm
sheat *(n.)* ഭിത്തിയുടെ തലത്തിന് സമാന്തരമായി, പാർശ്വശക്തികളെ ചെറുക്കാൻ ഉപയോഗിക്കുന്ന ഘടന bhiththiyute thalaththinu samaantharamaayi, parswashakthikale cherukkan upayogikkunna ghatana
sheath *(n.)* പോള pola
sheath *(v.)* പോളയ്ക്കുള്ളിലാക്കുക polaykkullilaakkuka
sheathe *(v.)* ഉറയിലിടുക urayilituka
shed *(n.)* ആല aala
shed *(v.)* ക്ഷേപിക്കുക kshepikkuka
sheep *(n.)* ചെമ്മരിയാട് chemmariyaat
sheepish *(adj.)* ആടിനെപ്പോലെ aatineppole
sheer *(adj.)* തനിയായ thaniyaya
sheet *(v.)* തോൽപൊളിക്കുക tholpolikkuka
sheet *(n.)* ചീന്ത് chiinth
shelf *(n.)* ചുവരലമാര chuvaralamaara
shell *(v.)* തോടുകളയുക thotukalayuka
shell *(n.)* പുറന്തോട് puramthot
shelter *(v.)* അഭയം കൊടുക്കുക abhayam kotukkuka
shelter *(n.)* മറവ് marav
shelve *(v.)* തട്ടിൽവെയ്ക്കുക thattil veykkuka
shepherd *(n.)* ആട്ടിടയൻ aattitayan
shide *(n.)* നേർത്ത പലക nerththa palaka
shield *(v.)* പരിചകൊണ്ടു മറയ്ക്കുക parichakondu maraykkuka
shield *(n.)* കവചം kavacham
shift *(n.)* മാറ്റം maattam
shift *(v.)* ഗതിമാറ്റുക gathimaattuka
shifty *(adj.)* സൂത്രശാലിയായ suuthrashaaliyaaya

shilly-shally *(v.)* ശങ്കിച്ചു നിൽക്കുക shankichunilkkuka
shilly-shally *(n.)* സംശയം samshayam
shin *(n.)* പുല്ലൂരി pulluuri
shine *(n.)* പ്രഭ prabha
shine *(v.)* വിളങ്ങിക്കൊണ്ടിരിക്കുക vilangikkondirikkunna
shiny *(adj.)* പ്രകാശിക്കുന്ന praakaashikkunna
ship *(v.)* കപ്പലിൽ കയറുക kappalil kayaruka
ship *(n.)* കപ്പൽ kappal
shipboard *(adj.)* കപ്പലിൻ്റെ മുകളിലുള്ള തട്ട് kappalinte mukalilulla thatt
shipboard *(n.)* കപ്പലിലെ മേൽത്തട്ട് kappalile melthatt
shipborne *(adj.)* കപ്പൽവഴി കടത്ത് kappalvazhi katathth
shipbuilder *(n.)* കപ്പൽനിർമ്മാതാവ് kappalnirmmaathaav
shiplap *(n.)* അടുക്കടുക്കായി വയ്ക്കുക atukkaatukkaayi vaykkuka
shipload *(n.)* കേവുഭാരം kevubhaaram
shipmaster *(n.)* കപ്പലിന്റെ ക്യാപ്റ്റൻ kappalile captain
shipmate *(n.)* സഹനാവികൻ sahanaavikan
shipment *(n.)* ചരക്കു കയറ്റൽ charakkukayattal
shipowner *(n.)* കപ്പൽ ഉടമ kappal utama
shipped *(adj.)* കപ്പലിൽ കയറിയ kappalil kayariya
shipping *(n.)* കപ്പൽ സമൂഹം kappal samuuham
shipshape *(adj.)* വെടിപ്പായ vetippaaya
shipwreck *(n.)* കപ്പൽച്ചേതം kappalchetham
shipwreck *(v.)* കപ്പൽച്ചേതം വരുത്തുക kappalchetham varuththuka
shipyard *(n.)* കപ്പൽനിർമ്മാണകേന്ദ്രം kappal nirmmaanakendram
shire *(n.)* ദേശവിഭാഗം deshavibhaagam
shirk *(v.)* ഒഴിഞ്ഞുമാറുക ozhinjumaaruka
shirker *(n.)* ഉഴപ്പുന്നവൻ uzhappunnavan
shirt *(n.)* കുപ്പായം kuppaayam
shive *(n.)* കോർക്കടപ്പ് korkkatapp
shiver *(v.)* വിറ vira
shoal *(n.)* ചാകര chaakara
shock *(v.)* നടുങ്ങുക natunguka
shock *(n.)* നടുക്കം natukkam
shoe *(v.)* ചെരിപ്പിടുക cherippituka
shoe *(n.)* പാദുകം paadukam
shoot *(n.)* വെടിവെയ്പ് vetiveypp
shoot *(v.)* വെടിവയ്ക്കുക vetivaykkuka
shooting *(n.)* നിറയൊഴിക്കൽ nirayozhikkal
shop *(v.)* പീടികയിൽനിന്നു വാങ്ങുക piitikayilninnu vaanguka
shop *(n.)* പീടിക piitika
shopaholic *(n.)* വാങ്ങികൂട്ടുന്നയാൾ vaangikkuttunnayaal
shopaholism *(n.)* ഷോപ്പിംഗ് വളരെയധികം ആസ്വദിക്കുന്ന വ്യക്തി shopping valareyadhikam aswadikkunna vykthi
shopbook *(n.)* വരവുചെലവു കണക്ക് ബുക്ക് varavuchelavu kanakk book
shopfloor *(n.)* ഫാക്ടറിയിൽ ജോലി നടക്കുന്ന സ്ഥലം factoryil joli natakkunna sthalam

shopfront *(n.)* കടയുടെ മുഖപ്പ് katayute mukhapp
shopkeep *(n.)* കച്ചവടം kachavatam
shopkeeper *(n.)* വർത്തകൻ varththakan
shoplift *(v.)* കടകളിൽ നിന്നുമോഷ്ടിക്കുക katakalil ninnu moshtikkuka
shoplifter *(n.)* കടകളിൽ നിന്നു മോഷ്ടിക്കുന്നയാൾ katakalil ninnu moshtikkunnayaal
shopowner *(n.)* കടയുടമ katayutama
shopping *(n.)* സാധനങ്ങൾ വാങ്ങാൻ കടയിലേക്കുള്ള പോക്ക് saadhanangal vaangaan katayilekkulla pokk
shopping cart *(n.)* ഉന്തുവണ്ടി unthuvandi
shopping centre *(n.)* വിപണന കേന്ദ്രം vipana kendram
shopping list *(n.)* വാങ്ങാനുള്ളവയുടെ പട്ടിക vaangaanullavayute pattika
shore *(n.)* തീരം thiiram
shore *(v.)* സംരക്ഷിക്കുക samrakshikkuka
shorefront *(n.)* കടൽത്തീരഭൂമി katalthiirabhuumi
shoreline *(n.)* തീരഭൂമി thiirabhumi
shoreward *(adj.)* കടലിൽനിന്നും കരയിലേക്ക് katalilninnum karayilekk
shoreward *(adv.)* കരയിലേക്ക് karayilekk
shoreweed *(n.)* തീരദേശകള thiiradeshakala
short *(adv.)* അളവിൽ കുറഞ്ഞ alavil kuranja
short *(n.)* സ്വല്പമായ swalpamaaya
short *(adj.)* ചെറുതായ cheruthaaya
shortbread *(n.)* ഒരിനം ബിസ്കറ്റ് orinam biscuit
shortcake *(n.)* ഒരിനംകേക്ക് orinam cake
shortcoming *(n.)* ന്യൂനത nyuunatha
shortcut *(n.)* കുറുക്കുവഴി kurukkuvazhi
shorten *(v.)* ചെറുതാക്കുക cheruthaakkuka
shortening *(n.)* ചെറുതാക്കൽ cheruthaakkal
shortfall *(n.)* കുറവ് kurav
shorthand *(n.)* സംക്ഷേപലിപി samkhepalipi
shortish *(adj.)* വളരെ ചെറുത് valare cheruth
shortlist *(v.)* ചുരുക്കപ്പട്ടിക churukkappattika
shortlisted *(adj.)* ചുരുക്കപ്പട്ടികയിൽ ഉൾപ്പെടുക churukkappattikayil ulppetuthuka
shortly *(adv.)* ഉടൻതന്നെ udanthanne
shorts *(n. pl.)* മുറിക്കാലുറ murikkaalura
short-term *(adj.)* ഹ്രസ്വകാലത്തേക്കുള്ള hruswa kaalathekkulla
shot *(n.)* വെടി veti
shot *(adj.)* വെടിയൊച്ച vetiyocha
shotgun *(n.)* തോക്ക് thokk
shotproof *(adj.)* വെടിയേൽക്കാത്ത vetiyelkkaththa
shottie *(n.)* വെടിയുണ്ട പോലെ vetiyundapole
should *(v.)* സാദ്ധ്യതയുണ്ടായിരിക്കുക saadyathayundaayirikkuka
shoulder *(v.)* ചുമലിലേന്തുക chumalilenthuka
shoulder *(n.)* ചുമൽ chumal
shout *(v.)* ആക്രോശിക്കുക aakroshikkuka
shout *(n.)* ആക്രോശം aakrosham
shove *(n.)* ഉന്തൽ unthal

shove *(v.)* ഉന്തുക unthuka
shovel *(v.)* കോരിക്കൂട്ടുക korikkuuttuka
shovel *(n.)* കോരിക korika
show *(n.)* പ്രദർശനം pradarshanam
show *(v.)* കാണിക്കുക kanikkuka
showcase *(n.)* കാഴ്ചപ്പെട്ടകം kaazhchappettakam
showdown *(n.)* ബലപരീക്ഷ balapariiksha
shower *(v.)* വർഷിക്കുക varshikkuka
shower *(n.)* നീർചാറ്റൽ niirchaattal
showerhead *(n.)* ബാത്ത്റൂം ഷവറിൽ വെള്ളം തളിക്കുന്ന ഉപകരണം bathroom showeril vellam thalikkunna upakaranam
showerless *(adj.)* മഴയില്ലാത്ത mazhayillaaththa
showerproof *(adj.)* മഴയേൽക്കാത്ത mazhayelkkaatha
showery *(adj.)* ധാരായന്ത്രാത്മകം dhaara yanthraalmakam
showpiece *(n.)* ക്ഷുദ്രാലങ്കാരം kshudraalankaaram
showroom *(n.)* പ്രദർശനവസ്തുക്കളുള്ള മുറി pradarshanavasthukkalkkulla muri
showstopper *(n.)* കൂട്ടത്തിൽ മികച്ച പ്രകടനം kuuttaththil mikacha prakatanam
showup *(n.)* കാട്ടികൊടുക്കുക kaattikkotukkuka
shrapnel *(n.)* തിര thira
shred *(v.)* തുണ്ടുതുണ്ടാക്കുക thunduthundaakkuka
shred *(n.)* ചീന്ത് chiinth
shredder *(n.)* കടലാസ് സംസ്കരണ യന്ത്രം katalass saskarana yanthram
shrew *(n.)* ചുണ്ടെലി chundeli
shrewd *(adj.)* വിചക്ഷണനായ vichashananaaya
shriek *(v.)* നിലവിളിക്കുക nilavilikkuka
shriek *(n.)* നിലവിളി nilavili
shrill *(adj.)* തുളച്ചുകയറുന്ന thulachukayarunna
shrine *(n.)* ആരാധനസ്ഥലം aaradhanadthalam
shrink *(v.)* ചുരുങ്ങുക churunguka
shrinkage *(n.)* ചുക്കിച്ചുളിയൽ chukkichuliyal
shroud *(v.)* ശവക്കച്ചയിൽ പൊതിയുക shavakkachayil pothiyuka
shroud *(n.)* ശവക്കച്ച shavakkacha
shrub *(n.)* കുറ്റിച്ചെടി kutticheti
shrug *(n.)* തോൾവെട്ടിക്കൽ thol vettikkal
shrug *(v.)* തോൾവെട്ടിക്കുക thol vettikkukak
shudder *(n.)* വിറകൊൾക virakolka
shudder *(v.)* വിറയ്ക്കുക viraykkuka
shuffle *(n.)* കൂട്ടിക്കുഴക്കൽ kuurtikkuzhakkal
shuffle *(v.)* കൂട്ടിക്കലർത്തുക kuuttikkalarththuka 5
shun *(v.)* അകറ്റിനിർത്തുക akattinirthuka
shunt *(v.)* തള്ളിനീക്കുക thalliniikkuka
shut *(v.)* തടയുക thatayuka
shutter *(n.)* അടയ്ക്കുന്നയാൾ ataykkunnayaal
shuttle *(v.)* അങ്ങോട്ടുമിങ്ങോട്ടും സഞ്ചരിക്കുക angottumingottum sancharikkuka
shuttle *(n.)* തൂവൽപന്തുകളി thuuvalpanthukali
shuttlecock *(n.)* തൂവൽപ്പന്ത് thuvalppanth
shy *(v.)* ലജ്ജിക്കുക lajjikkuka
shy *(n.)* ലജ്ജയുള്ള lajjayulla

siamese *(adj.)* തായ്ലണ്ട് നിവാസി Thailand nivasi
sibilant *(adj.)* ചീറുന്ന chiittunna
sibilate *(v.)* സീൽക്കാരം ചെയ്യുക siilkkaaram cheyyuka
sibilating *(n.)* ചീറ്റുന്ന chiittunna
sibling *(n.)* കൂടപ്പിറപ്പ് kuutappirapp
sich *(n.)* വളരെയധികം valateyadhikam
sick *(adj.)* അസുഖമുള്ള asukhamulla
sickbag *(n.)* ഛർദ്ദിൽ സഞ്ചി chardil sanchi
sickbay *(n.)* രോഗികൾക്കായി കപ്പലിലുള്ള മുറി rogikalkkaayi kappalilulla muri
sickbed *(n.)* രോഗശയ്യ rogashashayya
sicken *(v.)* രോഗമുണ്ടാകുക rogamundaakuka
sickened *(adj.)* രോഗംബാധിച്ച rogam baadhicha
sickle *(n.)* അരിവാൾ arivaal
sickly *(adj.)* രോഗാതുരമായ rogaathuramaaya
sickness *(n.)* ദീനം diinam
side *(v.)* പക്ഷംചേരുക paksham cheruka
side *(n.)* പാർശ്വം paarswam
sidearm *(v.)* ഒതുക്കികളയുക othukkikalayuka
sidearm *(n.)* വശങ്ങളിലുള്ള ആയുധം vashangalilulla aayudham
sidearm *(adj.)* വ്യക്തിയുടെ ഒരു വശത്ത് ധരിക്കുന്ന ആയുധം vykthiyute oru vashathth dharikkunna aayudham
sideband *(n.)* മോഡുലേറ്റ് ചെയ്ത സിഗ്നൽ അടങ്ങിയിരിക്കുന്ന ഫ്രീക്വൻസി ബാൻഡുകളിൽ ഓരോന്നും modulate cheytha signal atangiyirikkunna frequency bandukalil oronnum
sidebar *(n.)* ഉപലേഖനം upalekhanam
sideboard *(n.)* തീൻ മേശത്തട്ട് thiinmeshathatt
sidebox *(n.)* ഉപവിവരം upavivaram
sideburn *(n.)* അരുവിയുടെ കര aruviyute kara
sideburns *(n.)* കൃതാവ് kruthaav
sidecar *(n.)* യാത്രക്കാരെ കയറ്റുന്നതിനായി മോട്ടോർ സൈക്കിളിന്റെ വശത്തുള്ള താഴ്ന്ന വാഹനം yaathrakkaare kayattunnathinaayi motor cyclente vashaththulla thaazhnna vaahanam
sideline *(n.)* പാർശ്വവൽക്കരണം paarswavalkkaranam
sideline *(v.)* പാർശ്വവൽക്കരിക്കുക paarswavalkkarikkuka
sidereal *(adj.)* നക്ഷത്രപരമായ nakshathraparamaaya
side-saddle *(n.)* കുതിരപ്പുറത്തെ ഇരിപ്പിടം kuthirappuraththe irippitam
side-saddle *(adv.)* കുതിരപ്പുറത്ത് ഒരു വശത്തേക്ക് കാലുകളിട്ട് ഇരിക്കുക kuthirappuraththoru vashathekk kaalukalitt irikkuka
sideshow *(n.)* ശ്രദ്ധതിരിക്കുക sraddha thirikkuka
side-stream *(n.)* സിഗരറ്റ് പുക cigarette puka
sidestroke *(n.)* നീന്തൽ സഹായി niinthal sahaayi
sidetrack *(v.)* പരാമർശിക്കാതെ വിടുക paraamarshikkaathe vituka
sidetrack *(n.)* പരാമർശിക്കാതെവിടൽ paraamarshikkaathe vital
sidewalk *(n.)* പാർശ്വപഥം paarswapatham
sidewall *(n.)* ടയറിന്റെ വശം tyreinte vasham

sideway *(adv.)* ഒരുവശത്തായി oruvashaththaayi
sideway *(adj.)* നെടുങ്ങനെ netungane
sideway *(n.)* പാർശ്വവഴികൾ paarswavazhikal
sidewind *(n.)* പരോക്ഷ ആക്രമണം paroksha aakramanam
siege *(n.)* ഉപരോധം uparodham
siege *(v.)* ഉപരോധിക്കുക uparodhikkuka
siesta *(n.)* ഉച്ചമയക്കം uchamayakkam
sieve *(v.)* തെള്ളുക thelluka
sieve *(n.)* അരിപ്പുതട്ട് aripputhatt
sift *(v.)* പതിരുപാറ്റുക pathiru paattuka
sigh *(v.)* നെടുവീർപ്പിടുക netuviirppituka
sigh *(n.)* നെടുവീർപ്പ് neyuviirpp
sight *(v.)* കാഴ്ചയിൽപ്പെടുക kaazchayilpetuka
sight *(n.)* കാഴ്ച kaazhcha
sightly *(adj.)* ദൃശ്യമോഹനമായ drusyanohanamaaya
sign *(v.)* സംജ്ഞകാട്ടുക sanja kaattuka
sign *(n.)* സംജ്ഞ sanja
signal *(v.)* അടയാളംകാട്ടുക atayaalam kaattuka
signal *(adj.)* മുന്നടയാളം munnatayaalam
signal *(n.)* അടയാളം atayaalam
signatory *(n.)* ഉത്തരവാദിയായ ആൾ uththaravaadiyaya aal
signature *(n.)* കൈയൊപ്പ് kaiyyopp
significance *(n.)* സൂചിതാർത്ഥം suuchithaarththam
significant *(adj.)* ദ്യോതകമായ dyothakamaaya
signification *(n.)* അറിയിക്കൽ ariyikkal
signify *(v.)* ഉപലക്ഷിക്കുക upalakshikkuka
signing *(n.)* ഒപ്പിടുക oppituka
silence *(v.)* നിശ്ശബ്ദമാക്കുക nissabdamaakkuka
silence *(n.)* നിശ്ശബ്ദത nissabdatha
silencer *(n.)* ശബ്ദനിയന്ത്രണോപകരണം shabdaniyanthranopakaranam
silent *(adj.)* മൗനമായ mounamaaya
silently *(adv.)* മിണ്ടാതെ mindaathe
silhouette *(n.)* ഛായാരൂപം chhaayaruupam
silica *(n.)* വെങ്കല്ല് venkallu
silicene *(n.)* സിലിക്കൺ ഗുണഭേദം silicon gunabhedam
silicon *(n.)* ശൈലികം shailikam
silk *(n.)* പട്ടുതുണി pattuthuni
silken *(adj.)* പട്ടുവസ്ത്രം ധരിച്ച pattuvasthram dharicha
silky *(adj.)* പട്ടുതുണിയായ pattuthuniyaaya
silly *(adj.)* അൽപബുദ്ധിയായ alpabuddhiyaya
silt *(v.)* എക്കൽ വന്നടിയുക ekkal vannatiyuka
silt *(n.)* എക്കൽമണ്ണ് ekkalmannu
silver *(n.)* വെള്ളി velli
silver *(adj.)* വെള്ളിനിറമായ velliniramaaya
silver *(v.)* വെള്ളിപൂശുക vellipuushuka
similar *(adj.)* സമഗുണമായ samagunamaaya
similarity *(n.)* സാമ്യം saamyam
simile *(n.)* ഉപമാലങ്കാരം upamaalankaaram
similitude *(n.)* ദൃഷ്ടാന്തകഥ drushtaantha katha
simmer *(v.)* തിളയ്ക്കുക thilaykkuka
simple *(adj.)* ലളിതമായ lalithamaaya
simpleton *(n.)* വിടുഭോഷൻ vitubhoshan
simplicity *(n.)* സരളത saralatha

simplification *(n.)* ലളിതമാക്കൽ lalithamaakkal
simplify *(v.)* ലളിതമാക്കുക lalithamaakkuka
simultaneous *(adj.)* ഒരേ സമയത്തു സംഭവിച്ച ore samayathu sambhavicha
sin *(v.)* പാപം ചെയ്യുക paapam cheyyuka
sin *(n.)* പാപം paapam
since *(conj.)* അതുമുതൽ athimutal
since *(adv.)* തന്നിമിത്തം thannimaththam
since *(prep.)* മുതൽക്ക് muthalkk
sincere *(adj.)* ആത്മാർത്ഥമായ aathmaarththamaaya
sincerity *(n.)* നിഷ്കളങ്കത്വം nishkalankathwam
sinful *(adj.)* പാപകരമായ paapakaramaaya
sing *(v.)* ഗാനം ആലപിക്കുക gaanam aalapikkuka
singe *(n.)* ചുടൽ chutal
singe *(v.)* തീയിൽവാട്ടുക thiiyil vaattuka
singer *(n.)* ഗായകർ gaayakar
single *(n.)* തനിച്ച് thanich
single *(v.)* വേർതിരിക്കുക verthirikkuka
single *(adj.)* തനിച്ച് thanich
single-handedly *(adv.)* ഒറ്റക്ക് ottakk
singular *(adj.)* ഏകവചനം ekavachanam
singularity *(n.)* ഏകത്വം ekathwam
singularly *(adv.)* വിചിത്രത vichithratha
sinister *(adj.)* നീരസം niirasam
sink *(n.)* അഴുക്കുവെള്ളതൊട്ടി azhukkuvellathotti
sink *(v.)* മുങ്ങുക munguka
sinner *(n.)* അധർമ്മി adharmmi
sinuous *(adj.)* സർപ്പാകൃതിയായ sarppaakruthiyaaya
sip *(n.)* നുകരൽ nukaral
sip *(v.)* നുകരുക nukaruka
sir *(n.)* ശ്രീമത് shriimath
siren *(n.)* സമയസൂചകധ്വനി samayasuuchakadwani
sister *(n.)* സഹോദരി sahodari
sisterhood *(n.)* സഹോദരീഭാവം sahodariibhaavam
sisterly *(adj.)* സഹോദരിയെപ്പോലുള്ള sahodariyeppolulla
sit *(v.)* ഇരിക്കുക irikkuka
site *(n.)* നിർദിഷ്ടസ്ഥലം nirdishta sthalam
situation *(n.)* സാഹചര്യം saahacharyam
six *(n.)* ആറുവയസ്സ് aaruvayass
sixteen *(n., adj.)* പതിനാറ് pathinaaru
sixteenth *(adj.)* പതിനാറാമത്തെ pathinaaraamaththe
sixth *(adj.)* ആറാമത്തെ aaraamaththe
sixtieth *(adj.)* അറുപതാമത്തെ arupathaamaththe
sixty *(n., adj.)* അറുപത് arupath
sizable *(adj.)* വലിയ valiya
size *(v.)* അളവെടുക്കുക alavetukkuka
size *(n.)* ആപേക്ഷികവലിപ്പം aapekshika valippam
sizzle *(n.)* പൊരിയൽ poriyal
sizzle *(v.)* പൊരിയുക poriyuka
skate *(v.)* മഞ്ഞിൽതെന്നിയോടുക manjilthenniyotuka
skate *(n.)* വഴുതിയോട്ടം vazhuthiyottam
skater *(n.)* സ്കെയ്റ്റിങ് നടത്തുന്നയാൾ scating nataththunnayaal
skein *(n.)* നൂൽ nuul
skeleton *(n.)* അസ്ഥികൂടം asthikuutam

sketch *(v.)* ചിത്രം വരയ്ക്കുക chithram varaykkuka
sketch *(n.)* കരടുചിത്രം karatuchithram
sketchy *(adj.)* കരടായ karataaya
skid *(n.)* തെന്നൽ thennal
skid *(v.)* തെന്നിപ്പോവുക thennippovuka
skilful *(adj.)* വിദഗ്ദ്ധമായ vidagddhamaaya
skill *(n.)* ശേഷി sheshi
skin *(v.)* തോലുരിക്കുക tholurikkuka
skin *(n.)* ത്വക്ക് thwakk
skip *(n.)* ചാടിക്കളി chaatikkali
skip *(v.)* ചാടിമാറുക chaatimaaruka
skipper *(n.)* കളിസംഘത്തലവൻ kalisanghathalavan
skirmish *(v.)* ഏറ്റുമുട്ടലുണ്ടാകുക ettumuttalundaakuka
skirmish *(n.)* ഏറ്റുമുട്ടൽ ettumuttal
skirt *(v.)* വരമ്പിലൂടെ പോകുക varambilute pokuka
skirt *(n.)* പാവാട paavaata
skit *(n.)* വിളിമ്പ് vilimb
skull *(n.)* തലയോട്ടി thalayotti
sky *(v.)* മേലോട്ടുയർത്തുക melottuyarththuka
sky *(n.)* ആകാശം aakaasham
skyscraper *(n.)* അംബരചുംബി ambarachumbi
slab *(n.)* പാവുകല്ല് paavukallu
slack *(adj.)* മന്ദമായ mandhamaaya
slacken *(v.)* ഫലം കുറക്കുക phalam kurakkuka
slacks *(n.)* അയഞ്ഞവസ്ത്രം ayanja vasthram
slake *(v.)* ദാഹം ശമിപ്പിക്കുക daaham shamippikkuka
slam *(n.)* വലിച്ചടയ്ക്കൽ valichataykkal
slam *(v.)* കൊട്ടിയടയ്ക്കുക kottiyataykkuka
slander *(v.)* അപകീർത്തിപ്പെടുത്തുക apakiirththippetuthuka
slander *(n.)* ദൂഷണം duushanam
slanderous *(adj.)* അപകീർത്തികരമായ apakiirththiparamaya
slang *(n.)* സംസാര ശൈലി samsaara saili
slant *(n.)* ചാഞ്ഞ chaanja
slant *(v.)* ചായ്ക്കുക chaaykkuka
slap *(v.)* ചെകിട്ടത്തടിക്കുക chekittathatikkuka
slap *(n.)* ചെകിട്ടത്തടി chekittathati
slash *(n.)* നീണ്ടപിളർപ്പ് niindapilarpp
slash *(v.)* വെട്ടിക്കീറുക vettikkiruka
slate *(n.)* ലേഖനശില lekhanashila
slather *(v.)* പുരട്ടുക purattuka
slattern *(n.)* ശീലംകെട്ട സ്ത്രീ shiilamketta sthrii
slatternly *(adj.)* ശീലംകെട്ട shiilamketta
slaughter *(v.)* കശാപ്പു ചെയ്യുക kashaappu cheyyuka
slaughter *(n.)* കശാപ്പ് kadhaapp
slave *(v.)* അടിമപ്പണി ചെയ്യുക atimappani cheyyuka
slave *(n.)* അടിമ atima
slavery *(n.)* അടിമത്തം atimaththam
slavish *(adj.)* അടിമയെപ്പോലെയുള്ള atimayeppolulla
slay *(v.)* സംഹരിക്കുക samharikkuka
sleek *(adj.)* പളപളപ്പായ palapalappaaya
sleep *(n.)* ശയനം shayanam
sleep *(v.)* ഉറങ്ങുക uranguka
sleeper *(n.)* ഉറങ്ങുന്നയാൾ urangunnayaal
sleepy *(adj.)* നിദ്രാലസമായ nidraalasamaaya
sleeve *(n.)* കുപ്പായക്കൈ kuppaayakkai

sleight *(n.)* സൂത്രം suuthram
slender *(adj.)* കൃശമായ krushamaaya
slice *(v.)* ചീവുക chiivuka
slice *(n.)* പൂള് puulu
slick *(adj.)* ചാതുര്യത്തോടെ chaathuryaththote
slide *(n.)* നിരങ്ങൽ nirangal
slide *(v.)* തെന്നിനീങ്ങുക thennininguka
slight *(n.)* ലോലമായ lolamaaya
slight *(v.)* അന്തഃസ്സാരശൂന്യമായ anthassarashunyamaaya
slight *(adj.)* ലോലമായുള്ള lolamaayulla
slim *(v.)* കൃശഗാത്രമാകുക krushagaathramaakuka
slim *(adj.)* മെലിഞ്ഞതായ melinjathaaya
slime *(n.)* ഒച്ചിന്റെ ദ്രവം ochinte dravam
slimy *(adj.)* വഴുവഴുപ്പായ vazhuvazhuppaaya
sling *(n.)* തൂക്കുതാങ്ങ് thuukuthaang
slip *(n.)* അടിവഴുതൽ ativazhuthal
slip *(v.)* അടിവഴുതുക ativazhuthuka
slip road *(n.)* ചെറുവഴി cheruvazhi
slipper *(n.)* ചെരിപ്പ് cheripp
slippery *(adj.)* വഴുക്കലായ vazhukkalaaya
slipshod *(adj.)* അശ്രദ്ധമായ ashraddhamaaya
slit *(v.)* വിടവിടുക vitavituka
slit *(n.)* കീറ് kiiru
slogan *(n.)* മുദ്രാവാക്യം mudravaakyam
slope *(v.)* ചരിഞ്ഞിരിക്കുക charinjirikkuka
slope *(n.)* മലഞ്ചെരിവ് malancheriv
slot *(n.)* സ്ഥാനം sthanam
slot. *(v.)* സ്ഥാനം ലഭിക്കുക sthanam labhikkuka
sloth *(n.)* തേവാങ്ക് thevaank
slothful *(n.)* അലസതയുള്ള alasathayulla
slough *(v.)* ഉരിഞ്ഞുകളയുക urinjukalayuka
slough *(n.)* ചതുപ്പ് chathupp
slovenly *(adj.)* ശുചിത്വമില്ലാത്ത shuchithwamillaaththa
slow *(v.)* മന്ദഗതിയിലാക്കുക mandhagathiyilaakkuka
slow *(adj.)* സാവധാനമായ saavadhaanamaaya
slow motion *(n.)* മന്ദഗതി mandhagathi
slowly *(adv.)* മെല്ലെ melle
slowness *(n.)* മന്ദത mandhatha
sluggard *(n.)* മഹാമടിയുള്ള mahaamatiyulla
sluggish *(adj.)* ജഢമായ jadamaaya
sluice *(n.)* ജലനിർഗ്ഗമം jalanirggamam
slum *(n.)* ചേരി cheri
slumber *(n.)* നിദ്ര nidra
slumber *(v.)* ഉറക്കം തൂങ്ങുക urakkam thuunguka
slump *(v.)* ഇടിഞ്ഞുവീഴുക itinjuviizhuka
slump *(n.)* വിലയിടിവ് vilayitiv
slur *(n.)* നിന്ദിക്കൽ nindhikkal
slush *(n.)* ഉരുകുന്ന മഞ്ഞ് urukunna manju
slushy *(adj.)* ചിന്തയില്ലാത്ത വികാരം chinthayillaaththa vikaaram
slut *(n.)* വേശ്യ veshya
sly *(adj.)* തന്ത്രശാലിയായ thanthrashaaliyaya
smack *(v.)* കൈത്തലംകൊണ്ടടിക്കുക kaiththalamkondatikkuka
smack *(n.)* അടിക്കുന്ന ശബ്ദം atikkunna shabdam
small *(n.)* ചെറുത് cheruth
small *(adj.)* വലുതല്ലാത്ത valuthallaaththa
smallness *(adv.)* എളിമ elima

smallpox *(n.)* വസൂരി vasuuri

smart *(n.)* മോടിയായ motiyaya

smart *(v.)* മിടുക്കുണ്ടായിരിക്കുക mitukkundaayirikkuka

smart *(adj.)* കാര്യക്ഷമതയുള്ള kaaryakshamathayulla

smartly *(adv.)* പ്രസരിപ്പോടെ prasarippote

smash *(n.)* അടിച്ചുതകർക്കൽ atichuthakarkkal

smash *(v.)* അടിച്ചുതകർക്കുക atichuthakarkkuka

smear *(n.)* പൂശൽ puushal

smear *(v.)* ലേപനം ചെയ്യുക lepanam cheyyuka

smell *(v.)* വാസനിക്കുക vaasanikkuka

smell *(n.)* വാസന vaasana

smelt *(v.)* പുടപാകം ചെയ്യുക putapaakam cheyyuka

smile *(v.)* പുഞ്ചിരിക്കുക punchirikkuka

smile *(n.)* പുഞ്ചിരി punchiri

smith *(n.)* ലോഹപ്പണിക്കാരൻ lohappaanikkaaran

smock *(n.)* കമ്മീസ് kammiis

smog *(n.)* മൂടൽമഞ്ഞ് muutalmanj

smoke *(v.)* പുകയ്ക്കുക pukaykkuka

smoke *(n.)* പുക puka

smoking *(n.)* പുകയുന്ന pukayunna

smoky *(adj.)* പുകപിടിച്ച pukapiticha

smooth *(v.)* സമീഭൂതമാകുക samiibhuuthamaakuka

smooth *(adj.)* പരുക്കനല്ലാത്ത parukkanallaaththa

smoothie *(n.)* സുഭഗൻ subhagan

smother *(v.)* ഞെക്കിക്കൊല്ലുക njekkikolluka

smoulder *(v.)* നീറികത്തുക niirikaththuka

smug *(adj.)* ആത്മസംതൃപ്തിയുള്ള aathmasamthrupthiyulla

smuggle *(v.)* കള്ളക്കടത്തു നടത്തുക kallakkataththunayaththuksy

smuggler *(n.)* കള്ളക്കടത്തുകാരൻ kallakkataththukaaran

snack *(n.)* പലഹാരം palahaaram

snag *(n.)* കുഴപ്പം kuzhappam

snail *(n.)* ഒച്ച് och

snake *(v.)* വളഞ്ഞു പുളഞ്ഞു പോവുക valanju pulanju povuka

snake *(n.)* പാമ്പ് paamp

snap *(adj.)* പെട്ടെന്നെടുത്ത pettennetuththa

snap *(n.)* ഫോട്ടോ photo

snap *(v.)* ഫോട്ടോ എടുക്കുക photo etukkuka

snapshot *(n.)* ഛായാപടമെടുക്കുക chhaayapatametukkuka

snare *(v.)* കുടുക്കുക kutukkuka

snare *(n.)* കുരുക്ക് kurukk

snarl *(v.)* ചീറുക chiiruka

snarl *(n.)* അമറുന്ന amarunna

snatch *(n.)* തട്ടിപ്പറിക്കൽ thattipperukkal

snatch *(v.)* തട്ടിച്ചെടുക്കുക thattichetukkuka

sneak *(n.)* നീചൻ niichan

sneak *(v.)* പമ്മിനടക്കുക pamminatakkuka

sneer *(n.)* ചുണ്ടുകോട്ടൽ chuntukottal

sneer *(v.)* ഇളിക്കുക ilikkuka

sneeze *(n.)* തുമ്മൽ thummal

sneeze *(v.)* തുമ്മുക thummuka

sniff *(n.)* മൂക്കിൽവലിച്ചു കയറ്റൽ muukkil valichukayattal

sniff *(v.)* മൂക്കിലൂടെ വലിക്കുക muukkilute valikkuka

sniper *(n.)* ഒളിച്ചു വെടി വെക്കുന്നയാൾ olichuveti vekkunnayaal

snob *(n.)* പൊങ്ങച്ചക്കാരൻ pongachchakkaaran

snobbery *(n.)* പൊങ്ങച്ചം
pongachcham

snobbish *(v.)* പൊങ്ങച്ചം
കാണിക്കുക pongachcham
kanikkuka

snoop *(v.)* അനാവശ്യമായി
തലയിടുക anaavasyamaayi
thalayituka

snoot *(n.)* മൂക്ക് muukk

snooze *(v.)* കണ്ണു കാച്ചുക
kannukaachuka

snore *(n.)* കൂർക്കംവലി
kuurkkamvali

snore *(v.)* കൂർക്കംവലിക്കുക
kuurkkamvalikkuka

snort *(n.)* ഉഗ്രശ്വാസം ഉഗ്രസ്വാസം

snort *(v.)* ചീറുക chiiruka

snout *(n.)* മൃഗത്തിന്റെ മൂക്ക്
mrutaththinte

snow *(v.)* മഞ്ഞുപെയ്യുക
manjupeyuuka

snow *(n.)* മഞ്ഞ് manju

snow boot *(n.)* മഞ്ഞിൽധരിക്കുന്ന
ബൂട്ട്. manjil dharikkunna book

snowfall *(n.)* മഞ്ഞുവീഴ്ച
manjuviizhcha

snowy *(adj.)* ഹിമമയമായ
himamayamaaua

snub *(n.)* അവഗണന avagana

snub *(adj.)* പതിഞ്ഞ മൂക്ക് pathinja
muukk

snub *(v.)* അവഗണിക്കുക
avaganikkuka

snuff *(n.)* കരിന്തിരി karinthiri

snug *(n.)* സുഖാവഹം sukhaavaham

so *(conj.)* അതുകൊണ്ട് sukhaavaham

so *(adv.)* അത്രത്തോളം athraththolam

soak *(n.)* കുതിർക്കൽ kuthirkkal

soak *(v.)* കുതിർക്കുക kuthirkkuka

soap *(v.)* മുഖസ്തുതി പറയുക
mukhasthuthi parayuka

soap *(n.)* മാർജ്ജനദ്രവ്യം
maarjjanadravyam

soapy *(adj.)* വഴുവഴുപ്പായ
vazhuvazhuppaaya

soar *(v.)* ഉയർന്നുപറക്കുക
uyarnnuparakkuka

sob *(n.)* തേങ്ങൽ thengal

sob *(v.)* തേങ്ങിക്കരയുക
thengikarayuka

sober *(adj.)* മദ്യപിക്കാത്ത
madyapikkaaththa

sobriety *(n.)* വെളിവ് veliv

sociability *(n.)* സംസർഗ്ഗശീലത്വം
samsarggashhillathwam

sociable *(adj.)*
സൗഹൃദസ്വഭാവമുള്ള
souhrudaswabhaavamulla

social *(n.)* സാമൂഹ്യമായ
saamuuhyamaaya

socialism *(n.)* സമഷ്ടിവാദം
samastivaadam

socialist *(n.)* സമഷ്ടിവാദി
samashtivaadi

socialite *(n.)* വരണ്യേപ്രമാണി
varenya pramaani

society *(n.)* സമൂഹം samuuham

sociology *(n.)* സാമൂഹ്യശാസ്ത്രം
saamuuhyashaasthram

sock *(n.)* ചരണാവരണം
charanaavaranam

socket *(n.)* കൺകുഴി kankuzhi

sod *(n.)* പുൽത്തറ pulththara

sodomite *(n.)*
പ്രകൃതിവിരുദ്ധഭോഗി
prukruthivirudhabhogi

sodomy *(n.)*
പ്രകൃതിവിരുദ്ധഭോഗം prakruthi
virudhabhogam

sofa *(n.)* പര്യങ്കം paryankam

soft *(adj.)* മൃദുവായി mruduvaayi

soft copy *(n.)* കമ്പ്യൂട്ടറിൽ സൂക്ഷിക്കുന്ന വിവരങ്ങങ്ങൾ computeril suukshikkunna vivarangal
soften *(v.)* മൃദുലമാക്കുക mrudulamaakkuka
softener *(n.)* മയപ്പെടുത്തുന്ന പദാർത്ഥം mayappetuththunna padaarththam
soggy *(adj.)* നനഞ്ഞുകുഴഞ്ഞ nananjukuzhanja
soil *(v.)* അഴുക്കാക്കുക azhukkaakkuka
soil *(n.)* മണ്ണ് mannu
sojourn *(n.)* വിശ്രമവാസം vishramavaasam
sojourn *(v.)* പരദേശിയായിരിക്കുക paradeshiyaayirikkuka
solace *(n.)* ആശ്വാസം aswaasam
solace *(v.)* സമാശ്വസിപ്പിക്കുക samaaswasippikkuka
solar *(adj.)* സൂര്യന്റേതായ suuryantethaaya
solar panel *(n.)* സൂര്യ വികിരണത്തെ വൈദ്യുതിയാക്കി മാറ്റാൻ ഉപയോഗിക്കുന്ന ഒരു വസ്തു suurya vikiranaththe vaidyuthiyaakki maattan upayogikkunna oru vasthutha
solder *(v.)* ചേർത്തുവിളക്കുക cherththuvilakkuka
solder *(n.)* ധാതുലേപം dhaathulepam
soldier *(v.)* പട്ടാളക്കാരൻ pattalakkaran
soldier *(n.)* പട്ടാളക്കരനായിരിക്കുക pattalakkaranayirikkuka
sole *(adj.)* കാലിന്റെ ഉള്ളടി kaalinte ullati
sole *(v.)* ചെരിപ്പിനടിത്തോലിടുക cherippinatiththolituka
sole *(n.)* ഉള്ളങ്കാൽ ullankaal
solemn *(adj.)* ഗൗരവസ്വഭാവമുള്ള gouravaswabhaavamulla
solemnity *(n.)* ധർമ്മാനുഷ്ഠാനം dharmmanushtaanam
solemnize *(v.)* യഥാവിധി നിർവ്വഹിക്കുക yathavidhi nirvvahikkuka
solicit *(v.)* അഭ്യർത്ഥിക്കുക abhyarththikkuka
solicitation *(n.)* ക്ഷണം kshanam
solicitor *(n.)* നിയമോപദേശകൻ niyamopadeshakan
solicitous *(adj.)* സന്നദ്ധതയുള്ള sannaddhathayulla
solicitude *(n.)* മനോവേദന manovedana
solid *(n.)* ഘനദ്രവ്യം ghanadravyam
solid *(adj.)* ഖരമായ kharamaaya
solidarity *(n.)* ഐക്യദാർഢ്യം aikyadaardyam
solidify *(v.)* കട്ടിയായിത്തീരുക kattiyayithiiruka
soliloquy *(n.)* ആത്മഗതം athmagatham
solitaire *(n.)* ഒറ്റക്കല്ലാഭരണം ottakkallabharanam
solitary *(adj.)* ഏകാന്തമായ ekaanthamaaya
solitude *(n.)* ഏകാകിത ekaakitha
solo *(adj.)* ഏകാന്തഗീതം ekaanthagiitham
solo *(adv.)* ഒറ്റയ്ക്കു ചെയ്യുക ottaykkucheyyuka
solo *(n.)* ഏകാന്തഗീതം ekaantha giitham
soloist *(n.)* ഏകാന്തഗീതകൻ ekaanthagiithakan
solubility *(n.)* ദ്രവിപ്പിക്കൽ dravippikkal
soluble *(adj.)* അലിയിക്കാവുന്ന aliyikkaavunna
solution *(n.)* പ്രതിവിധി prathividhi

solve *(v.)* പ്രതിവിധിയുണ്ടാക്കുക prathividhiyundaakkuka
solvency *(n.)* വിഭാജകഗുണം vibhaajakagunam
solvent *(n.)* ലായകം laayakam
solvent *(adj.)* വിഭാജകഗുണമുള്ള vibhaajakagunamulla
sombre *(adj.)* നിരുല്ലാസമായ nirullaasamaaya
some *(pron.)* അൽപം alpam
some *(adj.)* കുറച്ച് kurach
somebody *(n.)* ഏതോ ഒരാൾ etho oral
somebody *(pron.)* ആരോരാൾ arooral
somehow *(adv.)* എങ്ങനെയോ enganeyo
someone *(pron.)* ആരോ aara
somersault *(v.)* മലക്കംമറിയുക malakkam mariyuka
somersault *(n.)* കുട്ടിക്കരണം kuttikkaranam
something *(adv.)* എന്തോ വസ്തു enthovasthu
something *(pron.)* എന്തോ entho
sometime *(adv.)* വല്ലപ്പോഴും vallappozhum
sometimes *(adv.)* ചിലപ്പോൾ chilappol
somewhat *(adv.)* ഒരുമാതിരി orumaathiri
somewhere *(adv.)* എവിടെയോ eviteyo
somnambulism *(n.)* സ്വപ്നാടനം swapnaatanam
somnambulist *(n.)* സ്വപ്നാടനക്കാരൻ swapnaatanakkaaran
somnolence *(n.)* നിദ്രാവസ്ഥ nidraavastha
somnolent *(adj.)* ഉറങ്ങിയ urangiya
son *(n.)* പുത്രൻ puthran
song *(n.)* ഗാനം gaanam
songster *(n.)* ഗായകൻ gaayakan
sonic *(adj.)* ശബ്ദത്തെ സംബന്ധിച്ച sabdathe sambandhicha
sonnet *(n.)* ഗീതകം giithakam
sonography *(n.)* ശബ്ദത്തെ ചിത്രരൂപത്തിലാക്കിയുള്ള പഠനം shabdaththe chithraruupaththilaakkiyulla patanam
sonority *(n.)* ശബ്ദസ്പഷ്ടത shabdaspashtatha
soon *(adv.)* വേഗം vegam
soot *(v.)* പുകക്കറ പിടിക്കുക pukakkarapitikkuka
soot *(n.)* പുകപ്പൊടി pukappoti
soothe *(v.)* സാന്ത്വനിപ്പിക്കുക saanthwanippikkuka
sophism *(n.)* യുക്ത്യാഭാസം yukthyaabhyaasam
sophist *(n.)* ഹേത്വാഭാസവാദി hethwabhaasavaadi
sophisticate *(n.)* പരിഷ്ക്കാരം വരുത്തുക parishkaaram varuthuka
sophisticated *(adj.)* ലൗകികജ്ഞാനമുള്ള loukikanjanamu
sophistication *(n.)* പരിഷ്കൃതി parishkruthi
sorcerer *(n.)* ചെപ്പടിവിദ്യക്കാരൻ cheppati vidyakkaran
sorcery *(n.)* ചെപ്പടിവിദ്യ cheppati vidya
sordid *(adj.)* ഹീനമായ hiinamaaya
sore *(n.)* വ്രണം vrunam
sore *(adj.)* പുണ്ണായ punnaaya
sorrow *(v.)* ദുഃഖിക്കുക dukhikkuka
sorrow *(n.)* ദുഃഖം dukham
sorry *(adj.)* പരമദയനീയമായ paramadayaniiyamaaya
sort *(n.)* തരം tharam
sort *(v.)* വേർതിരിക്കുക verthirikkuka

soul *(n.)* പ്രാണൻ praanan
sound *(v.)* ശബ്ദിക്കുക shabdikkuka
sound *(n.)* ശ്രവണപഥം
shravanapatham
sound *(adj.)* ആരോഗ്യമുള്ള
aarogyamulla
sound system *(n.)* ശബ്ദസംവിധാനം
shabdasamvidhaanam
soundproof *(adj.)* ശബ്ദം കടക്കാത്ത
shabdam katakkaaththa
soundtrack *(n.)* സിനിമയുടെ
സംഗീതോപകരണത്തിന്റെ
റെക്കോർഡിംഗ് cinemayute
sangiithopakaranaththinte recording
soup *(n.)* രസം rasam
sour *(v.)* പുളിക്കുന്നു pulikkunnu
sour *(adj.)* പുളിക്കുന്ന pulikkunna
source *(n.)* സ്രോതസ്സ് srothas
south *(adj.)* തെക്കുള്ള thekkulla
south *(n.)* ദക്ഷിണദിക്ക് dakshinadikk
south *(adv.)* ദക്ഷിണമായ
dakshinamaaya
southerly *(adj.)* തെക്കോട്ടായി
thekkottayi
southern *(adj.)* തെക്കൻ thekkan
souvenir *(n.)* സ്മരണിക smaranika
sovereign *(adj.)*
സർവ്വാധികാരമുള്ള
sarvvaadhikaaramulla
sovereign *(n.)* പരമാധികാരി
paramaadhikaari
sovereignty *(n.)* പരമാധികാരം
paramadhikaaram
sow *(v.)* വിതയ്ക്കുക vithaykkuka
sow *(n.)* വിത്തുപാകൽ viththupaakap
space *(v.)* ഇടവേള നൽകുക itavela
nalkuka
space *(n.)* ഇടം itam
spacecraft *(n.)*
ശൂന്യാകാശവാഹനം
shunyaakaasham

spacious *(adj.)* സ്ഥലസൗകര്യമുള്ള
sthalasoukaryamulla
spade *(v.)* കിളയ്ക്കുക kilaykkuka
spade *(n.)* കൈക്കോട്ട് kaikkott
span *(v.)* വളയ്ക്കുക valaykkuka
span *(n.)* അൽപസമയം alpasamayam
Spaniard *(n.)* സ്പാനിഷ് പൌരൻ
spanish pouran
spaniel *(n.)* വേട്ടനായ vettanaaya
Spanish *(n.)* സ്പാനിഷ് ഭാഷ
spanishbhaasha
Spanish *(adj.)* സ്പെയിനിനെ
സംബന്ധിച്ച spaine sambhandhicha
spanner *(n.)* കീലയന്ത്രം kiilayanthram
spare *(adj.)* അധികമുള്ള adhikamulla
spare *(n.)* ശേഖരിച്ചു വച്ച
shekharichu vacha
spare *(v.)* ബാക്കിവരുത്തുക baakki
varuththuka
spark *(v.)* സംഭാഷത്തിനു
പ്രേരിപ്പിക്കുക
sambhaashanaththinu prerippikkuka
spark *(n.)* സ്ഫുലിംഗം sphulingam
sparkle *(n.)* സ്ഫുരണം sphuranam
sparkle *(v.)* തീപ്പൊരി പറക്കുക
thiippori parakkuka
sparrow *(n.)* ഊർകുരുവി uurkuruvi
sparse *(adj.)* ചിതറിക്കിടക്കുന്ന
chitharikkitakkunna
spasm *(n.)* പേശീസങ്കോചം
peshiisankocham
spasmodic *(adj.)* ഇടവിട്ടുണ്ടാകുന്ന
itavittundaakunna
spate *(n.)* ജലപ്രളയം jalapralayam
spatial *(adj.)* സ്ഥലസംബന്ധിയായ
sthalasambandhiyaya
spawn *(v.)* മുട്ടയിടുക muttayituka
spawn *(n.)* മീൻമുട്ട miinmutta
speak *(v.)* സംസാരിക്കുക
samsarikkuka
speaker *(n.)* ഭാഷകൻ bhaashakan

spear *(v.)* കുന്തം കൊണ്ടു കുത്തുക
kuntham kondu kuthuka

spear *(n.)* കുന്തം kuntham

spearhead *(v.)* ആക്രമണത്തെ
നയിക്കുക aakramanaththe
nayikkuka

spearhead *(n.)* കുന്തമുന kunthamuna

special *(adj.)* പ്രത്യേകമായിട്ടുള്ള
prathyekamaayittulla

specialist *(n.)* വിശേഷജ്ഞൻ
viseshanjan

speciality *(n.)* വൈശിഷ്ട്യം
vaishishtyam

specialization *(n.)* പ്രത്യേക
വൈദഗ്ദ്ധ്യം prathyeka vaidagdyam

specialize *(v.)* വൈദഗ്ദ്ധ്യം നേടുക
vaidagdhyam netuka

species *(n.)* ജാതി jaathi

specific *(adj.)* വ്യക്തതയുള്ള
vykthathayulla

specification *(n.)* പ്രത്യേകനിർദ്ദേശം
prathyeka nirddesham

specify *(v.)* വ്യക്തപ്പെടുത്തുക
vykthappetuththuka

specimen *(n.)* നിദർശനം nidarshanam

speck *(n.)* വടു vatu

speckle *(n.)* ചെറുപുള്ളി cherupulli

spectacle *(n.)* അത്ഭുതദൃശ്യം
athbhuthadrushyam

spectacular *(adj.)* കൗതുകദൃശ്യം
kouthukadrushyam

spectator *(n.)* പ്രേക്ഷകൻ preshakan

spectre *(n.)* പിശാച് pishaach

spectrum *(n.)* വർണ്ണരാജി varnnaraaji

speculate *(v.)* ഊഹക്കച്ചവടം
നടത്തുക uuhakkachavatam
nataththuka

speculation *(n.)* ഊഹാപോഹം
uuhaapoham

speech *(n.)* ഭാഷണം bhaashanam

speed *(v.)* ദ്രുതഗതിയിൽ പോവുക
drudagathiyil povuka

speed *(n.)* ദ്രുതം drutham

speedily *(adv.)* വേഗത്തിൽ vegaththil

speedy *(adj.)* ദ്രുതമായ druthamaaya

spell *(v.)* ചൊല്ലുക cholluka

spell *(n.)* മന്ത്രോച്ചാരണം
manthrochchaaranam

spelling *(n.)* അക്ഷരവിന്യാസം
aksharavinyaasam

spend *(v.)* ചെലവഴിക്കുക
chelavazhikkuka

spendthrift *(n.)* ധാരാളി dhaarali

sperm *(n.)* പുരുഷബീജം
purushabiijam

sphere *(n.)* ഗോളം golam

spherical *(adj.)* ഗോളാകാരമായ
golaakaaramaaya

spice *(v.)* ആസ്വാദ്യത നിറഞ്ഞ
വിഷയങ്ങളെക്കൊണ്ടു
നിറയ്ക്കുക aasaadyatha niranja
vishayangalekkondu niraykkuka

spice *(n.)* സുഗന്ധവ്യഞ്ജനം
suganddhavynjanam

spicy *(adj.)* ആസ്വാദ്യത
നിറയ്ക്കുക aaswaadyatha
niraykkuka

spider *(n.)* ചിലന്തി chilanthi

spike *(v.)* കുറ്റിതറയ്ക്കുക kutti
tharaykkuka

spike *(n.)* കൂർത്തമുന kuurththamuna

spill *(n.)* തുളുമ്പൽ thulumbal

spill *(v.)* തുളുമ്പിക്കുക
thulumbikkuka

spin *(n.)* നൂൽനൂൽപ് nuulnuulpp

spin *(v.)* നൂൽക്കുക nuulkkuka

spinach *(n.)* ചീര chiira

spinal *(adj.)* നട്ടെല്ലുസംബന്ധിച്ച
nattellu sambandhicha

spindle *(n.)* തക്ലി thakli

spine *(n.)* നടുവെല്ല് natuvellu

spinner *(n.)* നൂലുനൂൽക്കുന്നയാൾ
nuulunuukkunnayaal

spinster *(n.)* അവിവാഹിത avivaahitha
spiral *(adj.)* പിരിപിരിയായ piripiriyaya
spiral *(n.)* സർപ്പിളം sarppilam
spirit *(n.)* ജീവച്ചൈതന്യം jiicachaithanyam
spirited *(adj.)* ആവേശമുള്ള aveshamulka
spiritual *(adj.)* ആത്മീയമായ aathmiyamaaya
spiritualism *(n.)* ആത്മീയത athmiyatha
spiritualist *(n.)* ആത്മീയവാദി athmiiyavaadi
spirituality *(n.)* ആദ്ധ്യാത്മികത adyaathmikatha
spit *(n.)* തുപ്പൽ thuppal
spit *(v.)* തുപ്പുക thuppuka
spite *(n.)* വിദ്വേഷം vidwesham
spittle *(n.)* വായ്നീർ vaayniir
spittoon *(n.)* കോളാമ്പി kolaambi
splash *(n.)* വെള്ളം തെറിപ്പിക്കൽ vellam therippikkal
splash *(v.)* വെള്ളം തെറിപ്പിക്കുക vellam therippikkuka
spleen *(n.)* പ്ലീഹ pleha
splendid *(adj.)* ദീപ്തിമത്തായ dipthimaththaaya
splendour *(n.)* ദീപ്തി diipthi
splinter *(v.)* ശകലീഭവിക്കുക shakaliibhavikkuka
splinter *(n.)* തടിച്ചീള് thatichiilu
split *(n.)* വിടവ് vitav
split *(v.)* വിണ്ടുപോകുക vindupokuka
spoil *(n.)* വഷളാക്കൽ vashalaakkal
spoil *(v.)* വഷളാക്കുക vashalaakkuka
spoke *(n.)* ചുക്കാൻ പിടി chukkanpiti
spokesman *(n.)* വക്താവ് vakthaav
sponge *(v.)* നീരൊപ്പുക niiroppuka
sponge *(n.)* കടൽപ്പഞ്ഞി katalppanji
sponsor *(v.)* പണം മുടക്കുക panam mutakkuka
sponsor *(n.)* പണം മുടക്കുന്നയാൾ panam mutakkunnayaal
spontaneity *(n.)* സ്വേച്ഛ swechcha
spontaneous *(adj.)* സ്വമേധയാ ഉള്ള swamedaya ulla
spoon *(n.)* കരണ്ടി karandi
spoon *(v.)* കോരുക koruka
spoonful *(n.)* കരണ്ടിയളവ് karandiyalav
sporadic *(adj.)* അപൂർവ്വമായ apuurvvamaaya
sport *(v.)* ക്രീഡിക്കുക kriidikkuka
sport *(n.)* കളി kali
sportive *(adj.)* വിഹാരപ്രയനായ vihaaraprayanaaya
sportsman *(n.)* കായികാഭ്യാസക്കാരൻ kaayikaabhyaasakkaran
spot *(v.)* പുള്ളികളിടുക pullikalituka
spot *(n.)* വടു vatu
spotless *(adj.)* കറയില്ലാത്ത karayillaaththa
spotlight *(n.)* വെളിച്ചം velicham
spousal *(adj.)* വിവാഹച്ചടങ്ങുകൾ vivaahachatangukal
spouse *(n.)* ജീവിതപങ്കാളി jiivithappankaali
spout *(v.)* തെറിപ്പിക്കുക therippikkuka
spout *(n.)* പീച്ചാങ്കുഴൽ therippikkuka
sprain *(v.)* ഉളുക്കുക ulukkuka
sprain *(n.)* ഉളുക്കൽ ulukkal
spray *(v.)* തൂവാനാമടിക്കുക thuuvaanamatikkuka
spray *(n.)* ജലശീകരം jalashiikaram
spread *(n.)* വ്യാപനം vyaapanam
spread *(v.)* പടർന്നുപിടിക്കുക patarnnupitikkuka
spree *(n.)* ഉല്ലാസഘോഷം ullaasaaghosham

sprig *(n.)* പല്ലവം pallavam
sprightly *(adj.)* സോൽസാഹമായ
solsaahamaaya
spring *(n.)* വസന്തകാലം
vasanthakaalam
spring *(v.)* ചാടിപ്പുറപ്പെടുക
chaatipurappetuka
sprinkle *(v.)* മഴ ചാറുക mazha
chaaruka
sprint *(n.)* കുതിച്ചോട്ടം kuthichottam
sprint *(v.)* അതിവേഗം ഓടുക
athivegam otuka
sprout *(n.)* തളിർ thalir
sprout *(v.)* തളിർക്കുക thalirkkuka
spur *(v.)* പ്രേരിപ്പിക്കുക
prerippikkuka
spur *(n.)* കുതിരമുള്ള് kuthiramullu
spurious *(adj.)* പൊള്ളയായ
pollayaya
spurn *(v.)* നിസ്സാരമാക്കുക
nissaramaakkuka
spurt *(n.)* പീച്ചൽ piichal
spurt *(v.)* പീച്ചുക piichuka
sputnik *(n.)*
മനുഷ്യനിർമ്മിതഭൗമോപഗ്ര
ഹം manushyanirmmitha
bhoymopagraham
sputum *(n.)* കഫം kapham
spy *(v.)* ചാരപ്പണി ചെയ്യുക
charappani cheyyuka
spy *(n.)* രഹസ്യ ദൂതൻ rahasyaduthan
squad *(n.)* ചെറുസംഘം
cherusangham
squadron *(n.)* സൈന്യഗണം
sainyaganam
squalid *(adj.)* അഴുക്കായ azhukkaaya
squalor *(n.)* വൃത്തികേട് vruththiket
squander *(v.)*
പാഴ്ച്ചെലവുചെയ്യുക
paazhchelavu cheyyuka
square *(v.)* ചതുരമാക്കുക
chathuramaakkuka

square *(adj.)* ചതുരാകൃതി
chathuraakruthi
square *(n.)* സമചതുരം
samachathuram
squash *(n.)* മധുരപാനീയം
madurapaaniyam
squash *(v.)* ഉടയ്ക്കുക utaykkuka
squat *(v.)* കുത്തിയിരിക്കുക
kuththiyirikkuka
squeak *(n.)* കാറൽ kaaral
squeak *(v.)* കാറുക kaaruka
squeeze *(v.)* ഞെക്കിപ്പിഴിയുക
njekkippizhiyuka
squint *(n.)* വക്രദൃഷ്ടി vakradrushti
squint *(v.)* പാളിനോക്കുക
paalinokkuka
squire *(n.)* സായുധസഹചരൻ
saayudhasahacharan
squirrel *(n.)* അണ്ണാൻ annaan
stab *(n.)* കത്തിക്കുത്ത് kaththikkuthth
stab *(v.)* കുത്തുക kuththuka
stability *(n.)* സ്ഥിരത sthiratha
stabilization *(n.)* സ്ഥിരമാക്കൽ
sthiramaakkal
stabilize *(v.)* സ്ഥായിയാക്കുക
sthaayiyaakkuka
stable *(v.)* സന്തുലിതമാക്കുക
santhulithamaakkuka
stable *(n.)* സന്തുലിതമായ
santhulithamaaya
stable *(adj.)* മാറ്റമില്ലാത്ത
maattamillaaththa
stadium *(n.)* കളിക്കളം kalikkalam
staff *(v.)* ജീവനക്കാരെ
നിയമിക്കുക jiivanakkaare
niyamikkuka
staff *(n.)* ജീവനക്കാർ jiivanakkaar
stag *(n.)* കലമാൻ kalamaan
stage *(v.)* അരങ്ങൊരുക്കുക
arangorunguka
stage *(n.)* നടനരംഗം natanarangam

stagger *(n.)* വേച്ചുപോകൽ
vechupokal

stagger *(v.)* ഇടറിപ്പോകുക
itarippokuka

stagnant *(adj.)* കെട്ടിനിൽക്കുന്ന
kettinilkkunna

stagnate *(v.)* കെട്ടിക്കിടക്കുക
kettikkitakkuka

stagnation *(n.)* കെട്ടികിടക്കൽ
kettikkitakkal

staid *(adj.)* സ്ഥിരവൃത്തിയായ
sthiravruththiyaya

stain *(v.)* കറ വീഴുക karaviizhuka

stain *(n.)* കറ kara

stainless *(adj.)* കറയറ്റ karayatta

stair *(n.)* കോവണി kovani

staircase *(n.)* കോവണിപ്പടി
kavanippati

stake *(v.)* ഊന്നുകൊടുക്കുക
uunnukotukkuka

stake *(n.)* ഊന്ന് uunnu

stale *(v.)* രുചികെടുത്തുക
ruchiketuththuka

stale *(adj.)* രസം പോയ rasam poya

stalemate *(n.)* സ്തംഭന സ്ഥിതി
sthambhana sthithi

stalk *(v.)* പിന്തുടരുക pinthutaruka

stalk *(n.)* ഞെട്ട് njett

stall *(v.)* വണ്ടി നിന്നുപോവുക
vandi ninnupokuka

stall *(n.)* മുറിപ്പീടിക murippitika

stallion *(n.)* വിത്തുകുതിര
viththukuthira

stalwart *(adj.)* ദൃഢചിത്തനായ
drudachiththanaya

stalwart *(n.)* വിശ്വസ്തൻ viswasthan

stamina *(n.)* ജീവബലം jiivabalam

stammer *(v.)* വിക്കിപ്പറയുക
vikkipparayuka

stammer *(n.)* വിക്ക് vikku

stamp *(v.)* മുദ്രപതിപ്പിക്കുക
mudrapathippikkuka

stamp *(n.)* തപാൽസ്റ്റാമ്പ് thapal stamp

stampede *(v.)* വിറളിപിടിച്ചോടുക
viralipitichotuka

stampede *(n.)* വിരണ്ടോട്ടം
virandottam

stand *(n.)* നിൽപ് nilp

stand *(v.)* നിൽക്കുക nilkkuka

standard *(adj.)* ഗുണനിലവാരം
gunanilavaaram

standard *(n.)* പ്രാമാണികമായ
praamanikamaaya

standardization *(n.)*
ക്രമവൽക്കരണം
kramavalkkaranam

standardize *(v.)* വ്യവസ്ഥചെയ്യുക
vyavastha cheyyuka

standing *(n.)* സ്ഥാനമുള്ള sthanamulla

standpoint *(n.)* നിലപാട് nilapaat

standstill *(n.)* നിശ്ചലനില nischalanila

stanza *(n.)* പദ്യഖണ്ഡം
padyakhaandam

staple *(adj.)* മുഖ്യമായുള്ള
mukhyamaayulla

staple *(v.)* സ്റ്റെയ്പൾ
കൊണ്ടുകോർക്കുക
staplekondukorkkuka

staple *(n.)* മുഖ്യോത്പന്നം
mukhyolpannam

star *(v.)* വിഖ്യാതമാകുക
vikhyaathamaakuka

star *(n.)* നക്ഷത്രം nakshathram

starch *(v.)* പശമുക്കുക pashamukkuka

starch *(n.)* അന്നജം annajam

stardom *(n.)* പ്രസിദ്ധി prasiddhi

stare *(n.)* തുറിച്ചുനോട്ടം
thurichunottam

stare *(v.)* മിഴിക്കുക mizhikkuka

stark *(adj.)* നഗ്നമായ nagnamaaya

stark *(adv.)* വിറങ്ങലിച്ച virangalicha

starry *(adj.)* താരോപമമായ
thaaropamamaaya

start *(n.)* തുടക്കം thutakkam

start *(v.)* ആരംഭിക്കുക
aarambhikkuka

startle *(v.)* ഞെട്ടിപ്പോകുക
njettipokuka

starvation *(n.)* പട്ടിണി pattini

starve *(v.)* പട്ടിണികിടക്കുക pattini
kitakkuka

state *(v.)* ബോധിപ്പിക്കുക
bodhippikkuka

state *(n.)* സ്ഥിതി sthithi

stateliness *(n.)* ആഡംബരം
aadambaram

stately *(adj.)* പദവിയുള്ള padaviyulla

statement *(n.)* പ്രസ്താവന
prasthaavana

statesman *(n.)* രാജ്യതന്ത്രജ്ഞൻ
raajyathanthranjan

statewide *(adj.)* സംസ്ഥാന
വ്യാപകമായി samsthaana
vyaapakamaayi

static *(adj.)* ചലനാത്മകമല്ലാത്ത
chalanaathmakamallaaththa

static *(n.)* സ്ഥാനസ്ഥം sthaanastham

statics *(n.)* സ്ഥിതിതന്ത്രം
sthithithanthram

station *(n.)* സങ്കേതം sanketham

station *(v.)* സ്ഥാനത്താക്കുക
sthaanathaakkuka

stationary *(adj.)* അനങ്ങാത്ത
anangaaththa

stationer *(n.)*
ലേഖനസാമഗ്രിവിക്രയി
lekhanasamagrivikrayi

stationery *(n.)* ലേഖനസാമഗ്രി
lekhanasamagri

statistical *(adj.)*
സ്ഥിരവിവരശാസ്ത്രമായ
sthiravivarashaasthramaaya

statistician *(n.)*
ജനസ്ഥിതിവിവരനിപുണൻ
janasththivivaranipunan

statistics *(n.)*
സ്ഥിതിവിവരശാസ്ത്രം
sthithivivarashaasthram

statue *(n.)* പ്രതിമ prathima

stature *(n.)* പൊക്കം pokkam

status *(n.)* പദവി padavi

statute *(n.)* ലിഖിതനിയമം
likhithaniyammam

statutory *(adj.)* നിയമപ്രകാരമുള്ള
niyamaprakaramulla

staunch *(adj.)* ഉറച്ചുനിൽക്കുന്ന
urachunilkkunna

stay *(n.)* വാസം vaasam

stay *(v.)* തങ്ങുക thanguka

steadfast *(adj.)* ഉറച്ച uracha

steadiness *(n.)* ദൃഢനിശ്ചയം
drudanischayam

steady *(v.)* ഉറച്ചു നിൽക്കുക
urachunilkkuka

steady *(adj.)* ഇടറാത്ത itaraaththa

steal *(v.)* മോഷ്ടിക്കുക moshtikkuka

stealthily *(adv.)* കളവായി kalavaayi

steam *(v.)* ആവിയാകുക aaviyaakuka

steam *(n.)* നീരാവി niiravi

steamer *(n.)* ആവികപ്പൽ aavikkappal

steed *(n.)* അശ്വം aswam

steel *(n.)* ഉരുക്ക് urukk

steep *(v.)* മനസ്സുറപ്പു വരുത്തുക
manassurappuvaruththuka

steep *(adj.)* ചെങ്കുത്തായ
chenkuththaaya

steeple *(n.)* ഗോപുരാഗ്രം
gopuraagram

steer *(v.)* ചുക്കാൻ തിരിക്കുക
chukkaan thirikkuka

stellar *(adj.)* നക്ഷത്രം പോലെ
nakshathram pole

stem *(v.)* ഉദ്ഭവിക്കുക utbhavikkuka

stem *(n.)* തണ്ട് thand

stench *(n.)* ദുർഗന്ധം durganddham

stencil *(v.)* തകിടുവച്ചെഴുതുക
thakituvachchezhuthuka

stencil *(n.)* അക്ഷരംകൊത്തിയ തകിട് aksharamkoththiya thakit
stenographer *(n.)* സംക്ഷേപലേഖകൻ samkshepalekakhan
stenography *(n.)* ചുരുക്കെഴുത്ത് churukkezhuthth
step *(v.)* ചുവടുവെയ്ക്കുക chuvatuvaykkuka
step *(n.)* കാൽവയ്പ് kaalvayp
steppe *(n.)* പുൽമൈതാനം pulmaithaanam
stereotype *(v.)* സ്ഥിരരൂപമാകുക sthiraruupamaakuka
stereotype *(n.)* സ്ഥിരരൂപം sthiraruupam
stereotyped *(adj.)* ഒരേതരമായ oretharamaaya
sterile *(adj.)* വന്ധ്യമായ vanddhyamaaya
sterility *(n.)* വന്ധ്യത vanddhyatha
sterilization *(n.)* വന്ധ്യംകരണം vanddhyamkaranam
sterilize *(v.)* വന്ധ്യമാക്കുക vanddhyamaakkuka
sterling *(n.)* ബ്രിട്ടീഷ്നാണയം British naanayam
sterling *(adj.)* ഒന്നാന്തരമായ onnamtharamaaya
stern *(n.)* കടുത്ത katuththa
stern *(adj.)* കർക്കശമായ karkkashamaaya
steroid *(n.)* ഒരുജൈവസംയുക്തം oru jaiva samyuktham
stethoscope *(n.)* ഹൃദയസ്പന്ദന പരിശോധിനി hrudayaspandhana parishodhini
stew *(v.)* വേവിക്കുക vevikkuka
stew *(n.)* ഇറച്ചിപ്പുഴുക്ക് irachippuzhukk
steward *(n.)* മേൽനോട്ടക്കാരൻ melnottakkaaran
stick *(v.)* ഒട്ടിപ്പിടിക്കുക ottippitikkuka
stick *(n.)* കമ്പ് kamb
sticker *(n.)* ലേബൽ label
stickler *(n.)* മർക്കടമുഷ്ടി markkatamushti
sticky *(n.)* ഒട്ടുന്ന ottunna
stiff *(n.)* ഒട്ടിപ്പിടിക്കുന്ന ottippitikkunna
stiffen *(v.)* കടുപ്പപ്പെടുത്തുക katuppappetuththuka
stifle *(v.)* അമർച്ചചെയ്യുക amarcha cheyyuka
stigma *(n.)* ദൂഷണം duushanam
still *(adv.)* ഇതുവരെ ithuvare
still *(n.)* നിശ്ചലം nischalam
still *(v.)* ഇളകാതാക്കുക ilakaathirikkuka
still *(adj.)* നിശ്ചലമായിരിക്കുന്ന nischalamaayirikkunna
stillness *(n.)* സ്തബ്ധത sthabdatha
stilt *(n.)* ഊന്നുകാൽ uunnukaal
stimulant *(n.)* ഉത്തേജകമായ uththejakamaaya
stimulate *(v.)* ഉത്തേജിപ്പിക്കുക uththejippikkuka
stimulus *(n.)* ഉത്തേജനം uththejanam
sting *(n.)* മുള്ള് mullu
sting *(v.)* മുള്ളുകുത്തുക mullukuththuka
stingy *(adj.)* പിശുക്കുള്ള pishukkulla
stink *(n.)* നാറ്റം naattam
stink *(v.)* നാറുക naaruka
stipend *(n.)* പ്രദാനം pradaanam
stipulate *(v.)* ഉടമ്പടിചെയ്യുക utambati cheyyuka
stipulation *(n.)* ഉടമ്പടി utambati
stir *(v.)* ഇളക്കുക ilakkuka
stirrup *(n.)* അങ്കവടി ankavati
stitch *(v.)* തുന്നുക thunnuka
stitch *(n.)* തുന്നൽ thunnal
stock *(adj.)* ശേഖരണം shekharanam

stock *(v.)* സഞ്ചയിക്കുക
sanchayikkuka

stock *(n.)* ശേഖരം shekharam

stocking *(n.)* പാദാവരണം
paadaavaranam

stoic *(n.)* സമചിത്തൻ samachiththan

stoke *(v.)* തീപിടിപ്പിക്കുക
thiipitippikkuka

stoker *(n.)* തീക്കോൽ thiikkol

stomach *(v.)*
ആർത്തിപിടിച്ച്കഴിക്കുക
aarththipitich kazhikkuka

stomach *(n.)* വയറ് vayaru

stone *(v.)* കല്ലെറിയുക kalleriyuka

stone *(n.)* കല്ല് kallu

stony *(adj.)* കല്ലുനിറഞ്ഞ kalluniranja

stool *(n.)* ആസനപീഠം aasanapiitam

stoop *(n.)* കുമ്പിടൽ kunbital

stoop *(v.)* കുമ്പിടുക kumbituka

stop *(n.)* വിരാമം viraamam

stop *(v.)* നിർത്തുക nirththuka

stoppage *(n.)* നിന്നുപോകൽ
ninnupokal

storage *(n.)* സംഭരണം sambharanam

store *(v.)* കരുതിവയ്ക്കുക
karuthivaykkuka

store *(n.)* ഭണ്ഡാഗാരം bhandaagaaram

storey *(n.)* നില nila

stork *(n.)* കൊറ്റി kotti

storm *(v.)* കൊടുങ്കാറ്റടിക്കുക
kotumkaattatikkuka

storm *(n.)* ചണ്ഡവാതം
chandavaatham

stormy *(adj.)* കൊടുങ്കാറ്റുള്ള
kotumkaattulla

story *(n.)* കഥ katha

stout *(adj.)* തടിച്ച thaticha

stove *(n.)* ഇരുമ്പടുപ്പ് irumbatapp

stow *(v.)* അടുക്കിവെയ്ക്കുക
atakkivaykkuka

straggle *(v.)* അണിതെറ്റുക
anithettuka

straggler *(n.)* ദുർമാർഗ്ഗി durmaarggi

straight *(adv.)* നേരായി neraayi

straight *(adj.)* നേരേയുള്ള nereyulla

straighten *(v.)* നേരെയാക്കുക
nereyaakkuka

straightforward *(adj.)* വളയാത്ത
valayaaththa

straightway *(adv.)* നേരായമാർഗം
neraaya maarggam

strain *(n.)* അതിപ്രയത്നം
athiprayathnam

strain *(v.)* ശക്തികുറയ്ക്കുക
shakthikuraykkuka

strait *(n.)* ഇടുക്ക് itukk

straiten *(v.)* ഞെരുക്കുക njerukkuka

strand *(n.)* കടലോരം kataloram

strand *(v.)* കരയ്ക്കടിയുക
karaykkatiyuka

strange *(adj.)* വിചിത്രമായ
vichithramaaya

stranger *(n.)* അപരിചിതൻ
aparichathan

strangle *(v.)* ഞെരിച്ചുകൊല്ലുക
njerichukolluka

strangulation *(n.)* ഞെക്കൽ njekkal

strap *(v.)* മുറുക്കുക murukkuka

strap *(n.)* ചുമൽപ്പട്ട chumalppatta

stratagem *(n.)* കൗശലം koushalam

strategic *(adj.)* തന്ത്രപ്രധാനമായ
thanthrapradhaanamaaya

strategist *(n.)* നയോപായചതുരൻ
nayopaayachathuran

strategy *(n.)* യുദ്ധകൗശലം
yuddhakoushalam

stratum *(n.)* നിര nira

straw *(n.)* കച്ചി kachi

strawberry *(n.)* വെളുത്ത പൂക്കളും
ചുവന്ന പഴങ്ങളും ഉണ്ടാകുന്ന
ഒരു യൂറോപ്യൻചെടി veluththa
puukkalum chuvanna pazhangalum
undaakunna oru Europeancheti

stray *(n.)* ഒറ്റതിരിഞ്ഞ otrathirinja

stray *(adj.)* വഴിതെറ്റിത്തിരിയുന്ന vashithettiththiriyunna
stray *(v.)* ലക്ഷ്യമില്ലാതെപോകുക lakshyamillaathe pokuka
stream *(v.)* ഒഴുകുക ozhukuka
stream *(n.)* അരുവി aruvi
streamer *(n.)* കൊടിക്കൂറ kotikkura
streamlet *(n.)* തോട് thot
street *(n.)* തെരുവ് theruv
strength *(n.)* ബലം balam
strengthen *(v.)* ബലപ്പെടുത്തുക balappetuththuka
strenuous *(adj.)* ഉത്സാഹിയായ ulsaahiyaya
stress *(v.)* മനഃക്ലേശിക്കുക manakleshikkuka
stress *(n.)* മനഃക്ലേശം manaklesham
stretch *(n.)* വലിച്ചിൽ valichil
stretch *(v.)* വലിയുക valiyuka
stretcher *(n.)* രോഗീമഞ്ചൽ rogiimanchal
strew *(v.)* വിതറുക vitharuka
strict *(adj.)* കർശനമായ karshanamaaya
stricture *(n.)* കുറ്റപ്പെടുത്തൽ kutrappetuththal
stride *(n.)* കവച്ചുനടക്കൽ kavachunatakkal
stride *(v.)* കാലുകവച്ചുനിൽക്കുക kaalukavachu nilkkuka
strident *(adj.)* കർണ്ണകഠോരമായ karnnakatoramaaya
strife *(n.)* കലമ്പൽ kalambal
strike *(v.)* പണിമുടക്കുക panimutakkuka
strike *(n.)* പണിമുടക്ക് panimutakk
striker *(n.)* പന്തടിക്കുന്നവൻ panthatikkunnavan
string *(v.)* തന്ത്രി ഇടുക thanthri ituka
string *(n.)* തന്ത്രി thanthri
stringency *(n.)* ഞെരുക്കം njerukkam
stringent *(adj.)* കണിശമായ kanishamaaya
strip *(v.)* തോടുകളയുക thotukalayuka
strip *(n.)* കീറ് kiiru
stripe *(v.)* അടയാളമിടുക atayaalamituka
stripe *(n.)* വർണ്ണാങ്കിത ചിഹ്നം varnnaankitha chihnam
strive *(v.)* അദ്ധ്വാനിക്കുക addhwanikkuka
stroke *(v.)* തട്ടുക thattuka
stroke *(n.)* മുട്ട് mutt
stroll *(n.)* അലസഗമനം alasagamanan
stroll *(v.)* ലാത്തുക laaththuka
strong *(adj.)* സുശക്തമായ sushakthamaaya
stronghold *(n.)* ശക്തികേന്ദ്രം shakthikendram
structural *(adj.)* ഘടനാവിഷയകമായ ghatanaavishayakamaaya
structure *(n.)* ഘടന ghatana
struggle *(n.)* ജീവിതപ്രയാസം jiivithaprayaasam
struggle *(v.)* പ്രയാസപ്പെടുക prayaasappetuka
strumpet *(n.)* തേവിടിശ്ശി thevitishshi
strut *(n.)* ധിക്കാരനടത്തം dhikkaara nataththam
strut *(v.)* ഞെളിഞ്ഞുനടക്കുക thelinju natakkuka
stub *(n.)* തുണ്ടം thundam
stubble *(n.)* കച്ചിക്കുറ്റി kachikkutti
stubborn *(adj.)* ശഠതയുള്ള shatathayulla
stud *(v.)* ഒരുക്കുക orukkuka
stud *(n.)* മൊട്ട് mott
student *(n.)* വിദ്യാർത്ഥി vidyaarththi
studio *(n.)* ഛായാഗ്രഹണശാല chhaayagrhanashaala

studious *(adj.)* പഠനവ്യഗ്രതയുള്ള patanavygrathayulla
study *(n.)* പഠനം patanam
study *(v.)* പഠിക്കുക patikkuka
stuff *(v.)* കുത്തിത്തിരുകുക kuththiththirukuka
stuff *(n.)* ദ്രവ്യം dravyam
stuffy *(adj.)* വായുസഞ്ചാരമില്ലാത്ത vaayusanchaaramillaaththa
stumble *(n.)* ഇടർച്ച itarcha
stumble *(v.)* കാലിടറുക kaalitaruka
stump *(v.)* ദുർഘടമാക്കുക durghatamaakkuka
stump *(n.)* മരക്കുറ്റി marakkutti
stun *(v.)* മോഹാലസ്യപ്പെടുക mohalasyappetuka
stunt *(n.)* മുരടിക്കൽ muratikkal
stunt *(v.)* മുരടിപ്പിക്കുക muratippikkuka
stupefy *(v.)* ബുദ്ധികെടുത്തുക buddhiketiththuka
stupendous *(adj.)* വിസ്മയകരമായ vismayakaramaaya
stupid *(adj.)* വിവേകശൂന്യമായ vivekashunyamaaya
stupidity *(n.)* മടയത്തം matayaththam
sturdy *(adj.)* ഉറപ്പുള്ള urappulla
sty *(n.)* പന്നിക്കൂട് pannikkuut
stye *(n.)* കൺകുരു kankuru
style *(n.)* അലങ്കാര രീതി alankaarariithi
stylish *(adj.)* അലങ്കാരപ്രിയമുള്ള alankaarapriyamulla
subculture *(n.)* ഉപസംസ്കാരം upadamskaaram
subdivide *(v.)* ഉപരിഭാഗം ചെയ്യുക uparibhaagam cheyyuka
subdue *(v.)* കീഴിലാക്കുക kiizhilaakkuka
subject *(adj.)* പ്രതിപാദ്യം prathipaadyam
subject *(n.)* ആഖ്യാ aakhya
subject *(v.)* വിഷയീഭവിക്കുക vishayiibhavikkuka
subjection *(n.)* വിധേയത vidheyatha
subjective *(adj.)* വിഷയസംബന്ധമായ vishayasambandhamaaya
subjudice *(adj.)* വിചാരണയിലിരിക്കുന്ന vicharanayilirikkunna
subjugate *(v.)* അധീനമാക്കുക adhiinamaakkuka
subjugation *(n.)* സ്വാധീനപ്പെടുത്തൽ swaadiinappetuththal
sublet *(v.)* കീഴ്പാട്ടത്തിന് കൊടുക്കുക kiizpaattathinu kotukkuka
sublimate *(v.)* ബാഷ്പീകരിക്കുക baashpiikarikkuka
sublime *(n.)* അത്യുച്ചനില athyychanila
sublime *(adj.)* ഉന്നതമായ unnathamaaya
sublimity *(n.)* ഉത്തുംഗത uththungatha
submarine *(adj.)* മുങ്ങിക്കപ്പൽ mungikkappal
submarine *(n.)* അന്തർവാഹിനി antharvaahini
submerge *(v.)* ആഴ്ത്തുക aazhthuka
submission *(n.)* സമർപ്പണം samarppanam
submissive *(adj.)* വിധേയത്വമുള്ള videyathwamulla
submit *(v.)* സമർപ്പിക്കുക samarppikkuka
subordinate *(adj.)* കീഴ്ജീവനക്കാരൻ kiizhjiivanakkaaran
subordinate *(n.)* കീഴുദ്യോഗസ്ഥൻ kiizhudyogasthan

subordinate *(v.)* ആജ്ഞാനുവർത്തിയായിരിക്കുക aajjaanuvarththiyaayirikkuka
subordination *(n.)* കീഴ്പ്പെടുത്തൽ kiizppetuthal
subscribe *(v.)* വരിക്കാരാവുക varikkaaravuka
subscription *(n.)* വരിസംഖ്യ varisankhya
subsequent *(adj.)* പിൻവരുന്ന pinvarunna
subservience *(n.)* പുരോഗമിക്കൽ purogamikkal
subservient *(adj.)* അധീനമായ adhiinamaaya
subside *(v.)* ശമിക്കുക shamikkuka
subsidiary *(adj.)* അനുബന്ധമായ anubandhamaaya
subsidize *(v.)* ധനസഹായം ചെയ്യുക dhanasahaayam cheyyuka
subsidy *(n.)* സഹായദ്രവ്യം sahaaya dravyam
subsist *(v.)* ഉപജീവനംകഴിക്കുക upajiivanam kazhikkuka
subsistence *(n.)* ഉപജീവനം upajiivanam
substance *(n.)* പദാർത്ഥം padaarththam
substantial *(adj.)* സാരമുള്ള saaramulla
substantially *(adv.)* സാരാംശത്തിൽ saaramshathil
substantiate *(v.)* സമർത്ഥിക്കുക samarththikkuka
substantiation *(n.)* സമർത്ഥിക്കൽ samarththikkal
substitute *(v.)* പകരം വയ്ക്കുക pakaram vaykkuka
substitute *(n.)* പകരക്കാരൻ pakarakkaaran
substitution *(n.)* ബദൽ badal
subterranean *(adj.)* ഭൂമിക്കടിയിലുള്ള bhuumikkatitilulla
subtle *(adj.)* ദുർഗ്രഹമായ durgrahamaaya
subtlety *(n.)* സൂക്ഷ്മവ്യത്യാസം suukshma vythyasam
subtract *(v.)* കിഴിക്കുക kizhikkuka
subtraction *(n.)* കിഴിക്കൽ kizhikkal
suburb *(n.)* പ്രാന്തപ്രദേശം pranthapradesham
suburban *(adj.)* ഗ്രാമീണൻ graamiinan
subversion *(n.)* അട്ടിമറി attimari
subversive *(adj.)* വിധ്വംസകമായ vidwamsakamaaya
subvert *(v.)* അട്ടിമറിക്കുക atimarikkuka
succeed *(v.)* നേട്ടം കൈവരിക്കുക nettam kaivarikkuka
success *(n.)* വിജയം vijayam
successful *(adj.)* വിജയം വരിച്ച vijayam varicha
succession *(n.)* സ്ഥാനാരോഹണം sthaanarohanam
successive *(adj.)* തുടർച്ചയായ thutarchayaya
successor *(n.)* അനന്തരഗാമി anantharagaami
succour *(v.)* തുണയ്ക്കുക thunaykkuka
succour *(n.)* തുണ thuna
succumb *(v.)* വശീഭവിക്കുക vashiibhavikkuka
such *(pron.)* അങ്ങനെയുള്ള anganeyulla
such *(adj.)* അത്തരം aththaram
suck *(n.)* ഊമ്പൽ iimbal
suck *(v.)* ഊമ്പുക iimbuka
suckle *(v.)* മുലകൊടുക്കുക mulakotukkuka
suckling *(n.)* മുലകുടി മാറാത്ത mulakutimaaraaththa

sudden *(n.)* പെട്ടെന്ന് pettenn
suddenly *(adv.)* പൊടുന്നനെ potunnane
sue *(v.)* വ്യവഹാരപ്പെടുക vyavahaarappetuka
suffer *(v.)* ക്ലേശിക്കുക kleshikkuka
suffice *(v.)* മതിയാകുക mathiyaakuka
sufficiency *(n.)* പ്രാപ്തി praapthi
sufficient *(adj.)* മതിയായ mathiyaaya
suffix *(v.)* പ്രത്യയം ചേർക്കുക prathyayam
suffix *(n.)* പരപ്രത്യയം paraprathyayam
suffocate *(v.)* വീർപ്പുമുട്ടിക്കുക viirppumuttikkuka
suffocation *(n.)* ശ്വാസം മുട്ടൽ swaasam muttal
suffrage *(n.)* വോട്ടവകാശം vottavakaasham
sugar *(v.)* മധുരിപ്പിക്കുക madhurippikkuka
sugar *(n.)* പഞ്ചസാര panchasaara
suggest *(v.)* ചൂണ്ടിപ്പറയുക chuundipparayuka
suggestion *(n.)* നിർദ്ദേശം nirdesham
suggestive *(adj.)* സൂചിപ്പിക്കുന്ന suuchippikkunna
suicidal *(adj.)* ആത്മഹത്യാപരമായ aathmahatyaaparamaaya
suicide *(n.)* ആത്മഹത്യ aathmahatya
suit *(v.)* യോജിക്കുക yojikkuka
suit *(n.)* അന്യായം anyaayam
suitability *(n.)* യോജ്യത yojyatha
suitable *(adj.)* ഇണങ്ങിയ inangiya
suite *(n.)* ഹോട്ടൽമുറികൾ hotelmurikal
suitor *(n.)* അന്യായക്കാരൻ anyaayakkaaran
sullen *(adj.)* ദുഷ്പ്രകൃതിയായ dushprakruthiyaya
sulphur *(n.)* ഗന്ധകം ganddhakam
sulphuric *(adj.)* ഗന്ധകാമ്ലം ganddhakaamlam
sultry *(adj.)* അത്യുഷ്ണമായ athyukshnamaaya
sum *(v.)* കൂട്ടുക kuuttuka
sum *(n.)* ആകെത്തുക aakethuka
summarily *(adv.)* കുറുക്കുവഴിയായി kurukkuvazhiyaayi
summarize *(v.)* ചുരുക്കിപ്പറയുക churukkipparayuka
summary *(adj.)* സംഗ്രഹിച്ച samgrahicha
summary *(n.)* ചുരുക്കം churukkam
summer *(n.)* വേനൽക്കാലം venalkkaalam
summit *(n.)* ഉച്ചകോടി uchakoti
summon *(v.)* വിളിപ്പിക്കുക vilippikkuka
summons *(n.)* കല്പനാപത്രം kalpanapathram
sumptuous *(adj.)* ആഡംബരപൂർവ്വമായ aadambarapuurnamaaya
sun *(v.)* വെയിൽകൊള്ളുക veyilkkolluka
sun *(n.)* സൂര്യൻ suuryan
sunburn *(n.)* സൂര്യാതാപം suuryaathaapam
sundae *(n.)* പഴങ്ങൾ ചേർത്ത ഐസ്ക്രീം pazhangal cherththa icecream
Sunday *(n.)* ഞായറാഴ്ച njaayaraazcha
sunder *(v.)* വേർപെടുത്തുക verpetuththuka
sundry *(adj.)* പലതരമായ palatharamaaya
sunlight *(n.)* സൂര്യപ്രകാശം suuryaprakaasham
sunny *(adj.)* സൂര്യപ്രകാശമുള്ള suuryaprakaashamulla

sunrise *(n.)* സൂര്യോദയം suuryodayam
sunset *(n.)* അസ്തമയം asthamayam
sup *(v.)* അത്താഴം കഴിക്കുക aththazham kazhikkuka
sup *(n.)* വായളവ് vaayalav
superabundance *(n.)* മഹാസമൃദ്ധി mahaasamrudhi
superabundant *(adj.)* കവിഞ്ഞൊഴുകുന്ന kavinjozhukunna
superb *(adj.)* മഹിമയുള്ള mahimayulla
superficial *(adj.)* ഉപരിപ്ലവമായ upariplavamaaya
superficiality *(n.)* ഉപരിപ്ലവത്വം upariplavathwam
superfine *(adj.)* അതിവിശിഷ്ടമായ athivishishtamaaya
superfluity *(n.)* അതിരേകം athirekam
superfluous *(adj.)* അതിരേകമായ athirekamaaya
superhuman *(adj.)* മനുഷ്യാതീതമായ manushyaathithamaaya
superintend *(v.)* മേലന്വേഷണം നടത്തുക melanweshanam nataththuka
superintendence *(n.)* മേൽനോട്ടം melnottam
superintendent *(n.)* പര്യവേക്ഷകൻ paryaveshakan
superior *(adj.)* മേലധികാരി meladhikaari
superiority *(n.)* അധീശത adhiishatha
superlative *(adj.)* അത്യുത്തമമായ athyuththamamaaya
superlative *(n.)* സർവ്വോത്തമം sarvvoththamam
superman *(n.)* അമാനുഷൻ amaanushan
supernatural *(adj.)* പ്രകൃത്യാതീതമായ prukruthyaathiithamaaya
supersede *(v.)* ഉല്ലംഘിക്കുക ullamghikkuka
supersonic *(adj.)* ശബ്ദാതീതവേഗമായ shabdaathitha vegamaaya
superstition *(n.)* അന്ധവിശ്വാസം anddhaviswaasam
superstitious *(adj.)* അന്ധവിശ്വാസമുള്ള anddhaviswaasamulla
supertax *(n.)* മേൽനികുതി melnikuthi
supervise *(v.)* മേൽനോട്ടം നടത്തുക melnottam nataththuka
supervision *(n.)* മേലന്വേഷണം melanweshanam
supervisor *(n.)* മേൽനോട്ടക്കാർ melnottakkar
supper *(n.)* രാത്രിഭക്ഷണം raathri bhakshanam
supple *(adj.)* വളയ്ക്കാവുന്ന valaykkaavunna
supplement *(n.)* ഉപപത്രം upapathram
supplement *(v.)* കുറവുനികത്തുക kuravunikaththuka
supplementary *(adj.)* പൂരകമായ puurakamaaya
supplier *(n.)* എത്തിച്ചു കൊടുക്കുന്നയാൾ eththichu kotukkunnayaal
supply *(n.)* വിതരണം vitharanam
supply *(v.)* എത്തിച്ചുകൊടുക്കുക eththichukotukkuka
support *(n.)* പിൻതാങ്ങൽ pinthaangal
support *(v.)* തുണയ്ക്കുക thunakkuka
suppose *(v.)* നിരൂപിക്കുക niruupikkuka
supposition *(n.)* വിഭാവന vibhaavana
suppress *(v.)* അമർച്ചചെയ്യുക amarchacheyyuka

suppression *(n.)* അടക്കം atakkam
supremacy *(n.)* പരമാധികാരം paramaadhikaaram
supreme *(adj.)* പരമാധികാരമുള്ള paramaadhikaaramulla
surcharge *(v.)* അധികവില ചുമത്തുക adhikavila chumathuka
surcharge *(n.)* അധികതുക adhikathuka
sure *(adj.)* ഉറപ്പായ urappaaya
surely *(adv.)* നിസ്സംശയമായി nisaamshayamaayi
surety *(n.)* ജാമ്യം jaamyam
surf *(n.)* തിര thira
surf *(v.)* തിരമാലസവാരിചെയ്യുക thiramaalasavaari cheyyuka
surface *(n.)* മേൽനിരപ്പ് melnirapp
surface *(v.)* മേൽഭാഗത്തുവരുക melbhaagathuvaruka
surfeit *(n.)* കണക്കിലേറെ kanakkilere
surge *(v.)* തിരയടിക്കുക thirayatikkuka
surge *(n.)* കടൽക്ഷോഭം katalkshobham
surgeon *(n.)* ശസ്ത്രക്രിയാവിദഗ്ധ shasthrakriya vidagdha
surgery *(n.)* ശസ്ത്രക്രിയാശാസ്ത്രം shasthrakriyaashaasthram
surmise *(v.)* നിനയ്ക്കുക ninaykkuka
surmise *(n.)* തോന്നൽ thonnal
surmount *(v.)* കവിഞ്ഞുയരുക kavinjuyaruka
surname *(n.)* കുടുംബപ്പേര് kutumbapperu
surpass *(v.)* മികച്ചുനിൽക്കുക mikachunilkkuka
surplus *(n.)* മിച്ചം micham
surprise *(v.)* അത്ഭുതപ്പെടുത്തുക athbhuthappetuthuka
surprise *(n.)* ആശ്ചര്യം aascharyam
surrender *(n.)* അടിയറവ് atiyarav
surrender *(v.)* അടിയറവെയ്ക്കുക atiyara veykkuka
surround *(v.)* ചുറ്റും കൂടുക chuttum kuutuka
surroundings *(n.)* പരിസരം parisaram
surtax *(n.)* അധികകരം adhikakaram
surveillance *(n.)* നോട്ടം nottam
survey *(n.)* വിവരശേഖരണം vivarashekharanam
survey *(v.)* സർവ്വേനടത്തുക sarvvenatathuka
survival *(n.)* അതിജീവനം athijiivanam
survive *(v.)* അതിജീവിക്കുക athijiivikkuka
suspect *(n.)* സംശയിക്കപ്പെട്ട samshayikkappetta
suspect *(adj.)* ശങ്കതോന്നൽ shanka thonnal
suspect *(v.)* സംശയിക്കുക samshayikkuka
suspend *(v.)* വിളംബപ്പെടുത്തുക vilambappetuththuka
suspense *(n.)* ഉദ്വേഗജനകം udyegajanakam
suspension *(n.)* താത്കാലിക വിലക്ക് thakkaalika vilakk
suspicion *(n.)* ശങ്ക shanka
suspicious *(adj.)* ആശങ്കാജനകമായ aashankajanakamaaya
sustain *(v.)* പുലർത്തുക pularththuka
sustenance *(n.)* പോഷകവസ്തു poshakavasthu
swab *(n.)* കയറ്റുചൂൽ kayattuchuul
swagger *(n.)* വമ്പ് vamb
swagger *(v.)* വീമ്പിളക്കുക viimbilakkuka
swallow *(n.)* വിഴുങ്ങൽ vizhungal
swallow *(v.)* വിഴുങ്ങുക vizhunguka
swamp *(v.)* ചെളിയിൽ താഴുക cheliyil thaazhuka
swamp *(n.)* ചേറു നിലം cheru nilam

swan *(n.)* അരയന്നം arayannam
swarm *(v.)* ഇരച്ചുകയറുക irachukayaruka
swarm *(n.)* ഇരച്ചുകയറൽ irachukayaral
swarthy *(adj.)* കൃഷ്ണവർണ്ണമായ krushnavarnnamaaya
sway *(n.)* ചുഴറ്റൽ chuzhattal
sway *(v.)* ചുഴറ്റുക chuzhattuka
swear *(v.)* ശപഥംചെയ്യുക shapatham cheyyuka
sweat *(v.)* വിയർക്കുക viyarkkuka
sweat *(n.)* സ്വേദനം swedanam
sweater *(n.)* കമ്പിളിക്കുപ്പായം kambilikkuppaayam
sweep *(n.)* അടിച്ചുവാരൽ atichuvaaral
sweep *(v.)* അടിച്ചുവാരുക atichuvaaruka
sweeper *(n.)* തൂപ്പുകാർ thuuppukaar
sweet *(n.)* മാധുര്യം maaduryam
sweet *(adj.)* മധുരിക്കുന്ന madhurikkunna
sweeten *(v.)* മധുരീകരിക്കുക madhuriikarikkuka
sweetmeat *(n.)* മിഠായി mitdaayi
sweetness *(n.)* മാധുര്യം maaduryam
swell *(n.)* വീങ്ങൽ viingal
swell *(v.)* വീങ്ങുക viinguka
swift *(adj.)* ദ്രുതഗതിയായ druthagathiyaaya
swim *(n.)* നീന്തൽ niinthal
swim *(v.)* നീന്തുക niinthuka
swimmer *(n.)* നീന്തുന്നയാൾ niinthunnayaal
swindle *(n.)* ധനാപഹരണം dhanaapaharanam
swindle *(v.)* ധനം അപഹരിക്കുക dhanam apaharikkuka
swindler *(n.)* ചോരൻ choran
swine *(n.)* സൂകരം suukaram
swing *(n.)* ഊഞ്ഞാൽ uunjaal
swing *(v.)* ഊഞ്ഞാലാടുക uunjaalaatuka
swipe *(v.)* ആഞ്ഞുപ്രഹരിക്കുക aanjupraharikkuka
swirl *(v.)* ചുഴിയായിക്കറങ്ങുക chuzhiyaayi karanguka
Swiss *(adj.)* സ്വിറ്റസർലണ്ട് സംബന്ധി Switzerland sambandhi
Swiss *(n.)* സ്വിറ്റസർലണ്ടുകാർ Switzerlandukaar
switch *(v.)* വിദ്യുത്പ്രവാഹമുണ്ടാക്കുക vidyuth praavahamundaakkuka
switch *(n.)* വിദ്യുത്പ്രവാഹനിയാമകം vidyuth praavaha niyaamakam
swoon *(v.)* മോഹാലസ്യപ്പെടുക mohaalasyappetuka
swoon *(n.)* ബോധക്ഷയം bodhakshayam
swoop *(n.)* റാഞ്ചൽ raanchal
swoop *(v.)* റാഞ്ചുക raanchuka
sword *(n.)* വാൾ vaal
sycamore *(n.)* കാട്ടത്തി kaattaththi
sycophancy *(n.)* വിടുപണി vitupani
sycophant *(n.)* മിഥ്യാപ്രശംസ miththyaaprashamsa
syllabic *(adj.)* ഏകസ്വര വ്യഞ്ജനങ്ങളടങ്ങിയ ekaswara vynjanagalatangiya
syllable *(n.)* ഏകസ്വരാക്ഷരഗണം ekaswaraksharaganam
syllabus *(n.)* പഠനക്രമം patanakrumam
sylph *(n.)* ദിവ്യാംഗന divyaangana
sylviculturist *(n.)* വന മരങ്ങൾ നട്ടുവളർത്തുന്നയാൾ vanamarangal nattuvalarththunnayaal
symbiosis *(n.)* സഹജീവിതം sahajiivitham
symbiote *(n.)* സഹജീവി sahajiivi
symbol *(n.)* പ്രതീകം prathiikam

symbolic *(adj.)* പ്രതീകാത്മകമായ
prathiikaathmakamaaya
symbolism *(n.)* പ്രതീകാത്മകത
prathiikaathmakatha
symbolize *(v.)* പ്രതീകമായിരിക്കുക
prathiikaathmakamaayirikkuka
symmetrical *(adj.)* പ്രതിസമതയുള്ള
prathisamathayulla
symmetry *(n.)* അംഗപ്പൊരുത്തം
angapporuththam
sympathetic *(adj.)* സഹതാപമുള്ള
sahathaapamulla
sympathize *(v.)* അനുകമ്പതോന്നുക
anukampa thonnuka
sympathy *(n.)* മനസ്സലിവ് manassaliv
symphony *(n.)* നാദൈക്യം naadaikyam
symposium *(n.)* ചർച്ചായോഗം
charchaayogam
symptom *(n.)* രോഗലക്ഷണം
rogalakshanam
symptomatic *(adj.)*
രോഗസൂചകമായ
rogasuuchakamaaya
synergy *(n.)* കൂട്ടുപ്രവർത്തനം
kuuttupravarththanam
synonym *(n.)* പര്യായം paryaayam
synonymous *(adj.)*
സമാനാർത്ഥകമായ
samanaarththakamaaya
synopsis *(n.)* സംക്ഷേപണം
samkshepanam
syntax *(n.)* വാക്യവിന്യാസം
vaakyavinyaasam
synthesis *(n.)* സംശ്ലേഷണം
samsleshanam
synthetic *(n.)* കൃത്രിമസംയുക്തം
kruthima samyuktham
synthetic *(adj.)*
കൃത്രിമനിർമ്മിതമായ kruthima
nirmmithamasya

syringe *(v.)* മരുന്ന്
കുത്തിവയ്ക്കുക marunnu
kuththivaykkuka
syringe *(n.)* വസ്തിക്കുഴൽ
vasthikkuzhak
syrup *(n.)* മധുപാനകം
madupaanakam
system *(n.)* വ്യവസ്ഥ vyvastha
systematic *(adj.)* വ്യവസ്ഥിതമായ
vyavasthithamaaya
systematize *(v.)* ചിട്ടപ്പെടുത്തുക
chittappetuththuka

T

table *(v.)* ചർച്ചയ്ക്കു വയ്ക്കുക
charchaykku vaykkuka
table *(n.)* മേശ mesha
tableau *(n.)* മൂകരംഗപ്രദർശനം
muukarangapradarshanam
tablet *(n.)* ഗുളിക gulika
tablet *(v.)* തകിടിടുക thakitituka
tabloid *(n.)* ചെറുപത്രം cherupathram
taboo *(v.)* നിഷിദ്ധമാക്കുക
nishiddhamaakkuka
taboo *(adj.)* നിഷിദ്ധമായ
nishiddhamaaya
taboo *(n.)* നിരോധം nirodham
tabular *(adj.)* പട്ടികരൂപത്തിലുള്ള
pattikaruupaththilulla
tabulate *(v.)* പട്ടികയിലാക്കുക
pattikayilaakkuka
tabulation *(n.)* പട്ടികയാക്കൽ
pattikayaakkal
tabulator *(n.)* പട്ടിക തയ്യാറാക്കൽ
pattika thayyaaraakkal
tacit *(adj.)* മൗനാനുവാദമായ
mounaanuvaadamaaya
taciturn *(adj.)* മൗനശീലമുള്ള
mounashiilamulla

tack *(v.)* ആണിതറയ്ക്കുക
aanitharaykkuka

tack *(n.)* മുള്ളാണി mullaani

tackle *(v.)* മല്ലിടുക mallituka

tackle *(n.)* കപ്പൽ കയർ kappal kayar

tact *(n.)* നയം nayam

tactful *(adj.)* നയചാതുരി
nayachaathuri

tactician *(n.)* യുദ്ധതന്ത്രജ്ഞാൻ
yuddhathanthranjaan

tactics *(n.)* തന്ത്രജ്ഞത thanthranjatha

tactile *(adj.)* സ്പർശയോഗ്യമായ
sparshayogyamaaya

tag *(n.)* തൊങ്ങൽ thongal

tag *(v.)* തൊങ്ങൽ വച്ചുകെട്ടുക
thongal vachukettuka

tail *(v.)* വാലുപിടിച്ചുവലിക്കുക
vaalupitichuvalikkuka

tail *(n.)* വാൽ vaal

tailor *(v.)* തയ്ക്കുക thaykkuka

tailor *(n.)* തുന്നൽക്കാരൻ
thunnalkkaaran

taint *(v.)* ദുഷിക്കുക dushikkuka

taint *(n.)* കെടുതി ketuthi

take *(v.)* എടുക്കുക etukkuka

takeable *(adj.)* എടുക്കാനാകുന്ന
etukkaanaakunna

takeaway *(adj.)*
എടുത്തുകൊണ്ടുപോകുക
etuththukondupokunna

takeaway *(n.)* ഭക്ഷണവിൽപനശാല
bhakshanavilpanashaala

taken *(adj.)* എടുക്കപ്പെട്ട etukkappetta

take-off *(n.)* അഴിക്കൽ azhikkal

takeout *(adj.)* റെസ്റ്റോറന്റിൽ നിന്ന്
ഭക്ഷണം ഓർഡർ ചെയ്ത്
മറ്റൊരിടത്തിരുന്ന് കഴിക്കൽ
restaurantil ninn bhakshanam order
cheyth mattoritaththirunnu kazhikkal

takeout *(n)* വില പറയൽ vilaparayal

takeover *(n.)* ഏറ്റെടുക്കുക
ettedukkuka

taker *(n.)* പന്തയം വയ്ക്കുന്നയാൾ
panthayam vaykkunnayaal

tala *(n.)* താളം thaalam

talbot *(n.)* നാശത്തിന്റെ ദൂതൻ.
naashathinte duuthan

talc *(n.)* ടാൽക്കം പൗഡർ talc powder

tale *(n.)* കെട്ടുകഥ kettukatha

talebear *(v.)* ഏഷണികൂട്ടുക
eshanikuuttuka

talebearer *(n.)* ഏഷണിക്കാരൻ
eshanikkaaran

talebearing *(n.)* ഏഷണിപരത്തൽ
eshaniparathal

talebook *(n.)* കഥാപുസ്തകം
kathaapusthakam

talent *(n.)* സാമർത്ഥ്യം saamarthyam

talisman *(n.)* ഏലസ്സ് elass

talk *(n.)* സംസാരം samsaaram

talk *(v.)* പറയുക parayuka

talkative *(adj.)* വായാടിയായ
vaayatiyaaya

talkatively *(adv.)* വാചാലമായി
vaachaalamaayi

talkativeness *(n.)* വാചാലത
vaachaalatha

talkback *(n.)* ഉരുളയ്ക്കുപ്പേരി
urulaykkupperi

talkboard *(n.)* ഇന്റർനെറ്റ് ചർച്ചാ
ഗ്രൂപ്പ് internet charchaa group

tall *(adj.)* പൊക്കമുള്ള pokkammulla

tallow *(n.)* മൃഗക്കൊഴുപ്പ്
mrugakkozhupp

tally *(adj.)* ഒത്തുവരൽ oththuvaral

tally *(v.)* ചേർച്ചയാകുക
cherchayaakkuka

tally *(n.)* ഒത്തുവരൽ oththuvaral

talon *(n.)* പക്ഷിനഖം pakshinakham

taloned *(adj.)* നഖങ്ങൾ
ആയുധമാക്കിയ nakhangal
aayudhamaakkiya

tamarind *(n.)* വാളൻപുളി vaalanpuli

tame *(v.)* ഇണക്കിവളർത്തുക inakkivalarththuka
tame *(adj.)* വശഗമായ vashagamaaya
tamper *(n.)* അനാവശ്യ ഇടപെടൽ anaavasya itapetal
tamper *(v.)* പരകാര്യത്തിൽ തലയിടുക parakaaryaththil thalayituka
tamperproof *(adj.)* അനാവശ്യ ഇടപെടലുകളില്ലാത്ത anavasya itapetalukalillaaththa
tampon *(n.)* ആർത്തവരക്തം ശേഖരിക്കാൻ യോനിയിൽ വയ്ക്കുന്ന മൃദുലവസ്തു aarththavaraktham shekharikkan yoniyil vaykkunna mrudula vasthu
tampon *(v.)* ആർത്തവസഹായി aarththavasahaayi
tan *(adj.)* വെയിലേറ്റ് കറുക്കൽ veyilett karukkal
tan *(n.)* തവിട്ടുനിറം thavittuniram
tan *(v.)* തവിട്ടുനിറമാക്കുക thavittuniramaakkuka
tanbark *(n.)* കരുവേലകത്തോൽ karuvelakarththol
tandem *(adj.)* ഒന്നിനു പുറകെ ഒന്നായി ഘടിപ്പിച്ച കുതിരകൾ onninupurake onnayi ghatippicha kuthirakal
tandem *(adv.)* ഒന്നിന് മുന്നിൽ മറ്റൊന്നായി ക്രമീകരിക്കൽ onninu munnil mattonnaayi kramiikarikkal
tandem *(n.)* ഇരട്ടകുതിര വണ്ടി irattakuthira vandi
tandoor *(n.)* കളിമൺ അടുപ്പ് kaliman atupp
tang *(n.)* ചുവ chuva
tang *(v.)* മുഴങ്ങുക muzhanguka
tanged *(adj.)* അരുചി aruchi
tangent *(n.)* സ്പർശരേഖ sparsharekha
tangible *(adj.)* സ്പർശനീയമായ sparshaniiyamaaya
tangle *(v.)* കൂട്ടിപ്പിണയുക kuuttippinayuka
tangle *(n.)* ചുറ്റിപ്പിണയൽ chuttippinayal
tango *(v.)* നൃത്തശാലയിലാടുക nruththashaalayilaatuka
tango *(n.)* ബാൾറൂം നൃത്തം ballroom nruththam
tank *(n.)* തൊട്ടി thotti
tankard *(n.)* മദ്യകൂജ madyakuuja
tanker *(n.)* എണ്ണക്കപ്പൽ ennkaappal
tanner *(n.)* ചർമ്മശോധകൻ charmmashodhakan
tannery *(n.)* തോലുറപ്പണി tholuurappani
tantalize *(v.)* കൊതിപ്പിച്ചു കടന്നുകളയുക kothippichu katannukalayuka
tantamount *(adj.)* ഒരേവിധമായ orevidhamaaya
tantamount *(v.)* തുല്യമാക്കുക thulyamaakkuka
tantra *(n.)* തന്ത്രം thanthram
tantric *(adj.)* ദുർമന്ത്രവാദം durmanthravaadam
tap *(v.)* മെല്ലെ അടിക്കുക melle atikkuka
tap *(n.)* കൊട്ട് kott
tape *(v.)* കൂട്ടിക്കെട്ടുക kuuttikettuka
tape *(n.)* അളവുനാട alavunaata
tape player *(n.)* മാഗ്നറ്റിക് ടേപ്പുകളിൽ റെക്കോർഡ് ചെയ്ത ശബ്ദം പ്ലേ ചെയ്യുന്ന യന്ത്രം magnetic tapekalil record cheytha shabdam play cheyyunna yanthram
tapeless *(adj.)* നാടയില്ലാത്ത naatayillaaththa

tapeline *(n.)* നീളം അളക്കാൻ ഉപയോഗിക്കുന്ന ഇടുങ്ങിയ സ്ട്രിപ്പ് niilam alakkan upayogikkunna itungiya strip
taper *(n.)* taper taper
taper *(v.)* കൂർത്തു വരുക kuurththuvarika
tapestry *(n.)* ചിത്രകമ്പളം chithrakampalam
tar *(v.)* കീലിടുക kiilituka
tar *(n.)* കീൽ kiil
taramite *(n.)* വിവിധ മൂലകങ്ങളടങ്ങിയ മോണോക്ലിനിക്-പ്രിസ്മാറ്റിക് ധാതു vividha muulakangalatangiya monoclinic - prismaatic dhaathu
tarantism *(n.)* നൃത്തം ചെയ്യാനുള്ള പ്രേരണയാലുണ്ടാകുന്ന മാനസിക രോഗം nruththam cheyyaanulla prerayalundaakunna manasikarogam
tardiness *(n.)* വിളംബം vilambam
tardy *(adj.)* അമാന്തിക്കുന്ന amaanthikkunna
target *(n.)* ലക്ഷ്യകേന്ദ്രം lakshyakendram
tariff *(n.)* തീരുവപ്പട്ടിക thiiruvappattika
tarnish *(v.)* കാന്തിമങ്ങുക kaanthimanguka
task *(v.)* പണിഏൽപിക്കുക panielppikkuka
task *(n.)* കൃത്യം kruthyam
taste *(v.)* രുചിനോക്കുക ruchinokkuka
taste *(n.)* സ്വാദ് swaad
taste bud *(n.)* രസമുകുളം rasamukulam
tasteful *(adj.)* കലാവാസനയുള്ള kalaavaasanayulla
tasty *(adj.)* സ്വാദുള്ള swaadulla
tatter *(v.)* കീറിപ്പറിയുക kiirippariyuka
tatter *(n.)* കീറത്തുണി kiiraththuni
tattoo *(v.)* പച്ചകുത്തുക pachakuththuka
tattoo *(n.)* പച്ചകുത്ത് pachakuthth
taunt *(n.)* നിന്ദാവാക്ക് nindaavaakk
taunt *(v.)* കൊള്ളിവാക്കു പറയുക kollivaakku parayuka
taunter *(n.)* ശല്യക്കാരൻ shalyakkaaran
taunting *(adj.)* കുത്തുവാക്കുകളോടെ kuththuvaakkukalote
tauntingly *(adv.)* അപഹസിക്കുന്ന apahasikkunna
tauromachy *(n.)* കാളപ്പോര് kaalapporu
taut *(adj.)* വലിഞ്ഞു നില്ക്കുന്ന valinju nilkkunna
tautly *(adv.)* വലിഞ്ഞുനിൽക്കുന്നതായി valinju nilkkunnathaayi
tavern *(n.)* മദ്യശാല madyashaala
taverner *(n.)* മദ്യശാലക്കാരൻ madyashaalakkaaran
tavernkeeper *(n.)* മദ്യവിക്രയി madyavikrayi
taw *(v.)* തുകൽ ആക്കുക thukal aakkuka
taw *(n.)* തുകലാക്കൽ thukalaakkaal
tawer *(n.)* തൊലിച്ചുരണ്ടുന്ന tholichurundunna
tax *(v.)* കരം പിരിക്കുക karam pirikkuka
tax *(n.)* നികുതി nikuthi
tax return *(n.)* നികുതിവിവരകണക്ക് nikuthivivara kanakk
taxable *(adj.)* കരംചുമത്താവുന്ന karam chumaththavunna

taxation *(n.)* നികുതികെട്ടൽ nikuthikettal
tax-free *(adj.)* നികുതിയിൽനിന്നൊഴിവാക്കിയ nikuthiyil ninnozhivaakkiya
taxi *(v.)* കൂലിവണ്ടിയിൽ സഞ്ചരിക്കുക kuulivandiyil sancharikkuka
taxi *(n.)* കൂലിക്കോടുന്ന മോട്ടോർവണ്ടി kuulikkotunna motorvandi
taxibus *(n.)* കൂലിബസ് kuulibus
taxicab *(n.)* വാടകവണ്ടി vaatakavandi
taxidermal *(adj.)* മൃഗത്തോലുണക്കിസൂക്ഷിക്കൽ mrugaththolunakki suukshikkal
taxidermic *(adj.)* ചർമ്മപ്രസാധനമായ charmmaprasaadanamaaya
taxidermist *(n.)* മൃഗത്തോൽ കരകൗശലക്കാരൻ mrugathol karakoushalakkaaran
taxidermy *(n.)* ചർമ്മപ്രസാധനം charmmaprasaadanam
taxpayer *(n.)* നികുതിദായകൻ nikuthidaayakan
T-bone *(n.)* ടി ആകൃതിയിലുള്ള അസ്ഥി അടങ്ങുന്ന മാംസക്ഷണം T aakruthiyilulla asthiyatangunna maamsakashanam
T-bone *(v.)* തലയിടിയ്ക്കുക thalayitikkuka
tchick *(n.)* ക്ലിക്ക് ശബ്ദം click shabdam
tchick *(v.)* ക്ലിക്ക് ശബ്ദമുണ്ടാകുക click shabdamundaakkuka
tea *(n.)* ചായ chaaya
tea *(v.)* ചായ കുടിക്കുക chaayakutikkuka
tea maker *(n.)* ചായയിടുന്ന യന്ത്രം chaayayitunna yanthram
teabag *(n.)* തേയിലപൊടി theyilappoti
teabox *(n.)* ചായക്കോപ്പ chaayakkoppa
teacake *(n.)* ചായയോടൊപ്പമുള്ള കേക്ക് chaayayotoppamulla cake
teach *(v.)* പഠിപ്പിക്കുക patippikkuka
teacheable *(adj.)* പഠിപ്പിക്കാനാകുന്ന patippikkaanaakunna
teacher *(n.)* അധ്യാപിക adyaapika
teacher centric *(adj.)* അധ്യാപകകേന്ദ്രീയ adyaapakakendriiya
teaching *(n.)* അദ്ധ്യാപനം adyaapanam
teacup *(n.)* ചായകപ്പ് chaayakapp
teagle *(n.)* ചരക്കുയർത്തുന്നയാൾ charakkuyarththunnayaal
teahouse *(n.)* ചായമുറി chaayamuri
teak *(n.)* തേക്കുമരം thekkumaram
team *(n.)* കൂട്ടം kuuttam
team *(v.)* കൂട്ടുചേരുക kuttucheruka
team building *(n.)* ടീമുണ്ടാക്കുക teamundaakkuka
teamed *(adj.)* കൂട്ടുചേർന്ന kuuttuchernna
teammate *(n.)* സംഘാംഗം sanghaangam
teamwise *(adv.)* സംഘാടിസ്ഥാനത്തിൽ sanghaatisthaanaththil
teamwork *(n.)* സംഘപ്രവർത്തനം sanghapravarththanam
teapot *(n.)* ചായപാത്രം chaayapaathram
tear *(n.)* കണ്ണീർ kanniir
tear *(v.)* ചീന്തിക്കീറുക chiinthiikkiiruka
tear *(n.)* തുണ്ട് thund
tear gas *(n.)* കണ്ണീർവാതകം kanniirvaathakam

teardrop *(n.)* കണ്ണുനീർത്തുള്ളി kannuniirththulli
tearful *(adj.)* കണ്ണീരൊഴുകുന്ന kanniirozhukunna
tease *(n.)* കളിയാക്കൽ kaliyaakkal
tease *(v.)* കളിയാക്കുക kaliyaakkuka
teaser *(n.)* അസഹ്യപ്പെടുത്തുന്നവൻ asahyappetuththunnavan
teasing *(n.)* വിഷമിപ്പിക്കൽ vishamippikkal
teasingly *(adv.)* അലട്ടിക്കൊണ്ട് alattikond
teat *(n.)* മുല mula
technical *(adj.)* സാങ്കേതികമായ saankethikamaaya
technicality *(n.)* സാങ്കേതികത്വം saankethikathwam
technician *(n.)* സാങ്കേതികവിദ്യാനിപുണൻ sankethikavidyaanipunan
technique *(n.)* സാങ്കേതികപദ്ധതി sankethika paddhathi
technological *(adj.)* സാങ്കേതികവിദ്യാവിഷയകമായ saankethikavidyaavishayakamaa
technologist *(n.)* സാങ്കേതികവിദഗ്ദ്ധൻ sankethika vidagdan
technology *(n.)* സാങ്കേതികവിദ്യ sankethika vidya
technomad *(n.)* ഇൻറർനെറ്റ് സഞ്ചാരി internet sanchaari
technomania *(n.)* സാങ്കേതികവിദ്യാ ആവേശം sankethika vidyaa avesham
technomusic *(n.)* ഇലക്ട്രോണിക് നൃത്തസംഗീതരൂപം electronic nruththa sangiitha ruupam
technophile *(n.)* സാങ്കേതികവിദ്യാന്വേഷി sankethikavidyaanweshi
technophobe *(n.)* സാങ്കേതികവിദ്യാവിരോധി sankethikavidyavirodhi
techy *(n.)* സാങ്കേതികവിദ്യാപ്രവർത്തക sankethikavidya pravarththaka
tect *(adj.)* മറഞ്ഞിരിക്കുന്ന maranjirikkunna
tect *(n.)* മൂടിയ muutiya
tectonic *(adj.)* ശിൽപവിദ്യ സംബന്ധിച്ച shilpavidya sambandhicha
tedious *(adj.)* മുഷിപ്പിക്കുന്ന mushippikkunna
tedium *(n.)* മുഷിച്ചിൽ mushichil
teem *(v.)* പെരുകുക perukuka
teenager *(n.)* കൗമാരക്കാർ koumaarakkar
teens *(n. pl.)* കൗമാരാവസ്ഥ koumaaraavastha
teethe *(v.)* പല്ലുമുളയ്ക്കുക pallumulaykkuka
teetotal *(adj.)* മദ്യവർജ്ജനം madyavarjjanam
teetotaller *(n.)* മദ്യവിരോധി madyavirodhi
telebanking *(n.)* വിദൂര ധനവിനിമയം viduura dhanavinimayam
telecast *(n.)* സംപ്രേക്ഷണം sampreshanam
telecast *(v.)* സംപ്രേക്ഷണം ചെയ്യുക sampreshanam cheyyuka
telecommunications *(n.)* ലിഖിതചിത്രവാർത്താ പ്രക്ഷേപണം likhitha chithra vaarththaa prakshepanam

telecomputing *(n.)* മറ്റൊരു കമ്പ്യൂട്ടറിലേക്ക് വിവരങ്ങൾ അയയ്ക്കാനും സ്വീകരിക്കാനുമുള്ള പ്രക്രിയ. mattoru computerilekk vivarangal ayakkanum sweekarikkanumulla prakriya

teleconference *(n.)* അവാസ്തവികയോഗം avaasthavikayogam

telecopier *(n.)* ടെലിഫോൺ ലൈനിലൂടെ സന്ദേശപകർപ്പുകൾ കൈമാറുന്ന ഉപകരണം telephone lineiluute sandesha pakarppukal kaimaarunna upakaranam

telecourse *(n.)* ടെലിവിഷനിലൂടെ നടത്തിയ ഒരു പഠന കോഴ്സ്. televisionilute nataththiya oru patana course

telefax *(n.)* ഫാക്സ് സന്ദേശം fax sandesham

telegram *(n.)* കമ്പിസന്ദേശം kambi sandesham

telegraph *(v.)* കമ്പിയടിക്കുക kambiyatikkuka

telegraph *(n.)* കമ്പിത്തപാൽ kambithapaal

telegraphic *(adj.)* കമ്പിമാർഗമായ kambimaargamaaya

telegraphist *(n.)* ടെലിഗ്രാഫിസ്റ്റ് telegra

telegraphy *(n.)* വിദ്യുത്ശാസ്ത്രം vithyth shasthram

teleguide *(n.)* വിദൂരമാർഗദർശി viduuramaargadarshi

telejournalism *(n.)* വിദൂരപത്രപ്രവർത്തനം viduura pathrapravarththanam

telekinesis *(n.)* അകലെയുള്ളവ മനോബലത്താൽ ചലിപ്പിക്കൽ akaleyullava manobalaththaal chalippikkal

telekinetic *(adj.)* ചലിപ്പിക്കുക chalippikkuka

telemark *(v.)* സ്കീയിംഗിനിടെ തിരിയുക screeyinginte thiriyuka

telemarket *(v.)* ഫോണിലൂടെ വിൽക്കുക phoneilute vilkkuka

telemarketing *(n.)* ഫോണിലൂടെ വിൽക്കൽ phoneilute vilkkal

telematic *(adj.)* ടെലികമ്മ്യൂണിക്കേഷനുമായി വിവര സാങ്കേതിക വിദ്യയുടെ സംയോജനം telecommunication maayi vivara sankethika vidyayute samyojanam

telemetry *(n.)* നിരീക്ഷണം niriikshanam

teleologic *(adj.)* പ്രയോജനാവാദപരമായ prayojan vaadaparamaaya

teleologist *(n.)* പ്രയോജനാവാദി prayojan vaadi

teleology *(n.)* പ്രയോജനവാദം prayojan vaadam

teleoperator *(n.)* ഒരു മനുഷ്യ ഓപ്പറേറ്റർ ദൂരെ നിന്ന് നിയന്ത്രിക്കുന്ന ഒരു റോബോട്ടിക് ഉപകരണം oru manushya operator duure ninnu niyanthrikkunna oru robotic upakaranam

telepathic *(adj.)* അന്യചിത്തജ്ഞാനമുള്ള anyachiththa njaanamulla

telepathist *(n.)* പരഹൃദയജ്ഞാനി parahrudaya njaani

telepathy *(n.)* പരഹൃദയജ്ഞാനം parahrudaya njaanam

telephone *(n.)* ദൂരശ്രാവി duurashraavi

telephone *(v.)* ദൂരശ്രാവി ഉപയോഗിക്കുക duurashraavi upayogikkuka

teleport *(n.)* വിദൂരവിനിമയം viduuravimimayam

teleport *(v.)* വിദൂരവിനിമയം നടത്തുക viduuravinimayam nataththuka

teleportation *(n.)* വിദൂരവിനിമയസംവിധാനം viduuravinimaya samvidaanam

teleprint *(v.)* ടെലിപ്രിന്ററിൽ അച്ചടിക്കുക teleprinteril achatikkuka

teleprinter *(n.)* ടെലിഗ്രാഫ് യന്ത്രം telegraph yanthram

teleprompter *(n.)* വായിക്കേണ്ട ഭാഗം പ്രദർശിപ്പിക്കുന്ന ഉപകരണം vayikkenda bhaagam pradarshippikkuna upakaranam

telescope *(n.)* ഭൂതക്കണ്ണാടി bhuuthakkannaati

telescopic *(adj.)* ദൂരദർശിനിയിലൂടെ duuradarshiniyiluute

telescopy *(n.)* ദൂർദർശിനിവിദ്യ duuradarshini vidya

teleshopper *(n.)* വിദൂരഉപഭോക്താവ് viduura upabhookathaav

teleshopping *(n.)* ഉപഭോക്താക്കൾ നേരിട്ടെത്താതെ സാധനങ്ങൾ വാങ്ങുന്ന രീതി upabhokthaakkal neritteththathe saadhanangal vaangunna riithi

teletext *(n.)* പരസ്യപ്രക്ഷേപണം prasyaprakshepanam

televise *(v.)* റ്റെലിവിഷൻ പ്രക്ഷേപണം നടത്തുക television prakshepanam nataththuka

television *(n.)* ടെലിവിഷൻ television

tell *(v.)* പറഞ്ഞുകൊടുക്കുക paranjukotukkuka

teller *(n.)* പറയുന്നയാൾ parayunnayaal

telling *(adj.)* കാര്യസാധകമായ kaaruasaadhakamaaya

telling *(n.)* മതിപ്പാർന്ന mathippaarnna

telling-off *(n.)* നിർഭർത്സനം nirbhartsanam

telltale *(adj.)* വിടുവായനായ vituvaayanaaya

telltale *(n.)* ഏഷണിക്കാരൻ eshanikkaaran

tellural *(adj.)* ഭൂമിയുമായി ബന്ധപ്പെട്ട bhuumiyumaayi bandhappetta

telluric *(adj.)* ഭൂമിയിലുള്ള bhuumiyilulla

temeritous *(adj.)* അപകടഭയമില്ലാതെ apakatabhayamillaathth

temerity *(n.)* എടുത്തുചാട്ടം etuththichaattam

temper *(v.)* കഠിനീകരിക്കുക katiniikarikkuka

temper *(n.)* മാനസികനില manasika nila

temperament *(n.)* ചിത്തവൃത്തി chithrhavruththi

temperamental *(adj.)* പെട്ടെന്ന് ക്ഷോഭിക്കുന്ന pettenn kshobhikkunna

temperance *(n.)* ആത്മനിയന്ത്രണം aathmaniyanthranam

temperate *(adj.)* മിതശീതോഷ്ണമായ mithashiithoshnamaaya

temperate *(v.)* സമചിത്തതയോടെയിരിക്കുക samachiththathayoteyirikkuka

temperature *(n.)* താപനില thaapanila

tempest *(n.)* കൊടുങ്കാറ്റ് kotunkaatt

tempestuous *(adj.)* പ്രക്ഷുബ്ധമായ prakhubddmaayay
templar *(n.)* മതസൈനികൻ mathasainikan
template *(n.)* വാർപ്പ് vaarpp
template *(v.)* വാർപ്പുണ്ടാക്കുക vaarppundaakkuka
temple *(n.)* ക്ഷേത്രം kshethram
temporal *(adj.)* അനിത്യമായ anithyamaaya
temporary *(adj.)* അല്പായുസ്സുള്ള alpaayusulla
tempt *(v.)* പ്രലോഭിപ്പിക്കുക pralobhippikkuka
temptation *(n.)* ആകർഷണം aakarshanam
tempter *(n.)* പ്രലോഭിപ്പിക്കുന്നയാൾ pralobhippikkunnayaal
ten *(n.)* പത്ത് pathth
tenable *(adj.)* വാദിച്ചുനിൽക്കാവുന്ന vadichunilkkaavunna
tenacious *(adj.)* ദൃഢബലമുള്ള drutabalamulla
tenacity *(n.)* നിർബന്ധബുദ്ധി nirbanddhabuddhi
tenancy *(n.)* കുടിയായ്മ kutiyaayma
tenant *(n.)* അനുഭവാവകാശി anubhavaavakaashi
tend *(v.)* പ്രവണതയുണ്ടായിരിക്കുക pavanathayundaakuka
tendency *(n.)* താൽപര്യം thaalparyam
tender *(v.)* കരാറടിസ്ഥാനത്തിൽ ഏറ്റെടുക്കുക karaaratisthaanathil ettetukkuka
tender *(adj.)* ദർഘാസ് darghaas
tender *(n.)* പിഞ്ച് pinch
tenderfoot *(n.)* നവാഗതൻ navaagathan
tender-hearted *(adj.)* ദയാർദ്രചിത്തമായ dayarthrachiththanaaya
tenderize *(v.)* മൃദുവാക്കുക mruduvaakkuka
tenderizer *(n.)* മൃദുവാക്കുന്ന ഉപകരണം mruduvaakkunna upakaranam
tenderly *(adv.)* അരുമയോടെ arumayote
tenderness *(n.)* മൃദുലത mrudulatha
tendinitis *(n.)* പേശികളെ അസ്ഥിയുമായി ബന്ധിപ്പിക്കുന്ന കട്ടിയുള്ള നാരുകളുള്ള ചരടുകളുടെ വീക്കം peshikale asthiyumaayi bandhippikkunna kattiyulla naarukalulla charatukalute viikkam
tendon *(n.)* ചലനഞരമ്പ് chalananjaramb
tendril *(n.)* വള്ളിക്കൊടി vallikkoti
tenebrose *(adj.)* വെളിച്ചമില്ലാത്ത velichamillaaththa
tenebrosity *(n.)* ഇരുണ്ട irunda
tenebrous *(adj.)* മങ്ങലായ mangalaaya
tenent *(n.)* സത്യമെന്ന് കരുതപ്പെടുന്ന sathyamenn karuthappetunba
tenet *(n.)* വിശ്വാസപ്രമാണം viswaasapramaanam
tenfold *(adj.)* പത്തിരട്ടി paththiratti
tenfold *(adv.)* പത്തിരട്ടിയുള്ള paththirattiyulla
tennis *(n.)* ടെന്നീസ്കളി tennis kali
tenor *(n.)* പുരുഷസ്വരം purushaswaram
tenor *(adj.)* പുരുഷസ്വരാലാപനം purushaswaraalaapanam
tense *(v.)* പിരി മുറുക്കമുള്ളതാക്കിത്തീർക്കുക pirimurukkamullathaakkiththiirkkuka

tense *(n.)* ക്രിയാപദ കാലഭേദം kriyaapada kaalabhedam
tense *(adj.)* പിരിമുറുക്കമുള്ള pirimurukkamulla
tensely *(adv.)* മുറുകെ muruke
tensible *(adj.)* വിപുലീകരിക്കാനാകുന്ന vipuliikarikkaanaakunna
tensile *(adj.)* മുറുകിയ murukiya
tensility *(adj.)* ആയതി aayathi
tension *(n.)* പിരിമുറുക്കം pirimurukkam
tension *(v.)* സമ്മർദ്ദത്തിലായിരിക്കുക sammarddaththilaayirikkuka
tensioned *(adj.)* വലിക്കാനാകുന്ന valikkaanaakunna
tensor *(n.)* ആയാമപേശി ayaamapeshi
tensor *(adj.)* ആയാമപേശീസംബന്ധം aayaamapeshisambandham
tensor *(v.)* ആയാമപേശി ayaamapeshi
tent *(n.)* പഴുതുണ്ടാക്കുക pazhuthundaakkuka
tentative *(n.)* താത്കാലികം thathkalikam
tentative *(adj.)* പരീക്ഷാർത്ഥമുള്ള pariikshaarththamulla
tentativeness *(n.)* ഉറപ്പില്ലാത്ത urappillaaththa
tenth *(adj.)* പത്താമത്തെ paththaamath
tentmaker *(n.)* കൂടാരമുണ്ടാക്കുന്നയാൾ kuutaaramundaakkunbayaal
tentpole *(n.)* കൂടാരത്തൂണ് kuutaarathuunu
tenue *(n.)* വഹിക്കൽ vahikkal
tenuous *(adj.)* നേർമ്മയായ nermmayaya
tenuously *(adv.)* ലോലമായ lolamaaya
tenure *(n.)* ഉദ്യോഗകാലാവധി udyogakaalaavad
tenure *(v.)* നടപ്പവകാശമുണ്ടായിരിക്കുക natappavakaashamundaayirikkuka
tepid *(adj.)* ഇളംചൂടുള്ള ilamchuutulla
tepidity *(n.)* ഇളംചൂട് ilamchuut
tepidly *(adv.)* ചെറു ചൂടായി cheru chuutaaui
tequila *(n.)* മെക്സിക്കൻ മദ്യം Mexican madyam
terabase *(n.)* ജനിതകശ്രേണി വിവരശേഖരം janithakashreni vivarashekharam
terabit *(n.)* ആയിരം ജിഗാബിറ്റ് ayiram gigabite
terajoule *(n.)* ഇന്ധനങ്ങളുടെ ഊർജ്ജത്തിന്റെ അളവ് യൂണിറ്റ് indhanangalute uurjjaththinte alav unit
term *(n.)* ഊഴം uuzham
term *(v.)* സംജ്ഞനൽകുക sanja nalkuka
terminable *(adj.)* ക്ലിപ്തപ്പെടുത്താവുന്ന klipthapetuththavunna
terminal *(n.)* അവസാനം avasanam
terminal *(adj.)* അവസാനത്തെ avasaanaththe
terminate *(v.)* അവസാനിപ്പിക്കുക avasanippikkuka
termination *(n.)* പിരിച്ചുവിടൽ pirichuvital
terminological *(adj.)* സംജ്ഞാശാസ്ത്രപരമായ sanjaashaasthraparamaaya
terminology *(n.)* സംജ്ഞാശാസ്ത്രം sanjaashaasthram
terminus *(n.)* അതിര് athiru
termite *(n.)* ചിതൽ chithal

termiticide *(n.)* കീടനാശിനി
kiitanaashini

terp *(n.)* വിപണിവില vipanivila

terp *(v.)*
വിപണിവിലതീരുമാനിക്കുക
vipanivila thiirumaanikkuka

terrace *(n.)* മട്ടുപ്പാവ് mattuppaav

terrace *(v.)* മേടയാക്കുക
metayaakkuka

terracotta *(n.)* ചുട്ട കളിമണ്ണ് chutta
kalimannu

terracotta *(adj.)*
ടെറാകോട്ടസംബന്ധി terracotta
sambandhi

terraforming *(n.)* ഭൂമിയോട്
സാദൃശ്യമുള്ള തരത്തിൽ
രൂപാന്തരപ്പെടുത്തൽ bhuumiyot
saadrusyamulla tharaththil
ruupantharappetuththal

terrain *(n.)* ഭൂപ്രദേശം bhuupradesham

terrestrial *(n.)* ഭൂവാസി bhuuvaashi

terrestrial *(adj.)* ഭൂസംബന്ധിയായ
bhuusambandhiyaaya

terrible *(adj.)* ഭയങ്കരമായ
bhayankaramaaya

terrier *(n.)* വേട്ടപ്പട്ടി vettappatti

terrific *(adj.)*
ഉഗ്രഭീതിയുണർത്തുന്ന
ugravhiithiyunarththunna

terrify *(v.)* പേടിപ്പെടുത്തുക
petippetuthuka

territorial *(adj.)* പ്രദേശവിഷയകം
pradeshavishayak

territory *(n.)* അധീനപ്രദേശം
adhiinapradeaham

terror *(n.)* ഭയം bhayam

terrorism *(n.)* ഭീകരപ്രവർത്തനം
bhiikarapravarththanam

terrorist *(n.)* ഭീകരവാദി bhiikaravaadi

terrorize *(v.)* ഭീഷണിപ്പെടുത്തുക
bhiikshanippetuththuka

terse *(adj.)* തേച്ചുമിനുക്കാത്ത
thechuminukkaaththa

tersely *(adv.)* സംക്ഷിപ്തമായി
samkshipthamaayi

tertian *(n.)* വിഷജ്വരം vishajwaram

tertian *(adj.)* വിഷജ്വരമായ
vishajwaramaaya

tertiary *(n.)* മൂന്നാംഘട്ടം
munnamghattam

tertiary *(adj.)*
മൂന്നാംവിഭാഗത്തിൽപ്പെട്ട
munnamvibhagaththilppetta

tesseract *(n.)* ക്യൂബിന്റെ
അനലോഗ് cubeinte analogue

test *(n.)* പരീക്ഷണം pariikshanam

test *(v.)* പരീക്ഷിക്കുക pariikshiikkuka

testament *(n.)* മരണപത്രം
maranapathram

testicle *(n.)* പുംബീജഗ്രന്ഥി
pumbiijagrandhi

testify *(v.)* സാക്ഷിപറയുക
saakshiparayuka

testimonial *(n.)* പ്രമാണരേഖ
pramaanarekha

testimony *(n.)* പ്രമാണം pramaanam

testosterone *(n.)*
പേശിവളർച്ചയെയും
ലൈംഗിക വളർച്ചയെയും
നിയന്ത്രിക്കുന്ന ഒരു
ഹോർമോൺ peshivalarchayeyum
laigika valarchayeyum niyanthrikkunna
oru hormone

tete-a-tete *(n.)*
സ്വകാര്യസംഭാഷണം swakaarya
sambhaashanam

tether *(v.)* മേച്ചിൽക്കയറിടുക
mechil kayarituka

tether *(n.)* വിഹാരപരിധി
vihaaraparidhi

tetra *(n.)* ചതുർഭാഗങ്ങളുള്ള
chathurbhaagangalulla

text *(n.)* മൂലഗ്രന്ഥം muulagrandham

textbook *(n.)* പാഠപുസ്തകം
paatapusthakam
textbook *(adj.)*
പാഠപുസ്തകസംബന്ധം
paatapusthakasambandham
textbookish *(adj.)*
പാഠപുസ്തകത്തെപ്പോലെ
paatapusthakaththepole
textile *(n.)* തുണികൾ thunikal
textile *(adj.)* നെയ്തശീല neythashiila
textual *(adj.)* മൂലവാക്യത്തിലുള്ള
muulavaakyathilulla
texture *(n.)* ഇഴയടുപ്പം izhayatuppam
thank *(v.)* നന്ദിപറയുക
nanniparayuka
thankful *(adj.)* കടപ്പാടുള്ള
katappaatulla
thankless *(adj.)* നന്ദികെട്ട nanniketta
thanks *(n.)* നന്ദി nandi
that *(rel. pron.)* ആ aa
that *(dem. pron.)* അത് ath
that *(conj.)* ആയതിനാൽ aayathinaal
that *(adv.)* അത് ath
thatch *(v.)* എന്ന് enn
thatch *(n.)* മേച്ചിൽ പുൽ mechilpul
thaw *(n.)* ഉരുകൽ urukal
thaw *(v.)* ദ്രാവകമായിത്തീരുക
draavakamaayiththiruka
theatre *(n.)* സിനിമാശാല cinema
shaala
theatrical *(adj.)* പ്രദർശനപരമായ
pradarshanaparamaaya
theft *(n.)* കൊള്ള kolla
their *(adj.)* അവരുടെ avarute
theirs *(pron.)* അവരുടേത് avaruteth
theism *(n.)* ദൈവവിശ്വാസം
daivaviswaasam
theist *(n.)* ഏകദൈവം ekadaivam
them *(pron.)* അവർ avar
thematic *(adj.)* പ്രമേയപരമായ
prameyaparamaaya
theme *(n.)* പ്രമേയം prameyam

then *(adj.)* അനന്തരം anantharam
then *(adv.)* അന്ന് annu
thence *(adv.)* അവിടെനിന്ന് aviteninn
theocracy *(n.)* പൗരോഹിത്യഭരണം
pourohityabharanam
theologian *(n.)*
ദൈവശാസ്ത്രപണ്ഡിതൻ
daivashasthrapantithan
theological *(adj.)*
ദൈവശാസ്ത്രപരമായ
daivashaasthraparamaaya
theology *(n.)* ദൈവശാസ്ത്രം
daivashaasthram
theorem *(n.)* തത്ത്വം thathwam
theoretical *(adj.)* സൈദ്ധാന്തികമായ
saiddhaandhikamaaya
theorist *(n.)* സിദ്ധാന്തവാദി
sindhaanthaavaadi
theorize *(v.)* സിദ്ധാന്തമാക്കുക
sidhaanthamaakkuka
theory *(n.)* സിദ്ധാന്തം siddhaantham
therapist *(n.)*
തെറാപ്പിചെയ്യുന്നയാൾ therapy
cheyyunnayaal
therapy *(n.)* രോഗചികിത്സ
rogachikitsa
there *(adv.)* അവിടെയുള്ള aviteyulla
thereabouts *(adv.)* അത്രയും athrayum
thereafter *(adv.)* അതിനുശേഷം
athinusesham
thereby *(adv.)* അതിനാൽ athinal
therefore *(adv.)* അക്കാരണത്താൽ
akkaaranaththal
thermal *(adj.)* താപസംബന്ധം
thaapadambandham
thermometer *(n.)* താപമാപിനി
thaapamaapini
thermos (flask) *(n.)* ഊഷ്മഗ്രാഹി
uushmagraahi
thesis *(n.)* പ്രബന്ധം prabanddham
thick *(adj.)* സ്ഥൂലമായ sthuulamaaya
thick *(n.)* കനത്ത kanaththa

thick *(adv.)* നിബിഡമായ nibidamaaya
thicken *(v.)* കട്ടിയാക്കുക kattiyaakuka
thicket *(n.)* നിബിഡവനം nibidavanam
thief *(n.)* ചോരൻ choran
thigh *(n.)* തുട thuta
thimble *(n.)* വിരലുറ viralura
thin *(v.)* ശുഷ്കിച്ച shushkicha
thin *(adj.)* കനമില്ലാത്ത kanamillaaththa
thing *(n.)* സാധനം sadhanam
think *(v.)* ആലോചിക്കുക aalochikkuka
thinker *(n.)* ചിന്തകൻ chinthakan
third *(n.)* മൂന്നാം muunnam
third *(adj.)* മൂന്നാമത്തെ muunnamaththe
thirdly *(adv.)* മൂന്നാമതായി munnamathaayi
thirst *(v.)* ദാഹിക്കുക daahikkuka
thirst *(n.)* ദാഹം daaham
thirsty *(adj.)* ദാഹിച്ചുവലഞ്ഞ daahichuvalanja
thirteen *(n.)* പതിമൂന്ന് pathimuunnu
thirteenth *(n.)* പതിമൂന്നാമത്തെ pathimuunnaamaththe
thirteenth *(adj.)* പതിമ്മൂന്നിലൊന്നായ pathimuunnilonnaaya
thirtieth *(n.)* മുപ്പതാമത്തെ muppathaamaththe
thirtieth *(adj.)* മുപ്പതിലൊന്നായ muppathilonnaaya
thirty *(n.)* മുപ്പത് muppath
thistle *(n.)* ഞെരിഞ്ഞിൽ njerinjil
thither *(adv.)* അങ്ങോട്ടേക്ക് angottekk
thorax *(n.)* നെഞ്ച് nench
thorn *(n.)* മുൾച്ചെടി mulcheti
thorny *(adj.)* മുള്ളുള്ള mullulla
thorough *(adj.)* സമ്യക്കായ samykkaaya
thoroughfare *(n.)* പൊതുവഴി pothuvazhi
though *(adv.)* ഇങ്ങനെയൊക്കെയായിട്ടും inganeyokkeyaayittum
though *(conj.)* എന്നിട്ടും ennittum
thought *(n.)* ആലോചന aalochana
thoughtful *(adj.)* ആലോചനയുള്ള aloochanayulla
thousand *(n.)* ആയിരം aayiram
thousandth *(adj.)* ആയിരാമത്തെ aayiraamaththe
thrall *(n.)* ദാസ്യം daasyam
thralldom *(n.)* ധാർമ്മികദാസ്യം dhaarmmika daasyam
thrash *(v.)* മെതിക്കുക methikkuka
thread *(v.)* നൂലുകോർക്കുക nuulukorkkuka
thread *(n.)* ഇഴ izha
threadbare *(adj.)* ഉടുത്തു പഴകിയ utuththupazhakiya
threat *(n.)* അപായമുന്നറിപ്പ് apaayamunnariyipp
threaten *(v.)* പേടിപ്പിക്കുക petippikkuka
three *(n.)* മൂന്ന് muunn
thresh *(v.)* മെതിക്കുക methikkuka
thresher *(n.)* മെതിക്കുന്നയാൾ methikkunnayaal
threshold *(n.)* വാതിൽപ്പടി vaathilppati
thrice *(adv.)* മൂന്നു മടങ്ങ് muunnu matang
thrift *(n.)* മിതവിനിയോഗം mithaviniyogam
thrifty *(adj.)* ചെലവു ചുരുക്കി chelav churukki
thrill *(v.)* പുളകം കൊള്ളുക pulakam kolluka
thrill *(n.)* രോമാഞ്ചം romaancham
thriller *(n.)* സ്തോഭജനകമായ sthobhajanakamaaya

thrive *(v.)* തഴയ്ക്കുക thazhaykkuka
throat *(n.)* തൊണ്ട thonda
throaty *(adj.)* മുഴക്കമുള്ള muzhakkamulla
throb *(n.)* തുടിപ്പ് thutipp
throb *(v.)* സ്പന്ദിക്കുക spandikkuka
throe *(n.)* പ്രസവവേദന prasavavedana
throne *(v.)* സിംഹാസനത്തിലേറുക simhaasanaththileruka
throne *(n.)* സിംഹാസനം simhaasanam
throng *(n.)* ജനക്കൂട്ടം janakkuuttam
throng *(v.)* ജനക്കൂട്ടമുണ്ടാകുക janakkuttamundaakuka
throttle *(v.)* ഞെക്കിക്കൊല്ലുക njekkikolluka
throttle *(n.)* ശ്വാസനാളി swaasanaali
through *(adv.)* മാർഗ്ഗമായി maarggamaayi
through *(adj.)* വഴിയായി vazhiyaayi
through *(prep.)* മുഖാന്തരം mukhantharam
throughout *(prep.)* എല്ലായിടവും ellayitavum
throughout *(adv.)* മുഴുവനും muzhuvanum
throw *(n.)* ഏറ് eru
throw *(v.)* എറിയുക eriyuka
thrust *(n.)* തള്ളൽ thallal
thrust *(v.)* അടിച്ചേൽപ്പിക്കുക atichelpikkuka
thud *(v.)* ആഘാതമുണ്ടാക്കുക aaghaathamundaakkuka
thud *(n.)* ആഘാതധ്വനി aaghaathadwani
thug *(n.)* കൊള്ളയടിക്കുന്നയാൾ kollayatikkunnayaal
thumb *(v.)* പെരുവിരലിനാൽ ആംഗ്യം കാണിക്കുക peruviralinal aagyam kaanikkuka
thumb *(n.)* പെരുവിരൽ peruviral
thumbprint *(n.)* പെരുവിരലടയാളം peruviralatayaalm
thump *(v.)* ഇടിക്കുക itikkuka
thump *(n.)* അടിയൊച്ച atiyocha
thunder *(v.)* ഇടിവെട്ടുക itivettuka
thunder *(n.)* ഇടിമുഴക്കം itimuzhakkam
thunderous *(adj.)* ഇടിവെട്ടുപോലുള്ള itivettupolulla
thunderstorm *(n.)* അശനിവർഷം ashanivarsham
Thursday *(n.)* വ്യാഴാഴ്ച vyaazhaazcha
thus *(adv.)* തൻമൂലം thanmuulam
thwart *(v.)* മുടക്കുക mutakkuka
tiara *(n.)* മകുടമണി makutamani
tick *(v.)* അടയാളമിടുക atayaalamituka
tick *(n.)* ശരിയടയാളം shariyatayaalam
ticket *(n.)* അനുമതിശീട്ട് anumathishiitt
tickle *(v.)* കുറിമാനംനല്കുക kurimaanam nalkuka
ticklish *(adj.)* ഇക്കിളിയുള്ള ikkiliyulla
tidal *(adj.)* സമുചിതകാലപരമായ samuchitha kaalaparamaaya
tide *(n.)* പ്രവാഹം pravaaham
tidiness *(n.)* വൃത്തി vruththi
tidings *(n. pl.)* വിശേഷം visesham
tidy *(v.)* ചിട്ടയാക്കുക chittayaakuka
tidy *(adj.)* വൃത്തിയുള്ള vruththiyulla
tie *(v.)* കെട്ടിടുക kettituka
tie *(n.)* കെട്ട് kett
tier *(n.)* ശ്രേണി shreni
tiger *(n.)* കടുവ katuva
tight *(adj.)* ഇറുകിയ irukiya
tighten *(v.)* വലിച്ചുമുറുക്കുക valichu murukkuka

tigress *(n.)* ഈറ്റപ്പുലി iittappuli
tile *(v.)* ഓടു പാവുക otu paavuka
tile *(n.)* ഓട് otu
till *(v.)* നിലമൊരുക്കുക
nilamorukkuka
till *(n.)* നിലമൊരുക്കൽ
nilamorukkukal
till *(conj.)* വരെ vare
till *(prep.)* വരേക്കും varekkum
tilt *(v.)* ചരിച്ചുവയ്ക്കുക
charichuvaykkuka
tilt *(n.)* ചായ് വ് chaayv
timber *(n.)* തടിക്കോപ്പ് thatikkopp
time *(v.)* കാലക്രമപ്പെടുത്തുക
kaalakramappetuththuka
time *(n.)* സമയം samayam
time limit *(n.)* സമയപരിധി
samayaparidhi
timeline *(n.)* കാലാനുക്രമണിക
kaalanukramanika
timely *(adj.)* കാലോചിതമായ
kaalochithamaaya
timid *(adj.)* ഭീരുവായ bhiiruvaaya
timidity *(n.)* ഭയം bhayam
timorous *(adj.)* ശങ്കയുള്ള shankayulla
tin *(v.)* തകരംപൂശുക thakaram
puushuka
tin *(n.)* തകരം thakaram
tincture *(v.)* ചായം കേറ്റുക chayam
kettuka
tincture *(n.)* കഷായം kashaayam
tinge *(v.)* ചായം പിടിപ്പിക്കുക
chaayam pitippikkuka
tinge *(n.)* നിറം niram
tinker *(n.)* വഴക്കാളി vazhakkali
tinsel *(n.)* പളപളപ്പ് palapalapp
tint *(v.)* നിറം കൊടുക്കുക niram
kotukkuka
tint *(n.)* ഇളം നിറം ilam niram
tiny *(adj.)* തീരെചെറിയ thiirecheriya
tip *(v.)* മുനവയ്ക്കുക munavaykkuka
tip *(n.)* അറ്റം attam

tip-off *(v.)* മുന്നറിവു നല്കുക
munnarivu nalkuka
tipsy *(adj.)* മദ്യപിച്ച madyapicha
tirade *(n.)* ശകാരവാക്ക്
shakaaravaakk
tire *(v.)* ക്ഷീണിക്കുക kshiinippikkuka
tire *(n.)* ടയർ tyre
tired *(adj.)* ക്ഷീണിച്ച kshiinichcha
tiresome *(adj.)* ക്ഷീണിപ്പിക്കുന്ന
kshiinippikkunna
tissue *(n.)* കോശജാലം koshajaalam
titanic *(adj.)* ഭീമാകാരമായ
bhiimaakaaramaaya
tithe *(n.)* പത്തിലൊരംശം
paththiloramsham
title *(n.)* തലക്കെട്ട് thalakkett
title *(v.)* പദവി നൽകുക
padavinalkuka
titular *(adj.)* നാമധാരകമായ
namadhaarakamaaya
toad *(n.)* ചൊറിത്തവള chorithavala
toast *(v.)* മൊരിക്കുക morikkuka
toast *(n.)* പൊരിച്ച റൊട്ടി poricha
rotti
tobacco *(n.)* പുകയില pukayila
today *(n.)* ഇന്നേദിവസം inne divasam
today *(adv.)* ഈ ദിനം ii dinam
toe *(v.)* തൊഴിക്കുക thozhikkuka
toe *(n.)* കാൽവിരൽ kaalviral
toffee *(n.)* പഞ്ചസാര മിഠായി
panchasaara mittaayi
toga *(n.)* മേലാട melaata
together *(adv.)* യോജിച്ച് yojichch
toil *(v.)* പ്രയത്നിക്കുക
prayathnikkuka
toil *(n.)* കഷ്ടപ്പാട് kashtappaat
toilet *(n.)* കക്കൂസ് kakkuse
toils *(n. pl.)* കെണി keni
token *(n.)* അടയാളം atayaalam
tolerable *(adj.)* സഹനീയമായ
sahaniiyamaaya

tolerance *(n.)* സഹനശക്തി sahanashakthi
tolerant *(adj.)* സഹനശക്തിയുള്ള sahanashakthiyulla
tolerate *(v.)* സഹിക്കുക sahikkuka
toleration *(n.)* സഹനം sahanam
toll *(v.)* ചുങ്കംപിരിക്കുക chunkam pirikkuka
toll *(n.)* ചുങ്കം chunkam
tomato *(n.)* തക്കാളി thakkali
tomb *(n.)* ശവക്കല്ലറ shavakkallara
tomboy *(n.)* തെറിച്ച പെൺകുട്ടി thericha penkutty
tomcat *(n.)* കണ്ടൻപൂച്ച kandan puuchcha
tome *(n.)* ബൃഹത്ഗ്രന്ഥം bruhath granththam
tomorrow *(adv.)* അടുത്ത ദിവസം atuththa divasam
tomorrow *(n.)* നാളെ naale
ton *(n.)* പ്രചലിതശൈലി prachalitha shaili
tone *(v.)* ഒലി ഉയർത്തുക oli uyarththuka
tone *(n.)* സ്വരഭേദം swarabhedam
toned *(adj.)* ഉറച്ച പേശി uracha peshi
tongs *(n. pl.)* ചവണ chavana
tongue *(n.)* നാവ് naav
tonic *(n.)* മരുന്ന് marunnu
tonic *(adj.)* ആരോഗ്യദായകമായ arogya daayakamaaya
tonight *(adv.)* ഇന്നുരാത്രി innu raathri
tonight *(n.)* ഈ രാവിൽ ii raavil
tonne *(n.)* മെട്രിക്ടൺ metric ton
tonsil *(n.)* ഗളഗ്രന്ഥി galagranthi
tonsure *(n.)* മൊട്ടയടിച്ച തല mottayaticha thala
too *(adv.)* അതിനുപുറമേ athinupurame
tool *(n.)* സാമഗ്രി saamagri
toolkit *(n.)* പണിയായുധപ്പെട്ടി paniyaayudhappetti
tooth *(n.)* പല്ല് pallu
toothache *(n.)* പല്ലുവേദന palluvedana
toothsome *(adj.)* രുചികരം ruchikaram
top *(v.)* മുകളിലെത്തുക mukaliliethhuka
top *(n.)* മുകളിലുള്ള mukalilulla
topaz *(n.)* പുഷ്യരാഗം pushyaraagam
topic *(n.)* ചർച്ചാവിഷയം charchavishayam
topical *(adj.)* വിഷയസംബന്ധിയായ vishayasambandhiyaya
topographer *(n.)* സ്ഥലപഠിതാവ് sthalaptithaav
topographical *(adj.)* സ്ഥലസംബന്ധി sthalasambandhi
topography *(n.)* സ്ഥലപഠനം sthalapatanam
topper *(n.)* ജേതാവ് jethaav
topple *(v.)* തലകുത്തി വീഴുക thalakuththi viizhuka
topsy turvy *(adv.)* തല കുത്തനെ thalakuththane
topsy turvy *(adj.)* തലകീഴായി thalakiizhaayi
torch *(n.)* തീവെട്ടിവെളിച്ചം thiivetti velicham
torment *(n.)* ദാരുണവേദന daaruna vedana
torment *(v.)* പീഡിപ്പിക്കുക piidippikkuka
tornado *(n.)* ചക്രവാതം chakravaatham
torpedo *(v.)* അന്തർജലാഗ്നിനാളിക പൊട്ടിത്തെറിക്കുക antharjalaagni pottitherikkuka
torpedo *(n.)* വൈദ്യുതരശ്മി vaidyutharashmi
torrent *(n.)* നദീപ്രവാഹം nadiipravaaham

torrential *(adj.)* പ്രവഹിക്കുന്ന
pravahikkunna

torrid *(adj.)* അതിചൂടുള്ള
athichuutulla

tortoise *(n.)* ആമ aama

tortuous *(adj.)* ചുറ്റിപ്പിണഞ്ഞ
chuttippinanja

torture *(v.)* യാതനപ്പെടുത്തുക
yaathanappetuthuka

torture *(n.)* ദണ്ഡനം dandanam

toss *(n.)* മേലൊട്ടെറിയൽ melotteriyal

toss *(v.)* മേലൊട്ടെറിയുക
melotteriyuka

total *(v.)* ആകെത്തുകകൂട്ടുക
aakeththuka kuuttuka

total *(n.)* മൊത്തം moththam

total *(adj.)* മുഴുവൻ muzhuvan

totalitarian *(adj.)*
സമഗ്രാധിപത്യമായ
samagraadipathyamaaya

totality *(n.)* സമ്പൂർണ്ണത
sanpuurnnatha

touch *(n.)* സ്പർശം sparsham

touch *(v.)* സ്പർശിക്കുക
sparshikkuka

touchy *(adj.)* തൊട്ടാവാടിയായ
thottaavaatiyaya

tough *(adj.)* ദുർഭേദ്യമായ
durbhedyamaaya

toughen *(v.)* കട്ടിയാകുക kattiyakuka

tour *(v.)* വിനോദയാത്ര നടത്തുക
vinodayaathra nataththuka

tour *(n.)* വിനോദയാത്ര vinodayaathra

tourism *(n.)* വിനോദസഞ്ചാരം
vinodasanchaaram

tourist *(n.)* വിനോദസഞ്ചാരി
vinodasanchaari

tournament *(n.)* കായികമത്സര
പരമ്പര kaayikamatsara parampara

tout *(v.)* കക്ഷികളെ പിടിക്കുക
kashikale pitikkuka

tow *(n.)* കയറുകെട്ടി വലിക്കൽ
kayaruketti valikkal

tow *(v.)* കയറുകെട്ടി വലിക്കുക
kayaruketti valikkuka

towards *(prep.)* സമീപത്തെ
samiipaththe

towboat *(n.)* കയറുകെട്ടി
വലിച്ചുകൊണ്ടുപോകുന്ന
തോണി kayaruketti valichukondu
pokunna thoni

towel *(v.)* തോർത്തുക thorththuka

towel *(n.)* തോർത്ത് thorthth

tower *(v.)* ഉയർ ന്നിരിക്കുക
uyarnnirikkuka

tower *(n.)* ഗോപുരം gopuram

town *(n.)* പട്ടണം pattanam

township *(n.)* കൊച്ചുപട്ടണം
kochupattanam

toxaemia *(n.)* രക്തവിഷബാധ
rakthavishabaadha

toxic *(adj.)* വിഷമയമായ
vishamayamaaya

toxicity *(n.)* വിഷലിപ്തത
vishalipthatha

toxicologist *(n.)* വിഷശാസ്ത്രജ്ഞൻ
vishashasthranjan

toxicology *(n.)* വിഷശാസ്ത്രം
vishashaasthram

toxification *(n.)* വിഷം കലരൽ
visham kalaral

toxin *(n.)* ജൈവിക വിഷം jaivika
visham

toy *(v.)* സങ്കല്പിച്ചു രസിക്കുക
sankalpichu rasikkuka

toy *(n.)* കളിക്കോപ്പ് kalikkopp

toyhouse *(n.)* കളിവീട് kaliviit

toymaker *(n.)* കളിപ്പാട്ട
നിർമ്മാതാവ്
kalippattanirmmathaav

toyseller *(n.)*
കളിപ്പാട്ടവിൽപനക്കാരൻ
kalippaattavilpanakkaran

toystore *(n.)* കളിപ്പാട്ടകട kalippaatakata

trace *(v.)* ബാഹ്യരേഖയിടുക baahyarekhayituka

trace *(n.)* അനുധാവനം anudhaavanam

traceable *(adj.)* കണ്ടെത്താനാവുന്ന kandeththanavunna

trachea *(n.)* ശ്വസനനാളി swasananaali

tracheal *(adj.)* ശ്വാസനാളമായ swaasanaalamaaya

tracheole *(n.)* സൂക്ഷ്മശ്വസനനാളി suukshmaswasananaali

tracheoscopy *(n.)* ശ്വസനനാളിപരിശോധന swasananaali parishodhana

tracing *(n.)* പകർപ്പെടുക്കൽ pakarppetukkal

track *(v.)* ചുവടു പിടിച്ചു പോകുക chuvatu pitichu pokuka

track *(n.)* ഓട്ടക്കളം ottakkalam

trackable *(adj.)* പിന്തുടരാവുന്ന pinthutaravunna

trackback *(n.)* വെബ്സൈറ്റിൻ്റെ മറുപടി ലിങ്ക് websiteinte marupati link

trackball *(n.)* കമ്പ്യൂട്ടറിലെ കഴ്സർ നീക്കാൻ കൈകൊണ്ട് തിരിക്കാവുന്ന ചെറിയ ബോൾ computerile cursor niikkan kaikond thirikkaavunna cheriya ball

tracker *(n.)* പിന്തുടരുന്നയാൾ pinthutarunnayaal

tracklist *(n.)* സംഗീതക്രമണിക sangiithakramanika

tracksuit *(n.)* വ്യായാമവസ്ത്രം vyaayama vasthram

tract *(n.)* ഭൂഭാഗം bhubhagam

traction *(n.)* തൂക്കുകട്ടിചികിത്സ thuukkukatti chikitsa

tractor *(n.)* യന്ത്രക്കലപ്പ yanthrakkalappa

trade *(v.)* വ്യാപാരം ചെയ്യുക vyaapaaram cheyyuka

trade *(n.)* വ്യാപാരം vyaapaaram

trademark *(n.)* ചരക്കടയാളം charakkatayaalam

trader *(n.)* വ്യാപാരി vyaapaari

tradesman *(n.)* വ്യവസായി vyavasaayi

tradition *(n.)* പാരമ്പര്യപ്പകർച്ച paaramparya pakarcha

traditional *(adj.)* സാമ്പ്രദായികമായ saambradaayikamaaya

traffic *(v.)* ഗതാഗതം നടത്തുക gathagatham nataththen

traffic *(n.)* ഗതാഗതം gathagatham

traffic sign *(n.)* ഗതാഗത സൂചകം gathagathasuuchakam

tragedian *(n.)* ദുഃഖപ്രധാനാടകാഭിനയക്കാരൻ dukhapradhaana natakaabhinayakkaran

tragedy *(n.)* ദുരന്തനാടകം durantha naatakam

tragic *(adj.)* ദുഃഖപര്യവസായിയായ dukhaparyavasaayiyaaya

trail *(v.)* കാല്പാടുനോക്കിപ്പോകുക kaalpaatnokkipokuka

trail *(n.)* കാല്പാട് kaalpaat

trailer *(n.)* ചലിച്ചിത്രാമുഖം chalachithraanukham

train *(v.)* വലിച്ചുകൊണ്ടുപോകുക valichukondu pokuka

train *(n.)* തീവണ്ടി thiivandi

trainee *(n.)* പരിശീലിക്കുന്നയാൾ parishiilikkunnayaal

training *(n.)* പരിശീലനം parishiilanam

trait *(n.)* സ്വഭാവവിശേഷം swabhava visesham

traitor *(n.)* ഒറ്റുകൊടുക്കുന്നയാൾ ottukotukkunnayaal

tram *(n.)* ഇരുമ്പുപാളശകടം irumpupalashakatam

trample *(v.)* ചവിട്ടിഞെരിക്കുക chavitti njerikkuka

trance *(n.)* മോഹനിദ്ര mohanidra

tranquil *(adj.)* പ്രസന്നമായ prasannamaaya

tranquility *(n.)* പ്രശാന്തത prashaanthatha

tranquillize *(v.)* പ്രശാന്തമാക്കുക prashaanthamaakkuka

tranquillizer *(n.)* ഉറക്ക മരുന്ന് urakka marunn

transact *(v.)* ഇടപാടു നടത്തുക itapaatu nataththuka

transaction *(n.)* പണമിടപാട് panamitapaat

transborder *(adj.)* അതിർത്തിയിൽ എത്തിക്കുന്ന athirththiyil eththikkunna

transboundary *(adj.)* അതിരുകളിലേക്കു നീങ്ങുക athirukalilekk niinguka

transceive *(v.)* കൈമാറ്റം ചെയ്യുക kaimaattam cheyyuka

transceiver *(n.)* ആശയവിനിമയഉപകരണം ashayavinimaya upakaranam

transcend *(v.)* അതീതമാകുക athiithamaakuka

transcendent *(adj.)* അതിശയിക്കുന്ന athishayikkunna

transcendental *(adj.)* സർവാതിശായിയായ sarvvaathishaayiyaya

transcendentalize *(v.)* അതീന്ദ്രിയമായിരിക്കുക athindriyamaayirikkuka

transcendentally *(adv.)* അനന്യസാധാരണമായ ananyasaadhaaranamaaya

transcendingly *(adv.)* മറികടക്കുന്നതായ marikatakkunnathaaya

transcribe *(v.)* ചിട്ടയൊപ്പിക്കുക chittayoppikkuka

transcriber *(n.)* ലിപ്യന്തരണം ചെയ്യുന്നയാൾ lipyanthranam cheyyunnayaal

transcription *(n.)* അനുലിഖിതം anulikhitham

transfer *(v.)* സ്ഥലം മാറ്റുക sthalam maattuka

transfer *(n.)* സ്ഥലംമാറ്റം sthalammaattam

transferable *(adj.)* മാറ്റാവുന്ന maattaavunna

transfiguration *(n.)* രൂപാന്തരപ്പെടൽ ruupaantharappetal

transfigure *(v.)* തേജോരൂപം ധരിക്കുക thejoruupam dharikkuka

transform *(v.)* ആകൃതിമാറ്റുക aakruthimaattuka

transformation *(n.)* പരിവർത്തനം parivarththanam

transgress *(v.)* അതിലംഘിക്കുക athilangikkuka

transgression *(n.)* ലംഘകൻ langhakan

transit *(n.)* കൊണ്ടുപോകൽ kondupokal

transit *(v.)* കൊണ്ടുപോകുക kondupokuka

transition *(n.)* സംക്രമണം samkramanam

transitive *(adj.)* സകർമ്മകമായ sakarmmakamaaya

transitory *(adj.)* ക്ഷണഭംഗുരമായ kahanabhanguramaaya

translate *(v.)* പരിഭാഷപ്പെടുത്തുക
paribhaashappetuththuka

translation *(n.)* പരിഭാഷ paribhaasha

transmigration *(n.)*
ദേഹാന്തരപ്രാപ്തി
dehaantharaprapthi

transmission *(n.)* പ്രസരണം
prasaranam

transmit *(v.)* പകരുക pakaruka

transmitter *(n.)*
സംപ്രേക്ഷണസാമഗ്രി
sampreshanasamagri

transparent *(adj.)* സുതാര്യമായ
suthaaryamaaya

transplant *(v.)* പറിച്ചുനടുക parichu
natuka

transplant *(n.)* പറിച്ചുനടുന്ന parichu
natunna

transplantation *(n.)* പറിച്ചുനടൽ
parichu natal

transplantee *(n.)* അവയവമാറ്റം
നടത്തുന്നയാൾ avayavamattam
nataththunnayaal

transport *(n.)* വഹിച്ചുകൊണ്ടു
പോവുക vahichukondupokuka

transport *(v.)* ഗതാഗതം നടത്തുക
gathagatham nataththuka

transportation *(n.)*
ഗതാഗതസംവിധാനം gathagatha
samvidhaanam

trap *(v.)* കെണിയിൽ പെടുത്തുക
keniyilppetuthuka

trap *(n.)* ചതി chathi

trapdoor *(n.)* കെണിവാതിൽ
kenivaathil

trapeze *(n.)* ഞാണിന്മേൽക്കളി
njaninmelkkali

trapeze *(v.)*
ഞാണിന്മേൽക്കളിക്കുക
njaninmelkkalikkuka

trapezist *(n.)*
ഞാണിന്മേൽക്കളിക്കുന്നയാൾ
njaninmelkkalikkunnayaal

trapezoid *(n.)* വിഷമചതുർഭുജം
vishamachathurbhujam

trapline *(n.)* ഗെയിംട്രാപ്പുകൾ game
trappukal

trash *(n.)* കുപ്പ kuppa

trashed *(adj.)* കേടുപാടുകളുള്ള
ketupaatukalulla

trauma *(n.)* മാനസികാഘാതം
maanasikaaghaatham

traumatic *(adj.)*
മാനസികമുറിവുണ്ടായ
maanasikamurivundaaya

traumatism *(n.)*
മാനസികാഘാതമേറ്റ അവസ്ഥ
maanasikaaghathametta avastha

traumatology *(n.)*
മുറിവുകളെക്കുറിച്ചുള്ള
പഠനം muruvukalekkurichulla
patanam

traunch *(n.)* ഖണ്ഡം khandam

traunch *(adj.)* ഖണ്ഡമാക്കിയ
khandamaakkiya

traunch *(v.)* ഖണ്ഡിക്കുക
khandikkuka

travel *(n.)* യാത്ര yaathra

travel *(v.)* യാത്രചെയ്യുക yaathra
cheyyuka

traveller *(n.)* സഞ്ചാരി sanchaari

travelogue *(n.)* യാത്രാവിവരണം
yaathra vivaranam

traveltime *(n.)* യാത്രാനേരം
yaathraneram

traversable *(adj.)*
കുറുകെക്കടക്കാനാകുന്ന
kurukekatakkanakunna

traverse *(v.)* കുറുകെക്കടക്കുക
kurukekatakkuka

traverse *(n.)* കുറുക്കുവഴി
kurukkuvazhi

trawl *(n.)* കോരവല koravala
trawl *(v.)* വലവീശി
മീൻപിടിക്കുക valaviishi
miinpitikkuka
trawlboat *(n.)* മീൻപിടിത്തവള്ളം
miinpitiththavallam
tray *(n.)* താലം thaalam
tray *(v.)* താലം പിടിക്കുക thaalam
pitikkuka
treacherous *(adj.)*
വിശ്വാസഘാതിയായ viswaasa
ghaathakiyaya
treachery *(n.)* വിശ്വാസപാതകി
viswaasapaathaki
tread *(n.)* കാൽപ്പെരുമാറ്റം
kaalpperumaattam
tread *(v.)* കാലൂന്നുക kaaluunnuka
treader *(n.)* കാൽപാട് kaalpaat
treadmill *(n.)* കൽത്തിരിക്കല്ല്
kalththirikkallu
treadplate *(n.)* വഴുതാതിരിക്കാൻ
ട്രെഡിലുള്ള മെറ്റൽ പ്ലേറ്റ്
vazhuthaathirikkan tredilulla metal plate
treadwheel *(n.)* ചവിട്ടുചക്രം
chavittuchakram
treason *(n.)* രാജ്യ വഞ്ചന
raajyavanchana
treasure *(v.)* നിധിപോലെ
സൂക്ഷിക്കുക nidhipole
suukshikkuka
treasure *(n.)* നിധി nidhi
treasurer *(n.)* ഖജാൻജി khajaanji
treasury *(n.)* ഖജനാവ് khajanaav
treat *(v.)* സേവിക്കുക sevikkuka
treat *(n.)* സത്കാരം sathkaaram
treatise *(n.)* നിബന്ധം nibandham
treatment *(n.)* ചികിത്സ chikitsa
treaty *(n.)* കരാർ karaar
tree *(n.)* വൃക്ഷം vruksham
trek *(n.)* ദേശാന്തരഗമനം deshanthara
gamanam

trek *(v.)* ദീർഘദൂരം താണ്ടുക
diirghaduuram thanduka
tremble *(v.)* കിടുകിടുങ്ങുക
kitukitunguka
tremendous *(adj.)* ഭയങ്കരമായ
bhayankaramaaya
tremor *(n.)* കമ്പനം kambanam
trench *(v.)* കിടങ്ങു കുഴിക്കുക
kitangu kuzhiykkuka
trench *(n.)* കിടങ്ങ് kitang
trend *(n.)* പ്രവണത pravanatha
trespass *(n.)* അതിക്രമം athikramam
trespass *(v.)*
അതിർത്തിലംഘിക്കുക athirthi
langhikkuka
trial *(n.)* വിചാരണ vichaarana
triangle *(n.)* ത്രികോണം thrikonam
triangular *(adj.)* മുക്കോണായ
mukkonaaya
tribal *(adj.)* ഗോത്രപരമായ
gothraparamaaya
tribe *(n.)* ഗോത്രം gothram
tribulation *(n.)* അനർത്ഥം anarththam
tribunal *(n.)* ന്യായസഭ nyaayasabha
tributary *(adj.)* കപ്പം കൊടുക്കുന്ന
kappam kotukkunna
tributary *(n.)* പോഷകനദി
poshakanadi
tribute *(n.)* ശ്രദ്ധാഞ്ജലി
shraddhaanjali
trick *(v.)* കളിപ്പിക്കുക kalippikkuka
trick *(n.)* സൂത്രപ്പണി suuthrappani
trickery *(n.)* തന്ത്രപ്രയോഗം
thanthraprayogam
trickle *(n.)* ഇറ്റ് itt
trickle *(v.)* കൗശലംകാട്ടുക
koushalam kaattuka
trickster *(n.)* തട്ടിപ്പുകാരൻ
thattippukaaran
tricky *(adj.)* സൂത്രക്കാരനായ
suuthrakkaaranaaya

tricolour *(n.)* ത്രിവർണ്ണപതാക thrivarnbapathaaka
tricolour *(adj.)* മൂന്നു വർണ്ണങ്ങളുള്ള munnu varnnangalulla
tricycle *(n.)* മുച്ചക്രസൈക്കിൾ muchakracycle
trifle *(v.)* നിസ്സാരവത്കരിക്കുക nissaravalkkarikku
trifle *(n.)* നിസ്സാരവസ്തു nissaaravasthu
trigger *(n.)* കാഞ്ചി kaanchi
trigger *(v.)* പ്രേരകമാകുക prerakamaakuka
trim *(n.)* വെട്ടിയൊതുക്കൽ vettiyothukkal
trim *(v.)* വെട്ടിയൊതുക്കുക vettiyothukkuka
trim *(adj.)* യോഗ്യമായ yogyamaaya
trimester *(n.)* മൂന്നുമാസക്കാലം muunnumaasakkaalam
trinity *(n.)* ത്രിത്വം thrithwam
trio *(n.)* മൂവർ muuvar
trip *(n.)* വിനോദയാത്ര vinodayaathra
trip *(v.)* കാൽതട്ടി വീഴുക kaalthatti viizhuka
tripartite *(adj.)* മൂന്നു പങ്കായ munnu pankaaya
triple *(v.)* മൂന്നിരട്ടിയാക്കുക muunnirattiyaakkuka
triple *(adj.)* മൂന്നിരട്ടിയായ munnirattiyaya
triplicate *(n.)* ത്രിഗുണമായ thrigunamaaya
triplicate *(v.)* ത്രിഗുണീകരിക്കുക thriguniikarikkuka
triplicate *(adj.)* മൂന്നാമത്തേത് munnaamaththeth
triplication *(n.)* ത്രിഗുണം thrigunam
tripod *(n.)* മുക്കാലിച്ചട്ടം mukkalichattam
triumph *(v.)* ജയിക്കുക jayikkuka
triumph *(n.)* ജയോത്സവം jayotsavam
triumphal *(adj.)* ജയഘോഷ ഭാഗമായ jayaghosha bhaagamaaya
triumphant *(adj.)* ജയോത്സവമായ jayolsavamaaya
trivial *(adj.)* ബാലിശമായ baalishamaaya
troop *(v.)* കൂട്ടമായി പോവുക kuuttamayi povuka
troop *(n.)* പട്ടാളം pattalam
trooper *(n.)* കുതിരപ്പടയാളി kuthirappatayaali
trophy *(n.)* ജയസ്മാരകം jayasmaarakam
tropic *(n.)* ഉഷ്ണമേഖല ushnamekhala
tropical *(adj.)* ഉഷ്ണമേഖലയിലുള്ള ushnamekhalayilulla
trot *(n.)* കുതിപ്പ് kuthipp
trot *(v.)* ചാടിപ്പോകുക chaatippokuka
trouble *(v.)* ബുദ്ധിമുട്ടുക buddhimuttuka
trouble *(n.)* ബുദ്ധിമുട്ട് buddhimutt
troublesome *(adj.)* അലട്ടുന്ന alattunna
troupe *(n.)* നാടകസംഘം naatakasangham
trousers *(n. pl.)* കാൽച്ചട്ട kaalchatta
trowel *(n.)* മേസ്തിരിക്കരണ്ടി mesthirikkarandi
truce *(n.)* യുദ്ധമില്ലാസന്ധി yuddhamillaasandhi
truck *(n.)* ചരക്കുവണ്ടി charakkuvandi
true *(adj.)* സത്യമായ sathyamaaya
trump *(v.)* തുറുപ്പുചീട്ടിറക്കുക thuruppuchiittirakkuka
trump *(n.)* തുറുപ്പുചീട്ട് thuruppuchiitt
trumpet *(v.)* കാഹളം മുഴക്കുക kaahalam muzhakkuka
trumpet *(n.)* കൊമ്പ് komb

trunk *(n.)* തായ്ത്തടി thaayththati
trust *(v.)* പ്രത്യാശിക്കുക prathyashikkuka
trust *(n.)* വിശ്വാസം viswaasam
trustee *(n.)* രക്ഷാധികാരി rakshaadhikaari
trustful *(adj.)* വിശ്വാസമർപ്പിക്കുന്ന viswaasamarppikkunna
trustworthy *(adj.)* വിശ്വസിക്കാവുന്ന viswasikkaavunna
trusty *(adj.)* വിശ്വസിക്കത്തക്കതായ viswasikkaththakkathaaya
truth *(n.)* സത്യം sathyam
truthful *(adj.)* നേരുള്ള nerulla
try *(n.)* പരിശ്രമം parishramam
try *(v.)* പരിശ്രമിക്കുക parishramikkuka
trying *(adj.)* ക്ലേശിപ്പിക്കുന്ന kleshippikkunna
tryst *(n.)* സമാഗമസങ്കേതം samagama sanketham
tub *(n.)* ചെറുവീപ്പ cheruviippa
tube *(n.)* നാളി naali
tuberculosis *(n.)* ക്ഷയരോഗം kshayarogam
tubular *(adj.)* കുഴലാകൃതിയായ kuzhalaakruthiyaya
tug *(v.)* വലിക്കുക valikkuka
tuition *(n.)* സ്വകാര്യാദ്ധ്യാപനം swakaaryaaddhyaapanam
tumble *(n.)* വീഴ്ച്ച viizhcha
tumble *(v.)* വീഴുക viizhuka
tumbler *(n.)* സ്ഫടികപാനപാത്രം sphatika paanapaathram
tumour *(n.)* അർബുദം arbudam
tumult *(n.)* ബഹളം bahalam
tumultuous *(adj.)* ക്ഷുബ്ദമായ kshubdamaaya
tune *(v.)* രാഗത്തിലാക്കുക raagaththilaakkuka
tune *(n.)* രാഗം raagam
tunnel *(v.)* തുരങ്കം കുഴിയ്ക്കുക thurankam kuzhiykkuka
tunnel *(n.)* തുരങ്കം thurankam
turban *(n.)* തലപ്പാവ് thalappav
turbine *(n.)* വിദ്യുത്പാദകയന്ത്രം vaidyuthulpaadakayanthram
turbulence *(n.)* കലഹകാരി kalahakaari
turbulent *(adj.)* കലക്കിമറിക്കുന്ന kalakkimarikkunna
turf *(n.)* പുൽത്തറ pulththara
turkey *(n.)* തുർക്കിക്കോഴി thurkkikkozhi
turmeric *(n.)* മഞ്ഞൾ manjal
turmoil *(n.)* ഒച്ചപ്പാട് ochapaat
turn *(n.)* കറങ്ങൽ karangal
turn *(v.)* കറങ്ങുക karanguka
turner *(n.)* തിരിക്കുന്നവൻ thirikkunnavan
turnip *(n.)* മധുരമുള്ളങ്കി madhuramullanki
turn-off *(n.)* നിർത്തുക nirththuka
turnout *(n.)* വഴി തിരിയുന്ന vazhi thiriyunna
turpentine *(n.)* കർപ്പൂരതൈലം karppuurathailam
turtle *(n.)* കടലാമ katalaama
tusk *(n.)* ആനക്കൊമ്പ് aanakkomb
tussle *(v.)* മൽപ്പിടിത്തം നടത്തുക malppitiththam nataththuka
tussle *(n.)* ശണ്ഠ shanda
tutor *(n.)* സ്വകാര്യാദ്ധ്യാപകൻ swakaaryaaddhyaapakan
tutorial *(n.)* ശിക്ഷണസംബന്ധമായ shikshanasambandhamaaya
tutorial *(adj.)* സ്വകാര്യാദ്ധ്യാപകനായ swakaaryaadhyaapakanaaya

twelfth *(n.)* പന്ത്രണ്ടാമത്തെ panthrandaamaththe
twelfth *(adj.)* പന്ത്രണ്ടിലൊന്നായ panthrandilonnaya
twelve *(n.)* പന്ത്രണ്ട് panthrand
twentieth *(n.)* ഇരുപതിലൊന്ന് irupathilonnu
twentieth *(adj.)* ഇരുപതാമത്തെ irupathaamaththe
twenty *(n.)* ഇരുപത് irupath
twice *(adv.)* രണ്ടുമടങ്ങ് randumatang
twig *(n.)* ചുള്ളിക്കൊമ്പ് chullikkomb
twilight *(n.)* അരുണോദയം arunodayam
twin *(adj.)* ഇരട്ടക്കുട്ടി irattakkutti
twin *(n.)* ജോടി Jodi
twinkle *(n.)* തിളങ്ങൽ thilangal
twinkle *(v.)* തിളങ്ങുക thilanguka
twist *(n.)* വഴിത്തിരിവ് vazhiththiriv
twist *(v.)* വളച്ചൊടിക്കുക valachotikkuka
twitter *(v.)* ചിലയ്ക്കുക chilaykkuka
twitter *(n.)* ചിലപ്പ് chilapp
two *(n.)* രണ്ട് rand
twofold *(adj.)* രണ്ടിരട്ടി randiratti
type *(v.)* പതിക്കുക pathikkuka
type *(n.)* വിഭാഗം vibhaagam
typhoid *(n.)* സന്നിപാതജ്വരം sannipaathajwaram
typhoon *(n.)* പ്രചണ്ഡവാതം prachandavaatham
typhus *(n.)* കഠിനപകർച്ചപ്പനി katinappakarchappani
typical *(adj.)* ലക്ഷണമുള്ള lakshanamulla
typify *(v.)* ദൃഷ്ടാന്തീഭവിപ്പിക്കുക drushtaanthiibhavippikkuka
typist *(n.)* അച്ചെഴുത്തുകാരൻ achchezhuthukaaran
tyranny *(n.)* ദുഷ്പ്രഭുത്വം dushprabhuthwam
tyrant *(n.)* സ്വേച്ഛാധിപതി sechhadhipathi
tyre *(n.)* ചക്രം chakram

U

uber *(adv.)* അധികം adikam
uber *(adj.)* അധികമായ adhikamaaya
ubergeek *(n.)* അനന്യതയുള്ള ananyathayulla
uberous *(adj.)* ഫലഭൂയിഷ്ഠമായ phalaphuuyishtamaaya
ubersexual *(adj.)* പൗരുഷവികാരങ്ങളും മൃദുലവികാരങ്ങളുമുള്ള ആണ് pourushavikaarangalum mrudula vikaarangalumulla aanu
ubersexual *(n.)* മൃദുലപുരുഷൻ mrudulapurushan
ubicity *(n.)* സ്ഥാനപ്പെടുക stanappetuka
ubiquitous *(adj.)* എല്ലായിടത്തുമുള്ള ellayitaththumulla
ubiquity *(n.)* സർവവ്യാപ്തി sarvvavyaapthi
udder *(n.)* അകിട് akit
ufo *(n.)* പറക്കുംതളിക parakkum thalika
ufologist *(n.)* പറക്കുന്ന വസ്തുക്കളെക്കുറിച്ച് പഠിക്കുന്നയാൾ patikkunna vasthukkalekkurich patikkunnayaal
ufology *(n.)* പറക്കുന്ന വസ്തുക്കളുടെ പഠനം parakkunna vasthukkalute patanam
uglify *(v.)* വിരൂപമാക്കുക viruupamaakkuka
ugliness *(n.)* വൈരൂപ്യം vairuupyam
ugly *(adj.)* വിരൂപമായ viruupamaaya

ukelele *(n.)* ഹവായിയൻ ഗിറ്റാർ havawian gittar
ukeleleist *(n.)* ഹവായിയൻ ഗിറ്റാർ വാദകൻ havawian gittar vaadakan
ulcer *(n.)* പുണ്ണ് punnu
ulcerous *(adj.)* പുണ്ണുള്ള punnulla
ulterior *(adj.)* ഗൂഢമായ guudamaaya
ultimate *(adj.)* ആത്യന്തികമായ aathyanthikamaaya
ultimately *(adv.)* അവിഭാജ്യമായി avibhajyamaaya
ultimatum *(n.)* അന്ത്യശാസനം anthyashasanam
ultra *(n.)* അതിക്രമിച്ച athikramicha
ultracasual *(adj.)* അനിശ്ചിതമായ anischithamaaya
ultracompact *(adj.)* ഞെരുങ്ങിച്ചേർന്ന njerungichernna
ultraconservative *(n.)* അതിയാഥാസ്ഥിതികൻ athiyaathaasthithikan
ultraconservative *(adj.)* യഥാസ്ഥിതികമായ yaathasthithikamaaya
ultrasecure *(adj.)* അതിസുരക്ഷയുള്ള athisurakshayulla
ultrasonic *(adj.)* ആവൃത്തികൂടിയ ശബ്ദതരംഗങ്ങൾ aavruthikuutiya shabdatharangangal
ultrasonics *(n.)* അൾട്രാസോണിക് തരംഗങ്ങളുടെ ശാസ്ത്രവും പ്രയോഗവും ultrasonic tharangangalute shaasthravum prayogavum
ultrasound *(n.)* ശ്രവണാതീത ശബ്ദം shravanaathitha shabdam
ultraviolet *(n.)* നീലലോഹിതരശ്മി niilarohitha rashmi
ultraviolet *(adj.)* നീലലോഹിതരശ്മിയായ niilarohitha rashmi
ululate *(v.)* കൂക്കിവിളിക്കുക kuukivilikkuk
ululation *(n.)* കൂക്കിവിളി kukkivili
umbrella *(n.)* കുട kuta
umpire *(v.)* കളിമദ്ധ്യസ്ഥനാകുക kalimadyasthanaakkuka
umpire *(n.)* നിർണ്ണേതാവ് nirnnethav
unabashed *(adj.)* കൂസലില്ലാത്ത kuusalillaaththa
unabashedly *(adv.)* കൂസലില്ലായ്മ kuusalillayma
unable *(adj.)* കഴിയാത്ത kazhiyaaththa
unabridged *(adj.)* ചുരുക്കാത്ത churukkaaththa
unacceptable *(adj.)* സ്വീകാര്യമല്ലാത്ത swiikaaryamallaaththa
unaccessible *(adj.)* പ്രാപ്യമല്ലാത്ത praapyamallaaththa
unaccommodating *(adj.)* സഹായിക്കില്ലാത്ത sahaayikkillaththa
unaccountable *(adj.)* അപരാമർശനീയമായ aparamarshaniiyamaaya
unaccurate *(adj.)* തിട്ടമല്ലാത്ത thittamillaththa
unachievable *(adj.)* നേടാനാകാത്ത netaanakaththa
unacquainted *(adj.)* മമതയില്ലാത്ത mamathayillaththa
unadapted *(adj.)* കാലാനുഗുണമല്ലാത്ത kaalaanugunamallaaththa
unadjusted *(adj.)* അനുയോജ്യമാക്കാത്ത anuyojyamaakkaaththa
unaffected *(adj.)* ബാധിക്കപ്പെടാത്ത badhikkappetaththa
unaffectionate *(adj.)* അനുരാഗമില്ലാത്ത anuraagamillaththa

unaided *(adj.)* സഹായമില്ലാത്ത
sahaayamillaaththa

unambiguous *(adj.)*
അസന്ദിഗ്ദ്ധമായ asangddhamaaya

unambivalence *(n.)*
ഉഭയഭാവനയില്ലാത്ത
ubhayabhaavanayillaaththa

unamused *(adj.)* സന്തോഷമില്ലാത്ത
santhoshamillaaththa

unanimity *(n.)* ഐകമത്യം
aikamathyam

unanimous *(adj.)* ഐകമത്യമുള്ള
aikamathyamulla

unannounced *(adj.)*
മുന്നറിയിപ്പില്ലാതെ
munnariyippillaathe

unappealing *(adj.)*
ആകർഷകമല്ലാത്ത
aakarshakamallaaththa

unapproved *(adj.)*
അംഗീകാരമില്ലാത്ത
angiikaaramillaaththa

unarmed *(adj.)* നിരായുധമായ
niraayudhamaaya

unauthorized *(adj.)*
നിയമാനുസൃതമല്ലാത്ത
niyamaanusruthamallaaththa

unavoidable *(adj.)* ഒഴിച്ചുകൂടാത്ത
ozhichukuutaaththa

unaware *(adj.)* ബോധവാനല്ലാത്ത
bodhavaanallaaththa

unawares *(adv.)* നിനച്ചിരിക്കാതെ
ninachchirikkathe

unbearable *(adj.)* ദുസ്സഹമായ
dussahamaaya

unbeaten *(adj.)* തോൽക്കാത്ത
tholkkaaththa

unbelievable *(adj.)*
വിശ്വാസസാധ്യമല്ലാത്ത
viswaasasadyamallaaththa

unburden *(v.)* ഭാരമിറക്കുക
bhaaramirakkuka

uncanny *(adj.)* അമാനുഷമായ
amaanushamaaya

uncertain *(adj.)* അനിശ്ചിതം
anischitham

uncivilized *(adj.)*
നാഗരികത്വമില്ലാത്ത
naagarikamallaaththa

uncle *(n.)* അമ്മാവൻ ammaavan

unclear *(adj.)* മങ്ങിയ mangiya

uncomfortable *(adj.)* അസ്വസ്ഥമായ
aswasthamaaya

uncouth *(adj.)* അവലക്ഷണമായ
avalakshanamaaya

undecided *(adj.)*
തീർച്ചപ്പെടുത്താത്ത
thiirchappetuththatha

undefeated *(adj.)* അപരാജിതമായ
aparajithamaaya

under *(prep.)* അടിയിൽ atiyil

under *(adj.)* കീഴെ kiizhe

under *(adv.)* ചുവട്ടിലായി
chuvattilaayi

undercurrent *(n.)* അടിയൊഴുക്ക്
atiyozhukk

underdog *(n.)* അധഃകൃതൻ
adhakruthan

undergo *(v.)* സങ്കടമനുഭവിക്കുക
sankatamanubhavikkuka

undergraduate *(n.)* ബിരുദം
നേടിയിട്ടില്ലാത്ത birudam
betiyittillaatha

underhand *(adj.)* കുടിലമായ
kutilamaaya

underline *(v.)* അടിവരയിടുക
ativarayituka

undermine *(v.)* അടിത്തറതോണ്ടുക
atiththarathonduka

underneath *(prep.)* അടിയിൽനിന്ന്
atiyilninnu

underneath *(adj.)* കീഴിൽ kiizhil

underneath *(adv.)* ചുവടെ chuvate

underpriviledged *(adj.)* പ്രബലമല്ലാത്ത prabalamallaaththa
understand *(v.)* മനസ്സിലാക്കുക manassilaakkuka
undertake *(v.)* ഭരമേൽക്കുക bharamelkkuka
undertone *(n.)* മൃദുശബ്ദം mrudushabdam
underwear *(n.)* അടിവസ്ത്രം ativasthram
underworld *(n.)* അധോലോകം adholokam
undo *(v.)* അഴിക്കുക azhikkuka
undue *(adj.)* തക്കതല്ലാത്ത thakkathallaaththa
undulate *(v.)* കല്ലോലമാക്കുക kallolamaakkuka
undulation *(n.)* കല്ലോലം kallolam
unearth *(v.)* കുഴിച്ചെടുക്കുക kuzhichetukkuka
uneasy *(adj.)* വിഷമമുള്ള vishamamulla
uneducated *(adj.)* വിദ്യാവിഹീനമായ vidyaahiinamaaya
uneven *(adj.)* നിരപ്പല്ലാത്ത nirappallaaththa
unfair *(adj.)* ന്യായരഹതിമായ nyaayarahithamaaya
unfold *(v.)* നിവർക്കുക nivarkkuka
unfortunate *(adj.)* ഭാഗ്യഹീനമായ bhaagyahiinamaaya
ungainly *(adj.)* ഭംഗികേടായ bhangiketaaya
unhappy *(adj.)* ആനന്ദരഹിതമായ anandarahithamaaya
unhealthy *(adj.)* സുഖക്കേടുള്ള sukhakketulla
unification *(n.)* ഏകീകരണം ekiikaranam
uninspired *(adj.)* അപ്രചോദിതമായ aprachodithamaaya
uninstall *(adj.)* നീക്കംചെയ്യുക niikkam cheyyuka
uninterrupted *(adj.)* അവിരാമമായ aviraamamaaya
union *(n.)* സമാജം samaajam
unionist *(n.)* സമാജവാദി samaajavaadi
unique *(adj.)* അനുപമമായ anupamamaaya
unison *(n.)* രാഗൈക്യം raagaikyam
unit *(n.)* ഏകകം ekakam
unite *(v.)* ഒരുമിപ്പിക്കുക orumippikkuka
unity *(n.)* ഒരുമ oruma
universal *(adj.)* വിശ്വവിശാലമായ viswavishaalamaaya
universality *(n.)* സാർവ്വലൗകികത saarvvaloukikatha
universe *(n.)* പ്രപഞ്ചം prapancham
university *(n.)* സർവകലാശാല sarvakalashaala
unjust *(adj.)* അനീതിയായ aniithiyaya
unknown *(adj.)* അജ്ഞാതം anjaatham
unless *(conj.)* അല്ലെങ്കിൽ allenkil
unlike *(adj.)* അനിഷ്ടം anishtam
unlike *(prep.)* വ്യത്യാസം vyathyaasam
unlikely *(adj.)* ഉണ്ടാവാനിടയില്ലാത്ത undaavaanitayillaaththa
unmanned *(adj.)* നിയന്താതാവില്ലാത്ത niyanthaathaavillaththa
unmannerly *(adj.)* അപമര്യാദയായ apamaryaadayaya
unnecessary *(adj.)* അനാവശ്യമായ anavasyamaaya
unofficial *(adj.)* അനൗദ്യോഗികമായ anoudyogikamaaya
unplanned *(adj.)* കരുതലില്ലാത്ത karuthalillaaththa

unprincipled *(adj.)* തത്വദീക്ഷയില്ലാത്ത thathwadiikshayillaaththa
unquote *(adj.)* ഉദ്ധരിക്കാതിരിക്കുക uddharikkaathirikkuka
unread *(adj.)* വായിക്കാത്ത vaayikkaaththa
unreliable *(adj.)* വിശ്വാസയോഗ്യമല്ലാത്ത viswaasayogyamallaaththa
unrest *(n.)* അശാന്തി ashaanthi
unruly *(adj.)* മെരുക്കമില്ലാത്ത meeukkamillaaththa
unsalted *(adj.)* ഉപ്പിടാത്ത uppitaaththa
unsettle *(v.)* കലക്കുക kalakkuka
unsheathe *(v.)* പുറത്തെടുക്കുക puraththetukkuka
unsold *(adj.)* വിൽക്കാത്ത vilkkaaththa
until *(prep.)* അതുവരെ athuvare
until *(conj.)* ആകുവോളം aakuvolam
untoward *(adj.)* പ്രതികൂലം prathikuulam
unwanted *(adj.)* അനഭിമതമായ anabhimathamaaya
unwell *(adj.)* ദീനമുള്ള diinamulla
unwittingly *(adv.)* അറിയാതെ ariyaathe
up *(prep.)* ഉയരത്തിലേക്ക് uyaraththilekk
up *(adv.)* മുകളിലേക്ക് mukalilekk
upbraid *(v.)* അധിക്ഷേപിക്കുക adhikshepikkuka
upgrade *(v.)* നിലവാരമുയർത്തുക nilavaaramuyarththuka
upheaval *(n.)* കോളിളക്കം kolilakkam
uphold *(v.)* മുറുകെപ്പിടിക്കുക murukeppitikkuka
upkeep *(n.)* പരിപാലനം paripaalanam
uplift *(v.)* അഭിവൃദ്ധിവരുത്തുക abhivruddhivaruththuka
uplift *(n.)* ഉയർച്ച uyarcha
upload *(v.)* കൈമാറുക kaimaaruka
upon *(prep.)* ഉപരി upari
upper *(adj.)* ഉപരിസ്ഥിതമായ uparisthithamaaya
upright *(adj.)* നേരെ നിൽക്കുന്ന nere nilkkunna
uprising *(n.)* പ്രജാക്ഷോഭം prajakshobham
uproar *(n.)* സംക്ഷോഭം samkshobham
uproarious *(adj.)* ആർപ്പുവിളിയുള്ള aarppuviliyulla
uproot *(v.)* കടപുഴക്കുക katapuzhakkuka
upset *(v.)* തലകീഴാക്കുക thalakiizhaakkuka
upshot *(n.)* പര്യവസാനം paryavasaanam
upstart *(n.)* അൽപൻ alpan
up-to-date *(adj.)* ആധുനികീകരിച്ച adhunikiikaricha
upward *(adj.)* മേലേക്കുപോകുന്ന melekkupokunna
upwards *(adv.)* മേലോട്ടായി melottaayi
urban *(adj.)* നാഗരികമായ naagarikamaaya
urbane *(adj.)* പരിഷ്കൃതമായ parishkruthanaaya
urbanity *(n.)* നാഗരികത naaharikatha
urchin *(n.)* കുസൃതിക്കുട്ടി kusruthikkutti
urge *(n.)* വ്യഗ്രത vygratha
urge *(v.)* വ്യഗ്രതപ്പെടുക vygrathappetuka
urgency *(n.)* അത്യാവശ്യം atyaavasyam
urgent *(adj.)* തിടുക്കമുള്ള thitukkamulla

urinal *(n.)* മൂത്രപ്പുര muuthrappura
urinary *(adj.)* മൂത്രാശയസംബന്ധം muuthraashaya sambandham
urinate *(v.)* മൂത്രമൊഴിക്കുക muuthramozhikkuka
urination *(n.)* മൂത്രവിസർജ്ജനം muuthravisarjjanam
urine *(n.)* മൂത്രം muuthram
urn *(n.)* കുംഭം kumbham
usable *(adj.)* ഉപയോഗപ്രദമായ upayogapradamaaya
usage *(n.)* പ്രയോഗം prayogam
use *(n.)* പ്രയോജനം prayojanam
use *(v.)* പ്രയോജനപ്പെടുത്തുക prayojanappetuththuka
used *(adj.)* ഉപയോഗിച്ച upayogicha
useful *(adj.)* ഗുണമുള്ള gunamulla
usher *(v.)* അകമ്പടിപോവുക akampati povuka
usher *(n.)* പാർശ്വവർത്തി paarswavarththi
usual *(adj.)* സാധാരണയായ saadaaranayaaya
usually *(adv.)* പതിവായി pathivaayi
usurer *(n.)* കൊള്ളപ്പലിശക്കാരൻ kollappalishakkaaran
usurp *(v.)* പിടിച്ചെടുക്കുക pitichetukkuka
usurpation *(n.)* അപഹരണം apaharanam
usury *(n.)* അന്യായപ്പലിശ anyayappalisha
utensil *(n.)* അടുക്കളപ്പാത്രം atukkalappaathram
uterus *(n.)* ഗർഭപാത്രം garbhapaathram
utilitarian *(adj.)* ഉപയോഗിതാവാദി upayogithaavaadi
utility *(n.)* മേന്മ menma
utilization *(n.)* ഉപയോഗപ്പെടുത്തൽ upayogappetuththal
utilize *(v.)* വിനിയോഗിക്കുക viniyogikkuka
utmost *(adj.)* അങ്ങേയറ്റത്തെ angeyattaththe
utmost *(n.)* ഏറ്റവും ettavum
utopia *(n.)* സാങ്കല്പികാദർശരാഷ്ട്രം sankalipkaadarsharaashtram
utopian *(adj.)* ആദർഷരാഷ്ട്രപരമായ aadarsharaashtraparamaaya
utter *(v.)* ഉരിയാടുക uriyaatuka
utter *(adj.)* ഉരിയാടൽ uriyaatal
utterance *(n.)* ഉരിയാട്ടം uriyaattam
utterly *(adv.)* തീർത്തും thiirththum

V

vacancy *(n.)* ജോലിഒഴിവ് joli ozhiv
vacant *(adj.)* ഒഴിവുള്ള ozhivulla
vacate *(v.)* സ്ഥലം ഒഴിയുക sthalam ozhiyuka
vacation *(n.)* വിശ്രമകാലം vishramakaalam
vaccinate *(v.)* കുത്തിവയ്ക്കുക kuththivaykkuka
vaccination *(n.)* കുത്തിവയ്പ് kuththivayp
vaccinator *(n.)* കുത്തിവയ്ക്കുന്നയാൾ kuththivaykkunnayaal
vaccine *(n.)* സിദ്ധൗഷധം siddoushadam
vacillate *(v.)* ചഞ്ചലപ്പെടുത്തുക chanchalappetuthuka
vacuum *(v.)* ശൂന്യമാക്കുക shuunyamaakkuka

vacuum *(n.)* വായുശൂന്യ സ്ഥലം
vaayushuunyasthalam

vagabond *(adj.)* നാടോടിയായ
naatotiyaaya

vagabond *(n.)* നാടോടി natoti

vagary *(n.)* ബുദ്ധിചാപല്യം
buddhichaapalyam

vagina *(n.)* യോനി yoni

vague *(adj.)* അനിർണ്ണിതമായ
anirnnithamaaya

vagueness *(n.)* തിട്ടമില്ലായ്മ
thittamillaayma

vain *(adj.)* വൃഥാവിലുള്ള
vruthaavilulla

vainglorious *(adj.)* മിഥ്യാഗർവ്വമായ
mithyagarvvamaaya

vainglory *(n.)* ബഡായി badaayi

vainly *(adv.)* വൃഥാവിൽ vruthaavil

vale *(n.)* താഴ് വാരം thaazvaaram

valet *(n.)* ഭൃത്യൻ bhruthyan

valiant *(adj.)* നെഞ്ചുറപ്പുള്ള
nenjurappulla

valid *(adj.)* നിയമാനുസാരമായ
niyamaanusaaramaaya

validate *(v.)* സാധുവാക്കുക
saadhuvaakkuka

validity *(n.)* പ്രാബല്യം praabalyam

valley *(n.)* ഗിരിതടം girithatam

valour *(n.)* ശൂരത shuuratha

valuable *(adj.)* അമൂല്യത amuulyatha

valuation *(n.)* വിലയിരുത്തൽ
vilayiruththal

value *(v.)* മൂല്യം നിർണ്ണയിക്കുക
muulyam nirnnayikkuka

value *(n.)* മൂല്യം muulyam

valve *(n.)* വിധാനം vidhaanam

van *(n.)* വണ്ടി vandi

vandalize *(v.)*
വിധ്വംസനശീലമുണ്ടാക്കുക
vidwamsanashiilamundaakkuka

vanish *(v.)* അദൃശ്യമാകുക
adrushyamaakuka

vanity *(n.)* ദുരഭിമാനം
durabhimaanam

vanquish *(v.)* ജയിച്ചടക്കുക
jayichatakkuka

vaporize *(v.)* ആവിയാക്കുക
aaviyaakkuka

vaporous *(adj.)* നീരാവിയാകൽ
niiraaviyaakal

vapour *(n.)* ബാഷ്പം baashpam

variable *(adj.)* അനവസ്ഥിതമായ
anavasthithamaaya

variance *(n.)* അഭിപ്രായഭിന്നത
aphipraaya bhinnatha

variation *(n.)* ഏറ്റക്കുറവ് ettakkurav

varied *(adj.)* പലവിധമായ
palavidhamaaya

variety *(n.)* വിവിധതരം
vividhatharam

various *(adj.)* ബഹുവിധമായ
bahuvidhamaaya

varnish *(v.)* മിനുക്കിയെടുക്കുക
minukkiyetukkuka

varnish *(n.)* മിനുക്കുലേപനം
minukkulepanam

vary *(v.)* വ്യത്യാസപ്പെടുക
vythyaasappetuka

vase *(n.)* പൂത്തട്ടം puuththattam

vasectomy *(n.)*
വന്ധ്യകരണശസ്ത്രക്രിയ
vanddhyamkaranashasthrakriya

vaseline *(n.)* ലേപനം lepanam

vast *(adj.)* ബഹുലമായ bahulamaaya

vault *(v.)* കമാനാകൃതിയിലാക്കുക
kamaanaakrithiyilaakkuka

vault *(n.)* വിൽവളവ് vilvalav

vector *(n.)* പ്രവേഗം pravegam

vector *(v.)* പ്രവേഗമാക്കുക
pravegamaakkuka

vectorial *(adj.)* പ്രവേഗസംബന്ധി
pravegasambandhi

vegan *(n.)* സസ്യാഹാരപ്രിയർ
sasyaahaarapriyan

vegan *(adj.)* മാംസാഹാര നിഷേധി maamsaahaara nishedhi
vegetable *(adj.)* പച്ചക്കറി pachakkari
vegetable *(n.)* സസ്യഭക്ഷണം sasyabhakshanam
vegetarian *(n.)* സസ്യഭുക്ക് sasyabhukk
vegetarian *(adj.)* സസ്യാഹാരി sasyaahaari
vegetation *(n.)* സസ്യജാലം sasyajaalam
vehemence *(n.)* തീക്ഷ്ണത thiikshnatha
vehement *(adj.)* വികാരതീവ്രമായ vikaarathiivramaaya
vehicle *(n.)* വാഹനം vaahanam
vehicular *(adj.)* വാഹനസംബന്ധമായ vaahanasambandhamaaya
veil *(v.)* മൂടുപടമിടുക muutupatamituka
veil *(n.)* മൂടുപടം muutupatam
vein *(n.)* സിര sira
vein *(v.)* സിരകളെപ്പോലാകുക sirakaleppolaakuka
velocity *(n.)* ശീഘ്രത shiighratha
velvety *(adj.)* വെൽവറ്റുതുണിയായ velvettuthuniyaya
venal *(adj.)* കൈക്കൂലിവാങ്ങുന്ന kaikkulivaangunna
venality *(n.)* വിലയ്ക്കുവാങ്ങൽ vilaykkuvaangal
vendor *(n.)* ഉടയാൾ utayaal
venerable *(adj.)* അഭിവന്ദ്യമായ abhivandyamaaya
venerate *(v.)* വന്ദിക്കുക vanddhikkuka
veneration *(n.)* സമാരാധ്യത samaataadhyatha
vengeance *(n.)* പ്രതികാരം prathikaaram
venial *(adj.)* പൊറുക്കത്തക്ക porukkaththakka
venom *(n.)* സർപ്പവിഷം sarppavisham
venomous *(adj.)* വിഷമുള്ള vishamulla
vent *(n.)* നിർഗ്ഗമദ്വാരം nirggmadwaaram
ventilate *(v.)* വായുസഞ്ചാരമുണ്ടാക്കുക vaayusanchaaramundaakkuka
ventilation *(n.)* വായുസഞ്ചാരം vaayusanchaaram
ventilator *(n.)* വായുസഞ്ചാരസൂത്രം vaayusanchaarasuuthram
ventriloquism *(n.)* ധ്വനി dwani
ventriloquist *(n.)* വിഡംബകൻ vidambakam
ventriloquistic *(adj.)* ഉദരഭാഷകൻ udarabhaashakan
ventriloquize *(v.)* ശബ്ദം അനുകരിക്കുക shabdam anukarikkuka
venture *(v.)* തുനിയുക thuniyuka
venture *(n.)* ഉദ്യമം udyamam
venturesome *(adj.)* സാഹസിയായ saahasiyaya
venturous *(adj.)* തുനിഞ്ഞിറങ്ങുന്ന thininjirangunna
venue *(n.)* യോഗസ്ഥലം yogasthalam
veracity *(n.)* നേര് neru
veranda *(n.)* ഇറയം irayam
verb *(n.)* ക്രിയ kriya
verbal *(adj.)* വാചികമായ vaachikamaaya
verbally *(adv.)* വാക്ക്കൊണ്ട് vaakkukond
verbatim *(adj.)* പദാനുപദമായി padanupadamaayi
verbose *(adj.)* അത്യുക്തിയായ athyukthiyaya
verbosity *(n.)* ശബ്ദബാഹുല്യം shabdabaahulyam
verdant *(adj.)* ഹരിതാഭമായ harithaabhamaaya

verdict *(n.)* ജൂറിത്തീർപ്പ് juuriththirpp
verge *(n.)* വക്ക് vakk
verification *(n.)* സത്യമാണെന്നു പരിശോധിക്കൽ sathyamaanennu parishodhikkal
verify *(v.)* സത്യമാണെന്നുതെളിയിക്കുക satyamaanennu theliyikkuka
verisimilitude *(n.)* സത്യാഭാസം sathyaabhaasam
veritable *(adj.)* അന്വർത്ഥമായ anwarththamaaya
vermillion *(adj.)* ചുവപ്പ് chuvapp
vermillion *(n.)* ശോണമായ shonamaaya
vernacular *(adj.)* നാട്ടുഭാഷയിലുള്ള naattubhaashayilulla
vernacular *(n.)* നാട്ടുഭാഷ naattubhaasha
vernal *(adj.)* വസന്തകാലോചിതമായ vasanthakaalochithamaaya
versatile *(adj.)* ബഹുലപ്രവീണമായ bahulapraviinamaaya
versatility *(n.)* ബഹുവിധനൈപുണ്യം bahuvida naipunyam
verse *(n.)* വൃത്തപാദം vruththapaadam
versed *(adj.)* അഭിജ്ഞനായ abhinjanaaya
versification *(n.)* പദ്യനിർമ്മാണം paduanirmmaanam
versify *(v.)* കവിതയെഴുതുക kavithayezhuthuka
version *(n.)* പാഠഭേദം paatabhedam
versus *(prep.)* എതിരായി ethiraayi
vertical *(adj.)* ലംബമാനമായ lambamaanamaaya
verve *(n.)* അത്യുത്സാഹം athyulsaaham
very *(adj.)* അത്യന്തം athyantham
vessel *(n.)* യാനപാത്രം yaanapaathram
vest *(v.)* നിക്ഷിപ്തമാക്കുക nikshipthamaakkuka
vest *(n.)* ഉൾച്ചട്ട ulchatta
vested *(adj.)* നിക്ഷിപ്തമായ nikshipthamaaya
vestige *(n.)* നിഴൽപ്പാട് nizhalppaat
vestment *(n.)* പുരോഹിതവസ്ത്രം purohithavasthram
vet *(n.)* മൃഗഡോക്ടർ mrugadoctor
veteran *(adj.)* അനുഭവസമ്പത്തുള്ള anubhavasambaththulla
veteran *(n.)* അനുഭവസമ്പന്നൻ anubhavasambannan
veterinary *(adj.)* മൃഗചികിത്സാവിഷയകം mrugachikitsaavishayam
veto *(v.)* നിഷേധാധികാരം ഉപയോഗിക്കുക nishedhaadhikaaram upayogikkuka
veto *(n.)* റദ്ദവകാശപ്രയോഗം raddavakaashaprayogam
vex *(v.)* പ്രകോപിപ്പിക്കുക prakopippikkuka
vexation *(n.)* അലട്ട് alatt
via *(prep.)* വഴിക്ക് vazhikk
viable *(adj.)* ജീവനക്ഷമമായ jiivanakshamamaaya
vial *(n.)* ചെറുമരുന്നു കുപ്പി cherumarunnu kuppi
vibrate *(v.)* കമ്പനം ചെയ്യുക kambanam cheyyuka
vibration *(n.)* ദോലനം dolanam
vicar *(n.)* ഇടവകാധികാരി itavakaadhikaari
vicarious *(adj.)* പരോക്ഷലബ്ധമായ parokshalabdamaaya
vice *(n.)* ദുരാചാരം duraachaaram
viceroy *(n.)* രാജപ്രതിനിധി raajaprathinidhi

vice-versa *(adv.)* നേരേമറിച്ചും netemarichum
vicinity *(n.)* അയൽപ്രദേശം ayalpradesham
vicious *(adj.)* ദുർവൃത്തിയായ durvruththiyaaya
vicissitude *(n.)* അവസ്ഥാന്തരം avasthantharam
victim *(n.)* ബലിമൃഗം balimrugam
victimize *(v.)* ഇരയാക്കുക irayaakkuka
victor *(n.)* മത്സരവിജയി malssaravijay
victorious *(adj.)* വിജയിയായ vijayiyaya
victory *(n.)* നേട്ടം nettam
victuals *(n. pl)* ആഹാരസാധനങ്ങൾ aahaarasadhanangal
video *(n.)* ചലനദൃശ്യം chalanadrushyam
video *(v.)* വീഡിയോച്ചിത്രമെടുക്കുക videochithrametukkuka
videoblogger *(n.)* വീഡിയോകളുടെ സഹായത്തോടെ ചെയ്യുന്ന ബ്ലോഗ് videokalute sahaayaththote cheyyunna blog
videobook *(n.)* വീഡിയോരൂപ പുസ്തകം radioruupa pusthakam
videocassette *(n.)* വീഡിയോടേപ്പിന്റെ ഒരു കാസറ്റ് videotapeinte oru cassette
videogaming *(n.)* കമ്പ്യൂട്ടർഗെയിം കളിക്കുന്ന computer game kalikkunna
videotape *(n.)* ദൃശ്യഗ്രാഹിയന്ത്രം drusyagraahiyanthram
videotape *(v.)* വീഡിയോച്ചിത്രമെടുക്കുക video chithrametukkuka
videotelephone *(n.)* ടെലിഫോൺ വയറുകളിലൂടെ വീഡിയോ സിഗ്നലുകളുടെ സംപ്രേക്ഷണം telephone vayarukalilute video signalukalute sampreshanam
vie *(v.)* മല്ലടിക്കുക mallatikkuka
view *(n.)* കാഴ്ച kaazhcha
view *(v.)* വീക്ഷിക്കുക viikshikkuka
vigil *(n.)* ജാഗരണം jaagaranam
vigilance *(n.)* ജാഗരണപരം jaagaranaparam
vigilant *(adj.)* ജാഗരിതമായ jaagarithamaaya
vigorous *(adj.)* ഓജസ്വിയായ ojaswiyaya
vile *(adj.)* അശുദ്ധമായ ashuddhamaaya
vilify *(v.)* മലിനപ്പെടുത്തുക malinappetuthuka
villa *(n.)* സുഖവാസവസതി sukhavaasavasathi
village *(n.)* ഗ്രാമം graamam
villager *(n.)* ഗ്രാമവാസി graamavaasi
villain *(n.)* ദുഷ്ടൻ dushtan
vindicate *(v.)* കുറ്റവിമുക്തി വരുത്തുക kuttavimukthi varuththuka
vindication *(n.)* കുറ്റവിമുക്തി kuttavimukthi
vine *(n.)* മുന്തിരിക്കൊടി munthirikkoti
vinegar *(n.)* ചൊറുക്ക chorukka
vintage *(n.)* മുന്തിരിക്കൊയ്ത്തുകാലം munthirikkoythukaalam
violate *(v.)* ലംഘിക്കുക langhikkuka
violation *(n.)* അതിലംഘിക്കൽ athilanghikkal
violence *(n.)* ഹിംസ himsa
violent *(adj.)* അക്രമാസക്തമായ akramaasakthamaaya

violet *(n.)* അക്രമപരമായ akramaparamaaya
violin *(n.)* വയലിൻ violin
violinist *(n.)* സാരംഗിവാദകൻ sarangivaadakan
viral *(adj.)* രോഗവിഷാണുക്കളെ സംബന്ധിച്ച rogavishaanukkake sambandhicha
virgin *(adj.)* അനാഘ്രാത anaaghraatha
virgin *(n.)* കന്യക kanyaka
virginity *(n.)* കന്യാത്വം kanyaathwam
virile *(adj.)* ലൈംഗികാസക്തിയുള്ള laingikaasakthiyulla
virility *(n.)* ആണ്മ aanma
virtual *(adj.)* സാങ്കൽപ്പികം sankalpikam
virtue *(n.)* ധർമ്മാചരണം dharmmaacharanam
virtuous *(adj.)* സദാചാരപരമായ sadachaaraparamaaya
virulence *(n.)* കൊടിയ kotiya
virulent *(adj.)* തീവ്രവിഷമുള്ള thiivravishamulla
virus *(n.)* രോഗവിഷാണു rogavishaanu
visage *(n.)* ആനനം aananam
visibility *(n.)* ദൃഷ്ടിഗോചരം drushtigocharam
visible *(adj.)* ദൃഷ്ടിവിഷയകമായ drushtivishayakamaaya
vision *(n.)* ദർശനം darshanam
visionary *(n.)* സ്വപ്നദർശി swapnadarshi
visionary *(adj.)* സ്വപ്നദർശിയായ swapnadarshiyaaya
visit *(n.)* വന്നുകാണൽ vannukaanal
visit *(v.)* സന്ദർശിക്കുക sandharshikkuka
visitor *(n.)* സന്ദർശകൻ sandharshakan
vista *(n.)* വൃക്ഷവീഥി vrushaviithi
visual *(adj.)* ദൃശ്യമായ drusyamaaya
visualize *(v.)* ഭാവനയിൽ കാണുക bhaavanayil kaanuka
vital *(adj.)* ജീവധാരണമായ jiivadhaaranamaaya
vitality *(n.)* ഊർജ്ജസ്വലത uurjjaswalatha
vitalize *(v.)* ജീവചൈതന്യം വരുത്തുക jiicachaithanyam varuththuka
vitamin *(n.)* ജീവകം jiivakam
vitiate *(v.)* വികലമാക്കുക vikalamaakkuka
viva voce *(adj.)* വാക്കാലുള്ള പരീക്ഷ vaakkaalulla pariiksha
viva voce *(n.)* വാചാപരീക്ഷ vaachaapariiksha
viva voce *(adv.)* വാങ്മൂലമായ vaangmuulamaaya
vivacious *(adj.)* ചുണയുള്ള chunayulla
vivacity *(n.)* സുഭഗം subhagam
vivid *(adj.)* തെളിവായിക്കാണുന്ന thelivaayikkaanunna
vixen *(n.)* കുറുക്കത്തി kurukkaththi
vocabulary *(n.)* പദസമ്പത്ത് padasambathth
vocal *(adj.)* വായ്പാട്ട് vaaypaatt
vocalist *(n.)* വായ്പാട്ടുകാരൻ vaaypaattukaaran
vocation *(n.)* അഭിരുചി abhiruchi
vogue *(n.)* പുതുമോടി puthumoti
voice *(v.)* ശബ്ദിക്കുക shabdikkuka
voice *(n.)* ശബ്ദം shabdam
void *(v.)* അസാധുവാക്കുക asadhuvaakkuka
void *(n.)* ശൂന്യസ്ഥലം shuunyasthalam
void *(adj.)* ശൂന്യമാക്കുക shuunyamaakkuka
volcanic *(adj.)* അഗ്നിപർവ്വതപരമായ agniparvvthaparamaaya

volcano *(n.)* അഗ്നിപർവ്വതം agniparvvatham
volition *(n.)* ഇച്ഛ ichcha
volley *(v.)* പന്തടിക്കുക panthatikkuka
volley *(n.)* ശരവർഷം sharavarsham
volt *(n.)* വിദ്യുച്ഛക്തിമാത്ര vidyuchakthimaathra
voltage *(n.)* വൈദ്യുതിചാലകശക്തി vaidyuthichalaka shakthi
volume *(n.)* വോള്യം volume
voluminous *(adj.)* ബഹുഭാഗാത്മകമായ bahubhaagathmakamaaya
voluntarily *(adv.)* സ്വേച്ഛയാ sechhaya
voluntary *(adj.)* സ്വമേധയാലുള്ള swamethayaalulla
volunteer *(v.)* സ്വന്തമനസ്സാലെ ചെയ്യുക swanthamanasaale cheyyuka
volunteer *(n.)* സന്നദ്ധസേവകൻ sannddha sevakan
voluptuary *(n.)* ഭോഗനിരതൻ bhoganirathan
voluptuous *(adj.)* സുഖപ്രിയരായ sukhapriyaraaya
vomit *(n.)* ഛർദ്ദി chhardi
vomit *(v.)* ഛർദ്ദിക്കുക chardikkuka
voracious *(adj.)* അത്യാർത്തിയുള്ള athyaarththiyulla
vortex *(n.)* നീർച്ചുഴി niirchuzhi
votary *(n.)* പൂജകൻ puujakan
vote *(v.)* സമ്മതിദാനം രേഖപ്പെടുത്തുക sammathidaanam rekhappetuththuka
vote *(n.)* വോട്ടവകാശം vottavakaasham
voter *(n.)* സമ്മതിദായകൻ saammathidaayakan
vouch *(v.)* ദൃഢപ്പെടുത്തുക drutappetuththuka
voucher *(n.)* ഉറപ്പുശീട്ട് urappushshiitt
vouchsafe *(v.)* ദയകാട്ടുക dayakaattuka
vow *(v.)* ശപഥം ചെയ്യുക shapatham cheyyuka
vow *(n.)* വ്രതം vrutham
vowel *(n.)* സ്വരാക്ഷരം swaraakaharam
voyage *(v.)* പ്രയാണം നടത്തുക prayaanam natathththuka
voyage *(n.)* പ്രയാണം prayaanam
voyager *(n.)* സമുദ്രയാത്രികൻ samudrayaathrikan
voyeur *(n.)* രതിലീല രഹസ്യമായി ആസ്വദിക്കുന്നയാൾ rathiliila rahasyamaayi aseadikkunnayaal
voyeurism *(n.)* മറ്റുള്ളവരുടെ ലൈംഗിക പ്രവർത്തനം കണ്ടാനന്ദിക്കുക mattullavarute laingika pravarththanam kandaanandikkuka
vulgar *(adj.)* അശ്ലീലമായ asliilamaaya
vulgarity *(n.)* അശ്ലീലത asliilatha
vulnerable *(adj.)* മുറിപ്പെടത്തക്ക murippetaththaaka
vulture *(n.)* കഴുകൻ kazhukan

W

wabble *(v.)* ആടിനടക്കുക aatinatakkuka
wabbly *(adj.)* അസ്ഥിരമായ asthiramaaya
wack *(adj.)* കൊള്ളില്ലാത്ത kollillaatha
wack *(n.)* മോശം mosham
wacko *(n.)* കിറുക്കൻ kirukkan
wacko *(adj.)* കിറുക്കുള്ള kirukkulla
waddle *(v.)* പിച്ച നടക്കുക pichcha natathuka
wade *(v.)* ഏന്തിവലിഞ്ഞു നടക്കുക enthivalinju natakkuka

waft *(n.)* കാറ്റടിച്ചുനീങ്ങൽ kaattatichuniingal

waft *(v.)* കാറ്റടിച്ചുനീങ്ങുക kaattatichu niinguka

wag *(n.)* ആട്ടൽ aattal

wag *(v.)* ആട്ടുക aattuka

wage *(n.)* കൂലി kuuli

wage *(v.)* കൂലികൊടുക്കുക kuuli kotukkuka

wager *(v.)* വാതുവയ്ക്കുക vaathuvaykkuka

wager *(n.)* വാതുവയ്പ് vaathuvayp

wagon *(n.)* ശകടം shakatam

wail *(n.)* അലമുറ alamura

wail *(v.)* അലമുറയിടുക alamurayituka

wain *(n.)* ചക്കടാവണ്ടി chakkatavandi

waist *(n.)* അരക്കെട്ട് arakkett

waistband *(n.)* അരപ്പട്ട arappatta

waistcoat *(n.)* കയ്യില്ലാക്കുപ്പായം kayyillaakkuppayam

wait *(n.)* കാത്തിരിപ്പ് kaathiripp

wait *(v.)* കാത്തിരിക്കുക kaaththirikkuka

waiter *(n.)* ഹോട്ടൽ പരിചാരകൻ hotelparichaarakan

waitress *(n.)* പണിക്കാരി panikkaari

waive *(v.)* വിട്ടുകളയുക vittukalayuka

waiver *(n.)* വിടുതൽ രേഖ vituthal rekha

wake *(n.)* ഉണർന്നിരിക്കൽ unarnnirikkal

wake *(v.)* ഉണർന്നിരിക്കുക unarnnirikkuka

wakeful *(adj.)* ഉണർന്നിരിക്കുന്ന unarnnirikkunna

walk *(n.)* നടത്ത nataththa

walk *(v.)* നടക്കുക natakkuka

wall *(v.)* വാതിലുകെട്ടുക vaathilukettuka

wall *(n.)* ചുമർ chumar

wallet *(n.)* കൈപ്പണസഞ്ചി kaippanasanchi

wallop *(v.)* മടിശ്ശീലയിൽ വയ്ക്കുക matshiilayil vaykkuka

wallow *(v.)* ചേറിൽ നിമഗ്നമാകുക choril nimagnamaakuka

walnut *(n.)* അകരോട്ടുമരം akarottumaram

walrus *(n.)* കടൽപ്പശു katalppashu

wan *(adj.)* വിളർത്ത vilarththa

wand *(n.)* മന്ത്രവടി manthravati

wander *(v.)* അലഞ്ഞുതിരിയുക alanjuthiriyuka

wane *(n.)* തേയൽ theyal

wane *(v.)* തേഞ്ഞുപോവുക thenjupovuka

want *(n.)* അപര്യാപ്തത aparyaapthatha

want *(v.)* ആഗ്രഹിക്കുക aagrahikkuka

wanton *(adj.)* അച്ചടക്കമില്ലാത്ത achatakkamillaaththa

war *(v.)* യുദ്ധമുണ്ടാകുക yuddhamundaakuka

war *(n.)* യുദ്ധം yuddham

warble *(n.)* കൂജനം kuujanam

warble *(v.)* കൂജനം ചെയ്യുക kuujanam cheyyuka

warbler *(n.)* കിളി kili

ward *(v.)* രോഗീമുറിയിൽ ചേരുക rogiimuriyil cheruka

ward *(n.)* രോഗീമുറി rogiimuri

warden *(n.)* മേൽവിചാരക melvichaaraka

warder *(n.)* തടവറക്കാവൽക്കാരൻ thatavara kaavalkkaaran

wardrobe *(n.)* സ്വകാര്യവസ്ത്രശേഖരം swakaarya vasthrasekharam

wardship *(n.)* രക്ഷാധികാരാവകാശം rakshaadhikaaravakaasham

ware *(n.)* കച്ചവടക്കോപ്പ്
kachavatakkopp

warehouse *(n.)*
പൊതുവിതരണശാല
pothuvitharashaala

warfare *(n.)* ആയോധനം aayodhanam

warlike *(adj.)* രണോത്സുകമായ
ranotsukamaaya

warm *(adj.)* തണുപ്പുവിട്ട
thanuppuvitta

warm *(v.)* ചൂടുപിടിപ്പിക്കുക
chuutupitippikkuka

warmth *(n.)* മന്ദോഷ്ണം mandoshnam

warn *(v.)* താക്കീതുനൽകുക
thaakkiithu nalkuka

warning *(n.)* താക്കീത് thaakkith

warrant *(v.)* പ്രമാണീകരിക്കുക
pramaaniikarikkuka

warrant *(n.)* ആജ്ഞാപത്രം
aanjaapathram

warrantee *(n.)* വാറണ്ട്
നൽകിയയാൾ warrant nalkiyayaal

warrantor *(n.)* വാറൻറി
കൊടുക്കുന്നയാൾ warranty
kotukkunnayaal

warranty *(n.)*
ഗുണമേന്മോത്തരവാദിത്തം
gunamenmoththaravaadiththam

warren *(n.)* മുയൽമാളങ്ങൾ
muyalmaalangal

warrior *(n.)* ശൂരൻ shuuran

wart *(n.)* പാലുണ്ണി paalunni

wary *(adj.)* മുൻകരുതലുള്ള
munkaruthalulla

wash *(n.)* കഴുകൽ kazhukal

wash *(v.)* തേച്ചുകഴുകുക
thechukazhukuka

washable *(adj.)* കഴുകാവുന്ന
kazhukaavunna

washer *(n.)* അലക്കുയന്ത്രം
alakkuyanthram

wasp *(n.)* വേട്ടാവെളിയൻ
vettaavaliyan

waspish *(adj.)* കോപിക്കുന്ന
kopikkunna

wassail *(n.)* മദ്യപാനവിരുന്ന്
madyapaanavirunn

wastage *(n.)* പാഴാക്കൽ paazhaakkal

waste *(v.)* പാഴാക്കുക paazhaakkuka

waste *(n.)* പാഴ് വസ്തു paazh vasthu

waste *(adj.)* പാഴ്ചെലവ് paazhchelav

wasteful *(adj.)* പാഴാക്കുന്ന
paazhaakkunna

watch *(n.)* കാവൽ kaaval

watch *(v.)* കാവലിരിക്കുക
kaavalirikkuka

watchful *(adj.)* ജാഗ്രതയായ
jaagrathayaaya

watchword *(n.)* കാവൽവചനം
kaaval vachanam

water *(v.)* കുതിർക്കുക kuthirkkuka

water *(n.)* വെള്ളം vellam

waterfall *(n.)* വെള്ളച്ചാട്ടം
vellachaattam

water-melon *(n.)* തണ്ണീർമത്തങ്ങ
thannirmaththanga

waterproof *(v.)* വെള്ളം
കയറാതിരിക്കുക vellam
kayarathirikkuka

waterproof *(n.)* വെള്ളംകടക്കാത്ത
vellam katakkaaththa

waterproof *(adj.)* നനയാത്ത
nanayaaththa

watertight *(adj.)* ജലരോധകമായ
jalarodhakamaaya

watery *(adj.)* ജലമയമായ
jalamayamaaya

watt *(n.)* ഒരുവിദ്യുച്ഛക്തിമാത്ര oru
vidyuchakthi maathra

wave *(v.)* അലയടിക്കുക alayatikkuka

wave *(n.)* അല ala

waver *(v.)* ഉലഞ്ഞാടുക ulanjaatuka

wavy *(adj.)* അലകളുള്ള alakalulla

wax *(v.)* മെഴുകുക mezhukuka
wax *(n.)* അരക്ക് arakk
way *(n.)* വഴി vazhi
wayfarer *(n.)* വഴിപോക്കൻ vazhipokkan
waylay *(v.)* ചതിക്കാൻ കാത്തിരിക്കുക chathikkaan kaaththirikkuka
wayward *(adj.)* താന്തോന്നിയായ thaanthonniyaya
weak *(adj.)* ബലഹീനമായ balahinamaaya
weaken *(v.)* ക്ഷയിപ്പിക്കുക kshayippikkuka
weakling *(n.)* ബലംകുറഞ്ഞ balamkuranja
weakness *(n.)* ശക്തിക്ഷയം shakthikshayam
weal *(n.)* തിണർപ്പ് thinarpp
wealth *(n.)* സമ്പത്ത് sambathth
wealthy *(adj.)* സ്വത്തുള്ള swaththulla
wean *(v.)* മുലകുടി മാറ്റുക mulakuti maattuka
weapon *(n.)* ആയുധം aayudham
wear *(v.)* ധരിക്കുക dharikkuka
weary *(adj.)* ചടച്ച chatacha
weary *(v.)* തളർന്നുപോകുക thalarnnupokuka
weather *(n.)* ഋതുവിശേഷം ruthuvisesham
weather *(v.)* കാലാവസ്ഥമാറുക kaalaavastha maaruka
weave *(v.)* മെടയുക metayuka
weaver *(n.)* നെയ്ത്തുകാരൻ neyyththukaaran
web *(n.)* ചിലന്തിവല chilanthivala
web page *(n.)* വെബ്സൈറ്റ് പുറം website puram
web store *(n.)* ചരക്കുസേവനങ്ങൾ വാങ്ങാനാകുന്ന വെബ്സൈറ്റ് charakkusevanangal vangaanaakunna website
webby *(adj.)* വലപോലുള്ള valapolulla
webcam *(n.)* കമ്പ്യൂട്ടറുമായി ബന്ധിപ്പിച്ച വീഡിയോ ക്യാമറ computerumaayi bandhippicha video camera
webcasting *(n.)* ഇൻററർനെറ്റിൽ ഒരു സംഭവം പ്രക്ഷേപണം ചെയ്യുന്നതിനുള്ള പ്രവർത്തനം internetil oru sambhavam prakshepanam cheyyunnathinulla pravarththanam
webinar *(n.)* ഓൺലൈൻ സംവാദം online samvaadam
webisode *(n.)* ഒരു ടെലിവിഷൻ പരമ്പരയുടെ ഓൺലൈൻ പതിപ്പ് oru television paramparayute online pathipp
webmaster *(n.)* വെബ്സൈറ്റ് കാര്യവിചാരകൻ website kaaryavichaarakan
wed *(v.)* വിവാഹം ചെയ്യുക vivaaham cheyyuka
wedding *(n.)* കല്യാണം kalyaanam
wedge *(v.)* ആപ്പടിക്കുക aappatikkuka
wedge *(n.)* ലോഹആപ്പ് lohaapp
wedlock *(n.)* പരിണയം parinayam
Wednesday *(n.)* ബുധനാഴ്ച budhanazhcha
weed *(v.)* കളപറിക്കുക kalaparikkuka
weed *(n.)* കള kala
week *(n.)* വാരം vaaram
weekly *(adv.)* ആഴ്ചതോറും azhcha thorum
weekly *(n.)* ആഴ്ചപ്പതിപ്പ് azchappathipp
weekly *(adj.)* പ്രതിവാരം prathivaraam
weep *(v.)* കണ്ണീരൊഴുക്കുക kanniirozhukkuka
weevil *(n.)* ചെള്ള് chellu
weigh *(v.)* തൂക്കിനോക്കുക thuuki nokkuka

weight *(n.)* തൂക്കം thuukkam
weightage *(n.)* മുൻഗണന munganana
weighty *(adj.)* ഭാരമുള്ള bhaaramulla
weir *(n.)* ചിറ chira
weird *(adj.)* വിചിത്രമായ vichithramaaya
welcome *(n.)* സ്വാഗതം swaagathan
welcome *(v.)* സ്വാഗതം ചെയ്യുക swaagatham cheyyuka
welcome *(adj.)* സ്വീകരണം swiikaranam
weld *(n.)* കൂട്ടിവിളക്കൽ kuuttivilikkal
weld *(v.)* കൂട്ടിവിളക്കുക kuuttivilakkuka
welfare *(n.)* യോഗക്ഷേമം yogakshemam
well *(n.)* കിണർ kinar
well *(adv.)* നല്ലവണ്ണം nallavannam
well *(v.)* നിറഞ്ഞൊഴുകൽ niranjozhukal
well *(adj.)* നല്ലനിലയിലുള്ള nallanilayilulla
well off *(adj.)* സാമ്പത്തികമുള്ള saambathikamulla
wellington *(n.)* മുഴുച്ചെരിപ്പ് muzhuchcheripp
well-known *(adj.)* പ്രസിദ്ധമായ prasiddhamaaya
wellness *(n.)* സ്വാസ്ഥ്യം swastham
well-read *(adj.)* പഠിപ്പുള്ള patippulla
well-timed *(adj.)* കൃത്യസമയത്ത് kruthyasamayathth
well-to-do *(adj.)* സമ്പന്നമായ sambannamaaya
welt *(n.)* തോൽവാറ് tholvaaru
welter *(n.)* നൂലാമാല nuulaamaala
wen *(n.)* മാംസാർബുദം maamsaarbudam
wench *(n.)* പെണ്ണ് pennu
west *(adv.)* പടിഞ്ഞാറ് patinjaaru
west *(adj.)* പശ്ചിമദിക്ക് paschimadikk
west *(n.)* പടിഞ്ഞാറുള്ള patinjaarulla
westerly *(adv.)* പശ്ചിമാഭിമുഖമായ paschimaabhimukkamaaya
westerly *(adj.)* പശ്ചിമവാതമായ paschimavaathamaaya
western *(adj.)* പടിഞ്ഞാറുള്ള patinjaarulla
wet *(v.)* നനയുക nanayuka
wet *(adj.)* നനവുള്ള nanavulla
wetness *(n.)* നനവ് nanav
whack *(v.)* തട്ടുക thattuka
whale *(n.)* തിമിംഗലം thimingalam
wharfage *(n.)* തുറമുഖച്ചുങ്കം thuramukhachchunkam
what *(adj.)* എങ്ങനെയുള്ള enganeyulla
what *(interj.)* എന്തൊക്കെ enthokke
what *(pron.)* എന്ത് enth
whatever *(pron.)* ഏതു തന്നെയായലും ethu thanneyaayalum
wheat *(n.)* ഗോതമ്പ് gothamb
wheedle *(v.)* പറഞ്ഞുപാട്ടിലാക്കുക paranjupaattilaakkuka
wheel *(v.)* ചക്രം തിരിക്കുക chakram thirikkuka
wheel *(n.)* വണ്ടിച്ചക്രം vandichakram
whelm *(v.)* വെള്ളത്തിലാഴ്ത്തുക vellaththilaazhththuka
whelp *(n.)* പട്ടിക്കുട്ടി pattikkutty
when *(conj.)* എപ്പോൾ eppol
when *(adv.)* ഏതു സമയം ethusamayam
whence *(adv.)* എവിടെനിന്ന് eviteninnu
whenever *(adv.)* എന്നായാലും ennaayalum
whenever *(conj.)* എപ്പോഴെല്ലാം eppozhellam
where *(conj.)* എവിടെ evite
where *(adv.)* എങ്ങോട്ട് engott

whereabout *(n.)* എവിടത്തിൽ evitaththil
whereabout *(adv.)* ഏതിനടുത്ത് ethinatuthth
whereas *(conj.)* എന്നതുകൊണ്ടു ennathukond
whereat *(conj.)* ഇതു സംഭവിച്ചപ്പോൾ ithu sambhavichappol
wherein *(adv.)* ഏതിടത്ത് ethitathth
whereupon *(conj.)* അതിൽപ്പിന്നെ athilppinne
wherever *(adv.)* എവിടേയ്ക്കെങ്കിലും eviteykkenkilum
whet *(v.)* മൂർച്ച വരുത്തുക muurchchavaruthuka
whether *(conj.)* രണ്ടിലേതായാലും randilethaayaalum
which *(adj.)* ആവകയായ aavakayaaya
which *(pron.)* ഏത് eth
whichever *(pron.)* ഏതാണോ അത് ethaano ath
whiff *(n.)* ചെറുവാട cheruvaata
while *(conj.)* അതേസമയം athe samayam
while *(v.)* നേരം പോക്കുക neram pokkuka
while *(n.)* അതേസമയത്ത് athe samayathth
whim *(n.)* ചാപല്യം chaapalyam
whimper *(v.)* മുറുമുറുക്കുക murumurukkuka
whimsical *(adj.)* ക്ഷണികബുദ്ധിയുള്ള kshanika buddhiyulla
whine *(n.)* കരച്ചിൽ karachil
whine *(v.)* ഉറക്കെക്കരയുക urakke karayuka
whip *(n.)* ചമ്മട്ടിയടി chammattiyati
whip *(v.)* ചാട്ടവാറുകൊണ്ടടിക്കുക chaattavaarukondatikkuka
whipcord *(n.)* ചാട്ട chaatta
whir *(n.)* മൂളിപ്പറക്കൽ muulipparakkal
whirl *(n.)* തലകറക്കം thalakarakkam
whirl *(v.)* തലകറങ്ങുക thalakaranguka
whirligig *(n.)* പമ്പരം pambaram
whirlpool *(n.)* ജലാവർത്തം jalaavarththam
whirlwind *(n.)* പെരുങ്കാറ്റ് perunkaatt
whisk *(n.)* അടിച്ചുപതമാക്കൽ atichupathamaakkal
whisk *(v.)* അടിച്ചു പതപ്പിക്കുക atichu pathappikkuka
whisker *(n.)* പൂച്ചമീശ puucha miisha
whisky *(n.)* വിസ്കിമദ്യം whiskey
whisper *(n.)* മന്ത്രിക്കൽ manthrikkal
whisper *(v.)* അടക്കിപ്പറയുക atakkipparayuka
whistle *(n.)* ചൂളമടി chuulamati
whistle *(v.)* ചൂളമടിക്കുക chuulamatikkuka
white *(n.)* വെളുത്ത veluththa
white *(adj.)* വെൺമയായ venmayaya
whiten *(v.)* വെളുപ്പിക്കുക veluppikkuka
whitewash *(v.)* വെള്ളയടിക്കുക vellayatikkuka
whitewash *(n.)* വെള്ളതേയ്പ് vellatheypp
whither *(adv.)* എവിടേയ്ക്ക് eviteykk
whitish *(adj.)* വെള്ളച്ഛായയുള്ള vellachhayayulla
whittle *(v.)* കണ്ടിക്കുക kandikkuka
whiz *(v.)* സീൽക്കാരം മുഴക്കുക siilkkaaram muzhakkuka
who *(pron.)* ആര് aaru
whoever *(pron.)* ആരായാലും aaraayaalum

whole *(n.)* എല്ലാം ellam
whole *(adj.)* മൊത്തത്തിൽ moththathil
whole-hearted *(adj.)* ഹൃദയപൂർവ്വകമായ hrudayapuurvvakamaaya
wholesale *(adv.)* മൊത്തക്കച്ചവടം moththakkachavatam
wholesale *(adj.)* മൊത്തപ്പടി moththappati
wholesale *(n.)* മൊത്തവ്യാപാരം moththavyaapaaram
wholesaler *(n.)* മൊത്തവ്യാപാരി moththavyaapaari
wholesome *(adj.)* പൂർണ്ണഗുണസമ്പന്നമായ puurnnagunasambannanaaya
wholly *(adv.)* എല്ലാവിധത്തിലും ellaavidhaththilum
whom *(pron.)* ആർക്ക് aarkk
whore *(n.)* ഗണിക ganika
whose *(pron.)* ആരുടെ aarute
why *(adv.)* എന്തുകൊണ്ട് enthukond
wick *(n.)* നൂൽത്തിരി nuulththiri
wicked *(adj.)* കുബുദ്ധിയായ kubudhdhiyaya
wicker *(n.)* ചൂരൽവള്ളി chuuralvalli
wicket *(n.)* ക്രിക്കറ്റിലെ വിക്കറ്റ് cricketile wicket
wide *(adv.)* വീതിയുള്ള viithiyulla
wide *(adj.)* വീതിയുള്ളതായ viithiyullathaaya
widen *(v.)* വീതികൂട്ടുക viithikuuttuka
widespread *(adj.)* പ്രചുരപ്രചാരമായ prachuraprachaaramaaya
widow *(v.)* വിധവയാവുക vidhavayaakuka
widow *(n.)* വിധവ vidhava
widower *(n.)* വിഭാര്യൻ vibhaaryan
width *(n.)* വീതി viithi
wield *(v.)* അധികാരം കൈയാളുക adhikaaram kaiyyaaluka
wife *(n.)* പത്നി pathni
wig *(n.)* വെപ്പുമുടി veppumuti
wigwam *(n.)* ചെറുകുടിൽ cherukutil
wild *(adj.)* വനാന്തം vanaantham
wilderness *(n.)* ഘോരവനം ghoravanam
wildfire *(n.)* കാട്ടുതീ kaattuthii
wile *(n.)* കപടതന്ത്രം kapatathanthram
will *(v.)* ഇച്ഛിക്കുക ichchikkuka
will *(n.)* മനോഗതി manogathi
willing *(adj.)* സമ്മതമുള്ള sammathamulla
willingness *(n.)* സന്നദ്ധത sannaddhatha
willow *(n.)* വില്ലോമരം willomaram
wily *(adj.)* സൂത്രമുള്ള suuthramulla
wimble *(n.)* തുരക്കൽ ഉപകരണങ്ങൾ thurakkal upakarangal
win *(n.)* ജയം jayam
win *(v.)* വിജയിക്കുക vijayikkuka
wince *(v.)* വേദനകൊണ്ട് പുളയുക vedanakond pulayuka
winch *(n.)* ചുഴറ്റി chuzhatti
wind *(v.)* വീശുക viishuka
wind *(n.)* കാറ്റ് kaatt
windbag *(n.)* വൃഥാജൽപകൻ vruthaajalpakan
winder *(n.)* പിരിപ്പൻചാവി pirippan chaavi
windlass *(n.)* നങ്കൂരചക്രം nankuurachakram
windmill *(n.)* കാറ്റാടിയന്ത്രം kaattatiyanthram
window *(n.)* ജാലകം jaalakam
windscreen *(n.)* മോട്ടോർവാഹനങ്ങളുടെ മുമ്പിലെ ചില്ല് motor vaahanangalute munnile chillu
windy *(adj.)* കാറ്റോട്ടമുള്ള kaattottamulla
wine *(n.)* മുന്തിരിങ്ങാരസം munthirangaarasam

wing *(n.)* ചിറക് chirak
wink *(n.)* കണ്ണുചിമ്മൽ kannuchimmal
wink *(v.)* കണ്ണുചിമ്മുക kannuchimmuka
winner *(n.)* ജേതാവ് jethaav
winnow *(v.)* പതിരുനീക്കുക pathiru niikkuka
winsome *(adj.)* ചേതോഹര chethohara
winter *(v.)* ശിശിരനിദ്രചെയ്യുക shishiranidra cheyyuka
winter *(n.)* ശീതകാലം shiithakaalam
wintry *(adj.)* അതിശൈത്യമുള്ള athishaithyamulla
wipe *(n.)* ഒപ്പൽ oppal
wipe *(v.)* തുടച്ചുനീക്കുക thutachunikkuka
wire *(v.)* കമ്പികൊണ്ടു കെട്ടുക kambikond kettuka
wire *(n.)* കമ്പി kambi
wireless *(n.)* കമ്പിയില്ലാക്കമ്പി kambiyillaakambi
wireless *(adj.)* ദൂരഭാഷണശ്രവണസഹായി duurabhaashana shravana sahaayi
wiring *(n.)* കെട്ടിടത്തിന് വൈദ്യുതി നൽകാനുള്ള വയറുകളുടെ സംവിധാനം kettitaththinu vaidhyuthi nalkaanulla wirekalute samvidhaanam
wisdom *(n.)* ജ്ഞാനം njaanam
wisdom-tooth *(n.)* ജ്ഞാനപ്പല്ല് njaanappallu .
wise *(adj.)* ബുദ്ധിയുള്ള buddhiyulla
wish *(v.)* ആഗ്രഹിക്കുക aagrahikkuka
wish *(n.)* അഭിലാഷം abhilaasham
wishful *(adj.)* ആഗ്രഹമുള്ള aagrahamulla
wisp *(n.)* ആവി aavi
wistful *(adj.)* ഉത്സുകമായ utsukamaaya
wit *(n.)* നർമ്മോക്തി narmmokthi
witch *(n.)* മന്ത്രവാദിനി mandravaadini
witchcraft *(n.)* കൂടപ്രയോഗം kuutaprayogam
witchery *(n.)* ദുരാചാരങ്ങൾ duraachaarangal
with *(prep.)* ഉം um
withal *(adv.)* അതിനോടുകൂടെ athinotukuute
withdraw *(v.)* തിരിച്ചെടുക്കുക thirichetukkuka
withdrawal *(n.)* പിൻവലിക്കൽ pinvalikkal
withe *(n.)* മെടച്ചിലിന് ഉപയോഗിക്കാവുന്ന മരശാഖ metachilinu upayogikkaavunna marashaakha
wither *(v.)* കൊഴിഞ്ഞുപോകുക kozhinjupokuka
withhold *(v.)* നൽകാതിരിക്കുക nalkaathirikkuka
within *(adv.)* ഉള്ളിൽ ullil
within *(prep.)* അകത്ത് akathth
without *(adv.)* ഇല്ലാതെ illaathe
without *(prep.)* കൂടാതെ kuutaathe
withstand *(v.)* ചെറുക്കുക cherukkuka
witless *(adj.)* അവിവേകിയായ avivekiyaya
witness *(v.)* സാക്ഷിയാവുക saakshiyaavuka
witness *(n.)* സാക്ഷി saakshi
witticism *(n.)* ഫലിതം phalitham
witty *(adj.)* ഫലിതമായ phalithamaaya
wizard *(n.)* ഐന്ദ്രജാലികൻ aindrajaalikan
wobble *(v.)* ഉലഞ്ഞുനടക്കുക ulanjunatakkuka
woe *(n.)* മഹാവ്യസനം mahaavysanam
woebegone *(adj.)* ദുഃഖാർത്തമായ dukhaarththamaaya

woeful *(n.)* ദുഃഖപൂർണ്ണമായ dukhapuurnnamaaya
wolf *(n.)* ചെന്നായ് chennaay
woman *(n.)* സ്ത്രീ sthrii
womanhood *(n.)* സ്ത്രീത്വം sthriithwam
womanise *(v.)* സ്ത്രീലമ്പടനായിരിക്കുക sthriilambatanaayirikkuka
womaniser *(n.)* സ്ത്രീലമ്പടൻ sthrilambatan
womanish *(adj.)* സ്ത്രീസ്വഭാവമുള്ള sthriiswabhaavamulla
womb *(n.)* ഗർഭാശയം garbhaasayam
wonder *(v.)* ആശ്ചര്യപ്പെടുത്തുക aascharyappetuthuka
wonder *(n.)* അത്ഭുതം athbhutham
wonderful *(adj.)* വിസ്മയകരം vismayakaram
wondrous *(adj.)* വിസ്മയാത്മകമായ vismaaathmakamaaya
wont *(n.)* ശീലമായ shiilamaaya
wont *(adj.)* വഴക്കമായ vazhakkamaaya
wonted *(adj.)* പതിവായ pathivaaya
woo *(v.)* വിവാഹാഭ്യർത്ഥന നടത്തുക vivaahaabhyarththana nataththuka
wood *(n.)* മരം maram
wooden *(adj.)* തടികൊണ്ടുള്ള thatikondulla
woodland *(n.)* മരത്തോപ്പ് marathopp
woods *(n.)* മരങ്ങൾ marangal
woof *(n.)* കുര kura
wool *(n.)* രോമവസ്ത്രം romavasthram
woollen *(n.)* കമ്പിളിത്തുണി kambilithuni
woollen *(adj.)* കമ്പിളിനിർമ്മിതമായ kambilinirmmithamaaya
word *(v.)* വാക്കുകളിലാക്കുക vaakkukalilaakkuka
word *(n.)* വാക്ക് vaakk
wordy *(adj.)* പദസമൃദ്ധമായ padasamruddhamaaya
work *(v.)* പ്രവൃത്തിചെയ്യുക pravarththicheyyuka
work *(n.)* ജോലി joli
workable *(adj.)* നടപ്പാക്കാവുന്ന natappaakkaavunna
workaday *(adj.)* അവിശിഷ്ടമായ avashishtamaaya
worker *(n.)* പ്രവർത്തക pravarththaka
workman *(n.)* പണിയാൾ paniyaal
workmanship *(n.)* നൈപുണ്യം naipunyam
workshop *(n.)* തൊഴിൽശാല thozhilshaala
world *(n.)* ലോകം lokam
worldling *(n.)* ശുദ്ധലൗകികൻ suddhaloukikan
worldly *(adj.)* ലൗകികമായ loukikamaaya
worm *(n.)* വിര vira
wormwood *(n.)* തീവ്രദുഃഖം thiivradukham
worn *(adj.)* തേയ്മാനംപറ്റിയ theymaanam pattiya
worry *(v.)* വേവലാതിപ്പെടുക vevalaathippetuka
worry *(n.)* വേവലാതി vevalaathi
worsen *(v.)* വഷളാവുക vashalaavuka
worship *(v.)* ആരാധിക്കുക aaraadhikkuka
worship *(n.)* ആരാധന araadhana
worshipper *(n.)* ആരാധനൻ araadhanan
worst *(n.)* അതിനികൃഷ്ടമായ athinikrushtamaaya
worst *(adj.)* പാപിഷ്ഠമായ paapishtamaaya
worst *(v.)* മോശമാകുക moshamaavuka
worsted *(n.)* കമ്പിളിനൂൽ kambilinuul

worth *(adj.)* വിലയുള്ള vilayulla
worth *(n.)* സാരവത്തായ saaravaththaaya
worthless *(adj.)* വിലകെട്ട vilaketta
worthy *(adj.)* യോഗ്യമായ yogyamaaya
would-be *(adj.)* ആവാനുള്ള aavaanulla
wound *(v.)* മുറിപ്പെടുക murippetuka
wound *(n.)* പുണ്ണ് punnu
wrack *(n.)* കപ്പൽഛേദം kappalchhedam
wraith *(n.)* പരിക്കേറ്റ parikketta
wrangle *(n.)* കലശൽ kalashal
wrangle *(v.)* ശണ്ഠകൂടുക shantakuutuka
wrap *(n.)* ആവരണം aavaranam
wrap *(v.)* മൂടിപ്പൊതിയുക muutippothituka
wrapper *(n.)* ഉറ ura
wrath *(n.)* ഉഗ്രകോപം ugrakopam
wreath *(n.)* പുഷ്പചക്രം pushpachakram
wreathe *(v.)* മാലകെട്ടുക maalakettuka
wreck *(v.)* കേടുവരുത്തുക ketuvaruththuka
wreck *(n.)* കേട് ketu
wreckage *(n.)* ഉടഞ്ഞ കപ്പൽ utanja kappal
wrecker *(n.)* തകർക്കുന്നയാൾ thakarkkunnayaal
wren *(n.)* ചെറുകുരികിൽ cherukurikil
wrench *(v.)* പിടിച്ചു വലിക്കുക pitichuvalikkuka
wrench *(n.)* പിടിച്ചുവലി pitichuvali
wrest *(v.)* തട്ടിപ്പറിക്കുക thattipparikkuka
wrestle *(v.)* ഗുസ്തിപിടിക്കുക gusthipitikkuka
wrestler *(n.)* ഗുസ്തിക്കാരൻ gusthikkaaran
wretch *(n.)* അതിനിർഭാഗ്യവാൻ athinibhaagyavaan
wretched *(adj.)* അതിദുഃഖിതമായ athidukhithamaaya
wrick *(n.)* ഉളുക്ക് ulukk
wriggle *(n.)* പുളയൽ pulayal
wriggle *(v.)* ഊളിയിട്ടുപോവുക uuliyittu povuka
wring *(v.)* പിഴിയുക pizhiyuka
wrinkle *(v.)* ചുളിവീഴുക chuli viizhuka
wrinkle *(n.)* ചുളിവ് chuliv
wrist *(n.)* കണങ്കൈ kanankai
writ *(n.)* നിയമാനുസൃതപ്രമാണം niyamaanusrutha pramaanam
write *(v.)* എഴുതുക ezhuthuka
writer *(n.)* ഗ്രന്ഥകർത്താവ് grandhakarthaav
writhe *(v.)* ഞെളിയുക theliyuka
wrong *(v.)* തെറ്റുചെയ്യുക thettucheyyuka
wrong *(adv.)* തെറ്റ് thett
wrong *(adj.)* പിശകായ pishakaaya
wrongful *(adj.)* ന്യായവിരുദ്ധം nyaayaviruddham
wry *(adj.)* വക്രിച്ച vakricha

X

xenobiology *(n.)* ബയോളജിക്കൽ ഉപകരണങ്ങൾ സമന്വയിപ്പിക്കാനുള്ള പഠനം biological upakaranangal samanwayippikkaanulla patanam
xenogenesis *(n.)* ഭിന്നഗുണപ്രജോൽപത്തി bhinbagunaprajolppaththi
xenomania *(n.)* വിദേശാഭിമുഖ്യം videshaabhimukhyam

xenomorph *(n.)* അന്യഗ്രഹജീവി anyagrahajiivi
xenophile *(n.)* വിദേശാകർഷണം videshaakarshanam
xenophobe *(n.)* വിദേശ വികർഷണം videsha vikarshanam
xenophobia *(n.)* പരദേശീസ്പർദ്ധ paradeshiisparddha
xerox *(n.)* തനിപ്പകർപ്പ് thanippakarpp
xerox *(v.)* പതിപ്പുകളെടുക്കുക pathippukaletukkuka
Xmas *(n.)* ക്രിസ്തുമസ് Christmas
x-ray *(v.)* ശരീരാന്തരചിത്രമെടുക്കുക shariiraantharachithrametukkuka
x-ray *(n.)* ഹ്രസ്വതരംഗരശ്മി hruswatharangarashmi
xylophilous *(adj.)* വനത്തിൽ വസിക്കുന്ന vanahthil vasikkunna
xylophone *(n.)* ദാരുവീണ daaruviina

Y

yacht *(n.)* കളിവള്ളം kalivallam
yacht *(v.)* വഞ്ചിതുഴയുക vanchithuzhayuka
yak *(v.)* അലസമായി സംസാരിക്കുക alasamaayi samsaarikkuka
yak *(n.)* ചമരിക്കാള chamarikkaala
yap *(n.)* കലപില kalapila
yap *(v.)* പുലമ്പുക pulambuka
yard *(n.)* അങ്കണം ankanam
yarn *(n.)* നൂൽ nuul
yawn *(v.)* കോട്ടുവായിടുക kottuvaayituka
yawn *(n.)* കോട്ടുവായ് kottuvaay
year *(n.)* വർഷം varsham
yearly *(adj.)* ആണ്ടുതോറുമുള്ള aanduthorumulla
yearly *(adv.)* പ്രതിവർഷമായ prathivarshamaaya
yearn *(v.)* അഭിലഷിക്കുക abhilashikkuka
yearning *(n.)* വാഞ്ഛ vaanchha
yeast *(n.)* കിണ്വം kinwam
yell *(v.)* ആർക്കുക aarkkuka
yell *(n.)* ഒച്ചയിടൽ ochchayital
yellow *(n.)* പീതവർണ്ണം piithavarnnam
yellow *(adj.)* മഞ്ഞയായ manjayaaya
yellow *(v.)* മഞ്ഞളിക്കുക manjalikkuka
yellowish *(adj.)* മഞ്ഞച്ച manjacha
yen *(v.)* കൊതിക്കുക kothikkuka
Yen *(n.)* ജപ്പാന്റെ നാണയം jappannte naanayam
yes *(adv.)* അതെ athe
yesterday *(n.)* ഇന്നലെ innale
yesterday *(adv.)* തലേന്നാൾ thalennal
yet *(adv.)* ഇനിയും iniyum
yet *(conj.)* ഇനിയും iniyum
yield *(v.)* വിളയുക vilayuka
yield *(n.)* വിളവ് vilav
yodel *(n.)* ഭേദസ്വരാലാപനം bhedaswaraalaapanam
yodel *(v.)* സ്വരംമാറ്റിമാറ്റിപ്പാടുക swaram maattimaatti pidikkuka
yoga *(n.)* യോഗാഭ്യാസം yogaabhyaasam
yoghurt *(n.)* കട്ടിതൈര് kattithairu
yogi *(n.)* യോഗശാസ്ത്രനിപുണൻ yogashasthra nipunan
yoke *(n.)* നുകം nukam
yoke *(v.)* നുകം വയ്ക്കുക nukam vaykkuka
yolk *(n.)* മഞ്ഞക്കരു manjakkaru
yonder *(adj.)* അക്കാണുന്ന akkaanunna
yonder *(adv.)* അക്കാണുന്നിടത്ത് akkaanunnitathth
yonder *(n.)* അവിടെ avite

You Tube *(v.)* യൂട്യൂബ് ഉപയോഗിക്കുക Youtube upayogikkuka
young *(adj.)* ഇളം പ്രായമായ ilam praayamaaya
young *(n.)* ഇളയ ilaya
youngster *(n.)* താരുണ്യത്തിളപ്പുള്ളവൻ thaarunyaththilappullavan
yourself *(pr.)* നിനക്കുതന്നെ ninakkuthanne
youth *(n.)* താരുണ്യം thaarunyam
youthful *(adj.)* യൗവ്വനോചിതമായ youvvanochithamaaya

Z

zany *(n.)* ചെറുപ്പക്കാരൻ cheruppakkaaran
zany *(adj.)* വിദൂഷകൻ viduushakan
zeal *(n.)* അത്യുത്സാഹം athyulsaaham
zealot *(n.)* മതഭ്രാന്തൻ mathabhraanthan
zealous *(adj.)* ആമഗ്നമായ aamagnamaaya
zeb *(v.)* യഹോവയുടെ ദാനം yahovayute daanam
zebra *(n.)* ഉയർന്ന വേഗതയിൽ നീങ്ങുക uyarnna vegathayil niinguka
zebra crossing *(n.)* റോഡ് കുറുകെ കടക്കാനുള്ള സ്ഥലം road kuruke katakkaanulla sthalam
zenith *(n.)* മൂർദ്ധന്യദശ muurdhanyadasha
zephyr *(n.)* ഇളംകാറ്റ് ilamkaatt
zero *(n.)* പൂജ്യം puujyam
zest *(v.)* പ്രീതിപ്പെടുക priithippetuka
zest *(n.)* സന്തോഷപ്രീതി santhoshapriithi
zesty *(adj)* രുചിയുള്ള ruchiyulla
zig *(v.)* ദിശമാറ്റം വരുത്തുക dishamaattam varuththuka
zig *(n.)* ദിശാമാറ്റം dishamaattam
zigzag *(adv.)* കുടിലഗതിയായിരിക്കുക kutilagathiyaayirikkuka
zigzag *(adj.)* വളഞ്ഞുപുളഞ്ഞ valanjupulanja
zigzag *(v.)* വളഞ്ഞുപുളയുക valanjupulayuka
zigzag *(n.)* വളവും തിരിവും valavum thirivum
zinc *(n.)* ലോഹധാതു lohadhaathu
zip *(n.)* ഊർജ്ജം uurjjam
zip *(v.)* വേഗത്തിൽ നീങ്ങുക vegaththil niinguka
ziplock *(adj.)* സീൽക്കാരം siilkkaaram
zipper *(n.)* പൽനിരപ്പൂട്ട് palnirappuutt
zodiac *(n.)* ജ്യോതിഷചക്രം jyothisha chakram
zonal *(adj.)* മേഖലാസംബന്ധമായ mekhalasambandhamaaya
zone *(n.)* മേഖല mekhala
zoo *(n.)* മൃഗശാല mrugashaala
zoological *(adj.)* ജന്തുശാസ്ത്രപരമായ janthushaasthraparamaaya
zoologist *(n.)* ജന്തുശാസ്ത്രജ്ഞൻ janthushasthranjan
zoology *(n.)* ജന്തുശാസ്ത്രം janthushaasthram
zoom *(n.)* ചീറിപ്പായൽ chiirippayal
zoom *(v.)* ചീറിപ്പായുക chiirippayuka
Zorb *(n.)* വലിയ സുതാര്യമായ പന്ത് valiya suthaaryamaaya panth

Malayalam - English

അ

അകത്ത് akathth *(prep.)* within

അകന്നുകഴിയുന്ന akannukazhiyunna *(adj.)* estranged

അകന്നുനിൽക്കുക akannunilkkuka *(v.)* detach

അകന്നുപോകുക akannupokuka *(v.)* recede

അകപ്പെടുത്തുക akappetuthuka *(v.)* deceive

അകപ്പെടുത്തുക akappeduthuka *(v.)* entangle

അകമ്പടി akambadi *(n.)* chaperone

അകമ്പടിപോവുക akampati povuka *(v.)* usher

അകരോട്ടുമരം akarottumaram *(n.)* walnut

അകർമ്മകമായ akarmmakamaaya *(adj. (verb))* intransitive

അകറ്റിനിർത്തുക akattinirthuka *(v.)* shun

അകറ്റുക akattuka *(v.)* avert

അകറ്റുന്നവൻ akattunnavan *(n.)* insulator

അകലം akalam *(n.)* distance

അകലം akalam *(n.)* gap

അകലെ akale *(adv.)* afar

അകൽച്ച akalchcha *(n.)* rift

അകളങ്കമായ akalamkamaya *(adj.)* frank

അകവളവുള്ള akavalavulla *(adj.)* concave

അകാരണകം akaaranakam *(adj.)* acausal

അകാലചരമമടയുക akaalacharamamatayuka *(v.)* perish

അകാലത്തുള്ള akaalaththulla *(adj.)* premature

അകിട് akit *(n.)* udder

അകിൽ മരം akilmaram *(n.)* cedar

അകുശലമായ akushalamaaya *(adj.)* maladroit

അകൃത്യം akruthyam *(n.)* misdeed

അകേന്ദ്രീകരിക്കുക akendriikarikkuka *(v.)* decentre

അകേന്ദ്രീകൃതം akendreekrutham *(adj.)* acentric

അക്കം akkam *(n.)* digit

അക്കത്തെക്കുറിച്ചുള്ള akkaththekkurichulla *(adj.)* digital

അക്കാണുന്ന akkaanunna *(adj.)* yonder

അക്കാണുന്നിടത്ത് akkaanunnitathth *(adv.)* yonder

അക്കാരണത്താൽ akkaaranaththal *(adv.)* therefore

അക്രമപരമായ akramaparamaaya *(n.)* violet

അക്രമഭരണം akramabharanam *(n.)* misrule

അക്രമാസക്തമായ akramaasakthamaaya *(adj.)* violent

അക്ഷം aksham *(n.)* axis

അക്ഷദണ്ഡം akshadandam *(n.)* axle

അക്ഷന്തവ്യമായ akshanthavyamaaya *(adj.)* intolerable

അക്ഷമമായ akshamamaaya *(adj.)* restive

അക്ഷരംകൊത്തിയ തകിട് aksharamkoththiya thakit *(n.)* stencil

അക്ഷരജ്ഞാനമില്ലാത്ത aksharanjaanamillaaththa *(adj.)* illiterate

അക്ഷരമാല aksharamaala *(n.)* alphabet

അക്ഷരമാലാക്രമത്തിലുള്ള aksharamaaalaakrumaththilulla *(adj.)* alphabetical

അക്ഷരലോപചിഹ്നം aksharalopachihnam *(n.)* apostrophe

അക്ഷരവിന്യാസം aksharavinyaasam *(n.)* spelling

അക്ഷരാർത്ഥത്തിലുള്ള aksharaarththaththilulla *(adj.)* literal
അക്ഷാംശം akshaamsham *(n.)* latitude
അക്ഷുബ്ദ്ധമായ akshubddhamaaya *(adj.)* pacific
അക്ഷോഭം akshobham *(n.)* quiet
അക്ഷോഭ്യത akshobhyatha *(n.)* composure
അഖണ്ഡനീയമായ akhandaneeyamaaya *(adj.)* cogent
അഗതി agathi *(adj.)* destitute
അഗാധത agaadhatha *(n.)* depth
അഗാധമാക്കുക agaadhamaakkuka *(v.)* deepen
അഗാധമായ agaadhamaaya *(adj.)* deep
അഗോചരമായ agocharamaaya *(adj.)* invisible
അഗ്നി agni *(n.)* fire
അഗ്നിനിരോധം agninirodham *(adj.)* fire-resistant
അഗ്നിപർവ്വതം agniparvvatham *(n.)* volcano
അഗ്നിപർവ്വതപരമായ agniparvvthaparamaaya *(adj.)* volcanic
അഗ്നിപർവ്വതപ്രവാഹം agniparvvathapravaaham *(n.)* lava
അഗ്നിമയമായ agnimayamaaya *(adj.)* fiery
അഗ്നിമാന്ദ്യം agnimaandyam *(n.)* indigestion
അഗ്നിമുഖേന ഭാവി പറയൽ agnimukhene bhaaviparayal *(adj.)* pyromantic
അഗ്നിരക്ഷാകവചം agnirakshaakavacham *(n.)* firesuit
അഗ്നിരക്ഷാമാർഗം agnirakshaamaargam *(n.)* fire exit
അഗ്നിശമനകേന്ദ്രം agnishamanakendram *(n.)* fire station
അഗ്നിശമനക്കുഴൽ agnishamanakkuzhal *(n.)* firehose
അഗ്നിശമനയന്ത്രം agnishamanayanthram *(n.)* fire engine
അഗ്നിശമനയന്ത്രവാഹിനി agnishamanayanthravaahini *(n.)* firetruck
അഗ്നിശമനസേനാനി agnishamana senaani *(n.)* firefighter
അഗ്നിശമനാലയം agnishamanaalayam *(n.)* firehouse
അഗ്നിശമനോപകരണം agnishamanopakaranam *(n.)* fire extinguisher
അഗ്രം agram *(n.)* edge
അഗ്രഗണ്യനായ agraganyanaaya *(adj.)* foremost
അഗ്രഗാമി agragaami *(n.)* pioneer
അഗ്രദൂതൻ agraduuthan *(n.)* herald
അഗ്രിമ agrima *(adj.)* chief
അങ്കം ankam *(n.)* duel
അങ്കഗണിതം ankaganitham *(n.)* arithmetic
അങ്കണം ankanam *(n.)* yard
അങ്കവടി ankavati *(n.)* stirrup
അങ്കുരം ankuram *(n.)* germin
അങ്കുരം ankuram *(n.)* offshoot
അങ്കുരിക്കൽ ankurikkal *(n.)* germination
അങ്ങനെയാണെങ്കിലും anganeyaanenkilum *(adv.)* notwithstanding
അങ്ങനെയുള്ള anganeyulla *(pron.)* such
അങ്ങാടി angaadi *(n.)* bazaar
അങ്ങേയറ്റം angeyattam *(n.)* extremity
അങ്ങേയറ്റത്തെ angeyattaththe *(adj.)* utmost
അങ്ങോട്ടുമാത്രമുള്ള angottumaathramulla *(adj.)* one-way
അങ്ങോട്ടുമിങ്ങോട്ടും സഞ്ചരിക്കുക angottumingottum sancharikkuka *(v.)* shuttle
അങ്ങോട്ടേക്ക് angottekk *(adv.)* thither

അചഞ്ചലമായ achanchalamaaya (adj.) intrepid
അച്ചടക്കമില്ലാത്ത achatakkamillaaththa (adj.) wanton
അച്ചടി achati (n.) print
അച്ചടിക്കൽ achchatikkal (n.) impression
അച്ചടിച്ചുവിൽക്കുക achchatichuvilkkuka (v.) publish
അച്ചടിപ്പിഴവരുത്തുക achatippizha varuththuka (v.) misprint
അച്ചടിപ്പിഴവ് achchatippizhav (n.) misprint
അച്ചാർ achaar (n.) pickle
അച്ചാറിടുക achcharituka (v.) pickle
അച്ചുകോൽ achukol (n.) piston
അച്ചുതണ്ട് achchuthand (adj.) axial
അച്ചുനിരത്തുകാരൻ achuniraththukaaran (n.) compositor
അച്ചുവാർപ്പുയന്ത്രം achuvaarppu yanthram (n.) caster
അച്ചെഴുത്തുകാരൻ achchezhuthukaaran (n.) typist
അച്ച് achu (n.) imprint
അച്ച് achch (n.) mould
അച്ഛനമ്മമാർ achanammamaar (n.) parent
അജപാലനവിഷയകമായ ajapaalanavishayakamaaya (adj.) pastoral
അജയ്യനായ ajayyanaaya (adj.) invincible
അജയ്യമായ ajayyamaaya (adj.) indomitable
അജ്ഞത anjatha (n.) blindness
അജ്ഞാതം anjaatham (adj.) unknown
അജ്ഞാതമായ anjaathamaaya (adj.) anonymous
അജ്ഞാതാവസ്ഥ anjaathaavastha (n.) anonymity
അജ്ഞേയതാവാദം anjeyathaavaadam (n.) agnosticism
അഞ്ചാംപനി anchampani (n.) measles
അഞ്ച് anchj (n.) five
അടകല്ല് atakallu (n.) anvil
അടക്കം atakkam (n.) humility
അടക്കം atakkam (n.) suppression
അടക്കൽ atakkal (n.) control
അടക്കി ഭരിക്കുക atakkibharikkuka (v.) rein
അടക്കിച്ചിരിക്കുക atakkichirikkuka (v.) giggle
അടക്കിനിർത്തുക adakkinirththika (v.) constrain
അടക്കിപ്പറയുക atakkipparayuka (v.) whisper
അടങ്കൽ മതിപ്പ് atankalmathipp (n.) estimate
അടച്ചപണം atachapanam (n.) remittance
അടച്ചു കെട്ടൽ atachu kettal (n.) enclosure
അടച്ചുകെട്ടുക atachu kettuka (v.) enclose
അടച്ചുതീർക്കുക atachchuthiirkkuka (v.) pay
അടച്ചുമുദ്രവെക്കുക atachumudravaykkuka (v.) seal
അടത്തൂൺ atathuun (n.) pension
അടത്തൂൺനൽകുക atathuun nalkukka (v.) pension
അടപ്പ് atapp (n.) sealant
അടയാനുള്ള atayaanulla (adj.) occlusive
അടയാള വെളിച്ചം atayaalavelicham (n.) flare
അടയാളം atayaalam (n.) signal
അടയാളം atayaalam (n.) token
അടയാളംകാട്ടുക atayaalam kaattuka (v.) signal
അടയാളപ്പെടുത്തുക atayaalappeduthuka (v.) chalk
അടയാളപ്പെടുത്തുക atayaalappetuththuka (v.) mark

അടയാളമിടുക atayaalamituka *(v.)* tick

അടയാളമിടുക atayaalamituka *(v.)* stripe

അടയിരിക്കുക atayirikkuka *(v.)* incubate

അടയ്ക്കാത്ത ataykkaaththa *(v.)* dup

അടയ്ക്കുക atakkuka *(v.)* occlude

അടയ്ക്കുന്നയാൾ ataykkunnayaal *(n.)* shutter

അടർന്നുപോകുക atarnnupokunna *(v.)* flake

അടർന്നുവീഴുക atarnnuviizhuka *(v.)* drop

അടവയ്ക്കുക atavaykkuka *(v.)* hatch

അടി ati *(v.)* beat

അടി ati *(n.)* hit

അടികൂടുക atikuutuka *(v.)* fight

അടിക്കടി atikkati *(adv.)* oft

അടിക്കുന്ന ശബ്ദം atikkunna shabdam *(n.)* smack

അടിക്കുപ്പായം adikkuppayam *(n.)* chemise

അടിക്കുറിപ്പെഴുതുക atikkuruppezhuthuka *(v.)* footnote

അടിക്കുറിപ്പ് atikkurupp *(n.)* footnote

അടിച്ചമർത്തൽ adichamarththal *(n.)* crackdown

അടിച്ചമർത്തുക atichamarththuka *(v.)* oppress

അടിച്ചു പതപ്പിക്കുക atichu pathappikkuka *(v.)* whisk

അടിച്ചുകയറ്റുക atichukayattuka *(v.)* pump

അടിച്ചുതകർക്കുക atichuthakarkkuka *(v.)* smash

അടിച്ചുതകർക്കൽ atichuthakarkkal *(n.)* smash

അടിച്ചുപതമാക്കൽ atichupathamaakkal *(n.)* whisk

അടിച്ചുപരത്താവുന്ന atichuparaththaavunna *(adj.)* malleable

അടിച്ചുവാരൽ atichuvaaral *(n.)* sweep

അടിച്ചുവാരുക atichuvaaruka *(v.)* sweep

അടിച്ചേൽപ്പിക്കുക atichelpikkuka *(v.)* thrust

അടിഞ്ഞുകൂടുക adinjukooduka *(v.)* accrete

അടിത്തറ adiththara *(n.)* basement

അടിത്തറതോണ്ടുക atiththarathonduka *(v.)* undermine

അടിഭാഗം adibhaagam *(n.)* bottom

അടിമ atima *(n.)* slave

അടിമ മനോഭാവം atimamanobhaavam *(n.)* servility

അടിമത്തം atimaththam *(n.)* slavery

അടിമപ്പണി ചെയ്യുക atimappani cheyyuka *(v.)* slave

അടിമയെപ്പോലെയുള്ള atimayeppolulla *(adj.)* slavish

അടിയൻ atiyan *(n.)* serf

അടിയറവെയ്ക്കുക atiyara veykkuka *(v.)* surrender

അടിയറവ് atiyarav *(n.)* surrender

അടിയിൽ atiyil *(prep.)* under

അടിയിൽനിന്ന് atiyilninnu *(prep.)* underneath

അടിയുറച്ച atiyurachcha *(adj.)* resolute

അടിയൊച്ച atiyocha *(n.)* thump

അടിയൊഴുക്ക് atiyozhukk *(n.)* undercurrent

അടിവയർ adivayar *(n.)* abdomen

അടിവയ്ക്കുക ativaykkuka *(v.)* foot

അടിവരയിടുക ativarayituka *(v.)* underline

അടിവഴുതൽ ativazhuthal *(n.)* slip

അടിവഴുതുക ativazhuthuka *(v.)* slip

അടിവസ്ത്രം ativasthram *(n.)* underwear

അടിസ്ഥാനം adisthaanam *(n.)* base

അടിസ്ഥാനപരമായ
adisthaanaparamaaya *(adj.)* basic
അടിസ്ഥാനപരമായി
adisthaanaparamaayai *(adv.)* basically
അടിസ്ഥാനമായ atisthaanamaaya *(n.)*
prime
അടിസ്ഥാനമിടുക atishtaanamituka
(v.) found
അടിസ്ഥാനരഹിതമായ
adisthaanarahithamaaya *(adj.)* baseless
അടിസ്ഥാനശിലയാകുക
atisthaanashilayaakuka *(v.)* rock-bottom
അടുക്കടുക്കായി atukkatukkaayi *(n.)*
overlap
അടുക്കടുക്കായി വയ്ക്കുക
atukkaatukkaayi vaykkuka *(n.)* shiplap
അടുക്കളപ്പാത്രം atukkalappaathram
(n.) utensil
അടുക്കിവെയ്ക്കുക atakkivaykkuka
(v.) stow
അടുക്കും ചിട്ടയുമില്ലായ്മ
atukkum chittayumillaaththa *(n.)*
entropy
അടുക്കുക atukkuka *(v.)* near
അടുക്കെ atukke *(prep.)* near
അടുത്ത atuththa *(adj.)* near
അടുത്ത ദിവസം atuththa divasam
(adv.) tomorrow
അടുത്തകാലത്ത് atuththakaalath
(adv.) recently
അടുത്തയിടയ്ക്ക് atuththayitakk
(adv.) lately
അടുത്തുകൂടുക aduthukooduka *(v.)*
accost
അടുത്തൂണുകാരൻ atathuunkaaran
(n.) pensioner
അടുത്തെത്തിയ atuththeththiya *(adj.)*
imminent
അടുപ്പമായ atuppamaaya *(n.)* close
അടുപ്പ് atupp *(n.)* firepit
അട്ടി atti *(n.)* pile
അട്ടിഅടുക്കുക attiatukkuka *(v.)* pile

അട്ടിമറി attimari *(n.)* subversion
അട്ടിമറിക്കുക atimarikkuka *(v.)*
subvert
അണക്കെട്ട് anakkett *(n.)* dam
അണപ്പല്ല് anappallu *(n.)* molar
അണയ്ക്കുക anaykkuka *(v.)*
extinguish
അണലി anali *(n.)* adder
അണി ani *(n.)* array
അണിതെറ്റുക anithettuka *(v.)* straggle
അണിനടത്തം aninataththam *(n.)*
march
അണിനിരക്കുക aninirakkuka *(v.)*
mobilize
അണിനിരത്തുക aniniraththuka *(v.)*
deploy
അണിനിരത്തുക aniniraththuka *(v.)*
marshal
അണിയണിയായി നടക്കുക
aniyaniyaayi natakkuka *(v.)* march
അണിയറ aniyara *(adv.)* backstage
അണിയിക്കുക aniyikkuka *(v.)* clothe
അണിയിക്കുക aniyikkuka *(v.)*
garnish
അണു anu *(n.)* atom
അണുകുടുംബം anukutumbam *(n.)*
nuclear family
അണുകേന്ദ്രം anukendram *(n.)* nucleus
അണുകേന്ദ്രീയമായ
anukendriiyamaaya *(adj.)* nuclear
അണുജീവി anujiivi *(n.)* organism
അണുനാശകദ്രാവകം anunaashaka
draavakam *(n.)* hand lotion
അണുനാശിനി anunaashini *(n.)*
germicide
അണുസംബന്ധം anusambandham
(adj.) atomic
അണ്ടി andi *(n.)* nut
അണ്ടിപെറുക്കുക andiperukkuka
(v.) nut
അണ്ഡം andam *(n.)* ovum

അണ്ഡമുൽപാദിപ്പിക്കുക andamulpadippikkuka *(v.)* ovulate
അണ്ഡസംബന്ധി andasambandhi *(adj.)* ovular
അണ്ഡാകാരം andaakaaraam *(n.)* oval
അണ്ഡാകാരമുള്ള andaakaaraamulla *(adj.)* oval
അണ്ഡാകൃതി antaakruthi *(n.)* ellipse
അണ്ഡാശയം andaashayam *(n.)* ovary
അണ്ണാൻ annaan *(n.)* squirrel
അണ്വായുധം anwayudham *(n.)* bomb
അതായത് athaayath *(adv.)* namely
അതാര്യത athaaryatha *(n.)* opacity
അതാര്യമായ athaaryamaaya *(adj.)* opaque
അതികാംക്ഷ athikaashama *(n.)* craving
അതിക്രമം athikraman *(n.)* rebellion
അതിക്രമം athikramam *(n.)* trespass
അതിക്രമിക്കൽ athikramikkal *(n.)* infringement
അതിക്രമിക്കുക athikramikkuka *(v.)* infringe
അതിക്രമിച്ച athikramicha *(n.)* ultra
അതിഗംഭീരമായ athigambhiiramaaya *(adj.)* magnificent
അതിഘോരമായ athighoramaaya *(adj.)* formidable
അതിചൂടുള്ള athichuutulla *(adj.)* torrid
അതിജീവനം athijiivanam *(n.)* survival
അതിജീവിക്കുക athijiivikkuka *(v.)* survive
അതിതൃഷ്ണ athithrushna *(n.)* cupidity
അതിഥി athithi *(n.)* guest
അതിഥിനാമാവലി athithinaamaavali *(n.)* guest list
അതിഥിമുറി athithi muri *(n.)* guest room
അതിദീപ്തി athidiipthi *(n.)* refulgence
അതിദുഃഖിതമായ athidukhithamaaya *(adj.)* wretched
അതിദൂര ഓട്ടപ്പന്തയം athidoora ottappanthayam *(n.)* marathon
അതിൻ്റെ athinte *(prep.)* of
അതിനാൽ athinal *(adv.)* thereby
അതിനികൃഷ്ടമായ athinikrushtamaaya *(n.)* worst
അതിനിർഭാഗ്യവാൻ athinibhaagyavaan *(n.)* wretch
അതിനുപുറമേ athinupurame *(adv.)* too
അതിനുശേഷം athinusesham *(adv.)* thereafter
അതിനേക്കാൾ athinekkal *(adv.)* rather
അതിനോടുകൂടെ athinotukuute *(adv.)* withal
അതിന്നിടയ്ക്ക് athinnitaykk *(adv.)* meanwhile
അതിപൂജ്യമായ athipuujyamaaya *(adj.)* sacrosanct
അതിപ്രഭ athiprabha *(adj.)* aglare
അതിപ്രയത്നം athiprayathnam *(n.)* strain
അതിപ്രശംസ athiprashamsa *(n.)* adulation
അതിപ്രാവീണ്യം athipraaviinyam *(n.)* mastery
അതിബുദ്ധിയുള്ള athibuddhiyulla *(adj.)* brilliant
അതിബൃഹത്തായ athibrhaththaaya *(adj.)* enormous
അതിബൃഹത്തായ athibruhaththaaya *(adj.)* immense
അതിഭൗതികശാസ്ത്രം athibhouthika shaasthram *(n.)* metaphysics
അതിഭാഷകനായ athibhaashakanaaya *(adj.)* polyloquent
അതിമാത്രമായ athimaathramaaya *(adj.)* severe

അതിയന്ത്രവൽക്കരണം
athiyanthravalkkaranam (n.) automation
അതിയാഥാസ്ഥിതികൻ
athiyaathaasthithikan (n.)
ultraconservative
അതിയായ athiyaaya (adj.) acute
അതിരറ്റ athiratta (adj.) interminable
അതിരിടുക athirituka (v.) delimit
അതിരില്ലാത്ത athirillatha (adj.)
endless
അതിരുകടക്കുക athirukatakkuka (v.)
overdo
അതിരുകൾ athirukal (n.) periphery
അതിരുകളിലേക്കു നീങ്ങുക
athirukalilekk niinguka (adj.)
transboundary
അതിരുകളുള്ള athirukalulla (adj.)
limited
അതിരുതിരിക്കൽ athiruthirikkal (n.)
demarcation
അതിരുവയ്ക്കുക athiruvaykkuka
(v.) delimitate
അതിരേകം athirwkam (n.) profusion
അതിരേകം athirekam (n.) superfluity
അതിരേകമായ athirekamaaya (adj.)
superfluous
അതിര് athiru (n.) boundary
അതിര് athiru (n.) terminus
അതിർ വയ്ക്കുക athir vaykkuka
(v.) demarcate
അതിർത്തി athirththi (n.) border
അതിർത്തി നിർണ്ണയം athirththi
nirnnayam (n.) delimitation
അതിർത്തി വയ്ക്കുക
athirththivaykkuka (v.) limit
അതിർത്തിക്കല്ല് athirththikkallu (n.)
landmark
അതിർത്തിലംഘിക്കുക athirthi
langhikkuka (v.) trespass
അതിർത്തി പരിശോധന athirththi
parishodhana (n.) checkpoint

അതിർത്തിയിൽ എത്തിക്കുന്ന
athirththiyil eththikkunna (adj.)
transborder
അതിലംഘിക്കൽ athilanghikkal (n.)
violation
അതിലംഘിക്കുക athilangikkuka (v.)
transgress
അതിലജ്ജാലുവായ
athilajjaaluvaaya (n.) prude
അതിലോലനിറം athilolaniram (adj.)
pastel
അതിൽപ്പിന്നെ athilppinne (conj.)
whereupon
അതിവർഷം athivarsham (n.)
downpour
അതിവിശിഷ്ടമായ
athivishishtamaaya (adj.) superfine
അതിവൃഷ്ടിയുള്ള athivrushtitulla
(adj.) pluvial
അതിവേഗ യാത്രാട്രെയിൻ
athivega yaathraatrain (n.) bullet train
അതിവേഗം ഓടുക athivegam otuka
(v.) sprint
അതിവേദന athivedana (n.) anguish
അതിവ്യയപരമായ
athivyayaparamaaya (adj.) extravagant
അതിശക്തപ്രണയം
athishakthapranayam (n.) infatuation
അതിശയകരമായ
athishayakaramaaya (adj.) fabulous
അതിശയകരമായ
athishayakaramaaya (adj.) fantastic
അതിശയിക്കുക athishayikkuka (v.)
excel
അതിശയിക്കുന്ന athishayikkunna
(adj.) transcendent
അതിശയിപ്പിക്കുക
athishayippikkuka (v.) confound
അതിശയോക്തി athishayokthi (n.)
exaggeration

അതിശയോക്തികലർത്തുക athishayokthikalarththuka *(v.)* exaggerate
അതിശൈത്യമുള്ള athishaithyamulla *(adj.)* wintry
അതിസമൃദ്ധം athisamruddham *(n.)* redundance
അതിസമൃദ്ധി athidamruddhi *(n.)* luxuriance
അതിസാരം athisaaram *(n.)* diarrhea
അതിസാഹസികൻ athisaahasikan *(n.)* daredevil
അതിസുരക്ഷയുള്ള athisurakshayulla *(adj.)* ultrasecure
അതിസൂക്ഷ്മമായ athisuukshmamaaya *(adj.)* microscopic
അതിസൂക്ഷ്മമായി athisuukshmamaayi *(adv.)* minutely
അതീതമാകുക athiithamaakuka *(v.)* transcend
അതീന്ദ്രിയമായ athindriyamaaya *(adj.)* platonic
അതീന്ദ്രിയമായിരിക്കുക athindriyamaayirikkuka *(v.)* transcendentalize
അതീവ athiiva *(adv.)* much
അതുകൂടാതെ athukoodaathe *(adv.)* also
അതുകൊണ്ട് sukhaavaham *(conj.)* so
അതുതന്നെയായ athuthanbeyaaya *(adj.)* same
അതുപോലെതന്നെ athupole thanne *(adv.)* either
അതുമുതൽ athimutal *(conj.)* since
അതുല്യം athulyam *(n.)* nonpareil
അതുല്യത athulyatha *(n.)* disparity
അതുല്യനായ athulyanaaya *(adj.)* matchless
അതുല്യമാതൃക athulyamaathruka *(n.)* paragon
അതുല്ല്യമായ athulyamaaya *(adj.)* nonpareil
അതുവരെ athuvare *(prep.)* until
അതൃപ്തം athruptham *(n.)* malcontent
അതൃപ്തി കാട്ടുക athrupthi kaattuka *(v.)* grumble
അതെ athe *(adv.)* yes
അതേവിധത്തിൽ athevidhaththil *(adv.)* likewise
അതേസമയം athe samayam *(conj.)* while
അതേസമയത്ത് athe samayathth *(n.)* while
അത് ath *(dem. pron.)* that
അത് ath *(adv.)* that
അത്തരം aththaram *(adj.)* such
അത്താഴം aththazham *(n.)* dinner
അത്താഴം കഴിക്കുക aththazham kazhikkuka *(v.)* sup
അത്തിപ്പഴം aththippazham *(n.)* fig
അത്ഭുതം athbhutham *(n.)* wonder
അത്ഭുതകഥാനടനം athbhuthakathaa natanam *(n.)* melodrama
അത്ഭുതകരമായ atbhuthakaramaaya *(adj.)* miraculous
അത്ഭുതദൃശ്യം athbhuthadrushyam *(n.)* spectacle
അത്ഭുതപ്പെടുത്തുക athbhuthappetuthuka *(v.)* surprise
അത്ഭുതസ്തബ്ധരാക്കുക athbhuthasthabtharaakkuka *(adj.)* amatory
അത്ഭുതാവഹമായ athbhuthaavahamaaya *(adj.)* breathtaking
അത്യൗന്നത്യം athyounnathyam *(adj.)* maximum
അത്യധ്വാനം athydwaanam *(n.)* overwork
അത്യന്തം athyantham *(adj.)* very
അത്യന്തദുഷ്കരമായ athyantha dushkaramasya *(adj.)* herculean
അത്യന്തമായ atyanthamaaya *(n.)* extreme

അത്യന്താധുനികമായ athyanthaadhunikamaaya *(adj.)* futuristic
അത്യന്താപേക്ഷിതമായ atyanthaapeshithamaaya *(adj.)* essential
അത്യല്പമായ athyalpamaaya *(adj.)* least
അത്യൽപമായ atyalpamaaya *(adj.)* minute
അത്യൽപസ്നാന വസ്ത്രം atylpa snana vasthram *(n.)* bikini
അത്യാഗ്രഹിയായ athyagrahiyaaya *(adj.)* greedy
അത്യാപത്ത് athyaapath *(n.)* calamity
അത്യാർത്തി atyaarththi *(n.)* bulimia
അത്യാർത്തിയുള്ള athyaarththiyulla *(adj.)* voracious
അത്യാവശ്യം atyaavasyam *(n.)* urgency
അത്യാവശ്യമായ ആളെണ്ണം athyaavashyamaaya aalennam *(n.)* quorum
അത്യാവശ്യസാധനങ്ങൾ athyaavasyasaadangal *(n.)* necessary
അത്യാവേശമുള്ള atyaveshamulla *(adj.)* passionate
അത്യാസക്തൻ athyaasakthan *(n.)* maniac
അത്യാസക്തമായ athyaasakthamaaya *(n.)* manicure
അത്യാസക്തി athyaasakthi *(n.)* mania
അത്യാഹിതം athyaahitham *(n.)* emergency
അത്യാഹിതവിഭാഗം atyahithavibhaagam *(n.)* casualty
അത്യുക്തി athyukthi *(n.)* hyperbole
അത്യുക്തിയായ athyukthiyaya *(adj.)* verbose
അത്യുച്ചനില athyychanila *(n.)* sublime
അത്യുത്തമമായ athyuththamamaaya *(adj.)* superlative
അത്യുത്സാഹം athyulsaaham *(n.)* verve
അത്യുത്സാഹം athyulsaaham *(n.)* zeal
അത്യുഷ്ണമായ athyukshnamaaya *(adj.)* sultry
അത്രത്തോളം athraththolam *(adv.)* so
അത്രയും athrayum *(adv.)* thereabouts
അത്രയും കാലം athrayum kaalam *(prep.)* during
അദൃശ്യമാകുക adrushyamaakuka *(v.)* vanish
അദ്ധ്യക്ഷൻ adyakshan *(n.)* chairman
അദ്ധ്യക്ഷവിഷയകമായ adyaksha vishayakamaaya *(adj.)* presidential
അദ്ധ്യയനവിഭാഗം adyanavibhaagam *(n.)* faculty
അദ്ധ്യാപനം adyaapanam *(n.)* teaching
അദ്ധ്യാപനശാസ്ത്രം adyaapanashaasthram *(n.)* pedagogy
അദ്ധ്വാനശീലമുള്ള adwaanasheelamulla *(adj.)* diligent
അദ്ധ്വാനശീലമുള്ള adwaanashiilamulla *(adj.)* industrious
അദ്ധ്വാനിക്കുക addhwanikkuka *(v.)* strive
അദ്വൈതവാദം adwaithavaadam *(n.)* monotheism
അദ്വൈതവാദി adwaithavaadi *(n.)* monotheist
അധഃകൃതൻ adhakruthan *(n.)* underdog
അധഃപതനം adhapathanam *(n.)* debauch
അധഃപതിക്കുക adhapathikkuka *(v.)* degenerate
അധഃപതിപ്പിക്കുക adhapathippikkuka *(v.)* deprave
അധഃസ്ഥമായ adhasthithamaya *(n.)* low
അധർമ്മമായ adharmmamaaya *(adj.)* nefarious
അധർമ്മി adharmmi *(n.)* sinner

അധികം adikam *(adv.)* uber

അധികം പറ്റുക adhikam pattuka *(v.)* overdraw

അധികം വിശദീകരിക്കുക adhikam vishadeekarikkuka *(v.)* belabour

അധികകരം adhikakaram *(n.)* surtax

അധികതുക adhikathuka *(n.)* surcharge

അധികനേരം ഉറങ്ങുക adhikaneram uranguka *(v.)* oversleep

അധികപ്പറ്റ് adhikappatt *(n.)* overdraft

അധികപ്രസംഗം adhikaprasamgam *(n.)* flippancy

അധികഭാരം adhikabhaaram *(adj.)* overweight

അധികമാക്കുന്ന adhikamaakkunna *(adj.)* intensive

അധികമായ adhikamaaya *(adj.)* plus

അധികമായ adhikamaaya *(adj.)* uber

അധികമായിട്ടുള്ള adhikamayittulla *(adj.)* additional

അധികമുള്ള adhikamulla *(adj.)* spare

അധികമൂല്യമുള്ള adhikamuulyamulla *(n.)* premium

അധികരണം adhikaranam *(n.)* excess

അധികരിക്കൽ adhikarikkal *(adj.)* excess

അധികവസ്തു adhikavasthu *(adj.)* extra

അധികവില ചുമത്തുക adhikavila chumathuka *(v.)* surcharge

അധികവിലമതിക്കുക adhikavila mathikkuka *(v.)* overrate

അധികവും adhikavum *(adv.)* mostly

അധികസമയം adhikasamayam *(n.)* overtime

അധികസാമഗ്രി adhika saamagry *(n.)* excess baggage

അധികാര ദണ്ഡ് adhikaara dand *(n.)* sceptre

അധികാരം കാണിക്കുന്നയാൾ adhikaaram kanikkunnayal *(n.)* alfa

അധികാരം കൈയാളുക adhikaaram kaiyyaaluka *(v.)* wield

അധികാരക്രമം adhikaarashramam *(n.)* hierarchy

അധികാരത്തിൽനിന്നുനീക്കുക adhikaaraththilninnu niikkuka *(v.)* overthrow

അധികാരത്തിൽനിന്നു നീക്കുക adhikaaraththilninnu niikkuka *(v.)* depose

അധികാരപത്രം adhikaarapathram *(n.)* credential

അധികാരപത്രം adikaarapathram *(n.)* licence

അധികാരപത്രം കൊടുക്കുക adhikaarapathram kotukkuka *(v.)* license

അധികാരപത്രം കൈവശമുള്ളയാൾ adhikaarapathram kaivashamullayaal *(n.)* licensee

അധികാരപരിധി adhikaaraparidhi *(n.)* jurisdiction

അധികാരപ്പെടുത്തുക adhikaarappetuththuka *(v.)* empower

അധികാരഭ്രഷ്ട് adhikaarabhrasht *(n.)* overthrow

അധികാരി adhikaaari *(n.)* authority

അധികാരി adhikaari *(n.)* officer

അധികൃതമായ adhikruthamaaya *(adj.)* authoritative

അധിക്ഷേപം adhikshepam *(n.)* aspersion

അധിക്ഷേപകൻ adhikshepakan *(n.)* detractor

അധിക്ഷേപിക്കുക adhikshepikkuka *(v.)* scoff

അധിക്ഷേപിക്കുക adhikshepikkuka *(v.)* upbraid

അധിനായകത്വം adhinaayakathwam *(n.)* dominion

അധിനിവേശപ്രദേശം adhinivesha pradesham *(n.)* colony
അധിനിവേശരാജ്യസംബന്ധി adhinivesaraajya sambandhi *(adj.)* colonial
അധിപൻ adhipan *(n.)* lord
അധിവസിക്കുക adhivasikkuka *(v.)* inhabit
അധിവാസി adhivaasi *(n.)* settler
അധിശോഷണം adhishoshanam *(n.)* adsorb
അധീനത്തിലുണ്ടാകുക adhiinaththilundaakuka *(v.)* possess
അധീനപ്രദേശം adhiinapradeaham *(n.)* territory
അധീനമാക്കുക adhiinamaakkuka *(v.)* subjugate
അധീനമായ adhiinamaaya *(adj.)* subservient
അധീശത adhiishatha *(n.)* superiority
അധീശൻ adhiishan *(n.)* ruler
അധോഗതി adhogathi *(n.)* downfall
അധോലോകം adholokam *(n.)* underworld
അധോലോകേശനായ adholokeshanaaya *(adj.)* plutonic
അധൈര്യപ്പെടുക adhairyappeduka *(v.)* blench
അധൈര്യപ്പെടുത്തുക adairyappetuththuka *(v.)* intimidate
അധോഗതിയിലേക്ക് adhogathiyilekk *(adv.)* downward
അധ്യക്ഷൻ adyakshan *(n.)* president
അധ്യക്ഷ്യം വഹിക്കുക adyaksham vahikkuka *(v.)* preside
അധ്യാപകകേന്ദ്രീയ adyaapakakendriiya *(adj.)* teacher centric
അധ്യാപകൻ adyaapakan *(n.)* schoolmaster
അധ്യാപിക adyaapika *(n.)* teacher
അധ്യായം adyaayam *(n.)* chapter
അനൗചിത്യം anouchithyam *(n.)* impropriety
അനൗദ്യോഗികമായ anoudyoggikamaaya *(adj.)* private
അനൗദ്യോഗികമായ anoudyogikamaaya *(adj.)* unofficial
അനൗപചാരികമായ anoupachaarikamaaya *(adj.)* informal
അനൗപചാരികമായി anoupachaarikamaayi *(adj.)* ad hoc
അനങ്ങാത്ത anangaaththa *(adj.)* stationary
അനന്തകാലം ananthakaalam *(n.)* eon
അനന്തമായ ananthamaaya *(adj.)* everlasting
അനന്തമായ anandhamaaya *(adj.)* indefinite
അനന്തര നടപടി ananthara natapati *(n.)* follow-up
അനന്തരം anantharam *(adj.)* then
അനന്തരകഥ anantharakatha *(n.)* sequel
അനന്തരഗാമി anantharagaami *(n.)* successor
അനന്തരചിന്ത anantharachintha *(n.)* afterthought
അനന്തരഫലം anandharabhalam *(n.)* after-effect
അനന്തരഫലം anantharaphalam *(n.)* consequence
അനന്തരഫലം anantharaphalam *(n.)* repercussion
അനന്തരഫലമായ anantharaphalamaaya *(adj.)* consequent
അനന്തരസംഭവങ്ങൾ anantharasambhavangal *(n.)* aftermath
അനന്തരാവകാശം കിട്ടുക anantharaavakaasham kittuka *(v.)* inherit
അനന്തസംഖ്യ ananthasamkhya *(n.)* gazillion

അനന്യതയുള്ള ananyathayulla *(n.)*
ubergeek

അനന്യവാക്യം ananyavaakyam *(n.)*
parenthesis

അനന്യവ്യക്തിത്വം
ananyavykthithwam *(n.)* geek

അനന്യസാധാരണമായ
ananyasadhaaranamaaya *(adj.)*
remarkable

അനന്യസാധാരണമായ
ananyasaadhaaranamaaya *(adv.)*
transcendentally

അനഭിമതമായ anabhimathamaaya
(adj.) unwanted

അനർഗളമായ anargalamaaya *(adj.)*
fluent

അനർഘമായ anarghamaaya *(adj.)*
priceless

അനർത്ഥം anartham *(n.)* misfortune

അനർത്ഥം anarththam *(n.)* tribulation

അനർത്ഥഭാഷണം
anarththabhaashanam *(n.)* nonsense

അനർഹമായ anarhamaaya *(adj.)*
incompetent

അനവധാനമായ anavadhaanamaaya
(adj.) negligent

അനവധി anavadhi *(n.)* myriad

അനവധിയായ anavadhiyaaya *(adj.)*
myriad

അനവരതം anavaratham *(adv.)* always

അനവസരമായ anavasaramaaya
(adj.) inopportune

അനവസ്ഥിതമായ
anavasthithamaaya *(adj.)* variable

അനശ്വരമായ anaswaramaaya *(adj.)*
immortal

അനാകർഷമായ anaakarshakamaaya
(adj.) drab

അനാകർഷകമാകുക
anaakarshakamaakkuka *(v.)* drab

അനാഘ്രാത anaaghraatha *(adj.)* virgin

അനാഥക്കുട്ടി anaathakkutty *(n.)*
orphan

അനാഥയായിരിക്കുക
anaathayaayirikkuka *(v.)* orphan

അനാഥാലയം anaathaalayam *(n.)*
orphanage

അനാദരവ് anaadarav *(n.)* disrespect

അനായാസം anaayaasam *(n.)* ease

അനാരോഗ്യകരമായ
anaarogyakaramaakkuka *(adj.)* morbid

അനാരോഗ്യകരമായ ചിന്ത
anaarogyakaramaaya chintha *(n.)* goo

അനാവശ്യ ഇടപെടൽ anaavasya
itapetal *(n.)* tamper

അനാവശ്യ ഇടപെടലുകളില്ലാത്ത
anavasya itapetalukalillaaththa *(adj.)*
tamperproof

അനാവശ്യമായ anavasyamaaya
(adj.) unnecessary

അനാവശ്യമായി കൈയിടുന്ന
anaavasyamaayi kaiyitunna *(adj.)*
officious

അനാവശ്യമായി തലയിടുക
anaavasyamaayi thalayituka *(v.)* snoop

അനാവൃതമാക്കുക
anaavruthamaakkuka *(v.)* denude

അനാവൃതമായ anaavruthamaaya
(adj.) bare

അനാസ്തിത്വം anaasthithwam *(n.)*
nonentity

അനാസ്ഥ anaastha *(adj.)* indifferent

അനിതരസാധാരണമായ
anitharasaadhaaranamaaya *(adj.)*
exceptional

അനിത്യമായ anithyamaaya *(adj.)*
temporal

അനിന്ദ്യ anindya *(adj.)* impeccable

അനിയതമായ aniyathamaaya *(adj.)*
irregular

അനിയന്ത്രണം aniyanthranam *(n.)*
indulgence

അനിർണ്ണിതമായ anirnnithamaaya
(adj.) vague
അനിവാര്യമായ anivaaryamaaya
(adj.) inevitable
അനിശ്ചിതം anischitham (adj.)
uncertain
അനിശ്ചിതത്വം anschithathwam (n.)
abeyance
അനിശ്ചിതമായ anischithamaaya
(adj.) ultracasual
അനിഷ്ടം anishtam (adj.) unlike
അനിഷ്ടകരമായ anishtakaramaaya
(adj.) disagreeable
അനീതിയായ aniithiyaya (adj.) unjust
അനുകമ്പതോന്നുക anukampa
thonnuka (v.) sympathize
അനുകമ്പനീയമായ
anukambaniiyamaaya (adj.) piteous
അനുകമ്പയുള്ള anukambayulla (adj.)
benign
അനുകരണം anukaranam (n.)
emulation
അനുകരണം anukaranam (n.) mimesis
അനുകരിക്കാനാവാത്ത
anukarikkaanaavaaththa (adj.)
inimitable
അനുകരിക്കുക anukarikkuka (v.)
mime
അനുകർത്താവ് anukarththaav (n.)
imitator
അനുകാരി anukaari (n.) follower
അനുകൂലമല്ലാത്ത
anukuulamallaaththa (adj.) indisposed
അനുകൂലമായ anukuulamaaya (adj.)
lucky
അനുകൂലാവസ്ഥ anukuulaavastha
(n.) optimum
അനുകൂലിക്കുക anukoolikkuka (v.)
befriend
അനുകൂലിക്കുന്ന anukuulikkunna
(adj.) compliant
അനുക്രമം anukrumam (n.) regularity

അനുക്രമണിക anukramanika (n.)
index
അനുക്രമമായ anukrumamaaya (adj.)
gradual
അനുഗമിക്കുക anugamikkuka (v.)
accompany
അനുഗുണമായ anugunamaaya (adv.)
according
അനുഗ്രഹം anugraham (n.) blessing
അനുഗ്രഹിക്കപ്പെട്ട
anugrahikkappetta (adj.) gifted
അനുഗ്രഹിക്കുക anugrahikkuka (v.)
bless
അനുചരണഗണം anucharaganam (n.)
retinue
അനുചരൻ anucharan (n.) henchman
അനുചാരി anuchaari (n.) disciple
അനുചിതമായ anuchithamaaya (adj.)
anomalous
അനുചിതമായി anuchithamaayi
(adj.) amiss
അനുതപിക്കുക anuthapikkuka (v.)
repent
അനുതപിക്കുക anuthapikkuka (v.)
rue
അനുതപിക്കുന്ന anuthapikkunna
(adj.) repentant
അനുതാപം anuthaapam (n.)
repentance
അനുതാപം anuthaapam (n.) rue
അനുത്സുകമായ anulsukamaaya
(adj.) listless
അനുധാവനം anudhaavanam (n.)
quest
അനുധാവനം anudhaavanam (n.) trace
അനുനയം anunayam (n.) persuasion
അനുനയമുള്ള anunayamulla (adj.)
complaisant
അനുനയിക്കുക viyarkkuka (v.)
persuade
അനുനാസികം anunaasikam (n.) nasal

അനുനാസികമായ anunaasikamaaya *(adj.)* nasal
അനുപമമായ anupamamaaya *(adj.)* bespoke
അനുപമമായ anupamamaaya *(adj.)* unique
അനുപമസൗന്ദര്യമുള്ള anupamasoundaryamulla *(adj.)* exquisite
അനുപാതം anupaatham *(n.)* proportion
അനുപാതത്തിലല്ലാത്ത anupaatharhthilallaaththa *(adj.)* off balance
അനുപാതമാക്കുക anupaathamaakkuka *(v.)* proportion
അനുപാതരഹിതത്വം anupaatharaahityam *(n.)* disproportion
അനുപൂരകം anupoorakam *(n.)* addendum
അനുപേക്ഷ്യമായ anupeshyamaaya *(adj.)* imperative
അനുപ്രാസം anupraasam *(n.)* alliteration
അനുബന്ധം anubandham *(n.)* add-in
അനുബന്ധമായ anubandhamaaya *(adj.)* subsidiary
അനുബന്ധിക്കുക anubandhikkuka *(v.)* annex
അനുഭവജ്ഞാനം anubhavanjaanam *(n.)* empiricism
അനുഭവജ്ഞാനമില്ലാത്ത anubhavanjaanamillaaththa *(adj.)* callow
അനുഭവബോധം anubhavabodham *(n.)* lesson
അനുഭവബോധ്യമാകുക anubhava bodhyamaakuka *(v.)* sense
അനുഭവമില്ലായ്മ anubhamillaayma *(n.)* naivety
അനുഭവമുള്ള നാവികൻ anubhavamulla naavikan *(n.)* sea dog
അനുഭവമൂലകമായ anubhamuulakamaaya *(adj.)* pragmatic
അനുഭവസമ്പത്തുള്ള anubhavasambaththulla *(adj.)* veteran
അനുഭവസമ്പന്നൻ anubhavasambannan *(n.)* veteran
അനുഭവസിദ്ധമായ anubhavasiddjamaaya *(adj.)* empirical
അനുഭവാവകാശി anubhavaavakaashi *(n.)* tenant
അനുഭവിച്ചറിയുക anubhavichchariyuka *(v.)* feel
അനുഭവിപ്പിക്കുക anubhavippikkuka *(v.)* inflict
അനുഭവൈകവാദി anubhavaikavaadi *(n.)* empiricist
അനുമതി anumathi *(n.)* approval
അനുമതി നൽകുക abhivaadanam cheyyuka *(v.)* sanction
അനുമതിപത്രം anumathipathram *(n.)* permit
അനുമതിശീട്ട് anumathishiitt *(n.)* ticket
അനുമസ്തിഷ്കം anumasthishkam *(n.)* cerebellum
അനുമാനം anumaanam *(n.)* implication
അനുമാനിക്കൽ anumaanikkal *(n.)* extrapolation
അനുമാനിക്കുക anumaanikkuka *(v.)* assume
അനുമോദനം anumodanam *(n.)* congratulation
അനുമോദിക്കുക anumodikkuka *(v.)* congratulate
അനുയായി anuyaayi *(n.)* acolyte
അനുയോജ്യമാക്കാത്ത anuyojyamaakkaaththa *(adj.)* unadjusted
അനുയോജ്യമാക്കുക anuyojyamaakkuka *(v.)* fit
അനുയോജ്യമായ anuyojyamaaya *(adj.)* congruent
അനുയോജ്യത anuyojyatha *(n.)* convenience

അനുരക്തമായ anurakthamaaya *(adj.)*
amorous
അനുരഞ്ജനം anuranjanam *(n.)*
compromise
അനുരഞ്ജിപ്പിക്കുക
anuranjippikkuka *(v.)* conciliate
അനുരണനം anurananam *(n.)*
resonance
അനുരാഗം anuraagam *(n.)* liking
അനുരാഗമില്ലാത്ത
anuraagamillaththa *(adj.)* unaffectionate
അനുരൂപപ്പെടുത്തുക
anuroopappeduthuka *(v.)* adapt
അനുരൂപമാക്കുക
anuroopamakkuka *(v.)* assort
അനുരൂപമായ anuroopamaaya *(adj.)*
coherent
അനുരൂപമായിരിക്കുക
anuruupamaayirikkuka *(v.)* correspond
അനുരൂപീകരണം
anuroopeekaranam *(n.)* adaptation
അനുലിഖിതം anulikhitham *(n.)*
transcription
അനുലോമവിവാഹപരമായ
anulomavivaahaparamaaya *(adj.)*
morganatic
അനുവദിക്കത്തക്ക
anuvadikkaththakka *(adj.)* permissible
അനുവദിക്കാതിരിക്കുക
anuvadhikkathirikkuka *(v.)* disallow
അനുവദിക്കുക anuvadikkuka *(v.)*
allow
അനുവദിച്ചു കൂടാത്ത anuvadich
kuutaaththa *(adj.)* impermissible
അനുവാദം anuvaadam *(n.)* permission
അനുശാസനം anushaasanam *(n.)*
advice
അനുശാസനം anushaasanam *(n.)*
doctrine
അനുശാസിക്കുക anushaasikkuka *(v.)*
chasten

അനുശോചനം anushochanam *(n.)*
condolence
അനുശോചിക്കുക anushochikkuka
(v.) condole
അനുശോചിക്കുക anushochikkuka
(v.) mourn
അനുഷ്ഠാനം anushtaanam *(n.)* ritual
അനുഷ്ഠാനവിധി anushtaanavidhi
(adj.) ritual
അനുസരണം anusaranam *(n.)*
obedience
അനുസരണക്കേടു കാട്ടുക
anusaranakket kanikkuka *(v.)* disobey
അനുസരണയുള്ള anusaranayulla
(adj.) obedient
അനുസരിക്കുക anusarikkuka *(v.)*
acquiesce
അനുസരിപ്പിക്കുക anusarippikkuka
(v.) coerce
അനുസാരമാക്കുക anusaaramaakuka
(v.) conform
അനുസ്മരണം anusmaranam *(n.)*
remembrance
അനുസ്മരിക്കുക anusmarikkuka *(v.)*
remind
അനേക aneka *(n.)* multiple
അനൈശ്ചികമായ anaischchikamaya
(v.) automate
അന്തം വിട്ടിരിക്കുക antham
vittirikkuka *(v.)* discomfit
അന്തഃസ്ഥിതമായ anthasthithamaaya
(adj.) inner
അന്തഃസ്സാരശൂന്യമായ
anthassarashunyamaaya *(v.)* slight
അന്തരം antharam *(n.)* contrast
അന്തരീക്ഷം anthareeksham *(n.)*
atmosphere
അന്തരീക്ഷവിജ്ഞാനം
anthariikshavinjaanam *(n.)* meteorology
അന്തരീക്ഷവിജ്ഞാനി
anthariikshavinjaani *(n.)* meteorologist

അന്തർദർശനം anthardarshanam *(n.)* cognition
അന്തർദർശി anthardarshi *(n.)* introvert
അന്തർദൃഷ്ടി anthardrushti *(n.)* sageness
അന്തർധ്യായിയായ anthardhyaayiya *(adj.)* reflexive
അന്തർഭാഗം antharbhaagam *(n.)* interior
അന്തർഭാഗത്ത് antharbhaagathth *(adv.)* inside
അന്തർലീന ശക്തി antharlina Shakthi *(n.)* potential
അന്തർലീനമായ antharliinamaaya *(adj.)* latent
അന്തർവാഹിനി antharvaahini *(n.)* submarine
അന്തസ്സുറ്റ anthassutta *(adj.)* prestigious
അന്തസ്സ് anthass *(n.)* decorum
അന്താരാഷ്ട്ര കംപ്യൂട്ടർശൃംഖല anthaarashtra computershrunkhala *(n.)* internet
അന്താരാഷ്ട്രീയമായ anthaaraashtriyamaaya *(adj.)* international
അന്തിമ anthima *(adj.)* latter
അന്തിമ സമയം anthimasamayam *(n.)* deadline
അന്തിമമായ anthimamaaya *(adj.)* decisive
അന്തേവാസി anthevaasi *(n.)* inmate
അന്ത്യം anthyam *(n.)* omega
അന്ത്യഭാഗം anthyabhaagam *(n.)* finale
അന്ത്യവിധിദിനം anthyavidhidinaṁ *(adj.)* doomsday
അന്ത്യശാസനം anthyashasanam *(n.)* ultimatum
അന്ധകാരം andhakaaram *(n.)* darkness
അന്ധകാരനിബിഡമായ andhakaaranibidamaaya *(adj.)* dark
അന്ധമായ andhhamaaya *(adj.)* blind
അന്ധവായനാലിപി andhavaayanaalipi *(n.)* braille
അന്ധവിശ്വാസം anddhaviswaasam *(n.)* superstition
അന്ധവിശ്വാസമുള്ള anddhaviswaasamulla *(adj.)* superstitious
അന്ധാളിക്കുക andhaalikkuka *(v.)* dumbfound
അന്നജം annajam *(n.)* starch
അന്നനാളീസംബന്ധം annanaalisambandham *(adj.)* esophageal
അന്ന് annu *(adv.)* then
അൻപുള്ള anpulla *(adj.)* loving
അന്യഗ്രഹം anyagraham *(n.)* outworld
അന്യഗ്രഹജീവി anyagrahajiivi *(n.)* xenomorph
അന്യചിത്തജ്ഞാനമുള്ള anyachiththa njaanamulla *(adj.)* telepathic
അന്യജാതിക്കാർ anyajaathikkar *(n.)* kaffir
അന്യഥാ anyathaa *(conj.)* otherwise
അന്യഥാ ധരിക്കുക anyathaa dharikkuka *(v.)* misunderstand
അന്യദേശി anyadeshi *(adj.)* alien
അന്യൻ anyan *(n.)* outsider
അന്യസംസർഗ്ഗമറ്റ anyasamsargametta *(adj.)* lonesome
അന്യാധീനപ്പെടുത്തുക anyaadeenappeduththuka *(v.)* alienate
അന്യായം anyaayam *(n.)* suit
അന്യായക്കാരൻ anyaayakkaaran *(n.)* suitor
അന്യായപ്പലിശ anyayappalisha *(n.)* usury
അന്യോന്യമായ anyonyamaaya *(adj.)* mutual
അന്യോന്യവിരോധമുള്ള anyonya virodhamulla *(n.)* polarity

അന്യോന്യാവലംബം anyonyaavalambam *(n.)* interdependence
അന്വയിക്കുക anwayikkuka *(v.)* construe
അന്വർത്ഥമായ anwarththamaaya *(adj.)* veritable
അന്വേഷണം anweshanam *(n.)* enquiry
അന്വേഷണം kesanweshanam *(n.)* investigation
അന്വേഷണത്വരയുള്ള anweshanathwarayulla *(adj.)* inquisitive
അന്വേഷണദീപം anweshanadwiipam *(n.)* searchlight
അന്വേഷിക്കുക anweshikkuka *(v.)* quest
അന്വേഷിക്കുന്ന anweshikkunna *(n.)* searching
അപകടം apakadam *(n.)* accident
അപകടത്തിലാക്കുക apakataththilaakkuka *(v.)* jeopardize
അപകടനില apakatanila *(n.)* plight
അപകടഭയമില്ലാതെ apakatabhayamillaathth *(adj.)* temeritous
അപകടരഹിതമാക്കുക apakatarahithamaakkuka *(v.)* defuse
അപകടസാദ്ധ്യത apakatasaadyatha *(n.)* hazard
അപകർഷത apakarshatha *(n.)* inferiority
അപകീർത്തി apakiirththi *(n.)* scandal
അപകീർത്തികരമായ apakiirththiparamaya *(adj.)* slanderous
അപകീർത്തിപ്പെടുത്തൽ apakiirththippeduththal *(n.)* defamation
അപകീർത്തിപ്പെടുത്തുക apakiirththippetuthuka *(v.)* slander
അപകോളനീകരണം apakolaniikaranam *(n.)* decolonization
അപകോളനീകരിക്കുക apakolaniikarikkuka *(v.)* decolonize
അപക്വത apakwatha *(n.)* immaturity
അപക്വമായ apakwamaaya *(adj.)* crude
അപഖ്യാതി apakhyaathi *(n.)* notoriety
അപഖ്യാതിയുണ്ടാക്കുന്ന apakhyaathiyundaakkunna *(adj.)* defamatory
അപഗ്രഥനം apagradanam *(n.)* rundown
അപഗ്രഥനപരം apagrathanaparam *(adj.)* analytical
അപഗ്രഥിക്കുക apagrathikkuka *(v.)* analyse
അപഗ്രഹണം apagrahanam *(n.)* misperception
അപചാരി apachaari *(n.)* delinquent
അപജയം apajayam *(n.)* fiasco
അപജയം apajayam *(n.)* loss
അപഥസഞ്ചാരം apathasanchaaram *(n.)* deviation
അപനിരമ്മാണപരമായി apanirmmanaparamaayi *(adv.)* deconstructively
അപനിർമ്മാണം apanirmmanam *(n.)* deconstruction
അപപോഷണം apaposhanam *(n.)* malnutrition
അപമര്യാദ apamaryaada *(n.)* indecency
അപമര്യാദയായ apamaryaadayaya *(adj.)* unmannerly
അപമാനപ്പെടുത്തുക apamanappeduthuka *(v.)* abase
അപമാനിക്കുക apamaanikkuka *(v.)* degrade
അപമാനിക്കുക apamaanikkuka *(v.)* insult
അപമൃത്യുവിചാരണ apamruthyuvichaarana *(n.)* inquest
അപരാജിതമായ aparajithamaaya *(adj.)* undefeated
അപരാധം aparaadham *(n.)* offence

അപരാധാരോപണം aparadhaaropanam *(n.)* libel
അപരാധി aparaadhi *(n.)* culprit
അപരാധിയാക്കുക aparaadiyaakkuka *(v.)* incriminate
അപരാമർശനീയമായ aparamarshaniiyamaaya *(adj.)* unaccountable
അപരാഹ്നം aparaahnam *(n.)* afternoon
അപരിചിതൻ aparichathan *(n.)* stranger
അപരിത്യാജ്യമായ aparithyaajyamaaya *(adj.)* requisite
അപരിമിതമായ aparimithamaaya *(adj.)* immeasurable
അപരിമേയമായ aparimeyamaaya *(adj.)* infinite
അപരിഷ്കൃതം aparishkrutham *(n.)* rusticity
അപരിഷ്കൃതമായ aparishkruthamaaya *(adj.)* barbarous
അപര്യാപ്തത aparyaapthatha *(n.)* want
അപര്യാപ്തമായ aparyaapthamaaya *(n.)* scant
അപലപിക്കുക apalapikkuka *(v.)* condemn
അപവാദം apavaadm *(n.)* accusation
അപവാദം പരത്തുക apavaadam paraththuka *(v.)* calumniate
അപവാദംപറയുക apavaadamparayuka *(v.)* gossip
അപവിത്രമാകുക apavithramaakuka *(v.)* profane
അപവിത്രമായ apavithramaaya *(adj.)* profane
അപസർപ്പകൻ apasarppakan *(n.)* detective
അപസിദ്ധാന്തം apasiddhaantham *(n.)* fallacy
അപസ്മാര രോഗം apasmaara rogam *(n.)* eclampsia

അപസ്മാര രോഗമുള്ള apsmaara rogamulla *(adj.)* epileptic
അപസ്മാരരോഗി apasmaararogi *(n.)* epileptic
അപസ്വരം apaswaram *(n.)* discord
അപഹരണം apaharanam *(n.)* usurpation
അപഹരിക്കുക apaharikkuka *(v.)* deprive
അപഹരിക്കുക apaharikkuka *(v.)* misappropriate
അപഹസിക്കുന്ന apahasikkunna *(adv.)* tauntingly
അപഹാസ കവിത apahaasakavitha *(n.)* parody
അപാകത apaakatha *(n.)* glitch
അപായ മുന്നറിയിപ്പ് apaaya munnariyipp *(n.)* beacon
അപായം apaayam *(n.)* danger
അപായകരമായ apaayakaramaaya *(adj.)* risky
അപായപ്പെടുത്തൽ paayappetuththal *(n.)* jeopardy
അപായപ്പെടുത്തുക apaayappetuththuka *(v.)* mistreat
അപായമുന്നറിപ്പ് apaayamunnariyipp *(n.)* threat
അപായസാധ്യത apaayasaadyatha *(n.)* risk
അപാരത apaaratha *(n.)* infinity
അപൂർണ്ണത apoornnatha *(n.)* imperfection
അപൂർണ്ണമായ apoornnamaaya *(adj.)* imperfect
അപൂർണ്ണവിരാമം apoornna viraamam *(n.)* colon
അപൂർവത apoorvvatha *(n.)* rareness
അപൂർവ്വമായ apoorvvamaaya *(adj.)* rare
അപൂർവ്വമായ apuurvvamaaya *(adj.)* sporadic

അപൂർവ്വവസ്തു apoorvvavasthu *(n.)* oddity
അപേക്ഷ apeksha *(n.)* application
അപേക്ഷകൻ apekshakan *(n.)* applicant
അപേക്ഷിക്കുക apekshikkuka *(v.)* court
അപ്പം appam *(n.)* bread
അപ്പം appam *(n.)* flatbread
അപ്പക്കഷണം appakashanam *(n.)* crumb
അപ്പക്കൂട് appakkuut *(n.)* oven
അപ്പപ്പുര appappura *(n.)* bakery
അപ്പീൽവാദി appealvadi *(n.)* appellant
അപ്പുറം appuram *(prep.& adj.)* beyond
അപ്രചോദിതമായ aprachodithamaaya *(adj.)* uninspired
അപ്രതിരോധ്യമായ aprathirodhyamaaya *(adj.)* irresistible
അപ്രത്യക്ഷമായിത്തീരുക aprathyakshamaayithiiruka *(v.)* disappear
അപ്രദക്ഷിണമായിട്ടുള്ള apradikshinamaayittulla *(adv.)* anticlockwise
അപ്രധാനം apradhaanam *(adv.)* extrinsically
അപ്രധാനമായ apradhaanamaaya *(adj.)* immaterial
അപ്രധാനമായ apradhaanamaaya *(adj.)* insignificant
അപ്രധാനികൾ apradhaanikal *(n.)* backbencher
അപ്രമാണീകരിക്കുക apramaaniikarikkuka *(v.)* disprove
അപ്രവേശ്യമായ apraveshyamaaya *(adj.)* impenetrable
അപ്രസക്തമായ aprasakthamaaya *(adj.)* irrelevant
അപ്രായോഗികത apraayogikatha *(n.)* impracticability
അപ്രായോഗികം aprayogikam *(adj.)* impracticable
അപ്രിയമായ apriyamaaya *(adj.)* obnoxious
അപ്രീതി apriithi *(n.)* odium
അപ്രീതിജനിപ്പിക്കുക apriithijanippikkuka *(v.)* estrange
അപ്സരസ്ത്രീ apsarasthrii *(n.)* nymph
അപ്സരസ്സ് apsarass *(n.)* fairy
അബദ്ധം abaddham *(n.)* bloomer
അബദ്ധത്തിൽ abadhaththil *(adj.)* blundering
അബദ്ധത്തിൽ ചാടിക്കുക abaddhaththil chatikkuka *(v.)* mislead
അബദ്ധധാരണ abaddhadhaarana *(n.)* misunderstanding
അബദ്ധപൂർണ്ണമായ abaddhapuurnnamaaya *(adj.)* nonsensical
അബോധാവസ്ഥ abodhaavastha *(n.)* coma
അഭയം abhayam *(n.)* recourse
അഭയം കൊടുക്കുക abhayam kotukkuka *(v.)* shelter
അഭയപത്രം abhayapaathram *(n.)* safe-conduct
അഭയസ്ഥാനം abhayasthaanam *(n.)* boist
അഭയാർത്ഥി abhayaarththi *(n.)* refugee
അഭാവം abhaavam *(n.)* absence
അഭിഗമ്യത praveshanam *(n.)* access
അഭിഗമ്യത abhigamyatha *(n.)* accessibility
അഭിഗമ്യമായ abhigamyamaaya *(adj.)* accessible
അഭിജ്ഞനായ abhinjanaaya *(adj.)* versed
അഭിനന്ദനം abhinandhanam *(int.)* felicitations

അഭിനന്ദനവചനം abhinandhanavachanam *(n.)* compliment
അഭിനന്ദനീയമായ abhinandhaneeyam *(adj.)* appreciable
അഭിനന്ദിക്കുക abhinandhikkuka *(v.)* appreciate
അഭിനയ പരിശീലനം abhinayaparishiilanam *(n.)* rehearsal
അഭിനയം abhinayam *(v.)* act
അഭിനയഭാഗം abhinayabhaagam *(n.)* role
അഭിനിവേശം abhinivesham *(n.)* passion
അഭിനേതാക്കളുടെ തെരഞ്ഞെടുപ്പ് abhinethaakkalude theranjedupp *(n.)* casting
അഭിന്ദനരൂപമായ abhinandhanaruupamaaya *(adj.)* complimentary
അഭിന്നമായ abhinnamaaya *(adj.)* identical
അഭിപ്രായം aphipraayam *(n.)* opinion
അഭിപ്രായം ആരായുക abhipraayam aarayuka *(v.)* consult
അഭിപ്രായം പുറപ്പെടുവിക്കുന്ന aphipraayam purappetuvikkunna *(adj.)* express
അഭിപ്രായപ്പെടൽ aphipraayappetal *(n.)* proposition
അഭിപ്രായപ്പെടുക abhipraayappetuka *(v.)* opine
അഭിപ്രായപ്രകടനം aphipraaya prakatanam *(n.)* comment
അഭിപ്രായഭിന്നത aphipraaya bhinnatha *(n.)* variance
അഭിപ്രായമില്ലാത്ത abhipraamillaaththa *(adj.)* opinionless
അഭിപ്രായമുള്ളയാൾ aphipraayamullayaal *(n.)* opinator
അഭിപ്രായവോട്ടെടുപ്പ് aphipraayavottetupp *(n.)* referendum
അഭിപ്രായവ്യത്യാസം aphipraaya vuthyaasam *(n.)* conflict
അഭിപ്രായസർവ്വേ abhipraayasarvve *(n.)* opinionnaire
അഭിപ്രായൈക്യം abhipraayaikyam *(n.)* consensus
അഭിഭാഷകൻ abhibhaashakan *(n.)* pleader
അഭിമതം abhimatham *(n.)* belief
അഭിമതമായ abhimathamaaya *(adj.)* agreeable
അഭിമാനം abhimaanam *(n.)* pride
അഭിമാനിയായ abhimaaniyaaya *(adj.)* proud
അഭിമുഖസംഭാഷണം abhimukhasambhaashanam *(n.)* chat show
അഭിമുഖീകരിക്കുക abhimukeekarikkuka *(v.)* breast
അഭിയോക്താവ് abhiyokthaav *(n.)* prosecutor
അഭിരാമമായ abhiraamamaaya *(adj.)* lovely
അഭിരുചി abhiruchi *(n.)* vocation
അഭിരുചിപരീക്ഷ abhiruchipareeksha *(n.)* aptitude test
അഭിലഷണീയമായ abhilakshaniiyamaaya *(adj.)* desirable
അഭിലഷിക്കുക abhilakshikkuka *(v.)* desire
അഭിലഷിക്കുക abhilashikkuka *(v.)* yearn
അഭിലാഷം abhilaasham *(n.)* wish
അഭിവന്ദനം abhivandhanam *(n.)* reverence
അഭിവന്ദ്യമായ abhivandyamaaya *(adj.)* venerable
അഭിവാദനം abhivaadanam *(n.)* salute
അഭിവാദനം ചെയ്യുക abhivaadanam cheyyuka *(v.)* salute
അഭിവാദ്യം abhivaadyam *(n.)* obeisance

അഭിവിന്യാസം abhivinyaasam *(adj.)* orientational
അഭിവൃദ്ധി abhivrudhi *(n.)* betterment
അഭിവൃദ്ധിപ്പെടുത്തുക abhivruddhippeduthuka *(v.)* develop
അഭിവൃദ്ധിപ്പെടുത്തുക abhivrudhippeduthuka *(v.)* boost
അഭിവൃദ്ധിവരുത്തുക abhivruddhivaruththuka *(v.)* uplift
അഭിസംബോധകൻ abisambodhakan *(n.)* addresser
അഭീഷ്ടം abheeshtam *(n.)* ambition
അഭ്യർത്ഥന abhyarththana *(n.)* plea
അഭ്യർത്ഥിക്കുക abhyarththikkuka *(v.)* appeal
അഭ്യർത്ഥിക്കുക abharththikkuka *(v.)* plead
അഭ്യർത്ഥിക്കുക abhyarththikkuka *(v.)* solicit
അഭ്യസിക്കുക abhyasikkuka *(v.)* learn
അഭ്യസിക്കുക abhyasikkuka *(v.)* rehearse
അഭ്യാസപ്രകടനങ്ങൾ abhyaasaprakadanangal *(n.)* acrobatics
അഭ്യാസി abhyaasi *(n.)* acrobat
അഭ്യുദയകാംക്ഷി abhyudayakamshi *(n.)* benefactor
അഭ്യുന്നതി abhunnathi *(n.)* progress
അഭ്യൂഹം abhyuuham *(n.)* inference
അഭ്യൂഹിക്കുക abhyuuhikkunna *(v.)* infer
അഭ്രം abhram *(n.)* mica
അമരക്കാരൻ amarakkaaran *(n.)* pilot
അമരത്ത് amaraththr *(n.)* aft
അമരത്വം amarathwam *(n.)* immortality
അമരത്വം പ്രാപിക്കുക amarathwam praapikkuka *(v.)* immortalize
അമർച്ചചെയ്യുക amarcha cheyyuka *(v.)* stifle
അമർച്ചചെയ്യുക amarchacheyyuka *(v.)* suppress
അമർച്ചവരുത്തുക amarchavaruththuka *(v.)* quell
അമർത്തിച്ചിരി ക്കുക amarththichchirikkuka *(v.)* chuckle
അമർത്തുക amarththuka *(v.)* compress
അമർഷം amarsham *(n.)* resentment
അമർത്തൽ amarththal *(n.)* press
അമർത്തുക amarththuka *(v.)* press
അമറുക amaruka *(v.)* moo
അമറുന്ന amarunna *(n.)* snarl
അമാനുഷൻ amaanushan *(n.)* superman
അമാനുഷമായ amaanushamaaya *(adj.)* uncanny
അമാന്തിക്കുന്ന amaanthikkunna *(adj.)* tardy
അമാറത്തി amaaraaththi *(n.)* mulberry
അമിതഭാരം amithabhaaram *(n.)* overload
അമിതഭാരം കയറ്റുക amithabhaaram kayattuka *(v.)* overload
അമിതമദ്യപാനി amithamadyapaani *(n.)* alcoholic
അമിതമായുപയോഗപ്പെടുത്തുക amithamaayupayogappetuththuka *(v.)* overwork
അമിതവണ്ണം amithavannam *(n.)* obesity
അമിതവികാരം പ്രകടിപ്പിക്കുക amithavikaaram prakatippikkuka *(v.)* emote
അമിതവില amithavila *(n.)* overcharge
അമിതവില ഈടാക്കുക amithavila itaakkuka *(v.)* overcharge
അമിതവ്യയം amithavyayam *(n.)* extravagance
അമിതവ്യയിയായ amithavyiyaaya *(adj.)* prodigal
അമിതാഭിനയം നടത്തുക amithaabhinayam nataththuka *(v.)* overact

അമൂർത്തീകരണം amoortheekaranam *(n.)* abstraction
അമൂല്യത amuulyatha *(adj.)* valuable
അമൂല്യമായ amuulyamaaya *(adj.)* policeless
അമേരിക്കൻകുയിൽ american kuyil *(n.)* roadrunner
അമേരിക്കൻനാണ്യം american naanyam *(n.)* dollar
അമ്പത് ampath *(n.)* fifty
അമ്പരന്ന amparanna *(adj.)* aghast
അമ്പരപ്പിക്കുക ambarappikkuka *(v.)* bewilder
അമ്പരപ്പിക്കുക amparappikkuka *(v.)* nonplus
അമ്പരപ്പ് ambarapp *(n.)* confusion
അമ്പെയ്ത്ത് ambeyth th *(n.)* sagittary
അമ്മ amma *(n.)* mamma
അമ്മയെപ്പോലുള്ള ammayeppolulla *(adj.)* motherlike
അമ്മാനമാടുക ammaanamaatuka *(v.)* juggle
അമ്മായി ammayi *(n.)* aunt
അമ്മാവൻ ammaavan *(n.)* uncle
അമ്ലം amlam *(n.)* acid
അമ്ലത നിർവ്വീര്യ മരുന്ന് amlatha nirvveeryamaakkunna marunnu *(adj.)* antacid
അമ്ലപരീക്ഷണം amlapareekshanam *(n.)* acid test
അമ്ലമയമായ amlamayamaaya *(adj.)* acidic
അമ്ലമഴ amlamazha *(n.)* acid rain
അയക്കുക ayaykkuka *(v.)* dispatch
അയച്ച ചരക്ക് ayacha charakk *(n.)* consignment
അയഞ്ഞ ayanja *(adj.)* laxative
അയഞ്ഞവസ്ത്രം ayanja vasthram *(n.)* slacks
അയഞ്ഞു തൂങ്ങിയ ayanju thuungiya *(adj.)* saggy
അയഥാർത്ഥമായ ayathaarththamaaya *(adj.)* sham
അയയ്ക്കുക ayaykkuka *(v.)* decompress
അയർലണ്ടിനെ സംബന്ധിച്ച Irelandne sambandhichcha *(adj.)* Irish
അയർലണ്ടുകാരൻ Irelandukaaran *(n.)* Irish
അയൽപ്പക്കം ayalppakkam *(n.)* neighbourhood
അയൽപ്രദേശം ayalpradesham *(n.)* vicinity
അയവാക്കുക ayavaakkuka *(v.)* relax
അയവിറക്കുക ayavirakkuka *(v.)* ruminate
അയവിറക്കുന്ന ayavirakkunna *(n.)* ruminant
അയവിറക്കുന്ന മൃഗം ayavirakkunna mrugam *(adj.)* ruminant
അയവുള്ള ayavulla *(adj.)* lax
അയവുവരുത്തുക ayavuvaruththuka *(v.)* lubricate
അയശസ്സ് ayashass *(n.)* disgrace
അയാഥാർത്ഥമായ ayaadaarththamaaya *(adj.)* mythical
അയിര് ayiru *(n.)* ore
അയിര് പാളി ayiru paali *(n.)* seam
അയുക്തികമായ ayukthikamaaya *(adj.)* irrational
അയുക്തികരമായ ayukthikaramaaya *(adj.)* illogical
അയോഗ്യമാക്കുക ayogyamaakkuka *(v.)* disqualify
അയോഗ്യത ayogyatha *(n.)* disqualification
അര ara *(n.)* half
അരം aram *(n.)* grate
അരക്കച്ച arakkaacha *(n.)* girdle
അരക്കെട്ട് arakkett *(n.)* waist
അരക്ക് arakk *(n.)* wax
അരക്ഷിതാവസ്ഥ arakshithaavastha *(n.)* insecurity

അരങ്ങേറ്റം arangettam *(n.)* debut
അരങ്ങൊരുക്കുക arangorunguka *(v.)* stage
അരങ്ങ് arangu *(n.)* arena
അരദിവസം aradivasam *(n.)* half-day
അരപ്പട്ട arappatta *(n.)* waistband
അരയന്നം arayannam *(n.)* swan
അരാജകത്വം araajakathwam *(n.)* anarchy
അരാജകത്വവാദി araajakathwavaadi *(n.)* anarchist
അരാജകവാദം araajakavaadam *(n.)* anarchism
അരി ari *(n.)* rice
അരികിലുള്ള arikilulla *(adj.)* adjacent
അരികിൽ arikil *(prep.)* beside
അരികെ arike *(prep.)* by
അരികെയുള്ള arikeyulla *(prep.)* nigh
അരിക്കുക arikkuka *(v.)* leach
അരിച്ചുപെറുക്കുക arichchuperukkuka *(v.)* ferret
അരിച്ചെടുക്കുക arichchetukkuka *(v.)* filter
അരിപ്പ arippa *(n.)* filter
അരിപ്പുതട്ട് aripputhatt *(n.)* sieve
അരിവാൾ arivaal *(n.)* sickle
അരിഷ്ടൻ arishtan *(n.)* miser
അരിഷ്ടിക്കുക atishtikkuka *(v.)* scant
അരുചി aruchi *(adj.)* tanged
അരുണമായ arunamaaya *(adj.)* ruddy
അരുണവദനാകുക arunavadananaakuka *(v.)* flush
അരുണാഭമായ arunaabhamaaya *(adj.)* red
അരുണാഭയുള്ള arunaabhayulla *(adj.)* rosy
അരുണിമ arunima *(n.)* glow
അരുണോദയം arunodayam *(n.)* twilight
അരുത് aruth *(adv.)* not
അരുമയായ arumayaaya *(adj.)* darling

അരുമയോടെ arumayote *(adv.)* tenderly
അരുളപ്പാട് arulappaat *(n.)* oracle
അരുളുക aruluka *(v.)* confer
അരുവി aruvi *(n.)* stream
അരുവിയുടെ കര aruviyute kara *(n.)* sideburn
അരോചകമായ arochakamaaya *(adj.)* dorky
അർച്ചന archchana *(n.)* adoration
അർച്ചനാഗീതം archanaagiitham *(n.)* ode
അർച്ചിക്കുക archikkuka *(v.)* revere
അർത്ഥബോധനം arththabodhanam *(n.)* decryption
അർത്ഥമാക്കുക arththamaakkuka *(v.)* mean
അർത്ഥവത്തായ arththavaththaya *(adj.)* meaningful
അർത്ഥശൂന്യമായ arththashuunyamaaya *(adj.)* meaningless
അർത്ഥി arthi *(n.)* aspirant
അർപ്പണം arppanam *(n.)* oblation
അർപ്പണം ചെയ്യുക arppanam cheyyuka *(v.)* dedicate
അർബുദം arbudham *(n.)* cancer
അർബുദം arbudam *(n.)* tumour
അർഹത arhatha *(n.)* eligibility
അർഹതയുണ്ടായിരിക്കുക arhathayundaayirikkuka *(v.)* deserve
അർഹതയുള്ള arhathayulla *(adj.)* eligible
അർദ്ധവാർഷികം ardwa varshikam *(adj.)* biannual
അർദ്ധവൃത്തം arththavruththam *(n.)* demicircle
അർദ്ധാനന്ദം ardhaanandham *(adj.)* semi-amusing
അർപ്പിക്കുക arppikiuka *(v.)* commit
അർബുദരോഗ ചികിത്സാവിദഗ്ദ്ധൻ arubudaroga chikilsavidagddhan *(n.)* oncologist

അർബുദരോഗചികിത്സ
atbudarogachikilsa *(n.)* oncology
അർബുദരോഗസംബന്ധം
arbudarogasambandham *(adj.)*
oncogenic
അർബുദരോഗാണു arbudarogaanu
(n.) oncogene
അറ moola *(n.)* alcove
അറക്കപ്പൊടി arakkapoti *(n.)* sawdust
അറച്ചുനിൽക്കുക arachchunilkkuka
(v.) hesitate
അറപ്പു കാട്ടുക arappukaattuka *(v.)*
detest
അറപ്പു പീഠം arappupiitam *(n.)*
sawbench
അറപ്പുകുഴി arappukuzhi *(n.)* saw pit
അറപ്പുതോന്നിക്കുന്ന
arapputhonnikkunna *(adj.)* mawkish
അറപ്പ് arapp *(n.)* disgust
അറബി arabi *(n.)* Arab
അറയ്ക്കുക araykkuka *(v.)* loathe
അറിഞ്ഞുകൂടാത്ത arinjukuutaaththa
(adj.) ignorant
അറിയാതെ ariyaathe *(adv.)*
unwittingly
അറിയിക്കൽ ariyikkal *(n.)*
signification
അറിയിക്കുക ariyikkuka *(v.)* apprise
അറിയിപ്പു നൽകുക ariyipp
nalkuka *(v.)* notify
അറിയിപ്പുകാരൻ ariyippukaaran
(n.) informer
അറിയിപ്പ് ariyipp *(n.)* notice
അറിയിപ്പ് സൂചി ariyipp soochi *(n.)*
notification
അറിവില്ലായ്മ arivillayma *(n.)*
nescience
അറിവുണ്ടാക്കുക arivundaakkuka
(v.) educate
അറിവുള്ള arivulla *(adj.)* learned
അറുകൊല arukola *(n.)* carnage

അറുതിവരുത്തുക aruthivaruththuka
(v.) end
അറുപതാമത്തെ arupathaamaththe
(adj.) sixtieth
അറുപത് arupath *(n., adj.)* sixty
അറേബ്യൻ പലഹാരം Arabian
palahaaram *(n.)* shawarma
അറ്റം attam *(n.)* tip
അറ്റകയ്യായ attakayyaya *(adj.)* extreme
അറ്റകുറ്റപ്പണി attakuttappani *(n.)*
overhaul
അറ്റകുറ്റപ്പണിചെയ്യുക
attakuttappanicheyyuka *(v.)* overhaul
അല ala *(n.)* wave
അലൗകികമായ aloukikamaaya *(n.)*
otherworldliness
അലൗകികലോകം akoukikalokam
(n.) otherworld
അലംഘ്യമായ alamghyamaaya *(adj.)*
inviolable
അലംഭാവം alambhaavam *(n.)*
indifference
അലകളുള്ള alakalulla *(adj.)* wavy
അലക് alak *(n.)* lath
അലക്കുക alakkuka *(v.)* dry-clean
അലക്കുകാരൻ alakkukaaran *(n.)*
laundress
അലക്കുയന്ത്രം alakkuyanthram *(n.)*
washer
അലക്ഷ്യമായ alakahyamaaya *(adj.)*
careless
അലങ്കരണം alankaranam *(n.)* garnish
അലങ്കരിക്കൽ alankarikkal *(n.)*
garnishment
അലങ്കരിക്കുക alankarikkuka *(v.)* orn
അലങ്കാര രീതി alankaarariithi *(n.)*
style
അലങ്കാരപ്രയോഗം
alankaaraprayogam *(n.)* imagery
അലങ്കാരപ്രിയമുള്ള
alankaarapriyamulla *(adj.)* stylish

അലങ്കാരമണ്ഡപം alankaara mantapam *(n.)* saloon
അലങ്കാരമാതൃക alankaaramaathruka *(n.)* pattern
അലങ്കാരമേദുരമായ alankaara മെടുറ *(adj.)* baroque
അലങ്കാരവളയം alankaaravalayam *(n.)* dreamcatcher
അലങ്കാരവസ്ത്രം alankaravasthram *(n.)* robe
അലങ്കാരവസ്ത്രം ധരിക്കുക alankaravasthram dharikkuka *(v.)* robe
അലങ്കോലം alankolam *(n.)* disarray
അലങ്കോലമാക്കുക alankolamaakkuka *(v.)* litter
അലങ്കോലപ്പെടുത്തുക alankolappeduthuka *(v.)* clutter
അലഞ്ഞുതിരിക alanjuthiiruka *(n.)* ramble
അലഞ്ഞുതിരിയുക alanjuthiriyuka *(v.)* wander
അലഞ്ഞുനടക്കുക alanjunatakkuka *(v.)* rove
അലട്ടിക്കൊണ്ട് alattikond *(adv.)* teasingly
അലട്ടുക alattuka *(v.)* harass
അലട്ടുന്ന alattunna *(adj.)* troublesome
അലട്ട് alatt *(n.)* vexation
അലമാര alamaara *(n.)* breakfront
അലമാര alamaara *(n.)* closet
അലമാരത്തട്ട് alamaarathatt *(n.)* rack
അലമുറ alamura *(n.)* wail
അലമുറയിടുക alamurayituka *(v.)* wail
അലയടി alayati *(n.)* ripple
അലയടിക്കുക alayatikkuka *(v.)* wave
അലർച്ച alarcha *(n.)* scream
അലർജി പരിശോധന alargi parishodhana *(n.)* patch test
അലറൽ alaral *(n.)* bellowing
അലറുക alaruka *(v.)* bellow
അലസഗമനം alasagamanan *(n.)* stroll
അലസതയുള്ള alasathayulla *(n.)* slothful
അലസൻ alasan *(n.)* dawdler
അലസമായ alasamaaya *(adj.)* inactive
അലസമായി സംസാരിക്കുക alasamaayi samsaarikkuka *(v.)* yak
അലസമായിരിക്കുക alasamaayirikkuka *(v.)* dawdle
അലസമായിരിക്കുക alasamaayirikkuka *(v.)* loiter
അലസുക alasuka *(v.)* abort
അലിയാത്ത aliyaathatha *(n.)* insoluble
അലിയിക്കാവുന്ന aliyikkaavunna *(adj.)* soluble
അലിയിക്കുക aliyikkuka *(v.)* liquefy
അലിവ് aliv *(n.)* leniency
അലുമിനിയംസംയുക്തം aluminium samyuktham *(v.)* aluminate
അലോസരപ്പെടുക alosarappeduka *(v.)* bother
അലോസരപ്പെടുത്തുന്ന alosarappeduthunna *(adj.)* annoying
അൽപം alpam *(pron.)* some
അല്പം മയങ്ങുക alpam mayanguka *(v.)* nap
അല്പംതുറന്ന alpam thuranna *(adv.)* ajar
അല്പകാലനിവാസം alpakaalanivaasam *(n.)* inn
അല്പദൂരം alpaduuram *(n.)* inch
അല്പനായ alpanaaya *(adj.)* niggardly
അൽപൻ alpan *(n.)* upstart
അൽപബുദ്ധി alpabuddhi *(n.)* moron
അൽപബുദ്ധിയായ alpabuddhiyaya *(adj.)* silly
അല്പഭക്ഷണം alpabhakshanam *(n.)* refreshment
അല്പഭാഷിത്വം alpabhaashithwam *(n.)* reticence
അൽപഭാഷിയായ alpabhaashiyaaya *(adj.)* curt

അല്പഭാഷിയായ alpabhaashiyaaya *(adj.)* reticent
അൽപമായ alpamaaya *(adv.)* least
അൽപവിരാമ ചിഹ്നം alpaviraamachihnam *(n.)* comma
അൽപസമയം alpasamayam *(n.)* span
അല്പായുസ്സുള്ള alpaayusulla *(adj.)* temporary
അല്പായുസ്സുള്ള alpaayusulla *(adj.)* ephemeric
അൽപ്പത്തരം alpaththaram *(n.)* meanness
അല്ല alla *(adv.)* nay
അല്ലലില്ലാത്ത allalillaaththa *(adj.)* carefree
അല്ലാഞ്ഞാൽ allanjaal *(conj.)* lest
അല്ലാത്തപക്ഷം allaaththapaksham *(adv.)* otherwise
അല്ലെങ്കിൽ allenkil *(conj.)* unless
അളക്കത്തക്ക alakkathakka *(adj.)* measurable
അളക്കൽ alakkal *(n.)* measurement
അളന്നുമുറിക്കുക alannumurikkuka *(v.)* measure
അളവറ്റ alavatta *(adj.)* measureless
അളവിൽ കുറഞ്ഞ alavil kuranja *(adv.)* short
അളവുകോൽ akavukol *(n.)* gauge
അളവുനാട alavunaata *(n.)* tape
അളവെടുക്കുക alavetukkuka *(v.)* size
അളവ് alav *(n.)* measure
അൾത്താര alththaara *(n.)* altar
അള്ളിപ്പിടിക്കുക allippidikkuka *(v.)* cling
അള്ളിപ്പിടിച്ചു കയറുക allippitichu kayaruka *(v.)* scramble
അഴകുള്ള azhakulla *(adj.)* beautiful
അഴക് azhak *(n.)* prettiness
അഴിക്കൽ azhikkal *(n.)* take-off
അഴിക്കുക azhikkuka *(v.)* undo
അഴിച്ചുപണി azhichupani *(n.)* repair
അഴിച്ചുപണിനടത്തുക azhichupani nataththunna *(v.)* repair
അഴിപ്രദേശം azhipradesham *(n.)* delta
അഴിമതി azhimathi *(n.)* corruption
അഴിമുഖം azhimukam *(n.)* cove
അഴുകൽ azhukal *(n.)* rot
അഴുകിയ azhukiya *(adj.)* carious
അഴുകിയപുണ്ണ് azhukiyapunnu *(n.)* gangrene
അഴുകുക azhukuka *(v.)* decompose
അഴുക്കാക്കുക azhukkaakkuka *(v.)* soil
അഴുക്കായ azhukkaaya *(adj.)* squalid
അഴുക്കുചാൽ azhukkuchaal *(n.)* sewerage
അഴുക്കുപിടിച്ച azhukkupidicha *(adj.)* dingy
അഴുക്കുവെള്ളം azhukkuvellam *(n.)* sewage
അഴുക്കുവെള്ളതൊട്ടി azhukkuvellathotti *(n.)* sink
അഴുക്ക് azhukk *(n.)* dirt
അവകാശം avakaasham *(n.)* ownership
അവകാശം ഉന്നയിക്കുക avakaasham unnayikkuka *(adj.)* demanding
അവകാശത്തിലെടുത്ത avakaashaththiledutha *(adj.)* chartered
അവകാശധനം avakaashadhanam *(n.)* royalty
അവകാശപ്പെടൽ avakaashappetal *(n.)* demand
അവകാശവാദി avakaashavaadi *(n.)* claimant
അവകാശി avakaashi *(n.)* heir
അവകാശിനി avakaashini *(n.)* heiress
അവക്രമായി avakramaayi *(adj.)* downright
അവഗണന avagana *(n.)* snub
അവഗണിക്കുക avaganikkuka *(v.)* ignore

അവഗണിക്കുക avaganikkuka *(v.)* snub

അവജ്ഞ avanjaa *(n.)* scorn

അവജ്ഞ കാണിക്കുക avanjaa kanikkuka *(v.)* despise

അവജ്ഞകാണിക്കുക avanja kanikkuka *(v.)* scorn

അവതരണം avatharanam *(n.)* presentation

അവതരിപ്പിക്കുക avatharippikkuka *(v.)* introduce

അവതരിപ്പിക്കുക avatharippikkuka *(v.)* perform

അവതാരികയെഴുതുക mukhavurayaaya *(v.)* prelude

അവതാളത്തിലാകൽ avathaalathilaakkal *(n.)* derailment

അവധാനത avadhaanatha *(n.)* care

അവധാനതയോടെ avadhaanathayode *(adj.)* assertive

അവധാനപൂർവ്വം avadhaanapoorvvam *(adj.)* deliberate

അവധി avadhi *(n.)* leave

അവധിക്കു വയ്ക്കുക avadhikkuvaykkuka *(v.)* postpone

അവൻ avan *(pron.)* he

അവനെ avane *(pron.)* him

അവന്റെ avante *(pron.)* his

അവബോധം avabodham *(n.)* awareness

അവബോധജന്യമായ avabodhajanyamaaya *(adj.)* intuitive

അവമതി avamathi *(n.)* insult

അവമതിക്കുന്ന avamathikkunna *(n.)* indignant

അവമർദ്ദനം avamarddanam *(n.)* decompression

അവമാനിക്കുക avamaanikkuka *(v.)* humiliate

അവമൂല്യനം ചെയ്യുക avamuulyanam cheyyuka *(v.)* devalue

അവയവം avayavam *(n.)* limb

അവയവം avayavam *(n.)* organ

അവയവപഠനം avayavapatanam *(n.)* organography

അവയവമാറ്റം നടത്തുന്നയാൾ avayavamattam nataththunnayaal *(n.)* transplantee

അവരവരുടെ avaravarute *(adj.)* respective

അവരുടെ avarute *(adj.)* their

അവരുടേത് avaruteth *(pron.)* theirs

അവരോഹണം avarohanam *(n.)* descent

അവർണ്ണനീയമായ avarnnaniiyamaaya *(adj.)* indescribable

അവർ avar *(pron.)* them

അവർണ്ണം avarnnam *(n.)* achromat

അവലംബം avalambam *(n.)* citation

അവലംബിക്കുക avalambikkuka *(v.)* pose

അവലക്ഷണപ്പെടുത്തുക avalakshanappetuththuka *(v.)* mar

അവലക്ഷണമായ avalakshanamaaya *(adj.)* uncouth

അവലോകനം avalokanam *(n.)* observation

അവലോകനം avalokanam *(n.)* contemplation

അവലോകനം ചെയ്യുക avalokanam cheyyuka *(n.)* runback

അവലോകനംചെയ്യൽ avalokanam cheyyal *(n.)* perusal

അവളുടെ avalute *(pron.)* her

അവൾ aval *(pron.)* she

അവൾക്കുള്ള avalkkulla *(adj.)* her

അവശേഷം avashesham *(n.)* leftover

അവശേഷിക്കുന്ന avaseshikkunna *(adj.)* residual

അവശ്യം avasyam *(n.)* main

അവശ്യമായ avasyamaaya *(adj.)* main

അവസരം avasaram *(n.)* chance

അവസരവാദം avaravaadam *(n.)* opportunism

അവസാനം avasanam *(n.)* terminal
അവസാനത്തെ avasaanaththe *(adj.)* terminal
അവസാനമായ avasanaamaaya *(adj.)* last
അവസാനമായി avasaanamaayi *(n.)* last
അവസാനവിധി avasanavidhi *(n.)* doomsday
അവസാനിപ്പിക്കുക avasanippikkuka *(v.)* terminate
അവസ്ഥ avastha *(n.)* condition
അവസ്ഥാന്തരം avasthantharam *(n.)* vicissitude
അവഹേളനം adhikshepam *(n.)* affront
അവഹേളനപരമായ avahelanaparamaaya *(adj.)* abusive
അവഹേളിക്കുക avahelikkuka *(v.)* abuse
അവഹേളിക്കുക avahelikkuka *(v.)* ridicule
അവഹേളിക്കുന്ന avahelikkunna *(adj.)* degrading
അവാസ്തവികയോഗം avaasthavikayogam *(n.)* teleconference
അവിചാരിതമായ avichaarithamaayi *(adj.)* haphazard
അവിച്ഛിന്നമായ avichchchinnamaaya *(adj.)* indivisible
അവിച്ഛിന്നവസ്തു avichinnavasthu *(n.)* continuum
അവിടെ avite *(n.)* yonder
അവിടെനിന്ന് aviteninn *(adv.)* thence
അവിടെയുള്ള aviteyulla *(adv.)* there
അവിതർക്കിതമായ avitharkkithamaaya *(adj.)* definitive
അവിനയം avinayam *(adj.)* discourteous
അവിനീതത്വം aviniithathwam *(n.)* insolence
അവിനീതമായ avineethamaaya *(adj.)* brusque
അവിഭക്തമായ avibhakthamaaya *(adj.)* integral
അവിഭാജ്യമായി avibhajyamaaya *(adv.)* ultimately
അവിമർശനം avimarshanam *(adj.)* acritical
അവിരാമമായ aviraamamaaya *(adj.)* uninterrupted
അവിരാമമായി aviraamamaayi *(adj.)* non-stop
അവിരാമവൃത്തി aviraamavruththi *(n.)* continuation
അവിവാഹിത avivaahitha *(n.)* spinster
അവിവാഹിതൻ avivahithan *(n.)* bachelor
അവിവേകം avivekam *(n.)* imprudence
അവിവേകി aviveki *(n.)* nutcase
അവിവേകിയായ avivekiyaya *(adj.)* witless
അവിശിഷ്ടമായ avashishtamaaya *(adj.)* workaday
അവിശ്വസനീയമായ aviswasaniiyamaaya *(adj.)* incredible
അവിശ്വസിക്കുക aviswasikkuka *(v.)* mistrust
അവിശ്വാസം aviswaasam *(n.)* mistrust
അവിശ്വാസി aviswaasi *(n.)* agnostic
അവിഹിതബന്ധം avihithabandham *(n.)* misalliance
അവ്യക്തമായ avyakthamaaya *(adj.)* bleary
അവ്യക്തമായ avyakthamaaya *(adj.)* hazy
അവ്യവസ്ഥ avyavastha *(n.)* chaos
അശനപ്രിയത്വം ashanapriyathwam *(n.)* epicurean

അശനിവർഷം ashanivarsham *(n.)* thunderstorm
അശരണൻ asharanan *(n.)* outcast
അശരണമായ asharanamaaya *(adj.)* adrift
അശാന്തി ashaanthi *(n.)* unrest
അശിക്ഷിതബോധം ashikshithanodham *(n.)* instinct
അശിക്ഷിതമായ ashikshithamaaya *(adj.)* instinctive
അശീതിവർഷീയൻ ashiithivarshiiyan *(n.)* octogenarian
അശീതീകരണവസ്തു aaheethiikarana vasthu *(n.)* antifreeze
അശുദ്ധമാക്കുക ashuddhamaakkuka *(n.)* defile
അശുദ്ധമായ asuddhamaaya *(adj.)* impure
അശുദ്ധമായ ashuddhamaaya *(adj.)* vile
അശുദ്ധാവസ്ഥ ashuddhaavastha *(n.)* impurity
അശുഭപ്രതീക്ഷ ashubhaprathiiksha *(n.)* pessimism
അശുഭസൂചകമായ ashubhasuuchakamaaya *(adj.)* inauspicious
അശ്രദ്ധ asraddha *(adj.)* mindless
അശ്രദ്ധത asraddhatha *(n.)* laxity
അശ്രദ്ധമായ ashraddhamaaya *(adj.)* slipshod
അശ്രാന്തപരിശ്രമം ashraantha parisramam *(n.)* perseverance
അശ്രാവ്യമായ ashravyamaaya *(adj.)* inaudible
അശ്ലീലത asliilatha *(n.)* vulgarity
അശ്ലീലഭാഷണം asliilabhaashanam *(n.)* filth
അശ്ലീലമായ asliilamaaya *(adj.)* vulgar
അശ്വം aswam *(n.)* steed
അശ്വസേന aswasena *(n.)* cavalry
അഷ്ടഭുജം ashtabhujam *(n.)* octagon
അഷ്ടഭുജനീരാളി ashtabhujaniiraali *(n.)* octopussy
അഷ്ടമൂലകളുള്ള ashtamuulakalulla *(adj.)* octangular
അസംഖ്യം asamkhyam *(n.)* legion
അസംഖ്യമായ asankhyamaaya *(adj.)* countless
അസംതൃപ്തമാവുക asamthrupthamaakuka *(v.)* dissatisfy
അസംബന്ധം asambandham *(n.)* absurdity
അസംബന്ധമായ asambandhamaaya *(adj.)* absurd
അസംബന്ധമായ asambandhamaaya *(adj.)* improper
അസംഭവമായ asambhavamaayi *(adj.)* quaint
അസംഭവ്യത asambhavyatha *(n.)* impossibility
അസംഭാവ്യമായ asambhaavyamaaya *(adj.)* impossible
അസംസ്കൃതമായ asamskruthamaaya *(adj.)* brutish
അസംസ്കൃതി asamskruthi *(n.)* barbarity
അസന്തുലിതാവസ്ഥ asanthulithaavastha *(n.)* imbalance
അസന്തുഷ്ടമായ asanthushtamaaya *(adj.)* malcontent
അസന്തുഷ്ടി asanthushti *(n.)* discontent
അസന്തോഷം asanthosham *(n.)* displeasure
അസന്ദിഗ്ദ്ധമായ asangddhamaaya *(adj.)* unambiguous
അസന്മാർഗ്ഗികത asanmaargigatha *(n.)* immorality
അസഭ്യം asabhyam *(n.)* obscenity
അസഭ്യമായ asabhyamaaya *(adj.)* indecent
അസഭ്യമായ asabhyamaaya *(adj.)* nasty

അസഭ്യമായി asabhyamaayi *(adv.)*
abusively
അസമത്വം asamathwam *(n.)*
asymmetry
അസമമായ asamamaaya *(adj.)*
dissimilar
അസമാനതയുള്ള asamaanathayulla
(adj.) different
അസമാനമായ asamaanamaaya *(adj.)*
disparate
അസഹനീയത്വം asahaniiyathwam
(n.) impatience
അസഹിഷ്ണുത asahishnutha *(n.)*
intolerance
അസഹിഷ്ണുവായ asahishnuvaaya
(adj.) impatient
അസഹ്യപ്പെടുത്തുക
asahyappeduththuka *(v.)* annoy
അസഹ്യപ്പെടുത്തുക
asahyappetuththuka *(v.)* distress
അസഹ്യപ്പെടുത്തുന്നവൻ
asahyappetuththunnavan *(n.)* teaser
അസഹ്യമായ asahyamaaya *(adj.)*
odious
അസാധാരണം asadharanam *(adj.)*
abnormal
അസാധാരണം asaadhaaranam *(adj.)*
atypic
അസാധാരണകൃത്യം
asaadhaaranakruthyam *(n.)* feat
അസാധാരണമായ
asaadhaaranamaaya *(adj.)* exotic
അസാധാരണമായ asadharanamaya
(adv.) abnormally
അസാധു asaadhu *(n.)* invalid
അസാധുവാകുക asadhuvaakuka *(v.)*
lapse
അസാധുവാക്കൽ asaadhuvaakkal
(n.) abrogation
അസാധുവാക്കുക asaadhuvakkuka
(v.) abrogate

അസാധുവാക്കുക asaadhuvakkuka
(v.) annul
അസാധുവാക്കുക asadhuvaakkuka
(v.) void
അസാധുവാക്കുന്ന asadhuvaakkunna
(adj.) revocable
അസാധുവായ asaadhuvaaya *(adj.)*
invalid
അസാന്മാർഗ്ഗികമായ
asanmaargikamaaya *(adj.)* amoral
അസാമാന്യമായ asaamaanyamaaya
(adj.) extraordinary
അസാമാന്യമായ asamaanyamaaya
(adj.) phenomenal
അസാമാന്യവലിപ്പമുള്ള
asaamaanyavalippamulla *(adj.)* outsize
അസാമൂഹ്യവത്കരിക്കൽ
asaamuuhyavalkarikkal *(n.)*
desocialization
അസുഖം asukham *(n.)* ill
അസുഖമായ asukhamaaya *(adj.)* ill
അസുഖമുള്ള asukhamulla *(adj.)* sick
അസുഖാവസ്ഥ asukhaavastha *(n.)*
illness
അസൂയ asooya *(n.)* jealousy
അസൂയപ്പെടുക asooyappeduka *(v.)*
begrudge
അസൂയാജനകമായ
asooyaajanakamaaya *(adj.)* enviable
അസൂയാലുവായ asooyaaluvaaya
(adj.) envious
അസെറ്റിലിൻ വാതകം asettilin
vaadakam *(n.)* acetylene
അസ്തമയം asthamayam *(n.)* sunset
അസ്തവീര്യമാക്കുക
asthaviiryamaakkuka *(v.)* geld
അസ്തിത്വപരമായ
asthithwaparamaaya *(adj.)* existential
അസ്തിത്വവാദം asthithwavaadam
(n.) existentialism
അസ്തിവാരം asthivaaram *(n.)*
foundation

അസ്ത്രം asthram *(n.)* arrow
അസ്ഥാനത്തുവയ്ക്കുക asthaanaththuvaykkuka *(v.)* misplace
അസ്ഥി asthi *(n.)* bone
അസ്ഥികൂടം asthikuutam *(n.)* skeleton
അസ്ഥിപഞ്ജരം asthipanjcharam *(n.)* fossil
അസ്ഥിബന്ധം asthibandham *(n.)* ligament
അസ്ഥിരചിത്ത adthirachiththa *(adj.)* capricious
അസ്ഥിരത asthiratha *(n.)* indecision
അസ്ഥിരബുദ്ധി asthirabudhi *(n.)* scatterbrain
അസ്ഥിരബുദ്ധിയായ asthirabudhiyaya *(adj.)* scatterbrained
അസ്ഥിരമാക്കൽ asthiramaakkal *(n.)* destabilization
അസ്ഥിരമാക്കുക asthiramaakkuka *(v.)* destabilize
അസ്ഥിരമായ asthiramaaya *(adj.)* wabbly
അസ്പഷ്ടക്ഷരമായ aspashtaaksharamaaya *(adj.)* illegible
അസ്പഷ്ടജല്പനം aspashta jalpanam *(n.)* gibberish
അസ്പഷ്ടത aspashtatha *(n.)* illegibility
അസ്പഷ്ടമായ aspashtamaaya *(adj.)* gibberish
അസ്പഷ്ടമായി സംസാരിക്കുക aspashtamaayi samsaarikkuka *(v.)* gibber
അസ്പഷ്ടസംസാരം aspashtasamsaaram *(n.)* gibber
അസ്വസ്ഥജനകമായ aswasthajanakamaakuka *(adj.)* irksome
അസ്വസ്ഥത aswasthatha *(n.)* fidget
അസ്വസ്ഥമായ aswasthamaaya *(adj.)* uncomfortable
അസ്വാഭാവികത്വം aswabhaavikathwam *(n.)* abnormality
അസ്വാസ്ഥ്യം aswasthyam *(n.)* discomfort
അസ്വീകാര്യമായ aswiikaaryamaaya *(adj.)* inadmissible
അഹംബുദ്ധിയായ ahambuddhiyaaya *(adj.)* self-centered
അഹംബോധം ahambodham *(n.)* ego
അഹംഭാവം ahambhaavam *(n.)* conceit
അഹന്താനിഷ്ഠമായ ahanthaanishtamaaya *(adj.)* egocentric
അഹമ്മതി ahammathi *(n.)* defiance
അഹിതകരമായ ahithakaramaaya *(adj.)* natant
അഹിതാരംഭം ahithaarabham *(n.)* onset
അഹിതേച്ഛ ahithechcha *(n.)* malice

ആ

ആ aa *(rel. pron.)* that
ആംഗലഭാഷ aangalabhaasha *(n.)* English
ആകയാൽ aakayaal *(conj.)* because
ആകർഷകത്വം aakarshakathwam *(n.)* glamour
ആകർഷകമായ aakarshakamaaya *(adj.)* attractive
ആകർഷകശോഭ aakarshakashobha *(n.)* glitter
ആകർഷക്ത്വം aakarshakathwam *(n.)* grace
ആകർഷണം aakarshanam *(n.)* flamboyance
ആകർഷണം aakarshanam *(n.)* temptation
ആകർഷിക്കുക aakarshikkuka *(v.)* attract
ആകർഷിക്കുക aakarshikkuka *(v.)* bewitch

ആകർഷിക്കുക aakarshikkuka (v.)
charm

ആകർഷിക്കുന്ന aakarshikkuka (adj.)
catching

ആകർഷകമല്ലാത്ത
aakarshakamallaaththa (adj.)
unappealing

ആകർഷിക്കൽ aakarshikkal (adj.)
enticing

ആകസ്മിക ചലനം
aakasmikachalanam (v.) lunge

ആകസ്മികം akasmikam (adj.) abrupt

ആകസ്മികമായ aakasmikamaaya
(adj.) accidental

ആകസ്മികമായി akasmikamaayi
(adv.) abruptly

ആകസ്മികസംഭവം
aakasmikasambhavam (n.) incident

ആകാംക്ഷയുള്ള aakamshayulla
(adj.) eager

ആകാംക്ഷാപൂർണ്ണമായ
aakaashapoornamaaya (adv.) anxiously

ആകാരം aakaaram (n.) figure

ആകാരമേകുക aakaaramekuka (v.)
shape

ആകാരവടിവുള്ള aakaaravativulla
(adj.) shapely

ആകാശം aakaasham (n.) sky

ആകാശക്കുട aakashakkuta (n.)
parachute

ആകാശനീലിമ aakashaneelima (n.)
azure

ആകാശബാണം aakashabaanam (n.)
rocket

ആകാശയാത്ര aakaashayaathra (n.)
flight

ആകാശവിമാനം akaashavimaanam
(n.) aircraft

ആകുലം aakulam (n.) regret

ആകുവോളം aakuvolam (conj.) until

ആകൃതി വരയ്ക്കുക aakruthi
varaykkuka (v.) profile

ആകൃതിപ്പെടുത്തുക
aakruthippetuththuka (v.) forge

ആകൃതിമാറ്റുക aakruthimaattuka
(v.) transform

ആകൃപ്പെടുത്താവുന്ന
aakruthippetuththavunna (adj.) plastic

ആകെത്തുക aakethuka (n.) sum

ആകെത്തുകകൂട്ടുക aakeththuka
kuuttuka (v.) total

ആക്കം aakkam (n.) momentum

ആക്രന്ദനം aakrandhanam (n.)
lamentation

ആക്രമണം aakramanam (adv.) amuck

ആക്രമണത്തെ നയിക്കുക
aakramanaththe nayikkuka (v.)
spearhead

ആക്രമസ്വഭാവമുള്ള
aakramaswabhaavamulla (adj.)
aggressive

ആക്രമിക്കുക aakramikkuka (v.)
attack

ആക്രമിച്ചെടുക്കുക
aakramichchetukkuka (v.) invade

ആക്രമിച്ച് കീഴടക്കുന്നയാൾ
aakramich kiizhadakkunnayaal (n.)
conquerer

ആക്രിവ്യാപാരി aakrivyaapaari (n.)
hawker

ആക്രോശം aakrosham (n.) shout

ആക്രോശിക്കുക aakroshikkuka (v.)
bawl

ആക്രോശിക്കുക aakroshikkuka (v.)
shout

ആക്ഷേപം aakshepam (n.) invective

ആക്ഷേപം aakshepam (n.) mockery

ആക്ഷേപകരമായ
aakshepakaramaaya (adj.) derogatory

ആക്ഷേപഹാസ്യം aakshepahaasyam
(n.) satire

ആക്ഷേപഹാസ്യം രചിക്കുക
aakshepahaasyam rachikkuka (v.)
satirize

ആക്ഷേപഹാസ്യകാരൻ aakshepahaasyakaaran *(n.)* satirist
ആക്ഷേപിക്കുക aakshepikkuka *(v.)* denounce
ആഖ്യാ aakhya *(n.)* subject
ആഖ്യാതാവ് aakyaathaav *(n.)* narrator
ആഖ്യാനം aakhyaanam *(n.)* narrative
ആഖ്യായിക aakhyaayika *(n.)* fiction
ആഗന്തുകമായ aaganthukamaaya *(adj.)* extrinsic
ആഗമനം aagamanam *(n.)* arrival
ആഗിരണം ചെയ്യാവുന്ന aagiranam cheyyavunna *(adj.)* absorbable
ആഗിരണം ചെയ്യുക aagiranam cheyyuka *(v.)* absorb
ആഗോളതാപനം aagolathaapanam *(n.)* global warming
ആഗ്രഹമുള്ള aagrahamulla *(adj.)* wishful
ആഗ്രഹിക്കുക aagrahikkuka *(v.)* crave
ആഗ്രഹിക്കുക aagrahikkuka *(v.)* want
ആഗ്രഹിക്കുക aagrahikkuka *(v.)* wish
ആഘാതം aaghaatham *(n.)* bang
ആഘാതധ്വനി aaghaathadwani *(n.)* thud
ആഘാതമുണ്ടാക്കുക aaghaathamundaakkuka *(v.)* thud
ആഘോഷം aghosham *(n.)* function
ആഘോഷമായ aghoshamaaya *(adj.)* festive
ആഘോഷിക്കുക aakhoshikkuka *(v.)* celebrate
ആഘോഷം aakhosham *(n.)* celebration
ആചരണം aacharanam *(n.)* observance
ആചരിക്കുക aacharikkuka *(v.)* function
ആചരിക്കുന്ന aacharikkunna *(adj.)* observant
ആചാരം aacharam *(n.)* custom
ആചാരക്രമം aachaarakrumam *(n.)* rite
ആചാരനിഷ്ഠയുള്ള aachaaranishtayulla *(adj.)* orthodox
ആചാരപൂർവ്വം aachaarapoorvvam *(adj.)* ceremonious
ആചാരമര്യാദാസംഹിത aachaaramaryaada samhitha *(n.)* protocol
ആചാരവിചാരം aachaaravichaaram *(n.)* ethos
ആചാരാനുസാരമായ aachaaranusaramaaya *(adj.)* ceremonial
ആചാര്യൻ aachaaryan *(n.)* preceptor
ആച്ഛാദനം aachchadanam *(n.)* chasis
ആച്ഛാദനം ചെയ്യുക aachchaadanam cheyyuka *(v.)* encrust
ആജീവനാന്തമുള്ള aajiivananthamulla *(adj.)* lifelong
ആജ്ഞ aanja *(n.)* behest
ആജ്ഞ aanja *(n.)* mandate
ആജ്ഞലംഘിക്കുക aanjalanghikkuka *(v.)* defy
ആജ്ഞാനിഷേധം aanjaanishedham *(n.)* insubordination
ആജ്ഞാനുവർത്തിത്വം anjanuvarthithwam *(n.)* compliance
ആജ്ഞാനുവർത്തിയായ anjaanuvarththiyaaya *(n.)* beck
ആജ്ഞാനുവർത്തിയായിരിക്കുക aajjaanuvarththiyaayirikkuka *(v.)* subordinate
ആജ്ഞാപത്രം aanjaapathram *(n.)* requisition
ആജ്ഞാപത്രം aanjaapathram *(n.)* warrant
ആജ്ഞാപിക്കുക aanjaapikkuka *(v.)* order
ആജ്ഞാപിക്കുന്ന aanjaapikkunna *(adj.)* imposing
ആജ്ഞാലംഘിയായ aanjaalanghiyaaya *(adj.)* insubordinate
ആഞ്ഞുപ്രഹരിക്കുക aanjupraharikkuka *(v.)* swipe

ആട aata *(n.)* dress
ആടകൊണ്ടലങ്കരിക്കുക
aatakondalankarikkuka *(n.)* drape
ആടിനടക്കുക aatinatakkuka *(v.)*
wabble
ആടിനെപ്പോലെ ശബ്ദിക്കുക
aatineppole shabdikkuka *(v.)* bleat
ആടിനെപ്പോലെ aatineppole *(adj.)*
sheepish
ആടിയുലയുന്ന aatiyulayunna *(adj.)*
rocking
ആട് aat *(n.)* goat
ആട്ടൽ aattal *(n.)* wag
ആട്ടിടയൻ aattitayan *(n.)* shepherd
ആട്ടിൻകുട്ടി aattinkutty *(n.)* lamb
ആട്ടുക aattuka *(v.)* dangle
ആട്ടുക aattuka *(v.)* wag
ആട്ടുകല്ല് aattukallu *(n.)* grinder
ആഡംബരം aadambaram *(n.)*
stateliness
ആഡംബരപൂർണ്ണമായ
aadamparapuurnnamaaya *(adj.)*
luxuriant
ആഡംബരപൂർവ്വമായ
aadambarapuurnamaaya *(adj.)*
sumptuous
ആണത്തമുള്ള aanaththamulla *(adj.)*
manful
ആണയിടൽ aanayital *(n.)* deponent
ആണയിടുക aanayiduka *(v.)* adjure
ആണായ aanaaya *(adj.)* male
ആണി aani *(n.)* nail
ആണി അടിച്ചുറപ്പിക്കുക aani
adichurappikkuka *(v.)* clinch
ആണിക്കല്ല് aanikkallu *(n.)* keystone
ആണിതറയ്ക്കുക aanitharaykkuka
(v.) tack
ആണിയടിക്കുക aaniyatikkuka *(v.)*
nail
ആണിയടിച്ചുറപ്പിക്കുക
aaniyatichurappikkuka *(v.)* rivet
ആൺകുട്ടി aankutty *(n.)* boy

ആണ്ടുതോറുമുള്ള aanduthorumulla
(adj.) yearly
ആൺപക്ഷി aanpakshi *(n.)* cock
ആണ്മ aanma *(n.)* virility
ആൺമാൻ aanmaan *(n.)* buck
ആൺവാത്ത aanvaaththa *(n.)* gander
ആതിഥേയൻ aathitheyan *(n.)* host
ആതിഥ്യമര്യാദ aatithyamaryaatha *(n.)*
hospitality
ആതിഥ്യമര്യാദയുള്ള
aathithyamaryaadayulla *(adj.)* hospitable
ആതിഥ്യവിമുഖനായ
aathithyavimukhanaaya *(adj.)*
inhospitable
ആത്മകഥ aathmakatha *(n.)*
autobiography
ആത്മഗതം athmagatham *(n.)* soliloquy
ആത്മജ്ഞാനി aatmanjaani *(n.)* seer
ആത്മനാശംവരുത്തുക
athmanaasham varuththuka *(v.)* self-
destruct
ആത്മനിയന്ത്രണം
aathmaniyanthranam *(n.)* temperance
ആത്മപരിശോധന
aathmaparishodhana *(n.)* retrospection
ആത്മബോധമുള്ള
aathmabodhamulla *(adj.)* self-conscious
ആത്മഭാഷണം aathmabhaashanam
(n.) monologue
ആത്മരക്ഷാകവചം
aathmarakhaakavacham *(n.)* armature
ആത്മരക്ഷാപരമായ
aathmarakshaaparamaaya *(adj.)*
defensive
ആത്മരതി athmarathi *(n.)* narcissism
ആത്മവിശ്വാസം aathmaviswaasam
(n.) confidence
ആത്മവിശ്വാസമുള്ള
aathmaviswaasamulla *(adj.)* self-
confident
ആത്മസംതൃപ്തിയുള്ള
aathmasamthrupthiyulla *(adj.)* smug

ആത്മസംയമനം aathsayamanam *(n.)* self-control
ആത്മസന്ദേഹം aathmasandeham *(n.)* self-doubt
ആത്മസമർപ്പണം ßthmaarppanam *(n.)* dedication
ആത്മഹത്യ aathmahatya *(n.)* suicide
ആത്മഹത്യാപരമായ aathmahatyaaparamaaya *(adj.)* suicidal
ആത്മാഭിമാനം athmaabhimaanam *(n.)* self-esteem
ആത്മാർത്ഥതയില്ലാത്ത aathmaarththayillaaththa *(adj.)* dishonest
ആത്മാർത്ഥമായ aathmaarththamaaya *(adj.)* sincere
ആത്മാവബോധം aathmaavabodham *(n.)* self-awareness
ആത്മാവലോകനം atmaavalokanam *(n.)* introspection
ആത്മാവ് aathmaav *(n.)* psyche
ആത്മിയത athmiyatha *(n.)* spiritualism
ആത്മീയമായ aathmiyamaaya *(adj.)* spiritual
ആത്മീയവാദി athmiiyavaadi *(n.)* spiritualist
ആത്യന്തികമായ aathyanthikamaaya *(adj.)* ultimate
ആത്യന്തികമായി athyanthikamaayi *(adv.)* eventually
ആദരം aadaram *(n.)* esteem
ആദരണീയ aadaraniiya *(adj.)* respectful
ആദരണീയപദം aadaraneeyapadam *(n.)* dignity
ആദരണീയമായ aadaraniiyamaaya *(adj.)* honourable
ആദരണീയവ്യക്തി aadaraniiya vyakthi *(n.)* godhead
ആദരപ്രകടനം aadaraprakatanam *(n.)* homage
ആദരവില്ലായ്മ aadaravillayma *(n.)* contempt
ആദരവ് aadarav *(n.)* deference
ആദരസൂചകമായി aadarasuuchakamaayi *(adj.)* reverential
ആദരിക്കുക aadarikkuka *(v.)* admire
ആദരിക്കുക aadarikkuka *(v.)* honour
ആദർശനിഷ്ഠ aadarshanishta *(n.)* idealism
ആദർശനിഷ്ഠയുള്ള aadarshanishtayulla *(adj.)* idealistic
ആദർശപരമായ aadarshaparamaaya *(adj.)* ideal
ആദർശമാതൃക aadarshamaathruka *(n.)* role model
ആദർശവാദി aadarshavaadi *(n.)* idealist
ആദർഷരാഷ്ട്രപരമായ aadarsharaashtraparamaaya *(adj.)* utopian
ആദായം aadayam *(n.)* revenue
ആദായകരമായ aadaayakaramaaya *(adj.)* lucrative
ആദിമമായ aadimamaaya *(adj.)* aboriginal
ആദിമവാസി aadimavaasi *(n.)* aborigine
ആദിയിൽ aadiyil *(adv.)* first
ആദ്ധ്യാത്മികത adyaathmikatha *(n.)* spirituality
ആദ്യത്തെ aadyaththe *(n.)* maiden
ആദ്യപുറം aadyapuram *(n.)* front page
ആദ്യമായി aadyamaayi *(adj.)* maiden
ആദ്യമുണ്ടാകുക aadyamundaakuka *(v.)* precede
ആദ്യമേ ചിന്തിക്കുക aadyame chinthikkuka *(v.)* premeditate
ആദ്യരൂപം aadyaruupam *(n.)* prototype
ആദ്യരൂപരേഖ aadyaruuparekha *(n.)* draft
ആദ്യാക്ഷരപ്രാസം aadyaaksharapraasam *(v.)* alliterate

ആധാരപരമായ aadhaaraparamaaya *(adj.)* documentary
ആധാരമാക്കുക aadhaaramaakkuka *(v.)* pivot
ആധാരമായ aadhaaramaaya *(adj.)* basal
ആധി aadhi *(n.)* disquiet
ആധികാരികത്വം aadhikaarikathathwam *(n.)* dogma
ആധികാരികമായ aadhikaarikamaaya *(adj.)* authentic
ആധിക്യം aadikyam *(n.)* affluence
ആധിക്യം aadhikyam *(n.)* multiplicity
ആധിപ്പെടുക aadhippetuka *(v.)* pine
ആധുനിക തുന്നൽശാല aadhunika thunnalshaala *(n.)* boutique
ആധുനികത aadhunikatha *(n.)* modernity
ആധുനികവൽക്കരിക്കുക aadhunikavalkarikkuka *(v.)* modernize
ആധുനികീകരിച്ച adhunikiikaricha *(adj.)* up-to-date
ആധുനീകരണം aadhunikkikaranam *(n.)* modernization
ആന aana *(n.)* elephant
ആനക്കൊമ്പ് aanakkomb *(n.)* tusk
ആനനം aananam *(n.)* visage
ആനന്ദം aanandham *(adv.)* please
ആനന്ദദായകമായ aanandhadaayakamaaya *(adj.)* enjoyable
ആനന്ദപുരസ്സരം aanandhapurassaram *(adv.)* gladly
ആനന്ദപ്രദമായ aanandhapradamaaya *(adj.)* pleasant
ആനന്ദരഹിതമായ anandarahithamaaya *(adj.)* unhappy
ആനന്ദാതിരേകം anandhaathirekam *(n.)* rapture
ആനന്ദാനുഭൂതി aandhaanubhuuthi *(n.)* enjoyment
ആനന്ദിക്കുക aananthikkuka *(v.)* delight
ആനയെസംബന്ധിച്ച aanayesambandhichcha *(adj.)* elephantine
ആനുകാലികം aanukaalikam *(n.)* periodical
ആനുകാലികമായ aanukaalikamaaya *(adj.)* periodical
ആനുകൂല്യ aanukoolya *(n.)* concession
ആനുകൂല്യം aanukoolyam *(n.)* advantage
ആനുപാതികമായ aanupaathikamaaya *(adj.)* proportional
ആനുപൂർവ്യം aanupuurvyam *(n.)* sequence
ആനുഷംഗികമായ aanushangikamaaya *(adj.)* incidental
ആന്തരനിരോധനം aantharanirodhanam *(n.)* inhibition
ആന്തരികമായ aantharikamaaya *(adj.)* internal
ആന്തരികാവയവ സ്ഥാനഭ്രംശം antharikaavayava sthaanabhramsham *(n.)* ectopia
ആന്ത്രവീക്കം aanthraveekkam *(n.)* appendicitis
ആന്ദോളനം aandholanam *(n.)* oscillation
ആന്ദോളനമാപിനി aandholanamaapini *(n.)* oscilloscope
ആന്ദോളനരേഖ aandholanarekha *(n.)* oscillograph
ആപത്കരമായ aapathkaramaaya *(adj.)* perilous
ആപത്തിലകപ്പെടുത്തുക aapaththilakappetuthuka *(v.)* peril
ആപത്തിലുൾപ്പെടുക aapathilulppetuka *(v.)* hazard
ആപത്സൂചകധ്വനി aapathsoochakadwani *(n.)* burglar alarm
ആപൽക്കരമായ aapalkkaramaaya *(n.)* kamikaze

ആപൽസന്ധി aapalsandhi *(n.)* crisis
ആപൂരണം aapuuranam *(n.)* padding
ആപേക്ഷികവലിപ്പം aapekshika valippam *(n.)* size
ആപ്തവാക്യം aapthavaakyam *(n.)* adage
ആപ്പടിക്കുക aappatikkuka *(v.)* wedge
ആപ്പിൾപ്പഴമദ്യം appleppazha madyam *(n.)* cider
ആഫ്രിക്കൻ വംശജർ African vamshajar *(n.)* negro
ആഭരണം aabharanam *(n.)* ornament
ആഭരണമണിയുക aabharanamaniyuka *(v.)* ornament
ആഭാസൻ aabhaasan *(n.)* scoundrel
ആഭാസസഭ aabhaasasabha *(n.)* pandemonium
ആഭിജാത്യം aabhijaathyam *(n.)* nobility
ആമ aama *(n.)* tortoise
ആമം aamam *(n.)* shackle
ആമഗ്നമായ aamagnamaaya *(adj.)* zealous
ആമുഖം aamukham *(n.)* preamble
ആമുഖമായ amukhamaaya *(adj.)* introductory
ആമോദം aamodam *(n.)* mirth
ആമോദനം aamodanam *(n.)* glee
ആയതി aayathi *(adj.)* tensility
ആയതിനാൽ aayathinaal *(conj.)* that
ആയാമപേശി ayaamapeshi *(n.)* tensor
ആയാമപേശി ayaamapeshi *(v.)* tensor
ആയാമപേശീസംബന്ധം aayaamapeshisambandham *(adj.)* tensor
ആയാസകരമായ aayaasakaramaaya *(adj.)* laboured
ആയാസപ്പെടുക aayaasappetuka *(v.)* moil
ആയാസപ്പെടുത്തുക aayaasappetuththuka *(v.)* fatigue
ആയാസപ്പെട്ടു കയറുക aayaasappettu kayaruka *(v.)* clamber
ആയിത്തീരുക aayitheeruka *(v.)* become
ആയിരം aayiram *(n.)* thousand
ആയിരം ജിഗാബിറ്റ് ayiram gigabite *(n.)* terabit
ആയിരം ദശലക്ഷം aayiram dashalaksham *(n.)* gigabyte
ആയിരംഗ്രാം aayiramgram *(n.)* kilogram
ആയിരത്തിന് തുല്യമായ വിവരങ്ങളുടെ ഒരു യൂണിറ്റ് aayirathinu thulyamaaya vivarangalute oru unit *(n.)* gigabit
ആയിരാമത്തെ aayiraamaththe *(adj.)* thousandth
ആയിരിക്കണം aayirikkanam *(n.)* must
ആയുധം aayudham *(n.)* weapon
ആയുധകോപ്പുകൾ aayudhakkoppukal *(n.)* ordnance
ആയുധക്കോപ്പ് aayudhakkopp *(n.)* munitions
ആയുധധാരിയായ aayudhadhaariyaya *(adj.)* armed
ആയുധശക്തികൾ aayudhasakthikal *(n.)* armed forces
ആയുധശാല aayudhashaala *(n.)* arsenal
ആയുധാഗാരം aayudhaagaram *(n.)* armoury
ആയുർവേദം aayurvedam *(n.)* Ayurveda
ആയോധനം aayodhanam *(n.)* warfare
ആരം aaram *(n.)* radius
ആരംഭം aarambham *(n.)* beginning
ആരംഭദശ aarambhadasha *(n.)* outset
ആരംഭദശയിലുള്ള aarambhadashayilulla *(adj.)* rudimentary
ആരംഭിക്കുക aarambhikkuka *(v.)* begin
ആരംഭിക്കുക aarambhikkuka *(v.)* start

ആരൽ aaral *(n.)* eel
ആരവം aaravam *(n.)* hubbub
ആരാച്ചാർ aaraachchaar *(n.)* executioner
ആരാധന aaradhana *(n.)* admiration
ആരാധന araadhana *(n.)* worship
ആരാധനൻ araadhanan *(n.)* worshipper
ആരാധനസ്ഥലം aaradhanadthalam *(n.)* shrine
ആരാധനാദിനം aaraadhanadinam *(n.)* sabbatical
ആരാധനാപാത്രം aaraadhanaapaathram *(n.)* idol
ആരാധനാമൂർത്തി aaraadhanaamoorththi *(n.)* deity
ആരാധാനാസമ്പ്രദായം aaraadhana sambradaayam *(n.)* cult
ആരാധിക്കുക aaraadhikkuka *(v.)* worship
ആരാധ്യമായ aaraadhyamaaya *(adj.)* adorable
ആരാമം aaram *(n.)* garden
ആരാമപാലകൻ aaraamapaalakan *(n.)* gardener
ആരായാലും aaraayaalum *(pron.)* whoever
ആരായുക aaraayuka *(v.)* inquire
ആരുടെ aarute *(pron.)* whose
ആരുമല്ലാത്തയാൾ aarumallaaththayaal *(pron.)* nobody
ആരുമില്ലാത്ത aarumilllaththa *(pron.)* none
ആരെങ്കിലും aarenkilum *(pron.)* anybody
ആരെങ്കിലുംഒരാൾ aarenkilum oral *(pron.)* anyone
ആരോ aara *(pron.)* someone
ആരോഗ്യം aarogyam *(n.)* health
ആരോഗ്യകരമായ arogyakaramaaya *(adj.)* healthy
ആരോഗ്യദായകമായ arogya daayakamaaya *(adj.)* tonic
ആരോഗ്യപ്രാപ്തി aarogya praapthi *(n.)* convalescence
ആരോഗ്യമന്ദിരം aarogyamandhiram *(n.)* sanatorium
ആരോഗ്യമുള്ള aarogyamulla *(adj.)* sound
ആരോപിക്കുക aaropikkuka *(v.)* ascribe
ആരോപിക്കുക aaropikkuka *(v.)* impute
ആരോഹണം aarohanam *(v.)* ascend
ആരോരാൾ arooral *(pron.)* somebody
ആരോഗ്യംവീണ്ടെടുക്കുക aarogyam veendedukkuka *(v.)* convalesce
ആരോഗ്യകരമായ arogyakaramaaya *(adj.)* sanitary
ആരോപണം aaropanam *(n.)* allegation
ആരോഹണം aarohanam *(n.)* elevation
ആരോഹണം ചെയ്യുന്നവൻ arohanam cheyyunnavan *(n.)* climber
ആര് aaru *(pron.)* who
ആർക്കുക aarkkuka *(v.)* yell
ആർക്ക് aarkk *(pron.)* whom
ആർജ്ജനം aarjjanam *(n.)* acquisition
ആർജ്ജിക്കുക aarjjikkuka *(v.)* acquire
ആർത്തനാദം aarththanadam *(interj.)* alas
ആർത്തവം aarththavam *(n.)* menses
ആർത്തവവിരാമം aarththavaviraamam *(n.)* menopause
ആർത്തവസംബന്ധിയായ aarththavasambanddhiyaaya *(adj.)* menstrual
ആർത്തുചിരിക്കുന്ന aarththuchirikkunna *(adj.)* rollicking

ആർത്തുവിളിക്കുക
aarththuvilikkuka *(v.)* exclaim
ആർദ്രീകരിക്കുക aardriikarikkuka
(v.) moisten
ആർപ്പുവിളിക്കുക aarppuvilikkuka
(v.) cheer
ആർപ്പുവിളിയുള്ള aarppuviliyulla
(adj.) uproarious
ആർത്തവസഹായി
aarththavasahaayi *(v.)* tampon
ആർത്തിപിടിച്ച്കഴിക്കുക
aarththipitich kazhikkuka *(v.)* stomach
ആർപ്പുവിളി aarppuvili *(adj.)* outcry
ആറാമത്തെ aaraamaththe *(adj.)* sixth
ആറുവയസ്സ് aaruvayass *(n.)* six
ആല aala *(n.)* shed
ആലംബനം aalambamam *(n.)*
maintenance
ആലംബിക്കുക aalambikkuka *(v.)*
repose
ആലയം aalayam *(n.)* house
ആലസ്യം aalasyam *(n.)* lethargy
ആലിപ്പഴം aalippazham *(n.)* hail
ആലിപ്പഴംപൊഴിയുക aalippazham
pozhiyuka *(v.)* hail
ആലേഖ്യം aalekhyam *(n.)* portrait
ആലേഖ്യങ്ങൾ aalekhyangal *(n.)*
portraiture
ആലോചന aalochana *(n.)* thought
ആലോചനയുള്ള aloochanayulla
(adj.) thoughtful
ആലോചനാപരിധി
aalochanaparidhi *(n.)* purview
ആലോചിക്കാതെയുള്ള
aalochikkatheyulla *(adj.)* random
ആലോചിക്കുക aalochikkuka *(v.)*
think
ആലോലമായ aalolamaaya *(adj.)*
fickle
ആലോചനയ്ക്കു വയ്ക്കുക
aalochanaykku vaykkuka *(v.)* propound

ആലോചനാസമിതി
aalochanaasamithi *(n.)* council
ആലോചിക്കുക aalochikkuka *(v.)*
muse
ആൾക്കൂട്ടം aalkkuttam *(n.)* mob
ആളിക്കത്തുക aalikkaththuka *(v.)*
flare
ആളിക്കത്തുന്ന aalikkaththunna *(adj.)*
blazing
ആളെനിയമിക്കുക aaleniyamikkuka
(v.) man
ആൾ aal *(n.)* person
ആൾ ചേർക്കുക aalcherkkuka *(v.)*
recruit
ആൾക്കുരങ്ങ് aalkkurang *(n.)*
chimpanzee
ആൾജാമ്യം aaljaamyam *(n.)* hostage
ആൾമാറാട്ടം aalmaaraattam *(n.)*
impersonation
ആൾമാറാട്ടം നടത്തുക
aalmaaraattam nataththuka *(v.)*
impersonate
ആഴം aazham *(n.)* fathom
ആഴമളക്കുക aazhamalakkuka *(v.)*
fathom
ആഴമില്ലാക്കായൽ
aazhamillaakkaayal *(n.)* everglade
ആഴി aazhi *(n.)* bonfire
ആഴ്ചതോറും azhcha thorum *(adv.)*
weekly
ആഴ്ചപ്പതിപ്പ് azchappathipp *(n.)*
weekly
ആഴ്ത്തുക aazhththuka *(v.)* overwhelm
ആഴ്ത്തുക aazhthuka *(v.)* submerge
ആഴ്ത്തുന്ന aazhththunna *(n.)*
immersion
ആവകയായ aavakayaaya *(adj.)*
which
ആവണക്കെണ്ണ aavanakkenna *(n.)*
castor oil
ആവരണം aavaranam *(n.)* cladding
ആവരണം aavaranam *(n.)* wrap

ആവരണം ചെയ്യുക aavaranam cheyyuka *(v.)* envelop
ആവരണം ചെയ്യുക aavaranam cheyyuka *(v.)* insulate
ആവരണചിഹ്നം aavaranachihnam *(n.)* bracket
ആവരണനാമം aavarananaamam *(n.)* screen name
ആവർത്തനം aavarththanam *(n.)* reiteration
ആവർത്തിക്കുക aavarththikkuka *(v.)* recur
ആവർത്തനവിരസമായ ശൈലി aavarththana virasamaaya saili *(n.)* cliché
ആവലാതി aavalaathi *(n.)* clamour
ആവലാതി aavalaathi *(n.)* complaint
ആവലാതിപ്പെടുക aavalathippeduka *(v.)* complain
ആവലാതിബോധിപ്പിക്കുക aavalaathi bodhippikkuka *(v.)* petition
ആവശ്യം aavasyam *(n.)* requirement
ആവശ്യകം aavasyakam *(n.)* requisite
ആവശ്യകത aavasyakatha *(n.)* necessity
ആവശ്യങ്ങൾ aavasyangal *(adv.)* needs
ആവശ്യത്തിനില്ലാത്ത avasyaththinilllaayhyj *(adj.)* inadequate
ആവശ്യത്തിലധികമായ aavasyaththiladhikamaaya *(adj.)* excessive
ആവശ്യപ്പെടുക avasyappetuka *(v.)* requisition
ആവശ്യമായ aavasyamaaya *(adj.)* necessary
ആവശ്യമായിരിക്കുക aavasyamaayirikkuka *(v.)* require
ആവശ്യമായിവരിക aavasyamaayi varika *(v.)* necessitate
ആവശ്യമുണ്ടാകുക aavasyamundaakuka *(v.)* need
ആവശ്യമുള്ള aavasyamulla *(adj.)* needful
ആവാം aavam *(n.)* might
ആവാനുള്ള aavaanulla *(adj.)* would-be
ആവാസവ്യവസ്ഥ aavaasavyavastha *(n.)* ecosystem
ആവാഹിക്കുക aavaahikkuka *(v.)* conjure
ആവി aavi *(n.)* wisp
ആവികപ്പൽ aavikkappal *(n.)* steamer
ആവിയാകുക aaviyaakuka *(v.)* steam
ആവിയാക്കുക aaviyaakkuka *(v.)* vaporize
ആവിയായിത്തീരുക aaviyyaayithiiruka *(v.)* evaporate
ആവിയായിപ്പോകുന്നത് aaviyaayippokunnath *(adj.)* fuzzy
ആവിർഭവിക്കുക aavirbhaavikkuka *(v.)* arise
ആവിർഭാവം aavirbhaavam *(n.)* advent
ആവിഷ്കരണസമർത്ഥമായ aakarshana samarththamaaya *(adj.)* expressive
ആവൃതമാക്കുക aavruthamaakkuka *(v.)* englobe
ആവൃത്തി aavruththi *(n.)* bout
ആവൃത്തികളൊരുപാടുള്ള aavruththikalorupaadulla *(n.)* broadband
ആവേഗം aavegam *(n.)* hurry
ആവേശഭരിതമായ aaveshabharithamaaya *(adj.)* impulsive
ആവേശമുള്ള aveshamulka *(adj.)* spirited
ആവേശാത്മകമായ aaveshaalmakamaaya *(adj.)* elated
ആശകൊടുത്തു വഞ്ചിക്കുക aashakoduth vanchikkuka *(v.)* decoy
ആശങ്ക aasanka *(n.)* apprehension
ആശങ്കപ്പെടുക aashankappetuka *(v.)* misgive

ആശങ്കയുള്ള aasankayulla *(adj.)*
apprehensive
ആശങ്കാജനകമായ
aashankajanakamaaya *(adj.)* suspicious
ആശയം aashayam *(n.)* idea
ആശയം പകരുക aashayam pakaruka
(v.) convey
ആശയം സ്വരൂപിക്കുക aashyam
swaruupikkuka *(v.)* ideate
ആശയക്കുഴപ്പത്തിലാകുക
aashayakuzhappaththilakuka *(v.)* bumble
ആശയഭ്രാന്തൻ ashayabhraanthan *(n.)*
bigot
ആശയറ്റ aashayatta *(adj.)* forlorn
ആശയവിനിമയം aashaya
vinimayam *(n.)* communication
ആശയവിനിമയം നടത്തുക
aashaya vinimayam nadaththuka *(v.)*
communicate
ആശയവിനിമയഉപകരണം
ashayavinimaya upakaranam *(n.)*
transceiver
ആശയില്ലാത്ത aashayillaaththa *(adj.)*
hopeless
ആശാൻ aashaan *(n.)* instructor
ആശാപാശം ashaapaasham *(n.)*
attachment
ആശിക്കുക aashikkuka *(v.)* hope
ആശീർവ്വാദം aasheervaadham *(n.)*
benediction
ആശ്ചര്യം aascharyam *(n.)*
astonishment
ആശ്ചര്യം aascharyam *(n.)* surprise
ആശ്ചര്യചിഹ്നം aascharyachihnam
(n.) interjection
ആശ്ചര്യജനകമായ
aascharyajanakamaaya *(adj.)* mind-
blowing
ആശ്ചര്യദ്യോതകമായ
aascharyadyothakamaaya *(n.)*
exclamation

ആശ്ചര്യപ്പെടുത്തുക
aascharyappetuthuka *(v.)* wonder
ആശ്രമം aashramam *(n.)* monastery
ആശ്രയത്വം aashrayathwam *(n.)*
reliance
ആശ്രയസ്ഥാനം aashrayasthaanam *(n.)*
refuge
ആശ്രിതം aashritham *(adj.)* dependent
ആശ്രിതത്വം aahsrithathwam *(n.)*
dependence
ആശ്ലേഷം aashlesham *(n.)* embrace
ആശ്ലേഷിക്കുക aasleshikkuka *(v.)*
clasp
ആശ്വസിപ്പിക്കുക aaswasippikkuka
(v.) console
ആശ്വാസം aswaasam *(n.)* solace
ആശ്വാസകരമായ
aaswaasakaramaaya *(adj.)* comfortable
ആസകലവും aasakalavum *(adv.)*
entirely
ആസക്ത aasaktha *(adj.)* astatic
ആസക്തമായിരിക്കുക
aasakthamaayirikkuka *(v.)* doating
ആസക്തി aasakthi *(n.)* addiction
ആസക്തിയുള്ള aasakthiyulla *(adj.)*
addicted
ആസനം aasanam *(n.)* breech
ആസനപീഠം aasanapiitam *(n.)* stool
ആസന്നമായ aasannamaaya *(adj.)*
forthcoming
ആസൂത്രണം ചെയ്യുക aasuuthranam
cheyyuka *(v.)* plan
ആസൂത്രണം ചെയ്യുക asuuthranam
cheyyuka *(v.)* schedule
ആസൂത്രണവിജ്ഞാനശാഖ
asoothranavinjaanashaakha *(n.)*
futurology
ആസ്തി aasthi *(n.)* asset
ആസ്തികത്വം aasthikathwam *(n.)*
piety
ആസ്തിക്യം aasthikyam *(n.)* deism

ആസ്ഥാനനഗരം aasthaananagaram *(n.)* metropolis
ആസ്പദം aaspadam *(n.)* basis
ആസ്വദിക്കുക aaswadikkuka *(v.)* enjoy
ആസ്വാദ്യത നിറയ്ക്കുക aaswaadyatha niraykkuka *(adj.)* spicy
ആഹാ aahaa *(interj.)* hurrah
ആഹാരം aahaaram *(n.)* aliment
ആഹാരം നൽകൽ aahaaram nalkal *(n.)* feed
ആഹാരവീതം aahaaraviitham *(n.)* ration
ആഹാരസാധനങ്ങൾ aahaarasadhanangal *(n. pl)* victuals
ആഹ്ലാദകമായ ahlaadakamaaya *(n.)* joyous
ആഹ്ലാദകരം aahlaadakaram *(adj.)* delectable
ആഹ്ലാദത്തിമിർപ്പോടെ aahlaadaththimirppote *(adj.)* overjoyed
ആഹ്ലാദഭരിതമായ aahlaadabharithamaaya *(adj.)* enthusiastic
ആഹ്ലാദമുള്ള aahladamulla *(adj.)* jovial
ആഹ്ലാദാതിരേകം aahlaadaathirekam *(n.)* hilarity
ആഹ്ലാദിക്കുക ahladikkuka *(v.)* rejoice
ആഹ്ലാദിക്കുന്ന അവസ്ഥ ahlaadikkunna avastha *(n.)* delectability
ആഹ്ലാദിപ്പിക്കുക aahlaadippikkuka *(v.)* elate
ആഹ്ലാദോത്സവം aahlaadolsavam *(n.)* carnival
ആഹ്ളാദം aahlaadam *(n.)* merriment

ഇ

ഇംഗാലാമ്ലം ingaalaamlam *(n.)* carbonate
ഇകഴ്ത്തുക ikazhthuka *(v.)* belittle
ഇക്കിളിയുള്ള ikkiliyulla *(adj.)* ticklish
ഇക്കിൾ ikkil *(n.)* hiccup
ഇങ്ങനെയൊക്കെയായിട്ടും inganeyokkeyaayittum *(adv.)* though
ഇച്ഛ ichcha *(n.)* volition
ഇച്ഛയുള്ള ichhayulla *(adj.)* acquisitive
ഇച്ഛാഭംഗം ichchaabhangam *(n.)* despair
ഇച്ഛിക്കുക ichchikkuka *(v.)* will
ഇഞ്ചി inchi *(n.)* ginger
ഇഞ്ചികേക്ക് inchikekk *(n.)* gingerbread
ഇഞ്ചിനീർ inchiniir *(n.)* ginger ale
ഇടം itam *(n.)* space
ഇടകലരുക idakalaruka *(v.)* blend
ഇടതിങ്ങിയ itathingiya *(adj.)* dense
ഇടതുപക്ഷം itathupaksham *(n.)* leftist
ഇടതുവശമായ itathuvashamaaya *(adj.)* left
ഇടതൂർന്ന idathoornna *(adj.)* bushy
ഇടത്തരക്കാരൻ idatharakkaaran *(adj.)* bourgeois
ഇടത്തരമായ itaththaramaaya *(adj.)* osculant
ഇടത്തരമായി itaththaramaayi *(adj.)* middling
ഇടത്തുവശം itaththuvasham *(n.)* left
ഇടനാഴി itanaazhi *(n.)* corridor
ഇടനിലക്കാരൻ itanilakkaaran *(adj.)* intermediate
ഇടനിലനിൽക്കുക itanilanilkkuka *(v.)* mediate

ഇടപാടു ചെയ്യുക itapaaducheyyuka *(v.)* book
ഇടപാടു നടത്തുക itapaatu nataththuka *(v.)* transact
ഇടപാടുകാരൻ itapaatukaaran *(n.)* dealmaker
ഇടപാട് itapaat *(n.)* dealings
ഇടപെടൽ itapetal *(n.)* contact
ഇടപ്രഭു idaprabhu *(n.)* baron
ഇടമുറിയാതെയുള്ള itamuriyaatheyulla *(adj.)* continuous
ഇടയൻ itayan *(n.)* herdsman
ഇടയപ്പന്തൽ itayappanthal *(n.)* ranch
ഇടയപ്പന്തൽനടത്തുക itayappanthal nataththuka *(v.)* ranch
ഇടയിൽ idayil *(prep.)* amid
ഇടയിൽച്ചാടുക itayilchaatuka *(v.)* intervene
ഇടയുണ്ടാകുക itayundaakuka *(v.)* may
ഇടയ്ക്കിടെ itaykkite *(adv.)* occasionally
ഇടയ്ക്ക് idakk *(prep.)* betwixt
ഇടർച്ച itarchcha *(n.)* impediment
ഇടർച്ച itarcha *(n.)* stumble
ഇടറാത്ത itaraaththa *(adj.)* steady
ഇടറിപ്പോകുക itarippokuka *(v.)* stagger
ഇടറുക itaruka *(v.)* falter
ഇടവക itavaka *(n.)* parish
ഇടവകാധികാരി itavakaadhikaari *(n.)* vicar
ഇടവരുത്തിയേക്കാവുന്ന itavaruththiyekkaavunna *(adj.)* probable
ഇടവഴി itavazhi *(n.)* aisle
ഇടവഴി idavazhi *(n.)* bypass
ഇടവിടാതെയുള്ള itavidaatheyulla *(adj.)* ceaseless
ഇടവിട്ടുണ്ടാകുന്ന itavittundaakunna *(adj.)* spasmodic
ഇടവേള idavela *(n.)* break point
ഇടവേള നൽകുക itavela nalkuka *(v.)* space
ഇടി iti *(n.)* punch
ഇടിക്കാരൻ itikkaaran *(n)* boxer
ഇടിക്കുക itikkuka *(v.)* thump
ഇടിച്ചു നിർത്തുക itichunirththuka *(v.)* ram
ഇടിച്ചുകലക്കുക itichukalakkuka *(v.)* mash
ഇടിഞ്ഞുവീഴുക itinjuviizhuka *(v.)* slump
ഇടിമത്സരം itimatsaram *(n.)* boxing
ഇടിമുഴക്കം itimuzhakkam *(n.)* thunder
ഇടിവെട്ടുക itivettuka *(v.)* thunder
ഇടിവെട്ടുപോലുള്ള itivettupolulla *(adj.)* thunderous
ഇടുക്കു വഴി itukkuvazhi *(n.)* lane
ഇടുക്കുവഴി itukkuvazhi *(n.)* ravine
ഇടുക്ക് itukk *(n.)* strait
ഇടുങ്ങിയ itungiya *(n.)* insularity
ഇടുങ്ങിയ നടപ്പാത itungiya natappatha *(n.)* catwalk
ഇടുങ്ങിയ സ്ഥലങ്ങളോടുള്ള ഭയം itungiya athalangalodulla bhayam *(n.)* claustrophobia
ഇടുപ്പ് itupp *(n.)* hip
ഇടുപ്പ് വേദന itupp vedana *(n.)* sciatica
ഇടുപ്പ് സംബന്ധിച്ച itupp sabandhich *(adj.)* sciatic
ഇണ ina *(n.)* pair
ഇണക്കമുള്ള inakkamulla *(adj.)* accommodating
ഇണക്കിവളർത്തുക inakkivalarththuka *(v.)* tame
ഇണക്കുക inakkuka *(v.)* conjoin
ഇണങ്ങി ജീവിക്കുന്ന inangi jeevikkunna *(adj.)* compatible
ഇണങ്ങിചേരുന്ന inangicherunna *(adj.)* adaptable
ഇണങ്ങിയ inangiya *(adj.)* suitable

ഇണചേരുക inacheruka *(v.)* mate
ഇണയായിരിക്കുക inayaayirikkuka *(v.)* match
ഇതരവിചാരം itharavichaaram *(n.)* distraction
ഇതികർ ത്തവ്യതാമൂഢത ithikarthavyathaa muuddatha *(n.)* flabbergast
ഇതികർത്തവ്യതാമൂഢനാവുക ithikarthavyathaa muuddanaakuka *(v.)* flabbergast
ഇതിഹാസം ithihaasam *(n.)* epic
ഇതിഹാസതാരം ithihaasathaaram *(n.)* legend
ഇതു സംഭവിച്ചപ്പോൾ ithu sambhavichappol *(conj.)* whereat
ഇതുകൊണ്ട് ithukond *(adv.)* hence
ഇതുമല്ല ithumalla *(conj.)* neither
ഇതുമില്ല ithumilla *(conj.)* nor
ഇതുവരെ ithuvare *(adv.)* still
ഇത് ith *(pron.)* it
ഇത്തിക്കണ്ണി iththikkanni *(n.)* parasite
ഇത്തിരി iththiri *(n.)* little
ഇത്തിൾക്കണ്ണി iththilkkanni *(n.)* mistletoe
ഇത്യാദി ithyaathi *(adv.)* etcetera
ഇത്രത്തോളം ithraththolam *(adv.)* hitherto
ഇൻ്റർനെറ്റ് കഫെ internet cafe *(n.)* cybercafé
ഇൻ്റർനെറ്റ് വ്യാപാരം internet vyaaparam *(n.)* e-commerce
ഇൻ്റർനെറ്റ് സഞ്ചാരി internet sanchaari *(n.)* technomad
ഇൻ്റർനെറ്റ്ബന്ധമുള്ള internet bandhamulla *(adj.)* online
ഇനം inam *(n.)* item
ഇനം തിരിക്കുക inam thirikkuka *(v.)* classify
ഇനം തിരിച്ച inam thirichcha *(adj.)* classified
ഇനിമേൽ inimelaal *(n.)* hereafter
ഇനിമേലാൽ inimelaal *(adv.)* henceforth
ഇനിയും iniyum *(adv.)* yet
ഇനിയും iniyum *(conj.)* yet
ഇന്ത്യയെ സംബന്ധിച്ച indiaye sambandhicha *(adj.)* Indian
ഇന്ദ്രജാലം indrajaalam *(n.)* magic
ഇന്ദ്രജാലപരമായ indrajaalaparamaaya *(adj.)* magical
ഇന്ദ്രധനുസ്സ് indradhanuss *(n.)* rainbow
ഇന്ദ്രനീലക്കല്ല് indraniilakkallu *(n.)* sapphire
ഇന്ദ്രിയഗോചരത്വം indriyagocharathwam *(n.)* sensation
ഇന്ദ്രിയഗ്രാഹ്യമായ indriyagraahyamaaya *(adj.)* perceptible
ഇന്ദ്രിയവിദ്യക്കാരൻ indriyavidyakkaaran *(n.)* juggler
ഇന്ദ്രിയവിഷയകമായ indriyavishayakamaaya *(adj.)* sensual
ഇന്ദ്രിയസംവേദനാത്മകത indriyasamvedanaalmakatha *(n.)* sentience
ഇന്ദ്രിയസംവേദിയായ indriyasamvediyaya *(adj.)* sensuous
ഇന്ധനം indhanam *(n.)* diesel
ഇന്ധനം നിറയ്ക്കുക indhanam niraykkuka *(v.)* refuel
ഇന്ധനഎണ്ണമിശ്രിതം indhanaennamishritham *(n.)* petroleum
ഇന്നതാണെന്നറിയുക innathaanennariyuka *(v.)* identify
ഇന്നലെ innale *(n.)* yesterday
ഇന്നുരാത്രി innu raathri *(adv.)* tonight
ഇന്നേദിവസം inne divasam *(n.)* today
ഇന്റർനെറ്റ്ബന്ധമില്ലാത്ത internet bandhamillaaththa *(adj.)* offline
ഇന്ററർനെറ്റിനെ സംബന്ധിച്ച internettine sambandhichcha *(adj.)* cyber
ഇന്ററർനെറ്റ് ചർച്ചാ ഗ്രൂപ്പ് internet charchaa group *(n.)* talkboard

ഇന്റർനെറ്റ്ഉപഭോക്താവ്
internetupabhokthaav *(n.)* netizen
ഇപ്പോൾ ippol *(adv.)* presently
ഇപ്പോൾമുതലങ്ങോട്ട്
ippolmutalangott *(adv.)* henceforward
ഇമചിമ്മുക imachimmuka *(v.)* blink
ഇമെയിൽ വരുന്നയിടം email
varunnayitam *(n.)* inbox
ഇര munpulla *(n.)* prey
ഇരച്ചുകയറൽ irachukayaral *(n.)*
swarm
ഇരച്ചുകയറുക irachukayaruka *(v.)*
swarm
ഇരട്ട iratta *(n.)* double
ഇരട്ട പായ്മരക്കപ്പൽ iratta
paaymarakkappal *(n.)* schooner
ഇരട്ടകുതിര വണ്ടി irattakuthira
vandi *(n.)* tandem
ഇരട്ടക്കുട്ടി irattakkutti *(adj.)* twin
ഇരട്ടക്കുഴൽ ദൂരദർശിനി
irattakuzhal dooradarshini *(adj.)*
binocular
ഇരട്ടപ്പേരുവിളിക്കുക
irattapperuvilikkuka *(v.)* nickname
ഇരട്ടപ്പേര് irattapperu *(n.)* nickname
ഇരട്ടയായ irattayaaya *(n.)* duplex
ഇരട്ടയായിരിക്കുന്ന
irattayaayirikkunna *(adj.)* geminate
ഇരട്ടിക്കുക irattikkuka *(v.)* double
ഇരപിടിയൻ irapiriyan *(n.)* predator
ഇരപ്പ് irapp *(n.)* buzz
ഇരമ്പം irambam *(n.)* rumble
ഇരമ്പൽ irampal *(n.)* din
ഇരമ്പുക irambuka *(v.)* rumble
ഇരയാക്കുക irayaakkuka *(v.)*
victimize
ഇരിക്കുക irikkuka *(v.)* sit
ഇരിപ്പിടം irippitam *(n.)* seat
ഇരിപ്പുരീതി irippuriithi *(n.)* pose
ഇരു iru *(adj & pron.)* both
ഇരുകൈസ്വാധീനം irukaiswadeenam
(n.) ambidexter

ഇരുട്ടായ iruttaya *(n.)* dark
ഇരുട്ടിലകപ്പെട്ട iruttilakappetta *(v.)*
benight
ഇരുണ്ട irunda *(n.)* tenebrosity
ഇരുത്തുക iruththuka *(v.)* seat
ഇരുനിലകിടക്ക irunila kidakka *(n.)*
bunk bed
ഇരുനൂറാം വാർഷികോത്സവം
irunooram vaarshikam *(adj.)*
bicentenary
ഇരുപക്ഷമുള്ള irupakshamulla *(adj.)*
bilateral
ഇരുപതാമത്തെ irupathaamaththe
(adj.) twentieth
ഇരുപതിലൊന്ന് irupathilonnu *(n.)*
twentieth
ഇരുപത് irupath *(n.)* twenty
ഇരുമ്പടുപ്പ് irumbatapp *(n.)* stove
ഇരുമ്പു ചുറ്റിട്ട ചക്രം irumbu
chuttita chakram *(n.)* castor
ഇരുമ്പുപാര irumpupara *(n.)* crowbar
ഇരുമ്പുപാളശകടം
irumpupalashakatam *(n.)* tram
ഇരുമ്പുലോഹസാമാനങ്ങൾ
irumpulohasaamaanangal *(n.)* hardware
ഇറക്കപ്പെടുന്നവൻ
irakkappetunnavan *(n.)* parachutist
ഇറക്കുമതി irakkumathi *(n.)* import
ഇറക്കുമതി ചെയ്യുക irakkumathi
cheyyuka *(v.)* import
ഇറച്ചി irachchi *(n.)* meat
ഇറച്ചിപ്പുഴുക്ക് irachippuzhukk *(n.)*
stew
ഇറച്ചിയപ്പം irachiyappam *(n.)*
sandwich
ഇറമ്പ് iramp *(n.)* eave
ഇറയം irayam *(n.)* veranda
ഇറാൽമീൻ iraalmeen *(n.)* crayfish
ഇറുകിയ irukiya *(adj.)* tight
ഇറ്റലിക്കാർ itlykkaar *(n.)* Italian
ഇറ്റലിയെ സംബന്ധിച്ച
Itlyesambandichcha *(adj.)* Italian

ഇറ്റാലിയൻമദ്യം Italian madyam *(n.)* sambuca
ഇറ്റാലിയൻസോസ് Italian sausage *(adj.)* arrabbiata
ഇറ്റിറ്റു വീഴുക ithittu viizhuka *(v.)* dribble
ഇറ്റിറ്റുവീഴൽ ithittuviizhal *(n.)* drib
ഇറ്റുവീഴുക ittuviizhuka *(v.)* seep
ഇറ്റ് itt *(n.)* trickle
ഇൽ il *(prep.)* on
ഇലകൾ തിങ്ങിയ ilakal thingiya *(adj.)* leafy
ഇലകൊണ്ടലങ്കരിക്കുക ilakondalankarikkuka *(v.)* foliate
ഇലക്ട്രോണിക് ബുക്ക് electronic book *(n.)* e-book
ഇലക്ട്രോണിക് നൃത്തസംഗീതരൂപം electronic nruththa sangiitha ruupam *(n.)* technomusic
ഇലക്ട്രോണിക് സന്ദേശം electeonic sandhesham *(n.)* email
ഇലന്തപ്പഴം ilanthappazham *(n.)* cherry
ഇലപൊഴിക്കുക ilapozhikkuka *(v.)* defoliate
ഇലപൊഴിയും വൃക്ഷം ilapozhiyum vruksham *(n.)* acer
ഇലാസ്തികത ilaasthikatha *(n.)* elasticity
ഇലാസ്തികതയുള്ള ilasthikathayulla *(adj.)* elastic
ഇല്ല illa *(adv.)* no
ഇല്ല illa *(n.)* no
ഇല്ലാതാക്കൽ illaathaakal *(n.)* liquidation
ഇല്ലാതാക്കുക ilaathaakkuka *(v.)* liquidate
ഇല്ലാതാക്കുക illaathakkuka *(v.)* obliterate
ഇല്ലാതെ illaathe *(adv.)* without
ഇല്ലാത്ത illaththa *(adj.)* no
ഇല്ലായ്ക illaayka *(n.)* lack
ഇല്ലായ്മ illaayma *(n.)* privation
ഇല്ലെന്നുപറയുക ilkenn parayuka *(v.)* negate
ഇല്ലെന്നുപറയുക illennu parayuka *(v.)* forswear
ഇളം ചുവപ്പായ ilamchuvappaaya *(adj.)* roseate
ഇളം നിറം ilam niram *(n.)* tint
ഇളം പ്രായമായ ilam praayamaaya *(adj.)* young
ഇളംകാറ്റ് ilamkaatt *(n.)* zephyr
ഇളംചൂടുള്ള ilamchuutulla *(adj.)* tepid
ഇളംചൂട് ilamchuut *(n.)* tepidity
ഇളകാതാക്കുക ilakaathirikkuka *(v.)* still
ഇളകുക ilakuka *(v.)* budge
ഇളകുക ilakuka *(v.)* jolt
ഇളക്കിമറിച്ച ilakkimaricha *(adj.)* scrambled
ഇളക്കുക ilakkuka *(v.)* stir
ഇളമുറയായ ilamurayaaya *(adj.)* junior
ഇളയ ilaya *(n.)* young
ഇളയവർ ilayavar *(n.)* junior
ഇളവുചെയ്യൽ ilavucheyyal *(n.)* rebate
ഇളിക്കുക ilikkuka *(v.)* sneer
ഇഴ izha *(n.)* thread
ഇഴജന്തു izhajanthu *(n.)* reptile
ഇഴയടുപ്പം izhayatuppam *(n.)* texture
ഇഴയാക്കൽ izhayaakkal *(n.)* filamentation
ഇഴയുക izhayuka *(v.)* crawl
ഇഴയുന്ന izhayunna *(adj.)* creepy
ഇഴയൊത്ത izhayoththa *(adj.)* filamented
ഇഴുകിച്ചേർന്നിരിക്കുക izhukichernnirikkuka *(v.)* cohere
ഇവിടെ ivite *(adv.)* here
ഇവിടേക്ക് ivitekk *(adv.)* hither
ഇഷ്ടം ishtam *(n.)* like

ഇഷ്ടക്കേടുള്ള ishtakketulla *(adj.)* reluctant
ഇഷ്ടതമം ishtathamam *(adj.)* optimum
ഇഷ്ടതോഴൻ ishtathozhan *(n.)* buddy
ഇഷ്ടത്തിനു വിടുക ishtaththinu vituka *(v.)* indulge
ഇഷ്ടദാനം ചെയ്യുക ishtadaanam cheyyuka *(v.)* bequeath
ഇഷ്ടൻ ishtan *(n.)* dude
ഇഷ്ടപ്പെടുക ishtappetuka *(v.)* like
ഇഷ്ടപ്പെട്ടെടുക്കുക ishtapettetukkuka *(v.)* opt
ഇഷ്ടസാദ്ധ്യം ishtasaadyam *(n.)* achievement
ഇഷ്ടിക ishtika *(n.)* adobe
ഇ-സംഭാഷണം e- sambhaashanam *(n.)* cybercrime
ഇസ്തിരിപ്പെട്ടി isthirippetti *(n.)* iron
ഇസ്തിരിയിടുക isthiriyituka *(v.)* iron
ഇസ്ലാംമതാനുയായി islammathaanuyaayi *(adj.)* muslim

ഈ

ഈ ദിനം ii dinam *(adv.)* today
ഈ നിമിഷം ii nimisham *(conj.)* now
ഈ രാവിൽ ii raavil *(n.)* tonight
ഈച്ച iichcha *(n.)* fly
ഈടില്ലാത്ത iitillaaththa *(adj.)* frail
ഈടുനിൽക്കുക iitunilkkuka *(v.)* last
ഈടുപത്രം iitupathram *(n.)* debenture
ഈടുറപ്പുള്ള iiturappulla *(adj.)* lasting
ഈട് eet *(n.)* collateral
ഈമ്പൽ iimbal *(n.)* suck
ഈമ്പുക iimbuka *(v.)* suck
ഈയംപോലുള്ള iiyampolulla *(adj.)* leaden
ഈയിടെ iiyite *(adv.)* now
ഈരടി iirati *(n.)* couplet
ഈരണ്ടാക്കുക iirandaakkuka *(v.)* geminate
ഈർച്ചവാളുകൊണ്ടറക്കുക iirchavaalukondarakkukka *(v.)* saw
ഈർച്ചവാൾ iirchavaal *(n.)* saw
ഈർപ്പം iirppam *(n.)* humidity
ഈർപ്പമായ iirppamaaya *(adj.)* humid
ഈർപ്പമുള്ള iirppamulla *(adj.)* damp
ഈർഷ്യ പ്രകടിപ്പിക്കുക iirshyaprakatippikkuka *(v.)* scowl
ഈർച്ചതാങ്ങ് iirchathaang *(n.)* sawbuck
ഈർച്ചപ്പല്ലിൻ്റെ ആകൃതി iirchappullinte aakruthi *(n.)* sawtooth
ഈർച്ചപ്പുല്ല് iirchappullu *(n.)* sawgrass
ഈർച്ചമീൻ iirchamiin *(n.)* sawfish
ഈർപ്പം നീക്കുക iirppam niikkuka *(v.)* dehumidify
ഈർപ്പമുണ്ടാകുക iirppamundaakuka *(v.)* dampen
ഈറ്റപ്പുലി iittappuli *(n.)* tigress
ഈശ്വരനിന്ദ eeswaranindha *(n.)* blasphemy
ഈശ്വരനിരതമായ eeswaranirathamaaya *(adj.)* devout
ഈശ്വരൻ iiswaran *(n.)* god
ഈശ്വരവാദി iiswaravaadi *(n.)* deist
ഈഷദ്ദൃഷ്ടി iishatdrushti *(n.)* glimpse
ഈസ്ഥലത്തിനടുത്ത് iisthalathinatuthth *(adv.)* hereabouts

ഉ

ഉക്തി ukthi *(n.)* locution
ഉഗ്രകോപം ugrakopam *(n.)* wrath
ഉഗ്രഭീതിയുണർത്തുന്ന ugravhiithiyunarththunna *(adj.)* terrific
ഉഗ്രമാക്കുക ugramaakkuka *(v.)* intensify

ഉഗ്രമായിത്തീരുക ugramaayithiiruka (v.) rage
ഉഗ്രരോഷം ugrarosham (n.) fury
ഉഗ്രവാതം ugravaadam (n.) gale
ഉഗ്രവേദന ugravedana (n.) pang
ഉഗ്രശാസനൻ ugrashaasanan (n.) martinet
ഉഗ്രശ്വാസം ഉഗ്രസ്വാസം (n.) snort
ഉഗ്രസ്ഫോടനശബ്ദം ugrasphotanadhabdam (v.) crump
ഉങ്ങ് ung (n.) beech
ഉചിതമായ uchithamaaya (adj.) convenient
ഉചിതമായി uchithamaayi (adv.) duly
ഉചിതമായിരിക്കുക uchithamaayirikkuka (v.) pertain
ഉച്ചകോടി uchakoti (n.) summit
ഉച്ചക്കു മുൻപ് uchakk munp (abbr.) am
ഉച്ചതവർദ്ധിപ്പിക്കൽ uchchathavardhippikkal (n.) amplification
ഉച്ചഭാഷിണി uchchabhashini (n.) amplifier
ഉച്ചമയക്കം uchamayakkam (n.) siesta
ഉച്ചയൂണ് uchchuunu (n.) lunch
ഉച്ചയൂണ്കഴിക്കുക uchchayuunu kazhikkuka (v.) lunch
ഉച്ചരിക്കൽ uchcharikkal (adj.) enunciatory
ഉച്ചരിക്കുക uchcharikkuka (v.) pronounce
ഉച്ചസ്ഥാനം uchchasthanam (n.) apex
ഉച്ചാരണം uchcharanam (n.) pronunciation
ഉച്ചാരണശാസ്ത്രം uchcharanashaasthram (n.) phonetics
ഉജ്ജീവനം ujjiivanam (n.) resurgence
ഉജ്ജ്വലമായ ujjawalamaaya (adj.) refulgent
ഉജ്ജ്വലിക്കുക ujwalikkuka (v.) glitter
ഉടക്ക് utakk (n.) hitch
ഉടച്ചുതകർക്കുക utachu thakarkkukka (v.) shatter
ഉടച്ചുവാർക്കുക utachuvaarkkuka (v.) remould
ഉടഞ്ഞ കപ്പൽ utanja kappal (n.) wreckage
ഉടനീളം udaniilam (prep.) across
ഉടനെ udane (adv.) anon
ഉടൻതന്നെ udanthanne (adv.) shortly
ഉടമ utama (n.) proprietor
ഉടമയാകുക utamayaakuka (v.) belong
ഉടമസ്ഥത utamasthatha (n.) occupancy
ഉടമസ്ഥൻ utanasthan (n.) owner
ഉടമസ്ഥാവകാശം utamasthaavakaasham (adj.) proprietary
ഉടമ്പടി utambati (n.) stipulation
ഉടമ്പടി ചെയ്യുന്നയാൾ utambati cheyyunnayaal (n.) negotiator
ഉടമ്പടിചെയ്യുക utambati cheyyuka (v.) stipulate
ഉടയാട udayaada (n.) attire
ഉടയാൾ utayaal (n.) vendor
ഉടയുക utayuka (v.) shard
ഉടയ്ക്കുക utaykkuka (v.) squash
ഉടവ് udav (n.) breakage
ഉടുക്കുക utukkuka (v.) dress
ഉടുതുണിത്തൂവാല ututhunithoovaala (n.) diaper
ഉടുത്തു പഴകിയ utuththupazhakiya (adj.) threadbare
ഉടുപ്പിക്കുക uduppikkuka (v.) accoutre
ഉടുപ്പിടുക utuppituka (v.) garb
ഉടുപ്പിലെ കൈദ്വാരം uduppinte kayyidanulla dwaaram (n.) armhole
ഉടുപ്പുകൾ utuppukal (n.) clothing
ഉടുപ്പ് utupp (n.) frock
ഉടുപ്പ് utupp (n.) gown
ഉണക്ക മുന്തിരിങ്ങ unakka munthiranga (n.) currant
ഉണക്കമുന്തിരി unakkamunthiri (n.) raisin
ഉണക്കുക unakkuka (v.) dry

ഉണക്ക് unakk *(n.)* drought
ഉണങ്ങിയ unangiya *(adj.)* dried
ഉണങ്ങുക unanguka *(v.)* parch
ഉണർച്ചയോടുകൂടിയ unarchayod kuutiya *(adj.)* cautious
ഉണർത്തുക unarththuka *(v.)* arouse
ഉണർന്നിരിക്കുക unarnnirikkuka *(v.)* wake
ഉണർന്നിരിക്കുന്ന unarnnirikkunna *(adj.)* wakeful
ഉണർവ് unarvv *(n.)* awakening
ഉണർന്നിരിക്കൽ unarnnirikkal *(n.)* wake
ഉണ്ടക്കല്ല് undakkallu *(n.)* cobble
ഉണ്ടാക്കിയെടുക്കുക undaakkiyetukkuka *(v.)* manufacture
ഉണ്ടാക്കിവച്ചിരിക്കുന്ന undakkivachchirikkunna *(adj.)* ready-made
ഉണ്ടാക്കുക undaakkuka *(v.)* generate
ഉണ്ടായിരിക്കൽ undayirikkal *(n.)* being
ഉണ്ടാവാനിടയില്ലാത്ത undaavaanitayillaaththa *(adj.)* unlikely
ഉണ്മ unma *(n.)* entity
ഉതകാത്ത uthakaaththa *(adj.)* inapplicable
ഉത്കണ്ഠ utkanda *(n.)* angst
ഉത്കർഷേച്ഛയുള്ള utkarshechhyulla *(adj.)* ambitious
ഉത്കൃഷ്ടമാക്കുക uthkrushtamaakkuka *(v.)* dignify
ഉത്കൃഷ്ടമാതൃക ulkrushtamaathruka *(n.)* ideal
ഉത്കൃഷ്ടമായ uthkrushtamaaya *(adj.)* classic
ഉത്കടമായ utkadamaaya *(adj.)* ardent
ഉത്തമമായത് uththamamaayath *(adj.)* best
ഉത്തമർണ്ണൻ uththamarnnan *(n.)* creditor
ഉത്തരം uththaram *(n.)* answer
ഉത്തരകേന്ദ്രീയ uththarakenthreeya *(adj.)* Arctic
ഉത്തരദിക്കിലെ uththaradikkile *(adj.)* northerly
ഉത്തരദേശം uththaradesham *(adv.)* north
ഉത്തരഫലം uththaraphalam *(n.)* effect
ഉത്തരഫലമുണ്ടാക്കുക uththaraphalamundaakkuka *(n.)* future
ഉത്തരവാദി uththaravaadi *(n.)* incharge
ഉത്തരവാദിത്തം uththaravaadiththam *(n.)* accountability
ഉത്തരവാദിത്വമുള്ള uththaravadithwamulla *(adj.)* amenable
ഉത്തരവാദിയായ uththaravaadiyaaya *(adj.)* accountable
ഉത്തരവാദിയായ ആൾ uththaravaadiyaya aal *(n.)* signatory
ഉത്തരവാദിയായുള്ള uththaravaadiyaayulla *(adj.)* answerable
ഉത്തരവ് uththarav *(n.)* decree
ഉത്തരീയം uththariiyam *(n.)* shawl
ഉത്തരോത്തരം uththaroththaram *(adj.)* cumulative
ഉത്തുംഗത uththungatha *(n.)* sublimity
ഉത്തുംഗമായ uththungamaaya *(adj.)* lofty
ഉത്തേജകമായ uththejakamaaya *(n.)* stimulant
ഉത്തേജനം uththejanam *(n.)* stimulus
ഉത്തേജനം നൽകുക uththejanam nalkuka *(v.)* kick-start
ഉത്തേജിപ്പിക്കുക uththejippikkuka *(v.)* stimulate
ഉത്തോലകം uththolakam *(n.)* lever
ഉത്തോലനദണ്ഡ്കൊണ്ട് നീക്കുക uththolandantkond niikkuka *(v.)* lever
ഉത്തോലകശക്തി uththolakashakthi *(n.)* leverage

ഉത്പതിഷ്ണുവായ ulpathishnuvaaya *(adj.)* radical
ഉത്പത്തി ulpaththi *(n.)* origin
ഉത്പത്തിസ്ഥാനം ulpaththisthaanam *(n.)* matrix
ഉത്പന്നം ulpannam *(n.)* output
ഉത്പാദകൻ uthpaadakan *(n.)* originator
ഉത്പാദകമായ ulpaadakamaaya *(adj.)* productive
ഉത്പാദകമായ ulpaadakamaaya *(adj.)* prolific
ഉത്പാദനം ulpaadanam *(n.)* manufacture
ഉത്പാദനക്ഷമത ulpadanakshamatha *(n.)* productivity
ഉത്പാദനപ്രക്രിയ ulpadana prakriya *(n.)* production
ഉത്പാദിപ്പിക്കുക uthpadippikkuka *(v.)* beget
ഉത്ഭവിക്കുക ulbhavikkuka *(v.)* originate
ഉത്സവം ulsavam *(n.)* gala
ഉത്സവകാലം ulsavakaalam *(adj.)* gala
ഉത്സാഹപൂർവ്വമായ utsaahapuurvvakamaaya *(adj.)* sanguine
ഉത്സാഹശൂന്യമായ utsahashoonyamaaya *(adj.)* bleak
ഉത്സാഹിപ്പിക്കുക ulsaahippikkuka *(v.)* motivate
ഉത്സാഹിയായ ulsaahiyaya *(adj.)* strenuous
ഉത്സുകതയോടെ utsukuthayode *(adv.)* avidly
ഉത്സുകനായ utsukanaaya *(adj.)* avid
ഉത്സുകമായ utsukamaaya *(adj.)* wistful
ഉദകം udakam *(n.)* manes
ഉദയം udayam *(n.)* dawn
ഉദയദീപ്തി udayadiipthi *(n.)* dawnlight

ഉദരകോശങ്ങൾ udarakoshangal *(n.)* bowel
ഉദരഗർത്തം udaragarththam *(n.)* antecardium
ഉദരഭാഷകൻ udarabhaashakan *(adj.)* ventriloquistic
ഉദരസംബന്ധമായ udarasambandhamaya *(adj.)* abdominal
ഉദരസംബന്ധിയായ udarasambandhiyaaya *(adj.)* gastric
ഉദരാർത്തി udaararththi *(n.)* hunger
ഉദരോദരഭിത്തി udarodarabhiththi *(n.)* midriff
ഉദാരചരിതമായ udaaracharithamaya *(adj.)* magnanimous
ഉദാരത udaaratha *(n.)* generosity
ഉദാരമനസ്കത udaaramanaskatha *(n.)* benevolence
ഉദാരമായ udaaramaaya *(adj.)* generous
ഉദാരശീലം udaarashiilam *(n.)* liberality
ഉദാസീനത udaasiinatha *(n.)* idleness
ഉദാസീനമായ udaasiinamaaya *(adj.)* inattentive
ഉദാഹരണം udaaharanam *(n.)* example
ഉദാഹരണം udaaharanam *(n.)* sample
ഉദാഹരണവാക്യം udaaharanavaakyam *(n.)* reference
ഉദിക്കൽ udikkal *(n.)* rise
ഉദിക്കുക udikkuka *(v.)* rise
ഉദ്ഘാടനം utghaatanam *(n.)* inauguration
ഉദ്ഘാടനം utghaatanam *(n.)* opening
ഉദ്ഘോഷിക്കുക utghoshikkuka *(v.)* proclaim
ഉദ്ദിഷ്ടകാര്യം uddishtakaaryam *(n.)* purpose
ഉദ്ദീപനം uddiipanam *(n.)* fuel
ഉദ്ദീപിപ്പിക്കുക uddiipippikkuka *(v.)* foment

ഉദ്ദേശം uddesham *(adv.)* approximately

ഉദ്ദേശ്യം uddeshyam *(n.)* intention

ഉദ്ധതനായ uddhathanaaya *(adj.)* haughty

ഉദ്ധരണി uddharani *(n.)* quotation

ഉദ്ധരിക്കാതിരിക്കുക uddharikkaathirikkuka *(adj.)* unquote

ഉദ്ധരിക്കുക uddharikkuka *(v.)* cite

ഉദ്ധാരകൻ uddhaarakan *(n.)* eclectic

ഉദ്ബോധകമായ udbodakamaaya *(adj.)* informative

ഉദ്ബോധനം udbodhanam *(n.)* evocation

ഉദ്ഭവിക്കുക utbhavikkuka *(v.)* stem

ഉദ്യമം udyamam *(n.)* venture

ഉദ്യമിക്കുക udyamikkuka *(v.)* attempt

ഉദ്യമിക്കുക udyamikkuka *(v.)* endeavour

ഉദ്യാനനിർമ്മാണം udyaana nirmmaanam *(n.)* horticulture

ഉദ്യുക്തനാവുക udykthanaavuka *(v.)* harness

ഉദ്യോഗം udyogam *(n.)* employment

ഉദ്യോഗനിയമനം udyoganiyamanam *(n.)* placement

ഉദ്യോഗസംബന്ധമായ udyogasamvandhamaaya *(adj.)* professional

ഉദ്യോഗം നടത്തുക udyogam nataththuka *(v.)* officiate

ഉദ്യോഗകാലാവധി udyogakaalaavad *(n.)* tenure

ഉദ്യോഗസ്ഥൻ udyogasthan *(n.)* bureaucrat

ഉദ്യോഗസ്ഥഭരണം udyogasthabharanam *(n.)* bureacuracy

ഉദ്യോഗസ്ഥസഞ്ചയം udyogastha sanchayam *(n.)* personnel

ഉദ്വമനപരം udwamanaparam *(n.)* emittance

ഉദ്വമിപ്പിക്കുക udwamippikkuka *(v.)* emit

ഉദ്വേഗം udwegam *(n.)* fret

ഉദ്വേഗകരമായ udyegakaramaaya *(adj.)* anxious

ഉദ്വേഗജനകം udyegajanakam *(n.)* suspense

ഉദ്വേഗജനകമായ udyegajanakamaaya *(adj.)* sensational

ഉദ്വേഗത്തോടെ udyegaththode *(adj.)* agog

ഉന്തൽ unthal *(n.)* shove

ഉന്തിത്തള്ളൽ unthithallal *(n.)* jostle

ഉന്തിത്തള്ളുക unthithalluka *(v.)* jostle

ഉന്തിനില്ക്കുന്ന ഭാഗം unthinilkkunna bhaagam *(n.)* lobe

ഉന്തുക unthuka *(v.)* shove

ഉന്തുവണ്ടി unthuvandi *(n.)* shopping cart

ഉന്ത് unthu *(n.)* push

ഉന്നം unnam *(n.)* bull's eye

ഉന്നം തെറ്റൽ unnam thettal *(n.)* miss

ഉന്നം തെറ്റുക unnam thettuka *(v.)* miss

ഉന്നംവയ്ക്കുക unnnamvaykkuka *(adj.)* focusing

ഉന്നത പദവിയിലുള്ള unnathapadhaviyilulla *(n.)* excellency

ഉന്നതപർവ്വതം unnathaparvvatham *(n.)* alp

ഉന്നതമായ unnathamaaya *(adj.)* sublime

ഉന്നതവിദ്യാഭ്യാസം unnathavidyaabhyaasam *(n.)* higher education

ഉന്നതവിദ്യാഭ്യാസബിരുദം unnatha vidhyaabhyaasam *(n.)* baccalaureate

ഉന്നതാധികാരക്കോടതി unnathaadhikaarakkodathi *(n.)* chancery

ഉന്നതാധികാരി unnathaadhikaari *(n.)* commissioner

ഉന്നതി unnathi *(n.)* altitude

ഉന്നതിമാപകം unnathimaapakam *(n.)* altimeter

ഉന്നതിവരുത്തുക unnathi
varuththuka (v.) further
ഉന്നമിടുക unnamituka (v.) purpose
ഉന്മത്തൻ unmaththan (n.) lunatic
ഉന്മത്തമായ unmaththamaaya (adj.)
crazy
ഉന്മാദം unmaadam (n.) delirium
ഉന്മാദകദ്രവ്യം unmaadaka dravyam
(n.) intoxicant
ഉന്മാദജനകമായ
unmaadajanakamaaya (n.) deliriant
ഉന്മാദമായ unmaadamaaya (adj.)
beserk
ഉന്മാദി unmaadi (n.) beserker
ഉന്മുഖത unmukhatha (n.) declivity
ഉന്മൂലകൻ nirmmaarjjanam (n.)
eradicator
ഉന്മൂലനം unmoolanam (n.)
annihilation
ഉന്മൂലനംചെയ്യുക unmoolanam
cheyyuka (v.) annihilate
ഉന്മേഷദായകമായ
unmeshadaayakamaaya (adj.) bracing
ഉൻമേഷമുള്ള unmeshamulla (adj.)
genial
ഉപകരണം upakaranam (n.) gadget
ഉപകരിക്കുക upakarikkuka (v.)
conduce
ഉപകരിക്കുക upakarikkuka (v.) help
ഉപകരിക്കുന്ന upakarikkunna (adj.)
helpful
ഉപകാരപ്രദമായ
upakaarapradamaaya (adj.) beneficial
ഉപകാരസ്മരണ upakaarasmarana
(n.) gratitude
ഉപകാരസ്മരണയുള്ള
upakaarasmaranayilla (adj.) grateful
ഉപക്രമിക്കുക upakramikkuka (v.)
initiate
ഉപഗൃഹം upagraham (n.) outhouse
ഉപഗ്രഹം upagraham (n.) satellite
ഉപഘടന upaghatana (n.) framework

ഉപചാരം upachaaram (n.) formality
ഉപചാരം കാണിക്കൽ upachaaram
kaanikkal (n.) salutation
ഉപചാരകൻ upachaarakan (n.) caterer
ഉപചാരക്രമം upachaarakrumam (n.)
etiquette
ഉപചാരഭാവം upachatabhaavam (n.)
politeness
ഉപചാരമുള്ള upachaaramulla (adj.)
polite
ഉപചാരശീലം upachaarasheelam (n.)
complaisance
ഉപചാരശീലമുള്ള
upachaarashiilamulla (adj.) mannerly
ഉപജാപം upajaapam (n.) conspiracy
ഉപജാപം നടത്തുക upajaapam
nadaththuka (v.) conspire
ഉപജാപകൻ upajaapakan (n.)
conspirator
ഉപജീവനം upajiivanam (n.)
subsistence
ഉപജീവനംകഴിക്കുക upajiivanam
kazhikkuka (v.) subsist
ഉപജ്ഞാതാവ് upanjaathaav (n.)
inventor
ഉപതിരഞ്ഞെടുപ്പ് upathiranjedupp
(n.) by-election
ഉപദംശം upadamsham (n.) dish
ഉപദേശം upadesham (n.) counsel
ഉപദേശക upadeshaka (adj.) advisory
ഉപദേഷ്ടാവ് upadeshtaav (adj.) docent
ഉപദ്രവം upadravam (n.) harm
ഉപദ്രവകരമായ upadravakaramaaya
(adj.) maleficent
ഉപധാനം upaadhaanam (n.) cushion
ഉപനാമം upanaamam (n.) byword
ഉപന്യസിക്കുക upanyasikkuka (v.)
essay
ഉപന്യാസം upanyaasam (n.) essay
ഉപന്യാസകർത്താവ്
upanyaasakarththav (n.) essayist
ഉപപത്തി upapaththi (n.) rationale

ഉപപത്രം upapathram *(n.)* supplement
ഉപഭോക്താവ് upabhokthaav *(n.)* buyer
ഉപഭോഗം upabhogam *(n.)* consumption
ഉപഭോക്തവിവരാന്വേഷണം upabhokthavivaraanweshanam *(n.)* market research
ഉപഭോക്താവ് upabhokthaav *(n.)* customer
ഉപമാലങ്കാരം upamaalankaaram *(n.)* simile
ഉപയോഗപ്പെടുത്തൽ upayogappetuththal *(n.)* utilization
ഉപയോഗപ്രദമായ upayogapradamaaya *(adj.)* usable
ഉപയോഗിച്ചുതീർക്കുക upayogichu thiirkkuka *(v.)* consume
ഉപയോഗിതാവാദി upayogithaavaadi *(adj.)* utilitarian
ഉപയോഗക്ഷമമായിരിക്കുക upayogakahamamaayirikkuka *(adj.)* serviceable
ഉപയോഗമുള്ള upayogamulla *(adj.)* operable
ഉപയോഗയോഗ്യമാക്കുക upayogayogyamaakkuka *(v.)* recoup
ഉപയോഗശൂന്യമാവുക upayogashoonyamaakuka *(v.)* expire
ഉപയോഗിച്ച upayogicha *(adj.)* used
ഉപരി upari *(prep.)* upon
ഉപരിപ്ലവത്വം upariplavathwam *(n.)* superficiality
ഉപരിപ്ലവമായ upariplavamaaya *(adj.)* superficial
ഉപരിഭാഗം ചെയ്യുക uparibhaagam cheyyuka *(v.)* subdivide
ഉപരിലേഖനം uparilekhanam *(n.)* inscription
ഉപരിവസ്ത്രം uparivasthram *(n.)* apron

ഉപരിസ്ഥിതമായ uparisthithamaaya *(adj.)* upper
ഉപരോധം uparodham *(n.)* siege
ഉപരോധിക്കുക uparodhikkuka *(v.)* siege
ഉപലക്ഷിക്കുക upalakshikkuka *(v.)* signify
ഉപലക്ഷ്യം upalakshyam *(n.)* corollary
ഉപലേഖനം upalekhanam *(n.)* sidebar
ഉപവസിക്കുക upavasikkuka *(v.)* fast
ഉപവാക്യം upavaakyam *(n.)* clause
ഉപവാസം upavaasam *(n.)* fast
ഉപവിവരം upavivaram *(n.)* sidebox
ഉപവീഥി upaveedhi *(n.)* alley
ഉപശമം upashamam *(n.)* lull
ഉപശമനം upashamanam *(n.)* mitigation
ഉപശമനകാരി upashamanakaari *(n.)* balm
ഉപശാന്തി upashaanthi *(n.)* relief
ഉപശാല upashaala *(n.)* lobby
ഉപസംസ്കാരം upadamskaaram *(n.)* subculture
ഉപസംഹാരം upadamhaaram *(n.)* conclusion
ഉപസർഗ്ഗം upasarggam *(n.)* preposition
ഉപസർഗ്ഗമായിവയ്ക്കുക upasarggamaayi vaykkuka *(v.)* prefix
ഉപസാധനം upasaadhanam *(n.)* accessory
ഉപസേനാപതി upasenaapathi *(n.)* lieutenant
ഉപസൈന്യപതി upasainyapathi *(n.)* colonel
ഉപസ്ഥാനപതി upasthaanapathi *(n.)* attache
ഉപസ്ഥിതി upadthithi *(n.)* presence
ഉപഹാരം upahaaram *(n.)* present
ഉപാംഗം upangam *(n.)* appendage
ഉപാംഗമായ upaangamaaya *(adj.)* adscititious

ഉപാദ്ധ്യായൻ upaaddhyaayan *(n.)* pedagogue
ഉപാധി upaadhi *(n.)* means
ഉപാപചയ സംബന്ധം upapachayavumaayi bandhapetta *(n.)* anabolic
ഉപായം upaayam *(n.)* plan
ഉപായം upaayam *(n.)* quick fix
ഉപായം ചിന്തിക്കുക upaayam chinthikkuka *(v.)* contrive
ഉപായജ്ഞനായ upaayanjanaaya *(adj.)* enginous
ഉപേക്ഷ upeksha *(n.)* eschewment
ഉപേക്ഷകൻ upekshakan *(n.)* abjurer
ഉപേക്ഷകാണിക്കുക upeksha kanikkuka *(n.)* default
ഉപേക്ഷിക്കത്തക്ക upekshikkathakja *(adj.)* negligible
ഉപേക്ഷിക്കപ്പെട്ട upekshikkapetta *(adj.)* abandoned
ഉപേക്ഷിക്കൽ upekshikkal *(n.)* cancellation
ഉപേക്ഷിക്കുക upekshikkuka *(v.)* abjure
ഉപോല്പന്നം upolpannam *(n.)* by-product
ഉപ്പിടാത്ത uppitaaththa *(adj.)* unsalted
ഉപ്പിട്ടുണക്കിയ പന്നിയിറച്ചി uppittunakkiya panniyirachchi *(n.)* bacon
ഉപ്പിലിടുക uppilituka *(v.)* salt
ഉപ്പും മുളകും uppum mulakum *(adj.)* pepper-and-salt
ഉപ്പുരസം uppurasam *(n.)* salt
ഉപ്പുരസമുള്ള uppurasamulla *(adj.)* salty
ഉപ്പുവെള്ളം uppuvellam *(n.)* brine
ഉപ്രക്രമം upakramam *(n.)* prelude
ഉഭയജീവികൾ ubhayajeevikal *(n.)* amphibian
ഉഭയജീവിയായ ubhayajiiviyaaya *(adj.)* amphibious
ഉഭയഭാവന ubhayabhaavana *(n.)* ambivalence
ഉഭയഭാവനയില്ലാത്ത ubhayabhaavanayillaaththa *(n.)* unambivalence
ഉഭയലിംഗജീവി ubhayalingajeevi *(adj.)* bisexual
ഉഭയലിംഗമായ ubhalingamaaya *(adj.)* epicene
ഉമി umi *(n.)* bran
ഉമിനീര് uminiiru *(n.)* saliva
ഉമിയുള്ള umiyulla *(adj.)* husky
ഉയരം uyaram *(n.)* height
ഉയരങ്ങളെക്കുറിച്ചുള്ള ഭയം uyarangalekkurichulla bhayam *(n.)* acrophobia
ഉയരത്തിലേക്ക് uyaraththilekk *(prep.)* up
ഉയരത്തിൽ uyaraththil *(adv.)* aloft
ഉയരുക uyaruka *(v.)* clive
ഉയരെ uyare *(adj.)* high
ഉയർ ന്നിരിക്കുക uyarnnirikkuka *(v.)* tower
ഉയർച്ച uyarchcha *(n.)* ascent
ഉയർത്തൽ uyarththal *(n.)* lift
ഉയർത്തൽയന്ത്രം uyarththal yanthram *(n.)* elevator
ഉയർത്തുക uyarththuka *(v.)* heighten
ഉയർന്നതരത്തിൽ uyaranbatharaththil *(adv.)* highly
ഉയർന്നുപറക്കുക uyarnnuparakkuka *(v.)* soar
ഉയർന്നുവരിക uyarnnuvarika *(v.)* emerge
ഉയർച്ച uyarcha *(n.)* uplift
ഉയർന്ന വേഗതയിൽ നീങ്ങുക uyarnna vegathayil niinguka *(n.)* zebra
ഉയിർപ്പുതിരുനാൾ uyirppu thirunaal *(n.)* easter
ഉരക്കടലാസ് urakkatalaas *(n.)* sandpaper

ഉരച്ചുകഴുകൽ urachukazhukal *(adj.)* scrub
ഉരച്ചുകഴുകുക urachukazhukuka *(v.)* scrub
ഉരമണ്ണ് uramannu *(n.)* marl
ഉരയ്ക്കൽ uraykkal *(n.)* scrub
ഉരയ്ക്കുക uraykkuka *(v.)* scrape
ഉരലിലിടിക്കുക uralilitikkuka *(v.)* mortar
ഉരസൽ urasal *(n.)* abrasion
ഉരസുക urasuka *(v.)* rub
ഉരിഞ്ഞുകളയുക urinjukalayuka *(v.)* slough
ഉരിഞ്ഞുപോകുക urinjupokuka *(v.)* exfoliate
ഉരിയാടൽ uriyaatal *(adj.)* utter
ഉരിയാടുക uriyaatuka *(v.)* utter
ഉരിയാട്ടം uriyaattam *(n.)* utterance
ഉരുകൽ urukal *(n.)* thaw
ഉരുകിയ urukiya *(adj.)* molten
ഉരുകുക urukuka *(v.)* melt
ഉരുകുന്ന മഞ്ഞ് urukunna manju *(n.)* slush
ഉരുക്കുക urukkuka *(v.)* fuse
ഉരുക്ക് urukk *(n.)* steel
ഉരുള urula *(n.)* morsel
ഉരുളക്കിഴങ്ങ് urilakkizhang *(n.)* potato
ഉരുളയ്ക്കുപ്പേരി urulaykkupperi *(n.)* talkback
ഉരുവിടൽ uruvital *(n.)* rote
ഉരുവിടുന്ന uruvitunna *(adv.)* say
ഉറ ura *(n.)* wrapper
ഉറക്ക മരുന്ന് urakka marunn *(n.)* tranquillizer
ഉറക്കം തൂങ്ങുക urakkam thuunguka *(v.)* slumber
ഉറക്കമുണരുക urakkamunaruka *(v.)* awake
ഉറക്കമുണർത്തുക urakkamunarththuka *(v.)* rouse
ഉറക്കറ urakkara *(n.)* cubicle
ഉറക്കെ urakke *(adv.)* aloud
ഉറക്കെക്കരയുക urakke karayuka *(v.)* whine
ഉറക്കെയുള്ള urakkeyulla *(adj.)* loud
ഉറങ്ങിയ urangiya *(adj.)* somnolent
ഉറങ്ങുക uranguka *(v.)* sleep
ഉറങ്ങുന്നയാൾ urangunnayaal *(n.)* sleeper
ഉറച്ച uracha *(adj.)* steadfast
ഉറച്ച കവചമുള്ള കടൽജീവി urachcha kavachamulla kataljeevi *(n.)* barnacle
ഉറച്ച പേശി uracha peshi *(adj.)* toned
ഉറച്ചു നിൽക്കുക urachunilkkuka *(v.)* steady
ഉറച്ചുനിൽക്കുക urachchunilkkuka *(v.)* endure
ഉറച്ചുനിൽക്കുന്ന urachunilkkunna *(adj.)* staunch
ഉറഞ്ഞരക്തം uranja raktham *(n.)* gore
ഉറപ്പില്ലാത്ത urappillaaththa *(n.)* tentativeness
ഉറപ്പാക്കുക urappaakkuka *(v.)* corroborate
ഉറപ്പായ urappaaya *(adj.)* sure
ഉറപ്പായും urappayum *(adv.)* certainly
ഉറപ്പിക്കൽ urappikkal *(n.)* fixture
ഉറപ്പിക്കുക urappikkuka *(v.)* gib
ഉറപ്പിക്കുന്ന urappikkunna *(adj.)* affirmative
ഉറപ്പിച്ചുപറയുക urappichchu parayuka *(v.)* emphasize
ഉറപ്പു നൽകുക urappunalkuka *(v.)* guarantee
ഉറപ്പു നൽകുന്ന urappunalkunna *(adj.)* corroborative
ഉറപ്പുകൊടുക്കുക urappukodukkuka *(v.)* assure
ഉറപ്പുള്ള urappulla *(adj.)* sturdy
ഉറപ്പുള്ള സ്ഥിതി urappulla sthithi *(n.)* certitude

ഉറപ്പുള്ളതാക്കുക urappulllathaakkuka *(v.)* fasten
ഉറപ്പുവരുത്തുക urappuvaruthuka *(v.)* determine
ഉറപ്പുവരുത്തുക urappuvaruththuka *(v.)* ensure
ഉറപ്പുശീട്ട് urappushshiitt *(n.)* voucher
ഉറപ്പ് urapp *(n.)* assurance
ഉറപ്പ് urapp *(n.)* promise
ഉറയിടൽ urayital *(n.)* envelopment
ഉറയിലിടുക urayilituka *(v.)* sheathe
ഉറുഞ്ചൽ urunchal *(n.)* lick
ഉറുമാൽ urumaal *(n.)* handkerchief
ഉറുമ്പ് urumb *(n.)* ant
ഉറ്റചങ്ങാതി uttachangaathi *(n.)* chum
ഉറ്റുനോക്കുക uttunokkuka *(n.)* gaze
ഉറ്റുനോട്ടം uttunottam *(v.)* gaze
ഉൽപാദനേന്ദ്രീയം ulpaadanedriyam *(adj.)* genital
ഉൽപാദിപ്പിക്കൽ ulpaadippikkal *(n.)* produce
ഉലക്കളം ulakkalam *(n.)* forge
ഉലച്ചിൽ ulachil *(n.)* shake
ഉലഞ്ഞാടുക ulanjaatuka *(v.)* waver
ഉലഞ്ഞുനടക്കുക ulanjunatakkuka *(v.)* wobble
ഉലാത്തൽ ulaaththal *(n.)* saunter
ഉലാത്തുക ulaaththuka *(v.)* ramble
ഉലാത്തുന്നയാൾ ulaathththunnayaal *(n.)* saunterer
ഉലൂകനീഡം ulakaniiddam *(n.)* owlery
ഉൽകൃഷ്ടത ulkrushtatha *(n.)* excellence
ഉൽകൃഷ്ടമായ ulkrushtaamaaya *(adj.)* excellent
ഉൽക്കകളെ സംബന്ധിച്ച ulkkakale sambanddhichcha *(adj.)* meteoric
ഉൽക്കടഭീതി ulkkatabhiithi *(adj.)* dread
ഉൽക്കടമായ ulkkatamaaya *(adj.)* intense
ഉൽക്കടവ്യഥ ulkkatavytha *(n.)* distress
ഉൽക്കർഷമുണ്ടാകുക ulkkarshamundaakuka *(v.)* flourish
ഉൽക്കൃഷ്ടമായ ulkrushtamaaya *(adj.)* precious
ഉൽഖനനം ulkhananam *(n.)* excavation
ഉൽപത്തിവിഷയമായ ulpathivishayamaaya *(adj.)* genetic
ഉൽപന്നം ulpannam *(n.)* product
ഉല്പന്നങ്ങൾ ulpannangal *(n.)* commodity
ഉൽപാദകൻ ulpaadakan *(n.)* manufacturer
ഉൽപാദനേന്ദ്രിയപരമായ ulpaasanendriyaparamaaya *(adj.)* phallic
ഉൽപാദിപ്പിക്കുക ulpadippikkuka *(v.)* produce
ഉല്പാസഭരിതമായ ullasabharithamaaya *(adj.)* merry
ഉല്ലംഘിക്കുക ullamghikkuka *(v.)* supersede
ഉല്ലസിക്കുക ullasikkuka *(v.)* beguile
ഉല്ലസിക്കുക ullasikkuka *(v.)* gladden
ഉല്ലസിതമായ ullasithamaaya *(adj.)* chirpy
ഉല്ലാസ കേന്ദ്രം ullaasakendram *(n.)* chalet
ഉല്ലാസം ullaasam *(n.)* joviality
ഉല്ലാസം പകരുക ullasam pakaruka *(v.)* enliven
ഉല്ലാസഘോഷം ullaasaaghosham *(n.)* spree
ഉല്ലാസത്തോടെ ullaasaththode *(adv.)* delightedly
ഉല്ലാസമായി ullaasamaayi *(adv.)* gleefully
ഉല്ലാസമുള്ള ullaasamulla *(adj.)* blithe
ഉല്ലാസയാത്ര ulaasayaathra *(n.)* picnic
ഉല്ലാസയാത്രനടത്തുക ulaasayaathranataththuka *(v.)* picnic
ഉൾപരിവർത്തിതമായ ulparivarththithamaaya *(adj.)* mutative
ഉൾപ്പെടുക ulppeduka *(v.)* bewind

ഉൾഭാഗപരിശോധന ulbhaagaparishodhana *(n.)* endoscopy

ഉൾവഴി ulvazhi *(adv.)* off-road

ഉൾവസ്ത്രം ulvasthram *(n.)* petticoat

ഉള്ളിൽ ullil *(adv.)* within

ഉളി uli *(n.)* chisel

ഉളുക്കൽ ulukkal *(n.)* sprain

ഉളുക്കുക ulukkuka *(v.)* sprain

ഉളുക്ക് ulukk *(n.)* wrick

ഉൾക്കടൽ ulkkadal *(n.)* bay

ഉൾക്കാഴ്ച ulkaazhcha *(n.)* insight

ഉൾക്കൊള്ളാവുന്ന ulkkollaavunna *(adj.)* absorbent

ഉൾക്കൊള്ളിക്കൽ ulkkollikkal *(n.)* inclusion

ഉൾക്കൊള്ളിക്കുക ulkkollikkuka *(v.)* include

ഉൾക്കൊള്ളുക ulkkolluka *(v.)* contain

ഉൾച്ചട്ട ulchatta *(n.)* vest

ഉൾദേശം uldesham *(adv.)* inland

ഉൾനാടൻ ulnaatan *(adj.)* rural

ഉൾനാട് ulnaat *(n.)* midland

ഉൾനാട്ടിലുള്ള ulnaattiullla *(adj.)* inland

ഉൾപരിവർത്തനം ulparivarththanam *(n.)* mutation

ഉൾപ്പക ulppaka *(n.)* rancour

ഉൾപ്പെടുത്തുക ulppeduththuka *(v.)* comprise

ഉൾപ്പെടുന്ന ulppetunna *(adj.)* inclusive

ഉൾപ്പെട്ടിരിക്കുക ulppettirikkuka *(v.)* consist

ഉൾപ്രേരണ ulpreranana *(n.)* impulse

ഉൾഭാഗം ulbhaagam *(n.)* inside

ഉൾഭാഗത്തുള്ള ulbhaagaththulla *(adj.)* interior

ഉള്ളംകൈ ullamkai *(n.)* palm

ഉള്ളങ്കാൽ ullankaal *(n.)* sole

ഉള്ളങ്കൈയിലൊളിപ്പിക്കുക ullamkaiyyilolippikkuka *(v.)* palm

ഉള്ളി ulli *(n.)* onion

ഉള്ളിൽ ulllil *(prep.)* in

ഉള്ളിലെ ullile *(adj.)* inward

ഉള്ളിലേക്ക് ullilekk *(adv.)* inwards

ഉൾവശം ulvasham *(prep.)* inside

ഉഴപ്പുന്നവൻ uzhappunnavan *(n.)* shirker

ഉഴറിക്കുതിക്കുക uzharikkuthikkuka *(v.)* rush

ഉഴവുചാൽ uzhavuchaal *(n.)* furrow

ഉഴിച്ചിൽ ചികിത്സ uzhichchil chikitsa *(n.)* aromatherapy

ഉഴിച്ചിൽക്കാരൻ uzhichchilkkaaran *(n.)* masseur

ഉഴിഞ്ഞു വയ്ക്കുക uzhinju vaykkuka *(v.)* consecrate

ഉഴിയൽ uzhiyal *(n.)* massage

ഉഴിയുക uzhiyuka *(v.)* massage

ഉഴുക uzhuka *(v.)* plough

ഉഴുതനിലം uzhuthanilam *(n.)* plough

ഉശിരുള്ള ushirulla *(adj.)* courageous

ഉഷസ്സ് ushass *(n.)* aurora

ഉഷ്ണജലസ്രോതസ്സ് ushnajalasrothass *(n.)* geyser

ഉഷ്ണമേഖല ushnamekhala *(n.)* tropic

ഉഷ്ണമേഖലയിലുള്ള ushnamekhalayilulla *(adj.)* tropical

ഉഷ്ണിക്കുക ushnikkuka *(v.)* heat

ഉം um *(prep.)* with

ഊ

ഊക്ക് uukk *(n.)* brunt

ഊഞ്ഞാലാടുക uunjaalaatuka *(v.)* swing

ഊഞ്ഞാൽ uunjaal *(n.)* swing

ഊട്ടി ഉറപ്പിക്കുക uuttiurappikuka *(v.)* reiterate

ഊണ് oonu *(n.)* meal

ഊതിവീർപ്പിക്കുക oothiveerppikkuka *(v.)* aggrandize
ഊത്തുകൊമ്പ് uuthukomp *(n.)* cornet
ഊനം uunam *(n.)* detriment
ഊനംതട്ടാത്ത uunamthattaththa *(adj.)* intact
ഊനചികിത്സ uunachikilsa *(n.)* orthopaedics
ഊനചികിത്സാസംബന്ധം uunachikilsaabandham *(adj.)* orthopaedical
ഊന്നിപ്പറയൽ unnipparayal *(n.)* emphasis
ഊന്നിപ്പറയുക oonnipparayuka *(v.)* accent
ഊന്നിപ്പറയുക uunnipparayuka *(v.)* punctuate
ഊന്നിപ്പറയുന്ന uunnipparayunna *(adj.)* emphatic
ഊന്നുകാൽ uunnukaal *(n.)* stilt
ഊന്നുകൊടുക്കുക uunnukotukkuka *(v.)* stake
ഊന്നുവടി uunnuvati *(n.)* crutch
ഊന്ന് uunnu *(n.)* stake
ഊമ uuma *(n.)* mute
ഊമയായ uumayaaya *(adj.)* mute
ഊർകുരുവി uurkuruvi *(n.)* sparrow
ഊർജ്ജതന്ത്രം uurjjathanthram *(n.)* physics
ഊർജ്ജതന്ത്രജ്ഞൻ uurjjathanthranjan *(n.)* physicist
ഊർജ്ജമാത്ര oorjjamaathra *(n.)* calorie
ഊർജ്ജമാത്ര urjjamaathra *(n.)* quantum
ഊർജ്ജസ്വലത uurjjaswalatha *(n.)* vitality
ഊർജ്ജസ്വലതയുള്ള oorjjaswalathayulla *(n.)* buggy
ഊർജ്ജസ്വലമായി oorjjaswalamaayi *(adv.)* actively
ഊർജ്ജിതമാക്കുക uurjjithamaakkuka *(v.)* prompt
ഊർജ്ജം uurjjam *(n.)* zip
ഊറൽ uural *(n.)* ooze
ഊറുക uuruka *(v.)* ooze
ഊളിയിടുക uuliyituka *(v.)* dive
ഊളിയിട്ടുപോവുക uuliyittu povuka *(v.)* wriggle
ഊഴം uuzham *(n.)* term
ഊഷരമായ oosharamaaya *(adj.)* arid
ഊഷ്മഗ്രാഹി uushmagraahi *(n.)* thermos (flask)
ഊഹം uuham *(n.)* guess
ഊഹകച്ചവടം നടത്തുക uuhakkachavatam nataththuka *(v.)* speculate
ഊഹാപോഹ കച്ചവടം oohapohakachavatam *(n.)* grey market
ഊഹാപോഹം uuhaapoham *(n.)* speculation
ഊഹിക്കാവുന്നതായ oohikkaavunnathaaya *(adj.)* hypothetical
ഊഹിക്കുക uuhikkuka *(n. & v.)* conjecture

ഋ

ഋണം runam *(n.)* debt
ഋണബാധ്യതയുള്ള runabaadyathayulla *(adj.)* indebted
ഋതു സംബന്ധിച്ച ruthu sambandhicha *(adj.)* seasonable
ഋതുകാലം ruthukaalam *(n.)* season
ഋതുവാകൽ ruthuvaakal *(n.)* puberty
ഋതുവിശേഷം ruthuvisesham *(n.)* weather

എ

എക്കൽ ekkal *(n.)* aggradation

എക്കൽ വന്നടിയുക ekkal vannatiyuka *(v.)* silt
എക്കൽപ്പാളി ekkalppaali *(n.)* sediment
എക്കൽമണ്ണ് ekkalmannu *(n.)* silt
എക്സ്റേ എടുക്കുക xray etukkuka *(n.)* radiography
എങ്കിൽ enkil *(conj.)* if
എങ്കിൽതന്നെയും enkilthanneyum *(prep.)* notwithstanding
എങ്ങനെ engane *(adv.)* how
എങ്ങനെയായാലും enganeyaayaalum *(adv.)* however
എങ്ങനെയായാലും enganeyaayaalum *(conj.)* however
എങ്ങനെയുള്ള enganeyulla *(adj.)* what
എങ്ങനെയോ enganeyo *(adv.)* somehow
എങ്ങിനെയെങ്കിലും enganeyenkilum *(adv.)* anyway
എങ്ങോട്ട് engott *(adv.)* where
എച്ചിൽ echchil *(n.)* garbage
എടുക്കപ്പെട്ട etukkappetta *(adj.)* taken
എടുക്കാനാകുന്ന etukkaanaakunna *(adj.)* takeable
എടുക്കുക etukkuka *(v.)* take
എടുത്തുകളയൽ etuththukalayal *(n.)* evisceration
എടുത്തുകാട്ടുക etuththukaattuka *(v.)* feature
എടുത്തുകൊണ്ടുപോകുക etuththukondupokunna *(adj.)* takeaway
എടുത്തുകൊണ്ടു വരുക etuththukonduvaruka *(v.)* fetch
എടുത്തുചാടുക etuththuchaatuka *(v.)* leap
എടുത്തുചാട്ടം etuththichaattam *(n.)* temerity
എടുത്തുചേർക്കുക etuththucherkkuka *(v.)* quote
എടുത്തുപറയുക etuththuparayuka *(n.)* excerpt
എട്ടാംമാസം ettam maasam *(n.)* August
എട്ടിരട്ടി ettiratti *(n.)* octuple
എട്ടിരട്ടിയാകുക ettirattiyaavuka *(v.)* octuple
എട്ടിരട്ടിയാവൽ ettirattiyaaval *(adj.)* octuple
എട്ടുകാലി ettukaali *(n.)* octopede
എട്ടുമടങ്ങ് ettumatang *(n.)* octuplicate
എട്ട് ett *(n.)* eight
എട്ട് ബിറ്റുകളുടെ ഒരു കൂട്ടം ett bittukalude oru koottam *(n.)* byte
എണ്ണ enna *(n.)* oil
എണ്ണക്കപ്പൽ ennkaappal *(n.)* tanker
എണ്ണക്കുഴി ennakkuzhi *(n.)* oil rig
എണ്ണച്ചായച്ചിത്രം ennachchayachithram *(n.)* oil paint
എണ്ണതേയ്ക്കുക ennatheykkuka *(v.)* grease
എണ്ണത്തക്ക ennathakka *(adj.)* countable
എണ്ണത്തിലേറുക ennaththileruka *(v.)* outnumber
എണ്ണമയമുള്ള ennamayamulla *(adj.)* oily
എണ്ണമറ്റ ennamatta *(adj.)* numberless
എണ്ണയിടൽ ennayital *(n.)* lubrication
എണ്ണയിടുക ennayituka *(v.)* oil
എണ്ണാവുന്ന ennaavunna *(adj.)* enumerable
എണ്ണിപ്പറയാവുന്ന ennipparayaavunna *(adj.)* enumerative
എണ്ണിയാലൊടുങ്ങാത്ത enniyaalotungaaththa *(adj.)* innumerable
എണ്ണിയെടുക്കുക enniyedukkuka *(v.)* count
എണ്ണിയെണ്ണിപ്പറയുക enniyennipparayuka *(v.)* enumerate
എണ്ണുക ennuka *(v.)* number

എൺപതിനും തൊണ്ണൂറിനും
ഇടയിൽ വയസ്സായആൾ
enpathinum thonnuurinum itayil
vayassaaya aal *(adj.)* octogenarian
എൺപത് enpath *(n.)* eighty
എതിരായ ethiraaya *(n.)* negative
എതിരായി ethirayi *(prep.)* against
എതിരായി ethiraayi *(prep.)* versus
എതിരായിരിക്കുക ethiraayirikkuk
(v.) militate
എതിരാളി ethiraali *(n.)* competitor
എതിരാളി ethiraali *(n.)* rival
എതിരിടുക ethirituka *(v.)* confront
എതിരിടുക ethirituka *(v.)* rival
എതിരില്ലാത്ത ethirillaaththa *(adv.)*
ex-parte
എതിരെ ethire *(n.)* counter
എതിരേൽക്കുക ethirelkkuka *(v.)*
greet
എതിരേൽപ് ethirelp *(n.)* reception
എതിരൊഴുക്ക് ethirozhukk *(n.)*
backwash
എതിര് ethiru *(pref.)* anti
എതിർകക്ഷി ethirkashi *(n.)*
respondent
എതിർക്കുക ethirkkuka *(v.)* counter
എതിർക്കുന്നയാൾ ethirkkunnayaal
(n.) opponent
എതിർത്തുനിൽക്കുക
ethirththunilkkuka *(v.)* rebel
എതിർപ്പു പ്രകടിപ്പിക്കുക
ethirppuprakatippikkuka *(v.)* protest
എതിർപ്പ് ethirpp *(n.)* objection
എതിർപ്പ് ethirpp *(n.)* protestation
എതിർവെടി ethirveti *(n.)* crossfire
എതിർക്കൽ ethirkkal *(n.)* loggerhead
എതിർക്കുക ethirkkuka *(v.)* resist
എതിർക്കുക ethirkkuka *(v.)* cavil
എത്താവുന്ന eththaavunna *(adj.)*
reachable
എത്തിക്കുക eththikkuka *(v.)* hand

എത്തിക്കുന്ന eththikkunna *(n.)*
delivery
എത്തിച്ചു കൊടുക്കുന്നയാൾ
eththichu kotukkunnayaal *(n.)* supplier
എത്തിച്ചുകൊടുക്കുക
eththichukotukkuka *(v.)* supply
എത്തിച്ചേരൽ eththicheral *(n.)* reach
എത്തിച്ചേരുക eththicheruka *(v.)*
reach
എൻറെ ente *(adj.)* my
എന്തുകൊണ്ട് enthukond *(adv.)* why
എന്തുതന്നെയായാലും
enthuthanneyaayaalum *(adv.)* anyhow
എന്തെങ്കിലും enthenkilum *(pron.)*
anything
എന്തോ വസ്തു enthovasthu *(adv.)*
something
എന്തൊക്കെ enthokke *(interj.)* what
എന്തോ entho *(pron.)* something
എന്ത് enth *(pron.)* what
എന്നതുകൊണ്ടു ennathukond *(conj.)*
whereas
എന്നായാലും ennaayalum *(adv.)*
whenever
എന്നാലും ennalum *(conj.)* albeit
എന്നാലും ennalum *(conj.)*
notwithstanding
എന്നാൽ ennaal *(conj.)* but
എന്നിട്ടും ennittum *(conj.)* although
എന്നിട്ടും ennittum *(conj.)* though
എന്നിരുന്നാലും ennirunnaalum *(adv.)*
nonetheless
എന്നിരുന്നിട്ടും ennirunnittum *(conj.)*
nevertheless
എന്നെ എന്നെ *(pron.)* myself
എന്ന് enn *(v.)* thatch
എന്റേത് enteth *(pron.)* mine
എപ്പോൾ eppol *(conj.)* when
എപ്പോഴും eppoozhum *(adv.)* ever
എപ്പോഴും പുതുമയുള്ള eppozhum
putumayulla *(adj.)* evergreen

എപ്പോഴെല്ലാം eppozhellam *(conj.)* whenever
എയ്ഡ്സ് രോഗം AIDSrogam *(n.)* AIDS
എരിക്കൽ erikkal *(n.)* ignition
എരിച്ചിൽ erichchil *(n.)* inflammation
എരിയുക erikyuka *(v.)* inflame
എരുമ eruma *(n.)* buffalo
എറിയൽ eriyal *(n.)* pitch
എറിയുക eriyuka *(v.)* throw
എറെക്കുറെ erekkure *(adv.)* nigh
എലി eli *(n.)* rat
എലികളെ പിടിക്കുക elikale pitikkuka *(v.)* rat
എല്ലാം ellam *(n.)* whole
എല്ലാദിവസവും elladivasavum *(adj.)* everyday
എല്ലായിടത്തും ellayitaththum *(pron.)* everywhere
എല്ലായിടത്തുമുള്ള ellayitaththumulla *(adj.)* ubiquitous
എല്ലായിടവും ellayitavum *(prep.)* throughout
എല്ലാവരും ellaavarum *(pron.)* everyone
എല്ലാവിധത്തിലും ellaavidhaththilum *(adv.)* wholly
എല്ലില്ലാത്ത ellillaaththa *(adj.)* boneless
എല്ലുന്തിയ ellunthiya *(adj.)* scraggy
എല്ലൊടിയുക ellotiyuka *(v.)* fracture
എല്ലൊടിയൽ ellotiyal *(n.)* fracture
എളിമ elima *(adv.)* smallness
എളിയ eliya *(adj.)* humble
എളുപ്പത്തിൽ പൊട്ടുന്ന eluppaththil pottunna *(adj.)* brittle
എളുപ്പമായ eluppaamaaya *(adj.)* easy
എളുപ്പവഴി eluppavazhi *(n.)* byway
എള്ളെണ്ണ ellenna *(n.)* sesamin
എള്ള് ellu *(n.)* sesame
എഴുതിച്ചേർക്കുക ezhuticherkkuka *(v.)* inscribe
എഴുതിവയ്ക്കുക ezhuthivaykkuka *(v.)* note
എഴുതുക ezhuthuka *(v.)* write
എഴുത്തുപലക ezhuthupalaka *(n.)* blackboard
എഴുത്തുമേശ ezhuthumesha *(n.)* desk
എഴുന്നേൽക്കുക ezhunnelkkuka *(v.)* raise
എഴുപതാമത്തേതായ ezhupathaamaththethaaya *(adj.)* seventieth
എഴുപത് ezhupath *(n.)* seventy
എവിടത്തിൽ evitaththil *(n.)* whereabout
എവിടെ evite *(conj.)* where
എവിടെനിന്ന് eviteninnu *(adv.)* whence
എവിടെപോകാനുംസ്വാതന്ത്ര്യമുള്ള eviteppokaanum swathanthryamulla *(adj.)* footloose
എവിടെയെങ്കിലും evideyenkilum *(adv.)* anywhere
എവിടെയോ eviteyo *(adv.)* somewhere
എവിടേയ്ക്കെങ്കിലും eviteykkenkilum *(adv.)* wherever
എവിടേയ്ക്ക് eviteykk *(adv.)* whither
എസ്കിമോവീട് eskimoviit *(n.)* igloo

ഏ

ഏകം ekam *(adj.)* one
ഏകകം ekakam *(n.)* unit
ഏകകാലികമായ ekakaakikamaaya *(adj.)* cotemporal
ഏകകേന്ദ്രമായ ekakendramaaya *(adj.)* concentric
ഏകജാതീയമായ ekajaathiiyamaaya *(adj.)* homogeneous
ഏകത ekatha *(adj.)* bereft

ഏകതാനമായ ekathaanamaaya *(adj.)* monotonous
ഏകത്വം ekathwam *(n.)* singularity
ഏകദിവസം ekadivasam *(n.)* monolatry
ഏകദേശം ekadesham *(adv.)* nearly
ഏകദേശമായ ekadeshamaaya *(adj.)* approximate
ഏകദൈവം ekadaivam *(n.)* theist
ഏകപക്ഷരൂപീകരണം ekapaksharuupiikaranam *(n.)* cartel
ഏകപക്ഷീയമായ ekapaksheeyamaaya *(n.)* coaxial
ഏകപക്ഷീയമായ ekapakshiiyamaaya *(adj.)* one-sided
ഏകബന്ധനവിദ്യ ekabandhana vidya *(n.)* central locking
ഏകഭാര്യാവ്രതം ekabhaaryaavrutham *(n.)* monogamy
ഏകമാത്രമായ ekamaathramaaya *(adv.)* only
ഏകയായ ekayaaya *(adj.)* lonely
ഏകവചനം ekavachanam *(adj.)* singular
ഏകവർണ്ണകമായ ekavarnnakamaaya *(adj.)* monochromatic
ഏകവിഷയക പ്രബന്ധം ekavishayaka prabandham *(n.)* monograph
ഏകവിഷയതത്പരമായ ekavishayathalparamaaya *(adj.)* intent
ഏകശിലാസ്തംഭം ekashilasthabham *(n.)* monolith
ഏകസ്ഥാനത്തു ചേരുക ekasthanaththucheruka *(v.)* converge
ഏകസ്വര വ്യഞ്ജനങ്ങളടങ്ങിയ ekaswara vynjanagalatangiya *(adj.)* syllabic
ഏകസ്വരം ekaswaram *(n.)* monotony
ഏകസ്വരാക്ഷരഗണം ekaswaraksharaganam *(n.)* syllable
ഏകാകിത ekaakitha *(n.)* solitude
ഏകാകിത്വം ekaakithwam *(n.)* loneliness
ഏകാകിയായ ekaakiyaya *(n.)* recluse
ഏകാകിയായിരിക്കൽ ekaakiyaayirikkal *(n.)* seclusion
ഏകാക്ഷരപദം ekaakaharapadam *(n.)* monosyllable
ഏകാക്ഷരപദമായ ekaaksharapadamaaya *(adj.)* monosyllabic
ഏകാഗ്രത ekagratha *(n.)* concentration
ഏകാഗ്രമാക്കുക ekagramaakkuka *(v.)* concentrate
ഏകാധിപതി ekaadhipathi *(n.)* autocrat
ഏകാധിപത്യം ekaadhipathyam *(n.)* absolutism
ഏകാധിപത്യരീതി ekaadhipathyareethi *(adj.)* autocratic
ഏകാന്തഗീതം ekaanthagiitham *(adj.)* solo
ഏകാന്തഗീതം ekaantha giitham *(n.)* solo
ഏകാന്തഗീതകൻ ekaanthagiithakan *(n.)* soloist
ഏകാന്തമായ ekaanthamaaya *(adj.)* solitary
ഏകാന്തവാസിത്വം ekaanthavaasithwam *(n.)* monasticism
ഏകീകരണം ekiikaranam *(n.)* unification
ഏകീകരിക്കൽ ekikarikkal *(n.)* defragmentation
ഏകീകരിക്കുക ekiikarikkuka *(v.)* defragment
ഏകീകൃതമായ ekiikruthamaaya *(adj.)* corporate
ഏകീഭാവമാക്കൽ ekiibhaavamaakkal *(v.)* equalize
ഏകോപനം ekopanam *(n.)* coordination

ഏകോപിപ്പിക്കുക ekopippikkuka *(v.)* coordinate
ഏക്കർ acer *(n.)* acre
ഏങ്ങുക enguka *(v.)* pant
ഏട് et *(n.)* page
ഏണിപ്പടി enippati *(n.)* rung
ഏതാണോ അത് ethaano ath *(pron.)* whichever
ഏതിടത്ത് ethitathth *(adv.)* wherein
ഏതിനടുത്ത് ethinatuthth *(adv.)* whereabout
ഏതു തന്നെയായാലും ethu thanneyaayalum *(pron.)* whatever
ഏതു സമയം ethusamayam *(adv.)* when
ഏതുസമയത്തും ethusamayaththum *(adv.)* anytime
ഏതെങ്കിലും സ്ഥലം ethenkilum sthalam *(pron.)* anyplace
ഏതോ ഒരാൾ etho oral *(n.)* somebody
ഏതോ ഒരു etho oru *(adj.)* An
ഏത് eth *(pron.)* which
ഏത്തപ്പഴം eththappazham *(n.)* banana
ഏന്തിവലിഞ്ഞു നടക്കുക enthivalinju natakkuka *(v.)* wade
ഏപ്രിൽമാസം aprilmaasam *(n.)* April
ഏമ്പക്കം വിടുക embakkam viduka *(v.)* burp
ഏയ് ayyo *(interj.)* ahoy
ഏർകുരുവി erkuruvi *(n.)* oxbird
ഏറെ ere *(adj.)* more
ഏറെക്കുറെ erekkure *(adv.)* almost
ഏറെദൂരം eredhooram *(adv.)* far
ഏറ് eru *(n.)* throw
ഏറ്റക്കുറവ് ettakkurav *(n.)* variation
ഏറ്റവും ettavum *(n.)* utmost
ഏറ്റവും അകത്തുള്ള ettavum akaththulla *(adj.)* inmost
ഏറ്റവും അധികമായ ettavum adhikamaaya *(adv.)* most
ഏറ്റവും ഉള്ളിലുള്ള ettavum ullilulla *(adj.)* innermost
ഏറ്റവും കുറഞ്ഞ ettavum kuranja *(adj.)* minimum
ഏറ്റവും കൂടിയ സമ്മാനം ettavum kuutiya sammaanam *(n.)* jackpot
ഏറ്റുപറയുക ettuparayuka *(v.)* avow
ഏറ്റുമുട്ടലുണ്ടാകുക ettumuttalundaakuka *(v.)* skirmish
ഏറ്റുമുട്ടൽ ettumuttal *(n.)* skirmish
ഏറ്റുമുട്ടുക ettumuttuka *(v.)* encounter
ഏറ്റുവാങ്ങിക്കുക ettuvaangikkuka *(v.)* receive
ഏറ്റെടുക്കുക ettedukkuka *(n.)* takeover
ഏലക്ക elakka *(n.)* cardamom
ഏലസ്സ് elass *(n.)* talisman
ഏൽപിച്ചുകൊടുക്കുക eelppichchukodukkuka *(v.)* consign
ഏൽപ്പിക്കുക elppikkuka *(v.)* assign
ഏൽപ്പിക്കുക elppikkuka *(v.)* commend
ഏഴാമത്തെ ezhaamaththe *(adj.)* seventh
ഏഴുമണി സമയം ezhumanisamayam *(n.)* seven
ഏഴെണ്ണമുള്ള ezhennamulla *(adj.)* seven
ഏഷണി eshani *(n.)* backbiting
ഏഷണികൂട്ടുക eshanikuuttuka *(v.)* talebear
ഏഷണിക്കാരൻ eshanikkaaran *(n.)* talebearer
ഏഷണിക്കാരൻ eshanikkaaran *(n.)* telltale
ഏഷണിപരത്തൽ eshaniparathal *(n.)* talebearing

ഐ

ഐകമത്യം aikamathyam *(n.)* unanimity

ഐകമത്യമുള്ള aikamathyamulla *(adj.)* unanimous

ഐക്യദാർഢ്യം aikyadaardyam *(n.)* solidarity

ഐതിഹാസികം aithihaasikam *(adj.)* legendary

ഐതിഹാസികമായ aithihaasikamaaya *(adj.)* epical

ഐന്ദ്രജാലികൻ aindrajaalikan *(n.)* mage

ഐന്ദ്രാജാലികൻ aindrajaalikan *(n.)* wizard

ഐശ്വര്യം aiswaryam *(n.)* bonanza

ഐശ്വര്യമുള്ള aiswaryamulla *(adj.)* prosperous

ഐസുപോലെ തണുത്ത icepole thanuththa *(adj.)* ice-cold

ഐഹികമായ aihikamaaya *(adj.)* mundane

ഒ

ഒക്ടോബർ മാസം october maasam *(n.)* October

ഒച്ച ochcha *(n.)* noise

ഒച്ചപ്പാട് ochapaat *(n.)* turmoil

ഒച്ചയടച്ച ochayatacha *(adj.)* raucous

ഒച്ചയിടൽ ochchayital *(n.)* yell

ഒച്ചയുണ്ടാക്കുന്ന ochayundaakkunna *(adj.)* noisy

ഒച്ചിന്റെ ദ്രവം ochinte dravam *(n.)* slime

ഒച്ച് och *(n.)* snail

ഒച്ച് വിഭവം ochch vibhavam *(n.)* escargot

ഒടുക്കം otukkam *(adv.)* lastly

ഒടുങ്ങാത്ത irungaaththa *(adj.)* neverending

ഒടുവിലത്തെ otuvilaththe *(adj.)* final

ഒടുവിലത്തെ otuvilaththe *(adv.)* last

ഒട്ടകം ottakam *(n.)* camel

ഒട്ടകപ്പക്ഷി ottakappakshi *(n.)* ostrich

ഒട്ടകപ്പുള്ളിമാൻ ottakappullimaan *(n.)* giraffe

ഒട്ടൽ ottal *(n.)* adhesion

ഒട്ടിച്ചു ചേർക്കുക otttichucherkkuka *(v.)* inoculate

ഒട്ടിപിടിക്കുക ottippitikkuka *(v.)* stick

ഒട്ടിപ്പിടിക്കാത്ത ottipitikkaaththa *(adj.)* non-stick

ഒട്ടിപ്പിടിക്കുന്ന ottippitikkunna *(n.)* stiff

ഒട്ടിയ്ക്കുക ottiykkuka *(v.)* graft

ഒട്ടുന്ന ottunna *(n.)* adhesive

ഒട്ടുന്ന ottunna *(n.)* sticky

ഒട്ടുമുകുളം ottumukulam *(n.)* graft

ഒട്ടുമെലിഞ്ഞ ottumelinja *(adj.)* haggard

ഒട്ടേറെ ottere *(adj.)* much

ഒതുക്കമുള്ള othukkamulla *(adj.)* modest

ഒതുക്കി നിർത്തൽ othukki nirththal *(n.)* containment

ഒതുക്കികളയുക othukkikalayuka *(v.)* sidearm

ഒതുങ്ങിയശരീരമുള്ള othingiyashariiramulla *(adj.)* petite

ഒത്ത oththa *(adj.)* seemly

ഒത്തുചേരൽ oththucheral *(n.)* meeting

ഒത്തുതീർപ്പ് oththutheerpp *(n.)* accord

ഒത്തുനോക്കൽ പട്ടിക oththunokkal pattika *(n.)* checklist

ഒത്തുനോക്കുക oththunokkuka *(v.)* check

ഒത്തുനോക്കുക oththunokkuka *(v.)* collate

ഒത്തുനോക്കുന്നയാൾ oththunokkunnayaal *(n.)* checker

ഒത്തുനോക്കൽ oththunokkal *(n.)* calibration

ഒത്തുമാറുക oththumaaruka *(v.)* interchange

ഒത്തുവരൽ oththuvaral *(adj.)* tally
ഒത്തുവരൽ oththuvaral *(n.)* tally
ഒത്തൊരുമ oththoruma *(n.)* harmony
ഒത്തൊരുമ oththoruma *(n.)* oneness
ഒന്നാക്കൽ onnakal *(n.)* consolidation
ഒന്നാക്കുക onnaakkuka *(v.)* consolidate
ഒന്നാന്തരമായ onnamtharamaaya *(adj.)* sterling
ഒന്നാമത്തെയാൾ onnamaththeyal *(n.)* champion
ഒന്നാമത്തേത് onnaamaththeth *(n.)* first
ഒന്നായി onnaayi *(adv.)* jointly
ഒന്നിച്ചുകൂടൽ onnichchukuutal *(n.)* convergence
ഒന്നിച്ചുകൂട്ടുക onnichchukoottuka *(v.)* amass
ഒന്നിടവിട്ടുവരുന്ന onnidavittuvarunna *(v.)* alternate
ഒന്നിനു പുറകെ ഒന്നായി ഘടിപ്പിച്ച കുതിരകൾ onninupurake onnayi ghatippicha kuthirakal *(adj.)* tandem
ഒന്നിനും കൊള്ളാത്തവൻ onninum kollaaththavan *(n.)* brat
ഒന്നിലധികംപങ്കാളികളുള്ള onniladhikam pankaalikalulla *(n.)* polyander
ഒന്നുചേർന്ന് onnuchernnu *(n.)* ensemble
ഒന്നുമാത്രമായ onnumaathramaaya *(adj.)* only
ഒന്നുമില്ല onnumilla *(n.)* nought
ഒന്നുമില്ലാതാക്കുക onnumillaathakkuka *(v.)* empty
ഒന്നുമില്ലാത്ത onnumillaaththa *(adv.)* none
ഒന്നുമില്ലായ്മ onnumillaayma *(adv.)* nothing
ഒന്ന് onnu *(pron.)* one
ഒൻപതാമത്തെ onpathaamaththe *(adj.)* ninth
ഒൻപത് onpath *(n.)* nine

ഒപ്പം oppam *(prep. &adv.)* along
ഒപ്പമാക്കുക oppamaakkuka *(v.)* even
ഒപ്പൽ oppal *(n.)* wipe
ഒപ്പിടുക oppituka *(n.)* signing
ഒരിക്കലുമില്ല orikkalumilla *(adv.)* never
ഒരിക്കൽ orikkal *(adv.)* once
ഒരിടത്തുമില്ല oritaththumilla *(adv.)* nowhere
ഒരിനം കാട്ടു കുറ്റിച്ചെടി orinam kattuchedi *(n.)* bracken
ഒരിനം തുളസി orinam thulasi *(n.)* basil
ഒരിനം നീർനായ് orinam niirnaay *(n.)* mink
ഒരിനം പരുത്തിത്തുണി orinam paruththithuni *(n.)* corduroy
ഒരിനം മധുരപലഹാരം orinam madhurapalahaaram *(n.)* cake
ഒരു oru *(art.)* a
ഒരുകാലത്ത് orukaalathth *(adv.)* awhile
ഒരുക്കമായ orukkamaaya *(adj.)* ready
ഒരുക്കിവയ്ക്കുക orukkivaykkuka *(v.)* prepare
ഒരുക്കുക orukkuka *(v.)* stud
ഒരുജൈവസംയുക്തം oru jaiva samyuktham *(n.)* steroid
ഒരുപക്ഷേ orupakshe *(adv.)* perhaps
ഒരുപോലെയല്ലാത്ത രണ്ടു വശങ്ങൾ oru poleyallaththa randu vashangal *(adj.)* asymmetrical
ഒരുമ oruma *(n.)* unity
ഒരുമാതിരി orumaathiri *(adv.)* somewhat
ഒരുമിച്ചു വരുക orumichu varuka *(v.)* coincide
ഒരുമിച്ച് orumichchu *(prep.)* amongst
ഒരുമിച്ച് ജീവിക്കുക orumichch jeevikkuka *(v.)* coexist
ഒരുമിപ്പിക്കുക orumippikkuka *(v.)* unite

ഒരുവശത്തായി oruvashaththaayi *(adv.)* sideway
ഒരുവിദ്യുച്ഛക്തിമാത്ര oru vidyuchakthi maathra *(n.)* watt
ഒരേ പേരുള്ളയാൾ ore perullayaal *(n.)* namesake
ഒരേ സമയത്തു സംഭവിച്ച ore samayathu sambhavicha *(adj.)* simultaneous
ഒരേതരമായ oretharamaaya *(adj.)* stereotyped
ഒരേയൊരു oreyoru *(conj.)* only
ഒരേവിധമായ orevidhamaaya *(adj.)* tantamount
ഒരോന്നായി oronnayi *(adj.)* each
ഒറ്റകേസരമുള്ള ottakesaramulla *(adj.)* monogynous
ഒറ്റക്കണ്ണട ottakkannata *(n.)* monocle
ഒറ്റക്കണ്ണൻ രാക്ഷസൻ ottakkannan rakshasan *(n.)* cyclops
ഒറ്റക്കണ്ണുള്ള ottakkannulla *(adj.)* monocular
ഒറ്റക്കല്ലാഭരണം ottakkallabharanam *(n.)* solitaire
ഒറ്റക്കാൽച്ചാട്ടം otrakkaal chaattam *(n.)* hop
ഒറ്റക്കുതിര വണ്ടി ottakkuthiravandi *(n.)* chaise
ഒറ്റക്ക് ottakk *(adv.)* single-handedly
ഒറ്റതിരിക്കൽ ottathirikkal *(n.)* segregation
ഒറ്റതിരിഞ്ഞ otrathirinja *(n.)* stray
ഒറ്റത്തടി ottathadi *(n.)* beam
ഒറ്റപ്പെടുത്തൽ otrappetuththal *(n.)* isolation
ഒറ്റപ്പെടുത്തുക ottappetuththuka *(v.)* isolate
ഒറ്റപ്പെട്ട ottappetta *(adj.)* insular
ഒറ്റപ്പെട്ടുപോവുക ottappettu povuka *(v.)* maroon
ഒറ്റമൂലി ottamuuli *(n.)* nostrum
ഒറ്റയല്ലാത്ത ottayallaaththa *(adv.)* even
ഒറ്റയായ ottayaaya *(adj.)* odd
ഒറ്റയ്ക്കു ചെയ്യുക ottaykkucheyyuka *(adv.)* solo
ഒറ്ററെയിൽപ്പാത ottarailppatha *(n.)* monorail
ഒറ്റിപ്പ് ottipp *(n.)* betrayal
ഒറ്റുകൊടുക്കുന്നയാൾ ottukotukkunnayaal *(n.)* traitor
ഒലി ഉയർത്തുക oli uyarththuka *(v.)* tone
ഒലിച്ചു പോകുക olichupokuka *(v.)* drift
ഒലിവുമരം olivumaram *(n.)* olive
ഒളിക്കാതെ olikkaathe *(adv.)* frankly
ഒളിക്കുക olikkuka *(v.)* hide
ഒളിച്ചു വെടി വെക്കുന്നയാൾ olichuveti vekkunnayaal *(n.)* sniper
ഒളിച്ചുനിന്നു കേൾക്കുക olichuninnukelkkuka *(v.)* overhear
ഒളിച്ചോടിപ്പോകുക olichchodippokuka *(v.)* abscond
ഒളിച്ചോടുക olichotuka *(v.)* elope
ഒളിച്ചോടുന്ന olichotunna *(adj.)* fugitive
ഒളിഞ്ഞുകേൾക്കുക olinjukelkkuka *(v.)* eavesdrop
ഒളിഞ്ഞുനോക്കുക olinjunokkuka *(v.)* peep
ഒളിഞ്ഞുനോട്ടം olinjunottam *(n.)* peep
ഒളിപ്പോര് olipporu *(n.)* guerilla
ഒളിവീശുക oliviishuka *(v.)* glimmer
ഒളിവേട്ടക്കാരൻ olivettakkaaran *(n.)* poacher
ഒഴികഴിവ് ozhikazhiv *(n.)* alibi
ഒഴികെ ozhike *(prep.)* except
ഒഴിച്ചുകൂടാത്ത ozhichukuutaaththa *(adj.)* indispensable
ഒഴിച്ചുകൂടാത്ത ozhichukuutaaththa *(adj.)* unavoidable
ഒഴിച്ചുനിർത്തുക ozhichunirththuka *(v.)* except

ഒഴിച്ചുനിർത്തൽ ozhichunirththal *(n.)* exception
ഒഴിച്ചുനിറുത്തുക ozhichchunirththuka *(v.)* exclude
ഒഴിച്ച് ozhich *(prep.)* barring
ഒഴിച്ച് ozhich *(prep.)* save
ഒഴിഞ്ഞുകളയുന്ന ozhinjukalayunna *(adj.)* elusive
ഒഴിഞ്ഞുപോകുക ozhinju pokuka *(v.)* scape
ഒഴിഞ്ഞുമാറൽ ozhinjumaaral *(n.)* evasion
ഒഴിഞ്ഞുമാറുക ozhinjumaaruka *(v.)* shirk
ഒഴിഞ്ഞ് ozhinj *(adv.)* aloof
ഒഴിപ്പിക്കൽ ozhippikkal *(n.)* evacuation
ഒഴിപ്പിക്കുക ozhippikkuka *(v.)* expel
ഒഴിയാബാധ ozhiyabaadha *(n.)* obsession
ഒഴിയാബാധയാകുക ozhiyabaadhayaakuka *(v.)* obsess
ഒഴിയാബാധയായിരിക്കുക ozhiyaabaadhayaayirikkuka *(v.)* haunt
ഒഴിവാക്കപ്പെട്ട ozhivaakkappetta *(adj.)* exempt
ഒഴിവാക്കൽ ozhivaakkal *(n.)* omittance
ഒഴിവാക്കൽ നടപടി ozhivaakkal natapati *(n.)* eliminator
ഒഴിവാക്കാനാകുന്ന ozhivaakkanakunna *(n.)* evitability
ഒഴിവാക്കുക ozhivaakkuka *(v.)* avoid
ഒഴിവാക്കുക ozhivaakkuka *(v.)* declutter
ഒഴിവാക്കുന്നതായ ozhivaakkunnathaaya *(adj.)* eliminatory
ഒഴിവാക്കുന്നയാൾ ozhivaakkunnayaal *(n.)* omitter
ഒഴിവായ ozhivaaya *(adj.)* depleted
ഒഴിവുദിവസം ozhivu divasam *(n.)* holiday
ഒഴിവുള്ള ozhivulla *(adj.)* vacant
ഒഴിവ് പറയൽ ozhivparayal *(n.)* excuse
ഒഴിവ്സമയം ozhivsamayam *(n.)* leisure
ഒഴുകുക ozhukuka *(v.)* stream
ഒഴുക്ക് ozhukk *(n.)* drift

ഓ

ഓക് കായ oak kaaya *(n.)* acorn
ഓക്സിജനമ്ലം oxijanamlam *(n.)* oxyacid
ഓക്സിജൻ കലർത്തുക oxygen kalarththuka *(v.)* oxygenate
ഓക്സിജൻ കലർത്തിയ oxygen kalarththiya *(adj.)* oxygenated
ഓക്സിജീകരണം oxygiikaranam *(n.)* oxygenation
ഓജസ്വിയായ ojaswiyaaya *(adj.)* powerful
ഓജസ്വിയായ ojaswiyaya *(adj.)* vigorous
ഓജസ്സ് oojass *(n.)* mettle
ഓട ota *(n.)* sewer
ഓടൽ otal *(n.)* runs
ഓടാമ്പൽ oodambal *(n.)* bolt
ഓടിക്കളയുക ootikkalayuka *(v.)* flee
ഓടിരക്ഷപ്പെടുക otirakshapetuka *(v.)* outrun
ഓടു പാവുക otu paavuka *(v.)* tile
ഓടുക otuka *(v.)* run
ഓട് otu *(n.)* tile
ഓട്ട ootta *(n.)* puncture
ഓട്ടം ottam *(n.)* run
ഓട്ടക്കലം ottakkalam *(n)* shard
ഓട്ടക്കളം ottakkalam *(n.)* track
ഓട്ടക്കാരൻ ottakkaaran *(n.)* runner
ഓട്ടുധാന്യം ottudhaanyam *(n.)* oat
ഓട്സ് പൊടി otspoti *(n.)* oatmeal

ഓട്സ്മാവുമായി ബന്ധപ്പെട്ട otsmaavumasyi bandhappetta *(adj.)* oatmeal
ഓൺലൈൻ രചന online rachana *(v.)* blogging
ഓൺലൈൻ രചയിതാവ് online rachayithaav *(n.)* blogger
ഓൺലൈൻ സംവാദം online samvaadam *(n.)* webinar
ഓദ്യോഗികമായ oudyogikamaaya *(adj.)* official
ഓമനത്തമുള്ള omanaththamulla *(adv.)* pretty
ഓമനയായ omanayaaya *(adj.)* fond
ഓമനിക്കുക omanikkuka *(v.)* cuddle
ഓമനിക്കുന്നയാൾ omanikkunnayaal *(n.)* fondler
ഓരം oram *(n.)* margin
ഓരി ori *(n.)* howl
ഓരിയിടുക oriyituka *(v.)* howl
ഓരോ oro *(pron.)* each
ഓരോന്നായ oronnaaya *(adj.)* particular
ഓരോന്നിന് oronninu *(adv.)* apiece
ഓരോന്നും oronnum *(adv.)* each
ഓരോരുത്തരും ororuththarum *(adj.)* every
ഓർത്തുനോക്കുക orththunokkuka *(v.)* recollect
ഓർമ്മ ormma *(n.)* memory
ഓർമ്മക്കുറിപ്പ് ormmakkuripp *(n.)* memoir
ഓർമ്മക്കേടുള്ള ormmakketulla *(adj.)* forgetful
ഓർമ്മപ്പിശക് ormmappishak *(n.)* lapse
ഓർമ്മയ്ക്കായുള്ള ormmaykkaayulla *(adj.)* memorial
ഓർമ്മവരുത്തുന്ന ormmavaruththunna *(n.)* reminder
ഓർമ്മിക്കുന്ന ormmikkunna *(adj.)* reminiscent
ഓർമ്മിച്ചുവയ്ക്കുക ormmichchuvaykkuka *(v.)* remember
ഓർഗാനിക് പോളിമർ organic polymer *(n.)* polyacetylene
ഓർമ്മപ്പെടുത്തൽ oormmappetuththal *(n.)* mnemonization
ഓർമ്മയിലെത്തിക്കുക oormmayileththikkuka *(v.)* evoke
ഓളം വെട്ടുക olamvettuka *(v.)* ripple
ഓവുകുഴൽ oovukuzhal *(n.)* drainpipe
ഓവുചാൽ oovuchaal *(n.)* drainage
ഓവുപാലം oovupaalam *(n.)* culvert
ഓവുസുഷിരം ovusushiram *(n.)* manhole
ഓവ് oov *(n.)* drain
ഓഷ്ഠ്യാക്ഷരം oshtyaakaharam *(adj.)* labial
ഓസോൺ സംയോജനം ozone samyojanam *(n.)* ozonation
ഓസോൺ സംയോജിക്കൽ ozone samyojikkal *(n.)* ozonate
ഓസോൺപാളി ozonepaali *(n.)* ozone layer
ഓസോണുമായി സംയോജിക്കുക ozonumaayi samyojikkuka *(v.)* ozonate
ഓസ്ട്രേലിയൻ മൃഗം australian mrugam *(n.)* koala
ഓസ്ട്രേലിയൻപല്ലി australian palli *(n.)* goanna
ഓഹരി ohari *(n.)* share
ഓഹരിഉടമ ohari utama *(n.)* shareholder
ഓഹരിക്കമ്പോളം oharikkambolam *(n.)* share market
ഓഹരിവയ്ക്കുക oharivaykkuka *(v.)* divide
ഓഹരിവിഹിതം oharivihotham *(n.)* market share
ഓഹരിവിഹിതം ohari vihitham *(n.)* shareholding

ഔ

ഔചിത്യപൂർവ്വമായ ouchithyapoorvvamaaya *(adj.)* appropriate
ഔചിത്യബോധം ouchithyabodham *(n.)* propriety
ഔത്സുക്യം outsukyam *(n.)* ardour
ഔദാര്യം oudaaryam *(n.)* bounty
ഔദാര്യം oudaaryam *(n.)* largesse
ഔദാര്യമുള്ള oudaaryamulla *(adj.)* munificent
ഔദാസീന്യം oudaasiinyam *(n.)* nonchalance
ഔദ്ധത്യമുള്ള oudadhyamulla *(adj.)* defiant
ഔദ്യോഗിക പരിശോധന oudyogikaparishodhana *(n.)* inspection
ഔദ്യോഗികജീവിതം oudyogika jeevitham *(n.)* career
ഔദ്യോഗികവിചാരണ oudyogikavichaarana *(n.)* inquisition
ഔദ്യോഗിക അറിയിപ്പ് oudyogika ariyipp *(n.)* bulletin
ഔദ്യോഗിക കടലാസ് oudyogika katalaas *(n.)* letterhead
ഔദ്യോഗികമായി oudyogikamaayi *(adv.)* officially
ഔദ്യോഗികസ്ഥാനം വഹിക്കുക oudyogika sthaanam vahikkuka *(n.)* incumbent
ഔദ്യോഗികസ്ഥാനം വഹിക്കുന്ന oudyogikasthaanam vahikkunna *(adj.)* incumbent
ഔന്നത്യം ounnyathyam *(n.)* eminence
ഔപചാരികമായ oupachaarikamaaya *(adj.)* formal
ഔപചാരികാനുവാദം oupachaarikaanuvaadam *(n.)* sanction
ഔൽസുക്യം oulsukyam *(n.)* enthusiasm
ഔഷധ നിർമ്മാതാവ് oushadanirmmaathaav *(n.)* pharmaceutist
ഔഷധം oushadam *(n.)* medicament
ഔഷധക്കൂട്ട് oushadhakkuutt *(n.)* concoction
ഔഷധഗുണമുള്ള oushadagunamulla *(adj.)* medicinal
ഔഷധനിർമ്മാണസംബന്ധി oushadhanirmmaanasambandhi *(adj.)* pharmaceutical
ഔഷധലേപനത്തുണി oushadalepanaththuni *(n.)* Band-Aid
ഔഷധവിദഗ്ധ oushadavidagddha *(n.)* pharmacist
ഔഷധവിദ്യാവിഷയകമായ oushadavidyavishayakamaaya *(adj.)* pharmaceutic
ഔഷധശാല oushadashaala *(n.)* pharmacy
ഔഷധസംബന്ധി oushadasambandhi *(n.)* pharmaceutical
ഔഷധാലയം oushadaalayam *(n.)* dispensary

അം

അംഗം angam *(n.)* member
അംഗച്ഛേദനം angachchedanam *(n.)* amputation
അംഗഛേദം angachhedam *(n.)* ablation
അംഗത്വം angathwam *(n.)* membership
അംഗത്വം പിൻവലിക്കുക angathwam pinvalikkuka *(v.)* secede
അംഗപ്പൊരുത്തം angapporuththam *(n.)* symmetry

അംഗഭംഗം angabhangam *(n.)* mutilation

അംഗമാകുക angamaakuka *(v.)* join

അംഗമാക്കിച്ചേർക്കുക angamaakkicherkkuka *(v.)* affiliate

അംഗമായി ചേർക്കുക angamaayi cherkkuka *(v.)* enrol

അംഗരക്ഷകൻ angarakshakan *(n.)* bodyguard

അംഗവിക്ഷേപം angavikshepam *(n.)* gesture

അംഗവിന്യാസം angavinyaasam *(n.)* posture

അംഗവൈകല്യമുണ്ടാക്കുക angavaikalyamundaakkuka *(n.)* lop

അംഗഹീനൻ angaheenan *(n.)* amputee

അംഗഹീനമാക്കുക an *(v.)* mutilate

അംഗാര സംയുക്തം angaara samyuktham *(n.)* benzene

അംഗാരകം angaarakam *(n.)* carbon

അംഗീകരിക്കൽ angeekarikkal *(n.)* approbation

അംഗീകരിക്കുക angeekarikkuka *(v.)* endorse

അംഗീകരിച്ചു angeekarichu *(adj.)* accepted

അംഗീകാരം angeekaaram *(v.)* approve

അംഗീകാരം angeekaaram *(n.)* endorsement

അംഗീകാരം റദ്ദാക്കുക angeekaaram raddaakkuka *(v.)* delegalize

അംഗീകാരംനേടൽ angathwam *(n.)* affiliation

അംഗീകാരമില്ലാത്ത angiikaaramillaaththa *(adj.)* unapproved

അംബരചുംബി ambarachumbi *(n.)* skyscraper

അംബുജം ambujam *(n.)* lotus

അംശം amsham *(n.)* numerator

അംശദാതാവ് amshadhaathaav *(n.)* contributor

അംശബന്ധം amshabandham *(n.)* ratio

അംശിക്കുക amshikkuka *(v.)* segment

അഃ

അഃ ah *(n.)* vowel letter in malayalam

ക

കക്കസൂപ്പ് kakkasoup *(n.)* bisque

കക്കൂസ് kakkuse *(n.)* lavatory

കക്കൂസ് kakkuse *(n.)* toilet

കക്ഷം kaksham *(n.)* armpit

കക്ഷി kakshi *(n.)* client

കക്ഷികളെ പിടിക്കുക kashikale pitikkuka *(v.)* tout

കക്ഷീയമായ kaksheeyamaaya *(adj.)* axillary

കങ്കാണി kankaani *(n.)* bailiff

കച്ചകെട്ടുക kachakettika *(v.)* girdle

കച്ചവടം kachavatam *(n.)* shopkeep

കച്ചവടക്കാരൻ kachavatakkaaran *(n.)* merchant

കച്ചവടക്കോപ്പ് kachavatakkopp *(n.)* ware

കച്ചി kachchi *(n.)* hay

കച്ചി kachi *(n.)* straw

കച്ചിക്കുറ്റി kachikkutti *(n.)* stubble

കച്ചേരി kachcheri *(n.)* bureau

കഞ്ചാവ് kanchaav *()* cannabis

കഞ്ചുകം kanchukam *(n.)* garment

കടം katam *(n.)* loan

കടം katam *(n.)* due

കടം കൊടുക്കുക katam kotukkuka *(v.)* lend

കടംവീട്ടൽ katamviittal *(n.)* repayment

കടകളിൽ നിന്നു മോഷ്ടിക്കുന്നയാൾ katakalil ninnu moshtikkunnayaal *(n.)* shoplifter
കടകളിൽ നിന്നുമോഷ്ടിക്കുക katakalil ninnu moshtikkuka *(v.)* shoplift
കടകവിരുദ്ധമായ katakavirudhamaaya *(adj.)* contrary
കടക്കാരൻ katakkkaran *(n.)* debtor
കടച്ചിൽച്ചക്രം katachchilchakram *(n.)* lathe
കടത്തുകാരൻ kadaththukaaran *(n.)* boatman
കടത്തുതോണി kataththuthoni *(n.)* ferryboat
കടത്തുവള്ളം kataththuvallam *(n.)* ferry
കടന്നൽ katannal *(n.)* hornet
കടന്നാക്രമണം katannaakramanam *(n.)* onslaught
കടന്നാക്രമിക്കൽ katannaakramikkal *(n.)* foray
കടന്നാക്രമിക്കുക katanaakramikkuka *(v.)* foray
കടന്നുകളയൽ katannukalayal *(n.)* escapability
കടന്നുകളയുക katannukalayuka *(v.)* decamp
കടന്നുപിടിക്കുക katannu pitikkuka *(v.)* grab
കടന്നുപോയിട്ട് katannupoyitt *(prep.)* past
കടന്നുപോവുക katannupokuka *(v.)* pass
കടന്നുപോകുക katannupokuka *(v.)* elapse
കടപുഴക്കുക katapuzhakkuka *(v.)* uproot
കടപ്പാടുള്ള katappaatulla *(adj.)* thankful
കടപ്പുറം katapuram *(n.)* seashore
കടപ്പെട്ടിരിക്കുക katappettirikkuka *(v.)* ought
കടബാധ്യത katabaadyatha *(n.)* liability
കടമപ്പെടുത്തുക katamappetuththuka *(v.)* oblige
കടമായ katamaaya *(adv.)* due
കടമില്ലാത്ത katamillaaththa *(adj.)* debt-free
കടയുക katayuk *(v.)* curdle
കടയുടമ katayutama *(n.)* shopowner
കടയുടെ മുഖപ്പ് katayute mukhapp *(n.)* shopfront
കടൽ katal *(n.)* sea
കടൽക്കൊള്ള katalkolla *(n.)* seajacking
കടൽക്കൊള്ളക്കാർ katalkollakkaar *(n.)* seajacker
കടൽക്കൊള്ളക്കാരൻ katalkkollakkaaran *(n.)* pirate
കടൽച്ചേന katalchena *(n.)* echinid
കടൽതട്ട് katalthatt *(n.)* seafloor
കടൽത്തീരം kataltheeram *(adj.)* beachside
കടൽത്തീരഭൂമി katalthiirabhuumi *(n.)* shorefront
കടൽനായ് katalnaay *(n.)* otter
കടൽപ്പക്ഷി kadalppakshi *(n.)* albatross
കടൽപ്പുറം kadalppuram *(adj.)* bayside
കടൽഭക്ഷ്യം katalbhakshyam *(n.)* seafood
കടൽഭിത്തി katalbhiththi *(n.)* seacliff
കടൽമീൻ katalmiin *(n.)* sea bass
കടൽവെള്ളം katalvellam *(n.)* sea boat
കടൽസിംഹം katalsimham *(n.)* sealion
കടലാമ katalaama *(n.)* turtle
കടലാസുഖണ്ഡം katalaassu khantam *(n.)* scrap
കടലാസുലക്കോട്ട് katalaasulakkott *(n.)* folder
കടലാസുസഞ്ചി katalaassusanchi *(n.)* paper bag
കടലാസ് katalass *(n.)* paper

കടലാസ് വസ്തുക്കൾ katalaas vasthukkal *(n.)* origami
കടലാസ് സംസ്കരണ യന്ത്രം katalass saskarana yanthram *(n.)* shredder
കടലാസ്സുകെട്ട് katalaassukett *(n.)* ream
കടലാസ്സു ചുരുൾ katalaasuchurul *(n.)* scroll
കടലാസ്സുറ katalaassura *(n.)* portfolio
കടലിടുക്ക് katalidukk *(n.)* bight
കടലിനോടു ബന്ധപ്പെട്ട katalinot banddhappetta *(adj.)* maritime
കടലിൽനിന്നും കരയിലേക്ക് katalilninnum karayilekk *(adj.)* shoreward
കടലോര കളിപ്പന്ത് katalora kalippanth *(n.)* beach ball
കടലോരം kataloram *(n.)* strand
കടൽക്കര katalkkara *(n.)* beach
കടൽക്കര katalkkara *(adj.)* beachfront
കടൽക്കള kadalkkala *(n.)* algae
കടൽക്കാക്ക katalkkaakka *(n.)* seagull
കടൽക്കുതിര katalkuthira *(n.)* seahorse
കടൽക്കൊള്ള നടത്തുക katalkollanatathuka *(v.)* pirate
കടൽക്ഷോഭം katalkshobham *(n.)* surge
കടൽത്തീരം katalthiiram *(n.)* seabeach
കടൽനുര katalnura *(n.)* seafoam
കടൽപന്നി katalpanni *(n.)* dolphin
കടൽപ്പക്ഷി katalppakshi *(n.)* seabird
കടൽപ്പഞ്ഞി katalppanji *(n.)* sponge
കടൽപ്പശു katalppashu *(n.)* walrus
കടൽപ്പായൽ katalppayal *(n.)* seaweed
കടൽപ്പാലം katalppaalam *(n.)* pier
കടൽഭിത്തി katalbhiththi *(n.)* bulwark
കടൽമാർഗ്ഗമായിട്ടുള്ള katalmaarggamaayittulla *(adj.)* seaborne
കടവുകടക്കുക katavukatakkuka *(v.)* ferry
കടാക്ഷം kataaksham *(n.)* ogle
കടാക്ഷിക്കുക kataakshikkuka *(v.)* ogle
കടിക്കുക kudikkuka *(v.)* bite
കടിച്ചുപൊട്ടിക്കുക katichupottikkuka *(v.)* crunch
കടിച്ചെടുക്കൽ katichetukkal *(n.)* nibble
കടിച്ചെടുക്കുക katichetukkuka *(v.)* nibble
കടിഞ്ഞാണിടുക katinjaanituka *(v.)* curb
കടിഞ്ഞാൺ kadinjaan *(n.)* bridle
കടുംചുവപ്പ് katumchuvapp *(n.)* crimson
കടുക് katuk *(n.)* mustard
കടുങ്കയ്യായ katumkaiyaya *(n.)* drastic
കടുത്ത katuththa *(n.)* stern
കടുപ്പപ്പെടുത്തുക katuppappetuththuka *(v.)* stiffen
കടുവ katuva *(n.)* tiger
കട്ട പിടിച്ച katta pidicha *(n.)* clot
കട്ടിതൈര് kattithairu *(n.)* yoghurt
കട്ടിത്തുണി സഞ്ചി kattiththunisanchi *(n.)* duffel bag
കട്ടിത്തോലുള്ള മൃഗം kattithrholuulla mrugam *(n.)* pachyderm
കട്ടിയാകുക kattiyakuka *(v.)* toughen
കട്ടിയാക്കൽ kattiyaakkal *(n.)* set
കട്ടിയാക്കുക kattiyaakuka *(v.)* thicken
കട്ടിയായ kattiyaaya *(adj.)* hard
കട്ടിയായിത്തീരുക kattiyayithiiruka *(v.)* solidify
കട്ടിയും നീളവുമുള്ള മരക്കുറ്റി kattiyum neelavumulla marakkutty *(n.)* bollard
കട്ടിയുള്ള ദ്രാവകം kattiyulla draavakam *(n.)* blob
കഠിനം katinam *(n.)* pungency
കഠിനജോലിചെയ്യുന്ന katinajolicheyyunna *(adj.)* hard-working
കഠിനപകർച്ചപ്പനി katinappakarchappani *(n.)* typhus

കഠിനപ്പെടുത്തുക katinappetuththuka *(v.)* petrify
കഠിനമായ katinamaaya *(adj.)* pungent
കഠിനമാവുക katinamaakuka *(v.)* harden
കഠിനവ്രതത്തോടുകൂടിയ kadinavruthaththodukoodiya *(adj.)* ascetic
കഠിനാദ്ധ്വാനം ആവശ്യമായ katinaadwaanam aavasyamaaya *(adj.)* laborious
കഠിനാദ്ധ്വാനം ചെയ്യുക katinaadwaanam cheyyuka *(v.)* labour
കഠിനാവസ്ഥ kdinaavastha *(n.)* furnace
കഠിനീകരിക്കുക katiniikarikkuka *(v.)* temper
കഠോരഹൃദയം ktorahrudayam *(n.)* obduracy
കണം kanam *(n.)* neutron
കണക്കപ്പിള്ള kanakkappillla *(n.)* accountant
കണക്കാക്കുക kanakkakkuka *(v.)* assess
കണക്കിലെടുക്കാതിരിക്കുക kanakkiledukkathirikkuka *(v.)* disregard
കണക്കിലെടുക്കാതെ kanakkiletukkaaanaakaaththa *(adj.)* irrespective
കണക്കിലെടുക്കുമ്പോൾ kanakkiledukkumbol *(prep.)* considering
കണക്കിലേറിയ kanakkiletiya *(adj.)* redundant
കണക്കിലേറെ kanakkilere *(n.)* surfeit
കണക്കുകൂട്ടൽ kanakkukuuttal *(n.)* computation
കണക്കുപരിശോധന kanakkuparisodhana *(n.)* audit
കണക്കുപുസ്തകം kanakkupusthakam *(n.)* ledger
കണക്കുവഴി kanakkuvazhi *(n.)* algorithm
കണക്കെഴുതുന്നയാൾ kanakkezhuthunnayaal *(n.)* book-keeper
കണക്കെഴുത്തുശാസ്ത്രം kanakkezhuththusasthram *(n.)* accountancy
കണക്കെഴുത്ത് kanakkezhuthth *(n.)* accounting
കണങ്കാൽ kanankal *(n.)* ankle
കണങ്കൈ kanankai *(n.)* wrist
കണിക kanika *(n.)* particle
കണിശമായ kanishamaaya *(adj.)* stringent
കണിശമുള്ള kanishamulla *(adj.)* scrupulous
കൺകുരു kankuru *(n.)* stye
കൺകുഴി kankuzhi *(n.)* socket
കണ്ടൻപൂച്ച kandan puuchcha *(n.)* tomcat
കണ്ടിക്കുക kandikkuka *(v.)* whittle
കണ്ടില്ലെന്നു നടിക്കൽ kandillenn nadikkal *(adj.)* conniving
കണ്ടില്ലെന്നു ഭാവിക്കുക kandillenn bhaavikkuka *(v.)* connive
കണ്ടുകെട്ടൽ kandukettal *(n.)* forfeiture
കണ്ടുപിടിക്കുക kandupitikkuka *(v.)* detect
കണ്ടുപിടിക്കുക kandupitikkuka *(v.)* invent
കണ്ടുപിടുത്തം kandupiduththam *(n.)* discovery
കണ്ടുമുട്ടാനാകുന്ന kandumuttaanaakunna *(adj.)* satiable
കണ്ടെടുക്കുക kandetukkuka *(v.)* find
കണ്ടെത്താത്ത kandeththaaththa *(adj.)* missing
കണ്ടെത്താനാവുന്ന kandeththanavunna *(adj.)* traceable
കണ്ടെത്തുക kandeththuka *(v.)* discover
കണ്ഠാഭരണം kandaabharanam *(n.)* necklace

കണ്ഠ്യമായ kandyamaaya *(adj.)* guttural
കണ്ണഞ്ചിക്കുക kannanchikkuka *(v.)* dazzle
കണ്ണഞ്ചിപ്പിക്കുന്ന kannanchippikkunna *(adj.)* dazzling
കണ്ണഞ്ചിപ്പിക്കുന്നതായ kannanchippikkunnathaaya *(adv.)* dazzlingly
കണ്ണട kannata *(n.)* eyeglass
കണ്ണട ധരിച്ച kannata dharicha *(adj.)* bespectacled
കണ്ണടച്ചു വിശ്വസിക്കുന്ന kannatachu viswasikkunna *(adj.)* credulous
കണ്ണാട kannaata *(n.)* goggles
കണ്ണാടി kannaati *(n.)* mirror
കണ്ണാടിച്ചില്ലിടുന്നവൻ kannaatichillitunnavan *(n.)* glazier
കണ്ണാടിച്ചില്ല് kannaatichillu *(n.)* cullet
കണ്ണാടിനാരിന്റെ ഉപയോഗം kannaatinaarinte upayogam *(adj.)* fibre-optic
കണ്ണാടിനാര് kannaatinaaru *(n.)* fibreglass
കണ്ണാടിപ്രതിച്ഛായ kannaati prathichchaaya *(n.)* mirror image
കണ്ണാടിമേശ kannaatimesha *(n.)* dressing table
കണ്ണാടിവീട് kannaati veet *(n.)* glasshouse
കണ്ണി kanni *(n.)* adaptor
കണ്ണിനെസംബന്ധിച്ച kanninesambandhicha *(adj.)* optic
കണ്ണിലുണ്ണി kannilunni *(n.)* pupil
കണ്ണിൽപൊടിയിടാൻ വേണ്ടിയുള്ള kannilpotiyitaan vendiyulla *(n.)* eyewash
കണ്ണീരും കൈയുമായ kanniirum kaiyumaaya *(adj.)* lachrymose
കണ്ണീരൊഴുകുന്ന kanniirozhukunna *(adj.)* tearful
കണ്ണീരൊഴുക്കുക kanniirozhukkuka *(v.)* weep
കണ്ണീർ kanniir *(n.)* tear
കണ്ണീർവാതകം kanniirvaathakam *(n.)* tear gas
കണ്ണു കാച്ചുക kannukaachuka *(v.)* snooze
കണ്ണു തുറപ്പിക്കുന്ന kannuthurappikkunna *(n.)* eye-opener
കണ്ണുകെട്ടപ്പെട്ട kannukettapetta *(n.)* blindfold
കണ്ണുകെട്ടുക kannukettuka *(v.)* hoodwink
കണ്ണുചിമ്മൽ kannuchimmal *(n.)* wink
കണ്ണുചിമ്മുക kannuchimmuka *(v.)* wink
കണ്ണുനീർത്തുള്ളി kannuniirththulli *(n.)* teardrop
കണ്ണോടിക്കുക kannotikkuka *(v.)* glance
കണ്ണോട്ടം kannoottam *(n.)* glance
കൺപീലി kanpiili *(n.)* eyelash
കൺപോള kanpola *(n.)* eyelid
കണ്മണി kanmani *(n.)* apple
കൺരന്ധ്രം kaneandhram *(n.)* eyelet
കതിനാവെടി kathinaaveti *(n.)* maroon
കതിർക്കുല kathirkkula *(n.)* sheaf
കത്തി kaththi *(n.)* cutlery
കത്തിക്കുക kaththikkuka *(v.)* ignite
കത്തിക്കുക Kaththikkuka *(v.)* accend
കത്തിക്കുത്ത് kaththikkuthth *(n.)* stab
കത്തിടപാട് kaththitapaat *(n.)* correspondence
കത്തിയുറ kaththiyura *(n.)* scabbard
കത്തുകൊടുക്കുക kaththukodukkuka *(v.)* deliver
കത്തോലിക്കാമതം katholikkaamatham *(n.)* catholicism
കത്തോലിക്കാസഭയെ സംബന്ധിച്ച kaththolikkaasabhaye sambandhichcha *(adj.)* catholic
കത്ത് kathth *(n.)* letter

കത്രിക kathrika *(n.)* scissors
കത്രിക്കൽ kathrikkal *(n.)* shears
കത്രിക്കുക kathrikkuka *(v.)* hack
കഥ katha *(n.)* story
കഥനം kathanam *(n.)* narration
കഥാപാത്രം kathaapaathram *(n.)* cast
കഥാപാത്രം kathaapaathram *(n.)* personage
കഥാപുസ്തകം kathaapusthakam *(n.)* talebook
കഥാപ്രബന്ധം kathaprabandham *(n.)* novel
കഥാരൂപത്തിലുള്ള kathaaruupaththilulla *(adj.)* narrative
കഥിക്കുക kathikkuka *(v.)* narrate
കനംകുറഞ്ഞതുണിത്തരം kanamkuranjathuniththaram *(n.)* organza
കനത്ത kanaththa *(adj.)* broad
കനത്ത kanaththa *(n.)* thick
കനത്ത ഷൂ kanaththa shoe *(n.)* brouge
കനമില്ലാത്ത kanamillaaththa *(adj.)* thin
കനാൽ kanaal *(n.)* aqueduct
കനിഞ്ഞരുളുക kaninjaruluka *(v.)* deign
കനിവ് kaniv *(n.)* clemency
കന്നുകാലികൾ kannukaalikal *(n.)* cattle
കന്നുകുട്ടി kannukutty *(n.)* calf
കന്യക kanyaka *(n.)* virgin
കന്യകാത്വം നശിപ്പിക്കുക kanyaathwam nashippikkuka *(v.)* deflower
കന്യാത്വം kanyaathwam *(n.)* virginity
കന്യാമഠാധിപ kanyaamataathipa *(n.)* prioress
കന്യാസ്ത്രീമഠം kanyaastreemadam *(n.)* convent
കപടം kapatam *(n.)* ruse
കപടത kapatatha *(n.)* perfidy
കപടതന്ത്രം kapatathanthram *(n.)* wile
കപടനാട്യം kapatanaatyam *(n.)* hypocrisy
കപടന്യായം kapatanyaayam *(n.)* pretext
കപടഭാവം kapatabhaavam *(n.)* pretension
കപടമായ kapatamaaya *(adj.)* insincere
കപടമില്ലാത്ത kapatamillaaththa *(adj.)* candid
കപടവേഷധാരി kapataveshadhaari *(n.)* impostor
കപടവേഷധാരിയായ kapataveshadhariyaaya *(adj.)* hypocritical
കപടോപായം kapatopaayam *(n.)* dodge
കപിലവർണ്ണക്കംബളം kapilavarnnakkambalam *(n.)* drab
കപ്പം കൊടുക്കുന്ന kappam kotukkunna *(adj.)* tributary
കപ്പൽ ഉടമ kappal utama *(n.)* shipowner
കപ്പൽ തട്ടിയെടുക്കൽ kappalthattiyetukkal *(n.)* seajack
കപ്പൽ തൊഴിലാളി kappalthozhilaali *(n.)* dockworker
കപ്പൽ പിടിച്ചെടുക്കുക kappalpitichetukkuka *(v.)* seajack
കപ്പൽ മുളക് kappalmulak *(n.)* capsicum
കപ്പൽഛേദം kappalchhedam *(n.)* wrack
കപ്പൽനിരോധനാജ്ഞ kappalnirodhanaanja *(n.)* embargo
കപ്പൽനിർമ്മാതാവ് kappalnirmmaathaav *(n.)* shipbuilder
കപ്പൽവഴി കടത്ത് kappalvazhi kataththi *(adj.)* shipborne
കപ്പലിൻ്റെ മുകളിലുള്ള തട്ട് kappalinte mukalilulla thatt *(adj.)* shipboard

കപ്പലിന്റെ ക്യാപ്റ്റൻ kappalile captain *(n.)* shipmaster
കപ്പലിലെ മേൽത്തട്ട് kappalile melthatt *(n.)* shipboard
കപ്പലിൽ കയറിയ kappalil kayariya *(adj.)* shipped
കപ്പലിൽ കയറുക kappalil kayaruka *(v.)* ship
കപ്പലുദ്ധാരണം kappaluddhaaranam *(n.)* salvage
കപ്പലേറ്റുക kappalettuka *(v.)* embark
കപ്പലോടിക്കൽ kappalotikkal *(adj.)* nautic(al)
കപ്പലോടിക്കാവുന്ന kappalotikkaavunna *(adj.)* navigable
കപ്പലോടിക്കുക kappalotikkuka *(v.)* navigate
കപ്പലോട്ടം kappalottam *(adj.)* sailing
കപ്പലോട്ടം നടത്തുക kappalottam nataththuka *(v.)* sailboard
കപ്പലോട്ടക്കാർ kappalottakkaar *(n.)* sailboarder
കപ്പൽ kappal *(n.)* ship
കപ്പൽ കയർ kappal kayar *(n.)* tackle
കപ്പൽ യാത്ര kappalyaathra *(n.)* sail
കപ്പൽ രക്ഷപ്പെടുത്തുക kappal rakahapetuththuka *(v.)* salvage
കപ്പൽ സമൂഹം kappal samuuham *(n.)* shipping
കപ്പൽച്ചരക്ക് kappalcharakk *(n.)* cargo
കപ്പൽച്ഛേതം kappalchetham *(n.)* shipwreck
കപ്പൽച്ഛേതം വരുത്തുക kappalchetham varuththuka *(v.)* shipwreck
കപ്പൽത്തളം kappalththaavalam *(n.)* deck
കപ്പൽത്തുറ kappalththura *(n.)* dock
കപ്പൽനിർമ്മാണകേന്ദ്രം kappal nirmmaanakendram *(n.)* shipyard
കപ്പൽനിർമ്മാണസ്ഥലം kappalnirmmanasthalam *(n.)* dockyard
കപ്പൽപ്പടനായകസംഘം kappalpadanaayakasamgham *(n.)* admiralty
കപ്പൽമുളക് kappalmulak *(n.)* chilli
കപ്പൽയാത്രക്കാരൻ kappalyaathrakkaaran *(n.)* sailor
കപ്പൽസങ്കേതം kappalsanketham *(n.)* safe harbour
കപ്പി kappi *(n.)* pulley
കപ്പേള kappela *(n.)* chapel
കഫം kapham *(n.)* sputum
കഫവാതജ്വരം kaphavaathajwaram *(n.)* pneumonia
കഫവാതജ്വരമുള്ള kaphavaathajwaramulla *(n.)* pneumoniac
കഫവാതജ്വരസംബന്ധി kaphavaathajwarambandhi *(adj.)* pneumonic
കബളിപ്പിക്കൽ kabalippikkal *(n.)* deceit
കബളിപ്പിക്കുക kabalippikkuka *(v.)* bluff
കബളിപ്പിക്കുക kabalippikkuka *(v.)* delude
കബളിപ്പിക്കുന്ന kabalippikkunna *(adj.)* deceitful
കമാനം kamaanam *(n.)* arch
കമാനമാർഗം kamaanamaarggam *(n.)* cloister
കമാനാകൃതിയിലാക്കുക kamaanaakrithiyilaakkuka *(v.)* vault
കമിതാവ് kamithaav *(n.)* lover
കമ്പനം kambanam *(n.)* tremor
കമ്പനം ചെയ്യുക kambanam cheyyuka *(v.)* vibrate
കമ്പി kambi *(n.)* wire
കമ്പികൊണ്ടു കെട്ടുക kambikond kettuka *(v.)* wire
കമ്പിക്കിന്നരം kambikkinbaram *(n.)* piano
കമ്പിക്കുക kampikkuka *(v.)* quake

കമ്പിത്തപാൽ kambithapaal *(n.)* telegraph
കമ്പിമാർഗമായ kambimaargamaaya *(adj.)* telegraphic
കമ്പിയടിക്കുക kambiyatikkuka *(v.)* telegraph
കമ്പിയില്ലാക്കമ്പി kambiyillaakambi *(n.)* wireless
കമ്പിയില്ലാക്കമ്പി വിദ്യ kambiyillakambividya *(n.)* radiotelegraphy
കമ്പിയില്ലാത്ത kambiyillaaththa *(adj.)* cordless
കമ്പിളിക്കുപ്പായം kambilikkuppaayam *(n.)* sweater
കമ്പിളിതോർത്ത് kambilithorthth *(n.)* flannel
കമ്പിളിത്തുണി kambilithuni *(n.)* woollen
കമ്പിളിത്തോൽ kampiliththol *(n.)* fleece
കമ്പിളിനിർമ്മിതമായ kambilinirmmithamaaya *(adj.)* woollen
കമ്പിളിനൂൽവസ്ത്രം kambilinoolvasthram *(n.)* balaclava
കമ്പിളിനൂൽ kambilinuul *(n.)* worsted
കമ്പിളിപുറംകുപ്പായം kambilipuramkuppayam *(n.)* anorak
കമ്പിസന്ദേശം kambi sandesham *(n.)* telegram
കമ്പോളം kambolam *(n.)* market
കമ്പ് kamb *(n.)* rod
കമ്പ് kamb *(n.)* stick
കമ്പ്ധാന്യം kaatinyam *(n.)* rye
കമ്പ്യൂട്ടർഗെയിം കളിക്കുന്ന computer game kalikkunna *(n.)* videogaming
കമ്പ്യൂട്ടർപ്രോഗ്രാം computer programme *(n.)* app
കമ്മട്ടം kammaattam *(n.)* mint
കമ്മട്ടിക്കാ kammaattikka *(n.)* gourd
കമ്മി kammi *(n.)* deficit
കമ്മീസ് kammiis *(n.)* smock
കയർ kayar *(n.)* coir
കയറുകെട്ടി വലിക്കൽ kayaruketti valikkal *(n.)* tow
കയറുകെട്ടി വലിക്കുക kayaruketti valikkuka *(v.)* tow
കയറ്റം kayattam *(n.)* clive
കയറ്റികുത്തുക kayattikuththuka *(v.)* kilt
കയറ്റുചൂൽ kayattuchuul *(n.)* swab
കയറ്റുമതി ചെയ്യൽ kayattumathicheyyal *(n.)* export
കയറ്റുമതി ചെയ്യുക kayattumathicheyyuka *(v.)* export
കയ്യില്ലാക്കുപ്പായം kayyillaakkuppayam *(n.)* waistcoat
കയ്യുറ kaiyyura *(n.)* glove
കയ്യുറപെട്ടി kaiyyurapetti *(n.)* glovebox
കയ്യെഴുത്തുരേഖ kaiyyezhuthurekha *(n.)* script
കയ്യെഴുത്ത് kaiyezhuthth *(n.)* autograph
കയ്യൊഴിയുക kayyozhiyuka *(v.)* abandon
കയ്യേറുക kaiyyeruka *(v.)* outrage
കയ്യേറ്റം kaiyettam *(n.)* mal-treatment
കര kara *(n.)* land
കരം karam *(n.)* arm
കരം karam *(n.)* scot
കരം ചുമത്തുക karam chumaththuka *(v.)* levy
കരം പിരിക്കുക karam pirikkuka *(v.)* tax
കരംചുമത്താവുന്ന karam chumaththavunna *(adj.)* taxable
കരകൗശലം karakoushalam *(n.)* craft
കരകൃതമായ karakruthamaaya *(adj.)* manual
കരച്ചിൽ karachil *(n.)* whine
കരടായ karataaya *(adj.)* sketchy
കരടി karati *(n.)* bear

കരടുചിത്രം karatuchithram *(n.)* sketch
കരടുരൂപം karaturuupam *(n.)* layout
കരടുരൂപമാക്കുക karaturuupamaakkuka *(v.)* draft
കരട് karat *(n.)* mote
കരണ്ടി karandi *(n.)* spoon
കരണ്ടിയളവ് karandiyalav *(n.)* spoonful
കരപ്പൻ karappan *(n.)* scabies
കരയിലേക്ക് karayilekk *(adv.)* shoreward
കരയുക karayuka *(v.)* cry
കരയുക karayuka *(v.)* mew
കരയ്ക്കടിയുക karaykkatiyuka *(v.)* strand
കരയ്ക്കിറങ്ങൽ karaykkirangal *(n.)* landing
കരയ്ക്കിറങ്ങുക karaykkiranguka *(v.)* land
കരൾ karal *(n.)* liver
കരൾവീക്കം karalveekkam *(n.)* cirrhosis
കരസേനാക്രമണം karasenakramanam *(n.)* ground attack
കരസ്ഥമാക്കുക karasthamaakkuka *(v.)* bag
കരസ്ഥമാക്കുക karasthamaakkuka *(v.)* procure
കരാർ karaar *(n.)* contract
കരാർ karaar *(n.)* treaty
കരാറടിസ്ഥാനത്തിൽ ഏറ്റെടുക്കുക karaaratisthaanathil ettetukkuka *(v.)* tender
കരാറുകാരൻ karaarukaaran *(n.)* contractor
കരാറുപണിക്കാരൻ karaaruppanikkaaran *(n.)* jobber
കരാലംബം karaalambam *(n.)* armrest
കരി kari *(n.)* charcoal
കരിക്കുക karikkuka *(v.)* sear
കരിങ്കാക്ക karinkaakka *(n.)* rook
കരിങ്കുരുവി karimkuruvi *(n.)* blackbird
കരിച്ച പഞ്ചസാര karichcha panchasaara *(n.)* caramel
കരിഞ്ചുവപ്പായ karinjuvappaya *(adj.)* maroon
കരിഞ്ഞ karinja *(n.)* sear
കരിന്താളി karinthaali *(n.)* ebony
കരിന്തിരി karinthiri *(n.)* snuff
കരിപൂശുക karipooshuka *(v.)* blacken
കരിമരുന്നുപ്രയോഗം karimarunnuprayogam *(n.)* fireworks
കരിമീൻ karimeen *(n.)* carp
കരിമ്പടം karinbadam *(n.)* blanket
കരിയാക്കൽ kariyaakkal *(n.)* carbonization
കരിയാക്കുക kariyaakkuka *(v.)* carbonize
കരിവണ്ട് karivand *(n.)* beetle
കരുണ karuna *(n.)* pity
കരുണകാണിക്കുക karunakanikkuka *(v.)* pity
കരുണയില്ലാത്ത karunayillaththa *(adj.)* merciless
കരുണയുള്ള karunayulla *(adj.)* merciful
കരുണയോടെ karunayote *(adv.)* kindly
കരുണാർദ്രമനസ്കനായ karunaardramanaskanaaya *(adj.)* kind-hearted
കരുണാർദ്രമായ karunaardramaaya *(adj.)* clement
കരുതലില്ലാത്ത karuthalillaaththa *(adj.)* unplanned
കരുതലുള്ള karuthalulla *(adj.)* concerned
കരുതലോടെ karuthalote *(adv.)* scrupulously
കരുതൽ karuthal *(n.)* caution
കരുതിക്കൂട്ടിയുള്ള karuthikkuttiyulla *(adj.)* intentional

കരുതിവയ്ക്കുക karuthivaykkuka *(v.)* store
കരുതിവയ്ക്കുന്ന karurhivaykkunna *(adj.)* provident
കരുതുക karuthuka *(v.)* care
കരുതുക karuthuka *(v.)* mind
കരുതുക karuthuka *(v.)* regard
കരുവേല karuvela *(n.)* oak
കരുവേലകത്തോൽ karuvelakarththol *(n.)* tanbark
കരുവേലമരം karuvelamaram *(n.)* oaktree
കർക്കശം karkkasham *(adj.)* callous
കർക്കശതയുള്ള karkkashathayilla *(adj.)* rigorous
കർക്കശമായ karkkashamaaya *(adj.)* stern
കർക്കശമായി karkkashamaayi *(adj.)* draconic
കർണകഠോരമായ karnnakatoramaaya *(adj.)* deafening
കർണ്ണം karnnam *(n.)* ear
കർണ്ണകഠോരതയോടെ karnnakatorathayote *(adj.)* raspy
കർണ്ണകഠോരമായ karnnakatoramaaya *(adj.)* strident
കർത്തവ്യം karththavyam *(n.)* assignment
കർത്താവ് karthaav *(n.)* doer
കർപ്പൂരം karppuuram *(n.)* camphor
കർപ്പൂരതൈലം karppuurathailam *(n.)* turpentine
കർപ്പൂരത്തുളസി karppurathulasi *(n.)* sage
കർമ്മം karmmam *(n.)* deed
കർമ്മവിഭക്തി karmmavibhakthi *(n.)* accusative
കർമ്മോന്മുഖൻ karmmonmukhan *(n.)* activist
കർമ്മോദ്യുക്തമായ karmmodyukthamaaya *(adj.)* energetic
കർശനമായ karshanamaaya *(adj.)* strict
കർഷകവൃത്തി karshakavruththi *(n.)* agronomy
കർണനിരീക്ഷണോപകരണം karnaniriikshanopakaranam *(adj.)* otoscopis
കർണപരിശോധന karnaparshodhana *(n.)* otoscopy
കർണപരിശോധനയന്ത്രം karnaparishodhanayanthram *(n.)* otoscope
കർണശുദ്ധീകരണി karnashudheekarani *(n.)* aurilave
കറ kara *(n.)* stain
കറ വീഴുക karaviizhuka *(v.)* stain
കറങ്ങൽ karangal *(n.)* turn
കറങ്ങുക karanguka *(v.)* turn
കറന്നെടുക്കുക karannetukkuka *(v.)* milk
കറപിടിക്കുക karapitikkuka *(v.)* maculate
കറപിടിച്ച karapiticha *(adj.)* maculate
കറയറ്റ karayatta *(adj.)* stainless
കറയില്ലാത്ത karayillaaththa *(adj.)* spotless
കറവയുള്ള karavayulla *(adj.)* milch
കറുത്ത karuththa *(adj.)* black
കറുത്തനീർക്കോഴി karuththaniirkkozhi *(n.)* coot
കറുപ്പടിക്കുക karuppatikkuka *(v.)* opiate
കറുപ്പടിച്ച karuppaticha *(adj.)* opiate
കറുപ്പിക്കുക karuppikkuka *(v.)* darken
കറുപ്പുസത്ത് karupp sathth *(n.)* morphia
കറുപ്പ് karupp *(n.)* opium
കറുപ്പ് മരുന്ന് karupp marunn *(n.)* morphine
കറുപ്പ്ലേഹ്യം karupp lehyam *(n.)* opiate

കറുവാപ്പട്ട karuvaappatta *(n.)* cinnamon
കറ്റാർവാഴ kattarvaazha *(n.)* aloe vera
കൽക്കരിപ്പൊടി kalkkaripodi *(n.)* briquet
കല kala *(n.)* art
കലക്കം kalakkam *(n.)* muddle
കലക്കിമറിക്കുന്ന kalakkimarikkunna *(adj.)* turbulent
കലക്കുക kalakkuka *(v.)* unsettle
കലങ്ങിയ kalangiya *(adj.)* indistinct
കലണ്ടർ calender *(n.)* calendar
കലപില kalapila *(n.)* yap
കലപ്പക്കാരൻ kalappakkaaran *(n.)* ploughman
കലപ്പയുടെ ഭാഗം kalappayute bhaagam *(n.)* sharebeam
കലമാൻ kalamaan *(n.)* stag
കലമ്പൽ kalambal *(n.)* strife
കലയുണ്ടാകുക kalayundaakuka *(v.)* scar
കലർത്തുയന്ത്രം kalarththuyanthram *(n.)* blender
കലർപ്പ് kalarpp *(n.)* crasis
കലവറ kalavara *(n.)* pantry
കലവറ kalavara *(n.)* repository
കലശൽ kalashal *(n.)* wrangle
കലഹം kalaham *(n.)* insurrection
കലഹം kalaham *(n.)* riot
കലഹകാരി kalahakaari *(n.)* turbulence
കലഹപ്രിയമായ kalahapriyamaaya *(adj.)* rebellious
കലഹപ്രേരണ kalahapreeana *(n.)* demagogy
കലഹമുണ്ടാക്കുക kalahamundaakkuka *(v.)* riot
കലഹിക്കുക kalahikkuka *(v.)* brangle
കലാകാരൻ kalakaaran *(n.)* artist
കലാപകാരി kalaapakaari *(n.)* insurgent
കലാപകാരിയായ kalaapakaariyaaya *(adj.)* belligerent
കലാപകാരിയായി kalaapakaariyaayi *(adj.)* insurgent
കലാപരമായ kalaaparamaaya *(adj.)* artistic
കലാഭിരുചിയുള്ള kalaabhiruchiyulla *(n.)* amateur
കലാരഹസ്യം kalaarahasyam *(n.)* mystique
കലാരൂപം kalaaroopam *(n.)* art form
കലാലയം kalaalayam *(n.)* campus
കലാവാസനയുള്ള kalaavaasanayulla *(adj.)* tasteful
കലാവൈദഗ്ദ്ധ്യമില്ലാത്ത kalaavaidagthyamillaththa *(adj.)* artless
കലാശാല kalaashaala *(n.)* college
കലാശിൽപമാതൃക kalaashilpa maathruka *(n.)* artefact
കലാശിൽപസംവിധായകൻ kalaashilpasamvidhaayakan *(n.)* designer
കലാസംവിധാനം kalasamvidhaanam *(n.)* art direction
കലിതുള്ളുക kalithulluka *(v.)* rampage
കൽക്കരി kalkkari *(n.)* coal
കൽക്കരിയാക്കൽ kalkkariyaakkal *(v.)* coke
കൽച്ചണം kalchanam *(n.)* asbestos
കൽത്തിരിക്കല്ല് kalththirikkallu *(n.)* treadmill
കൽപം kalpam *(n.)* aeon
കല്പണി kalpani *(n.)* masonry
കൽപന kalpana *(n.)* order
കൽപനനൽകുക kalpana nalkuka *(v.)* command
കല്പനലംഘിക്കുക kalpanalanghikkuka *(v.)* mutiny
കല്പനാപത്രം kalpanapathram *(n.)* summons

കല്പനാശക്തിയുള്ള kalpanaashakthiyulla *(adj.)* inventive
കൽപനാസൃഷ്ടമായ kalpanaasrushtamaaya *(adj.)* fictional
കൽമാരി kalmaari *(n.)* hailstorm
കല്യാണം kalyaanam *(n.)* wedding
കല്ലച്ച് kallach *(n.)* cyclostyle
കല്ലാശാരി kallaassaari *(n.)* mason
കല്ലിക്കുക kallikkuka *(v.)* ossify
കല്ലുനിറഞ്ഞ kalluniranja *(adj.)* stony
കല്ലെറിയുക kalleriyuka *(v.)* stone
കല്ലോലമാക്കുക kallolamaakkuka *(v.)* undulate
കല്ലോലം kallolam *(n.)* undulation
കല്ല് kallu *(n.)* stone
കല്ല്യാണം kalyaanam *(n.)* marriage
കള kala *(n.)* weed
കള പറിക്കുക kalaparikkuka *(n.)* runcation
കളങ്കം kalankam *(n.)* blemish
കളങ്കം kalankam *(n.)* blot
കളങ്കപ്പെടുക kalankappeduka *(adj.)* blotted
കളങ്കപ്പെടുത്തുക kalankappeduththuka *(v.)* debauch
കളപറിക്കുക kalaparikkuka *(v.)* weed
കളപ്പുര kalappura *(n.)* farmhouse
കളവായ kalavaaya *(adj.)* false
കളവായി kalavaayi *(adv.)* stealthily
കളവുചെയ്യുക kalavucheyyuka *(v.)* pilfer
കളി kali *(n.)* recreation
കളി kali *(n.)* sport
കളി മാറ്റുന്നയാൾ kalimaattunnayaal *(n.)* game changer
കളിക്കളം kalikkalam *(n.)* stadium
കളിക്കളം kalikkalam *(n.)* playfield
കളിക്കാരൻ kalikkaaran *(n.)* gameplayer
കളിക്കുക kalikkuka *(v.)* game
കളിക്കുന്നയാൾ kalikkunnayaal *(n.)* player
കളിക്കുപ്പായം kalikkuppaayam *(n.)* jersey
കളിക്കോപ്പ് kalikkopp *(n.)* toy
കളിചീട്ട് kalichiitt *(n.)* playcard
കളിദിനം kalidinam *(n.)* playdate
കളിപ്പാട്ട നിർമ്മാതാവ് kalippattanirmmathaav *(n.)* toymaker
കളിപ്പാട്ടകട kalippaatakata *(n.)* toystore
കളിപ്പാട്ടവിൽപനക്കാരൻ kalippaattavilpanakkaran *(n.)* toyseller
കളിപ്പാവ kalippaava *(n.)* doll
കളിപ്പിക്കുക kalippikkuka *(v.)* trick
കളിപ്പിച്ചോടിപ്പോകുന്നയാൾ kalippichchotipokunnayaal *(n.)* escapist
കളിമൺ അടുപ്പ് kaliman atupp *(n.)* tandoor
കളിമണ്ഡലം kalimantalam *(n.)* playhouse
കളിമണ്ണ് kalimannu *(n.)* argil
കളിമദ്ധ്യസ്ഥനാകുക kalimadyasthanaakkuka *(v.)* umpire
കളിയാക്കൽ kaliyaakkal *(n.)* tease
കളിയാക്കുക kaliyaakkuka *(v.)* deride
കളിയാക്കുക kaliyaakkuka *(v.)* tease
കളിയുള്ള kaliyulla *(adj.)* playful
കളിവള്ളം kalivallam *(n.)* yacht
കളിവാക്ക് kalivaakk *(n.)* banter
കളിവീട് kaliviit *(n.)* toyhouse
കളിസംഘത്തലവൻ kalisanghathalavan *(n.)* skipper
കളിസ്ഥലം kalisthalam *(n.)* gamespace
കള്ളം kallam *(n.)* lie
കള്ളം ഭാവിക്കുക kallam bhaavikkuka *(v.)* sham
കള്ളക്കടത്തു നടത്തുക kallakkataththunayaththuksy *(v.)* smuggle
കള്ളക്കടത്തുകാരൻ kallakkataththukaaran *(n.)* smuggler
കള്ളക്കഥ kallakkatha *(n.)* canard
കള്ളക്കളി kalkakkali *(n.)* foul play

കള്ളക്കളിയെടുക്കുക kallakkaliyetukkuka *(v.)* rook
കള്ളത്തൊണ്ട kallaththonda *(n.)* falsetto
കള്ളൻ kallan *(n.)* safebraker
കള്ളപ്പണം വെളുപ്പിക്കൽ kallappanam veluppikkal *(n.)* money laundering
കള്ളപ്രമാണം ചമയ്ക്കുക kallapramaanam chamaykkuka *(v.)* falsify
കള്ളമായ kallamaaya *(adj.)* mendacious
കള്ളയാണയിടുക kallayaanayituka *(v.)* perjure
കള്ളയൊപ്പിടൽ kallayoppital *(n.)* forgery
കള്ളവേഷത്തട്ടിപ്പ് kallaveshathattipp *(n.)* imposture
കള്ളിമുൾച്ചെടി kallimulchedi *(n.)* cactus
കഴമ്പുള്ള kazhampulla *(adj.)* pulpy
കഴിഞ്ഞുപോയ kazhinjupoya *(adj.)* bygone
കഴിയാത്ത kazhiyaaththa *(adj.)* unable
കഴിയുക kazhiyuka *(v.)* can
കഴിയുമായിരുന്നു kazhiyumaayirunnu *(v.)* could
കഴിവില്ലായ്മ kazhivillaayma *(n.)* inability
കഴിവുണ്ടാക്കുക kazhivundaakkuka *(v.)* enable
കഴിവുള്ള kazhivulla *(adj.)* abled
കഴിവ് kazhiv *(n.)* ability
കഴുകൻ kazhukan *(n.)* condor
കഴുകൻ kazhukan *(n.)* vulture
കഴുകൽ kazhukal *(n.)* wash
കഴുകാവുന്ന kazhukaavunna *(adj.)* washable
കഴുകുക kazhukuka *(v.)* rinse
കഴുത kazhutha *(n.)* donkey
കഴുതക്കരച്ചിൽ kazhuthakkarachchil *(n.)* bray
കഴുതക്കുട്ടി kazhuthakkutty *(v.)* foal
കഴുതപ്പുലി kazhuthappuli *(n.)* hyaena, hyena
കഴുത്തിനെ സംബന്ധിച്ച kazhuththine sambandhicha *(adj.)* cervical
കഴുത്തിൽ പിടിക്കുക. kazhuththi pitikkuka *(v.)* scruff
കഴുത്തുപട്ട kazhuthupatta *(n.)* collar
കഴുത്ത് kazhuthth *(n.)* neck
കഴുമരം kazhumaram *(n.)* gallows
കവചം kavacham *(n.)* shield
കവചിതകമ്പി kavachithakambi *(n.)* cable
കവച്ചു നടക്കുക kavachu nadaththuka *(v.)* bestride
കവച്ചുനടക്കൽ kavachunatakkal *(n.)* stride
കവയിത്രി kavayithri *(n.)* poetess
കവരുക kavaruka *(v.)* plunder
കവർച്ച kavarcha *(n.)* plunder
കവർച്ചക്കാരൻ kavarchakkaaran *(n.)* robber
കവർച്ചചെയ്യുക kavarchacheyyuka *(v.)* depredate
കവർന്നെടുക്കുക kavarnnetukkuka *(v.)* rob
കവല kavala *(n.)* intersection
കവല kavala *(n.)* junction
കവാടം കാക്കുന്നയാൾ kavaatam kaakkunnayaal *(n.)* gatekeeper
കവാടകമാനം kavaatakamaanam *(n.)* gateway
കവാടഫലകം kavaataphalam *(n.)* panel
കവാടസ്തംഭം kavaatasthambham *(n.)* gatepost
കവി kavi *(n.)* poet
കവിഞ്ഞുകിടക്കുക kavinjukitakkuka *(v.)* overlap

കവിഞ്ഞുനിൽക്കുക kavinjunilkkuka *(v.)* outdo
കവിഞ്ഞുയരുക kavinjuyaruka *(v.)* surmount
കവിഞ്ഞൊഴുകുക kavinjozhukuka *(v.)* flood
കവിഞ്ഞൊഴുകുന്ന kavinjozhukunna *(adj.)* superabundant
കവിതയെഴുതുക kavithayezhuthuka *(v.)* versify
കവിതാവിദ്യ kavithaavidya *(n.)* poetry
കവിയുക kaviyuka *(v.)* exceed
കവിളെല്ല് kavilellu *(n.)* maxilla
കവിൾത്തടം kavilththatam *(n.)* cheek
കശാപ്പു ചെയ്യുക kashaappu cheyyuka *(v.)* slaughter
കശാപ്പുകാരൻ kashaappukaaran *(n.)* butcher
കശാപ്പ് kadhaapp *(n.)* slaughter
കശുവണ്ടിച്ചുവയുള്ള kashuvandichuvayulla *(adj.)* nutty
കശ്മലൻ kashmalan *(n.)* ruffian
കഷണം kashanam *(n.)* fragment
കഷണം kashanam *(n.)* piece
കഷണം kashanam *(n.)* portion
കഷണിക്കുക kashanikkuka *(v.)* piece
കഷണ്ടി kashandi *(adj.)* bald
കഷായം kashaayam *(n.)* tincture
കഷ്ടകാലം kashtakaalam *(n.)* adversity
കഷ്ടത kashtatha *(n.)* nadger
കഷ്ടപ്പാട് kashtappaat *(n.)* toil
കഷ്ടപ്പെടുത്തുക kastappetuththuka *(v.)* overburden
കഷ്ടിച്ച് kashtich *(adv.)* hardly
കസേര kasera *(n.)* chair
കസ്തൂരി kasthuuri *(n.)* musk
കസ്റ്റഡിയിൽ വയ്ക്കുക custodiyil vaykkuka *(v.)* remand
കാംക്ഷ kaamsha *(n.)* longing
കാക്ക kaakka *(n.)* crow
കാക്ക കരയുക kaakka karayuka *(v.)* caw
കാക്കുക kakkuka *(v.)* save
കാചപടലം kaachapatalam *(n.)* cornea
കാചപാത്രം kaachapaathram *(n.)* flask
കാഞ്ചി kaanchi *(n.)* trigger
കാഞ്ഞ kaanja *(adj.)* dry
കാടത്തം kaadaththam *(n.)* barbarism
കാടുകയറൽ kaatukayaral *(n.)* digression
കാടുകയറുക kaatukayaruka *(v.)* digress
കാടുനീക്കുക kaatuniikkuka *(v.)* deforest
കാട് kaat *(n.)* jungle
കാട്ടത്തി kaattaththi *(n.)* sycamore
കാട്ടാളത്തം kaattaalaththam *(n.)* savagery
കാട്ടികൊടുക്കുക kaattikkotukkuka *(n.)* showup
കാട്ടുകള്ളൻ kaattukallan *(n.)* bandit
കാട്ടുകുതിര kaattukuthira *(n.)* mustang
കാട്ടുതീ kaattuthii *(n.)* wildfire
കാട്ടുപന്നി kaattupanni *(n.)* boar
കാട്ടുപോത്ത് kaattupothth *(n.)* bison
കാണത്തക്ക kaanathrhakka *(adj.)* ostensible
കാണപ്പെടുക kaanappetuka *(v.)* seem
കാണിക്ക kaanikka *(n.)* offering
കാണിക്കുക kanikkuka *(v.)* show
കാണുക kaanuka *(v.)* see
കാണേ kaane *(adj.)* overt
കാണ്ടാമൃഗം kaandaamrugam *(n.)* rhinoceros
കാതൽ kaathal *(n.)* core
കാതൽ kaathal *(n.)* essence
കാത്തിരിക്കുക kaaththirikkuka *(v.)* wait
കാത്തിരിപ്പ് kaathiripp *(n.)* wait
കാത്തുസൂക്ഷിക്കുക kaaththusuukshikkuka *(v.)* keep

കാത്തുസൂക്ഷിക്കുക kaaththusuukshikkuka *(v.)* maintain
കാത്സ്യം കുറയുക kaalsyam kurayuka *(v.)* decalcifiy
കാത്സ്യം നഷ്ടപ്പെടൽ kaalsyam nashtapettal *(n.)* decalcification
കാന്തം kaantham *(n.)* loadstone
കാന്തക്കല്ല് kaanthakkallu *(n.)* magnet
കാന്തഗുണം kaanthagunam *(n.)* magnetism
കാന്തികതയില്ലാതാക്കുക kaanthikathayilllathakkuka *(v.)* demagnetize
കാന്തികമായ kaanthikamaaya *(adj.)* magnetic
കാന്തിമങ്ങുക kaanthimanguka *(v.)* tarnish
കാന്തിമത്തായ kaanthimaththaaya *(adj.)* lustrous
കാപട്യം kaapatyam *(n.)* affectation
കാപ്പി kaappi *(n.)* coffee
കാപ്പിക്കായുള്ള ഇടവേള kaappikkayulla itavela *(n.)* coffee break
കാപ്പിക്കുരു kappikkuru *(n.)* coffee bean
കാപ്പിയുണ്ടാക്കുന്നയാൾ kaappiyundakkunnayaal *(n.)* coffee maker
കാമം kaamam *(n.)* lust
കാമദേവൻ kaamadevan *(n.)* cupid
കാമഭാവമുള്ള kaamabhaavamulla *(adj.)* sexy
കാമവികാരം kaamavikaaram *(n.)* eroticism
കാമവിലാസിനി kaamavilaasini *(n.)* coquette
കാമാർത്തയായ kaamaarththayaaya *(adj.)* nymphomaniac
കാമ്പ് kaamb *(n.)* pulp
കായബലം kaayabalam *(n.)* brawn
കായൽ തീരത്തുള്ള kaayalthiraththulla *(adj.)* littoral
കായികമത്സര പരമ്പര kaayikamatsara parampara *(n.)* tournament
കായികമത്സരം kaayika malsaram *(n.)* match
കായികശക്തി പ്രയോഗിക്കുക kaayikashakthi prayogikkuka *(v.)* manhandle
കായികാധ്യാപകൻ kaayikaadhyaapakan *(v.)* gamemaster
കായികാഭ്യാസം kaayikaabhyaasam *(adj.)* acrobatic
കായികാഭ്യാസക്കളരി kaayikaabhyaasakkalari *(n.)* gymnasium
കായികാഭ്യാസക്കാരൻ kaayikaabhyaasakkaran *(n.)* sportsman
കായികാഭ്യാസി kaayikaabhyaasi *(n.)* athlete
കാരണം kaaranam *(n.)* reason
കാരണത്താൽ kaaranaththal *(conj.)* for
കാരണമാവുക kaaranamavuka *(v.)* cause
കാരവടിക്കളി kaaravatikkali *(n.)* hockey
കാരവടിപ്പന്താട്ടം kaaravati panthaattam *(n.)* golf
കാരാഗൃഹം kaaragruham *(n.)* prison
കാരുണ്യം kaarunyam *(n.)* mercy
കാർക്കശ്യം kaarkkasyam *(n.)* salebrosity
കാർഡ്ബോർഡ് പെട്ടി cardboard petti *(n.)* carton
കാർന്നുതിന്നുക kaarnnuthinnuka *(v.)* gnaw
കാർബൺ പകർപ്പ് carbon pakarpp *(n.)* carbon copy
കാർബന്റെ ബൈനറിസംയുക്തം carbonte binary samyuktham *(n.)* carbide
കാര്യം kaaryam *(n.)* affair

കാര്യകർത്താവ് kaaryakarththav *(n.)*
agent

കാര്യകാരണ ബന്ധം kaaryakaarana
bandham *(n.)* causation

കാര്യക്രമം kaaryakrumam *(n.)*
procedure

കാര്യക്ഷമത kaaryakshamatha *(n.)*
efficacy

കാര്യക്ഷമതയുള്ള
kaaryakshamathayulla *(adj.)* smart

കാര്യത്തിൽ kaaryaththil *(adv.)*
practically

കാര്യദർശി kaaryadarshi *(n.)* secretary

കാര്യനിർവ്വാഹകസംഘം
kaaryanirvvaahakasangham *(n.)*
executive

കാര്യനിർവ്വാഹമായ
kaaryanirvvaahakamaaya *(adj.)*
executive

കാര്യപത്രിക kaaryapatheika *(n.)*
prospectus

കാര്യപരിപാടി kaaryaparipaadi *(n.)*
agenda

കാര്യപ്രാപ്തി kaaryapraapthi *(n.)*
capability

കാര്യലോചനാസഭ kaaryalochana
sabha *(n.)* senate

കാര്യശേഷിയുള്ള kaaryasheshiyulla
(adj.) prudent

കാര്യസാധകമായ
kaaruasaadhakamaaya *(adj.)* telling

കാര്യാധികാരി kaaryaadhikkaari *(n.)*
official

കാര്യാലയം kaaryaalayam *(n.)* office

കാര്യാലോചനസഭ kaaryaalochana
sabha *(n.)* committee

കാർഷിക ഗ്രാമസമുദായം
kaarshika graama samudaayam *(n.)*
commune

കാർഷികമായ kaarshikamaaya *(adj.)*
agricultural

കാർഷികവിജ്ഞൻ kaarshikavinjan
(n.) agriculturist

കാർഡ്ഉടമ cardudama *(n.)* cardholder

കാർന്നുപോകൽ kaarnnupokal *(n.)*
erosion

കാർഷികവളങ്ങൾ
kaarshikavalangal *(n.)* agrochemical

കാർഷികവ്യവസായം
karshikavyavasaayam *(n.)* agro-industry

കാർഷികോത്പന്നം
kaarshikolpannam *(n.)* agriproduct

കാറലുള്ള kaaralulla *(adj.)* rancid

കാറൽ kaaral *(n.)* squeak

കാറുക kaaruka *(v.)* squeak

കാറ്റടിച്ചുനീങ്ങൽ kaattatichuniingal
(n.) waft

കാറ്റടിച്ചുനീങ്ങുക kaattatichu
niinguka *(v.)* waft

കാറ്റാടിയന്ത്രം kaattatiyanthram *(n.)*
windmill

കാറ്റിന്റെ ഗതിയളക്കുന്ന
ഉപകരണം kattinte gathiyalakkunna
upakaranam *(n.)* anemometer

കാറ്റോട്ടമുള്ള kaattottamulla *(adj.)*
windy

കാറ്റ് kaatt *(n.)* wind

കാൽചലനങ്ങൾ kaalchalangal *(n.)*
footwork

കാൽപാട് kaalpaat *(n.)* treader

കാൽപ്പടി kaalppati *(n.)* foothold

കാൽപ്പന്തുകളി kaalppanthukali *(n.)*
football

കാലം kaalam *(n.)* period

കാലക്രമപ്പെടുത്തുക
kaalakramappetuththuka *(v.)* time

കാലക്രമമനുസരിച്ച്
kaalakrumamanusarich *(adj.)*
chronological

കാലക്ഷേപം kaalakshepam *(n.)*
livelihood

കാലക്ഷേപം ചെയ്യുക
kaalakshepam cheyyuka *(v.)* live

കാലഗണനം kaalagananam *(n.)* chronology
കാലഘട്ടം kaalaghattam *(n.)* era
കാലടി kaalati *(n.)* foot
കാലനിർദ്ദേശപ്രമാദം kaalanirddeshapramaadam *(n.)* anachronism
കാലയളവ് kaalayalav *(n.)* duration
കാലഹരണപ്പെട്ട kalaharanappetta *(adj.)* outdated
കാലാനുക്രമചരിതം kaalaanukrumacharitham *(n.pl.)* annals
കാലാനുക്രമണിക kaalanukramanika *(n.)* timeline
കാലാനുഗുണമല്ലാത്ത kaalaanugunamallaaththa *(adj.)* unadapted
കാലാൾപ്പട kaalaalppata *(n.)* infantry
കാലാവധിയാകൽ kaalaavadhiyaakal *(n.)* expiry
കാലാവസ്ഥ kaalaavastha *(n.)* climate
കാലാവസ്ഥമാറുക kaalaavastha maaruka *(v.)* weather
കാലാവസ്ഥാ നിയന്ത്രണം kaalaavastha niyanthranam *(n.)* climate control
കാലാവസ്ഥാ വ്യതിയാനം kaalaavastha vythiyaanam *(n.)* climate change
കാലിടറുക kaalitaruka *(v.)* stumble
കാലിത്തീറ്റച്ചെടി kaalithiittacheti *(n.)* lucerne
കാലിന്റെ ഉള്ളടി kaalinte ullati *(adj.)* sole
കാലുകവച്ചുനിൽക്കുക kaalukavachu nilkkuka *(v.)* stride
കാലുപൊട്ടിയ kaalupottiya *(adj.)* footsore
കാലുറക്കെട്ട് kaalurakkett *(n.)* garter
കാലുറപ്പുള്ള kaalurappulla *(n.)* flatfoot
കാലൂന്നുക kaaluunnuka *(v.)* tread
കാലേകൂട്ടി kalekootty *(adv.)* beforehand
കാലേകൂട്ടിത്തടയുക kaalekkuutyththatayuka *(v.)* forestall
കാലോചിതമല്ലാത്ത kaalochithamallaththa *(adj.)* obsolete
കാലോചിതമായ kaalochithamaaya *(adj.)* timely
കാൽകവച്ചുവച്ച് kaalkavachchuvachchu *(prep.& adv.)* astride
കാൽച്ചങ്ങല kaalchangala *(n.)* fetter
കാൽച്ചട്ട kaalchatta *(n. pl.)* trousers
കാൽതട്ടി വീഴുക kaalthatti viizhuka *(v.)* trip
കാൽനഖം kaalnakham *(n.)* claw
കാൽനടയായ kaalnatayaaya *(n.)* pedestrian
കാൽപനികമായ kaalpanikamaaya *(adj.)* romantic
കാൽപാടുകൾ kaalpaatukal *(n.)* footprint
കാല്പാടുനോക്കിപ്പോകുക kaalpaatnokkipokuka *(v.)* trail
കാല്പാട് kaalpaat *(n.)* trail
കാൽപ്പെരുമാറ്റം kaalpperumaattam *(n.)* tread
കാൽമുട്ട് kaalmutt *(n.)* knee
കാൽവയ്പ് kaalvayp *(n.)* step
കാൽവർഷത്തെ kaalvarshaththe *(adj.)* quarterly
കാൽവിരൽ kaalviral *(n.)* toe
കാൽശരായി kaalaharaayi *(n.)* pantaloon
കാള kaala *(n.)* ox
കാളപ്പോരുകാരൻ kaalapporukaaran *(n.)* matador
കാളപ്പോര് kaalapporu *(n.)* tauromachy
കാളയെ പോലെ kaalayeppole *(adj.)* bullish
കാളവണ്ടി kaalavandi *(n.)* oxcart
കാഴ്ച kaazhcha *(n.)* sight

കാഴ്ച kaazhcha (n.) view
കാഴ്ചക്കാരൻ kaazhchakkaaran (n.) on-looker
കാഴ്ചപ്പെട്ടകം kaazhchappettakam (n.) showcase
കാഴ്ചബംഗ്ലാവ് kaazhchabanglaav (n.) museum
കാഴ്ചയിൽപ്പെടുക kaazchayilpetuka (v.) sight
കാഴ്ചയ്ക്ക് kaazchaykk (adv.) outwardly
കാഴ്ചാകവചം kazhcha kavacham (n.) contact lens
കാവൽകപ്പൽസൈന്യം kaavalkappalsainyam (n.) coastguard
കാവലിരിക്കുക kaavalirikkuka (v.) watch
കാവൽ kaaval (n.) watch
കാവൽഭടൻ kaavalbhatan (n.) sentry
കാവൽവചനം kaaval vachanam (n.) watchword
കാവൽസൈന്യം kaavalsainyam (n.) outpost
കാവിനിറമുള്ള kaaviniramulla (adj.) saffron
കാവ്യം kaavyam (n.) poem
കാവ്യകല kaavyakala (n.) poesy
കാവ്യഭംഗിയില്ലാത്ത kaavyabhangiyillaaththa (adj.) prosaic
കാവ്യമുഖം kaavyamukham (n.) prologue
കാവ്യശാസ്ത്രം kaavyashaasthram (n.) poetics
കാവ്യാത്മകമായ kaavyaathmakamaaya (adj.) poetic
കാശിത്തുമ്പ kaashithumba (n.) balsam
കാഷ്ഠം kaashtam (n.) dung
കാസ kaasa (n.) chalice
കാഹളം മുഴക്കുക kaahalam muzhakkuka (v.) trumpet
കിംവദന്തി kivadanthi (n.) rumour

കിംവദന്തിപരത്തുക kivadanthi paraththuka (v.) rumour
കിടക്കറവസ്ത്രം kidakkaravasthram (n.) bedrobe
കിടക്കവിരി kitakkvri (n.) coverlet
കിടങ്ങു കുഴിക്കുക kitangu kuzhiykkuka (v.) trench
കിടങ്ങുനിർമ്മിക്കുക kitangu nirmmikkuka (v.) moat
കിടങ്ങ് kitang (n.) trench
കിടത്തുക kitaththuka (v.) lay
കിടപ്പറ kidappara (n.) bedroom
കിടപ്പ് kitapp (n.) confinement
കിടമൽസരത്തിലേർപ്പെടുക kitamalsaraththilerppetuka (v.) emulate
കിടുകിടുങ്ങുക kitukitunguka (v.) tremble
കിടുകിടെ ശബ്ദിക്കുക kitukite shabdikkuka (v.) rattle
കിടുകിടെശബ്ദം kitukite shabdam (n.) rattle
കിടേശപ്പട്ട kiteshappatta (n.) cork
കിണർ kinar (n.) well
കിണറു കുഴിക്കുക kinarukuzhikkuka (v.) bore
കിണ്വം kinwam (n.) yeast
കിതപ്പ് kithapp (n.) puff
കിതയ്ക്കുക kithaykkuka (v.) puff
കിനാവുപോലുള്ള kinaavupolulla (adj.) dreamy
കിന്നരം kinnaram (n.) fiddle
കിന്നരം മീട്ടുക kinnaram miittuka (v.) fiddle
കിന്നരപ്പെട്ടി kinnarapetti (n.) harmonium
കിരണവിജ്ഞാനം kiranavinjaanam (n.) radiology
കിരാതൻ kiraathan (n.) barbarian
കിരാതമായ kiraathamaaya (adj.) barbaric
കിരീടം kiriita (n.) coronet

കിരീടധാരണം kiiritadhaaranam *(n.)* coronation
കിറുക്കൻ kirukkan *(n.)* wacko
കിറുക്കുള്ള kirukkulla *(adj.)* eccentric
കിറുക്കുള്ള kirukkulla *(adj.)* wacko
കിലുകിലുക്കുക kilukilukkuka *(v.)* clack
കിലുക്കം kilukkam *(n.)* clink
കിലുങ്ങുക kilunguka *(v.)* creak
കിലോഗ്രാം kilograam *(n.)* kilo
കിളയ്ക്കുക kilaykkuka *(v.)* delve
കിളയ്ക്കുക kilaykkuka *(v.)* spade
കിളി kili *(n.)* warbler
കിളിക്കോൽ kilikkol *(n.)* perch
കിളിവയർ kilivayar *(n.)* craw
കിളിവാതിൽ kilivaathil *(n.)* hatch
കിഴക്കൻ kizhakkan *(n.)* orient
കിഴക്ക് kizhakk *(adv.)* east
കിഴങ്ങ് kizhang *(n.)* bulb
കിഴിക്കൽ kizhikkal *(n.)* subtraction
കിഴിക്കുക kizhikkuka *(v.)* subtract
കിഴിവു ചെയ്യുക kizhivucheyyuka *(v.)* deduct
കിഴിവ് kazhiv *(n.)* discount
കിഴുക്കാൻ തൂക്കായ kizhakkamthookkaya *(n.)* cliff
കീടം kiitam *(n.)* insect
കീടനാശകൗഷധം kiitanaashakoushadham *(n.)* pesticide
കീടനാശിനി kiitanaashini *(n.)* termiticide
കീടാണു രാസദ്രവ്യം kiitaanu raasadravyam *(n.)* repellent
കീരി kiiri *(n.)* marten
കീർത്തി kiirththi *(n.)* fame
കീർത്തി kiirththi *(n.)* glory
കീർത്തി kiirththi *(n.)* prestige
കീർത്തിമുദ്ര kiirththimudra *(n.)* medal
കീർത്തിമുദ്രനേടിയയാൾ kiirththimudra netiyayaal *(n.)* medallist
കീറത്തുണി kiiraththuni *(n.)* tatter
കീറൽ kiiral *(adj.)* scratch
കീറാമുട്ടി kiiraamutti *(n.)* deadlock
കീറിപ്പരിശോധിക്കുക kiiripparishodhikkuka *(v.)* dissect
കീറിപ്പറിയുക kiirippariyuka *(v.)* tatter
കീറിമുറിക്കൽ kiirimurikkal *(n.)* dissection
കീറുക kiiruka *(v.)* rip
കീറ് kiiru *(n.)* notch
കീറ് kiiru *(n.)* slit
കീറ് kiiru *(n.)* strip
കീലകം kiilakam *(n.)* gib
കീലയന്ത്രം kiilayanthram *(n.)* spanner
കീലിടുക kiilituka *(v.)* tar
കീൽ kiil *(n.)* tar
കീഴടക്കി ഭരിക്കുന്ന keezhatakki bharikkunna *(adj.)* bossy
കീഴടക്കുക keezhatakkuka *(v.)* capture
കീഴടക്കുക kiizhatakkuka *(v.)* overpower
കീഴടങ്ങുക keezhatanguka *(v.)* capitulate
കീഴനടപ്പനുസരിച്ചുള്ള keeznatappanusarichchulla *(adj.)* customary
കീഴിലാക്കുക kiizhilaakkuka *(v.)* subdue
കീഴിലുള്ള kiizhilulla *(adj.)* nether
കീഴിലുള്ള keezhilulla *(adj.)* ancillary
കീഴിൽ kiizhil *(adj.)* underneath
കീഴുദ്യോഗസ്ഥൻ kiizhudyogasthan *(n.)* subordinate
കീഴെ kiizhe *(adj.)* under
കീഴോട്ടുചരിഞ്ഞ kiizhottucharinja *(adj.)* downstairs
കീഴോട്ടിറങ്ങുക kiizhottiranguka *(v.)* descend
കീഴോട്ട് kiizhott *(adj.)* downward
കീഴ്ജീവനക്കാരൻ kiizhjiivanakkaaran *(adj.)* subordinate
കീഴ്ത്തലവൻ kiizhthalavan *(adj.)* corporal

കീഴ്പാട്ടത്തിന് കൊടുക്കുക kiizpaattathinu kotukkuka *(v.)* sublet
കീഴ്പോട്ടുള്ള kiizhpottulla *(adv.)* downwards
കീഴ്പ്പെടുത്തൽ kiizppetuthal *(n.)* subordination
കീഴ്പ്പെടുത്തുക kiizppetuthuka *(v.)* repress
കീശ kiisha *(n.)* pocket
കീശ kiisha *(n.)* pouch
കീശയിലാക്കുക kiishayilaakkuka *(v.)* purse
കീശയിലിടുക kiishayilutuka *(v.)* pocket
കുംഭം kumbham *(n.)* urn
കുംഭഗോപുരം kumbhagopuram *(n.)* dome
കുംഭരാശി kumbharaashi *(n.)* aquarius
കുംഭാരൻ kumbhaaran *(n.)* potter
കുഗ്രാമം kugraamam *(n.)* hamlet
കുങ്കുമപ്പൂ kunkumappu *(n.)* saffron
കുഞ്ചിരോമം kunchiromam *(n.)* mane
കുഞ്ഞാട് kunjaat *(n.)* lambkin
കുഞ്ഞിനെ പുറത്തേക്ക് കൊണ്ടുപോകാനുള്ള നാലു ചക്രവണ്ടി kunjine purathekk kondupokanulla naalu chakra vandi *(n.)* baby carriage
കുഞ്ഞുമുഖം kunjumukham *(n.)* babyface
കുഞ്ഞ് kunju *(n.)* baby
കുഞ്ഞ് kunju *(n.)* kid
കുട kuta *(n.)* umbrella
കുടം kutam *(n.)* pot
കുടച്ചൽ kutachchal *(n.)* flap
കുടലുവീക്കം kutaluviikkam *(n.)* hernia
കുടൽ kutal *(n.)* intestine
കുടൽമാല kutalmaala *(n.)* entrails
കുടൽസംബന്ധമായ kutalsambandhamaaya *(adj.)* intestinal
കുടിച്ചു മദിക്കുക kudichchu madikkuka *(v.)* carouse
കുടിപാർപ്പുകാരൻ kutiparppukaaran *(n.)* occupant
കുടിപ്പക kutippaka *(n.)* feud
കുടിപ്പകപുലർത്തുക kutippakappularththuka *(v.)* feud
കുടിപ്പാർക്കുക kuutippaarkkuka *(v.)* people
കുടിപ്പാർപ്പുകാർ kutiparppukaar *(n.)* occupier
കുടിപ്പാർപ്പ് kutipaarpp *(n.)* habitat
കുടിയൻ kutiyan *(n.)* drunkard
കുടിയായ്മ kutiyaayma *(n.)* tenancy
കുടിയിറക്കുക kudiyirakkuka *(v.)* dislodge
കുടിയേറിപ്പാർക്കുക kutiyerippaarkkuka *(v.)* immigrate
കുടിയേറ്റം kutiyettam *(n.)* immigration
കുടിയേറ്റക്കാരൻ kutiyettakkaaran *(n.)* immigrant
കുടിയൊഴിപ്പിക്കുക kutiyozhippikkuka *(v.)* evacuate
കുടിയ്ക്കുക kutiykkuka *(v.)* drink
കുടിലഗതിയായിരിക്കുക kutilagathiyaayirikkuka *(adv.)* zigzag
കുടിലചിത്തനായ kutilachiththanaaya *(adj.)* crooked
കുടിലൻ kutilan *(n.)* hypocrite
കുടിലമായ kutilamaaya *(adj.)* underhand
കുടിൽ kutil *(n.)* shack
കുടിവെള്ളം kutivellam *(n.)* drinking water
കുടിശ്ശിക kudissika *(n.pl.)* arrears
കുടിശ്ശികയായ kutishshikayaaya *(adj.)* overdue
കുടുംബം kutumbam *(n.)* family
കുടുംബം kutimpam *(n.)* home
കുടുംബപ്പേര് kutumbapperu *(n.)* surname

കുടുംബബന്ധം kutumbabandham *(n.)* kinship
കുടുക്കിടുക kutukkituka *(v.)* knot
കുടുക്കിലാക്കൽ kutukkilaakkal *(n.)* entrapment
കുടുക്കുക kutukkuka *(v.)* snare
കുടുക്ക് kudukk *(n.)* button
കുടുക്ക് kutukk *(n.)* loop
കുടുക്ക് kutukk *(n.)* noose
കുടുസ്സായ kutuasaaya *(adj.)* narrow
കുട്ടകം kuttakam *(n.)* cauldron
കുട്ടി kutty *(n.)* child
കുട്ടിക്കരണം kuttikkaranam *(n.)* somersault
കുട്ടിക്കാലം kuttikkalam *(n.)* childhood
കുട്ടിച്ചാത്തൻ kuttichchathathan *(n.)* elf
കുട്ടിത്തരമായ kuttiththaramaaya *(adj.)* puerile
കുണ്ടുകുഴിക്കുക kundukuzhikkuka *(v.)* pit
കുണ്ഠിതമുണ്ടാകുക kundithamundaakuka *(v.)* mope
കുതികാൽ kuthikaal *(n.)* heel
കുതിക്കുക kuthikkuka *(v.)* bounce
കുതിച്ചുചാട്ടം kuthichuchaattam *(n.)* leap
കുതിച്ചോടുക kuthichotuka *(v.)* gallop
കുതിച്ചോട്ടം kuthichottam *(n.)* sprint
കുതിപ്പ് kuthipp *(n.)* trot
കുതിര kuthira *(n.)* bidet
കുതിര kuthira *(n.)* horse
കുതിരക്കാരൻ kuthirakkaaran *(n.)* groom
കുതിരക്കുട്ടി kuthirakkutty *(n.)* foal
കുതിരക്കോപ്പ് kuthirakkopp *(n.)* harness
കുതിരപ്പടയാളി kuthirappatayaali *(n.)* trooper
കുതിരപ്പടയാളിയുടെ തോക്ക് kuthirappatayaliyude thokk *(v.)* carabine
കുതിരപ്പാച്ചിൽ kuthirappaachil *(n.)* canter
കുതിരപ്പുറത്തെ ഇരിപ്പിടം kuthirappuraththe irippitam *(n.)* side-saddle
കുതിരമുള്ള് kuthiramullu *(n.)* spur
കുതിരയോട്ടം kuthirayottam *(n.)* gallop
കുതിരലാടാകൃതി kuthiralaatakruthi *(n.)* horseshoe
കുതിർക്കുക kuthirkkuka *(v.)* soak
കുതിർക്കുക kuthirkkuka *(v.)* water
കുതിർക്കൽ kuthirkkal *(n.)* soak
കുതിർക്കുക kuthirkkuka *(n.)* dunk
കുത്തക kuththaka *(n.)* monopoly
കുത്തക kuththaka *(n.)* patent
കുത്തകനേടുക kuththaka netuka *(v.)* patent
കുത്തകയാക്കുക kuththakayaakkuka *(v.)* monopolize
കുത്തകാവകാശമുള്ളയാൾ kuththakaavakaashamullayaal *(n.)* monopolist
കുത്തനെ നിൽക്കുന്ന kuththane nilkkkunna *(adj.)* erectile
കുത്തനെയുള്ള kuththaneyulla *(adj.)* perpendicular
കുത്തിക്കുറിക്കുക kuththikkurikkuka *(v.)* scrawl
കുത്തിക്കുറിക്കുക kuththikkurikkuka *(v.)* scribble
കുത്തിക്കുറിച്ച kuththikkuricha *(n.)* scribble
കുത്തിക്കുറിപ്പ് kuththikkuripp *(n.)* scrawl
കുത്തിക്കെട്ടുക kuththikettuka *(v.)* bind
കുത്തിക്കോർക്കുക kuththikkorkkuka *(v.)* pin
കുത്തിടുക kuththituka *(v.)* dot
കുത്തിതുളക്കൽ kuththithulakkal *(n.)* piercing
കുത്തിത്തിരുകുക kuththithirukuka *(v.)* sandwich

കുത്തിത്തിരുകുക kuththiththirukuka *(v.)* stuff
കുത്തിത്തുളയ്ക്കുക kuththithulaykkuka *(v.)* pierce
കുത്തിപ്പൊന്തിക്കുക kuththiponthikkuka *(n.)* goad
കുത്തിപ്പൊക്കുക kuththippokkuka *(v.)* instigate
കുത്തിയിരിക്കുക kuththiyirikkuka *(v.)* squat
കുത്തിവയ്ക്കുക kuththivaykkuka *(v.)* vaccinate
കുത്തിവയ്ക്കുന്നയാൾ kuththivaykkunnayaal *(n.)* vaccinator
കുത്തിവയ്പ് kuththivayp *(n.)* injection
കുത്തിവയ്പ് kuththivayp *(n.)* vaccination
കുത്തിവെക്കുക kuththivekkuka *(v.)* inject
കുത്തുക kuththuka *(v.)* stab
കുത്തുകളാൽവരയ്ക്കുക kuththukalalvaraykkuka *(n.)* pointillist
കുത്തുകാൽ kuththukaal *(n.)* prop
കുത്തുവാക്കുകളോടെ kuththuvaakkukalote *(adj.)* taunting
കുത്തുവാക്ക് kuththuvaakk *(n.)* indictment
കുത്തുവാൾ kuththuvaal *(n.)* bayonet
കുത്ത് kuthth *(n.)* dot
കുത്സിതമായ kulsithamaaya *(adj.)* obscene
കുത്സിതമായി kulsithamaaya *(adv.)* scandalously
കുനിയുക kuniyuka *(v.)* crouch
കുന്തം kuntham *(n.)* spear
കുന്തം കൊണ്ടു കുത്തുക kuntham kondu kuthuka *(v.)* spear
കുന്തക്കാരൻ kunthakkaaran *(n.)* lancer
കുന്തമുന kunthamuna *(n.)* spearhead

കുന്തമെറിയുക kunthameriyuka *(v.)* lance
കുന്തിരിക്കം kunthirakkam *(n.)* amber
കുന്നു പ്രദേശം kunnupradesham *(n.)* ridge
കുന്നുകൂട്ടുക kunnukuuttuka *(v.)* heap
കുപ്പ kuppa *(n.)* trash
കുപ്പായം kuppaayam *(n.)* shirt
കുപ്പായക്കൈ kuppaayakkai *(n.)* sleeve
കുപ്പായക്കൈയറ്റം kuppaayakaiyattam *(n.)* cuff
കുപ്പി kuppi *(n.)* bottle
കുപ്രസിദ്ധമായ kupradiddhamaaya *(adj.)* infamous
കുപ്രസിദ്ധിയുള്ള kuprasiddiyulla *(adj.)* notorious
കുബുദ്ധിയായ kubudhdhiyaya *(adj.)* wicked
കുമാരി avivahitha *(n.)* bachelorette
കുമിൾപ്പൊതി kumilppothi *(n.)* bubble wrap
കുമിൾ kumil *(n.)* fungus
കുമ്പസാരം kumbasaaram *(n.)* confession
കുമ്പസാരിക്കുക kumbasaarikkuka *(v.)* confess
കുമ്പിടൽ kunbital *(n.)* stoop
കുമ്പിടുക kumbituka *(v.)* stoop
കുമ്മായക്കൂട്ട് kummaayakuutt *(n.)* cement
കുമ്മായമിടുക kummayamituka *(v.)* plaster
കുര kura *(n.)* woof
കുരങ്ങ് kurang *(n.)* monkey
കുരയ്ക്കുക kuraykkuka *(v.)* bark
കുരിശടയാളം kurishatayaalam *(adj.)* cross
കുരിശുയുദ്ധം kurishuyudwam *(n.)* crusade
കുരിശ് kurish *(n.)* cross
കുരു kuru *(n.)* kernel

കുരുക്കുവഴി kurukkuvazhi *(n.)* maze
കുരുക്ക് kurukk *(n.)* knot
കുരുക്ക് kurukk *(n.)* snare
കുരുമുളക് kurumulak *(n.)* pepper
കുരുവി kuruvi *(n.)* accentor
കുർബാന qurbana *(n.)* mass
കുർബാനയർപ്പിക്കുക
qurbanayarppikkuka *(v.)* mass
കുറച്ച് kurach *(adj.)* some
കുറഞ്ഞ kuranja *(prep.)* less
കുറഞ്ഞ തോതിൽ kuranjathothil
(adj.) less
കുറഞ്ഞതരമായ kuranjatharamaaya
(adv.) less
കുറഞ്ഞുവരിക kuranjuvarika *(n.)*
drop-off
കുറയ്ക്കൽ kuraykkal *(n.)* reduction
കുറയ്ക്കുക kuraykkuka *(v.)* decrease
കുറവാകൽ kuravaakal *(n.)*
diminution
കുറവായ kuravaaya *(n.)* less
കുറവായ kuravaaya *(prep.)* minus
കുറവായിരിക്കുക kuravaayirikkuka
(v.) lack
കുറവു നികത്തുക
kuravunikaththuka *(v.)* replenish
കുറവുനികത്തുക
kuravunikaththuka *(v.)* supplement
കുറവുവരുത്തുക
kuravuvaruththuka *(v.)* reduce
കുറവ് kurav *(n.)* shortfall
കുറവ് വരുത്തൽ kurav varuththal
(n.) depletion
കുറിക്കുക kurikkuka *(v.)* denote
കുറിക്കുക kurikkuka *(v.)* remark
കുറിക്കുകൊള്ളുന്ന kurikkukollunna
(adj.) biting
കുറിച്ചുവയ്ക്കുക kurichuvaykkuka
(v.) jot
കുറിച്ചുവയ്ക്കുക kurippuvaykkuka
(v.) record
കുറിച്ച് kurich *(prep.)* concerning

കുറിപ്പുപുസ്തകം
kurippupusthakam *(n.)* record
കുറിപ്പ് kuripp *(n.)* note
കുറിമാനംനല്കുക kurimaanam
nalkuka *(v.)* tickle
കുറിയതാക്കുക kuriyathaakkuka *(v.)*
dwarf
കുറിവാക്ക് kurivaakk *(n.)* cue
കുറുകെ kuruke *(prep.)* athwart
കുറുകെക്കടക്കാനാകുന്ന
kurukekatakkanakunna *(adj.)* traversable
കുറുകെക്കടക്കുക kurukekatakkuka
(v.) traverse
കുറുക്കത്തി kurukkaththi *(n.)* vixen
കുറുക്കൻ kurukkan *(n.)* jackal
കുറുക്കുവഴി kurukkuvazhi *(n.)*
shortcut
കുറുക്കുവഴി kurukkuvazhi *(n.)*
traverse
കുറുക്കുവഴിയായി
kurukkuvazhiyaayi *(adv.)* summarily
കുറുങ്ങൽ kurungal *(n.)* purr
കുറുങ്ങുക kurunguka *(v.)* purr
കുറുനരി kurunari *(n.)* fox
കുറുമ്പുള്ള kurumbulla *(adj.)* petulant
കുറേക്കൂടി kurekkuuti *(adv.)* further
കുറ്റം kuttam *(n.)* charge
കുറ്റം കണ്ടുപിടിക്കുന്ന kuttam
kandupidikkunna *(adj.)* censorious
കുറ്റം ചുമത്തുക kuttam
chumaththuka *(v.)* indict
കുറ്റം വിധിക്കുക kuttam vidhikkuka
(v.) convict
കുറ്റംചെയ്യുക kuttam cheyyuka *(v.)*
offend
കുറ്റകരം kuttakaram *(n.)* offensive
കുറ്റകരമാക്കുക kuttakaramaakkuka
(v.) penalize
കുറ്റകരമായ kuttakaramaaya *(adj.)*
offensive
കുറ്റകൃത്യം kuttakruthyam *(n.)* crime

കുറ്റത്തിലുൾപ്പെടൽ kuttarhthilulppetal *(n.)* complicity
കുറ്റപത്രമെഴുതുക kuttapathramezhuthuka *(v.)* charge
കുറ്റപ്പെടുത്തൽ kutrappetuththal *(n.)* nag
കുറ്റപ്പെടുത്തൽ kutrappetuththal *(n.)* stricture
കുറ്റപ്പെടുത്തുക kuttappeduthuka *(v.)* arraign
കുറ്റബോധമുള്ള kuttabodhamulla *(adj.)* guilty
കുറ്റബോധമില്ലാതെ kuttabodhamillaathe *(adj.)* guilt-free
കുറ്റമറ്റ kuttamatta *(adj.)* perfect
കുറ്റവാളി kuttavaali *(n.)* criminal
കുറ്റവാളിപട്ടിക kuttavaalippattika *(n.)* blacklist
കുറ്റവാളിസംഘം kuttavaalisangham *(n.)* mafia
കുറ്റവിചാരണ kuttavichaarana *(n.)* impeachment
കുറ്റവിചാരണകാലമായ kuttavichaaranakaalamaaya *(n.)* sessional
കുറ്റവിചാരണചെയ്യുക kuttavichaarana cheyyuka *(v.)* impeach
കുറ്റവിമുക്തമാക്കിവിടുക kuttavimukthamaakkivituka *(v.)* condone
കുറ്റവിമുക്തി kuttavimukthi *(n.)* vindication
കുറ്റവിമുക്തി വരുത്തുക kuttavimukthi varuththuka *(v.)* vindicate
കുറ്റാന്വേഷണപരമായ kuttanweshanaparamaaya *(adj.)* judicious
കുറ്റാരോപണം kuttaropanam *(n.)* accusal
കുറ്റി തറയ്ക്കുക kuttitharaykkuka *(v.)* peg
കുറ്റിച്ചെടി kutticheti *(n.)* shrub
കുറ്റിച്ചെടിവേലി kuttichetiveli *(n.)* hedge
കുറ്റിതറയ്ക്കുക kutti tharaykkuka *(v.)* spike
കുറ്റിരോമം kuttiromam *(n.)* bristle
കുലം kulam *(n.)* clan
കുലപരമ്പര kulaparampara *(n.)* pedigree
കുലാംഗന kulaangana *(n.)* lady
കുലീന kuliina *(n.)* noble
കുലീനത kuliinatha *(n.)* gentility
കുലീനൻ kuliinan *(n.)* nobleman
കുലീനമായ kuliinamaaya *(adj.)* noble
കുലീനവർഗ്ഗം kuliinaavargam *(n.)* gentry
കുലുക്കം kulukkam *(n.)* quiver
കുലുക്കമുള്ള kulukkamulla *(adj.)* shaky
കുലുക്കുക kulukkuka *(v.)* jiggle
കുലുങ്ങുക kulunguka *(v.)* shake
കുൽസിത kulsitha *(n.)* foul
കുളമ്പ് kulamp *(n.)* hoof
കുളയട്ട kulayatta *(n.)* leech
കുളി kuli *(n.)* bath
കുളിക്കുക kulikkuka *(v.)* bathe
കുളിരുള്ള kulirulla *(adj.)* chilly
കുളിര് kuliru *(n.)* chill
കുളിർപാൽപ്പാട kulirpaalppaata *(n.)* ice cream
കുള്ളൻ kullan *(n.)* dwarf
കുഴങ്ങുക kuzhanguka *(v.)* perplex
കുഴച്ച മാവ് kuzhacha maav *(n.)* dough
കുഴച്ചിൽ kuzhachil *(n.)* hotchpotch
കുഴച്ചുമറിക്കുക kuzhachumarikkuka *(v.)* ransack
കുഴഞ്ഞ kuzhanja *(adj.)* awkward
കുഴഞ്ഞ kuzhanja *(adj.)* intricate
കുഴപ്പം kuzhappam *(n.)* snag
കുഴപ്പം നിറഞ്ഞ kuzhappam niranja *(adv.)* chaotic

കുഴപ്പത്തിലാവുക kuzhappaththilaavuka *(v.)* confuse
കുഴമ്പാക്കുക kuzhambaakkuka *(v.)* emulsify
കുഴമ്പുപരുവമായ kuzhampuparuvamaaya *(n.)* paste
കുഴമ്പ് kuzhamp *(n.)* mush
കുഴയ്ക്കുക kuzhatkkuka *(v.)* knead
കുഴലടപ്പ് kuzhalatapp *(n.)* faucet
കുഴലാകൃതിയായ kuzhalaakruthiyaya *(adj.)* tubular
കുഴലൂതുക kuzhaluuthuka *(v.)* pipe
കുഴലൂത്തുകാരൻ kuzhaloothukaraaran *(n.)* bagpiper
കുഴൽ kuzhal *(n.)* pipe
കുഴൽക്കണ്ണാടിച്ചില്ല് kuzhalkkannatichill *(n.)* lens
കുഴൽപ്പണിക്കാരൻ kuzhalppanikkaaran *(n.)* plumber
കുഴൽവാദ്യം kuzhal vaadyam *(n.)* saxophone
കുഴൽവായ് kuzhalvaay *(n.)* nozzle
കുഴി kuzhi *(n.)* pit
കുഴിക്കുക kuzhikkuka *(v.)* dibble
കുഴിച്ചിടുക kuzhichiduka *(v.)* bury
കുഴിച്ചെടുക്കുക kuzhichetukkuka *(v.)* unearth
കുഴിനിലം kuzhinilam *(n.)* bog
കുഴിമാടം kuzhimaatam *(n.)* grave
കുഴിമാന്തി kuzhimaanthi *(n.)* dibble
കുഴിയിലാകുക kuzhiyilaakuka *(v.)* hole
കുശമണ്ണ് kushamannu *(n.)* clay
കുശലതപ്രകടിപ്പിക്കുക kushalatha prakatippikkuka *(v.)* master
കുശാഗ്രബുദ്ധിയുള്ള kushaagrabuddiyulla *(adj.)* canny
കുശുമ്പുകുത്തുക kushumbikuththuka *(v.)* envy
കുശുമ്പ് kushump *(n.)* gloat
കുഷ്ഠം kushtam *(n.)* leprosy
കുഷ്ഠം പോലുള്ള kushtam polulla *(adj.)* leprous
കുഷ്ഠരോഗി kushtarogi *(n.)* leper
കുസൃതികാട്ടുന്ന kusruthikaattunna *(adj.)* mischievous
കുസൃതിക്കുട്ടി kusruthikkutti *(n.)* urchin
കൂക്കിവിളി kukkivili *(n.)* ululation
കൂക്കിവിളിക്കുക kuukivilikkuk *(v.)* ululate
കൂജ kuuja *(n.)* jug
കൂജനം kuujanam *(n.)* warble
കൂജനം ചെയ്യുക kuujanam cheyyuka *(v.)* warble
കൂട kooda *(n.)* basket
കൂടപ്പിറപ്പ് kuutappirapp *(n.)* sibling
കൂടപ്രയോഗം kuutaprayogam *(n.)* witchcraft
കൂടാതെ kuutaathe *(prep.)* without
കൂടാരം kootaaram *(n.)* cabana
കൂടാരത്തൂണ് kuutaarathuunu *(n.)* tentpole
കൂടാരമുണ്ടാക്കുന്നയാൾ kuutaaramundaakkunbayaal *(n.)* tentmaker
കൂടിക്കലരുക kuutikkalaruka *(v.)* mingle
കൂടിക്കാഴ്ച kuutikkaazhcha *(n.)* interview
കൂടിക്കാഴ്ച നടത്തുക kuitikkazhchanatathuka *(v.)* interview
കൂടിക്കുഴഞ്ഞ kuutikkuzhanja *(adv.)* pell-mell
കൂടിയാലോചന kootiyaalochana *(n.)* conference
കൂടിയാലോചിക്കുക kuutiyaalochikkuka *(v.)* parley
കൂടുകെട്ടുക kuutukettuka *(v.)* nest
കൂടുതൽ kuututhal *(adv.)* more
കൂടുതലാക്കുക kuututhalaakkuka *(v.)* increase

കൂടുതലായി kuututhalaayi *(adv.)* extra
കൂടുതൽ അകലെ kututhal akale *(adj.)* further
കൂടെ koode *(conj.)* and
കൂടെക്കൂടെയുള്ള kuutekuuteyulla *(n.)* frequent
കൂടേറുക kuuteruka *(v.)* roost
കൂട് kuut *(n.)* nest
കൂട്ടം kuuttam *(n.)* ruck
കൂട്ടം kuuttam *(n.)* team
കൂട്ടം കൂടുക kuuttam kuutuka *(v.)* mob
കൂട്ടക്കുരുതി kuuttakkuruthi *(n.)* genocide
കൂട്ടക്കൊല നടത്തുക kuuttakkolanatath',thuka *(v.)* massacre
കൂട്ടക്കൊല kuuttakkola *(n.)* massacre
കൂട്ടത്തിൽ മികച്ച പ്രകടനം kuuttaththil mikacha prakatanam *(n.)* showstopper
കൂട്ടത്തിൽ koottaththil *(prep.)* among
കൂട്ടനാശം kuuttanaasham *(n.)* holocaust
കൂട്ടമാക്കുക kuuttamaakkuka *(v.)* group
കൂട്ടമായി പോവുക kuuttamayi povuka *(v.)* troop
കൂട്ടായ kuuttaaya *(adj.)* joint
കൂട്ടായപ്രയത്നം kuuttaya pravarththanam *(n.)* joint effort
കൂട്ടാളി kuuttali *(n.)* partner
കൂട്ടിക്കലർത്തുക kuuttikkalarththuka 5 *(v.)* shuffle
കൂട്ടിക്കുഴക്കൽ kuurtikkuzhakkal *(n.)* shuffle
കൂട്ടിക്കുഴയ്ക്കുക kuuttikkuzhaykkuka *(v.)* jumble
കൂട്ടിക്കെട്ടുക kuuttikettuka *(v.)* tape
കൂട്ടിക്കൊടുക്കുക kuttikkotukka *(v.)* mack
കൂട്ടിക്കൊളുത്തുക kuuttikkoluththuka *(v.)* interlock
കൂട്ടിചേർക്കുക koottichcherkkuka *(v.)* add
കൂട്ടിചേർത്തഭാഗം kuuttichertththa bhaagam *(n.)* insertion
കൂട്ടിച്ചേർക്കൽ kootticherkkal *(n.)* annexation
കൂട്ടിച്ചേർക്കുക kootticherkkuka *(v.)* append
കൂട്ടിച്ചേർക്കുക kuutticherkkuka *(v.)* link
കൂട്ടിച്ചേർക്കുക kuutticherkkuka *(v.)* reconsolidate
കൂട്ടിച്ചേർത്തുണ്ടാക്കുക koottichcherththundaakkuka *(v.)* concoct
കൂട്ടിത്തയ്ക്കുക kuuttithaykkuka *(v.)* patch
കൂട്ടിപ്പിണയുക kuuttippinayuka *(v.)* tangle
കൂട്ടിമുട്ടുക kuuttimuttuka *(v.)* collide
കൂട്ടിയിടുക koottiyituka *(v.)* dump
കൂട്ടിയിണക്കുക kuttiyinakkuka *(v.)* incorporate
കൂട്ടിലടയ്ക്കുക kuuttilataykkapetta *(v.)* encage
കൂട്ടിവയ്ക്കുക koottivaykkuka *(v.)* agglomerate
കൂട്ടിവിളക്കൽ kuuttivilikkal *(n.)* weld
കൂട്ടിവിളക്കുക kuuttivilakkuka *(v.)* weld
കൂട്ടിവെയ്പ്പ് koottiveypp *(n.)* accumulation
കൂട്ടുക kuuttuka *(v.)* sum
കൂട്ടുകുറ്റക്കാരൻ koottukuttakkaran *(n.)* accomplice
കൂട്ടുകെട്ട് koottukett *(n.)* company
കൂട്ടുചേരുക kuttucheruka *(v.)* team
കൂട്ടുചേർന്ന kuuttuchernna *(adj.)* teamed
കൂട്ടുപ്രവർത്തനം kuuttupravarththanam *(n.)* synergy

കൂട്ടുപ്രവൃത്തി kuuttupravarththi (n.)
cooperation
കൂട്ടുമന്ത്രിസഭ koottumanthrisabha
(n.) coalition
കൂട്ടുവളം kuuttuvalam (n.) compost
കൂട്ടെഴുത്തായുള്ള
kuuttezhuththaayulla (adj.) cursive
കൂട്ട് thuna (n.) assistance
കൂട്ട് kuutt (n.) mash
കൂൺ kuun (n.) mushroom
കൂത്താട്ടം kuuththaattam (n.) romp
കൂന kuuna (n.) heap
കൂന് kuunu (n.) hunch
കൂമ്പാരം koompaaram (n.) agglomerate
കൂമ്പാരംകൂട്ടുക
kuumpaaramkuuttuka (v.) lump
കൂർക്കംവലി kuurkkamvali (n.) snore
കൂർത്ത kuurththa (adj.) sharp
കൂർത്തഗോപുരം kuurththagopuram
(n.) cone
കൂർത്തമുന kuurththamuna (n.) spike
കൂർത്തു വരുക kuurththuvarika (v.)
taper
കൂർമത koormmatha (n.) cusp
കൂർക്കംവലിക്കുക
kuurkkamvalikkuka (v.) snore
കൂർമ്മുനപെട്ടി kuurmmunapetti (n.)
sharpener
കൂറില്ലാത്ത kuurillaaththa (adj.)
disloyal
കൂറുള്ള kuurulla (adj.) loyal
കൂറ് kooru (n.) adherence
കൂറ് kuuru (n.) fidelity
കൂലി kooli (n.) hire
കൂലി kuuli (n.) wage
കൂലികൊടുക്കുക kuuli kotukkuka
(v.) wage
കൂലിക്കെടുക്കുക koolikketukkuka
(v.) hire
കൂലിക്കോടുന്ന മോട്ടോർവണ്ടി
kuulikkotunna motorvandi (n.) taxi

കൂലിപ്പട്ടാളക്കാരൻ
kuulippattalakkaaran (adj.) mercenary
കൂലിബസ് kuulibus (n.) taxibus
കൂലിവണ്ടിയിൽ സഞ്ചരിക്കുക
kuulivandiyil sancharikkuka (v.) taxi
കൂലിവേലക്കാരൻ koolivelakkaaran
(n.) hireling
കൂവക്കിഴങ്ങ് koovakkizhang (n.)
arrowroot
കൂവുക kuuvuka (v.) chirp
കൂസലില്ലാത്ത kuusalillaaththa (adj.)
unabashed
കൂസലില്ലായ്മ kuusalillayma (adv.)
unabashedly
കൃതഘ്നത kruthghnatha (n.)
ingratitude
കൃതജ്ഞതാപ്രകടനം
keuthanjathaaprakatanam (adj.) effusive
കൃതാവ് kruthaav (n.) sideburns
കൃത്യം kruthyam (n.) task
കൃത്യത kruthyatha (n.) accuracy
കൃത്യതാമാനം kruthyathaamaanam
(v.) cocker
കൃത്യനിരതനായ
kruthyanirathanaaya (adj.) dutiful
കൃത്യനിഷ്ഠമായ
kruthyanishtamaaya (adj.) punctual
കൃത്യമല്ലാത്ത kruthyamallaththa
(adj.) inaccurate
കൃത്യമായ kruthyamaaya (adj.)
accurate
കൃത്യമായ kruthyamaaya (adj.) correct
കൃത്യമായി kruthyamaayi (adv.)
exactly
കൃത്യലംഘനം krutyalanghanam (n.)
delinquency
കൃത്യവിലോപിയായ
kruthyavilopiyaaya (adj.) delinquent
കൃത്യസമയത്ത് kruthyasamayathth
(adj.) well-timed

കൃത്രിമ രേഖയുണ്ടാക്കൽ kruthimarekhayundaakkal *(n.)* falsification

കൃത്രിമം kruthrimam *(n.)* deception

കൃത്രിമം kruthrimam *(n.)* imitation

കൃത്രിമചെവി kruthrimachevi *(adj.)* auriform

കൃത്രിമനിർമ്മിതമായ kruthima nirmmithamasya *(adj.)* synthetic

കൃത്രിമപ്പണി kruthimappani *(n.)* manipulation

കൃത്രിമപ്പൊയ്ക kruthrimapoyka *(n.)* aquarium

കൃത്രിമബുദ്ധി kruthrimabudhi *(n.)* artificial intelligence

കൃത്രിമബോധക്ഷയം kruthrimabodhakshayam *(n.)* anaesthesia

കൃത്രിമമണൽതിട്ട kruthrimanalthitta *(n.)* barrage

കൃത്രിമമനുഷ്യൻ kruthimamanushyan *(n.)* droid

കൃത്രിമമായ kruthrimanaaya *(adj.)* counterfeit

കൃത്രിമമായ kruthrimamaaya *(adj.)* prosthetic

കൃത്രിമസംയുക്തം kruthima samyuktham *(n.)* synthetic

കൃത്രിമാവയവ സംബന്ധം krithrimaavayava sambandham *(adj.)* bionic

കൃപയില്ലാത്ത krupayillaaththa *(adj.)* relentless

കൃപയുണ്ടായിരിക്കുക keupayundaayirikkuka *(v.)* grace

കൃപാണം krupaanam *(n.)* dagger

കൃപാലുവായ krupaaluvaaya *(adj.)* lenient

കൃമി krumi *(n.)* maggot

കൃമികീടങ്ങൾ krumikiitangal *(n.)* pest

കൃമിനാശിനി kruminaashini *(n.)* insecticide

കൃശഗാത്രമാകുക krushagaathramaakuka *(v.)* slim

കൃശമായ krushamaaya *(adj.)* feeble

കൃശമായ krushamaaya *(adj.)* slender

കൃഷി krushi *(n.)* agriculture

കൃഷിക്കാരൻ krushikkaaran *(n.)* farmer

കൃഷിചെയ്യൽ krushicheyyal *(n.)* cultivation

കൃഷിചെയ്യുക krushicheyyuka *(v.)* cultivate

കൃഷിത്തോട്ടം krushiththottam *(n.)* farm

കൃഷിപ്പണി krushippani *(n.)* husbandry

കൃഷിയെസംബന്ധിച്ച krushiye sambandhichcha *(adj.)* agro

കൃഷിയോഗ്യമായ krushiyogyamaaya *(adj.)* arable

കൃഷിശാസ്ത്രം krushisaasthram *(n.)* agrology

കൃഷിസംബന്ധം krushisambandham *(adj.)* agrarian

കൃഷീവലൻ keushiivalan *(n.)* peasant

കൃഷീവലവൃത്തി krushiivalavruththi *(n.)* peasantry

കൃഷ്ണമൃഗം Krushnamrugam *(n.)* antelope

കൃഷ്ണവർണ്ണമായ krushnavarnnamaaya *(adj.)* swarthy

കെഞ്ചൽ kenchal *(n.)* beseeching

കെഞ്ചി യാചിക്കൽ kenchiyaachikkal *(n.)* entreaty

കെഞ്ചി യാചിക്കുക kenchiyaachikkuka *(v.)* entreat

കെഞ്ചുക kenchuka *(v.)* beseech

കെടുതി ketuthi *(n.)* mishap

കെടുതി ketuthi *(n.)* taint

കെടുതിവരുത്തുന്ന ketuthivaruththunna *(adj.)* injurious

കെടുത്തുക koththuka *(n.)* blowout
കെട്ടികിടക്കൽ kettikkitakkal *(n.)* stagnation
കെട്ടിക്കിടക്കുക kettikkitakkuka *(v.)* stagnate
കെട്ടിച്ചമച്ച kettichamachcha *(adj.)* fictitious
കെട്ടിച്ചമയുക kettichamayuka *(v.)* flaunt
കെട്ടിച്ചമയ്ക്കുക kettichamaykkuka *(v.)* fabricate
കെട്ടിടം kettitam *(n.)* building
കെട്ടിടം kettitam *(n.)* construction
കെട്ടിടനിർമ്മാണം kettitanirmmaanam *(n.)* erection
കെട്ടിടുക kettituka *(v.)* tie
കെട്ടിനിൽക്കുന്ന *(adj.)* stagnant
കെട്ടിയുറപ്പിക്കുക kettiyurappikkuka *(v.)* secure
കെട്ടുംമട്ടും kettum mattum *(n.)* format
കെട്ടുക kettuka *(v.)* rope
കെട്ടുകഥ kettukatha *(n.)* fable
കെട്ടുകഥ *(n.)* kettinilkkunna
കെട്ടുപാട് kettupaat *(n.)* liaison
കെട്ട് kett *(n.)* tie
കെണി keni *(n. pl.)* toils
കെണിയിലാക്കുക keniyilaakkuka *(v.)* noose
കെണിയിൽ പിടിക്കുക keniyilpitikkuka *(v.)* entrap
കെണിയിൽ പെടുത്തുക keniyilppetuthuka *(v.)* trap
കെണിവാതിൽ kenivaathil *(n.)* trapdoor
കെൽപുള്ള kelpulla *(adj.)* capable
കൊക്ക് kokk *(n.)* beak
കൊച്ചരുവി kocharuvi *(n.)* brook
കൊഞ്ചിക്കുക konchikkuka *(v.)* fondle
കൊഞ്ഞ konja *(n.)* lisp
കൊടിക്കൂറ kotikkura *(n.)* streamer
കൊടിച്ചി kodichi *(n.)* bitch

കൊടിഞ്ഞിക്കുത്ത് kotinjikkuthth *(n.)* migraine
കൊടിയ kotiya *(n.)* virulence
കൊടിൽ kotil *(n.)* forceps
കൊടുംവിഷമായ രാസവസ്തു kotumvishamaaya raasavasthu *(n.)* cyanide
കൊടുക്കുക kotukkuka *(v.)* give
കൊടുങ്കാറ്റടിക്കുക kotumkaattatikkuka *(v.)* storm
കൊടുങ്കാറ്റ് kotunkaatt *(n.)* tempest
കൊടുത്തയയ്ക്കുക kotuththayakkuka *(v.)* send
കൊടുമുടി kotumuti *(n.)* peak
കൊട്ടാരസദൃശമായ kottarasadrusyamaaya *(adj.)* palatial
കൊട്ടിയടയ്ക്കുക kottiyataykkuka *(v.)* slam
കൊട്ടുവാദ്യം kottuvaadyam *(n.)* percussion
കൊണ്ടാടുക kondaatuka *(v.)* felicitate
കൊണ്ടുനടക്കാവുന്ന കംപ്യൂട്ടർ kondunatakkaavunna computer *(n.)* laptop
കൊണ്ടുപോകുന്നയാൾ kondupokunnayaal *(n.)* conveyor
കൊതി തോന്നുക kothi thonnuka *(v.)* hanker
കൊതിക്കുക kothikkuka *(v.)* long
കൊതിക്കുക kothikkuka *(v.)* yen
കൊത്തളം koththalam *(n.)* fort
കൊത്തിയരിയുക koththiyariyuka *(v.)* mince
കൊത്തിയുണ്ടാക്കുക koththiyundaakkuka *(v.)* sculpt
കൊത്തുക koththuka *(v.)* peck
കൊത്തുപണി koththupani *(n.)* carving
കൊത്തുവേല koththuvela *(adj.)* etching
കൊമ്പുവാദ്യം kombuvaadyam *(n.)* bugle

കൊമ്പ് komp *(n.)* cornicle
കൊയ്ത്തുകാലം koyththukaalam *(n.)* harvest
കൊയ്യുക koyyuka *(v.)* harvest
കൊയ്യുന്നവൻ koyyunnavan *(n.)* harvester
കൊറ്റി kotti *(n.)* crane
കൊലചെയ്യുക kolacheyyuka *(v.)* kill
കൊലപ്പെടുത്തുക kolappetuththuka *(v.)* murder
കൊല്ലൻ kollan *(n.)* blacksmith
കൊളുത്തുക koluththuka *(n.)* buckle
കൊളുത്ത് കണ്ണി koluththu kanni *(n.)* link
കൊള്ള kolla *(n.)* loot
കൊള്ളക്കാരൻ kollakkaaran *(n.)* brigand
കൊള്ളമുതൽ kollamuthal *(n.)* booty
കൊള്ളയടിക്കാരൻ kollayatikkaaran *(n.)* marauder
കൊള്ളയടിക്കുക kollayatikkuka *(v.)* loot
കൊള്ളയടിക്കുന്നയാൾ kollayatikkunnayaal *(n.)* thug
കൊള്ളയിടുക kollayituka *(v.)* maraud
കൊള്ളലാഭമെടുക്കുക kollalaabhametukkuka *(v.)* profiteer
കൊള്ളസംഘാംഗം kollasangham *(n.)* gangster
കൊള്ളിക്കാതിരിക്കുക kollikkaathirikkuka *(v.)* exempt
കൊള്ളിവാക്കു പറയുക kollivaakku parayuka *(v.)* taunt
കൊഴിഞ്ഞുപോകുക kozhinjupokuka *(v.)* wither
കൊഴുത്തുരുണ്ട kozhuththurunda *(adj.)* chubby
കൊഴുപ്പ് kozhupp *(n.)* grease
കേക്കലങ്കാരം cakealankaaram *(n.)* frosting
കേക്ക് cake *(n.)* pastry
കേടാകാതെനോക്കുന്ന വസ്തു ketaakaathe nokkunna vasthu *(n.)* preservative
കേടുതട്ടാതെ ketuthattaathe *(adj.)* scot-free
കേടുപാടുകളുള്ള ketupaatukalulla *(adj.)* trashed
കേടുപാട് ketupaat *(n.)* decay
കേടുപോക്കുക ketupokkuka *(v.)* mend
കേടുപോക്കിയെടുക്കുക ketupokkiyetukkuka *(v.)* recondition
കേടുവരിക ketuvarika *(v.)* malfunction
കേടുവരുത്തുക ketuvaruththuka *(v.)* wreck
കേട് ketu *(n.)* wreck
കേട്ടെഴുത്ത് kettezhuthth *(n.)* dictation
കേണപേക്ഷിക്കുക kenapekshikkuka *(v.)* implore
കേന്ദ്രം kendram *(n.)* midst
കേന്ദ്രനിയന്ത്രണമാക്കുക kendraniyanthramaakkuka *(v.)* centralize
കേന്ദ്രപരാങ്മുഖമായ kendraparammukhamaaya *(adj.)* centrifugal
കേന്ദ്രബിന്ദുപരമായ kendrabindhuparamaaya *(adj.)* focal
കേന്ദ്രഭരണപരമായ kendrabharanaparamaaya *(adj.)* federal
കേന്ദ്രസ്ഥാനം kendrasthaanam *(n.)* center
കേന്ദ്രാഭിമുഖമായ kendrabhimukhamaaya *(adj.)* convergent
കേന്ദ്രീകരിക്കുക kendrikarikkuka *(v.)* focus
കേന്ദ്രീയമായ kendreeyamaaya *(adj.)* centrical
കേളി keli *(n.)* frolic
കേളി keli *(n.)* fun

കേളി നടത്തുക kelinataththuka *(v.)* frolic
കേളീനൗക keliinouka *(n.)* barge
കേളിപ്രദേശം keliipradesham *(n.)* playground
കേൾക്കുക kelkkuka *(v.)* hear
കേവലം kevalam *(adv.)* barely
കേവലം kevalam *(adj.)* just
കേവുഭാരം kevubhaaram *(n.)* shipload
കേശനാശകമായ keshanaashakamaaya *(adj.)* depilatory
കേശാലങ്കാരം keshaalankaaram *(n.)* coiffure
കേസന്വേഷിക്കുക kesanweshikkuka *(v.)* investigate
കേസരി kesari *(n.)* lion
കേസുനടത്തുക casenataththuka *(v.)* prosecute
കോകിലം kokilam *(n.)* cuckoo
കോച്ചിവലിക്കൽ kochivalikkal *(n.)* cramp
കോടതി kotathi *(n.)* court
കോടതിവിധി kotathi vidhi *(n.)* sentence
കോടതിവ്യവഹാരം kotathivyvahaaram *(n.)* prosecution
കോടതിസംബന്ധിച്ച kotathisambandhichcha *(adj.)* forensic
കോടീശ്വരൻ kodeeswaran *(n.)* billionaire
കോട്ട kotta *(n.)* bailey
കോട്ടം kottam *(n.)* damage
കോട്ടകെട്ടിയുറപ്പിക്കുക kottakettiyurappikkuka *(v.)* fortify
കോട്ടുവായിടുക kottuvaayituka *(v.)* yawn
കോട്ടുവായ് kottuvaay *(n.)* yawn
കോഡ് വ്യാഖ്യാനിക്കുന്നയാൾ code vyaakhyaanikkunnayaal *(n.)* decoder
കോണോടുകോണായ konotukonaaya *(adj.)* diagonal
കോപം kopam *(n.)* ire
കോപ്പ koppa *(n.)* bowl
കോപ്പ് kopp *(n.)* equipment
കോമളമായ komalamaaya *(adj.)* dainty
കോമാളി komaali *(n.)* clown
കോമാളിത്തം komaaliththam *(n.)* antic
കോരവല koravala *(n.)* trawl
കോരിക korika *(n.)* shovel
കോരിക്കൂട്ടുക korikkuuttuka *(v.)* shovel
കോരുക koruka *(v.)* spoon
കോർക്കടപ്പ് korkkatapp *(n.)* shive
കോറൽ koral *(n.)* scotch
കോലം kolam *(n.)* dummy
കോലം കെടുത്തുക kolam ketuththuka *(v.)* mangle
കോലാഹലം kolaahalam *(n.)* babel
കോളജ് അദ്ധ്യാപകർ college adyaapakar *(n.)* lecturer
കോളാമ്പി kolaambi *(n.)* spittoon
കോളിളക്കം kolilakkam *(n.)* upheaval
കോഴ വാങ്ങാത്ത kozha vaangaaththa *(adj.)* incorruptible
കോഴിക്കുഞ്ഞ് kozhikkunj *(n.)* chick
കോവണിപ്പടി kavanippati *(n.)* staircase
കോവർകഴുത kovarkazhutha *(n.)* mule
കോശം kosham *(n.)* cell
കോസടി kosati *(n.)* mattress
കോസടി kosati *(n.)* quilt
കൈകടത്തൽ kaikataththal *(n.)* interference
കൈകടത്തുക kaikataththuka *(v.)* interfere
കൈകാര്യം ചെയ്യാവുന്ന kaikaaryam cheyyaavunna *(adj.)* manageable
കൈകാര്യം ചെയ്യുക kaikaaryam cheyyuka *(v.)* deal

475

കൈകാര്യംചെയ്യാവുന്ന
kaikaaryam cheyyaavunna *(n.)*
omnicompetence
കൈകൊണ്ടുള്ള ബ്രേക്ക്
kaikondulla break *(n.)* handbrakc
കൈക്കലാക്കുക kaikkalakkuka *(v.)*
seize
കൈക്കൂലി kaikkooli *(n.)* backhand
കൈക്കൂലി കൊടുക്കുക kaikkooli
kodukkuka *(v.)* bribe
കൈക്കൂലിവാങ്ങുന്ന
kaikkulivaangunna *(adj.)* venal
കൈക്കൊള്ളുക kaikkolluka *(v.)*
accept
കൈക്കൊള്ളുക kaikkolluka *(v.)*
admit
കൈക്കൊള്ളുന്ന kaikkollunna *(adj.)*
receptive
കൈക്കോട്ട് kaikkott *(n.)* spade
കൈതച്ചക്ക kaithachakka *(n.)*
pineapple
കൈതോക്ക് kaithokk *(n.)* musket
കൈത്തലംകൊണ്ടടിക്കുക
kaiththalamkondatikkuka *(v.)* smack
കൈത്തള kaiththala *(adj.)* armlet
കൈത്തൂവാല kaiththuuvaala *(n.)*
napkin
കൈത്തൊഴിൽ kaiththozhil *(n.)*
handicraft
കൈത്തോക്ക് kaithokk *(n.)* revolver
കൈത്തോട് kaiththod *(n.)* canal
കൈത്തൊഴിൽക്കാരൻ
kaithozhilkkaaran *(n.)* artisan
കൈത്തോക്ക് kaithokk *(n.)* pistol
കൈനഖം kainakham *(n.)* fingernail
കൈനിറയെ kainiraye *(n.)* handful
കൈനോട്ടം kainottam *(n.)* palmistry
കൈനോട്ടക്കാരൻ kainottakkaran *(n.)*
palmist
കൈപ്പണസഞ്ചി kaippanasanchi *(n.)*
wallet
കൈപ്പിടി kaippiti *(n.)* handle

കൈപ്പുസ്തകം kaippusthkam *(n.)*
handbook
കൈബോംബ് kaibomb *(n.)* grenade
കൈമാറുക kaimaaruka *(v.)* upload
കൈമാറ്റം kaimaattam *(n.)* exchange
കൈമാറ്റം ചെയ്യാവുന്ന kaimaattam
cheyyavunna *(adj.)* negotiable
കൈമാറ്റം ചെയ്യുക kaimaattam
cheyyuka *(v.)* transceive
കൈമിടുക്കുള്ള kaimidukkulla *(adj.)*
deft
കൈമുട്ട് kaimutt *(n.)* elbow
കൈയടിക്കുക kaiyatikkuka *(v.)* clap
കൈയാമം വയ്ക്കുക kaiyaamam
vaykkuka *(v.)* handcuff
കൈയിലൊതുങ്ങുന്ന
kaiyilorhungunna *(adj.)* handy
കൈയില്ലാകുപ്പായം
kaiyillaakkuppaayam *(n.)* jerkin
കൈയുറ kaiyura *(n.)* mitten
കൈയെഴുത്തുപ്രതി
ഭംഗിയാക്കുക kayyezhuththuprathi
bhangiyaakkuka *(v.)* rubricate
കൈയെഴുത്തുശാസ്ത്രം
kaiyezhuthushaasthram *(n.)* calligraphy
കൈയെഴുത്ത് kaiyyezhunthth *(n.)*
holograph
കൈയൊപ്പ് kaiyyopp *(n.)* signature
കൈയേറ്റം kaiyettam *(n.)* assault
കൈയേറ്റംചെയ്തുകൊല്ലുക
kaiyettam cheythukolluka *(v.)* lynch
കൈയേറ്റക്കാരൻ kaiyettakkaran *(n.)*
aggressor
കൈയ്യാമം വയ്ക്കുക kaiyyaaman
vaykkuka *(v.)* shackle
കൈലേസ് kailesu *(n.)* kerchief
കൈവരി kaivari *(n.)* railing
കൈവരിക്കുക kaivarikkuka *(v.)*
attain
കൈവള kaivala *(n.)* bracelet
കൈവശംവയ്ക്കുക kaivasham
vaykkuka *(v.)* occupy

കൈവശമാക്കുക kaivashamaakkuka
(v.) obtain

കൈവശമുണ്ടാകൽ
kaivashamundaakal *(n.)* possession

കൈവശമുള്ള ഓഹരി
kaivashamulla ohari *(adj.)* shareholding

കൈവിലങ്ങ് kaivilang *(n.)* handcuff

കൈവെടിയുക kaivetiyuka *(v.)*
disown

കൈസഞ്ചി kaisanchi *(n.)* hand baggage

കൊക്കോ coco *(n.)* cocoa

കൊക്കോമധുരദ്രവ്യം
kokkomaduradravyam *(n.)* chocolate

കൊച്ചുപട്ടണം kochupattanam *(n.)*
township

കൊച്ചുമനുഷ്യൻ kochumanushyan
(n.) midget

കൊഞ്ചിനെപ്പോലുള്ളജീവി
konjineppolulla jiivi *(n.)* krill

കൊഞ്ഞപറയുക konjaparayuka *(v.)*
lisp

കൊടി kodi *(n.)* banner

കൊടിയേറ്റുക kotiyettuka *(v.)* hoist

കൊടുക്കൽ kotukkal *(n.)* remit

കൊടുങ്കാറ്റുള്ള kotumkaattulla *(adj.)*
stormy

കൊട്ടുവടി kortuvati *(n.)* maul

കൊട്ട് kott *(n.)* tap

കൊണ്ടു നടക്കാവുന്ന ചെറിയ
റേഡിയോ സെറ്റ്
kondunatakkaavunna cheriya radioset
(n.) nanotransistor

കൊണ്ടുനടക്കാവുന്ന ഫോൺ
kondunatakkavunba phone *(n.)* cell
phone

കൊണ്ടുപോകൽ kondupokal *(n.)*
transit

കൊണ്ടുപോകുക kondupokuka *(v.)*
transit

കൊണ്ടുവരിക konduvarika *(v.)* bring

കൊതിക്കുക kothikukkuka *(v.)* covet

കൊതിപ്പിച്ചു കടന്നുകളയുക
kothippichu katannukalayuka *(v.)*
tantalize

കൊതുക് kothuk *(n.)* mosquito

കൊത്തൽ koththal *(n.)* peck

കൊത്തുപണി ചെയ്യൽ
koththupanicheyya *(adj.)* etched

കൊത്തുപണി ചെയ്യുക
koththupanicheyyuka *(v.)* etch

കൊപ്പിളിക്കുക koppilikkuka *(v.)*
gargle

കൊമ്പ് komb *(n.)* trumpet

കൊയ്ത്തരിവാളിനാൽ
കൊയ്യുക koyththarivaalinaal kolluka
(v.) scythe

കൊയ്ത്തരിവാൾ koyththarivaal *(n.)*
scythe

കൊറ്റി kotti *(n.)* stork

കൊലയാളി kolayaali *(n.)* assassin

കൊലയാളിതിമിംഗലം
kolayaalithimingalam *(n.)* orca

കൊള്ള kolla *(n.)* theft

കൊള്ളിമീൻ kollimiin *(n.)* meteor

കൊളുത്ത് koluthth *(n.)* clip

കൊളുന്ത് kolunth *(n.)* myrtle

കൊള്ളക്കാരൻ kollakkaaran *(n.)*
blackmailer

കൊള്ളപ്പലിശക്കാരൻ
kollappalishakkaaran *(n.)* usurer

കൊള്ളയടിക്കൽ kollayatikkal *(n.)*
foraging

കൊള്ളില്ലാത്ത kollillaatha *(adj.)* wack

കൊഴുപ്പില്ലാതാക്കൽ
kozhuppillaathaakkal *(n.)* delipidation

കൊഴുപ്പില്ലാതാക്കുക
kozhuppillathaakkuka *(v.)* delipidate

കൊഴുപ്പുകുറഞ്ഞ kozhuppukuranja
(adj.) low-fat

കൊഴുപ്പുരഹിതം
kozhuppurahitham *(adj.)* delipidate

കൊഴുപ്പുള്ള kozhuppulla *(adj.)*
greasy

കോച്ചിപ്പിടുത്തം kochippituththam
(n.) jerk
കോടാലി kotaali *(n.)* axe
കോട്ടമതിൽ kottamathil *(n.)* rampart
കോഡ്മത്സ്യം codmalsyam *(n.)* cod
കോണുകളുള്ള konukalulla *(adj.)*
angular
കോൺ cone *(n.)* angle
കോപം kopam *(n.)* anger
കോപാവേശം kopaavesham *(n.)*
frenzy
കോപിക്കുന്ന kopikkunna *(adj.)*
waspish
കോപിപ്പിക്കുക kopippikkuka *(v.)*
enrage
കോറിയിടുക koriyituka *(v.)* doodle
കോലംകെടുത്തുക kolam
keduththuka *(v.)* deform
കോലാഹലം kolaahalam *(n.)* ado
കോലുമിഠായി kolumidaayi *(n.)*
lollipop
കോഴിയിറച്ചി kozhiyirachchi *(n.)*
chicken
കോവണി kovani *(n.)* stair
കോശക്ഷതസംഹാരി
koshakshathasamhaari *(n.)* antioxidant
കോശജാലം koshajaalam *(n.)* tissue
കോശദ്രവകവചം koshadrava
kavacham *(n.)* ectoplasm
കോശനിർമ്മിതം koshanirmmitham
(adj.) cellular
കോശനിർമ്മിതമല്ലാത്ത
koshanirmmithamallaththa *(adj.)*
acellular
കൗൺസിലിന്റെ ആസ്ഥാനം council
te asthaanam *(n.)* consulate
കൗതുകദൃശ്യം kouthukadrushyam
(adj.) spectacular
കൗമാരം koumaaram *(n.)* adolescence
കൗമാരക്കാർ koumaarakkar *(n.)*
teenager

കൗമാരപ്രായമായ
koumaarapraayamaaya *(adj.)* adolescent
കൗമാരാവസ്ഥ koumaaraavastha *(n.*
pl.) teens
കൗശലം koushalam *(n.)* gambit
കൗശലം koushalam *(n.)* stratagem
കൗശലംകാട്ടുക koushalam kaattuka
(v.) trickle
കൗശലക്കാരൻ koushalakkaaran *(n.)*
schemer
കൗശലത്താൽ സാധിക്കുക
koushalaththaal sadhikkuka *(v.)*
manipulate
കൗശലമുള്ള koushalamulla *(n.)* adept
കംപ്യൂട്ടർ അധിഷ്ഠിതമായ
computer adhishtithamaaya *(v.)*
computerize
ക്യൂബിന്റെ അനലോഗ് cubeinte
analogue *(n.)* tesseract
ക്രമക്കേട് krumakked *(n.)* anomaly
ക്രമപ്പെടുത്തി സൂക്ഷിക്കുക
krumappetuththi suukshikkuka *(v.)* file
ക്രമപ്പെടുത്തിയ krumappetuththiya
(adj.) orderly
ക്രമപ്പെടുത്തുക krumappetuththuka
(v.) form
ക്രമപ്പെടുത്തുക kramappetuththuka
(v.) rearrange
ക്രമഭംഗം krumabhangam *(n.)* disorder
ക്രമമുള്ള krumamulla *(n.)* orderly
ക്രമരഹിതമാക്കുക
krumarahithamaakkuka *(v.)* disorient
ക്രമരാഹിത്യം krumaraahithyam *(n.)*
irregularity
ക്രമവൽക്കരണം kramavalkkaranam
(n.) standardization
ക്രമവിരുദ്ധമായ
krumaviruddhamaaya *(adj.)* illegitimate
ക്രമസമാധാനം പാലിക്കുക
kramasamaadhaanam palikkuka *(v.)*
police

ക്രമസമാധാനപാലകർ kramasamaadhaanapaalakar *(n.)* police
ക്രമാനുഗതമായ kramaanugathamaaya *(adj.)* consecutive
ക്രമാനുസരണമാക്കൽ krumaanusaranamaakkal *(n.)* normalization
ക്രമാനുസരണമാക്കുക krumaanusaranamaakkuka *(v.)* normalize
ക്രമാനുസൃതമല്ലാതിരിക്കുക krumaanusruthamallaathirikkuka *(v.)* randomise
ക്രമീകരണം krameekaranam *(n.)* adjustment
ക്രമീകരിക്കുക krameekarikkuka *(v.)* adjust
ക്രമീകൃതമായ krumiikruthamaaya *(adj.)* regular
ക്രയവിക്രയംചെയ്യുന്നയാൾ kruya vikrayum cheyyunnayaal *(n.)* dealer
ക്രയവിക്രയപ്പിഴവ് krayavikrayappizhav *(n.)* maladjustment
ക്രയവിക്രയാധികാരി kruyavikryaadhikaari *(n.)* dealership
ക്രിക്കറ്റിലെ വിക്കറ്റ് cricketile wicket *(n.)* wicket
ക്രിക്കറ്റുകളി cricketkali *(n.)* cricket
ക്രിയ kriya *(n.)* verb
ക്രിയാത്മകമായ kriyaathmakamaaya *(adj.)* positive
ക്രിയാനാമം kriyaanaamam *(n.)* gerund
ക്രിയാപദ കാലഭേദം kriyaapada kaalabhedam *(n.)* tense
ക്രിയാവിശേഷണം kriyavisheshanam *(adj.)* adverbial
ക്രിയാവിശേഷണപദം kriyavisheshanapadam *(n.)* adverb
ക്രിസ്തീയ ദേവാലയം kristhiiya devaalayam *(n.)* church
ക്രിസ്തീയ സഭകൾക്കു പൊതുവായ kristhiiyasabhakalkk pothuvaaya *(adj.)* ecumenical
ക്രിസ്തീയവേദപുസ്തകം kristheeya veda pusthakam *(n.)* bible
ക്രിസ്തീയസഭാസംബന്ധം kristhiiyasabhaasambandham *(adj.)* ecumenic
ക്രിസ്തു kristhu *(n.)* Christ
ക്രിസ്തുജനനോത്സവം kristhujananolsavam *(n.)* Christmas
ക്രിസ്തുമതാചാര്യൻ kristhumathaachaaryan *(n.)* ecclesiast
ക്രിസ്തുമസ് Christmas *(n.)* Xmas
ക്രിസ്തുവചനം kristhuvachanam *(n.)* gospel
ക്രിസ്ത്യാനി kristhyaani *(adj.)* Christian
ക്രിസ്മസ്ഗാനം chrismasgaanam *(n.)* carol
ക്രിസ്റ്റലിൻ സംയുക്തം crystalin samyuktham *(n.)* naphthalene
ക്രീഡ kriida *(n.)* play
ക്രീഡാവനം kriidavanam *(n.)* park
ക്രീഡാശ്വം kriidaaswam *(n.)* hobbyhorse
ക്രീഡിക്കുക kriidikkuka *(v.)* play
ക്രീഡിക്കുക kriidikkuka *(v.)* sport
ക്രുദ്ധമായ kruddhamaaya *(adj.)* angry
ക്രുദ്ധമായ നോട്ടം kruddhamaaya nottam *(n.)* scowl
ക്രൂരദൃഷ്ടി kruuradrushti *(n.)* glare
ക്രൂശിക്കുക kruushikkuka *(v.)* crucify
ക്രൂശിതനായ kruushithanaaya *(adj.)* crucified
ക്രൂശിതരൂപം krushitharoopam *(n.)* crucifix
ക്രൈസ്തവധർമ്മം kraisthavadarmmam *(n.)* Christianity
ക്രൈസ്തവപുരോഹിതഗണം kraisthava purohithaganam *(n.)* clergy

ക്രൈസ്തവലോകം kraishtavalokam (n.) Christendom

ക്രോധം krodham (n.) road rage

ക്രോധപരവശനാക്കുക krodhaparaveshanaakkuka (v.) infuriate

ക്ലാസ്സ്‌മുറി class muri (n.) classroom

ക്ലിക്ക് ശബ്ദം click shabdam (n.) tchick

ക്ലിക്ക് ശബ്ദമുണ്ടാകുക click shabdamundaakkuka (v.) tchick

ക്ലിപ്തപ്പെടുത്താവുന്ന klipthapetuththavunna (adj.) terminable

ക്ലിപ്തരൂപമില്ലാത്ത kliptharoopamillaaththa (adj.) amorphous

ക്ലേശം klesham (n.) fatigue

ക്ലേശകരമായ kleshakaramaaya (adj.) burdensome

ക്ലേശിക്കുക kleshikkuka (v.) suffer

ക്ലേശിപ്പിക്കുക kleshikkuka (v.) persecute

ക്ലേശിപ്പിക്കുന്ന kleshippikkunna (adj.) trying

ക്ഷണം kshanam (n.) solicitation

ക്ഷണകാന്തി kshanakaanthi (n.) gleam

ക്ഷണക്കത്ത് kshanakkathth (n.) invitation

ക്ഷണപ്രഭ kshanaprabha (n.) flash

ക്ഷണഭംഗുരമായ kahanabhanguramaaya (adj.) transitory

ക്ഷണിക വസ്തു kshanika vasthu (n.) ephemera

ക്ഷണികബുദ്ധിയുള്ള kshanika buddhiyulla (adj.) whimsical

ക്ഷണികമായ kshanikamaaya (adj.) ephemeral

ക്ഷണിച്ചുവരുത്തുക kahanichuvariththuka (v.) invite

ക്ഷമ kshama (n.) patience

ക്ഷമത kshamatha (n.) power

ക്ഷമത പുനഃസ്ഥാപിക്കുക kshamatha punasthaapikkuka (v.) reactivate

ക്ഷമയാചിക്കുക kshamayaachikkuka (v.) apologize

ക്ഷമയുള്ള kahamayulla (adj.) patient

ക്ഷമാപണം kshamaapanam (n.) apology

ക്ഷയകാരകമായ kshayakaarakamaaya (adj.) corrosive

ക്ഷയപ്രേരകം kshayaprerakam (adj.) debilitating

ക്ഷയരോഗം kshayarogam (n.) tuberculosis

ക്ഷയിപ്പിക്കുക kshayippikkuka (v.) weaken

ക്ഷാമം kshaamam (n.) famine

ക്ഷാരം kshaaram (n.) alkali

ക്ഷാരംമുക്കുക kshaaram mukkuka (v.) mercerise

ക്ഷാരവായു kshaaravaayu (n.) ammonia

ക്ഷാരസ്വഭാവമുള്ള kshaaraswabhavamulla (adj.) alkaline

ക്ഷിപ്രം kshipram (n.) quick

ക്ഷിപ്രഗതിയുള്ള kshipragathiyulla (adj.) nimble

ക്ഷിപ്രത kshipratha (n.) rapidity

ക്ഷിപ്രപ്രതികരണശേഷി kshipraprathikaranasheshi (n.) reflex

ക്ഷിപ്രമായ kshipramaaya (adj.) cursory

ക്ഷീണം തീർക്കുക kshiinam thiirkkuka (v.) refresh

ക്ഷീണപ്രായമാകുക kshiinapraayamaakuka (v.) decline

ക്ഷീണിക്കുക kshiinippikkuka (v.) tire

ക്ഷീണിച്ച kshiinichcha (adj.) tired

ക്ഷീണിപ്പിക്കുന്ന kshiinippikkunna (adj.) tiresome

ക്ഷീരം kshiiram (n.) milk

ക്ഷീരഗുണമാപിനി kshiiragunamapini (n.) lactometer

ക്ഷീരപഥം kshiirapatham (n.) galaxy

ക്ഷീരപഥസംബന്ധിയായ kshiirapatha sambandhiyaaya *(adj.)* galactic
ക്ഷീരശാല kshiirashaala *(n.)* dairy
ക്ഷീരോൽപന്നങ്ങൾ kshiirolpannangal *(n.)* dairy product
ക്ഷുദ്രപ്രയോഗം kshudraprayogam *(v.)* bedevil
ക്ഷുദ്രമായ kahudramaaya *(adj.)* paltry
ക്ഷുദ്രസേവകൻ kahudrasevakan *(n.)* lackey
ക്ഷുദ്രാലങ്കാരം kshudraalankaaram *(n.)* showpiece
ക്ഷുബ്ദമായ kshubdamaaya *(adj.)* tumultuous
ക്ഷുരകൻ kshurakan *(n.)* barber
ക്ഷേത്രം kshethram *(n.)* temple
ക്ഷേത്രഗണിതം kahethraganitham *(n.)* geometry
ക്ഷേത്രഗണിതപരമായ kshethraganithaparamaaya *(adj.)* geometrical
ക്ഷേപണായുധം kshepanaayudham *(n.)* missile
ക്ഷേപണീയമായ kshepaniyamaaya *(adj.)* projectile
ക്ഷേപിക്കുക kshepikkuka *(v.)* shed
ക്ഷോഭമുണ്ടാക്കുന്ന kshobhamundaakkunna *(adj.)* emotive
ക്ഷോഭിപ്പിക്കുക kahobhippikkuka *(v.)* provoke
ക്ഷോഭിക്കുന്ന kshobhikkunna *(adj.)* irritable
ക്ഷോഭിപ്പിക്കുക kshobhippikkuka *(v.)* agitate
ക്ഷോഭിപ്പിക്കുന്ന kshobhippikkunna *(adj.)* inflammatory
ക്ഷൗരം ചെയ്ത khouram cheyytha *(adj.)* shaven
ക്ഷൗരം ചെയ്യൽ khouram cheyyal *(n.)* shaving
ക്ഷൗരംചെയ്യുക khouram cheyyuka *(v.)* shave
ക്ഷൗരക്കത്തി kshourakkaththi *(n.)* razor

ഖ

ഖജനാവ് khajanaav *(n.)* treasury
ഖജാൻജി khajaanji *(n.)* treasurer
ഖഡ്ഗം khadgam *(n.)* sabre
ഖണ്ഡിക്കുക khandikkuka *(v.)* confute
ഖണ്ഡം khandam *(n.)* traunch
ഖണ്ഡങ്ങളാക്കുക khantangalaakkuka *(v.)* intersect
ഖണ്ഡനം khandanam *(n.)* criticism
ഖണ്ഡനം khandanam *(n.)* negation
ഖണ്ഡമാക്കിയ khandamaakkiya *(adj.)* traunch
ഖണ്ഡിക khandika *(n.)* paragraph
ഖണ്ഡിക്കുക khandikkuka *(v.)* traunch
ഖണ്ഡിതമായ khandithamaaya *(adj.)* exact
ഖനനം ചെയ്യുക khananam cheyyuka *(v.)* excavate
ഖനി khani *(n.)* mine
ഖനിത്തൊഴിലാളി khanithozhilaali *(n.)* miner
ഖരമായ kharamaaya *(adj.)* solid
ഖിന്നമായ khinnamaaya *(adj.)* gloomy
ഖേദം khedam *(n.)* sadness
ഖേദകരമായ khedakaramaaya *(adj.)* lamentable
ഖേദിക്കുക khedikkuka *(v.)* regret
ഖേയം kheyam *(n.)* moat
ഖ്യാതി khyaathi *(n.)* publicity

ഗ

ഗജദന്തം gajadanththam *(n.)* ivory
ഗഡു gatu *(n.)* instalment
ഗണം ganam . *(n.)* batch
ഗണനം gananam *(n.)* calculation
ഗണനയന്ത്രം gananayanthram *(n.)* calculator
ഗണനാതീതമായ gananaathiithamaaya *(adj.)* incalculable
ഗണനാപത്രം gananaapathram *(n.)* register
ഗണനീയത gananiiyatha *(n.)* notability
ഗണനീയമായ gananiyamaaya *(adj.)* notable
ഗണിക ganika *(n.)* whore
ഗണിതജ്ഞൻ ganithanjan *(n.)* mathematician
ഗണിതശാസ്ത്രപരമായ ganitha shaasthraparamasya *(adj.)* mathematical
ഗണ്യമായ ganyamaaya *(adj.)* considerable
ഗതാഗത സൂചകം gathagathasuuchakam *(n.)* traffic sign
ഗതാഗതം gathagatham *(n.)* traffic
ഗതാഗതം നടത്തുക gathagatham nataththuka *(v.)* transport
ഗതാഗതം നടത്തുക gathagatham nataththuka *(v.)* traffic
ഗതാഗതസംവിധാനം gathagatha samvidhaanam *(n.)* transportation
ഗതി gathi *(n.)* movement
ഗതിമാറ്റുക gathimaattuka *(v.)* deviate
ഗതിമാറ്റുക gathimaattuka *(v.)* shift
ഗതിവിജ്ഞാനീയം gathivinjaaniiyam *(n.)* dynamics
ഗദ്യരചന gadyarachana *(n.)* prose
ഗന്ധംവ്യാപിക്കുക ganddham vyaapikkuka *(n.)* reak
ഗന്ധകം ganddhakam *(n.)* sulphur
ഗന്ധകാമ്ലം ganddhakaamlam *(adj.)* sulphuric
ഗമനം gamanam *(n.)* motion
ഗമിക്കുക gamikkuka *(v.)* motion
ഗരുഡൻ garutan *(n.)* eagle
ഗർജ്ജനം garjjanam *(n.)* roar
ഗർജ്ജിക്കുക garjjikkuka *(v.)* roar
ഗർഭം garbham *(n.)* pregnancy
ഗർഭംധരിക്കുക garbham dharikkuka *(v.)* conceive
ഗർഭച്ഛിദ്രം garbhachhidram *(n.)* abortion
ഗർഭച്ഛിദ്രം നടത്തുന്നയാൾ garbhachhidram nadaththunnayal *(n.)* abortionist
ഗർഭഛിദ്രം garbhachchidram *(n.)* miscarriage
ഗർഭധാരണം garbhadhaaranam *(n.)* conception
ഗർഭനിരോധോപകരണം garbhanirodhaniopakaranam *(n.)* contraceptive
ഗർഭപാത്രം garbhapaathram *(n.)* uterus
ഗർഭമലസുക garbhamalasuka *(v.)* miscarry
ഗർഭസ്ഥശിശു garbhasthashishu *(n.)* foetus
ഗർഭാശയം garbhaasayam *(n.)* womb
ഗർഭിണിയായ garbhiniyaaya *(adj.)* pregnant
ഗർഭോത്പാദനം garbhotpaathanam *(n.)* fecundation
ഗർവ്വഭംഗം garvvabhangam *(n.)* humiliation
ഗർവ്വുള്ള garvvulla *(adj.)* insolent
ഗർഭനിരോധനം garbhanirodhanam *(n.)* contraception
ഗർഭാശയ മുഴ garbhaashaya muzha *(adj.)* fibroid

ഗർഭിണിയുടെ ഉന്തിയ വയർ garbhiniyude unthiya vayar *(n.)* baby bump
ഗളഗ്രന്ഥി galagranthi *(n.)* tonsil
ഗളാഭരണം galabharanam *(n.)* necklet
ഗവർണർ governor *(n.)* castellan
ഗവേഷണം gaveshanam *(n.)* research
ഗവേഷണം നടത്തുക gaveshanam nataththuka *(v.)* research
ഗവേഷണബിരുദം gaveshanabirudham *(n.)* doctorate
ഗഹനമായ gahanamaaya *(adj.)* abstruse
ഗഹനമായി gahanamaayi *(adv.)* deeply
ഗാംഭീര്യം gaambhiryam *(n.)* profundity
ഗാംഭീര്യമുള്ള gaambhiryamulla *(adj.)* gallant
ഗാഢപ്രണയം gaaddapranayam *(n.)* enamourment
ഗാഢബന്ധമുള്ള gaaddbandhamulla *(adj.)* close
ഗാഢസൗഹൃദമുള്ള gaadda saouhrydamulla *(adj.)* intimate
ഗാത്രാനുലേപനദ്രവ്യം gaathraanulepanadruvyam *(n.)* cosmetic
ഗാത്രാനുലേപിനി gaathraanulepini *(n.)* ointment
ഗാനം gaanam *(n.)* song
ഗാനം ആലപിക്കുക gaanam aalapikkuka *(v.)* sing
ഗാനരചയിതാവ് gaanarachayithaav *(n.)* lyricist
ഗാനാത്മകമായ gaanathmakamaaya *(adj.)* lyric
ഗാമാരശ്മികൾ gaamaarashmikal *(n.)* gamma
ഗായകകവി gaayaka kavi *(n.)* bard
ഗായകഗണം gayakaganam *(n.)* chorus
ഗായകൻ gaayakan *(n.)* songster
ഗായകർ gaayakar *(n.)* singer
ഗായകസംഘം gaayakasangham *(n.)* choir
ഗാർഹികമായ gaarhikamaaya *(adj.)* domestic
ഗിരികന്ദരം girikandharam *(n.)* canyon
ഗിരിതടം girithatam *(n.)* valley
ഗീതം geetham *(n.)* anthem
ഗീതകം giithakam *(n.)* sonnet
ഗൂഢോക്തിയായ guuddokthiyaaya *(adj.)* sarcastic
ഗുണകം gunakam *(n.)* coefficient
ഗുണകരമായ gunakaramaaya *(adj.)* advantageous
ഗുണദോഷ വിവേചനം gunadhosha vivechanam *(n.)* censor
ഗുണദോഷനിരൂപണംചെയ്യുക gunadoshaniroopanam cheyyuka *(v.)* criticize
ഗുണദോഷിക്കുക gunadoshikkuka *(v.)* admonish
ഗുണദോഷം gunadosham *(n.)* rebuke
ഗുണദോഷം gunadosham *(v.)* advise
ഗുണനം gunanam *(n.)* multiplication
ഗുണനിലവാരം gunanilavaaram *(adj.)* standard
ഗുണപാഠം gunapaatam *(n.)* moral
ഗുണപുഷ്കലമാക്കുക gunapushkalamaakkuka *(v.)* enrich
ഗുണപ്രദമായ gunapradamaaya *(adj.)* salutary
ഗുണഭോക്താവ് gunabhokthaav *(n.)* beneficiary
ഗുണമുള്ള gunamulla *(adj.)* useful
ഗുണമേന്മോത്തരവാദിത്തം gunamenmoththaravaadiththam *(n.)* warranty
ഗുണവത്തായ gunavaththaaya *(adj.)* good
ഗുണാത്മകമായ gunaathmakamaaya *(adj.)* qualitative
ഗുണിക്കുക gunikkuka *(v.)* multiply
ഗുണിതം gunitham *(n.)* multiplicand

ഗുദം gudam *(n.)* rectum
ഗുദസംബന്ധം gudasambandham *(adj.)* anal
ഗുപ്തത gupthatha *(n.)* secrecy
ഗുപ്തമായ gupthammaya *(adj.)* covert
ഗുപ്തമായിരിക്കുക gupthamaayirikkuka *(v.)* occult
ഗുമസ്തനെ സംബന്ധിച്ച gumadthane sambandhichcha *(adj.)* clerical
ഗുമസ്ഥൻ gumadthan *(n.)* clerk
ഗുരു guru *(n.)* docent
ഗുരുതരമായ gurutharamaaya *(adj.)* grave
ഗുരുത്വാകർഷണവിധേയമാകുക guruthwaakarshanavideyamaakuka *(v.)* gravitate
ഗുരുത്വാകർഷണം guruthwaakarshanam *(n.)* gravitation
ഗുരുസഹായി gurusahaayi *(n.)* monitor
ഗുളമദ്യം gulamadyam *(adj.)* rum
ഗുളിക gulika *(n.)* pill
ഗുളിക gulika *(n.)* tablet
ഗുസ്തിക്കാരൻ gusthikkaaran *(n.)* wrestler
ഗുസ്തിപിടിക്കുക gusthipitikkuka *(v.)* wrestle
ഗുഹ guha *(n.)* cave
ഗുഹ guha *(n.)* den
ഗൂഢജ്ഞാനം gopyamaaya *(n.)* esoterism
ഗൂഢത guuddatha *(n.)* obscurity
ഗൂഢദൂതൻ gooddadhuuthan *(n.)* emissary
ഗൂഢഭാഷയിലാക്കൽ gooddabhaashayilaakkal *(n.)* coding
ഗൂഢമായ guudamaaya *(adj.)* ulterior
ഗൂഢമാർഗം goodamaargam *(n.)* backstairs
ഗൂഢലിപി guuddalipi *(n.)* cipher(or cypher)
ഗൂഢലേഖനം gooddalekhanam *(n.)* cypher
ഗൂഢാർത്ഥമായി guudaarthamaayi *(adj.)* cryptic
ഗൂഢാർത്ഥദ്യോതകമായ gooddarththadyothakamaaya *(adj.)* enigmatical
ഗൂഢാലോചന gooddalochana *(n.)* collusion
ഗൂഢാലോചന guudaalochana *(n.)* machination
ഗൂഢാലോചന നടത്തുക guudaalochana nataththuka *(v.)* machinate
ഗൃഹജനം gruhajanam *(n.)* household
ഗൃഹജമായ gruhajamaaya *(adj.)* domestical
ഗൃഹനാഥ gruhanaatha *(n.)* mistress
ഗൃഹസംബന്ധം gruhasambandham *(adj.)* domiciliary
ഗൃഹാതുരത്വം grahaadurathwam *(n.)* nostalgia
ഗൃഹാതുരമായ grahutharamaaya *(adj.)* homesick
ഗൃഹിണി grahini *(n.)* dame
ഗൃഹോപകരണങ്ങൾ gruhopakaranangal *(n.)* furniture
ഗെയിംട്രാപ്പുകൾ game trappukal *(n.)* trapline
ഗോചരത്വം gocharathwam *(n.)* sense
ഗോതമ്പ് gothamb *(n.)* wheat
ഗോത്രം gothram *(n.)* tribe
ഗോഥുകളെ സംബന്ധിച്ച gothukale sambandhicha *(adj.)* gothic
ഗോപുരാഗ്രം gopuraagram *(n.)* steeple
ഗോപ്യഭാഷ gopyabhaasha *(n.)* cryptography
ഗോപ്യമാക്കിവയ്ക്കുക gopyamaakkivaykkuka *(v.)* conceal

ഗോപ്യമായ ഗോപ്യമായ *(adj.)*
esoteric

ഗോളം golam *(n.)* sphere

ഗോളാകാരമായ golaakaaramaaya
(adj.) spherical

ഗോളാകൃതി golaakruthi *(n.)* orb

ഗോളാർദ്ധം golaarddham *(n.)*
hemisphere

ഗോവണി govani *(n.)* ladder

ഗോശാല goshala *(n.)* byre

ഗോഷ്ടി കാണിക്കുക goshti
kaanikkuka *(v.)* mimic

ഗോഷ്ടി കാണിൽ goshtikaanikkal
(adj.) mimic

ഗോത്രപരമായ gothraparamaaya
(adj.) tribal

ഗോപുരം gopuram *(n.)* tower

ഗോപ്യം gopyam *(adj.)* occult

ഗോൾകവാടം goalkavaatam *(n.)*
goalpost

ഗോൾഫ് കളിസ്ഥലം golf kalisthalam
(n.) golf course

ഗോൾഫ് വാഹനം golfvaahanam *(n.)*
golf cart

ഗോളസ്തംഭം golasthabham *(n.)*
cylinder

ഗോളാകൃതിയിലുള്ള
golaakruthiyilulla *(adj.)* bulbous

ഗോളി goli *(n.)* goalkeeper

ഗോൾനേട്ടം goalnettam *(n.)* goalscoring

ഗോവക്ഷിക govakshika *(n.)* gadfly

ഗോഷ്ടി goshti *(n.)* mimic

ഗോഷ്ടികാട്ടൽ goshtikaattal *(adj.)*
mock

ഗോഷ്ടികാട്ടുക goshtikaattuka *(v.)*
mock

ഗൗനിക്കാതിരിക്കൽ
gounikkaathirikkal *(n.)* neglect

ഗൗനിക്കാതിരിക്കുക
gounikkaathirikkuka *(v.)* neglect

ഗൗനിക്കുക gounikkuka *(v.)* heed

ഗൗരവമായ gouravamaaya *(adj.)*
serious

ഗൗരവസ്വഭാവമുള്ള
gouravaswabhaavamulla *(adj.)* solemn

ഗൗരവാവഹമായ
gouravaaavahamaaya *(adj.)* momentous

ഗൗളി gouli *(n.)* lizard

ഗംഭീര പുരുഷസ്വരം gambhiira
purushaswaram *(n.)* baritone

ഗംഭീരം gambhiiram *(n.)* gallant

ഗംഭീരഭാവമുള്ള
gambhiirabhaavamulla *(adj.)* demure

ഗ്രന്ഥകർത്താവ് grandhakarthaav *(n.)*
writer

ഗ്രന്ഥപരിശോധകൻ
granthaparishodhakan *(n.)* editor

ഗ്രന്ഥപ്പുര granthappura *(n.)* archive

ഗ്രന്ഥശാല granthashaala *(n.)* library

ഗ്രന്ഥശാലാധികാരി
granthashaalaadhikaari *(n.)* librarian

ഗ്രന്ഥസൂചക grandhasoochaka *(n.)*
bibliographer

ഗ്രന്ഥസൂചി grandhasoochi *(n.)*
bibliography

ഗ്രന്ഥി granthi *(n.)* gland

ഗ്രസനം grasanam *(n.)* deglutination

ഗ്രസനം grasanam *(n.)* grasp

ഗ്രസനം grasanam *(n.)* gulp

ഗ്രസിക്കുക grasikkuka *(v.)* eclipse

ഗ്രസിക്കുക grasikkuka *(v.)* gulp

ഗ്രഹം graham *(n.)* planet

ഗ്രഹണം grahanam *(n.)* eclipse

ഗ്രഹണക്ഷമമായ
grahanakshamamaaya *(adj.)* perceptive

ഗ്രഹണശക്തി grahanashakthi *(n.)*
comprehension

ഗ്രഹപ്പിഴയുള്ള grahappizhayulla
(adj.) malign

ഗ്രഹവിഷയകമായ
grahavishayakamaaya *(adj.)* planetary

ഗ്രഹിക്കുക grahikkuka *(v.)* perceive

ഗ്രാമം graamam *(n.)* village

ഗ്രാമഭവനം graamabhavan *(n.)* chateau
ഗ്രാമവാസി graamavaasi *(n.)* villager
ഗ്രാമാദ്ധ്യക്ഷ ഭൂമി graamaadyakahabhuumi *(n.)* manor
ഗ്രാമീണ graamiina *(n.)* rustic
ഗ്രാമീണൻ graamiinan *(adj.)* suburban
ഗ്രാമീണമായ graaminamaaya *(adj.)* rustic
ഗ്രാമ്പൂ grambuu *(n.)* clove
ഗ്രാമ്യഭാഷാപ്രയോഗം graamyabhaashaa prayogam *(n.)* colloquialism
ഗ്രാമ്യമായ gramyamaaya *(adj.)* colloquial
ഗ്രീക്ക്മദ്യം greekmadyam *(n.)* ouzo

ഘ

ഘടകം ghatakam *(n.)* factor
ഘടകം ghatakam *(n.)* module
ഘടകഭാഗം ghataka bhaagam *(adj.)* component
ഘടകമായ ghatakamaaya *(adj.)* modular
ഘടഘടാരവം ghataghataravam *(n.)* clatter
ഘടഘടാരവം മുഴക്കുക ghataghataravam muzhakkuka *(v.)* clatter
ഘടന ghatana *(n.)* structure
ഘടനാവിഷയകമായ ghatanaavishayakamaaya *(adj.)* structural
ഘടികാരം ghatikaaram *(n.)* clock
ഘടികാരദിശയിൽ ghatikaaradhishayil *(adv.)* clockwise
ഘടിപ്പിക്കുക bandhippikkuka *(v.)* attach
ഘനം കൂട്ടുക ghanam kuuttuka *(v.)* outweigh
ഘനദ്രവ്യം ghanadravyam *(n.)* solid
ഘനമായ ghanamaaya *(adj.)* massive
ഘനമുള്ള ghanamulka *(adj.)* hefty
ഘനീകരിക്കുക ghaniikarikkuka *(v.)* congeal
ഘനീഭവിപ്പിക്കുക ghaniibhavippikkuka *(v.)* condense
ഘനീഭൂതമായ ghaniibhuuthamaaya *(n.)* concrete
ഘർഷണം gharshanam *(n.)* friction
ഘോരമായ ghoramaaya *(n.)* dread
ഘോരമായ ghoramaaya *(adj.)* fierce
ഘോരവനം ghoravanam *(n.)* wilderness
ഘോഷം ghosham *(n.)* festivity
ഘോഷണം ghoshanam *(n.)* proclamation
ഘോഷയാത്ര ghoshayaathra *(n.)* procession
ഘോഷിക്കുക ghoshikkuka *(v.)* herald
ഘ്രാണപരമായ ghraanaparamaaya *(adj.)* olfactory

ങ

ങ nga *(n.)* consonant letter in Malayalam
ങി ngii *(n.)* moaning voice

ച

ചകിതമാകുക chakithamaakuka *(v.)* overawe
ചക്കടാവണ്ടി chakkatavandi *(n.)* wain
ചക്രം chakram *(n.)* tyre
ചക്രം തിരിക്കുക chakram thirikkuka *(v.)* wheel
ചക്രച്ചാൽ chakrachaal *(n.)* rut
ചക്രപ്പല്ല് chakrappallu *(n.)* cog

ചക്രപ്പല്ല് chakrappallu *(n.)* mesh
ചക്രവർത്തി chakravarththi *(n.)* emperor
ചക്രവർത്തി chakravarththi *(n.)* monarch
ചക്രവർത്തിനി chakravarththini *(n.)* empress
ചക്രവാതം chakravaatham *(n.)* tornado
ചക്രീയമായ chakriiyamaaya *(adj.)* cyclic
ചങ്കൂറ്റമുള്ള chankoottamulla *(adj.)* bold
ചങ്ങല changala *(n.)* chain
ചങ്ങാതി changaathi *(n.)* companion
ചങ്ങാതി changaathi *(n.)* friend
ചങ്ങാത്തമുള്ള changaaththamulla *(adj.)* neighbourly
ചഞ്ചലപ്പെടുത്തുക chanchalappetuththuka *(v.)* rock
ചഞ്ചലപ്പെടുത്തുക chanchalappetuthuka *(v.)* vacillate
ചഞ്ചലസ്ഫുരണം chanchalasphuranamy *(n.)* flicker
ചഞ്ചലിക്കുക chanchalikkuka *(v.)* fluctuate
ചടങ്ങ് chatang *(n.)* ceremony
ചടച്ച chatachcha *(adj.)* lank
ചടച്ച chatacha *(n.)* lean
ചടച്ച chatacha *(adj.)* weary
ചടപ്പ് chatapp *(n.)* languor
ചടയ്ക്കുക chataykkuka *(v.)* atrophy
ചടുലമായ chatulamaaya *(adj.)* brisk
ചട്ടം chattam *(n.)* precept
ചട്ടംകെട്ടുക chattam kettuka *(v.)* bespeak
ചട്ടകൂടുണ്ടാക്കുക chattakuutundaakkuka *(v.)* frame
ചട്ടക്കൂട് chattakkuut *(n.)* frame
ചട്ടങ്ങൾ chattangal *(n.)* covenant
ചട്ടമിടുക chattamituka *(v.)* panel
ചട്ടമ്പി chattambi *(adj.)* rowdy
ചണം chanam *(n.)* jute
ചണനാര് chananaaru *(n.)* hemp
ചണവിത്ത് chanavithth *(n.)* linseed
ചണ്ടി chandi *(n.)* muck
ചണ്ഡത chandatha *(n.)* rage
ചണ്ഡവാതം chantavaatham *(n.)* gust
ചണ്ഡവാതം chandavaatham *(n.)* storm
ചതകുപ്പ chathakuppa *(n.)* fennel
ചതയുക chathayuka *(v.)* contuse
ചതുരശ്രമായ chathurasramaaya *(adj.)* quadrangular
ചതവ് chathav *(n.)* bruise
ചതവ് chathav *(n.)* contusion
ചതി chathi *(n.)* trap
ചതിക്കാൻ കാത്തിരിക്കുക chathikkaan kaaththirikkuka *(v.)* waylay
ചതിക്കുക chathikkuka *(v.)* cheat
ചതിപ്രയോഗം chathiprayogam *(n.)* cheat
ചതിയൻ chathiyan *(n.)* sharper
ചതിവ് chathiv *(n.)* guile
ചതുപ്പുനിലം chathuppunilam *(n.)* bogland
ചതുപ്പ് chathupp *(n.)* slough
ചതുരംഗം chathurangam *(n.)* chess
ചതുരംഗപ്പലക chathurangappalaka *(n.)* chessboard
ചതുരമാക്കുക chathuramaakkuka *(v.)* square
ചതുരാകൃതി chathuraakruthi *(adj.)* square
ചതുർഭുജം chathurbhujam *(n.)* quadrangle
ചതുർഭുജം chathurbhujam *(n.)* quadrilateral
ചതുർഭുജമുള്ള chathurbhujamulla *(adj.)* quadrilateral
ചതുർഭാഗങ്ങളുള്ള chathurbhaagangalulla *(n.)* tetra
ചന്തമുള്ള chanthamulla *(adj.)* comely
ചന്ദനമരം chandanamaram *(n.)* sandalwood

ചന്ദ്രക്കല chandrakkala *(n.)* crescent

ചന്ദ്രനെസംബന്ധിച്ച chandranesambandichcha *(adj.)* lunar

ചന്ദ്രൻ chandran *(n.)* moon

ചപലമായ chapalamaaya *(adj.)* addictive

ചപലമായ chapalamaaya *(adj.)* fitful

ചപ്പുചവർ chappuchavar *(n.)* litter

ചപ്പുചവറുകൾ chappuchavarukal *(n.)* junk

ചപ്പുചവറുകൾ chappuchavarukal *(n.)* rubbish

ചമത്കാരമായ chamathkaaramaaya *(adj.)* artful

ചമയം chamayam *(n.)* decor

ചമയൽ chamayal *(n.)* make-up

ചമയുക chamayuka *(v.)* outfit

ചമരിക്കാള chamarikkaala *(n.)* yak

ചമ്മട്ടി chammaatti *(n.)* scourge

ചമ്മട്ടിയടി chammattiyati *(n.)* whip

ചമ്മട്ടിയടിക്കുക chammattiyatikkuka *(v.)* scourge

ചമ്മൽ chammal *(n.)* embarrassment

ചരക്കടയാളം charakkatayaalam *(n.)* trademark

ചരക്കു കയറ്റൽ charakkukayattal *(n.)* shipment

ചരക്കുകൂലി charakkukuuli *(n.)* freight

ചരക്കുയർത്തുന്നയാൾ charakkuyarththunnayaal *(n.)* teagle

ചരക്കുവണ്ടി charakkuvandi *(n.)* truck

ചരക്കെടുക്കുക charakketukkuka *(v.)* lade

ചരട് charat *(n.)* cord

ചരട് charat *(n.)* rope

ചരണം charanam *(n.)* leg

ചരണാവരണം charanaavaranam *(n.)* sock

ചരമം charamam *(n.)* demise

ചരമക്കുറിപ്പ് charamakkuripp *(n.)* orbituary

ചരമഗീതം charamagiitham *(n.)* requiem

ചരല് charalu *(n.)* rubble

ചരിക്കുക chirikkuka *(v.)* maunder

ചരിച്ചുവയ്ക്കുക charichuvaykkuka *(v.)* tilt

ചരിഞ്ഞ charinja *(adj.)* oblique

ചരിഞ്ഞ വടിവക്ഷരത്തിലുള്ള charinja vativaksharaththilulla *(adj.)* italic

ചരിഞ്ഞിരിക്കുക charinjirikkuka *(v.)* slope

ചരിത്രം charithram *(n.)* history

ചരിത്രകാരൻ charithrakaaran *(n.)* annalist

ചരിത്രപഠിതാവ് charithrapatithaav *(n.)* historian

ചരിത്രപരമായ charithraparamaaya *(adj.)* historical

ചരിത്രപ്രധാനമായ charithrapradhaanamaaya *(adj.)* historic

ചരിത്രാതീതകാലത്തുള്ള charithraathithakaalaththulla *(adj.)* prehistoric

ചരിത്രാതീതമായ charithraatheethamaaya *(adj.)* archaic

ചരിയുക chariyuka *(v.)* lean

ചർച്ചചെയ്യുക charchacheyyuka *(v.)* discuss

ചർച്ചയ്ക്കു വയ്ക്കുക charchaykku vaykkuka *(v.)* table

ചർച്ചാക്ലാസ് charchaaclass *(n.)* seminar

ചർച്ചായോഗം charchaayogam *(n.)* symposium

ചർച്ചാവിഷയം charchavishayam *(n.)* topic

ചർച്ചാവേദി charchchaavedi *(n.)* forum

ചർമ്മപ്രസാധനം
charmmaprasaadanam *(n.)* taxidermy
ചർമ്മപ്രസാധനമായ
charmmaprasaadanamaaya *(adj.)*
taxidermic
ചർമ്മശോധകൻ charmmashodhakan
(n.) tanner
ചർമ്മത്തിലെ പാട് charmmaththile
paad *(n.)* bleb
ചർവ്വണവസ്തു charvvanavasthu *(n.)*
bubblegum
ചലം chalam *(n.)* pus
ചലം കെട്ടുക chalamkettuka *(v.)* fester
ചലചിത്രനിർമ്മാണകല
chalachchithra nirmmanakala *(n.)*
cinematography
ചലച്ചിത്ര പ്രവർത്തനം chalachithra
pravarththanam *(n.)* screenwork
ചലച്ചിത്രം chalachchithram *(n.)* film
ചലച്ചിത്രകല chalachithrakala *(n.)*
cinema
ചലച്ചിത്രങ്ങൾ chalachithrangal *(n.)*
movies
ചലച്ചിത്രമായവതരിപ്പിക്കുക
chalachchithramaayavatharippikkuka
(v.) film
ചലച്ചിത്രശാല chalachithrashaala *(n.)*
cineplex
ചലനക്ഷമത chalanakshamatha *(n.)*
mobility
ചലനചിത്രപ്രദർശിനി chalachithra
pradarshini *(n.)* bioscope
ചലനഞരമ്പ് chalananjaramb *(n.)*
tendon
ചലനദൃശ്യം chalanadrushyam *(n.)*
video
ചലനമുണ്ടാക്കുക
chalanamundaakkuka *(v.)* motor
ചലനമുള്ള chalanamulla *(adj.)* kinetic
ചലനശക്തി chalanashakthi *(n.)* motor
ചലനശക്തിയുള്ള
chalanashakthiyulla *(n.)* locomotive

ചലനാത്മകമല്ലാത്ത
chalanaathmakamallaaththa *(adj.)* static
ചലനാത്മകമായ chalanalmakamaaya
(adj.) dynamic
ചലിക്കാവുന്ന chalikkaavunna *(adj.)*
movable
ചലിക്കുംഗോവണി
chalikkumgovani *(n.)* escalator
ചലിച്ചിത്രാമുഖം
chalachithraanukham *(n.)* trailer
ചലിതബിന്ദു chalithabindhu *(n.)*
cursor
ചലിപ്പിക്കുക chalippikkuka *(adj.)*
telekinetic
ചളിപ്പുതോന്നുന്ന chalippthonnunna
(adj.) embarrassing
ചവച്ചരയ്ക്കുക
chavachcharaykkuka *(v.)* chew
ചവച്ചരയ്ക്കുന്ന chavacharaykkunna
(adj.) molar
ചവണ chavana *(n. pl.)* tongs
ചവയ്ക്കുക chavaykkuka *(v.)*
masticate
ചവർക്കൂമ്പാരം chavarkkuumpaaram
(n.) dump
ചവർപ്പുള്ള chavarppulla *(adj.)* bitter
ചവറ്റുതൊട്ടി chavattuthotti *(n.)* bin
ചവിട്ടാതെ സൈക്കിളോടിക്കുക
chavittathe cycle otikkuka *(v.)* freewheel
ചവിട്ടിഞെരിക്കുക chavitti
njerikkuka *(v.)* trample
ചവിട്ടുചക്രം chavittuchakram *(n.)*
treadwheel
ചവിട്ടുപടി chavittupati *(n.)* pedal
ചവിട്ടുമെത്ത chavittumeththa *(n.)* rug
ചവിട്ടുവണ്ടി chavittuvandi *(n.)* cycle
ചഷകം chashakam *(n.)* beaker
ചാകര chaakara *(n.)* shoal
ചാഞ്ചല്യം chanchalyam *(n.)* instability
ചാഞ്ചല്യമുള്ള chanchalyamulla
(adj.) ambivalent

ചാഞ്ചാടിക്കുക chanchaadikkuka *(v.)* bob
ചാഞ്ചാടുക chaanchaatuka *(v.)* oscillate
ചാഞ്ഞ chaanja *(n.)* slant
ചാടികടക്കുക chaatikatakkuka *(v.)* jump
ചാടിക്കളി chaatikkali *(n.)* skip
ചാടിപ്പുറപ്പെടുക chaatipurappetuka *(v.)* spring
ചാടിപ്പോകുക chaatippokuka *(v.)* trot
ചാടിമാറുക chaatimaaruka *(v.)* skip
ചാടിവീഴൽ chaativiizhal *(n.)* sally
ചാടിവീഴുക chaadiveezhuka *(v.)* assail
ചാട്ട chaatta *(n.)* whipcord
ചാട്ടം chaattam *(n.)* jump
ചാട്ടയടി chaattayati *(n.)* lash
ചാട്ടയ്ക്കടിക്കുക chaattaykkatikkuka *(v.)* flog
ചാട്ടവാറുകൊണ്ടടിക്കുക chaattavaarukondatikkuka *(v.)* whip
ചാണകവണ്ട് chaanaka vand *(n.)* scarab
ചാതുര്യം chaathuryam *(n.)* felicity
ചാതുര്യത്തോടെ chaathuryaththote *(adj.)* slick
ചാതുര്യമുള്ള chaathuryamulla *(adj.)* adroit
ചാതുര്യരഹിതമായ chaathuryarahithamaaya *(adj.)* clumsy
ചാന്ത് chaanth *(n.)* plaster
ചാപല്യം chaapalyam *(n.)* whim
ചാപ്പൽ chaappal *(n.)* minster
ചാമ chaama *(n.)* millet
ചാമ്പലിന്റേതായ chaampalintethaaya *(adj.)* ashen
ചായ chaaya *(n.)* tea
ചായ കുടിക്കുക chaayakutikkuka *(v.)* tea
ചായം chaayam *(n.)* dye
ചായം കേറ്റുക chayam kettuka *(v.)* tincture
ചായം പിടിപ്പിക്കുക chaayam pitippikkuka *(v.)* tinge
ചായകപ്പ് chaayakapp *(n.)* teacup
ചായക്കലശം chasykkalasham *(n.)* samovar
ചായക്കൂട്ട് chaayakkuutt *(n.)* pigment
ചായക്കോപ്പ chaayakkoppa *(n.)* teabox
ചായത്തൂലിക chaayaththulika *(n.)* paintbrush
ചായപാത്രം chaayapaathram *(n.)* teapot
ചായപ്പലക chaayappalaka *(n.)* palette
ചായമടിക്കൽ chaayamatikkal *(n.)* scrumble
ചായമിടുക chaayamituka *(v.)* dye
ചായമുറി chaayamuri *(n.)* teahouse
ചായയിടുന്ന യന്ത്രം chaayayitunna yanthram *(n.)* tea maker
ചായയോടൊപ്പമുള്ള കേക്ക് chaayayotoppamulla cake *(n.)* teacake
ചായുക chaayuka *(v.)* incline
ചായ് വ് chaayv *(n.)* proclivity
ചായ് വ് chaayv *(n.)* tilt
ചായ്ക്കുക chaaykkuka *(v.)* slant
ചാരം chaaram *(n.)* ash
ചാരക്കാരം charakkaram *(n.)* potash
ചാരനിറമുള്ള chaaraniramulla *(adj.)* grey
ചാരൻ chaaran *(n.)* scout
ചാരപ്പണി ചെയ്യുക charappani cheyyuka *(v.)* spy
ചാരവൃത്തി chaaravruththi *(n.)* eavesdrop
ചാരവൃത്തി ചെയ്യുക chaaravruththicheyyuka *(v.)* scout
ചാരായം madyam *(n.)* alcohol
ചാരായം chaaraayam *(n.)* mead
ചാരിക്കിടക്കുക chaarikkitakkuka *(v.)* loll

ചാരിതാർത്ഥ്യം chaarithaarthyam *(n.)*
gratification
ചാരിത്രം ഹനിക്കുക chaarithram
hanikkuka *(v.)* molest
ചാരുകസേര chaarukasera *(n.)*
armchair
ചാരുത്വം chaaruthwan *(n.)* elegance
ചാരുബെഞ്ച് chaarubench *(n.)* settee
ചാർച്ച charcha *(n.)* affinity
ചാർച്ച charcha *(n.)* kin
ചാറുള്ള chaarulla *(adj.)* juicy
ചാറ്റൽമഴ chattalmazha *(n.)* drizzle
ചാലാക്കൽ chaalaakkal *(adj.)* rut
ചാഴി chaazhi *(n.)* mite
ചികിത്സ chikitsa *(n.)* treatment
ചികിത്സക chikitsaka *(n.)* physician
ചികിത്സകൻ chikilsakan *(n.)* doctor
ചികിത്സാലയം chikilsaalayam *(n.)*
hospital
ചികിത്സാവാഹനം
chikitsaavaahanam *(n.)* ambulance
ചികിത്സാശാല chikilsashaala *(n.)*
clinic
ചികിത്സാസംബന്ധിയായ
chikilsasambandhiyaaya *(adj.)* clinical
ചികിത്സിക്കുക chikilsikkuka *(v.)*
doctor
ചിട്ടപ്പെടുത്തുക chittappetuthuka *(v.)*
set
ചിട്ടപ്പെടുത്തുക chittappetuththuka
(v.) systematize
ചിട്ടയാക്കുക chittayaakuka *(v.)* tidy
ചിട്ടയിലുള്ള chittayilulla *(n.)*
schematic
ചിട്ടയില്ലാത്ത chittayillaaththa *(adj.)*
shambolic
ചിട്ടയൊപ്പിക്കുക chittayoppikkuka
(v.) transcribe
ചിതറിക്കിടക്കുന്ന
chitharikkitakkunna *(adj.)* sparse
ചിതറിക്കൊണ്ട് chitharikkond *(adv.)*
scatteringly

ചിതറിപ്പോകുക chitharippokuka *(v.)*
scatter
ചിതറിയ chithariya *(adj.)* scattery
ചിതറിയിരിക്കുന്ന
chithariyirikkunna *(adj.)* loose
ചിതൽ chithal *(n.)* termite
ചിത്തഭ്രംശം chiththabhramsham *(n.)*
lunacy
ചിത്തഭ്രമം chiththabhramam *(n.)*
dementia
ചിത്തരോഗി chiththarogi *(n.)*
psychopath
ചിത്തവൃത്തി chithrhavruththi *(n.)*
temperament
ചിത്താകർഷകമായ
chiththakarshakamaaya *(adj.)* interesting
ചിത്തോല്ലാസം chiththolsavam *(n.)*
elation
ചിത്രം chithram *(n.)* picture
ചിത്രം വരയ്ക്കുക chithram
varaykkuka *(v.)* sketch
ചിത്രംകൊത്തിയ രത്നം chithram
koththiya rathnam *(n.)* cameo
ചിത്രകമ്പളം chithrakampalam *(n.)*
tapestry
ചിത്രഗ്രാഹകൻ chithragraahakan *(n.)*
photographer
ചിത്രത്തുന്നൽ chithraththunnal *(n.)*
embroidery
ചിത്രത്തുന്നൽപ്പണി
chithrathunnalppani *(n.)* crochet
ചിത്രദുകൂലം chithradukoolam *(n.)*
damask
ചിത്രപട്ടാംബരം chithrapattambaram
(n.) brocade
ചിത്രപ്പിന്നൽക്കര chithrapinnalkkara
(n.) lace
ചിത്രമെഴുതുക chithramezhuthuka
(v.) pencil
ചിത്രമെഴുത്ത് chithramezhuthth *(n.)*
painting
ചിത്രരചന chithrarachana *(n.)* drawing

ചിത്രലേഖകദണ്ഡ് chithralekhaka dant *(n.)* maulstick
ചിത്രലേഖകൻ chithrakekhakan *(n.)* painter
ചിത്രലേഖനപ്രതലം chithralekhanaprathalam *(n.)* canvas
ചിത്രവിവരണം chithravivarana *(n.)* caption
ചിത്രശലഭം chithrashalabham *(n.)* butterfly
ചിത്രശലഭപ്പുഴു chithrashalabhapuzhu *(n.)* caterpillar
ചിത്രശാല chithrashaala *(n.)* gallery
ചിത്രാത്മകമായ chithraalmakamaaya *(adj.)* pictorial
ചിത്രാലേഖനം chithraalekhanam *(n.)* portrayal
ചിത്രിതമായ chithrithamaaya *(adj.)* graphic
ചിത്രീകരണം chithriikaranam *(n.)* illustration
ചിത്രീകരിക്കുക chithriikarikkuka *(v.)* picture
ചിത്രീകരിക്കുക chithriikarikkuka *(v.)* illustrate
ചിനപ്പ് chinapp *(n.)* neigh
ചിനയ്ക്കുക chinaykkuka *(v.)* neigh
ചിന്തകൻ chinthakan *(n.)* thinker
ചിന്തയില്ലാത്ത വികാരം chinthayillaaththa vikaaram *(adj.)* slushy
ചിന്താക്കുഴപ്പത്തിലാക്കുക chinthaakuzhappaththilaakkuka *(v.)* baffle
ചിന്താക്ലാന്തമായ chinthaaklanthamaaya *(adj.)* pensive
ചിന്താമഗ്നനായിരിക്കുക chinthaamagnaayirikkuka *(v.)* meditate
ചിന്താമൂകമായ chinthamuukamaaya *(adj.)* moody
ചിന്തിക്കുക chinthikkuka *(v.)* mull
ചിന്നലുണ്ടാക്കുക chinnalundaakkuka *(v.)* crack
ചിന്നിച്ചിതറിയ chinnichithariya *(adj.)* scattered
ചിപ്പിമീൻ chippimiin *(n.)* nacre
ചിബുകം chibukam *(n.)* chin
ചിരം chiram *(n.)* perennial
ചിരംജീവിയായിരിക്കുക chiramjiiviyaayirikkuka *(v.)* outlive
ചിരങ്ങ് chirang *(n.)* itch
ചിരസ്ഥായിയായ chirasthaayiyaya *(adj.)* chronic
ചിറ chira *(n.)* weir
ചിറകടിക്കുക chirakatikkuka *(v.)* flap
ചിറകടിക്കുക chirakatikkuka *(v.)* flapping
ചിറകു വൃത്തിയാക്കൽ chirakuvruththiyaakkal *(n.)* preen
ചിറകുള്ള chirakulla *(adj.)* aliferous
ചിറകുവിരിയാത്ത chirakuviriyaaththa *(adj.)* callow
ചിറകുവൃത്തിയാക്കുക chirakuvruththiyaakkuka *(v.)* preen
ചിറകെട്ടുക chirakettuka *(v.)* embank
ചിറക് chirak *(n.)* wing
ചിലന്തി chilanthi *(n.)* spider
ചിലന്തിവല chilanthivala *(n.)* web
ചിലപ്പോൾ chilappol *(adv.)* sometimes
ചിലപ്പ് chilapp *(n.)* twitter
ചിലമ്പൽ chilampal *(n.)* jingle
ചിലമ്പുക chilampuka *(v.)* jingle
ചിലയ്ക്കുക chilaykkuka *(v.)* twitter
ചില്ലറകച്ചവടം ചെയ്യുക chillarakachavatam cheyyuka *(v.)* retail
ചില്ലറക്കച്ചവടം chillarakachavatam *(adj.)* retail
ചില്ലറപ്പണികൾ chillarappanikal *(n.)* jobbery
ചില്ലറവ്യാപാരമായ chillaravyaaparamaaua *(adv.)* retail
ചില്ലറവ്യാപാരി chillara vyaapaari *(n.)* retailer

ചില്ല് chillu *(n.)* pane
ചിഹ്ന ഭാഷ chihnabhaasha *(n.)* emoticon
ചിഹ്നം chihnam *(n.)* notation
ചീകൽ cheekal *(n.)* comb
ചീങ്കണ്ണി cheenkanni *(n.)* alligator
ചീഞ്ഞളിഞ്ഞ chiinjalinja *(v.)* rancidify
ചീഞ്ഞുപോകുക chiinjupokuka *(v.)* decay
ചീഞ്ഞുപോകാത്ത cheenjupokaaththa *(adj.)* aseptic
ചീട്ടുകളി chiittukali *(n.)* rummy
ചീട്ട് chiitt *(n.)* chit
ചീത്തപറയുക chiiththaparayuka *(v.)* lambaste
ചീത്തയാക്കുക cheeththayakkuka *(v.)* deteriorate
ചീത്തയായ cheeththayaaya *(adj.)* bad
ചീനപ്പിഞ്ഞാണം chiinapinjaanam *(n.)* porcelain
ചീനരാജ്യം cheenaraajyam *(n.)* china
ചീന്തൽ cheenthal *(n.)* dilaceration
ചീന്തിക്കീറുക chiinthiikkiiruka *(v.)* tear
ചീന്തുക chiinthuka *(v.)* lacerate
ചീന്ത് chiinth *(n.)* sheet
ചീന്ത് chiinth *(n.)* shred
ചീയുക chiiyuka *(v.)* rot
ചീര chiira *(n.)* spinach
ചീർപ്പ് chiirpp *(n.)* hairbrush
ചീറിപ്പായൽ chiirippayal *(n.)* zoom
ചീറിപ്പായുക chiirippayuka *(v.)* zoom
ചീറുക chiiruka *(v.)* snarl
ചീറുക chiiruka *(v.)* snort
ചീറുന്ന chiittunna *(adj.)* sibilant
ചീറ്റൽ chiittal *(n.)* hiss
ചീറ്റുക chiittuka *(v.)* hiss
ചീറ്റുന്ന chiittunna *(n.)* sibilating
ചീവീട് chiiviit *(n.)* cicada
ചീവുക chiivuka *(v.)* slice
ചുംബനം chumbanam *(n.)* kiss
ചുംബനസംബന്ധിയായ chumbanasambandhiyaaya *(adj.)* oscular
ചുംബിക്കുക chumbikkuka *(v.)* osculate
ചുക്കാൻ chukkan *(n.)* rudderpost
ചുക്കാൻ തിരിക്കുക chukkaan thirikkuka *(v.)* steer
ചുക്കാൻ പിടി chukkanpiti *(n.)* spoke
ചുക്കിച്ചുളിയൽ chukkichuliyal *(n.)* shrinkage
ചുങ്കം chunkam *(n.)* toll
ചുങ്കംപിരിക്കുക chunkam pirikkuka *(v.)* toll
ചുടൽ chutal *(n.)* singe
ചുടുകട്ട chudukatta *(n.)* brick
ചുട്ട കളിമണ്ണ് chutta kalimannu *(n.)* terracotta
ചുട്ടെടുക്കുക chuttedukkuka *(v.)* bake
ചുട്ടെരിക്കൽ chutterikkal *(n.)* scorch
ചുട്ടെരിക്കുക chutterikkuka *(v.)* scorch
ചുണയില്ലാത്ത chunayillaththa *(adj.)* lifeless
ചുണയുള്ള chunayulla *(adj.)* vivacious
ചുണയുള്ള chunayulla *(adj.)* dashing
ചുണയുള്ള chunayulla *(adj.)* ginger
ചുണ്ടുകോട്ടൽ chuntukottal *(n.)* sneer
ചുണ്ടെലി chundeli *(n.)* shrew
ചുണ്ട് chund *(n.)* lip
ചുണ്ണാമ്പു പൂശുക chunnamp puushuka *(v.)* lime
ചുണ്ണാമ്പ് chunnaamb *(n.)* calcium
ചുണ്ണാമ്പ് chunnamp *(n.)* lime
ചുമക്കുക chumakkuka *(v.)* carry
ചുമടെടുക്കുക chumatetukkuka *(v.)* load
ചുമട് chumat *(n.)* burden
ചുമട്ടുകാരൻ chumattukaaran *(n.)* porter
ചുമതല chumathala *(n.)* duty

ചുമതലക്കാർ chumathalakkar *(n.)* assignee
ചുമതലപ്പെടുത്തുക chumathalappeduththuka *(v.)* authorize
ചുമതലബോധമില്ലാത്ത chumathalaabodhamillaaththa *(adj.)* irresponsible
ചുമതലയായുള്ള chumathalayaayulla *(adj.)* obligatory
ചുമതലയിലായിരിക്കുക chumathalayilaayirikkuka *(v.)* manage
ചുമതലയുള്ള chumathalayulla *(adj.)* responsible
ചുമതലയുള്ളയാൾ chumathalayullayaal *(adj.)* incharge
ചുമതലയേല്പിക്കുക chumathalayelppikuka *(v.)* delegate
ചുമതലാബോധം chumathalabodham *(n.)* responsibility
ചുമത്തൽ chumaththal *(n.)* imposition
ചുമത്തുക chumaththuka *(v.)* damn
ചുമയ്ക്കുക chumaykkua *(v.)* cough
ചുമരിലുള്ള chumarilulla *(adj.)* mural
ചുമർ chumar *(n.)* wall
ചുമൽസഞ്ചി chumal sanchi *(n.)* backpack
ചുമലിലേന്തുക chumalilenthuka *(v.)* shoulder
ചുമൽ chumal *(n.)* shoulder
ചുമൽപ്പട്ട chumalppatta *(n.)* strap
ചുരണ്ടൽ churandal *(n.)* scrape
ചുരണ്ടി churandi *(n.)* scraper
ചുരണ്ടിമാറ്റിയ churandimaattiya *(n.)* rasure
ചുരത്തുക churaththuka *(v.)* lactate
ചുരിക churika *(n.)* rapier
ചുരുക്കം churukkam *(adj.)* abstract
ചുരുക്കം churukkam *(n.)* summary
ചുരുക്കപ്പട്ടിക churukkappattika *(v.)* shortlist
ചുരുക്കപ്പട്ടികയിൽ ഉൾപ്പെടുക churukkappattikayil ulppetuthuka *(adj.)* shortlisted
ചുരുക്കപ്പേര് churukkapperu *(n.)* initial
ചുരുക്കമായ churukkamaaya *(adj.)* concise
ചുരുക്കൽ churukkal *(n.)* abbreviation
ചുരുക്കാത്ത churukkaaththa *(adj.)* unabridged
ചുരുക്കിപ്പറയുക churukkipparayuka *(v.)* summarize
ചുരുക്കിയ churukkiya *(n)* pointedness
ചുരുക്കിയവതരിപ്പിക്കുക churikkiyavatharippikkuka *(v.)* encapsulate
ചുരുക്കുക churukkuka *(v.)* abridge
ചുരുക്കുക churukkuka *(v.)* lessen
ചുരുക്കെഴുത്ത് churukkezhuthth *(n.)* stenography
ചുരുക്കൊപ്പിടുക churukkkoppituka *(v.)* initial
ചുരുങ്ങുക churunguka *(v.)* shrink
ചുരുട്ടിക്കെട്ടുക churuttikkettuka *(v.)* furl
ചുരുട്ടിയെടുക്കുക churuttiyetukkuka *(adj.)* foldup
ചുരുട്ടുക churuttuka *(v.)* roll
ചുരുട്ട് churutt *(n.)* cheroot
ചുരുണ്ട churunda *(adj.)* curly
ചുരുണ്ട മുടി churunta muti *(n.)* fuzz
ചുരുളാക്കുക churulaakkuka *(v.)* fuzz
ചുരുളുക churuluka *(v.)* curl
ചുരുൾ churul *(n.)* coil
ചുരുൾക്കെട്ട് churulkkett *(n.)* roll
ചുറക്കുഴൽതോക്ക് churakkuzhalthokk *(n.)* rifle
ചുറുചുറുക്കുള്ള churuchurukkulla *(adj.)* agile
ചുറുചുറുക്കുള്ള churuchurukkulla *(adj.)* mercurial

ചുറുചുറുക്ക് churuchurukk *(n.)*
agility

ചുറ്റളവ് chuttalav *(n.)* circumference

ചുറ്റിക chuttika *(n.)* hammer

ചുറ്റികകൊണ്ടടിക്കുക chuttika
kondatikkuka *(v.)* hammer

ചുറ്റിത്തിരിയുക chuttiththiriyuka
(v.) roam

ചുറ്റിത്തിരിയുന്നയാൾ
chuttiththiriyunnayaal *(n.)* rover

ചുറ്റിനടക്കുക chuttinatakkuka *(v.)*
saunter

ചുറ്റിപ്പിണഞ്ഞ chuttippinanja *(adj.)*
tortuous

ചുറ്റിപ്പിണയൽ chuttippinayal *(n.)*
tangle

ചുറ്റും chuttum *(adv.&prep.)* around

ചുറ്റും കൂടുക chuttum kuutuka *(v.)*
surround

ചുറ്റുക chuttuka *(v.)* convolve

ചുറ്റുന്ന chuttunna *(adj.)* rotary

ചുറ്റുപാട് chuttupaat *(n.)* locality

ചുളിവീഴുക chuli viizhuka *(v.)*
wrinkle

ചുളിവുണ്ടാക്കുക chulivundaakkuka
(v.) crinkle

ചുളിവുള്ള chulivulla *(adj.)*
corrugated

ചുളിവ് chuliv *(n.)* wrinkle

ചുളുക്കു വീഴുക chulukkuviizhuka
(v.) crumple

ചുള്ളിക്കാട് chullikkad *(n.)* coppice

ചുള്ളിക്കൊമ്പ് chullikkomb *(n.)* twig

ചുഴറ്റൽ chuzhattal *(n.)* sway

ചുഴറ്റി chuzhatti *(n.)* winch

ചുഴറ്റിയെറിയുക chuzhattiyeriyuka
(v.) hurl

ചുഴറ്റുക chuzhattuka *(v.)* brandish

ചുഴറ്റുക chuzhattuka *(v.)* sway

ചുഴലി chuzhali *(n.)* epilepsy

ചുഴലിക്കാറ്റ് chuzhalikkaatt *(n.)*
hurricane

ചുഴിഞ്ഞു പരിശോധിക്കുക
chuzhinjuparishodhikkuka *(v.)* probe

ചുഴിഞ്ഞുനോക്കുക
chuzhinjunokkuka *(v.)* pry

ചുഴിയായിക്കറങ്ങുക chuzhiyaayi
karanguka *(v.)* swirl

ചുവ chuva *(n.)* tang

ചുവടു പിടിച്ചു പോകുക chuvatu
pitichu pokuka *(v.)* track

ചുവടുവയ്ക്കുക chuvatuvaykkuka
(v.) pace

ചുവടുവെയ്ക്കുക
chuvatuvaykkuka *(v.)* step

ചുവടെ chuvate *(adv.)* underneath

ചുവട്ടിലായി chuvattilaayi *(adv.)*
under

ചുവന്ന യൂറോപ്യൻ പഴം
chuvanna European pazham *(n.)*
raspberry

ചുവപ്പിക്കുക chuvappikkuka *(v.)*
rubify

ചുവപ്പുനിറം chuvappuniram *(n.)* red

ചുവപ്പുനിറമായ
chuvappuniramaaya *(adj.)* reddish

ചുവപ്പ് chuvapp *(adj.)* vermillion

ചുവരലമാര chuvaralamaara *(n.)*
shelf

ചുവരെഴുത്ത് chuvarezhuthth *(v.)*
graffiti

ചുവർച്ചിത്രം chuvarchithram *(n.)*
mural

ചുവർപരസ്യം chuvarparasyam *(n.)*
poster

ചൂടുപിടിപ്പിക്കുക
chuutupitippikkuka *(v.)* warm

ചൂടുപൊങ്ങൽ chuutupongal *(n.)* rash

ചൂണ്ട choonda *(n.)* crome

ചൂണ്ടകുരുക്ക് chuundakurukk *(n.)*
hook

ചൂണ്ടലിര choondalira *(n.)* bait

ചൂണ്ടിക്കാട്ടുക chuundukkattuka *(v.)*
point

ചൂണ്ടിപ്പറയുക chuundipparayuka *(v.)* suggest
ചൂണ്ടുവിരൽ chuunduviral *(n.)* forefinger
ചൂതാട്ടം chuuthaattam *(n.)* gamble
ചൂതാട്ടം നടത്തുക chuuthaattam natathuka *(v.)* gamble
ചൂതാട്ടസ്ഥലം chuuthaattasthalam *(n.)* casino
ചൂതുകളിക്കാരൻ chuuthukalikkaaran *(n.)* gambler
ചൂതുകുരു choothukuru *(n.)* dice
ചൂരൽവടി chooralvadi *(n.)* cane
ചൂരൽവള്ളി chuuralvalli *(n.)* wicker
ചൂർണ്ണം chuurnnam *(n.)* powder
ചൂല് choolu *(n.)* broom
ചൂള chuula *(n.)* dryer
ചൂളംകുത്തൽ chuulam kuththal *(adj.)* raspberry
ചൂളമടി chuulamati *(n.)* whistle
ചൂളമടിക്കുക chuulamatikkuka *(v.)* whistle
ചൂഷണം chuushanam *(n.)* exploit
ചൂഷണം ചെയ്യുക chuushanam cheyyuka *(v.)* exploit
ചെകിട്ടത്തടി chekittathati *(n.)* slap
ചെകിട്ടത്തടിക്കുക chekittathatikkuka *(v.)* slap
ചെകുത്താൻ chekuththan *(n.)* satan
ചെകുത്താൻ chekuththan *(n.)* fiend
ചെങ്കണ്ണ് chengann *(n.)* conjunctivitis
ചെങ്കൽച്ചൂള chenkalchuula *(n.)* kiln
ചെങ്കുത്തായ chenkuththaaya *(adj.)* steep
ചെങ്കോലേന്തുക chenkolenthuka *(v.)* mace
ചെങ്കോൽ chenkol *(n.)* mace
ചെടി cheti *(n.)* plant
ചെടിപ്പ് chetipp *(n.)* glut
ചെണ്ട chenda *(n.)* drum
ചെണ്ടകൊട്ടിക്കൽ chendakottikkal *(n.)* hoax
ചെണ്ടകൊട്ടുക chendakottuka *(v.)* drum
ചെണ്ടകൊട്ടിക്കുക chendakottikkuka *(v.)* outwit
ചെണ്ടക്കൂട്ടം chendakkuuttam *(n.)* drum kit
ചെതുമ്പൽ കളയുക chethumpal kalayuka *(v.)* descale
ചെതുമ്പൽ chethumpal *(n.)* scale
ചെതുമ്പൽ കളയുക chethumpal kalayuka *(v.)* scale
ചെത്തിയൊരുക്കുക cheththiyorukkuka *(v.)* engrave
ചെന്നായ് chennaay *(n.)* wolf
ചെപ്പടിവിദ്യ cheppati vidya *(n.)* sorcery
ചെപ്പടിവിദ്യക്കാരൻ cheppati vidyakkaran *(n.)* sorcerer
ചെമ്പടിക്കുക chempatikkuka *(v.)* plate
ചെമ്പുലി chempuli *(n.)* cheetah
ചെമ്പ് chemb *(n.)* copper
ചെമ്മരിയാട് chemmariyaat *(n.)* sheep
ചെയ്തുകൊണ്ടിരിക്കുക cheythukondirikkuka *(v.)* perpetuate
ചെയ്യാതെവിടുക cheyyaathe vituka *(v.)* omit
ചെയ്യാനാകുന്ന cheyyaanaakunna *(adj.)* doable
ചെയ്യുക cheyyuka *(v.)* do
ചെരിപ്പിടുക cherippituka *(v.)* shoe
ചെരിപ്പിനടിത്തോലിടുക cherippinatiththolituka *(v.)* sole
ചെരിപ്പ് cheripp *(n.)* footwear
ചെരിപ്പ് cheripp *(n.)* slipper
ചെരിവെഴുത്ത് cherivezhuthth *(n.)* italics
ചെരുപ്പുകുത്തി chetippukuththi *(n.)* cobbler
ചെറിയ cheriya *(n.)* nano
ചെറിയ അളവ് മദ്യം cheriya alav madyam *(n.)* dram

ചെറിയതോതിൽ cheriyathothil *(adj.)* minimal
ചെറു ചൂടായി cheru chuutaaui *(adv.)* tepidly
ചെറു പെട്ടി cherupetti *(n.)* canister
ചെറുകുടിൽ cherukutil *(n.)* wigwam
ചെറുകുതിര cherukuthira *(n.)* pony
ചെറുകുപ്പി cherukuppi *(n.)* phial
ചെറുകുരികിൽ cherukurikil *(n.)* wren
ചെറുകോഴി cherukozhi *(n.)* bantam
ചെറുക്കുക cherukkuka *(v.)* oppose
ചെറുക്കുക cherukkuka *(v.)* withstand
ചെറുതളിക cheruthalika *(n.)* saucer
ചെറുതാക്കൽ cheruthaakkal *(n.)* shortening
ചെറുതാക്കിയ cheruthaakkiya *(adv.)* decreasingly
ചെറുതാക്കുക cheruthaakkuka *(v.)* shorten
ചെറുതായ cheruthaaya *(n.)* nanism
ചെറുതായ cheruthaaya *(adj.)* short
ചെറുതായ്ത്തീരുക cheruthaaythiiiruka *(v.)* dwindle
ചെറുതൂൺ cheruthoon *(n.)* bannister
ചെറുത് cheruth *(n.)* small
ചെറുത്തുനിൽക്കുക cheruthrhunilkkuka *(v.)* defend
ചെറുദ്വീപ് cherudweep *(n.)* isle
ചെറുനദി cherunadi *(n.)* rivulet
ചെറുനാക്ക് cherunaakk *(n.)* epiglottis
ചെറുനാണയം cherunaanayam *(n.)* penny
ചെറുനാരങ്ങ cherunaaranga *(n.)* lemon
ചെറുപത്രം cherupathram *(n.)* tabloid
ചെറുപുള്ളി cherupulli *(n.)* speckle
ചെറുപുസ്തകം cherupusthakam *(n.)* booklet
ചെറുപ്പക്കാരൻ cheruppakkaaran *(n.)* zany
ചെറുബിസ്കറ്റ് cherubiscuit *(n.)* macaroon
ചെറുമരുന്നു കുപ്പി cherumarunnu kuppi *(n.)* vial
ചെറുമാൻ cherumaan *(n.)* gazelle
ചെറുമുറി cherumuri *(n.)* cabin
ചെറുമൃദുരോമം cherumruduromam *(n.)* fur
ചെറുമോതിരം cherumothiram *(n.)* ringlet
ചെറുയാത്രാവാഹനം cheruyaathraavaahanam *(n.)* runabout
ചെറുവണ്ടികൾ cheruvandikal *(n.)* cable car
ചെറുവഴി cheruvazhi *(n.)* slip road
ചെറുവാട cheruvaata *(n.)* whiff
ചെറുവീപ്പ cheruviippa *(n.)* tub
ചെറുസംഘം cherusangham *(n.)* squad
ചെറ്റക്കുടിൽ chettakkutil *(adj.)* shanty
ചെറ്റപ്പുര chettappura *(n.)* hut
ചെലവഴിക്കുക chelavazhikkuka *(v.)* spend
ചെലവു ചുരുക്കി chelav churukki *(adj.)* thrifty
ചെലവുചുരുക്കുക chelavuchurukkuka *(v.)* retrench
ചെലവ് chelav *(n.)* payout
ചെലവ് കുറഞ്ഞ ഭക്ഷണശാല chelav kuranja bhakshanashaala *(n.)* bistro
ചെല്ലം chellam *(n.)* casket
ചെല്ലപ്പേരു വിളിക്കുക chellapperu vilikkuka *(v.)* dub
ചെല്ലപ്പേര് chellapperu *(n.)* dub
ചെളി cheli *(n.)* mire
ചെളിക്കുണ്ട് chelikkund *(n.)* cesspool
ചെളിക്കുഴി chelikkuzhi *(n.)* puddle
ചെളിപ്രദേശം chelipradesham *(n.)* marsh
ചെളിയിൽ താഴുക cheliyil thaazhuka *(v.)* swamp
ചെളിയുള്ള cheliyulla *(adj.)* marshy

ചെള്ള് chellu *(n.)* weevil
ചെവികേൾക്കാത്ത chevikelkkaaththa *(adj.)* deaf
ചെവിക്കായം chevikkaayam *(n.)* cerumen
ചെവിമൂടിത്തൊപ്പി chevimuutiththoppi *(n.)* muffler
ചെവിയൻ മുയൽ cheviyan muyal *(n.)* hare
ചൊടി chodi *(n.)* alacrity
ചൊടിയോടെ chodiyode *(adj.)* alacrious
ചൊരിയുക choriyuka *(v.)* pour
ചൊറിച്ചിലുണ്ടാക്കുന്ന chorichchilundaakkunna *(n.)* irritant
ചൊറിച്ചിലുണ്ടാക്കുന്നത് chorichchilundaakkunnath *(adj.)* irritant
ചൊറിയണം choriyanam *(n.)* nettle
ചൊറിയുക choriyuka *(v.)* itch
ചൊറുക്ക chorukka *(n.)* vinegar
ചൊല്ലൽ chollal *(n.)* recital
ചൊല്ലുക cholluka *(v.)* spell
ചൊവ്വാഗ്രഹം chowagraham *(n.)* Mars
ചേക്ക chekka *(n.)* roost
ചേക്കേറുക chekkeruka *(v.)* perch
ചേങ്ങില chengila *(n.)* gong
ചേതോഹര chethohara *(adj.)* winsome
ചേരാതെ cheraathe *(adj.)* motley
ചേരി cheri *(n.)* slum
ചേരിചേരായ്മ chericherayma *(n.)* non-alignment
ചേരിപ്രദേശം cherilradeshamm *(n.)* ghetto
ചേരുക cheruka *(v.)* concur
ചേരുവ cheruva *(n.)* ingredient
ചേർക്കൽ cherkkal *(n.)* addition
ചേർക്കുക cherkkuka *(v.)* insert
ചേർച്ചക്കേട് cherchchakket *(n.)* disjunction
ചേർച്ചയാകുക cherchayaakkuka *(v.)* tally
ചേർച്ചയാക്കുക cherchchayaakkuka *(v.)* reconcile
ചേർച്ചയായിരിക്കുക cherchayaayirikkuka *(v.)* pair
ചേർത്തുവിളക്കുക cherththuvilakkuka *(v.)* solder
ചേർന്നൊഴുകുന്ന chernnozhukunba *(adj.)* confluent
ചേർപ്പ് cherpp *(n.)* joint
ചേർച്ചയില്ലായ്മ cherchchayillayma *(n.)* misfit
ചേറിൽ നിമഗ്നമാകുക choril nimagnamaakuka *(v.)* wallow
ചേറു നിലം cheru nilam *(n.)* swamp
ചേറുപുരട്ടുക cherupurattuka *(v.)* mire
ചേറ് cheru *(n.)* mud
ചേഷ്ടാവിശേഷം cheshtaavisesham *(n.)* mannerism
ചോക്കലേറ്റ്പാനം chocolatepaana *(n.)* drinking chocolate
ചോദിക്കുക chodikkuka *(v.)* ask
ചോദിച്ചറിയുക chodichchariyuka *(v.)* query
ചോദ്യം chodyam *(n.)* question
ചോദ്യം ചെയ്യുക chodyam cheyyuka *(v.)* question
ചോദ്യംചെയ്യൽ chodyam cheyyal *(n.)* interrogation
ചോദ്യമുന്നയിക്കുക chodyamunnayikkuks *(v.)* interrogate
ചോദ്യരൂപം chodyaruupam *(n.)* interrogative
ചോരൻ choran *(n.)* swindler
ചോരയൊലിക്കുക chorayolikkuka *(v.)* bleed
ചോരുക choruka *(v.)* leak
ചോർച്ച chorcha *(n.)* leak
ചോർത്തിക്കളയുക chorththikkalayuka *(v.)* deplete

ചോലമരങ്ങളുള്ള നടപ്പാത cholamarangalulla natappaatha *(n.)* boulevard

ചോലവീട്ടിമരം cholaviittimaram *(n.)* mahogany

ചോളം cholam *(n.)* maize

ചൈതന്യം chaithanyam *(n.)* animation

ചൈതന്യം chaithanyam *(n.)* energy

ചൈതന്യംനൽകുക chaithanyam nalkuka *(v.)* animate

ചൈതന്യമാർജ്ജിക്കുക chaithanyamaarjjikkuka *(v.)* revive

ചൈതന്യമുള്ള chaithanyamulla *(adj.)* lively

ചൈതന്യവത്തായ chairhanyavaththaaya *(v.)* energize

ചൈനീസ് സമീകൃതാഹാരം chineese samiikruthaahaaram *(adj.)* macrobiotic

ചൊറിത്തവള chorithavala *(n.)* toad

ചൊറിയുക choriyuka *(v.)* nettle

ചോക്ക്പൊടി chalkpodi *(n.)* chalkdust

ചോദ്യരൂപത്തിലുള്ള chodyaruupaththilulla *(adj.)* interrogative

ചോരണം choranam *(n.)* robbery

ചോരൻ choran *(n.)* thief

ചോളപ്പൊടി cholappoti *(n.)* polenta

ഛ

ഛന്ദോബദ്ധമായ chandobandhamaaya *(adj.)* metrical

ഛർദ്ദി chhardi *(n.)* vomit

ഛർദ്ദിക്കുക chardikkuka *(v.)* vomit

ഛർദ്ദിൽ സഞ്ചി chardil sanchi *(n.)* sickbag

ഛായ chchaaya *(n.)* resemblance

ഛായാഗ്രഹണം chaayagrahanam *(adj.)* photographic

ഛായാഗ്രഹണവിദ്യ chaayagrahanavidya *(n.)* photography

ഛായാഗ്രഹണശാല chhaayagrhanashaala *(n.)* studio

ഛായാചിത്രമെഴുതുക chhaayaachithramezhuthuka *(v.)* portray

ഛായാപടം chaayaapatam *(n.)* photo

ഛായാപടങ്ങൾ chhayaapadangal *(n.)* album

ഛായാപടമെടുക്കുക chhaayapatametukkuka *(n.)* snapshot

ഛായാമുദ്രണം chaayamudranam *(n.)* photograph

ഛായാരൂപം chhaayaruupam *(n.)* silhouette

ഛിന്നഗ്രഹം chchinnagraham *(v.)* asteroid

ഛിന്നഭിന്നമാകൽ chinnabhinnamaakal *(n.)* breakup

ഛീ chchii *(interj.)* fie

ഛേദനീയം chhedaniiyam *(adj.)* ablative

ഛേദിക്കുക chhedikkuka *(v.)* amputate

ഛേദിക്കുക chhedikkuka *(v.)* ablate

ജ

ജഘനം jaghanam *(n.)* loin

ജഡം jadam *(n.)* corpse

ജഡമായ jadamaaya *(adj.)* sluggish

ജഡികമായ jaddikamaaya *(n.)* material

ജഡീഭൂതമായ jaddibhuuthamaaya *(adj.)* insensible

ജഡ്ജിയെക്കുറിച്ചുള്ള jadjiyekkurichchulla *(adj.)* judicial

ജനം janam *(n.)* folk

ജനം പെരുകുക janam perukuka *(v.)* populate

ജനക്കൂട്ടം janakkuuttam *(n.)* throng
ജനക്കൂട്ടമുണ്ടാകുക
janakkuttamundaakuka *(v.)* throng
ജനക്ഷോഭം janakshobham *(n.)* revolt
ജനങ്ങൾ janangal *(n.)* people
ജനത janatha *(n.)* populace
ജനനം jananam *(n.)* birth
ജനനതീയതി jananatheeyathi *(n.)* birthdate
ജനനത്തിനുമുമ്പുള്ള
jananaththinumunpulla *(adj.)* antenatal
ജനനദിവസം jananadivasam *(n.)* birthday
ജനനമുദ്ര jananamudra *(n.)* birthmark
ജനനാലുള്ള jananalulla *(adj.)* natal
ജനനേന്ദ്രിയവിഭാഗം jananedriya vibhaagam *(n.)* crotch
ജനപ്രതിനിധിസഭ janaprathinidhi sabha *(n.)* parliament
ജനപ്രവാഹം janapravaaham *(n.)* influx
ജനപ്രിയം janapriyam *(adj.)* popular
ജനപ്രീതി janapriithi *(n.)* popularity
ജനപ്രീതിയാർജ്ജിച്ച
janapriithiyaarjicha *(adj.)* iconic
ജനബഹുലമായ janabahulamaaya *(adj.)* populous
ജനയിതാവ് janayithaav *(n.)* father
ജനൽപ്പടി janalppati *(n.)* lintel
ജനശ്രുതി janasruthi *(n.)* hearsay
ജനസംഖ്യ janasankhya *(n.)* population
ജനസംഖ്യാകണക്ക്
janasamkhyaakanakk *(n.)* census
ജനസംഖ്യാപരമായ
janasnghyaaparamaaya *(adj.)* demographic
ജനസംസർഗം വർജ്ജിക്കുക
janasamsarggam varjjikkuka *(v.)* seclude
ജനസഞ്ചയം janasanchayam *(n.)* crowd
ജനസമ്മതി സിനിമ janasammathi cinema *(n.)* blockbuster

ജനസ്ഥിതിവിവരനിപുണൻ
janasththivivaranipunan *(n.)* statistician
ജനസ്വാധീനമുള്ള janaswaadiinamulla *(adj.)* influential
ജനഹിതപരിശോധന
janahithaparishodhana *(n.)* plebiscite
ജനാധിപത്യം janaadhipathyam *(n.)* democracy
ജനാധിപത്യപരമായ
janaadhipathyaparamaaya *(adj.)* democratic
ജനാധിപത്യവാദി
janaadhipathyamvaadi *(n.)* democrat
ജനാധിപത്യവാഴ്ച
janaadhipathyavaazhcha *(n.)* republic
ജനാവലി janaavali *(n.)* phalanx
ജനിതകം janithaka *(n.)* gene
ജനിതകഘടന janithakaghatana *(n.)* genome
ജനിതകശാസ്ത്രജ്ഞൻ
janithakashaasthranjan *(n.)* geneticist
ജനിതകശ്രേണി വിവരശേഖരം
janithakashreni vivarashekharam *(n.)* terabase
ജനുവരിമാസം January maasam *(n.)* January
ജന്തു janthu *(n.)* beast
ജന്തുജാലം janthujaalaam *(n.)* fauna
ജന്തുശാസ്ത്രം janthushaasthram *(n.)* zoology
ജന്തുശാസ്ത്രജ്ഞൻ
janthushasthranjan *(n.)* zoologist
ജന്തുശാസ്ത്രപരമായ
janthushaasthraparamaaya *(adj.)* zoological
ജന്മനക്ഷത്രം janmanakshathram *(n.)* asterism
ജന്മനായുള്ള janmanaayulla *(adj.)* innate
ജന്മനാലുള്ള janmanaalulla *(adj.)* born
ജന്മസിദ്ധമായ janmasiddhamaaya *(adj.)* inborn

ജൻമസ്ഥലം janmasthalam *(n.)* nativity

ജന്മിത്തസമ്പ്രദായം janmiththasampradaayam *(n.)* feudalism

ജന്മിത്തസമ്പ്രദായത്തിലുള്ള janmiththasampradaayaththilulla *(adj.)* feudal

ജപമാല japanaala *(n.)* rosary

ജപിക്കൽ japikkal *(n.)* chant

ജപ്തി ചെയ്യൽ japthicheyyal *(n.)* confiscation

ജപ്തിചെയ്യുക japthicheyyuka *(v.)* confiscate

ജപ്പാനിലെ ആഭരണം japanile aabharanam *(n.)* koi

ജപ്പാന്റെ നാണയം jappannte naanayam *(n.)* Yen

ജമന്തി jamanthi *(n.)* dandelion

ജമന്തിപ്പൂ jamanthippoo *(n.)* marigold

ജമന്തിപ്പൂവ് jamanthippoov *(n.)* daisy

ജയം jayam *(n.)* win

ജയഘോഷം jayaghosham *(n.)* jubilation

ജയഘോഷ ഭാഗമായ jayaghosha bhaagamaaya *(adj.)* triumphal

ജയഘോഷം മുഴക്കുന്ന jayaghosham muzhakkunna *(adj.)* jubilant

ജയസ്മാരകം jayasmaarakam *(n.)* trophy

ജയിക്കുക jayikkuka *(v.)* triumph

ജയിച്ചടക്കുക jayichatakkuka *(v.)* vanquish

ജയിലധികാരി jayiladhikaari *(n.)* jailer

ജയിൽപ്പുള്ളി jayilppulli *(n.)* prisoner

ജയോത്സവമായ jayolsavamaaya *(adj.)* triumphant

ജയോത്സവം jayotsavam *(n.)* triumph

ജലധാരായന്ത്രം lohadhaarayanthram *(n.)* fountain

ജലനിർഗ്ഗമം jalanirggamam *(n.)* sluice

ജലനിർഗ്ഗമമാർഗ്ഗം jalanirgamamaargam *(n.)* flood gate

ജലപാതം jalapaatham *(n.)* falls

ജലപ്പക്ഷി jalappakshi *(n.)* cormorant

ജലപ്രളയം jalapralayam *(n.)* spate

ജലമയമായ jalamayamaaya *(adj.)* watery

ജലമയമുള്ള jalamayamulla *(adj.)* moist

ജലമാർഗ്ഗം jalamaargam *(n.)* gutter

ജലയാത്ര jalayaathra *(n.)* sailing

ജലയാത്രനടത്തുക jalayaathra nataththuka *(v.)* sail

ജലയാനനിയന്ത്രിണി jalayaananiyanthrini *(n.)* rudder

ജലരോധകമായ jalarodhakamaaya *(adj.)* watertight

ജലവാഹിനിക്കുഴൽ jalavaahinikkuzhal *(n.)* hose

ജലവിമാനം jalavimaanam *(n.)* glider

ജലശീകരം jalashiikaram *(n.)* spray

ജലസംബന്ധിയായ jalasambandhiyaaya *(adj.)* aquatic

ജലസംഭരണി jalasambharani *(n.)* reservoir

ജലസേചനം jalasechanam *(n.)* irrigation

ജലസേചനം ചെയ്യുക jalasechanam cheyyuka *(v.)* irrigate

ജലാംശം jalaamsham *(n.)* moisture

ജലാവർത്തം jalaavarththam *(n.)* whirlpool

ജല്പനം jalpanam *(n.)* babble

ജൽപിക്കുക jalppikkuka *(v.)* cackle

ജല്പിക്കുക jalpikkuka *(v.)* gabble

ജല്പിക്കുക jalpikkuka *(v.)* jabber

ജളനായ jalanaaya *(n.)* cretin

ജഴ്സിക്കുപ്പായം jerseykkuppaayam *(n.)* pullover

ജാഗരണം jaagaranam *(n.)* vigil

ജാഗരണപരം jaagaranaparam *(n.)* vigilance

ജാഗരിതമായ jaagarithamaaya *(adj.)* vigilant
ജാഗരൂകത jaagarookatha *(n.)* alertness
ജാഗരൂകമായ jaagarookamaaya *(adj.)* alert
ജാഗ്രതയായ jaagrathayaaya *(adj.)* watchful
ജാഗ്രതയുള്ള jaagrathayulla *(adj.)* aware
ജാഗ്രതയുള്ള jaagrathayulka *(adj.)* discreet
ജാഗ്രതയുള്ള jaagradayulla *(adj.)* mindful
ജാഗ്രതയോടിരിക്കുക jaagrathayodeyirikkuka *(v.)* beware
ജാഡ്യം jaadyam *(n.)* inertia
ജാതി jaathi *(n.)* species
ജാതി jaathi *(n.)* caste
ജാതിക്ക jaathikka *(n.)* nutmeg
ജാപ്പനീസ് നർത്തകി jaappaneese narththaki *(n.)* geisha
ജാമ്യം jaamyam *(n.)* bail
ജാമ്യം jaamyam *(n.)* surety
ജാമ്യത്തിൽ വിടത്തക്ക jaamyathil vidathakka *(adj.)* bailable
ജാരണകാരി jaaranakaari *(n.)* oxidation
ജാരൻ jaaran *(n.)* paramour
ജാരവൃത്തി jaaravruththi *(n.)* adultery
ജാരസന്തതി jaarasanthathi *(n.)* bastard
ജാരിണീപതി jaariniipathi *(n.)* cuckold
ജാലകം jaalakam *(n.)* window
ജാലകക്കള്ളിക്കാല് jaalakakallikkaalu *(n.)* mullion
ജാലകത്തട്ടി jaalakathatti *(n.)* lattice
ജാലവിദ്യ jwaalavidya *(n.)* gimmick
ജാലവിദ്യകാണിക്കുക jwaalavidyakanikkuka *(v.)* gimmick
ജിജ്ഞാസ jinjaasa *(n.)* curiosity
ജിജ്ഞാസ ഉണർത്തുക njnjaasa unarththuka *(v.)* intrigue
ജിജ്ഞാസുവായ jinjaasuvaaya *(adj.)* curious
ജിജ്ഞാസുവായ njinjaasuvaaya *(adj.)* exquisitive
ജിന്ന് jinnu *(n.)* genie
ജില്ല jilla *(n.)* district
ജീനി jiini *(n.)* saddle
ജീനിയിടുക jiiniyituka *(v.)* saddle
ജീർണ്ണമായ jiirnnamaaya *(adj.)* shabby
ജീവകം jiivakam *(n.)* vitamin
ജീവചരിത്രം jeevacharithram *(n.)* biography
ജീവചരിത്രകാരൻ jeevacharithrakaaran *(n.)* biographer
ജീവചരിത്രസിനിമ jeevacharithracinema *(n.)* biopic
ജീവചൈതന്യം jiicachaithanyam *(n.)* spirit
ജീവചൈതന്യം വരുത്തുക jiicachaithanyam varuththuka *(v.)* vitalize
ജീവതത്ത്വശാസ്ത്രമായ jiivaththwashaasthraparamaaya *(adj.)* ontologic
ജീവധാരണമായ jiivadhaaranamaaya *(adj.)* vital
ജീവനക്കാരൻ jeevanakkaaran *(n.)* employee
ജീവനക്കാരെ നിയമിക്കുക jiivanakkaare niyamikkuka *(v.)* staff
ജീവനക്കാർ jiivanakkaar *(n.)* staff
ജീവനക്ഷമമായ jiivanakshamamaaya *(adj.)* viable
ജീവനാംശം jeevanamsam *(n.)* alimony
ജീവനില്ലാത്ത jeevanillatha *(adj.)* abiotic
ജീവനുള്ള jiivanulla *(adj.)* live
ജീവനുള്ളതായി കല്പിക്കുക jiivanullathaayi kalpikkuka *(v.)* personify
ജീവൻ jiivan *(n.)* life
ജീവപ്രാണി jeevapraani *(n.)* creature

ജീവബലം jiivabalam *(n.)* stamina
ജീവരക്ഷായന്ത്രം jiivarakshaayanthram *(n.)* life support
ജീവരക്ഷാവസ്ത്രം jiivarakshavasthram *(n.)* life jacket
ജീവരസതന്ത്രം jeevarasathanthram *(n.)* biochemistry
ജീവരസതന്ത്രപരം jeevarasathanthraparam *(adj.)* biochemical
ജീവവായു jiivavaayu *(n.)* oxygen
ജീവശരീരപരിശോധന jeevashareeraparishodhana *(n.)* bioscopy
ജീവശാസ്ത്രം jeevashasthram *(n.)* biology
ജീവശാസ്ത്രജ്ഞൻ jeevashasthranjan *(n.)* biologist
ജീവശാസ്ത്രപരമായ jeevashasthraparamaaya *(adj.)* biological
ജീവാത്മാവ് jiivaalmaav *(n.)* pneuma
ജീവാർപ്പണം jiivaarppanam *(n.)* sacrifice
ജീവിക്കുന്ന jiivikkunna *(adj.)* living
ജീവിത രീതി jeevithareethi *(n.)* biorhythm
ജീവിതത്തിലേക്ക് തിരിച്ചുവരുന്ന jiivithaththilekk thirichuvarunna *(adj.)* reanimate
ജീവിതദൗത്യം jiivithadouthyam *(n.)* mission
ജീവിതപങ്കാളി jiivithapankaali *(n.)* mate
ജീവിതപങ്കാളി jiivithappankaali *(n.)* spouse
ജീവിതപ്രയാസം jiivithaprayaasam *(n.)* struggle
ജീവിതരീതി jiivithariithi *(n.)* living
ജീവിതശൈലി jiivithashaili *(n.)* lifestyle
ജീവിതാഭിലാഷങ്ങൾ jeevithaabhilaashangal *(n.)* bucket list
ജീവിവികാസം jiivivikaasam *(n.)* ontogeny
ജീവിവികാസപരമായ jiivivikaasaparamaaya *(adj.)* ontogenic
ജീവിസങ്കേതം jiivisanketham *(n.)* sanctuary
ജുഗുപ്സാവഹമായ juguptsaavahamaaya *(adj.)* despicable
ജുഗുപ്സാപാത്രം verupp *(n.)* abomination
ജൂതൻ juuthan *(n.)* jew
ജൂറിത്തീർപ്പ് juuriththirpp *(n.)* verdict
ജേതാവ് jethaav *(n.)* winner
ജേതാവ് jethaav *(n.)* topper
ജോടിയാക്കുക jodiyaakkuka *(v.)* conjugate
ജോടിയായ jotiyaya *(adj.)* double
ജോലി joli *(n.)* profession
ജോലി joli *(n.)* work
ജോലിഒഴിവ് joli ozhiv *(n.)* vacancy
ജോലിചെയ്യിക്കുക jolicheyyikkuka *(v.)* employ
ജോലിസ്ഥാനം jolisthaanam *(n.)* post
ജൈവ ഇന്ധനം jaiva indhanam *(n.)* biofuel
ജൈവ കാലാവസ്ഥ jaivakaalaavastha *(n.)* bioclimate
ജൈവ ജീവികളുടെയോ പ്രക്രിയകളുടെയോ വ്യവസായിക ഉപയോഗം jaiva jeevikaludeyo prakriyakaludeyo vyavasaayika upayogam *(n.)* bioengineering
ജൈവനാശം jaivanaasham *(n.)* biodegradation
ജൈവപ്രതിസന്ധി jaivaprathisandhi *(adj.)* biohazardous
ജൈവപ്രവർത്തനം jaivapravarththanam *(n.)* bioactivity
ജൈവമായ jaivamaaya *(adj.)* organic
ജൈവവളം jaivavalam *(n.)* manure

ജൈവവാതകം jaivavaathakam *(n.)* biogas

ജൈവശാസ്ത്രപരമായി jaivashasthraparamaayi *(adv.)* biologically

ജൈവഹേതു jaivahethu *(n.)* bioagent

ജൈവാംശം jaivaamsham *(n.)* biomass

ജൈവിക വിഷം jaivika visham *(n.)* toxin

ജോടി Jodi *(n.)* twin

ജോലി joli *(n.)* job

ജൗളിക്കച്ചവടക്കാരൻ jowlikachchavatakkaran *(n.)* draper

ജൗളിത്തരങ്ങൾ jowliththarangal *(adj.)* drapery

ജംഗമമായ jangamamaaya *(adj.)* mobile

ജംഗമസ്വത്ത് jangamaswathth *(n.)* movables

ജ്ഞാനം njaanam *(n.)* wisdom

ജ്ഞാനം വർദ്ധിപ്പിക്കുക njaanam varddhippikkuka *(v.)* edify

ജ്ഞാനപ്പല്ല് njaanappallu . *(n.)* wisdom-tooth

ജ്ഞാനസൂചകം njaanasuuchakam *(n.)* sage-green

ജ്ഞാനസ്നാനം ചെയ്യിക്കുക njaanasnaanam cheyyikkuka *(v.)* baptize

ജ്ഞാനസ്നാനത്തൊട്ടി njanajasnaa thotti *(n.)* font

ജ്യോതിശാസ്ത്രം jyothishaasthram *(n.)* astronomy

ജ്യോതിഷം jyothisham *(n.)* astrology

ജ്യോതിഷചക്രം jyothisha chakram *(n.)* zodiac

ജ്യോത്സ്യൻ jothsyan *(n.)* astrologer

ജ്യോതിയാലുള്ള ഭാവികഥനം jyothiyaalulla bhavikathanam *(n.)* pyromantic

ജ്യോതിശാസ്ത്രജ്ഞൻ jyothishaasthranjan *(n.)* astronomer

ജ്വരജന്യമായ jwarajanyamaaya *(adj.)* febrile

ജ്വരത്തിൽനിന്നുണ്ടായ jwaraththil ninnundaaya *(adj.)* feverish

ജ്വരഹരി jwarahaari *(n.)* quinine

ജ്വലിക്കുക jwalikkuka *(v.)* flame

ജ്വലിക്കുന്ന jwalikkunna *(adv.)* ablaze

ജ്വലിപ്പിക്കുക jwalippikkuka *(v.)* combust

ജ്വാലാഗിരിമുഖം jwaalagirimukham *(n.)* crater

ഝ

ഝങ്കാരം jjankaaram *(n.)* bustle

ഝട jjhata *(n.)* elegance

ഝങ്കാരിണി jjhangaarini *(n.)* river

ഞ

ഞങ്ങളുടെ njangalute *(pron.)* our

ഞടുക്കം njatukkam *(n.)* dismay

ഞണ്ട് njand *(n.)* crab

ഞരക്കം njarakkam *(n.)* moan

ഞരങ്ങുക njaranguka *(v.)* groan

ഞരമ്പുരോഗം njarambrogam *(n.)* neurosis

ഞരമ്പ് njaramp *(n.)* nerve

ഞരമ്പ് njaramb *(n.)* rib

ഞാണിന്മേൽക്കളിക്കുന്നയാൾ njaninmelkkalikkunnayaal *(n.)* trapezist

ഞാണിന്മേൽക്കളി njaninmelkkali *(n.)* trapeze

ഞാണിന്മേൽക്കളിക്കുക njaninmelkkalikkuka *(v.)* trapeze

ഞാൻ njaan *(pron.)* I

ഞാൻ njaan *(pron.)* me

ഞാനെന്നഭാവം njanenna bhaavam *(n.)* egotism
ഞാൻ കണ്ടെത്തി njaan kandeththi *(int.)* eureka
ഞായറാഴ്ച njaayaraazcha *(n.)* Sunday
ഞെക്കൽ njekkal *(n.)* strangulation
ഞെക്കിക്കൊല്ലുക njekkikolluka *(v.)* smother
ഞെക്കിക്കൊല്ലുക njekkikolluka *(v.)* throttle
ഞെക്കിപ്പിഴിയുക njekkippizhiyuka *(v.)* squeeze
ഞെക്കുക njekkuka *(v.)* crush
ഞെങ്ങിഞെരുങ്ങുക njenginjerunguka *(v.)* overcrowd
ഞെട്ടൽ njettal *(n.)* jolt
ഞെട്ടിക്കുക njettikkuka *(v.)* scandalize
ഞെട്ടിക്കുലുങ്ങുന്ന njettikulungunna *(adj.)* jerky
ഞെട്ടിപ്പോകുക njettipokuka *(v.)* startle
ഞെട്ടിമാറുക njettimaaruka *(v.)* recoil
ഞെട്ട് njett *(n.)* stalk
ഞെരിക്കുക njerikkuka *(v.)* jam
ഞെരിച്ചുകൊല്ലുക njerichukolluka *(v.)* strangle
ഞെരിഞ്ഞിൽ njerinjil *(n.)* thistle
ഞെരുക്കം njerukkam *(n.)* stringency
ഞെരുക്കൽ njerukkal *(n.)* oppression
ഞെരുക്കുക njerukkuka *(v.)* straiten
ഞെരുങ്ങിച്ചേർന്ന njerungichernna *(adj.)* ultracompact
ഞെളിഞ്ഞുനടക്കുക thelinju natakkuka *(v.)* strut
ഞെളിയുക theliyuka *(v.)* writhe
ഞൊടിക്കൽ njotikkal *(adj.)* flip
ഞൊടിക്കുക njotikkuka *(v.)* flip
ഞൊടിയിടകൊണ്ട് njotiyitakond *(adv.)* instantly
ഞൊണ്ടുക njondukuka *(v.)* hop
ഞൊണ്ടുക njontuka *(v.)* lame
ഞൊറിവുണ്ടാക്കുക njorivundaakkuka *(v.)* ruck
ഞൊറിവുപട്ട njorivupatta *(n.)* ruffle
ഞൊറിവ് njoriv *(n.)* crease
ഞൊറി njori *(n.)* frill

S

ടയർ tyre *(n.)* tire
ടയറിനുകെട്ടിയ പുതിയ പട്ട tyrenukettiya puthiya patta *(n.)* retread
ടയറിനുപട്ടകെട്ടുക tyrenu pattakettuka *(v.)* retread
ടയറിന്റെ വശം tyreinte vasham *(n.)* sidewall
ടാൽക്കം പൗഡർ talc powder *(n.)* talc
ടീമുണ്ടാക്കുക teamundaakkuka *(n.)* team building
ടെന്നീസ്കളി tennis kali *(n.)* tennis
ടെന്നീസ്ബാറ്റ് tennis bat *(n.)* racket
ടെറാകോട്ടസംബന്ധി terracotta sambandhi *(adj.)* terracotta
ടെലിഗ്രാഫിസ്റ്റ് telegra *(n.)* telegraphist
ടെലിഗ്രാഫ് യന്ത്രം telegraph yanthram *(n.)* teleprinter
ടെലിപ്രിൻററിൽ അച്ചടിക്കുക teleprinteril achatikkuka *(v.)* teleprint
ടെലിഫോൺ telephone *(n.)* phone
ടെലിഫോൺ telephone *(n.)* landline
ടെലിഫോൺകാര്യാലയം telephone kaaryaalayam *(n.)* call centre
ടെലിവിഷൻ television *(n.)* television
ട്വിൽ ട്രൗസറുകൾ twill trousarukal *(n.)* jean

O

ഠക്കുരം tdakkuram *(n.)* Idol
ഠൻ tdan *(n.)* shiva

ഡ

ഡിജിറ്റൽ നാണയം digital naanayam *(n.)* bitcoin
ഡിജിറ്റൽവത്കരിക്കുക digitalvalkarikkuka *(v.)* digitalize
ഡിസംബർ മാസം december maasam *(n.)* december
ഡെങ്കി പനി dengueppani *(n.)* dengue
ഡോഡോപ്പക്ഷി dodoppakshi *(n.)* dodo
ഡംഭുള്ള dambhulla *(adj.)* pompous
ഡ്യൂക്കിന്റെ ഭാര്യ dukeinte bhaarya *(n.)* duchess
ഡ്രൈവർ driver *(n.)* chauffeur

ഢ

ഢാലം ddaalam *(n.)* shield

ണ

ണം nam *(n.)* knowledge
ണൻ nan *(n.)* wicked

ത

തകരം thakaram *(n.)* tin
തകരംപൂശുക thakaram puushuka *(v.)* tin
തകരപ്പാത്രം thakarappathram *(n.)* can
തകർക്കപ്പെട്ട thakarkkappetta *(v.)* broken
തകർക്കൽ thakarkkal *(n.)* breaking
തകർക്കൽ thakarkkal *(n.)* demolition
തകർക്കുക thakarkkuka *(v.)* break
തകർച്ച thakarcha *(n.)* breakdown
തകർന്നടിയൽ thakarnnatiyal *(n.)* dilapidation
തകർക്കുന്നയാൾ thakarkkunnayaal *(n.)* wrecker
തകർന്നു വീഴുക thakarnnu veezhuka *(v.)* crash
തകിടം മറിക്കുക thakitam marikkuka *(v.)* capsize
തകിടം മറിഞ്ഞ thakitam marinja *(adj.)* entropic
തകിടിടുക thakitituka *(v.)* tablet
തകിടുവച്ചെഴുതുക thakituvachchezhuthuka *(v.)* stencil
തക്കം thakkam *(n.)* opportunity
തക്കതല്ലാത്ത thakkathallaaththa *(adj.)* undue
തക്കതായ thakkathaaya *(adj.)* fit
തക്കാളി thakkali *(n.)* tomato
തക്ലി thakli *(n.)* spindle
തങ്ങുക thanguka *(v.)* stay
തച്ചൻ thachchan *(n.)* joiner
തച്ചുടയ്ക്കുക thachutakkuka *(v.)* crumble
തച്ചുവേല thachchuvela *(n.)* carpentry
തഞ്ചത്തിൽ മറികടക്കുക thanchaththil marikadakkuka *(n.)* bunk
തടങ്കൽ thadankal *(n.)* custody
തടഞ്ഞുനിറുത്തുക thatanjunirththuka *(v.)* detain
തടഞ്ഞുവെക്കൽ thatanjuvekkal *(n.)* detention
തടഞ്ഞുവെച്ച തുക thatanjuvechathuka *(n.)* holdback
തടയുക thatayuka *(v.)* shut
തടയുക thatayuka *(v.)* plug
തടവറക്കാവൽക്കാരൻ thatavara kaavalkkaaran *(n.)* warder
തടവൽ thataval *(adv.)* pat

തടവിലാക്കുക thatavilaakkuka *(v.)* jail
തടവിലിടുക thatavilituka *(v.)* imprison
തടവുക thatavuka *(v.)* finger
തടവുക thatavuka *(v.)* pat
തടവുപുള്ളി thadavupulli *(n.)* captive
തടവ് thatav *(n.)* jail
തടസ്സം thadassam *(n.)* baulk
തടസ്സം പറയുക thatassam parayuka *(n.)* demur
തടസ്സംവരുത്തുക thatassam varuththuka *(v.)* impede
തടസ്സപ്പെടുത്തൽ thatassapetuththal *(n.)* retardation
തടസ്സപ്പെടുത്തുക thatassappetuththuka *(v.)* obstruct
തടസ്സപ്പെടുത്തുക thatassappetuththuka *(v.)* restrain
തടസ്സമാവുക thatassappetuththuka *(n.)* setback
തടസ്സമുണ്ടാക്കുന്ന thatassamundaakkunna *(adj.)* obstructive
തടാകം thataakam *(n.)* lake
തടാകം thataakam *(n.)* pond
തടാകഭൂമി thataakabhumi *(n.)* lakefront
തടി thati *(n.)* chunk
തടികൊണ്ടുള്ള thatikondulla *(adj.)* wooden
തടിക്കഷണം thadikkashanam *(n.)* block
തടിക്കോപ്പ് thatikkopp *(n.)* timber
തടിച്ച thaticha *(adj.)* stout
തടിച്ചീള് thatichiilu *(n.)* splinter
തടിച്ചുകൊഴുത്ത thatichukozhuththa *(adj.)* obese
തടിമിൽ thadimil *(n.)* sawmill
തടിയറപ്പുകാരൻ thatitarappukaaran *(n.)* sawyer
തടുക്കൽ thatukkal *(n.)* parry
തടുക്കുക thutukkuka *(v.)* rebuff
തടുക്കുക thatukkuka *(v.)* parry
തടുക്കുന്ന thurakkunna *(adj.)* preventive
തടുക്ക് thatukk *(n.)* doormat
തട്ടം thattam *(n.)* basin
തട്ടൽ thattal *(n.)* bump
തട്ടികൊണ്ടുപോകപ്പെട്ടയാൾ thattikondupokappettayal *(n.)* abductee
തട്ടികൊണ്ടുപോകുക thattikondupokuka *(v.)* abduct
തട്ടികൊണ്ടുപോകുന്നയാൾ thattikondupokunnayal *(n.)* abductor
തട്ടിക്കിഴിക്കുക thattikkizhikkuka *(v.)* offset
തട്ടിക്കിഴിച്ചസംഖ്യ thattikkizhicha sanghya *(n.)* offset
തട്ടിക്കൊണ്ടുപോകൽ thattikondupokal *(n.)* abduction
തട്ടിക്കൊണ്ടുപോകുക thattikondupokuka *(v.)* kidnap
തട്ടിച്ചെടുക്കുക thattichetukkuka *(v.)* snatch
തട്ടിപ്പറിക്കൽ thattipperukkal *(n.)* snatch
തട്ടിപ്പറിക്കുക thattipparikkuka *(v.)* wrest
തട്ടിപ്പുകാരൻ thattippukaaran *(n.)* trickster
തട്ടിപ്പ് thattipp *(n.)* sham
തട്ടിയെടുക്കുക thattiyetukkuka *(v.)* nab
തട്ടിൽവെയ്ക്കുക thattil veykkuka *(v.)* shelve
തട്ടുക thattuka *(v.)* nudge
തട്ടുക thattuka *(v.)* stroke
തട്ടുക thattuka *(v.)* whack
തട്ട് thatt *(n.)* pat
തണലാക്കുക thanalaakkuka *(v.)* shade
തണൽ thanal *(n.)* shade
തണുത്ത thanuththa *(adj.)* drafty

തണുത്തുറഞ്ഞ thanuththuranja *(adj.)* frozen

തണുത്തുവിറങ്ങലിച്ച thanuththuvirangalicha *(adj.)* icy

തണുപ്പിച്ച thanuppicha *(adj.)* iced

തണുപ്പുള്ള thanuppulla *(adj.)* clammy

തണുപ്പുവിട്ട thanuppuvitta *(adj.)* warm

തണ്ട് thand *(n.)* stem

തണ്ണീർമത്തങ്ങ thannirmaththanga *(n.)* water-melon

തത്കാലത്തേക്കുള്ള thalkkalaththekkulla *(n.)* interim

തത്കാലത്തേക്ക് നിറുത്തുക thalkkaalaththekk maattinirththuka *(v.)* pause

തത്ക്ഷണമായ thikshnamaaya *(adj.)* immediate

തത്ത thaththa *(n.)* parrot

തത്തിപ്പറക്കുക thaththipparakkuka *(v.)* flutter

തത്തുല്യപ്രതി thaththulyaprathi *(n.)* facsimile

തത്ത്വം thaththwam *(n.)* maxim

തത്ത്വം thathwam *(n.)* theorem

തത്ത്വജ്ഞാനി ththwanjaani *(n.)* philosopher

തത്ത്വദീക്ഷയില്ലാത്ത thathwadiikshayillaaththa *(adj.)* unprincipled

തത്ത്വജ്ഞാനപരമായ thathwanjaanaparamaaya *(adj.)* philosophical

തത്ത്വശാസ്ത്രം thathwashaasthram *(n.)* philosophy

തത്സമയവിവരണം thalsamaya vivaranam *(n.)* commentary

തഥാസ്തു thadasthu *(interj.)* amen

തദനന്തരം thadanantharam *(adv.)* afterwards

തദനുസൃതമായി thadanusruthamaayi *(adv.)* accordingly

തദ്ദേശജന്യമായ thaddeshajanyamaaya *(adj.)* indigenous

തദ്ദേശീയൻ thadedeshiiyan *(n.)* native

തദ്ദേശീയമായ thaddeshiiyamaaya *(adj.)* local

തനിച്ചാക്കുക thanichaakkuka *(v.)* sequester

തനിച്ച് thanich *(adj.)* single

തനിച്ച് thanich *(n.)* single

തനിപ്പകർപ്പ് thanippakarpp *(n.)* xerox

തനിയായ thaniyaya *(adj.)* sheer

തനിയെ thaniye *(adj.)* alone

തനിയെയുള്ള thaniyeyulla *(adj.)* lone

തനുസ്തരം thanustharam *(n.)* membrane

തന്ത്രം thanthram *(n.)* tantra

തന്ത്രങ്ങൾ thanthrangal *(n.)* gimmickry

തന്ത്രജ്ഞത thanthranjatha *(n.)* tactics

തന്ത്രപരമായ thanthraparamaaya *(adj.)* crafty

തന്ത്രപ്രധാനമായ thanthrapradhaanamaaya *(adj.)* strategic

തന്ത്രപ്രയോഗം thanthraprayogam *(n.)* trickery

തന്ത്രശാലിയായ thanthrashaaliyaya *(adj.)* sly

തന്ത്രി thanthri *(n.)* string

തന്ത്രി ഇടുക thanthri ituka *(v.)* string

തന്ത്രിവാദ്യം thanthrivaadyam *(n.)* cello

തന്നിമിത്തം thannimaththam *(adv.)* since

തന്മയീഭാവം പ്രകടിപ്പിക്കുന്ന thanmayiibhaavam prakatippikkunna *(adj.)* empathic

തൻമയീഭാവശക്തി thanmayiibhaavashakthi *(n.)* empath

തന്മാത്ര thanmaathra *(n.)* molecule

തൻമാത്രാരൂപമായ thanmaathraaruupamasya *(adj.)* molecular

തൻമൂലം thanmuulam *(adv.)* thus

തന്റേടമില്ലാത്ത thantetamillaaththa
(adj.) nerveless
തന്റേതല്ലെന്നു പറയുക
thantethallennu parayuka *(v.)* disclaim
തന്റേതായ thantethaaya *(adj.)* own
തപസ്വി thapaswi *(n.)* ascetic
തപാലാഫീസ് thapaalaaphiis *(n.)* post-
office
തപാലിലയയ്ക്കുക
thapaalilayakkuka *(v.)* mail
തപാലിലൂടെയുള്ള thapaaliluteyulla
(adj.) postal
തപാൽ ശിപായി thapaalshipaayi *(n.)*
postman
തപാൽക്കൂലി thapaalkkuuli *(n.)*
postage
തപാൽസമ്പ്രദായം
thapaalsambradaayam *(n.)* mail
തപാൽസ്റ്റാമ്പ് thapal stamp *(n.)* stamp
തപ്തമായ thapthamaaya *(adj.)* hot
തപ്പിത്തടയുക thappiththatayuka *(v.)*
fumble
തപ്പുക thappuka *(v.)* search
തമാശക്കാരൻ thamaashakkaaran *(n.)*
joker
തമാശപറയുക thamaashaparayuka
(v.) joke
തമാശപ്രയോഗം thamaashaprayogam
(n.) prank
തമാശയാക്കൽ thamaashayaakkal *(n.)*
humorist
തയിർ thayir *(n.)* cheesecake
തയ്ക്കുക thaykkuka *(v.)* tailor
തയ്യാറാകുക thayyaaraakuka *(v.)*
prime
തയ്യാറായ thayyaaraaya *(adj.)* set
തയ്യാറെടുക്കുക thayyaaretukkuka *(v.)*
forearm
തരം tharam *(n.)* class
തരം tharam *(n.)* sort
തരം തിരിക്കൽ tharam thirikkal *(n.)*
gradation

തരം തിരിക്കുക tharamthirikkuka *(v.)*
catagorize
തരംഗങ്ങളുണ്ടാകുക
tharangangalundaakuka *(v.)* billow
തരംഗദൈർഘ്യം tharangadairghyam
(n.) frequency
തരംതാഴ്ത്തുക tharam thaazhththuka
(v.) debase
തരംതിരിക്കുക tharam thirikkuka *(v.)*
grade
തരംതിരിച്ച tharamthirichcha *(adj.)*
assorted
തരണം ചെയ്യാനാവാത്ത tharanam
cheyyaanaavaaththa *(adj.)*
insurmountable
തരണംചെയ്യുക tharanam cheyyuka
(v.) overcome
തരിച്ചുപോയ tharichupoya *(adj.)*
numb
തരിപ്പണമാക്കുക
tharippanamaakkuka *(v.)* ravage
തരിമണൽ thirimanal *(n.)* sand
തരിശാക്കുക tharishaakkuka *(v.)*
devastate
തരിശായ tharishaaya *(adj.)* barren
തരിശിടുക tharishituka *(v.)* fallow
തരിശുഭൂമി tharishubhuumi *(n.)* moor
തരിശ്ഭൂമി tharishubhuumi *(n.)* fallow
തരുണാസ്ഥി tharunaasthi *(n.)* cartilage
തരുണി tharuni *(n.)* debutante
തർക്കം tharkkam *(n.)* polemic
തർക്കത്തിലുള്ള tharkkaththilulla
(adj.) problematic
തർക്കശാസ്ത്രനിപുണൻ
tharkkashaasthranipunan *(n.)* logician
തർക്കിക്കുക tharkkikkuka *(v.)* dispute
തറപാവുക tharapaakuka *(v.)* pave
തറയാണി tharayaani *(n.)* rivet
തറവാട്ടമ്മ tharavaattamma *(n.)*
matriarch
തറി thari *(n.)* loom
തൽക്ഷണം thalkshanam *(n.)* instant

തല കുത്തനെ thalakuththane *(adv.)* topsy turvy

തലകറക്കം thalakarakkam *(n.)* whirl

തലകറങ്ങുക thalakaranguka *(v.)* whirl

തലകീഴാക്കുക thalakiizhaakkuka *(v.)* invert

തലകീഴാക്കുക thalakiizhaakkuka *(v.)* upset

തലകീഴായി thalakiizhaayi *(adj.)* topsy turvy

തലകുത്തി വീഴുക thalakuththi viizhuka *(v.)* topple

തലകൊയ്യുക thalakoyyuka *(v.)* decapitate

തലക്കെട്ട് thalakkett *(n.)* title

തലചുറ്റുക thalachuttuka *(v)* noddle

തലചുറ്റുന്ന thalachuttunna *(adj.)* giddy

തലച്ചോറിനുണ്ടാകുന്ന ക്ഷതം thalachorinundaakunna kshatham *(n.)* concussion

തലച്ചോറ് thalachoru *(n.)* brain

തലതിരിച്ചു നോക്കുക thalathirichu nokkuka *(v.)* rubberneck

തലതിരിച്ചുനോക്കൽ thalathirichu nokkal *(n.)* rubberneck

തലതിരിഞ്ഞ thalathirinja *(adj.)* perverse

തലതൊട്ടപ്പൻ thalathottappan *(n.)* godfather

തലപ്പാവ് thalappav *(n.)* turban

തലപ്പൂവ് thalappuuv *(n.)* crest

തലമുടി thalamuti *(n.)* hair

തലമുറ thalamura *(n.)* lineage

തലയണ thalayana *(n.)* pillow

തലയണയാക്കുക thalayanayaakkuka *(v.)* pillow

തലയാട്ടൽ thalayaattal *(n.)* nod

തലയാട്ടുക thalayaattuka *(v.)* nod

തലയിടിയ്ക്കുക thalayitikkuka *(v.)* T-bone

തലയിടുക thalayituka *(v.)* meddle

തലയും പിടിയുമുള്ള ആയുധം thalayum pitiyumulla aayudham *(n.)* polearm

തലയോട്ടി thalayotti *(n.)* skull

തലവൻ thalavan *(n.)* master

തലവരി thalavari *(n.)* capitation

തലവാചകം thalavaachakam *(n.)* heading

തലവേദന thalavedana *(n.)* headache

തലസ്ഥാനം thalasthaanam *(n.)* capital

തലസ്ഥാനത്തുള്ള thalasthanaththulla *(adj.)* metropolitan

തലേന്നാൾ thalennal *(adv.)* yesterday

തലോടൽ thalotal *(n.)* fondling

തൽക്കാലവിരാമം thalkkaalaviraamam *(n.)* pause

തൽക്ഷണം thalkshanam *(adv.)* forthwith

തൽക്ഷണമുണ്ടാകുന്ന thalkshamumdaakunna *(adj.)* instant

തൽപകീടം thalpakiitam *(n.)* flea

തല്ലുക thalluka *(v.)* hit

തൽസമയം thalsamayam *(adv.)* live

തളം thalam *(n.)* floor

തളർത്തുക thalarththuka *(v.)* discourage

തളർന്നുപോകുക thalarnnupokuka *(v.)* weary

തളർവാതം thalarvaadam *(n.)* paralysis

തളർവാതം പിടിച്ച thalarvaadam piticha *(adj.)* paralytic

തളർന്ന thalarnna *(adj.)* droopy

തളർന്നുപോകുക thalarnnupokuka *(v.)* paralyse

തള്ളിക്കളയുക thallikkalayuka *(v.)* revoke

തളിക thalika *(n.)* plate

തളിക്കുക thalikkuka *(v.)* dabble

തളിർ thalir *(n.)* sprout

തളിർക്കുക thalirkkuka *(v.)* sprout

തള്ളൽ thallal *(n.)* thrust

തള്ളികൊണ്ടുപോകുക thallikkondupokuka *(v.)* pole
തള്ളിക്കയറ്റം thallikkayattam *(n.)* rush
തള്ളിക്കളയൽ thallikkalayal *(n.)* elimination
തള്ളിക്കളയുക thallikkalayuka *(v.)* repudiate
തള്ളിനീക്കുക thalliniikkuka *(v.)* shunt
തള്ളിപുറത്താക്കുന്ന thallipuraththaakkunna *(adj.)* repellent
തള്ളുക thalluka *(v.)* push
തള്ള് thallu *(n.)* flip
തഴയ്ക്കുക thazhaykkuka *(v.)* thrive
തഴുത് thazhuth *(n.)* latch
തവള thavala *(n.)* frog
തവളക്കരച്ചിൽ thavalakkarachil *(n.)* croak
തവി thavi *(n.)* ladle
തവികൊണ്ട് കോരുക thavikondu koruka *(v.)* ladle
തവിട്ടുകൽക്കരി thvittukalkkari *(n.)* lignite
തവിട്ടുകുരു thavittukuru *(n.)* chestnut
തവിട്ടുനിറം thavittuniram *(n.)* tan
തവിട്ടുനിറമാക്കുക thavittuniramaakkuka *(v.)* tan
തവിട്ടുനിറമായ thavittuniramaaya *(adj.)* auburn
തവിട്ടുമുടിക്കാരി thavittumudikkaari *(n.)* brunette
തവിട്ട് thavitt *(adj.)* brown
തസ്ക്കരസംഘം thaskarasamgham *(n.)* gang
താക്കീതു നൽകുക thaakkithunalkuka *(v.)* reprimand
താക്കീതുനൽകുക thaakkiithu nalkuka *(v.)* warn
താക്കീത് thaakkith *(n.)* warning
താക്കീത് നൽകുക thaakkiithnalkuka *(v.)* forewarn
താക്കീത് നല്കുന്ന thaakkeeth nalkunna *(adj.)* cautionary
താക്കോൽദ്വാരം thaakkoldwaaram *(n.)* keyhole
താക്കോൽപണിക്കാരൻ thakkolppanikkaaran *(n.)* keysmith
താക്കോൽവാക്ക് thakkolvaakk *(n.)* keyword
താക്കോൽ thaakkol *(n.)* key
താങ്ങുക thaanguka *(v.)* bear
താങ്ങുതടി thangu thadi *(n.)* batten
താങ്ങ് thang *(n.)* sawhorse
താടി thaadi *(n.)* beard
താടിമീശ thaatimiisha *(n.)* mustache
താടിയെല്ല് thaatiyellu *(n.)* jaw
താഡിക്കുക thaadikkuka *(v.)* chastise
താണതരം thaanatharam *(adj.)* cheap
താണതരംപദ്യകാരൻ thaanatharam padyakaaran *(n.)* rhymester
താണതരമായ thaanatharamaaya *(adj.)* inferior
താണതരമായ thaanatharamaaya *(adj.)* lesser
താണുപോകുക thaanupokuka *(v.)* lower
താത്കാലിക താവളം thatkaalika thaavalam *(n.)* booth
താത്കാലിക വിലക്ക് thakkaalika vilakk *(n.)* suspension
താത്കാലികം thathkalikam *(n.)* tentative
താത്കാലികമായ thaalkaalikamaaya *(adj.)* instantaneous
താത്പര്യം thaalparyam *(n.)* inclination
താന്തോന്നി thaanthonni *(n.)* perversity
താന്തോന്നിയായ thaanthonniyaya *(adj.)* wayward
താപം thaapam *(n.)* heat
താപനിരോധകം thaapanirodhakam *(adj.)* heat-resistant
താപനില thaapanila *(n.)* temperature
താപമാപനിക്രമം thaapamaapinikramam *(adj.)* Fahrenheit

താപമാപിനി thaapamaapini *(n.)* thermometer
താപവഹനം thaapavahanam *(n.)* conduction
താപവിജ്ഞാനം thaapavinjaanam *(n.)* cryogenics
താപസംബന്ധം thaapadambandham *(adj.)* thermal
താപസംവഹനം thaapasamvahanam *(n.)* convection
താപസൻ thaapasan *(n.)* monk
താപഹേതുവായ thaapahethuvaaya *(adj.)* calorific
താമസക്കൂലി thaamasakkuuli *(n.)* demurrage
താമസപ്പെടുത്തുക thaamasappeduthuka *(v.)* defer
താമസയോഗ്യമായ thaamasayogyamaaya *(adj.)* inhabitable
താമസസൗകര്യം thaamasasoukaryam *(n.)* accommodation
തായ്ത്തടി thaayththati *(n.)* trunk
തായ്ലണ്ട് നിവാസി Thailand nivasi *(adj.)* siamese
താരതമ്യം ചെയ്യുക thaarathamyam cheyyuka *(v.)* compare
താരതമ്യചിന്തനം thaarathamya chinthanam *(n.)* comparison
താരതമ്യപ്പെടുത്തുക thaarathamyappetuththuka *(v.)* liken
താരതമ്യേനയുള്ള thaarathamyeneyulla *(adj.)* comparative
താരൻ thaaran *(n.)* dandruff
താരാട്ടുക thaaraattuka *(v.)* lull
താരാട്ട് thaaraatt *(n.)* lullaby
താരുണ്യം thaarunyam *(n.)* youth
താരുണ്യത്തിളപ്പുള്ളവൻ thaarunyaththilappullavan *(n.)* youngster
താരോപമമായ thaaropamamaaya *(adj.)* starry
താർക്കികമായ thaarkkikamaaya *(adj.)* polemic
താറാവു കരയുക thaaravukarayuka *(v.)* quack
താറാവ് thaaraav *(n.)* duck
താറുമാർ thaarumaar *(n.)* shambles
താറുമാറാക്കുക thaarumaaraakkuka *(v.)* disorganize
താറുമാറായ thaarumaaraaya *(adj.)* deranged
താറുമാറ് thaarumaaru *(n.)* jumble
താലം thaalam *(n.)* tray
താലം പിടിക്കുക thaalam pitikkuka *(v.)* tray
താലവ്യാക്ഷരങ്ങൾ thaalavyaaksharangal *(adj.)* palatal
താലു thaalu *(n.)* palate
താലോലിക്കുക thalolikkuka *(v.)* dandle
താലോലിക്കുക thaalolikkuka *(v.)* pamper
താൽക്കാലിക വാസസ്ഥലം thaalkkaalika vasasthalam *(n.)* lodge
താല്ക്കാലികമായ thaalkkalikamaaya *(adj.)* provisional
താൽക്കാലികമായി മോചിപ്പികുക thaalkkalikamaayi mochippikkuka *(v.)* parole
താൽക്കാലികമോചനം thaalkkalikamochanam *(n.)* parole
താൽപര്യം thaalparyam *(n.)* tendency
താൽപര്യകേന്ദ്രം thaalparyakendram *(n.)* hub
താല്പര്യക്കുറവ് thaalparyakkurav *(n.)* detachment
താൽപര്യമില്ലാത്ത thaalparyamillaaththa *(adj.)* nonchalant
താൽപര്യമെടുക്കുക thaalparayamedukkuka *(v.)* concern
താൾമറിക്കുക thaalmarikkuka *(v.)* page
താളം thaalam *(n.)* tala
താളക്രമം thaalakrumam *(n.)* rhythm

താളമൊത്ത thaalamoththa *(adj.)* rhythmic
താളി thaali *(n.)* shampoo
താളിതേയ്ക്കുക thaalitheykkuka *(v.)* shampoo
താഴുക thaazhuka *(v.)* alight
താഴെ thaazhe *(adv.)* beneath
താഴേക്കിറങ്ങുക thazhekkiranguka *(v.)* abseil
താഴോട്ട് thaazhott *(prep.)* down
താഴ് വാരം thaazvaaram *(n.)* vale
താഴ്ത്തിപ്പറയൽ thaazhthipparayal *(adj.)* depreciatory
താഴ്ന്ന thaaznna *(adj.)* low
താവളമടിക്കുന്ന യാത്രക്കാർ thaavalamatikkunna yaathrakkaar *(n.)* camper
തികച്ചും thikachum *(int.)* really
തികഞ്ഞ thikanja *(adj.)* outright
തികട്ടുക thikattuka *(v.)* belch
തികയാത്ത thikayaaththa *(adj.)* insufficient
തികവ് thikav *(n.)* perfection
തിക്കിനിറച്ച thikkinirachcha *(adj.)* jam-packed
തിക്കുക thirakkuka *(v.)* hustle
തിക്തമായ thikthamaaya *(adj.)* acrimonious
തിങ്കളാഴ്ച thinkalaazhcha *(n.)* Monday
തിങ്ങിഞെരുങ്ങിയ thinginjerungiya *(adj.)* congested
തിങ്ങിയ thingiya *(adj.)* crowded
തിങ്ങിവിങ്ങിയ thingivingiya *(adj.)* replete
തിടുക്കപ്പെടുക thitukkappetuka *(v.)* scurry
തിടുക്കമുള്ള thitukkamulla *(adj.)* urgent
തിട്ട thitta *(n.)* mound
തിട്ടപ്പെടുത്തുക thittappeduthuka *(v.)* calculate
തിട്ടമല്ലാത്ത thittamillaththa *(adj.)* unaccurate
തിട്ടമായ thittamaaya *(adj.)* apt
തിട്ടമില്ലായ്മ thittamillaayma *(n.)* vagueness
തിണർപ്പ് thinarpp *(n.)* weal
തിത്തിരിപ്പക്ഷി ththirippakshi *(n.)* quail
തിമർത്തുല്ലസിക്കുന്ന thimirththullasikkunna *(adj.)* hilarious
തിമിംഗലം thimingalam *(n.)* whale
തിമിംഗലക്കൊഴുപ്പ് thimingalakkozhupp *(n.)* cetin
തിമിരം thimiram *(n.)* cataract
തിമിർത്തുല്ലസിക്കുക thimirththullasikkuka *(v.)* revel
തിര thira *(n.)* shrapnel
തിര thira *(n.)* surf
തിരക്കഥാകൃത്ത് thirakkathaakruthth *(n.)* scenarist
തിരക്കുകൂട്ടിക്കുക thirakkukuuttikuka *(v.)* hurry
തിരക്കുക്കൂട്ടുക thirakkukkuuttuka *(v.)* bustle
തിരക്കുപിടിച്ച thirakkupidichcha *(adj.)* busy
തിരക്ക് thirakk *(n.)* fuss
തിരഞ്ഞുനടക്കുക thiranju natakkuka *(v.)* forage
തിരഞ്ഞെടുക്കുക thiranjedukkuka *(v.)* elect
തിരഞ്ഞെടുക്കുന്ന thiranjedukkunna *(adj.)* select
തിരഞ്ഞെടുത്ത thiranjetuththa *(n.)* selection
തിരഞ്ഞെടുപ്പ് thiranjedupp *(n.)* election
തിരപ്പതിപ്പ് thirappathipp *(n.)* screenprint
തിരമാലസവാരിചെയ്യുക thiramaalasavaari cheyyuka *(v.)* surf

തിരയടിക്കുക thirayatikkuka *(v.)* surge

തിരയൽ thirayal *(n.)* search

തിരയുക thirayuka *(v.)* google

തിരയുന്ന thirayunna *(adj.)* searching

തിരശ്ശീല thirassiila *(n.)* screen

തിരസ്കരണം thiraskaranam *(n.)* rebuff

തിരസ്കരണം thiraskaranam *(n.)* rejection

തിരസ്കാരം thiraskaaram *(n.)* omission

തിരസ്ക്കരിക്കുക thiraskarikkuka *(v.)* overrule

തിരസ്ക്കാരം thiraskaaram *(n.)* avoidance

തിരികല്ല് thirikallu *(n.)* mill

തിരികെക്കിട്ടുന്ന പണം thirikekkittunna panam *(n.)* cashback

തിരികൊളുത്തുക thirikoluththuka *(v.)* kindle

തിരിക്കുന്നവൻ thirikkunnavan *(n.)* turner

തിരിച്ചടയ്ക്കൽ thirichataykkal *(n.)* refund

തിരിച്ചടയ്ക്കുക thrichataykkuka *(v.)* refund

തിരിച്ചടിക്കുക thirichatikkuka *(v.)* reciprocate

തിരിച്ചറിയൽ thirichariyal *(n.)* realization

തിരിച്ചറിയൽ രേഖ thirichchariyal rekha *(n.)* identity card

തിരിച്ചറിയൽ thirichchariyal *(n.)* identification

തിരിച്ചറിയുക thirichchariyuka *(v.)* know

തിരിച്ചറിയുക thirichariyuka *(v.)* recognize

തിരിച്ചറിവുള്ള thiricharivulla *(adj.)* sage

തിരിച്ചാക്കാവുന്ന thirichaakkaavunna *(adj.)* reversible

തിരിച്ചാക്കുക thirichaakkuka *(v.)* reverse

തിരിച്ചുകൊണ്ടുവരൽ thirichukontuvaral *(n.)* repatriate

തിരിച്ചുകൊണ്ടുവരിക thirichukontuvarika *(v.)* repatriate

തിരിച്ചുപിടിച്ചെടുക്കുക thirichupirichchetukkuka *(v.)* reconquer

തിരിച്ചുപോകുക thirichupokuka *(v.)* return

തിരിച്ചുവരവില്ലാത്ത thirichuvaravilllaththa *(adj.)* rubicon

തിരിച്ചുവിളിക്കുക thirichu vilikkuka *(v.)* recall

തിരിച്ചെടുക്കുക thirichetukkuka *(v.)* withdraw

തിരിച്ചോടിക്കുക thirichotikkuka *(v.)* repulse

തിരിയൻസാക്ഷ thiriyan saksha *(n.)* deadbolt

തിരിയെപ്പോകുക thiriyeppokuka *(v.)* ebb

തിരുകിവയ്ക്കുക thirukivaykkuka *(v.)* pad

തിരുത്തൽ thiruththal *(n.)* correction

തിരുത്താനൊക്കാത്ത thiruththaanokkaaththa *(adj.)* incorrigible

തിരുത്തുക thiruththuka *(v.)* debug

തിരുത്തുക thiruththuka *(v.)* edit

തിരുമ്മുക thirummuka *(n.)* rubbing

തിരുസഭാച്ചട്ടം thirusabhaachattam *(n.)* canon

തിരോധാനം thirodhaanam *(n.)* disappearance

തിളക്കം thilakkam *(n.)* brightness

തിളക്കമുള്ള thilakkamulla *(adj.)* lucent

തിളങ്ങൽ thilangal *(n.)* twinkle

തിളങ്ങുക thilanguka *(v.)* twinkle

തിളങ്ങുന്ന thilangunna *(adv.)* aglow
തിളച്ചു മറിയുക thilachchumariyuka *(v.)* boil
തിളച്ചുപൊങ്ങൽ thilachchupongal *(n.)* ebullience
തിളച്ചുപൊങ്ങുക thilachchu ponguka *(v.)* ebulliate
തിളപ്പിക്കൽ പാത്രം thilappikkal paathram *(n.)* kettle
തിളപ്പിക്കുക thilappikkuka *(v.)* seethe
തിളയ്ക്കുക thilaykkuka *(v.)* simmer
തിളയ്ക്കുന്ന thilaykkunna *(adj.)* ebullient
തീ കെടുത്തുന്ന thii ketuththunna *(n.)* firefight
തീക്കുണ്ഡം thiikkundam *(n.)* campfire
തീക്കോൽ thiikkol *(n.)* stoker
തീക്ഷ്ണത thiikshnatha *(n.)* keenness
തീക്ഷ്ണത thiikshnatha *(n.)* vehemence
തീക്ഷ്ണപ്രകാശമുള്ള കൃത്രിമദീപം thiikshnaprakaashamulla kruthrima diipam *(n.)* floodlight
തീക്ഷ്ണവികാരം thiishnavikaaram *(n.)* fervour
തീഗോളം thiigolam *(n.)* fireball
തീജ്വാല theejjwaala *(n.)* flame
തീട്ടൂരം thiitturam *(n.)* missive
തീണ്ടാരി thiindaari *(n.)* menstruation
തീതുരുത്തി thiithuraththi *(n.)* bellows
തീൻ മേശത്തട്ട് thiinmeshathatt *(n.)* sideboard
തീപിടിക്കാത്ത thiipitikkaaththa *(adj.)* fireproof
തീപിടിപ്പിക്കുക thiipitippikkuka *(v.)* stoke
തീപ്പൊരി thiippori *(n.)* scintillation
തീപ്പൊരി പാറുക thiippori paaruka *(v.)* scintillate
തീപ്പൊരി പറക്കുക thiippori parakkuka *(v.)* sparkle
തീബാധിക്കാതിരിക്കുക thiibadhikkaathirikkuka *(v.)* fireproof
തീമുട്ടുകോൽ thiimuttukol *(n.)* poker
തീയതി thiiyathi *(n.)* date
തീയതിയിടുക thiiyathiyituka *(v.)* date
തീയതിയിട്ട thiiyathiyitta *(adj.)* dated
തീയിൽവാട്ടുക thiiyil vaattuka *(v.)* singe
തീയെരിക്കുന്നയാൾ thiiyerikkunnayaal *(n.)* burner
തീരം thiiram *(n.)* shore
തീരത്ത് theerathth *(adv.)* ashore
തീരദേശകള thiiradeshakala *(n.)* shoreweed
തീരപ്രദേശം theerapradesham *(n.)* coast
തീരഭൂമി thiirabhumi *(n.)* shoreline
തീരരേഖ theerarekha *(n.)* coastline
തീരാപ്പക theeraappaka *(n.)* animosity
തീരാപ്പക thiiraappaka *(n.)* malignity
തീരുമാനം thiirumaanam *(n.)* settlement
തീരുമാനിച്ച theerumaanichcha *(adj.)* decided
തീരുവ thiiruva *(n.)* excise
തീരുവപ്പട്ടിക thiiruvappattika *(n.)* tariff
തീരുവയില്ലാത്ത thiiruvayillaaththa *(adj.)* duty-free
തീരെചെറിയ thiirecheriya *(adj.)* tiny
തീർച്ചപ്പെടാത്ത thiirchappetaaththa *(prep.)* pending
തീർച്ചപ്പെടുത്തൽ thiirchchappeduththal *(n.)* decision
തീർച്ചപ്പെടുത്താത്ത thiirchappetuththatha *(adj.)* undecided
തീർച്ചപ്പെടുത്തുക thiirchchappeduththuka *(v.)* confirm
തീർച്ചപ്പെടുത്തുക thiirchchappetuththuka *(v.)* fix
തീർച്ചയായ theerchchayaya *(adj.)* conclusive

തീർച്ചയായും theerchchayaayum
(adv.) admittedly
തീർച്ചയില്ലാത്ത thiirchayillaaththa
(n.) moot
തീർത്തും thiirththum *(adv.)* utterly
തീർത്ഥയാത്ര thiirththayaathra *(n.)*
pilgrimage
തീർപ്പാക്കുക thiirppakkuka *(v.)*
adjudicate
തീർപ്പാക്കുക thiirppaakkuka *(v.)* judge
തീർപ്പുകൽപിക്കുക
theerppukalpikkuka *(v.)* arbitrate
തീർത്ഥാടകർ thiirththaatakan *(n.)*
pilgrim
തീർപ്പാകാത്ത thiirppaakaaththa *(adj.)*
pending
തീർപ്പുകൽപ്പിക്കുക
theerppukalppikkuka *(v.)* decree
തീറ്റിപ്പോറ്റുക thiittipottuka *(v.)* feed
തീറ്റിഭ്രാന്ത് thiittibhranth *(n.)* gluttony
തീവണ്ടി thiivandi *(n.)* train
തീവണ്ടിപ്പാത thiivandippaatha *(n.)*
railway
തീവണ്ടിയാത്രചെയ്യുക
thiivandiyaathracheyyuka *(v.)* rail
തീവയ്ക്കുക thiivaykkuka *(v.)* fire
തീവയ്പ് theevayp *(n.)* arson
തീവെട്ടിക്കൊള്ള thiivettikkolla *(n.)*
dacoity
തീവെട്ടിക്കൊള്ളക്കാരൻ
thiivettikollakkaran *(n.)* dacoit
തീവെട്ടിവെളിച്ചം thiivetti velicham
(n.) torch
തീവ്രത thiivrutha *(n.)* intensity
തീവ്രത thiivratha *(n.)* severity
തീവ്രത കൂട്ടുക thiivrathakuuttuka *(v.)*
escalate
തീവ്രദുഃഖം thiivradukham *(n.)*
wormwood
തീവ്രമാക്കുക theevramaakkuka *(v.)*
enhance
തീവ്രമായ theevrmaaya *(adj.)* acerbic

തീവ്രവാദി thiivravaadi *(n.)* extremist
തീവ്രവിഷമുള്ള thiivravishamulla
(adj.) virulent
തീവ്രസംവേദനം theevrasamvedanam
(n.) allergy
തീവ്രാഭിലാഷം theevraabhilaasham
(v.) aspire
തുക thuka *(n.)* amount
തുകൽ ആക്കുക thukal aakkuka *(v.)*
taw
തുകലാക്കൽ thukalaakkaal *(n.)* taw
തുകൽ thukal *(n.)* leather
തുച്ഛപ്രതിഫലം thuchchaprathiphalam
(n.) pittance
തുച്ഛമായുള്ള thuchchamaayulla *(n.)*
insignificance
തുച്ഛീകരിക്കുക thuchchiikarikkuka
(v.) disdain
തുട thuta *(n.)* thigh
തുടക്കം thudakkam *(n.)* break-off
തുടക്കം thudakkam *(n.)* commencement
തുടക്കം thutakkam *(n.)* start
തുടക്കക്കാരൻ thudakkakkaran *(n.)*
beginner
തുടങ്ങുക thutangukuka *(adj.)* open
തുടച്ചുകളയുക thutachukalayuka *(v.)*
mop
തുടച്ചുനീക്കുക thutachunikkuka *(v.)*
wipe
തുടച്ചുമാറ്റുക thutachchumaattuka
(v.) efface
തുടച്ചുമാറ്റുക thudachchumaattuka
(v.) eradicate
തുടപ്പ thutappa *(n.)* mop
തുടയെല്ല് thutayell *(n.)* femur
തുടയ്ക്കൽ thutaykkal *(n.)* obliteration
തുടരാതിരിക്കുക thutarathirikkuka
(v.) discontinue
തുടർക്കഥ thutarkkatha *(n.)* serial
തുടർച്ചയായ thutarchayaya *(adj.)*
successive

തുടർച്ചയായിട്ടുള്ള thudarchchayayittulla *(adj.)* continual

തുടർന്നുകൊണ്ടിരിക്കുക thudarnnukondirikkuka *(v.)* continue

തുടർന്നുചെയ്യുക thutarnnucheyyuka *(v.)* pursue

തുടർന്നുള്ള thudarnnulla *(adj.)* next

തുടർന്നുവരിക thutarnnuvarika *(v.)* ensue

തുടർച്ചയായ മൂന്ന് ഗോൾ അഥവാ വിക്കറ്റ് thutarchchayaa muunu goal adava wicket *(n.)* hat-trick

തുടിക്കുക thutikkuka *(v.)* pulse

തുടിപ്പ് thutipp *(n.)* throb

തുടുത്ത thutuththa *(adj.)* lush

തുണ thuna *(n.)* help

തുണ thuna *(n.)* succour

തുണപോകുക thunapokuka *(v.)* escort

തുണപോയ thunapoya *(adj.)* escorted

തുണയ്ക്കുക thunaykkuka *(v.)* succour

തുണയ്ക്കുക thunakkuka *(v.)* support

തുണി thuni *(n.)* fabric

തുണി അലക്കുക thuni alakkuka *(v.)* launder

തുണികൾ thunikal *(n.)* textile

തുണികൊണ്ടലങ്കരിക്കുക thunikondalankarikkuka *(v.)* rag

തുണിക്കഷണം thunikashanam *(n.)* patch

തുണിത്തരങ്ങൾ thuniththarangal *(n.)* apparel

തുണ്ടം thundam *(n.)* stub

തുണ്ടുതുണ്ടാക്കുക thunduthundaakkuka *(v.)* shred

തുണ്ട് thund *(n.)* bit

തുണ്ട് thund *(n.)* tear

തുനിഞ്ഞിറങ്ങുന്ന thininjirangunna *(adj.)* venturous

തുനിയുക thuniyuka *(v.)* presume

തുനിയുക thuniyuka *(v.)* venture

തുന്നലില്ലാത്ത thannalillaaththa *(adj.)* seamless

തുന്നൽ thunnal *(n.)* stitch

തുന്നൽക്കാരൻ thunnalkkaaran *(n.)* tailor

തുന്നിക്കൂട്ടലുകളുള്ള thunnikkuttalukalulla *(adj.)* seamy

തുന്നിച്ചേർക്കുക thunnicherkkuka *(v.)* knit

തുന്നിവയ്ക്കുക thunnivaykkuka *(v.)* seam

തുന്നുക thunnuka *(v.)* sew

തുന്നുക thunnuka *(v.)* stitch

തുപ്പലൊലിക്കുക thuppalolippikkuka *(v.)* drool

തുപ്പൽ thuppal *(n.)* spit

തുപ്പുക thuppuka *(v.)* spit

തുമ്പി thumbi *(n.)* dragonfly

തുമ്പില്ലാത്ത thumpillaththa *(adj.)* clueless

തുമ്പ് thump *(n.)* clue

തുമ്പ് നല്കൽ thunpnalkal *(n.)* hint

തുമ്മൽ thummal *(n.)* sneeze

തുമ്മുക thummuka *(v.)* sneeze

തുരക്കൽ ഉപകരണങ്ങൾ thurakkal upakarangal *(n.)* wimble

തുരക്കൽ thurakkal *(n.)* drill

തുരക്കുക thurakkuka *(v.)* drill

തുരങ്കം thurangam *(n.)* ditch

തുരങ്കം thurankam *(n.)* tunnel

തുരങ്കം കുഴിയ്ക്കുക thurankam kuzhiykkuka *(v.)* tunnel

തുരങ്കപ്പണിക്കാരൻ thurankappanikkaaran *(n.)* pitman

തുരത്തൽ thuraththal *(n.)* repulsion

തുരപ്പൻ കീരി thurappankiiri *(n.)* ferret

തുരപ്പൻകരടി thurappankarati *(n.)* badger

തുരുമ്പിക്കുക thurumbikkuka *(v.)* rust

തുരുമ്പിച്ച thurumbicha *(adj.)* rusty

തുരുമ്പ് thurumb *(n.)* rust

തുർക്കിക്കോഴി thurkkikkozhi *(n.)* turkey

തുർക്കി വസ്ത്രം thurkkivasthram *(n.)* dolman

തുറക്കാരൻ thurakkaaran *(n.)* dockmaster

തുറന്ന thuranna *(v.)* open

തുറന്ന കാർ thurannacar *(n.)* roadster

തുറന്നുവയ്ക്കുക thurannuvaykkuka *(v.)* expose

തുറമുഖം thuramukham *(n.)* harbour

തുറമുഖച്ചുങ്കം thuramukhachchunkam *(n.)* wharfage

തുറമുഖനഗരം thuramukha nagaram *(n.)* port

തുറയിലിടുക thurayilituka *(v.)* dock

തുറിച്ചുനോക്കുക thurichchunokkuka *(v.)* glare

തുറിച്ചുനോട്ടം thurichunottam *(n.)* stare

തുറുങ്ക് thurung *(n.)* dungeon

തുറുപ്പുചീട്ടിറക്കുക thuruppuchiittirakkuka *(v.)* trump

തുറുപ്പുചീട്ട് thuruppuchiitt *(n.)* trump

തുലനം thulanam *(n.)* poise

തുലായന്ത്രം thulaayanthram *(n.)* crossbar

തുല്യദിനരാത്രകാലം thulyadinarathrakaalam *(n.)* equinox

തുല്യൻ thulyan *(n.)* equal

തുല്യപദവിയിലെത്തുക thulyapadaviyileththuka *(v.)* equal

തുല്യമല്ലാത്ത thulyamallaththa *(adj.)* peerless

തുല്യമാക്കുക thulyamaakkuka *(v.)* equate

തുല്യമാക്കുക thulyamaakkuka *(v.)* tantamount

തുല്യമായ thulyamaaya *(adj.)* equal

തുള വലുതാക്കുക thula valuthaakkuka *(v.)* ream

തുളച്ചുകയറൽ thulachukayaral *(n.)* penetration

തുളച്ചുകയറുക thulachukayaruka *(v.)* penetrate

തുളച്ചുകയറുന്ന thulachukayarunna *(adj.)* shrill

തുളഞ്ഞു കയറുന്ന thulanjukayarunna *(adj.)* piercing

തുളയ്ക്കനുള്ളഉപകരണം thulaykkaanulla upakaranam *(n.)* reamer

തുളയ്ക്കുക thulaykkuka *(v.)* jab

തുളയ്ക്കുക thulaykkuka *(v.)* puncture

തുള്ളിതുള്ളിയായിവീഴ്ച thullithulliyaayi viizhcha *(n.)* dribble

തുളുമ്പൽ thulumbal *(n.)* spill

തുളുമ്പിക്കുക thulumbikkuka *(v.)* spill

തുള്ളപ്പനി thullappani *(n.)* ague

തുള്ളി thulli *(n.)* drip

തുള്ളി thulli *(n.)* drop

തുള്ളിക്കളിക്കുക thullikkalikkuka *(v.)* cavort

തുള്ളിച്ചാട്ടം thullichaattam *(n.)* cavorting

തുള്ളിയായിപകരുക thulliyaayipakaruka *(v.)* infuse

തുള്ളിയായിവീഴുക thulliyaayi viizhuka *(v.)* drip

തുഴക്കാരൻ thuzhakkaaran *(n.)* oarsman

തുഴയുക thuzhayuka *(v.)* paddle

തുവര thuvara *(n.)* lentil

തുഷാരം thushaaram *(n.)* frost

തുഷ്ടി thushti *(n.)* pleasure

തൂക്കം thuukkam *(n.)* weight

തൂക്കിനോക്കുക thuuki nokkuka *(v.)* weigh

തൂക്കുക thuukkuka *(v.)* hang

തൂക്കുകട്ടിചികിത്സ thuukkukatti chikitsa *(n.)* traction

തൂക്കുതാങ്ങ് thuukuthaang *(n.)* sling

തൂക്കുപാലം thookkupalam *(n.)* drawbridge

തൂക്കുമഞ്ചം thuukumancham *(n.)* cradle
തൂക്കുമരത്തട്ട് thuukkumarathatt *(n.)* scaffold
തൂക്കുസഞ്ചി thukkusanchi *(n.)* satchel
തൂങ്ങൽ thuungal *(n.)* droop
തൂങ്ങിക്കിടക്കുന്ന thoongikkidakkunna *(adj.)* dangling
തൂങ്ങിക്കിടക്കുന്ന thuungikkidakkunna *(n.)* flapper
തൂങ്ങുക thuunguka *(v.)* droop
തൂങ്ങുന്ന thuungunna *(adj.)* flabby
തൂണ് thuunu *(n.)* pillar
തൂപ്പുകാർ thuuppukaar *(n.)* sweeper
തൂലിക thulika *(n.)* brush
തൂവൽപന്തുകളി thuuvalpanthukali *(n.)* shuttle
തൂവൽ thuuval *(n.)* feather
തൂവൽപ്പന്ത് thuvalppanth *(n.)* shuttlecock
തൂവാനാമടിക്കുക thuuvaanamatikkuka *(v.)* spray
തൃണം thrunam *(n.)* grass
തൃപ്തികരമായ thrupthikaramaaya *(adj.)* okay
തൃപ്തികേട് thrupthiket *(n.)* dissatisfaction
തൃപ്തിപ്പെടുത്തുക thrupthippetuththuka *(v.)* satiate
തൃപ്തിയേകുന്ന thrupthiyekunna *(adj.)* satisfactory
തൃപ്തിവരിക thrupthi varika *(v.)* satisfy
തൃഷ്ണ thrushna *(n.)* desire
തെക്കൻ thekkan *(adj.)* southern
തെക്കുള്ള thekkulla *(adj.)* south
തെക്കോട്ടായി thekkottayi *(adj.)* southerly
തെണ്ടി thendi *(n.)* loafer
തെണ്ടിനടക്കുക thendunatakkuka *(v.)* loaf
തെന്നൽ thennal *(n.)* skid
തെന്നിനീങ്ങുക thennininguka *(v.)* slide
തെന്നിപ്പോവുക thennippovuka *(v.)* skid
തെന്നുപലക thennupalaka *(n.)* sandboard
തെമ്മാടി themmaati *(n.)* debauchee
തെമ്മാടിത്തം themmaatiththam *(n.)* roguery
തെമ്മാടിത്തരം themmaatiththaram *(n.)* debauchery
തെമ്മാടിയായ themmaatiyaaya *(adj.)* roguish
തെരഞ്ഞെടുക്കുക theranjedukkuka *(v.)* cast
തെരുവുതെമ്മാടി theruvuthemmaati *(n.)* hooligan
തെരുവ് theruv *(n.)* street
തെർമോമീറ്റർ മാപനരീതി thermometer maapanariithi *(adj.)* Celsius
തെറാപ്പിചെയ്യുന്നയാൾ therapy cheyyunnayaal *(n.)* therapist
തെറിക്കൽ therikkal *(n.)* darting
തെറിച്ച പെൺകുട്ടി thericha penkutty *(n.)* tomboy
തെറിപ്പിക്കുക therippikkuka *(v.)* spout
തെറിപ്പ് theripp *(n.)* rebound
തെറ്റാണെന്നു തെളിയിക്കുക thettanenn theliyikkuka *(v.)* refute
തെറ്റായ വിചാരം thettaya vichaaram *(n.)* misbelief
തെറ്റായപേര് thettaayaperu *(n.)* misnomer
തെറ്റായി വിധിക്കുക thettayi vidhikkuka *(v.)* misjudge
തെറ്റായികണക്കാക്കുക thettayi kanakkakkuka *(v.)* miscalculate
തെറ്റായിപ്രതിനിധീകരണം thettayi prathinidhiikaranam *(n.)* misrepsentation

തെറ്റായിപ്രതിനിധീകരിക്കുക
thettayi prathinidhikarikkuka *(v.)*
misrepresent

തെറ്റാലി thettali *(n.)* catapult

തെറ്റിദ്ധരിക്കുക thettddharikkuka *(v.)*
misapprehend

തെറ്റിദ്ധാരണ thettiddhaarana *(n.)*
misapprehension

തെറ്റിധാരണയുണ്ടാക്കുക
thettidharanayundaakkuka *(v.)* belie

തെറ്റിപ്പിരിയൽ thettipiriyal *(n.)*
fallout

തെറ്റിവിളിക്കുക thettivilikkuka *(v.)*
miscall

തെറ്റുചെയ്യുക thettucheyyuka *(v.)*
wrong

തെറ്റുതിരുത്തുക thettuthiruththuka
(v.) emendate

തെറ്റുപറ്റുക thettupattuka *(v.)* err

തെറ്റുള്ള thettulla *(adj.)* faulty

തെറ്റ് thett *(adv.)* wrong

തെല്ല് thellu *(n.)* brim

തെള്ളുക thelluka *(v.)* sieve

തെളിക്കൽ thelikkal *(n.)* clearance

തെളിച്ചക്കേട് theluchakket *(n.)* haze

തെളിച്ചമില്ലാത്ത thlichamillatha
(adj.) lacklustre

തെളിച്ചു പറയുന്ന
thelichchuparayunna *(adj.)* explicit

തെളിഞ്ഞ thelinja *(adj.)* clear

തെളിവായ thelivaaya *(adj.)* evident

തെളിവായിക്കാണുന്ന
thelivaayikkaanunna *(adj.)* vivid

തെളിവുള്ള thelivulla *(adj.)* proof

തെളിവ് theliv *(n.)* evidence

തെളിവ് ഹാജരാക്കുക thelivu
hajarakkuka *(v.)* adduce

തൊങ്ങൽ thongal *(n.)* tag

തൊങ്ങൽ വച്ചുകെട്ടുക thongal
vachukettuka *(v.)* tag

തൊങ്ങൽ വയ്ക്കുക
thongalvaykkuka *(v.)* fringe

തൊടുവിച്ചു വയ്ക്കുക
thotivichuvaykkuka *(v.)* juxtapose

തൊട്ടടുത്ത thottatuththa *(adj.)*
proximate

തൊട്ടറിയാനാകാത്ത
thottariyaanaakaaththa *(adj.)* intangible

തൊട്ടി thotti *(n.)* bucket

തൊട്ടിരിക്കുക thottirikkuka *(v.)* abut

തൊട്ടിൽ thottil *(n.)* crib

തൊണ്ടുകളയുക thindukalayuka *(v.)*
pod

തൊണ്ണൂറാമത്തെ thonnuuraamaththe
(adj.) ninetieth

തൊപ്പി thoppi *(n.)* cap

തൊലിക്കുക tholikkuka *(v.)* peel

തൊഴലഭ്യസിക്കുന്നയാൾ
thozhilabhyasikkunnayaal *(n.)*
apprentice

തൊഴി thozhi *(n.)* kick

തൊഴിക്കുക thozhikkuka *(v.)* kick

തൊഴിലാളി thozhilaali *(n.)* labourer

തൊഴിലില്ലാത്ത thozhilillaaththa
(adj.) jobless

തൊഴിൽ thozhil *(n.)* occupation

തൊഴിൽക്കാരൻ thozhilkkaaran *(n.)*
practitioner

തേക്കം thekkam *(adj.)* carsick

തേക്കുമരം thekkumaram *(n.)* teak

തേങ്ങൽ thengal *(n.)* sob

തേങ്ങിക്കരയുക thengikarayuka *(v.)*
sob

തേച്ചുകഴുകുക thechukazhukuka *(v.)*
wash

തേച്ചുമിനുക്കാത്ത
thechuminukkaaththa *(adj.)* terse

തേജസ് thejas *(n.)* radiance

തേജസ്വി thejaswi *(n.)* luminary

തേജസ്വിയായ thejaswiyaaya *(adj.)*
bright

തേജോവലയം thejovalayam *(n.)* aura

തേജോരൂപം ധരിക്കുക
thejoruupam dharikkuka *(v.)* transfigure

തേഞ്ഞുകീറിയ thenjukiiriya (n.) fray
തേഞ്ഞുപോകൽ thenjupokal (adj.) erosive
തേഞ്ഞുപോകുക thenjupokuka (v.) erode
തേഞ്ഞുപോവുക thenjupovuka (v.) wane
തേടുക thetuka (v.) seek
തേനറ thenara (n.) hive
തേനീച്ച theneechcha (n.) bee
തേനീച്ച വളർത്തുന്നയാൾ theniicha valarththunnayaal (n.) beekeeper
തേനീച്ചക്കൂട് theneechchakood (n.) apiary
തേനീച്ചവളർത്തൽ theneechavalarththal (n.) apiculture
തേൻകൂട് thenkoot (n.) honeycomb
തേയൽ theyal (n.) wane
തേയിലപൊടി theyilappoti (n.) teabag
തേയ്മാനംപറ്റിയ theymaanam pattiya (adj.) worn
തേരട്ട theratta (n.) millipede
തേൾ thel (n.) scorpion
തേവാങ്ക് thevaank (n.) sloth
തേവിടിശ്ശി thevitishshi (n.) strumpet
തോക്കുകൊണ്ടു ഭീഷണിപ്പെടുത്തൽ thokkukondu bhiikshanippetuththal (n.) gunpoint
തോക്ക് thokk (n.) gun
തോടുകളയുക thotukalayuka (v.) strip
തോടുകളയുക thotukalayuka (v.) shell
തോട് thot (n.) streamlet
തോട്ടി thotti (n.) scavenger
തോണിതുഴയുക thonithuzhayuka (v.) row
തോണ്ടൽ thondal (n.) poke
തോന്നൽ thonnal (n.) presumption
തോന്നൽ thonnal (n.) surmise
തോപ്പ് thoop (n.) plantation
തോരണം thoranam (n.) festoon
തോർത്ത് thorthth (n.) towel

തോറ്റു പുറത്താവുക thottupuraththaavuka (n.) knockout
തോലൂറപ്പണി tholuurappani (n.) tannery
തോൽക്കുക tholkkuka (v.) fail
തോൽപൊളിക്കുക tholpolikkuka (v.) sheet
തോൽപ്പട്ട tholppatta (n.) band
തോൽപ്പശ tholppasha (v.) gel
തോൽപ്പിക്കുക tholppikkuka (v.) defeat
തോൽവാർ tholvaar (n.) belt
തോൽവാറ് tholvaaru (n.) welt
തോൽവിപറ്റുക tholvipattuka (v.) lose
തൈ thai (n.) sapling
തൈരു കടയുക thairukatayuka (v.) churn
തൈര് thairu (n.) curd
തൈലാഭിഷേകംചെയ്യുക thailaabhishekam cheyyuka (v.) anoint
തൊടുവിച്ച thotuvicha (adj.) juxtaposed
തൊട്ടറിയാവുന്ന thottariyaavunna (adj.) palpable
തൊട്ടാവാടിയായ thottaavaatiyaya (adj.) touchy
തൊട്ടി thotti (n.) tank
തൊട്ടി thotti (n.) scutllebutt
തൊണ്ട thonda (n.) throat
തൊണ്ടയടച്ച thondayatachcha (adj.) hoarse
തൊപ്പിക്കല്ല് thoppikkallu (n.) dolmen
തൊപ്പിയിൽ വെക്കുന്ന നാട thoppiyil vekkunna naata (n.) cockade
തൊലി tholi (n.) peel
തൊലിചുരണ്ടുന്ന tholichurundunna (n.) tawer
തൊഴിക്കുക thozhikkuka (v.) toe
തൊഴിലില്ലായ്മ വേതനം thozhilillaayma vethanam (n.) dole

തൊഴിലില്ലായ്മ വേതനം നൽകുക thozhilillaayma vethanam nalkuka *(v.)* dole
തൊഴിൽ ഉപകരണങ്ങൾ thozhilupakaranangal *(n.)* kit
തൊഴിൽശാല thozhilshaala *(n.)* workshop
തോക്കിൻകുഴൽ thokkinkuzhal *(n.)* barrel
തോക്കുധരിച്ചപടയാളി thokkudharich patayaali *(n.)* musketeer
തോക്ക് thokk *(n.)* shotgun
തോട് thod *(n.)* channel
തോട്ടം thottam *(n.)* estate
തോട്ടംകാര്യസ്ഥൻ thottam kaaryasthan *(n.)* estate agent
തോണിതുഴയൽ thonithuzhayal *(n.)* row
തോണ്ടുക thonduka *(v.)* poke
തോർത്തുക thorththuka *(v.)* towel
തോൽക്കാത്ത tholkkaaththa *(adj.)* unbeaten
തോൽവി tholvi *(n.)* fail
തോലുരിക്കുക tholurikkuka *(v.)* skin
തോല്പശ tholppasha *(n.)* glue
തോല്പിക്കുക thilpikkuka *(n.)* checkmate
തോൽപ്പലക tholppalaka *(n.)* scapula
തോൾവെട്ടിക്കൽ thol vettikkal *(n.)* shrug
തോളെല്ലിനെ സംബന്ധിച്ച tholelline sambandhicha *(adj.)* scapular
തോൾവെട്ടിക്കുക thol vettikkukak *(v.)* shrug
ത്യജിക്കൽ thyajikkal *(n.)* refrain
ത്യജിക്കുക thyajikkuka *(v.)* refrain
ത്യാഗംചെയ്യുക thyaagam cheyyuka *(v.)* sacrifice
ത്രാണി thraani *(n.)* capacity
ത്രാസം thraasam *(n.)* horror
ത്രികോണം thrikonam *(n.)* triangle
ത്രിഗുണം thrigunam *(n.)* triplication
ത്രിഗുണമായ thrigunamaaya *(n.)* triplicate
ത്രിഗുണീകരിക്കുക thriguniikarikkuka *(v.)* triplicate
ത്രിത്വം thrithwam *(n.)* trinity
ത്രിവർണ്ണപതാക thrivarnbapathaaka *(n.)* tricolour
ത്വക് രോഗശാസ്ത്രം thwak rogashaasthram *(n.)* dermatology
ത്വക് ലേപനം thwak lepanam *(n.)* cream
ത്വക്ക് thwakk *(n.)* skin
ത്വരകം thwarakam *(n.)* accelerator
ത്വരിതപ്പെടുത്തൽ thwarithappeduththal *(n.)* acceleration
ത്വരിതപ്പെടുത്തുക thwarithappeduthuka *(v.)* accelerate
ത്വരിതമാക്കൽ thwarithamaakkal *(n.)* catalyzer
ത്വരിതമായ thwarithamaaya *(adj.)* rapid
ത്വരിതമായി thwarithamaayi *(adv.)* quickly

ഥ

ഥർവണം movement *(n.)*
ഥല്ല് thhallu *(n.)* insolence

ദ

ദക്ഷിണദിക്ക് dakshinadikk *(n.)* south
ദക്ഷിണധ്രുവം dakshinadhruvam *(adj.)* antarctic
ദക്ഷിണമായ dakshinamaaya *(adv.)* south
ദണ്ഡനം dandanam *(n.)* torture

ദണ്ഡശോധന dandashodhana *(n.)* censorship

ദണ്ഡിക്കുക dandikkuka *(v.)* castigate

ദണ്ഡ് dant *(n.)* cudgel

ദത്തെടുക്കൽ daththedukka *(n.)* foster care

ദത്തെടുക്കൽ daththedukkal *(n.)* adoption

ദത്തെടുക്കുക daththedukkuka *(v.)* adopt

ദത്തെടുത്ത daththeduththa *(adj.)* adoptive

ദന്തകാചം danthakaacham *(n.)* enamel

ദന്തബന്ധം danthabandham *(n.)* braces

ദന്തവൈദ്യം danthavaidyam *(n.)* odontology

ദന്തവൈദ്യൻ danthavaidyan *(n.)* dentist

ദമം damamam *(n.)* modesty

ദമ്പതികൾ dambathikal *(n.)* couple

ദയകാട്ടുക dayakaattuka *(v.)* vouchsafe

ദയനീയമാംവിധം dayaniyamamvidam *(adj.)* pitiable

ദയവുള്ള പ്രകൃതം dayavulla prakrutham *(n.)* kind

ദയാർദ്രചിത്തമായ dayarthrachiththanaaya *(adj.)* tender-hearted

ദയാർദ്രമായ dayaardramaaya *(adj.)* pitiful

ദയാലുത്വം dayaaluthwam *(n.)* kindness

ദയാലുവായ dayaaluvaaya *(adj.)* kind

ദയാലുവായ dayaaluvaaya *(adj.)* bighearted

ദയാവധം ചെയ്യുക dayaavadam cheyyuka *(v.)* euthanize

ദരിദ്രാവസ്ഥയിലെത്തിക്കുക daridraavasthayileththikkuka *(v.)* impoverish

ദർഘാസ് darghaas *(adj.)* tender

ദർശനം darshanam *(n.)* vision

ദല്ലാളിവട്ടം dallalivattam *(n.)* brokerage

ദല്ലാൾ dallal *(n.)* broker

ദളം dalam *(n.)* leaf

ദളപതി dalapathi *(n.)* brigadier

ദശ dasha *(n.)* phase

ദശനിക്കുക dashanikkuka *(v.)* pulp

ദശാംശചിഹ്നം dashaamshachihnam *(n.)* decimal point

ദശാംശമായ dashaamshamaaya *(adj.)* decimal

ദശാംശസംഖ്യ dashaamsha sankhya *(n.)* fraction

ദശാബ്ദം dashaabdam *(n.)* decade

ദശാസന്ധി dashaasanddhi *(n.)* juncture

ദഹനം dahanam *(n.)* combustion

ദഹനക്കുറവ് dahanakkurav *(n.)* anorexia

ദഹനക്രിയ dahanakriya *(n.)* digestion

ദഹനീയമായ dahaneeyamaaya *(adj.)* combustible

ദഹിക്കാനാവാത്ത dahikkaanaavaaththa *(adj.)* indigestible

ദഹിക്കുക dahikkuka *(v.)* digest

ദാക്ഷിണ്യം daakahinyam *(n.)* lenience

ദാക്ഷിണ്യം കാട്ടുക dashinyam kaattuka *(v.)* favour

ദാതാവ് daathaav *(n.)* donor

ദാനംചെയ്യുക daanam cheyyuka *(v.)* donate

ദാനധർമ്മം daanadharmmam *(n.)* donation

ദാനശീലമുള്ള daanasheelamulla *(adj.)* charitable

ദാമ്പത്യം സംബന്ധിച്ചതായ daampathyam sambanddhichathaaya *(adj.)* matrimonial

ദാമ്പത്യഭാവത്തിലായിരിക്കുക daambatyabhaavaththilaayirikkuka *(v.)* cohabit

ദായക്രമം daayakrumam *(n.)* inheritance

ദാരിദ്ര്യം daaridryam *(n.)* poverty
ദാരുണമായ daarunamaaya *(adj.)* ghastly
ദാരുണമായി daarunamaayi *(adv.)* dreadfully
ദാരുണവേദന daaruna vedana *(n.)* torment
ദാരുണസംഭവം darunasambhavam *(n.)* catastrophe
ദാരുവീണ daaruviina *(n.)* xylophone
ദാർഢ്യം daarddyam *(n.)* firmness
ദാർഢ്യമുള്ള daardyamulla *(adj.)* inflexible
ദാർശനികത daarshanikatha *(n.)* ontologism
ദാസൻ daasan *(n.)* servant
ദാസ്യം daasyam *(n.)* captivity
ദാസ്യം daasyam *(n.)* thrall
ദാസ്യവിമോചനം daasyavimochanam *(n.)* manumission
ദാഹം daaham *(n.)* thirst
ദാഹം ശമിപ്പിക്കുക daaham shamippikkuka *(v.)* slake
ദാഹംതീർക്കുക daaham thiirkkuka *(v.)* quench
ദാഹിക്കുക daahikkuka *(v.)* thirst
ദാഹിക്കുന്ന dahikkunna *(adj.)* athirst
ദാഹിച്ചുവലഞ്ഞ daahichuvalanja *(adj.)* thirsty
ദിക്സ്ഥിതി കാണുക diksththi kaanuka *(v.)* orient
ദിഗ്വിജയം digwijayam *(n.)* conquest
ദിങ്മണ്ഡലം dingmandalam *(n.)* horizon
ദിനക്കുറിപ്പ് dinakkuripp *(n.)* diary
ദിനചര്യയായ dinacharyayaaya *(adj.)* routine
ദിനമദ്ധ്യം dinamadyam *(n.)* noon
ദിവസേനയുള്ള divaseneyulla *(adj. & adv.)* daily
ദിവ്യകർമ്മം divyakarmmam *(n.)* sacrament
ദിവ്യത്വം divyathwam *(n.)* divinity
ദിവ്യമായ divyamaaya *(adj.)* godly
ദിവ്യവെളിപാട് divyavelipaat *(n.)* revelation
ദിവ്യാംഗന divyaangana *(n.)* sylph
ദിവ്യാന്നം divyaannam *(n.)* manna
ദിശ disha *(n.)* direction
ദിശകളിലെല്ലാം dhishskalilellam *(adj.)* omnidirectional
ദിശകളിലെല്ലാമുള്ളത് dhishskalilellamullath *(n.)* omnidirectionality
ദിശമാറ്റം വരുത്തുക dishamaattam varuththuka *(v.)* zig
ദിശാമാറ്റം dishamaattam *(n.)* zig
ദീനം diinam *(n.)* sickness
ദീനദയാലു dinadayaalu *(adj.)* humanitarian
ദീനദയാലുത്വം deenadayaaluthwam *(n.)* charity
ദീനമായി കരയുക diinamaayi karayuka *(v.)* lament
ദീനമുള്ള diinamulla *(adj.)* unwell
ദീനവൽസനായ diinavalsalanaaya *(adj.)* humane
ദീനവാൽസല്യം dinavaalsalyam *(n.)* humanity
ദീപനരസം diipanarasam *(n.)* enzyme
ദീപനരസസംബന്ധിയായ diipanarasasambandiyaaya *(adj.)* enzymic
ദീപസ്തമായ deepasthamaaya *(adj.)* beady
ദീപാളികുളിച്ചവൻ diipalikuluchchavan *(adj.)* insolvent
ദീപ്തമാകുക diipthamaakuka *(v.)* glow
ദീപ്തമാക്കുക diipthamaakkuka *(v.)* lighten
ദീപ്തി diipthi *(n.)* splendour
ദീപ്തിമത്തായ dipthimaththaaya *(adj.)* splendid

ദീർഘക്ഷതം diirghakshatham *(n.)* gash
ദീർഘചതുരം diirghachathuram *(n.)*
rectangle
ദീർഘചതുരമായ
dhiirghachathuramaaya *(adj.)* oblong
ദീർഘചതുരാകൃതിയായ
diirghachathurakruthiyaaya *(adj.)*
rectangular
ദീർഘദർശനം ചെയ്യുക
diirghadarshanam cheyyuka *(v.)* foretell
ദീർഘദൂരം താണ്ടുക diirghaduuram
thanduka *(v.)* trek
ദീർഘദൃഷ്ടി deerghadrushti *(n.)*
anticipation
ദീർഘമാക്കുക diirkhamaakkuka *(v.)*
prolong
ദീർഘാബോധാവസ്ഥ
deerghabodhaavastha *(adj.)* comatose
ദീർഘായുസ്സ് diirghaayuss *(n.)*
longevity
ദീർഘാസനം deerghaasanam *(n.)*
bench
ദീർഘിപ്പിക്കൽ diirkhippikkal *(n.)*
prolongation
ദീർഘീകരിക്കുക deerkhiikarikkuka
(v.) dilate
ദീർഘീഭവിക്കുക diirghiibhavikkuka
(v.) lengthen
ദീർഘകാലാടിസ്ഥാനമായ
diirghakaalaatisthaanamaaya *(adj.)* long-
term
ദീർഘചിന്തനം diirghachinthanam *(n.)*
mull
ദുഃഖം dukham *(n.)* sorrow
ദുഃഖംനിറഞ്ഞ dukham niranja *(adj.)*
dolorous
ദുഃഖപരിഹാരം dukhaparihaaram
(n.) pain relief
ദുഃഖപര്യവസായിയായ
dukhaparyavasaayiyaaya *(adj.)* tragic
ദുഃഖപൂർണ്ണമായ
dukhapuurnnamaaya *(n.)* woeful

ദുഃഖപ്രധാനാടകാഭിനയക്കാരൻ
dukhapradhaana natakaabhinayakkaran
(n.) tragedian
ദുഃഖാർത്തമായ dukhaarththamaaya
(adj.) woebegone
ദുഃഖിക്കുക dukhikkuka *(v.)* sadden
ദുഃഖിക്കുക dukhikkuka *(v.)* sorrow
ദുഃശ്ശീലം dussiilam *(n.)* petulance
ദുര dhura *(n.)* avarice
ദുരന്തം durantham *(n.)* disaster
ദുരന്തനാടകം durantha naatakam *(n.)*
tragedy
ദുരന്തമായ duranthamaaya *(adj.)*
disastrous
ദുരന്താന്ത്യം duranthanthyam *(n.)*
anticlimax
ദുരഭിമാനം durabhimaanam *(n.)* vanity
ദുരാഗ്രഹം duraagraham *(n.)* greed
ദുരാചാരം duraachaaram *(n.)* vice
ദുരാചാരങ്ങൾ duraachaarangal *(n.)*
witchery
ദുരാചാരിയായ duraachaariyaaya
(adj.) licentious
ദുരാരോപണം duraaropanam *(n.)*
denunciation
ദുരിതം duritham *(n.)* calamity
ദുരിതമനുഭവിക്കുന്ന
durithamanubhavikkunna *(adj.)*
miserable
ദുരുപയോഗം durupayogam *(n.)*
misappropriation
ദുർഗന്ധം durganddham *(n.)* stench
ദുർഗന്ധനാശിനി durgandhanaashini
(n.) deodorant
ദുർഗന്ധമില്ലാതാക്കുക
durgandamillathakkuka *(v.)* deodrize
ദുർഗ്ഗം durggam *(n.)* castle
ദുർഗ്ഗമമായ durggamamamaya *(adj.)*
impassable
ദുർഗ്രഹമായ durgrahamaaya *(adj.)*
subtle

ദുർഗ്രാഹ്യമായ durgraahyamaaya *(adj.)* mysterious
ദുർഘടമാക്കുക durghatamaakkuka *(v.)* stump
ദുർദ്ദേവത durdevatha *(n.)* demon
ദുർന്നടത്തം durnnataththam *(n.)* malpractice
ദുർന്നടപ്പുള്ള durnnatappulla *(adj.)* lewd
ദുർന്നടപ്പ് durnnatapp *(n.)* misbehaviour
ദുർബലപ്പെടുത്തൽ durbalappeduththal *(n.)* annulment
ദുർബലമാക്കുക durbbalamaakkuka *(v.)* enfeeble
ദുർബലമായ durbalamaaya *(adj.)* flimsy
ദുർബുദ്ധിയോടെ durbuddhiyote *(adv.)* gloatingly
ദുർബോധനം durbodhanam *(n.)* instigation
ദുർബ്ബലമാക്കുക durbbalamaakkuka *(v.)* debilitate
ദുർബ്ബലമായ durbbalamaaya *(adj.)* debile
ദുർബ്ബലമായ durbbalamaaya *(adj.)* fragile
ദുർഭരണം durbharanam *(n.)* maladministration
ദുർഭരമായ durbharamaaya *(adj.)* onerous
ദുർഭേദ്യമായ durbhedyamaaya *(adj.)* tough
ദുർമന്ത്രവാദം durmanthravaadam *(adj.)* tantric
ദുർമാർഗ്ഗി durmaarggi *(n.)* straggler
ദുർമ്മന്ത്രവാദി durmanthravaadi *(n.)* necromancer
ദുർമ്മാർഗ്ഗിയായ durmaarggiyaaya *(adj.)* profligate
ദുർലഭമായ durlabhamaaya *(adj.)* scarce
ദുർലഭമായി durlabhamasya *(adv.)* rarely
ദുർവാശിയുള്ള durvaashiyulla *(adj.)* obstinate
ദുർവാഹകമായ durvaahakamaaya *(adj.)* insupportable
ദുർവിനിയോഗം durviniyogam *(n.)* misapplication
ദുർവിനിയോഗിക്കുക durviniyogikkuka *(v.)* misuse
ദുർവൃത്തി durvruththi *(n.)* profligacy
ദുർവൃത്തിയായ durvruththiyaaya *(adj.)* vicious
ദുർവ്യയം durvyayam *(n.)* prodigality
ദുർവ്യയം ചെയ്യുക durvyayam cheyyuka *(v.)* lavish
ദുർവ്യവഹാരം durvyvahaaram *(n.)* misuse
ദുർവ്യാഖ്യാനം ചെയ്യുക durvyaakhyaanam cheyyuka *(v.)* misconstrue
ദുർവ്വാശിയുള്ള durvvaashiyulla *(adj.)* headstrong
ദുർവ്വിധി durvvidhi *(n.)* doom
ദുർബുദ്ധികാട്ടുക durbuddhikaattuka *(v.)* gloat
ദുർമ്മാർഗത്തിലായ durmmaargaththilaaya *(adj.)* fallen
ദുശ്ശകുനമായ dussakunamaaya *(adj.)* ominous
ദുശ്ശാഠ്യമുള്ള dussadyamulla *(adj.)* obdurate
ദുശ്ശീലമാക്കുക dusheelamaakkuka *(v.)* addict
ദുശ്ശീലമുള്ളയാൾ dusheelamullayaal *(n.)* addict
ദുഷിക്കുക dushikkuka *(v.)* decry
ദുഷിക്കുക dushikkuka *(v.)* taint
ദുഷിച്ചുനാറിയ dushichunaariya *(adj.)* rotten
ദുഷിപ്പിക്കുക dushippikkuka *(v.)* foul

ദുഷ്കരത്വം dushkarathwam *(n.)* difficulty

ദുഷ്കരമായ dushkaramaaya *(adj.)* arduous

ദുഷ്കർമ്മി dushkarmmi *(n.)* malefactor

ദുഷ്കവി dushtakavi *(n.)* poetaster

ദുഷ്കീർത്തിനേടുക dushkiirththinetuka *(v.)* nack

ദുഷ്കൃതി dushkruthi *(n.)* guilt

ദുഷ്ക്കർമ്മപ്രേരകൻ dushkarmaprerakan *(n.)* abettor

ദുഷ്ക്കീർത്തി dushkiirththi *(n.)* disrepute

ദുഷ്ടത dushtatha *(n.)* evil

ദുഷ്ടൻ dushtan *(n.)* villain

ദുഷ്ടമായ dushtamaaya *(adj.)* evil

ദുഷ്പെരുമാറ്റം dushperumaattam *(n.)* misconduct

ദുഷ്പേരുള്ള dushperulla *(adj.)* ignoble

ദുഷ്പ്രകൃതിയായ dushprakruthiyaya *(adj.)* sullen

ദുഷ്പ്രഭുത്വം dushprabhuthwam *(n.)* tyranny

ദുസ്സഹമായ dussahamaaya *(adj.)* unbearable

ദുസ്സാമർത്ഥ്യമുള്ള dussamarthyamulla *(adj.)* cunning

ദുസ്സൂചന dussuchana *(n.)* insinuation

ദുസ്സൂചനനടത്തുക dussuchana natathuka *(v.)* insinuate

ദൂരക്കാഴ്ചയില്ലാത്ത ddurekkazhchayillaaththa *(adj.)* myopic

ദൂരത്ത് doorathth *(adv.)* afield

ദൂരദർശിത്വം duuradarshithwam *(n.)* foresight

ദൂരദർശിനി dooradarshini *(n.)* binoculars

ദൂരദർശിനിയിലൂടെ duuradarshiniyiluute *(adj.)* telescopic

ദൂരഭാഷണശ്രവണസഹായി duurabhaashana shravana sahaayi *(adj.)* wireless

ദൂരശ്രാവി duurashraavi *(n.)* telephone

ദൂരശ്രാവി ഉപയോഗിക്കുക duurashraavi upayogikkuka *(v.)* telephone

ദൂരസ്ഥലത്തേക്കുപോകുന്ന duurasthalaththekk pokunna *(adj.)* outbound

ദൂരസ്ഥിതമായ dooradthithamaaya *(adj.)* distant

ദൂരീകരണം dureekaranam *(n.)* alleviation

ദൂരെ doore *(adv.)* away

ദൂർദർശിനിവിദ്യ duuradarshini vidya *(n.)* telescopy

ദൂഷണം duushanam *(n.)* reproof

ദൂഷണം duushanam *(n.)* slander

ദൂഷണം duushanam *(n.)* stigma

ദൂഷണവാക്ക് duushanavaakk *(n.)* malediction

ദൂഷിതമാകുക dooshithamaakuka *(v.)* attaint

ദൂഷിതമായ duukshithamaaya *(adj.)* corrupt

ദൂഷ്യം dookshyam *(n.)* defect

ദൃഢചിത്തനായ drudachiththanaya *(adj.)* stalwart

ദൃഢനിശ്ചയം drudanischayam *(n.)* steadiness

ദൃഢനിശ്ചയം ചെയ്യുക drutanishchayam cheyyuka *(v.)* assert

ദൃഢപ്പെടുത്തുക drutappetuththuka *(v.)* vouch

ദൃഢബലമുള്ള drutabalamulla *(adj.)* tenacious

ദൃഢമാകുക drutamaakuka *()* gel

ദൃഢമാക്കിപ്പറയുക drudamaakkipparayuka *(v.)* accentuate

ദൃഢമായ drutamaaya *(adj.)* durable

ദൃഢമൈത്രി drutamaithri *(n.)* intimacy

ദൃഢശരീരനായ drutashariiram *(adj.)*
hardy
ദൃഢീകരിക്കൽ drudiikarikkal *(n.)*
reinforcement
ദൃഢീകരിക്കുക drudeekarikkuka *(v.)*
clench
ദൃശ്യം drushyam *(n.)* scape
ദൃശ്യഗ്രാഹിയന്ത്രം
drusyagraahiyanthram *(n.)* videotape
ദൃശ്യങ്ങളുള്ള drusyangalulla *(adj.)*
scenic
ദൃശ്യമായ drusyamaaya *(adj.)* visual
ദൃശ്യമോഹനമായ
drusyanohanamaaya *(adj.)* sightly
ദൃശ്യശ്രവ്യസംബന്ധം
drisyashravyasambandham *(adj.)*
audiovisual
ദൃഷ്ടാന്തം drushtaantham *(n.)* instance
ദൃഷ്ടാന്തകഥ drushtaantha katha *(n.)*
similitude
ദൃഷ്ടാന്തീഭവിപ്പിക്കുക
drushtaanthiibhavippikkuka *(v.)* typify
ദൃഷ്ടികേന്ദ്രം drushtikendram *(n.)* focus
ദൃഷ്ടിഗോചരം drushtigocharam *(n.)*
visibility
ദൃഷ്ടിഗോചരമായ
drushtigocharamaaya *(adj.)* ocular
ദൃഷ്ടിവിഷയകമായ
drushtivishayakamaaya *(adj.)* visible
ദേവത devatha *(n.)* goddess
ദേവദാരു devadaaru *(n.)* fir
ദേശകലഹം deshakalaham *(n.)*
commotion
ദേശജവ്യാധിജ്ഞാനം
deshajavyaadhiinjanam *(n.)*
endemiology
ദേശപര്യടനം deshaparyatanam *(n.)*
journey
ദേശവത്കരണം
അവസാനിപ്പിക്കുക
deshavalkaranam avasanippikkuka *(v.)*
denationalize

ദേശവിചാരം deshavichaaram *(n.)*
polity
ദേശവിഭാഗം deshavibhaagam *(n.)*
county
ദേശവിഭാഗം deshavibhaagam *(n.)*
shire
ദേശസാത്കരിക്കുക
deshasaalkkarikkuka *(v.)* nationalize
ദേശസാത്ക്കരണം
deshasaalkkaranam *(n.)* nationalization
ദേശാതിർത്തി deshaathirththi *(n.)*
frontier
ദേശാന്തരഗമനം deshanthara
gamanam *(n.)* trek
ദേശാന്തരഗമനം ചെയ്യുന്ന
deshantharagamanam cheyyunna *(adj.)*
nomadic
ദേശാന്തരഗാമി deshaantharagaami
(n.) migrant
ദേശാന്തരരേഖ deshaanthararekha *(n.)*
longitude
ദേശീയത deshiiyatha *(n.)* nationality
ദേശീയമായ deshiiyamaaya *(adj.)*
national
ദേശീയവാദം deshiiyavaadam *(n.)*
nationalism
ദേശീയവാദി deshiiyavaadi *(n.)*
nationalist
ദേശ്യഭാഷ desyabhaasha *(n.)* dialect
ദേഹാന്തരപ്രാപ്തി
dehaantharaprapthi *(n.)* transmigration
ദോഷകരമായ doshakaramaaya *(adj.)*
harmful
ദോഷദർശി doshadarshi *(n.)* cynic
ദോഷാരോപണം doshaaropanam *(n.)*
calumny
ദോഷൈകദൃക് doshaikadrukk *(n.)*
pessimist
ദോഷൈകദൃക്കായ
doshaikadrukkaaya *(adj.)* cynical
ദൈന്യം dainyam *(n.)* pathos
ദൈർഘ്യം dairghyam *(n.)* length

ദൈർഘ്യ അളവ് dairghya alav *(n.)* metre
ദൈവകൽപന daivakalpana *(n.)* commandment
ദൈവകൽപിതം daivakalpitham *(n.)* destiny
ദൈവകൽപിതം daivakalpitham *(n.)* fatality
ദൈവകൃപായാലുള്ള daivakrupayaalulla *(adj.)* gracious
ദൈവദത്തമായ daivadaththamaaya *(adj.)* divine
ദൈവദർശനം daivadarshanam *(n.)* epiphany
ദൈവദൂഷണം ചെയ്യുക daivadhooshanam cheyyuka *(n.)* blaspheme
ദൈവദ്രോഹപരമായ daivadrohaparamaaya *(adj.)* sacrilegious
ദൈവനിന്ദ daivaninda *(n.)* sacrilege
ദൈവപരിപാലനം daivaparipaalanam *(n.)* providence
ദൈവഭക്തിയുള്ള daivabhakthiyulla *(adj.)* pious
ദൈവമാക്കൽ daivamaakkal *(n.)* apotheosis
ദൈവവിശ്വാസം daivaviswaasam *(n.)* theism
ദൈവശാസ്ത്രം daivashaasthram *(n.)* theology
ദൈവശാസ്ത്രപണ്ഡിതൻ daivashasthrapantithan *(n.)* theologian
ദൈവശാസ്ത്രപരമായ daivashaasthraparamaaya *(adj.)* theological
ദൈവശാസ്ത്രശാഖ daivashasthrashaakha *(adj.)* aplogetic
ദൈവാധീനം daivaadiinam *(n.)* godsend
ദൈവീകരിക്കുക daiviikarikkuka *(v.)* deify
ദോലനം dolanam *(n.)* vibration
ദോഷം വരുത്തുക dosham varuththuka *(v.)* endanger
ദോഷദർശിയായ doshadarshiyaaya *(adj.)* critical
ദൗത്യം douthyam *(n.)* commission
ദൗത്യയാത്ര douthyayaathra *(n.)* errand
ദൗർബ്ബല്യം dourbalyam *(n.)* impotence
ദൗർഭാഗ്യം doubhaagyam *(n.)* misadventure
ദൗർല്ലഭ്യം dourlabhyam *(n.)* dearth
ദ്യോതകമായ dyothakamaaya *(adj.)* indicative
ദ്യോതകമായ dyothakamaaya *(adj.)* significant
ദ്യോതിപ്പിക്കുക dyothippikkuka *(v.)* purport
ദ്രവം dravam *(n.)* fluid
ദ്രവരൂപമായ dravaruupamaaya *(adj.)* liquid
ദ്രവശില dravashila *(n.)* magma
ദ്രവിപ്പിക്കൽ dravippikkal *(n.)* solubility
ദ്രവിപ്പിക്കുക dravippikkuka *(v.)* dissolve
ദ്രവിപ്പിക്കുന്ന dravippikkunna *(adj.)* caustic
ദ്രവ്യം dravyam *(n.)* stuff
ദ്രാവകം draavakam *(n.)* liquid
ദ്രാവകഇന്ധനം draavakaindhanam *(n.)* petrol
ദ്രാവകമായ draavakamaaya *(adj.)* fluid
ദ്രാവകമായിത്തീരുക draavakamaayiththiruka *(v.)* thaw
ദ്രുതം drutham *(n.)* speed
ദ്രുതക്രമ druthakruma *(adj.)* impetuous
ദ്രുതഗതിയായ druthagathiyaaya *(adj.)* swift
ദ്രുതഗതിയിൽ പോവുക drudagathiyil povuka *(v.)* speed
ദ്രുതഗതിയിലുള്ള druthagathiyilulla *(adj.)* hasty

ദ്രുതചലനവ്യായാമം druthchalanavyayamam *(n.)* aerobics

ദ്രുതബാഷ്പീകരണ ലായകം druthabaashpeekarana laayakam *(n.)* acetone

ദ്രുതമായ druthamaaya *(adj.)* speedy

ദ്രുതമായി druthamaayi *(adj.)* quick

ദ്രോഹം droham *(n.)* malignancy

ദ്രോഹം droham *(n.)* persecution

ദ്രോഹകാരിയായ drohakaariyaaya *(adj.)* inimical

ദ്രോഹിക്കുക drohikkuka *(v.)* ill-treat

ദ്വന്ദ്വയുദ്ധം ചെയ്യുക dwanthayuddham cheyyuka *(v.)* duel

ദ്വയാർഥമുള്ള dwayaththamulla *(adj.)* ambiguous

ദ്വയാർത്ഥത്തിൽ സംസാരിക്കുക dwayaarththaththil samsaarikkuka *(v.)* pun

ദ്വാരം dwaaram *(n.)* cavity

ദ്വാരങ്ങളുണ്ടാക്കുക dwarangalundaakkuka *(v.)* perforate

ദ്വാരപാലകൻ dwarapaalakan *(n.)* janitor

ദ്വി dwvi *(adj.)* bi

ദ്വികോണമായ dwikonamaaya *(adj.)* biangular

ദ്വിഗുണമായ dwigunamaaya *(adj.)* binary

ദ്വിചക്രവണ്ടി dwichakravandi *(n.)* scooter

ദ്വിജാതി dwijaathi *(adj.)* biracial

ദ്വിപ്രാണിലം dwipraanilam *(n.)* dioxide

ദ്വിഫലം dwibhalam *(adj.)* dual-purpose

ദ്വിഭാര്യത്വം dwibhaaryathwam *(n.)* bigamy

ദ്വിഭാര്യാസംബന്ധിയായ dwibhaaryaa sambandhiyaaya *(adj.)* bigamous

ദ്വിഭാഷാ dwibhaashaa *(adj.)* bilingual

ദ്വിമാനമായ dwimaanamaaya *(adj.)* bidimensional

ദ്വിമുഖീയം dwimukheeyam *(adj.)* bifacial

ദ്വിരൂപത dwiroopatha *(n.)* biformity

ദ്വിവാർഷികമായ dwivarshikamaaya *(adv.)* biannually

ദ്വിവിധ രാസപ്രവർത്തനശേഷി dwividha raasapravarthanasheshi *(adj.)* geminal

ദ്വിവിധമായ dwividhamaaya *(adj.)* dual

ദ്വീപ് dweep *(n.)* island

ദ്വേഷം dwesham *(n.)* hostility

ദ്വൈതഭാവം dwaithabhaavam *(n.)* duality

ദ്വൈമാസിക dwaimaasika *(adj.)* bimonthly

ധ

ധനം dhanam *(n.)* cash

ധനം അപഹരിക്കുക dhanam apaharikkuka *(v.)* swindle

ധനകാര്യസ്ഥൻ dhanakaaryasthan *(n.)* bursar

ധനനിക്ഷേപം dhananikshepam *(n.)* investment

ധനപരമായ dhanaparamaaya *(adj.)* financial

ധനപരമായ ഇടപാടിന്റെ ആധാരം dhanaparamaaya itapaatinte aadhaaram *(n.)* escrow

ധനപരമായ ഇടപാടു നടത്തുക dhanaparamaaya itapaatu natathrhuka *(v.)* escrow

ധനവിനിയോഗകാര്യവിദഗ്ദ്ധൻ dhanaviyogakaaryavidagddhan *(n.)* financier

ധനവിഷയകമായ dhanavishayakamaaya *(adj.)* pecuniary
ധനവ്യയം dhanavyayam *(n.)* expenditure
ധനവ്യവഹാര കാർഡ് dhanavyvahaara card *(n.)* debit card
ധനസഞ്ചയം dhanasanchayam *(n.)* fund
ധനസമാഹരണം dhanadamaaharanam *(v.)* fundraise
ധനസമൃദ്ധമായ dhanasanruddhamaaya *(adj.)* opulent
ധനസഹായം ചെയ്യുക dhanasahaayam cheyyuka *(v.)* subsidize
ധനാഗമം dhanaahamam *(n.)* lucre
ധനാഢ്യത dhanaadyatha *(adj.)* richness
ധനാഢ്യൻ dhanaadyan *(n.)* magnate
ധനാഢ്യമായ dhanaadyamaaya *(adj.)* affluent
ധനാപഹരണം dhanaapaharanam *(n.)* swindle
ധനുർവിദ്യ dhanurvidya *(n.)* archery
ധന്യമായ dhanyamaaya *(adj.)* blessed
ധമനിഭിത്തിയിലെ വളർച്ച dhaminibhiththiyile valarchcha *(adj.)* fibromuscular
ധരിക്കുക dharikkuka *(v.)* wear
ധരിത്രി dharithri *(n.)* earth
ധർമ്മനിഷ്ഠയുള്ള dharmmanishtayulla *(adj.)* moral
ധർമ്മപ്രഭാഷണം നടത്തുക dharmmaprabhashanam nataththuka *(v.)* sermonize
ധർമ്മസങ്കടം dharmmasankatam *(n.)* quandary
ധർമ്മാചരണം dharmmaacharanam *(n.)* virtue
ധർമ്മാനുഷ്ഠാനം dharmmanushtaanam *(n.)* solemnity
ധർമ്മാനുസാരിയായ dharmmaanusaariyaaya *(adj.)* righteous
ധാതു സമ്പുഷ്ടമായ dhaathusambushtamaaya *(adj.)* mineral
ധാതുപദാർത്ഥം dhaathupadaarththam *(n.)* mineral
ധാതുപരീക്ഷകൻ dhaathupariikshakan *(n.)* mineralogist
ധാതുപരീക്ഷണം dhaathupariishanam *(n.)* mineralogy
ധാതുലേപം dhaathulepam *(n.)* solder
ധാതുശോധനം dhaathushodhanam *(n.)* metallurgy
ധാന്യം dhaanyam *(n.)* corn
ധാന്യമാവ് dhaanyamaav *(n.)* flour
ധാന്യവിള dhaanyavila *(n.)* crop
ധാര dhaara *(n.)* jet
ധാരണ dhaarana *(n.)* assumption
ധാരണയിലെത്തുക dhaaranayileththuka *(v.)* settle
ധാരണയുണ്ടാക്കുക dhaaranayundaakkuka *(v.)* negotiate
ധാരണാശക്തി dhaaranaashakthi *(n.)* cognizance
ധാരായന്ത്രാത്മകം dhaara yanthraalmakam *(adj.)* showery
ധാരാളം dhaaraalam *(n.)* plenty
ധാരാളമായ dhaaralamaaya *(adj.)* numerous
ധാരാളമായി dhaaraalamaayi *(adv.)* abundantly
ധാരാളമുണ്ടാവുക dhaaraalamundavuka *(v.& prep.)* abound
ധാരാളി dhaarali *(n.)* spendthrift
ധാരാളിയായ dhaaraliyaaya *(adj.)* lavish
ധാർമ്മികബാദ്ധ്യത dhaarmmikabaadhyathayulla *(n.)* obligation
ധാർമ്മികമായ dhaarmmikamaaya *(adj.)* ethical

ധാർമ്മികരോഷം പൂണ്ട dhaarmmikaroksham puunda *(n.)* indignation
ധാർഷ്ട്യം dhaarshtyam *(n.)* arrogance
ധാർമ്മികദാസ്യം dhaarmmika daasyam *(n.)* thralldom
ധിക്കാരം dhikkaram *(n.)* impertinence
ധിക്കാരം കാണിക്കുക dhikkaram kanikkuka *(v.)* brustle
ധിക്കാരനടത്തം dhikkaara nataththam *(n.)* strut
ധിക്കാരമുള്ള dhikkaaramulla *(adj.)* brash
ധിക്കാരി dhikkaari *(adj.)* arrogant
ധീരത dhiiratha *(n.)* hardihood
ധീരൻ dhiiran *(n.)* hero
ധൂപകലശം dhoopakalasham *(n.)* censer
ധൂമതാരാഗണം dhumathaaraaganam *(n.)* nebula
ധൂമപടലം dhumapatalam *(n.)* fogbank
ധൂമിക dhumika *(n.)* fog
ധൂമ്രവർണ്ണം dhuumravarnnam *(adj./n.)* purple
ധൂർത്തൻ dhuurththan *(n.)* prodigy
ധൂളിയാക്കുക dhuuliyaskkuka *(v.)* powder
ധൈര്യം dairyam *(n.)* boldness
ധൈര്യപ്പെടുക dairyappeduka *(v.)* dare
ധൈര്യപ്പെടുത്തുക dairyappetuththuka *(v.)* embolden
ധൈര്യസമേതം dairyasametham *(adv.)* boldly
ധ്യാനപരമായ dhyaanaparamaaya *(adj.)* meditative
ധ്യാനിക്കുക dhyaanikkuka *(v.)* invoke
ധ്രുവപ്രദേശമായ druvapradeshamaaya *(adj.)* polar
ധ്രുവരേഖ druvarekha *(n.)* meridian
ധ്വംസിക്കുക dwasikkuka *(v.)* destroy
ധ്വനി dwani *(n.)* ventriloquism
ധ്വനിപ്പിക്കുക dwanippikkuka *(v.)* imply
ധ്വന്യനുകരണം dwanyaanukaranam *(n.)* onomatopoeia
ധ്വന്യനുകരണപരമായ dwanyaanukaranaparamaaya *(n.)* onomatope

ന

നകുലം nakulam *(n.)* mongoose
നക്കൽപ്രതി nakkalprathi *(n.)* duplicate
നക്കുക nakkuka *(v.)* lick
നക്ഷത്രം nakshathram *(n.)* star
നക്ഷത്രം പോലെ nakshathram pole *(adj.)* stellar
നക്ഷത്രചിഹ്നം nakshathrachihnam *(n.)* asterisk
നക്ഷത്രപരമായ nakshathraparamaaya *(adj.)* sidereal
നക്ഷത്രസംബന്ധിയായ nakshathrasambandhiyaaya *(adj.)* astral
നക്ഷത്രസമൂഹം nakshathrasamuuham *(n.)* constellation
നക്ഷ്ത്രദൂരമാപകയന്ത്രം nakshathradooramaapakayanthram *(n.)* astrolabe
നഖങ്ങൾ ആയുധമാക്കിയ nakhangal aayudhamaakkiya *(adj.)* taloned
നഖപാദമുള്ള nakhapaadamulla *(n.)* paw
നഗരം nagaram *(n.)* city
നഗരസഭ nagarasabha *(n.)* corporation
നഗരസഭാദ്ധ്യക്ഷ nagarasabhaadyaksha *(n.)* mayor
നഗ്നം nagnam *(n.)* nude
നഗ്നത nganatha *(n.)* nudity
നഗ്നപാദനായി nagna paadanaayi *(adj.)* barefoot

നഗ്നമായ nagnamaaya *(adj.)* stark

നങ്കൂരം nankooram *(n.)* anchor

നങ്കൂരചക്രം nankuurachakram *(n.)* windlass

നങ്കൂരപ്പണം nankoorappanam *(n.)* anchorage

നങ്കൂരമിടുക nankuuramituka *(v.)* moor

നങ്കൂരമിടുന്ന സ്ഥലം nankuuramitunna sthalam *(n.)* moorings

നടക്കുക natakkuka *(v.)* walk

നടത്ത nataththa *(n.)* walk

നടത്തിപ്പ് nataththipp *(n.)* disposal

നടത്തിപ്പ് nataththipp *(n.)* execution

നടത്തിപ്പ് nataththipp *(n.)* management

നടനരംഗം natanarangam *(n.)* stage

നടൻ nadan *(n.)* actor

നടപടിക്രമം natapatikramam *(n.)* modality

നടപ്പന്തൽ natappanthal *(n.)* portico

നടപ്പവകാശമുണ്ടായിരിക്കുക natappavakaashamundaayirikkuka *(v.)* tenure

നടപ്പാക്കാവുന്ന natappaakkaavunna *(adj.)* workable

നടപ്പാത natappaatha *(n.)* pavement

നടപ്പിലാക്കുക natappaavuka *(v.)* enforce

നടപ്പുരീതി natappuriithi *(n.)* gait

നടപ്പുവഴി natappuvazhi *(n.)* footpath

നടവരമ്പ് natavaramb *(n.)* causeway

നടി nadi *(n.)* actress

നടിക്കൽ natikkal *(n.)* pretence

നടിക്കുക nadikkuka *(n.)* acting

നടിക്കുക natikkuka *(v.)* pretend

നടുക natuka *(v.)* plant

നടുക്കം natukkam *(n.)* shock

നടുക്കടൽ natukkatal *(n.)* offing

നടുങ്ങുക natunguka *(v.)* shock

നടുപ്പെട്ട natuppetta *(adj.)* central

നടുമുറ്റം nadumuttam *(n.)* atrium

നടുവളയുക natuvalayuka *(v.)* sag

നടുവിലുള്ള natuvilulla *(adj.)* middle

നടുവെല്ല് natuvellu *(n.)* spine

നട്ടുച്ച nattucha *(n.)* midday

നട്ടെല്ലുസംബന്ധിച്ച nattellu sambandhicha *(adj.)* spinal

നട്ടെല്ല് nattellu *(n.)* backbone

നത്തക്കക്ക naththakkakka *(n.)* mollusc

നത്തയ്ക്കാമത്സ്യം naththaykkamalsyam *(n.)* clam

നദി nadi *(n.)* river

നദീപ്രവാഹം nadiipravaaham *(n.)* torrent

നദീമുഖം nadhiimukam *(n.)* estuary

നനഞ്ഞ nananja *(adj.)* dank

നനഞ്ഞുകുഴഞ്ഞ nananjukuzhanja *(adj.)* soggy

നനയാത്ത nanayaaththa *(adj.)* waterproof

നനയുക nanayuka *(v.)* wet

നനയ്ക്കുക nanaykkuka *(v.)* douse

നനവുള്ള nanavulla *(adj.)* wet

നനവ് nanav *(n.)* wetness

നന്ദി nandi *(n.)* thanks

നന്ദികെട്ട nanniketta *(adj.)* thankless

നന്ദിപറയുക nanniparayuka *(v.)* thank

നന്നാക്കാവുന്ന nannaakkaavunna *(adj.)* repairable

നന്നാലു സംവത്സരക്കാലം nannalu samvalsarakkalam *(n.)* olympiad

നപുംസകൻ napumsakan *(n.)* eunuch

നപുംസകലിംഗം napumsakalingam *(n.)* neuter

നപുംസകലിംഗമായ napumsakalingamaaya *(adj.)* neuter

നഭോമണ്ഡലം nabhomandalam *(n.)* firmament

നയം nayam *(n.)* tact

നയകുശലമായ nayakushalamaaya *(adj.)* politic

നയചാതുരി nayachaathuri *(adj.)* tactful

നയജ്ഞൻ nayanjan *(n.)* diplomat

നയതന്ത്രകാര്യാലയം nayathanthrakaaryaalayam *(n.)* embassy

നയതന്ത്രകുശലത nayathanthrakushalatha *(n.)* diplomacy

നയതന്ത്രജ്ഞതയുള്ള nayathanthranjaathayulla *(adj.)* diplomatic

നയതന്ത്രപരമായ nayathanthraparamaaya *(adj.)* political

നയതന്ത്രപ്രതിനിധി nayathanthraprathinidhi *(n.)* envoy

നയനാകർഷകം nayanaakarshakam *(n.)* eyecatcher

നയനാകർഷകമായ nayanaakarshakamaaya *(adj.)* eye-catching

നയിക്കുക nayikkuka *(v.)* head

നയിച്ചുകൊണ്ടുപോകുക nayichukondupokuka *(v.)* lead

നയോപായം nayopaayam *(n.)* policy

നയോപായചതുരൻ nayopaayachathuran *(n.)* strategist

നരകം narakam *(n.)* hell

നരകശിക്ഷ narakashiksha *(n.)* damnation

നരഭോജി narabhoji *(n.)* cannibal

നരവംശശാസ്ത്രം naravamshasasthram *(n.)* anthropology

നരഹത്യ narahatya *(n.)* assassination

നരാകൃതിയായ naraakruthiyaaya *(adj.)* anthropoid

നരിച്ചീർ narichiir *(n.)* bat

നർത്തകി narththaki *(n.)* dancer

നർമ്മം narmmam *(n.)* humour

നർമ്മംതുളുമ്പുന്ന narmmamthulumpunna *(adj.)* humorous

നർമ്മോക്തി narmmokthi *(n.)* pleasantry

നർമ്മോക്തി narmmokthi *(n.)* wit

നറുക്ക് narukk *(n.)* card

നറുക്ക് narukk *(n.)* coupon

നറുമണം narumanam *(n.)* fragrance

നൽകപ്പെട്ട nalkappetta *(adj.)* endowed

നൽകാതിരിക്കുക nalkaathirikkuka *(v.)* withhold

നൽകുക nalkuka *(v.)* accord

നൽകുക nalkuka *(v.)* offer

നല്ല nalla *(adj.)* nice

നല്ലതായ nallathaaya *(n.)* good

നല്ലത് nallath *(int.)* okay

നല്ലനിലയിലുള്ള nallanilayilulla *(adj.)* well

നല്ലവണ്ണം nallavannam *(adv.)* well

നവംബർ November *(n.)* November

നവകം navakam *(n.)* neon

നവചൈതന്യമാർജിക്കുക navachaithanyamaarjjikkuka *(v.)* rejuvenate

നവജാതമായ navajaathamaaya *(adj.)* newborn

നവതി navathi *(n.)* ninety

നവമായ navamaaya *(adj.)* fresh

നവമായി navamaayi *(adv.)* afresh

നവയൗവ്വനത്തിലുള്ള navayownaththilulla *(adj.)* prime

നവവീര്യപ്രാപ്തി navaviiryapraapthi *(n.)* rejuvenation

നവശിലായുഗം navashilaayugam *(adj.)* neolithic

നവസൈനികൻ navasainikan *(n.)* recruit

നവാഗതൻ navaagathan *(n.)* tenderfoot

നവീകരണം naviikaranam *(n.)* reform

നവീകരണം naviikaranam *(n.)* renewal

നവീകരണവാദം naviikaranavaadam *(n.)* liberalism

നവീകരണേച്ഛുവായ naviikarnechchuvaaya *(adj.)* liberal

നവീകരിക്കൽ naviikarikkal *(n.)* renovation

നവീകരിക്കുക naviikarikkuka *(v.)* revamp

നവീകരിക്കുന്നയാൾ naviikarikkunnayaa *(n.)* innovator

നവീനത naviinatha *(n.)* novelty

നവോത്ഥാനം navoddhanam *(n.)* renaissance

നവോത്ഥാനപരം navoddhaanaparam *(n.)* reformatory

നവോത്ഥാനപ്രസ്ഥാനം navoddhaanaprasthaanam *(n.)* reformation

നവോത്ഥാനാത്മകം navoddhaanaathmakam *(adj.)* reformatory

നശിക്കാത്തത് nashikkaaththath *(adj.)* perennial

നശിക്കുന്ന nashikkunna *(adj.)* perishable

നശിച്ച nashichcha *(adj.)* broke

നശിച്ചസ്ഥലം nashichasthalam *(n.)* dystopia

നശിപ്പിക്കുക nashippikkuka *(v.)* ruin

നശീകരണം nasheekaranam *(n.)* debuff

നശീകരിക്കുക nashikaarikkuka *(v.)* decimation

നഷ്ടനിയന്ത്രണം nashtaniyanthranam *(n.)* damage control

നഷ്ടപരിഹാരം nashtaparihaaram *(n.)* forfeit

നഷ്ടപരിഹാരം ചെയ്യുക nashtaparihaaram cheyyuka *(v.)* compensate

നഷ്ടപ്പെട്ടു nastapettu *(v.)* lost

നഷ്ടപ്രതിഫലം nastaprathiphalam *(n.)* indemnity

നഷ്ടബുദ്ധിയായ nashtabudhiyaaya *(adj.)* demented

നഷ്ടശിഷ്ടങ്ങൾ nashtashishtangal *(n.)* debris

നഷ്ടോത്തരവാദസംഖ്യം nashtoththaravaadasakhyam *(n.)* insurance

നാകസിന്ദൂരം naakasindhuuram *(n.)* minim

നാഗരികത naaharikatha *(n.)* urbanity

നാഗരികത്വമില്ലാത്ത naagarikamallaaththa *(adj.)* uncivilized

നാഗരികമായ naagarikamaaya *(adj.)* urban

നാട naata *(n.)* girder

നാടകം natakam *(n.)* drama

നാടകകൃത്ത് naatakakruthth *(n.)* dramatist

നാടകസംഘം naatakasangham *(n.)* troupe

നാടകീയമായ naatakiiyamaaya *(adj.)* dramatic

നാടകെട്ടുക naatakettuka *(v.)* gird

നാടകൊണ്ട് കെട്ടുക naatakond kettuka *(v.)* lace

നാടയില്ലാത്ത naatayillaaththa *(adj.)* tapeless

നാടുകടത്തൽ naadukadaththal *(n.)* banishment

നാടുകടത്തുക naatukataththuka *(v.)* exile

നാടുവിട്ടുപോവുക naatuvittupokuka *(v.)* emigrate

നാടോടി natoti *(n.)* vagabond

നാടോടിയായ naatotiyaaya *(adj.)* vagabond

നാടോടിവിജ്ഞാനം naatotivinjaanam *(n.)* folklore

നാടോടിവിജ്ഞാനപരം natotivinjaanaparam *(adj.)* folkloric

നാട്ടാചാരം naattachaaram *(n.)* mode

നാട്ടുക naattuka *(v.)* pitch

നാട്ടുകാരായ naattukaaraaya *(adj.)* native

നാട്ടുകാല് naattukaalu *(n.)* pole

നാട്ടുഭാഷ naattubhaasha *(n.)* vernacular

നാട്ടുഭാഷയിലുള്ള naattubhaashayilulla *(adj.)* vernacular

നാട്ടുമ്പുറത്തുകാരൻ naattumburaththukaaran *(n.)* bumpkin

നാട്യം naatyam *(n.)* guise

നാഡിതുടിക്കൽ naadithutikkal *(n.)* palpitation
നാഡിമിടിക്കുക naadimitikkuka *(v.)* palpitate
നാഡീരോഗചികിത്സകൻ naadiirogachikitsakan *(n.)* neurologist
നാഡീവ്രണം naatiivrunam *(n.)* fistula
നാഡീശാസ്ത്രം naadiishaasthram *(n.)* neurology
നാഡീസ്പന്ദനം naadiispandhanam *(n.)* pulse
നാണക്കേടുണ്ടാകുക naanakketundaakuka *(v.)* mortify
നാണക്കേട് naanakked *(v.)* beshame
നാണമില്ലാത്ത naanamillaaththa *(adj.)* shameless
നാണയം naanayam *(n.)* coin
നാണയപ്പെരുപ്പം naanayapperuppam *(n.)* inflation
നാണയമൂല്യമില്ലാതാക്കുക naanayamuulyamillaathaakkuka *(v.)* demonetize
നാണയവ്യവസ്ഥ naanayavyvastha *(n.)* currency
നാണിപ്പിക്കുക naanippikkuka *(v.)* shame
നാണ്യമടിക്കുക naanyamatikkuka *(v.)* mint
നാണ്യമുദ്രണം naanyamudranam *(n.)* coinage
നാദവികാസിനി naadavikaasini *(n.)* microphone
നാദൈക്യം naadaikyam *(n.)* symphony
നാനാപ്രകാരമാക്കുക naanaprakaramaakkuka *(v.)* diversify
നാനാമുഖമായ naanamukhamaaya *(adj.)* manifold
നാനാരൂപം naanaruupam *(n.)* polymorph
നാനാർത്ഥസൂചിക naanarthasuuchika *(n.)* polysemia
നാനാശിൽപവിദ്യവിഷയകമായ naanashilpavidyavishayakamaaya *(adj.)* polytechnic
നാനോപലേഖിതമായ naanopalekhithamaaya *(n.)* mosaic
നാമം naamam *(n.)* noun
നാമം naamam () *n.*
നാമകരണം ചെയ്യുക naamakaranam cheyyuka *(v.)* name
നാമധാരകമായ namadhaarakamaaya *(adj.)* titular
നാമനിർദ്ദേശം naamanirddesham *(n.)* nomination
നാമനിർദ്ദേശം ചെയ്യപ്പെട്ടയാൾ naamanirddesham cheyyappettayaal *(n.)* nominee
നാമനിർദ്ദേശം ചെയ്യുക naamaniddesham cheyyuka *(v.)* designate
നാമപഠിതാവ് naamapatithaav *(n)* onomast
നാമഫലകം naamaphalakam *(n.)* nameplate
നാമമാത്രമായ naamamaathramaaya *(adj.)* nominal
നാമവിശേഷണം naamavisheshanam *(n.)* adjective
നാമാന്തരം naamaantharam *(adv.)* alias
നായകത്വം naayakathwam *(n.)* captaincy
നായകൻ naayakan *(n.)* captain
നായയെ സംബന്ധിച്ച naayaye sambandhicha *(adj.)* canine
നായാട്ടുകാരൻ naayaattukaatan *(n.)* huntsman
നായാട്ടുപട്ടി naayaattupatti *(n.)* greyhound
നായാട്ട് naayatt *(n.)* safari
നായിക naayika *(n.)* heroine
നായ് naay *(n.)* dog
നായ്ക്കുഞ്ഞ് naaykkunj *(n.)* puppy
നായ്ക്കൂട് naaykkuut *(n.)* kennel

നാരകവർഗ്ഗച്ചെടി naarakavarggachchedi *(n.)* citrus
നാരകീയമായ naarakiiyamaaya *(adj.)* infernal
നാരങ്ങാനീര് naarangaaneeru *(adj.)* citric
നാരങ്ങാവെള്ളം naarangaavellam *(n.)* lemonade
നാരുകളാക്കിക്കീറുക naarukalaakki kiiruka *(v.)* fibrillate
നാരുകളുടെ ഗുണം naarukalute gunam *(n.)* fibrosity
നാരുകൊണ്ടുള്ള naarukontulla *(adj.)* fibrous
നാരുതുണി naaruthuni *(n.)* linen
നാര് naaru *(n.)* fibre
നാറുക naaruka *(v.)* stink
നാറുന്നശ്വാസം naarunnaswaasam *(n.)* dogbreath
നാറ്റം naattam *(n.)* stink
നാലാക്കുക naalaakkuka *(v.)* quarter
നാലിലൊന്ന് naalilonn *(n.)* quarter
നാലുഭാഗം naalubhaagam *(adj.)* quadruple
നാലുമടങ്ങാക്കുക naalumatangaakkuka *(v.)* quadruple
നാല് naalu *(n.)* four
നാൽക്കവല naalkkavala *(n.)* crossing
നാൽക്കാലി naalkkali *(n.)* quadruped
നാൽക്കാലിക്കൂട്ടം naalkkaalikuuttam *(n.)* herd
നാൽക്കാലിഭക്ഷണം naalkkalibhakshanam *(n.)* forage
നാൽപത് naalpath *(n.)* forty
നാളം naalam *(n.)* duct
നാളി naali *(n.)* tube
നാളികേരം naalikeram *(n.)* coconut
നാളീനാട naaliinaata *(n.)* duct tape
നാളെ naale *(n.)* tomorrow
നാഴികക്കല്ല് naazhikakkallu *(n.)* milestone
നാഴികമണിനാവ് naazhikamaninaav *(n.)* pendulum
നാഴികവട്ട nazhikavatta *(n.)* sandglass
നാവികൻ naavikan *(n.)* mariner
നാവികൻ naavikan *(n.)* navigator
നാവികമായ naavikamaaya *(adj.)* naval
നാവികവിദ്യ naavikavidya *(n.)* navigation
നാവികശക്തി naavikashakthi *(n.)* fleet
നാവികസംഘം navikasangham *(n.)* crew
നാവികസേനാപതി naavikasenaapathi *(n.)* admiral
നാവികസൈന്യം naavikasainyam *(n.)* navy
നാവ് naav *(n.)* tongue
നാശം naasham *(n.)* cessation
നാശം naasham *(n.)* decease
നാശം naasham *(n.)* havoc
നാശം പിടിച്ച naasham pidicha *(adj.)* damned
നാശത്തിന്റെ ദൂതൻ. naashathinte duuthan *(n.)* talbot
നാശമില്ലാത്ത naashamillaaththa *(adj.)* imperishable
നാസാദ്വാരം naasadwaaram *(n.)* nostril
നാസിക naasika *(n.)* nose
നാസ്തികവാദം naasthikavaadam *(n.)* atheism
നികുതി nikuthi *(n.)* tax
നികുതി പിരിവ് nikuthipiriv *(n.)* levy
നികുതികെട്ടൽ nikuthikettal *(n.)* taxation
നികുതിദായകൻ nikuthidaayakan *(n.)* taxpayer
നികുതിപരമായ nikuthiparamaaya *(adj.)* fiscal

നികുതിയിൽനിന്നൊഴിവാക്കിയ nikuthiyil ninnozhivaakkiya *(adj.)* tax-free
നികുതിവിവരകണക്ക് nikuthivivara kanakk *(n.)* tax return
നികൃഷടമായ nikrushtamaya *(adj.)* abject
നികൃഷ്ടൻ nikrushtan *(n.)* rascal
നികൃഷ്ടമായ nikrushtaaya *(adj.)* loathsome
നികൃഷ്ടവ്യക്തി nikrushtavykthi *(n.)* scumbag
നിക്കൽലോഹം nichel loham *(n.)* nickel
നിക്ഷിപ്തമാക്കുക nikshipthamaakkuka *(v.)* vest
നിക്ഷിപ്തമായ nikshipthamaaya *(adj.)* vested
നിക്ഷേപം nikshepam *(n.)* deposit
നിക്ഷേപിക്കപ്പെട്ട nikshepikkapetta *(n.)* input
നിക്ഷേപിക്കുക nikshepikkuka *(v.)* bank
നിക്ഷേപിക്കുക nikshepikkuka *(v.)* invest
നിഗമനത്തിലെത്തുക nigamanaththileththuka *(v.)* deduce
നിഗൂഢതയില്ലാതാക്കുക nigoodathayillaathakkuka *(v.)* demystify
നിഗൂഢമാക്കുക nigudmaakkuka *(v.)* mystify
നിഗൂഢമായ nigooddamaaya *(adj.)* arcane
നിഗൂഢാർത്ഥമായ nigoodaarthamaaya *(adj.)* mystic
നിഗൂഹിത nigoohitha *(n.)* concealer
നിഗ്രഹം nigraham *(adj.)* extrajudicial
നിഘണ്ടു nighantu *(n.)* dictionary
നിഘണ്ടുവിജ്ഞാനം nighantuvinjaanam *(n.)* lexicography
നിജപ്പെടുത്തുക nijappeduththuka *(v.)* ascertain
നിതംബം nithambam *(v.)* butt
നിത്യപരിചിതമായ nithyaparichithamaaya *(adj.)* familiar
നിത്യമായി nityamaayi *(adv.)* eternally
നിത്യയൗവ്വനം nityayouvvanam *(adj.)* ageless
നിത്യസന്നദ്ധം nityasannaddham *(adj.)* ever-ready
നിത്യഹരിത nityaharitha *(n.)* evergreen
നിദർശനം nidarshanam *(n.)* proof
നിദർശനം nidarshanam *(n.)* specimen
നിദാനം nidanam *(n.)* cause
നിദാനം nidaanam *(n.)* criterion
നിദ്ര nidra *(n.)* slumber
നിദ്രൗഷധം nidraoushadam *(n.)* narcotic
നിദ്രയിൽ nidrayil *(adv.)* asleep
നിദ്രാലസമായ nidraalasamaaya *(adj.)* sleepy
നിദ്രാവസ്ഥ nidraavastha *(n.)* somnolence
നിധി nidhi *(n.)* treasure
നിധിപോലെ സൂക്ഷിക്കുക nidhipole suukshikkuka *(v.)* treasure
നിധിസ്ഥാനം nidhisthaanam *(n.)* depository
നിനക്കുതന്നെ ninakkuthanne *(pr.)* yourself
നിനച്ചിരിക്കാതെ ninachchirikkathe *(adv.)* unawares
നിനയ്ക്കാത്ത ninaykkaththa *(adj.)* casual
നിനയ്ക്കുക ninaykkuka *(v.)* surmise
നിന്ദ nindha *(n.)* raillery
നിന്ദാപരമായ nindaaparamaaya *(adj.)* scandalous
നിന്ദാപാത്രം nindaapaathram *(n.)* reproach
നിന്ദാപാത്രമാകുക nindaapaathramaakkuka *(v.)* reproach

നിന്ദാലേഖനം nindhaalekhanam *(n.)*
lampoon
നിന്ദാലേഖനമെഴുതുക
nindhaalekhanamezhuthuka *(v.)*
lampoon
നിന്ദാവാക്ക് nindaavaakk *(n.)* taunt
നിന്ദാശീലമുള്ള nindasheelamulla
(adj.) contemptuous
നിന്ദിക്കൽ nindhikkal *(n.)*
condemnation
നിന്ദിക്കൽ nindhikkal *(n.)* slur
നിന്ദിക്കുന്ന nindhikkunna *(adj.)*
accusing
നിന്ദ്യമായ nindyamaaya *(adj.)*
damnable
നിന്നുപോകൽ ninnupokal *(n.)*
stoppage
നിപുണനായ nipunanaaya *(adj.)* adept
നിപുണമായി nipunamaayi *(adv.)*
ably
നിബന്ധം nibandham *(n.)* treatise
നിബന്ധന nibandhana *(n.)* provision
നിബിഡത nibidatha *(n.)* congestion
നിബിഡതയില്ലാതാക്കുക
nibitathayillathakkuka *(v.)* decongest
നിബിഡമായ nibidamaaya *(adv.)* thick
നിബിഡവനം nibidavanam *(n.)* thicket
നിമജ്ജനം nimajjanam *(n.)* plunge
നിമജ്ജനം ചെയ്യുക nimanjjanam
cheyyuka *(v.)* immerse
നിമയവിരുദ്ധ niyamaviruddha *(adj.)*
illicit
നിമിത്തം nimiththam *(n.)* behalf
നിമിത്തച്ചെലവ് nimiththachchelav
(n.) expense
നിമിഷം nimisham *(n.)* minute
നിമ്നോന്നതമായ
nimnonnathamaaya *(adj.)* rugged
നിയതമായ niyathamaaya *(adj.)*
definite
നിയന്താതാവില്ലാത്ത
niyanthaathaavillaththa *(adj.)* unmanned

നിയന്ത്രകൻ niyanthrakan *(n.)*
controller
നിയന്ത്രണം niyanthranam *(n.)* brake
നിയന്ത്രണം niyanthranam *(n.)*
constraint
നിയന്ത്രണമില്ലാതാക്കുക
niyanthranamillaathaakkuka *(v.)*
decontrol
നിയന്ത്രണമേറ്റെടുക്കുക
niyanthramettedukkuka *(v.)* deregulate
നിയന്ത്രണസ്ഥാനം
niyanthranasthaanam *(n.)* helm
നിയന്ത്രണോപകരണ
സജ്ജീകരണം niyanthranopakatana
sajjiikaranam *(n.)* dashboard
നിയന്ത്രിക്കുക niyanthrikkuka *(v.)*
brake
നിയന്ത്രിക്കുന്ന niyanthrikkunna *(adj.)*
restrictive
നിയമ വ്യവഹാരം
niyamavyavahaaram *(n.)* litigation
നിയമ വ്യവഹാരകൻ
niyamavyvahaarakan *(n.)* litigant
നിയമംനടപ്പിലാക്കുക niyamam
natappilaakkuka *(v.)* govern
നിയമംനിർമ്മിക്കുക
niyamnirmmikkuka *(v.)* legislate
നിയമകൽപിതമായ
niyamakalpithamaaya *(adj.)* compulsory
നിയമജ്ഞൻ niyamanjar *(n.)* jurist
നിയമദത്തമായ niyamadathrhamaaya
(adj.) legal
നിയമനം niyamanam *(n.)* appointment
നിയമനടപടികൾ niyamanarapatikal
(n.) legal action
നിയമനിർമ്മാണസഭ
niyamanirmmanasabha *(n.)* legislature
നിയമനിർമ്മാണസഭയായ
niyamanirmmaanasabhayaya *(adj.)*
senatorial
നിയമപത്രം niyamapathram *(n.)*
charter

നിയമപുസ്തകം niyamapusthakam
(n.) rulebook

നിയമപ്രകാരമുള്ള
niyamaprakaramulla *(adj.)* statutory

നിയമഭേദകൻ niyamabhedakan *(n.)*
miscreant

നിയമഭ്രഷ്ടനാക്കുക
niyamarakahabhrashtan *(v.)* outlaw

നിയമമാക്കുക niyamamaakkuka *(v.)*
enact

നിയമരക്ഷാഭ്രഷ്ടൻ
niyamarakahabhrashtan *(n.)* outlaw

നിയമരൂപീകരണം
niyamaruupiikaranam *(n.)* legislation

നിയമലംഘകൻ niyamalanghakan
(n.) rulebraker

നിയമലംഘനം niyamalanghanam *(n.)*
rulebreaking

നിയമവിരുദ്ധമായ
niyamaviruddhatha *(adj.)* illegal

നിയമവ്യവഹാരത്തിലേർപ്പെടു
ക niyamavyavahaaraththilerppetuka
(v.) litigate

നിയമശാസനം niyamashaasanam *(n.)*
ordinance

നിയമസംബന്ധിയായ
niyamasambandhiyaaya *(adj.)*
legislative

നിയമസംഹിത niyamasamhitha *(n.)*
law

നിയമസഭാംഗം niyamasabhaangam
(n.) legislator

നിയമസാധുത niyamasaadhutha *(n.)*
legitimacy

നിയമസാധുതയുള്ള
niyamasadhuthayulla *(adj.)* accredited

നിയമസാധുത്വം niyamasaaduthwam
(n.) legality

നിയമസാധുത്വമില്ലാതാക്കുക
niyamasaadhuthwamillaathaakkuka *(v.)*
invalidate

നിയമാനുവർത്തിയായ
niyamaanuvarththiyaaya *(adj.)* lawful

നിയമാനുസാരമായ
niyamaanusaaramaaya *(adj.)* valid

നിയമാനുസൃതപ്രമാണം
niyamaanusrutha pramaanam *(n.)* writ

നിയമാനുസൃതമല്ലാത്ത
niyamaanusruthamallaaththa *(adj.)*
unauthorized

നിയമാനുസൃതമാക്കുക
niyamaanusruthamaakkuka *(v.)* legalize

നിയമാനുസൃതവാണിജ്യം
niyamaanusrathavaanijyam *(n.)* fair
trade

നിയമാവലി niyamasvali *(n.)* bylaw,
bye-law

നിയമിക്കുക niyamikkuka *(v.)* appoint

നിയമോപദേശകൻ
niyamopadeshakan *(n.)* solicitor

നിയമോപദേഷ്ടാവ്
niyamopadeshtaav *(n.)* counsellor

നിയുക്തനായ niyukthanaaya *(adj.)*
designated

നിയുക്തസംഘം niyukthasangham
(n.) delegation

നിയുക്താധികാരം
niyukthaadhikaaram *(n.)* representation

നിയുക്താധികാരി
niyukthaadhikkaari *(n.)* deputy

നിയോഗിക്കപ്പെട്ട niyogikkappetta
(adj.) ordained

നിയോഗിക്കുക niyogikkuka *(v.)*
depute

നിയോഗിക്കുക niyogikkuka *(v.)*
forward

നിയോജകമണ്ഡലം
niyojakamandalam *(n.)* constituency

നിയോജിതൻ niyochithan *(n.)*
delegate

നിയോജിതൻ niyochithan *(n.)*
delegator

നിയോഗം niyogam *(n.)* calling

നിര nira *(n.)* stratum

നിരക്കു നിശ്ചയിക്കുക nirakku nischayikkuka *(v.)* rate

നിരക്ക് nirakk *(n.)* rate

നിരക്ഷരത niraksharatha *(n.)* illiteracy

നിരങ്ങൽ nirangal *(n.)* slide

നിരത്ത് nirathth *(n.)* path

നിരദ്ദേശാനുസരണവസ്ത്രനിർമ്മിതി nirdeshanusarana vasthranirmmithi *(n.)* couture

നിരന്തരം അധ്വാനിക്കുക nirantharam adwaanikkuka *(v.)* persevere

നിരന്ന niranna *(adj.)* plain

നിരപ്പല്ലാത്ത nirappallaaththa *(adj.)* uneven

നിരപ്പായ nirappaaya *(adj.)* flat

നിരപ്പ് nirapp *(n.)* level

നിരയായി nirayaayi *(adv.)* abreast

നിരർത്ഥകം nirarththakam *(adj.)* pointless

നിരർത്ഥകത്വം nirarththakathwam *(adj.)* ineffective

നിരർത്ഥകമായ nirarththakamaaya *(adj.)* frivolous

നിരസനം nirasanam *(n.)* repulse

നിരസനം nirasanam *(n.)* refuse

നിരസിക്കൽ nirasikkal *(n.)* denial

നിരസിക്കുക nirasikkuka *(v.)* reject

നിരാകരണം niraakaranam *(n.)* repudiation

നിരാകരിക്കൽ niraakarikkal *(n.)* refutation

നിരാകരിക്കുക niraakarikkuka *(v.)* forbid

നിരാകരിക്കുക niraakarikkuka *(v.)* deplore

നിരാകൃതനായ niraakruthanaaya *(adj.)* outcast

നിരായുധമായ niraayudhamaaya *(adj.)* unarmed

നിരായുധീകരണം niraayudhiikaranam *(n.)* disarmament

നിരായുധീകരിക്കുക niraayudhiikarikkuka *(v.)* disarm

നിരാശപ്പെടുത്തുക nirashappeduthuka *(v.)* disappoint

നിരാശാജനകമായ niraashaajanakamaaya *(adj.)* desperate

നിരാശ്രയമായ niraashrayamaaya *(adj.)* bereaved

നിരീക്ഷണം niriikshanam *(n.)* telemetry

നിരീക്ഷണഘട്ടം niriikshanaghattam *(n.)* probation

നിരീക്ഷണഘട്ടത്തിലുള്ളയാൾ niriikshanaghattaththilullayaal *(n.)* probationer

നിരീക്ഷണാലയം niriikshanaalayam *(n.)* observatory

നിരീക്ഷിക്കുക nireekshikkuka *(v.)* behold

നിരീക്ഷിക്കുക niriikshikkuka *(v.)* observe

നിരീശ്വരവാദി nireeswaravaadi *(n.)* atheist

നിരുക്തി nirukthi *(n.)* etymology

നിരുത്സാഹപ്പെടുത്തൽ nirulsaahappeduththal *(n.)* deflation

നിരുത്സാഹപ്പെടുത്തുക nirulsaahappeduththuka *(v.)* deflate

നിരുപദ്രവമായ nirupadruvamaaya *(adj.)* harmless

നിരുപാധികമായ nirupaadhikamaaya *(adj.)* absolute

നിരുപാധികമായി nirupaadhikamaayi *(adv.)* absolutely

നിരുല്ലാസമായ nirullaasamaaya *(adj.)* sombre

നിരൂപണം niruupanam *(n.)* review

നിരൂപണം ചെയ്യുക niruupanam cheyyuka *(v.)* review

നിരൂപിക്കുക niruupikkuka *(v.)* guess

നിരൂപിക്കുക niruupikkuka *(v.)* suppose
നിരോധം nirodham *(n.)* taboo
നിരോധകമായ nirodhakamaaya *(adj.)* resistant
നിരോധനം nirodhanam *(n.)* prohibition
നിരോധനഉത്തരവ് nirodhanauththatav *(n.)* injunction
നിരോധനപരമായ nirodhanaparamaaya *(adj.)* prohibitory
നിരോധിക്കുക nirodhikkuka *(v.)* inhibit
നിരോധിക്കുക nirodhikkuka *(v.)* ban
നിരോധിക്കുന്ന nirodhiikkuna *(adj.)* prohibitive
നിരോധിതവ്യാപാരം nirodhithavyaapaaram *(n.)* contraband
നിർ ജജീവമാക്കൽ nirjjiivamaakkal *(n.)* deactivation
നിർഗമനം nirgamanam *(n.)* emanation
നിർഗമനമാർഗ്ഗം nirgamanamaargam *(n.)* outlet
നിർഗളിക്കുക nirgalikkuka *(v.)* emanate
നിർഗ്ഗമദ്വാരം nirggmadwaaram *(n.)* vent
നിർഗ്ഗമനം nirggamanam *(n.)* exit
നിർഗ്ഗമിക്കുക nirggamikkuka *(v.)* exit
നിർജജീവമാക്കുക nirjjivamaakkuka *(v.)* deactivate
നിർജജീവമാപിനി nirjjivamaapini *(n.)* deactivator
നിർജലീകരണം nirjjaliikaranam *(n.)* dehydration
നിർജീവമായ nirjiivamaaya *(adj.)* inert
നിർജ്ജനമായ nirjjananaaya *(adj.)* secluded
നിർജ്ജലീകരിക്കുക nirjjaliikarikkuka *(v.)* dehydrate
നിർണ്ണയിക്കുക nirnnayikkuka *(v.)* calibrate
നിർണ്ണായകമായ nirnnaayakamaaya *(adj.)* crucial
നിർണ്ണീതകാലം nirnnithakaalam *(n.)* epoch
നിർണ്ണേതാവ് nirnnethav *(n.)* umpire
നിർത്തടയാളമിടൽ nirththatayaalamital *(n.)* punctuation
നിർത്തിയിടുക nirththiyituka *(v.)* park
നിർത്തുക nirththuka *(v.)* stop
നിർത്തുക nirththuka *(n.)* turn-off
നിർദയമായ nirddayamaaya *(adj.)* harsh
നിർദിഷ്ടസ്ഥലം nirdishta sthalam *(n.)* site
നിർദോഷിയാക്കുക nirdoshiyaakkuka *(v.)* excuse
നിർദ്ദയത്വം nirddayathwam *(n.)* cruelty
നിർദ്ദയനായ nirddayanaya *(adj.)* ferocious
നിർദ്ദയമായ nirddayamaaya *(adj.)* cruel
നിർദ്ദാക്ഷിണ്യം nirddaakshinyam *(n.)* impartiality
നിർദ്ദേശം nirdesham *(n.)* suggestion
നിർദ്ദേശകമായ nirddeshaathmakamaaya *(n.)* directive
നിർദ്ദേശങ്ങൾ nirddeshangal *(n.)* rubric
നിർദ്ദേശിക്കുക nirddeshikkuka *(v.)* instruct
നിർദ്ദോഷമായ nirdoshamaaya *(adj.)* flawless
നിർദ്ധനമായ nirddhanamaaya *(adj.)* needy
നിർധനനായ nirdhananaaya *(adj.)* penniless
നിർധനൻ nirdhanan *(n.)* pauper
നിർധനമായ nirdhanamaaya *(adj.)* poor

നിർബന്ധബുദ്ധി nirbanddhabuddhi
(n.) tenacity
നിർബന്ധബുദ്ധിയായ
nirbandhabuddhiyaaya *(adj.)* insistent
നിർബന്ധമായി nirbandhamaayi
(adv.) perforce
നിർബന്ധമില്ലാത്ത
nirbanddhamillaaththa *(adj.)* optional
നിർബന്ധിക്കുക nirbandhikkuka *(v.)*
compel
നിർബന്ധിതമായ nirbandhithamaaya
(adj.) mandatory
നിർഭയത്വം nirbhayathwam *(n.)*
courage
നിർഭയമായ nirbhayamaaya *(adj.)*
brave
നിർഭർത്സനം nirbhartsanam *(n.)*
telling-off
നിർഭീതനായ nirbheethanaaya *(adj.)*
dauntless
നിർമാണാവകാശക്കുത്തക
nirmmaanaavakaashakkuththaka *(adj.)*
patent
നിർമ്മര്യാദം കാട്ടുക nirmmaryaada
kattuka *(v.)* misbehave
നിർമ്മര്യാദയായ
nirmmaryaadayaaya *(adj.)* impertinent
നിർമ്മാണകല nirmmanakala *(adj.)*
edificant
നിർമ്മാതാവ് nirmmaathaav *(n.)*
maker
നിർമ്മാർജ്ജനം nirmmaarjjanam *(n.)*
eradication
നിർമ്മാർജ്ജനം nirmmaarjjanam *(n.)*
revocation
നിർമ്മിക്കുക nirmmikkuka *(v.)* make
നിർമ്മിതി nirmmithi *(n.)* make
നിർലജ്ജമായ nirlajjamaaya *(adj.)*
blatant
നിർവചിക്കുക nirvvachikkuka *(v.)*
define

നിർവഹിക്കുക nirvvahikkuka *(v.)*
administer
നിർവൃതി nirvruthi *(n.)* ecstasy
നിർവൃതിനൽകുക nirvruthinalkuka
(v.) enrapture
നിർവ്യാജം nirvyaajam *(adv.)* justly
നിർവ്യാജമായ nirvyaajamaayya
(adj.) bonafide
നിർവ്വഹണം nirvvahanam *(n.)*
pursuance
നിർവ്വഹണച്ചുമതലയുള്ള
nirvvahanachumathalulla *(adj.)*
managerial
നിർവ്വഹിക്കുക nirvvahikkuka *(v.)*
handle
നിർവ്വഹിച്ച nirvvahicha *(adj.)* borne
നിർവ്വാഹകൻ nirvvaahakan *(n.)*
manager
നിർവ്വികാരത nirvvikaaratha *(n.)*
apathy
നിർവ്വികാരമായ nirvvikaaramaaya
(adj.) pachidermatous
നിർഗമനരേഖാചിത്രം
nirgamanarekhaachithram *(n.)* flow
chart
നിർജ്ജീവമാക്കിയ nirjjivamaakkiya
(adj.) preemptive
നിർണയാതീതം nirnnayaathiitham
(n.) geeksville
നിർത്തൽ nirthal *(n.)* ablactation
നിർത്തുക nirthuka *(v.)* ablactate
നിർഭയം nirbhayam *(n.)* flaunter
നിർമ്മാണത്തിലിരിക്കുന്ന
nirmmaanaththilirikkunna *(adj.)*
ongoing
നിർലവണീകരണം
nirlavaniikaranam *(v.)* desalt
നിർവചനം nirvvachanam *(n.)*
definition
നിർവീര്യമാക്കിയ
nirvviiruamaakkuka *(adj.)* enervated

നിർവീര്യമാക്കുക
nirvviiryamaakkuka *(v.)* enervate

നിർവ്വാഹകൻ nirvvaahakan *(n.)*
rocker

നിറം niram *(n.)* tinge

നിറം കൊടുക്കുക niram kotukkuka
(v.) paint

നിറം കൊടുക്കുക niram kotukkuka
(v.) tint

നിറംമങ്ങിക്കുക niram mangikkuka
(v.) besmirch

നിറംമങ്ങുക nirammanguka *(v.)* fade

നിറഞ്ഞൊഴുകൽ niranjozhukal *(v.)*
well

നിറയൊഴിക്കൽ nirayozhikkal *(n.)*
shooting

നിറയ്ക്കുക niraykkuka *(v.)* cram

നിറവേറ്റൽ niravettal *(n.)* performance

നിറവേറ്റിയ niravettiya *(adj.)*
accomplished

നിറവേറ്റുക niravettuka *(v.)* execute

നിറവേറ്റുന്നയാൾ niravettunnayaal
(n.) performer

നിറുത്തൽ niruththal *(adj.)* scotch

നിറുത്തലാക്കുക niruththalakkuka
(n.) blackout

നിറുത്തിവയ്ക്കുക
niruththivaykkuka *(v.)* halt

നില nila *(n.)* storey

നിലം nilam *(n.)* ground

നിലം കുഴിക്കുക nilam kuzhikkuka
(v.) dig

നിലംപതിപ്പിക്കുക
nilampathippikkuka *(v.)* fell

നിലംപരിശാക്കുക
nilamparishakkuka *(v.)* demolish

നിലംപരിശാക്കുക
nilamparishaakkuka *(v.)* raze

നിലംപാകുക nilampaakuka *(v.)* floor

നിലത്തിറക്കുക nilaththirakkuka *(v.)*
ground

നിലനിർത്തുക nilanirththuka *(v.)*
retain

നിലനിൽക്കുക nilanilkkuka *(v.)* exist

നിലനിൽക്കുന്ന nilanilkkunna *(adj.)*
perpetual

നിലനിൽപ് nilanilp *(n.)* existence

നിലപാട് nilapaat *(n.)* standpoint

നിലമൊരുക്കൽ nilamorukkukal *(n.)*
till

നിലമൊരുക്കുക nilamorukkuka *(v.)*
till

നിലയറ nilayara *(n.)* cellar

നിലവറ nilavara *(n.)* cavern

നിലവാരമുയർത്തുക
nilavaaramuyarththuka *(v.)* upgrade

നിലവാരമുള്ള nilavaaramulla *(adj.)*
deluxe

നിലവിലിരിക്കുക nilavilirikkuka
(v.) be

നിലവിലുള്ള nilavilulla *(adj.)* current

നിലവിളി nilavili *(n.)* shriek

നിലവിളിക്കുക nilavilikkuka *(v.)*
shriek

നിലാവെളിച്ചം nilaavelichcham *(n.)*
moonlight

നിൽക്കുക nilkkuka *(v.)* stand

നിൽപ് nilp *(n.)* stand

നിഴലിലാക്കുക nizhalilaakkuka *(v.)*
overshadow

നിഴലുള്ള nizhalulla *(adj.)* shadowy

നിഴൽ nizhal *(n.)* shadow

നിഴൽപ്പാട് nizhalppaat *(n.)* vestige

നിവർക്കുക nivarkkuka *(v.)* unfold

നിവർന്ന nivarnna *(adj.)* erect

നിവാരണം ചെയ്യുക nivaaranam
cheyyuka *(v.)* prevent

നിവാരണം ചെയ്യുക nivaaranam
cheyyuka *(v.)* remedy

നിവാരണമാർഗ്ഗം
nivaaranamaarggam *(n.)* redress

നിവാസി nivaasi *(n.)* resident

നിവേദനം nivedanam *(n.)* memorandum

നിവേദിക്കുക nivedikkuka *(v.)* present

നിവേശിപ്പിക്കൽ niveshippikkal *(n.)* induction

നിശാനിയമം nishaaniyamam *(n.)* curfew

നിശാവസ്ത്രം nishaavasthram *(n.)* nightie

നിശാശലഭം nishashalabham *(n.)* moth

നിശാസങ്കേതം nishaasanketham *(n.)* night shelter

നിശേഷമായി niseshamaayi *(adv.)* quite

നിശ്ചയദാർഢ്യം nischayadaardyam *(n.)* determination

നിശ്ചയിക്കുക nischayikkuka *(v.)* decide

നിശ്ചയിക്കുക nischayikkuka *(v.)* affirm

നിശ്ചലം nischalam *(n.)* still

നിശ്ചലനില nischalanila *(n.)* standstill

നിശ്ചലമാകുക nischalamaakuka *(v.)* quiet

നിശ്ചലമായ nischalamaaya *(adj.)* motionless

നിശ്ചലമായിരിക്കുന്ന nischalamaayirikkunna *(adj.)* still

നിശ്ചിത പദ്ധതി aasuuthranam cheyyuka *(n.)* schedule

നിശ്ചിതമായ nischithamaaya *(adj.)* categorical

നിശ്ചിതവീതം nischithaviitham *(n.)* quota

നിശ്ചിതസമയം കൂടാതെ nischithasamayam kuutaathe *(adv.)* overtime

നിശ്ചേഷ്ടമായ nishcheshtamaaya *(adj.)* inanimate

നിശ്വസിക്കുക niswasikkuka *(v.)* respire

നിശ്വാസം niswaasam *(n.)* respiration

നിശ്ശങ്കമായ nissankamaaya *(adj.)* implicit

നിശ്ശബ്ദത nissabdatha *(n.)* silence

നിശ്ശബ്ദമാക്കുക nissabdamaakkuka *(v.)* silence

നിശ്ശബ്ദമായ nishshabdamaaya *(adj.)* noiseless

നിശ്ശബ്ദമായിരിക്കുക nissabdamaayirikkuka *(v.)* hush

നിശ്ശേഷീകരിക്കുക nishsheshiikarikkuka *(v.)* exhaust

നിഷിദ്ധമാക്കുക nishiddhamaakkuka *(v.)* prohibit

നിഷിദ്ധമാക്കുക nishiddhamaakkuka *(v.)* taboo

നിഷിദ്ധമായ nishiddhamaaya *(adj.)* taboo

നിഷേധം nishedham *(n.)* abnegation

നിഷേധാധികാരം ഉപയോഗിക്കുക nishedhaadhikaaram upayogikkuka *(v.)* veto

നിഷേധി nishedhi *(n.)* rebel

നിഷേധിക്കാനാവാത്ത nishedhikkaanaavaaththa *(adj.)* irrefutable

നിഷേധിക്കുക nishedhikkuka *(v.)* abnegate

നിഷേധിക്കുക nishedikkuka *(v.)* deny

നിഷേധിക്കുക nishedhikkuka *(v.)* refuse

നിഷ്കരുണമായ nishkarunamaaya *(adj.)* pitiless

നിഷ്കർഷം niahkarshan *(n.)* insistence

നിഷ്കളങ്കത nishkalankatha *(n.)* candour

നിഷ്കളങ്കത്വം nishkalankathwam *(n.)* sincerity

നിഷ്കളങ്കമായ nishkalankamaaya *(adj.)* naive

നിഷ്കാസനം ചെയ്യുക nishkaasanam cheyyuka *(v.)* discard
നിഷ്കൃഷ്ടത nishkrushtatha *(n.)* precision
നിഷ്കരുണമായ nishkarunamaaua *(adj.)* ruthless
നിഷ്ക്കാസനം nishkaasanam *(n.)* expulsion
നിഷ്ക്രമിക്കുക nishkramikkuka *(v.)* sally
നിഷ്ക്രിയത്വം nishkriyathwam *(n.)* inaction
നിഷ്ക്രിയമായ nishkriyamaaya *(adj.)* defunct
നിഷ്ക്രിയമായ nishkriyamaaya *(adj.)* passive
നിഷ്ക്രിയമായിരിക്കുക nishkriyamaayirikjuka *(adj.)* idle
നിഷ്ഠ nishta *(n.)* persistence
നിഷ്ഠാഭ്രാന്തൻ nishtaabhraanthan *(n.)* puritan
നിഷ്ഠൂരത nishtooratha *(n.)* atrocity
നിഷ്ഠൂരമായ nishtooramaaya *(adj.)* atrocious
നിഷ്പക്ഷമാക്കുക nikshpakshamaakkuka *(v.)* neutralize
നിഷ്പക്ഷമായ nikshpakshamaaya *(adj.)* neutral
നിഷ്പ്രഭമാക്കുക nishpraphamaakkuka *(v.)* outshine
നിഷ്പ്രഭമായ nishprabhamaaya *(adj.)* dim
നിഷ്പ്രയാസം nikshprayaasam *(v.)* cakewalk
നിഷ്പ്രയോജനമായ nishprayojanamaaya *(adj.)* needless
നിഷ്ഫലമാക്കുക nishphalamaakkuka *(v.)* foil
നിസർഗ്ഗസുന്ദരമായ nissargasundharamaaya *(adj.)* pretty
നിസ്തർക്കമായ nisrharkkamaaya *(adj.)* indisputable
നിസ്വാർത്ഥത niswarthatha *(n.)* altruism
നിസ്വാർത്ഥമായ niswaarththamaaya *(adj.)* selfless
നിസ്സംഗത nissangatha *(adj.)* debonaire
നിസ്സംശയം nissamshayam *(adv.)* decidedly
നിസ്സംശയമായി nisaamshayamaayi *(adv.)* surely
നിസ്സന്ദേഹമായ nissandehamaaya *(adj.)* doubtless
നിസ്സഹായാവസ്ഥയിലായ nissahaayaavasthayilaaya *(adj.)* helpless
നിസ്സാരം nissaram *(n.)* minimum
നിസ്സാരമാക്കുക nissaramaakkuka *(v.)* spurn
നിസ്സാരമായ nissaramaaya *(adj.)* petty
നിസ്സാരവത്കരിക്കുക nissaravalkkarikku *(v.)* trifle
നിസ്സാരവസ്തു nissaaravasthu *(n.)* trifle
നീക്കം ചെയ്യുക niikkam cheyyuka *(v.)* dispose
നീക്കംചെയ്യൽ niikkamcheyyal *(n.)* dismissal
നീക്കംചെയ്യുക niikkam cheyyuka *(adj.)* uninstall
നീക്കാവുന്ന niikkaavunna *(adj.)* removable
നീക്കിവയ്ക്കൽ neekkivaykkal *(n.)* allocation
നീക്കിവയ്ക്കൽ niikkivaykkal *(n.)* postponement
നീക്കിവയ്ക്കുക neekkivaykkuka *(v.)* allocate
നീക്കുക niikkuka *(v.)* eject
നീഗ്രോവർഗ്ഗക്കാരൻ niigrovarggakkaaran *(n.)* nigger
നീഗ്രോസ്ത്രീ nigro sthrii *(n.)* negress
നീചൻ niichan *(n.)* cad
നീചൻ niichan *(n.)* hound
നീചൻ niichan *(n.)* sneak

നീചമായ niichamaaya *(adj.)* heinous
നീചാവസ്ഥ niichaavastha *(n.)* nadir
നീട്ടിനീട്ടിവയ്ക്കുക niittiniiti vaykkuka *(v.)* procrastinate
നീട്ടിവയ്ക്കുക neettivaykkuka *(v.)* adjourn
നീട്ടുക niittuka *(v.)* extend
നീണ്ട niinda *(adj.)* lengthy
നീണ്ടപിളർപ്പ് niindapilarpp *(n.)* slash
നീണ്ടമൂക്കുള്ള niindamuukkulla *(adj.)* nosey
നീണ്ടുപരന്ന niinduparanna *(adj.)* flatbed
നീതി niithi *(n.)* justice
നീതികഥ niithikatha *(n.)* parable
നീതികരിക്കാനാകാത്ത niithiikarikkaanaakaaththa *(adj.)* indefensible
നീതിന്യായവകുപ്പ് niithinyaaya vakupp *(n.)* judiciary
നീതിപതി niithipathi *(n.)* magistrate
നീതിപതികാര്യാലയം niithipathi kaaryaalayam *(n.)* magistracy
നീതിപതിസ്ഥാനം niithipathisthaanam *(n.)* magistrature
നീതിപൂർവ്വക പ്രവർത്തി niithipoorvvakapeavarththi *(n.)* fair game
നീതിയില്ലാത്ത niithiyillaththa *(adj.)* lawless
നീതിയുക്തമല്ലാത്ത niithiyukthamallaaththa *(adj.)* injudicious
നീതിവാക്യം niithivaakyam *(n.)* epigram
നീതിശാസ്ത്രം niithishasthram *(n.)* deontology
നീന്തൽ സഹായി niinthal sahaayi *(n.)* sidestroke
നീന്തൽചിറക് niinthalchirak *(n.)* fin
നീന്തൽ niinthal *(n.)* swim
നീന്തുക niinthuka *(v.)* swim
നീന്തുന്നയാൾ niinthunnayaal *(n.)* swimmer
നീരസം niirasam *(adj.)* sinister
നീരസംപൂണ്ട niirasampuunda *(adj.)* disgruntled
നീരസമുള്ള niirasamulla *(adj.)* morose
നീരാളി niiraali *(n.)* octopus
നീരാവി niiravi *(n.)* steam
നീരാവിയാകൽ niiraaviyaakal *(adj.)* vaporous
നീരാവിയിൽ കുളിക്കുക niiraaviyil kulikkuka *(v.)* sauna
നിരീക്ഷിക്കുക niriikshikkuka *(v.)* look
നീരുചോർത്തുക niiruchorththuka *(v.)* sap
നീരൊപ്പുക niiroppuka *(v.)* sponge
നീര് കെട്ടൽ neerukettal *(n.)* edema
നീർക്കാക്ക niirkkaakka *(n.)* gull
നീർക്കുഴിയിടൽ niirkkuzhiyital *(n.)* dive
നീർചാറ്റൽ niirchaattal *(n.)* shower
നീർച്ചാട്ടം neerchchattam *(n.)* cascade
നീർച്ചുഴി neerchchuzhi *(n.)* cellulite
നീർച്ചുഴി niirchuzhi *(n.)* vortex
നീർനായ് neernaay *(n.)* beaver
നീർപാച്ചിൽ niirppaachil *(n.)* flow
നീർപോള niirpola *(n.)* bubble
നീർപ്പല്ലി niirppalli *(n.)* salamander
നീർനായയുടെ തൊലി niirnaayayute tholi *(n.)* sealskin
നീർനായയുടെ ത്വക്ക് neernaayayude thwakk *(n.)* beaverskin
നീറികത്തുക niirikaththuka *(v.)* smoulder
നീറ് neeru *(n.)* emmet
നീലഗിരിത്തൈലമരം niilagirithailamaram *(n.)* eucalypt
നീലനിറം neelaniram *(n.)* blue
നീലലോഹിതരശ്മി niilarohitha rashmi *(n.)* ultraviolet
നീലലോഹിതരശ്മിയായ niilarohitha rashmi *(adj.)* ultraviolet

നീളൻകൈയ്യൻകുരങ്ങ് niilankaiyyankurang *(n.)* gibbon
നീളമുള്ള niilamulla *(adv.)* long
നുകം nukam *(n.)* yoke
നുകം വയ്ക്കുക nukam vaykkuka *(v.)* yoke
നുകരൽ nukaral *(n.)* sip
നുകരുക nukaruka *(v.)* sip
നുണയൻ nunayan *(n.)* liar
നുര nura *(n.)* foam
നുരഞ്ഞുപതയൽ nuranjupathayal *(n.)* fizz
നുരയുക nurayuka *(v.)* foam
നുരയുന്ന nurayunna *(adj.)* fizzy
നുറുക്കുക nurukkuka *(v.)* chop
നുറുക്കുക nurukkuka *(v.)* hew
നുറുങ്ങുപുസ്തകം nurungu pusthakam *(n.)* scrapbook
നുറുങ്ങ് nurung *(n.)* clipping
നുള്ളുക nulluka *(v.)* nip
നുള്ളുക nulluka *(v.)* pinch
നുള്ള് nullu *(n.)* pinch
നുഴഞ്ഞു കയറുക nuzhanjukayaruka *(v.)* encroach
നുഴഞ്ഞുകയറുക nuzhanjukayaruka *(v.)* intrude
നൂതനമായ nuuthanamaaya *(adj.)* modern
നൂതനാവിഷ്ക്കാരം nuuthanaavishkaaram *(n.)* invention
നൂറിനുള്ള nuurinulla *(adv.)* per cent
നൂറിലൊരു ഭാഗം noorilori bhaagam *(n.)* cent
നൂറുവർഷത്തിലൊരിക്കൽ nooruvarshathilorikkal *(n.)* centennial
നൂലാമാല nuulaamaala *(n.)* welter
നൂലാമാലയാക്കുക nuulaamaalayakkuka *(v.)* disarrange
നൂലുകോർക്കുക nuulukorkkuka *(v.)* thread
നൂലുണ്ട nuulunda *(n.)* clew
നൂലുനൂൽക്കുന്നയാൾ nuulunuukkunnayaal *(n.)* spinner
നൂൽ nuul *(n.)* skein
നൂൽ nuul *(n.)* yarn
നൂൽ ചുറ്റുന്ന കീലം nool chuttunna keelam *(n.)* bobbin
നൂൽക്കുക nuulkkuka *(v.)* spin
നൂൽത്തിരി nuulththiri *(n.)* wick
നൂൽത്തൊങ്ങൽ nuulthongal *(n.)* fringe
നൂൽനൂൽപ്പ് nuulnuulpp *(n.)* spin
നൃത്ത സംവിധാനകല nruththa samvidhaana kala *(n.)* choreography
നൃത്തം nruththam *(n.)* dance
നൃത്തം സംവിധാനം ചെയ്യുക nruththam samvidhaanam cheyyuka *(v.)* choreograph
നൃത്തംചെയ്യൽ nruththam cheyyal *(adj.)* dancing
നൃത്തനാടക പരിപാടികൾ nruththanaataka paripaatikal *(n.)* repertoire
നൃത്തമാടുക nruththamaatuka *(v.)* canary
നൃത്തശാല nruththashaala *(n.)* ballroom
നൃത്തശാലയിലാടുക nruththashaalayilaatuka *(v.)* tango
നൃത്യനാടകം nruthyanaatakam *(n.)* ballet
നൃപൻ nrupan *(n.)* king
നെഞ്ചുപൊട്ടൽ nenchupotral *(n.)* heartbreak
നെഞ്ചുറപ്പുള്ള nenjurappulla *(adj.)* valiant
നെഞ്ച് nench *(n.)* thorax
നെടുങ്ങനെ netungane *(adj.)* sideway
നെടുഞ്ചതുരം netumchathuram *(n.)* oblong
നെടുവീർപ്പിടുക netuviirppituka *(v.)* sigh

നെടുവീർപ്പിടുന്നതായ netuviirppitunnathaaya *(adj.)* panting
നെടുവീർപ്പ് neyuviirpp *(n.)* sigh
നെയ്തശീല neythashiila *(adj.)* textile
നെയ്ത്തുകാരൻ neyyththukaaran *(n.)* weaver
നെരിപ്പോട് nerippot *(n.)* hearth
നെറികേട് neriket *(n.)* dishonesty
നെറികേട് neriket *(n.)* fraud
നെറ്റിചുളിക്കുക nettichulikkuka *(v.)* frown
നെറ്റിചുളിപ്പ് nettichulipp *(n.)* frown
നെറ്റിത്തടം nettiththatam *(n.)* forehead
നെൽച്ചെടി nelcheti *(n.)* paddy
നെല്ലറ nellara *(n.)* granary
നെല്ലിക്ക nellikka *(n.)* gooseberry
നെല്ലുകുത്തുക nellukuththuka *(v.)* pound
നേടാനാകാത്ത netaanakaththa *(adj.)* unachievable
നേടുക neduka *(v.)* achieve
നേടുക netuka *(v.)* purchase
നേട്ടം nettam *(n.)* attainment
നേട്ടം nettam *(n.)* victory
നേട്ടം കൈവരിക്കുക nettam kaivarikkuka *(v.)* succeed
നേതാവ് nethaav *(n.)* leader
നേതൃത്വം nethruthwam *(n.)* lead
നേത്ര രോഗം nethrarogam *(n.)* astigmatism
നേത്രഗോളം nethragolam *(n.)* eyeball
നേത്രചികിത്സക nethrachiklsa *(n.)* oculist
നേത്രപരിശോധകൻ nethraparishodhakan *(n.)* optician
നേത്രപരിശോധനാമാപിനി nethrarogaparishodhanaamaapini *(n.)* ophtalmoscope
നേത്രരോഗം nethrarogam *(n.)* glaucoma
നേത്രരോഗപഠനം nethrarogapatanam *(n.)* ophtalmology
നേത്രരോഗവിദഗ്ധൻ nethrarogavidagdhan *(n.)* ophtalmologist
നേത്രരോഗവിഭാഗം nethrarogavibhaagam *(adj.)* ophtalmologic
നേത്രരോഗസംബന്ധം nethrarogasambandham *(adj.)* ophtalmic
നേത്രാന്തരപടലം nethraanthara patalam *(n.)* retina
നേരം പോക്കുക neram pokkuka *(v.)* while
നേരംകളയുക neramkalayuka *(v.)* lounge
നേരംപുലരുക neram pularuka *(v.)* dawn
നേരംപോക്കായ nerampokkaya *(adj.)* recreational
നേരത്തെ സ്വായത്തമാക്കുക nerathe swaayaththamaakkuka *(v.)* preoccupy
നേരത്തെയുള്ള neraththeyulla *(adj.)* early
നേരത്തേ neraththe *(adv.)* early
നേരമ്പോക്ക് nerambokk *(n.)* entertainment
നേരമ്പോക്ക് പറയുക nerambokk parayuka *(v.)* jest
നേരമ്പോക്ക് nerambokk *(n.)* pastime
നേരായമാർഗം neraaya maarggam *(adv.)* straightway
നേരായി neraayi *(adv.)* really
നേരായി neraayi *(adv.)* straight
നേരിടാനാകുന്ന neritaanaakunna *(adj.)* omnicompetent
നേരിടുക nerituka *(v.)* cope
നേരിടുക nerituka *(v.)* face
നേരിട്ടുള്ള nerittulla *(adj.)* direct
നേരുകേട് neruket *(n.)* duplicity
നേരുള്ള nerulla *(adj.)* truthful
നേരെ നിൽക്കുന്ന nere nilkkunna *(adj.)* upright

നേരെയാക്കുക nereyaakkuka *(v.)* straighten
നേരേ നിർത്തുക nerenirththuka *(v.)* erect
നേരേമറിച്ചും netemarichum *(adv.)* vice-versa
നേരേയുള്ള nereyulla *(adj.)* straight
നേര് neru *(n.)* veracity
നേർപ്പിക്കൽ nerppikkal *(n.)* dilution
നേർമ്മ nermma *(n.)* delicacy
നേർമ്മയാക്കുക nermmayaakkuka *(v.)* dilute
നേർമ്മയാക്കുക nermmayaakkuka *(v.)* rarefy
നേർമ്മയായ nermmayaaya *(adj.)* fine
നേർമ്മയായ nermmayaya *(adj.)* tenuous
നേർവിപരീതം nerviпariitham *(n.)* reverse
നേർവിപരീതമായ nervipariithamaaya *(adj.)* reverse
നേർത്ത പലക nerththa palaka *(n.)* shide
നേർത്തപലക nerththapalaka *(n.)* plywood
നേർമ്മ വരുത്തുക nermma varuththuka *(n.)* attenuance
നേഴ്സറി വിദ്യാലയം nursery vidyaalayam *(n.)* kindergarten
നോക്കിയറിയുക bokkiyariyuka *(v.)* notice
നോട്ടം nottam *(n.)* look
നോട്ടം nottam *(n.)* surveillance
നോവുക novuka *(v.)* ache
നോവ് nov *(n.)* ache
നൈട്രജൻ രക്തത്തിൽ അളവിലും കൂടുതൽ ആവുന്ന ഒരു രോഗാവസ്ഥ nitrogen rakthaththil alavilum koodutal aavunna oru rogaavastha *(n.)* azote
നൈപുണ്യം naipunyam *(n.)* competence
നൈപുണ്യം naipunyam *(n.)* workmanship
നൈപുണ്യമുള്ള naipunyamulla *(adj.)* efficient
നൈമിഷികമായ naimishikamaaya *(adj.)* momentary
നൈലോൺതുണി nylonethuni *(n.)* nylon
നൈസർഗ്ഗികമായ naisarggikamaaya *(adj.)* intrinsic
നൈസർഗ്ഗികാവകാശം naisarggikaavesham *(n.)* liberty
നൊടിനേരം notineram *(n.)* moment
നൊമ്പരം nombaram *(n.)* poignacy
നൊമ്പരപ്പെടുന്ന nombarappetunna *(adj.)* poignant
നൊയിച്ചിങ്ങ noyichinga *(v.)* cockle
നോക്കുക nokkuka *(v.)* geek
നോട്ടപ്പിഴ nottappizha *(n.)* oversight
നോട്ട്പാഡ് note pad *(n.)* scratchpad
നോർത്ത്അമേരിക്കൻ ചെമ്പരത്തി north american chemparaththi *(n.)* sagebush
നോവലെഴുത്തുകാരൻ novelezhuththukaaran *(n.)* novelist
നോവിപ്പിക്കുക novippikkuka *(v.)* ail
ന്യായം പറയുക nyaayam parayuka *(v.)* reason
ന്യായക്കേട് nyaayakket *(n.)* injustice
ന്യായമായ nyaamaaya *(adv.)* right
ന്യായമായി nyaayamaayi *(adv.)* fairly
ന്യായരഹതിമായ nyaayarahithamaaya *(adj.)* unfair
ന്യായവാദി nyaayavaadi *(n.)* barrister
ന്യായവാദി nyaayavaadi *(n.)* mentor
ന്യായവിരുദ്ധം nyaayaviruddham *(adj.)* wrongful
ന്യായസഭ nyaayasabha *(n.)* tribunal
ന്യായാധിപതി nyaayaadhipathi *(n.)* judge
ന്യായാധിപത്യം nyaayaadhipathyam *(n.)* judicature

ന്യായീകരണം nyaayiikaranam *(n.)* justification
ന്യായീകരിക്കത്തക്ക nyaayikarikkathakka *(adj.)* justified
ന്യായീകരിക്കാവുന്ന nyaayiikarikkaavunna *(adj.)* justifiable
ന്യൂനം nyuunam *(n.)* minus
ന്യൂനത nyunatha *(n.)* demerit
ന്യൂനത nyunatha *(n.)* flaw
ന്യൂനത nyuunatha *(n.)* shortcoming
ന്യൂനപക്ഷം nyuunapaksham *(n.)* minority
ന്യൂനമായ nyunamaaya *(adj.)* minus
ന്യൂനാധികഭാവം nyyunaadhikabhaavam *(n.)* odds
ന്യൂനീകരണം nyuuniikaranam *(n.)* decrement
ന്യൂനീകരിക്കുക nyuunikarikkuka *(v.)* minimize

പ

പകച്ചു നോക്കുക pakachunokkuka *(v.)* gawk
പകനിറഞ്ഞ pakaniranja *(adj.)* revengeful
പകപോക്കുക pakapokkuka *(v.)* avenge
പകയുള്ള pakayulla *(adj.)* malicious
പകയുള്ള pakayulla *(adj.)* malignant
പകരം pakaram *(n.)* lieu
പകരം കൊടുക്കൽ pakaram kodukkal *(n.)* compensation
പകരം ചെയ്യുക pakaram cheyyuka *(v.)* repay
പകരം വയ്ക്കുക pakaram vaykkuka *(v.)* substitute
പകരംകൊടുക്കുക pakaramkotukkuka *(v.)* exchange
പകരംകൊടുക്കുക pakaramkotukkuka *(v.)* render
പകരംനിൽക്കുക pakaram nilkkuka *(v.)* replace
പകരംവയ്ക്കൽ pakaramvaykkal *(n.)* replacement
പകരംവീട്ടൽ pakaram viittal *(n.)* retaliation
പകരക്കാരൻ pakarakkaaran *(n.)* proxy
പകരക്കാരൻ pakarakkaaran *(n.)* substitute
പകരമായി pakaramaayi *(adv.)* alternatively
പകരുക pakaruka *(v.)* transmit
പകരുന്ന pakarunna *(adj.)* contagious
പകർച്ചപ്പനി pakarchappani *(n.)* influenza
പകർത്തുക pakarththuka *(v.)* copy
പകർത്തുക pakarththuka *(v.)* imitate
പകർന്നുകൊടുക്കുക pakarnnukotukkuka *(v.)* dispense
പകർപ്പവകാശം pakarppavakaasham *(n.)* copyright
പകർപ്പായ pakarppaaya *(adj.)* duplicate
പകർപ്പെടക്കുക pakarppetukkuka *(v.)* duplicate
പകർപ്പെടുക്കൽ pakarppetukkal *(n.)* tracing
പകർപ്പെടുക്കുന്ന ആൾ pakarppedukkunnayaal *(n.)* copier
പകർപ്പ് pakarpp *(n.)* photocopy
പകർപ്പ് pakarpp *(n.)* printout
പകലൊളി pakaloli *(n.)* daylight
പകൽ pakal *(n.)* day
പകവയ്ക്കുക pakavaykkuka *(v.)* grudge
പകവീട്ടുക pakaviittuka *(v.)* retaliate
പകുക്കുക pakukkuka *(v.)* cleave
പകുതിയാക്കുക pakuthiyaakkuka *(v.)* halve

പകുതിയായി pakuthiyaayi *(adj.)* half
പകുത്തുകൊടുക്കുക
pakuththukotukkuka *(v.)* mete
പക്കമേളക്കാരൻ pakkamelakkaaran
(n.) accompanist
പക്വത pakwatha *(n.)* maturity
പക്വമായ pakwamaaya *(adj.)* mature
പക്ഷംചേരുക paksham cheruka *(v.)*
side
പക്ഷപാതം pakshapaatham *(n.)* bias
പക്ഷപാതം pakshapaatham *(n.)*
partiality
പക്ഷപാതപരമായ
pakshapaathaparamaaya *(adj.)* partial
പക്ഷപാതപൂർണ്ണമായ
pakshapaathapoornamaaya *(adj.)* biased
പക്ഷപാതമുള്ളയാൾ
pakshapaathamullayaal *(adj.)* partisan
പക്ഷപാതരഹിതമായ
pakshapaatharahithamaaya *(adj.)*
impartial
പക്ഷപാതരഹിതമായി
pakshapaatharahithamaayi *(adv.)* evenly
പക്ഷപാതി pakshapaathi *(n.)*
defendant
പക്ഷപാതി pashapaathi *(n.)* partisan
പക്ഷഭേദം pakshabhedam *(n.)* favour
പക്ഷാഘാതം pakshaaghaatham *(n.)*
palsy
പക്ഷാന്തരം pakshaantharam *(adj.)*
alternative
പക്ഷി pakshi *(n.)* bird
പക്ഷിക്കുഞ്ഞ് pakshikkunj *(n.)*
nestling
പക്ഷിക്കൂട് pakshikkood *(n.)* cage
പക്ഷിക്കൂട്ടം pakshikkuttam *(n.)* flock
പക്ഷിനഖം pakshinakham *(n.)* talon
പക്ഷിനിരീക്ഷകൻ
pakshiniriikshakan *(n.)* ornithologist
പക്ഷിവേട്ടക്കാരൻ
pakahivettakkaaran *(n.)* fowler

പക്ഷിശാസ്ത്രം pakshishaasthram *(n.)*
ornithology
പക്ഷിസങ്കേതം pakshisanketham *(n.)*
aviary
പങ്ക panka *(n.)* fan
പങ്കായം pankaayam *(n.)* oar
പങ്കായം pankaayam *(n.)* paddle
പങ്കാളി pankaali *(n.)* consort
പങ്കിടൽ pankidal *(n.)* allotment
പങ്കിലമാക്കുക pankilamaakkuka *(v.)*
muddle
പങ്കിലമായ pankilamaaya *(adj.)* dirty
പങ്കുകൊള്ളുക pankukolluka *(v.)*
partake
പങ്കുചേർക്കുക pankucherkkuka *(v.)*
involve
പങ്കുണ്ടെന്നു വരുത്തുക
pankundenn varuththuka *(v.)* implicate
പങ്കെടുക്കൽ panketukkal *(n.)*
participation
പചിക്കുക pachikkuka *(v.)* cook
പച്ചകലർന്ന മഞ്ഞനിറം
pachchakalarnna manja niram *(n.)*
citrine
പച്ചകുത്തുക pachakuththuka *(v.)*
tattoo
പച്ചകുത്ത് pachakuthth *(n.)* tattoo
പച്ചക്കറി pachakkari *(adj.)* vegetable
പച്ചക്കറി ഉപദംശം
pachakkariupadamsham *(n.)* salad
പച്ചചേർന്ന നീലനിറം pachcha
chernna neelaniram *(n.)* cyan
പച്ചനിറത്തിലുള്ള രത്നം
pachaniram *(n.)* jade
പച്ചപ്പരമാർത്ഥത
pachapparamaarththatha *(n.)* naivete
പച്ചപ്പുൽപ്പുറം pachappulppuram
(n.) lawn
പച്ചമാംസംകഴിക്കൽ
pachamaamsamkazhikkal *(n.)*
omophagia
പച്ചയായ pachchayaaya *(adj.)* green

പച്ചിലപ്പടർപ്പ് pachchilapatarpp *(n.)* foliage
പഞ്ചഭുജം panchabhujam *(n.)* pentagon
പഞ്ചസാര panchasaara *(n.)* sugar
പഞ്ചസാര മിഠായി panchasaara mittaayi *(n.)* toffee
പഞ്ചസാരകുഴമ്പ് panchasaara kuzhamp *(n.)* fondant
പഞ്ചസ്വരീയം panchaswariiyam *(adj.)* pentatonic
പഞ്ചാംഗം panchangam *(n.)* almanac
പഞ്ചാരയടിക്കുക panchaarayatikkuka *(v.)* flirt
പഞ്ഞം panjam *(n.)* scarcity
പഞ്ഞി panji *(n.)* cotton
പഞ്ഞിമേഘം panjimekham *(n.)* cirrus
പട pata *(n.)* horde
പടം patam *(n.)* diagram
പടക്കം patakkam *(n.)* cracker
പടക്കപ്പൽ patakappal *(n.)* cruiser
പടക്കപ്പൽക്കൂട്ടം padakkappalkoottam *(n.)* armada
പടക്കുന്തം patakkuntham *(n.)* lance
പടച്ചട്ട padachchatta *(n.)* armour
പടപടശബ്ദം patapatashabdam *(n.)* crepitation
പടപടശബ്ദമുണ്ടാക്കുക patapatashabadamundaakkuka *(v.)* crepitate
പടപ്പാളയം padappaalayam *(n.)* barrack
പടപ്പാളയം patappalayam *(n.)* cantonment
പടമെടുക്കൽ patametukkal *(v.)* photograph
പടയേറ്റം patayettam *(n.)* invasion
പടർന്നുകയറുന്ന patarnnukayarunna *(adj.)* rampant
പടർന്നുപിടിക്കുക patarnnupitikkuka *(v.)* spread
പടലം patalam *(n.)* layer
പടഹധ്വനി patahadwani *(n.)* drumbeat
പടികക്കാരസത്ത് padikakkarasathth *(n.)* aluminium
പടിഞ്ഞാറുള്ള patinjaarulla *(n.)* west
പടിഞ്ഞാറുള്ള patinjaarulla *(adj.)* western
പടിഞ്ഞാറ് patinjaaru *(adv.)* west
പടുകുഴി patukuzhi *(n.)* pitfall
പടുപണി ചെയ്യുക patupani cheyyuka *(v.)* botch
പടുഭാഷ patubhaasha *(n.)* jargon
പട്ട patta *(n.)* clamp
പട്ടം pattam *(n.)* kite
പട്ടട pattata *(n.)* pyre
പട്ടണം pattanam *(n.)* town
പട്ടണഭരണപരമായ pattanabharanaparamaaya *(adj.)* municipal
പട്ടാളം pattaalam *(n.)* garisson
പട്ടാളം pattaalam *(n.)* military
പട്ടാളം pattalam *(n.)* troop
പട്ടാളക്കാരനായിരിക്കുക pattalakkaranayirikkuka *(n.)* soldier
പട്ടാളക്കാരൻ pattalakkaran *(v.)* soldier
പട്ടാളത്താവളം pattalaththavalam *(n.)* casern
പട്ടാളശക്തികേന്ദ്രം pattaalashakthikendram *(n.)* fortress
പട്ടാളസംഘം pattalasamgham *(n.)* corps
പട്ടാളസംബന്ധി pattalasambandhi *(adj.)* military
പട്ടിക pattika *(n.)* list
പട്ടിക തയ്യാറാക്കൽ pattika thayyaaraakkal *(n.)* tabulator
പട്ടികപ്പെടുത്തുക pattikappeduthuka *(v.)* chart
പട്ടികയാക്കൽ pattikayaakkal *(n.)* tabulation
പട്ടികയിലാക്കുക pattikayilaakkuka *(v.)* tabulate

പട്ടികയിൽ ചേർക്കുക pattikayil cherkkuka *(v.)* register
പട്ടികയിൽ പേരുചേർക്കുക pattikayil perucherkkuka *(v.)* enlist
പട്ടികയുണ്ടാക്കുക pattikayundaakkuka *(v.)* list
പട്ടികരൂപത്തിലുള്ള pattikaruupaththilulla *(adj.)* tabular
പട്ടിക്കുട്ടി pattikkutty *(n.)* whelp
പട്ടിണി pattini *(n.)* starvation
പട്ടിണികിടക്കുക pattini kitakkuka *(v.)* starve
പട്ടുതുണി pattuthuni *(n.)* silk
പട്ടുതുണിയായ pattuthuniyaaya *(adj.)* silky
പട്ടുനാട pattunaata *(n.)* ribbon
പട്ടുവസ്ത്രം ധരിച്ച pattuvasthram dharicha *(adj.)* silken
പട്ടോലക്കാരൻ pattolakkaran *(n.)* registrar
പട്രോളിംഗ്സ്ഥലം patroling staalam *(n.)* police beat
പഠനം patanam *(n.)* study
പഠനം, സംസാരം, ആശയവിനിമയം തുടങ്ങിയവയെ ബാധിക്കുന്ന ഒരു മാനസിക രോഗം patanam samsaaram ashayavinimayam thudangiyavaye badikkunna oru maanasikarogam *(n.)* autism
പഠനക്രമം patanakrumam *(n.)* syllabus
പഠനഗവേഷണവിഭാഗം padanagaveshanavibhagam *(n.)* academia
പഠനവൈകല്യമുള്ള patanavaikalyamulla *(adj.)* autistic
പഠനവ്യഗ്രതയുള്ള patanavygrathayulla *(adj.)* studious
പഠനസഹായഎഴുത്ത് patanasahaaya ezhuthth *(n.)* flashcard
പഠനസഹായധനം padana sahaaya dhanam *(n.)* bursary

പഠിക്കൽ patikkal *(n.)* learning
പഠിക്കുക patikkuka *(v.)* study
പഠിതാവ് patithaav *(n.)* learner
പഠിപ്പിക്കാനാകുന്ന patippikkaanaakunna *(adj.)* teacheable
പഠിപ്പിക്കുക patippikkuka *(n.)* lecture
പഠിപ്പിക്കുക patippikkuka *(v.)* teach
പഠിപ്പുള്ള patippulla *(adj.)* well-read
പണം panam *(n.)* pelf
പണം കൊടുക്കൽ panam kotukkal *(n.)* payment
പണം മടക്കികൊടുക്കൽ panam matakkikotukkal *(n.)* reimbursement
പണം മുടക്കുക panam mutakkuka *(v.)* sponsor
പണം മുടക്കുന്നയാൾ panam mutakkunnayaal *(n.)* sponsor
പണം സൂക്ഷിക്കുന്നയാൾ panam sookshikkunnayaal *(n.)* cashier
പണംപറ്റിക്കുക panam pattikkuka *(v.)* fleece
പണംപറ്റുന്നയാൾ panam pattunbayaal *(n.)* payee
പണംവാങ്ങുന്നയാൾ panamvaangunnayaal *(n.)* mortgagor
പണപ്പെട്ടി panappetti *(n.)* piggy bank
പണമടക്കാവുന്ന panamatakkaavunna *(adj.)* payable
പണമടയ്ക്കുക panamataykkuka *(v.)* remit
പണമടവ് panamatav *(n.)* remission
പണമിടപാട് panamitapaat *(n.)* transaction
പണയം panayam *(n.)* mortgage
പണയംവയ്ക്കുക panayam vaykkuka *(v.)* mortgage
പണയക്കാരൻ panayakkaaran *(n.)* mortgagee
പണവിനിമയ ചീട്ടു panavinimayacheett *(n.)* cheque
പണവ്യാപാരി panavyaapaari *(n.)* banker

പണസംബന്ധമായ panasambanddhamaaya *(adj.)* monetary
പണിഏൽപ്പിക്കുക panielppikkuka *(v.)* task
പണിക്കാരി panikkaari *(n.)* waitress
പണിപ്പെട്ടു നടക്കുക panippett natakkuka *(v.)* plod
പണിമുടക്കുക panimutakkuka *(v.)* strike
പണിമുടക്ക് panimutakk *(n.)* strike
പണിയായുധപ്പെട്ടി paniyaayudhappetti *(n.)* toolkit
പണിയാൾ paniyaal *(n.)* workman
പണിയിക്കുക paniyikkuka *(v.)* build
പണിയുക paniyuka *(v.)* construct
പണ്ടം pandam *(n.)* jewellery
പണ്ടകശാല pantakassala *(n.)* godown
പണ്ടത്തെ pandaththe *(adj.)* past
പണ്ഡിത panditha *(n.)* scholar
പണ്ഡിതസഭാംഗം pandithasabhangam *(n.)* academician
പണ്ഡിതോചിതമായ pandithochithamaaya *(adj.)* academic
പണ്ഡിതോചിതമായി pandithochithamaayi *(adv.)* academically
പത patha *(n.)* scum
പതകോരുക pathakoruka *(v.)* scum
പതക്കം pathakkam *(n.)* locket
പതനം pathanam *(n.)* fall
പതപ്പിച്ച കാപ്പി pathappicha kaappi *(n.)* cappuccino
പതയുന്ന pathayunna *(adj.)* foamy
പതാക pathaaka *(n.)* flag
പതിക്കുക pathikkuka *(v.)* post
പതിക്കുക pathikkuka *(v.)* type
പതിഞ്ഞ മൂക്ക് pathinja muukk *(adj.)* snub
പതിനഞ്ച് pathinanch *(n.)* fifteen
പതിനാറാമത്തെ pathinaaraamaththe *(adj.)* sixteenth
പതിനാറ് pathinaaru *(n., adj.)* sixteen
പതിനാല് pathinaalu *(n.)* fourteen
പതിനെട്ട് pathinett *(n.)* eighteen
പതിനേഴാമത് pathinezhaamath *(adj.)* seventeenth
പതിനേഴ് pathinezhu *(n.)* seventeen
പതിനൊന്ന് pathinonnu *(n.)* eleven
പതിപ്പുകളെടുക്കുക pathippukaletukkuka *(v.)* xerox
പതിമൂന്നാമത്തെ pathimuunnaamaththe *(n.)* thirteenth
പതിമൂന്ന് pathimuunnu *(n.)* thirteen
പതിമ്മൂന്നിലൊന്നായ pathimuunnilonnaaya *(adj.)* thirteenth
പതിയിരിക്കുക pathiyirikkuka *(v.)* lurk
പതിയിരുന്നാക്രമിക്കുക pathiyirunnakramikkuka *(v.)* embush
പതിയിരുപ്പ് pathiyirupp *(n.)* ambush
പതിയുക pathiyuka *(v.)* fall
പതിയെ നീങ്ങുക pathiye niinguka *(v.)* lag
പതിരുനീക്കുക pathiru niikkuka *(v.)* winnow
പതിരുപാറ്റുക pathiru paattuka *(v.)* sift
പതിവായ pathivaaya *(adj.)* wonted
പതിവായി pathivaayi *(adv.)* usually
പതിവായി കണ്ടുവരുന്ന pathivaayi kanduvarunna *(adj.)* endemic
പതിവുകാര്യങ്ങൾ pathivukaaryangal *(n.)* registry
പതിവ് pathiv *(n.)* routine
പതുങ്ങിക്കിടക്കുക pathungikitakkuka *(v.)* cower
പതുങ്ങിനടക്കുക pathunginatakkuka *(v.)* creep
പത്താമത്തെ paththaamath *(adj.)* tenth
പത്തായപ്പുര paththaayappura *(n.)* barn
പത്തിരട്ടി paththiratti *(adj.)* tenfold
പത്തിരട്ടിയുള്ള paththirattiyulla *(adv.)* tenfold

പത്തിലൊരംശം paththiloramsham *(n.)* tithe
പത്തുകൊല്ലക്കാലാവധി paththu kollakkaalavadhi *(n.)* decennary
പത്തുലക്ഷം paththulaksham *(n.)* million
പത്തൊൻപതാമത്തെ paththonpathaamaththe *(adj.)* nineteenth
പത്തൊൻപത് paththonpath *(n.)* nineteen
പത്ത് pathth *(n.)* ten
പത്നി pathni *(n.)* wife
പത്രപ്രവർത്തനം pathrapravarththanam *(n.)* journalism
പത്രറിപ്പോർട്ടുപരമ്പര pathrareport parambara *(n.)* coverage
പത്രലേഖകൻ pathralekhakan *(n.)* journalist
പത്രാധിപലേഖനം pathraadhipalekhanam *(adj.)* editorial
പഥ്യമനുസരിച്ചു കഴിക്കുക pathyamanuaarichu kazhikkuka *(v.)* diet
പഥ്യാഹാരം pathyaahaaram *(n.)* diet
പദരൂപഭേദം padaroopabhedam *(n.)* accidence
പദവി padavi *(n.)* position
പദവി padavi *(n.)* status
പദവി ഉയർത്തുക padavi uyarththuka *(v.)* promote
പദവി കുറയ്ക്കുക padavi kuraykkuka *(v.)* demote
പദവി നൽകുക padavinalkuka *(v.)* title
പദവിചിഹ്നം padavichihnam *(n.)* badge
പദവിന്യാസം padavinyaasam *(n.)* diction
പദവിയുള്ള padaviyulla *(adj.)* stately
പദവിശേഷണം padaviseshanam *(n.)* adjunct
പദശേഖരം padashekharam *(n.)* glossary
പദസമുച്ചയം padasamuchchayam *(n.)* phrase
പദസമൃദ്ധമായ padasamruddhamaaya *(adj.)* wordy
പദസമ്പത്ത് padasambathth *(n.)* vocabulary
പദാനുപദമായി padanupadamaayi *(adj.)* verbatim
പദാർത്ഥം padaarththam *(n.)* substance
പദ്ധതി paddhathi *(n.)* project
പദ്ധതിപരമായി paddhathiparamaayi *(adv.)* schematically
പദ്ധതിയിടുക padhathiyituka *(v.)* devise
പദ്ധതിരൂപത്തിൽ paddhathi ruupaththil *(adj.)* schematic
പദ്യം padyam *(n.)* rhyme
പദ്യഖണ്ഡം padyakhaandam *(n.)* stanza
പദ്യനിർമ്മാണം paduanirmmaanam *(n.)* versification
പദ്യപാരായണം padyapaarayanam *(n.)* recitation
പദ്യമാക്കുക paduamaakkuka *(v.)* rhyme
പദ്യരചനാശാസ്ത്രം padyatachanashaasthram *(n.)* prosody
പദ്യസമാഹാരം padyasamaahaaram *(n.)* anthology
പദ്യാരംഭം padyaarambham *(n.)* overture
പനി pani *(n.)* fever
പനിനീർപ്പൂ paninirppuu *(n.)* rose
പന്തടിക്കുക panthatikkuka *(v.)* volley
പന്തടിക്കുന്നവൻ panthatikkunnavan *(n.)* striker
പന്തയം panthayam *(adj.)* betting
പന്തയം വയ്ക്കുക panthayam vekkuka *(v.)* bet
പന്തയം വയ്ക്കുന്നയാൾ panthayam vaykkunnayaal *(n.)* taker

പന്തയംവെപ്പുകാരൻ
panthayamveppukaaran *(n.)* bookie

പന്തയഓട്ടം panthayaottam *(n.)* race

പന്തയക്കാരൻ panthayakkaram *(n.)* bettor

പന്തയക്കുതിര panthayakkuthira *(n.)* jockey

പന്തെറിയുന്നയാൾ pantheriyunnayaal *(n.)* bowler

പന്ത് panth *(n.)* ball

പന്ത്രണ്ടാമത്തെ panthrandaamaththe *(n.)* twelfth

പന്ത്രണ്ടിലൊന്നായ panthrandilonnaya *(adj.)* twelfth

പന്ത്രണ്ടെണ്ണം panthrandennam *(n.)* dozen

പന്ത്രണ്ട് panthrand *(n.)* twelve

പന്ഥാമാർഗ്ഗം panthaamaargam *(n.)* course

പന്ഥാവ് pandhaav *(n.)* avenue

പന്നച്ചെടി pannachcheti *(n.)* fern

പന്നി panni *(n.)* oinker

പന്നി panni *(n.)* pig

പന്നിക്കൂട് pannikkuut *(n.)* sty

പന്നിക്കൊഴുപ്പ് pannikkozhupp *(n.)* lard

പന്നിയിറച്ചി panniyirachi *(n.)* pork

പമ്പരം pambaram *(n.)* whirligig

പമ്മിനടക്കുക pamminatakkuka *(v.)* sneak

പയർ payar *(n.)* bean

പയറുചെടി payatucheti *(n.)* pea

പയറ്റുകാരൻ payattukaaran *(n.)* gladiator

പയസ്കരിക്കുന്നവസ്തു payadkarikkunna vasthu *(n.)* emulsifier

പയ്യൻ payyan *(n.)* lad

പരകാര്യത്തിൽ തലയിടുക parakaaryaththil thalayituka *(v.)* tamper

പരകോടിയിൽ എത്തുക parakotiyil eththuka *(v.)* culminate

പരക്കം പാച്ചിൽ parakkam paachil *(n.)* scamper

പരതിനടക്കുക parathinatakkuka *(v.)* grope

പരദൂഷണം paraduushanam *(n.)* gossip

പരദേശിഭാഷ paradeshibhaasha *(n.)* lingo

പരദേശിയായിരിക്കുക paradeshiyaayirikkuka *(v.)* sojourn

പരദേശീസ്പർദ്ധ paradeshiisparddha *(n.)* xenophobia

പരന്ത്രീസിനെസംബന്ധിച്ച paranthriisine sambandhicha *(adj.)* French

പരന്ത്രീസുകാർ paranthrisukaar *(n.)* French

പരന്ന paranna *(adj.)* shallow

പരന്ന കിടക്ക parannakitakka *(n.)* flatbed

പരന്നഭാഗം parannabhaagam *(n.)* flat

പരന്നഭൂമി parannabhuumi *(n.)* flatland

പരന്നമോണിറ്റർ parannamonitor *(n.)* flat screen

പരപ്രത്യയം paraprathyayam *(n.)* suffix

പരമകാഷ്ഠ paramakashta *(n.)* pinnacle

പരമഗതി paramagathi *(n.)* salvation

പരമദയനീയമായ paramadayaniiyamaaya *(adj.)* sorry

പരമദുഷ്ടൻ paramadushtan *(n.)* devil

പരമബഹുമതി paramabahumathi *(n.)* laureate

പരമമായ paramamaaya *(adj.)* profound

പരമയാതന paramayaathana *(n.)* ordeal

പരമാധികാരമുള്ള paramaadhikaaramulla *(adj.)* supreme

പരമാധികാരം paramadhikaaram *(n.)* sovereignty
പരമാധികാരം paramaadhikaaram *(n.)* supremacy
പരമാധികാരി paramaadhikaari *(n.)* sovereign
പരമാനന്ദം paramaanandham *(n.)* beatitude
പരമാനന്ദം paramaanandham *(n.)* bliss
പരമാനന്ദസുഖം paramaanandhasukham *(n.)* happiness
പരമാർത്ഥം paramaarththam *(n.)* fact
പരമാർത്ഥത്തിൽ paramaarththaththil *(adv.)* indeed
പരമാവധി പparamaavadhi *(n.)* maximum
പരമാവധിയാക്കുക paramaavadhiyaakkuka *(v.)* maximize
പരമ്പരയായ paramparayaaya *(adj.)* serial
പരമ്പരാഖണ്ഡം pramparakhandam *(n.)* episode
പരമ്പരാഗതമായ paramparagathamaaya *(adj.)* conventional
പരമ്പരാസിദ്ധമായ paramparasidhamaaya *(adj.)* hereditary
പരലോകത്തിൽ paralokaththil *(adv.)* hereafter
പരസ്പര പ്രവർത്തനം parasparapravarththanam *(n.)* interplay
പരസ്പര സംഭാഷണം paraspara sambhaashanam *(n.)* parley
പരസ്പരം മാറ്റൽ parasparam maattal *(n.)* interchange
പരസ്പരപൂരകമായ paraspara puurakamaaya *(adj.)* reciprocal
പരസ്പരബന്ധം parasparabandham *(n.)* correlation
പരസ്പരബന്ധമുണ്ടായിരിക്കുക parasparabandhamundaayirikkuka *(v.)* correlate
പരസ്പരമാശ്രയിച്ച parasparamaashrayicha *(adj.)* relative
പരസ്പരവിരുദ്ധമായ parasparaviruddhamaaya *(adj.)* irreconcilable
പരസ്പരാലോചന parasparaalochana *(n.)* negotiation
പരസ്പരാവലംബമായ parasparaavalambamaaya *(adj.)* interdependent
പരസ്യം parasyam *(n.)* advertisement
പരസ്യംചെയ്യുക parasyamcheyyuka *(v.)* advertise
പരസ്യക്കടലാസ് parasyakatalaas *(n.)* placard
പരസ്യപത്രം parasyapathram *(n.)* billboard
പരസ്യപ്പെടുത്തുക parasyappetuththuka *(v.)* publicize
പരസ്യപ്രക്ഷേപണം prasyaprakshepanam *(n.)* teletext
പരസ്യമാക്കുക parasyamaakkuka *(v.)* announce
പരഹൃദയജ്ഞാനം parahrudaya njaanam *(n.)* telepathy
പരഹൃദയജ്ഞാനി parahrudaya njaani *(n.)* telepathist
പരാക്രമം കാട്ടുന്ന parakrumam kaattunna *(adj.)* quixotic
പരാക്രമംകാട്ടുക paraakramam kaattuka *(v.)* knight
പരാഗം paraagam *(n.)* pollen
പരാജപ്പെടുത്തുക paraajayappetuththuka *(v.)* rout
പരാജയം paraajayam *(n.)* failure
പരാജയപ്പെടുക parajayappetuka *(v.)* flop
പരാതി paraathi *(n.)* petition
പരാതി സമർപ്പിക്കുക paraathi samarppikkuka *(v.)* lodge
പരാതിക്കാരൻ paraathikkaaran *(n.)* petitioner

പരാധീനത paraadheenatha *(n.)* bondage
പരാധീനപ്പെടുക paraadhiinappetuka *(v.)* depend
പരാമർശിക്കാതെ വിടുക paraamarshikkaathe vituka *(v.)* sidetrack
പരാമർശിക്കുക paraamarshikkuka *(v.)* allude
പരാമർശിക്കുക paraamarshikkuka *(v.)* hint
പരാമർശിക്കാതെവിടൽ paraamarshikkaathe vital *(n.)* sidetrack
പരാവർത്തനം paraavarththanam *(n.)* paraphrase
പരാവർത്തനം ചെയ്യുക parivarththanam cheyyuka *(v.)* paraphrase
പരാശ്രയി paraashrayi *(n.)* dependant
പരികല്പന parikalpana *(n.)* hypothesis
പരിക്കേറ്റ parikketta *(n.)* wraith
പരിഗണന pariganana *(n.)* consideration
പരിഗണിക്കാതിരിക്കുക pariganikkaathirikkuka *(v.)* overlook
പരിഗണിക്കുക pariganikkuka *(v.)* consider
പരിചകൊണ്ടു മറയ്ക്കുക parichakondu maraykkuka *(v.)* shield
പരിചയം parichayam *(n.)* acquaintance
പരിചയക്കുറവ് parichayakkurav *(n.)* inexperience
പരിചയപ്പെടുത്തുക parichayappeduththuka *(v.)* acquaint
പരിചയമില്ലാത്ത parichayamillaththa *(adj.)* lay
പരിചയിക്കുക parichayikkuka *(v.)* habituate
പരിചയിച്ചറിയുക parichayichchariyuka *(v.)* experience
പരിചരണം paricharanam *(n.)* aftercare
പരിചരിക്കുക paricharikkuka *(v.)* groom
പരിചരിക്കുന്നയാൾ paricharikkunnayaal *(n.)* carer
പരിചാരകൻ parichaarakan *(n.)* footman
പരിചാരകവൃത്തി parichaaraka vruththi *(n.)* servitude
പരിചിന്തനം parichinthanam *(n.)* rumination
പരിചിന്തിക്കുക parichinthikkuka *(v.)* ponder
പരിച്ഛേദം parichchedam *(n.)* section
പരിണതഫലം parinithaphalam *(n.)* outcome
പരിണമിപ്പിക്കുക parinamippikkuka *(v.)* evolve
പരിണയം parinayam *(n.)* matrimony
പരിണയം parinayam *(n.)* wedlock
പരിണാമം parinaamamam *(n.)* evolution
പരിണാമസംബന്ധിയായ parinaamasambandhiyaaya *(adv.)* evolutionary
പരിതഃസ്ഥിതി parithasthithi *(n.)* circumstance
പരിതഃസ്ഥിതികൾ parirhasthithikal *(n.)* milieu
പരിതപിക്കുക parithapikkuka *(v.)* bemoan
പരിതാപം parithaapam *(n.)* misery
പരിത്യജിക്കുക parithwajikkuka *(v.)* cede
പരിത്യജിക്കുക parithyajikkuka *(v.)* forsake
പരിത്യാഗം parithyaagam *(n.)* renunciation
പരിത്രാണനം parithraananam *(n.)* rescue
പരിദേവനം paridevanam *(n.)* groan

പരിദേവനം paridevanam *(n.)* lament

പരിധി paridhi *(n.)* extent

പരിധി paridhi *(n.)* range

പരിധികൽപ്പിക്കുക
paridhikalppikkuka *(v.)* restrict

പരിധിക്കുള്ളിലൊതുക്കുക
paridhikkullilothukkuka *(v.)* localize

പരിപാകം paripaakam *(n.)* fullness

പരിപാകതയുള്ള paripaakathayulla
(adj.) moderate

പരിപാടി parpaati *(n.)* programme

പരിപാടി നടത്തുക
parpaatinatathrhuka *(v.)* programme

പരിപാലകൻ paripaalakan *(n.)*
custodian

പരിപാലനം paripalanam *(n.)* auspice

പരിപാലനം paripaalanam *(n.)*
conservation

പരിപാലനം paripaalanam *(n.)* upkeep

പരിപാലിക്കുക paripaalikkuka *(v.)*
conserve

പരിപാവനത്വം paripaavanathwam
(n.) sanctity

പരിപാവനമായ paripaavanamaaya
(adj.) holy

പരിപൂരകം paripoorakam *(n.)*
complement

പരിപൂരകമായ paripoorakamaaya
(adj.) complementary

പരിപൂരിതമായ paripoorithamaaya
(adj.) complete

പരിപോഷണം pariposhanam *(n.)*
nourishment

പരിപോഷിപ്പിക്കുക
pariposhippikkuka *(v.)* rear

പരിപ്രേക്ഷ്യം paripreshyam *(n.)*
perception

പരിഭാഷ paribhaasha *(n.)* translation

പരിഭാഷപ്പെടുത്തുക
paribhaashappetuththuka *(v.)* translate

പരിഭ്രമം paribhramam *(n.)* perplexity

പരിഭ്രമം paribhramam *(n.)* daziness

പരിഭ്രമിച്ച paribhramicha *(adj.)* daft

പരിഭ്രമിപ്പിക്കുക
paribhramippikkuka *(adj.)* abashed

പരിഭ്രമിപ്പിക്കുക
paribhramippikkuka *(v.)* daze

പരിഭ്രമിപ്പിക്കുന്നയാൾ
paribhramippikkunnayaal *(n.)* alarmist

പരിഭ്രാന്തി paribhraanthi *(n.)* panic

പരിമളം parimalam *(n.)* odour

പരിമളതൈലം parimalathailam *(n.)*
lavender

പരിമാണം paarimaanam *(n.)* quantity

പരിമിതപ്പെടുത്തുക
parimithappeduthuka *(v.)* bound

പരിമിതമായ parimithamaaya *(adj.)*
finite

പരിമിതമായിരിക്കുക
parimithamaayirikkuka *(v.)* confine

പരിമിതികൾ parimithikal *(n.)*
limitation

പരിരക്ഷ pariraksha *(n.)* blindage

പരിരക്ഷിക്കുക parirakshikkuka *(v.)*
protect

പരിലാളനം parilaalanam *(n.)* nurture

പരിലാളിക്കുക parilalikkuka *(v.)*
cherish

പരിവർത്തനം parivarththanam *(n.)*
transformation

പരിവർത്തനപ്പെടൽ
parivarththanappedal *(n.)* alteration

പരിവർത്തനയന്ത്രം parivarththana
yanthram *(n.)* roller

പരിവാരം parivaaram *(n.)* escort

പരിശിഷ്ടം parshishtam *(n.)* remains

പരിശീലക parisheelaka *(n.)*
domesticator

പരിശീലനം parishiilanam *(n.)* training

പരിശീലനം നടത്തുന്നയാൾ
parishiilanam nataththunnayaal *(n.)*
intern

പരിശീലിക്കുക parishiilikkuka *(v.)*
practise

പരിശീലിക്കുന്നയാൾ parishiilikkunnayaal *(n.)* trainee

പരിശീലിപ്പിക്കുക parishiilippikkuka *(v.)* school

പരിശുദ്ധമാക്കുക parishuddhamaakkuka *(v.)* hallow

പരിശുദ്ധമായ parisuddhamaaya *(adj.)* sacred

പരിശുദ്ധാത്മാപഠനം parishuddhaalmapatanam *(n.)* pneumatology

പരിശുദ്ധാത്മാവിനെക്കുറിച്ചു ള്ള parishuddhaalmaavinekkurichulla *(adj.)* pneumatological

പരിശോധകൻ parishodhakan *(n.)* auditor

പരിശോധന parishodhana *(n.)* check

പരിശോധിക്കുക parishodikkuka *(v.)* examine

പരിശോധനാധികാര പത്രം parishodhanadhikaarapathram *(n.)* search warrant

പരിശ്രമം parishramam *(n.)* try

പരിശ്രമിക്കുക parishramikkuka *(v.)* try

പരിഷ്കരണം parishkaranam *(n.)* amelioration

പരിഷ്കരിക്കുക parishkarikkuka *(v.)* ameliorate

പരിഷ്കർത്താവ് parishkarththaav *(n.)* reformer

പരിഷ്കൃതമായ parishkruthanaaya *(adj.)* urbane

പരിഷ്കൃതി parishkruthi *(n.)* sophistication

പരിഷ്ക്കരിക്കുക parishkarikkuka *(v.)* civilize

പരിഷ്ക്കരിക്കുക parishkarikkuka *(v.)* embellish

പരിഷ്ക്കാരം വരുത്തുക parishkaaram varuthuka *(n.)* sophisticate

പരിസമാപ്തി parisamaapthi *(n.)* closure

പരിസരം parisaram *(n.)* surroundings

പരിസരസ്വാധീനം parisaraswadeenam *(n.)* ambience

പരിസ്ഥിതി paristhithi *(n.)* environment

പരിസ്ഥിതി പ്രവർത്തകൻ paristhithi pravarththakan *(n.)* environmentalist

പരിസ്ഥിതി വാദം paristhithi vaadam *(n.)* environmentalism

പരിസ്ഥിതി വിജ്ഞാനീയം paristhithivinjaaniiyam *(n.)* ecology

പരിസ്ഥിതി സംബന്ധമായ paristhithi sambandhamaaya *(adj.)* environmental

പരിസ്ഥിതിവാദി paristhithivaadi *(n.)* ecologist

പരിസ്ഥിതിസംരക്ഷിത മേഖല paristhithi samrakshithamekhala *(n.)* buffer zone

പരിഹരിക്കപ്പെടാത്തത് pariharihhappetaaththath *(n.)* loose end

പരിഹരിക്കുക pariharikkuka *(v.)* rectify

പരിഹരിക്കുക pariharikkuka *(v.)* redress

പരിഹസിക്കുക parihasikkuka *(v.)* gull

പരിഹാരം parihaaram *(n.)* atonement

പരിഹാരമുണ്ടാക്കുക parihaaramundaakkuka *(v.)* redeem

പരിഹാസം parihaasam *(n.)* ridicule

പരിഹാസക്കൂത്ത് parihaasakkuuthth *(n.)* mime

പരിഹാസജനകം parihaasajanakam *(adj.)* ridiculous

പരിഹാസപാത്രം parihaasapaathram *(n.)* jest

പരിഹാസ്യമായ parihaasyamaaya *(adj.)* goofy

പരിഹാസ്യമായ അഭിനയം parihaasyamaaya abhinayam *(n.)* charade

പരീക്ഷ pariiksha *(n.)* examination

പരീക്ഷകൻ pariikshakan *(n.)* examiner

പരീക്ഷണം pariikshanam *(n.)* inquiry

പരീക്ഷണം pariikshanam *(n.)* test

പരീക്ഷണബാണശാസ്ത്രജ്ഞൻ parikkshanabana shaasthranjan *(n.)* rocket scientist

പരീക്ഷണസാമഗ്രി pareekshanasamgri *(n.)* apparatus

പരീക്ഷയെഴുതുന്നയാൾ pariikshayezhuthunnaayaal *(n.)* examinee

പരീക്ഷയ്ക്കുവിധേയമാകുക pariikshaykkuvidheyamaakuka *(n.)* quiz

പരീക്ഷാമേൽനോട്ടം വഹിക്കുക parikshaamelnottam vahikkuka *(v.)* proctor

പരീക്ഷാർത്ഥമുള്ള pariikshaarththamulla *(adj.)* tentative

പരീക്ഷാവിജയം pariikshaavijayam *(n.)* pass

പരീക്ഷിക്കുക pariikshiikkuka *(v.)* test

പരു paru *(n.)* abscess

പരുക്കൻകല്ല് parukkan kallu *(n.)* rubblework

പരുക്കനല്ലാത്ത parukkanallaaththa *(adj.)* smooth

പരുക്കനായ parukkanaaya *(adj.)* gross

പരുക്കനായ parukkanaaya *(adj.)* rude

പരുക്കേൽപ്പിക്കുക parukkelpikkuka *(v.)* maul

പരുക്ക് parukk *(n.)* hurt

പരുത്ത paruththa *(n.)* gross

പരുപരുത്ത paruparuththa *(adj.)* rough

പരുഷം parusham *(adj.)* acrid

പരുഷമായ parushamaaya *(adj.)* astringent

പരോക്ഷമായ parokshamaaya *(adj.)* indirect

പരോക്ഷലബ്ധമായ parokshalabdamaaya *(adj.)* vicarious

പരോപകാരി paropakaari *(adj.)* benevolent

പരോപകാരി paropakaari *(n.)* samaritan

പരോപകാരിയായ paropakaariyaaya *(adj.)* altruistic

പരോക്ഷ ആക്രമണം paroksha aakramanam *(n.)* sidewind

പരോക്ഷസൂചന parokshasoochana *(n.)* allusion

പരോപകാരി paropakaari *(n.)* altruist

പർണ്ണശാല parnashaala *(n.)* cottage

പര്യങ്കം paryankam *(n.)* sofa

പര്യടനം paryatanam *(n.)* roadshow

പര്യവസാനം paryavasaanam *(n.)* upshot

പര്യവേക്ഷകൻ paryaveshakan *(n.)* superintendent

പര്യവേക്ഷണം paryaveshanam *(n.)* exploration

പര്യവേക്ഷണം നടത്തുക paryaveshanam nataththuka *(v.)* explore

പര്യാപ്തത paryapthatha *(n.)* adequacy

പര്യാപ്തി paryaapthi *(adv.)* enough

പര്യായം paryaayam *(n.)* synonym

പര്യാലോചിക്കുക paryaalochikkuka *(v.)* contemplate

പർവ്വതം parvvatham *(n.)* mountain

പർവ്വതപ്രദേശം parvvathapradesham *(adj.)* mountainous

പർവ്വതവാസി parvvathavaasi *(n.)* mountaineer

പർണ്ണാലങ്കാരം parnnaalankaaram *(adj.)* foliate

പർവതരൂപീകരണപ്രക്രിയ parvvatharuupikaranaprakriya *(adj.)* orogenic

പർവതരൂപീകരണമാനം. parvvatharuupikaranamaanam / *(n.)* orogen
പർവ്വതപഠനം parvvathapatanam *(n.)* orologist
പർവ്വതമുടി parvvathamuti *(n.)* mount
പർവ്വതസംബന്ധിയായ parvvathasambandhiyaa *(adj.)* alpine
പറക്കുംതളിക parakkum thalika *(n.)* ufo
പറക്കുക parakkuka *(v.)* fly
പറക്കുന്ന വസ്തുക്കളുടെ പഠനം parakkunna vasthukkalute patanam *(n.)* ufology
പറക്കുന്ന വസ്തുക്കളെക്കുറിച്ച് പഠിക്കുന്നയാൾ patikkunna vasthukkalekkurich patikkunnayaal *(n.)* ufologist
പറങ്കിമാവ് parankimaav *(n.)* cashew
പറഞ്ഞയയ്ക്കുക paranjayakkuka *(v.)* dismiss
പറഞ്ഞുകൊടുക്കുക paranjukotukkuka *(v.)* tell
പറഞ്ഞുപാട്ടിലാക്കുക paranjupaattilaakkuka *(v.)* wheedle
പറഞ്ഞുമനസ്സിലാക്കുക paranjumanassilaskuka *(v.)* instil
പറഞ്ഞെഴുതിക്കുക paranjezhuthikkuka *(v.)* dictate
പറയൽ parayal *(n.)* say
പറയുക parayuka *(v.)* say
പറയുക parayuka *(v.)* talk
പറയുന്നയാൾ parayunnayaal *(n.)* teller
പറിച്ചുനടൽ parichu natal *(n.)* transplantation
പറിച്ചുനടുക parichu natuka *(v.)* transplant
പറിച്ചുനടുന്ന parichu natunna *(n.)* transplant
പറിച്ചെടുക്കൽ parichchetukkal *(n.)* pick
പറിച്ചെടുക്കുക parichchetukkuka *(v.)* pick
പറിച്ചെടുക്കുക parichchetukkuka *(v.)* prick
പറുദീസ parudiissa *(n.)* paradise
പറ്റമായി പോവുക pattamaayi pokuka *(v.)* flock
പറ്റിക്കിടക്കുക pattikkitakkuka *(v.)* nestle
പറ്റിക്കുക pattikkuka *(v.)* dupe
പറ്റിക്കൂടുക pattikkuutuka *(v.)* dog
പറ്റിച്ചുനടക്കൽ pattichchunatakkal *(n.)* elusion
പറ്റിപ്പിടിക്കുക pattippidikkuka *(v.)* adhere
പറ്റിപ്പിടിക്കുന്ന pattippidikkunna *(adj.)* clingy
പൽച്ചക്ര സംഘടനപ്പെട്ടി palchakra sangatanappetti *(n.)* gearbox
പൽച്ചക്രം palchakram *(n.)* gearwheel
പല pala *(adj.)* several
പലക palaka *(n.)* board
പലകക്കടലാസ് palakakkatalaas *(n.)* cardboard
പലകത്തട്ട് palakaththatt *(n.)* cupboard
പലകനിരത്തുക palakaniraththuka *(v.)* plank
പലഘടകങ്ങളുള്ള palaghatakangalulla *(adj.)* multiple
പലചരക്കുവ്യാപാരി palacharakkuvyaapaari *(n.)* grocer
പലതരം palatharam *(n.)* miscellany
പലതരമായ palatharamaaya *(adj.)* sundry
പലതിലൊന്ന് palathilonnu *(adj.)* any
പലതും കലർന്ന മിശ്രം palathum kalarnna mishram *(n.)* conglomerate
പലപ്പോഴും palappozhum *(adv.)* often
പലഭാഷകളിലുള്ള palabhaashakalilulla *(adj.)* polyglot
പലവകയായ palavakayaaya *(adj.)* miscellaneous

പലവിധമായ palavidhamaaya *(adj.)* varied
പലവ്യഞ്ജനം palavynjanam *(n.)* grocery
പലഹാരം palahaaram *(n.)* snack
പലായനപ്രവണത palaayanapravanatha *(n.)* escapism
പലായനശാസ്ത്രം palaayanasaasthram *(n.)* escapology
പൽനിരപ്പൂട്ട് palnirappuutt *(n.)* zipper
പല്ലക്ക് pallakk *(n.)* palanquin
പല്ലവം pallavam *(n.)* sprig
പല്ലുമുളയ്ക്കുക pallumulaykkuka *(v.)* teethe
പല്ലുവൃത്തിയാക്കുക palluvruththiyaakkuka *(v.)* floss
പല്ലുവേദന palluvedana *(n.)* toothache
പല്ലുവൈദ്യൻ palluvaidyan *(n.)* odontologist
പല്ല് pallu *(n.)* tooth
പളപളപ്പായ palapalappaaya *(adj.)* sleek
പളപളപ്പ് palapalapp *(n.)* tinsel
പളുങ്കു പോലാകുക palunkupolaakkuka *(v.)* glassify
പളുങ്കുനിർമ്മാതാവ് palunkunirmmaathaav *(n.)* glassmaker
പളുങ്കുരൂപമാക്കുക palunkruupamaakkuka *(v.)* crystalize
പളുങ്ക് palunk *(n.)* crystal
പള്ളിയങ്കണം palliyankanam *(n.)* churchyard
പള്ളിയറ വിചാരിപ്പുകാരൻ palliyaravicharippukaran *(n.)* chamberlain
പള്ളിയുടെ മദ്ധ്യഭാഗം palliyute madyabhaagam *(n.)* nave
പഴം pazham *(n.)* fruit
പഴം മോഷ്ടിക്കുക pazham moshtikkuka *(v.)* scrump
പഴക്കംചെന്ന pazhakkamchenna *(adj.)* antiquated
പഴക്കട്ടി pazhakkaatti *(n.)* marmalade
പഴക്കമുള്ള pazhakkamulla *(adj.)* old
പഴങ്ങൾ ചേർത്ത ഐസ്ക്രീം pazhangal cherththa icecream *(n.)* sundae
പഴച്ചാറ് pazhachaaru *(n.)* mocktail
പഴഞ്ചനായ pazhanchanaaya *(adj.)* outmoded
പഴഞ്ചൊല്ല് pazhamchollu *(n.)* proverb
പഴനീര് pazhaniiru *(n.)* sap
പഴന്തുണി pazhanthuni *(n.)* rag
പഴപ്പഞ്ചസാര pazhappanchasaara *(n.)* glucose
പഴയ pazhaya *(n.)* old
പഴരസം pazharasam *(n.)* juice
പഴരസക്കുഴമ്പ് pazharasakkuzhamp *(n.)* jam
പഴി pazhi *(v.)* blame
പഴികേൾക്കേണ്ടിവരിക pazhikelkkendi varika *(v.)* scapegoat
പഴിക്കുക pazhikkuka *(v.)* malign
പഴിചുമത്തുക pazhi chumaththuka *(v.)* accuse
പഴിപറയുക pazhiparayuka *(v.)* allege
പഴുതാര pazhuthaara *(n.)* centipede
പഴുതുണ്ടാക്കുക pazhuthundaakkuka *(n.)* tent
പഴുത് pazhuth *(n.)* loop-hole
പഴുപ്പിക്കുക pazhuppikkuka *(v.)* ripen
പവിത്രമാക്കുക pavithramaakkuka *(v.)* sanctify
പവിത്രീകരണം pavithriikaranam *(n.)* purification
പവിത്രീകരണം pavithriikaranam *(n.)* sanctification
പവിഴദ്വീപുകൾ pavizhadweepukal *(n.)* atoll
പവിഴപ്പുറ്റ് pavizhapputt *(n.)* coral
പശ pasha *(n.)* mucilage
പശകമ്പ് pashakamp *(n.)* glue stick

പശമുക്കുക pashamukkuka *(v.)* starch
പശയിട്ടൊട്ടിക്കുക pashayittottikkuka *(v.)* glue
പശയുള്ള pashayulla *(adj.)* gelatinous
പശവെച്ചൊട്ടിക്കുക pashavachottikkuka *(v.)* paste
പശിമയില്ലാതെ pashimayillaathe *(adj.)* gluten-free
പശിമയുണ്ടാകുക pashimayundaakuka *(v.)* gelatinize
പശിമയുള്ള pashimayulla *(n.)* epoxy
പശു pashu *(n.)* cow
പശുരോഗം pashurogam *(n.)* anthrax
പശ്ചാത്തലം paschaathalam *(v.)* backdrop
പശ്ചാത്താപിക്കുക paschaathapikkuka *(v.)* scruple
പശ്ചിമദിക്ക് paschimadikk *(adj.)* west
പശ്ചിമവാതമായ paschimavaathamaaya *(adj.)* westerly
പശ്ചിമാഭിമുഖമായ paschimaabhimukkamaaya *(adv.)* westerly
പാകം paakam *(n.)* fit
പാകമാകാത്ത paakamaakaaththa *(adj.)* immature
പാകമാകുക paakamaakuka *(v.)* mature
പാക്യജനകം paakyajanakam *(n.)* nitrogen
പാചകക്കാരൻ paachakakkaaran *(n.)* butler
പാചകക്കാരൻ pachakakkaran *(n.)* chef
പാചകപാത്രം paachakapaathram *(n.)* cooker
പാചകവിധി paachakavidhi *(n.)* recipe
പാചകവൃത്തി paachakavruththi *(n.)* cuisine
പാചകശാല paachakashaala *(n.)* kitchen
പാചകശാസ്ത്രം paachakashaashthram *(n.)* gastronomy
പാചകസംബന്ധമായ paachaka sambandhamaaya *(adj.)* culinary
പാഞ്ഞുകയറുക paanjukayaruka *(v.)* overrun
പാഞ്ഞുകയറ്റം paanjukayattam *(n.)* onrush
പാഞ്ഞോടുക paanjotuka *(v.)* scuttle
പാടലവർണ്ണം patalavarnnam *(n.)* pink
പാടലവർണ്ണം കലർന്ന patalavarnnam kalarnna *(adj.)* pinkish
പാടലവർണ്ണമാകുക patalavarnnamaakuka *(adj.)* pink
പാടവം paatavam *(n.)* proficiency
പാട് paat *(n.)* mark
പാട്ടം paattam *(n.)* rent
പാട്ടകൃഷി paattakrushi *(n.)* sharecrop
പാട്ടക്കാരൻ paattakkaran *(n.)* lessee
പാട്ടത്തിനു കൊടുക്കുക paattaththinukotukkuka *(v.)* rent
പാട്ടിലാക്കുക paattilaakkuka *(v.)* coax
പാട്ടുകച്ചേരി നടത്തുക paattukacheri nataththuka *(v.)* gig
പാട്ടുകൾ paattukal *(n.)* setlist
പാഠപുസ്തകം paatapusthakam *(n.)* textbook
പാഠപുസ്തകത്തെപ്പോലെ paatapusthakaththepole *(adj.)* textbookish
പാഠപുസ്തകസംബന്ധം paatapusthakasambandham *(adj.)* textbook
പാഠഭേദം paatabhedam *(n.)* version
പാഠശാല paatashaala *(n.)* schoolhouse
പാഠശാലവിഷയകമായ paatashaalavishayakamaaya *(adj.)* scholastic
പാഠ്യപദ്ധതി paatyapadhathi *(n.)* curriculum
പാണ്ഡിത്യപ്രദർശനം paandityа peadarshanam *(n.)* pedantry

പാണ്ഡിത്യമുള്ള paandithyamulla *(adj.)* scholarly

പാത paatha *(n.)* road

പാതാളം paathaalam *(n.)* abyss

പാതാളക്കിണർ paathaalakkinar *(adj.)* artesian

പാതാളക്കുഴി paathaalakkuzhi *(n.)* gulf

പാതാളഭൂതം paathaalabhuutham *(n.)* gnome

പാതി ഔപചാരികം paathi oupachaarikam *(adj.)* semi-formal

പാതിമനസ്സോടുകൂടിയ paathimanassotu kuutiya *(adj.)* half-hearted

പാതിരാ paathiraa *(n.)* midnight

പാതിരി paathiri *(n.)* chaplain

പാതിരി paathiri *(n.)* priest

പാതിവ്രത്യം paathivruthyam *(n.)* chastity

പാതിവ്രത്യമുള്ള paathivruthyamulla *(adj.)* chaste

പാത്രം paathram *(n.)* container

പാത്രത്തിൽവയ്ക്കുക paathraththilvaykkuka *(v.)* pot

പാദകവചം paadakavacham *(n.)* boot

പാദചികിത്സകൻ paadachikilsakan *(n.)* podiatrist

പാദപരീക്ഷ paadapareeksha *(n.)* audition

പാദമുദ്ര paadamudra *(n.)* footmark

പാദരക്ഷ paadaraksha *(n.)* gumboot

പാദരോഗപഠനസംബന്ധം paadarigapatanasambandham *(adj.)* podiatric

പാദവിന്യാസം paadavinyaasam *(n.)* pace

പാദസരം padasaram *(n.)* anklet

പാദസേവ paadaseva *(n.)* menial

പാദസേവ ചെയ്യുക paadaseva cheyyuka *(v.)* cringe

പാദസേവചെയ്യുന്ന paadasevacheyyunna *(adj.)* servile

പാദസേവപരമായ padasevaparamaaya *(adj.)* menial

പാദാവരണം paadaavaranam *(n.)* stocking

പാദുകം paadukam *(n.)* shoe

പാനപാത്രം paanapaathram *(n.)* goblet

പാനീയം paaniiyam *(n.)* drink

പാപം paapam *(n.)* sin

പാപം ചെയ്യുക paapam cheyyuka *(v.)* sin

പാപകരമായ paapakaramaaya *(adj.)* sinful

പാപവിമോചനം paapavimochanam *(n.)* absolution

പാപി paapi *(n.)* offender

പാപിഷ്ഠമായ paapishtamaaya *(adj.)* worst

പാപ്പരത്തം paappraraththam *(n.)* insolvency

പാപ്പരാകൽ paapparaakal *(n.)* bankruptcy

പാപ്പരായ paapparaaya *(adj.)* down and out

പാപ്പർ paappar *(adj.)* bankrupt

പാപ്പാൻ paappan *(n.)* mahout

പാമ്പ് paamp *(n.)* snake

പായ paaya *(n.)* mat

പായൽ paayal *(n.)* moss

പായൽപ്രദേശം paayalpradesham *(n.)* boglet

പായുക paayuka *(v.)* dash

പായ് വഞ്ചി paay vanchi *(n.)* sailboat

പായ് വഞ്ചിക്കാർ pasyvanchikkaar *(n.)* sailboater

പായ് വഞ്ചിയാത്ര paayvanchiyaathra *(n.)* sailboating .

പായ്മരം paaymaram *(n.)* mast

പാരച്യൂട്ടുകാർ ഇറങ്ങുന്നസ്ഥലം paarachyutukaar irangunna sthalam *(n.)* dropzone

പാരമ്പര്യ സ്വത്ത് paarambarya swathth *(n.)* bequest
പാരമ്പര്യം paaramoaryam *(n.)* heritage
പാരമ്പര്യം paaramparyam *(n.)* legacy
പാരമ്പര്യപ്പകർച്ച paaramparya pakarcha *(n.)* tradition
പാരമ്പര്യസ്വഭാവം paaramparaya swabhavam *(adj.)* heritable
പാരമ്യം paaramyam *(n.)* acme
പാരസ്പര്യമുള്ള paarasparyamulla *(adj.)* interactive
പാരായണം ചെയ്യുക paarayanam cheyyuka *(v.)* recite
പാരിതോഷികം paarithoshikam *(n.)* gratuity
പാരിതോഷികം paarithoshikam *(n.)* honorarium
പാരിതോഷികം നല്കുക paarithoshikam nalkuka *(v.)* gift
പാരിതോഷികംനല്കുക paarithoshikam nalkuka *(v.)* prize
പാരിമാണികമായ paarimaanikamaaya *(adj.)* quantitative
പാരിസ്ഥിതികമായ paarishthikamaaya *(adj.)* ecological
പാരുഷ്യം paarushyam *(n.)* aspiration
പാരുഷ്യം paarushyam *(n.)* bitterness
പാർ ശ്വഭാഗം paarswabhaagam *(n.)* flank
പാർക്കുക paarkkuka *(v.)* reside
പാർപ്പിക്കുക paarppikkuka *(v.)* accommodate
പാർപ്പിട സമുച്ചയം paarppidasamuchchayam *(n.)* apartment
പാർപ്പിടം paarppitam *(n.)* dwelling
പാർലമെന്റംഗം parliamentangam *(n.)* parliamentarian
പാർശ്വം paarswam *(n.)* side
പാർശ്വത്തിൽ നിൽക്കുക paarswaththil nilkkuka *(v.)* flank
പാർശ്വപഥം paarswapatham *(n.)* sidewalk

പാർശ്വവർത്തി paarswavarththi *(n.)* usher
പാർശ്വവഴികൾ paarswavazhikal *(n.)* sideway
പാർക്കിങ് രസീത് parking raseeth *(n.)* parking ticket
പാർപ്പിക്കുക parppikkuka *(v.)* house
പാർശ്വവൽക്കരണം paarswavalkkaranam *(n.)* sideline
പാർശ്വവൽക്കരിക്കുക paarswavalkkarikkuka *(v.)* sideline
പാർസ്ലി paarsle *(n.)* parsley
പാറകയറുന്നയാൾ paarakayarunnaayaal *(n.)* rock climber
പാറക്കഷ്ണം paarakashanam *(n.)* boulder
പാറപൊട്ടിക്കുക paarapottikkuka *(v.)* quarry
പാറമട paaramata *(n.)* quarry
പാറമത്സ്യം paaramatasyam *(n.)* rockfish
പാറവെടിമരുന്ന് paaravetimarunnu *(n.)* dynamite
പാറാവു നിൽക്കുക paatavu nilkkuka *(v.)* guard
പാറാവുകാരൻ paaravukaaran *(n.)* sentinel
പാറാവുനിൽപ് paaravu nilp *(n.)* patron
പാറാവ് paaraav *(n.)* guard
പാറ്റ paatta *(n.)* cockroach
പാൽപൊടി paalppoti *(n.)* milk powder
പാലം paalam *(n.)* bridge
പാലനം paalanam *(n.)* aegis
പാലിക്കുക palikkuka *(v.)* abide
പാലിലുള്ള paalilulla *(adj.)* lactic
പാലിലെ പഞ്ചസാര paalile panchasaara *(n.)* lactose
പാലുണ്ണി paalunni *(n.)* wart
പാൽ നിറഞ്ഞ paalniranja *(adj.)* milky
പാൽക്കഞ്ഞി paalkkanji *(n.)* porridge

പാൽക്കട്ടി paalkkatti *(n.)* cheese
പാൽക്കട്ടി കണക്കുള്ള palkkatti kanakkulla *(adj.)* cheesy
പാളംതെറ്റിക്കുക paalamthettikkuka *(v.)* derail
പാളയം paalayam *(n.)* base camp
പാളി paali *(n.)* ply
പാളികൊണ്ട് പൊതിയുക paalikond pothiyuka *(v.)* laminate
പാളിതെന്നി നീങ്ങുക paalithenniniinguka *(v.)* obduct
പാളിതെന്നിനീങ്ങൽ paalithenniniingal *(n.)* obduction
പാളിനോക്കുക paalinokkuka *(v.)* squint
പാളിയാകൽ paaliyaakal *(adj.)* flaking
പാഴാക്കൽ paazhaakkal *(n.)* wastage
പാഴാക്കുക paazhaakkuka *(v.)* waste
പാഴാക്കുന്ന paazhaakkunna *(adj.)* wasteful
പാഴായ paazhaaya *(adv.)* abortive
പാഴായവ ഉപേക്ഷിക്കുക paazhaayava upekshikkuka *(v.)* scrap
പാഴ് വസ്തു paazh vasthu *(n.)* waste
പാഴ്ചെലവ് paazhchelav *(adj.)* waste
പാഴ്ച്ചെലവുചെയ്യുക paazhchelavu cheyyuka *(v.)* squander
പാവ paava *(n.)* puppet
പാവക്കൂത്ത് paavakkuuthth *(n.)* marionette
പാവാട paavaata *(n.)* skirt
പാവുകല്ല് paavukallu *(n.)* slab
പാവ് paav *(n.)* jelly
പാശബന്ധം paashabandham *(adj.)* net
പാശ്ചാതീകരിക്കുക paaschaaththiikarikkuka *(v.)* orientate
പാശ്ചാത്യമായ paaschaathyamaaya *(adj.)* occidental
പാശ്ചാത്യലോകം paaschaathyalokam *(n.)* occident
പാഷാണം paashaanam *(n.)* arsenic
പിക്ചർ എലിമെന്റ് picture element *(n.)* pixel
പിക്സലായി തിരിക്കുക pixel aayi thirikkuka *(v.)* pixelate
പിച്ച നടക്കുക pichcha natathuka *(v.)* waddle
പിച്ചള pichchala *(n.)* brass
പിച്ചാത്തി pichchaaththi *(n.)* knife
പിഞ്ചായ pinchaaya *(adj.)* puny
പിഞ്ച് pinch *(n.)* tender
പിടക്കോഴി pitakkozhi *(n.)* hen
പിടച്ചടക്കുക pidichchadakkuka *(v.)* conquer
പിടലി pitali *(n.)* occipital
പിടലിസംബന്ധം putalisambandham *(adj.)* occipital
പിടി piti *(n.)* clutch
പിടികിട്ടാപ്പുള്ളി pitikittaappulli *(n.)* fugitive
പിടികൂടുക pidikooduka *(v.)* apprehend
പിടികൊടുക്കാതിരിക്കുക pitikotukkaathirikkuka *(v.)* elude
പിടികൊടുക്കാത്ത pitikotukkaaththa *(adj.)* evasive
പിടിക്കുക pidikkuka *(v.)* catch
പിടിച്ചു തിന്നുക pitichuthinnuka *(v.)* prey
പിടിച്ചു വലിക്കുക pitichuvalikkuka *(v.)* wrench
പിടിച്ചുകയറ്റുക pidichchukayattuka *(v.)* climb
പിടിച്ചുപറി pitichchupari *(n.)* extortion
പിടിച്ചുവയ്ക്കൽ pitichuvaykkal *(n.)* retention
പിടിച്ചുവലി pitichuvali *(n.)* wrench
പിടിച്ചെടുക്കൽ pitichetukkal *(n.)* seizure
പിടിച്ചെടുക്കാനാകുന്ന pitichetikkaanaavunna *(adj.)* retentive

പിടിച്ചെടുക്കുക pitichetukkuka *(v.)* usurp

പിടിപ്പുകേട് pitippuket *(n.)* mismanagement

പിടിയിലാക്കുക pitiyilaakkuka *(v.)* grasp

പിടിയുംവലിയും pitiyum valiyum *(n.)* scramble

പിടിവാശി pitivaashi *(n.)* obstinacy

പിടിവാശിക്കാരൻ pitivaashikkkaran *(n.)* diehard

പിണക്കമുള്ള pinakkamulla *(adj.)* miffed

പിണയുക pinayuka *(v.)* befall

പിണ്ഡം pindam *(n.)* lump

പിതാവിന്റേതായ pithaavintethaaya *(adj.)* paternal

പിതാവ് pithaav *(n.)* dad (or daddy)

പിതൃക്കൾ pithrukkal *(n.)* forefather

പിതൃനിർവിശേഷമായ pithrunirvisheshamaaya *(adj.)* parental

പിതൃഹത്യ pithruhathya *(n.)* parricide

പിതൃഹന്താവ് pithruhanthaav *(n.)* patricide

പിത്തം പിടിപ്പിക്കുക piththam pitippikkuka *(v.)* jaundice

പിത്തരസം pitharasam *(n.)* bile

പിൻ കാഴ്ച pinkaazhcha *(adj.)* rearview

പിൻകഴുത്ത് pinkazhuth *(n.)* scruff

പിൻതാങ്ങൽ pinthaangal *(n.)* support

പിൻവലിക്കുക pinvalikkuka *(v.)* repeal

പിൻ തിരിയുക pinthiriyuka *(v.)* backtrack

പിൻകാല പ്രാബല്യം pinkaala prabalyam *(v.)* backdate

പിൻകുറിപ്പ് pinkuripp *(n.)* postscript

പിന്തരിപ്പിക്കുക pinthirippikkuka *(v.)* dissuade

പിന്താങ്ങുക pinthaanguka *(v.)* second

പിന്താങ്ങുന്നയാൾ pinthaangunnayaal *(adj.)* second-hand

പിന്തിരിപ്പിക്കുക pinthirippikkuka *(v.)* dehort

പിൻതിരിയൽ pinthiriyal *(n.)* recoil

പിൻതിരിയുക pinthiriyuka *(v.)* desist

പിൻതീയതി വയ്ക്കുക pinthiiyathi vaykkuka *(v.)* post-date

പിന്തുടരൽ pinthutaral *(n.)* pursuit

പിന്തുടരാവുന്ന pinthutaravunna *(adj.)* trackable

പിന്തുടരുക pinthudaruka *(v.)* chase

പിന്തുടരുക pinthutaruka *(v.)* stalk

പിന്തുടരുന്നയാൾ pinthutarunnayaal *(n.)* tracker

പിൻതുടർച്ചക്കാരൻ pinthudarchakkaaran *(n.)* descendant

പിന്തുണ pinthuna *(n.)* backing

പിന്തുണകൊടുക്കൽ thuna kodukkal *(n.)* backup

പിന്തുണയ്ക്കുക pinthuna *(v.)* reinforce

പിന്തുണയ്ക്കുന്നയാൾ pinthunakkunnayaal *(n.)* seconder

പിന്നണി pinnani *(n.)* background

പിന്നണി ഗാനം pinnaniganam *(n.)* playback

പിന്നത്തെ pinnaththe *(adv.)* post

പിന്നാക്കമുള്ള pinnaakkamulla *(adj.)* backward

പിന്നാലെ pinnale *(adv.)* next

പിന്നാലെ പോകുക pinnale pokuka *(v.)* follow

പിന്നിലുള്ള pinnilulla *(adv.)* rear

പിന്നിലെ pinnile *(adj.)* rear

പിന്നിൽ pinnil *(prep.& adv.)* behind

പിന്നീട് pinniid *(prep.)* after

പിന്നെയും pinneyum *(adv.)* again

പിന്നോക്കം എണ്ണുക pinnokkam ennuka *(n.)* countdown

പിന്നോട്ടുപോവുക pinnottupovuka *(v.)* retreat

പിൻഭാഗം pinbhaagam *(n.)* rear
പിൻവരുന്ന pinvarunna *(adj.)* subsequent
പിൻവലിക്കൽ pinvalikkal *(n.)* repeal
പിൻവലിക്കൽ pinvalikkal *(n.)* withdrawal
പിൻവലിക്കുക pinvalikkuka *(v.)* decommission
പിമ്പേ pinbhaagam *(n.)* back
പിയാനോവായിക്കുന്നയാൾ piyaanovayikkunnayaal *(n.)* pianist
പിരട്ടുവാക്ക് pirattuvaak *(n.)* quibble
പിരി മുറുക്കമുള്ളതാക്കിത്തീർക്കുക pirimurukkamullathaakkiththiirkkuka *(v.)* tense
പിരിക്കാൻകഴിയാത്ത pirikkan kazhiyaaththa *(adj.)* inseparable
പിരിക്കുക pirikkuka *(v.)* crimple
പിരിച്ചയയ്ക്കൽ pirichayakkal *(n.)* sack
പിരിച്ചയയ്ക്കുക pirichayakkuka *(v.)* sack
പിരിച്ചുവിടൽ pirichuvital *(n.)* termination
പിരിച്ചുവിടുക pirichchuvituka *(v.)* disperse
പിരിഞ്ഞു പോകുക pirinjupokuka *(n.)* dropout
പിരിപിരിയായ piripiriyaya *(adj.)* spiral
പിരിപ്പൻചാവി pirippan chaavi *(n.)* winder
പിരിമുറുക്കം pirimurukkam *(n.)* tension
പിരിമുറുക്കമുള്ള pirimurukkamulla *(adj.)* tense
പിരിമുറുക്കുക pirimurukkam *(v.)* screw
പിരിയൻമുടി piriyanmuti *(n.)* dreadlock
പിരിയാണി piriyaani *(n.)* screw

പിരിയുക piriyuka *(v.)* part
പിറകോട്ട് pirakott *(adv.)* aback
പിറുപിറുക്കുക pirupirukkuka *(v.)* mutter
പിറുപിറുപ്പ് pirupirupp *(n.)* mutton
പിറ്റേന്നാൾ pittennaal *(n.)* morrow
പിളരുക pilaruka *(n.)* irruption
പിളർക്കുക pilarkkuka . *(n.)* clave
പിളർപ്പ് pilarpp *(n.)* aperture
പിളർപ്പ് pilarpp *(n.)* fissure
പിള്ളവാതം pillavaatham *(n.)* rickets
പിഴ pizha *(n.)* condonation
പിഴച്ച pizhachcha *(adj.)* erroneous
പിഴപറ്റുക pizhapattuka *(v.)* mistake
പിഴയടക്കുക pizhayatakkuka *(v.)* forfeit
പിഴയിടുക pizhayituka *(v.)* fine
പിഴയുള്ള pizhayulla *(adj.)* incorrect
പിഴവ് pizhav *(n.)* fault
പിഴിഞ്ഞെടുക്കുക pizhinjetukkuka *(v.)* extract
പിഴിഞ്ഞെടുത്തസത്ത് pizhinjetuththa sathth *(n.)* extract
പിഴിയുക pizhiyuka *(v.)* wring
പിഴുതെടുക്കൽ pizhuthetukkal *(n.)* pluck
പിഴുതെടുക്കുക pizhuthetukkuka *(v.)* pluck
പിശകായ pishakaaya *(adj.)* wrong
പിശകുപറ്റുക pishakupattuka *(v.)* glitch
പിശക് pishak *(n.)* discrepancy
പിശക് pishak *(n.)* error
പിശക് pishak *(n.)* mistake
പിശാച് pishaach *(n.)* spectre
പിശുക്കനായ pishukkanaaya *(adj.)* miserly
പിശുക്കൻ pishukkan *(n.)* scrooge
പിശുക്കുള്ള pishukkulla *(adj.)* stingy
പിസ്സ pissa *(n.)* pizza
പിസ്സ വിൽക്കുന്നയിടം pissa vilikkunnayitam *(n.)* pizzeria

പീച്ചൽ piichal *(n.)* spurt
പീച്ചാങ്കുഴൽ therippikkuka *(n.)* spout
പീച്ചുക piichuka *(v.)* spurt
പീച്ചുമരം piichumaram *(n.)* peach
പീടിക piitika *(n.)* shop
പീടികയിൽനിന്നു വാങ്ങുക piitikayilninnu vaanguka *(v.)* shop
പീഠം piitam *(n.)* ottoman
പീഠഭൂമി piitabhuumi *(n.)* plateau
പീഠിക piitika *(n.)* preface
പീഡ peeda *(n.)* affliction
പീഡ piida *(n.)* harassment
പീഡനം piidanam *(n.)* molestation
പീഡിതമായ peedithamaaya *(adj.)* ailing
പീഡിപ്പിക്കുക peedippikkuka *(v.)* afflict
പീഡിപ്പിക്കുക piidippikkuka *(v.)* torment
പീതവർണ്ണം piithavarnnam *(n.)* yellow
പീരങ്കി piiranki *(n.)* cannon
പീരങ്കികൾ peerankikal *(n.)* artillery
പീരങ്കികൊണ്ടു തകർക്കുക peerangikondu thakarkkuka *(v.)* bombard
പീരങ്കിനിര piiranginira *(n.)* battery
പീരങ്കിപ്പടയാളി peerankippadayaali *(n.)* bombardier
പീരങ്കിപ്രയോഗം piirankiprayogam *(v.)* cannonade
പുംബീജഗ്രന്ഥി pumbiijagrandhi *(n.)* testicle
പുക puka *(n.)* smoke
പുകക്കറ പിടിക്കുക pukakkarapitikkuka *(v.)* soot
പുകക്കുഴൽ pukakkuzhal *(n.)* chimney
പുകപിടിച്ച pukapiticha *(adj.)* smoky
പുകപ്പൊടി pukappoti *(n.)* soot
പുകയില pukayila *(n.)* tobacco
പുകയിലച്ചുരുട്ട് pukayilachurutt *(n.)* cigar
പുകയിലച്ചുരുട്ട് pukayilachurutt *(n.)* cigarette
പുകയിലസത്ത് pukayilasathth *(n.)* nicotine
പുകയുന്ന pukayunna *(n.)* smoking
പുകയ്ക്കുക pukaykkuka *(v.)* smoke
പുകഴ്ത്തിവശത്താക്കുക pukazhthi vashathaakkuka *(v.)* cajole
പുകഴ്ത്തുക pukazhththuka *(v.)* applaud
പുച്ഛപ്രകടനം puchchaprakatanam *(n.)* scoff
പുച്ഛിക്കുക puchchikkuka *(v.)* jeer
പുച്ഛിക്കുന്ന puchchikkunna *(adj.)* sardonic
പുഞ്ചിരി punchiri *(n.)* smile
പുഞ്ചിരിക്കുക punchirikkuka *(v.)* smile
പുടപാകം ചെയ്യുക putapaakam cheyyuka *(v.)* smelt
പുടവ putava *(n.)* cloth
പുണരുക punaruka *(v.)* embrace
പുണ്ണായ punnaaya *(adj.)* sore
പുണ്ണുള്ള punnulla *(adj.)* ulcerous
പുണ്ണ് punnu *(n.)* cabuncle
പുണ്ണ് punnu *(n.)* ulcer
പുണ്ണ് punnu *(n.)* wound
പുണ്യവാളനാക്കുക punyavaalanaakkuka *(v.)* canonize
പുതയ്ക്കുക puthaykkuka *(v.)* cover
പുതിയ puthiya *(adj.)* new
പുതുക്കൽ puthukkal *(n.)* makeover
പുതുക്കിപ്പണിയുക puthukkippaniyuka *(v.)* renovate
പുതുക്കുക puthukkuka *(v.)* refurbish
പുതുതായുണ്ടാക്കുക puthuthaayundaakkuka *(v.)* innovate
പുതുമ puthuma *(n.)* innovation
പുതുമയേറിയ puthumayeriya *(adj.)* novel
പുതുമോടി puthumoti *(n.)* vogue
പുത്രൻ puthran *(n.)* son

പുന:ചൈതന്യം punachaithanyam *(n.)* reanimation

പുന:ശസ്ത്രക്രിയ punashasthrakriya *(n.)* reamputation

പുന:സംയോജനം punasamyojanam *(n.)* reannexation

പുന:സംയോജിക്കുക punasamyojikkuka *(v.)* rearticulate

പുന:സാന്ദ്രീകരണം punasandriikaranam *(n.)* recondensation

പുന:സാന്ദ്രീകരിക്കുക punasandriikarikkuka *(v.)* recondense

പുനഃക്രമീകരണം punakramiikaranam *(n.)* reconfiguration

പുനഃക്രമീകരിക്കുക punakramiikarikkuka *(v.)* reconfigurate

പുനഃപരിശോധിക്കുക punaparshodhikkua *(v.)* revise

പുനഃപ്രകോപനം punaprakopanam *(n.)* recrudency

പുനഃപ്രതിഷ്ഠ punaprathishta *(n.)* reinstatement

പുനഃപ്രതിഷ്ഠാപനം punapeathishtaapanam *(n.)* restoration

പുനഃപ്രതിഷ്ഠിക്കുക punaprathishtikkuka *(v.)* reinstate

പുനഃസംയോജിപ്പിക്കുക punasamyojikkuka *(v.)* rejoin

പുനഃസമാഹരിക്കുക punasamaaharikkuka *(v.)* rally

പുനപ്രവർത്തനം punapravarththanam *(n.)* reactivation

പുനരംഗീകരിക്കുക punarangiikarikkuka *(v.)* reaccept

പുനരംഗീകാരം punarangiikaaram *(n.)* reapproval

പുനരധിവസിപ്പിക്കുക punaradhivasippikkuka *(v.)* rehabilitate

പുനരധിവാസം punaradhivaasam *(n.)* rehabilitation

പുനരധീനപ്പെടുത്തൽ praadhiinappetuththal *(v.)* reannex

പുനരപേക്ഷ punarapeksha *(n.)* reapplication

പുനരവശോഷണം punaravashoshanam *(n.)* reabsorption

പുനരാഗിരണം ചെയ്യുക punaragiranam cheyyuka *(v.)* reabsorb

പുനരാരംഭം punaraarambham *(n.)* resumption

പുനരാരംഭിക്കുക punaraarambhikkuka *(v.)* renew

പുനരാലോചിക്കുക punaraalochikkuka *(v.)* reconsider

പുനരാലോചന punaraalochana *(n.)* revision

പുനരാവൃത്തി punaraavruththi *(n.)* recurrence

പുനരാവൃത്തിയായ punaraavruththiyaaya *(adj.)* recurrent

പുനരുത്ഥാനം punaruddaanam *(n.)* revival

പുനരുത്പാദനം നടത്തുക punaruthpaadanam nataththuka *(v.)* recycle

പുനരുപയോഗിക്കുക punarupayogikkuka *(v.)* reuse

പുനരുല്പത്തി punarulppaththi *(n.)* regeneration

പുനർചൈതന്യമുണ്ടായ punarchaithanyamundaaya *(adj.)* resurgent

പുനർജന്മം punarjanmam *(n.)* rebirth

പുനർജ്ജനിപ്പിക്കുക punarjjanippikkuka *(v.)* regenerate

പുനർദൃശ്യവത്കരിക്കുക punardrusyavalkariikkuka *(v.)* replay

പുനർനിർണ്ണയനം punarnirnnayam *(n.)* revaluation

പുനർനിർദ്ദേശിക്കുക punarnirddeshikkuka *(v.)* reassign

പുനർഭവിക്കുക punarbhavikkuka *(v.)* reappear

പുനർമുദ്രണം punarmudranam *(n.)* reprint
പുനർമുദ്രണം ചെയ്യുക punarmudranam cheyyuka *(v.)* reprint
പുനർസന്ദർശനം നടത്തുക punarsandarshanam natathathuka *(v.)* revisit
പുനർനിയമിക്കുക punarniyamikkuka *(v.)* reappoint
പുനർബന്ധിക്കുക punarbandhikkuka *(v.)* reattach
പുനർമൂല്യനിർണ്ണയം punarmuulyanirnnayam *(n.)* reappraisal
പുനർവികസിപ്പിക്കുക punarvikasippikkuka *(v.)* reamplify
പുനർവിനിയോഗിക്കുക punarviniyogikkuka *(v.)* reallocate
പുനർവിന്യാസം punarvinyaasam *(n.)* reallocation
പുനർസമീപിക്കുക punarsamiipikkuka *(v.)* reapproach
പുരട്ടുക apekshikkuka *(v.)* apply
പുരട്ടുക purattuka *(v.)* slather
പുരപ്പുറം purappuram *(n.)* rooftop
പുരയിടമാക്കുക purayitamaakkuka *(v.)* plot
പുരസ്കാരം puraskaaram *(n.)* award
പുരസ്കാരം puraskaaram *(n.)* prize
പുരാതന puraathana *(adj.)* antique
പുരാവസ്തുശാസ്ത്രം puraavasthusaasthram *(n.)* archaeology
പുരാവസ്തുശാസ്ത്രജ്ഞൻ puraavasthusasthranjan *(n.)* archaeologist
പുരാവസ്തുസംബന്ധം puraavasthusambandham *(adj.)* antiquarian
പുരാവസ്തുസമ്പാദകൻ puraavasthusambathakan *(n.)* antiquary
പുരാവൃത്തം puravruththam *(n.)* myth
പുരാവൃത്തവിജ്ഞാനം puravruththavinjaanam *(n.)* mythology
പുരാവൃത്താഖ്യാനം puraavruththakyaanam *(n.)* chronicle
പുരി puri *(n.)* citadel
പുരികം purikam *(n.)* brow
പുരികക്കൊടി purikakkoti *(n.)* eyebrow
പുരുഷത്വം purushathwam *(n.)* manhood
പുരുഷൻ purushan *(n.)* male
പുരുഷബീജം purushabiijam *(n.)* sperm
പുരുഷലിംഗം purushalingam *(n.)* penis
പുരുഷസ്നേഹം purushasneham *(n.)* philandry
പുരുഷസ്വരം purushaswaram *(n.)* tenor
പുരുഷസ്വരാലാപനം purushaswaraalaapanam *(adj.)* tenor
പുരുഷാധിപത്യമുള്ള purushaadhipathyamulla *(adj.)* phallocentric
പുരുഷാന്തരം purushaantharam *(n.)* generation
പുരുഷാരം purushaaram *(n.)* concourse
പുരുഷോചിതമായ purushochithamaaya *(adj.)* manly
പുരോഗതി purogathi *(n.)* development
പുരോഗമനോന്മുഖമായ purogamanonmukhamaaya *(adj.)* progressive
പുരോഗമിക്കൽ purogamikkal *(n.)* subservience
പുരോഗമിക്കുക purogamikkuka *(v.)* progress
പുരോഗമിക്കുന്ന purogamikkunna *(adv.)* afoot
പുരോഗാമി purogaami *(n.)* forerunner

പുരോഭാഗത്ത് purobhaagathth *(prep.)* afore
പുരോഹിതവസ്ത്രം purohithavasthram *(n.)* vestment
പുരോഗതി നേടുക purogathi netuka *(v.)* prosper
പുരോഹിത purohitha *(n.)* priestess
പുരോഹിതൻ purohithan *(n.)* beadle
പുരോഹിതന്റെ ജീവനാംശം purohithante jeevanamsham *(n.)* benefice
പുറം കുപ്പായം puramkuppayam *(n.)* coat
പുറംചട്ട puramchatta *(n.)* binding
പുറംതിരിയൽ puramthiriyal *(n.)* about-turn
പുറംതൊലി puramtholi *(n.)* husk
പുറംപകിട്ടുള്ള purampakittulla *(adj.)* gaudy
പുറംരോഗി puramrogi *(n.)* outpatient
പുറംവാതിൽ pram vaathil *(n.)* screendoor
പുറകിൽ purakil *(adv.)* backward
പുറങ്കഴുത്ത് purankazhuthth *(n.)* nape
പുറങ്കുപ്പായം puramkuppaayam *(n.)* blazer
പുറത്താക്കൽ puraththaakkal *(n.)* eviction
പുറത്താക്കുക purathaakkuka *(v.)* eliminate
പുറത്താക്കുക puraththaakkuka *(v.)* evict
പുറത്താക്കുന്നയാൾ puraththaakkunnayaal *(n.)* evictor
പുറത്തുകടക്കുക puraththukatakkuka *(n.)* logout
പുറത്തുകടക്കുക puraththukatakkuka *(v.)* quit
പുറത്തുകടത്തിവിടുക puraththukataththivituka *(n.)* let-out
പുറത്തുപറയുക puraththuparayuka *(v.)* divulge
പുറത്തുപോകൽ puraththupokal *(n.)* outing
പുറത്തെടുക്കുക puraththetukkuka *(v.)* unsheathe
പുറത്തേക്കുള്ള puraththekkulla *(adv.)* outward
പുറത്തേക്കൊഴുക്കുന്നതായ puraththekkozhukunnathaaya *(adj.)* ejaculatory
പുറത്തേക്ക് puraththekk *(adv.)* outwards
പുറത്ത് puraththth *(adv.)* out
പുറന്തള്ളുക puranthalluka *(v.)* oust
പുറന്തോട് puramthot *(n.)* shell
പുറപ്പാട് purappat *(n.)* departure
പുറമേ purame *(prep.)* out
പുറമേയുള്ള purameyulla *(adj.)* outer
പുറമേയുള്ള purameyulla *(adj.)* outside
പുറമേയുള്ള purame yulla *(adj.)* out
പുലമ്പുക pulambuka *(v.)* babble
പുലമ്പുക pulambuka *(v.)* rave
പുലമ്പുക pulambuka *(v.)* yap
പുലരി pulari *(n.)* daybreak
പുലർകാലം pularkaalam *(n.)* morning
പുലർത്തുക pulariththuka *(v.)* sustain
പുൽത്തകിടി pulththakiti *(n.)* pasture
പുൽത്തറ pulththara *(n.)* sod
പുൽത്തറ pulththara *(n.)* turf
പുൽത്തൊട്ടി pulthotti *(n.)* manger
പുൽപ്രദേശം pulpradesham *(n.)* grassland
പുൽമൈതാനം pulmaithaanam *(n.)* steppe
പുല്ലരിയുക pullariyuka *(v.)* mow
പുല്ലാങ്കുഴലൂതുക pullaamkuzhaluuthuka *(v.)* flute
പുല്ലാങ്കുഴൽ pullamkuzhal *(n.)* flute
പുല്ലുമേയുക pullumeyuka *(v.)* graze
പുല്ലൂരി pulluuri *(n.)* shin
പുളകം കൊള്ളുക pulakam kolluka *(v.)* thrill

പുളയൽ pulayal *(n.)* wriggle
പുള്ളിപ്പുലി pullippuli *(n.)* leopard
പുളിക്കുന്ന pulikkunna *(adj.)* sour
പുളിക്കുന്നു pulikkunnu *(v.)* sour
പുളിനം pulinam *(n.)* dune
പുളിപ്പിക്കൽ pulippikkal *(n.)* fermentation
പുളിപ്പിക്കുക pulippikkuka *(v.)* ferment
പുളിപ്പുള്ളതായ pulippullathaaya *(adj.)* acetic
പുളിപ്പ് pulipp *(n.)* ferment
പുള്ളികളിടുക pullikalituka *(v.)* spot
പുള്ളികളുണ്ടാക്കുക pullikalundaakkuka *(v.)* dapple
പുള്ളിപ്പുലി pullippuli *(n.)* panther
പുഴ puzha *(n.)* rubicon
പുഴുക്കടി puzhukkati *(n.)* ringworm
പുഴുക്കുത്ത് puzhukkuthth *(n.)* blight
പുഷ്ക്കലത്വം pushkalathwam *(n.)* fertility
പുഷ്ടിയുള്ള pushtiyulla *(adj.)* lusty
പുഷ്പം pushpam *(n.)* flower
പുഷ്പചക്രം pushpachakram *(n.)* wreath
പുഷ്പജനി pushpajani *(n.)* carpel
പുഷ്പദലം pushpadalam *(n.)* petal
പുഷ്പിക്കുക pushpikkkuka *(v.)* bloom
പുഷ്പിതമായ pushpithamaaya *(adj.)* flowery
പുഷ്യരാഗം pushyaraagam *(n.)* topaz
പുസ്തക അടയാളം pusthaka adayaalam *(n.)* bookmark
പുസ്തകം pusthakam *(n.)* book
പുസ്തകക്കട pusthakakkada *(n.)* bookshop
പുസ്തകജ്ഞാനം മാത്രമുള്ള pusthakanjanam maathramulla *(adj.)* bookish
പുസ്തകത്തിന്റെ ഒരേട് pusthakaththinte *(n.)* folio
പുസ്തകത്തിന്റെ പ്രതി pusthakaththinte prathi *(n.)* copy
പുസ്തകപ്പുഴു pusthakappuzhu *(n.)* bookworm
പുസ്തകപ്രേമി pusthakapremi *(n.)* bibliophile
പുസ്തകവ്യാപാരി pusthakavyaapaari *(n.)* bookseller
പുസ്തകശാല pusthakashaala *(n.)* bookstall
പുസ്തപ്പതിപ്പ് pusthakappathipp *(n.)* edition
പൂക്കാരൻ puukkaaran *(n.)* florist
പൂക്കുല pookkula *(n.)* bunch
പൂഗോവീസ് ചീര puugovis cheera *(n.)* cauliflower
പൂച്ച poochcha *(n.)* cat
പൂച്ചക്കുട്ടി puuchakkutty *(n.)* kitten
പൂച്ചമീശ puucha miisha *(n.)* whisker
പൂച്ചെണ്ട് poochchend *(n.)* bouquet
പൂച്ചെണ്ട് puuchend *(n.)* nosegay
പൂജകൻ puujakan *(n.)* votary
പൂജാത്മക puujyaalmaka *(adj.)* reverent
പൂജാവിരുദ്ധനായ puujaviruddhanaaya *(adj.)* puritanical
പൂജ്യം puujyam *(n.)* zero
പൂട്ടിയിടുക puuttiyituka *(v.)* lock
പൂട്ടുക puuttuka *(v.)* key
പൂട്ടുള്ള അറകൾ puuttulla arakal *(n.)* locker
പൂട്ട് puutt *(n.)* lock
പൂത്തട്ടം puuththattam *(n.)* vase
പൂപ്പൽ puuppal *(n.)* mildew
പൂപ്പുപിടിച്ച puuppupiticha *(adj.)* mouldy
പൂമാല puumaala *(n.)* garland
പൂരകമായ puurakamaaya *(adj.)* supplementary
പൂരിതമായ puurithamaaya *(adj.)* fraught

പൂരിതാവസ്ഥ puurithasvastha *(n.)* saturation

പൂർണ്ണഗുണസമ്പന്നമായ puurnnagunasambannanaaya *(adj.)* wholesome

പൂർണ്ണചന്ദ്രൻ puurnnachandran *(n.)* full moon

പൂർണ്ണതൃപ്തി puurnnathrupthi *(n.)* satiety

പൂർണ്ണനിശ്ചയമുള്ള puurnnanischayamulla *(adj.)* confident

പൂർണ്ണമാകാത്ത puurnnamaakaaththa *(adj.)* incomplete

പൂർണ്ണമാക്കുക puurnnamaakkuka *(v.)* perfect

പൂർണ്ണമായി poornnamaayi *(adv.)* altogether

പൂർണ്ണമായി puurnnamaayi *(adv.)* fully

പൂർണ്ണവിരാമം purnnaviraamam *(n.)* full stop

പൂർണ്ണാരോഗ്യത്തോടുകൂടിയ puurnnaarogyathotukuutiya *(adj.)* hale

പൂർത്തിയാക്കുക puurththiyaakkuka *(v.)* finish

പൂർവസ്ഥിതിയിലാകുക puurvvasthirhiyilaakuka *(v.)* relapse

പൂർവ്വഗാമി poorvvagaami *(n.)* antecedent

പൂർവ്വഗാമിയായ puurvvagaamiyaaya *(n.)* precedent

പൂർവ്വചിന്തനം puurvvachinthanam *(n.)* forecast

പൂർവ്വജൻമസ്മരണ poorvvajanmasmarana *(n.)* anamnesis

പൂർവ്വദിക്കിലുള്ള poorvvadikkilulla *(adj.)* eastern

പൂർവ്വദൃശ്യം poorvvadrushyam *(n.)* flashback

പൂർവ്വനിശ്ചയം puurvvanuschayam *(n.)* predestination

പൂർവ്വപ്രത്യയം puurvvaprathyayam *(n.)* prefix

പൂർവ്വപ്രദേശം poorvvapradesham *(n.)* east

പൂർവ്വസ്ഥിതിയാക്കുക puurvvasthithiyaakkuka *(v.)* restore

പൂർവ്വാധികാരി ouurvvaadhikaari *(n.)* predecessor

പൂർവ്വാഹ്നം puurvvaahnam *(n.)* forenoon

പൂർവ്വികർ poorvvikar *(n.)* ancestor

പൂർവ്വോക്തം poorvvoktham *(n.)* ditto

പൂർണനാമം puurnnanaamam *(n.)* full name

പൂളൽ puulal *(n.)* chipping

പൂള് puulu *(n.)* chip

പൂള് puulu *(n.)* slice

പൂഴി puuzhi *(adj.)* sand

പൂഴിമീൻ puzhimiin *(n.)* sandfish

പൂഴിയിൽ തെന്നിനീങ്ങുക puuzhiyil thenniniinguka *(v.)* sandboard

പൂഴ്ത്തിവയ്പ്പ് poozhthivaypp *(n.)* cache

പൂഴ്ത്തിവെപ്പുകാരൻ puuzhththiveppukaaran *(n.)* profiteer

പൂവരശ് poovarash *(n.)* birch

പൂശൽ puushal *(n.)* coating

പൂശൽ puushal *(n.)* smear

പൃഷ്ഠം prushtam *(n.)* buttock

പൃഷ്ഠഭാഗത്തുള്ള prushtabhaagaththulla *(adj.)* dorsal

പെട്ടി petti *(n.)* box

പെട്ടി petti *(n.)* briefcase

പെട്ടി petti *(n.)* coffer

പെട്ടിയിലിടുക pettiyilituka *(v.)* encase

പെട്ടെന്നുള്ള പതനം pettennulla pathanam *(n.)* debacle

പെട്ടെന്നെടുത്ത pettennetuththa *(adj.)* snap

പെട്ടെന്ന് pettenn *(n.)* sudden

പെട്ടെന്ന് ആരംഭിക്കുക pettenn arambhikkuka *(n.)* breakout

പെട്ടെന്ന് ക്ഷോഭിക്കുന്ന pettenn kshobhikkunna *(adj.)* temperamental

പെട്രോൾ petrol *(n.)* gasoline

പെൺകുട്ടി penkutty *(n.)* girl

പെൺകുതിര penkuthira *(n.)* mare

പെണ്ണാട് pennaat *(n.)* ewe

പെണ്ണ് pennu *(n.)* female

പെണ്ണ് pennu *(n.)* wench

പെൺമാൻ penmaan *(n.)* roe

പെൺസിംഹം pensimham *(n.)* lioness

പെരുംജീരകം perumjeerakam *(n.)* aniseed

പെരുകുക perukuka *(v.)* teem

പെരുക്കം perukkam *(n.)* propagation

പെരുങ്കായം perumkaayam *(n.)* asafoetida

പെരുങ്കാറ്റ് perunkaatt *(n.)* whirlwind

പെരുന്നാൾ perunnaal *(n.)* festival

പെരുപ്പം peruppam *(n.)* multitude

പെരുമ peruma *(n.)* grandeur

പെരുമാറുക perumaaruka *(v.)* behave

പെരുമാറ്റം perumaattam *(n.)* conduct

പെരുമാറ്റക്കുറ്റം perumaattakkuttam *(n.)* misdemeanour

പെരുമാറ്റച്ചട്ടം perumaattachattam *(n.)* norm

പെരുമാറ്റരീതി perumaattuka *(n.)* behaviour

പെരുവിരലടയാളം peruviralatayaalm *(n.)* thumbprint

പെരുവിരലിനാൽ ആംഗ്യം കാണിക്കുക peruviralinal aagyam kaanikkuka *(v.)* thumb

പെരുവിരൽ peruviral *(n.)* thumb

പെറുക്കിയെടുക്കുക perukkiyetukkuka *(v.)* select

പൊക്കം pokkam *(n.)* stature

പൊക്കമുള്ള pokkammulla *(adj.)* tall

പൊക്കിള pokkkila *(n.)* blister

പൊക്കുവാനുള്ള ഉപകരണം pokkuvaanulla upakaranam *(n.)* jack

പൊങ്ങച്ചം pongachcham *(n.)* snobbery

പൊങ്ങച്ചം കാണിക്കുക pongachcham kanikkuka *(v.)* snobbish

പൊങ്ങച്ചംകാട്ടുക pongacham kaattuka *(v.)* pride

പൊങ്ങച്ചക്കാരൻ pongachakkaran *(n.)* braggart

പൊങ്ങച്ചക്കാരൻ pongachchakkaaran *(n.)* snob

പൊങ്ങൻപനി pongan pani *(n.)* rubeola

പൊങ്ങിക്കിടക്കുക pongikkitakkuka *(v.)* float

പൊങ്ങിക്കിടക്കുന്ന pongikkidakkunna *(adv.)* afloat

പൊങ്ങുതടി ponguthadi *(n.)* buoy

പൊടിക്കുക potikkuka *(v.)* mill

പൊടിക്കൈ potikkai *(n.)* coup

പൊടിതൂവുക potithuuvuka *(v.)* dust

പൊടിപടലം potipatalam *(n.)* dust

പൊടിയ്ക്കുക potiykkuka *(v.)* grind

പൊട്ടിക്കുക pottikkuka *(v.)* rupture

പൊട്ടിത്തെറിക്കുക pottitherikkuka *(v.)* burst

പൊട്ടിപ്പുറപ്പെടുന്ന pittippurappetunna *(n.)* outburst

പൊട്ടിമുളയ്ക്കുക pottimulaykkuka *(v.)* proliferate

പൊട്ടിയൊലിക്കുക pottiyolikkuka *(v.)* exude

പൊതി pothi *(n.)* envelope

പൊതി pothi *(n.)* packet

പൊതി pothi *(n.)* parcel

പൊതിക്കെട്ട് pothikkett *(n.)* package

പൊതിഞ്ഞ pothinja *(adj.)* clad

പൊതിഞ്ഞുകെട്ടുക pothinjukettuka *(v.)* parcel

പൊതിയുക pothiyuka *(v.)* muffle

പൊതുജനത്തെസംബന്ധിച്ച
pothujanaththe sambandhicha *(adj.)*
public
പൊതുജനശ്രദ്ധ pothujanasraddha *(n.)*
limelight
പൊതുപ്രദർശനം
pothupradarshanam *(n.)* exhibition
പൊതുവേയുള്ള pothuveyulla *(adj.)*
collective
പൊന്ത pontha *(n.)* bush
പൊന്തിക്കുക ponthikkuka *(v.)* heave
പൊന്തിക്കുക ponthikkuka *(v.)* jack
പൊന്നമ്പർ ponnambar *(n.)* amberite
പൊയ്ക poyka *(n.)* lagoon
പൊയ്കൊണ്ടിരിക്കുക
poykkondirikkuka *(v.)* ply
പൊയ്മുഖം poymukham *(n.)* mask
പൊരിക്കുക porikkuka *(v.)*
decrepitate
പൊരിച്ച poricha *(adj.)* roast
പൊരിച്ചത് porichath *(n.)* fry
പൊരിച്ചെടുക്കുക porichetukkuka
(v.) roast
പൊരിയൽ poriyal *(n.)* sizzle
പൊരുതുക poruthuka *(v.)* compete
പൊരുതുക poruthuka *(v.)* dogfight
പൊരുത്തം poruththam *(n.)*
accordance
പൊരുത്തപ്പെടാനാവാത്ത
poruththappedaanaavaaththa *(adj.)*
allergic
പൊരുത്തമില്ലാത്ത
poruththamillaaththa *(adj.)* incoherent
പൊരുത്തമുള്ള poruththamulla *(adj.)*
congenial
പൊരുൾ porul *(n.)* meaning
പൊറുക്കത്തക്ക porukkaththakka
(adj.) venial
പൊറ്റൻ pottan *(n.)* scab
പൊളിഞ്ഞുപോകുക polinju
pokuka *(v.)* collapse

പൊളിപറയുക poliparayuka *(v.)*
hoax
പൊള്ളത്തരം pollaththaram *(n.)*
insincerity
പൊള്ളയായ pollayaaya *(adj.)* hollow
പൊള്ളയായിരിക്കുക
pollayaayirikkuka *(v.)* hollow
പൊള്ളിക്കുക pollikkuka *(v.)* burn
പൊഴി pozhi *(n.)* groove
പൊഴിച്ചാലിടുക pozhichchalituka
(v.) groove
പൊഴിച്ചുകളയുക
pozhichukalayuka *(v.)* moult
പേക്കിനാവ് pekkinaav *(n.)* nightmare
പേടകം petakam *(n.)* ark
പേടിക്കുക petikkuka *(v.)* dread
പേടിച്ചലറുക petichalaruka *(v.)*
scream
പേടിച്ചോടുക petichotuka *(n.)*
runaway
പേടിപ്പിക്കുക petippikkuka *(v.)*
threaten
പേടിപ്പെടുത്തുക petippetuthuka *(v.)*
terrify
പേന pena *(n.)* pen
പേൻ pean *(n.)* louse
പേപ്പട്ടിവിഷം peppattivisham *(n.)*
rabies
പേയിളകിയ peyilakiya *(adv.)* mad
പേരയ്ക്ക peraykka *(n.)* guava
പേരറിയാത്ത perariyaatha *(n.)*
anonymosity
പേരാൽ peraal *(n.)* banyan
പേരിടുക perituka *(v.)* denominate
പേരു ശുപാർശചെയ്യുക peru
shupaarshacheyyuka *(v.)* nominate
പേരുകേട്ട peruketta *(adj.)* famous
പേരുദൂഷ്യം peruduushyam *(n.)*
infamy
പേരുപതിക്കൽ perupathikkal *(n.)*
registration
പേരുവിളി peruvili *(n.)* roll-call

പേരുവിളിക്കുക peruvilikkuka *(v.)* entitle
പേര് peru *(n.)* name
പേലവമായ pelavamaaya *(adj.)* delicate
പേശി peshi *(n.)* muscle
പേശി വേദന peshivedana *(n.)* myalgia
പേശിരോഗം peshirogam *(n.)* akinesia
പേശീസങ്കോചം peshiisankocham *(n.)* spasm
പോക്കിരി pokkiri *(n.)* knave
പോട് potu *(n.)* hollow
പോപ്ലിൻതുണി poplin thuni *(n.)* poplin
പോരായ്മ porayma *(n.)* deficiency
പോര് poru *(n.)* melee
പോർക്കളം porkkalam *(n.)* battlefield
പോർക്കുതിര porkkuthira *(n.)* charger
പോറ്റുക pottuka *(v.)* mother
പോലീസുകാരൻ policekaaran *(n.)* policeman
പോവുക povuka *(v.)* leave
പോഷകം poshakam *(n.)* nutrient
പോഷകഗുണമുള്ള poshakagunamulla *(adj.)* nutritious
പോഷകനദി poshakanadi *(n.)* creek
പോഷകവസ്തു poshakavasthu *(n.)* sustenance
പോഷകസംബന്ധം poshakasambanddham *(adj.)* nutritive
പോഷകാഹാരം poshakaahaaram *(n.)* nutrition
പോഷിപ്പിക്കുക poshippikkuka *(v.)* advance
പോസ്റ്റ്ഓഫീസ്തലവൻ postoffice thalavan *(n.)* postmaster
പൈതൽ paithal *(n.)* bantling
പൈതൽ paithal *(n.)* infant
പൈതൃകം paithrukam *(n.)* parentage
പൈതൃകഗുണം paithruka gunam *(n.)* heredity
പൈതൃകമായ paithrukamaaya *(adj.)* ancestral
പൈതൃകസ്വത്ത് paithrauka swathth *(n.)* patrimony
പൈൻമരം pinemaram *(n.)* pine
പൈശാചികമായ paishaachikamaaya *(adj.)* satanic
പൈശാചികമായി paicschachikamaayi *(adv.)* satanically
പൊക്കുക pokkuka *(v.)* lift
പൊങ്കമരം ponkamaram *(n.)* cypress
പൊങ്ങച്ചം കാട്ടുന്ന pongachcham kaattunna *(adj.)* ostentatious
പൊങ്ങിക്കിടക്കുന്ന pongikkidakkunna *(adj.)* buoyant
പൊടിതുടപ്പ potithutappa *(n.)* duster
പൊടിപ്പുപകരണം potippupakaranam *(n.)* grater
പൊടുന്നനെ potunnane *(adv.)* suddenly
പൊട്ടൽ pottal *(n.)* rupture
പൊട്ടാസ്യംലോഹമൂലകം pottasium lohamuulakam *(n.)* potassium
പൊട്ടിത്തെറിക്കുക pottiththerikkuka *(v.)* detonate
പൊട്ടിപ്പുറപ്പെടൽ pottippurappetal *(n.)* outbreak
പൊട്ടിപ്പുറപ്പെടുക pottippurappetuka *(v.)* erupt
പൊട്ടുക pottuka *(v.)* crackle
പൊതി pothi *(n.)* pack
പൊതിച്ചിൽ pothichil *(n.)* casing
പൊതിഞ്ഞു കെട്ടുക pothinjukettuka *(v.)* pack
പൊതിയൽ pothiyal *(n.)* packing
പൊതുഗതാഗതം pothugathagatham *(n.)* public transport
പൊതുജനധനശേഖരം pothujanadhanashekharam *(n.)* crowdfunding
പൊതുമാപ്പ് pothumaapp *(n.)* amnesty

പൊതുവഴി pothuvazhi (n.) thoroughfare

പൊതുവാഘോഷം pothuvaaghosham (n.) pageant

പൊതുവിതരണശാല pothuvitharashaala (n.) warehouse

പൊതുശയനമുറി pothushayanamuri (n.) dormitory

പൊരിച്ച റൊട്ടി poricha rotti (n.) toast

പൊരിച്ചത് porichath (n.) roast

പൊരിയുക poriyuka (v.) sizzle

പൊരുത്തപ്പെടുക poruththappeduka (v.) acclimatise

പൊരുത്തപ്പെടുത്തുക poruththappetuththuka (v.) reappropriate

പൊറുക്കൽ porukkal (n.) pardon

പൊറുക്കാവുന്ന porukkaavunna (adj.) pardonable

പൊറുതിമുട്ടിക്കുക poruthimuttikkuka (v.) besiege

പൊറ്റനുണ്ടാകുക pottanundaakuka (v.) scab

പൊലിക്കുക polikkuka (v.) contribute

പൊളി poli (n.) cleft

പൊളിച്ചിടുക polichchituka (v.) dismantle

പൊളിച്ചു പണിയുക polichupaniyuka (v.) rebuild

പൊള്ളയായ pollayaya (adj.) spurious

പോത്തിറച്ചി poththirachi (n.) beef

പോത്തുപോലെ poththupole (adj.) beefy

പോപ്പധികാരം poppadhikaaram (n.) papacy

പോയിക്കാണുക poyikkanuka (adj.) drop-in

പോയിൻറ്നില point nila (n.) score

പോരടിക്കുക poratikkuka (v.) scuffle

പോരായ്മ poraayma (n.) paucity

പോരാളി poraali (n.) crusader

പോര് poru (n.) fight

പോര് poru (n.) scuffle

പോറൽ poral (n.) scratch

പോറൽ poral (adj.) scratchy

പോറിയ poriya (adj.) scratched

പോറുക poruka (v.) scratch

പോലീസ് ഉദ്യോഗസ്ഥൻ police udyogasthan (n.) constable

പോലീസ് വഞ്ചി police vanchi (n.) policeboat

പോലും polum (adj.) even

പോലെ pole (adv.) as

പോള pola (n.) sheath

പോളയ്ക്കുള്ളിലാക്കുക polaykkullilaakkuka (v.) sheath

പോളിമർ ഉണ്ടാക്കുക polymer undaakkuka (v.) polymerize

പോവുക povuka (v.) go

പോഷകനദി poshakanadi (n.) tributary

പോഷകാഹാരക്കുറവുള്ള poshakaahaarakkuravulla (adj.) malnourished

പോഷിപ്പിക്കുക poshippikkuka (v.) foster

പൗനരുക്ത്യം pounarukthyam (n.) repetition

പൗരത്വം pourathwam (n.) citizenship

പൗരനെ സംബന്ധിച്ച pourane sambandhicha (adj.) civil

പൗരൻ pouran (n.) citizen

പൗരസംബന്ധിയായ pourasambandhiyaya (adj.) civic

പൗരസേന pourasena (n.) militia

പൗരസ്ത്യദേശം pourasthyadesham (adj.) east

പൗരസ്ത്യദേശത്തുള്ള pourasthyadeshaththulla (n.) oriental

പൗരാണികകാലം pouranikakaalam (n.) antiquity

പൗരാണികശാസ്ത്രപരമായ pouranikashaasthraparamaaua (adj.) mythological

580

പൗരാവകാശങ്ങൾ
pouraavakashangal *(n.)* civics
പൗരുഷം pourasham *(n.)* manliness
പൗരുഷമില്ലായ്മ
pourashamillaayma *(n.)*
demasculinization
പൗരുഷമുള്ള pourushamulla *(adj.)*
masculine
പൗരോഹിത്യം pourohityam *(n.)*
priesthood
പൗരോഹിത്യഭരണം
pourohityabharanam *(n.)* theocracy
പംക്തി pamkthi *(n.)* series
പംക്തിയെഴുതുന്നയാൾ
pamkthiyezhuthunbayaal *(n.)* columnist
പ്രകടനം prakatanam *(n.)* expression
പ്രകടനപത്രിക prakatanapathrika *(n.)*
manifesto
പ്രകടമാക്കൽ prakatamaakkal *(n.)*
ostension
പ്രകടമായ prakatamaaya *(adj.)*
apparent
പ്രകടമായി prakatamaayi *(adv.)*
openly
പ്രകടിപ്പിക്കൽ prakatippikkal *(n.)*
express
പ്രകാശനം ചെയ്യൽ prakaashanam
cheyyal *(n.)* release
പ്രകാശമാനമാക്കുക
prakaashamaanamaakkuka *(v.)* enlighten
പ്രകാശമാനമാവുക
prakaashamaanamaakuka *(v.)* brighten
പ്രകാശസംവേദനക്ഷമഭാഗം
prakaasha samvedhanakshamabhaaham
(n.) eyespot
പ്രകാശാലങ്കാരം
prakaashaalankaaram *(n.)* illumination
പ്രകാശിക്കുന്ന praakaashikkunna
(adj.) shiny
പ്രകാശിതമാവുക
prakaashithamaakuka *(v.)* floodlight

പ്രകാശിപ്പിക്കുക prakaashippikkuka
(v.) express
പ്രകീർത്തിക്കുക prakiirththikkuka
(v.) laud
പ്രകൃതി prakruthi *(n.)* nature
പ്രകൃതിദൃശ്യം prakruthidrusyam *(n.)*
scenery
പ്രകൃതിവിഗ്രഹാരാധന
praukruthivigrahaaraadhana *(n.)*
fetishism
പ്രകൃതിവിഭവങ്ങൾ
prakruthivibhavangal *(n.)* resource
പ്രകൃതിവിരുദ്ധഭോഗി
prukruthivirudhabhogi *(n.)* sodomite
പ്രകൃതിവിരുദ്ധഭോഗം prakruthi
virudhabhogam *(n.)* sodomy
പ്രകൃതിശാസ്ത്രപണ്ഡിതൻ
prakruthishaasthrapandithan *(n.)*
naturalist
പ്രകൃത്യാ prakruthya *(adv.)* naturally
പ്രകൃത്യാ ഉള്ള prakruthyaa ulla *(adj.)*
natural
പ്രകൃത്യാതീതമായ
prukruthyaathiithamaaya *(adj.)*
supernatural
പ്രകൃത്യാലുള്ളതല്ലാത്ത
prakruthyaalullathallaththa *(adj.)*
artificial
പ്രകോപനഹേതു prakopanahethu
(n.) provocation
പ്രകോപനം prakopanam *(n.)*
aggravation
പ്രകോപനപരമായി
prakopanaparamaayi *(adj.)* provocative
പ്രകോപനഹേതു prakopanahethu
(n.) irritation
പ്രകോപിപ്പിക്കുക prakopippikkuka
(v.) vex
പ്രക്രിയ prakriya *(n.)* process
പ്രക്ഷുബ്ധമായ prakhubddmaayay
(adj.) tempestuous
പ്രക്ഷേപക prakshepaka *(n.)* podcaster

581

പ്രക്ഷേപണം prakshepanam *(n.)*
podcast

പ്രക്ഷേപണം prakshepanam *(n.)*
projection

പ്രക്ഷേപണം ചെയ്യുക
prakshepanam cheyyuka *(v.)* broadcast

പ്രക്ഷേപണം ചെയ്യുക
prakshepanam cheyyuka *(v.)* podcast

പ്രക്ഷേപിക്കുക prakshepikkuka *(v.)*
project

പ്രക്ഷേപിണി prakshepini *(n.)*
projector

പ്രക്ഷേപിതം prakshepitham *(n.)*
projectile

പ്രക്ഷോഭം prakshobham *(n.)* agitation

പ്രഖ്യാതമായ prakhyaathamaaya
(adj.) renowned

പ്രഖ്യാപകർ prakhyaapakar *(n.)*
announcer

പ്രഖ്യാപനം prakhyaapanam *(n.)*
acknowledgement

പ്രഖ്യാപിക്കുക prakhyaapikkuka *(v.)*
declare

പ്രഖ്യാപിക്കുക prakhyaapikkuka *(v.)*
acknowledge

പ്രഗല്ഭൻ pragalbhan *(n.)* ace

പ്രചണ്ഡവാതം prachandavaatham
(n.) typhoon

പ്രചരണം pracharanam *(n.)* circulation

പ്രചരിപ്പിക്കുക pracharippikkuka
(v.) circulate

പ്രചലിതമായ peachakithamaaya
(adj.) prevalent

പ്രചലിതശൈലി prachalitha shaili
(n.) ton

പ്രചാരകൻ prachaarakan *(n.)*
propagandist

പ്രചുരപ്രചാരമായ
prachuraprachaaramaaya *(adj.)*
widespread

പ്രചോദനം prachodanam *(n.)*
inspiration

പ്രചോദനം prachodanam *(n.)*
motivation

പ്രചോദിപ്പിക്കുക prachodippikkuka
(v.) excite

പ്രചോദിപ്പിക്കുക prachodippikkuka
(v.) incite

പ്രച്ഛന്നവേഷം prachchannavesham
(n.) camouflage

പ്രജനനം prajananam *(n.)*
accouchement

പ്രജാക്ഷോഭം prajakshobham *(n.)*
uprising

പ്രജാധിപത്യപരമായ
praajaadhipathyaparamaaya *(n.)*
republican

പ്രജാധിപത്യവാദി
praajaadhipathyavaadi *(adj.)* republican

പ്രണയകാലം pranayakaalam *(n.)*
courtship

പ്രണയചേഷ്ട pranayacheshta *(n.)*
endearment

പ്രണയമുണ്ടാക്കുക
pranayamundaakkuka *(v.)* enamour

പ്രണാമം pranaamam *(n.)* bow

പ്രതലം prathalam *(n.)* plane

പ്രതാപം prathaapam *(n.)* pomp

പ്രതാപകാലം prathaapakaalam *(n.)*
heyday

പ്രതി prathi *(n.)* accused

പ്രതികരണം prathikaranam *(n.)*
response

പ്രതികരണസംബന്ധം
prathikaranasambandham *(n.)* reactionist

പ്രതികരിക്കുക prathikarikkuka *(v.)*
react

പ്രതികാരം prathikaaram *(n.)*
vengeance

പ്രതികാരദേവത prathikaaradevatha
(n.) nemesis

പ്രതികാരബുദ്ധി prathikaarabuddhi
(n.) revenge

പ്രതികൂലം prathikuulam *(adj.)* untoward
പ്രതികൂലത prathikoolatha *(n.)* antagonism
പ്രതികൂലമായ prathikoolamaaya *(adj.)* adverse
പ്രതികൂലമായ prathikoolamaaya *(adj.)* averse
പ്രതികൂലിക്കുക prathikoolikkuka *(v.)* disapprove
പ്രതികൂലിക്കുക prathikuulikkuka *(v.)* object
പ്രതിഗമനം prathigamanam *(n.)* return
പ്രതിച്ഛായ prathichchaaya *(n.)* image
പ്രതിജ്ഞ prathinja *(n.)* adjuration
പ്രതിജ്ഞ prathinja *(n.)* guarantee
പ്രതിജ്ഞചെയ്യുക prathinja cheyyuka *(v.)* resolve
പ്രതിജ്ഞാത്മകമായ prathinjaakmakamaaya *(adj.)* promissory
പ്രതിജ്ഞാലംഘനം prathinjaalanghanam *(n.)* oathbreaker
പ്രതിജ്ഞാലംഘിക്കുക prathinjaalanghikkuka *(adj.)* oathbreaking
പ്രതിജ്ഞാവാചകം prathinjaavaachakam *(n.)* declaration
പ്രതിദാനം prathidaanam *(n.)* recompense
പ്രതിദാനം ചെയ്യുക prathidaanam cheyyuka *(v.)* recompense
പ്രതിദ്ധ്വനിയന്ത്രം prathidwaniyanthram *(n.)* reflector
പ്രതിദ്രവ്യം prathidravyam *(n.)* antibody
പ്രതിധ്വനിക്കുന്ന prathidwanikkunna *(adj.)* resonant
പ്രതിനിധി prathinidhi *(n.)* representative
പ്രതിനിധിയായയയ്ക്കൽ prathinidhiyaakkal *(n.)* deputation
പ്രതിനിധിസഭ prathinidhisabha *(n.)* congress
പ്രതിനിധീഭവിക്കുക pranidhiibhavikkuka *(v.)* represent
പ്രതിപക്ഷം prathipaksham *(n.)* opposition
പ്രതിപത്തി prathipaththi *(n.)* affection
പ്രതിപത്തി prathipaththi *(n.)* interest
പ്രതിപാദനം peathipaadanam *(n.)* enunciation
പ്രതിപാദിക്കുക prathipaadikkuka *(v.)* enunciate
പ്രതിപാദ്യം prathipaadyam *(adj.)* subject
പ്രതിപുരുഷൻ abhibhaashakan *(n.)* attorney
പ്രതിപ്രവർത്തിക്കുക prathipravarththikkuka *(v.)* counteract
പ്രതിപ്രവർത്തനം prathipravarththanam *(n.)* reaction
പ്രതിഫലം prathiphalam *(n.)* pay
പ്രതിഫലം prathiphalam *(n.)* remuneration
പ്രതിഫലം prathiphalam *(n.)* reward
പ്രതിഫലം കൊടുക്കുക prathiphalam kotukkuka *(v.)* remunerate
പ്രതിഫലം നൽകുക prathiphalam nalkuka *(v.)* reward
പ്രതിഫലദായകമായ prathiphaladaayakamaaya *(adj.)* remunerative
പ്രതിഫലനം prathiphalanam *(n.)* reflection
പ്രതിഫലവിധേയം prathiphalavideyam *(adj.)* billable
പ്രതിഫലിക്കുക prathiphalikkuka *(v.)* reflect
പ്രതിഫലിക്കുന്ന prathiphalikkunna *(adj.)* reflex
പ്രതിബദ്ധത prathibaddhatha *(n.)* commitment
പ്രതിബന്ധം prathibandham *(n.)* barrier

പ്രതിബന്ധം prathibandham *(n.)* hurdle

പ്രതിബന്ധിക്കുക prathibandhikkuka *(v.)* encumber

പ്രതിബിംബാത്മകമായ prathibimbaathmakamaaya *(adj.)* reflective

പ്രതിബിംബിക്കുക prathibibikkuka *(v.)* mirror

പ്രതിഭ prathibha *(n.)* muse

പ്രതിഭാശാലി prathibhaashaali *(n.)* genius

പ്രതിഭാസം prathibhaasam *(n.)* phenomenon

പ്രതിമ prathima *(n.)* statue

പ്രതിമാസം prathimaasam *(n.)* monthly

പ്രതിയോഗി prathiyogi *(n.)* antagonist

പ്രതിരക്ഷോത്തേജകവസ്തു prathirakshoththejakavasthu *(n.)* antigen

പ്രതിരൂപം prathiruupam *(n.)* counterpart

പ്രതിരോധക്ഷമത prathirodhakshamatha *(n.)* resistance

പ്രതിരോധനിര prathirodhanira *(n.)* cordon

പ്രതിരോധം prathirodham *(n.)* prevention

പ്രതിരോധശക്തിയുള്ള prathirodhashakthiyulla *(adj.)* immune

പ്രതിലോമമായ prathilomamaaya *(adj.)* reactionary

പ്രതിവചനം prathivachanam *(n.)* antiphony

പ്രതിവർഷം prathivarsham *(adv.)* per annum

പ്രതിവർഷമായ prathivarshamaaya *(adv.)* yearly

പ്രതിവാക്ക് prathivaakk *(n.)* reply

പ്രതിവാദമില്ലാത്ത prathivaadamillaaththa *(adj.)* defenceless

പ്രതിവാരം prathivaraam *(adj.)* weekly

പ്രതിവിധി prathividhi *(n.)* solution

പ്രതിവിധിയായ prathividhiyaaya *(adj.)* remedial

പ്രതിവിധിയില്ലാത്ത prathividhiyillaaththa *(adj.)* irrecoverable

പ്രതിവിധിയുണ്ടാക്കുക prathividhiyundaakkuka *(v.)* solve

പ്രതിശ്രുതവരൻ prathishruthavaran *(n.)* fiancé

പ്രതിഷേധം prathishedham *(n.)* protest

പ്രതിഷേധിക്കുക prathikshedhikkuka *(v.)* deprecate

പ്രതിഷ്ഠാപകൻ prathishtaapakan *(n.)* founder

പ്രതിഷ്ഠാപനം prathishtaapanam *(n.)* installation

പ്രതിഷ്ഠിക്കുക prathishtikkuka *(v.)* enshrine

പ്രതിസമതയുള്ള prathisamathayulla *(adj.)* symmetrical

പ്രതിഹിംസിക്കുക prathihimsikkuka *(v.)* revenge

പ്രതീകം prathiikam *(n.)* symbol

പ്രതീകമായിരിക്കുക prathiikaathmakamaayirikkuka *(v.)* symbolize

പ്രതീകാത്മകത prathiikaathmakatha *(n.)* symbolism

പ്രതീകാത്മകമായ prathiikaathmakamaaya *(adj.)* symbolic

പ്രതീക്ഷാനിർഭരമായ prathikshanirbharamaaya *(adj.)* prospective

പ്രതീക്ഷിക്കൽ prathiikshikkal *(n.)* expectation

പ്രതീക്ഷിക്കുക prathiikshikkuka *(v.)* expect

പ്രതീക്ഷിച്ചിരിക്കുക pratheekshichchirikkuka *(v.)* await

പ്രത്യക്ഷം prathyaksham *(adv.)* legibly

പ്രത്യക്ഷത prathyakshatha *(n.)*
ostensibility
പ്രത്യക്ഷത്തിൽ prathyakshaththil
(adv.) ostensibly
പ്രത്യക്ഷപ്പെടൽ prathyakshappetal
(n.) reappearance
പ്രത്യക്ഷപ്പെടുക prathyakshappeduka
(v.) appear
പ്രത്യക്ഷപ്പെടുത്തുക
prathyakshappeduththuka *(v.)* evince
പ്രത്യക്ഷമാകുക
prathyakshamaakuka *(v.)* manifest
പ്രത്യഭിജ്ഞാനം prathyabhinjanam
(adj.) cognitive
പ്രത്യയം prathyayam *(v.)* affix
പ്രത്യയം ചേർക്കുക prathyayam *(v.)*
suffix
പ്രത്യാക്രമണം prathyaakramanam
(n.) counter-attack
പ്രത്യാക്ഷേപം prathyaakshepam *(n.)*
retort
പ്രത്യാക്ഷേപിക്കുക
prathyakshepikkuka *(v.)* retort
പ്രത്യാഘാതം prathyagatham *(n.)*
backlash
പ്രത്യാഘാതമുള്ള
prathyaaghaathamulla *(adj.)* reactive
പ്രത്യാനയിക്കൽ prathyaanayikkal
(n.) repatriation
പ്രത്യാരോപണം prathyaaropanam
(n.) recrimination
പ്രത്യാരോപണം നടത്തുക
prathyaaropanam nataththuka *(v.)*
recriminate
പ്രത്യാശ prathyaasa *(n.)* hope
പ്രത്യാശയുള്ള prathyaashayulla *(adj.)*
hopeful
പ്രത്യാശിക്കുക prathyashikkuka *(v.)*
trust
പ്രത്യുക്തി prathykthi *(n.)* rejoinder
പ്രത്യുത്പാദനം prathyutpaadanam
(n.) reproduction

പ്രത്യുത്പാദനം നടത്തുക
prathyutpaadanam nataththuka *(v.)*
reproduce
പ്രത്യുത്പാദനഅവയവങ്ങൾ.
prathylpaadana avayavangal *(n.)*
genitalia
പ്രത്യുത്പാദനപരമായ
prathyutpaadanaparamaaya *(adj.)*
reproductive
പ്രത്യുപായം prathypaayam *(n.)*
remedy
പ്രത്യുൽപന്നമതിയായ
prathyulpannamathiyaaya *(adj.)*
resourceful
പ്രത്യേക മുദ്ര prathyekamudra *(n.)*
cachet
പ്രത്യേക വൈദഗ്ദ്ധ്യം prathyeka
vaidagdyam *(n.)* specialization
പ്രത്യേകം prathyekam *(adv.)* apart
പ്രത്യേകതരമായ
prathyekatharamaaya *(adj.)* peculiar
പ്രത്യേകനിർദ്ദേശം prathyeka
nirddesham *(n.)* specification
പ്രത്യേകമായ prathyekamaaya *(adj.)*
exclusive
പ്രത്യേകമായ kanika *(n.)* particular
പ്രത്യേകമായിട്ടുള്ള
prathyekamaayittulla *(adj.)* special
പ്രത്യേകവിമാനം
prathyekavimaanam *(n.)* airbus
പ്രത്യേകാനുകൂല്യം
prathyekaanukuulyam *(n.)* privilege
പ്രഥമഗണന pradhamaganana *(n.)*
choice
പ്രഥമഗണനീയനായ
prathamagananiiyamaaya *(adj.)* first
പ്രഥമദൃഷ്ട്യാ peadhamadrushtya *(adv.)*
prima facie
പ്രഥമപ്രദർശനം prathamadarshanam
(n.) premiere
പ്രഥമമായി prathanamaayi *(adv.)*
primarily

പ്രഥമശുശ്രൂഷ prathamasrushrusha
(n.) first aid
പ്രദക്ഷിണംചെയ്യുക pradikshanam
cheyyuka (v.) revolve
പ്രദർശനം pradarshanam (n.) display
പ്രദർശനം pradarshanam (n.) show
പ്രദർശനഘോഷയാത്ര pradarshana
ghoshayaathra (n.) pageantry
പ്രദർശനപരമായ
pradarshanaparamaaya (adj.) theatrical
പ്രദർശിത സാധനം
pradarshithasaadhanam (n.) exhibit
പ്രദർശിപ്പിക്കുക pradarshippikkuka
(v.) exhibit
പ്രദർശനവസ്തുക്കളുള്ള മുറി
pradarshanavasthukkalkkulla muri (n.)
showroom
പ്രദർശനസ്ഥലം pradarshanasthalam
(n.) fairground
പ്രദർശിപ്പിക്കാവുന്ന
pradarshippikkaavunna (adj.) screenable
പ്രദാനം pradaanam (n.) stipend
പ്രദാനം ചെയ്യുക pradaanam
cheyyuka (v.) impart
പ്രദീപ്തമായ pradeepthmaaya (adv.)
aflame
പ്രദേശവിഷയകം pradeshavishayak
(adj.) territorial
പ്രധാന അദ്ധ്യാപകൻ pradhaana
adyaapakan (adj.) principal
പ്രധാന ആശ്രയം pradhaana
aashrayam (n.) mainstay
പ്രധാനം pradhaanam (adj.) key
പ്രധാനതമമായ
pradhaanathamamaaya (adj.) paramount
പ്രധാനമായി pradhaanammayi (adv.)
chiefly
പ്രധാന്യമുള്ള praadhaanyamulla
(adj.) senior
പ്രപഞ്ചം prapancham (n.) universe

പ്രപഞ്ചാതീതമായ
prapanchaathithamaaya (adj.)
metaphysical
പ്രബന്ധം prabanddham (n.) thesis
പ്രബലപ്പെടുക prabalappetuka (v.)
prevail
പ്രബലമല്ലാത്ത prabalamallaaththa
(adj.) underpriviledged
പ്രബലമായിരിക്കുക
prabalamaayirikkuka (v.) dominate
പ്രബലമായിരിക്കുക
prabalamaayirikkuka (v.) predominate
പ്രബോധനപരമായ
prabodhanaparamaaya (adj.) didactic
പ്രഭ prabha (n.) blaze
പ്രഭ prabha (n.) shine
പ്രഭാപരിവേഷം prabhaaparivesham
(n.) nimbus
പ്രഭാപൂരമായ prabhaapuuramaaya
(adj.) fluorescent
പ്രഭാവിദ്യാപരമായ
prabhavidyaaparamaaya (adj.)
photogenic
പ്രഭാഷകൻ prabhaashakan (n.) orator
പ്രഭാഷണം prabhaashanam (n.) oration
പ്രഭു prabhu (n.) aristocrat
പ്രഭു പത്നി prabhupathni (n.)
countess
പ്രഭുജനാധിപത്യപരമായ
prabhujanaadhipatyaparamaaya (n.)
oligarch
പ്രഭുത്വമാർന്ന prabhuthwamaarnna
(adj.) lordly
പ്രഭുഭരണം prabhubharanam (n.)
aristocracy
പ്രഭുഭരണസംബന്ധം prabhubharana
sambandham (adj.) oligarchal
പ്രഭുഭൂമി prabhubhuumi (adj.)
manorial
പ്രഭുവാഴ്ച prabhuvaazhcha (n.)
oligarchy

പ്രഭുസ്ഥാനം prabhusthaanam *(n.)* lordship
പ്രഭ്വി prabhvi *(n.)* baroness
പ്രമത്തനായ pramaththanaaya *(adj.)* reckless
പ്രമാണം pramaanam *(n.)* principle
പ്രമാണം pramaanam *(n.)* testimony
പ്രമാണകൈമാറ്റയന്ത്രം pramaanakaimaattayanthram *(n.)* fax
പ്രമാണരേഖ pramaanarekha *(n.)* testimonial
പ്രമാണവാക്യം pramaanavaakyam *(n.)* dictum
പ്രമാണവൈരുദ്ധ്യം pramaanavairudhyam *(n.)* antinomy
പ്രമാണസാക്ഷ്യ ഉദ്യോഗസ്ഥൻ pramaanasaakshya udyogasthan *(n.)* notary
പ്രമാണസൂക്തം pramaanasuuktham *(n.)* motto
പ്രമാണസൂത്രം pramaanasiuthram *(n.)* formula
പ്രമാണി pramaani *(n.)* elitist
പ്രമാണീകരിക്കുക pramaaniikarikkuka *(v.)* certify
പ്രമാണീകരിക്കുക praamaaniikarikkuka *(v.)* prove
പ്രമാണീകരിക്കുക pramaaniikarikkuka *(v.)* warrant
പ്രമാദം pramaadam *(n.)* gaffe
പ്രമുഖമാക്കിക്കാട്ടുക pramukhamaakkikattuka *(n.)* highlight
പ്രമുഖമായ pramukhamaaya *(adj.)* especial
പ്രമുഖമായ pramukhamaaya *(adj.)* prominent
പ്രമേയം prameyam *(n.)* theme
പ്രമേയപരമായ prameyaparamaaya *(adj.)* thematic
പ്രമേഹം prameham *(n.)* diabetes
പ്രയത്നം prayathnam *(n.)* effort
പ്രയത്നമില്ലാത്ത prayathnamillaaththa *(adj.)* effortless
പ്രയത്നശീലമായ prayathnashiilamaaya *(adj.)* painstaking
പ്രയത്നിക്കുക prayathnikkuka *(v.)* toil
പ്രയാണം prayaanam *(n.)* voyage
പ്രയാണം നടത്തുക prayaanam natath並thuka *(v.)* voyage
പ്രയാണഭംഗം prayaanabhangam *(n.)* halt
പ്രയാസപ്പെടുക prayaasappetuka *(v.)* struggle
പ്രയാസപ്പെട്ടു നടക്കുക prayaasappettu natakkuka *(v.)* shamble
പ്രയാസമുള്ള prayaasamulla *(adj.)* difficult
പ്രയുക്തമായ prayukthamaaya *(adj.)* applied
പ്രയോക്താവ് prayookthaav *(n.)* exponent
പ്രയോക്താവ് prayokthaav *(n.)* mover
പ്രയോഗം prayogam *(n.)* usage
പ്രയോഗക്ഷമമാക്കുക prayogakshamamaakkuka *(v.)* activate
പ്രയോജനം prayojanam *(n.)* use
പ്രയോജനം ചെയ്യുക prayojanam cheyyuka *(v.)* benefit
പ്രയോജനപ്പെടുത്തുക prayojanappetuththuka *(v.)* use
പ്രയോജനവാദം prayojan vaadam *(n.)* teleology
പ്രയോജനാവാദപരമായ prayojan vaadaparamaaya *(adj.)* teleologic
പ്രയോജനാവാദി prayojan vaadi *(n.)* teleologist
പ്രയോഗജ്ഞാനമില്ലാത്ത prayoganjaanamillaaththa *(n.)* bookish
പ്രയോഗപരീക്ഷണം prayogapariikshanam *(n.)* experiment
പ്രയോഗോപകരണം prayogopakaranam *(n.)* device

പ്രയോജനപ്പെടുക prayojanappeduka
(v.) accrue

പ്രയോജനപ്പെടുത്തുക
prayojanappeduka (v.) avail

പ്രയോജനപ്രദമായ
prayojanapradamaaya (adj.) benefic

പ്രലപനം pralapanam (n.) prattle

പ്രലപിക്കുക pralapikkuka (v.) moan

പ്രലപിക്കുക pralapikkuka (v.) prattle

പ്രലോഭിപ്പിക്കുക pralobhippikkuka
(v.) induce

പ്രലോഭിപ്പിക്കുന്നയാൾ
pralobhippikkunnayaal (n.) tempter

പ്രലോഭനം pralobhanam (n.) seduction

പ്രലോഭിപ്പിക്കുക pralobhippikkuka
(v.) seduce

പ്രലോഭിപ്പിക്കുക pralobhippikkuka
(v.) tempt

പ്രളയം pralayam (n.) flood

പ്രവചനം pravachanam (n.) prophecy

പ്രവചനം നടത്തുക pravachanam
nataththuka (v.) prophesy

പ്രവചനപരമായ
pravachanaparamaaya (adj.) prophetic

പ്രവചനാതീതമായ
pravachanaathiithamaaya (adj.) dicey

പ്രവചിക്കുക pravachikkuka (v.)
forecast

പ്രവണത pravanatha (n.) trend

പ്രവണതയുണ്ടായിരിക്കുക
pavanathayundaakuka (v.) tend

പ്രവർത്തക pravarththaka (n.) worker

പ്രവർത്തക സംഘം
pravarthakasangham (n.) agency

പ്രവർത്തകൻ pravarththakan (n.)
operator

പ്രവർത്തകമായ pravarthakamaaya
(adj.) operative

പ്രവർത്തനം pravarththanam (n.)
activity

പ്രവർത്തനംനിർത്തിവെയ്ക്കുക
pravarththanam nirththivaykkuka (n.)
lay-off

പ്രവർത്തനക്ഷമമാക്കുക
pravarththanakshamamaakkuka (n.)
activation

പ്രവർത്തനതലം pravarththanathalam
(n.) field

പ്രവർത്തനപരമായി
pravarththanaparamaayi (n.)
practicability

പ്രവർത്തനയന്ത്രം
pravarththanayanthram (n.) engine

പ്രവർത്തനസാധ്യമല്ലാത്ത
pravarththanasaadyamallaaththa (adj.)
inoperative

പ്രവർത്തിപ്പിക്കുക
pravarthippikkuka (v.) operate

പ്രവർത്തിപ്പിക്കുക
pravarththippikkuka (v.) propel

പ്രവഹിക്കുക pravahikkuka (v.) flow

പ്രവഹിക്കുക pravahikkuka (v.)
pervade

പ്രവഹിക്കുന്ന pravahikkunna (adj.)
torrential

പ്രവാചകൻ pravaachakan (n.) druid

പ്രവാചകൻ pravaachakan (n.)
prophet

പ്രവാസം pravaasam (n.) diaspora

പ്രവാസം pravaasam (n.) migration

പ്രവാഹം pravaaham (n.) tide

പ്രവിശ്യ pravishya (n.) province

പ്രവിശ്യാവാദം pravishyaavaadam
(n.) provincialism

പ്രവിശ്യാസംബന്ധം pravishyaa
sambandham (adj.) provincial

പ്രവൃത്തി pravarththanam (n.) action

പ്രവൃത്തി തടയുക pravarththi
thatayuka (v.) picket

പ്രവൃത്തിചെയ്യുക
pravarththicheyyuka (v.) work

പ്രവൃത്തിതടയൽ pravarththi
thatayal *(n.)* picket
പ്രവൃത്തിരംഗം pravruththirangam
(n.) domain
പ്രവേഗം pravegam *(n.)* vector
പ്രവേഗമാക്കുക pravegamaakkuka
(v.) vector
പ്രവേഗസംബന്ധി pravegasambandhi
(adj.) vectorial
പ്രവേശകം praveshakam *(n.)*
introduction
പ്രവേശനം praveshanam *(n.)*
admission
പ്രവേശനം തടയുക praveshanam
thatayuka *(v.)* debar
പ്രവേശനകവാടം
praveshsnakavaatam *(n.)* entrance
പ്രവേശനദ്വാരം praveshanadwaaram
(n.) gate
പ്രവേശനമാർഗ്ഗം praveshana
maargam *(n.)* passage
പ്രവേശനമുറി praveshanamuri *(n.)*
hall
പ്രവേശനയിടം praveshanayitam *(n.)*
portal
പ്രവേശനവസതി praveshanavasathi
(n.) gatehouse
പ്രവേശനാനുവാദം
praveshanaanuvadam *(n.)* admittance
പ്രവേശാപേക്ഷ praveshaapeksha *(n.)*
entry form
പ്രവേശിപ്പിക്കുക praveshippikk *(v.)*
induct
പ്രവേശിപ്പിക്കുക praveshippikkuka
(v.) let
പ്രശംസ prashamsa *(n.)* praise
പ്രശംസാർഹമായ
peashamsaarhamaaya *(adj.)*
commendable
പ്രശംസാർഹമായ
prashamsaarhamaaya *(adj.)*
praiseworthy

പ്രശംസാ വചനം
prashamsaavachanam *(n.)*
commendation
പ്രശംസിക്കുക prashamsikkuka *(v.)*
praise
പ്രശാന്തത prashaanthatha *(n.)*
tranquility
പ്രശാന്തമാക്കുക
prashaanthamaakkuka *(v.)* tranquillize
പ്രശാന്തി prashaanthi *(n.)* hush
പ്രശ്ന നിയന്ത്രാതാവ് prashna
niyanthraathaav *(n.)* bouncer
പ്രശ്നം prasnam *(n.)* problem
പ്രശ്നാവലി prasnaavali *(n.)*
questionnaire
പ്രസംഗകല prasangakala *(n.)* oratory
പ്രസംഗപീഠം prasangapiitam *(n.)*
podium
പ്രസംഗപീഠം prasangapiitam *(adj.)*
pulpit
പ്രസംഗമണ്ഡപം prasangamandapam
(n.) dais
പ്രസംഗവേദി prasangavedi *(n.)*
rostrum
പ്രസംഗിക്കുക prasamgikkuka *(v.)*
lecture
പ്രസക്തമായ prasakthamaaya *(adj.)*
relevant
പ്രസന്നത prasannatha *(n.)* amusement
പ്രസന്നമായ prasannamaaya *(adj.)*
tranquil
പ്രസരണം prasaranam *(n.)*
transmission
പ്രസരിപ്പിക്കുക prasarippikkuka *(v.)*
irradiate
പ്രസരിപ്പുള്ള prasarippulla *(adj.)*
dapper
പ്രസരിപ്പോടെ prasarippote *(adv.)*
smartly
പ്രസരിപ്പ് prasaripp *(adj.)* chic
പ്രസവം prasavam *(n.)* childbirth

പ്രസവചികിത്സാപരമായ
prasavachikithsaaparamaaya *(adj.)*
obstetric

പ്രസവചികിത്സാവിദഗ്ദ്ധ
prasavachikitsaavidagddha *(n.)*
obstetrician

പ്രസവവേദന prasavavedana *(n.)*
throe

പ്രസവവേദനാലഘൂകരണി
prasavavedanaalaghuukarani *(n.)*
epidural

പ്രസവശസ്ത്രക്രിയ prasava
shasthrakriya *(n.)* cesarean

പ്രസാദം prasaadam *(n.)* geniality

പ്രസാദിപ്പിക്കുക prasaadippikkuka
(v.) please

പ്രസാധകക്കുറിപ്പ് prasadhakakuripp
(n.) blurb

പ്രസാധകൻ prasaadhakan *(n.)*
publisher

പ്രസാധനം prasadhanam *(n.)*
publication

പ്രസാരണം prasaaranam *(n.)* emission

പ്രസിദ്ധമായ prasiddhamaaya *(adj.)*
well-known

പ്രസിദ്ധരായവർ prasidhdharaayavar
(n.) celebrity

പ്രസിദ്ധി prasiddhi *(n.)* stardom

പ്രസിദ്ധിയറ്റ prasiddhiyatta *(adj.)*
obscure

പ്രസിദ്ധീകരണം pradiddhiikaranam
(n.) magazine

പ്രസിദ്ധീകരിക്കുക
peasidhiikarikkuka *(v.)* issue

പ്രസ്താവം prasthaavam *(n.)* proposal

പ്രസ്താവം prasthaavam *(n.)* remark

പ്രസ്താവന prasthaavana *(n.)*
predicate

പ്രസ്താവന prasthaavana *(n.)*
statement

പ്രസ്താവിക്കുക prasthaavikkuka
(v.) intimate

പ്രസ്താവിക്കുക prasthaavikkuka
(v.) profess

പ്രഹരം praharam *(n.)* bash

പ്രഹരിക്കുക praharikkuka *(v.)* bash

പ്രഹരിക്കുക praharikkuka *(v.)* biff

പ്രഹസനം prahasanam *(n.)* comedy

പ്രഹേളിക prahelika *(n.)* riddle

പ്രഹേളികയാക്കുക
prahelikayaakkuka *(v.)* puzzle

പ്രഹേളിക്കുക prahelikkuka *(v.)*
riddle

പ്രാകൃതജനം praakruthajanam *(n.)*
rabble

പ്രാകൃതമായ praakruthamaaya *(adj.)*
primitive

പ്രാകൃതികമായ praakruthikamaaya
(adj.) primeval

പ്രാക്തനമായ praakthanamaaya *(adj.)*
anterior

പ്രാചീന ഏഥൻസിലെ കോട്ട
praacheena athensile kotta *(n.)* acropolis

പ്രാചീനകല്ലറ praacheenakallara *(n.)*
cist

പ്രാചീനഗജം praachiinagajam *(n.)*
mammoth

പ്രാചീനമായ praacheenamaaya *(adj.)*
ancient

പ്രാചീനമായ praachiinamaaya *(adj.)*
former

പ്രാചീനശില praachiinashila *(n.)*
paleolithic

പ്രാചീനശിലായുഗസംബന്ധം
praachiinashilayugasambandham *(adj.)*
paleolithic

പ്രാചുര്യം prachuryam *(n.)* abundance

പ്രാച്യമായ praachyamaaya *(adj.)*
oriental

പ്രാജ്ഞനായ praanjanaaya *(adj.)*
sapient

പ്രാണൻ praanan *(n.)* soul

പ്രാണവായു നീക്കൽ
praanavaayuniikkal *(n.)* deoxidation

590

പ്രാണവേദന praanavedana *(v.)*
agonize

പ്രാണഹരമായ praanaharamaaya
(adj.) fatal

പ്രാണഹാരിയായ praanahaariyaaya
(adj.) deadly

പ്രാതൽ praathal *(n.)* breakfast

പ്രാതികൂല്യം praathikoolyam *(n.)*
disadvantage

പ്രാതികൂല്യം praathikuulyam *(n.)*
drawback

പ്രാതിനിധ്യം prathinidhyam *(n.)*
delegacy

പ്രാതിനിധ്യം വഹിക്കുന്ന
praadhinithyam vahikkunna *(adj.)*
representative

പ്രാഥമിക തലം praathamikathalam
(adj.) entry-level

പ്രാഥമികമായ praathamikamaaya
(adj.) primary

പ്രാഥമികമായി
ഉപയോഗിക്കുന്ന
praathamikamaayi upayogikkunna *(n.)*
primer

പ്രാദേശികമായ praadeshikamaaya
(adj.) regional

പ്രാധാന്യം praadhaanyam *(n.)*
predominance

പ്രാധാന്യം praadhaanyam *(n.)* priority

പ്രാധാന്യമുള്ള praadhaanyamulla *(n.)*
metropolitan

പ്രാധാന്യമുള്ളതായിരിക്കുക
praadhaanyamullathaayirikkuka *(v.)*
matter

പ്രാന്തം praantham *(n.)* outskirts

പ്രാന്തപ്രദേശം pranthapradesham *(n.)*
suburb

പ്രാന്തവൽക്കരിച്ച
praanthavalkaricha *(adj.)* marginal

പ്രാപഞ്ചികമായ praapanchikamaaya
(adj.) cosmic

പ്രാപ്തി praapthi *(n.)* affordability

പ്രാപ്തി praapthi *(n.)* sufficiency

പ്രാപ്തിക്കുറവ് praapthikkurav *(n.)*
incapacity

പ്രാപ്തിയില്ലാത്ത praapthiyillaththa
(adj.) impotent

പ്രാപ്തിയുണ്ടായിരിക്കുക
praapthiyundaayirikkuka *(v.)* afford

പ്രാപ്തിയുള്ള prapthiyulla *(adj.)*
able

പ്രാപ്തിയുള്ള praapthiyulla *(adj.)*
competent

പ്രാപ്പിടിയൻ praappitiyan *(n.)* hawk

പ്രാപ്യമല്ലാത്ത praapyamallaaththa
(adj.) unaccessible

പ്രാപ്യസ്ഥാനം praapyasthaanam *(n.)*
destination

പ്രാബല്യം praabalyam *(n.)* prevalence

പ്രാബല്യം praabalyam *(n.)* validity

പ്രാബല്യത്തിൽ വരുത്തുക
praabalyaththil varuththuka *(v.)*
implement

പ്രാഭവം praabhavam *(n.)* ascendancy

പ്രാമാണികമായ praamaanikamaaya
(adj.) dogmatic

പ്രാമാണികമായ praamanikamaaya
(n.) standard

പ്രാമാണിത്തം praamaaniththam *(n.)*
elitism

പ്രാമാണീകരിക്കുക
praamaneekarikkuka *(v.)* authenticate

പ്രാമാണ്യം praamaanyam *(n.)*
authentication

പ്രാമുഖ്യത്തിലേക്ക്
praamukhyaththilekk *(adv.)* forward

പ്രായപൂർത്തി praayapuurththi *(n.)*
minor

പ്രായപൂർത്തിയായവർ
praayapoorththiyaayavar *(n.)* adult

പ്രായമാകാതിരിക്കൽ
praayamaakaathirikkal *(adj.)* anti-ageing

പ്രായമായ praayamaaya *(adj.)* aged

പ്രായമാവുക praayamaavuka *(n.)* ageing
പ്രായശ്ചിത്തം praayaschithwam *(v.)* atone
പ്രായശ്ചിത്തം prayschiththam *(n.)* penalty
പ്രായാധിക്യം praayaadhikyam *(n.)* senility
പ്രായോഗികതാവാദം praayogikathaavaadam *(n.)* pragmatism
പ്രായോഗികമായ praayogikamaayi *(adj.)* practical
പ്രാരംഭം praarambham *(n.)* alpha
പ്രാരംഭം praarabham *(n.)* preliminary
പ്രാരംഭകൻ praarambhakan *(n.)* novice
പ്രാരംഭകാലം praambhakaalam *(n.)* inception
പ്രാരംഭമായ praarambhamaaya *(adj.)* initial
പ്രാരംഭവിഷയകമായ praarambhavishayakamaaya *(adj.)* inaugural
പ്രാരംഭികഘട്ടം praarambhikaghattam *(n.)* chrysalis
പ്രാരംഭികമായ praarambhikamaaya *(adj.)* preparatory
പ്രാർത്ഥന praarththana *(n.)* prayer
പ്രാർത്ഥനാക്രമത്തോടെ peaarththanaa kramaththode *(adj.)* liturgical
പ്രാർത്ഥിക്കുക praarththikkuka *(v.)* pray
പ്രാർത്ഥനാപ്പുസ്തകം praarthanaappusthakam *(n.)* breviary
പ്രാവർത്തികമായ praavarththikamaaya *(adj.)* practicable
പ്രാവ് praav *(n.)* pigeon
പ്രിയ priya *(adj.)* dear
പ്രിയപ്പെട്ട priyappetta *(adj.)* dearest
പ്രിയമുള്ള priyamulla *(adj.)* beloved
പ്രീണിപ്പിക്കുക preenippikkuka *(v.)* appease
പ്രീതി preethi *(n.)* boon
പ്രീതിപാത്രം priithipaathram *(n.)* favourite
പ്രീതിപ്പെടുക priithippetuka *(v.)* zest
പ്രീതിപ്രദമായ prrithipradaamaaya *(adj.)* graceful
പ്രേക്ഷകൻ preshakan *(n.)* spectator
പ്രേത വിചാരണ prethavicharana *(adj.)* post-mortem
പ്രേതം pretham *(n.)* ghost
പ്രേതപരിശോധന pretha parishodhana *(n.)* autopsy
പ്രേമം premam *(n.)* romance
പ്രേരകം prerakam *(n.)* motive
പ്രേരകൻ prerakan *(n.)* prompter
പ്രേരകമാകുക prerakam *(v.)* inspire
പ്രേരകമാകുക prerakamaakuka *(v.)* trigger
പ്രേരണ prerana *(n.)* inducement
പ്രേരിപ്പിക്കുക prerippikkuka *(v.)* spur
പ്രേരിപ്പിക്കുന്ന prerippikkunna *(adj.)* prompt
പ്രോത്സാഹകമായ protsaahakamaaya *(n.)* incentive
പ്രോത്സാഹനം protsahanam *(n.)* boost
പ്രോത്സാഹിപ്പിക്കൽ prolsahipikkal *(n.)* encouragement
പ്രോത്സാഹിപ്പിക്കുക prolsahippikkuka *(v.)* encourage
പ്രൗഢൻ proudan *(n.)* major
പ്രൗഢമായ peoudamaaya *(adj.)* grand
പ്രൗഢികാട്ടുക prodikaattuka *(v.)* perk
പ്ലീഹ pleha *(n.)* spleen
പ്ലൂട്ടോണിയംലോഹം plutoniyam loham *(n.)* plutonium
പ്ലംപഴം plumpazham *(n.)* plum

ഫ

ഫലം phalam *(n.)* result
ഫലം കുറക്കുക phalam kurakkuka *(v.)* slacken
ഫലം നൽകുക phalam nalkuka *(v.)* requite
ഫലപുഷ്ടിയില്ലാത്ത phalapushtiyillaaththa *(adj.)* infertile
ഫലപ്രദമായ phalapradamaaya *(adj.)* effective
ഫലപ്രഖ്യാപനം phalaprakhyaapanam *(n.)* bingo
ഫലഭൂയിഷ്ഠമാക്കുക phalabhuuyishtamaakkuka *(v.)* fertilize
ഫലഭൂയിഷ്ഠമായ phalaphuuyishtamaaya *(adj.)* uberous
ഫലമുളവാക്കുക phalamulavaakkuka *(v.)* effect
ഫലവത്താകുക phalavaththaakuka *(v.)* result
ഫലശൂന്യത phalashuunyatha *(n.)* futility
ഫലസമൃദ്ധമായ phalasamrudhamaaya *(adj.)* fruitful
ഫലിതം phalitham *(n.)* joke
ഫലിതം phalitham *(n.)* witticism
ഫലിതമായ phalithamaaya *(adj.)* witty
ഫലോദ്യാനം phalidyaanam *(n.)* orchard
ഫാക്സ് അയയ്ക്കുക phaaks ayaykkuka *(v.)* fax
ഫാക്സ് സന്ദേശം fax sandesham *(n.)* telefax
ഫിലിം filim *(n.)* celluloid
ഫിലിം റീൽ filim reel *(n.)* reel
ഫോട്ടോ photo *(n.)* snap
ഫോട്ടോ എടുക്കുക photo etukkuka *(v.)* snap
ഫോട്ടോ എടുക്കുന്ന ഉപകരണം photo edukkunna upakaranam *(n.)* camera
ഫോണിലൂടെ വിൽക്കൽ phoneilute vilkkal *(n.)* telemarketing
ഫോണിലൂടെ വിൽക്കുക phoneilute vilkkuka *(v.)* telemarket
ഫോസിൽജീവശാസ്ത്രപഠിതാവ് fossil jiivashaasthra patithaav *(n.)* paleobiologist
ഫോസിൽപരിസ്ഥിതിവിജ്ഞാനം fossil parishthithivinjaanam *(n.)* paleoecology
ഫോസിൽപരിസ്ഥിതിവിജ്ഞാനി fossil parishthithivinjaani *(n.)* paleoecologist
ഫ്രെഞ്ച് റോൾ french roll *(n.)* croissant

ബ

ബഡായി badaayi *(n.)* vainglory
ബത്ത baththa *(n.)* allowance
ബദൽ badal *(n.)* substitution
ബദാം badam *(n.)* almond
ബദ്ധദൃഷ്ടി badhasrushti *(adj.)* agaze
ബദ്ധപ്പാട് banddhappaat *(n.)* haste
ബദ്ധപ്പെടുക banddhappetuka *(v.)* hasten
ബദ്ധശ്രദ്ധനായ badhasradhanaaya *(adj.)* attentive
ബന്ധം bandham *(n.)* relation
ബന്ധനം bandhanam *(n.pl.)* bonds
ബന്ധനത്തിലാക്കൽ bandhanathilaakkal *(n.)* capture
ബന്ധപ്പെട്ടിരിക്കുക bandhappettirikkuka *(v.)* relate
ബന്ധവിച്ഛേദനം banddha vichchedanam *(n.)* severance
ബന്ധിക്കുക bandhikkuka *(v.)* arrest
ബന്ധിക്കുക bandhikkuka *(v.)* mesh

ബന്ധിപ്പിക്കുക bandhippikkuka *(v.)* connect
ബന്ധു bandhu *(n.)* relative
ബലം balam *(n.)* force
ബലം balam *(n.)* strength
ബലം പ്രയോഗിക്കുക balam prayogikkuka *(v.)* impose
ബലംകുറഞ്ഞ balamkuranja *(n.)* weakling
ബലംപ്രയോഗിക്കുക balam prayogikkuka *(v.)* force
ബലക്ഷയം balakshayam *(n.)* infirmity
ബലക്ഷയം balakshaya *(n.)* prostration
ബലപരീക്ഷ balapariiksha *(n.)* showdown
ബലപ്പെടുത്തുക balappetuththuka *(v.)* strengthen
ബലമായി പിടിക്കുക balamaayi pitikkuka *(v.)* clutch
ബലമുള്ള കമ്പിളിത്തുണി balamulla kampiliththuni *(n.)* serge
ബലവത്തായ balavaththaaya *(adj.)* mighty
ബലവർദ്ധകമായ balavarddhakamaaya *(adj.)* robust
ബലഹീനത balahiinatha *(n.)* debility
ബലഹീനമാക്കുക balahiinamaakkuka *(v.)* disable
ബലഹീനമായ balahinamaaya *(adj.)* weak
ബലാത്കാരമായ balaathkaaramaaya *(adj.)* forcible
ബലാൽസംഗം balalsangam *(n.)* rape
ബലാൽസംഗം ചെയ്യുക balalsangam cheyyuka *(v.)* rape
ബലിമൃഗം balimrugam *(n.)* victim
ബലിയാട് baliyaat *(n.)* scapegoat
ബലീൻ തിമിംഗലങ്ങളുടെ അരിയ്ക്കാനുള്ള അവയവം baleen thimingalangalude arikkanulla avayavam *(n.)* baleen
ബസ് നിർത്തുന്നിയിടം bus nirththunnayidam *(n.)* bus stop
ബസ്കാത്തിരിപ്പുകേന്ദ്രം buskaaththiruppukendram *(n.)* bus shelter
ബഹളം bahalam *(n.)* ruckus
ബഹളം bahalam *(n.)* tumult
ബഹളംകൂട്ടുക bahalam kuuttuka *(v.)* fuss
ബഹളമുണ്ടാക്കുക bahalamundaakkuka *(n.)* brawl
ബഹിരാകാശം bahiraakaasham *(n.)* aerospace
ബഹിരാകാശയാത്രികൻ bahiraakasayaathrikan *(n.)* astronaut
ബഹിരാകാശസഞ്ചാരി bahiraakaashasanchaari *(n.)* rocketman
ബഹിർഭാഗം bahirbhaagam *(n.)* outside
ബഹിർഭാഗം bahirbhaagam *(prep.)* outside
ബഹിർമ്മുഖൻ bahirmmukhan *(n.)* extrovert
ബഹിർകോശതന്തു bahirkoshathanthu *(n.)* macrofibre
ബഹിഷ്കരിക്കുക bahishkarikkuka *(v.)* boycott
ബഹു ഔഷധപ്രയോഗം bahuoushadaprayogam *(adj.)* polypharmacal
ബഹു പങ്കാളിത്തം bahupankaliththam *(n.)* polyandrianism
ബഹുകേന്ദ്രീകരണഭരണം bahuvikendriikarana bharanam *(n.)* polycracy
ബഹുകേന്ദ്രീയം bahukendriiyam *(adj.)* polynucleate
ബഹുജനം bahujanam *(n.)* public
ബഹുജനാഭിവന്ദനം bahujanaabhivandanam *(n.)* ovation

ബഹുതൻമാത്രികമായ bahuthaanmaathrikamaaya *(adj.)* polymolecular
ബഹുത്വം bahuthwam *(n.)* plurality
ബഹുദേവതാരാധകൻ bahudevathaaraadhakan *(n.)* polytheist
ബഹുദേവതാവാദം bahudevathaavaadam *(n.)* polytheism
ബഹുദേവതാവാദമായ bahudevathaavaadamaaya *(adj.)* polytheistic
ബഹുഭർത്തൃത്വം bahubharthruthwam *(n.)* polyandry
ബഹുഭാഗങ്ങളുള്ള bahubhaagangalulla *(adj.)* multiplex
ബഹുഭാഗാത്മകമായ bahubhaagathmakamaaya *(adj.)* voluminous
ബഹുഭാര്യത്വമായ bahubhaaryathwamaaya *(adj.)* polygamous
ബഹുഭാര്യാത്വം bahubhaaryathwam *(n.)* polygamy
ബഹുഭാഷാപണ്ഡിതൻ bhaashaapandithan *(n.)* linguist
ബഹുഭാഷി bahubhaashi *(n.)* polyglot
ബഹുഭുജ ഖരസംയുക്തം bahubhuja kharasamyuktham *(n.)* polyform
ബഹുമതി bahumathi *(n.)* accolade
ബഹുമതി bahumathi *(n.)* respect
ബഹുമതിക്കർഹമായ bahumathikkarhamaaya *(adj.)* laureate
ബഹുമാനാർത്ഥമായ bahumaanaarththakamaaya *(adj.)* honorary
ബഹുമുഖ പ്രതിഭ bahumukha prathibha *(n.)* polymath
ബഹുമുഖമായ bahumukamaaya *(adj.)* multilateral
ബഹുരൂപങ്ങളിലാകൽ bahuruupangalilaakal *(n.)* polymorphosis
ബഹുരൂപത bahuruupatha *(n.)* polymorphism
ബഹുരൂപമായ bahuruupamaaya *(n.)* multiform
ബഹുരൂപസംബന്ധം bahuruupadambandham *(adj.)* polymorphic
ബഹുലപ്രവീണമായ bahulapraviinamaaya *(adj.)* versatile
ബഹുലമായ bahulamaaya *(adj.)* copious
ബഹുലമായ bahulamaaya *(adj.)* vast
ബഹുവചനം bahuvachanam *(adj.)* plural
ബഹുവർണ്ണരൂപദർശിനി bahuvarnnaruupadarshini *(n.)* kaleidoscope
ബഹുവർണ്ണം bahuvarnnan *(adj.)* polychrome
ബഹുവാഹകം bahuvaahakam *(n.)* bus
ബഹുവിധനൈപുണ്യം bahuvida naipunyam *(n.)* versatility
ബഹുവിധമായ bahuvidhamaaya *(adj.)* various
ബഹുവൈജ്ഞാനികം bahuvainjaanikam *(adj.)* mutidisciplinary
ബഹുശാഖദീപം bahushaakhaadeepam *(n.)* chandelier
ബാക്കി bakki *(n.)* balance
ബാക്കിവരുത്തുക baakki varuththuka *(v.)* spare
ബാങ്ക് അവധി bank avadhi *(n.)* bank holiday
ബാദ്ധ്യത baadyatha *(n.)* onus
ബാദ്ധ്യതയായ baadyathayaaya *(adj.)* due

ബാദ്ധ്യതയുണ്ടായിരിക്കുക baadhyathayundaayirikkuk *(v.)* owe
ബാദ്ധ്യതയുള്ള baadyathayulla *(adj.)* liable
ബാദ്ധ്യതാ നിരാകരണം baadyathaaniraakaranam *(n.)* refusal
ബാധകമാകുക badhikkuka *(v.)* affect
ബാധകമായ bhaadhakamaa *(adj.)* applicable
ബാധിക്കപ്പെടാത്ത badhikkappetaththa *(adj.)* unaffected
ബാധിക്കുക baadhikkuka *(v.)* infest
ബാധിതമായി badhithamaayi *(adj.)* affected
ബാധ്യത baadyatha *(n.)* debit
ബാധ്യതാപ്രകടനം baadyathaaprakatanam *(n.)* implement
ബാന്ധവം baandhavam *(n.)* alliance
ബാറ്റ് ചെയ്യുന്ന കളിസമയം bat cheyyunna kalisthalam *(n.)* innings
ബാറ്റ് ചെയ്യുന്നയാൾ bat cheyyunnayaal *(n.)* batsman
ബാലചികിത്സാപരം baalachikitsaparam *(adj.)* paediatric
ബാലപീഡകൻ baalapiidakan *(n.)* paedophile
ബാലപീഡനം baalapiidanam *(n.)* paedophilia
ബാലശാസ്ത്രം baalashaasthram *(n.)* paedology
ബാലശാസ്ത്രകാർ baalashaasthrakaar *(n.)* paedologist
ബാലസ്വഭാവമായ baalaswabhaavamaaya *(adj.)* boyish
ബാലിക baalika *(n.)* damsel
ബാലികാസഹജമായ baalikaasahajamaaya *(adj.)* girlish
ബാലിശമായ balishamaaya *(adj.)* childish
ബാലിശമായ baalishamaaya *(adj.)* trivial
ബാലെ baale *(n.)* operetta
ബാലേ നർത്തകി balenarthaki *(n.)* ballerina
ബാല്യം baalyam *(n.)* boyhood
ബാൾറൂം നൃത്തം ballroom nruththam *(n.)* tango
ബാഷ്പം baashpam *(n.)* vapour
ബാഷ്പപ്രവർത്തിതമായ baashpapravarththithamaaya *(adj.)* pneumatic
ബാഷ്പമാക്കുക baashpamaakkiya *(v.)* gasify
ബാഷ്പസ്നാനം baashpasnaanam *(n.)* sauna
ബാഷ്പാത്മകം baashpaalmakam *(n.)* pneumatic
ബാഷ്പീകരിക്കുക baashpiikarikkuka *(v.)* sublimate
ബാഹുയുദ്ധം baahuyuddham *(n.)* grapple
ബാഹുല്യം baahulyam *(n.)* immensity
ബാഹ്യമായ baahyamaaya *(adj.)* outward
ബാഹ്യമായിട്ടുള്ള baahyamaayittulla *(adv.)* outside
ബാഹ്യമായുള്ള baahyamaayulla *(adj.)* external
ബാഹ്യമോടി baahyamoti *(n.)* fashion
ബാഹ്യരൂപം baahyaroopam *(n.)* appearance
ബാഹ്യരൂപം baahyaruupam *(n.)* shape
ബാഹ്യരേഖയിടുക baahyarekhayituka *(v.)* trace
ബാഹ്യാവരണം baahyaavaranam *(n.)* overcoat
ബിംബം bimbam *(n.)* icon
ബിന്ദു bindhu *(n.)* point
ബിന്ദുചിത്രം bindhuchithram *(n.)* pointillism
ബിന്ദുപഥം bindhupatham *(n.)* locus

ബിയറിൽ നിന്നുണ്ടാക്കുന്ന
വിനാഗിരി beeril ninnu undakkiya
vinagiri *(n.)* alegar
ബിരുദം birudm *(n.)* degree
ബിരുദം നേടിയിട്ടില്ലാത്ത birudam
betiyittillaatha *(n.)* undergraduate
ബിരുദദാനചടങ്ങ്
birudadhaanachatang *(n.)* graduation
ceremony
ബിരുദദാനസമ്മേളനം
birudadaanasammelanam *(n.)*
convocation
ബിരുദധാരി birudadhaari *(n.)* graduate
ബിരുദമെടുക്കുക birudametukkuka
(v.) graduate
ബിരുദാനന്തരപഠനം
birudaananthara biruda patanam *(adj.)*
postgraduate
ബില്ല് കൊടുത്ത് ഹോട്ടൽ
ഒഴിയുക bill koduth hotel ozhiyuka
(n.) checkout
ബിഷപ്പിന്റെ ശിരോലങ്കാരം
Bishopinte shirolankaaram *(n.)* mitre
ബിസിനസ്സുകാരൻ businesskaaran
(n.) businessman
ബീജകോശം beejakosham *(n.)* capsule
ബീജകോശസംബന്ധി beejakosha
sambandhi *(adj.)* capsular
ബീജഗണിതം beejaganitham *(n.)*
algebra
ബീഭത്സമായ bhiivalsamaaya *(adj.)*
hideous
ബീഭത്സരൂപം bhiibhaltsaruupam *(n.)*
fright
ബുദ്ധക്ഷേത്രം buddhakshethram *(n.)*
pagoda
ബുദ്ധമുനി buddhamuni *(n.)* lama
ബുദ്ധികൂർമയുള്ള
buddhikuurmayulla *(adj.)* sagacious
ബുദ്ധികൂർമ്മത buddhikuurmmatha
(n.) sagacity

ബുദ്ധികെടുത്തുക buddhiketiththuka
(v.) stupefy
ബുദ്ധിചാതുര്യം buddhichaathuryam
(n.) intelligence
ബുദ്ധിചാപല്യം buddhichaapalyam
(n.) vagary
ബുദ്ധിനിറഞ്ഞ buddhiniranja *(adj.)*
prudential
ബുദ്ധിപതറിയ budhipathariya *(adj.)*
addled
ബുദ്ധിഭ്രംശമുള്ള
budhibhramshamulla *(adj.)* bemused
ബുദ്ധിമുട്ടുക buddhimuttuka *(v.)*
trouble
ബുദ്ധിമുട്ട് buddhimutt *(n.)* trouble
ബുദ്ധിമോശം buddhimoshan *(n.)*
indiscretion
ബുദ്ധിയുള്ള buddhiyulla *(adj.)* wise
ബുദ്ധിശക്തി buddhisakthi *(n.)*
brilliance
ബുദ്ധിശക്തിയുള്ള budhisakthiyulla
(adj.) brainy
ബുദ്ധിശാലി buddhishaali *(n.)*
intellectual
ബുദ്ധിശൂന്യത buddhishuunyatha *(n.)*
madness
ബുദ്ധിശൂന്യൻ buddhishuunyan *(n.)*
idiot
ബുദ്ധിശൂന്യമായ
budhishoonyamaaya *(adj.)* asinine
ബുദ്ധിസാമർത്ഥ്യമുള്ള
buddhisamarthyamulla *(adj.)* cerebral
ബുദ്ധിഹീനമായ buddhihiinamaaya
(adj.) senseless
ബുധനാഴ്ച budhanazhcha *(n.)*
Wednesday
ബുധൻ budhan *(n.)* mercury
ബുൾനായ bulnaaya *(n.)* bulldog
ബൂർഷ്വാ സ്ത്രീ boorshwa stree *(n.)*
bourgeoise
ബൃഹത് bruhath *(n.)* macro

ബൃഹത്ഗ്രന്ഥം bruhath granththam *(n.)* tome
ബൊമ്മ bomma *(n.)* mannequin
ബോധം കെടുക bodhamketuka *(v.)* faint
ബോധക്ഷയം bodhakshayam *(n.)* swoon
ബോധമുള്ള bodhamulla *(adj.)* conscious
ബോധേന്ദ്രിയമുള്ള bodhendriyamulla *(adj.)* sentient
ബോധ്യമായ bodyamaaya *(adj.)* sensible
ബൈക്ക് യാത്രികൻ bike yathrikan *(n.)* biker
ബോംബാക്രമണം bombaakramanam *(n.)* bombardment
ബോംബാക്രമണം നടത്തുന്ന വ്യക്തി bombaakramanam nadathunnunna vykthi *(n.)* bomber
ബോധക്ഷയ മരുന്ന് bodakshaya marunnu *(n.)* chloroform
ബോധക്ഷയം bodhakahayam *(n.)* insensibility
ബോധനം bodhanam *(n.)* edification
ബോധമില്ലാതായ bodhamillathaaya *(adj.)* faint
ബോധവാനല്ലാത്ത bodhavaanallaaththa *(adj.)* unaware
ബോധഹാരി bodhahaari *(n.)* anaesthetic
ബോധാവസ്തയിലേക്ക് വരിക bodhaavasthayilekk varika *(v.)* reanimate
ബോധിപ്പിക്കുക bodhippikkuka *(v.)* state
ബോധ്യമാവുക bodhyamaavuka *(v.)* realize
ബംഗ്ലാവ് banglaav *(n.)* mansion
ബ്യൂട്ടിപാർലർ beauty parlour *(n.)* Salon
ബ്യൂട്ടീൻ പോളിമർ butine polymer *(n.)* polybutene
ബ്രസീലിയൻ നൃത്തം Brazilian nruththam *(n.)* samba
ബ്രസീലിയൻ നൃത്തമാടുക Brazilian nruththamaatuka *(v.)* samba
ബ്രഹ്മചര്യം brahmacharyam *(n.)* celibacy
ബ്രഹ്മചാരി brahmachaari *(adj.)* celibate
ബ്രഹ്മവാദം brahmavaadam *(n.)* pantheism
ബ്രഹ്മവാദി brahmavaadi *(n.)* pantheist
ബ്രാണ്ടിമദ്യം brandymadyam *(n.)* brandy
ബ്രിട്ടനെ സംബന്ധിച്ച brittane sambandhichcha *(adj.)* british
ബ്രിട്ടീഷ്നാണയം British naanayam *(n.)* sterling
ബ്രോമിൻസംയുക്തം brominesamyuktham *(n.)* bromide

ഭ

ഭക്തി bhakthi *(n.)* devotion
ഭക്ഷണം bhakshanam *(n.)* food
ഭക്ഷണം തിരയുന്നയാൾ bhakshanam thirayunnayaal *(n.)* forager
ഭക്ഷണക്കോൽ bhakshanakkol *(n.)* chopstick
ഭക്ഷണക്രമനിർണ്ണയവിദഗ്ദ്ധൻ bhakshanakruma nirnnaya vidagththan *(n.)* dietician
ഭക്ഷണവിൽപനശാല bhakshanavilpanashaala *(n.)* takeaway
ഭക്ഷണവിവരപ്പട്ടിക bhakshanavivarappattika *(n.)* menu
ഭക്ഷണശാല bhakshanashaala *(n.)* cafeteria

ഭക്ഷണസ്ഥലം bhakshanasthalam *(v.)*
mess
ഭക്ഷണാസ്വാദകൻ
bhakshanaaswaadakan *(adj.)* epicurean
ഭക്ഷണേച്ഛ bhakshanechcha *(n.)*
appetite
ഭക്ഷിക്കുക bhakshikkuka *(v.)* eat
ഭക്ഷ്യധാന്യങ്ങൾ
bhakshyadhaanyangal *(n.)* cereal
ഭക്ഷ്യയോഗ്യമായ
bhakshyayogyamaaya *(adj.)* edible
ഭക്ഷ്യയോഗ്യം bhakshyayogyam *(adj.)*
eatable
ഭഞ്ജിക്കുക bhanjikkuka *(v.)* crankle
ഭണ്ഡാഗാരം bhandaagaaram *(n.)* store
ഭദ്രത bhadratha *(n.)* safety
ഭദ്രനിക്ഷേപം bhadranikshepam *(n.)*
safe-deposit
ഭദ്രമായ bhadramaaya *(adj.)* secure
ഭദ്രാസനപ്പള്ളി bhadraasanappalli *(n.)*
cathedral
ഭയം bhayam *(n.)* terror
ഭയം bhayam *(n.)* timidity
ഭയങ്കരമായ bhayankaramaaya *(adj.)*
terrible
ഭയങ്കരമായ bhayankaramaaya *(adj.)*
tremendous
ഭയങ്കരമായി bhayankaramaayi *(adv.)*
heavily
ഭയജനകമായ bhayajanakamaaya
(adj.) alarming
ഭയപ്പെടുക bhayappetuka *(v.)* panic
ഭയപ്പെടുത്തൽ bhayappetuththal *(n.)*
intimidation
ഭയപ്പെടുത്തുക bhayappetuththuka
(v.) horrify
ഭയപ്പെട്ട bhayappetta *(adj.)* afraid
ഭയാകുലമായ bhayaakulamaaya
(adj.) eerie
ഭയാകുലമായ bhayakulamayi *(n.)*
scare

ഭയാക്രാന്തനാക്കുക
bhayaakraanthanaakkuka *(v.)* fear
ഭയാനകത്വം bhayaanakathwam *(n.)*
dreadful
ഭയാനകമായ bhayaanakamaaya *(adj.)*
fearful
ഭരണം bharanam *(n.)* rule
ഭരണം നടത്തുക bharanam
nadaththuka *(v.)* administrate
ഭരണം നടത്തുക bharanam
nataththuka *(v.)* reign
ഭരണകർത്തൃത്വം
bharanakarththrutwam *(n.)* governance
ഭരണക്രമം bharanakrumam *(n.)* regime
ഭരണഘടന bharanaghatana *(n.)*
constitution
ഭരണനിയന്ത്രണം
bharananiyanthranam *(n.)* government
ഭരണനിർവ്വഹണം
bharananirvvahanam *(n.)* administration
ഭരണസംബന്ധമായ
bharanasambandhamaaya *(adj.)*
administrative
ഭരണാധികാരി bharanaadhikaari *(n.)*
administrator
ഭരണാധിപ bharanaadhipa *(n.)*
governess
ഭരണി bharani *(n.)* jar
ഭരമേൽക്കുക bharamelkkuka *(v.)*
undertake
ഭരിക്കുക bharikkuka *(v.)* rule
ഭരിക്കുന്ന bharikkunna *(n.)* ruling
ഭർത്സനം bhartsanam *(n.)* gibe
ഭർത്സിക്കുക bharsikkuka *(v.)* bluster
ഭർത്സിക്കുക bharsikkuka *(v.)* chide
ഭർത്സിക്കുക bharsikkuka *(v.)* rebuke
ഭർത്താവ് bharththaav *(n.)* husband
ഭർത്സിക്കുക bhartsikkuka *(v.)* gibe
ഭള്ള് bhallu *(n.)* ostentation
ഭവനഭേദകൻ bhavanabhedakan *(n.)*
burglar

ഭവനഭേദനം bhavanabhedanam *(n.)* burglary
ഭവശാസ്ത്രപരമായ bhavashaasthraparamaaya *(adj.)* ontological
ഭവിഷ്യത്കാലം bhavishyathkaalam *(adj.)* future
ഭസ്മം bhasmam *(n.)* oxide
ഭസ്മമാക്കുക bhasmaakkuka *(v.)* cremate
ഭസ്മമാക്കുന്ന വസ്തു bhasmamaakkunna vasthu *(n.)* oxidant
ഭസ്മീകരണം bhasmiikaranam *(n.)* oxidization
ഭസ്മീകരിക്കൽ bhasmiikarikkal *(n.)* oxidate
ഭസ്മീകരിക്കുക bhasmiikarikkuka *(v.)* oxidate
ഭാഗം bhaagam *(n.)* part
ഭാഗം bhagam *(n.)* segment
ഭാഗംവയ്ക്കുക bhaagam vaykkuka *(v.)* apportion
ഭാഗധേയം bhaagadheyam *(n.)* fortune
ഭാഗധേയം bhaagadeyam *(n.)* lot
ഭാഗഭാക്കാകുക bhaagabhaakkakuka *(v.)* participate
ഭാഗഭാക്ക് bhaagabhaakk *(n.)* participant
ഭാഗികാന്ധനായ bhaagikaandhanaaya *(n.)* purblind
ഭാഗിക്കുക bhaagikkuka *(v.)* share
ഭാഗിനേയൻ bhaagineyan *(n.)* nephew
ഭാഗിനേയി bhaagineyi *(n.)* niece
ഭാഗ്യംകെട്ട bhaagyamketta *(adj.)* luckless
ഭാഗ്യക്കുറി bhaagyakkuri *(n.)* lottery
ഭാഗ്യചിഹ്നം bhaagyachihnam *(n.)* mascot
ഭാഗ്യദോഷം bhaagyadosham *(n.)* mischance
ഭാഗ്യവശാലുള്ള bhaagyavashaalulla *(adj.)* providential
ഭാഗ്യവശാൽ bhaagyavashaal *(adv.)* luckily
ഭാഗ്യവശാൽ സംഭവിച്ച bhaagyavashaal sambhavicha *(adj.)* serendipitous
ഭാഗ്യശാലിയായ bhaagyashaaliyaaya *(adj.)* fortunate
ഭാഗ്യഹീനമായ bhaagyahiinamaaya *(adj.)* unfortunate
ഭാഗ്യാതിരേകം bhaagyaathirekam *(n.)* serendipity
ഭാണ്ഡം bhaandam *(n.)* bundle
ഭാരം bhaaram *(n.)* load
ഭാരം വലിച്ചുകയറ്റുന്ന യന്ത്രം bhaaram valichukayattunna yanthram *(n.)* derrick
ഭാരംതാങ്ങി bhaaramthaangi *(n.)* corbel
ഭാരമിറക്കുക bhaaramirakkuka *(v.)* unburden
ഭാരമുള്ള bhaaramulla *(adj.)* weighty
ഭാരമേൽപ്പിക്കുക bhaaramelpppikkuka *(v.)* entrust
ഭാരവണ്ടി bhaaravandi *(n.)* cart
ഭാരവത്തായ bhaaravaththaaya *(adj.)* heavy
ഭാരവാഹി bhaaravaahi *(n.)* functionary
ഭാര്യ bhaarya *(n.)* missis, missus
ഭാര്യയാൽ ഭരിക്കപ്പെടുന്ന bhaaryaal bharikkappetunna *(v.)* henpeck
ഭാവഗാനാത്മകത bhaavagaanaathmakatha *(adj.)* lyrical
ഭാവചിഹ്നം bhaavachihnam *(n.)* emoji
ഭാവനയിൽ കാണുക bhaavanayil kaanuka *(v.)* visualize
ഭാവനാപരമായ bhaavanaaparamaaya *(adj.)* imaginative
ഭാവനാസൃഷ്ടമായ bhaavanaasrushtamaaya *(adj.)* imaginary

ഭാവരഹിതമായ bhaavarahitamaaya *(adj.)* null
ഭാവഹം bhaavaham *(n.)* phosphorus
ഭാവികഥനം bhaavikathanam *(n.)* onomancy
ഭാവികഥനം bhaavikathanam *(n.)* prediction
ഭാവിക്കുക bhaavikkuka *(v.)* feign
ഭാവിജ്ഞാനം bhaavinjaanam *(n.)* prescience
ഭാവിതലമുറകൾ bhaavithalamurakal *(n.)* posterity
ഭാവിദർശിക്കുക bhaavidarshikkuka *(v.)* foresee
ഭാഷ bhaasha *(n.)* language
ഭാഷ ബഹുസ്വരതയുള്ള bhaasha bahuswarathayulla *(adj.)* multilingual
ഭാഷകൻ bhaashakan *(n.)* speaker
ഭാഷണം bhaashanam *(n.)* speech
ഭാഷാ വിജ്ഞാനപരമായ bhaashavinjaanaparamaaya *(adj.)* philological
ഭാഷാവിജ്ഞാനം bhaashavinjaanam *(n.)* philology
ഭാഷാശാസ്ത്രം bhaashaashaasthram *(n.)* linguistics
ഭാഷാശാസ്ത്രജ്ഞൻ bhaashashaasthranjan *(n.)* philologist
ഭാഷാശാസ്ത്രപരമായ bhaashashaasthraparamaaya *(adj.)* linguistic
ഭാഷാസംബന്ധമായ bhaashasambandhamaaya *(adj.)* lingual
ഭാഷ്യമെഴുതുക bhaashyamezhuthuka *(v.)* annotate
ഭാഷ്യരീതി bhaashyareethi *(n.)* accent
ഭാസുരതേജസ്വിയായ bhaasurathejaswiyaaya *(adj.)* radiant
ഭാസുരമായ bhaasuramaaya *(adj.)* resplendent
ഭിക്ഷ bhiksha *(n.)* alms
ഭിക്ഷതെണ്ടുക bhiksha thenduka *(v.)* cadge
ഭിത്തിയുടെ തലത്തിന് സമാന്തരമായി, പാർശ്വശക്തികളെ ചെറുക്കാൻ ഉപയോഗിക്കുന്ന ഘടന biththiyute thalaththinu samaantharamaayi, parswashakthikale cherukkan upayogikkunna ghatana *(n.)* sheat
ഭിന്നഗുണപ്രജോൽപത്തി bhinbagunaprajolppaththi *(n.)* xenogenesis
ഭിന്നങ്ങളായ bhinnangalaaya *(adj.)* diverse
ഭിന്നിപ്പ് bhinnipp *(n.)* schism
ഭിഷഗ്വരൻ bhishagwaran *(n.)* doc
ഭീകരപ്രവർത്തനം bhiikarapravarththanam *(n.)* terrorism
ഭീകരമായ bhiikaramaaya *(adj.)* horrible
ഭീകരവാദി bhiikaravaadi *(n.)* terrorist
ഭീകരസത്വം bhiikarasathwam *(n.)* dragon
ഭീതൻ bhiithan *(adj.)* craven
ഭീതി bhiithi *(n.)* fear
ഭീതിതമായ bhiithithamaaya *(adj.)* dreadful
ഭീതിതമായ bhiithithamaaya *(adj.)* scary
ഭീമകായൻ bhimakaayan *(n.)* gondola
ഭീമഗോളം bhiimagolam *(n.)* macrosphere
ഭീമമായ bhiimamaaya *(adj.)* colossal
ഭീമമായ bhimamaaya *(adj.)* huge
ഭീമാംശം bheemaamsham *(n.)* bulk
ഭീമാകാരമായ bhiimaakaaramaaya *(adj.)* titanic
ഭീമാബദ്ധം bheemaabaddham *(n.)* bungle
ഭീരു bhiiru *(n.)* coward
ഭീരുത്വം bhiiruthwam *(n.)* cowardice

ഭീരുവായ bhiiruvaaya *(adj.)* timid

ഭീഷണമായ bhiikshanamaaya *(adj.)* dire

ഭീഷണമായ bhiikshanamaaya *(adj.)* furious

ഭീഷണി bheekshani *(n.)* blackmail

ഭീഷണിപ്പെടുത്തുക bhiikshanippetuththuka *(v.)* terrorize

ഭൂകമ്പ പ്രഭവകേന്ദ്രം bhookambaprabhavakendram *(n.)* epicentre

ഭൂകമ്പം bhuukampam *(n.)* quake

ഭൂകമ്പങ്ങളുടെ ആവൃത്തി bhuukampangalute aavruththi *(n.)* seismicity

ഭൂകമ്പമാപിനി bhuukampa maapini *(n.)* seismograph

ഭൂകമ്പരേഖാ ഉപകരണം bhuukambarekhaupakaranam *(n.)* seismoscope

ഭൂകമ്പലേഖനം bhuukampalekhanam *(n.)* seismogram

ഭൂകമ്പലേഖനവിദ്യ bhuukampalekhanavidya *(n.)* seismography

ഭൂകമ്പവിഷയകമായ bhuukampa vishayakamaaya *(adj.)* seismic

ഭൂകമ്പശാസ്ത്രം bhukambashaasthram *(n.)* seismology

ഭൂകമ്പശാസ്ത്രജ്ഞൻ bhuukampashaasthranjan *(n.)* seismologist

ഭൂഖണ്ഡപരമായ bhookhandaparamaaya *(adj.)* continental

ഭൂഗർഭക്കല്ലറ bhoogarbhakkallara *(n.)* catacomb

ഭൂഗുരുത്വം bhuuguruthwam *(n.)* gravity

ഭൂഗോളശാസ്ത്രജ്ഞൻ bhuugolashaasthranjan *(n.)* geographer

ഭൂഗോളം bhuugolam *(n.)* globe

ഭൂചലനം bhuuchalanam *(n.)* earthquake

ഭൂതകാലം bhuuthakaalam *(n.)* past

ഭൂതകാലസംബന്ധിയായ bhuuthakaalasambandhiya *(adj.)* retrospective

ഭൂതകാലാവലോകനം bhuuthaakaalaavalokanam *(n.)* retrospect

ഭൂതക്കണ്ണാടി bhuuthakkannaati *(n.)* telescope

ഭൂതത്ത്വശാസ്ത്രജ്ഞൻ bhuthatwashaasthranjan *(n.)* geologist

ഭൂതദയ bhuuthadaya *(n.)* philanthropy

ഭൂതാൽമകം bhuuthaalmakam *(n.)* devilry

ഭൂതാവേഷ്ടിതം bhoothaaveshititham *(v.)* demonize

ഭൂതോദയം bhuuthodayam *(n.)* premonition

ഭൂതോപദ്രവം bhuuthopadravam *(n.)* haunt

ഭൂദൃശ്യം bhuudrusyam *(n.)* landscape

ഭൂപടം bhuupatam *(n.)* map

ഭൂപടനിർമ്മാതാവ് bhoopatanirmmaathaav *(n.)* cartographer

ഭൂപടപുസ്തം bhoopatapusthakam *(n.)* atlas

ഭൂപടമുണ്ടാക്കുക bhuupatamundaakkuka *(v.)* map

ഭൂപടലം bhuupatalam *(n.)* crust

ഭൂപ്രദേശം bhuupradesham *(n.)* terrain

ഭൂപ്രഭു bhuuprabhu *(n.)* landlord

ഭൂഭാഗം bhubhagam *(n.)* tract

ഭൂമദ്ധ്യരേഖ bhuumadyarekha *(n.)* equator

ഭൂമിക്കടിയിലുള്ള bhuumikkatitilulla *(adj.)* subterranean

ഭൂമിയിലുള്ള bhuumiyilulla *(adj.)* telluric

ഭൂമിയുമായി ബന്ധപ്പെട്ട
bhuumiyumaayi bandhappetta *(adj.)*
tellural

ഭൂമിശാസ്ത്രം bhuumishaasthram *(n.)*
geography

ഭൂമിശാസ്ത്രപരമായ
bhuumishaasthraparamaaya *(adj.)*
geographical

ഭൂരാഷ്ട്രതന്ത്രപരമായ bhuuraashtra
thanthraparamaaya *(adj.)* geopolitical

ഭൂരിപക്ഷം bhuuripaksham *(n.)*
majority

ഭൂരിഭാഗവും bhuribhaagavum *(n.)*
most

ഭൂർജ്ജവൃക്ഷം bhoorjjavruksham *(n.)*
alder

ഭൂവൽക്കം bhuuvalkkam *(n.)* mantle

ഭൂവാസി bhuuvaashi *(n.)* terrestrial

ഭൂവിജ്ഞൻ bhuvinjan *(n.)* geologist

ഭൂവിജ്ഞാനപരം bhuvinjaanaparam
(adj.) geological

ഭൂവിജ്ഞാനീയം bhuuvinjaaniiyam
(n.) geology

ഭൂവിഭാഗം bhuuvibhaagam *(n.)* canton

ഭൂഷണമായ bhooshanamaaya *(adj.)*
decorative

ഭൂസംബന്ധിയായ
bhuusambandhiyaaya *(adj.)* terrestrial

ഭൃത്യൻ bhruthyan *(n.)* valet

ഭൃത്യവേഷം bhruthyavesham *(n.)*
livery

ഭേദഗതി bhedhagathi *(n.)* amendment

ഭേദഗതി വരുത്തുക bhedhagathi
varuththuka *(v.)* amend

ഭേദഗതി വരുത്തുക
bhedagathivaruththuka *(v.)* modify

ഭേദസ്വരാലാപനം
bhedaswaraalaapanam *(n.)* yodel

ഭോഗനിരതൻ bhoganirathan *(n.)*
voluptuary

ഭോഗാസക്തനായ bhogaasakthanaaya
(adj.) lascivious

ഭോജനമന്ദിരം bhojanamandiram *(n.)*
restaurant

ഭോജനശാല bhojanashaala *(n.)* canteen

ഭോജനശാല bhojanashaala *(n.)* hotel

ഭോജനശാലയിലെ നൃത്തസംഗീത
പ്രകടനം bhojanashaalayile nruththa
sangeetha prakatanam *(n.)* cabaret

ഭോജ്യവസ്തു bhojyavasthu *(n.)*
eatable

ഭോജ്യശാല bhojyashaala *(n.)*
delicatessen

ഭൗതികമായ bhouthikamaaya *(adj.)*
material

ഭൗതികവാദം bhouthikavaadam *(n.)*
materialism

ഭൗമതാപസംബന്ധിയായ
bhoumathaapasambandhiyaaya *(adj.)*
geothermal

ഭൗമസംബന്ധമല്ലാത്ത
bhoumasambandhamallaaththa *(adj.)*
extraterrestrial

ഭൗമികമായ bhoumikamaaya *(adj.)*
earthly

ഭൗമേതര bhoumethara *(n.)*
extraterrestrial

ഭംഗപ്പെടുത്തുക bhangappetuththuka
(v.) disrupt

ഭംഗികേടായ bhangiketaaya *(adj.)*
ungainly

ഭ്രമം bhramam *(n.)* craze

ഭ്രമണം bhramanam *(n.)* rotation

ഭ്രമണം ചെയ്യുക bhramanam
cheyyuka *(v.)* rotate

ഭ്രമണപഥ സംബന്ധി bhramanapatha
sambandhi *(n.)* orbital

ഭ്രമണപഥം bhramanapatham *(n.)* orbit

ഭ്രമണപഥത്തെപ്പറ്റിയുള്ള
vaagmiye sambanddhicha *(adj.)* orbital

ഭ്രമാത്മകമായ bhramaathmakamaaya
(adj.) bizarre

ഭ്രമിക്കുക bhramikkuka *(v.)* amaze

ഭ്രമിച്ച bhramichcha *(adj.)* enamoured

ഭ്രഷ്ട്കൽപിക്കുക bhrasht kalpikkuka *(v.)* ostracize
ഭ്രാതൃഭാവം bhraathrubhaavam *(n.)* fraternity
ഭ്രാതൃഹത്യ bhraathruhathya *(n.)* fratricide
ഭ്രാന്തചിത്തമായ bhranthachiththamaaya *(adj.)* frantic
ഭ്രാന്താലയം bhraanthaalayam *(n.)* madhouse
ഭ്രാന്താലയം bhraanthaaylayam *(n.)* nuthouse
ഭ്രാന്തുപിടിപ്പിക്കുക bhranthupitippikkuka *(v.)* dement
ഭ്രാന്തുപിടിപ്പിക്കുക bhraanthupitippikkuka *(v.)* madden
ഭ്രാന്തുള്ള bhraanthulla *(adj.)* mad
ഭ്രാന്തുള്ള bhraanthulla *(adj.)* lunatic
ഭ്രൂണം bhruunam *(n.)* embryo
ഭ്രൂണസംബന്ധം bhrunasambandham *(adj.)* fetal
ഭ്രൂണാവസ്ഥയിലുള്ള bhruunaavasthayilulla *(adj.)* embryonic

മ

മകരം രാശി makaram raashi *(n.)* capricorn
മകരന്ദം makarandham *(n.)* nectar
മകൾ makal *(n.)* daughter
മകുടമണി makutamani *(n.)* tiara
മങ്ങലാക്കുക mangalaakkuka *(v.)* obscure
മങ്ങലായ mangalaaya *(adj.)* tenebrous
മങ്ങൽ mangal *(v.)* blur
മങ്ങിക്കാണുക mangikkaanuka *(v.)* loom
മങ്ങിയ mangiya *(adj.)* muggy
മങ്ങിയ mangiya *(adj.)* unclear
മങ്ങിയതോതിൽ mungiyathothil *(adv.)* dimly
മങ്ങിയമഞ്ഞനിറം mangiya manja niram *(n.)* buff
മങ്ങിയും തെളിഞ്ഞും കത്തുക mangiyum thelinjum kaththuka *(v.)* flicker
മജ്ജ majja *(n.)* marrow
മഞ്ചം mancham *(n.)* cot
മഞ്ഞക്കരു manjakkaru *(n.)* yolk
മഞ്ഞചീസ് manja cheese *(n.)* gouda
മഞ്ഞച്ച manjacha *(adj.)* yellowish
മഞ്ഞപാൽക്കട്ടി manjapaalkkatti *(n.)* cheddar
മഞ്ഞപ്പിത്തം manjappiththam *(n.)* jaundice
മഞ്ഞയായ manjayaaya *(adj.)* yellow
മഞ്ഞളിക്കുക manjalikkuka *(v.)* yellow
മഞ്ഞൾ manjal *(n.)* turmeric
മഞ്ഞിൽതെന്നിയോടുക manjilthenniyotuka *(v.)* skate
മഞ്ഞിൽധരിക്കുന്ന ബൂട്ട്. manjil dharikkunna book *(n.)* snow boot
മഞ്ഞിലെ പന്തുകളി maraththile panthukali *(n.)* polo
മഞ്ഞുകട്ടി nanjukatti *(n.)* ice
മഞ്ഞുതുള്ളി manjuthulli *(n.)* dew
മഞ്ഞുതൊപ്പി manjuthoppi *(n.)* icecap
മഞ്ഞുപെയ്യുക manjupeyuuka *(v.)* snow
മഞ്ഞുമൂടിയ manjumuutiya *(adj.)* misty
മഞ്ഞുവീഴ്ച manjuviizhcha *(n.)* snowfall
മഞ്ഞ് manju *(n.)* mist
മഞ്ഞ് manju *(n.)* snow
മട mata *(n.)* lair
മടക്കൽ matakkal *(n.)* folding
മടക്കിക്കൊടുക്കുക matakkikotukkuka *(v.)* reimburse

മടക്കിച്ചോദിക്കുക matakkichodikkuka *(v.)* reclaim
മടക്കിവയ്ക്കാവുന്ന matakkivaykkaavunna *(adj.)* folding
മടക്കിവിളിക്കൽ matakkivilikkal *(n.)* recall
മടക്കുക matakkuka *(v.)* fold
മടക്കുന്നവൻ matakkunnavan *(n.)* plyer
മടക്ക് matakk *(n.)* crimp
മടങ്ങിപ്പോകുക matangippokuka *(v.)* retrace
മടങ്ങിവരിക matangivarika *(v.)* revert
മടങ്ങ് matang *(n.)* fold
മടച്ചിൽ madachil *(n.)* braid
മടയത്തം matayaththam *(n.)* stupidity
മടി mati *(n.)* laziness
മടികാണിക്കാതെ matikaanikkaathe *(adv.)* readily
മടിച്ചിരിക്കുക matichchirikkuka *(v.)* laze
മടിത്തട്ട് matithatt *(n.)* lap
മടിനായ matiyanaaya *(adj.)* indolent
മടിയൻ matiyan *(n.)* idler
മടിയുള്ള matiyulla *(adj.)* lazy
മടിശ്ശീല matisshiila *(n.)* purse
മടിശ്ശീലയിൽ വയ്ക്കുക matshiilayil vaykkuka *(v.)* wallop
മട്ടുപ്പാവ് mattuppaav *(n.)* terrace
മഠാധിപതി madathipathi *(n.)* abbot
മണക്കൽ manakkal *(n.)* olfactics
മണക്കാവുന്ന manakkaavunna *(adj.)* olfactic
മണക്കുക manakkuka *(v.)* scent
മണത്തറിയുക manaththariyuka *(v.)* nose
മണത്തുചെല്ലുന്ന manaththuchellunna *(adj.)* nosy
മണൽക്കുഴി manalkkuzhi *(n.)* sandpit
മണൽദൃശ്യം manaldrushyam *(n.)* sandscape

മണൽപെട്ടി manalpetti *(n.)* sandbox
മണൽശില manalshila *(n.)* sandstone
മണലുള്ള manalulla *(adj.)* sandy
മണൽ തൂവുക manal thuuvuka *(v.)* sand
മണൽക്കാറ്റ് manalkkaatt *(n.)* sandstorm
മണൽക്കുന്ന് manalkkunnu *(n.)* sandhill
മണൽക്കുഴി manalkkuzhi *(n.)* quicksand
മണൽക്കൂടാരം manalkkuutaaram *(n.)* sandcastle
മണൽത്തിട്ട manalthitta *(n.)* sandbank
മണി mani *(n.)* bead
മണി mani *(n.)* bell
മണിക്കല്ല് manikkallu *(n.)* cobalt
മണിക്കൂർ manikkuur *(n.)* hour
മണിച്ചട്ടം manichattam *(n.)* abacus
മണിനാക്ക് maninaakk *(n.)* clapper
മണിനാദം maninaadam *(n.)* chime
മണിശബ്ദം manishabdam *(n.)* buzzer
മൺകട്ട mankatta *(n.)* clod
മൺകുടം mankutam *(n.)* pitcher
മണ്ടത്തരം mandaththaram *(n.)* blunder
മണ്ടത്തരം കാണിക്കുക mandaththaram kanikkuka *(v.)* bungle
മണ്ടത്തരമായ mandaththaramaaya *(n.)* onology
മണ്ടൻ mandan *(adj.)* oafish
മണ്ടശിരോമണി mandashiromani *(n.)* dunce
മണ്ഡലം mandalam *(n.)* ambit
മണ്ണിളക്കിയന്ത്രം mannilakkiyanthram *(n.)* bulldozer
മണ്ണുകൊണ്ടുണ്ടാക്കിയ mannukondundaakkiya *(adj.)* earthen
മണ്ണെണ്ണ mannenna *(n.)* kerosene
മണ്ണ് mannu *(n.)* soil
മൺപാത്ര നിർമ്മാണകല manpaathra nirmmanakala *(n.)* ceramics

മൺപാത്രങ്ങൾ manpaathrangal *(n.)* crockery

മൺപാത്രങ്ങൾ manpaathrangal *(n.)* earthenware

മൺപാത്രനിർമ്മാണം manpaathra nirmmaanam *(n.)* pottery

മൺവെട്ടി manvetti *(n.)* mattock

മതം matham *(n.)* religion

മതനിരപേക്ഷത mathanirapeshatha *(n.)* secularism

മതപ്രചാരകൻ mathapracharakan *(n.)* missionary

മതപ്രസംഗം mathaprasangam *(n.)* sermon

മതപ്രസംഗം നടത്തുക mathaprasangam natathuka *(v.)* preach

മതപ്രാസംഗികൻ mathapraasangikan *(n.)* preacher

മതബോധമുള്ള mathabodhamulla *(adj.)* religious

മതഭ്രാന്തൻ mathabhraanthan *(n.)* zealot

മതഭ്രാന്തുപിടിച്ച mathabhraanthupitichcha *(n.)* fanatic

മതഭ്രാന്തുള്ള mathabhraanthulla *(adj.)* fanatic

മതഭ്രാന്ത് mathabhranth *(n.)* bigotry

മതവിശ്വാസം mathaviswaasam *(n.)* creed

മതവിശ്വാസി mathaviswaasi *(n.)* devotee

മതസൈനികൻ mathasainikan *(n.)* templar

മതാചാരനിഷ്ഠ mathaachaaranishta *(n.)* orthodoxy

മതിക്കുക mathikkuka *(v.)* deem

മതിക്കുക mathikkuka *(v.)* esteem

മതിക്കുക mathikkuka *(v.)* reckon

മതിക്കുക mathikkuka *(v.)* repute

മതിപ്പാർന്ന mathippaarnna *(n.)* telling

മതിപ്പു കുറയ്ക്കുക mathippukuraykkuka *(v.)* detract

മതിപ്പ് mathipp *(n.)* reputation

മതിപ്പ് തോന്നിപ്പിക്കുക mathipp thonnippikkuka *(v.)* impress

മതിഭ്രംശം mathibhramsham *(n.)* insanity

മതിഭ്രമം mathibhramam *(n.)* psychosis

മതിഭ്രമമുണ്ടാക്കുക mathibhramaundaakkuka *(v.)* infatuate

മതിമറന്നാഹ്ലാദിക്കുന്ന mathimarannaahlaadikkunna *(adj.)* exultant

മതിയാംവണ്ണം mathiyaamvannam *(adv.)* adequately

മതിയാംവണ്ണമില്ലാത്ത mathiyamvanbamillaaththa *(adj.)* deficient

മതിയാകാത്ത mathiyaakaaththa *(adj.)* scanty

മതിയാകുക mathiyaakuka *(v.)* suffice

മതിയാക്കുക mathiyaakkuka *(v.)* cease

മതിയായ mathiyaaya *(adj.)* adequate

മതിയായ mathiyaaya *(adj.)* sufficient

മതിയാവോളമുള്ള mathiyaavolamulla *(adj.)* ample

മതിവരാത്ത mathivaraaththa *(adj.)* insatiable

മതിവിഭ്രമം mathibhramam *(n.)* delusion

മത്തങ്ങ mathanga *(n.)* pumpkin

മത്തി maththi *(n.)* herring

മത്ത് maththu *(n.)* intoxication

മത്സരം malsaram *(n.)* contest

മത്സരം malsaram *(n.)* game

മത്സരബുദ്ധിയുള്ള malsarabuddhiyulla *(adj.)* competitive

മത്സരവിജയി malssaravijay *(n.)* victor

മത്സരാർത്ഥി malsaraarththi *(n.)* contestant

മത്സരിക്കുക matsarikkuka *(v.)* race

മത്സ്യം malsyam *(n.)* fish

മത്സ്യബന്ധനചരട് malsyabandhanacharat *(n.)* gimp
മത്സ്യമുട്ടവിഭവം malsyamuttavibhavam *(n.)* caviar
മദനോത്സവം madanolsavam *(n.)* revel
മദിക്കുക madikkuka *(v.)* romp
മദിച്ചുല്ലസിക്കൽ madichchullasikkal *(n.)* binge
മദിരോത്സവം madirolsavam *(n.)* orgy
മദോന്മത്തമായ madonmaththamaaya *(adj.)* drunk
മദ്ധ്യം madyam *(n.)* mean
മദ്ധ്യത്തുള്ള നില madyaththulla nila *(n.)* mezzanine
മദ്ധ്യബിന്ദു madyabindhu *(n.)* centre
മദ്ധ്യവർത്തി madyavarththi *(n.)* intermediary
മദ്ധ്യവേനൽ madyavenal *(n.)* midsummer
മദ്ധ്യസ്ഥൻ madyasthan *(n.)* arbitrator
മദ്ധ്യസ്ഥൻ madyasthan *(n.)* referee
മദ്ധ്യേ madye *(prep.)* between
മദ്യം madyam *(n.)* beverage
മദ്യം വിളമ്പുകാരൻ madyamvilambukaaran *(n.)* bartender
മദ്യകൂജ madyakuuja *(n.)* tankard
മദ്യനിർമ്മാണശാല madyanirmmanashaala *(n.)* brewery
മദ്യപാനവിരുന്ന് madyapaanavirunn *(n.)* wassail
മദ്യപാനി madyapaani *(n.)* reveller
മദ്യപാനോത്സവം madyapaanolsavam *(n.)* carousel
മദ്യപിക്കാത്ത madyapikkaaththa *(adj.)* sober
മദ്യപിക്കുക madyapikkuka *(v.)* booze
മദ്യപിച്ച madyapicha *(adj.)* tipsy
മദ്യമടങ്ങാത്ത madyamatangaaththa *(adj.)* non-alcoholic
മദ്യവർജ്ജനം madyavarjjanam *(adj.)* teetotal
മദ്യവിക്രയി madyavikrayi *(n.)* tavernkeeper
മദ്യവിരോധി madyavirodhi *(n.)* teetotaller
മദ്യശാല madyashaala *(n.)* tavern
മദ്യശാലക്കാരൻ madyashaalakkaaran *(n.)* taverner
മദ്യാലയം madyaalayam *(n.)* bar
മദ്യാസക്തൻ madyaasakthan *(n.)* bacchanal
മദ്യാസക്തമായ madyaasakthamaaya *(adj.)* bacchanal
മദ്യാസക്തി madyaasakthi *(n.)* alcoholism
മധു madhu *(n.)* honey
മധുകോശം madhukosham *(n.)* beehive
മധുപാനകം madupaanakam *(n.)* syrup
മധുര ബിസ്ക്കറ്റ് madurabiscuit *(n.)* cookie
മധുരഗാനം madhuragaanam *(n.)* melody
മധുരദ്രവ്യം maduradravyam *(n.)* confection
മധുരനാരങ്ങ madhuranaaranga *(n.)* clementine
മധുരനാരങ്ങ madhuranaaranga *(n.)* orange
മധുരനാരങ്ങാനിറമുള്ള madhuranaaranganiramulla *(adj.)* orange
മധുരപദാർത്ഥം madhurapadaarthwam *(n.)* candy
മധുരപദാർത്ഥങ്ങൾ madhurapadaarththangal *(n.)* dessert
മധുരപലഹാരങ്ങൾ madurapalaharangal *(n.)* confectionery
മധുരപാനീയം madurapaaniyam *(n.)* squash
മധുരമുള്ളങ്കി madhuramullanki *(n.)* turnip
മധുരവട maduravata *(n.)* doughnut
മധുരവീഞ്ഞ് madhuraviinj *(n.)* malmsey

മധുരസംയുക്തം madhurasamyuktham *(n.)* saccharin
മധുരിക്കുന്ന madhurikkunna *(adj.)* saccharine
മധുരിക്കുന്ന madhurikkunna *(adj.)* sweet
മധുരിപ്പിക്കുക madhurippikkuka *(v.)* sugar
മധുരീകരിക്കുക madhuriikarikkuka *(v.)* sweeten
മധുവിധു madhuvidhu *(n.)* honeymoon
മധ്യം madyam *(adj.)* mid
മധ്യകാലീനമായ madyakaaliinamaaya *(adj.)* medieval
മധ്യചസ്ഥിതമായ madyachasthithamaaya *(adj.)* median
മധ്യമമാർഗം madyamamaaragam *(n.)* scattergun
മധ്യസ്ഥത madyasthatha *(n.)* intervention
മധ്യസ്ഥൻ madyasthan *(n.)* mediator
മധ്യസ്ഥാനം madyasthaanam *(n.)* middle
മനം കവരുക manamkavaruka *(v.)* captivate
മനം കവരുക manam kavaruka *(v.)* fascinate
മനംപിരട്ടൽ manam pirattal *(n.)* nausea
മനഃകൽപിതമായ manakalpithamaaya *(adj.)* notional
മനഃക്ലേശം manaklesham *(n.)* stress
മനഃക്ലേശിക്കുക manakleshikkuka *(v.)* stress
മനഃപൂർവ്വമായി manapuurvvamaayi *(adv.)* purposely
മനഃശാസ്ത്രജ്ഞൻ manashaasthranjan *(n.)* psychologist
മനഃശാസ്ത്രവിഷയകമായ nanashaasthra vishayakamaaya *(adj.)* psychological
മനഃസുഖം manassukham *(n.)* euphoria
മനഃസ്ഥിതി manasthithi *(n.)* mentality
മനനം mananam *(n.)* meditation
മനശ്ചാഞ്ചല്യം manaschanchalyam *(n.)* caprice
മനസാക്ഷിക്കുത്ത് manasaakshikkuthth *(n.)* compunction
മനസ്താപമില്ലാത്ത manasthaapamillaaththa *(adj.)* scrupleless
മനസ്സമ്മതം കഴിഞ്ഞ manasammatham kazhinja *(adj.)* betrothed
മനസ്സലിയുക manassaliyuka *(v.)* relent
മനസ്സലിവ് manassaliv *(n.)* sympathy
മനസ്സാക്ഷി manasaakshi *(n.)* conscience
മനസ്സാക്ഷിക്കുത്ത് manassakshikkuthth *(n.)* scruple
മനസ്സിരുത്തൽ manassiruththal *(n.)* heed
മനസ്സിലാക്കൽ manassilaakkal *(n.)* mind
മനസ്സിലാക്കുക manassilaakkuka *(v.)* comprehend
മനസ്സിലാക്കുക manassilaakkuka *(v.)* understand
മനസ്സിൽകടത്തുക manassil katаththuka *(v.)* inculcate
മനസ്സില്ലാമനസ്സോടെ manassillamanasode *(adv.)* badly
മനസ്സിളകാത്ത manassilakaaththa *(adj.)* inexorable
മനസ്സുഖമുണ്ടാക്കുക manassukhamundaakkuka *(v.)* ease
മനസ്സുമടുപ്പിക്കുക manassumatuppikuka *(v.)* dishearten
മനസ്സുറച്ച manassurachcha *(adj.)* earnest
മനസ്സുറപ്പു വരുത്തുക manassurappuvaruththuka *(v.)* steep

മനുഷ്യഗുണമില്ലാത്ത
manushyagunamillaaththa *(adj.)*
inhuman
മനുഷ്യത്വാരോപണം
manushyathwaaropanam *(n.)*
personification
മനുഷ്യനാക്കുക manushyanaakkuka
(v.) humanize
മനുഷ്യനിർമ്മിതഭൗമോപഗ്രഹം
manushyanirmmitha bhoymopagraham
(n.) sputnik
മനുഷ്യനുമായി ബന്ധപ്പെട്ട
manushyanumaayi bandhapetta *(n.)*
sapiens
മനുഷ്യനെപോലെ manushyanepole
(adj.) manlike
മനുഷ്യൻ manushyan *(n.)* man
മനുഷ്യരൂപം ധരിച്ച
manushyaruupam dharicha *(adj.)*
incarnate
മനുഷ്യവധം manushyavadham *(n.)*
homicide
മനുഷ്യവിദ്വേഷി
manushyaviddweshi *(n.)* misanthrope
മനുഷ്യാകൃതി കൈക്കൊള്ളുക
manushyaakruthikaikkolluka *(v.)*
incarnate
മനുഷ്യാതീതമായ
manushyaathithamaaya *(adj.)*
superhuman
മനുഷ്യാവതാരം
manushyaavathaaram *(n.)* incarnation
മനോഗതി manogathi *(n.)* will
മനോജ്ഞത manonjatha *(n.)* charm
മനോനില mononila *(n.)* mood
മനോരഞ്ജകമായ
manoranjakamaaya *(adj.)* fancy
മനോരാജ്യം manoraajyam *(n.)* dream
മനോവികാരം manovikaaram *(n.)*
emotion

മനോവികാരപരമായ
manovikaaraparamaaya *(adj.)*
sentimental
മനോവിജ്ഞാനീയം
manovinjaaniiyam *(n.)* psychology
മനോവിഷയകമായ
manovishayakamaaya *(adj.)* psychic
മനോവീര്യമില്ലാതാക്കുക
manoveeryamillathaakkuka *(v.)*
demoralize
മനോഹരമാക്കുക
manoharamaakkuka *(v.)* beautify
മനോഹരമായ manoharamaaya *(adj.)*
cute
മനോഗതം manogatham *(n.)* notion
മനോഭാവം manobhaavam *(n.)* attitude
മനോരഥസൃഷ്ടി manorathasrushti *(n.)*
fantasy
മനോരോഗചികിത്സ
manorogachikitsa *(n.)* psychiatry
മനോരോഗചികിത്സകൻ
manorogachikitsakan *(n.)* psychiatrist
മനോവിഭ്രമമുള്ള
manovibhramamulla *(adj.)* scatty
മനോവീര്യം manoviiryam *(n.)* morale
മനോവേദന manovedana *(n.)* remorse
മനോവേദന manovedana *(n.)*
solicitude
മനോഹരമാക്കിത്തീർക്കുക
manoharamaakkithiirkkuka *(v.)* adorn
മന്ത്രത്തകിട് manthraththakit *(n.)* fetish
മന്ത്രവടി manthravati *(n.)* wand
മന്ത്രവാദി manthravaadi *(n.)* shaman
മന്ത്രവാദിനി mandravaadini *(n.)* witch
മന്ത്രി manthri *(n.)* minister
മന്ത്രിക്കൽ manthrikkal *(n.)* whisper
മന്ത്രിക്കുക manthrikkuka *(v.)* murmur
മന്ത്രിസഭ manthrisabha *(n.)* cabinet
മന്ത്രിസ്ഥാനം manthristhaanam *(n.)*
ministry
മന്ത്രോച്ചാരണം manthrochchaaranam
(n.) spell

മന്ദഗതി mandhagathi *(n.)* slow motion
മന്ദഗതിയിലാക്കുക mandhagathiyilaakkuka *(v.)* slow
മന്ദഗമനം mandhagamanam *(v.)* amble
മന്ദത mandhatha *(n.)* slowness
മന്ദദ്യുതി mandhadyuthi *(n.)* glimmer
മന്ദബുദ്ധിയായ mandhabuddhiyaaya *(adj.)* obtuse
മന്ദമായ mandamaaya *(adj.)* lethargic
മന്ദമായ mandhamaaya *(adj.)* slack
മന്ദമാരുതൻ mandhamaaruthan *(n.)* breeze
മന്ദമാവുക mandhamaavuka *(v.)* diminish
മന്ദവേഗനായ mandaveganaaya *(n.)* laggard
മന്ദീഭവിച്ച mandhiibhavichcha *(adj.)* flabbergasted
മന്ദോഷ്ണം mandoshnam *(n.)* warmth
മന്ദോഷ്ണമായ manthoshnamaaya *(adj.)* lukewarm
മമത mamatha *(n.)* affection
മമതയില്ലാത്ത mamathayillaththa *(adj.)* unacquainted
മയക്കം mayakkam *(adj.)* dopey
മയക്കം mayakkam *(n.)* nap
മയക്കം mayakkam *(n.)* sedative
മയക്കുക mayakkuka *(v.)* sedate
മയക്കുമരുന്നുപയോഗിക്കുക mayakkumarunnupayogikkuka *(v.)* dope
മയക്കുമരുന്ന് mayakkumarunnu *(n.)* dope
മയക്കുമരുന്ന് ആസക്തൻ mayakkumarunnu aasakthan *(n.)* drug addict
മയങ്ങിക്കിടക്കുക mayangikkidakkuka *(v.)* doze
മയങ്ങിയ mayangiya *(adj.)* sedate
മയങ്ങുന്ന mayangunna *(adj.)* sedative
മയപ്പെടുത്തിപ്പറയുന്ന mayappeduththipparayunna *(adj.)* euphemistic
മയപ്പെടുത്തുന്ന പദാർത്ഥം mayappetuththunna padaarththam *(n.)* softener
മയമില്ലാതെ mayamillaathe *(adv.)* bluntly
മയിൽ mayil *(n.)* peacock
മയിൽപ്പേട mayilppeta *(n.)* peahen
മരം maram *(n.)* wood
മരം ഒട്ടിക്കൽ maram ottikkal *(n.)* inoculation
മരക്കറ marakkara *(n.)* gum
മരക്കുറ്റി marakkutti *(n.)* stump
മരക്കൊമ്പ് marakkomb *(n.)* bough
മരങ്ങൾ marangal *(n.)* woods
മരച്ചീള് marachiilu *(n.)* shavings
മരണം maranam *(n.)* mortality
മരണകരമായ maranakaaranamaaya *(adj.)* lethal
മരണപത്രം maranapathram *(n.)* testament
മരണമടഞ്ഞ maranamatanja *(adj.)* deceased
മരണമുള്ള maranamulla *(n.)* mortal
മരണഹേതുകമായ maranahethukamaaya *(adj.)* mortal
മരണവൃത്താന്തം maranavruththantham *(adj.)* obituary
മരണാനന്തരമായ maranaanamtharamaaya *(adj.)* posthumous
മരതകം marathakam *(n.)* emerald
മരത്തടിക്കുള്ളിലെ മുഴ maraththatikkullile muzha *(n.)* gnarl
മരത്തൊലി maraththoli *(n.)* bark
മരത്തോപ്പ് marathopp *(n.)* woodland
മരപലക marappalaka *(n.)* plank
മരയാണി marayaani *(n.)* peg
മരയാശാരി marayaashaari *(n.)* carpenter
മരവിച്ചുപോയ maravichupoya *(adj.)* frigid
മരിച്ച maricha *(n.)* dead

മരിച്ച maricha *(adj.)* dead
മരീചിക mariichika *(n.)* mirage
മരുന്നടി marunnati *(adj.)* doped
മരുന്നധികം നല്കുക marunnadhikan nalkuka *(v.)* overdose
മരുന്നധികമായ marunnadhikamaaya *(n.)* overdose
മരുന്നല്ലാത്ത marunnallaaththa *(adj.)* placebic
മരുന്നിന്റെ അളവ് marunninte alav *(n.)* dosage
മരുന്നു നല്കുക marunnunalkuka *(v.)* physic
മരുന്നുകടക്കാരൻ marunnukatakkaaran *(n.)* druggist
മരുന്നുകുറിപ്പ് marunnukuripp *(n.)* prescription
മരുന്നുനിർദ്ദേശിക്കുക marunnu nirdeshikkuka *(v.)* prescribe
മരുന്ന് marunnu *(n.)* medicine
മരുന്ന് marunnu *(n.)* tonic
മരുന്ന് കുത്തിവയ്ക്കുക marunnu kuththivaykkuka *(v.)* syringe
മരുപ്പച്ച maruppacha *(n.)* oasis
മരുഭൂമി marubhuumi *(n.)* desert
മർക്കടമുഷ്ടി markkatamushti *(n.)* stickler
മർക്കടമുഷ്ടിയുള്ള markkatamushtiyulla *(adj.)* dour
മർദ്ദകൻ marddakan *(n.)* oppressor
മർദ്ദനം marddanam *(n.)* repression
മർദ്ദനപരമായ marddanaparamaaya *(adj.)* oppressive
മർദ്ദിക്കുക marddikkuka *(n.)* clobber
മർമ്മര ശബ്ദമുണ്ടാക്കുക marmmarashabdhamundakkuka *(v.)* burble
മർമ്മരം marmmaram *(n.)* murmur
മർമ്മരശബ്ദമുണ്ടാക്കുക marmmarashabdamundaakkuka *(v.)* rustle
മര്യാദ maryaada *(n.)* courtesy
മര്യാദയില്ലാത്ത maryaadayillaththa *(adj.)* immodest
മര്യാദയില്ലാത്ത maryaadayillaaththa *(adj.)* impolite
മര്യാദയില്ലായ്മ maryaadayillaayma *(n.)* immodesty
മര്യാദയുള്ള maryaadayulla *(adj.)* affable
മര്യാദലംഘനം maryaadaalanghanam *(n.)* outrage
മർദ്ദചികിത്സ marddachikitsa *(n.)* acupressure
മറച്ചുവയ്ക്കൽ marachuvaykkal *(n.)* non-disclosure
മറഞ്ഞിരിക്കുന്ന maranjirikkunna *(adj.)* tect
മറഞ്ഞുകളയുക maranjukalayuka *(v.)* lurch
മറനീക്കുക maraneekkuka *(v.)* debunk
മറന്നുപോകുക marannupokuka *(v.)* forget
മറപ്പൊരുളായി marapporulaayi *(adv.)* enigmatically
മറയ്ക്കുക maraykkuka *(v.)* screen
മറവിടം maravitam *(n.)* lee
മറവിയുള്ള maraviyulla *(adj.)* oblivious
മറവിരോഗം maravirogam *(n.)* Alzheimer's disease
മറവിലാക്കുക maravilaakkuka *(v.)* shadow
മറവു ചെയ്യുക maravucheyyuka *(v.)* entomb
മറവ് marav *(n.)* shelter
മറശ്ശീല marasheela *(n.)* curtain
മറികടക്കുക marikatakkuka *(v.)* overtake
മറികടക്കുന്നതായ marikatakkunnathaaya *(adv.)* transcendingly
മറുക് maruk *(n.)* mole

മറുത്തു പറയുക maruththuparayuka *(v.)* gainsay
മറുപക്ഷമില്ലാത്ത marupakshamillaththa *(adj.)* ex-parte
മറുപടികൊടുക്കുക marupatikotukkuka *(v.)* respond
മറുപടിപറയുക marupatiparayuka *(v.)* reply
മറുപടിയന്ത്രം marupadiyanthram *(n.)* answering machine
മറുപിള്ള marupilla *(n.)* placenta
മറുപുറം marupuram *(n.)* antipodes
മറുപുറത്ത് marupurathth *(adv.)* overleaf
മറ്റു mattu *(adj.)* else
മറ്റേതായ mattethaaya *(adj.)* other
മറ്റേത് matteth *(pron.)* other
മറ്റൊരു mattoru *(adj.)* another
മറ്റ matt *(adv.)* else
മല mala *(n.)* hill
മലം malam *(n.)* feces
മലകയറുക malakayaruka *(v.)* mount
മലകയറ്റം malakayattam *(n.)* scambling
മലക്കംമറിയുക malakkam mariyuka *(v.)* somersault
മലങ്കാക്ക malamkaakka *(n.)* raven
മലഞ്ചെരിവ് malancheriv *(n.)* slope
മലദ്വാരം maladwaaram *(n.)* anus
മലബന്ധം malabandham *(n.)* constipation
മലമ്പനി malambani *(n.)* malaria
മലമ്പാമ്പ് malampaamb *(n.)* boa
മലമ്പാമ്പ് malampaamp *(n.)* python
മലയടിവാരം malayativaaram *(n.)* dale
മലയിടുക്ക് malayitukk *(n.)* gorge
മലിനപ്പെടുത്തുക malinappetuthuka *(v.)* vilify
മലിനമാക്കൽ malinamaakkal *(n.)* pollution
മലിനമാക്കുക malinamaakkuka *(v.)* pollute
മലിനസ്ഥലം malinasthalam *(n.)* doghole
മലീമസമാക്കുക maliimasamaakkuka *(v.)* contaminate
മലീമസമായ maliimasamaaya *(adj.)* foul
മൽപ്പിടിത്തം നടത്തുക malppitiththam nataththuka *(v.)* tussle
മല്ലടിക്കുക mallatikkuka *(v.)* vie
മല്ലനായ mallanaaya *(adj.)* gladiatorial
മല്ലൻ mallan *(n.)* gymnast
മല്ലയുദ്ധം ചെയ്യുക mallayunddham cheyyuka *(v.)* grapple
മല്ലി malli *(n.)* coriander
മല്ലിടുക malliduka *(v.)* antagonize
മല്ലിടുക mallituka *(v.)* tackle
മൽസ്യകന്യക malsyakanyaka *(n.)* mermaid
മൽസ്യനരൻ malsyanaran *(n.)* merman
മഴ mazha *(n.)* rain
മഴ ചാറുക mazha chaaruka *(v.)* sprinkle
മഴക്കാറുള്ള mazhakkaarulla *(adj.)* overcast
മഴചാറുക mazhachaaruka *(v.)* drizzle
മഴപെയ്യുക mazhapeyyuka *(v.)* rain
മഴമാപിനി mazhamaapini *(n.)* pneumotherapy
മഴയില്ലാത്ത mazhayillaaththa *(adj.)* showerless
മഴയുള്ള mazhayulla *(n.)* pluvial
മഴയേൽക്കാത്ത mazhayelkkaatha *(adj.)* showerproof
മഴു mazhu *(n.)* hatchet
മഷി mashi *(n.)* ink
മസാലഇറച്ചി masaala irachchi *(n.)* sausage
മസാലച്ചാർ masaalachaar *(n.)* sauce

മസ്തിഷ്കചർമ്മവീക്കം masthishkacharmmaviikkam *(n.)* meningitis
മസ്ലിൻ തുണി maslinthuni *(n.)* muslin
മഹത്തായ mahaththaaya *(adj.)* great
മഹത്വം mahathwam *(n.)* importance
മഹത്വവത്കരിക്കുക mahathwavalkkarikkuka *(v.)* exalt
മഹനീയമായ mahaneeyamaaya *(adj.)* august
മഹാ maha *(adj.)* arrant
മഹാകായനായ mahaakaayanaaya *(adj.)* mammoth
മഹാകുഴക്ക് mahaakuzhakk *(n.)* labyrinth
മഹാത്ഭുതം mahaathbhutham *(n.)* miracle
മഹാധനികൻ mahaadhanikan *(n.)* millionaire
മഹാധമനി mahaadhamani *(n.)* aorta
മഹാനഗരം mahanagaram *(n.)* metro
മഹാനിഘണ്ടു mahaanighantu *(n.)* lexicon
മഹാപരാധം mahaaparaadham *(n.)* felony
മഹാമടിയുള്ള mahaamatiyulla *(n.)* sluggard
മഹാമനസ്കത mahaamanskatha *(n.)* magnanimity
മഹാമാരി mahaamaari *(n.)* pestilence
മഹാവാനരം mahaavaanaram *(n.)* gorilla
മഹാവിഡ്ഢി mahaviddi *(n.)* goof
മഹാവിപണനശാല mahaavipananashaala *(n.)* megastore
മഹാവ്യസനം mahaavysanam *(n.)* woe
മഹാശിലാപരമായ mahaashilaaparamaaya *(adj.)* megalithic
മഹാശിലാസ്മാരകം mahashilaasmaarakam *(n.)* megalith
മഹാസമൃദ്ധി mahaasamrudhi *(n.)* superabundance
മഹിമ mahima *(n.)* prominence
മഹിമ mahima *(n.)* rank
മഹിമപ്പെടുത്തൽ mahimappetuththal *(n.)* glorification
മഹിമപ്പെടുത്തുക mahimappeduthuka *(v.)* ennoble
മഹിമയുള്ള mahimayulla *(adj.)* superb
മാംസം maamsam *(n.)* flesh
മാംസക്കഷണം maamsakkashanam *(n.)* fillet
മാംസപേശി mamsapeshi *(n.)* biceps
മാംസപേശീസംബന്ധമായ mamsapeshisambandhamaaya *(adj.)* muscular
മാംസപ്പശ maamshappasha *(n.)* gelatin
മാംസഭുക്ക് maamsabhookk *(n.)* carnivore
മാംസമില്ലാതാക്കുക maamsamillathaakkuka *(v.)* deflesh
മാംസളമായ mamsalamaaya *(adj.)* fat
മാംസാർബുദം maamsaarbudam *(n.)* wen
മാംസാഹാര നിഷേധി maamsaahaara nishedhi *(adj.)* vegan
മാംസ്യം maamayam *(n.)* protein
മാച്ച് marupilla *(n.)* afterbirth
മാടക്കട maatakkata *(n.)* kiosk
മാടപ്രാവ് maatapraav *(n.)* dove
മാടിവിളിക്കുക maadivilikkuka *(v.)* beckon
മാണിക്യക്കല്ല് maanikyakallu *(n.)* ruby
മാതാവ് maathaav *(n.)* mother
മാതിരി maathiri *(n.)* manner
മാതൃക maathruka *(n.)* model
മാതൃകപരിശോധിക്കൽ maathrukaparishodhikkal *(n.)* sampling
മാതൃകപരിശോധിക്കുക maathrukaparshodhikkuka *(v.)* sample

മാതൃകയുണ്ടാക്കുക maathrukayundaakkuka *(v.)* model
മാതൃകാപത്രം maathrukaapathram *(adj.)* pro forma
മാതൃകാവ്യക്തി maathrukaavykthi *(n.)* exemplar
മാതൃത്വം maathruthwam *(n.)* motherhood
മാതൃനിർവിശേഷമായ maathrunivviseshamaaya *(adj.)* maternal
മാതൃഭാവം maathrubhaavam *(n.)* maternity
മാതൃസദൃശമായ maathrusadrushyamaaya *(adj.)* motherly
മാതൃഹത്യ maathruhathya *(n.)* matricide
മാതൃഹന്താവായ maathruhanthaavaaya *(adj.)* matricidal
മാത്രമല്ല maathramalla *(adv.)* moreover
മാത്സര്യം maatsaryam *(n.)* rivalry
മാദകമായ maadakamaaya *(adj.)* glam
മാദ്ധ്യസ്ഥ്യം maadyastham *(n.)* arbitration
മാധുര്യം maaduryam *(n.)* sweet
മാധുര്യം maaduryam *(n.)* sweetness
മാധ്യമം maadyamam *(adj.)* medium
മാധ്യസ്ഥ്യം maadyasthyam *(n.)* mediation
മാനം maanam *(n.)* dimension
മാനക്കേട് maanakket *(n.)* shame
മാനവരാശി maanavaraashi *(n.)* mankind
മാനവീയമായ maanaviyamaaya *(adj.)* human
മാനസിക വിഭ്രാന്തിയുള്ള manasika vibhraanthiyulla *(adj.)* schizophreniac
മാനസികത്തകർച്ച maanasikaththakarcha *(adj.)* nervous
മാനസികനില manasika nila *(n.)* temper
മാനസികമായ maanasikamaaya *(adj.)* mental
മാനസികമുറിവുണ്ടായ maanasikamurivundaaya *(adj.)* traumatic
മാനസികരോഗം maanasikarogam *(n.)* schizophrenia
മാനസികരോഗചികിത്സ manasikarogachikitsa *(n.)* psychotherapy
മാനസികരോഗി maanasikarogi *(n.)* schizophreniac
മാനസികവിക്ഷോഭം manasikavikshobham *(n.)* brainstorm
മാനസികാഘാതം maanasikaaghaatham *(n.)* trauma
മാനസികാഘാതമേറ്റ അവസ്ഥ maanasikaaghathametta avastha *(n.)* traumatism
മാനസികാവസ്ഥ maanasikaavastha *(n.)* mindset
മാനഹാനി maanahaani *(n.)* dishonour
മാനഹാനി വരുത്തുക maanahaanivaruthuka *(v.)* defame
മാനിക്കാത്ത maanikkaaththa *(adj.)* inconsiderate
മാനിക്കുക maanikkuka *(v.)* respect
മാൻ maan *(n.)* deer
മാൻകൊമ്പ് maankomb *(n.)* antler
മാന്തുക maanthuka *(v.)* paw
മാന്തോൽ maanthol *(n.)* doeskin
മാന്ത്രികൻ maanthrikan *(n.)* magician
മാന്ത്രികമായ maanthrikamaaya *(n.)* occult
മാൻപേട maanpeta *(n.)* doe
മാന്യൻ maanyan *(n.)* gentleman
മാന്യസ്ത്രീ maanyasthree *(n.)* madam
മാപിനി maapini *(n.)* meter
മാപ്പുകൊടുക്കുക maapukotukkuka *(v.)* pardon
മാപ്പുനൽകുക maappu nalkuka *(v.)* forgive

മാമോദീസാ mammodiisa *(n.)* baptism

മാമ്പഴം maanpazham *(n.)* mango

മായംചേർക്കൽ maayamcherkkal *(n.)* adulteration

മായംചേർക്കുക maayamcherkkuka *(v.)* adulterate

മായാക്കാഴ്ചയായ maayakkaazchayaaya *(adj.)* phantasmal

മായാജാലം maayajaalam *(n.)* phantasmagoria

മായാദർശനം maayadarshanam *(n.)* illusion

മായാദൃശ്യം maayadrusyam *(n.)* hallucination

മായാരൂപം maayatuupam *(n.)* phantom

മായുക masyuka *(v.)* dissipate

മായ്ക്കട്ട maaykkatta *(n.)* eraser

മായ്ക്കാനാകുന്നത് maaykkanaakunnath *(adj.)* deletable

മായ്ച്ചുകളയുക maaychukalayuka *(v.)* delete

മായ്ച്ചുകളയുക maaychukalayuka *(v.)* erase

മാരകമായ maarakamaaya *(adj.)* deathly

മാർഗദർശി maargadarshi *(n.)* guide

മാർഗനിർദ്ദേശകരേഖകൾ maarganirddeshakarekhakal *(n.)* guideline

മാർഗ്ഗ വിഘ്നം maargga vighnam *(n.)* barricade

മാർഗ്ഗമായി maarggamaayi *(adv.)* through

മാർഗ്ഗരോധകം maarggrodhakam *(n.)* roadblock

മാർഗ്ഗോപദേശം maargopadesham *(n.)* guidance

മാർജ്ജനദ്രവ്യം maarjjanadravyam *(n.)* soap

മാർജ്ജാരശബ്ദം maarjjara shabdam *(n.)* mew

മാർജ്ജാരസ്വഭാവം maarjjaaraswabhaavam *(n.)* felinity

മാർജ്ജാരസ്വഭാവമുള്ള maarjjaaraswabhaavamulla *(adj.)* feline

മാർപാപ്പ maarpaapa *(n.)* pope

മാർപാപ്പയെസംബന്ധിച്ച maarppaappaye sambandhicha *(adj.)* papal

മാർച്ച്മാസം march maasam *(n.)* March

മാറാല maarala *(n.)* cobweb

മാറിക്കളയുക maarikkalayuka *(v.)* dodge

മാറിക്കളയുക maarikkalayuka *(v.)* evade

മാറിക്കളയുക maarikkalayuka *(n.)* lurch

മാറിടം maaritam *(n.)* bosom

മാറിമാറി പ്രവർത്തിക്കുക maarimaari pravarththikkuka *(v.)* relay

മാറ് maaru *(n.)* chest

മാറ്റം maattam *(n.)* change

മാറ്റം maattam *(n.)* move

മാറ്റം maattam *(n.)* shift

മാറ്റം വരുത്തുന്നയാൾ maattam varuththunnayaal *(n.)* schematist

മാറ്റംവരുത്തൽ maattamvaruththal *(n.)* modification

മാറ്റക്കച്ചവടം maattakachavadam *(v.)* barter

മാറ്റത്തക്ക maattaththakka *(adj.)* convertible

മാറ്റമില്ലാത്ത maattamillaththa *(adj.)* consistent

മാറ്റമില്ലാത്ത maattamillaaththa *(adj.)* stable

മാറ്റമില്ലാത്തതായ maattamillaaththathaaya *(adv.)* samely

മാറ്റൽ maattal *(n.)* removal

മാറ്റാൾ maattaal *(n.)* relay

മാറ്റാവുന്ന maattaavunna *(adj.)* transferable

മാറ്റിനിർത്തിയ maattinirthiya *(n.)* backlog
മാറ്റിനിറുത്തുക maattinirththuka *(v.)* rusticate
മാറ്റിനിശ്ചയിക്കുക maattinischayikkuka *(v.)* reschedule
മാറ്റിയെഴുതുക maattiyetukkuka *(v.)* rewrite
മാറ്റിവയ്ക്കുക maattivaykkuka *(v.)* remove
മാറ്റിവെക്കൽ maattivaykkal *(n.)* adjournment
മാറ്റുക maattuka *(v.)* convert
മാറ്റുക maattuka *(v.)* move
മാറ്റുകുറയ്ക്കുക maattukuraykkuka *(n.)* deturpation
മാറ്റൊലി maattoli *(n.)* echo
മാറ്റൊലികൊൾക maattolikolka *(v.)* echo
മാറ്റൊലിക്കൊള്ളുക maattolikolluka *(v.)* resound
മാലകെട്ടുക maalakettuka *(v.)* wreathe
മാലാഖ maalaakha *(n.)* angel
മാലിന്യം maalinyam *(adj.)* fecal
മാലിന്യത്തിൽ തിരയുക maalinyathil thirayuka *(v.)* scavenge
മാലിന്യപ്പെട്ടി maalinyappetti *(n.)* dumpster
മാളം maalam *(n.)* burrow
മാളം maalam *(n.)* hole
മാളികപ്പുര maalikappura *(n.)* attic
മാവരയ്ക്കുന്നവൻ maavaraykkunnavan *(n.)* miller
മാവുപോലെയുള്ള maavupoleyulla *(adj.)* mealy
മാസം maasam *(n.)* month
മാസത്തിലൊരിക്കലുള്ള maasaththilorikkalulla *(adv.)* monthly
മാസന്തോറുമുള്ള maasamthorumulla *(adj.)* monthly
മാസ്മരവിദ്യ maasmaravidya *(n.)* mesmerism
മാഹാത്മ്യമുള്ളതാക്കുക maahatmyamullathaakkuka *(v.)* glorify
മികച്ച വിൽപനയുള്ള mikacha vilpanayulla *(n.)* bestseller
മികച്ചകലാസൃഷ്ടി mikacha kalaa srishti *(n.)* masterpiece
മികച്ചുനിൽക്കുക mikachunilkkuka *(v.)* surpass
മികവിന്റെമുദ്ര mikavinte mudra *(n.)* hallmark
മിക്കവാറും mikkavaarum *(adv.)* probably
മിച്ചം micham *(n.)* surplus
മിച്ചമാവുക michamaavuka *(v.)* remain
മിടിക്കുക mitikkuka *(v.)* pulsate
മിടുക്കുണ്ടായിരിക്കുക mitukkundaayirikkuka *(v.)* smart
മിടുക്കുള്ള midukkulla *(adj.)* clever
മിഠായി middaayi *(n.)* comfit
മിഠായി mitdaayi *(n.)* sweetmeat
മിണ്ടാതിരിക്കുന്ന mindaathirikkunna *(adj.)* mum
മിണ്ടാതെ mindaathe *(adv.)* silently
മിണ്ടാത്ത mindaaththa *(adj.)* dumb
മിതഭാഷിയായ mithabhaashiyaaya *(adj.)* laconic
മിതമാക്കുക mithamaakkuka *(v.)* moderate
മിതവിനിയോഗം mithaviniyogam *(n.)* thrift
മിതവ്യയ ശീലമുള്ള mithavyaya sheelamulla *(adj.)* economic
മിതവ്യയം mithavyayam *(n.)* retrenchment
മിതവ്യയമായ mithavyayamaaya *(adj.)* economical
മിതവ്യയശീലമുള്ള mithavyaya shiilamulla *(adj.)* frugal
മിതശീതോഷ്ണമായ mithashiithoshnamaaya *(adj.)* temperate

മിതാവസ്ഥ mithaavastha *(n.)* moderation
മിത്രം mithram *(n.)* pal
മിത്രങ്ങളായിരിക്കുക mithrangalaayirikkuka *(v.)* hobnob
മിഥുനം mithunam *(n.)* Gemini
മിഥ്യയായ mithyayaya *(adj.)* fake
മിഥ്യാകൽപന midyaakalpana *(n.)* chimera
മിഥ്യാഗണനം mithyaahananam *(n.)* miscalculation
മിഥ്യാഗർവ്വമായ mithyagarvvamaaya *(adj.)* vainglorious
മിഥ്യാപ്രശംസ miththyaprashamsa *(n.)* sycophant
മിഥ്യാബോധം midyaabodham *(n.)* misconception
മിഥ്യാഭാവന mithyaabhaavana *(n.)* reverie
മിഥ്യാവൃത്താന്തം mithyaavruththaantham *(n.)* figment
മിഥ്യാശപഥം mithyaashapatham *(n.)* perjury
മിനാരം minaaram *(n.)* minaret
മിനുക്കം minukkam *(n.)* gloss
മിനുക്കപ്പണി minukkappani *(n.)* finish
മിനുക്കൽ minukkal *(n.)* polish
മിനുക്കിയെടുക്കുക minukkiyetukkuka *(v.)* varnish
മിനുക്കുലേപനം minukkulepanam *(n.)* varnish
മിനുങ്ങുന്ന minungunna *(adj.)* glossy
മിനുസക്കല്ല് minusakkallu *(n.)* cobblestone
മിനുസപ്പട്ട് minusappatt *(adj.)* satin
മിനുസപ്പെടുത്തുക minusappetuththuka *(v.)* polish
മിനുസപ്പെടുത്തുക minusappetuththuka *(v.)* sandpaper
മിനുസമാക്കുക minusamaakkuka *(v.)* glaze
മിനുസമുള്ള minusamulla *(n.)* glaze
മിന്നൽ minnal *(n.)* lightening
മിന്നലാക്രമണം minnalaakramanam *(n.)* blitz
മിന്നൽപരിശോധന നടത്തുക minnal parishodhana nataththuka *(v.)* raid
മിന്നൽപരിശോധന minnal parishodhana *(n.)* raid
മിന്നൽവിളക്ക് minnalvilakk *(n.)* flashlight
മിന്നാമിന്നിസൂത്രം minnaaminnisuuthram *(n.)* flasher
മിന്നിമറയൽ minnimarayal *(n.)* flashing
മിന്നുക minnuka *(v.)* flash
മിരട്ടുക miratttuka *(v.)* daunt
മിഴി mizhi *(n.)* eye
മിഴിക്കുക mizhikkuka *(v.)* stare
മിശിഹാ mishiha *(n.)* messiah
മിശ്രജം mishrajam *(adj.)* hybrid
മിശ്രഭുക്കായ mishrabhukkaaya *(adj.)* omnivorous
മിശ്രഭുക്ക് mishrabhukk *(n.)* omnivore
മിശ്രമദ്യം misramadyam *(n.)* cocktail
മിശ്രിതം mishritham *(n.)* mixture
മിശ്രിതമാക്കുക mishrithamaakkuka *(v.)* mix
മീതെ miithe *(n.)* over
മീൻ മുറിക്കുക miin murikkuka *(v.)* fillet
മീൻപശ meenpasha *(n.)* carlock
മീൻപിടിക്കുക miinpitikkuka *(v.)* fish
മീൻപിടിത്തവള്ളം miinpitiththavallam *(n.)* trawlboat
മീൻമുട്ട miinmutta *(n.)* spawn
മീറ miira *(n.)* myrrh
മീറ്ററളവിനെ സംബന്ധിച്ച miittaralavine sambanddhicha *(adj.)* metric
മീറ്ററിന്റെ നൂറിലൊരു ഭാഗം meterinte noorilori bhaagam *(n.)* centimetre

മുകപ്പ് mukapp *(n.)* balcony
മുകളിൽ mukalil *(adv.)* on
മുകളിലുള്ള mukalilulla *(n.)* top
മുകളിലുള്ള ഫ്ലാറ്റ് mukalilulla flat *(n.)* penthouse
മുകളിലെത്തുക mukalileththuka *(v.)* top
മുകളിലേക്ക് mukalilekk *(adv.)* up
മുകളിൽ mukalil *(prep. & adv.)* above
മുകൾത്തട്ട് mukalthatt *(n.)* ceiling
മുകുളം mukulam *(n.)* bud
മുക്കാലിച്ചട്ടം mukkalichattam *(n.)* tripod
മുക്കികഴിക്കുക mukkikazhikkuka *(v.)* dunk
മുക്കിയെടുക്കുക mukkiyetukkuka *(v.)* drench
മുക്കുക mukkuka *(v.)* duck
മുക്കുവൻ mukkuvan *(n.)* fisherman
മുക്കോണായ mukkonaaya *(adj.)* triangular
മുക്ക് mukk *(n.)* nook
മുക്തമാക്കുക mukthamaakkuka *(v.)* emancipate
മുക്തമാക്കുക mukthamaavuka *(v.)* enfranchise
മുക്തി mukthi *(n.)* liberation
മുക്രയിടൽ mukrayital *(adv.)* low
മുക്രയിടൽ mukrayital *(n.)* oink
മുക്രയിടുക mukrayituka *(v.)* low
മുഖം ചുവക്കുക mukham chuvakkuka *(v.)* blush
മുഖം ചെറുപ്പമാക്കുക mukham cheruppamaakkuka *(v.)* facelift
മുഖം മൂടുക mukham muutuka *(v.)* mask
മുഖംമൂടി mukhammuuti *(n.)* face mask
മുഖക്കുരു mukhakkuru *(n.)* acene
മുഖക്കുരു mukhakkuru *(n.)* acne
മുഖക്ഷൗരം mukhakshouram *(n.)* shave
മുഖത്തുള്ള mukhaththulla *(adj.)* facial
മുഖപ്പ് mukhapp *(n.)* facade
മുഖപ്പ് mukhapp *(n.)* facet
മുഖപ്രസംഗം mukhaprasangam *(n.)* editorial
മുഖഭാഗചിത്രം മുഖഭാഗ chithram *(n.)* profile
മുഖഭാവം mukhabhaavam *(n.)* countenance
മുഖമണ്ഡപം mukhamantapam *(n.)* porch
മുഖലക്ഷണം mukhalakshanam *(n.)* physiognomy
മുഖലേപനം mukhalepanam *(n.)* Face cream
മുഖവട്ടം mukhavettam *(n.)* dial
മുഖവുര mukhavura *(n.)* foreword
മുഖവുരയായ mukhavurayaaya *(adj.)* preliminary
മുഖവുരയെഴുതുക mukhavurayezhuthuka *(v.)* preface
മുഖസ്തുതി mukhasthuthi *(n.)* flattery
മുഖസ്തുതി നടത്തുക mukhasthuthi nadathuka *(v.)* beslaver
മുഖസ്തുതി പറയുക mukhasthuthi parayuka *(v.)* soap
മുഖസ്തുതിക്കാർ mukhasthuthikkaar *(n.)* claque
മുഖാന്തരം mukhantharam *(prep.)* through
മുഖോദ്ധാരണം mukhodhaaranam *(n.)* facelift
മുഖ്യം mukhyam *(n.)* premier
മുഖ്യകഥാപാത്രം mukhya kathaapaathram *(n.)* protagonist
മുഖ്യകാര്യാലയം mukhyakaaryaalayam *(v.)* headquarter
മുഖ്യഘടകം mukhyaghatakam *(n.)* motif
മുഖ്യൻ mukhyan *(n.)* chieftain
മുഖ്യന്യായാദ്ധ്യക്ഷൻ mukhyanyaayadyakshan *(n.)* prefect

മുഖ്യമായ mukhyamaaya *(adj.)* major
മുഖ്യമായ mukhyamaaya *(adj.)* premier
മുഖ്യമായി mukhyamaayi *(adv.)* mainly
മുഖ്യമായുള്ള mukhyamaayulla *(adj.)* staple
മുഖ്യോത്പന്നം mukhyolpannam *(n.)* staple
മുഗൾഓഫീസർ mugal officer *(n.)* nabob
മുങ്ങിക്കപ്പൽ mungikkappal *(adj.)* submarine
മുങ്ങിപ്പൊങ്ങുക mungiponguka *(v.)* dip
മുങ്ങിമരിക്കുക mungimarikkuka *(v.)* drown
മുങ്ങുക munguka *(v.)* sink
മുച്ചക്രസൈക്കിൾ muchakracycle *(n.)* tricycle
മുടക്കം mutakkam *(n.)* hindrance
മുടക്കുക mutakkuka *(v.)* thwart
മുടന്തൻ mudanthan *(n.)* cripple
മുടന്തുക mutanthuka *(v.)* gimp
മുടന്തുള്ള mutanthulla *(adj.)* lame
മുടി അലങ്കോലമാക്കുക muti alankolamaakkuka *(v.)* ruffle
മുടിഉണക്കുന്ന ഉപകരണം muti unakkunna upakaranam *(n.)* hairdryer
മുടിച്ചുരുൾ mutichurul *(n.)* forelock
മുടിപിരിക്കുക mutipirikkuka *(v.)* dreadlock
മുടിമുറിക്കൽ mutimurikkal *(v.)* epilate
മുടിവ് mutiv *(n.)* ruin
മുട്ട mutta *(n.)* egg
മുട്ടക്കോസ് muttakkose *(n.)* cabbage
മുട്ടദോശ muttadosha *(n.)* omelette
മുട്ടനാട് muttanaat *(n.)* ram
മുട്ടപൊരിക്കുക muttaporikkuka *(v.)* poach
മുട്ടപൊരിച്ചത് mutraporichath *(adj.)* poached
മുട്ടയിടൽ muttayital *(n.)* lay
മുട്ടയിടുക muttayituka *(v.)* spawn
മുട്ടയിടുന്ന muttayitunna *(adj.)* oviferous
മുട്ടാളൻ muttaalan *(n.)* noodle
മുട്ടുക muttuka *(v.)* knock
മുട്ടുകൊടുക്കുക muttukotukkuka *(v.)* prop
മുട്ട് mutt *(n.)* stroke
മുണ്ടനായ mundanaaya *(adj.)* podgy
മുണ്ടിനീര് mundiniiru *(n.)* mumps
മുതല muthal *(n.)* crocodile
മുതലാളി muthalaali *(n.)* employer
മുതലാളിത്തം muthalaaliththam *(n.)* capitalism
മുതലാളിത്തവാദി muthalaaliththavaadi *(n.)* capitalist
മുതൽ muthal *(prep.)* from
മുതൽക്ക് muthalkk *(prep.)* since
മുതിർന്ന muthirnna *(adj.)* elderly
മുത്തമിടുക muththamituka *(v.)* kiss
മുത്തുചിപ്പിക്കാരൻ muththuchippikkaaran *(n.)* oysterman
മുത്തുച്ചിപ്പി muththuchippi *(n.)* oyster
മുത്തുച്ചിപ്പി കുഞ്ഞ് muththuchippi kunj *(n.)* oysterling
മുത്തുച്ചിപ്പി പാലനം muththuchippipaalanam *(adj.)* oyster
മുത്തുച്ചിപ്പി വളർത്തുക muththuchippi valarththuka *(v.)* oyster
മുത്ത് muthth *(n.)* pearl
മുദിതമായ mudithamaaya *(adj.)* mirthful
മുദ്ര mudra *(n.)* emblem
മുദ്രകുത്തൽ mudrakuththal *(n.)* branding
മുദ്രകുത്തുക mudrakuththuka *(v.)* imprint
മുദ്രണം mudranam *(n.)* aquatint

മുദ്രണം ചെയ്യുക mudranam
cheyyuka *(v.)* print
മുദ്രണയന്ത്രം mudrana yanthram *(n.)*
printer
മുദ്രപതിപ്പിക്കുക
mudrapathippikkuka *(v.)* stamp
മുദ്രയച്ച് mudrayach *(n.)* seal
മുദ്രവച്ച mudravacha *(adj.)* sealed
മുദ്രാവാക്യം mudravaakyam *(n.)*
slogan
മുൻഅധിവാസം munadhinivaasam
(n.) preoccupation
മുൻഗണന munganana *(n.)* weightage
മുൻഗാമി mungaami *(v.)* antecede
മുൻതൂക്കം നല്കുക munthookam
nalkuka *(v.)* prefer
മുന muna *(n.)* nib
മുനമ്പ് munamb *(n.)* cape
മുനവയ്ക്കുക munavaykkuka *(v.)* tip
മുൻകരുതലായുള്ള
munkaruthalaayulla *(adj.)* precautionary
മുൻകരുതലുള്ള munkaruthalulla
(adj.) wary
മുൻകരുതൽ munkaruthal *(n.)*
precaution
മുൻകാലങ്ങളിൽ munkaalangalil
(adv.) formerly
മുൻകാൽ munkaal *(n.)* foreleg
മുൻകൂട്ടി നിശ്ചയിക്കുക munkuutty
nishcayikkuka *(v.)* presuppose
മുൻകൂട്ടിക്കാണുക
munkoottikkanuka *(v.)* anticipate
മുൻകൂട്ടിത്തടയുക
munkuutithatayuka *(v.)* preclude
മുൻകൂട്ടിപ്പറയുക
munkuutyparayuka *(v.)* predict
മുൻകോപമുള്ള munkopamulla
(adj.) choleric
മുൻകൈയെടുക്കൽ munkaiyetukkal
(n.) initiative
മുൻഗണന munganana *(n.)* preference

മുൻഗണനാർഹമായ
munganarhamaaya *(adj.)* preferential
മുൻചൊന്ന munchonna *(pron.)* former
മുന്തിനിൽക്കുക munththinilkkuka
(v.) out-balance
മുന്തിനിൽക്കുന്ന munthinilkkunna
(adj.) dominant
മുന്തിരിക്കൊടി munthirikkoti *(n.)*
vine
മുന്തിരിക്കൊയ്ത്തുകാലം
munthirikkoythukaalam *(n.)* vintage
മുന്തിരിങ്ങ munthiringa *(n.)* grape
മുന്തിരിങ്ങാരസം
munthirangaarasam *(n.)* wine
മുൻനടന്ന munnatanna *(adj.)* prior
മുൻനടപ്പ് munnatapp *(n.)* precedence
മുന്നടയാളം munnatayaalam *(adj.)*
signal
മുന്നണിയിലുള്ള munnaniyilulla
(adj.) front
മുന്നറിയിക്കുക munnariyikkuka *(v.)*
portend
മുന്നറിയിപ്പില്ലാതെ
munnariyippillaathe *(adj.)* unannounced
മുന്നറിയിപ്പുനൽകുക munnarippu
nalkuka *(v.)* dob
മുന്നറിയിപ്പ് munnariyipp *(n.)* caveat
മുന്നറിയിപ്പ് munnariyipp *(n.)* dob
മുന്നറിയിപ്പ് നൽകുന്ന munbariyipp
nalkunna *(adj.)* monitory
മുന്നറിവു കൊടുക്കുക
munnarivukodukkuka *(v.)* inform
മുന്നറിവു നല്കുക munnarivu
nalkuka *(v.)* tip-off
മുന്നറിവ് munnaariv *(n.)*
foreknowledge
മുന്നാലോചന munnaalochana *(n.)*
premeditation
മുന്നാലോചന munnaalochana *(n.)*
presupposition
മുന്നിട്ടുനിൽക്കൽ munnittu nilkkal
(n.) preponderance

മുന്നിട്ടുനിൽക്കുക munnittu nilkkuka *(v.)* preponderate
മുന്നിലേക്ക് munnilekk *(adv.)* forth
മുന്നിൽ നിൽക്കുക munnil nilkkuka *(v.)* front
മുന്നുപാധി munnupaadhi *(adj.)* prerequisite
മുന്നൊരുക്കം munnorukkam *(n.)* preparation
മുന്നേനിശ്ചയിക്കുക munne nuschayikkuka *(v.)* predetermine
മുന്നേയുള്ള munneyulla *(n.)* preexistence
മുന്നേറിയ munneriya *(adv.)* ahead
മുന്നേറുക munneruka *(v.)* proceed
മുന്നോടി munnoti *(n.)* precursor
മുന്നോട്ടു പോകൽ munnottupokal *(n.)* proceeding
മുന്നോട്ടുള്ള munnottulla *(adj.)* onward
മുന്നോട്ടെത്താതെ munnotteththathe *(adv.)* down
മുന്നോട്ടു വയ്ക്കുക munnottuvaykkuka *(v.)* propose
മുൻപുള്ള munpulla *(adj.)* previous
മുന്പേ munpe *(prep. &adv.)* before
മുൻപ് munp *(adv.)* ago
മുൻവശം munvasham *(n.)* front
മുൻവശം munvasham *(adj.)* frontside
മുൻവിചാരം munvichaaram *(n.)* forethought
മുൻവിധി munvidhi *(n.)* prejudice
മുൻവ്യവസ്ഥ munvyavastha *(n.)* prerequisite
മുപ്പതാമത്തെ muppathaamaththe *(n.)* thirtieth
മുപ്പതിലൊന്നായ muppathilonnaaya *(adj.)* thirtieth
മുപ്പത് muppath *(n.)* thirty
മുമ്പിലുള്ള munpilulla *(adj.)* forward
മുമ്പേതന്നെ munpethanne *(adv.)* already
മുമ്പേയുള്ള munpeyulla *(n.)* prior
മുമ്പോട്ട് munbott *(adv.)* onwards
മുയൽമാളങ്ങൾ muyalmaalangal *(n.)* warren
മുയൽ muyal *(n.)* rabbit
മുരടനായ muratanaaya *(adj.)* churlish
മുരടൻ muratan *(n.)* oaf
മുരടിക്കൽ muratikkal *(n.)* stunt
മുരടിപ്പിക്കുക muratippikkuka *(v.)* stunt
മുരളൽ muralal *(n.)* growl
മുരളുക muraluka *(v.)* grunt
മുരളുക muraluka *(v.)* oink
മുറി muri *(n.)* compartment
മുറി muri *(n.)* room
മുറിക്കൽ murikkal *(n.)* cutting
മുറിക്കാനുള്ള ആയുധം murikkaanulla aayudham *(n.)* cutter
മുറിക്കാലുറ murikkaalura *(n. pl.)* shorts
മുറിക്കിപ്പിടിക്കുക murukkippitikkuka *(v.)* grip
മുറിക്കിപ്പിടിത്തം murukkippititham *(n.)* grip
മുറിക്കുക diirghakshatham *(v.)* gash
മുറിക്കുക murikkuka *(v.)* lop
മുറിക്കുന്ന murikkunna *(n.)* clipper
മുറിക്കെട്ട് murikkett *(n.)* bandage
മുറിച്ചു കടക്കുക murichukatakkuka *(v.)* cross
മുറിത്തടി muriththati *(n.)* log
മുറിപ്പീടിക murippitika *(n.)* stall
മുറിപ്പെടത്തക്ക murippetaththaaka *(adj.)* vulnerable
മുറിപ്പെടൽ murippedal *(n.)* avulsion
മുറിപ്പെടുക murippetuka *(v.)* wound
മുറിവുകളെക്കുറിച്ചുള്ള പഠനം muruvukalekkurichulla patanam *(n.)* traumatology
മുറിവുണ്ടാകൽ murivundaakal *(adj.)* gashing
മുറിവുണ്ടാക്കുക murivundaakkuka *(v.)* injure

മുറിവേല്പ്പിക്കുക murivelppikkuka (v.) gore
മുറിവേൽപ്പിക്കുക murivelppikkuka (v.) hurt
മുറിവ് muriv (n.) cut
മുറിവ് muriv (n.) injury
മുറുകിയ murukiya (adj.) tensile
മുറുകെ muruke (adv.) tensely
മുറുകെപ്പിടിക്കുക murukeppitikkuka (v.) uphold
മുറുക്കുക murukkuka (v.) strap
മുറുമുറുക്കുക murumurukkuka (v.) growl
മുറുമുറുക്കുക murumurukkuka (v.) whimper
മുറുമുറുപ്പ് murumurupp (n.) grunt
മുറ്റം muttam (n.) courtyard
മുല mula (n.) teat
മുലകുടി മാറാത്ത mulakutimaaraaththa (n.) suckling
മുലകുടി മാറ്റുക mulakuti maattuka (v.) wean
മുലകൊടുക്കുക mulakotukkuka (v.) suckle
മുലക്കണ്ണ് mulakkannu (n.) nipple
മുലയൂട്ടുക mulayoottuka (v.) breastfeed
മുല്ലച്ചെടി mullachcheti (n.) jasmine, jessamine
മുള mula (n.) bamboo
മുളകുചേർക്കുക mulakucherkkuka (v.) pepper
മുളച്ചുവരുന്ന mulachuvarunna (adj.) nascent
മുളയ്ക്കൽ mulaykkal (n.) proliferation
മുളയ്ക്കുക mulaykkuka (v.) germinate
മുൾച്ചെടി mulchchedi (n.) artichoke
മുൾച്ചെടി mulcheti (n.) thorn
മുള്ളങ്കിക്കിഴങ്ങ് mullankikizhang (n.) radish
മുള്ളാണി mullaani (n.) tack
മുള്ളുകമ്പി mullukambi (n.) barbed wire
മുള്ളുകളുള്ള mullukalulla (adj.) barbed
മുള്ളുകുത്തുക mullukuththuka (v.) sting
മുള്ളുള്ള mullulla (adj.) thorny
മുള്ള് mullu (n.) sting
മുഴ muzha (n.) node
മുഴം muzham (n.) cubit
മുഴക്കം muzhakkam (n.) boom
മുഴക്കമുള്ള muzhakkamulla (adj.) throaty
മുഴക്കുക muzhakkuka (v.) blare
മുഴങ്കാലിൽ നിൽക്കുക muzhankaalil nilkkuka (v.) kneel
മുഴങ്കൈ muzhunkai (n.) forearm
മുഴങ്ങുക muzhanguka (v.) tang
മുഴയ്ക്കുക muzhaykkuka (v.) gnarl
മുഴവനുമായ muzhuvanumaaya (adv.) outright
മുഴു മത്സ്യം muzhu malsyam (n.) catfish
മുഴുകിയ muzhukiya (adj.) rapt
മുഴുകുക muzhukuka (v.) engross
മുഴുക്കടലാസ് muzhukkatalaass (n.) foolscap
മുഴുച്ചെരിപ്പ് muzhuchcheripp (n.) wellington
മുഴുമിപ്പിക്കൽ muzhumippikkal (n.) completion
മുഴുവൻ muzhuvan (n.) overall
മുഴുവൻ muzhuvan (adj.) total
മുഴുവനായി muzhuvanaayi (adj.) overall
മുഴുവനും muzhuvanum (adv.) throughout
മുഴുവൻ muzhuvan (adj.) full
മുഷിച്ചിലുണ്ടാക്കുക mushichilundaakkuka (v.) displease
മുഷിച്ചിൽ mushichil (n.) tedium

മുഷിപ്പനായ mushippanaaya *(adj.)* humdrum
മുഷിപ്പിക്കുക mushippikkuka *(v.)* embitter
മുഷിപ്പിക്കുന്ന mushippikkunna *(adj.)* tedious
മുഷ്ടി mushti *(n.)* fist
മുഷ്ടികൊണ്ടിടിക്കുക mushtikonditikkuka *(v.)* fist
മുഷ്ടികൊണ്ടിടിക്കുക mushtikonditikkuka *(v.)* punch
മുഷ്ടിപ്രഹരം mushti praharam *(n.)* biff
മുസ്ലിം പുരോഹിതൻ muslim purohithan *(n.)* mullah
മുസ്ലീംപള്ളി muslimpalli *(n.)* mosque
മൂകം muukam *(n.)* mum
മൂകഭാവം mookabhaa·am *(n.)* aphasia
മൂകരംഗപ്രദർശനം muukarangapradarshanam *(n.)* tableau
മൂകാഭിനയം muukaabhinayam *(n.)* pantomime
മൂകാഭിനയക്കാരൻ muukaabhinayakkaaran *(n.)* mummer
മൂക്കള muukkala *(n.)* mucus
മൂക്കിട്ടുരയ്ക്കുക muukkitturaykkunna *(v.)* nuzzle
മൂക്കിൽവലിച്ചു കയറ്റൽ muukkil valichukayattal *(n.)* sniff
മൂക്കിലൂടെ വലിക്കുക muukkilute valikkuka *(v.)* sniff
മൂക്കുകണ്ണാടി muukkukannati *(n.)* glasses
മൂക്കുകയറ് muukkukayari *(n.)* rein
മൂക്കുമുട്ടെ തിന്നുക muukkumutte thinnuka *(v.)* glut
മൂക്ക് muukk *(n.)* snoot
മൂങ്ങ muunga *(n.)* owl
മൂങ്ങയുടെകരച്ചിൽ moongayutekarachil *(n.)* hoot
മൂങ്ങയെപ്പോലെചീറുക moongayeppole chiiruka *(v.)* hoot
മൂങ്ങയേപോലെ muungayeppole *(adj.)* owly
മൂടൽ mootal *(n.)* dimness
മൂടൽമഞ്ഞുള്ള muutalmanjulla *(adj.)* foggy
മൂടൽമഞ്ഞ് muutalmanj *(n.)* smog
മൂടി muuti *(n.)* lid
മൂടിക്കെട്ടിയ mootikkettiya *(adj.)* dull
മൂടിപ്പൊതിയുക muutippothituka *(v.)* wrap
മൂടിയ muutiya *(n.)* tect
മൂടിയിടുക mootiyituka *(v.)* cap
മൂടിയിരിക്കുന്ന mootiyirikkunna *(adj.)* encrusted
മൂടുക muutuka *(v.)* mantle
മൂടുപടം muutupatam *(n.)* veil
മൂടുപടമിടുക muutupatamituka *(v.)* veil
മൂട്ട muutta *(n.)* bug
മൂഢത muddatha *(n.)* folly
മൂഢൻ mooddan *(n.)* dumbo
മൂഢൻ mooddan *(n.)* ass
മൂഢമായ muudamaaya *(adj.)* crass
മൂത്തയാൾ moothihayaal *(n.)* elder
മൂത്തുപഴുത്ത muuththupazhuththa *(adj.)* ripe
മൂത്രം muuthram *(n.)* urine
മൂത്രപ്പുര muuthrappura *(n.)* urinal
മൂത്രമൊഴിക്കുക muuthramozhikkuka *(v.)* urinate
മൂത്രവിസർജ്ജനം muuthravisarjjanam *(n.)* urination
മൂത്രാശയം moothraashayam *(n.)* bladder
മൂത്രാശയസംബന്ധം muuthraashaya sambandham *(adj.)* urinary
മൂന്നാം muunnam *(n.)* third
മൂന്നാംഘട്ടം munnamghattam *(n.)* tertiary
മൂന്നാംവിഭാഗത്തിൽപ്പെട്ട munnamvibhagaththilppetta *(adj.)* tertiary

മൂന്നാമതായി munnamathaayi *(adv.)* thirdly
മൂന്നാമത്തെ muunnamaththe *(adj.)* third
മൂന്നാമത്തേത് munnaamathththeth *(adj.)* triplicate
മൂന്നാമൻ muunnaaman *(n.)* middleman
മൂന്നിരട്ടിയാക്കുക muunnirattiyaakkuka *(v.)* triple
മൂന്നിരട്ടിയായ munnirattiyaya *(adj.)* triple
മൂന്നു കോണായ moonukonaaya *(n.)* deltoid
മൂന്നു പങ്കായ munnu pankaaya *(adj.)* tripartite
മൂന്നു മടങ്ങ് muunnu matang *(adv.)* thrice
മൂന്നു വർണ്ണങ്ങളുള്ള munnu varnnangalulla *(adj.)* tricolour
മൂന്നുമാസക്കാലം muunnumaasakkaalam *(n.)* trimester
മൂന്ന് muunn *(n.)* three
മൂന്ന് ഉഴക്ക് muunnu uzhakk *(n.)* litre
മൂപ്പവകാശം muuppavakaasham *(n.)* seniority
മൂപ്പുള്ള muuppulla *(n.)* senior
മൂപ്പെത്താത്ത ചോളം mooppeththaa cholam *(n.)* baby corn
മൂരി muuri *(n.)* bull
മൂർഖൻ moorkhan *(n.)* boor
മൂർഖൻപാമ്പ് moorkhan pamp *(n.)* cobra
മൂർച്ച വരുത്തുക muurchchavaruthuka *(v.)* whet
മൂർച്ചകൂടിയ muurchakuutiya *(adv.)* sharp
മൂർച്ചയില്ലാത്ത moorchchayillaaththa *(adj.)* blunt
മൂർച്ചയുള്ള muurchchayulla *(adj.)* pointed
മൂർച്ചയോടെ muurchayote *(adv.)* pointedly
മൂർച്ചവരുത്തുക muurchavaruththuka *(v.)* sharpen
മൂർച്ഛാവത്തായ muurchchaavaththaaya *(adj.)* hysterical
മൂർത്തീകരണം muurthiikaranam *(n.)* embodiment
മൂർത്തീകരിക്കുക muurththiikarikkuka *(v.)* embody
മൂർദ്ധന്യം muurtddhanyam *(n.)* climax
മൂർദ്ധന്യദശ muurdhanyadasha *(n.)* zenith
മൂർത്തീഭാവം muurththiibhaavam *(n.)* epitome
മൂല muula *(n.)* corner
മൂലകം muulakam *(n.)* element
മൂലക്കുരു muulakkuru *(n.)* piles
മൂലഗ്രന്ഥം muulagrandham *(n.)* text
മൂലതത്ത്വപരമായ muulaththwaparamaaya *(adj.)* elementary
മൂലദ്രവ്യസ്വഭാവമുള്ള muuladravyaswabhaavamulla *(adj.)* elemental
മൂലധനം muuladhanam *(n.)* principal
മൂലധനമാക്കിമാറ്റുക mooladhanamaakki maattuka *(v.)* capitalize
മൂലപദാർത്ഥമായ moolapadaarthamaaya *(adj.)* constituent
മൂലവാക്യത്തിലുള്ള muulavaakyathilulla *(adj.)* textual
മൂലാധാരം muulaadhaaram *(n.)* pedestal
മൂല്യം muulyam *(n.)* value
മൂല്യം നിർണ്ണയിക്കുക muulyam nirnnayikkuka *(v.)* value
മൂല്യം നിർണ്ണയിക്കുക moolyam nirnnayikkuka *(v.)* appraise
മൂല്യഗണന muulyaganana *(n.)* estimation
മൂല്യനിർണ്ണയം moolyanirnnayam *(n.)* assessment

മൂല്യനിർണ്ണയനീയം muulyanirnnaniiyam *(adj.)* estimative
മൂല്യമടയാളപ്പെടുത്തുക muulyamatayaalappetuththuka *(v.)* score
മൂല്യരേഖാപുസ്തകം muulyarekhapuathakam *(n.)* scorebook
മൂല്യാരേഖാ ഫലകം muulyarekhaphalakam *(n.)* scoreboard
മൂളൽ muulal *(n.)* hum
മൂളിപ്പറക്കൽ muulipparakkal *(n.)* whir
മൂളിപ്പാടുക muulippaatuka *(v.)* hum
മൂളിപ്പാട്ടുപാടുക muulipaattupaatuka *(v.)* croon
മൂവർ muuvar *(n.)* trio
മൂശ muusha *(n.)* crevet
മൂഷികൻ muushikan *(n.)* mouse
മൂഷികൻ muushikan *(n.)* rodent
മൃഗം mrugam *(n.)* animal
മൃഗക്കുട്ടി mrugakkutty *(n.)* cub
മൃഗക്കൊഴുപ്പ് mrugakkozhupp *(n.)* tallow
മൃഗചികിത്സാവിഷയകം mrugachikitsaavishayam *(adj.)* veterinary
മൃഗഡോക്ടർ mrugadoctor *(n.)* vet
മൃഗതുല്യമാക്കുക mrugathulyamaakkuka *(v.)* brutify
മൃഗതുല്യമായ mrugathulyamaaya *(adj.)* bestial
മൃഗത്തിന്റെ കൊമ്പ് mrugaththinte komp *(n.)* horn
മൃഗത്തിന്റെ മൂക്ക് mrutaththinte *(n.)* snout
മൃഗത്തോൽ കരകൗശലക്കാരൻ mrugathol karakoushalakkaaran *(n.)* taxidermist
മൃഗത്തോലുണക്കിസൂക്ഷിക്കൽ mrugaththolunakki suukshikkal *(adj.)* taxidermal
മൃഗപരിപാലനം mrugaparipaalanam *(n.)* animal husbandry
മൃഗശാല mrugashaala *(n.)* zoo
മൃഗാനനം mrugaananam *(n.)* muzzle
മൃഗീയത്വം mrugeeyathwam *(n.)* brute
മൃഗീയമായ mrugeeyamaaya *(adj.)* beastly
മൃഗീയമായ mrugeeyamaaya *(adj.)* brutal
മൃതദേഹം mruthadeham *(n.)* cadaver
മൃതപ്രായമാക്കുക mruthapraayamaakkuka *(v.)* brutalize
മൃതപ്രായമായ mruthapraayamaaya *(adj.)* moribund
മൃതശരീരം mruthashariiram *(n.)* relic
മൃതശരീരപരിശോധന mruthaparishodhana *(n.)* post-mortem
മൃതസഞ്ജീവനി mruthasanjiivani *(n.)* elixir
മൃത്യു mruthyu *(n.)* death
മൃദുരോമം mruduromam *(n.)* lanugo
മൃദുലത mrudulatha *(n.)* tenderness
മൃദുലപുരുഷൻ mrudulapurushan *(n.)* ubersexual
മൃദുലമാക്കുക mrudulamaakkuka *(v.)* soften
മൃദുലമായ mrudulamaaya *(adj.)* gentle
മൃദുലശീല mrudushiila *(n.)* plush
മൃദുവല്ലാത്ത mrudhuvallaaththa *(adj.)* coarse
മൃദുവാക്കുക mruduvaakkuka *(v.)* tenderize
മൃദുവാക്കുന്ന ഉപകരണം mruduvaakkunna upakaranam *(n.)* tenderizer
മൃദുവായ mruduvaaya *(adj.)* mild
മൃദുവായ വിരിപ്പ് mruduvaaya viripp *(n.)* duvet
മൃദുവായശീല mruduvaayashiila *(adj.)* plush
മൃദുവായി mruduvaayi *(adj.)* soft
മൃദുശബ്ദം mrudushabdam *(n.)* undertone

മൃദൂപധാനം mrudhuupaanam *(n.)* pad
മെക്കാനിക്ക് mechanic *(n.)* fitter
മെക്സിക്കൻ മദ്യം Mexican madyam *(n.)* tequila
മെച്ചപ്പെടൽ mechchappetal *(n.)* improvement
മെച്ചപ്പെടുക mechchappetuka *(v.)* improve
മെച്ചപ്പെടുത്തുക mechappetuththuka *(v.)* meliorate
മെച്ചപ്പെട്ട mechappetta *(adj.)* better
മെടയുക metayuka *(v.)* weave
മെട്രിക്ടൺ metric ton *(n.)* tonne
മെതിക്കുക methikkuka *(v.)* thrash
മെതിക്കുക methikkuka *(v.)* thresh
മെതിക്കുന്നയാൾ methikkunnayaal *(n.)* thresher
മെതിയടി methiyati *(n.)* sandal
മെത്ത meththa *(n.)* bed
മെത്തവിരിപ്പ് meththaviripp *(n.)* bed sheet
മെത്രാൻ methraan *(n.)* bishop
മെത്രാപ്പോലീത്ത methraapooleetha *(n.)* archbishop
മെരുക്കമില്ലാത്ത meeukkamillaaththa *(adj.)* unruly
മെരുക്കുക merukkuka *(v.)* domesticate
മെലിഞ്ഞ melinja *(adj.)* scragged
മെലിഞ്ഞതായ melinjathaaya *(adj.)* slim
മെലിയുക meliyuka *(v.)* emaciate
മെല്ലെ melle *(adv.)* slowly
മെല്ലെ അടിക്കുക melle atikkuka *(v.)* tap
മെഴുകാവരണം mezhukaavaranam *(adj.)* cerated
മെഴുകുക mezhukuka *(v.)* wax
മെഴുകുതിരി mezhukuthiri *(n.)* candle
മെഴുകുതിരി വെളിച്ചം mezhukuthiri velicham *(n.)* candlelight
മെഴുക് mezhuk *(n.)* paraffin

മെഴുക്കുള്ള mezhukkulla *(adj.)* oleaginous
മൊട്ടിടുക mottituka *(v.)* burgeon
മൊട്ടുസൂചി mottusuuchi *(n.)* pin
മൊട്ട് mott *(n.)* stud
മൊത്തം moththam *(n.)* total
മൊത്തം തുക moththam thuka *(n.)* lump sum
മൊത്തത്തിൽ moththathil *(adj.)* whole
മൊത്തവ്യാപാരം moththavyaapaaram *(n.)* wholesale
മൊത്തവ്യാപാരി moththavyaapaari *(n.)* wholesaler
മൊരിക്കുക morikkuka *(v.)* toast
മേഖല mekhala *(n.)* region
മേഖല mekhala *(n.)* zone
മേഖലാസംബന്ധമായ mekhalasambandhamaaya *(adj.)* zonal
മേഘം megham *(n.)* cloud
മേഘവർണ്ണക്കല്ല് mekhavarnnakkallu *(n.)* opal
മേഘവിസ്ഫോടനം meghavisphotanam *(n.)* cloudburst
മേഘാവൃതമായ meghaavruthamaaya *(adj.)* cloudy
മേച്ചിൽ mechil *(n.)* graze
മേച്ചിൽ പുൽ mechilpul *(n.)* thatch
മേച്ചിൽ സ്ഥലം mechilsthalam *(n.)* meadow
മേച്ചിൽക്കയറിടുക mechil kayarituka *(v.)* tether
മേച്ചിൽസ്ഥലം mechchilsthalam *(n.)* lea
മേടം metam *(n.)* bastion
മേടംരാശി metamraashi *(n.)* aries
മേടയാക്കുക metayaakkuka *(v.)* terrace
മേട് met *(n.)* hillock
മേദസ്സ് medass *(n.)* fat
മേധാവി medhaavi *(n.)* boss
മേധാവി medhaavi *(n.)* commandant
മേധാവി medhaavi *(n.)* director

മേധാശക്തി medhaashakthi *(n.)* intellect

മേധാശക്തിയാവശ്യപ്പെടുന്ന medhaashakthiyaavasyappetunna *(adj.)* intellectual

മേന്മ menma *(n.)* utility

മേന്മയായ menmayaaya *(adj.)* pre-eminent

മേയുക meyuka *(v.)* browse

മേയ്ക്കുക meykkuka *(v.)* pasture

മേയ്മാസം meymaasam *(n.)* May

മേൽ mel *(adj.)* on

മേൽകീഴ്മറിക്കുക melkiizmarikkuka *(v.)* depolarize

മേൽക്കൂര melkkuura *(n.)* roof

മേൽക്കൂരകെട്ടുക melkkuura kettuka *(v.)* roof

മേലങ്കി melanki *(n.)* cloak

മേലധികാരമുള്ള meladhikaarammulla *(adj.)* predominant

മേലധികാരി meladhikaari *(adj.)* superior

മേലന്വേഷകൻ melanweshakan *(n.)* caretaker

മേലന്വേഷകൻ melanweshakan *(n.)* inspector

മേലന്വേഷണം melanweshanam *(n.)* supervision

മേലന്വേഷണം നടത്തുക melanweshanam nataththuka *(v.)* superintend

മേലന്വേഷണംനടത്തുക melanweshanam nataththuka *(v.)* inspect

മേലറ melara *(n.)* loft

മേലാട melaata *(n.)* toga

മേലാപ്പ് melaapp *(n.)* canopy

മേലാൾ melaal *(n.)* overseer

മേലുള്ള melulla *(adv.)* over

മേലെഴുത്ത് melezhuththu *(n.)* headline

മേലൊപ്പു കാരൻ meloppukaaran *(n.)* endorser

മേലേക്കുപോകുന്ന melekkupokunna *(adj.)* upward

മേലോട്ടായി melottaayi *(adv.)* upwards

മേലോട്ടുതെറിക്കുക melottutherikkuka *(v.)* rebound

മേലോട്ടുയർത്തുക melottuyarththuka *(v.)* sky

മേലൊട്ടെറിയൽ melotteriyal *(n.)* toss

മേലൊട്ടെറിയുക melotteriyuka *(v.)* toss

മേലൊപ്പിടുക meloppituka *(v.)* countersign

മേൽ mel *(prep.)* over

മേൽക്കോയ്മ melkkoyma *(n.)* domination

മേൽനികുതി melnikuthi *(n.)* supertax

മേൽനിരപ്പ് melnirapp *(n.)* surface

മേൽനോട്ടം melnottam *(n.)* superintendence

മേൽനോട്ടം ഏറ്റെടുക്കുക melnottam ettetukkuka *(v.)* oversee

മേൽനോട്ടം നടത്തുക melnottam nataththuka *(v.)* supervise

മേൽനോട്ടം വഹിക്കൽ melnottam vahikkal *(n.)* invigilation

മേൽനോട്ടം വഹിക്കുക melnottam vahikkuka *(v.)* invigilate

മേൽനോട്ടം വഹിക്കുന്നവർ melnottam vahikkunnavar *(n.)* invigilator

മേൽനോട്ടക്കാരൻ melnottakkaaran *(n.)* steward

മേൽനോട്ടക്കാർ melnottakkar *(n.)* supervisor

മേൽനോട്ടംനടത്തുക melnottam nataththuka *(v.)* monitor

മേൽനോട്ടക്കാരൻ melnottakkaaran *(n.)* foreman

മേൽപ്പറഞ്ഞ melpparanja *(adj.)* aforementioned

മേൽഭാഗത്തുവരുക melbhaagathuvaruka *(v.)* surface

മേൽമീശ melmiisha *(n.)* moustache
മേൽവിചാരക melvichaaraka *(n.)* warden
മേൽവിലാസം melvilaasam *(n.)* address
മേൽവിലാസക്കാരൻ/രി melvilasakkaran/ri *(n.)* addressee
മേൽവിലാസപ്പട്ടിക melvilaashappattika *(n.)* directory
മേൽസ്ഥായി melsthaayi *(n.)* alto
മേശ mesha *(n.)* table
മേശപ്പന്തുകളി meshappanthukali *(n.)* billiards
മേശപ്പന്തുകളിയുടെ മേശ meshapanthukaliyude mesha *(n.)* billiard table
മേശവലിപ്പ് meshavalipp *(n.)* drawer
മേസ്തിരിക്കരണ്ടി mesthirikkarandi *(n.)* trowel
മോചനദ്രവ്യം mochanadravyam *(n.)* ransom
മോചനദ്രവ്യം ആവശ്യപ്പെടുക mochanadravyam aavasyappetuka *(v.)* ransom
മോചിപ്പിക്കുക mochippikkuka *(v.)* acquit
മോടികാട്ടൽ motikaattal *(n.)* pomposity
മോടിപിടിപ്പിക്കൽ motipitippikkal *(n.)* ornamentation
മോടിപിടിപ്പിക്കുക motipidippikkuka *(v.)* decorate
മോടിയായ motiyaya *(n.)* smart
മോട്ടാർസൈക്കിൾ motorcycle *(n.)* bike
മോട്ടോർവണ്ടിപ്പുര motorvandippura *(n.)* garage
മോണപഴുപ്പ് monapazhupp *(n.)* pyorrhoea
മോതിരം mothiram *(n.)* ring
മോതിരമിടുക mothiramituka *(v.)* ring
മോശമായ moshamaaya *(adj.)* awful
മോഷ്ടാവ് moshtaav *(n.)* safecracker
മോഷ്ടിക്കുക moshtikkuka *(v.)* steal
മോഹനിദ്ര mohanidra *(n.)* trance
മോഹനിദ്രയിലാകുക mohanidrayilaakuka *(v.)* hypnotize
മോഹഭംഗം mohabhangam *(n.)* frustration
മോഹാലസ്യപ്പെടുക mohalasyappetuka *(v.)* stun
മോഹിക്കുന്നതായ mohikkunnathaaya *(adj.)* lustful
മോഹിപ്പിക്കുക mohippikkuka *(v.)* mesmerize
മോഹിപ്പിച്ചു mohippichu *(adj.)* besotted
മൈതാന പ്രസംഗികൻ maithaana praasangikan *(n.)* demagogue
മൈതാനം maithaanam *(n.)* forecourt
മൈത്രി maithri *(n.)* amity
മൈനപ്പക്ഷി mainappakshi *(n.)* canary
മൈൽ mile *(n.)* mile
മൈൽ mile *(n.)* furlong
മൊട്ടയടിച്ച തല mottayaticha thala *(n.)* tonsure
മൊത്തക്കച്ചവടം moththakkachavatam *(adv.)* wholesale
മൊത്തപ്പടി moththappati *(adj.)* wholesale
മൊന്ത montha *(n.)* mug
മൊരിഞ്ഞ morinja *(adj.)* crisp
മൊരിയുക moriyuka *(v.)* crispen
മോചനവിധി mochanavidhi *(n.)* acquittal
മോചിപ്പിക്കുക mochippikkuka *(v.)* absolve
മോടിക്കാരൻ motikkaran *(n.)* dandy
മോടിയായ motiyaaya *(adj.)* fashionable
മോട്ടോർവാഹനം motor vahanam *(n.)* automobile

മോഡുലേറ്റ് ചെയ്ത സിഗ്നൽ അടങ്ങിയിരിക്കുന്ന ഫ്രീക്വൻസി ബാൻഡുകളിൽ ഓരോന്നും modulate cheytha signal atangiyirikkunna frequency bandukalil oronnum *(n.)* sideband
മോളിക്യുലർസംയുക്തം molecular samyuktham *(n.)* polymer
മോശം mosham *(n.)* wack
മോശമാകുക moshamaavuka *(v.)* worst
മോഷ്ടാവ് moshtav *(n.)* abactor
മോഹാലസ്യപ്പെടുക mohaalasyappetuka *(v.)* swoon
മോഹിപ്പിക്കുക mohippikkuka *(v.)* enchant
മൗനമായ mounamaaya *(adj.)* silent
മൗനശീലമുള്ള mounashiilamulla *(adj.)* taciturn
മൗനാനുവാദം mounaanuvaadam *(n.)* connivance
മൗനാനുവാദമായ mounaanuvaadamaaya *(adj.)* tacit
മൗലികത moulikatha *(n.)* original
മൗലികതത്ത്വം moulikathtwam *(n.)* rudiment
മൗലികതയുള്ള moulikathayulla *(n.)* originality
മൗലികത്വമുള്ള moulikathwamulla *(adj.)* original
മൗലികപതിപ്പ് moylikapathipp *(n.)* master copy
മൗലികമായ moulikamaaya *(adj.)* fundamental
മംഗനീകം maganiikam *(n.)* manganese
മംഗളകരമായ mangalakaramaaya *(adj.)* auspicious
മ്ലാനത mlaanatha *(n.)* gloom
മ്ലാനമാകുക mlaanamaakuka *(v.)* darkle
മ്ലാനമായ mlaanamaaya *(adj.)* pale
മ്ലാവ് mlaav *(n.)* elk

യ

യജമാനൻ yajamaanan *(n.)* sahib
യജ്ഞപരമായ yanjjaparamaaya *(adj.)* sacrificial
യത്നം yathnam *(n.)* endeavour
യഥാതഥചലച്ചിത്രം yathaathathachalachithram *(n.)* documentary
യഥാതഥവാദി yathathavaadi *(n.)* realist
യഥാതഥ്യം yathathyam *(n.)* realism
യഥായോഗ്യമായി yathayogyamaayi *(adv.)* properly
യഥാർത്ഥമായ yathaarthamaaya *(adj.)* actual
യഥാർത്ഥമായ yathaarddhamaaya *(adj.)* real
യഥാവിധി നിർവ്വഹിക്കുക yathavidhi nirvvahikkuka *(v.)* solemnize
യഥാസ്ഥാനത്താക്കുക yathaasthaanaththaakkuka *(v.)* install
യഥാസ്ഥിതികമായ yaathasthithikamaaya *(adj.)* ultraconservative
യഥോചിതമായ yathochithamaaya *(adj.)* proper
യന്ത്രം yanthram *(n.)* machine
യന്ത്രം നന്നാക്കുന്നയാൾ yanthram nannaakkunbayaal *(adj.)* mechanic
യന്ത്രകാരകപ്രവർത്തനം yanthrakaarakapravarththanam *(n.)* engineering
യന്ത്രക്കലപ്പ yanthrakkalappa *(n.)* tractor
യന്ത്രതന്ത്രം yanthrathanthram *(n.)* mechanics
യന്ത്രദൃഷ്ടി yanthradrushti *(n.)* autofocus

യന്ത്രനിർമ്മിതം yanthranirmmitham *(adj.)* machine-made
യന്ത്രപ്പണിക്കാരൻ yanthrappanikkaran *(n.)* mechanic
യന്ത്രപ്രവർത്തനം yanthrapravarththanam *(n.)* mechanism
യന്ത്രപ്രവർത്തിതമായ yanthrapravarththithamaaya *(adj.)* mechanical
യന്ത്രമനുഷ്യൻ yanthramanushyan *(n.)* robot
യന്ത്രവാഹനമോടിക്കുന്നയാൾ yanthravaahanamotikkunnayaal *(n.)* motorist
യന്ത്രവിദഗ്ധൻ yanthravidagddhan *(n.)* machinist
യന്ത്രവിദ്യാവിദഗ്ദ്ധൻ yanthravidyaavidagddhan *(n.)* engineer
യന്ത്രസംശോധന yanthrasamshodhana *(n.)* autocorrect
യന്ത്രസാമഗ്രി yanthrasaamagri *(n.)* machinery
യവ മദ്യം yava madyam *(n.)* beer
യവനൻ yavanan *(n.)* Greek
യവനനായ yavananaaya *(adj.)* Greek
യവപാനീയം yavapaaniiyam *(n.)* malt
യവസുര beer *(n.)* ale
യഹൂദഗുരു yahuudaguru *(n.)* rabbi
യഹോവയുടെ ദാനം yahovayute daanam *(v.)* zeb
യാചകൻ yaachakan *(n.)* beggar
യാചന yaachana *(n.)* request
യാചിക്കുക yaachikkuka *(v.)* request
യാചിക്കുക yaachikkuka *(v.)* beg
യാതന yaathana *(n.)* agony
യാതനപ്പെടുത്തുക yaathanappetuthuka *(v.)* torture
യാതൊന്നും yathonnum *(n.)* aught
യാത്ര yaathra *(n.)* ride
യാത്ര yaathra *(n.)* travel
യാത്രക്കൂലി yaathraakkuuli *(n.)* fare
യാത്രചെയ്യുക yaathra cheyyuka *(v.)* travel
യാത്രവണ്ടി yaathraavandi *(n.)* coach
യാത്രാകാര്യക്രമം yaathraakaaryakrumam *(n.)* itinerary
യാത്രാദൂരം yaathraaduuram *(n.)* mileage
യാത്രാനുവാദപത്രം yaathraanuvaadapathram *(n.)* passport
യാത്രാനേരം yaathraneram *(n.)* traveltime
യാത്രാഭാണ്ഡം yaathraabhaantam *(n.)* luggage
യാത്രാമാർഗ്ഗം yaathraamaargam *(n.)* route
യാത്രാവാഹനം yaathraavaahanam *(n.)* conveyance
യാത്രാവാഹനം yaathraavaahanam *(n.)* omnibus
യാത്രാവിവരണം yaathra vivaranam *(n.)* travelogue
യാത്രാസഞ്ചി yaathraadanchi *(n.)* rucksack
യാത്രാസാമാനങ്ങൾ yaathraasaamaanangal *(n.)* baggage
യാത്രികൻ yaathrikan *(n.)* passenger
യാഥാർത്ഥ്യം yaathaarthyam *(n.)* reality
യാഥാർത്ഥ്യം yaathaarthyam *(n.)* realty
യാഥാർത്ഥ്യമുള്ള yaathaarthyamulla *(adj.)* realistic
യാഥാസ്തികൻ yathaasthithikan *(n.)* conformist
യാഥാസ്ഥിതികമായ yaathasthikamaaya *(adj.)* conservative
യാദൃച്ഛികത്വം yaadruschikathwam *(n.)* coincidence
യാദൃച്ഛികമായി yaadruchchikamaayi *(adv.)* accidentally
യാനപാത്രം yaanapaathram *(n.)* vessel
യുക്തത yukthatha *(n.)* conformity

യുക്തമായ yukthamaaya *(n.)* operability
യുക്തമായി yukthamaayi *(adv.)* aright
യുക്തി yukthi *(n.)* logic
യുക്തിപൂർവ്വകമായ yukthipuurvvakamaaya *(adj.)* rational
യുക്തിപ്രയോഗിക്കുക yukthiprayogikkuka *(v.)* rationalize
യുക്തിയുക്തമായ yukthiyukthamaaya *(adj.)* legitimate
യുക്തിരഹിതമായി yukthirahithamaayi *(adv.)* absurdly
യുക്തിവിചാരശക്തി yukthivichaara shakthi *(n.)* rationality
യുക്തിസഹമായ yukthisahamaaya *(adj.)* reasonable
യുക്ത്യനുസാരം സ്ഥാപിക്കുക yukthyaanusaaram sthaapikkuka *(v.)* demonstrate
യുക്ത്യനുസൃതമായ yukthyanusruthamaaya6 *(adj.)* logical
യുക്ത്യാഭാസം yukthyaabhyaasam *(n.)* sophism
യുഗ്മം yugmam *(n.)* duo
യുഗ്മഗാനം yugmagaanam *(n.)* duet
യുഗ്മഗാനമാലപിക്കുക yugmagaanamaalapikkuka *(v.)* duet
യുദ്ധം yuddham *(n.)* battle
യുദ്ധം yuddam *(n.)* combat
യുദ്ധം yuddham *(n.)* war
യുദ്ധകൗശലം yuddhakoushalam *(n.)* strategy
യുദ്ധതന്ത്രം പ്രയോഗിക്കുക yuddhathanthram prayogikkuka *(v.)* manoeuvre
യുദ്ധതന്ത്രജ്ഞാൻ yuddhathanthranjaan *(n.)* tactician
യുദ്ധമില്ലാസന്ധി yuddhamillaasandhi *(n.)* truce
യുദ്ധമുഖം yuddhamukham *(n.)* battlefront
യുദ്ധമുണ്ടാകുക yuddhamundaakuka *(v.)* war
യുദ്ധവിരാമം yuddha viraamam *(n.)* ceasefire
യുദ്ധോത്സുകമായ yiddolsukamaaya *(adj.)* combative
യുദ്ധോപകരണങ്ങൾ yudhopakaranangal *(n.)* armament
യുവതി yuvathi *(n.)* lass
യുവത്വമുള്ള yuvathwamulla *(adj.)* juvenile
യൂട്യൂബ് ഉപയോഗിക്കുക Youtube upayogikkuka *(v.)* You Tube
യോഗം yogam *(n.)* muster
യോഗം ചേരുക yogam cheruka *(v.)* convene
യോഗം വിളിച്ചു കൂട്ടുന്നയാൾ yogam vilichu kuuttunnayaal *(n.)* convener
യോഗംകൂടുക yogam kuuttuka *(v.)* muster
യോഗനിദ്ര yoganidra *(n.)* hypnotism
യോഗസ്ഥലം yogasthalam *(n.)* venue
യോഗാത്മകത്വം yogaalmakathwam *(n.)* mysticism
യോഗാത്മകദർശനം yogatmakadarshanam *(n.)* mystic
യോഗാഭ്യാസം yogaabhyaasam *(n.)* yoga
യോഗ്യത yogyatha *(n.)* qualification
യോഗ്യതനേടുക yogyatha netuka *(v.)* qualify
യോഗ്യതയുള്ള yoguathayulla *(adj.)* meritorious
യോഗ്യതാപത്രം yogyathaapathram *(n.)* diploma
യോഗ്യതാലക്ഷണമുള്ള yogyathaalakshanamulka *(adj.)* promising
യോഗ്യമാക്കുക yogyamaakkuka *(v.)* befit

യോഗ്യമായ yogyamaaya *(adj.)* worthy

യോഗ്യസ്ഥാനം yogyasthaanam *(n.)* niche

യോജിക്കുക yojikkuka *(v.)* agree

യോജിച്ച് yojichch *(adv.)* together

യോജിപ്പിക്കുക yojippikkuka *(v.)* combine

യോജിപ്പിക്കുക yojippikkuka *(v.)* couple

യോജിപ്പ് yojipp *(n.)* rapport

യോദ്ധാവ് yoddhaav *(n.)* knight

യോനി yoni *(n.)* vagina

യോഗം yogam *(n.)* luck

യോഗംചേരുക yogam cheruka *(v.)* congregate

യോഗക്ഷേമം yogakshemam *(n.)* welfare

യോഗശാസ്ത്രനിപുണൻ yogashasthra nipunan *(n.)* yogi

യോഗിനി yogini *(n.)* nun

യോഗ്യത yogyatha *(n.)* quality

യോഗ്യതയുണ്ടായിരിക്കുക yoguathayundaayirikkuka *(v.)* merit

യോഗ്യമായ yogyamaaya *(adj.)* trim

യോജിക്കുക yojikkuka *(v.)* suit

യോജിച്ച് പ്രവർത്തിക്കുക yojich pravarththikkuka *(v.)* collaborate

യോജ്യത yojyatha *(n.)* suitability

യോദ്ധാവ് yoddaav *(n.)* combatant

യൗവ്വനോചിതമായ youvvanochithamaaya *(adj.)* youthful

ര

രക്തം raktham *(n.)* blood

രക്തച്ചൊരിച്ചിൽ rakthachorichil *(n.)* bloodshed

രക്തത്തുടുപ്പ് rakthaththutupp *(n.)* flush

രക്തദൂഷണം rakthaduushanam *(n.)* sepsis

രക്തവർണ്ണമാക്കുക rakthavarnnamaakkuka *(v.)* redden

രക്തവാതം rakthavaatham *(n.)* gout

രക്തവിഷബാധ rakthavishabaadha *(n.)* toxaemia

രക്തശുദ്ധീകരണ പ്രക്രിയ rakthasudhdhiikarana prakriya *(n.)* dialysis

രക്തസാക്ഷി rakthasaakshi *(n.)* martyr

രക്തസാക്ഷിത്വം rakthasaakshithwam *(n.)* martyrdom

രക്തസ്ഫോടകം rakthasphotam *(n.)* pimple

രക്താഭിഷിക്തമായ rakthabhishikthamaaya *(adj.)* bloody

രക്ഷകൻ rakshakan *(n.)* saviour

രക്ഷപെടുന്നയാൾ rakshapetunnayaal *(n.)* escapee

രക്ഷപ്പെടൽ rakshapetal *(n.)* escape

രക്ഷപ്പെടാനാവുന്ന rakshapetaanaavunna *(adj.)* escapable

രക്ഷപ്പെടുക rakshapetuka *(v.)* escape

രക്ഷപ്പെടുത്തുക rakshappetuththuka *(v.)* rescue

രക്ഷയില്ലാത്ത rakshayillaaththa *(adj.)* scapeless

രക്ഷാകർത്താവ് rakshakarththaav *(n.)* guardian

രക്ഷാകവചം rakshaakavacham *(n.)* amulet

രക്ഷാകവചലോഹം rakshaakavachaloham *(n.)* chrome

രക്ഷാധികാരം rakshaadhikaaram *(n.)* patronage

രക്ഷാധികാരാവകാശം rakshaadhikaaravakaasham *(n.)* wardship

രക്ഷാധികാരി rakshaadhikaari *(n.)* trustee

രക്ഷാധികാരിണി rakahaadhikaarini *(n.)* matron

രക്ഷാധികാരിയാകുക rakahaadhikaariyaakuka *(v.)* patronize

രക്ഷാഭോഗപദ്ധതിയിൽ ചേരുക rakshabhogapaddhathiyil cheruka *(v.)* insure

രക്ഷാസഹായം rakshaasahaayam *(n.)* bailout

രക്ഷിക്കാവുന്ന rakahikkaavunna *(adj.)* savable

രക്ഷോപായം rakshopaayam *(n.)* safeguard

രചയിതാവ് rachayithaav *(n.)* author

രചിക്കുക rachikkuka *(v.)* pen

രജതലോഹം rajathaliham *(n.)* · platinum

രഞ്ജിപ്പിക്കുക ranjippikkuka *(v.)* placate

രഞ്ജിപ്പിലാവൽ ranjippilaaval *(n.)* reconciliation

രണധീരമായ ranadhiiramaaya *(adj.)* martial

രണോത്സുകമായ ranotsukamaaya *(adj.)* warlike

രണ്ടക്ഷങ്ങളുള്ള randakshangalulla *(adj.)* biaxial

രണ്ടാം randam *(n.)* second

രണ്ടാംതരമായ randamtharamaaya *(adj.)* secondary

രണ്ടാംവിരുന്ന് randamvirunnu *(n.)* after-party

രണ്ടാക്കുക randaakkuka *(v.)* bisect

രണ്ടാമതായി randaamathaayi *(adv.)* secondly

രണ്ടാമതും randamathum *(adv.)* anew

രണ്ടാമത് randaamath *(adj.)* beta

രണ്ടാമത്തെ randaamaththe *(adj.)* second

രണ്ടാഴ്ചക്കാലം randaazhchakkalam *(n.)* fortnight

രണ്ടിരട്ടി randiratti *(adj.)* twofold

രണ്ടിലൊന്ന് randilonnu *(pron.)* either

രണ്ടിലേതായാലും randilethaayaalum *(conj.)* whether

രണ്ടു കാചങ്ങളുള്ള randu kachangalulla *(adj.)* bifocal

രണ്ടു രാഷ്ട്രീയകക്ഷികളുടേതായ randurashtreeya kashikaludethaaya *(adj.)* bipartisan

രണ്ടുമടങ്ങ് randumatang *(adv.)* twice

രണ്ടുവർഷത്തിലൊരിക്കൽ randuvarshathilorikkal *(adj)* biennial

രണ്ട് rand *(n.)* two

രതിജന്യമായ rathijanyamaaya *(adj.)* erotic

രതിമൂർച്ഛ rathimuurchcha *(n.)* orgasm

രതിയിലേർപ്പെടുക rathiyilerppeduka *(v.)* eroticize

രത്നം rathnam *(n.)* gem

രത്നം പതിക്കുക rathnam pathikkuka *(v.)* jewel

രത്നവ്യാപാരി rathnavyaapaari *(n.)* jeweller

രത്നശാസ്ത്രം rathnashaasthram *(n.)* gemmology

രത്നാഭരണം rathnaabharanam *(n.)* jewel

രഥം ratham *(n.)* chariot

രന്ധ്രം radhram *(n.)* orifice

രമണിയത ramaniiyatha *(n.)* glam

രമണീയമായ ramaniiyamaaya *(adj.)* delightful

രശ്മികളുമായി ബന്ധമുള്ള rashmikalumaayi bandhamulla *(adj.)* radious

രശ്മിയുണ്ടാക്കുക rashmiyundaakkuka *(n.)* ray

രസം rasam *(n.)* soup

രസം പോയ rasam poya *(adj.)* stale

രസജ്ഞൻ rasanjan *(n.)* connoisseur

രസതന്ത്രം rasathanthram *(n.)* chemistry

രസതന്ത്രപരമായ rasathanthraparamaaya *(adj.)* chemical

രസതന്ത്രശാസ്ത്രജ്ഞൻ rasathanthrashasthranjan *(n.)* chemist
രസമിശ്രധാതു rasamisradhathu *(n.)* amalgam
രസമുകുളം rasamukulam *(n.)* taste bud
രസമുള്ളത് radamullath *(n.)* sapidity
രസലോഹം rasaloham *(n.)* quicksilver
രസവാദവിദ്യ rasavaadavidya *(n.)* alchemy
രസവാദി rasavadi *(n.)* alchemist
രസാശയം rasaashayam *(n.)* cyst
രസീതുകുറ്റി rasiithukutti *(n.)* counterfoil
രസീത് rasiith *(n.)* receipt
രഹസ്യ ദൂതൻ rahasyaduthan *(n.)* spy
രഹസ്യം rahasyam *(n.)* mystery
രഹസ്യകോഡിലെഴുതൽ rahasyacodilezhuthal *(n.)* encryption
രഹസ്യകോഡിലെഴുതിയ rahasyacodilezhuthiya *(adj.)* encrypted
രഹസ്യകോഡിലെഴുതുക rahasyacodilezhuthuka *(v.)* encrypt
രഹസ്യചിഹ്നാവലി rahasyachihnaavali *(n.)* code
രഹസ്യച്ചോർച്ച rahasyachorcha *(n.)* leakage
രഹസ്യധാരണയിലായിരിക്കുക rahasya dhaaranayilasyirikkuka *(v.)* collude
രഹസ്യപദ്ധതി rahasyapaddhathi *(n.)* intrigue
രഹസ്യപ്പട്ടികയിൽ നിന്നു നീക്കുക rahasyapatyikayilninnu niikkuka *(v.)* declassify
രഹസ്യമായ rahasyamaaya *(adj.)* clandestine
രഹസ്യമായ rahasyamaaya *(adj.)* confidential
രഹസ്യമായി കൊല്ലുക rahasyamaayi kolluka *(v.)* burke
രഹസ്യമായി സൂക്ഷിക്കുക rahasyamaayi suukshikkuka *(v.)* harbour
രഹസ്യാത്മകമായ rahasyaalmakamaaya *(adj.)* secretive
രഹിതമായ rahithamaaya *(adj.)* devoid
രാകൽ raakal *(n.)* rasp
രാകാനുള്ള rakaanulla *(adj.)* abrasive
രാകുക raakuka *(v.)* rasp
രാക്ഷസൻ raakshasan *(n.)* giant
രാക്ഷസരൂപി raakshasaruupi *(n.)* monster
രാക്ഷസി raakshasi *(n.)* giantess
രാക്ഷസീയമായ raakshasiiyamaaya *(adj.)* monstrous
രാഗം raagam *(n.)* tune
രാഗത്തിലാക്കുക raagaththilaakkuka *(v.)* tune
രാഗൈക്യം raagaikyam *(n.)* unison
രാജകീയമായ raajakiiyamaaya *(adj.)* royal
രാജകുമാരൻ raajakumaaran *(n.)* prince
രാജകുമാരി raajakumaari *(n.)* princess
രാജഘാതകൻ raajaghaathakan *(n.)* regicide
രാജത്വം raajayhwam *(n.)* country
രാജത്വം raajathwam *(n.)* majesty
രാജപക്ഷക്കാരൻ raajapakshakkaaran *(n.)* royalist
രാജപരിചാരകൻ rajaparichaarakan *(n.)* sergeant
രാജപാത raajapaatha *(n.)* highway
രാജപ്രതിനിധി raajaprathinidhi *(n.)* viceroy
രാജഭക്തൻ raajabhakthan *(n.)* loyalist
രാജമകുടം raajamakutam *(n.)* crown
രാജമന്ദിരം raajamandiram *(n.)* palace
രാജവംശം raajavamsham *(n.)* dynasty
രാജവംശത്തിലുൾപ്പെട്ട raajavamshathilulppetta *(adj.)* princely

രാജസേവകൻ raajasevakan *(n.)* courtier
രാജാധിപത്യം raajaadhipathyam *(n.)* monarchy
രാജി raaji *(n.)* resignation
രാജി വയ്ക്കുക raji vaykkuka *(v.)* abdicate
രാജിവയ്ക്കുക raajivaykkuka *(v.)* resign
രാജോചിതമായ raajochithamaaya *(adj.)* majestic
രാജോചിതം raajochitham *(adj.)* regal
രാജ്ഞി raanji *(n.)* queen
രാജ്യ വഞ്ചന raajyavanchana *(n.)* treason
രാജ്യം raajyam *(n.)* kingdom
രാജ്യം raajyam *(n.)* realm
രാജ്യതന്ത്രജ്ഞൻ raajyathanthranjan *(n.)* statesman
രാജ്യദ്രോഹപരമായ raajyadroham *(adj.)* seditious
രാജ്യദ്രോഹം raajyadroham *(n.)* sedition
രാജ്യപ്രതിനിധി rajyaprathinidhi *(n.)* consul
രാജ്യഭക്തി raajyabhakthi *(n.)* patriotism
രാജ്യഭ്രംശം raajyabhramsham *(n.)* deposition
രാജ്യഭ്രഷ്ടനാക്കുക rajyabhrashtanakkuka *(v.)* banish
രാജ്യഭ്രഷ്ടമാക്കുക raajyabhrashtamaakkuka *(v.)* deport
രാജ്യഭ്രഷ്ട് raajyabhrasht *(n.)* exile
രാജ്യസഖ്യം raajyasakhyam *(n.)* confederation
രാജ്യസ്നേഹമുള്ള raajyasnehamulla *(adj.)* patriotic
രാജ്യസ്നേഹി raajyasnehi *(n.)* patriot
രാജ്യാഭിഷിക്തനായ raajyaabhishikthanaaya *(adj.)* crowned
രാത്രി raathri *(n.)* night
രാത്രി സംഭവിക്കുന്ന raathri sambhavikkunna *(adj.)* nocturnal
രാത്രിഭക്ഷണം raathri bhakshanam *(n.)* supper
രാത്രിമുഴുവനും raathri muzhuvanum *(adj.)* overnight
രാത്രിയിലെ raathriyile *(adv.)* nightly
രാപ്പാടി raappati *(n.)* nightingale
രായ്ക്കുരാമാനം eaaykkuraamaanam *(adv.)* overnight
രാവുക raavuka *(v.)* grate
രാഷ്ട്രം raashtram *(n.)* nation
രാഷ്ട്രീയം raashtriiyam *(n.)* politics
രാഷ്ട്രീയപ്രവർത്തകൻ raashtriiyapravarththakan *(n.)* politician
രാസത്വരകം raasathwarakam *(n.)* catalyst
രാസത്വരണവിധേയമാക്കുക raasathwarana videyamaakkuka *(v.)* catalyse
രാസപദാർത്ഥം rasapadarthdham *(n.)* chemical
രാസപ്രവർത്തനപരമായ raasapravarththanaparamaaya *(adj.)* radioactive
രാസപ്രവർത്തനോപകരണം raasapravarththanopakaranam *(n.)* reactor
രാസവസ്തു raasavasthu *(n.)* acetate
രാസികരീത്യാ രോഗചികിത്സ rasikareethya rogachikitsa *(n.)* chemotherapy
രീതി riithi *(n.)* method
രുചി ruchi *(n.)* relish
രുചി ruchi *(n.)* savour
രുചികരം ruchikaram *(adj.)* toothsome
രുചികരമായ ruchikaramaaya *(adj.)* savoury
രുചികെടുത്തുക ruchiketuththuka *(v.)* stale
രുചികേട് richiket *(n.)* insipidity
രുചിക്കുക ruchikkuka *(v.)* savour

635

രുചിനോക്കൽ ruchinokkal (n.)
degustation
രുചിനോക്കുക ruchinokkuka (v.)
taste
രുചിപ്രദമായ ruchipradamaaya (adj.)
saucy
രുചിയില്ലാത്ത ruchiyillaththa (adj.)
insipid
രുചിയുള്ള ruchiyulla (adj) zesty
രുചിയുള്ളതാക്കുക
ruchiyullathaakkuka (v.) season
രുചിവരുത്തുക ruchivaruththuka (v.)
sauce
രുചിവിദഗ്ദ്ധൻ ruchividagddhan (n.)
epicure
രൂക്ഷത rookshatha (n.) acrimony
രൂക്ഷത ruukshatha (n.) rigour
രൂക്ഷതയില്ലാത്ത
rookshathayillaaththa (adj.) bland
രൂക്ഷമായ ruukshamaaya (adj.) grim
രൂഢമൂലമായ ruudamuulamaaya
(adj.) ingrained
രൂപ ruupa (n.) rupee
രൂപം കൊത്തുക roopam koththuka
(v.) carve
രൂപകം ruupakam (n.) metaphor
രൂപകല്പന ruupakalpana (n.) design
രൂപകാലങ്കാരം roopakaalangaaram
(n.) allegory
രൂപങ്ങളിലെല്ലാം ruupangalilellam
(adj.) omniform
രൂപത roopatha (n.) diocese
രൂപപ്പെടുത്തുക ruupappetuththuka
(v.) mould
രൂപഭേദം roopabhedam (n.)
convertible
രൂപമാറ്റം ruupamaattam (n.) morph
രൂപമാറ്റംവരിക ruupamaattam
varika (v.) shapeshift
രൂപമാറ്റംവരുത്തുക ruupamaattam
variththuka (v.) morph

രൂപമില്ലാത്ത ruupamillaaththa (adj.)
shapeless
രൂപമെടുക്കുക ruupametukkuka (v.)
shape up
രൂപരേഖ rooparekha (n.) outline
രൂപരേഖയുണ്ടാക്കുക
ruuparekhayundaakkuka (v.) outline
രൂപവത്ക്കരിക്കുക
roopavalkarikkuka (v.) constitute
രൂപവിജ്ഞാനീയം ruupavinjaanam
(n.) morphology
രൂപവൈകൃതം roopavaikrutham
(adj.) anamorphosis
രൂപാന്തരം ruupaantharam (n.)
dematerialisation
രൂപാന്തരപ്പെടൽ ruupaantharappetal
(n.) transfiguration
രൂപാന്തരപ്പെടുക
ruupaantharappetuka (v.) reform
രൂപാന്തരപ്പെടുത്തുക
roopantharappeduthuka (v.) change
രൂപാന്തരപ്രാപ്തി
ruupaantharapraapthi (n.)
metamorphosis
രൂപാന്തരീകരണം
roopaanthariikaranam (n.) conversion
രൂപാന്തരീകരിക്കുക
ruupanthariikarikka (v.) dematerialize
രൂപീകരണം roopiikaranam (n.)
formation
രൂപീകരിക്കുക ruupiikarikkuka (v.)
formulate
രേഖപ്പെടുത്തുക rekhappeduthuka
(v.) delineate
രേഖപ്പെടുത്തുന്നയാൾ
rekhappetuththunnayaal (n.) recorder
രേഖാരൂപം rekhaaruupam (n.) graph
രോഗചികിത്സ rogachikitsa (n.)
therapy
രോഗനിദാന പരീക്ഷ roganidaana
pareeksha (n.) biopsy

636

രോഗനിർണ്ണയം roganirnnayam *(n.)*
diagnosis
രോഗപ്രകൃതി rogaprakruthi *(n.)*
morbidity
രോഗപ്രതിരോധശേഷി നേടുക
rogaprathirodhasheshi netuka *(v.)*
immunize
രോഗമുക്തി rogamukthi *(n.)* recovery
രോഗമുണ്ടാകുക rogamundaakuka
(v.) sicken
രോഗമുണ്ടെന്നു തോന്നുക
rogamundenn thonnuka *(v.)* goo
രോഗലക്ഷണം rogalakshanam *(n.)*
symptom
രോഗലക്ഷണശാസ്ത്രം
rogalakshanasj *(n.)* pathology
രോഗവിഷാണുക്കളെ
സംബന്ധിച്ച rogavishaanukkake
sambandhicha *(adj.)* viral
രോഗശയ്യ rogashashayya *(n.)* sickbed
രോഗശുശ്രൂഷക rogashushrushaka
(n.) aide
രോഗസംക്രമം ragasamkramam *(n.)*
infection
രോഗസംക്രമണം rogasamkramanam
(n.) contagion
രോഗസൂചകമായ
rogasuuchakamaaya *(adj.)* symptomatic
രോഗാതുരമായ rogaathuramaaya
(adj.) sickly
രോധം rodham *(n.)* obstacle
രോധനം rodhanam *(n.)* interception
രോമം കത്രിക്കുക romam
kathrikkuka *(v.)* shear
രോമകൂപം romakuupa *(n.)* pore
രോഷാകുലമായ roshaakulamaaya
(adj.) irate
രോഗം തെറ്റായിനിർണ്ണയിക്കുക
rogam nirnnayikkuka *(v.)* misdiagnose
രോഗം നിർണ്ണയിക്കുക rogam
nirnnayikkuka *(v.)* diagnose

രോഗം ഭേദമാക്കുക rogam
bhedamaakkuka *(v.)* recuperate
രോഗംബാധിച്ച rogam baadhicha
(adj.) sickened
രോഗപ്രതിരോധശക്തി
rogaprathirodhashakthi *(n.)* immunity
രോഗപ്രത്യാഗമനം
rogaprathyaagamanam *(n.)* relapse
രോഗബീജം rogabiijam *(n.)* germ
രോഗവിഷാണു rogavishaanu *(n.)*
virus
രോഗശുശ്രൂഷ rogasusroosha *(n.& v.)*
aid
രോഗാണുക്കളുള്ള rogaanukkalulla
(adj.) septic
രോഗാണുനാശിനി rogaanunaashini
(n.) antibiotic
രോഗാണുവിരുദ്ധ rogaanuvirudha
(adj.) antibacterial
രോഗി rogi *(n.)* patient
രോഗീമഞ്ചൽ rogiimanchal *(n.)*
stretcher
രോഗീമുറി rogiimuri *(n.)* ward
രോഗീമുറിയിൽ ചേരുക
rogiimuriyil cheruka *(v.)* ward
രോധനി rodhini *(n.)* plug
രോമവസ്ത്രം romavasthram *(n.)* wool
രോമാഞ്ചം romaancham *(n.)* thrill
രോഷം പൂണ്ടിരിക്കുക rosham
puundirikkuka *(adj.)* indignant
രംഗം rangam *(n.)* scene
രംഗം ചിത്രീകരിക്കുക rangam
chithrikarikkuka *(v.)* scene
രംഗപ്രവേശംചെയ്യുക
rangapravesham cheyyuka *(v.)* enter
രംഗപ്രവേശനം rangapraveshanam
(n.) entry
രംഗഭൂമി rangabhoomi *(n.)*
amphitheatre

ല

ലക്കില്ലാത്ത lakkillaaththa *(adj.)* rash
ലക്കും ലഗാനുമില്ലാത്ത lakkum lagaanumillaaththa *(adj.)* imprudent
ലക്കോട്ട് lakkott *(n.)* cover
ലക്ഷം laksham *(n.)* lac, lakh
ലക്ഷംകോടി lakshamkodi *(n.)* billion
ലക്ഷണമുള്ള lakshanamulla *(adj.)* typical
ലക്ഷ്യം lakshyam *(n.)* goal
ലക്ഷ്യം lakshyam *(n.)* objective
ലക്ഷ്യകേന്ദ്രം lakshyakendram *(n.)* target
ലക്ഷ്യത്തിലേക്കുള്ള lakshyaththilekkulla *(adv.)* point blank
ലക്ഷ്യബോധമുണ്ടാകുക lakshabodhamundaavuka *(adj.)* focused
ലക്ഷ്യമാക്കുക lakshyamaakkuka *(v.)* aim
ലക്ഷ്യമില്ലാതെപോകുക lakshyamillaathe pokuka *(v.)* stray
ലക്ഷ്യമില്ലാത്ത lakshyamillaaththa *(adj.)* aimless
ലഘു ഭക്ഷണശാല laghu ഭക്ഷണ shaala *(n.)* cafe
ലഘുഗുരുഗണമായ laghuguruganamaaya *(adj.)* iambic
ലഘുതയുള്ള laghuthayulla *(adj.)* diminutive
ലഘുത്വം laghuthwam *(n.)* levity
ലഘുനിദ്ര laghunudra *(n.)* doze
ലഘുനോവൽ laghunovel *(n.)* novelette
ലഘുപത്രിക laghupathrika *(n.)* pamphlet
ലഘുഭക്ഷണം laghubhakshanam *(n.)* fast food
ലഘുമാനഫിലിം laghumaanafilim *(n.)* microfilm
ലഘുരൂപം laghuruupam *(n.)* miniature
ലഘുരേഖ laghurekha *(n.)* handbill
ലഘുലേഖ laghurekha *(n.)* leaflet
ലഘുലേഖകർത്താവ് laghulekhakarthaav *(n.)* pamphleteer
ലഘുവാക്കുക laghuvaakkuka *(v.)* allay
ലഘുവായ laghuvaaya *(adj.)* little
ലഘുവായ laghuvaaya *(adj.)* minor
ലഘുവായി laghuvaayi *(adv.)* lightly
ലഘുവിവരണപത്രം laghuvivarana pathram *(n.)* brochure
ലഘുവ്യാപാരം laghuvyaapaaram *(n.)* retail
ലഘൂകരിക്കുക laghuukarikkuka *(v.)* mitigate
ലഘൂകരിക്കുക laghuukarikkuka *(v.)* relieve
ലജ്ജയുള്ള lajjayulla *(n.)* shy
ലജ്ജാകരമായ lajjaakaramaaya *(adj.)* shameful
ലജ്ജാവതിയായ lajavathiyaaya *(adj.)* coy
ലജ്ജിക്കുക lajjikkuka *(v.)* shy
ലജ്ജിതമാക്കുക lajjithamaakkuka *(v.)* embarrass
ലതാകിരീടം lathaakiritam *(n.)* laurel
ലതാനികുഞ്ജം lathaabikunjam *(n.)* arbour
ലഭിക്കത്തക്ക labhikkathakka *(adj.)* obtainable
ലഭിക്കുക labhikkuka *(v.)* get
ലഭ്യമായ labhyamaaya *(adj.)* available
ലമ്പടൻ lambatan *(n.)* libertine
ലയനം layanam *(n.)* merger
ലയിപ്പിക്കുക layippikkuka *(v.)* merge
ലളിതമാക്കൽ lalithamaakkal *(n.)* simplification
ലളിതമാക്കുക lalithamaakkuka *(v.)* simplify

ലളിതമായ lalithamaaya *(adj.)* simple
ലളിതോപയോഗം lalithopayogam *(adj.)* easy-to-use
ലവണം lavanam *(n.)* acrylate
ലവണഗുണമുള്ള lavanagunamulla *(adj.)* saline
ലവണത്വം lavanathwam *(n.)* salinity
ലവണമയമായ lavanamayamaaya *(adj.)* brackish
ലഹരിഉപയോഗം lahariupayogam *(adj.)* dope
ലഹരിപാനീയം laharipaaniiyam *(n.)* liquor
ലഹരിപിടിക്കുക laharipippikkuka *(v.)* intoxicate
ലഹരിമയക്കം laharimayakkam *(n.)* narcosis
ലഹരിമരുന്ന് laharimarunnu *(n.)* drug
ലഹള lahala *(n.)* affray
ലഹളകൂട്ടുക lahala kuuttuka *(v.)* revolt
ലാക്ക് laakk *(n.)* intent
ലാക്ഷണികമായ laakshanikamaaya *(adj.)* figurative
ലാത്തി laaththi *(n.)* baton
ലാത്തുക laaththuka *(v.)* stroll
ലാഭം laabham *(n.)* gain
ലാഭം laabham *(n.)* profit
ലാഭകരമായ laabhakaramaaya *(adj.)* profitable
ലാഭകരമായി laabhakaramaayi *(adj.)* gainful
ലാഭത്തിലാവുക laabhaththilaavuka *(v.)* profit
ലാഭമുണ്ടാക്കുക laabhamundakkuka *(v.)* gain
ലാഭവിഹിതം laabhavihitham *(n.)* dividend
ലാഭവീതം laabhaveetham *(n.)* bonus
ലാഭേച്ഛയില്ലാത്ത laabhechchayillaaththa *(adj.)* non-profit
ലായകം laayakam *(n.)* solvent
ലായനി laayani *(n.)* batter
ലാളിക്കുക laalikkuka *(v.)* caress
ലാളിക്കുക laalikkuka *(v.)* pet
ലാവണ്യവതി laavanyavathi *(n.)* belle
ലിംഗം lingan *(n.)* phallus
ലിംഗഭേദം lingabhedam *(n.)* gender
ലിംഗഹീനരായ lingaheenaraaya *(adj.)* asexual
ലിംഗാഗ്രചർമ്മം ഛേദിക്കുക lingagracharmmam chchedikkuka *(v.)* circumcise
ലിഖിതം likhitham *(n.)* document
ലിഖിതനിയമം likhithaniyammam *(n.)* statute
ലിപ്യന്തരണം ചെയ്യുന്നയാൾ lipyanthranam cheyyunnayaal *(n.)* transcriber
ലില്ലിച്ചെടി lillicheti *(n.)* lily
ലീലാവിനോദം liilavinodham *(v.)* dally
ലുബ്ധൻ lubdhan *(n.)* niggard
ലുബ്ധുള്ള lubdulla *(adj.)* scant
ലേഖകൻ lekhakan *(n.)* reporter
ലേഖനം lekhanam *(n.)* article
ലേഖനശില lekhanashila *(n.)* slate
ലേഖനസാമഗ്രി lekhanasamagri *(n.)* stationery
ലേഖനസാമഗ്രിവിക്രയി lekhanasamagrivikrayi *(n.)* stationer
ലേഖിനി lekhini *(n.)* pencil
ലേഖ്യശ്രേണി lekhyashreni *(n.)* file
ലേപനം lepanam *(n.)* vaseline
ലേപനം ചെയ്യുക lepanam cheyyuka *(v.)* smear
ലേബൽ label *(n.)* sticker
ലേലം lelam *(n.)* auction
ലേലം lelam *(n.)* bid
ലേലം വിളിക്കുക lelam vilikkuka *(v.)* bid
ലേലം വിളിക്കുന്നയാൾ lelam vilikkunnayaal *(n.)* bidder
ലേശം lesham *(adv.)* little

ലോകം lokam *(n.)* world

ലോകനിന്ദിതമായ lokanindhithamaaya *(adj.)* flagrant

ലോകപ്രിയമാക്കുക lokapriyamaakkuka *(v.)* popularize

ലോകവ്യവഹാരം lokavyvahaaram *(n.)* intercourse

ലോട്ട lotta *(n.)* cup

ലോഭിപ്പിക്കുക lobhippikkuka *(v.)* entice

ലോലമായ lolamaaya *(n.)* slight

ലോലമായ lolamaaya *(adv.)* tenuously

ലോലമായുള്ള lolamaayulla *(adj.)* slight

ലോഹം loham *(n.)* metal

ലോഹംപൂശുക lohampuushuka *(v.)* galvanize

ലോഹആപ്പ് lohaapp *(n.)* wedge

ലോഹക്കയ്യുറ lohakkaiyura *(n.)* gauntlet

ലോഹതുല്യമായ lohathulyamaaya *(adj.)* metallic

ലോഹപാളിയാക്കൽ lohapaaliyaakkal *(n.)* foliation

ലോഹപ്പാത്രം lohappaathram *(n.)* pail

ലോഹവാർപ്പുശാല lohavaarppushaala *(n.)* foundry

ലൈംഗിക നൃത്തം. laingika nruththam *(n.)* pole dancer

ലൈംഗികചുവയുള്ള പരിഹാസം laigikachuvayulla parihaasam *(n.)* eve-teasing

ലൈംഗികചോദന laingikachodana *(n.)* sex

ലൈംഗികത്വം laingikathwam *(n.)* sexuality

ലൈംഗികദാഹി laigikadaahi *(n.)* nymphomaniac

ലൈംഗികപ്രചോദകം laingikaprachodakam *(adv.)* sexily

ലൈംഗികബന്ധത്തിലേർപ്പെടുക laingikabaddhaththilerppetuka *(v.)* sex

ലൈംഗികമായ laingikamaaya *(adj.)* sexual

ലൈംഗികവൈകൃതം laingikavaikrutham *(n.)* perversion

ലൈംഗികസാഹിത്യം laigikasahityam *(n.)* erotica

ലൈംഗികാസക്തിയുള്ള laingikaasakthiyulla *(adj.)* virile

ലോകസഞ്ചാരി lokasanchaari *(n.)* globetrotter

ലോഹതന്തു lohathanthu *(n.)* filament

ലോഹധാതു lohadhaathu *(n.)* zinc

ലോഹപ്പണിക്കാരൻ lohappaanikkaaran *(n.)* smith

ലോഹസങ്കരം lohasangaram *(n.)* alloy

ലൗകികജ്ഞാനമുള്ള loukikanjanamu *(adj.)* sophisticated

ലൗകികമായ loukikamaaya *(adj.)* worldly

ലംഘകൻ langhakan *(n.)* transgression

ലംഘിക്കുക langhikkuka *(v.)* breach

ലംഘിക്കുക langhikkuka *(v.)* violate

ലംബം lambam *(n.)* perpendicular

ലംബമാനമായ lambamaanamaaya *(adj.)* vertical

വ

വകതിരിവില്ലാത്ത vakathirivillaaththa *(adj.)* indiscriminate

വകതിരിവ് vakathiriv *(n.)* sapience

വകുപ്പീകരണം vakuppiikaranam *(n.)* departmentalization

വകുപ്പ് vakupp *(n.)* department

വക്കാലത്ത് vakkaalathth *(n.)* advocacy

വക്കീൽ vakkil *(n.)* lawyer

വക്ക് vakk *(n.)* verge

വക്താവ് vakthaav *(n.)* spokesman

വക്രത vakrutha *(n.)* crook

വക്രത vakratha *(n.)* curve

വക്രതയുള്ള vakrathayulla *(n.)* bent
വക്രദൃഷ്ടി vakradrushti *(n.)* squint
വക്രമാക്കുക vakeamaakkuka *(v.)* distort
വക്രിച്ച vakricha *(adj.)* wry
വക്രീകരിക്കുക vakriikarikkuka *(v.)* curve
വക്രീഭാവം vakriibhaavam *(n.)* curvature
വജ്രം vajram *(n.)* diamond
വഞ്ചകൻ vanchakan *(n.)* rogue
വഞ്ചന vanchana *(n.)* knavery
വഞ്ചനാപരമായ vanchanaaparamaaya *(adj.)* delusional
വഞ്ചനാപരമായ vanchanaaparamaaya *(adj.)* fraudulent
വഞ്ചി vanchi *(n.)* boat
വഞ്ചിക്കുക vanchikkuka *(v.)* betray
വഞ്ചിക്കുന്നയാൾ vanchikkunnayaal *(n.)* cheater
വഞ്ചിതൻ vanchithan *(n.)* dupe
വഞ്ചിതുഴയുക vanchithuzhayuka *(v.)* yacht
വടക്കുദിശ vatakkudisha *(adj.)* north
വടക്കുനോക്കിയന്ത്രം vatakkunokkiyanthram *(n.)* compass
വടക്കുള്ള vatakkulla *(adj.)* northern
വടക്കോട്ടുപോകുന്ന vatakkottu pokunna *(adv.)* northerly
വടക്ക് vatakk *(n.)* north
വടിവ് vativ *(n.)* contour
വടു vatu *(n.)* scar
വടു vatu *(n.)* speck
വടു vatu *(n.)* spot
വട്ടം vattam *(n.)* round
വട്ടത്തിലുള്ള ചെറിയ റൊട്ടി vattaththilulla cheriya rotti *(n.)* bun
വട്ടി vatti *(n.)* scuttle
വണങ്ങുക vananguka *(v.)* adore
വണ്ടി vandi *(n.)* car
വണ്ടി vandi *(n.)* van

വണ്ടി നിന്നുപോവുക vandi ninnupokuka *(v.)* stall
വണ്ടി ഓടിക്കുന്നയാൾ vandiyotikkunnayaal *(n.)* driver
വണ്ടി പിടിക്കൽ vandi pidikkal *(n.)* boarding
വണ്ടിക്കാരൻ vandikkaran *(n.)* cabby
വണ്ടിക്കൂലി vandikkuli *(n.)* cartage
വണ്ടിച്ചക്രം vandichakram *(n.)* wheel
വണ്ടിയോടിക്കുക vandiyotikkuka *(v.)* drive
വണ്ണമുള്ളയാൾ vannamullayaal *(n.)* podge
വത്തക്ക vaththakka *(n.)* melon
വദനം vadanam *(n.)* face
വദനസുരതം vadanasuratham *(n.)* fellatio
വധിക്കൽ vadhikkal *(n.)* kill
വധിക്കുക vidhikkuk *(v.)* assassinate
വധശിക്ഷ വിധിക്കുക vadhashikshavidhikkuka *(v.)* sentence
വധു vadhu *(n.)* bride
വധുവിനെ സംബന്ധിച്ച vadhuvine sambandhicha *(adj.)* bridal
വധുവിന്റെ തോഴി vadhuvinte thozhi *(n.)* bridesmaid
വന മരങ്ങൾ നട്ടുവളർത്തുന്നയാൾ vanamarangal nattuvalarththunnayaal *(n.)* sylviculturist
വനത്തിൽ വസിക്കുന്ന vanahthil vasikkunna *(adj.)* xylophilous
വനനശീകരണം vananshiikaranam *(n.)* deforestation
വനപഥം vanapatham *(n.)* glade
വനപാലകൻ vanapaalakan *(n.)* forester
വനപ്രദേശം vanapradesham *(n.)* forest
വനവൽകരിക്കുക vanavalkarikkuka *(v.)* afforest
വനസംരക്ഷണം vanadamrakshanam *(n.)* forestry

വനാന്തം vanaantham *(adj.)* wild
വനോദ്യോഗസ്ഥൻ vanodyogasthan *(n.)* ranger
വൻകര vankara *(n.)* continent
വന്ദിക്കുക vanddhikkuka *(v.)* venerate
വന്ദ്യനായ vandyanaaya *(adj.)* reverend
വന്ധ്യംകരണം vanddhyamkaranam *(n.)* sterilization
വന്ധ്യകരണശസ്ത്രക്രിയ vanddhyamkaranashasthrakriya *(n.)* vasectomy
വന്ധ്യത vanddhyatha *(n.)* sterility
വന്ധ്യമാക്കുക vanddhyamaakkuka *(v.)* sterilize
വന്ധ്യമായ vanddhyamaaya *(adj.)* sterile
വന്നുകാണൽ vannukaanal *(n.)* visit
വന്നുകൂടുക vannukuutuka *(v.)* occur
വന്നുപെടുക vannupetuka *(v.)* happen
വന്നെത്തുക vanneththuka *(v.)* arrive
വന്യ സസ്യം vanasasyam *(n.)* geranium
വന്യജീവിനിരീക്ഷണകേന്ദ്രം vanyajiiviniriikshanakendram *(n.)* hide
വന്യമാകുക vanyamaakuka *(v.)* savage
വന്യമായ vanyamaaya *(adj.)* savage
വന്യമായി vanyamaayi *(adv.)* savagely
വന്യമാവൽ vanyamaaval *(n.)* savage
വമ്പുപറച്ചിൽ vambuparachil *(n.)* quack
വമ്പുപറച്ചിൽ vambuparachil *(v.)* brag
വമ്പ് vamb *(n.)* swagger
വയമ്പുചെടി vayampucheti *(n.)* lilac
വയർ vayar *(n.)* belly
വയറിളക്കം vayarilakkam *(n.)* dysentery
വയറുകീറി കുടലെടുക്കുക vayarukiiri kutaletukkuka *(v.)* eviscerate
വയറുവേദന vayaruvedana *(n.)* colic
വയറ് vayaru *(n.)* stomach
വയറ്റാട്ടി vayattatti *(n.)* midwife
വയലിൻ violin *(n.)* violin
വയസ്സുമൂത്ത vayassumuuththa *(adj.)* elder
വയസ്സ് vayass *(n.)* age
വയ്ക്കൽ vaykkal *(n.)* put
വയ്ക്കുക vaykkuka *(v.)* place
വര vara *(n.)* line
വരട്ടുക varattuka *(v.)* braise
വരട്ടുചൊറി varattuchori *(n.)* eczema
വരേണ്യപ്രമാണി varenya pramaani *(n.)* socialite
വരൻ varan *(n.)* bridegroom
വരമ്പിലൂടെ പോകുക varambilute pokuka *(v.)* skirt
വരയ്ക്കുക varaykkuka *(v.)* draw
വരവരയ്ക്കുക varavaraykkuka *(v.)* line
വരവു ചെലവു മതിപ്പ് varav chelav mathipp *(n.)* budget
വരവുചെലവു കണക്ക് ബുക്ക് varavuchelavu kanakk book *(n.)* shopbook
വരവുചെലവുകണക്ക് varavuchelavukanakk *(n.)* account
വരവുചെലവുവിവരപ്പട്ടിക varavuchelavuvivarappattika *(n.)* balance sheet
വരവ് varav *(n.)* income
വരി vari *(n.)* queue
വരിക varika *(v.)* come
വരികൾ varikal *(n.)* lyric
വരിക്കാരാവുക varikkaaravuka *(v.)* subscribe
വരിക്കുക varikkuka *(v.)* espouse
വരിനിൽക്കുക varinilkkuka *(v.)* queue
വരിയായിനിരത്തൽ variyaayiniraththal *(n.)* alignment
വരിയായിനിറുത്തുക variyaayi nirththuka *(n.)* lining

വരിയായിവയ്ക്കുക variyayivaykkuka *(v.)* align

വരിയുടച്ച കാള variyudacha kaala *(n.)* bullock

വരിയുടച്ച മൃഗം variyutacha mrugam *(n.)* gelding

വരിയുടയ്ക്കൽ variyutakkal *(n.)* emasculation

വരിസംഖ്യ varisankhya *(n.)* subscription

വരുണഗ്രഹം varunagraham . *(n.)* Neptune

വരുത്തിവയ്ക്കുക varuththivaykkuka *(v.)* incur

വരെ vare *(conj.)* till

വരേക്കും varekkum *(prep.)* till

വരേണ്യത varenyatha *(n.)* elite

വരേണ്യമാർഗ്ഗം varenyamaargam *(adj.)* elite

വർഗ്ഗസ്നേഹി varggasnehi *(adj.& n.)* chauvinist

വർഗ്ഗീകരണം varggeekaranam *(n.)* assortment

വർഗ്ഗീയമനോഭാവം varggiiyamanobhaavam *(n.)* racialism

വർഗ്ഗീയമായ varggiiyamaaya *(adj.)* racial

വർജ്ജിക്കുക varjjikkuka *(v.)* abstain

വർജ്ജിക്കുക varjjikkuka *(v.)* eschew

വർണാഭമായ varnaabhamaaya *(adj.)* colourful

വർണ്ണം varnnam *(n.)* colour

വർണ്ണം varnnam *(n.)* paint

വർണ്ണച്ചോക്ക് varnnachalk *(n.)* crayon

വർണ്ണന varnnana *(n.)* description

വർണ്ണനം varnnanam *(n.)* depiction

വർണ്ണപ്പകിട്ടുള്ള varnnappakittulla *(adj.)* flamboyant

വർണ്ണപ്പൂശ് varnnaapposhu *(n.)* daub

വർണ്ണഭേദമില്ലാത്ത varnnabhedamillaththa *(adj.)* achromatic

വർണ്ണരാജി varnnaraaji *(n.)* spectrum

വർണ്ണലോപം varnnalopam *(n.)* elision

വർണ്ണവിന്യാസ ശാസ്ത്രപരമായ varnnavinyaasa shaasthraparamaaya *(adj.)* orthographic

വർണ്ണവിന്യാസത varnnavinyaasatha *(n.)* orthograph

വർണ്ണവിന്യാസപഠിതാവ് varnnavinyaasa patithaav *(n.)* orthographer

വർണ്ണവിവേചനം varnnavivechanam *(n.)* apartheid

വർണ്ണശബളത varnnashabalatha *(n.)* mottle

വർണ്ണാങ്കിത ചിഹ്നം varnnaankitha chihnam *(n.)* stripe

വർണ്ണാന്ധമായ varnnaandhamaaya *(adj.)* colour-blind

വർത്തകൻ varththakan *(n.)* shopkeeper

വർത്തമാനം varththamaanam *(n.)* conversation

വർത്തമാനപത്രം varththamaanappathram *(n.)* newspaper

വർത്തുളമായ varththulamaaya *(adj.)* circular

വർദ്ധന vardhana *(n.)* augmentation

വർദ്ധന varddhana *(n.)* increase

വർദ്ധന varddhana *(n.)* increment

വർദ്ധനവ് vardhanav *(n.)* accession

വർദ്ധനവ് vardhanav *(n.)* accretion

വർദ്ധനവ് varddhanav *(n.)* enhancement

വർദ്ധിപ്പിക്കുക vardhippikkuka *(v.)* augment

വർദ്ധിപ്പിക്കുക varddippikkuka *(v.)* propagate

വർഷകാലം varshakaalam *(n.)* monsoon

വർഷാർദ്ധം varshaarddham *(n.)* semester

വർഷിക്കുന്ന varshikkunna *(adj.)* rainy

വർണ്ണചോക്ക് varnnachalk *(n.)* pastel

വർണ്ണതൂവാല varnnathoovaala *(n.)* bandana

വർണ്ണിക്കുക varnnikkuka *(v.)* depict

വർഷം varsham *(n.)* year

വർഷിക്കുക varshikkuka *(v.)* shower

വറക്കുക varakkuka *(v.)* fry

വറുക്കൽ varukkal *(n.)* decrepitation

വറ്റിക്കുക vattikkuka *(v.)* drain

വല vala *(n.)* net

വലംകൈ valamkai *(n.)* adherent

വലതുകളിക്കാരൻ valathukalikkaaran *(n.)* mid-off

വലത്തേക്ക് valathekk *(adj.)* right

വലപോലുള്ള valapolulla *(adj.)* webby

വലയം ചെയ്യുക valayam cheyyuka *(v.)* encircle

വലയിട്ടു പിടിക്കുക valayittu pitikkuka *(v.)* lure

വലയിതമായ valayithamaaya *(adj.)* ambient

വലയിൽപ്പെടുത്തുക valayilppeturhthuka *(v.)* net

വലവീശി മീൻപിടിക്കുക valaviishi miinpitikkuka *(v.)* trawl

വലി vali *(n.)* pull

വലിക്കാനാകുന്ന valikkaanaakunna *(adj.)* tensioned

വലിക്കുക valikkuka *(v.)* tug

വലിച്ചടയ്ക്കൽ valichataykkal *(n.)* slam

വലിച്ചടുപ്പിക്കുക valichatuppikkuka *(v.)* pull

വലിച്ചിൽ valichil *(n.)* stretch

വലിച്ചിഴയ്ക്കൽ valichizhaykkal *(n.)* drag

വലിച്ചിഴയ്ക്കുക valichizhaykkuka *(v.)* drag

വലിച്ചുകൊണ്ടുപോകുക valichukondu pokuka *(v.)* train

വലിച്ചുമുറുക്കുക valichu murukkuka *(v.)* tighten

വലിച്ചുവാരി തിരയൽ valichuvaarithirayal *(n.)* rummage

വലിച്ചുവാരി തിരയുക valichuvaarithirayuka *(v.)* rummage

വലിച്ചുവാരിതിന്നുക valichuvaarithinnuka *(v.)* engorge

വലിച്ചെടുക്കൽ valichedukkal *(n.)* absorption

വലിച്ചെറിയുക valicheriyuka *(v.)* fling

വലിഞ്ഞു നില്ക്കുന്ന valinju nilkkunna *(adj.)* taut

വലിഞ്ഞുകയറൽ valinjukayaral *(n.)* intrusion

വലിഞ്ഞുനിൽക്കുന്നതായി valinju nilkkunnathaayi *(adv.)* tautly

വലിപ്പമുള്ള valippamulla *(adj.)* bulky

വലിപ്പുപെട്ടി valippupetti *(n.)* commode

വലിയ valiya *(adj.)* sizable

വലിയ ചെമ്മീൻ valiya chemmiin *(n.)* lobster

വലിയ സുതാര്യമായ പന്ത് valiya suthaaryamaaya panth *(n.)* Zorb

വലിയുക valiyuka *(v.)* stretch

വലിവ് valiv *(n.)* pant

വലുതല്ലാത്ത valuthallaaththa *(adj.)* small

വലുതാക്കിക്കാട്ടുക valuthaakkikattuka *(v.)* magnify

വലുതാക്കുക valuthaakkuka *(v.)* enlarge

വലുതായ valuthaaya *(adj.)* macro

വലുത് valuth *(adj.)* big

വല്ല oru *(art.)* an

വല്ലകി vallaki *(n.)* lute

വല്ലപ്പോഴും vallappozhum *(adv.)* sometime

വല്ലപ്പോഴുമുള്ള vallappozhumulla *(adj.)* occasional
വല്ലഭത്വം vallabhathwam *(n.)* potency
വല്ലഭത്വം vallabhathwam *(n.)* potentiality
വല്ലരി vallari *(n.)* creeper
വല്ലായ്മ vallayma *(n.)* ailment
വള vala *(n.)* bangle
വളം valam *(n.)* fertilizer
വളക്കൂറുള്ള valakkoorulla *(adj.)* fertile
വളച്ചുവാതിൽനിരകൾ valachchuvaathilnirakal *(n.)* arcade
വളച്ചൊടിക്കുക valachotikkuka *(v.)* twist
വളഞ്ഞ valanja *(n.)* sag
വളഞ്ഞു പുളഞ്ഞു പോവുക valanju pulanju povuka *(v.)* snake
വളഞ്ഞു പുളഞ്ഞൊഴുകുക valanjupulanjozhukua *(v.)* meander
വളഞ്ഞുപുളഞ്ഞ valanjupulanja *(adj.)* zigzag
വളഞ്ഞുപുളയുക valanjupulayuka *(v.)* zigzag
വളപ്പ് valapp *(n.)* plot
വളമിടുക valamituka *(v.)* manure
വളമിടുക valamituka *(v.)* nourish
വളയാത്ത valayaaththa *(adj.)* straightforward
വളയുക valayuka *(v.)* bend
വളയുന്ന valayunna *(adj.)* flexible
വളയ്ക്കാനാവാത്ത valaykkaanavaaththa *(adj.)* rigid
വളയ്ക്കാവുന്ന valaykkaavunna *(adj.)* supple
വളയ്ക്കുക valaykkuka *(v.)* span
വളരുക valaruka *(v.)* grow
വളരുന്ന valarunna *(adj.)* budding
വളരെ valare *(adj.)* many
വളരെ ചെറുത് valare cheruth *(adj.)* shortish
വളരെച്ചെറിയ valarecheriya *(adj.)* minuscule
വളരെയധികം valateyadhikam *(n.)* sich
വളരെയധികമുള്ള valareyadhikamulla *(adj.)* aplenty
വളരെയേറെ valareyere *(adj.)* most
വളർച്ച valarcha *(n.)* growth
വളർച്ച നിലച്ച valarchanilacha *(adj.)* scrubby
വളർച്ച മുരടിച്ച valarcha muraticha *(adj.)* dwarf
വളർച്ചമുരടിക്കുക valarcha muratikkuka *(v.)* retard
വളർത്തമ്മ valarththamma *(n.)* nanny
വളർത്തുക valarththuka *(v.)* nurture
വളർത്തുന്നവൻ valarththunnavan *(n.)* grower
വളർത്തുപക്ഷി valarththupakahi *(n.)* poultry
വളർത്തുളമായ varththulamaaya *(adj.)* elliptic
വളർന്നുപോകുക valarnnupokuka *(v.)* outgrow
വളർത്തുമൃഗം valarththumrugam *(n.)* pet
വളവും തിരിവും valavum thirivum *(n.)* zigzag
വളിച്ചുപോയ valichchupoya *(adj.)* musty
വള്ളപ്പുര vallappura *(n.)* boathouse
വള്ളിക്കുടിൽ vallikkudil *(n.)* bower
വള്ളിക്കൊടി vallikkoti *(n.)* tendril
വള്ളിക്കൊട്ട vallikkotta *(n.)* crate
വള്ളിപ്പന്ന vallippanna *(n.)* ivy
വഴക്കം vazhakkam *(n.)* limber
വഴക്കമായ vazhakkamaaya *(adj.)* wont
വഴക്കമുള്ളതാക്കുക vazhakkamullathaakkuka *(v.)* limber
വഴക്കാളി vazhakkaali *(n.)* bully
വഴക്കാളി vazhakkali *(n.)* contender

വഴക്കാളി vazhakkali *(n.)* tinker
വഴക്കാളിയായ vazhakkaaliyaaya
(adj.) quarrelsome
വഴക്കിടുക vazhakkituka *(v.)* quarrel
വഴക്ക് vazhakk *(n.)* quarrel
വഴങ്ങാത്ത vazhangaaththa *(adj.)*
adamant
വഴങ്ങുക vazhanguka *(v.)* obey
വഴങ്ങുന്ന vazhangunna *(adj.)* limber
വഴറ്റുക vazhattuka *(v.)* saute
വഴി vazhi *(n.)* way
വഴി കണ്ടുപിടിക്കുക vazhi
kandupidikkuka *(v.)* circumvent
വഴി തിരിയുന്ന vazhi thiriyunna *(n.)*
turnout
വഴികാണിക്കുക vazhikaanikkuka
(v.) guide
വഴിക്ക് vazhikk *(prep.)* via
വഴിതടയുക vazhithatayuka *(v.)*
roadblock
വഴിതെറ്റിക്കൽ vazhithettikkal *(n.)*
misdirection
വഴിതെറ്റിക്കുക vazhithettikkuka *(v.)*
misdirect
വഴിതെറ്റിക്കുന്ന vazhithettikkunna
(adj.) deceptive
വഴിതെറ്റിത്തിരിയുന്ന
vashithettiththiriyunna *(adj.)* stray
വഴിത്തിരിവ് vazhiththiriv *(n.)* twist
വഴിപാടു നേരുക vazhipaatuneruka
(v.) devote
വഴിപിഴച്ച vazhipizhacha *(adv.)*
astray
വഴിപിഴപ്പിക്കുക
vazhipizhappikkuka *(v.)* misguide
വഴിപിഴപ്പിക്കുന്ന
vazhipizhappikkunna *(adj.)* seductive
വഴിപിഴയ്ക്കുക vazhipizhaykkuka
(v.) pervert
വഴിപോക്കൻ vazhipokkan *(n.)*
wayfarer
വഴിപ്പെടുക vazhippeduka *(v.)* comply

വഴിമധ്യേ vazhimadye *(adv.)* en route
വഴിമുടക്കി vazhimutakki *(n.)*
blockage
വഴിയായി vazhiyaayi *(adj.)* through
വഴിയൊരുക്കുക vazhiyorukkuka
(v.) pioneer
വഴിവക്കിലെഭക്ഷണശാല
vazhivakkile bhakshanashshaala *(n.)*
motel
വഴുക്കലായ vazhukkalaaya *(adj.)*
slippery
വഴുതനങ്ങ vazhuthananga *(n.)* brinjal
വഴുതൽ vazhutal *(n.)* glide
വഴുതിന vazhuthina *(n.)* aubergine
വഴുതിയോട്ടം vazhuthiyottam *(n.)*
skate
വഴുതുക vazhutuka *(v.)* glide
വഴുവഴുപ്പായ vazhuvazhuppaaya
(adj.) slimy
വഴുവഴുപ്പായ vazhuvazhuppaaya
(adj.) soapy
വശംവദനാകുന്ന
vashamvadanaakunna *(adj.)* prone
വശഗമായ vashagamaaya *(adj.)* tame
വശങ്ങളിലുള്ള ആയുധം
vashangalilulla aayudham *(n.)* sidearm
വശങ്ങളിലൊന്നാകുക
vashangalilonnaakuka *(v.)* facet
വശപ്പെടുത്തിവയ്ക്കുക
vashappetuththivaykkuka *(v.)* enslave
വശീകരണം vashiikaranam *(n.)*
enticement
വശീകരണം vashiikaranan *(n.)* lure
വശീകരണപ്പക്ഷി vashikaranappakshi
(n.) decoy
വശീകരിക്കുക vasheekarikkuka *(v.)*
allure
വശീഭവിക്കുക vashiibhavikkuka *(v.)*
succumb
വശ്യത vasyatha *(n.)* attraction
വശ്യമായ vasyamaaya *(adj.)* alluring
വശ്യമായി vasyamaayi *(n.)* enticer

വഷളാക്കൽ vashalaakkal *(n.)* spoil
വഷളാക്കുക vashalaakkukka *(v.)* aggravate
വഷളാക്കുക vashalaakkuka *(v.)* spoil
വഷളാവുക vashalaavuka *(v.)* worsen
വസതി vasathi *(n.)* abode
വസന്തകാലം vasanthakaalam *(n.)* spring
വസന്തകാലോചിതമായ vasanthakaalochithamaaya *(adj.)* vernal
വസന്തപിടിപെടുക vasanthapitipetuka *(v.)* plague
വസന്തരോഗം vasantharogam *(adj.)* plague
വസാഗുളം vasagulam *(n.)* glycerine
വസിക്കുക vasikkuka *(v.)* dwell
വസൂരി vasuuri *(n.)* smallpox
വസ്തിക്കുഴൽ vasthikkuzhak *(n.)* syringe
വസ്തു vasthu *(n.)* object
വസ്തുതാശേഖരം vasthuthaashekharam *(n.)* database
വസ്തുദാനം vasthudaanam *(n.)* endowment
വസ്തുനിഷ്ഠമായ vasthunishtamaaya *(adj.)* objective
വസ്തുവൽക്കരിക്കുക vasthuvalkkarikkuka *(v.)* materialize
വസ്ത്രം vasthram *(n.)* outfit
വസ്ത്രം ധരിക്കുക vasthram dharikkuka *(v.)* drape
വസ്ത്രങ്ങൾ vasthrangal *(n.)* clothes
വസ്ത്രധാരണം vasthradhaaranam *(n.)* dressing
വസ്ത്രധാരണരീതി vasthradhaaranariithi *(n.)* costume
വസ്ത്രനിർമ്മാതാവ് vasthranirmmaathaav *(n.)* dressmaker
വസ്ത്രശാല vasthrashaala *(n.)* hosiery
വഹനീയത vahaniiyatha *(n.)* portage
വഹിക്കൽ vahikkal *(n.)* tenue
വഹിക്കുക vahikkuka *(v.)* duct

വഹിക്കുക vahikkuka *(v.)* hold
വഹിക്കുന്ന vahikkunna *(n.)* bearing
വഹിച്ചുകൊണ്ടു പോവുക vahichukondupokuka *(n.)* transport
വാക്കാൽ vaakkaal *(n.)* oral
വാക്കാലുള്ള പരീക്ഷ vaakkaalulla pariiksha *(adj.)* viva voce
വാക്കുകളിലാക്കുക vaakkukalilaakkuka *(v.)* word
വാക്കുകൊടുക്കുക vaakkukotukkuka *(v.)* promise
വാക്കേറ്റം vaakkettam *(n.)* altercation
വാക്ക് vaakk *(n.)* word
വാക്ക്കൊണ്ട് vaakkukond *(adv.)* verbally
വാക്ചാതുര്യം vaakchaathuryam *(n.)* elocution
വാക്യബന്ധം vaakyabandham *(n.)* phraseology
വാക്യമാക്കുക vaakyamaakkuka *(v.)* phrase
വാക്യവിന്യാസം vaakyavinyaasam *(n.)* syntax
വാക്ശൈലി vaakshaili *(n.)* parlance
വാഗ്ദാനം vaagdaanam *(n.)* offer
വാഗ്ദാനം vaagdaanam *(n.)* pledge
വാഗ്ദാനംചെയ്യുക vaagdaanam cheyyuka *(v.)* pledge
വാഗ്ധാടിയുള്ള vaagdwaatiyulla *(adj.)* eloquent
വാഗ്പാടവശാസ്ത്രം vaagpaatavashaasthram *(n.)* rhetoric
വാഗ്മിയെസംബന്ധിച്ച vaagmiye sambanddhicha *(adj.)* oratorical
വാഗ്വാദം vaagwaadam *(n.)* disputation
വാഗ്വിലാസം vaagwilasam *(n.)* eloquence
വാങ്ങൽ vaangal *(n.)* purchase
വാങ്ങാനുള്ളവയുടെ പട്ടിക vaangaanullavayute pattika *(n.)* shopping list

വാങ്ങികൂട്ടുന്നയാൾ
vaangikkuttunnayaal *(n.)* shopaholic
വാങ്ങുക vaanguka *(v.)* buy
വാങ്മൂലമായ vaangmuulamaaya
(adv.) viva voce
വാചകക്കസർത്തുനടത്തുക
vaachakakkasaraththunataththuka *(v.)*
quibble
വാചാടോപമുള്ള vachotapamulla
(adj.) rhetorical
വാചാപരീക്ഷ vaachaapariiksha *(n.)*
viva voce
വാചാലത vaachaalatha *(n.)*
talkativeness
വാചാലമായി vaachaalamaayi *(adv.)*
talkatively
വാചികമായ vaachikamaaya *(adj.)*
verbal
വാചികമായി vaachikamaaya *(adv.)*
orally
വാഞ്ഛ vaanchha *(n.)* yearning
വാഞ്ഛയുള്ള vaanjchayulla *(adj.)*
desirous
വാടക vaataka *(n.)* lease
വാടകയ്ക്കു കൊടുക്കുക
vaatakaykk kotukkuka *(v.)* lease
വാടകവണ്ടി vaatakavandi *(n.)* taxicab
വാടകവാഹനം vaatakavaahanam
(n.) cab
വാടകവീട് vaatakaviit *(n.)* lodging
വാടുക vaatuka *(v.)* languish
വാട്ടുന്നതായ vaattunnathaaya *(adj.)*
seared
വാണിജ്യം vaanijyam *(n.)* business
വാണിജ്യകേന്ദ്രം vaanijya kendram
(n.) mart
വാണിജ്യമുദ്ര vaanijyamudra *(n.)*
brand
വാണിജ്യരേഖ vaanijyarekha *(n.)*
business card

വാണിജ്യവിഷകമായ
vaanijyavishayakamaaya *(adj.)*
mercantile
വാണിജ്യവിഷയകമായ vaanijya
vishayakamaaya *(adj.)* commercial
വാണിജ്യശാസ്ത്രം vaanijya sasthram
(n.) commerce
വാതകം vaathakam *(n.)* gas
വാതകമാക്കിയ vaathakamaakkiya
(adj.) gasified
വാതകമുള്ള vaathakamulla *(adj.)*
gassy
വാതകരൂപമാക്കൽ
vaathakaruupamaakkal *(n.)* gasification
വാതകസംബന്ധം
vaathakasambandham *(adj.)* gasesous
വാതകസമ്മർദ്ദിനി
vaathakasamnarddini *(n.)* pump
വാതകസാന്ദ്രീകരണയന്ത്രം
vaathaka saandreekaranam *(n.)*
compressor
വാതരോഗം vaatharogame *(n.)*
rheumatism
വാതവിഷയകമായ
vaathavishayakamaaya *(adj.)* rheumatic
വാതാവർത്തം vaathaavarththam *(n.)*
cyclone
വാതിലുകെട്ടുക vaathilukettuka *(v.)*
wall
വാതിൽ vaathil *(n.)* door
വാതിൽപ്പടി vaathilppati *(n.)* threshold
വാതിൽപ്പിടി vaathilppiti *(n.)*
doorknob
വാതിൽമണി vaathilmani *(n.)* doorbell
വാതുവയ്ക്കുക vaathuvaykkuka *(v.)*
wager
വാതുവയ്പ് vaathuvayp *(n.)* wager
വാതുവെപ്പുകാരൻ
vaathuveppukaaran *(n.)* bookmaker
വാദപ്രതിവാദം vaadaprathivaadam
(n.) debate

വാദമുഖം vaadamukham *(n.)* argument

വാദി vaadi *(n.)* accuser

വാദിക്കുക vaadikkuka *(v.)* argue

വാദിക്കുക vaadikkuka *(v.)* claim

വാദിച്ചുനിൽക്കാവുന്ന vadichunilkkaavunna *(adj.)* tenable

വാദ്യപരമായ vaadyaparamaaya *(adj.)* instrumental

വാദ്യമേളം vaadyamelam *(n.)* accompaniment

വാദ്യമേളക്കാരൻ vaadyamelakkaran *(n.)* instrumentalist

വാദ്യമേളത്തെസംബന്ധിച്ച vaadyamelaththe sambandhicha *(adj.)* orchestral

വാദ്യവൃന്ദം vaadyavrundm *(n.)* orchestra

വാനമ്പാടി vaanampaati *(n.)* lark

വാനരൻ vaanaran *(n.)* ape

വാപിളർക്കുക vaapilarkjuka *(v.)* gape

വാമനൻ vaamanan *(n.)* pigmy

വാമനൻ vaamanan *(n.)* pygmy

വാമൂടിക്കെട്ടുക vaamuutikkettuka *(v.)* muzzle

വാമൊഴിയായ vaamozhiyaaya *(adj.)* oral

വായ vaaya *(n.)* mouth

വായനക്കാർ vaayanakkaar *(n.)* reader

വായളവ് vaayalav *(n.)* sup

വായാടിപ്പക്ഷി vaayatippakshi *(n.)* magpie

വായാടിയായ vaayatiyaaya *(adj.)* talkative

വായിക്കത്തക്ക vaayikkaththakja *(adj.)* legible

വായിക്കാത്ത vaayikkaaththa *(adj.)* unread

വായിക്കുക vaayikkuka *(v.)* read

വായിട്ടലക്കുന്നയാൾ vaayittalakkunnayaal *(n.)* blabber

വായിൽ വെള്ളംവരൽ vaayil vellamvaral *(n)* drool

വായിൽക്കൊള്ളുന്നത് vayikkkollunnath *(n.)* mouthful

വായു vaayu *(n.)* air

വായു നിറയ്ക്കുക vaayu niraykkuka *(v.)* aerate

വായു മർദ്ദമാപിനി vaayu marddamaapini *(n.)* barometer

വായുക്ഷോഭം vaayukshobham *(n.)* flatulence

വായുക്ഷോഭമുള്ള vaayukshobhamulla *(adj.)* flatulent

വായുചലനശാസ്ത്രം vaayuchalanasasthram *(n.)* aerodynamics

വായുനിറച്ച മെത്ത vaayunirachcha metha *(n.)* airbed

വായുപ്രവാഹം vaayupravaaham *(n.)* draught

വായുമർദ്ദം കൊണ്ടു പ്രവർത്തിക്കുന്ന ചലനനിരോധയന്ത്രം vaayu marddam kond pravarththikkunna chalana nirodha yanthram *(n.)* airbrake

വായുവിലുള്ള vaayuvilulla *(n.)* airborne

വായുശുദ്ധീകരണി vaayusudheekarani *(n.)* air freshner

വായുശൂന്യ സ്ഥലം vaayushuunyasthalam *(n.)* vacuum

വായുസംബന്ധം vaayusambandham *(adj.)* atmospheric

വായുസഞ്ചാരം vaayusanchaaram *(n.)* ventilation

വായുസഞ്ചാരമില്ലാത്ത vaayusanchaaramillaaththa *(adj.)* stuffy

വായുസഞ്ചാരമുണ്ടാക്കുക vaayusanchaaramundaakkuka *(v.)* ventilate

വായുസഞ്ചാരമുള്ള vaayusancharamulla *(adj.)* airy

വായുസഞ്ചാരസൂത്രം
vaayusanchaarasuuthram *(n.)* ventilator

വായുസഞ്ചി vaayusanchi *(n.)* airbag

വായുസ്ഥിതിവിജ്ഞാനീയം
vaayusthithivinjaaneeyam *(n.)*
aerostatics

വായ് മൂടിക്കെട്ടുക
vaaymuutikettuka *(v.)* gag

വായ്ത്തല vaayththala *(n.)* blade

വായ്നീർ vaayniir *(n.)* spittle

വായ്നീർത്തുണി vayneerththuni *(n.)*
bib

വായ്പ vaaypa *(n.)* credit

വായ്പ കൊടുക്കുക vaaypa *(v.)*
loan

വായ്പ വാങ്ങുക vaaypa vaanguka
(v.) borrow

വായ്പാട്ടുകാരൻ vaaypaattukaaran
(n.) vocalist

വായ്പാട്ട് vaaypaatt *(adj.)* vocal

വായ്മൂടൽ vaaymuutal *(n.)* gag

വാരം vaaram *(n.)* week

വാരിയെല്ലിനെ സംബന്ധിച്ച
vaariyelline sambandhicha *(adj.)* costal

വാരിവിഴുങ്ങൽ vaarivizhungal
(adj.) gorge

വാരിവിഴുങ്ങുക vaarivizhunguka
(v.) devour

വാർത്ത vaarththa *(n.)* news

വാർത്താപത്രിക vaarththapatheika
(n.) journal

വാർത്താവാഹകൻ
vaarthaavaahakan *(n.)* courier

വാർദ്ധക്യം vaarddhakyam *(n.)* old age

വാർദ്ധക്യസഹജമായ vaarddhakya
sahajamaaya *(adj.)* senile

വാർപ്പ് vaarpp *(n.)* template

വാർമ്മികം parishishtam *(n.)* appendix

വാർഷിക വേതനം vaarshika
vethanam *(n.)* annuity

വാർഷികം vaarshikam *(n.)*
anniversary

വാർഷികമായ varshikamaaya *(adj.)*
annual

വാർഷികോത്സവം vaarshikolsavam
(n.) jubilee

വാർപ്പുണ്ടാക്കുക
vaarppundaakkuka *(v.)* template

വാറണ്ട് നൽകിയയാൾ warrant
nalkiyayaal *(n.)* warrantee

വാറൻറി കൊടുക്കുന്നയാൾ
warranty kotukkunnayaal *(n.)* warrantor

വാറ് vaaru *(n.)* brace

വാറ്റുക vaattuka *(v.)* brew

വാറ്റുകേന്ദ്രം vaattukendram *(n.)*
microbrewery

വാറ്റുശാല vaattushaala *(n.)* distillery

വാൽനക്ഷത്രം vaalnakshathram *(n.)*
loadstar

വാലിനോടടുത്തുള്ള
vaalinodatuththulla *(adj.)* caudal

വാലില്ലാക്കുരങ്ങ് valillaakurang *(n.)*
baboon

വാലുപിടിച്ചുവലിക്കുക
vaalupitichuvalikkuka *(v.)* tail

വാൽ vaal *(n.)* tail

വാൽഗോതമ്പ് vaalgothamb *(n.)*
barley

വാൽനക്ഷത്രം vaalnakshathram *(n.)*
comet

വാളൻപുളി vaalanpuli *(n.)* tamarind

വാൾ vaal *(n.)* sword

വാൾപ്പയറ്റ് vaalppayatt *(n.)* fencing

വാൾപ്പയറ്റ്
പരിശീലിക്കുന്നയാൾ
vaalpayattparishiilikkunnayaal *(n.)*
fencer

വാഴ vaazha *(n.)* plantain

വാഴിക്കുക vaazhikkuka *(v.)* ordain

വാഴ്ച vaazhcha *(n.)* reign

വാഴ്ത്തപ്പെട്ട vaazhthappetta *(adj.)*
beatific

വാഴ്ത്തപ്പെട്ടവനാക്കൽ
vaazhththappettavanaakkal *(n.)*
beatification
വാഴ്ത്തൽ vaazhththal *(n.)* laud
വാഴ്ത്തിപ്പറയുക
vaazhththipparayuka *(v.)* flatter
വാസം vaasam *(n.)* habitation
വാസം vaasam *(n.)* stay
വാസന vaasana *(n.)* aptitude
വാസന vaasana *(n.)* flavour
വാസന vaasana *(n.)* smell
വാസനത്തൈലം vaasanathailam *(n.)*
perfume
വാസനയുള്ള vaasanayulla *(adj.)*
fragrant
വാസനാവൈകൃതം
vaasanaavaikrutham *(n.)* sadism
വാസനിക്കാനാകുന്ന
vaasanikkaavunna *(adj.)* olfaltive
വാസനിക്കുക vaasanikkuka *(v.)* smell
വാസയോഗ്യമായ vaasayogyamaaya
(adj.) habitable
വാസസ്ഥാനം vaasasthaanam *(n.)*
residence
വാസ്തവത്തിൽ vaasthavaththil
(adv.) actually
വാസ്തവമല്ലാത്ത
vaasthavamallaththa *(adj.)* bogus
വാസ്തവമായ vaasthavamaaya *(adj.)*
genuine
വാസ്തുവിദ്യ vaasthuvidaya *(n.)*
architecture
വാസ്തുശില്പി vaasthushilpi *(n.)*
architect
വാഹകം vaahakam *(n.)* medium
വാഹകൻ vaahakan *(n.)* carrier
വാഹന ഓട്ടം vaahanaoottam *(n.)* road
race
വാഹനം vaahanam *(n.)* vehicle
വാഹനമിടിച്ച്ചത്ത vaahanamirich
chaththa *(n.)* roadkill

വാഹനവ്യൂഹം vaahanavyuuham
(n.) convoy
വാഹനസംബന്ധമായ
vaahanasambandhamaaya *(adj.)*
vehicular
വികട കേളിയായ vikata keliyaaya
(n.) burlesque
വികടനാടകം vikatanaatakam *(n.)*
farce
വികർഷിക്കുക vikarshikkuka *(v.)*
repel
വികലത vikalatha *(n.)* disability
വികലമാക്കുക vikalamaakkuka *(v.)*
rack
വികലമാക്കുക vikalamaakkuka *(v.)*
vitiate
വികലമായ vikalamaaya *(adj.)*
defective
വികലാംഗമായിത്തീർന്ന
vikalaankamaayithiirnna *(adj.)* disabled
വികൽപം vikalpam *(n.)* doubt
വികല്പം vikalpam *(n.)* misgiving
വികല്പം vikalpam *(n.)* query
വികസിക്കാതിരിക്കുക
vikasikkaathirikkuka *(v.)* depauperate
വികസിതമായ vikasithamaaya *(adj.)*
advanced
വികസിപ്പിക്കുക vikasippikkuka *(v.)*
amplify
വികസിപ്പിക്കുന്നയാൾ
vikasippikkunnayaal *(n.)* developer
വികസ്വരമാകുക
vikaswaramaakkuka *(v.)* expand
വികാരതരളിതമായ
vikaaratharalamaaya *(adj.)* maudlin
വികാരതീവ്രമായ
vikaarathiivramaaya *(adj.)* vehement
വികാരപാരമ്യത്തിലായ
vikaarapaaramyaththilaaya *(adj.)*
orgasmic
വികാരവിരേചനം
vikaaravirechanam *(n.)* catharsis

വികാരി vikaari *(n.)* parson

വികിരണം vikiranam *(n.)* radiation

വികിരണം ചെയ്യുക vikiranam cheyyuka *(v.)* radiate

വികൃതമാക്കുക vikruthamaakkuka *(v.)* disfigure

വികൃതവൃദ്ധ vikrutha vruddha *(n.)* hag

വികൃതിയായ vikruthiyaaya *(adj.)* naughty

വികേന്ദ്രീകരിക്കുക vikendrikarikkuka *(v.)* decentralize

വികേന്ദ്രീകൃതം vikendriikarutham *(n.)* polycentrism

വികേന്ദ്രീകൃതമായ vikendriikaruthamaaya *(adj.)* polycentric

വിക്കിപ്പറയുക vikkipparayuka *(v.)* stammer

വിക്ക് vikku *(n.)* stammer

വിക്രമം vikramam *(n.)* gallantry

വിക്രയപ്പത്രം vikrayappathram *(n.)* invoice

വിക്രിയ vikriya *(n.)* freak

വിക്ഷേപണം vikshepanam *(n.)* launch

വിക്ഷേപണശാസ്ത്രം vikshepana shasthram *(n.)* ballistics

വിക്ഷേപിക്കുക vikshepikkuka *(v.)* launch

വിക്ഷേപിണിയന്ത്രവിദ്യ vikshepiniiyanthravidya *(n.)* radio

വിഖ്യാതമാകുക vikhyaathamaakuka *(v.)* star

വിഖ്യാതി vikhyaathi *(n.)* renown

വിഗഹവീക്ഷണം vihagaveekshanam *(n.)* conspectus

വിഗ്രഹഭഞ്ജകനായ vigrahabhanjakanaaya *(adj.)* iconoclastic

വിഗ്രഹാരാധകൻ vigrahaaraadhakan *(n.)* idolater

വിഗ്രഹാരാധന vigrahaaraadhana *(n.)* paganism

വിഗ്രഹാരാധനാപരമായ vigrahaaraadhana paramaaya *(adj.)* paganistic

വിഗ്രഹോപാസകനായ vigrahopaasakanaaya *(adj.)* pagan

വിഗ്രഹോപാസകൻ vigrahopaasakan *(n.)* pagan

വിഘടനം vighatanam *(n.)* decomposition

വിഘ്നം vighnam *(n.)* interruption

വിഘ്നം vighnam *(n.)* obstruction

വിഘ്നപ്പെടുത്തുക vighnappetuththuka *(v.)* hinder

വിഘ്നപ്പെടുത്തുക vighnappetuththuka *(v.)* intercept

വിഘ്നപ്പെടുത്തുക vighnappetuththuka *(v.)* interrupt

വിഘ്നമുണ്ടാക്കുക vighnamundaakkuka *(v.)* handicap

വിചക്ഷണത vichakshanatha *(n.)* efficiency

വിചക്ഷണനായ vichashananaaya *(adj.)* shrewd

വിചാരണ vichaarana *(n.)* trial

വിചാരണത്തടവ് vichaaranathatav *(n.)* remand

വിചാരണയിലിരിക്കുന്ന vicharanayilirikkunna *(adj.)* subjudice

വിചാരശൂന്യമായി പറയുക vichaarashoonyamaayi parayuka *(v.)* blurt

വിചാരിപ്പുകാരൻ vichaarippukaaran *(n.)* curator

വിചിത്രത vichithratha *(adv.)* singularly

വിചിത്രഭ്രമം vichithrabhramam *(n.)* fad

വിചിത്രമായ vichithramaaya *(adj.)* strange

വിചിത്രമായ vichithramaaya *(adj.)* weird
വിചിത്രമായിരിക്കുക vichithramaayirikkuka *(v.)* freak
വിചിത്രരൂപമായ vichithraruupamaaya *(adj.)* grotesque
വിചിത്രവിഡ്ഢി vichithraviddi *(n.)* gooney
വിചിത്രസ്വഭാവമുള്ള vichithraswabhaavamulla *(adj.)* quirky
വിച്ഛേദം vichhedam *(n.)* separation
വിച്ഛേദിക്കുക vichchedikkuka *(n.)* cut-off
വിച്ഛേദിക്കുക vichchedikkuka *(v.)* disconnect
വിജനം vijanam *(n.)* outback
വിജനനഗരം vijayanagaram *(n.)* ghost town
വിജനമാക്കുക vijanamaakkuka *(v.)* desolate
വിജനമായ vijanamaaya *(adj.)* desolate
വിജയം vijayam *(n.)* success
വിജയം വരിച്ച vijayam varicha *(adj.)* successful
വിജയനില vijayanila *(n.)* scorecard
വിജയബിന്ദു vijayabindhu *(n.)* game point
വിജയസാദ്ധ്യത vijayasaadyatha *(n.)* prospect
വിജയി vijayi *(n.)* achiever
വിജയിക്കുക vijayikkuka *(v.)* win
വിജയിയായ vijayiyaya *(adj.)* victorious
വിജയിയായിആദരിക്കപ്പെടുക vijayiyaayi aadarikkapetuka *(v.)* podium
വിജ്ഞാനം vinjaanam *(n.)* knowledge
വിജ്ഞാനം vinjaanam *(n.)* lore
വിജ്ഞാനപരമായ vinjaanaparamaaya *(adj.)* knowledgeable
വിജ്ഞാനപരീക്ഷ vinjaanapariiksha *(v.)* quiz
വിജ്ഞാപനം vinjaapanam *(n.)* communique
വിട vita *(exclam.)* adieu
വിടൻ vitan *(n.)* sensualist
വിടപറയൽ vitaparayal *(interj.)* farewell
വിടവാങ്ങൽ vitavaangal *(n.)* farewell
വിടവിടുക vitavituka *(v.)* slit
വിടവുണ്ടാകുക vitavyndaakuka *(v.)* gap
വിടവ് vitav *(n.)* lacuna
വിടവ് vitav *(n.)* split
വിടുതൽ vituthal *(n.)* deliverance
വിടുതൽ രേഖ viduthal rekha *(n.)* waiver
വിടുപണി vitupani *(n.)* sycophancy
വിടുഭോഷനായ vitubhoshanaaya *(adj.)* gawky
വിടുഭോഷൻ vitubhoshan *(n.)* simpleton
വിടുവായനായ vituvaayanaaya *(adj.)* telltale
വിടുവായൻ vituvaayan *(n.)* gawk
വിടുവിക്കുക vituvikkuka *(v.)* rid
വിട്ടയയ്ക്കുക vittayakkuka *(v.)* discharge
വിട്ടുകളഞ്ഞ vittukalanja *(v.)* ellipse
വിട്ടുകളയുക vittukalayuka *(v.)* waive
വിട്ടുകൊടുക്കുക vittukotukkuka *(v.)* forgo
വിട്ടുപോകുന്നയാൾ vittupokunnayaal *(n.)* secessionist
വിട്ടുപോവുക vittupovuka *(v.)* desert
വിട്ടുപോവുക vittipovuka *(v.)* disband
വിട്ടുവീഴ്ചയില്ലാത്ത vittuviizhchayillaaththa *(adj.)* rulebound
വിട്ട് vitt *(prep.)* off
വിഡംബകൻ vidambakam *(n.)* ventriloquist

വിഡ്ഢി viddi *(n.)* blockhead
വിഡ്ഢി viddi *(n.)* fool
വിഡ്ഢിത്തം viddiththam *(n.)* follies
വിഡ്ഢിത്തരം കാണിക്കുക viddiththaram kanikkuka *(v.)* goof
വിഡ്ഢിയാക്കുക viddiyaakkuka *(v.)* fool
വിണ്ടുപോകുക vindupokuka *(v.)* split
വിതയ്ക്കുക vithaykkuka *(v.)* sow
വിതരണം vitharanam *(n.)* distribution
വിതരണം vitharanam *(n.)* supply
വിതരണം ചെയ്യുക vitharam cheyyuka *(v.)* distribute
വിതറുക vitharuka *(v.)* diffuse
വിതറുക vitharuka *(v.)* strew
വിതാനിക്കൽ vithaanikkal *(n.)* decoration
വിത്തറ viththara *(n.)* pod
വിത്തുകുതിര viththukuthira *(n.)* stallion
വിത്തുത്പാദിപ്പിക്കുക viththulpadippikkuka *(v.)* seed
വിത്തുപാകൽ viththupaakap *(n.)* sow
വിത്ത് vithth *(n.)* grain
വിത്ത് vithth *(n.)* seed
വിദഗ്ദ്ധാഭിപ്രായാന്വേഷണം vidagdhaabhipraayaanweshanam *(n.)* consultation
വിദഗ്ദ്ധ vidagdha *(n.)* expert
വിദഗ്ദ്ധപാഠം vidagddhapaatam *(n.)* master class
വിദഗ്ദ്ധമായ vidagddhamaaya *(adj.)* skilful
വിദഗ്ദ്ധോപദേശി vidaghdipadeshi *(n.)* consultant
വിദൂര ധനവിനിമയം viduura dhanavinimayam *(n.)* telebanking
വിദൂരഉപഭോക്താവ് viduura upabhookathaav *(n.)* teleshopper
വിദൂരത്തിൽ vidooraththil *(adj.)* far
വിദൂരദർശിനി vidooradarshini *(n.)* cable television
വിദൂരപത്രപ്രവർത്തനം viduura pathrapravarththanam *(n.)* telejournalism
വിദൂരമായ vidooramaaya *(adj.)* remote
വിദൂരമാർഗദർശി viduuramaargadarshi *(n.)* teleguide
വിദൂരവിനിമയം viduuravimimayam *(n.)* teleport
വിദൂരവിനിമയം നടത്തുക viduuravinimayam nataththuka *(v.)* teleport
വിദൂരവിനിമയസംവിധാനം viduuravinimaya samvidaanam *(n.)* teleportation
വിദൂരസ്ഥമായ vidoorasthamaaya *(adj.)* faraway
വിദൂഷകൻ viduushakan *(adj.)* zany
വിദൂഷകൻ vidooshakan *(n.)* buffoon
വിദേശ വികർഷണം videsha vikarshanam *(n.)* xenophobe
വിദേശം videsham *(adv.)* abroad
വിദേശഗമനം videshagamanam *(n.)* emigration
വിദേശാകർഷണം videshaakarshanam *(n.)* xenophile
വിദേശാഭിമുഖ്യം videshaabhimukhyam *(n.)* xenomania
വിദേശി videshi *(n.)* foreigner
വിദേശിയായ videshiyaaya *(adj.)* foreign
വിദ്യാനാട്യം vidyaanaatyam *(n.)* pedantic
വിദ്യാനാട്യക്കാരൻ vidyaanaatyakkaaran *(n.)* pedant
വിദ്യാപീഠം vidyapeedam *(n.)* academy
വിദ്യാഭ്യാസം vidyaabhyaasam *(n.)* education
വിദ്യാർത്ഥി vidyaarththi *(n.)* student

വിദ്യാർത്ഥിവേതനം vidhyaarthi vethanam *(n.)* scholarship
വിദ്യാലയാങ്കണം vidyalayaankanam *(n.)* schoolyard
വിദ്യാവിഹീനമായ vidyaahiinamaaya *(adj.)* uneducated
വിദ്യാശാല vidyashaala *(n.)* school
വിദ്യാശാലാ ശിക്ഷകൻ vidyashaala rakshakan *(n.)* proctor
വിദ്യാശാലാശിക്ഷകൻ vidyaashaalashikshakan *(n.)* schoolteacher
വിദ്യാഹീനത vidyaahiinatha *(n.)* ignorance
വിദ്യുച്ഛക്തിജന്യമായ vidyuchchakthijanyamaaya *(adj.)* electric
വിദ്യുച്ഛക്തിമാത്ര vidyuchakthimaathra *(n.)* volt
വിദ്യുച്ഛക്തിവാഹകം vidychhakthivaahakam *(n.)* reconductor
വിദ്യുത്പാദകയന്ത്രം vaidyuthulpaadakayanthram *(n.)* turbine
വിദ്യുത്പ്രവാഹനിയാമകം vidyuth praavaha niyaamakam *(n.)* switch
വിദ്യുത്പ്രവാഹമുണ്ടാക്കുക vidyuth praavahamundaakkuka *(v.)* switch
വിദ്യുത്ശാസ്ത്രം vithyth shasthram *(n.)* telegraphy
വിദ്യൂച്ഛക്തിജനകയന്ത്രം vidyuchchakthijanakayanthram *(n.)* dynamo
വിദ്വേഷം vidwesham *(n.)* spite
വിദ്വേഷമുണ്ടാക്കുക viddweshamundaakkuka *(v.)* resent
വിദ്വേഷമുള്ള vidweshamulla *(adj.)* despiteful
വിധവ vidhava *(n.)* widow
വിധവയാവുക vidhavayaakuka *(v.)* widow
വിധാനം vidhaanam *(n.)* valve
വിധി vidhi *(n.)* fate
വിധികർത്താക്കളുടെ സമിതി vidhikarththakkalute samithi *(n.)* jury
വിധികർത്താവ് vidhikarththaav *(n.)* arbiter
വിധികൽപിതസിദ്ധാന്തം vidhikalpithasindhaantham *(n.)* fatalism
വിധിക്കുക vidhikkuka *(v.)* adjudge
വിധിന്യായം vidhinyaayam *(n.)* judgement
വിധിപോലെവരിക vidhipolevarika *(v.)* fate
വിധിപ്രകാരമുള്ള vidhiprakaaramulla *(adj.)* methodical
വിധിയാളർ vidhiyaalar *(n.)* juror
വിധേയത vidheyatha *(n.)* subjection
വിധേയത്വമുള്ള videyathwamulla *(adj.)* submissive
വിധേയമായ vidheyamaaya *(adj.)* docile
വിധ്വംസകമായ vidwamsakamaaya *(adj.)* subversive
വിധ്വംസനം vidwamsanam *(n.)* sabotage
വിധ്വംസനശീലമുണ്ടാക്കുക vidwamsanashiilamundaakkuka *(v.)* vandalize
വിധ്വംസിക്കുക vidhwamsikkuka *(v.)* sabotage
വിനയം vinayam *(n.)* lowliness
വിനയാന്വിതമായ vinaanwithamaaya *(adj.)* lowly
വിനാഗിരി vinagiri *(n.)* acetic acid
വിനാശം vinaasham *(n.)* destruction
വിനാശകരമായ vinaashakaramaaya *(adj.)* pernicious
വിനാശഹേതു vinaashahethu *(n.)* bane
വിനിമയനിരക്ക് vinimayanirakk *(n.)* exchange rate

വിനിയോഗിക്കൽ viniyogikkal *(n.)* appropriation

വിനിയോഗിക്കുക viniyogikkuka *(v.)* utilize

വിനിയോക്താവ് viniyokthaav *(n.)* consumer

വിനീതമായ viniithamaaya *(adj.)* courteous

വിനീതമായ viniithamaaya *(adj.)* genteel

വിനോദപരമായ vinodaparamaaya *(adj.)* comical

വിനോദയാത്ര vinodayaathra *(n.)* excursion

വിനോദസഞ്ചാരം vinodasanchaaram *(n.)* tourism

വിനോദിപ്പിക്കുക vinodhippikkuka *(v.)* entertain

വിനോദകരം vinodakaram *(n.)* comic

വിനോദപ്രിയ vinodhapriya *(adj.)* jocular

വിനോദയാത്ര vinodayaathra *(n.)* tour

വിനോദയാത്ര vinodayaathra *(n.)* trip

വിനോദയാത്ര നടത്തുക vinodayaathra nataththuka *(v.)* tour

വിനോദവൃത്തി vinodavruththi *(n.)* hobby

വിനോദസഞ്ചാരി vinodasanchaari *(n.)* tourist

വിനോദിപ്പിക്കുക vinodippikkuka *(v.)* amuse

വിന്യസിക്കുക vinyasukkuka *(adj.)* oriented

വിന്യസിക്കുക vinyasikkuka *(v.)* configure

വിന്യാസം vinyaasam *(n.)* configuration

വിപഞ്ചി vipanchi *(n.)* guitar

വിപണന കേന്ദ്രം vipana kendram *(n.)* shopping centre

വിപണനം vipananam *(n.)* sale

വിപണനമേള vipananamela *(n.)* fair

വിപണിയിലിറക്കുക vipaniyilirakkuka *(v.)* market

വിപണിവില vipanivila *(n.)* terp

വിപണിവിലതീരുമാനിക്കുക vipanivila thiirumaanikkuka *(v.)* terp

വിപത്ത് vipathth *(n.)* peril

വിപദിധൈര്യം vipadidairyam *(n.)* fortitude

വിപദ്ജനകമായ vipathjanakamaaya *(adj.)* dangerous

വിപരീതപദം vipareethapadam *(n.)* antonym

വിപരീതഫലം vipareethabhalam *(v.)* backfire

വിപരീതമായ vipariithamaaya *(pref.)* contra

വിപരീതമായി ധരിക്കുക vipariithamaayi dharikkuka *(v.)* misconceive

വിപരീതാജ്ഞ കൊടുക്കുക vipariithaanua kodukkuka *(v.)* countermand

വിപരീതാഭിപ്രായം vipariithaabhipraayam *(n.)* paradox

വിപരീതാർത്ഥപ്രയോഗം vipariithaarththa prayogam *(n.)* irony

വിപരീതാർത്ഥവാചകം vipariithaarthavaachakam *(n.)* conundrum

വിപര്യാസം viparaasyam *(n.)* reversal

വിപുലമായ vipulamaaya *(adj.)* large

വിപുലീകരണം vipuliikaranam *(n.)* expansion

വിപുലീകരിക്കാനാകുന്ന vipuliikarikkaanaakunna *(adj.)* tensible

വിപുലീകരിക്കുക vipuliikarikkuka *(v.)* elaborate

വിപ്ലവം viplavam *(n.)* cataclysm

വിപ്ലവകാരി viplavakaari *(n.)* revolutionary

വിപ്ലവസ്വഭാവമുള്ള viplavaswabhaavamulla *(adj.)* mutinous

വിപ്ലവാത്മകമായ viplavaathmakamaaya *(adj.)* revolutionary

വിഭക്താവസ്ഥ vibhakthaavastha *(n.)* division

വിഭജനം vibhajanam *(n.)* partition

വിഭജിക്കൽ vinhajikkal *(n.)* classification

വിഭജിക്കുക vibhajikkuka *(v.)* bifurcate

വിഭാഗം vibhaagam *(n.)* category

വിഭാഗം vibhaagam *(n.)* sect

വിഭാഗം vibhaagam *(n.)* type

വിഭാഗീയമായ vibhaagiiyamaaya *(adj.)* sectarian

വിഭാജകഗുണം vibhaajakagunam *(n.)* solvency

വിഭാജകഗുണമുള്ള vibhaajakagunamulla *(adj.)* solvent

വിഭാര്യൻ vibhaaryan *(n.)* widower

വിഭാവന vibhaavana *(n.)* supposition

വിഭാവനം ചെയ്യുക vibhaavanam cheyyuka *(v.)* envisage

വിഭിന്നമാവുക vibhinnamaakuka *(v.)* differ

വിഭൂഷകമായ viduushakamaaya *(adj.)* ornamental

വിഭേദിക്കുക vibhedikkuka *(v.)* sever

വിമതകക്ഷിയായ vimathakakshiyaaya *(adj.)* factious

വിമതവിഭാഗം vimathavibhaagam *(n.)* faction

വിമർശകൻ vimarshakan *(n.)* critic

വിമർശനഗ്രന്ഥം vimarshanagrandham *(n.)* critique

വിമർശിക്കുക vimarshikkuka *(v.)* censure

വിമലീകരിക്കുക vimaliikarikkuka *(v.)* purge

വിമലീഭവിക്കുക vimaliibhavikkuka *(v.)* refine

വിമാനം vimaanam *(n.)* aeroplane

വിമാനം, ബഹിരാകാശ പേടകം മുതലായവ നിയന്ത്രിക്കാൻ ഉപയോഗിക്കുന്ന യന്ത്ര സംവിധാനം. vimaanam bahiraakasha petakam muthalaayava niyanthrikkan upayogikkunna yanthra samvidhanam *(n.)* autopilot

വിമാനംപറപ്പിക്കുക vimaanam parappikkuka *(v.)* pilot

വിമാനക്കൂലി vimaanakkooli *(n.)* airfare

വിമാനങ്ങളുടെ ലംബ ഡയഫ്രം vimaanangalute lamba diaphragm *(n.)* shearwall

വിമാനചരക്ക് vimaanacharakk *(n.)* air freight

വിമാനജോലിക്കാർ vimaana jolikkar *(n.)* aircrew

വിമാനത്തിന്റെ ജെറ്റ് എൻജിൻ vimaanaththinte jetengine *(n.)* jet engine

വിമാനത്തിൽ vimaanaththil *(adv.)* aboard

വിമാനനിലയം vimaana nilayam *(n.)* aerodrome

വിമാനമാർഗ്ഗം വൻതോതിൽ സാധനങ്ങളെയോ ആളുകളെയോ കൊണ്ടിറക്കൽ vimaanamaargam vanthothil saadanangaleyo aalukaleyo kondirakkal *(n.)* airlift

വിമാനയാത്രചെയ്യുക vimaanayaathra cheyyuka *(v.)* plane

വിമാനവിരുദ്ധ vimaanavirudha *(adj.)* anti-aircraft

വിമാനസേവിക vimaanasevika *(n.)* air hostess

വിമാനാസ്ഥാനം vimaanaasthaanam *(n.)* airbase

വിമാനോന്നമനതലം vimaanonnamanathalam *(n)* aerofoil

വിമുക്തമാക്കുക vimukthamaakkuka *(v.)* disengage

വിമുക്തമാക്കുക vimukthamaakkuka *(v.)* manumit
വിമുഖത vimukhatha *(n.)* dislike
വിമോചനം vimochanam *(n.)* emancipation
വിമോചിപ്പിക്കുക vimochippikkuka *(v.)* liberate
വിമോചകൻ vimochakan *(n.)* liberator
വിയത്ത് viyathth *(n.)* ether
വിയർക്കുക viyarkkuka *(v.)* sweat
വിയർപ്പ് viyarpp *(n.)* perspiration
വിയർക്കുക viyarpp *(v.)* perspire
വിയോഗം viyogam *(n.)* bereavement
വിയോജിക്കുക viyojikkuka *(v.)* clash
വിയോജിക്കുക viyojikkuka *(v.)* disagree
വിയോജിപ്പുണ്ടാക്കുന്നു viyojippundaakkunnu *(v.)* polarize
വിയോജിപ്പുള്ള viyojippulla *(adj.)* polarazing
വിര vira *(n.)* worm
വിരക്തമായ virakthamaaya *(adj.)* austere
വിരക്തിയുള്ള virakthiyulla *(adj.)* disinclined
വിരട്ടുക virattuka *(v.)* appal
വിരണ്ടോടുക virandotuka *(v.)* scamper
വിരണ്ടോട്ടം virandottam *(n.)* stampede
വിരമിക്കൽ viramikkal *(n.)* retirement
വിരമിക്കുക viramikkuka *(v.)* retire
വിരൽ ചായം viralchaayam *(n.)* fingerpaint
വിരൽകൊണ്ടുതൊടുക viralkonduthotuka *(v.)* knuckle
വിരലടയാളം viralatayaalam *(n.)* fingerprint
വിരലുറ viralura *(n.)* thimble
വിരൽ viral *(n.)* finger
വിരൽകെണിപ്പ് viralkenipp *(n.)* knuckle
വിരളത viralatha *(n.)* rarity
വിരളമായി viralamaayi *(adv.)* scarcely
വിരളമായി viralamaayi *(adv.)* seldom
വിരളുക viraluka *(v.)* scare
വിരസമായ virasamaaya *(adj.)* banal
വിരാമം viraamam *(n.)* interval
വിരാമം viraamam *(n.)* stop
വിരിപ്പ് viripp *(n.)* carpet
വിരുദ്ധമായ viruddhamaaya *(adj.)* opposite
വിരുന്നുകാരൻ virunnukaaran *(n.)* diner
വിരുന്നുണ്ണുക virunnunnuka *(v.)* dine
വിരുന്നൂട്ടുക virunnuuttuka *(v.)* feast
വിരുന്ന് virunnu *(n.)* party
വിരൂപപ്പെടുത്തുക viruupappeduthuka *(v.)* deface
വിരൂപമാക്കുക viruupamaakkuka *(v.)* uglify
വിരൂപമായ viruupamaaya *(adj.)* ugly
വിരേചകമായ virechakamaaya *(n.)* purgative
വിരേചനൗഷധം virechanoyshadham *(n.)* laxative
വിരേചനം virechanam *(n.)* purgation
വിരോധം virodham *(n.)* animus
വിരോധമുള്ള virodhamulla *(adj.)* hostile
വിരോധാഭാസം virodhaabhaasam *(n.)* antithesis
വിരോധാഭാസമായ viridhaabhaasamaaya *(adj.)* ironical
വിരോധാഭാസരൂപത്തിലുള്ള virodhaabhaasaruupaththilulla *(adj.)* paradoxical
വിരോധി virodhi *(n.)* adversary
വിരോധഭാവമുള്ള virodhabhaavamulla *(adj.)* acratic

വിരോധിക്കത്തക്ക virodhikkathakka *(adj.)* objectionable
വിരോധിക്കുക virodhikkuka *(v.)* contradict
വിറ vira *(v.)* shiver
വിറകുകെട്ട് virakukett *(n.)* faggot
വിറകുസംഭരണപ്പെട്ടി viraku sambharana petti *(n.)* bunker
വിറകൊൾക virakolka *(n.)* shudder
വിറങ്ങലിച്ച virangalicha *(adv.)* stark
വിറങ്ങലിപ്പിക്കുക virangalippikkuka *(v.)* freeze
വിറപ്പിക്കുക virappikkuka *(v.)* frighten
വിറയ്ക്കുക viraykkuka *(v.)* quiver
വിറയ്ക്കുക viraykkuka *(v.)* shudder
വിറളിപിടിച്ചോടുക viralipitichotuka *(v.)* stampede
വിറ്റു തീർക്കുക vittu thiirkkuka *(n.)* sell-out
വിൽക്കാത്ത vilkkaaththa *(adj.)* unsold
വിൽക്കുന്നയാൾ vilkkunnayaal *(n.)* seller
വിൽക്കുന്നയാൾ vilkkunnayaal *(n.)* monger
വില vila *(n.)* price
വില കയറ്റിപ്പറയുക vilakayattipparayuka *(v.)* outbid
വില പറയൽ vilaparayal *(n)* takeout
വിലകുറഞ്ഞ vilakuranja *(adj.)* inexpensive
വിലകെട്ട vilaketta *(adj.)* worthless
വിലക്കപ്പെട്ട vilakkappetta *(adj.)* forbidden
വിലക്കുക vilakkuka *(v.)* negative
വിലക്കുമാറ്റൽ vilakkumaattal *(n.)* decriminalization
വിലക്ക് vilakk *(n.)* restriction
വിലക്ക് ഒഴിവാക്കുക vilakk ozhivaakkuka *(v.)* decriminalize
വിലക്ഷണഭാവന vilakshana bhaavana *(n.)* crotchet
വിലക്ഷണമായ vilakshanamaaya *(adj.)* outlandish
വിലങ്ങനെയുള്ള വഴി vilanganeyulla vazhi *(n.)* crossroads
വിലങ്ങിടുക vilangituka *(v.)* fetter
വിലനിർണ്ണയിക്കുക vilanirnnayikkuka *(v.)* estimate
വിലപട്ടിക vilapattika *(n.)* price list
വിലപിക്കുക vilapikkuka *(v.)* bewail
വിലപിക്കുന്ന vilapikkunna *(n.)* mournful
വിലപിക്കുന്നയാൾ vilapikkunnayaal *(n.)* mourner
വിലപിടിപ്പുള്ള ആഭരണം vilapidippulla aabharanam *(n.)* bling
വിലപേശൽ vilapeshal *(n.)* bargain
വിലപേശുക vilapeshuka *(v.)* haggle
വിലപ്പെട്ടത് vilappettath *(n.)* nugget
വിലമതിക്കൽ vilamathikkal *(n.)* appreciation
വിലമതിക്കാനാവാത്ത vilamathikkaanaavaaththa *(adj.)* invaluable
വിലമതിക്കുക vilamathikkuka *(v.)* price
വിലയാകുക vilayaakuka *(v.)* cost
വിലയിടിച്ചിൽ vilayitichchil *(adj.)* depreciating
വിലയിടിയുക vilayituka *(v.)* cheapen
വിലയിടിവ് vilayitiv *(n.)* slump
വിലയിടുക vilayituka *(v.)* depreciate
വിലയിരുത്തൽ vilayiruththal *(n.)* valuation
വിലയിരുത്തുക vilayiruththuka *(v.)* evaluate
വിലയുള്ള vilayulla *(adj.)* worth
വിലയേറിയ vilayeriya *(adj.)* costly
വിലയേറിയ vilayeriya *(adj.)* expensive
വിലയ്ക്കുകൊടുക്കുക vilaykkukotukkuka *(v.)* sell

വിലയ്ക്കുവാങ്ങൽ vilaykkuvaangal *(n.)* venality
വിലാപകാവ്യം vilaapakaavyam *(n.)* elegy
വിലാപയാത്ര vilaapayaathra *(n.)* cortege
വിലാസം പതിക്കുക vilaasam pathikkuka *(v.)* label
വിലാസച്ചീട്ട് vilaasachiit *(n.)* label
വിലാസിനി vilaasini *(n.)* minx
വിലാസിയായ vilaasiyaaya *(adj.)* gleeful
വിലോപം vilopam *(n.)* rustication
വിൽക്കാനാർഹമായ vilkkaanarhamaaya *(adj.)* salable
വിൽപനക്കാരൻ vilpanakkaaran *(n.)* salesman
വില്പനച്ചീട്ട് vilpanacheett *(n.)* bill
വില്പനാധികാരം vilpanaadhikaaram *(n.)* franchise
വില്പനാനന്തരം vilpananantharam *(adj.)* aftersales
വില്ലാളി villali *(n.)* archer
വില്ലോമരം willomaram *(n.)* willow
വില്ല് villu *(n.)* arc
വിൽവളവ് vilvalav *(n.)* vault
വിളംബം vilambam *(n.)* tardiness
വിളംബംവരുത്തുക vilambam varuththuka *(v.)* delay
വിളംബപ്പെടുത്തുക vilambappetuththuka *(v.)* suspend
വിളംബരം vilambaram *(n.)* announcement
വിളംബിക്കുക vilambikkuka *(v.)* linger
വിളക്കിച്ചേർക്കുക vilakkicherkkuka *(v.)* braze
വിളക്കു കൊളുത്തുന്നയാൾ vilakkukoluththunnayaal *(n.)* lighter
വിളക്ക് vilakk *(n.)* lamp
വിളങ്ങിക്കൊണ്ടിരിക്കുക vilangikkondirikkunna *(v.)* shine
വിളമ്പിക്കൊടുക്കൽ vilambikotukkal *(n.)* serve
വിളമ്പിക്കൊടുക്കുക vilambikotukkuka *(v.)* serve
വിളമ്പുക vilambuka *(v.)* cater
വിളയാട്ടം vilayaattam *(n.)* revelry
വിളയുക vilayuka *(v.)* yield
വിളർച്ച vilarchcha *(n.)* anaemia
വിളർത്ത vilarththa *(adj.)* wan
വിളറിപ്പിക്കുക vilarippikkuka *(v.)* bleach
വിളറിയ vilariya *(adj.)* cadaverous
വിളറിയ vilariya *(n.)* pale
വിളറുക vilaruka *(v.)* pale
വിളവെടുക്കുക vilavetukkuka *(v.)* reap
വിളവെടുക്കുന്നയാൾ vilavetukkunnauaal *(n.)* reaper
വിളവെടുപ്പ് vilavetupp *(n.)* reap
വിളവ് vilav *(n.)* proceeds
വിളവ് vilav *(n.)* yield
വിളി vili *(n.)* call
വിളിക്കുക vilikkuka *(v.)* call
വിളിക്കുന്നയാൾ vilikkunnayaal *(n.)* caller
വിളിച്ചുകൂട്ടുക vilichchukuuttuka *(v.)* convoke
വിളിച്ചുകൂട്ടുക vilichchukuuttuka *(v.)* gather
വിളിപ്പിക്കുക vilippikkuka *(v.)* summon
വിളിമ്പ് vilimb *(n.)* skit
വിളുമ്പ് vilumb *(n.)* brink
വിളുമ്പ് vilumb *(n.)* rim
വിള്ളൽ villal *(n.)* chink
വിഴുങ്ങൽ vizhungal *(n.)* swallow
വിഴുങ്ങിക്കളയുക vizhungikalayuka *(v.)* engulf
വിഴുങ്ങിപ്പറയുക vizhungipparayuka *(v.)* mumble
വിഴുങ്ങുക vizhunguka *(n.)* gobble
വിഴുങ്ങുക vizhunguka *(v.)* gorge

വിഴുങ്ങുക vizhunguka *(v.)* swallow

വിഴുപ്പുവസ്ത്രങ്ങൾ vizhuppuvasthrangal *(n.)* laundry

വിവക്ഷിക്കുക vivakshikkuka *(v.)* intend

വിവര വിതരണ സംവിധാനം vivara vitharana samvidhaanam *(n.)* browser

വിവരംനൽകൽ vivaramnalkal *(n.)* briefing

വിവരങ്ങൾ vivarangal *(n.)* data

വിവരങ്ങൾ പകർത്തുക vivarangal pakarththuka *(v.)* download

വിവരണം vivaranam *(n.)* explanation

വിവരണം നൽകുന്നയാൾ vivaranam nalkunnayaal *(n.)* commentator

വിവരണാത്മകമായ vivaranaathmakamaaya *(adj.)* descriptive

വിവരണീയം vivaraniiyam *(adv.)* effably

വിവരപ്പട്ടിക vivarappattika *(n.)* catalogue

വിവരമറിയിക്കുക vivaramariyikkuka *(v.)* report

വിവരശേഖരണം vivarashekharanam *(n.)* survey

വിവരസമാഹാരം vivarasamaahaaram *(n.)* databank

വിവരാന്വേഷണം നടത്തുക vivaraanweshanam nadathuka *(v.)* debrief

വിവരിക്കുക vivarikkuka *(v.)* explain

വിവരിച്ചു പറയുക vivarichuparayuka *(v.)* decipher

വിവർണ്ണമാക്കുക vivarnnamaakkuka *(v.)* discolour

വിവർണ്ണമായ vivarnnamaaya *(adj.)* blank

വിവസ്ത്രമായ vivasthramaaya *(adj.)* naked

വിവസ്ത്രമായ vivasthramaaya *(adj.)* nude

വിവാദം vivaadam *(n.)* controversy

വിവാദവസ്തു vivaadavsthu *(n.)* issue

വിവാദാസ്പദമായ vivaadaspathamaaya *(adj.)* controversial

വിവാഹ തട്ടിപ്പ് വീരൻ vivaaha thattipp viiran *(n.)* bigamist

വിവാഹം കഴിക്കുക vivaaham kazhikkuka *(v.)* marry

വിവാഹം ചെയ്യുക vivaaham cheyyuka *(v.)* wed

വിവാഹച്ചടങ്ങുകൾ vivaahachatangukal *(adj.)* spousal

വിവാഹച്ചടങ്ങ് vivaahachatang *(n.)* nuptials

വിവാഹത്താലുള്ള ബന്ധം vivaahaththalulla bandham *(n.)* in-laws

വിവാഹത്തിനു മുമ്പുള്ള vivaahaththinumunpulla *(adj.)* premarital

വിവാഹദല്ലാൾ vivaaha dallaal *(n.)* matchmaker

വിവാഹനിശ്ചയം vivaahanischayam *(n.)* engagement

വിവാഹനിശ്ചയം നടത്തുക vivaaha nischayam nadaththuka *(v.)* betroth

വിവാഹപരമായ vivaahaparamaaya *(adj.)* marital

വിവാഹപ്രായമായ vivaahapraayamaaya *(adj.)* nubile

വിവാഹമോചനം നടത്തുക vivaahamochanam nataththuka *(v.)* divorce

വിവാഹമോചനം vivaahamochanam *(n.)* divorce

വിവാഹയോഗ്യമായ vivaahayogyamaaya *(adj.)* marriageable

വിവാഹവാഗ്ദാനം vivaaha vaagthaanam *(n.)* betrothal

വിവാഹാഭ്യർത്ഥന നടത്തുക vivaahaabhyarththana nataththuka *(v.)* woo
വിവാഹേതരം vivaahetharam *(adj.)* extramarital
വിവിധതരം vividhatharam *(n.)* variety
വിവേകം vivekam *(n.)* advisability
വിവേകത്തോടെ vivekaththode *(adv.)* sanely
വിവേകപൂർവ്വമായ vivekapoorvvamaaya *(adj.)* advisable
വിവേകമതിയായ vivekamathiyaaya *(adj.)* intelligent
വിവേകമുള്ള vivekamulla *(adj.)* sane
വിവേകരഹിതമായ vivekarahitamaaya *(adj.)* foolish
വിവേകശൂന്യ vivekashuunya *(n.)* dum-bell
വിവേകശൂന്യത vivekashunyatha *(n.)* idiocy
വിവേകശൂന്യനായ vivekashuunyamaaya *(adj.)* idiotic
വിവേകശൂന്യമായ vivekashunyamaaya *(adj.)* stupid
വിവേചനം vivechanam *(n.)* discretion
വിവേചനം vivechanam *(n.)* discrimination
വിവേചനമില്ലാത്ത vivechanamillaththa *(adj.)* indiscreet
വിവേചിക്കുക vivechikkuka *(v.)* discriminate
വിശകലനം vishakalanam *(n.)* analysis
വിശകലനവിദഗ്ദ്ധൻ vishakalanavidagdhan *(n.)* analyst
വിശദമാക്കുക vishadamaakkuka *(v.)* clarify
വിശദാംശം vishadaamsham *(n.)* detail
വിശദീകരണം vishadiikaranam *(n.)* clarification
വിശദീകരിക്കുക vishadiiksrikkuka *(v.)* interpret
വിശപ്പില്ലാത്ത vishappillaaththa *(adj.)* anorexic
വിശപ്പുണ്ടാക്കുന്ന vishappundakkunna *(n.)* appetizer
വിശപ്പുള്ള vishappulla *(adj.)* hungry
വിശാലദൃശ്യം vishaaladrusyam *(n.)* panorama
വിശാലമാർഗം vishaalamaargam *(n.)* broadway
വിശാലവീക്ഷണമുള്ള vishaalaviikshanamulla *(adj.)* eclectic
വിശിഷ്ടഗുണമാരോപിക്കുക vishishtagunamaaropikkuka *(v.)* idealize
വിശിഷ്ടത vishishtatha *(n.)* distinction
വിശിഷ്ടമായ vishishtamaaya *(adj.)* outstanding
വിശിഷ്ടവ്യക്തി vishishtavykthi *(n.)* dignitary
വിശിഷ്ടാംഗത്വം vishishtaangathwam *(n.)* fellowship
വിശുദ്ധ ഗ്രന്ഥങ്ങൾ vishuddha grandangal *(n.)* scripture
വിശുദ്ധൻ vishuddhan *(n.)* saint
വിശുദ്ധി vishuddhi *(n.)* purity
വിശുദ്ധിയുള്ള vishuddhiyulla *(adj.)* saintly
വിശേഷം visesham *(n. pl.)* tidings
വിശേഷകമായ visheshakamaaya *(adj.)* distinctive
വിശേഷഗുണം viseshagunam *(n.)* peculiarity
വിശേഷജ്ഞൻ viseshanjan *(n.)* specialist
വിശേഷലക്ഷണം visheshalakshanam *(n.)* feature
വിശേഷവസ്ത്രം visheshavasthram *(n.)* garb
വിശേഷവിധിയായി visheshavidhiyaayi *(adv.)* particularly
വിശേഷശ്രേണിയിൽപ്പെടുക viseshashreniyilpetuka *(v.)* rank

വിശേഷാധികാരം viseshaadhikaaram *(n.)* prerogative
വിശേഷാൽവസ്തു visheshalvasthu *(n.)* additive
വിശേഷാൽ viseshal *(adv.)* especially
വിശ്രമം vishramam *(n.)* repose
വിശ്രമകാലം vishramakaalam *(n.)* vacation
വിശ്രമദിനം vishramadinam *(n.)* sabbath
വിശ്രമമണ്ഡപം visramamantapam *(n.)* pavilion
വിശ്രമമുറി visramamuri *(n.)* lounge
വിശ്രമവാസം vishramavaasam *(n.)* sojourn
വിശ്രമവേള vishramavela *(n.)* breaktime
വിശ്രമസമയം vishramasamayam *(n.)* rest
വിശ്രമിക്കുക vishramikkuka *(v.)* destress
വിശ്രാന്തി vishraanthi *(n.)* relaxation
വിശ്ലേഷിക്കുക visleshikkuka *(v.)* partition
വിശ്വം viswam *(n.)* cosmos
വിശ്വവിജ്ഞാനകോശം viswavinjaanakosham *(n.)* encyclopedia
വിശ്വവിശാലമായ viswavishaalamaaya *(adj.)* universal
വിശ്വസനീയമായ viswasaniiyamaaya *(adj.)* reliable
വിശ്വസിക്കത്തക്ക viswasikkathakka *(adj.)* credible
വിശ്വസിക്കത്തക്കതായ viswasikkaththakkathaaya *(adj.)* trusty
വിശ്വസിക്കാവുന്ന viswasikkaavunna *(adj.)* trustworthy
വിശ്വസിക്കുക viswasikkuka *(v.)* believe
വിശ്വസിച്ചേൽപിക്കുക viswasichchelppikkuka *(v.)* confide

വിശ്വസിപ്പിക്കുക viswasippikkuka *(v.)* convince
വിശ്വസ്ത viswasthatha *(n.)* confidant
വിശ്വസ്തത viswasthatha *(n.)* loyalty
വിശ്വസ്തതയുള്ള viswasthathayulla *(adj.)* faithful
വിശ്വസ്തൻ viswasthan *(n.)* stalwart
വിശ്വാസം viswaasam *(n.)* trust
വിശ്വാസഘാതിയായ viswaasa ghaathakiyaya *(adj.)* treacherous
വിശ്വാസപാതകി viswaasapaathaki *(n.)* treachery
വിശ്വാസപ്രമാണം viswaasapramaanam *(n.)* tenet
വിശ്വാസമർപ്പിക്കുന്ന viswaasamarppikkunna *(adj.)* trustful
വിശ്വാസമർപ്പിക്കുക viswaasamarppikkuka *(v.)* rely
വിശ്വാസയോഗ്യമല്ലാതാക്കുക viswaasayogyamallathakkuka *(v.)* discredit
വിശ്വാസയോഗ്യമല്ലാത്ത viswaasayogyamallaaththa *(adj.)* unreliable
വിശ്വാസയോഗ്യമായ viswaasayogyamaaya *(adj.)* creditable
വിശ്വാസരാഹിത്യം viswaasaraahityam *(n.)* disbelief
വിശ്വാസശീലം viswasasheelam *(n.)* credulity
വിശ്വാസസാധ്യമല്ലാത്ത viswaasasadyamallaaththa *(adj.)* unbelievable
വിശ്വാസ്യത viswaasyatha *(n.)* faith
വിഷം visham *(n.)* poison
വിഷം കലരൽ visham kalaral *(n.)* toxification
വിഷംചേർക്കുക visham cherkkuka *(v.)* poison
വിഷകരമായ vishakaramaaya *(adj.)* poisonous
വിഷജ്വരം vishajwaram *(n.)* tertian

വിഷജ്വരമായ vishajwaramaaya *(adj.)* tertian
വിഷണ്ണം vishannam *(adj.)* cheerless
വിഷണ്ണത vishannatha *(n.)* dejection
വിഷണ്ണനാക്കുക vishannanaakkuka *(v.)* depress
വിഷപ്രത്യൗഷധം vishaprathyoushadham *(n.)* mithridate
വിഷബീജമകറ്റുക vishabiijamakattuka *(v.)* disinfect
വിഷമചതുർഭുജം vishamachathurbhujam *(n.)* trapezoid
വിഷമപ്രശ്നം vishama prasnam *(n.)* puzzle
വിഷമമുള്ള vishamamulla *(adj.)* uneasy
വിഷമയമായ vishamayamaaya *(adj.)* toxic
വിഷമവൃത്തം vishamavruththam *(n.)* dilemma
വിഷമാവസ്ഥ vishamaavastha *(n.)* predicament
വിഷമിപ്പിക്കൽ vishamippikkal *(n.)* teasing
വിഷമുള്ള vishamulla *(adj.)* venomous
വിഷയം vishayam *(n.)* matter
വിഷയലമ്പടൻ vishayalambatan *(n.)* philanderer
വിഷയവിദഗ്ദ്ധത vishayavidagddhatha *(n.)* geekwear
വിഷയവിദഗ്ധൻ vishayavidagddhan *(adj.)* geeky
വിഷയസംബന്ധമായ vishayasambandhamaaya *(adj.)* subjective
വിഷയസംബന്ധിയായ vishayasambandhiyaya *(adj.)* topical
വിഷയാസക്തമായ vishayaasakthamaaya *(adj.)* carnal
വിഷയീകരിക്കുക vishayiikarikkuka *(v.)* refer
വിഷയീഭവിക്കുക vishayiibhavikkuka *(v.)* subject
വിഷലിപ്തത vishalipthatha *(n.)* toxicity
വിഷവായുരക്ഷാകവചം vishavaayurakshaakavacham *(n.)* gasmask
വിഷവിമലീകരണം vishavimaliikaranam *(n.)* detoxication
വിഷശാസ്ത്രം vishashaasthram *(n.)* toxicology
വിഷശാസ്ത്രജ്ഞൻ vishashasthranjan *(n.)* toxicologist
വിഷസംഹാരി vishasamhaari *(n.)* antidote
വിഷാണുനാശകമായ vishaanunaashakamaaya *(adj.)* antiseptic
വിഷാണുനാശിനി anunaashini *(n.)* antiseptic
വിഷാദം vishaadam *(n.)* depression
വിഷാദം vishaadam *(n.)* melancholy
വിഷാദമുള്ള vishaadamulla *(adj.)* melancholy
വിഷാദരോഗം vishaadarogam *(n.)* melancholia
വിഷാദാത്മകമായ vishaadaalmakamaaya *(adj.)* pessimistic
വിഷാദിക്കുക vishaadikkuka *(v.)* grieve
വിഷാദിപ്പിക്കുക vishaadippikkuka *(v.)* deject
വിഷൂചിക vishuuchika *(n.)* cholera
വിഷ്കംഭം vishkambham *(n.)* interlude
വിസമ്മതം visammatham *(n.)* repugnance
വിസർജ്ജിക്കുക visarjjikkuka *(v.)* defecate
വിസ്കിമദ്യം whiskey *(n.)* whisky
വിസ്തരിക്കുക vistharikkuka *(v.)* describe

വിസ്തരിച്ച് ചെയ്യൽ vistharichch cheyyal *(adj.)* elaborate
വിസ്താരം visthaaram *(n.)* acreage
വിസ്താരമുള്ള visthaaramulla *(adj.)* roomy
വിസ്താരയോഗ്യം visthaarayogyam *(adj.)* effable
വിസ്തീർണ്ണം vistheernnam *(n.)* area
വിസ്തൃതമായ visthruthamaaya *(adj.)* capacious
വിസ്തൃതി visthruthi *(n.)* breadth
വിസ്ഫോടനം visphotanam *(n.)* eruption
വിസ്മയം vismayam *(n.)* amazement
വിസ്മയകരം vismayakaram *(adj.)* wonderful
വിസ്മയകരമായ vismayakaramaaya *(adj.)* stupendous
വിസ്മയഹേതു vismayahethu *(n.)* marvel
വിസ്മയാത്മകമായ vismaaathmakamaaya *(adj.)* wondrous
വിസ്മയാവഹം vismayaavaham *(adj.)* awesome
വിസ്മയാവഹമായ vismayavahamaaya *(adj.)* marvellous
വിസ്മയിക്കുക vismayikkuka *(v.)* marvel
വിസ്മയിപ്പിക്കുക vismayippikkuka *(v.)* astonish
വിസ്മൃതി vismruthi *(n.)* oblivion
വിഹഗനിരീക്ഷണം vihaga niriikshanam *(n.)* ornithoscopy
വിഹാരപരിധി vihaaraparidhi *(n.)* tether
വിഹാരപ്രിയനായ vihaaraprayanaaya *(adj.)* sportive
വിഹാരമായ vihaaramaaya *(adj.)* recreative
വിഹിതം vihitham *(n.)* dose
വീക്കം veekkam *(n.)* bulge
വീക്ഷണം veekshanam *(n.)* aspect
വീക്ഷണകോൺ viikshanakon *(n.)* perspective
വീക്ഷണഗതി viikshanagathi *(n.)* outlook
വീക്ഷിക്കുക viikshikkuka *(v.)* view
വീങ്ങൽ viingal *(n.)* swell
വീങ്ങുക viinguka *(v.)* swell
വീഞ്ഞ് veenj *(n.)* champagne
വീടിനകത്തുള്ള veettinakaththulla *(adj.)* indoor
വീട്ടിനകത്ത് viittinakathth *(adv.)* indoors
വീട്ടിലുണ്ടാക്കിയ viittilundaakkiya *(adj.)* home-made
വീട്ടുപക്ഷി viittupakshi *(n.)* fowl
വീട്ടുപറമ്പ് veettuparamp *(n.)* croft
വീഡിയോച്ചിത്രമെടുക്കുക videochithrametukkuka *(v.)* video
വീഡിയോച്ചിത്രമെടുക്കുക video chithrametukkuka *(v.)* videotape
വീഡിയോടേപ്പിന്റെ ഒരു കാസറ്റ് videotapeinte oru cassette *(n.)* videocassette
വീഡിയോരൂപ പുസ്തകം radioruupa pusthakam *(n.)* videobook
വീണാവിശേഷം viinaavishesham *(n.)* lyre
വീണുപോയ viinupoya *(n.)* fallen
വീണ്ടും ഉറപ്പു നൽകുക viindum urappunalkuka *(v.)* reassure
വീണ്ടും എണ്ണുക viindum ennuka *(v.)* recount
വീണ്ടും കൈക്കൊള്ളുക viindum kaikkolluka *(v.)* reassume
വീണ്ടും തുടങ്ങുക viindum thutanguka *(v.)* resume
വീണ്ടും പ്രാബല്യത്തിലാക്കുക viindum prabalyaththilaakkuka *(v.)* reapply
വീണ്ടും വിലയിരുത്തുക punarsamiipikkuka *(v.)* reappraise

വീണ്ടുംചെയ്യുക viindum cheyyuka *(v.)* repeat
വീണ്ടുമിരട്ടിപ്പിക്കുക viindumirattippikuka *(v.)* redouble
വീണ്ടുവിചാരം viinduvichaaram *(n.)* prudence
വീണ്ടുവിചാരമില്ലാതെ viindu vicharamillaththa *(adv.)* headlong
വീണ്ടുവിചാരമില്ലായ്മ viinduvichaaramillaayma *(n.)* impetuosity
വീണ്ടുവിചാരമുള്ള viinduvichaaramulla *(adj.)* considerate
വീണ്ടെടുക്കൽ viindetukkal *(n.)* reclamation
വീണ്ടെടുക്കുക viintetukkuka *(v.)* retrieve
വീണ്ടെടുപ്പ് viindetupp *(n.)* redemption
വീതം viitham *(prep.)* per
വീതം കൊടുക്കുക viitham kotukkuka *(v.)* portion
വീതംവയ്ക്കുക veetham vaykkuka *(v.)* allot
വീതപ്രകാരമുള്ള viithaprakaaramulla *(adj.)* proportionate
വീതി viithi *(n.)* width
വീതികൂട്ടുക viithikuuttuka *(v.)* widen
വീതിയുള്ള viithiyulla *(adv.)* wide
വീതിയുള്ളതായ viithiyullathaaya *(adj.)* wide
വീപ്പ veeppa *(n.)* cask
വീമ്പടിക്കുക veembadikkuka *(v.)* boast
വീമ്പിളക്കുക viimbilakkuka *(v.)* swagger
വീരകഥ viirakatha *(n.)* saga
വീരഗാഥ veeragaatha *(n.)* ballad
വീരഭാവം virabhaavam *(n.)* heroism
വീരസാഹസപ്രവൃത്തി veerasaahasapravarththi *(n.)* adventure
വീരസാഹസികത്വം viirasahasikathwam *(n.)* prowess
വീരസ്യം viirasyam *(n.)* bravado
വീരോചിതമായ viirochithamaaya *(adj.)* heroic
വീർ പ്പുമുട്ടൽ viirppumuttal *(n.)* gasp
വീർക്കുക veerkkuka *(v.)* bloat
വീർപ്പുമുട്ടിക്കുക veerppumuttikkuka *(v.)* choke
വീർപ്പുമുട്ടിക്കുക viirppumuttikkuka *(v.)* suffocate
വീർപ്പുമുട്ടുക viirppumuttuka *(v.)* gasp
വീര്യംനഷ്ടപെട്ട veeryamnashtapetta *(adj.)* daunting
വീര്യമുള്ള viiryamulla *(adj.)* mettlesome
വീര്യമുള്ള viiruamulla *(adj.)* potent
വീര്യമേറിയ viiryameriya *(adj.)* piquant
വീര്യാമിലതം viiryaamilitham *(n.)* ozone
വീഴുക viizhuka *(v.)* tumble
വീഴ്ചവരുത്തൽ viizhchavaruththal *(n.)* negligence
വീഴ്ച്ച viizhcha *(n.)* tumble
വീഴ്ത്തുക veezhthuka *(v.)* down
വീശൽ veeshal *(n.)* flapping
വീശിയടിക്കുക viishiyatikkuka *(v.)* lash
വീശുക veeshuka *(v.)* blow
വീശുക viishuka *(v.)* wind
വീശുന്ന veeshunna *(adj.)* flapping
വൃക്ക vrukka *(n.)* kidney
വൃക്കഗ്രന്ഥികൾ vrukkagranthikal *(adj.)* adrenal
വൃക്കഗ്രന്ഥിസ്രവം vrukkagranthosravam *(n.)* cortisone
വൃക്ഷം vruksham *(n.)* tree
വൃക്ഷവീഥി vrushaviithi *(n.)* vista
വൃക്ഷസസ്യാദികൾ vrukshasasyaadikal *(n.)* flora
വ്യതിവ്യാപനം vythivyaapanam *(n.)* osmosis

വൃത്തം vruththam *(n.)* circle
വൃത്തഖണ്ഡം vruththakhandam *(n.)* sector
വൃത്തത്തട്ട് vruththattthatt *(n.)* disc
വൃത്തപാദം vruththapaadam *(n.)* verse
വൃത്താകാരമാക്കുക vruththaakaaramaakkuka *(v.)* round
വൃത്താകൃതിയായ vrutthaakruthiyaaya *(adv.)* round
വൃത്താകൃതിയായ vruththaakruthiyaaya *(adj.)* round
വൃത്താന്തം vruththaantham *(n.)* information
വൃത്താന്തം vruththaantham *(n.)* occurrence
വൃത്താന്തരേഖ vruththantharekha *(n.)* report
വൃത്തി vruththi *(n.)* tidiness
വൃത്തികെട്ട vruthiketta *(n.)* scruffiness
വൃത്തികെട്ടതായ vruththikettathaaya *(adj.)* filthy
വൃത്തികേട് vruththiket *(n.)* squalor
വൃത്തിയാക്കുന്നയാൾ vruththiyaakkunnayaal *(n.)* cleaner
വൃത്തിയുള്ള vruththiyulla *(adj.)* neat
വൃത്തിയുള്ള vruththiyulla *(adj.)* tidy
വൃഥാജൽപകൻ vruthaajalpakan *(n.)* windbag
വൃഥാവാക്കുക vrudhaavaakkuka *(v.)* frustrate
വൃഥാവിലുള്ള vruthaavilulla *(adj.)* vain
വൃഥാവിൽ vruthaavil *(adv.)* vainly
വൃദ്ധ vruddha *(n.)* crone
വൃന്ദം vrundham *(n.)* cluster
വൃഷണം vrushanam *(n.)* bollocks
വൃഷണംഉടച്ച vrushanam utacha *(adj.)* gelded
വൃഷണസഞ്ചി vrushanasanchi *(n.)* scrotum
വെങ്കലം venkalam *(n.)* bronze
വെങ്കല്ല് venkallu *(n.)* silica
വെങ്കായം venkaayam *(n.)* leek
വെടി veti *(n.)* shot
വെടിക്കാരൻ vetikkaaran *(n.)* marksman
വെടിക്കോപ്പ് vedikkoppu *(n.)* ammunition
വെടിത്തിര vediththira *(n.)* cartridge
വെടിനിർത്തൽ vedinirththal *(n.)* armistice
വെടിപറയുക vetiparayuka *(v.)* chatter
വെടിപൊട്ടാതിരിക്കുക vetipottaathirikkuka *(v.)* misfire
വെടിപൊട്ടുക vetipottuka *(v.)* explode
വെടിപ്പായ vetippaaya *(adj.)* shipshape
വെടിപ്പുള്ള vetippulla *(adj.)* clean
വെടിപ്പുവരുത്തുക vetippuvariththuka *(v.)* retouch
വെടിയുക vetiyuka *(v.)* relinquish
വെടിയുക vetiyuka *(v.)* renounce
വെടിയുണ്ട vediyunda *(n.)* bullet
വെടിയുണ്ട പോലെ vetiyundapole *(n.)* shottie
വെടിയുണ്ടകടക്കാത്ത vediyunda kadakkkatha *(adj.)* bulletproof
വെടിയുതിർക്കുക vetiyuthirkkuka *(v.)* rifle
വെടിയൊച്ച vetiyocha *(adj.)* shot
വെടിയേൽക്കാത്ത vetiyelkkaththa *(adj.)* shotproof
വെടിവയ്ക്കുക vetivaykkuka *(v.)* shoot
വെടിവെയ്പ് vetiveypp *(n.)* shoot
വെട്ടം vettam *(n.)* light
വെട്ടിഒതുക്കുക vettiothukkuka *(v.)* prune
വെട്ടിക്കീറുക vettikkiruka *(v.)* slash
വെട്ടിക്കുറയ്ക്കുക vettikkuraykkuka *(v.)* curtail

വെട്ടിത്തുറന്നുപറയുന്ന
vettiththurannuparayunna *(adj.)*
outspoken
വെട്ടിയെടുക്കുക vettiyetukkuka *(v.)*
log
വെട്ടിയൊതുക്കൽ vettiyothukkal *(n.)*
trim
വെട്ടിയൊതുക്കുക vettiyothukkuka
(v.) trim
വെട്ടിലാക്കുക vettilakkuka *(v.)*
imperil
വെട്ടുക vettuka *(v.)* sabre
വെട്ടുകത്തി vettukaththi *(n.)* chopper
വെട്ടുകിളി vettukili *(n.)* locust
വെട്ട് vett *(n.)* nick
വെൺമീൻ venmeen *(n.)* cisco
വെൺകല്ല് venkallu *(n.)* alabaster
വെണ്ടക്കായ vendakkaya *(n.)* okra
വെണ്ണ venna *(n.)* butter
വെണ്ണ ചീര vennachiira *(n.)* butterhead
വെണ്ണക്കല്ല് vennakkallu *(n.)* marble
വെണ്ണപോലുള്ള കൊഴുപ്പ്
vennapolulla kozhupp *(n.)* margarine
വെണ്ണപ്പഴം vennappazha *(n.)* avocado
വെൺമയാക്കുക venmayaakkuka
(v.) blanch
വെൺമയായ venmayaya *(adj.)* white
വെന്തുരുകുന്ന venthurukunna *(adj.)*
burning
വെപ്പാട്ടി veppaatti *(n.)* concubine
വെപ്പുകാരൻ veppukaaran *(n.)* cook
വെപ്പുമുടി veppumuti *(n.)* wig
വെബ്സൈറ്റിന്റെ മറുപടി
ലിങ്ക് websiteinte marupati link *(n.)*
trackback
വെബ്സൈറ്റ് കാര്യവിചാരകൻ
website kaaryavichaarakan *(n.)*
webmaster
വെബ്സൈറ്റ് പുറം website puram
(n.) web page
വെയിൽകൊള്ളുക veyilkkolluka
(v.) sun

വെയിലേറ്റ് കറുക്കൽ veyilett
karukkal *(adj.)* tan
വെയിൽ കായുക veyil kaayuka *(v.)*
bask
വെരുക് veruk *(n.)* polecat
വെറിപിടിപ്പിക്കുക
veripitippikkkuka *(v.)* irritate
വെറിപിടിപ്പിക്കുന്ന
veripitippikkkunna *(adj.)* maddening
വെറും verum *(adj.)* mere
വെറുംകയ്യോടെ verumkaiyyote *(adj.)*
empty-handed
വെറുക്കത്തക്ക verukkathakka *(adj.)*
abominable
വെറുക്കുക verukkuka *(v.)* abhor
വെറുക്കുക verukkuka *(v.)* hate
വെറുക്കുന്ന verukkunna *(adj.)*
abhorrent
വെറുപ്പുണ്ടാകുക veruppundakuka
(v.) abominate
വെറുപ്പ് verupp *(n.)* grudge
വെറുപ്പ് verupp *(n.)* hate
വെല്ലം vellam *(n.)* molasses
വെല്ലുവിളി velluvili *(n.)* challenge
വെൽവറ്റുതുണിയായ
velvettuthuniyaya *(adj.)* velvety
വെളിച്ചം velicham *(n.)* spotlight
വെളിച്ചത്താക്കുക
velichaththaakkuka *(v.)* reveal
വെളിച്ചമായ velichamaaya *(adj.)* light
വെളിച്ചമില്ലാത്ത velichamillaaththa
(adj.) tenebrose
വെളിപാടുപോലുള്ള
velipaatupolulla *(adj.)* oracular
വെളിപ്പെടുത്തുക velippeduthuka
(v.) disclose
വെളിയിൽ veliyil *(adj.)* outdoor
വെളിവാക്കുക velivaakkuka *(v.)*
elicitate
വെളിവ് veliv *(n.)* sobriety
വെളുത്ത veluththa *(n.)* white
വെളുത്തുള്ളി veluththulli *(n.)* garlic

വെളുത്തുള്ളിയടങ്ങിയ veluththulliyatangiya *(adj.)* garlicky
വെളുപ്പിക്കുക veluppikkuka *(v.)* whiten
വെള്ളം vellam *(n.)* water
വെള്ളം കയറാതിരിക്കുക vellam kayarathirikkuka *(v.)* waterproof
വെള്ളം കലക്കുക vellam kalakkuka *(v.)* puddle
വെള്ളം തിളപ്പിക്കാനുള്ള പാത്രം vellam thilappikkanulla paathram *(n.)* boiler
വെള്ളം തെറിപ്പിക്കൽ vellam therippikkal *(n.)* splash
വെള്ളം തെറിപ്പിക്കുക vellam therippikkuka *(v.)* splash
വെള്ളംകടക്കാത്ത vellam katakkaaththa *(n.)* waterproof
വെള്ളക്കടല vellakkatala *(n.)* chickpea
വെള്ളക്കരു vellakkaru *(n.)* albumen
വെള്ളച്ചാട്ടം vellachaattam *(n.)* waterfall
വെള്ളച്ഛായയുള്ള vellachhayayulla *(adj.)* whitish
വെള്ളതേയ്പ് vellatheypp *(n.)* whitewash
വെള്ളത്തിലാഴ്ത്തുക vellaththilaazhththuka *(v.)* whelm
വെള്ളത്തിലിടുക vellaththilituka *(v.)* dap
വെള്ളത്തിലേക്ക് vellaththilekk *(adv.)* overboard
വെള്ളത്തിൽ ചാടുക vellaththil chaatuka *(v.)* plunge
വെള്ളത്തൊട്ടി vellaththotti *(n.)* cistern
വെള്ളപ്പൊക്കം vellappokkam *(n.)* deluge
വെള്ളപ്പൊന്നുപോലെ vellapponnupole *(adj.)* platinum
വെള്ളയടിക്കുക vellayatikkuka *(v.)* whitewash
വെള്ളരിക്ക vellarikka *(n.)* cucumber
വെള്ളി velli *(n.)* silver
വെള്ളിഅഭ്രകം velliabhrakam *(n.)* muscovite
വെള്ളിനിറമായ velliniramaaya *(adj.)* silver
വെള്ളിപൂശുക vellipuushuka *(v.)* silver
വെള്ളിയാഴ്ച velliyaazcha *(n.)* Friday
വെള്ളിലമരം vellilamaram *(n.)* poplar
വെള്ളെഴുത്ത് vellezhuthth *(n.)* myopia
വേഗം vegam *(adv.)* soon
വേഗം തീപിടിക്കുന്ന vegam thiipitukkunna *(adj.)* inflammable
വേഗംതിന്നുക vegam thinnuka *(v.)* munch
വേഗത കുറയ്ക്കൽ vegatha kuraykkal *(n.)* deceleration
വേഗത കുറയ്ക്കുക vegatha kuraykkuka *(v.)* decelerate
വേഗത്തിൽ vegaththil *(adv.)* fast
വേഗത്തിൽ നീങ്ങുക vegaththil niinguka *(v.)* zip
വേഗത്തിൽ vegaththil *(adv.)* speedily
വേഗനിയന്ത്രണയന്ത്രഘടന veganiyanthranaghatana *(n.)* gear
വേച്ചുനടക്കുക vechunatakuka *(v.)* reel
വേച്ചുപോകൽ vechupokal *(n.)* stagger
വേടൻ vetan *(n.)* hunter
വേട്ട vetta *(n.)* hunt
വേട്ടനായ vettanaaya *(n.)* spaniel
വേട്ടപ്പക്ഷി vettappakshi *(n.)* falcon
വേട്ടപ്പട്ടി vettappatti *(n.)* terrier
വേട്ടയാടുക vettayaatuka *(v.)* hunt
വേട്ടയാടുന്നയാൾ vettayaadunnayaal *(n.)* chaser
വേട്ടാവെളിയൻ vettaavaliyan *(n.)* wasp

വേണം venam *(n.)* ounce
വേണ്ടതാകുന്നു vendathaakunnu *(v.)* must
വേണ്ടാതീനം vendaathiinam *(n.)* mischief
വേണ്ടി vendi *(prep.)* for
വേണ്ടിവരിക vendivarika *(n.)* need
വേണ്ടുവോളമുള്ള venduvolamulla *(adj.)* enough
വേണ്ടെന്നു വയ്ക്കുക vendenn vaykkuka *(v.)* cancel
വേണ്ടെന്നുള്ള vendennulla *(adj.)* negative
വേതനം vethanam *(n.)* emolument
വേതാളസംബന്ധമായ vethaalsambandhamaaya *(adj.)* ghoulish
വേദന vedana *(n.)* hardship
വേദന vedana *(n.)* pain
വേദനകൊണ്ട് പുളയുക vedanakond pulayuka *(v.)* wince
വേദനാജനകമായ vedanaajanakamaaya *(adj.)* painful
വേദനാസംഹാരി vedanaasamhaari *(n.)* analgesic
വേദനിക്കുക vedanikkuka *(v.)* pain
വേദപ്രചാരകൻ vedaprachaarakan *(n.)* apostle
വേദി vedi *(n.)* auditorium
വേദിക vedika *(n.)* platform
വേനൽക്കാല വസതി venalkkala vasathi *(n.)* belvedere
വേനൽക്കാലം venalkkaalam *(n.)* summer
വേരിറക്കുക verirakkuka *(v.)* root
വേരുറപ്പിക്കൽ verurappikkal *(n.)* entrenchment
വേര് veru *(n.)* root
വേർതിരിക്കൽ verthirikkal *(n.)* bifurcation
വേർതിരിക്കുക verthirikkuka *(v.)* single

വേർതിരിക്കുക verthirikkuka *(v.)* sort
വേർതിരിച്ചറിയുക verthirichariyuka *(v.)* distinguish
വേർപിരിക്കാവുന്ന verpirikkaavunna *(adj.)* separable
വേർപെടുത്തുക verpetuththuka *(v.)* sunder
വേർപെട്ടുപോകുക verpettupokuka *(v.)* depart
വേർപിരിയുക verpiriyuka *(n.)* break up
വേറിട്ടറിയുക verittariyuka *(adj.)* descrete
വേറിട്ട് veritt *(adv.)* aside
വേറെ രീതിയിലാക്കുക vere riithiyilaakkuka *(v.)* readjust
വേറെയാക്കപ്പെട്ട vereyaakkappetta *(adj.)* separate
വേറെയാക്കുക vereyaakkuka *(v.)* segregate
വേല vela *(n.)* labour
വേലക്കാരി velakkari *(n.)* maid
വേലമരം velamaram *(n.)* acacia
വേലി veli *(n.)* fence
വേലികെട്ടിയടയ്ക്കുക velikettiyataykkuka *(v.)* fence
വേലികെട്ടിയടയ്ക്കുക velikettiyatykkuka *(v.)* hedge
വേലിയിറക്കം veliyirakkam *(n.)* ebb
വേലിയിറക്കമുള്ള veliyirakkamulla *(adj.)* neap
വേൽ vel *(n.)* javelin
വേവലാതി vevalaathi *(n.)* rampage
വേവലാതി vevalaathi *(n.)* worry
വേവലാതിപ്പെടുക vevalaathippetuka *(v.)* worry
വേവിക്കുക vevikkuka *(v.)* stew
വേശ്യ vesya *(n.)* prostitute
വേശ്യ veshya *(n.)* slut
വേശ്യാലയം vesyaalayam *(n.)* brothel

വോട്ടപേക്ഷിക്കൽ vottapekshikkal *(v.)* canvass
വോട്ടവകാശം vottavakaasham *(n.)* suffrage
വോട്ടവകാശം vottavakaasham *(n.)* vote
വൈകൽ vaikal *(n.)* delay
വൈകല്യം vaikalyam *(n.)* handicap
വൈകാരികത vaikaarikatha *(n.)* sentiment
വൈകാരികനിയന്ത്രണം നഷ്ടപ്പെടുക vaikaarikaniyanthranam nashtapetuka *(n.)* freak-out
വൈകാരികമായ vaikaarikamaaya *(adj.)* emotional
വൈകാരികാനുഭവം vaikaarikaanubhavam *(n.)* feeling
വൈകി vaiki *(adv.)* late
വൈകിക്കൽ vakikkal *(n.)* procrastination
വൈകിപ്പോയ vaikippoya *(adj.)* late
വൈകിയ vaikiya *(adj.)* belated
വൈക്കോൽ vaikkol *(n.)* fodder
വൈക്കോൽ vaikkol *(n.)* leghorn
വൈക്കോൽക്കൂന vaikkolkkuuna *(n.)* rick
വൈക്ലബ്യം vaiklabyam *(n.)* malaise
വൈജാത്യം vaijaathyam *(n.)* difference
വൈഡൂര്യം vaidooryam *(n.)* agate
വൈദഗ്ദ്ധ്യം vaidagdhyam *(n.)* forte
വൈദഗ്ദ്ധ്യം നേടുക vaidagdhyam netuka *(v.)* specialize
വൈദഗ്ദ്ധ്യമുള്ള vaidagdyamulla *(adj.)* expert
വൈദഗ്ദ്ധ്യമുള്ള vaidagdyamulla *(adj.)* proficient
വൈദികമേലദ്ധ്യക്ഷൻ vaidika meladyakshan *(n.)* cardinal
വൈദ്യം vaidyam *(n.)* physic
വൈദ്യൻ vaidyan *(n.)* medic
വൈദ്യശാസ്ത്രസംയുക്തം vaidyashaasthra samyuktham *(adj.)* farmaceutical
വൈദ്യസംബന്ധിയായ vaidya sambanddhamaaya *(adj.)* medical
വൈദ്യുതനിയന്ത്രണ ഉപകരണം vaidyuthaniyanthran upakaranam *(n.)* fuse
വൈദ്യുതപ്രവാഹപരിക്രമണം vaidyuthapravahaparikramanam *(n.)* circuit
വൈദ്യുതരശ്മി vaidyutharashmi *(n.)* torpedo
വൈദ്യുതവേദിനി vaidyuthavedini *(n.)* galvanoscope
വൈദ്യുതാഘാതത്താൽ കൊല്ലുക vaidyudaaghaathaththaal kolluka *(v.)* electrocute
വൈദ്യുതി vaidhyuthi *(n.)* electricity
വൈദ്യുതി പ്രവാഹം vaidhyuthi pravaaham *(n.)* current
വൈദ്യുതി സംഭരണയന്ത്രം vaidhyuthi sambharana yanthram *(n.)* accumulator
വൈദ്യുതിഉപകരണ സംബന്ധം vaidythiupakarana sambandham *(adj.)* electronic
വൈദ്യുതിചാലകശക്തി vaidyuthichalaka shakthi *(n.)* voltage
വൈദ്യുതിമാപിനി vaidyuthamaapini *(n.)* galvanometer
വൈദ്യുതിയാലുള്ള മരണം vaidythiyalulla maranam *(n.)* electrocution
വൈദ്യുതിയില്ലാത്ത vaidyuthiyillaaththa *(n.)* outage
വൈദ്യുതീകരിക്കുക vaidhythiikarikkuka *(v.)* electrify
വൈദ്യുതീരോധനം vaidyuthii nirodhanam . *(n.)* insulation
വൈദ്യുത്യുൽപാദകയന്ത്രം vaidyuthulpaadakayanthra *(n.)* generator

വൈമനസ്യം vaimanasyam *(n.)* reluctance
വൈമനസ്യമുള്ള vaimanasyamulla *(adj.)* loath
വൈമാനിക പ്രകടനം vaimaanikaprakatanam *(n.)* aerobatics
വൈമാനികൻ vaimaanikan *(n.)* flyer
വൈമാനികയുദ്ധം vaimaanika yuddham *(n.)* dogfight
വൈമുഖ്യം vaimukhyam *(n.)* aversion
വൈമുഖ്യമുളവാക്കുന്ന vaimukhyamulavaakkunna *(adj.)* repugnant
വൈയാകരണൻ vaiyaakaranan *(n.)* grammarian
വൈരം vairam *(n.)* enmity
വൈരി vairi *(n.)* foe
വൈരുദ്ധ്യം vairudhyam *(n.)* contradiction
വൈരൂപ്യം vairuupyam *(n.)* ugliness
വൈരൂപ്യചികിത്സ vairuupyachikilsa *(n.)* orthopaedia
വൈലക്ഷണ്യം vailakshanyam *(n.)* deformity
വൈവർണ്ണ്യം vaivarnnyam *(n.)* paleness
വൈവാഹികം vaivaahikam *(adj.)* conjugal
വൈവാഹികമായ vaivaahikamaaya *(adj.)* nuptial
വൈവിധ്യം vaividhyam *(adj.)* multifarious
വൈശിഷ്ട്യം vaishishtyam *(n.)* speciality
വൈഷമ്യം vaishamyam *(n.)* fix
വൈഷമ്യകരമായ vaishamyakaramaaya *(adj.)* inconvenient
വൈഷമ്യത്തോടെ vaishamyaththote *(adv.)* hard
വോട്ടെടുക്കൽ vitetukkal *(n.)* poll
വോട്ടെടുക്കുക votetuppikuka *(v.)* poll
വോള്യം volume *(n.)* volume
വംശം vamsham *(n.)* ancestry
വംശംനാശം വന്ന vamshanaasham vanna *(adj.)* extinct
വംശനാശഭീഷണിനേരിടുന്ന vamshanaashabhiishani neritunna *(adj.)* endangered
വംശപരമായി vamshaparamaayi *(n.)* ethnicity
വംശപാരമ്പര്യം vamshapaaramparyam *(n.)* genealogy
വംശവിഷയകമായ vamshavishayakamaaya *(adj.)* genealogical
വംശീയത vamashiiyatha *(n.)* racism
വംശീയമായ vamshiiyamaaya *(adj.)* ethnic
വംശീയവിരോധി vamshiiyavirodhi *(adj.)* racist
വ്യംഗ്യാത്മകമായ vygyaathmakamaaya *(adj.)* ironic
വ്യംഗ്യാർത്ഥ പ്രയോഗം vygaarthaprayogam *(n.)* sarcasm
വ്യക്തത vykthatha *(n.)* clarity
വ്യക്തതയുള്ള vykthathayulla *(adj.)* specific
വ്യക്തപ്പെടുത്തുക vykthappetuththuka *(v.)* specify
വ്യക്തമായ vykthamaaya *(adj.)* obvious
വ്യക്തമായ ചെറുശബ്ദം vykthamaaya cheru shabdam *(n.)* click
വ്യക്തി vykthi *(adj.)* individual
വ്യക്തിത്വം vykthithwam *(n.)* character
വ്യക്തിപരമല്ലാത്ത vykthiparamallaaththa *(adj.)* impersonal
വ്യക്തിപരമായ vykthiparamaaya *(adj.)* personal
വ്യക്തിപ്രഭാവം vykthiprabhaavam *(n.)* charisma

വ്യക്തിമാഹാത്മ്യവാദം vyakthimaahaathmyavaadam *(n.)* individualism
വ്യക്തിയുടെ ഒരു വശത്ത് ധരിക്കുന്ന ആയുധം vykthiyute oru vashathth dharikkunna aayudham *(adj.)* sidearm
വ്യക്തിവിവരണരേഖ vykthivivaranarekha *(n.)* resume
വ്യക്തിവൈശിഷ്ട്യം vykthi vaishishtyam *(n.)* personality
വ്യക്തിസവിശേഷത vykthisaviseshatha *(n.)* individuality
വ്യഗ്യസൂചന vygyasuuchana *(n.)* indication
വ്യഗ്രത vygratha *(n.)* urge
വ്യഗ്രതപ്പെടുക vygrathappetuka *(v.)* urge
വ്യഞ്ജനാക്ഷരം vynjanaaksharam *(n.)* consonant
വ്യഞ്ജിപ്പിക്കുക vynjippikkuka *(v.)* connote
വ്യതിക്രമം vyathikrumam *(n.)* eclipsis
വ്യതിചലനം vythichalanam *(n.)* aberration
വ്യതിചലിക്കുക vyathichalikkuka *(v.)* backslide
വ്യതിചലിക്കുക vythichalikkuka *(v.)* divert
വ്യതിചലിച്ച vythichalicha *(adj.)* aberrant
വ്യതിചലിപ്പിക്കുക vythichalippikkuka *(v.)* deflect
വ്യതിയാനം vythiyaanam *(n.)* deflection
വ്യതിരിക്തമാക്കുക vythirikthamaakkuka *(v.)* separate
വ്യതിരിക്തമായ vythirikthamaaya *(adj.)* distinct
വ്യത്യസ്തമായിരിക്കുക vythyasthamaayirikkuka *(v.)* mismatch
വ്യത്യസ്ഥധ്രുവം vythyastha druvam *(adj.)* bipolar
വ്യത്യാസം vyathyaasam *(prep.)* unlike
വ്യത്യാസപ്പെടുക vythyaasappetuka *(v.)* vary
വ്യത്യാസമായ vyathyaasamaaya *(adj.)* freak
വ്യഥയനുഭവിക്കുക vyathayanubhavikkuka *(v.)* fret
വ്യപാരനൗക vyaapaaranouka *(n.)* coaster
വ്യഭിചരിക്കുക vyabhicharikkuka *(v.)* prostitute
വ്യഭിചാരം vyabhichaaram *(n.)* prostitution
വ്യഭിചാരി vyabhichari *(n.)* adulterer
വ്യഭിചാരി vyabhichaari *(n.)* courtesan
വ്യയം ചെയ്യുക vyayam cheyyuka *(v.)* disburse
വ്യയം ചെയ്യുക vyamcheyyuka *(v.)* expend
വ്യർത്ഥമായ vyarthamaaya *(adj.)* futile
വ്യവകലനം vyavakalanam *(n.)* deduction
വ്യവസായ പദ്ധതി vyvasaaya padhathi *(n.)* business plan
വ്യവസായം vyavasaayam *(n.)* industry
വ്യവസായശാല vyavasaayashaala *(n.)* factory
വ്യവസായി vyavasaayi *(n.)* tradesman
വ്യവസായിശ്രേണി vyvasaya sreni *(n.)* business class
വ്യവസ്ഥ vyvastha *(n.)* system
വ്യവസ്ഥ വരുത്തുക vyavastha varuththuka *(v.)* scheme
വ്യവസ്ഥചെയ്യുക vyavastha cheyyuka *(v.)* standardize
വ്യവസ്ഥപ്പെടുത്തുക vyavasthappetuththuka *(v.)* regulate

വ്യവസ്ഥാപകൻ vyvasthaapakan *(n.)* regulator
വ്യവസ്ഥാപനം vyavasthaapanam *(n.)* regulation
വ്യവസ്ഥാപിക്കുക vyvasthaapikkuka *(v.)* range
വ്യവസ്ഥിതമായ vyavasthithamaaya *(adj.)* systematic
വ്യവഹരിക്കുക vyavaharikkuka *(v.)* converse
വ്യവഹാരം vyvahaaram *(n.)* discourse
വ്യവഹാരപ്പെടാവുന്ന vyvahaarappedaavunna *(adj.)* actionable
വ്യവഹാരപ്പെടുക vyavahaarappetuka *(v.)* sue
വ്യവഹാരവിചാരകൻ vyvahaaravicharakan *(n.)* juryman
വ്യസനം vyasanam *(n.)* grief
വ്യസനകരമായ vyasanakaramaaya *(adj.)* grievous
വ്യസനമുണ്ടാക്കുക vyasanamundakkuka *(v.)* aggrieve
വ്യസനമുള്ള vyasanamulla *(adj.)* despondent
വ്യാകരണം vyaakaranam *(n.)* grammar
വ്യാകുലത vyaakulatha *(n.)* anxiety
വ്യാഖ്യാതാവ് vyaakhyaathaav *(n.)* interpreter
വ്യാഖ്യാനിക്കാനാകാത്ത vyaakhyaanikkaanakaaaththa *(adj.)* infallible
വ്യാഖ്യാനിക്കാനൊക്കാത്ത vyaakhyaanikkaanokkaaaththa *(adj.)* inexplicable
വ്യാഖ്യാനിക്കുക vyaakhyaanikkuka *(v.)* decode
വ്യാജം vyaajam *(n.)* artifice
വ്യാജം vyaajam *(n.)* fake
വ്യാജചികിത്സ vyaaja chikitsa *(n.)* quackery
വ്യാജൻ vyaajan *(n.)* counterfeiter
വ്യാജപ്രമാണരചന vyaajapramaanarachana *(n.)* fabrication
വ്യാജമാക്കുക vyaajamaakkuka *(v.)* dummy
വ്യാജമായ vyaajamaaya *(adj.)* doctored
വ്യാജമായുണ്ടാക്കുക vyaajamaayundaakkuka *(v.)* fake
വ്യാജവേഷം vyaajavesham *(n.)* masquerade
വ്യാജവേഷമായ vyaajakapatamaaya *(adj.)* pretentious
വ്യാധി vyaadhi *(n.)* disease
വ്യാധി vyaadhi *(n.)* malady
വ്യാപനം vyaapanam *(n.)* spread
വ്യാപാരം vyaapaaram *(n.)* trade
വ്യാപാരം ചെയ്യുക vyaapaaram cheyyuka *(v.)* trade
വ്യാപാരഇടപാട് vyaapaara itapaat *(n.)* deal
വ്യാപാരച്ചരക്ക് vyaapaaracharakk *(n.)* merchandise
വ്യാപാരയോഗ്യമായ vyaapaara yogymaaya *(adj.)* marketable
വ്യാപാരി vyaapaari *(n.)* trader
വ്യാപിക്കുക vyaapikkuka *(v.)* encompass
വ്യാപൃതമാവുക vyaaprurhamaakuka *(v.)* engage
വ്യാപ്തി vyaapthi *(n.)* magnitude
വ്യാമോഹമുക്തമാക്കുക vyaamohamukthamaakkuka *(v.)* disenchant
വ്യാമോഹങ്ങളില്ലാതാക്കുക vyaamohangalilllathaakkuka *(v.)* disillusion
വ്യായാമം vyaayaam *(n.)* exercise
വ്യായാമം ചെയ്യുക vyaayaamcheyyuka *(v.)* exercise
വ്യായാമത്തിനായിഓടുക vyaamaathinaayi otuka *(v.)* jog

വ്യായാമമുറകൾ vyaayaama murakal *(n.)* gymnastics
വ്യായാമവസ്ത്രം vyaayama vasthram *(n.)* tracksuit
വ്യായാമവിദ്യ vyaayama vidya *(adj.)* gymnastic
വ്യായാമവിമുഖമായ vyaayama vimukhamaaya *(adj.)* sedentary
വ്യാഴഗ്രഹം vyaazhagruham *(n.)* jupiter
വ്യാഴാഴ്ച vyaazhaazcha *(n.)* Thursday
വ്യാവസായികം vyavasaayikam *(n.)* millinery
വ്യാവസായികമായ vyavasaayikamaaya *(adj.)* industrial
വ്യാവഹാരികം vyaavahaarikam *(n.)* forensic
വ്യാസം vyaasam *(n.)* diameter
വ്യുത്പത്തിയുള്ള vyuthpaththiyulla *(adj.)* conversant
വ്യുത്പന്നൻ vyulpannan *(n.)* savant
വ്യുൽപന്നം vyulpannam *(adj.)* derivative
വ്യുൽപാദിക്കുക vyulpaadippikkuka *(v.)* derive
വ്യൂഹം vyuuham *(n.)* phalange
വ്യൂഹനം vyuuhanam *(n.)* rally
വ്യോമതന്തു vyomathanthu *(n.)* aerial
വ്യോമപരിധി vyomaparidhi *(n.)* airfield
വ്യോമയാനം vyomayaanam *(n.)* aviation
വ്യോമയാനവിജ്ഞാനീയം vyomayaanavinjaaneeyam *(n.)* aeronautics
വ്രണം vrunam *(n.)* sore
വ്രണക്ഷാളകം vrunakshaalakam *(n.)* lotion
വ്രതം vrutham *(n.)* vow

ശ

ശകടം shakatam *(n.)* carriage
ശകടം shakatam *(n.)* wagon
ശകലം shakalam *(n.)* jot
ശകലീഭവിക്കുക shakaliibhavikkuka *(v.)* splinter
ശകാരം shakaaram *(n.)* nagging
ശകാരവാക്ക് shakaaravaakk *(n.)* tirade
ശകാരിക്കുക shakaarikkuka *(v.)* berate
ശകുനം shakunam *(n.)* omen
ശക്തമായ shakthamaaya *(adj.)* forceful
ശക്തികുറയ്ക്കുക shakthikuraykkuka *(v.)* strain
ശക്തികേന്ദ്രം shakthikendram *(n.)* stronghold
ശക്തിക്ഷയം shakthikshayam *(n.)* debilitation
ശക്തിക്ഷയം shakthikshayam *(n.)* weakness
ശക്തിക്ഷയകാരണം shakthikhaya kaaranam *(n.)* debilitant
ശക്തിവർദ്ധിനി sakthivardhini *(n.)* booster
ശങ്ക shanka *(n.)* hesitation
ശങ്ക shanka *(n.)* suspicion
ശങ്ക തോന്നുക shankathonnuka *(v.)* doubt
ശങ്കതോന്നൽ shanka thonnal *(adj.)* suspect
ശങ്കയുള്ള shankayulla *(adj.)* timorous
ശങ്കിക്കുക shankikkuka *(v.)* disbelieve
ശങ്കിക്കുന്നതായ sankikkunnathaaya *(adj.)* hesitant
ശങ്കിച്ചു നിൽക്കുക shankichunilkkuka *(v.)* shilly-shally

ശഠതയുള്ള shatathayulla *(adj.)* stubborn
ശഠിക്കുക shadtikkuka *(v.)* insist
ശണ്ഠ shanda *(n.)* tussle
ശണ്ഠകൂടുക shandakooduka *(v.)* bicker
ശണ്ഠകൂടുക shandakuutuka *(v.)* contend
ശണ്ഠകൂടുക shantakuutuka *(v.)* wrangle
ശണ്ഠകൂടുന്ന shanda koodunna *(adj.)* bellicose
ശതം shatham *(n.)* hundred
ശതകം shathakam *(n.)* centenary
ശതഗുണീഭവിച്ച shathaguniibhavicha *(adj.)* centuple
ശതമാനക്കണക്ക് shathamaanakkanakk *(n.)* percentage
ശതാബ്ദം shathaabtham *(n.)* century
ശതായുഷ്മാൻ shathaayuahmaan *(n.)* centenarian
ശതാവരിച്ചെടി shathaavarichedi *(n.)* asparagus
ശത്രു shathru *(n.)* enemy
ശത്രുക്കളാൽ വലയിതമായി shathrukkalal valayithamaayi *(adj.)* beleaguered
ശനിയാഴ്ച shaniyaazhcha *(n.)* Saturday
ശപഥം shapatham *(n.)* resolution
ശപഥം ചെയ്യുക shapatham cheyyuka *(v.)* vow
ശപഥംചെയ്യുക shapatham cheyyuka *(v.)* swear
ശബ്ദം shabdam *(n.)* voice
ശബ്ദം അനുകരിക്കുക shabdam anukarikkuka *(v.)* ventriloquize
ശബ്ദം കടക്കാത്ത shabdam katakkaaththa *(adj.)* soundproof
ശബ്ദം കേൾക്കാതാക്കുക shabdam kelkkaathaakuka *(v.)* deafen
ശബ്ദഗ്രഹണശാസ്ത്രം sabdagrahanashaasthram *(n.)* acoustics
ശബ്ദത്തെ സംബന്ധിച്ച sabdathe sambandhicha *(adj.)* sonic
ശബ്ദനിയന്ത്രണോപകരണം shabdaniyanthranopakaranam *(n.)* silencer
ശബ്ദബാഹുല്യം shabdabaahulyam *(n.)* verbosity
ശബ്ദമുഖരിതമായ shabdamukharithamaaya *(adj.)* boisterous
ശബ്ദലയം shabdalayam *(n.)* chord
ശബ്ദവർദ്ധിനി shabdavatddhini *(n.)* megaphone
ശബ്ദസംബന്ധം sabdasambandham *(n.)* audio
ശബ്ദസംബന്ധിയായ sabdasambandhiyaaya *(adj.)* phonetic
ശബ്ദസംവിധാനം shabdasamvidhaanam *(n.)* sound system
ശബ്ദസൂചി shabdasuuchi *(n.)* concordance
ശബ്ദസ്പഷ്ടത shabdaspashtatha *(n.)* sonority
ശബ്ദാതീതവേഗമായ shabdaathitha vegamaaya *(adj.)* supersonic
ശബ്ദിക്കുക shabdikkuka *(v.)* sound
ശബ്ദിക്കുക shabdikkuka *(v.)* voice
ശമനം shamanam *(n.)* abatement
ശമിക്കാത്ത shamikkaaththa *(adj.)* incurable
ശമിക്കുക shamikkuka *(v.)* subside
ശമിപ്പിക്കാവുന്ന shamippikkaavunna *(adj.)* curable
ശമിപ്പിക്കുക shamippikkuka *(v.)* abate
ശമ്പളം shambalam *(n.)* salary
ശമ്പളം കൊടുക്കുക shambalam kotukkuka *(v.)* salary
ശയനം shayanam *(n.)* sleep
ശയിക്കുക shayikkuka *(v.)* lie
ശയ്യ shayya *(n.)* couch

ശയ്യാവരണം shayyaavaranam *(n.)*
bedcover
ശയ്യാവലംബിയല്ലാത്ത
shayyaavalambiyallaaththa *(adj.)*
ambulant
ശയ്യാവലംബിയായ
shayyavalambiyaaya *(adj.)* bedridden
ശയ്യോപകരണങ്ങൾ
shayyoopakaranangal *(n.)* bedding
ശരം sharam *(n.)* dart
ശരം sharam *(n.)* shaft
ശരണം sharanam *(n.)* haven
ശരണാലയം sharanaalayam *(n.)*
asylum
ശരത്കാലം sharathkaalam *(n.)* autumn
ശരവർഷം sharavarsham *(n.)* volley
ശരാശരി sharaashari *(n.)* par
ശരാശരിയായ sharaashariyaaya *(adj.)*
mean
ശരി shari *(n.)* okay
ശരിക്ക് sharikk *(n.)* right
ശരിപ്പകർപ്പ് sharippakarpp *(n.)* replica
ശരിപ്പെടുത്തൽ sharippetuththal *(n.)*
rectification
ശരിയടയാളം shariyatayaalam *(n.)*
tick
ശരിയല്ലാത്ത shariyallaththa *(adj.)*
inexact
ശരിയാകുക shariyaakuka *(v.)* okay
ശരിയാക്കിയെടുക്കുക
shariyaakkiyedukkuka *(v.)* correct
ശരിയാക്കേണ്ടതായ
shariyaakkendathaaya *(n.)* fixer-upper
ശരിയായ shariyaaya *(adv.)* okay
ശരിവയ്ക്കുക sharivaykkuka *(v.)*
right
ശരീരം shareeram *(n.)* body
ശരീരഘടനാശാസ്ത്രം
sareeraghatanaasasthram *(n.)* anatomy
ശരീരപോഷണം shariiraposhanam
(n.) metabolism

ശരീരപ്രകൃതി sariira prakruthi *(n.)*
physique
ശരീരമുക്തമാക്കുക
shariiramukthamaakkuka *(v.)* disembody
ശരീരവർണ്ണം shariiravarnnam *(n.)*
complexion
ശരീരസംബന്ധമായ
shareerasambandhamaaya *(adv.)* bodily
ശരീരാന്തരചിത്രമെടുക്കുക
shariiraantharachithrametukkuka *(v.)* x-
ray
ശരീരാന്തർഭാഗ പരിശോധന
shariirantharbhaagaparishodhana *(adj.)*
endoscopic
ശലഭകോശം shalabhakosham *(n.)*
cocoon
ശല്യം shalyam *(n.)* botheration
ശല്യം shalyam *(n.)* menace
ശല്യം shalyam *(n.)* ravage
ശല്യക്കാരൻ shalyakkaaran *(n.)*
taunter
ശല്യപ്പെടുത്തുക shalyappetuththuka
(v.) disturb
ശല്യപ്പെടുത്തുന്ന shaltappetuththunna
(adj.) obsessive
ശല്യപ്രവർത്തനം
shakyapravarththanam *(n.)* nuisance
ശല്യമുണ്ടാക്കുക
shalyamundaakkuka *(v.)* menace
ശവം shavam *(n.)* caracass
ശവംതീനി shavam thiini *(n.)* ghoul
ശവകുടീരം shavakuriiram *(n.)*
sepulchre
ശവക്കച്ച shavakkacha *(n.)* shroud
ശവക്കച്ചയിൽ പൊതിയുക
shavakkachayil pothiyuka *(v.)* shroud
ശവക്കല്ലറ shavakkallara *(n.)* tomb
ശവക്കോട്ട shavakkotta *(n.)* cemetery
ശവദർശനശാല shavadarshanashaala
(n.) morgue
ശവദാഹം shavadaaham *(n.)* burial
ശവപേടകം shavapetakam *(n.)* coffin

ശവമഞ്ചം shavamancham *(n.)* bier
ശവമടക്കൽ shavamatakkal *(n.)* sepulture
ശവമുറി shavamuri *(n.)* mortuary
ശവസംസ്കാരച്ചടങ്ങ് shavasamskaarachatang *(n.)* funeral
ശസ്ത്രക്രിയ shasthrakriya *(n.)* operation
ശസ്ത്രക്രിയനടത്തുന്നയാൾ shasthrakriya natathththunnayaal *(n.)* sawbones
ശസ്ത്രക്രിയാ കത്തി shasthrakriyaakaththi *(adj.)* lancet
ശസ്ത്രക്രിയാവിദഗ്ധ shasthrakriya vidagdha *(n.)* surgeon
ശസ്ത്രക്രിയാശാസ്ത്രം shasthrakriyaashaasthram *(n.)* surgery
ശാഖ shaakha *(n.)* branch
ശാഠ്യമുള്ള shaadyamulla *(adj.)* mulish
ശാന്തതയുള്ള shaanthathayulla *(adj.)* calmative
ശാന്തനായ shanthanaaya *(adj.)* laid-back
ശാന്തപ്രകൃതിയായ shaanthaprakruthiyaya *(adj.)* quiet
ശാന്തമാക്കാൻ നോക്കുന്ന shaanthanaakkan nokkunna *(adj.)* placatory
ശാന്തമാക്കുക shaanthamaakkuka *(v.)* becalm
ശാന്തമാക്കുന്ന shanthamaakkunba *(adj.)* placable
ശാന്തമാക്കുന്നവൻ shaanthamaakkunnavan *(n.)* pacifier
ശാന്തമായ shaanthamaaya *(adj.)* calm
ശാന്തമായ shaanthamaaya *(adj.)* peaceful
ശാപം shaapam *(n.)* curse
ശാപ്പാട്ടുരാമൻ shaapaaatturaaman *(n.)* glutton
ശാരീരികക്ഷമതാ പരിക്ഷ shaaririka kshamathaapariiksha *(n.)* fitness test
ശാരീരികക്ഷമതാഗ്രഹണയന്ത്രം shaaririkakshamathaa grahanayanthram *(n.)* fitness tracker
ശാരീരികക്ഷമതാപരിശീലനം shaaririkakshamathaaparishiilanam *(n.)* fitness training
ശാരീരികമായ shaariirikamaaya *(adj.)* physical
ശാശ്വതമാക്കുക shaswathamaakkuka *(v.)* eternalize
ശാശ്വതമായ saswathamaya *(adj.)* abiding
ശാശ്വതമായി saaswathamaayi *(adv.)* forever
ശാസന shaasana *(n.)* reprimand
ശാസനം shaasanam *(n.)* admonition
ശാസനപത്രം shaasanapathram *(n.)* edict
ശാസിക്കുക shaasikkuka *(v.)* scold
ശാസ്ത്രം shaasthram *(n.)* science
ശാസ്ത്രജ്ഞൻ shaasthranjan *(n.)* scientist
ശാസ്ത്രീയപ്രയോഗശാല shaasthriya prayogashaala *(n.)* laboratory
ശാസ്ത്രീയമായ shaasthriiyamaaya *(adj.)* scientific
ശിക്ഷ shiksha *(n.)* punishment
ശിക്ഷ ലഘൂകരിക്കുക shiksha laghookarikkuka *(v.)* commute
ശിക്ഷകൽപിക്കുക shikshakalpikkuka *(v.)* doom
ശിക്ഷണം shikshanam *(n.)* instruction
ശിക്ഷണബോധം shikshanabodham *(n.)* discipline
ശിക്ഷണരാഹിത്യം shikshanaraahityam *(n.)* indiscipline
ശിക്ഷണസംബന്ധമായ shikshanasambandhamaaya *(n.)* tutorial

ശിക്ഷയായ shikshayaaya *(adj.)* punitive

ശിക്ഷാധികാരി നടത്തുന്ന shikshaadhikaari nataththunna *(adj.)* magisterial

ശിക്ഷാപരമായ shikshaaparamaaya *(adj.)* penal

ശിക്ഷാഭീതിയില്ലാത്ത shikshaabhiithiyillaaththa *(n.)* impunity

ശിക്ഷാർഹമായ shikshaarhamaaya *(adj.)* culpable

ശിക്ഷാവിധി shikshaavidhi *(n.)* conviction

ശിക്ഷിക്കപ്പെട്ട shikshikkappetta *(adj.)* doomed

ശിക്ഷിക്കുക shikshikkuka *(v.)* punish

ശിഥിലബന്ധിയായ shilaabanddhiyaaya *(adj.)* rickety

ശിഥിലീകരിക്കുക shithiliikaranam *(v.)* deconstruct

ശിപായി shipay *(n.)* peon

ശിബിക shibika *(n.)* sedan

ശിബിരം shibiram *(n.)* camp

ശിബിരം shibiram *(n.)* campsite

ശിരഛേദം ചെയ്യുക shiraschedam cheyyuka *(v.)* behead

ശിരസ്ത്രാണം shirasthraanam *(n.)* hat

ശിരസ്സ് shirass *(n.)* head

ശിരാകൃതം shiraakrutham *(adj.)* cephaloid

ശിരോകവചം shirokavacham *(n.)* helmet

ശിരോചർമ്മം shirocharmmam *(n.)* scalp

ശിരോവസ്ത്രം shirovasthram *(n.)* domino

ശിരോവസ്ത്രം shirovasthram *(n.)* hood

ശിൽപം shilpam *(n.)* sculpture

ശിൽപമുണ്ടാക്കുന്നയാൾ shilpamundaakknnayaal *(n.)* sculpturist

ശില shila *(n.)* rock

ശിലാകോണം shilakonam *(n.)* pyramid

ശിലാദ്രവ്യജീവശാസ്ത്രം shilaadravyajiivashaasthram *(n.)* paleobiology

ശിലാദ്രവ്യജീവശാസ്ത്രപഠനം shilaadrvya jiivashaasthrapatanam *(adj.)* paleobiological

ശിലാദ്രവ്യപഠനം shilaadravyapatanam *(n.)* paleontology

ശിലാദ്രവ്യശാസ്ത്രജ്ഞൻ shiladravyashaasthranjan *(n.)* paleontologist

ശിൽപവിദ്യ സംബന്ധിച്ച shilpavidya sambandhicha *(adj.)* tectonic

ശിൽപവിദ്യാപരമായ shilpavidyaaparamaaya *(adj.)* sculptural

ശിൽപി shilpi *(n.)* builder

ശില്പി shilpi *(n.)* craftsman

ശിൽപി shilpi *(n.)* sculptor

ശിശിരനിദ്ര shishiranidra *(n.)* hibernation

ശിശിരനിദ്രചെയ്യുക shishiranidra cheyyuka *(v.)* winter

ശിശു shishu *(n.)* babe

ശിശുക്കൾക്കുണ്ടാകുന്ന shishukkalkkundaakunna *(adj.)* infantile

ശിശുപരിചരണം shishuparicharanam *(n.)* childcare

ശിശുപരിപാലനം shishuparipalanam *(n.)* babysitting

ശിശുഭക്ഷണം shishu bhakshanam *(n.)* baby food

ശിശുവണ്ടി shishu vandi *(n.)* perambulator

ശിശുവാഹനം shishuvaahanam *(n.)* pram

ശിശുഹത്യ shishuhathya *(n.)* infanticide

ശിഷ്ടം shishtam *(n.)* remainder

ശിഷ്ടം shishtam *(n.)* residue

ശീഘ്രം sheeghram *(adv.)* apace
ശീഘ്രത sheekhratha *(n.)* celerity
ശീഘ്രത shiighratha *(n.)* velocity
ശീഘ്രമാക്കുക shiighramaakkuka *(v.)* expedite
ശീഘ്രമായ shiighramaaya *(adj.)* fast
ശീതകഷായം shiithakashaayam *(n.)* infusion
ശീതകാലം shiithakaalam *(n.)* winter
ശീതളമായ sheethalamaaya *(adj.)* cold
ശീതളമായ sheethalamaaya *(adj.)* cool
ശീതളീകരണം shiithaliikaranam *(n.)* refrigeration
ശീതളീകരണി shiithaliikarani *(n.)* refrigerator
ശീതളീകരിക്കുക shithaliikarikkuka *(v.)* refrigerate
ശീതീകരണി shiithikarini *(n.)* fridge
ശീതികരിക്കൽ sheetheekarikkal *(n.)* air conditioning
ശീതീകരിണവസ്തു shiithikaranavasthu *(n.)* coolant
ശീതീകരിണി shiithikarani *(n.)* cooler
ശീമച്ചുണ്ണാമ്പ് sheemachunnaamb *(n.)* chalk
ശീമബദാംപഴം sheemabadhampazham *(n.)* apricot
ശീമമുള്ളങ്കി sheemamullanki *(n.)* carrot
ശീർഷകം shiirshakam *(n.)* headband
ശീലം shiilam *(n.)* habit
ശീലം shiilam *(n.)* practice
ശീലംകെട്ട shiilamketta *(adj.)* slatternly
ശീലംകെട്ട സ്ത്രീ shiilamketta sthrii *(n.)* slattern
ശീലമായ shiilamaaya *(n.)* wont
ശീലിക്കുക sheelikkuka *(v.)* accustom
ശുക്ലം shuklam *(n.)* semen
ശുക്ലസംബന്ധം shukla bandham *(adj.)* seminal
ശുക്ലസ്ഖലനം shuklaskhalanam *(n.)* ejaculate
ശുചിത്വം shuchithwam *(n.)* cleanliness
ശുചിത്വമില്ലാത്ത shuchithwamillaaththa *(adj.)* slovenly
ശുചിത്വമുള്ള shujithwamulla *(adj.)* hygienic
ശുചിത്വശാസ്ത്രം shujithwashaasthram *(n.)* hygiene
ശുചിയാക്കുക shuchiyaakkuka *(v.)* clean
ശുചീകരിക്കുക shuchiikarikkuka *(v.)* cleanse
ശുണ്ഠിപിടിപ്പിക്കുക shuntipitippikuka *(v.)* irk
ശുദ്ധഗതി shuddhagathi *(n.)* innocence
ശുദ്ധജലമത്സ്യം shuddhajalamatsyam *(n.)* roach
ശുദ്ധൻ suddhan *(adj.)* innocent
ശുദ്ധമായ shuddhamaaya *(adj.)* pure
ശുദ്ധമാവുക shuddhamaavuka *(v.)* purify
ശുദ്ധരക്തവാഹിനി suddharakthavaahini *(n.)* artery
ശുദ്ധലൗകികൻ suddhaloukikan *(n.)* worldling
ശുദ്ധിപാഠം ചെയ്യുക shuddhipaatamcheyyuka *(v.)* emend
ശുദ്ധീകരണം shuddikaranam *(n.)* refinement
ശുദ്ധീകരണവാദി shuddhikaranavaadi *(n.)* purist
ശുദ്ധീകരണശാല shudhiikaranashaala *(n.)* refinery
ശുദ്ധീകരണസ്ഥലം shuddiikarnasthalam *(n.)* purgatory
ശുദ്ധീകരിക്കുന്ന shuddiikarikkunna *(adj.)* purgative
ശുനകാലയം shunakaalayam *(n.)* doghouse
ശുപാർശ shupaarsha *(n.)* recommendation
ശുപാർശ ചെയ്യുക shupaarsha cheyyuka *(v.)* recommend

ശുഭപ്രതീക്ഷ shubhaprathiiksha *(n.)* optimism

ശുഭപ്രതീക്ഷയുള്ള shubhaprathiikshayulla *(adj.)* optimistic

ശുഭമസ്തു shubhamasthu *(interj.)* bye

ശുഭയാത്ര shubhayaathra *(interj.)* goodbye

ശുഭാപ്തിവിശ്വാസം shubhaapthiviswaasam *(v.)* auspicate

ശുഭാപ്തിവിശ്വാസി shubhaapthiviswaasi *(n.)* optimist

ശുഭാശംസ shubhaashamsa *(n.)* acclamation

ശുഭോദർക്കമായ sbhubhodarkkamaaya *(adj.)* happy

ശുശ്രൂഷക shushrushaka *(n.)* nurse

ശുശ്രൂഷിക്കുക shushrushikkuka *(v.)* nurse

ശുഷ്കാന്തി shushkaanthi *(n.)* diligence

ശുഷ്കിച്ച shushkicha *(adj.)* emaciated

ശുഷ്കിച്ച shushkicha *(v.)* thin

ശൂന്യ സ്ഥലം shuunyasthalam *(n.)* espace

ശൂന്യം shuunyam *(n.)* nil

ശൂന്യം shuunyam *(n.)* nothing

ശൂന്യതാവാദം shuunyatha vaadam *(n.)* nihilism

ശൂന്യമാക്കുക shuunyamaakkuka *(v.)* vacuum

ശൂന്യമാക്കുക shuunyamaakkuka *(adj.)* void

ശൂന്യമായ shuunyamaaya *(adj.)* empty

ശൂന്യസ്ഥലം shuunyasthalam *(n.)* void

ശൂന്യാകാശവാഹനം shunyaakaasham *(n.)* spacecraft

ശൂരത shuuratha *(n.)* valour

ശൂരൻ shuuran *(n.)* warrior

ശൂലാഗ്രം shoolaagram *(n.)* barb

ശൃംഖല shrukhala *(n.)* network

ശൃംഗാരം srungaram *(n.)* amour

ശൃംഗാരി srumgaari *(n.)* flirt

ശെമ്മാശ്ശൻ shemmashshan *(n.)* deacon

ശേഖരം shekharam *(n.)* stock

ശേഖരണം shekharanam *(adj.)* stock

ശേഖരിക്കുക shekharikkuka *(v.)* bestow

ശേഖരിച്ചു വച്ച shekharichu vacha *(n.)* spare

ശേഷി sheshi *(n.)* skill

ശേഷിയറിയാത്ത sheshiyariyaaththa *(v.)* decalibrate

ശോകം shokam *(n.)* mourning

ശോകമൂകമായ shokamuukamaaya *(adj.)* dismal

ശോകാർത്തമായ shokaarththamaaya *(adj.)* rueful

ശോചനീയമായ shochaniiyamaaya *(adj.)* pathetic

ശോച്യമായ shochyamaaya *(adj.)* deplorable

ശോണമായ shonamaaya *(n.)* vermillion

ശോഭ shobha *(n.)* lustre

ശോഭയില്ലാതാക്കുക shobhayillaathaakuka *(v.)* dull

ശോഭയുള്ള shobhayulla *(adj.)* glorious

ശോഭയുള്ള shobhayulla *(adj.)* luminous

ശോഭായമാനമായ shobhaayamaanamaaya *(adj.)* gorgeous

ശോഭിക്കുക shobhikkuka *(v.)* light

ശോഭിപ്പിക്കുക shobhippikkuka *(v.)* illuminate

ശോഷിച്ച sheshicha *(adj.)* gaunt

ശൈലികം shailikam *(n.)* silicon

ശൈലീവിശേഷണം shailiivisheshanam *(n.)* idiom

ശൈലീവിശേഷണപരമായ shailiivisheshanaoaramaaya *(adj.)* idiomatic

ശൈശവാവസ്ഥ shaishavaavastha *(n.)* infancy

ശോകഗാനം shokagaanam *(n.)* monody

ശോഷിച്ച shoshicha *(adj.)* meagre

ശൗചസ്ഥാനം shouchadthaanam *(n.)* latrine

ശൗര്യം shouryam *(n.)* bravery

ശൗര്യം sauryam *(n.)* daring

ശൗര്യഗുണം sauryagunam *(n.)* chivalry

ശംഖ് shankh *(n.)* conch

ശ്മശാനം shamshaanam *(n.)* crematorium

ശ്മശാനം smashshaanam *(n.)* necropolis

ശ്രദ്ധ sradha *(n.)* attention

ശ്രദ്ധതിരിക്കുക sraddha thirikkuka *(n.)* sideshow

ശ്രദ്ധയിൽ കൊണ്ടുവരാൻ sradhdhayil konduvaraan *(n.)* focalization

ശ്രദ്ധയിൽപെടുത്തുക sradhdhayilpeduthuka *(v.)* focalize

ശ്രദ്ധയോടെ sraddyode *(adj.)* careful

ശ്രദ്ധാഞ്ജലി shraddhaanjali *(n.)* tribute

ശ്രദ്ധാർഹമായ sraddhaarhamaaya *(adj.)* noteworthy

ശ്രദ്ധാലു sraddhaalu *(adj.)* choosy

ശ്രദ്ധിക്കൽ sraddhikkal *(n.)* listener

ശ്രദ്ധിക്കുക sraddhikkuka *(v.)* listen

ശ്രദ്ധേയമായ sraddheyamaaya *(adj.)* salient

ശ്രയസ്സ് shreyass *(n.)* prosperity

ശ്രവണപഥം shravanapatham *(n.)* sound

ശ്രവണസംബന്ധമായ sravanasambandhamaaya *(adj.)* acoustic

ശ്രവണസംബന്ധി shravanasambandhi *(adj.)* auditive

ശ്രവണാതീത ശബ്ദം shravanaathitha shabdam *(n.)* ultrasound

ശ്രാവ്യത shravyatha *(adj.)* audible

ശ്രീമത് shriimath *(n.)* sir

ശ്രീമാൻ shriimaan *(n.)* mister

ശ്രുതിമധുരമായ shruthimadhuramaaya *(adj.)* melodious

ശ്രേണി shreni *(n.)* tier

ശ്രേഷ്ഠമായ sreshtamaaya *(adj.)* classical

ശ്രേഷ്ഠമാക്കുക sreshtamaakkuka *(v.)* elevate

ശ്രേഷ്ഠമായ shreshtamaaya *(adj.)* eminent

ശ്രേഷ്ഠമായി shreshtamaayi *(adv.)* nobly

ശ്രോതാക്കൾ shrothaakkal *(n.)* audience

ശ്ലഥമാക്കുക slathamaakkuka *(v.)* loosen

ശ്ലാഘിക്കുക slaaghikkuka *(v.)* extol

ശ്ലേഷോക്തി sleshokthi *(n.)* pun

ശ്ലേഷ്മം sleshmam *(adj.)* mucous

ശ്ലേഷ്മോദരപ്രാണി sleshmodarapraani *(adj.)* molluscous

ശ്വസനനാളി swasananaali *(n.)* trachea

ശ്വസനനാളിപരിശോധന swasananaali parishodhana *(n.)* tracheoscopy

ശ്വസനപഠനം swasanapatanan *(n.)* pneumology

ശ്വസിക്കുക swasikkuka *(v.)* breathe

ശ്വാസം swaasam *(n.)* breath

ശ്വാസം മുട്ടൽ swaasam muttal *(n.)* asphyxia

ശ്വാസം മുട്ടൽ swaasam muttal *(n.)* suffocation

ശ്വാസം വലിക്കുക swaasam valilkuka *(v.)* inhale

ശ്വാസംമുട്ടിക്കൽ swaasam muttikkal *(n.)* garrotte

ശ്വാസംമുട്ടിക്കുക swaasammuttikkuka *(v.)* asphyxiate

ശ്വാസംമുട്ടിക്കുന്നയാൾ swaasam muttikkunnayaal *(n.)* garrotter

ശ്വാസംമുട്ടിച്ചുകൊല്ലുക swaasam muttichchukolluka *(v.)* garrotte

ശ്വാസകോശം swaasakosham *(n.)* lung
ശ്വാസതടസ്സം swasathadasam *(n.)* apnoea
ശ്വാസനാളമായ swaasanaalamaaya *(adj.)* tracheal
ശ്വാസനാളവീക്കം swaasanaalaveekkam *(n.)* bronchitis
ശ്വാസനാളസംബന്ധം swaasanaala sambandham *(adj.)* bronchial
ശ്വാസനാളി swaasanaali *(n.)* throttle
ശ്വാസരോഗം swaasharogam *(n.)* asthma

ഷ

ഷട്പദവിജ്ഞാനീയം shatpadavinjaaniiyam *(n.)* entomology
ഷണ്ഡനാക്കുക shantanaakkuka *(v.)* emasculate
ഷെൽഫ് shelf *(n.)* mantel

സ

സകർമ്മകമായ sakarmmakamaaya *(adj.)* transitive
സഖാവ് sakhaav *(n.)* comrade
സഖ്യം sakhyam *(n.)* league
സഖ്യം sakhyam *(n.)* pact
സഖ്യംചെയ്ത sakhyam cheytha *(adj.)* allied
സഖ്യകക്ഷി sakhyakakshi *(n.)* ally
സങ്കടം sankatam *(n.)* grievance
സങ്കടം sankatam *(adj.)* sad
സങ്കടക്കാരൻ sankatakkaaran *(n.)* plaintiff
സങ്കടമനുഭവിക്കുക sankatamanubhavikkuka *(v.)* undergo
സങ്കരം sankaram *(n.)* hybrid
സങ്കരവർഗ്ഗമായ sankaravarggmaaya *(n.)* mongrel
സങ്കരസന്തതിയായ sankarasanthathiyaaya *(n.)* mulatto
സങ്കലനം sankalanam *(n.)* combination
സങ്കലനം ചെയ്യുക sankalanam cheyyuka *(v.)* compute
സങ്കലിതം sankalitham *(n.)* plus
സങ്കൽപം sankalpam *(n.)* fancy
സങ്കൽപനം sankalpanam *(adj.)* designing
സങ്കല്പനാമം sankalpanaamam *(n.)* pseudonym
സങ്കൽപശക്തി sankalpashakthi *(n.)* imagination
സങ്കൽപിക്കുക sankalpikkuka *(v.)* fancy
സങ്കൽപിക്കുക sankalpikkuka *(v.)* imagine
സങ്കല്പിച്ചു രസിക്കുക sankalpichu rasikkuka *(v.)* toy
സങ്കീർണത sankeernnatha *(n.)* complication
സങ്കീർണ്ണമാക്കുക sankeernnamaakkuka *(v.)* complicate
സങ്കീർണ്ണമായ sankeernnamaaya *(adj.)* complex
സങ്കീർത്തനം sankiirththanam *(n.)* psalm
സങ്കുചിതമാക്കുക sankuchithamaakkuka *(v.)* narrow
സങ്കുചിതവർഗ്ഗസ്നേഹം sankuchithavargga sneham *(n.)* chauvinism
സങ്കേതം sanketham *(n.)* station
സങ്കേതമാക്കുക sankethamaakkunna *(v.)* resort
സങ്കോചനം sankochanam *(n.)* contraction
സങ്കോചിപ്പിക്കുക sankochippikkuka *(v.)* constrict

സചേതനമായ sachethanamaaya *(adj.)* alive
സജാതീയ sajaatheeya *(adj.)* akin
സജാതീയമായ sajaathiiyamaaya *(adj.)* cognate
സജീവമായ sajeevamaaya *(adj.)* active
സജ്ജത sajjatha *(n.)* readiness
സജ്ജനസമ്മതമായ sajjanasammathamaaya *(adj.)* decent
സജ്ജമാക്കുക sajjamaakkuka *(v.)* furnish
സജ്ജീകരണം sajjeekaranam *(n.)* arrangement
സജ്ജീകരിക്കുക sajjeekarikkuka *(v.)* arrange
സഞ്ചയം sanchayam *(n.)* bevy
സഞ്ചയിക്കുക sanchayikkukka *(v.)* aggregate
സഞ്ചയിക്കുക sanchayikkuka *(v.)* stock
സഞ്ചരിക്കുക sancharikkuka *(v.)* journey
സഞ്ചാരി sanchaari *(n.)* traveller
സഞ്ചി sanchi *(n.)* bag
സഞ്ചി sanchi *(n.)* sachet
സഞ്ചിമൃഗം sanchimrugam *(n.)* kangaroo
സഞ്ചിയുള്ള sanchchiyulla *(n.)* marsupial
സതീർത്ഥ്യൻ sathiirthyan *(n.)* schoolfellow
സത്കാരം sathkaaram *(n.)* treat
സത്താമീമാംസ saththaamiimaamsa *(n.)* ontology
സത്താമീമാംസകാരൻ saththaamiimaamsa *(n.)* ontologist
സത്തെടുക്കുക saththetukkuka *(v.)* distil
സത്ത് saththa *(n.)* decoction
സത്യം sathyam *(n.)* truth
സത്യനിഷ്ഠ sathyanishta *(n.)* integrity
സത്യപ്രതിജ്ഞ satyaprathinja *(n.)* oath
സത്യമാണെന്നു പരിശോധിക്കൽ sathyamaanennu parishodhikkal *(n.)* verification
സത്യമാണെന്നുതെളിയിക്കുക satyamaanennu theliyikkuka *(v.)* verify
സത്യമായ sathyamaaya *(adj.)* true
സത്യമെന്ന് കരുതപ്പെടുന്ന sathyamenn karuthappetunba *(n.)* tenent
സത്യവാങ്മൂലം satyavaangmoolam *(n.)* affidavit
സത്യവിരോധം sathyavirodham *(n.)* falsehood
സത്യസന്ധത sathyasandhatha *(n.)* honesty
സത്യസന്ധമായ sathyasandhamaaya *(adj.)* honest
സത്യസ്നേഹി sathyasnehi *(n.)* philalethist
സത്യാഭാസം sathyaabhaasam *(n.)* verisimilitude
സത്രം sathram *(n.)* roadhouse
സത്രീജനാദരം streejanadaram *(adj.)* chivalrous
സദാ അധിക്ഷേപിക്കുക sada adhikshepikkuka *(v.)* nag
സദാ അധിക്ഷേപിക്കുന്ന sada adhikshepikkunna *(adj.)* nagging
സദാചാരപരമാക്കുക sadachaaraparamaakkuka *(v.)* moralize
സദാചാരപരമായ sadachaaraparamaaya *(adj.)* virtuous
സദാചാരവാദി sadaachaaravaadi *(n.)* moralist
സദാചാരവിരുദ്ധമായ sadaachaaraviruddhamaaya *(adj.)* immoral
സദാവിഷാദിയായ sadavishaadiyaaya *(adj.)* melancholic
സദീസംഗമം nadiisangamam *(n.)* confluence

സദൃശമാകുക sadrusyamaakuka *(v.)* resemble
സദൃശമായ sadrusyamaaya *(adj.)* alike
സദൃശ്യമുള്ള saadrusyamulla *(n.)* correspondent
സദ്ഗുണം sadgunam *(n.)* merit
സദ്ഗുണമുള്ള sadgunamulla *(adj.)* omnibenevolent
സദ്യ sadya *(n.)* feast
സനാതനത്വം sanaathanathwam *(n.)* eternity
സനാതനമായ sanaathanamaaya *(adj.)* eternal
സന്തതി santhathi *(n.)* offspring
സന്തതികൾ santhathikal *(n.)* progeny
സന്തത്യുല്പാദനം നടത്തുക santhathyulpaadanam nataththuka *(v.)* father
സന്താനങ്ങൾ santhaanangal *(n.)* brood
സന്താനമുണ്ടാക്കുക santhaanamundaakkuka *(v.)* breed
സന്താനസമ്പന്നമായ santhaanasambandhamaaya *(adj.)* fecund
സന്താപം santhaapam *(n.)* bale
സന്തുലിതമാക്കുക santhulithamaakkuka *(v.)* stable
സന്തുലിതമായ santhulithamaaya *(n.)* stable
സന്തുഷ്ടി santhushti *(n.)* contentment
സന്തുഷ്ടിയടഞ്ഞ santhushtiyatanja *(adj.)* content
സന്തുഷ്ടിയുള്ള santhushtiyulla *(adj.)* placid
സന്തോഷപരമായ santhoshaparamaaya *(adj.)* joyful
സന്തോഷഭരിതമായ santhoshabharithamaaya *(adj.)* elate
സന്തോഷദായകമായ santhoshadaayakamaaya *(adj.)* jolly
സന്തോഷപ്രീതി santhoshapriithi *(n.)* zest
സന്തോഷമില്ലാത്ത santhoshamillaaththa *(adj.)* unamused
സന്തോഷിച്ചുമതിമറക്കുക santhoshichchumathimarakkuka *(v.)* exult
സന്ദർഭം santharbham *(n.)* context
സന്ദർഭം sandhrabham *(n.)* occasion
സന്ദർഭാനുസരണമായ santharabhaanusaranamaaya *(adj.)* circumstantial
സന്ദർഭോചിതമായ sandarbhojithamaaya *(adj.)* expedient
സന്ദർശകൻ sandharshakan *(n.)* visitor
സന്ദർശിക്കുക sandharshikkuka *(v.)* visit
സന്ദിഗ്ദധാർത്ഥമായ sandigaarththamaaya *(adj.)* equivocal
സന്ദിഗ്ദ്ധമായ sandigddhamaaya *(adj.)* doubtful
സന്ദിഗ്ദ്ധാർത്ഥത sandigthaarthatha *(n.)* ambiguity
സന്ദിഗ്ദ്ധാർത്ഥമായ sandigthaarthamaaya *(adj.)* dubious
സന്ദേശം sandhesham *(n.)* message
സന്ദേശവാഹകൻ sandheshavaahakan *(n.)* messenger
സന്ദേഹം santheham *(n.)* distrust
സന്ദേഹാത്മകത്വം sandehaalmakathwam *(n.)* scepticism
സന്ദേഹിക്കുക santhehikkuka *(v.)* distrust
സന്ദേഹിക്കുന്ന sandehikkunna *(n.)* sceptic
സന്ധി sandhi *(n.)* commissure
സന്ധിക്കുക sandhikkuka *(v.)* adjoin
സന്ധിവാതം sandhivaatham *(n.)* arthritis
സന്ധ്യ sandya *(n.)* dusk
സന്നദ്ധത sannaddhatha *(n.)* willingness
സന്നദ്ധതയുള്ള sannaddhathayulla *(adj.)* solicitous

സന്നദ്ധമാക്കുക sannaddhamaakkuka (v.) equip
സന്നദ്ധശരീരനായ sannandhashareeranaaya (adj.) athletic
സന്നദ്ധസേവകൻ sannddha sevakan (n.) volunteer
സന്നിപാതജ്വരം sannipaathajwaram (n.) typhoid
സന്ന്യാസാശ്രമം sanyaasashrumam (n.) hermitage
സന്ന്യാസിനീമഠം sanyaasiniimatam (n.) nunnery
സന്മനസ് sanmanass (n.) goodness
സന്മനസ് sanmanass (n.) omnibenevolence
സൻമാർഗിക അധഃപതനം sanmaargika adhapathanam (n.) depravation
സൻമാർഗ്ഗം sanmaargam (n.) morality
സന്മാർഗ്ഗശാസ്ത്രം sanmaargashaasthram (n.) ethics
സന്യാസി sanyaasi (n.) hermit
സന്യാസി മഠം sanyasi madam (n.) abbey
സഫലമാക്കുക saphalamaakkuka (v.) accomplish
സഫലീകരണം saphaliikaranam (n.) fulfilment
സഫലീകരിക്കുക saphaliikarikkuka (v.) fulfil
സബർജൻപഴം sabarjanpazham (n.) pear
സഭമാറ്റിവയ്ക്കുക sabhamaattivaykkuka (v.) prorogue
സഭയ്ക്കുപുറത്താക്കുക sabhaykkupuraththaakkuka (v.) excommunicate
സഭാകമ്പമുള്ള sabhaakambamulla (adj.) bashful
സഭാദ്ധ്യക്ഷൻ sabhadyakshan (n.) prelate
സഭായോഗം sabhayoham (n.) session
സഭായോഗകാലം sabhayogakaalam (adj.) sessional
സഭായോഗമില്ലാത്ത sabhayogamillaaththa (adj.) sessionless
സഭായോഗ്യമായ sabhayogyamaaya (adj.) parliamentary
സഭാസംബന്ധിയായ sabhaasambandhiyaaya (adj.) ecclesiastical
സഭ്യത sabhyatha (n.) decency
സമകാലവർത്തിയായ samakaalavarththiyaaya (adj.) concurrent
സമകാലികമായ samakaalikamaaya (adj.) contemporary
സമഗുണമായ samagunamaaya (adj.) similar
സമഗ്രമായ samagramaaya (adj.) comprehensive
സമഗ്രാധിപത്യമായ samagraadipathyamaaya (adj.) totalitarian
സമചതുരം samachathuram (n.) square
സമചതുരഷഡ്ഭുജം samacharhura shatbhujam (n.) cube
സമചതുരഷഡ്ഭുജസംബന്ധം samachathurashatbhujasambandham (adj.) cubical
സമചിത്തതയോടെയിരിക്കുക samachiththathayoteyirikkuka (v.) temperate
സമചിത്തൻ samachiththan (n.) stoic
സമത samatha (prep.) like
സമതലം samathalam (n.) plain
സമതലമായ samathalamaaya (adj.) plane
സമതുലിതമാക്കുക samathulithamaakkuka (v.) balance
സമതുല്യത samathulyatha (n.) parity
സമതുല്യമായ samathulyamaaya (adj.) equivalent
സമത്വം samathwam (n.) equality

സമദർശിയായ samadarshiyaaya
(adj.) equitable
സമനിരപ്പായ samanirappaaya *(adj.)*
level
സമനില samanila *(n.)* draw
സമൻ saman *(n.)* peer
സമന്വയിക്കുക samanwayikkuka *(v.)*
integrate
സമഭാരമാക്കുക
sambhaaramaakkuka *(v.)* poise
സമഭുജങ്ങളുള്ള samabhujangalulla
(adj.) equilateral
സമമർദ്ദരേഖ sanamarddarekha *(n.)*
isobar
സമയം samayam *(n.)* time
സമയനിഷ്ഠ samayanishta *(n.)*
punctuality
സമയപരിധി samayaparidhi *(n.)* time
limit
സമയസൂചകധ്വനി
samayasuuchakadwani *(n.)* siren
സമയോചിതമായ
samayochithamaaya *(adj.)* opportune
സമരതന്ത്രം samarathanthram *(n.)*
manoeuvre
സമരാസക്തർ samaraasakthar *(n.)*
militant
സമരോത്സുകമായ
samarolsukamaaya *(adj.)* militant
സമർത്ഥമായ samarddhamaaya *(adj.)*
masterly
സമർത്ഥിക്കൽ samarththikkal *(n.)*
demonstration
സമർത്ഥിക്കൽ samarththikkal *(n.)*
substantiation
സമർത്ഥിക്കുക samarththikkuka *(v.)*
substantiate
സമർപ്പണം samarppanam *(n.)*
submission
സമർപ്പിക്കുക samarppikkuka *(v.)*
submit

സമവാക്യം samavaakyam *(n.)*
equation
സമഷ്ടിവാദം samastivaadam *(n.)*
socialism
സമഷ്ടിവാദി samashtivaadi *(n.)*
socialist
സമഷ്ടിസ്നേഹം samashti sneham
(n.) empathy
സമസ്തമായ samasthamaaya *(adj.)*
entire
സമസ്യ samasya *(n.)* enigma
സമസ്യാപരം samasyaparam *(adj.)*
enigmatic
സമാഗമം samaagamam *(n.)* encounter
സമാഗമം samagamam *(n.)* meet
സമാഗമസങ്കേതം samagama
sanketham *(n.)* tryst
സമാഗമസ്ഥാനം sangamasthaanam
(n.) rendezvous
സമാഗമിക്കുക samaahamikkuka *(v.)*
meet
സമാജം samaajam *(n.)* assembly
സമാജം samaajam *(n.)* union
സമാജവാദി samaajavaadi *(n.)* unionist
സമാജികൻ saamaajikan *(n.)*
councillor
സമാധാനം samaadhaanam *(n.)*
calmness
സമാധാനപ്പെടുത്തുക
samaadhaanappetuththuka *(adj.)*
placative
സമാധാനലംഘനം samaadhaana
langhanam *(n.)* aggression
സമാധാനവാദം samaadhaanavaadam
(n.) pacifism
സമാധാനവാദി samaadhaanavaadi
(n.) pacifist
സമാധാനശീലമുള്ള
samsadhaanashilamulla *(adj.)* peaceable
സമാധാനിപ്പിക്കുക
samaadhaanippikkuka *(v.)* pacify

സമാധിയടയുക samaadhiyatayuka
(v.) die
സമാനമായ samaanamaaya (adj.)
analogous
സമാനമായതുണ്ടാക്കുക
samaanamaayathundaakkuka (n.) clone
സമാനാർത്ഥകമായ
samanaarththakamaaya (adj.)
synonymous
സമാന്തരത samaantharatha (adj.)
parallel
സമാന്തരഭുജം samaantharabhujam
(n.) parallelism
സമാന്തരമാക്കുക
samaantharamaakkuka (v.) parallel
സമാന്തരമായി samaantharamaayi
(prep.) alongside
സമാപനം samaapanam (n.) grand
finale
സമാപിക്കുക samaapikkuka (v.)
conclude
സമാപ്തി samaapthi (n.) end
സമാപ്തിവാക്യം samaapthi
vaakyam (n.) epilogue
സമാരംഭിക്കുക samaarambhikkuka
(v.) commence
സമാരാധ്യത samaataadhyatha (n.)
veneration
സമാർജിക്കുക samaarjjikkuka (v.)
earn
സമാശ്വസനം samaaswasanam (n.)
consolation
സമാശ്വസിപ്പിക്കുക
samaaswasippikkuka (v.) solace
സമാഹരണം samaaharanam (n.)
compilation
സമാഹരിക്കുക samaaharikkuka (v.)
compile
സമാഹർത്താവ് samaaharththaav
(n.) collector
സമാഹാരം samaahaaram (n.)
collection

സമാഹൃതി samaahruthi (n.)
composition
സമിതി samithi (n.) club
സമീകരിക്കുക samiikarikkuka (v.)
level
സമീകൃതമായ sameekruthamaaya
(adj.) balanced
സമീപം samiipam (adv.) near
സമീപകാല samiipakaala (adj.) recent
സമീപത്തെ samiipaththe (prep.)
towards
സമീപത്ത് sameepathth (prep.) at
സമീപവർത്തിയായ
samiipavarththiyaaya (adj.) contiguous
സമീപവാസി samiipavaasi (n.)
neighbour
സമീപസ്ഥിതി samiipadthithi (n.)
proximity
സമീപിക്കാവുന്ന sameepikkaavunna
(adj.) approachable
സമീപിക്കുക sameepikkuka (v.)
approach
സമീഭൂതമാകുക
samiibhuuthamaakuka (v.) smooth
സമുചിതകാലപരമായ samuchitha
kaalaparamaaya (adj.) tidal
സമുചിതമായ samuchithamaaya
(adj.) apposite
സമുച്ചയപദം samuchayapadam (n.)
conjunction
സമുദായം samudaayam (n.)
community
സമുദായാചാരലംഘകൻ
samudaayaacharalanghakan (adj.)
bohemian
സമുദ്ര സംബന്ധിയായ
samudrasambandiyaaya (adj.) marine
സമുദ്രം samudram (n.) ocean
സമുദ്രതീരം samudrathiiram (n.)
oceanfront

സമുദ്രതീരത്തെസംബന്ധിച്ച സമുദ്രാതിർത്തി sambandhicha *(adj.)* oceanfront

സമുദ്രതീരസംബന്ധം samudratheerasambandham *(adj.)* coastal

സമുദ്രപരമായ samudraparamaaya *(adj.)* oceanic

സമുദ്രപര്യടനം നടത്തുക samudraparyatanam nataththuka *(v.)* cruise

സമുദ്രയാത്രികൻ samudrayaathrikan *(n.)* voyager

സമുദ്രവിജ്ഞാനപരമായ samudravinjaanaparamaaya *(adj.)* oceanographic

സമുദ്രവിജ്ഞാനി samudravinjaani *(n.)* oceanographer

സമുദ്രശാസ്ത്രം samudrashaasthram *(n.)* oceanology

സമുദ്രശാസ്ത്രജ്ഞൻ samudrashaasthranjaan *(n.)* oceanologist

സമുദ്രസഞ്ചാരി samudrasanchaari *(n.)* seafarer

സമുന്നതപദവി samunnatha padavi *(n.)* honour

സമൂഹം samuuham *(n.)* society

സമൂഹവിരുദ്ധമായ samoohavirudhamaaya *(adj.)* antisocial

സമൃദ്ധമായ samrudhamaaya *(adj.)* abundant

സമൃദ്ധമായ samruddhamaaya *(adj.)* profuse

സമൃദ്ധി samrudhi *(n.)* amplitude

സമൃദ്ധി samruddhi *(n.)* opulence

സമൃദ്ധിയായി samruddhiyaayi *(adv.)* galore

സമ്പത്തുള്ള sambaththulla *(adj.)* rich

സമ്പത്ത് sampath *(n.)* mammon

സമ്പത്ത് sambathth *(n.)* money

സമ്പത്ത് sambathth *(n.)* wealth

സമ്പദ്ഘടന sampatghatana *(n.)* economy

സമ്പദ്സമൃദ്ധി sambathsamruddhi *(n.)* riches

സമ്പന്നത sambannatha *(n.)* enrichment

സമ്പന്നമായ sambannamaaya *(adj.)* well-to-do

സമ്പന്നർ sambannar *(n.)* affluential

സമ്പർക്കം samparkkam *(n.)* connection

സമ്പർക്കം സ്ഥാപിക്കുക sambarkkam sthaapikkuka *(v.)* contact

സമ്പാദനം sambaathanam *(n.)* procurement

സമ്പാദിക്കുക sampaathikkuka *(v.)* fend

സമ്പാദ്യം sambaandyam *(n.)* acquest

സമ്പുഷ്ടമായ sambushtamaaya *(adj.)* bountiful

സമ്പൂർണ്ണത sanpuurnnatha *(n.)* totality

സമ്പൂർണ്ണമായ sampoornnamaaya *(adv.)* full

സമ്പ്രദായം sambradaayam *(n.)* scheme

സമ്മതം sammatham *(n.)* assent

സമ്മതം sammatham *(n.)* consent

സമ്മതപത്രം sammathapathram *(n.)* agreement

സമ്മതപത്രംനൽകുക sammathapathram nalkuka *(v.)* permit

സമ്മതമുള്ള sammathamulla *(adj.)* willing

സമ്മതരേഖ sammatharekha *(adj.)* consensual

സമ്മതിക്കൽ sammathikkal *(n.)* affirmation

സമ്മതിക്കുക sammathikkuka . *(v.)* accede

സമ്മതിച്ചുകൊടുക്കുക sammathichukodukkuka *(v.)* concede

സമ്മതിദാനം sammathidaanam *(n.)* ballot

സമ്മതിദാനം രേഖപ്പെടുത്തുക sammathidaanam rekhappetuththuka *(v.)* vote
സമ്മതിദാനപത്രം sammathidaanapathram *(n.)* ballot paper
സമ്മതിദായകൻ saammathidaayakan *(n.)* voter
സമ്മതിദായകർ sammathidhaayakar *(n.)* electorate
സമ്മർദ്ദം saamarddam *(n.)* pressure
സമ്മർദ്ദംചെലുത്തുക saamarddam cheluththuka *(v.)* pressurize
സമ്മർദ്ദത്തിലായിരിക്കുക sammarddaththilaayirikkuka *(v.)* tension
സമ്മർദ്ധന നിരോധോപകരണം sammarddhana nirodhopakaranam *(n.)* buffer
സമ്മർദ്ദത്തിലാക്കൽ sammarddaththilaakkal *(n.)* compulsion
സമ്മാനം sammaanam *(n.)* gift
സമ്മാനംപൊതിയുക sammaanam pothiyuka *(v.)* giftwrap
സമ്മാനത്തുക sammanaththuka *(n.)* prize money
സമ്മാനിക്കുക sammanikkuka *(v.)* award
സമ്മാനിച്ച sammaanicha *(adj.)* present
സമ്മിശ്രം sammishram *(n.)* fusion
സമ്മിശ്രണം sammisranam *(n.)* amalgamation
സമ്മിശ്രമാക്കുക sammisramaakkuka *(v.)* intermingle
സമ്മിശ്രമായ sammisramaaya *(adj.)* composite
സമ്മേളനം sammelanam *(n.)* congregation
സമ്മേളിക്കുക sammelikkuka *(v.)* assemble
സമ്മോഹനം sammohanam *(n.)* fascination
സമ്യക്കായ samykkaaya *(adj.)* thorough
സമ്രാട്ട് samraat *(n.)* despot
സരളത saralatha *(n.)* simplicity
സരസഭാഷണം sarasabhaashanam *(n.)* repartee
സർ വകലാശാലാഉപദേശകൻ sarvvakalaashaala upadeshakan *(n.)* dean
സർ വ്വകലാശാലാതലവൻ sarvvakalashaalathalavan *(n.)* chancellor
സർക്കാർപത്രിക sarkkaarpathrika *(n.)* gazette
സർഗ്ഗശക്തിയുള്ള sarggashakthiyulla *(adj.)* creative
സർപ്പവിഷം sarppavisham *(n.)* venom
സർപ്പാകൃതിയായ sarppaakruthiyaaya *(adj.)* sinuous
സർപ്പാകൃതിയുള്ള sarppaakruthiyula *(n.)* serpentine
സർപ്പിളം sarppilam *(n.)* spiral
സർവകലാശാല sarvakalashaala *(n.)* university
സർവജ്ഞത്വം sarvvanjathwam *(n.)* omniscience
സർവവ്യാപ്തി sarvvavyaapthi *(n.)* ubiquity
സർവസാധാരണമായ sarvvasaadhaaranamaaya *(adj.)* general
സർവാതിശായിയായ sarvvaathishaayiyaya *(adj.)* transcendental
സർവ്വം sarvvam *(adj.)* all
സർവ്വകലാശാലാധ്യാപകൻ sarvvakalashaala adyaapakan *(n.)* professor
സർവ്വകലാശാലാബിരുദം sarvvakalashaala birudham *(n.)* matriculation
സർവ്വകലാശാലാബിരുദംനേടുക sarvvakalashaabirudham netuka *(v.)* matriculate
സർവ്വജ്ഞനായ sarvanjanaaya *(adj.)* omniscient

സർവ്വനാമം sarvvanaamam *(n.)* pronoun

സർവ്വരും sarvvarum *(pron.)* everybody

സർവ്വരോഗനിവാരിണി sarvvaroganivaarini *(n.)* panacea

സർവ്വവും sarvvavum *(pron.)* everything

സർവ്വവ്യാപകത്വം sarvvavyaapakathwam *(n.)* omnipresence

സർവ്വവ്യാപിയായ sarvvavyaapiyaaya *(adj.)* omnipresent

സർവ്വശക്തനായ sarvvasakthanaaya *(adj.)* almighty

സർവ്വശക്തിത്വം sarvvasakthithwam *(n.)* omnipotence

സർവ്വശക്തിയുള്ള sarvvashakthiyulla *(adj.)* omnipotent

സർവ്വാധികാരമുള്ള sarvvaadhikaaramulla *(adj.)* sovereign

സർവ്വേശ്വരത്വം sarvveswarathwam *(n.)* Highness

സർവ്വോത്കൃഷ്ടത sarvvotkrushtatha *(n.)* pre-eminence

സർവ്വോത്തമം sarvvoththamam *(n.)* superlative

സർപ്പം sarppam *(n.)* serpent

സർവ്വഭാഷാജ്ഞാനം sarvvabhaashaanjaanam *(n.)* omnilingual

സർവ്വഭാഷാജ്ഞാനമുള്ള sarvvabhaashaanjaanamulla *(adj.)* omnilingual

സർവ്വരൂപാത്മകം sarvvaruupaalmakam *(n.)* omniformity

സർവ്വേനടത്തുക sarvvenatathuka *(v.)* survey

സലജ്ജമായ salajjamaaya *(adj.)* ashamed

സൽക്കാരം salkkaaram *(n.)* banquet

സൽക്കാരമുറി salkkaaramuri *(n.)* parlour

സൽപ്പേര് salpperu *(n.)* repute

സൽപ്രവൃത്തി salpravruthi *(n.)* benefaction

സല്ലപിക്കുക sallapikkuka *(v.)* chat

സല്ലാപസ്ഥലം sallapasthalam *(n.)* chat room

സവാരി savaari *(n.)* drive

സവാരിക്കാരൻ savaarikkaran *(n.)* rider

സവാരിചെയ്യുക savaaricheyyuka *(v.)* ride

സവിശേഷത savisheshatha l *(n.)* queer

സവിശേഷമായ savisheshamaaya *(adj.)* queer

സവിശേഷമായിരിക്കുക savisheshamaayairikkuka *(v.)* queer

സസ്തനി sasthani *(n.)* mammal

സസ്യ സംബന്ധമായ sasya sambandhamaaya *(adj.)* botanical

സസ്യം sasyam *(n.)* herb

സസ്യഗ്രഹം sasyagraham *(n.)* nursery

സസ്യജാലം sasyajaalam *(n.)* vegetation

സസ്യഭക്ഷണം sasyabhakshanam *(n.)* vegetable

സസ്യഭുക്ക് sasyabhukk *(n.)* vegetarian

സസ്യശാസ്ത്രം sasyasaasthram *(n.)* botany

സസ്യശ്യാമളത sasyashyaamalatha *(n.)* greenery

സസ്യാഹാരപ്രിയർ sasyaahaarapriyan *(n.)* vegan

സസ്യാഹാരി sasyaahaari *(adj.)* vegetarian

സഹകരണം sahakaranam *(n.)* cohort

സഹകരണാടിസ്ഥാനത്തിലുള്ള sahakaranatisthaanathilulla *(adj.)* cooperative

സഹകരിക്കുക sahakarikkuka *(v.)* cooperate

സഹകാരി sahakaari *(n.)* assistant

സഹകാരി sahakaari *(adj.)* auxiliary

സഹകാരിയാകുക sahayi *(v.)* associate
സഹജജ്ഞാനം sahajanjaanam *(n.)* intuition
സഹജദ്വേഷം sahajadwesham *(n.)* antipathy
സഹജമായ sahajamaaya *(adj.)* inherent
സഹജീവി sahajiivi *(n.)* symbiote
സഹജീവിതം sahajiivitham *(n.)* symbiosis
സഹതപിക്കുക sahathapikkuka *(v.)* commiserate
സഹതാപമുള്ള sahathaapamulla *(adj.)* sympathetic
സഹനം sahanam *(n.)* toleration
സഹനശക്തി sahanashakthi *(n.)* tolerance
സഹനശക്തിയുള്ള sahanashakthiyulla *(adj.)* tolerant
സഹനാവികൻ sahanaavikan *(n.)* shipmate
സഹനീയമായ sahaniiyamaaya *(adj.)* tolerable
സഹപാഠി sahapaadi *(n.)* classmate
സഹപ്രവർത്തക sahapravarththaka *(n.)* colleague
സഹപ്രവർത്തകൻ sahpravarthakan *(n.)* co-worker
സഹപ്രവർത്തനം sahapravarththanam *(n.)* collaboration
സഹഭോജനം നടത്തുക sahabhojanam nataththuka *(n.)* mess
സഹർഷം saharsham *(adj.)* cheerful
സഹവർത്തകത്വം sahavarththakathwam *(n.)* partnership
സഹവർത്തി sahavarththi *(n.)* fellow
സഹവർത്തിത്വം sahavarththithwam *(n.)* coexistence
സഹവസിക്കുക sahavasikkuka *(v.)* shack
സഹവാസി sahavaasi *(n.)* room-mate
സഹവിദ്യാഭ്യാസം sahavidyaabhyaasam *(n.)* co-education
സഹവിദ്യാർത്ഥി sahavidyaarththi *(n.)* schoolmate
സഹസ്രാബ്ദം sahasraabdam *(n.)* millennium
സഹാനുഭൂതി sahaanubhoothi *(n.)* compassion
സഹായദ്രവ്യം sahaaya dravyam *(n.)* subsidy
സഹായധനം sahayadhanam *(n.)* grant
സഹായധനംഅനുവദിക്കുക sahaayadhanam anuvadikkuka *(v.)* grant
സഹായമില്ലാത്ത sahaayamillaaththa *(adj.)* unaided
സഹായി sahaayi *(n.)* helpmate
സഹായിക്കില്ലാത്ത sahaayikkillaththa *(adj.)* unaccommodating
സഹായിക്കുക sahayikkuka *(v.)* abet
സഹിക്കവയ്യാത്ത sahikkavayyaaththa *(adj.)* intolerant
സഹിക്കാവുന്ന sahikkaavunna *(adj.)* endurable
സഹിക്കുക sahikkuka *(v.)* tolerate
സഹിഷ്ണുത sahishnutha *(n.)* endurance
സഹൃദയത്വമുള്ള sahrudayathwamulla *(adj.)* aesthetic
സഹൃദയൻ sahrudayan *(n.)* aesthete
സഹോദരൻ sahodaran *(n.)* brother
സഹോദരി sahodari *(n.)* sister
സഹോദരിയെപ്പോലുള്ള sahodariyeppolulla *(adj.)* sisterly
സഹോദരീഭാവം sahodariibhaavam *(n.)* sisterhood
സഹോദരസംബന്ധിയായ sahodarasambandhiyaaya *(adj.)* fraternal
സഹ്യമല്ലാത്ത sahyamallaaththa *(adj.)* repulsive
സഹ്യമാക്കുക sahyamaakkkuka *(v.)* alleviate

സഹ്യമായ sahyamaaya *(adj.)* okayish
സാംക്രമികമായ saamkramikamaaya *(adj.)* infectious
സാംക്രമികരോഗം samkramika rogam *(n.)* epidemic
സാംഗത്യം saangathyam *(n.)* relevance
സാംസ്കാരികമായ samskaarikamaaya *(adj.)* cultural
സാക്ഷരത saaksharatha *(n.)* literacy
സാക്ഷരനായ saaksharanaaya *(adj.)* literate
സാക്ഷാൽക്കാരം saakshaathkaaram *(n.)* manifestation
സാക്ഷി saakshi *(n.)* witness
സാക്ഷിപറയുക saakshiparayuka *(v.)* testify
സാക്ഷിയാവുക saakshiyaavuka *(v.)* witness
സാക്ഷ്യപത്രം saakshyapathram *(n.)* certificate
സാക്ഷ്യപ്പെടുത്തുക saakshyappeduthuka *(v.)* attest
സാക്സോഫോൺവാദകൻ saxsophone vaadakan *(n.)* saxophonist
സാങ്കല്പികമായ saankalpikamaaya *(adj.)* fanciful
സാങ്കല്പികയന്ത്രം saankalpikayanthram *(n.)* nanobot
സാങ്കല്പികാദർശരാഷ്ട്രം sankalipkaadarsharaashtram *(n.)* utopia
സാങ്കൽപ്പികം sankalpikam *(adj.)* virtual
സാങ്കേതിക വിദ്യാപരിശീലനം saankethika vidyaaparishiilanam *(n.)* polytechnic
സാങ്കേതികത്വം saankethikathwam *(n.)* technicality
സാങ്കേതികപദ്ധതി sankethika paddhathi *(n.)* technique
സാങ്കേതികമായ saankethikamaaya *(adj.)* technical
സാങ്കേതികവിദഗ്ദ്ധൻ sankethika vidagdan *(n.)* technologist
സാങ്കേതികവിദ്യ sankethika vidya *(n.)* technology
സാങ്കേതികവിദ്യാ ആവേശം sankethika vidyaa avesham *(n.)* technomania
സാങ്കേതികവിദ്യാനിപുണൻ sankethikavidyaanipunan *(n.)* technician
സാങ്കേതികവിദ്യാന്വേഷി sankethikavidyaanweshi *(n.)* technophile
സാങ്കേതികവിദ്യാപ്രവർത്തക sankethikavidya pravarththaka *(n.)* techy
സാങ്കേതികവിദ്യാവിരോധി sankethikavidyavirodhi *(n.)* technophobe
സാങ്കേതികവിദ്യാവിഷയകമായ saankethikavidyaavishayakamaa *(adj.)* technological
സാങ്കേതികശബ്ദകോശം saankethika shabdakosham *(n.)* nomenclature
സാത്വികമായ saathwikamaaya *(adj.)* meek
സാദൃശ്യം saadrusyam *(n.)* semblance
സാദ്ധ്യത saadyatha *(n.)* scope
സാദ്ധ്യതയുണ്ടായിരിക്കുക saadyathayundaayirikkuka *(v.)* should
സാധനം saadhanam *(n.)* instrument
സാധനം sadhanam *(n.)* thing
സാധനസാമഗ്രികൾ sadhanasamgrikal *(n.)* accoutrement
സാധനസൂക്ഷിപ്പുകേന്ദ്രം sadhana sookshippikendram *(n.)* cloakroom
സാധർമ്മ്യം saadharmyam *(n.)* concord
സാധർമ്യം saadharmyam *(n.)* analogy
സാധാരണ കംപ്യൂട്ടർ saadhaarana computer *(n.)* desktop
സാധാരണ ഭാഷയിലാക്കുക saadaaranabhaashayilaakkuka *(n.)* decrypt
സാധാരണക്കാരൻ saadhaaranakkaaran *(n.)* layman

സാധാരണക്കാർ saadhaaranakkar *(n.)* commoner
സാധാരണനില saadhaarananila *(n.)* normalcy
സാധാരണമായ saadhaaranamaaya *(adj.)* ordinary
സാധാരണമായി saadhaaranamaayi *(adv.)* generally
സാധാരണയായ saadhaaranamaaya *(adj.)* mediocre
സാധാരണയായ saadaaranayaaya *(adj.)* usual
സാധാരണവിഷയം saadhaaranavishayam *(adj.)* commonplace
സാധുവാക്കുക saadhuvaakkuka *(v.)* validate
സാധൂകരിക്കുക sadhuukarikkuka *(v.)* justify
സാധ്യത saadyatha *(n.)* likelihood
സാധ്യമായ saadyamaaya *(adj.)* feasible
സാന്ത്വനം swaanthanam *(n.)* comfort
സാന്ത്വനിപ്പിക്കുക swanthanippikkuka *(v.)* assuage
സാന്ത്വനിപ്പിക്കുക saanthwanippikkuka *(v.)* soothe
സാന്ദ്രത saandratha *(n.)* density
സാന്ദ്രതാനിലവാരം saandrathaa nilavaaram *(n.)* consistency
സാന്ദ്രമായ sandramaaya *(adj.)* compact
സാന്ദ്രീകരിക്കൽ sandreekarikkal *(n.)* condensate
സാന്ദ്രീകരിക്കുക saandriikarikkuka *(v.)* saturate
സാഫല്യം saaphalyam *(n.)* accomplishment
സാബത്ത്സംബന്ധമായ sabath sambandhamaaya *(adj.)* sabbatical
സാമഗ്രി samagry *(n.)* appliance
സാമഗ്രി saamagri *(n.)* tool
സാമഗ്രികൾ saamagrikal *(n. pl)* paraphernalia
സാമർത്ഥ്യം saamarthyam *(n.)* talent
സാമർത്ഥ്യപരീക്ഷ saamarthya pariiksha *(n.)* competition
സാമർത്ഥ്യമില്ലാത്ത saamarthyamillaaththa *(adj.)* incapable
സാമർത്ഥ്യമുള്ള saamarththyamulla *(adj.)* potential
സമാധാനം samaadhaanam *(n.)* peace
സമാധാനലംഘനം samaadaanalanghanam *(n.)* rout
സാമാനവണ്ടി saamaanavadi *(n.)* lorry
സാമാന്തരികം saamaantharikam *(n.)* parallelogram
സാമാന്യജനം saamaanyajanam *(adj.)* folk
സാമാന്യൻ samaanyan *(n.)* mediocrity
സാമാന്യമായ saamaanyamaaya *(n.)* average
സാമാന്യസങ്കൽപം samaanya sankalpam *(n.)* concept
സാമാന്യേന saamaanyena *(adv.)* ordinarily
സാമീപ്യം saamiipyam *(n.)* juxtaposition
സാമുദായികം saamudaayikam *(adj.)* communal
സാമുദായികസംജ്ഞ saamudaayika sanja *(n.)* denomination
സാമുദ്രികനൗക saamudrika nauka$mmm *(n.)* carrack
സാമൂഹികപ്രബന്ധരചന സൈറ്റ് saamoohika prabandharachana site *(n.)* blog
സാമൂഹ്യമായ saamuuhyamaaya *(n.)* social
സാമൂഹ്യശാസ്ത്രം saamuuhyashaasthram *(n.)* sociology
സാമ്പത്തികത്തകർച്ച sampaththikaththakarcha *(n.)* recession

സാമ്പത്തികമുള്ള saambathikamulla
(adj.) well off
സാമ്പത്തികശാസ്ത്രം
sampaththikashaasthram (n.) economics
സാമ്പത്തികസംരക്ഷണം
saampathika samrakshanam (n.) finance
സാമ്പത്തികസഹായംചെയ്യുക
saampaththikasahaayam cheyyuka (v.)
finance
സാമ്പ്രദായികമല്ലാത്ത
sambradaayikamallaaththa (adj.) offbeat
സാമ്പ്രദായികമായ
saambradaayikamaaya (adj.) traditional
സാമ്യം saamyam (n.) likeness
സാമ്യം saamyam (n.) similarity
സാമ്യമില്ലാത്ത saamyamillaaththa
(adj.) incomparable
സാമ്രാജ്യം saamraajyam (n.) empire
സാമ്രാജ്യപരമായ
saamraajyaparamaaya (adj.) imperial
സാമ്രാജ്യഭരണം
saamraajjyabharanam (n.) imperialism
സായാഹ്നം saayaahnam (n.) evening
സായുധവിപ്ലവം saayudhaviplavam
(n.) revolution
സായുധസഹചരൻ
saayudhasahacharan (n.) squire
സാരം saaram (n.) purport
സാരംഗി saarangi (n.) harp
സാരംഗിവാദകൻ sarangivaadakan
(n.) violinist
സാരഥ്യം saarathyam (n.) leadership
സാരഭൂതമായ saarabhuuthamaaya
(adj.) quintessential
സാരമായ saaramaaya (n.) pivot
സാരമുള്ള saaramulla (adj.) substantial
സാരവത്തായ saaravaththaaya (adj.)
proverbial
സാരവത്തായ saaravaththaaya (n.)
worth
സാരസർവ്വസ്വം sarasarvvasam (n.)
quintessence

സാരാംശം saaraamaham (n.) gist
സാരാംശത്തിൽ saaramshathil (adv.)
substantially
സാരൂപ്യം swaaruupyam (adj.) like
സാരോപദേശകഥകൾ
saaropadeshakan (n.) jurisprudence
സാർത്ഥവാഹകസംഘം swarthwa
vaahaka sangham (n.) caravan
സാർവ്വജനീനമായ
saarvvajaniinamaaya (adj.)
cosmopolitan
സാർവ്വലൗകികത saarvvaloukikatha
(n.) universality
സാർവ്വലൗകികമായ
saarvvaloukikamaaya (adj.) global
സാർവ്വലൗകികമായി
saarvvaloukikamaayi (adv.) globally
സാൽവ saalva (n.) scarf
സാവകാശമായി saavakaashamaayi
(adj.) leisurely
സാവധാനത്തിൽ saavadhaanaththil
(adv.) leisurely
സാവധാനമായ saavadhaanamaaya
(adj.) slow
സാശങ്കമായ sashankamaaya (adj.)
diffident
സാഹചര്യം saahacharyam (n.)
situation
സാഹസം saahasam (n.) audacity
സാഹസത്തിനു തുനിയുക
saahasaththinuthuniyuka (v.) risk
സാഹസപ്രകടനം saahasaprakatanam
(n.) circus
സാഹസികത saahasikatha (n.)
intrepidity
സാഹസികധൈര്യം
sahasikadairyam (adj.) daring
സാഹസികനായ sahasikanaaya (adj.)
audacious
സാഹസികമായ saahasikamaaya
(adj.) adventurous

സാഹസിയായ saahasiyaya *(adj.)* venturesome
സാഹിത്യം saahithyam *(n.)* literature
സാഹിത്യകാരൻ saahithyakaaran *(n.)* litterateur
സാഹിത്യചോരണം saahityachoranam *(n.)* piracy
സാഹിത്യപരമായ sahityaparamaaya *(adj.)* literary
സാഹിത്യരൂപം saahityaruupam *(n.)* genre
സാഹോദര്യം saahodaryam *(n.)* brotherhood
സിംഹരാശി simharaashi *(n.)* Leo
സിംഹലക്ഷണമുള്ള simhalakshanamulla *(adj.)* leonine
സിംഹാസനം simhaasanam *(n.)* throne
സിംഹാസനത്തിലേറുക simhaasanaththileruka *(v.)* throne
സിംഹാസനസ്ഥനാക്കുക simhaasanasthanakkuka *(v.)* enthrone
സിഗരറ്റ് പുക cigarette puka *(n.)* side-stream
സിദ്ധൗഷധം siddoushadam *(n.)* vaccine
സിദ്ധാന്തം siddhaantham *(n.)* theory
സിദ്ധാന്തമാക്കുക sidhaanthamaakkuka *(v.)* theorize
സിദ്ധാന്തവാദി sindhaanthaavaadi *(n.)* theorist
സിനിമയുടെ ഭാഗം cinemayute bhaagam *(n.)* footage
സിനിമയെ സംബന്ധിച്ച cinemaye sambandhichcha *(adj.)* cinematic
സിനിമാ നിർമ്മാതാവ് cinema nirmmaathaav *(n.)* filmmaker
സിനിമാ പ്രദർശനം cinema pradarshanam *(n.)* matinee
സിനിമാശാല cinema shaala *(n.)* theatre
സിര sira *(n.)* vein
സിരകളെപ്പോലാകുക sirakaleppolaakuka *(v.)* vein
സിൽക്ക് തുണി silkthuni *(n.)* samite
സിൽക്ക്ചൂണ്ടനൂൽ silkchuundanuul *(adj.)* gimp
സിലിക്കൺ ഗുണഭേദം silicon gunabhedam *(n.)* silicene
സിലിണ്ടറിന്റെ ആകൃതിയിലുള്ള cylindernte akruthiyilulla *(adj.)* cylindrical
സീതപ്പഴം seethappazham *(n.)* custard
സീമ siima *(n.)* limit
സീമാതീതമായ siimaathiithamaaya *(adj.)* limitless
സീലുചെയ്യാവുന്ന sealcheyyavunna *(n.)* sealability
സീൽക്കാരം siilkkaaram *(adj.)* ziplock
സീൽക്കാരം ചെയ്യുക siilkkaaram cheyyuka *(v.)* sibilate
സീൽക്കാരം മുഴക്കുക siilkkaaram muzhakkuka *(v.)* whiz
സീൽക്കാരംപുറപ്പെടുവിക്കുക siilkkaaram purappetuvikkuka *(v.)* fizz
സീസറിനെ സംബന്ധിച്ച caesarine sambandhichcha *(adj.)* cesarean
സുഖകരമായ sukhakaramaaya *(adj.)* cosy
സുഖക്കേടായി sukhakketaayi *(adv.)* ill
സുഖക്കേടു ഭേദമാക്കുക suhakket beamaakkuka *(v.)* cure
സുഖക്കേടുള്ള sukhakketulla *(adj.)* unhealthy
സുഖപ്പെടുക sukhappetuka *(v.)* recover
സുഖപ്പെടുത്താൻകഴിയുന്ന sukhappetuththan kazhiyunna *(n.)* sanability
സുഖപ്പെടുത്തുക sukhappetuththuka *(v.)* heal
സുഖപ്രദമായ sukhaprathamaaya *(adj.)* comfy

സുഖപ്രിയരായ sukhapriyaraaya *(adj.)* voluptuous

സുഖഭോഗജീവിതം sukhabhogajiivitham *(n.)* luxury

സുഖലോലുപത sukhalolupatha *(n.)* sensuality

സുഖലോലുപനായ sukhalolupanaaya *(adj.)* decadent

സുഖലോലുപമായ sukhalolupamaaya *(adj.)* luxurious

സുഖവാസ കേന്ദ്രം sukhavaasa kendram *(n.)* resort

സുഖവാസവസതി sukhavaasavasathi *(n.)* villa

സുഖസൗകര്യങ്ങൾ sukhasaoukaryangal *(n.)* amenity

സുഖസ്പർശമായ sukhasparshamaaya *(adj.)* mellow

സുഖഹേതുകമായ sukhahethukamaaya *(n.)* enjoyability

സുഖാവഹം sukhaavaham *(n.)* snug

സുഗന്ധം sugandham *(n.)* scent

സുഗന്ധദ്രവ്യ ദ്രാവകം sugandha dravya draavakam *(n.)* cologne

സുഗന്ധദ്രവ്യം sugandhadraavyam *(n.)* incense

സുഗന്ധദ്രവ്യം പുകയ്ക്കുക sugandhadraavyam pukaykkuka *(v.)* incense

സുഗന്ധദ്രവ്യങ്ങൾ പുകയ്ക്കുക sugandhadravyangal pukaykkuka *(v.)* cense

സുഗന്ധമിട്ടുസൂക്ഷിച്ച ശവം suganddhamittu suukshicha shavam *(n.)* mummy

സുഗന്ധമുണ്ടാക്കുക sugandhamundaakkuka *(v.)* perfume

സുഗന്ധലേപനം sugandhalepanam *(n.)* aftershave

സുഗന്ധവ്യഞ്ജനം suganddhavynjanam *(n.)* spice

സുഗമമാക്കുക sugamamaakkuka *(v.)* facilitate

സുഗമമായ sugamaamaaya *(adj.)* facile

സുഗ്രഹമായ sugrahamaaya *(adj.)* lucid

സുഗ്രാഹ്യമാക്കുക sugraahyamaakkuka *(v.)* decrypt

സുഗ്രാഹ്യമായ sugraahyamaaya *(adj.)* intelligible

സുഘടനീയമായ sughataniiyamaaya *(n.)* plastic

സുചിത്രിതമായ chuthrithanaaya *(adj.)* picturesque

സുതാര്യമായ suthaaryamaaya *(adj.)* transparent

സുതാര്യമായ പൊതിച്ചിൽ suthaaryamaaya pothichil *(n.)* cellophane

സുദീർഘമായ sudiirghamaaya *(adj.)* long

സുദൃഢമായ sudrudamaaya *(adj.)* constant

സുനിശ്ചിതത്വം sunischithathwam *(n.)* certainty

സുനിശ്ചിതമായ sunischithamaaya *(adj.)* certain

സുന്ദരനായ sundharanaaya *(adj.)* handsome

സുന്ദരി sundhari *(n.)* nymphet

സുപ്തമായ supthamaaya *(adj.)* dormant

സുപ്രധാനമായ supradaanamaaya *(adj.)* important

സുപ്രസിദ്ധ റെക്കോഡിങ് suprasiddha recording *(n.)* chartbuster

സുബുദ്ധി subuddhi *(n.)* sanity

സുബോധമില്ലാത്ത subodhamillaaththa *(adj.)* insane

സുഭകൃതിയായ subhakruthiyaaya *(adj.)* gainly

സുഭഗം subhagam *(n.)* vivacity

സുഭഗൻ subhagan *(n.)* smoothie
സുഭഗമായ subhagamaaya *(adj.)* elegant
സുഭഗമായ subhagamaaya *(n.)* fine
സുഭൂഷിതം subhuushitham *(n.)* flamboyant
സുരക്ഷ suraksha *(n.)* defence
സുരക്ഷ ഉറപ്പുവരുത്തുക suraksha urappuvaruththuka *(v.)* safeguard
സുരക്ഷിതം surakshitham *(n.)* safe
സുരക്ഷിതഅറ surakshitha ara *(n.)* safebox
സുരക്ഷിതത്വം surakshithathwam *(n.)* security
സുരക്ഷിതഭവനം surakshitha bhavanam *(n.)* safehouse
സുരക്ഷിതമല്ലാത്ത surakahithamallaaththa *(adj.)* insecure
സുരക്ഷിതമാക്കുക surakshithamaakkuka *(v.)* entrench
സുരക്ഷിതമായ surakshithamaaya *(adj.)* safe
സുരക്ഷിതമായ surakshithamaaya *(n.)* safekeeping
സുരക്ഷിതമായി surakshithamaayi *(adv.)* safely
സുരഭീകരണം surabhiikaranam *(n.)* embalming
സുരഭീകരിക്കുക surabhiikarikkuka *(v.)* embalm
സുവർണ്ണോജ്ജ്വലമായ suvarnnojwalamaaya *(adj.)* golden
സുവഹനീയമായ suvahaniiyamaaya *(adj.)* portable
സുവിശേഷം suvisesham *(n.)* evangel
സുവിശേഷാനുസാരമായ suvisheshaanusaaramaaya *(adj.)* evangelic
സുശക്തമായ sushakthamaaya *(adj.)* strong
സുഷിരം sushiram *(adj.)* orificial
സുസന്തുഷ്ടമായ susanthushtamaaya *(adj.)* complacent
സുസാധ്യത susaadhyatha *(n.)* facilitation
സുസ്ഥിതമായ susthiramaaya *(n.)* firm
സുസ്ഥിതമായ susthithamaaya *(adj.)* firm
സുസ്പഷ്ടമായ suspashtamaaya *(adj.)* manifest
സുസ്പഷ്ടമായി suspashtamaayi *(adv.)* downright
സുഹൃത്തുക്കൾ suhruthukkal *(n.)* kith
സൂകരം suukaram *(n.)* swine
സൂക്തം sooktham *(n.)* aphorism
സൂക്ഷമാളവ് മാപിനി suukshmaalav maapini *(n.)* micrometer
സൂക്ഷിച്ചുവായിക്കുക suukshichuvayikkuka *(v.)* peruse
സൂക്ഷിപ്പുകാരൻ suukshippukaaran *(n.)* keeper
സൂക്ഷിപ്പുകൂട് sookshippukood *(n.)* almirah
സൂക്ഷിപ്പ് suukshich *(n.)* preservation
സൂക്ഷ്മ പരിശോധന suukshmaparishodhana *(n.)* probe
സൂക്ഷ്മ സർക്യൂട്ടുകൾ suukshma circuitkal *(n.)* nanocircuitry
സൂക്ഷ്മകണം suukshma kanam *(n.)* electron
സൂക്ഷ്മജീവശാസ്ത്രം suukshmahiivashaasthram *(n.)* nanobiology
സൂക്ഷ്മജീവി sookshmajeevi *(n.)* bacteria
സൂക്ഷ്മത suukshmatha *(n.)* nicety
സൂക്ഷ്മതയുള്ള suukshmathayulla *(adj.)* meticulous
സൂക്ഷ്മതരംഗം suukshmathangam *(n.)* microwave

സൂക്ഷ്മതരംഗാവർത്തനഏകകം
suukshmathangaavarththana ekakam *(n.)*
nanohertz
സൂക്ഷ്മദർശിനി suukshmadarshini
(n.) microscope
സൂക്ഷ്മദർശിയായ
suukshmadharshiyaaya *(adj.)*
extraspecial
സൂക്ഷ്മനിരീക്ഷണം
suukshmaniriikshanam *(n.)* scrutiny
സൂക്ഷ്മപരിശോധകൻ
suukshmaparishodhakan *(n.)* scanner
സൂക്ഷ്മപരിശോധന
suukshmaparishodhana *(n.)* scan
സൂക്ഷ്മപരിശോധന നടത്തുക
suukshmaparishodhana nataththuka *(v.)*
scan
സൂക്ഷ്മപരിശോധനാ
വിധേയമാക്കുക
suukshmaparishidhanaa
vidheyamaakkuka *(v.)* scrutinize
സൂക്ഷ്മബുദ്ധി sookshmabudhi *(n.)*
acumen
സൂക്ഷ്മബുദ്ധിയായ
suukshmabuddhiyaaya *(adj.)* keen
സൂക്ഷ്മബുദ്ധിയുള്ള
sookshmabudhiyulla *(adj.)* astute
സൂക്ഷ്മഭേദം suukshmabhedam *(n.)*
nuance
സൂക്ഷ്മമായ suukshmamaaya *(adj.)*
precise
സൂക്ഷ്മമായാലോചിക്കുക
suukshmamaayalochikkuka *(n.)*
deliberation
സൂക്ഷ്മമായി sookshmamaayi *(adv.)*
accurately
സൂക്ഷ്മമായി തിരഞ്ഞെടുക്കുന്ന
swanthamaayi thiranjetukkunna *(adj.)*
selective
സൂക്ഷ്മമുദ്ര suukshmamudra *(n.)*
microprint

സൂക്ഷ്മയന്ത്രം suukshmayanthram
(n.) nanite
സൂക്ഷ്മയന്ത്രവിദഗ്ദ്ധൻ suukshma
yanthravidagddhan *(n.)* nanoengineer
സൂക്ഷ്മയന്ത്രശാസ്ത്രം
suukshmayanthrashaasthram *(n.)*
nanomechanics
സൂക്ഷ്മരക്തരസം
suukshmaraktharasam *(n.)* nanoplasma
സൂക്ഷ്മരക്തവാഹിനി
sookshmarakthavaahini *(n.)* capillary
സൂക്ഷ്മവ്യത്യാസം suukshma
vythyasam *(n.)* subtlety
സൂക്ഷ്മശ്രദ്ധ suukshmasraddha *(n.)*
micrology
സൂക്ഷ്മശ്വസനനാളി
suukshmaswasananaali *(n.)* tracheole
സൂക്ഷ്മാണു സംബന്ധം
suukshmaanusambandham *(adj.)*
polymicrobial
സൂചകം suuchakam *(n.)* indicator
സൂചകധ്വനി soochakadwani *(n.)*
alarm
സൂചകമായിരിക്കുക
suuchakamaayirikkuka *(v.)* indicate
സൂചന suuchana *(n.)* inkling
സൂചനയില്ലാത്ത suuchanayillaaththa
(adj.) pointerless
സൂചനയുള്ള suuchanayulla *(adj.)*
pointful
സൂചി suuchi *(n.)* needle
സൂചികർമ്മാദർശം
suuchikarmmaadarsham *(n.)* sampler
സൂചിക്കുത്ത് suuchikkuthrh *(n.)* prick
സൂചിതാർത്ഥം suuchithaarththam
(n.) significance
സൂചിപത്രം suuchipayhram *(n.)*
docket
സൂചിപ്പതക്കം soochippathakkam *(n.)*
brooch
സൂചിപ്പിക്കൽ suuchippikkal *(n.)*
mention

സൂചിപ്പിക്കുക soochippikkuka (adj.) allusive

സൂചിപ്പിക്കുക suuchippikkuka (v.) mention

സൂചിപ്പിക്കുന്ന suuchippikkunna (adj.) suggestive

സൂചീവേധം soocheevedham (n.) acupuncture

സൂചീവേധക/ൻ soocheevedhaka/n (n.) acupuncturist

സൂച്യാകാരമായ suujyaakaramaaya (adj.) conical

സൂതികർമ്മിണി soothikarmmini (n.) accoucheur

സൂത്രം suuthram (n.) sleight

സൂത്രക്കാരനായ suuthrakkaaranaaya (adj.) tricky

സൂത്രപ്പണി suuthrappani (n.) trick

സൂത്രമുള്ള suuthramulla (adj.) wily

സൂത്രശാലിയായ suuthrashaaliyaaya (adj.) shifty

സൂത്രാക്ഷരശ്ലോകം soothraaksharaslokam (n.) acrostic

സൂപ്പ് soup (n.) broth

സൂര്യൻ suuryan (n.) sun

സൂര്യന്റേതായ suuryantethaaya (adj.) solar

സൂര്യപടം suuryapatam (n.) satin

സൂര്യപ്രകാശം suuryaprakaasham (n.) sunlight

സൂര്യപ്രകാശമുള്ള suuryaprakaashamulla (adj.) sunny

സൂര്യാഘാതം suuryaakhaatham (n.) heatstroke

സൂര്യാതാപം suuryaathaapam (n.) sunburn

സൂര്യോദയം suuryodayam (n.) sunrise

സൃഷ്ടി srushti (n.) creation

സൃഷ്ടിക്കാൻ കഴിവുള്ള srushtikkan kazhivulla (adj.) generable

സൃഷ്ടിക്കുക srushtikkuka (v.) create

സൃഷ്ടിപരമായ srushtiparamaaya (adj.) constructive

സെനറ്റിലെ അംഗം senettile angam (n.) senator

സെപ്റ്റംബർമാസം September maasam (n.) September

സെമി കളിക്കുന്നവർ semi kalikkunnavar (n.) semi-finalist

സേതുബന്ധനം sethuvandhanam (n.) embankment

സേനാ വിഭാഗം senavibhaagam (n.) commando

സേനാപാർശ്വം senaapaarswam (adj.) flank

സേനാവിഭാഗം senavibhaagam (n.) platoon

സേനാസമൂഹം senasamooham (n.) brigade

സേവകൻ sevakan (n.) bellhop

സേവകൻ sevakan (n.) attendant

സേവകൻ sevakan (n.) minion

സേവനം sevanam (n.) service

സേവനം അനുഷ്ഠിക്കുക sevanam anushtikkuka (v.) service

സേവനംചെയ്യൽ sevanam cheyyal (adj.) ministrant

സേവനവേതനം sevanavethanam (n.) fee

സേവനാനന്തരആനുകൂല്യം sevanaanathara aanukuulyam (n.) permanence

സേവിക്കുക sevikkuka (v.) assist

സേവിക്കുക sevikkuka (v.) minister

സേവിക്കുക sevikkuka (v.) treat

സോത്സാഹമായ sotsaahamaaya (adj.) fervent

സോപഹാസം sopahaasam (adj.) satirical

സോപാധികമായ sopaadhikamaaya (adj.) conditional

സോപാധികവകുപ്പ് sopaadhikavakupp (n.) proviso

സോപ്പുപൊടി soappodi *(n.)* detergent
സോല്ലാസമായ sollosamaaya *(n.)* jollity
സോൽസാഹമായ solsaahamaaya *(adj.)* sprightly
സൈക്കിളോടിക്കുന്നയാൾ cycleodikkunnayaal *(n.)* cyclist
സൈക്കിൾ cycle *(n.)* bicycle
സൈദ്ധാന്തികമായ saiddhaandhikamaaya *(adj.)* theoretical
സൈനികകലാപം sainika kalaapam *(n.)* mutiny
സൈനികപരിശീലനവിദ്യാർത്ഥി sainika parisheelana vidyarthi *(n.)* cadet
സൈനികപിൻവാങ്ങൽ sainika pinvaangal *(adj.)* demilitarized
സൈനികപ്രദർശനം നടത്തുക sainikapradarshanam natath); *(v.)* parade
സൈനികപ്രഭു sainikaprabhu *(n.)* samurai
സൈനികരെ മോചിപ്പിക്കൽ sainikare mochippikkal *(n.)* demobilization
സൈനികരെ മോചിപ്പിക്കുക sainikare mochippikkuka *(v.)* demobilize
സൈനികവ്യായാമം sainika vyaayaamam *(n.)* parade
സൈനികേതരമായ sainiketharamaaya *(n.)* civilian
സൈന്യം sainyam *(n.)* army
സൈന്യഗണം sainyaganam *(n.)* squadron
സൈന്യത്തെവിന്യസിക്കുക sainyaththe vinyasikkuka *(v.)* garisson
സൈന്യവിഭാഗം sainya vibhaagam *(n.)* battalion
സൈന്യവ്യൂഹം sainyavyuuham *(n.)* regiment
സൈന്യവ്യൂഹമാകുക sainyavyuuhamaakuka *(v.)* regiment
സൈന്യാദ്ധ്യക്ഷൻ sainyaadyakahan *(n.)* marshal
സൈന്യാധിപൻ sainyaadhipan *(n.)* commander
സൈബർ ഉപദ്രവം cyber upadravam *(n.)* cyberbullying
സോപ്പുപത soappatha *(n.)* lather
സോല്ലാസമായ sollaasamaaya *(adj.)* convivial
സൗകര്യം soukaryam *(n.)* facility
സൗകര്യപ്പെടുത്തുക soukaryappetuththuka *(v.)* provide
സൗകര്യമുള്ള soukaryamulla *(adj.)* cozy
സൗഗന്ധികഔഷധസസ്യം sougandhikaoushadasasyam *(n.)* estragon
സൗജന്യമായി soujanyamaayi *(adv.)* gratis
സൗജന്യമായി നൽകുക souchanyamaayi nalkuka *(v.)* free
സൗധം saudham *(n.)* edifice
സൗന്ദര്യം soundharyam *(n.)* beauty
സൗന്ദര്യമുള്ള soundaryamulla *(adj.)* fair
സൗന്ദര്യവർദ്ധകമായ soundaryavardhakamaaya *(adj.)* cosmetic
സൗമനസ്യം soumanasyam *(n.)* goodwill
സൗമ്യമായ soumyamaaya *(adj.)* amiable
സൗമ്യമായി soumyamaayi *(adv.)* nicely
സൗരഭ്യം saourabhyam *(n.)* aroma
സൗരഭ്യമുള്ള sourabhyamulla *(adj.)* odorous
സൗഹാർദ്ദപരമായ souhaarddaparamaaya *(adj.)* amicable
സൗഹൃദസ്വഭാവമുള്ള souhrudaswabhaavamulla *(adj.)* sociable

സംക്രമണം samkramanam *(n.)* transition
സംക്രമിക്കുക samkramikkuka *(v.)* infect
സംക്ഷിപ്തത samkshipththatha *(n.)* brevity
സംക്ഷിപ്തമായ samkshipthmaaya *(adj.)* compendious
സംക്ഷിപ്തമായി samkshipthamaayi *(adv.)* tersely
സംക്ഷുബ്ധമായ samkshubdhamaaya *(adj.)* distraught
സംക്ഷേപം samkshepam *(n.)* acronym
സംക്ഷേപം samkshepam *(n.)* precis
സംക്ഷേപണം samkshepanam *(n.)* synopsis
സംക്ഷേപലിപി samkhepalipi *(n.)* shorthand
സംക്ഷേപലേഖകൻ samkshepalekakhan *(n.)* stenographer
സംക്ഷേപിക്കുക samkshepikkuka *(v.)* abbreviate
സംക്ഷോഭം samkshobham *(n.)* convulsion
സംക്ഷോഭം samkshobham *(n.)* uproar
സംക്ഷോഭിപ്പിക്കുക samkshobhippikkuka *(v.)* convulse
സംഖ്യ samkhya *(n.)* number
സംഖ്യാപരമായ samkhyaaparamaaya *(adj.)* numerical
സംഖ്യാപരിവർത്തനം sankhyaaparivarththanam *(n.)* permutation
സംഖ്യാശബ്ദമായ samkhya shabdamaaya *(n.)* numeral
സംഖ്യാശാസ്ത്രം sankhyaa shaasthram *(n.)* mathematics
സംഗതമായ sangathamaaya *(adj.)* pertinent
സംഗതി sangathi *(n.)* case
സംഗമിച്ച sangamichcha *(adj.)* conjunct
സംഗീതം sangiitham *(n.)* music
സംഗീതക്രമണിക sangiithakramanika *(n.)* tracklist
സംഗീതജ്ഞൻ sangiithanjan *(n.)* musician
സംഗീതനാടകം sangiithanaatakam *(n.)* opera
സംഗീതനിശാശാല sangeethanishashaala *(n.)* discotheque
സംഗീതമേള sangiithamela *(n.)* gig
സംഗീതവിഷയകമായ sangiithavishayakamaaya *(adj.)* musical
സംഗീതസംഘപ്രമാണി sangeethasanghapramaani *(n.)* conductor
സംഗീതസംവിധാനംചെയ്യുക sangeetha samvidhaanam cheyyuka *(v.)* compose
സംഗീതസദസ്സ് sangeetha sadass *(n.)* concert
സംഗ്രഹം samgraham *(n.)* abridgement
സംഗ്രഹിക്കുക samgrahikkuka *(v.)* osmose
സംഗ്രഹിച്ച samgrahicha *(adj.)* summary
സംഘം samgham *(n.)* group
സംഘം sangham *(adj.)* massy
സംഘടന sanghatana *(n.)* organization
സംഘടിത പ്രവർത്തനം sangatitha pravarththanam *(n.)* campaign
സംഘടിതമായ sangatithamaaya *(adj.)* concerted
സംഘടിതയാത്ര samghatithayaathra *(n.)* expedition
സംഘടിതസംഘം sanghatithasangham *(n.)* guild
സംഘടിതാശയപ്രചാരണം sanghatithaashayapracharanam *(n.)* propaganda
സംഘടിപ്പിക്കുക sanghatippikkuka *(v.)* organize
സംഘട്ടനം sanghattanam *(n.)* collision
സംഘപ്രവർത്തനം sanghapravarththanam *(n.)* teamwork

സംഘാംഗം sanghaangam *(n.)* teammate

സംഘാടിസ്ഥാനത്തിൽ sanghaatisthaanaththil *(adv.)* teamwise

സംജ്ഞ sanjaa *(n.)* intimation

സംജ്ഞ sanja *(n.)* sign

സംജ്ഞകാട്ടുക sanja kaattuka *(v.)* sign

സംജ്ഞനൽകുക sanja nalkuka *(v.)* term

സംജ്ഞാശാസ്ത്രം sanjaashaasthram *(n.)* terminology

സംജ്ഞാശാസ്ത്രപരമായ sanjaashaasthraparamaaya *(adj.)* terminological

സംതൃപ്തി samtheupthi *(n.)* satisfaction

സംപ്രേക്ഷണം sampreshanam *(n.)* telecast

സംപ്രേക്ഷണം ചെയ്യുക sampreshanam cheyyuka *(v.)* telecast

സംപ്രേക്ഷണസാമഗ്രി sampreshanasamagri *(n.)* transmitter

സംബന്ധം sambandham *(n.)* regard

സംബന്ധിക്കുക sambandhikkuka *(v.)* attend

സംബോധനം sambodhanam *(n.)* invocation

സംഭരണം sambharanam *(n.)* storage

സംഭരണശാല sambharanashala *(n.)* depot

സംഭരണി sambharani *(n.)* drop box

സംഭരിക്കുക sambharikkuka *(v.)* accumulate

സംഭവം sambhavam *(n.)* event

സംഭവം sambhavam *(n.)* happening

സംഭവകഥ sambhavakatha *(n.)* anecdote

സംഭവനീയത sambhavaniiyatha *(n.)* possibility

സംഭവപരമ്പര sambhavaparampara *(n.)* scenario

സംഭവസ്ഥലം sambhavasthalam *(n.)* locale

സംഭവിക്കാനിടയുള്ള sambhavikkanitayulla *(n.)* contingent

സംഭവിക്കുക sambhavikkuka *(v.)* betide

സംഭവിപ്പിക്കുക sambhavippikkuka *(v.)* occasion

സംഭവ്യം sambhavyam *(n.)* contingency

സംഭവ്യമായ sambhavyamaaya *(adj.)* likely

സംഭാരം sambhaaram *(n.)* buttermilk

സംഭാവന sambhaavana *(n.)* contribution

സംഭാവ്യത sambhaavyatha *(n.)* probabxility

സംഭാവ്യമായ sambhaavyamaaya *(adj.)* possible

സംഭാഷണം sambhaashanam *(n.)* cyberchat

സംഭാഷത്തിനു പ്രേരിപ്പിക്കുക sambhaashanaththinu prerippikkuka *(v.)* spark

സംഭോഗത്തിലേർപ്പെടുക sambhogathilerppeduka *(v.)* copulate

സംഭ്രമം sambhramam *(n.)* bewilderment

സംഭ്രമിക്കൽ sambhramikkal *(adj.)* dumbfounded

സംഭ്രമിപ്പിക്കുക sambhramippikkuka *(v.)* astound

സംഭ്രാന്തമാക്കുക sambhraanthamaakkuka *(v.)* perturb

സംഭ്രാന്തി sambhranthi *(n.)* consternation

സംയമനം samyamanam *(n.)* abstinence

സംയമനം samyamanam *(n.)* forbearance

സംയുക്തരാജ്യം samyuktharaajyam *(n.)* federation

സ്ത്രീധനം sthreedhanam *(n.)* dowery

സ്ത്രീലമ്പടൻ sthrilambatan *(n.)* womaniser

സ്ത്രീലമ്പടനായിരിക്കുക sthriilambatanaayirikkuka *(v.)* womanise

സ്ത്രീലോലുപത്വം കാട്ടുക sthrii *(v.)* philander

സ്ത്രീലോലുപത്വമുള്ളയാൾ sthrilolupathwamullayyal *(n.)* philander

സ്ത്രീവിമോചനവാദി sthriivimochanavaadi *(adj.)* feminist

സ്ത്രീവേഷനിർമ്മിതി sthrivesha nirmmithi *(n.)* milliner

സ്ത്രീസംബന്ധിയായ streesambandhiyaaya *(adj.)* female

സ്ത്രീസഹജമായ striisahajamaaya *(adj.)* feminine

സ്ത്രീസ്വഭാവമുള്ള sthriiswabhaavamulla *(adj.)* womanish

സ്ത്രീസ്വാതന്ത്ര്യവാദം striiswaathathrayavaadam *(n.)* feminism

സ്ത്രീസ്വാതന്ത്ര്യവാദി striiswaathrayavaadi *(n.)* feminist

സ്ത്രീഹോർമോൺ striihormone *(n.)* estrogen

സ്ത്രൈണമായ sthrainamaaya *(adj.)* effeminate

സ്ഥലം sthalam *(n.)* place

സ്ഥലം ഒഴിയുക sthalam ozhiyuka *(v.)* vacate

സ്ഥലം നിർണ്ണയിക്കുക sthalam ബിർന്ന *(v.)* locate

സ്ഥലം മാറ്റുക sthalam maattuka *(v.)* transfer

സ്ഥലംമാറ്റം sthalammaattam *(n.)* transfer

സ്ഥലകൈമാറ്റ രേഖ Sthalakaimatta rekha *(adj.)* adscript

സ്ഥലക്കച്ചവടക്കാരൻ sthalakkachavatakkaaran *(n.)* realtor

സ്ഥലനാമചരിതം sthalanaamacharitham *(adj.)* onomastic

സ്ഥലനാമചരിതപഠനം sthalanaamacharithapatanam *(n.)* onomatology

സ്ഥലനാമചരിതാന്വേഷക sthalanaama charithaanweshaka *(n.)* onomatologist

സ്ഥലപഠനം sthalapatanam *(n.)* topography

സ്ഥലപഠിതാവ് sthalaptithaav *(n.)* topographer

സ്ഥലമാനം sthalamaanam *(n.)* rood

സ്ഥലസൗകര്യമുള്ള sthalasoukaryamulla *(adj.)* spacious

സ്ഥലസംബന്ധി sthalasambandhi *(adj.)* topographical

സ്ഥലസംബന്ധിയായ sthalasambandhiyaya *(adj.)* spatial

സ്ഥാനം sthaanam *(n.)* grade

സ്ഥാനം sthaanam *(n.)* location

സ്ഥാനം sthanam *(n.)* slot

സ്ഥാനം തെറ്റിക്കുക sthaanam thettikkuka *(v.)* dislocate

സ്ഥാനം ലഭിക്കുക sthanam labhikkuka *(v.)* slot.

സ്ഥാനംലഭിച്ച sthanam labhicha *(adj.)* rank

സ്ഥാനത്താക്കുക sthaanathaakkuka *(v.)* station

സ്ഥാനത്തുനിന്ന് മാറ്റുക sthanathuninu maattuka *(v.)* displace

സ്ഥാനത്തുവയ്ക്കുക sthaanaththuvaykkuka *(v.)* position

സ്ഥാനത്യാഗം stanatyagam *(n.)* abdication

സ്ഥാനപതി sthaanapathi *(n.)* ambassador

സ്ഥാനപതിയെ സംബന്ധിച്ച sthaanapathiye sambandhicha *(adj.)* consular

സ്ഥാനപ്പെടുക stanappetuka *(n.)* ubicity

സ്ഥാനഭ്രഷ്ടനാക്കുക
sthaanabhrashtanaakkuka *(v.)* dethrone

സ്ഥാനമുള്ള sthanamulla *(n.)* standing

സ്ഥാനസ്ഥം sthaanastham *(n.)* static

സ്ഥാനാരത്ഥിത്വം sthaanaarthithwam *(n.)* candidacy

സ്ഥാനാരോഹണം sthaanarohanam *(n.)* succession

സ്ഥാനാർത്ഥി sthaanaarthwi *(n.)* candidate

സ്ഥാനോൽക്കർഷം sthanolkarsham *(n.)* promotion

സ്ഥാപനം sthaapanam *(n.)* institute

സ്ഥാപിക്കുക sthaapikkuka *(v.)* establish

സ്ഥാപിക്കുക sthaapikkuka *(v.)* put

സ്ഥാപിത സമ്പ്രദായം sthaapitha sampradaayam *(n.)* institution

സ്ഥായിയാക്കുക sthaayiyaakkuka *(v.)* stabilize

സ്ഥാവരമായ sthaavaramaaya *(adj.)* immovable

സ്ഥിതി sthithi *(n.)* state

സ്ഥിതി ചെയ്യുക sthithi cheyyuka *(v.)* bide

സ്ഥിതി വിവരവിദ്യാപനം sthithi vivara vidyaapanam *(adj.)* biometric

സ്ഥിതിതന്ത്രം sthithithanthram *(n.)* statics

സ്ഥിതിവിവരശാസ്ത്രം sthithivivarashaasthram *(n.)* statistics

സ്ഥിതിസമത്വവാദം sthithisamathwavaadam *(n.)* communism

സ്ഥിതിസമത്വവാദി sthithisamathwavaadi *(n.)* communist

സ്ഥിരത sthiratha *(n.)* durability

സ്ഥിരത sthiratha *(n.)* stability

സ്ഥിരതാമസസ്ഥലം sthirathaamasasthalam *(adj.)* domiciled

സ്ഥിരനിവാസി sthiranivaasi *(n.)* inhabitant

സ്ഥിരമാക്കൽ sthiramaakkal *(n.)* stabilization

സ്ഥിരമായ sthiramaaya *(adj.)* persistent

സ്ഥിരമായിനടക്കാറുള്ള sthiramaayi natakkarulla *(n.)* endemic

സ്ഥിരമായുള്ള sthiramaayulla *(adj.)* permanent

സ്ഥിരരൂപം sthiraruupam *(n.)* stereotype

സ്ഥിരരൂപമാകുക sthiraruupamaakuka *(v.)* stereotype

സ്ഥിരവാസം sthiravaasam *(n.)* domicile

സ്ഥിരവാസമില്ലാത്ത sthiravaasamillaththa *(n.)* nomad

സ്ഥിരവാസിയായ sthiravaasiyaya *(adj.)* resident

സ്ഥിരവിവരശാസ്ത്രമായ sthiravivarashaasthramaaya *(adj.)* statistical

സ്ഥിരവൃത്തിയായ sthiravruththiyaya *(adj.)* staid

സ്ഥിരീകരണം sthiriikaranam *(n.)* confirmation

സ്ഥിരീകരിക്കുക sthirikarikkuka *(v.)* ratify

സ്ഥിരോത്സാഹം കാട്ടുക sthirolsaaham kaattuka *(v.)* persist

സ്ഥൂലകായമായ sthuulakaayamaaya *(adj.)* gigantic

സ്ഥൂലമായ sthuulamaaya *(adj.)* thick

സ്ഥൈര്യമില്ലാത്ത sthairyamillaaththa *(adj.)* infirm

സ്നാനം snanam *(n.)* ablution

സ്നാനകർ snanakar *(n.)* babtist

സ്നാനവസ്ത്രം snanavasthram *(n.)* bathrobe

സ്നിഗ്ദ്ധമായ snigddhamaaya *(n.)* lubricant

സ്നേഹം sneham *(n.)* love

സ്നേഹപൂർവ്വം snehapoorvvam
(adj.) affectionate
സ്നേഹബന്ധം snehabandham *(n.)*
bond
സ്നേഹഭാജനം snehabhaajanam *(n.)*
darling
സ്നേഹഭാജനം snehabhaajanam
(adj.) favourite
സ്നേഹമുണർത്തുക
snehamunarththuka *(v.)* endear
സ്നേഹിക്കത്തക്ക snehikkaththakka
(adj.) lovable
സ്നേഹിക്കുക snehikkuka *(v.)* love
സ്പന്ദനം spandhanam *(n.)* pulsation
സ്പന്ദിക്കുക spandikkuka *(v.)* throb
സ്പർദ്ധ spardha *(n.)* contention
സ്പർദ്ധയുള്ള sparddhayulla *(adj.)*
jealous
സ്പർശനി sparshini *(n.)* antenna
സ്പർശനീയമായ sparshaniiyamaaya
(adj.) tangible
സ്പർശബോധമറ്റ
sparshabodhamatta *(adj.)* insensitive
സ്പർശയോഗ്യമായ
sparshayogyamaaya *(adj.)* tactile
സ്പർശരേഖ sparsharekha *(n.)*
tangent
സ്പർശിക്കുക sparshikkuka *(v.)*
touch
സ്പർശം sparsham *(n.)* touch
സ്പഷ്ടത spashtatha *(n.)* lucidity
സ്പഷ്ടമാക്കുക spashtamaakkuka *(v.)*
elucidate
സ്പഷ്ടമായ spashtamaaya *(adj.)*
articulate
സ്പഷ്ടമായത് spashtamaayath *(adj.)*
conspicuous
സ്പഷ്ടമായി spashtamaayi *(adv.)*
clearly
സ്പഷ്ടമായി പ്രകടിപ്പിക്കുക
spashtamaayi prakatippikkuka *(v.)*
blazon

സ്പാനിഷ് നാടോടി നൃത്തം
spanish natoti nruththam *(n.)* flamenco
സ്പാനിഷ് നൃത്തം spanish
nruththam *(n.)* bolero
സ്പാനിഷ് പൌരൻ spanish pouran
(n.) Spaniard
സ്പാനിഷ് ഭാഷ spanishbhaasha *(n.)*
Spanish
സ്പിരിറ്റുകൊണ്ട് കരിക്കൽ
spiritkondukarikkal *(n.)* flambé
സ്പിരിറ്റുകൊണ്ട് കരിക്കുക
spiritkondukarikkuka *(v.)* flambé
സ്പിരിറ്റുകൊണ്ട് കരിച്ച
spiritkondukarichcha *(adj.)* flambé
സ്പെയിനിനെ സംബന്ധിച്ച spaine
sambhandhicha *(adj.)* Spanish
സ്ഫടികം sphatikam *(n.)* glass
സ്ഫടികക്കല്ല് sphatikakkallu *(n.)*
pebble
സ്ഫടികപാനപാത്രം sphatika
paanapaathram *(n.)* tumbler
സ്ഫുരണം sphuranam *(n.)* sparkle
സ്ഫുരിക്കുക sphurikkuka *(v.)* gleam
സ്ഫുരിക്കുന്ന sphurikkunna *(adj.)*
gleaming
സ്ഫുലിംഗം sphulingam *(n.)* spark
സ്ഫോടകശബ്ദം sphotakashabdam
(n.) crack
സ്ഫോടനം sphotanam *(n.)* explosion
സ്ഫോടനദ്രവ്യം sphotanadravyam
(n.) explosive
സ്ഫോടനശീലമായ
sphotanashiilamaaya *(adj.)* explosive
സ്ഫോടകശബ്ദം sphotakashabdam
(n.) pop
സ്ഫോടകശബ്ദമുണ്ടാകുക
sphotakashabdamundaakkuka *(v.)* pop
സ്ഫോടനം sphotanam *(n.)* blast
സ്മരണ smarana *(n.)* recollection
സ്മരണആഘോഷിക്കുക smarana
aghoshikkuka *(v.)* commemorate

സ്മരണയുണർത്തൽ smaranayunarththal *(adj.)* evocative
സ്മരണയുണർത്തുക smaranayunarththuka *(v.)* evocate
സ്മരണയുണ്ടാക്കുന്നത് smaranayundaakkunnath *(adj.)* mnemonic
സ്മരണവിഷയം smaranavishayam *(n.)* reminiscence
സ്മരണാതീത smaranaathiitha *(adj.)* immemorial
സ്മരണാർത്ഥമായ smaranaardthamaaya *(adj.)* monumental
സ്മരണാർഹമായ smaranaarhamaaya *(adj.)* memorable
സ്മരണിക smaranika *(n.)* souvenir
സ്മരണോത്സവം smaranolsavam *(n.)* commemoration
സ്മാരക ചിഹ്നം smaarakachihnam *(n.)* keepsake
സ്മാരകം smaarakam *(n.)* memorial
സ്മാരകചിഹ്നം smaarakachihnam *(n.)* memento
സ്മാരകമണ്ഡപം smaarakamantapam *(n.)* mausoleum
സ്മാരകലേഖം smaarakalekham *(n.)* epitaph
സ്മാരകസൗധം smaarakasoudham *(n.)* monument
സ്മിതം smitham *(n.)* laugh
സ്മൃതിഭ്രംശം smruthibhramsham *(n.)* amnesia
സ്മൃതിസഹായോപകരണം smruthisahaayopakaranam *(n.)* mnemonic
സ്രവം sravan *(n.)* secretion
സ്രവിക്കുക sravikkuka *(v.)* secrete
സ്രഷ്ടാവ് srushtaav *(n.)* creator
സ്രാവ് sraav *(n.)* shark
സ്രോതസ്സ് srothas *(n.)* source
സ്റ്റെയ്പൾ കൊണ്ടുകോർക്കുക staplekondukorkkuka *(v.)* staple

സ്വകക്ഷിത്യാഗം swakakahithyagam *(n.)* secession
സ്വകാര്യം swakaaryam *(n.)* secret
സ്വകാര്യത swakaaryatha *(n.)* privacy
സ്വകാര്യതാൽപര്യമുള്ള swakaaryathalparyamulla *(adj.)* interested
സ്വകാര്യപ്രദർശനംനടത്തുക swakaarya pradarshanam nataththuka *(v.)* preview
സ്വകാര്യമായ swakaaryamaaya *(adj.)* secret
സ്വകാര്യമുറി swakaaryamuri *(n.)* chamber
സ്വകാര്യവസ്ത്രശേഖരം swakaarya vasthrasekharam *(n.)* wardrobe
സ്വകാര്യസംഭാഷണം swakaarya sambhaashanam *(n.)* tete-a-tete
സ്വകാര്യസ്ഥലം swakaaryasthalam *(n.)* recess
സ്വകാര്യാദ്ധ്യാപകനായ swakaaryaadhyaapakanaaya *(adj.)* tutorial
സ്വകാര്യാദ്ധ്യാപകൻ swakaaryaaddhyaapakan *(n.)* tutor
സ്വകാര്യാദ്ധ്യാപനം swakaaryaaddhyaapanam *(n.)* tuition
സ്വകീയവസ്തുക്കൾ swakeeyavasthukkal *(n.)* belongings
സ്വച്ഛത swachhatha *(n.)* serenity
സ്വച്ഛതയുള്ള swachhathayulla *(adj.)* serene
സ്വച്ഛന്ദമായ swachandamaaya *(adj.)* free
സ്വജനപക്ഷപാതം swajanapakshapaatham *(n.)* nepotism
സ്വതന്ത്രത swathanthratha *(n.)* freedom
സ്വതന്ത്രൻ swathanthran *(n.)* freelancer
സ്വതന്ത്രമാക്കുക swathanthramaakkuka *(v.)* extricate

സ്വാതന്ത്രമാക്കുക swathanthramaakkuka *(v.)* release
സ്വാതന്ത്രമായ swathanthramaaya *(adj.)* independent
സ്വാതന്ത്രരാഷ്ട്ര കൂട്ടായ്മ swanthrarashtra kuuttayma *(n.)* commonwealth
സ്വത്തവകാശം നൽകുക swaththavakaasham nalkuka *(v.)* endow
സ്വത്തുള്ള swaththulla *(adj.)* wealthy
സ്വത്ത് swathth *(n.)* property
സ്വത്വബോധം swathwabodham *(n.)* identity
സ്വദേശം വിട്ടുപോകുക swadesham vittupokuka *(v.)* migrate
സ്വദേശീയം swadeshiiyam *(n.)* domestic
സ്വനഗ്രാഹിയന്ത്രം swanagraahiyanthram *(n.)* gramophone
സ്വന്തമനസ്സാലെ ചെയ്യുക swanthamanasaale cheyyuka *(v.)* volunteer
സ്വന്തമാക്കുക swanthamaakkuka *(v.)* own
സ്വന്തമായ swanthamaaya *(n.)* self
സ്വന്തമായുണ്ടാകുക swanthamayundaakuka *(v.)* have
സ്വന്തമായെടുത്ത ഫോട്ടോ swanthamaayetuththa photo *(n.)* selfie
സ്വന്തമാശയം swanthamaaya *(n.)* brainchild
സ്വപ്നം കാണുക swapnam kaanuka *(v.)* dream
സ്വപ്നത്തിലെന്നവണ്ണം swapnaththilennavannam *(adv.)* dreamily
സ്വപ്നദർശി swapnadarshi *(n.)* visionary
സ്വപ്നദർശിയായ swapnadarshiyaaya *(adj.)* visionary
സ്വപ്നമുണ്ടാക്കുക swapnamundaakkuka *(v.)* envision
സ്വപ്നലോകം swapnalokam *(n.)* dreamworld
സ്വപ്നവിഹാരി swapnavihaari *(n.)* dreamer
സ്വപ്നാടനം swapnaatanam *(n.)* somnambulism
സ്വപ്നാടനക്കാരൻ swapnaatanakkaaran *(n.)* somnambulist
സ്വഭാവവിശേഷം swabhava visesham *(n.)* trait
സ്വമേധയാ ഉള്ള swamedaya ulla *(adj.)* spontaneous
സ്വമേധയാലുള്ള swamethayaalulla *(adj.)* voluntary
സ്വയം അടിച്ചേൽപ്പിക്കൽ swayam atichelpikkal *(adj.)* self-imposed
സ്വയം ചുമതലയേറ്റെടുത്ത swayam chumathalayetta *(adj.)* self-appointed
സ്വയംചര യന്ത്രം swayamchara yanthram *(n.)* android
സ്വയംതൊഴിൽ ചെയ്യുന്നയാൾ swayamthozhil cheyyunnayaal *(adj.)* self-employed
സ്വയംനിന്ദ swayamninda *(n.)* self-abuse
സ്വയംനിയന്ത്രിക്കുക swayamniyanthrikkuka *(v.)* forbear
സ്വയംപൊങ്ങി swayampongi *(n.)* bighead
സ്വയംപ്രഖ്യാപിത swayam prakhyaapitha *(adj.)* self-proclaimed
സ്വയംപ്രവർത്തിക്കുന്ന swayampravarthikkunna *(adj.)* automatic
സ്വയംഭരണാധികാരപ്രദേശം swayambharanaadhikaarapradesham *(n.)* municipality
സ്വയംഭരണാധികാരമുള്ള swayam bharanadhikaaramulla *(adj.)* autonomous

സ്വയംഭോഗം ചെയ്യുക swayabhogam cheyyuka *(v.)* masturbate
സ്വയംവിളമ്പുന്ന വിരുന്ന് swayam vilambunna marunnu *(n.)* buffet
സ്വയംസേവനം swayamsevanam *(adj.)* self-service
സ്വയമേവ swayameva *(adv.)* automatically
സ്വരംമാറ്റിമാറ്റിപ്പാടുക swaram maattimaatti pidikkuka *(v.)* yodel
സ്വരച്ചേർച്ചയുള്ള swaracherchayulla *(adj.)* harmonious
സ്വരഭേദം swarabhedam *(n.)* tone
സ്വരലയംവരുത്തുക swaralayam varuththuka *(v.)* modulate
സ്വരാക്ഷരം swaraakaharam *(n.)* vowel
സ്വരാവരോഹം swaraavaroham *(n.)* cadence
സ്വരാഷ്ടകം swaraashtakam *(n.)* octave
സ്വരൂപം swaruupam *(n.)* effigy
സ്വരൂപം swaruupam *(n.)* form
സ്വരൂപം മറയ്ക്കുക swaroopam maraykkuka *(v.)* disguise
സ്വരൂപമുണ്ടാക്കുക swaruupamundaakkuka *(v.)* figure
സ്വരൂപിക്കുക swaroopikkuka *(v.)* collect
സ്വരൈക്യം swaraikyam *(n.)* consonance
സ്വർഗ്ഗം swargam *(n.)* heaven
സ്വർഗ്ഗീയ swargiiyamaaya *(adj.)* heavenly
സ്വർഗ്ഗീയമായ swargeeyamaaya *(adj.)* celestial
സ്വർണ്ണം swarnam *(n.)* gold
സ്വർണ്ണംമുക്കുക swarnam mukkuka *(v.)* gild
സ്വർണ്ണക്കട്ടി swarnakatti *(n.)* bullion
സ്വർണ്ണചൂഡപ്പക്ഷി swarnachootappakshi *(n.)* jay
സ്വർണ്ണപ്പണിക്കാരൻ swarnapanikkaaran *(n.)* goldsmith
സ്വർണ്ണമാറ്റ് swarnamaatt *(n.)* carat
സ്വർണ്ണമാറ്റ് swarnamaatt *(n.)* karat
സ്വർണ്ണവർണ്ണമായ swarnavarnnamaaya *(adj.)* gilt
സ്വറ്റർ sweter *(n.)* cardigan
സ്വല്പം swalpam *(adj.)* few
സ്വൽപം swalpam *(n.)* modicum
സ്വൽപമായ swalpamaaya *(n.)* short
സ്വവർ ഗ്ഗാനുരാഗിയായ swavargaanuraagiyaaya *(adj.)* gay
സ്വവർഗ്ഗഭോജിത്വം swavargabhojithwam *(v.)* cannibalise
സ്വവർഗ്ഗാനുരാഗി swavargaanuraagi *(n.)* gay
സ്വസ്ഥം swastham *(n.)* wellness
സ്വസ്ഥതയില്ലാതെയിരിക്കുക swasthathayillaatheyirikkuka *(v.)* fidget
സ്വസ്ഥമായിരിക്കുക swasthamaayirikkuka *(v.)* rest
സ്വാംശീകരണം swamsheekaranam *(n.)* assimilation
സ്വാംശീകരിക്കുക swamsheekarikkuka *(v.)* assimilate
സ്വാഗതം swaagathan *(n.)* welcome
സ്വാഗതം ചെയ്യുക swaagatham cheyyuka *(v.)* welcome
സ്വാതന്ത്ര്യം swaathanthryam *(n.)* independence
സ്വാതന്ത്ര്യമില്ലാത്ത swaathanthryamillaaththa *(adj.)* captive
സ്വാദിഷ്ടമായ swaadishtamaaya *(adj.)* luscious
സ്വാദിഷ്ഠം swaadishtam *(adj.)* delicious
സ്വാദിഷ്ഠമായ swaadishtamaaya *(adj.)* scrumptious
സ്വാദുള്ള swaadulla *(adj.)* palatable
സ്വാദുള്ള swaadulla *(adj.)* tasty
സ്വാദ് swaad *(n.)* taste
സ്വാധീനം swaadiinam *(n.)* hold
സ്വാധീനം swaadiinam *(n.)* impact
സ്വാധീനത swaadiinatha *(n.)* influence

സ്വാധീനപ്പെടുത്തൽ swaadiinappetuththal *(n.)* subjugation

സ്വാധീനമുള്ള ധനികൻ swaadiinamulla dhanikan *(adj.)* plutocrat

സ്വാധീനശക്തി swaadiinashakthi *(adj.)* charismatic

സ്വാധീനിക്കുക swaadiinikkuka *(v.)* influence

സ്വാധീനിപ്പെടുത്തുക swaadiinappetuththuka *(v.)* enthral

സ്വാനുഭവം swaanubhavam *(n.)* experience

സ്വാഭാവദാർഢ്യം swabhaavadaardyam *(n.)* calibre

സ്വാഭാവികമാക്കുക swabhaavikamaakkuka *(v.)* naturalize

സ്വാഭാവികമായ swabhaavikamaaya *(adj.)* common

സ്വാഭാവികമായ swabhaavikamaaya *(adj.)* normal

സ്വാഭിപ്രായമറിയിക്കുക swaabhipraayamaritikkuka *(v.)* opinionate

സ്വാഭിപ്രായമുള്ള swaabhipraayamulla *(adj.)* opinionated

സ്വാമിഭക്തി swamibhakthi *(n.)* allegiance

സ്വാമിഭക്തി swaamibhakthi *(n.)* fealty

സ്വായത്തമാക്കിയ swaayaththamaakkiya *(adj.)* occupied

സ്വാർത്ഥമായ swaarththamaaya *(adj.)* selfish

സ്വിറ്റസർലണ്ടുകാർ Switzerlandukaar *(n.)* Swiss

സ്വിറ്റസർലണ്ട് സംബന്ധി Switzerland sambandhi *(adj.)* Swiss

സ്വീകരണം swiikaranam *(adj.)* welcome

സ്വീകരണമുറി sweekaranamuri *(n.)* drawing-room

സ്വീകരിക്കുക swiikarikkuka *(v.)* choose

സ്വീകരിക്കുന്നവൻ swiikarikkunnavan *(n.)* receiver

സ്വീകർത്താവ് swiikarththaav *(n.)* recipient

സ്വീകാരം sweekaaram *(n.)* recognition

സ്വീകാരയോഗ്യമായ sweekaarayogyamaaya *(adj.)* admissible

സ്വീകാര്യത sweekaaryatha *(n.)* acceptability

സ്വീകാര്യൻ sweekaaryan *(adj.)* acceptant

സ്വീകാര്യമല്ലാത്ത swiikaaryamallaaththa *(adj.)* unacceptable

സ്വേച്ഛ swechcha *(n.)* spontaneity

സ്വേച്ഛയാ sechhaya *(adv.)* voluntarily

സ്വേച്ഛാധികാരി sechchadhikaarai *(n.)* dictator

സ്വേച്ഛാധിപതി sechhadhipathi *(n.)* tyrant

സ്വേച്ഛാധിപത്യം swechchadhipathyam *(n.)* autocracy

സ്വേച്ഛാപരമായ swechchaaparamaaya *(adj.)* arbitrary

സ്വേദനം swedanam *(n.)* sweat

സ്വൈര്യക്കേട് swairyakked *(n.)* annoyance

ഹ

ഹനനം hananam *(n.)* murder

ഹരണഫലം haranaphalam *(n.)* quotient

ഹരഷാരവപ്രധാനി harshaaravapradhaani *(n.)* cheerleader

ഹരിത ഗൃഹം harithagruham *(n.)* greenhouse

ഹരിതം haritham *(n.)* green

ഹരിതാഭമായ harithaabhamaaya (adj.) verdant
ഹർജിയെഴുത്തുകാരൻ harjjiyezhuthukaaran (adj.) draftsman
ഹർമ്മ്യം harmyam (n.) bungalow
ഹർഷം harsham (n.) gaiety
ഹർഷജനകമായ harshajanakamaaya (adj.) glad
ഹർഷാതിരേകം harshaathirekam (n.) joy
ഹർഷോൻമത്തം harshonmaththam (adj.) ecstatic
ഹർഷോന്മൂർച്ഛ harshonmuurchcha (n.) hysteria
ഹവായിയൻ ഗിറ്റാർ havawian gittar (n.) ukelele
ഹവായിയൻ ഗിറ്റാർ വാദകൻ havawian gittar vaadakan (n.) ukeleleist
ഹസിക്കത്തക്ക hasikkathakka (adj.) laughable
ഹസിക്കുക haaikkuka (v.) laugh
ഹസ്തം hastham (n.) hand
ഹസ്തലിഖിതം hasthalikhitham (n.) manuscript
ഹസ്തവിഷയകം hasthavishayakam (n.) manual
ഹസ്തശില്പങ്ങൾ hasthashilpangal (n.) handiwork
ഹാജരില്ലാത്ത hajarillaaththa (adj.) absent
ഹാജരില്ലാത്തയാൾ hajarillaaththayaal (n.) absentee
ഹാജർ haajar (n.) attendance
ഹാനി വരുത്തുക haanivaruththuka (v.) harm
ഹാനികരമായ haanikaramaaya (adj.) noxious
ഹാനിവന്ന haanivanna (adj.) damaging
ഹാരമണിയിക്കുക haramanitikkuka (v.) garland
ഹാർദ്ദമായി haarddamaayi (adv.) heartily
ഹാസം haasam (n.) laughter
ഹാസജനകമായ haasajanakamaaya (n.) funny
ഹാസ്യചിത്രം haasyachithram .. (n.) caricature
ഹാസ്യചിത്രകാരൻ haasyachithrakaaran (n.) cartoonist
ഹാസ്യജനകമായ haasyajanakamaaya (adj.) comic
ഹാസ്യദ്യോതകചിത്രം haasyadyothaka chithram (n.) cartoon
ഹാസ്യനടനോ നടിയോ haasyanatano natiyo (n.) comedian
ഹാസ്യാനുകരണം haasyaanukaranam (n.) mimicry
ഹാസ്യാനുകരണംനടത്തുക haasyaanukaranam nataththuka (v.) parody
ഹിംസ himsa (n.) violence
ഹിംസകൻ himsakan (n.) murderer
ഹിംസാത്മകമായ himsaalmakamaaya (adj.) murderous
ഹിംസിക്കുക himsikkuka (v.) decimate
ഹിതം hitham (n.) option
ഹിതകരമായ hithakaramaaya (adj.) acceptable
ഹിതമായ hithamaaya (adj.) favourable
ഹിതാനുവർ ത്തിയായ hithaanuvarththiyaaya (adj.) indulgent
ഹിമക്കട്ട himakkatta (n.) iceblock
ഹിമക്കതിര് himakkathiru (n.) icicle
ഹിമപടലം himapatalam (n.) blizzard
ഹിമപാതം himapaatham (n.) avalanche
ഹിമപാളി himapaali (n.) flake
ഹിമപ്പരപ്പ് himapparapp (n.) glacier
ഹിമമയമായ himamayamaaua (adj.) snowy

ഹിമമാക്കുക himamaakkuka *(v.)* ice
ഹിമവാഹി himavaahi *(n.)* ice bucket
ഹിമാച്ഛാദനം നടത്തുക himaachchaadanam natathtuka *(v.)* defrost
ഹിമാനി himaani *(n.)* iceberg
ഹിമാനീപതനം himaaniipathanam *(n.)* rockfall
ഹീനപ്പെടുത്തുക heenappeduththuka *(v.)* demean
ഹീനപ്പെടുത്തുന്ന heenappeduththunna *(adj.)* demeaning
ഹീനമായ hiinamaaya *(adj.)* sordid
ഹുങ്കാരം hunkaaram *(n.)* drone
ഹുണ്ടിക hundika *(n.)* banknote
ഹൃദയ ഉത്തേജന ഉപകരണം hrudaya uththejana upakaranam *(n.)* pacemaker
ഹൃദയ പ്രവർത്തനരേഖ hrudayapravarththana rekha *(n.)* echocardiogram
ഹൃദയം hrudayam *(n.)* heart
ഹൃദയക്ഷോഭം hrudayakshobham *(n.)* flutter
ഹൃദയചലനരേഖായന്ത്രം hrudaya chalana rekhaayanthram *(n.)* cardiograph
ഹൃദയപൂർവ്വകമായ hrudayapuurvvakamaaya *(adj.)* whole-hearted
ഹൃദയമിടിപ്പ് hrutayamitipp *(n.)* heartbeat
ഹൃദയവിജ്ഞാനീയം hrudayavinjaaneeyam *(n.)* cardiology
ഹൃദയസംബന്ധിയായ hrudaya sambandhiyaaya *(adj.)* cardiac
ഹൃദയസ്തംഭനം hrudaya sthambhanam *(n.)* cardiac arrest
ഹൃദയസ്പന്ദന പരിശോധിനി hrudayaspandhana parishodhini *(n.)* stethoscope
ഹൃദയഹാരിയായ hrudayahaariyaaya *(adj.)* impressive
ഹൃദയാകർഷകമായ hrudayaakarshakamaaya *(adj.)* engaging
ഹൃദയാവർജ്ജകമായ hrudyavarjjakamaaya *(adj.)* charming
ഹൃദ്യത hridyatha *(n.)* amiability
ഹൃദ്യമായ hrudyamaaya *(adj.)* cordial
ഹൃദ്യമായിരിക്കുക hrudyamaayorikkuka *(v.)* relish
ഹൃദ്രോഗം hrudrogam *(n.)* angina
ഹേതു hethu *(n.)* causality
ഹേതു hethu *(n.)* sake
ഹേതുവാക്കുക hethuvaakkuka *(v.)* attribute
ഹേതുവായ hethuvaaya *(adj.)* causal
ഹേത്വാഭാസവാദി hethwabhaasavaadi *(n.)* sophist
ഹോട്ടലിൽ മുറിയെടുക്കുക hotelil muriyedukkuka *(n.)* check-in
ഹോട്ടൽ പരിചാരകൻ hotelparichaarakan *(n.)* waiter
ഹോട്ടൽമുറികൾ hotelmurikal *(n.)* suite
ഹോമിയോചികിത്സകൻ homeochikilsakan *(n.)* homeopath
ഹൈഡ്രജൻ വാതകം hydrogen vaathakam *(n.)* hydrogen
ഹോ ho *(int.)* ouch
ഹോ എന്ന വ്യാക്ഷേപകം ho enna vyaakahepaka m *(n.)* ouch
ഹോട്ടൽ പരിചാരകൻ hotel parichaarakan *(n.)* bellboy
ഹോമിയോചികിത്സാ homeochikilsa *(n.)* homeopathy
ഹംസം hamsam *(n.)* goose
ഹ്രസ്വകണിക hruswa kanika *(n.)* nanoparticle
ഹ്രസ്വകമ്പ്യൂട്ടർ hruswacomputer *(n.)* nanocomputer
ഹ്രസ്വകാലത്തേക്കുള്ള hruswa kaalathekkulla *(adj.)* short-term

ഹ്രസ്വഘടകം hruswaghatakam *(n.)* nanocomponent

ഹ്രസ്വതരംഗരശ്മി hruswatharangarashmi *(n.)* x-ray

ഹ്രസ്വദണ്ഡ് hruswadand *(n.)* nanochip

ഹ്രസ്വമായ hruswamaaya *(adj.)* brief

ഹ്രസ്വരൂപമായ hraswaruupamaaya *(adj.)* miniature

ള

ളൻ lan *(n.)* indra

ളോഹ loha *(n.)* cassock

ഴ

ഴ zha *(n.)* a consonant letter in malayalam

റ

റദ്ദവകാശപ്രയോഗം raddavakaashaprayogam *(n.)* veto

റദ്ദാക്കൽ raddhakkal *(n.)* abolition

റദ്ദാക്കൽ raddaakkal *(n.)* nullification

റദ്ദാക്കുക raddhakkuka *(v.)* abolish

റദ്ദാക്കുക raddaakkuka *(v.)* nullify

റബർ rubber *(n.)* rubber

റബർമരം rubbermaram *(n.)* rubber tree

റബ്ബർ വളയം rubbervalayam *(n.)* gasket

റബ്ബർ താറാവ് rubber thaaraav *(n.)* rubber duck

റഷ്യൻനാണയം Russian naanayam *(n.)* rouble

റസ്തഫാരിയൻ മതസംബന്ധം rafthaarian mathadambandham *(n.)* rasta

റാഞ്ചൽ raanchal *(n.)* pounce

റാഞ്ചൽ raanchal *(n.)* swoop

റാഞ്ചിപ്പിടിക്കുക raanchippitikkuka *(v.)* pounce

റാഞ്ചുക raanchuka *(v.)* swoop

റാട്ട് raatt *(n.)* gin

റാന്തൽ raanthal *(n.)* lantern

റിക്ഷാവണ്ടി rikshaavandi *(n.)* rickshaw

റെയിൽപ്പാത railppatha *(n.)* rail

റൊട്ടി rotti *(n.)* loaf

റേഡിയോ തരംഗ രൂപേണ radiotharanga ruupene *(n.)* radion

റേഡിയോ പ്രക്ഷേപണം നടത്തുക radio prakahepanam nataththuka *(v.)* radio

റേന്തകൊണ്ടുണ്ടാക്കിയ rentha kondundaakkiya *(adj.)* lacy

റോഡ് കുറുകെ കടക്കാനുള്ള സ്ഥലം road kuruke katakkaanulla sthalam *(n.)* zebra crossing

റോന്തുചുറ്റുക ronthuchuttuka *(v.)* patrol

റൊട്ടിയുണ്ടാക്കുന്നയാൾ rottyyundaakkunnayaal *(n.)* baker

റോക്കറ്റ് പ്രേമി rocket premi *(n.)* rocketeer

റോഡുമാർഗയാത്ര radmaargayaathra *(adj.)* on-road

റോന്തുചുറ്റൽ ronthuchuttal *(n.)* patrol

റോമൻപടയാളി romanpatayaali *(n.)* legionary

റൗക്ക roukka *(n.)* jacket

റം മദ്യം rum madyam *(n.)* rum